IFA

A

COMPLETE DIVINATION

BY

AYỌ SALAMI

This book is written under the auspices of International Federation for Arts, Religion, and Cultural Imbibition of the Yorùbás (IFARCITY)

ISBN: 978-36035-6-6

copyright (c) Ayọ Salami, and IFARCITY July, 2002
all correspondences to: P.O. Box 26, Ọyọ, Ọyọ State Nigeria
Phone: 234 38 241091, 234 804 613 0406
email; ogunmat@yahoo.com

Published and Printed by:

NIDD Publishing and Printing Limited
36, Ògúntọ̀nà Crescent,
Phase 1, Gbàgádà Estate,
Lagos, Nigeria.
234 802 308 5501

cover page design by: Ayọ Salami
The name of the design has been termed 'Ifá ló layé'. Ifá owns the world, the world as encapsulated in the face of Ifá tray. (Or in the hand of Ọrúnmìlà with Èṣù overlooking from the top).

Iró ni wọ́n pa
Ifá ò leè parun
Èké ni wọ́n ṣe
Ifá ò leè parun
Àtẹ́lẹwọ́ la bálà
A ò mẹni tó kọ ọ́
Iró ni wọ́n pa
Ifá ò leè parun

Godliness is all about heaven
Heaven is about the unknown
Unknown precipitates fear
While fear leads to torment
The tormented would seek for solution

.......ìrẹtẹ̀ogbè

Acknowledgment

I acknowledge Olódùmarè, as the backbone that has seen me through the first phase of this project. With His will carried out by so many people across the whole world. In so much as I try to shy away from mentioning names, as I would have to start another textbook in documenting everyone; however must mention these few distinguished personalities who would express my thanks to the larger society. They are those who made the embryo to form the baby.

Dr (Mrs.) Ìyábọ̀ Fágbúlùú, Mummy: I have to say a million thank you to this special being created to bring joy to so many generations and the yet unborn (Àkàndá Ọlọ́run ni wọ́n jẹ́). Without her, efforts of all the other people would have been futile. My heart prays for you.

Prof. (Chief) Wándé Abímbọ́lá, Àwíṣẹ Àgbáyé: My godfather who reviewed part of the manuscript for me. Àbọrú bọyè bọ ṣíṣẹ
Chief Alárápé Salami: My father who provided me with the backing, inspiration, and continuity. He even explained some knotty words to me. 'Kára ó lé'

I also acknowledge the following Babaláwos

a   Chief Babaláwo Ìdòwú Fáṣípẹ̀ Fágbohùn, (Olúwo of Òrìṣà World congress 2000 held in Nigeria)
b   Chief Babaláwo Babalọlá Ifátóògùn from Ìlobùú, Ọ̀sun state
c   Babaláwo Ifálayé Ọjọ́ọmọ́dá - Ìdèrè, Ọ̀yọ́ state
d   The group of Babaláwos that I interviewed in Òwu, Abẹ̀òkúta, Òògùn State
e   Babaláwo Táíwò and Kẹ́hìndé Fáṣípẹ̀ in Ọ̀yọ́
f   Babaláwo Dòsùnmú Àkàngbé

I thank Babaláwo Ifátọ́lá Joey Pounds Ọ̀kànbí. The initiator of the program. It is amusing to note that an African American has inspired me this much.

Much of my thanks would go to the child of Ìrẹtẹ̀ogbè, Professor Anthony Van der Meer, of the University of Massachusetts, Boston. Dr Olúṣẹgun Ifálàṣẹ and Ms Ọbátóóyìn Angela Williams, among others.

I am grateful to my American look alike friend, Babaláwo J J Kulevich, the child of Ọsáàwúre (the White man that shares striking physiological semblance with a Blackman). Ọmọ Ìyáà mi níí ṣe. Babaláwo Juan Carlos Maldonado, Mr. Aṣáolú of University of Lagos who gave me a free copy of the 'Lingua' for the tonal marks. My friends, Olúkáyọ̀dé ọmọ Adéníyì, ọmọ Olóbì tó tara igi so, ọmọ oníṣu àrogùnrò bẹ, ọmọ amálọkà sójú ẹbọ gbóhun Ọlórun wí, ọmọ elérè mẹ́fà omi asùndan, Túndé Adélọ́wọ̀- Oníkàkàkí Àfọnyè, ọmọ baba Onísọ̀nà tí ń bẹ lójúde Olóñjẹ, I did not forget Ọlásúnkànmí Tégbè, Àjàó Olúmọ̀ta, Ọ̀taàgùn papaapa. Daddy Andy Tugbokorowei, Mr. Lérè Fáṣínà, a friend indeed, among many that did the final proof reading.

Finally I thank the officials of UNESCO and UNESCO for welcoming me with open hands and deeming it proper to award the contract for the publication of this research.

Mo júbà o

Dedication.

This book is dedicated to my boy.
My bundle of joy.

Olúwamáyọ̀wá James.
Double Jam as he is called among

many of his aliases.
May Olódùmarè keep, and make him a

complete man; so that he could
be a long lasting joy to me.

This is the product of a research work that elucidates the beauty of the language, culture, music and social stratification of the Yorùbás as a distinct race in Nigeria.

This book is an addition to the number of books available in the book industry that demonstrates Ifá, the Yorùbá mythology as the custodian of the literature, sanctity and Deities of the Yorùbá nation.

Written in modern Yorùbá language, the author has translated this into English for easy understanding and assimilation to make a good reading for pupils in senior secondary schools and scholars in tertiary institutions. It would also be a very good resource material for the scores of devotees of Ifá oracle.

This work would also for a basis for further research and in depth digging into the beliefs and myths of the ethnic group in the areas of metaphysics, cosmology, and science. More importantly, it would protect the sacred poems of Ifá from extinction.

I commend the effort of the author who is an Agricultural Engineer by profession for using his natural talent in unearthing this aspect of Yorùbá tradition. I am positive that those welding the scepter of tradition would find this a useful and quintessential material.

PROFESSOR A. BABALỌLÁ BÓRÌSÀDÉ
HONORABLE MINISTER OF EDUCATION

Table of contents

Introduction

What is Ifá and Ifá divinity?

Ifá can simply be said to be the religion or divinity brought into the world by Ọ̀rúnmìlà. He is the custodian of the Deity, moral, economic, language, origin, and metaphysical orders of the Yorùbá nation and of its believers throughout the world.

The basics involve the priest or the mediator called Babaláwo or Baláwo (elder in the priesthood order) who are consulted by clients for solution to life's numerous problems.

As the life of man is enmeshed in a lot of riddles, seen or unseen, the quest to know the obscured becomes juxtaposed by the fear of the unexpected and unknown. As Abímbọ́lá posited in his book, Ojú Odù Mẹ́rẹ̀ẹ̀rìndínlógún, chapter 10, he said

Ì bá ṣe pé gbogbo Orí gbogbo níí sun pósí
Ìrókò gbogbo Ì bá ti tán nígbó
A díá fún Igba ẹni
Igba Ẹni ń tọ̀run bọ̀ wálé ayé
Ì bá ṣe pé gbogbo Orí gbogbo níí sun pósí
Ìrókò gbogbo Ì bá ti tán nígbó
A bù fún Òwèrè
Òwèrè ń tìkọ̀lé Ọ̀run bọ̀ wá sí tayé
Gbogboo wa
Òwèrè là ń jà...10
Gbogboo wa
Ẹnì ó yanrí ajé ò wọ́ pọ̀
Gbogboo wa
Òwèrè là ń jà
Gbogboo wa
Ẹnì ó yanrí aya ò wọ́ pọ̀
Gbogboo wa
Òwèrè là ń jà
Gbogboo wa
Ẹnì ó yanrí ọmọ ò wọ́ pọ̀.......................................20
Gbogboo wa
Òwèrè là ń jà
Gbogboo wa

Translated into English by me as thus:

Had it been that all dead beings were buried in coffins
Ìrókò trees in the forests would have gone into extinction
Cast divination for hundreds of Beings
Hundred of Beings were coming from the city of Heaven to the earth
Had it been that all dead beings were buried in coffins
Ìrókò trees in the forests would have gone into extinction
Cast divination for 'Struggle and Strive'
Struggle and Strive were coming from heaven to the earth
We are only struggling
All of us...10
We are only striving
Those that are destined to be exceedingly rich are not many
We are only struggling
All of us
We are only striving
Not all or . s are destined to have good women as wives
We are only struggling
All of us
We are only striving
Those that are destined to have exceptionally brilliant children are not many........20
We are only struggling
All of us
We are only striving

Man came to this world to be born, to live and to die. The obvious comes to play as he did not witness his being born nor would he witness his death. The two are done either in his subconscious state or lifeless state; leaving the stage of adulthood for man to hold on to. Actions within which would thereafter serve as a yardstick for measuring his success or failure in life. Because of the chauvinistic nature of man, he wants to have everything good in life to make him be seen as a prototype of success to his fellow man; but for the unknown, man could not ordinarily know which article to buy or which work to do that would fetch him peace, wealth, good wife, children and therefore good life. As a Yorùbá adage says 'O ríbi ọjà gbé tà, o ò bèèrè lọ́wọ́ Orí'. You jump at a profitable outlet for commerce, you rather should first enquire if it matches your destiny. Compare ogbèọsẹ A, òfúnogbè A on one part with òtúrúpọ̀nìrosùn B on the other part.

This is where Ifá divination process comes in. On consultation by the clientele, articles of divination (see index) are brought out which upon simple oratory prayers and casting by a versatile Babaláwo, readings of the distinct signature of Ifá, (which can be cast using the Ọ̀pẹ̀lẹ̀ or the Ikin) are done, with the Ìbò which is then used to narrow the bone of contention. By reflex and inspiration, the Babaláwo would then chant matching verses attached to that particular Odù. Sacrifice would be prescribed. By chanting the appropriate verses, the bone of contention would have been deciphered and timely observation of the sacrifices; an impending doom would have been averted. This process is called Ifá divination. Therefore through divination, man could know what would bring him success and what would bring failure.

There are a total of 256 Odù in Ifá. These comprise of 16 main, i.e. the right hand, Ọ̀rúnmìlà, having the same mark or signature with the left, Èṣù. The rest 240 are termed 'Àmúlù' or mixture with the right and left hands having different marks. According to Abímbọ́lá, each of the 256 signatures or Odù has a total of about 800 poems attached to it, thus a total of 256 X 800 poems found in Ifá alone; Out of which the Babaláwo would look for one that matches the Odù cast to chant. Ọ̀rúnmìlà is the only one that knows and could chant all the verses. These verses were taught to his students and passed through generations till it is the turn of our present day Babaláwos. However, because of so many factors, many of these poems have been lost and are still being lost daily.

A. **Deaths**: Many of the great priests we have around die before being able to teach their subjects the totality of what they know in terms of the verses and their applications.

B. **Lack Of Documentation**: As said before, all verses of Ifá have to be memorized and the chanting is only on inspiration and reflex. However, it would seem almost impossible for an ordinary being to memorize all these verses without having any document to fall on to as to refresh the memory. This would be found to be a major factor which contribute to the variance in number and fullness of the names of Olúwos that are found in poems even if it is under the same Odù

C. **Exposure and Appearance of Odù**: Because of the fact that the appearance of any Odù is based on divine intervention, a learner Babaláwo may have to wait for a particular Odù to appear for him to know the full details of its verses, sacrificial order, constituents and many more (Most especially under group divination). In some cases, some Odù are elusive and a learner Babaláwo might not witness its chanting, he therefore may have to rely on those taught him by chance or if he himself is inquisitive. One can rightly say that it is what he himself knows that he would teach another learner priest under him.

D.   **Conservatism and self Aggrandizement**: Due to the spiritual intonation and power of some verses, some Babaláwos would rather keep those verses to themselves and refuse to teach others so that they alone could explore the efficacy of its power maximally. Some people who possess such gifts at times would prefer to die with them than to share them for everyone to use. At best, they may decide to teach just one of their children.

E.   **Incursion of foreign religions**: Christianity and Islam had at one time or the other been the greatest threat to global Ifaism as people, rather than see Ifá as a religion would shy away because of they want to conform to the dictates of the contemporary society. They do not want to be branded as outcasts.

Structure of the Verses of Ifá

Ifá verses are written in a way to show that Yorùbás have a deep sense of literature, science and mathematics as exposed in their arrangement and context. All verses of Ifá would have the first one to few lines as the Olúwo that chanted the verse at its inception. This would be followed by 'cast divination for' and then the theme. The theme may either be long or short as the case may be with the exhibition of joy for the person that performs sacrifice and lamentation for its refusal. The conclusion is usually the last line, which more often than not is a song. This would give credence to the Yorùbá's love for folklore songs and music.

Yorùbá and Ifá's viewpoint of Sacrifices:

From religious perspective, the world can be said to be divided into the physical (visible), and the metaphysical (or the spiritual) levels. Both realms have binding and interactive forces exchanging between them for them to function harmoniously. When the life of man functions in such a way that spells success, it termed to have a good understanding and backing of his god or his metaphysical. Otherwise, there is a discordant tune somewhere along the line. Bringing the misfortune back to the line of success requires an effort recognized not only in the physical world but also in the spirit realm; a norm or effort shouldered on Ọrúnmìlà, and referred to as sacrifice.

Sacrifices could be said to be an exchange for failures. This could be seen in a verse under holy Ògúdá Òtúá. Ọrúnmìlà asked human beings to bring rats, fishes, animals, birds etc to him once they noticed an aberration pointing to failure in their life and the lives of their children. Sacrifices are not only an exchange for failures, they provide food for both heavenly spirit, the mother earth, and fellow men as a kind of sharing, to let everybody have a feeling of love and relevance. Sacrifices are offered in the physical world to the mouth (The mouth is an Òrìṣà. See Ọkànràn Òtúá). A mouth that is satiated is a grateful and prayerful mouth. Thanks and prayers definitely would be

xiv

directed at the person that refuses hunger to kill his kinsmen. One can imagine the mouths of everybody in a community, all praying for a singular person to achieve a certain goal. Definitely, god would hear such majority cry. Hence sacrifices offered, bring blessings from god and thereby elucidating faith and continuity in the tradition. Also by sharing, prayers are offered to Èṣù, the Yorùbá god of justice and may not always revolve around food and material things. It could just be a word of advice, which should be adhered to. See Òtúrúpọ̀nọ̀bàrà B. In this verse, Itú as a being (all objects, living or non living are believed by the Yorùbás to have been in a state of human being when coming from heaven to the earth before they finally become that which they are on earth at present. Their state is a factor depending on their obeisance or refusal to sacrificial warning on one part and fulfillment of their mission on earth on the other) was warned not to let anyone accost him on his journey. He did not listen and therefore died untimely.

Again, it must be emphasized that timing is very crucial under any prevalent circumstances in the Yorùbá custom, religion, deity, and tradition. All as limited under sacrificial obeisance. As Ifá says, there is actually no difference between the person that refuses to offer sacrifice on time and the one that did not offer at all. Spiritual resonance and intonation changes with time. Therefore the occasion that mandates a particular sacrifice at a point in life many never reoccur if the period within which one is given to make or mar the particular situation elapsed without its being taken care of.

Èṣù: The Yorùbá god of justice. Èṣù is not Satan as many do erroneously believe. His actions also are antithetic to Satanism and should not be viewed as Satanic. He is the overseer of all Ajoguns and control their actions. Sacrifices prescribed by Babaláwos for the metaphysical beings are mainly given to Èṣù who in turn would order his lieutenants (Ajoguns) to attack a person (who refused to offer sacrifice) or defend him and even guide the person to success (if he offered sacrifice and on time). For Èṣù, there is no sacred cow as Ọrúnmìlà in one verse under holy Ọsá méjì was attacked by witches because he did not offer the sacrifices prescribed.

Ifá as seen from the beginning of this discussion has two important spiritual fulfillments. First, one would live a good life on earth with all its ephemeral goodies and devoid of its usual calamities (Ajoguns) through sacrificial obeisance. And secondly, it would make one to know the mind of Olódùmarè, (through recitation of the poems), the apt word for God in Yorùbáland, thus doing what is right in the sight of God. Hence another good life in Ọrun, (heaven) with one's forefathers. It would therefore not be surprising to find Yorùbás consulting Babaláwos (who would chant holy verses of Ifá) during almost all functions undertaken by man from birth (ẹsẹ̀ntáyé) to death, (àdáwọlẹ̀) with good tidings like ìwúyè, (coronation exercises), ìgbéyàwó (wedding ceremony)etc found in between.

Embedded in the poems is celestial knowledge that can never be exhausted. This is more reason why all the other deities unanimously decided to make Ifá their leader.

As seen in Òdí Ìrẹtẹ̀, Ọrúnmìlà was made the spokesman and the presenter of their cases. Also in Ìrẹtẹ̀ìrosùn, Ifá rescued all the other deities from the captive of the Elénìní, the detractor who had swallowed them all, and taken them hostage.

Being the leader of all the Òrìṣàs, Ọrúnmìlà could be said to be the leader of forces governing the world while Èṣù is the Judge or the arbiter. The two of them are represented in Ifá divination cast with Ọrúnmìlà being on the right hand side and Èṣù on the left. There could not have been a better representation or balance of power than as seen on the Ọpẹ̀lẹ̀ and Ifá trays, with the mind of the two of them made bare in the holy verses.

To have a balanced life, a balanced religion is necessary and Ifá is the first among equals. (Primus inter pares)

In conclusion, this book has come to aggregate in continuity, poems of Ifá as scattered all over the world so that it could be a thing to ponder on; and be used to reshape the already broken life of man where terror, hatred and anarchy are the rulers of the day.

CHAPTER 1 : OGBÈ

OGBÈ MÉJÌ A

Ifá yǐí ló ṣe pàtàkì jù fún gbogbo èèyàn ní gbogbo àgbáyé. Ifá náà ló pé ká ní òótọ́. Òótọ́ ni bàbàrà nínúu gbogbo nǹkan láyé. Béèyàn bá ń fi òótọ́ gbé ilé ayé; Ilé ayé o le dàrú mọ́ eléyìun lọ́wọ́.

Òtọ́ọ́tọtọ́
Òróọ́rọrọ́
Òtọ̀ọ̀tọ̀ làá jẹpà
Òtọ̀ọ̀tọ̀ làa jẹmumu
Lọ́tọ̀ lọ́tọ̀ ni wọ́ọ́n folú esunsuún sẹ́nu
Ohun torí ni torí
Ohun tòòrì ni tòòrì
Ohun torí tòòrì làá rò fỌba Mọ̀kín ní òde Ìrànjé
Kí Onírànjé ó lè baà fọ̀tọ̀tọ̀ èèyàn tani lọ́rẹ
Béèrún bá jà tó bá tà................10
Wọn a fọ̀wọ́ lọ́wọ̀ọ́
Wọn a fi gìyàn balẹ̀
A díá fún Ògo tẹ́ẹ́rẹ́
Èyí tí ń gbóguún lọ ìlú gbèǹdù gbẹndu èyìn ọ̀wọnràn
Wọ́n ní kí Ògo tẹ́ẹ́rẹ́ ó rúbọ
Ògo tẹ́ẹ́rẹ́ sì gbọ́ ẹbọ
Ó rú
Ó gbọ́ èèrù
Ó tu
Lọ́dọ̀ ọkùnrin ni Ògo tẹ́ẹ́rẹ́ wà 20

OGBÈ MÉJÌ A

This Ifá verse is the most important for all practicing Babaláwos and in fact all people in the world. The Ifá asks us to be upright and honest. Truth is the most important thing in human life. If one lives this life in truth, one's life can never end in disarray.

Òtọ́ọ́tọtọ́
Òróọ́rọrọ́
Separately, one has to eat groundnuts
Separately, one has to eat cherries
In separate feedings, one has to put olú esunsun into the mouth
Entities of orírí belongs to orírí
Entities of òrìrì belongs to òrìrì
It is the facts of orírí and òrìrì that one has to relate to the king Mọ̀kín in the city of Ìrànjé
Such that Oníránje would give to one, a special person as a gift
When soldier ants lay siege to something and sting it...10
They would move in an army trailing each other
And unleash terror on their captive
Cast divination for Ògo tẹ́ẹ́rẹ́
The one that was taking his warfare to ìlú gbèǹdù gbẹndu èyìn ọ̀wọnràn
They asked Ògo tẹ́ẹ́rẹ́ to offer sacrifice
Ògo tẹ́ẹ́rẹ́ heard about the sacrifice
And performed it
He also heard about the offering of free booties
He gave it out
Ògo tẹ́ẹ́rẹ́ is with the male 20

1

Ìlú gbèǹdù gbęndu ń bę lọ́dọ̀ Obìnrin
Ẹ̀yìn Obìnrin kan
Ìlú kan ni
Wọ́n ní kí Ògo tẹ́ẹ́rẹ́ ó lọọ jagun nílùú
    gbèǹdù gbęndu
Ó jagun jagun
Ó fọkùnrin sèmú
Ó jagun jagun
Ó fobìnrin sèmú
Ó lọọ mú ará ilú àǐheyín wáyé
Kó mọọ lọọ di Ìgbèkùn...................30
Ìgbèkùn táa bá dǐ yǐí
Ọmọ láá mùú bọ̀ ńbę̀
Ìgbèkùn ọ̀hún náà là ń dì lọ́dọ̀ Obìnrin
Tée dòní
Olódùmarè yóó fi Obìnrin rere kẹ́
    ẹnǐkọ̀ọ̀kan wa
Yó sì fi ọmọ rere kẹ́ wa pèlú
Àwọn ń ṣe bẹ́ẹ̀
Ó dáa fún wọn
N ni wọ́n wá ń jó ni wọ́n wá ń yọ̀
Ni wọ́n ń yin àwọn Babaláwo...............40
Àwọn Babaláwo ń yin Ifá
Wọ́n ní bẹ́ẹ̀ làwọn Babaláwo tàwọn wí
Ọ̀tọ́ọ́tọtọ
Òrọ́ọ́rọrọ́
Ọ̀tọ̀ọ̀tọ̀ láà jẹ̀pà
Ọ̀tọ̀ọ̀tọ̀ làa jẹ ìmumu
Lọ́tọ̀ lọ́tọ̀ ni wọ́ọ́n folú esunsuún sẹ́nu
Ohun torí ni torí
Ohun tòòrì ni tòòrì
Ohun torí tòòrì làá rò fọ́ba Mọ̀kín ní Òde
    Ìrànjé 50
Kí Onírànjé ó lè baà fọ̀tọ̀tọ̀ èèyàn tani
    lọ́rẹ
Béèrún bá jà tó bá tà

Ilu gbęǹdu gbęndu is with the female
The back of one female
Is a separate coinage of another city
They asked Ògo tẹ́ẹ́rẹ́ to go and wage war in Ìlu
    gbèǹdu gbęndu
He should wage war relentlessly
He should arrest males as captive
He should wage war relentlessly
He should arrest females as captive
He should go and bring to the earth as captives,
    people from the toothless city
He should also form contraptions...................30
These contraptions that are formed however
They would bring forth for us children
It is the same contraption that men form in women
Till date
Olódùmarè would give each and everyone of us good
    wives
And would also give us good children
They continued in this order
And life became pleasant for them
They then started to dance and rejoice
They were praising their Babalàwos 40
Their Babalàwos were praising Ifá
They said it was exactly as their Babalàwos said
Ọ̀tọ́ọ́tọtọ́
Òrọ́ọ́rọrọ́
Separately, one has to eat groundnuts
Separately, one has to eat cherries
In separate feedings, one has to put olú esunsun into
    the mouth
Entities of oríri belongs to oríri
Entities of òriri belongs to òriri
It is the facts of oríri and òriri that one has to relate to
    the king Mọ̀kín in the city of Ìrànjé.........50
Such that Onírànje would give to one, a special person
    as a gift
When soldier ants lay siege to something and sting
    it

Wọn a fọwọ́ lọ́wọ̀ọ́	They would move in an army trailing each other
Wọn a fi gǐyàn balẹ̀	And unleash terror on their captives
A díá fún Ògo tẹ́ẹ́rẹ́	Cast divination for Ògo tẹ́ẹ́rẹ́
Èyí tí ń gbóguún lọ ìlú gbẹ̀ńdù gbẹndu ẹ̀yìn ọ̀wọnràn	The one that was taking his warfare to ìlú gbẹ̀ńdù gbẹndu ẹ̀yìn ọ̀wọnràn
Yóó jà jàà jà	He would go to combat
Yóó fọmọkùnrin sèmú	He would arrest males as captives
Yóó jà jàà jà	He would go to battle
Yóó fọmọbìnrin sèmú 60	He would arrest females as captives....................60
Yóó mùú ará ìlú àìheyín wáyé	He would go and bring to the earth as captives, people from the toothless city
Ìgbèkùn táa bá dì	The contraption that we form
Ọmọ ní á rí níbẹ	We pray that the result would be a child
Ìgbèkùn táa bá dì	The contraption that we form

OGBÈ MÉJÌ B

Ifá pé ka mọ̀ọ́ sòótọ́. Àwọn tí ń dayé láàmú láyé òde òní ò ní òótọ́ nínú. Àwọn Olóòótọ́ ò tó nǹkan mọ́.

Olóòótọ́ tí ń bẹ láyé
Wọn ò pógún mọ́
Sìkàsìkà tí ń bẹ níbẹ̀
Wọ́n pọ̀
Wọ́n sì ju ẹgbàágbèje lọ
A díá fún Ọ̀rúnmìla
Níjọ́ ọ̀rọ̀ gbogbo ó mọ́· dùn ún nínú
Ifá pé òótọ́ ni ká mọ̀ọ́ sọ
Irúnmọlẹ̀ ò níí jẹ́ á sọ òótọ́ nù o
Wọ́n ní kí wọ́n ó mọ̀ọ́ rúbọ kí Olóòótọ́ ó
    pọ̀.....................................10
Wọ́n bá rúbọ
Olóòótọ́ bẹ̀rẹ̀ síí wà láyé
Ayé bá ń gún
Wọ́n ní Olóòótọ́ tí ń bẹ láyé
Wọn ò pógún mọ́
Sìkàsìkà tí ń bẹ níbẹ̀
Wọ́n pọ̀
Wọ́n sì ju ẹgbàágbèje lọ
A díá fún Ọ̀rúnmìla
Níjọ́ ọ̀rọ̀ gbogbo ó mọ́ dùn ún nínú......20
Ire ajé ní bá ń dùn wá
Kó mọ̀ọ́ dun ìpíin wa
Ká rájé rere ní
Ọ̀rọ̀ tí bá ń dunni
Kó jẹ́ àrankàn ẹni
Ire aya ní bá ń dùn wá
Kó mọ̀ọ́ dun ìpíin wa
Ká ráya rere fẹ́

OGBÈ MÉJÌ B

Ifá exhort us to be honest in life. The people who trouble the world these days are insincere. The honest ones are too few.

The upright that are on earth
Number less than twenty
The wicked ones therein
They are so many
They number many more than one forty thousand
Cast divination for Ọ̀rúnmìlà
On the day he would be saddened by all compelling incidents
Ifá enjoins us to be honest
The Deities would not allow us to compromise the Truth
They were asked to always offer sacrifice so that there would be many upright men in the world
They offered the sacrifice.....................................11
Thereafter, honest men started to be in the world
Life then became well arranged
They said that the Upright that are on earth
Number less than twenty
The wicked ones therein
They are so many
They number many more than one forty thousand
Cast divination for Ọ̀rúnmìlà
On the day he would be saddened by all compelling incidents……....................................20
If it is the fortune of wealth that saddens us
Let it sadden our destiny
Such that we could get to make good wealth
Whatever one feels sad about
Should be one's sore point of persistent reference
The good fortune of wives that saddens us
Let it sadden our destiny
Such that we could get a good wife to marry

4

Òrò tí bá ń dunni làrankàn eni
Ire omo ní bá ń dùn wá.........................30
Kó móo dun ìpíin wa
Ká rómo rere bí
Òrò tí bá ń dunni làrankàn eni
Ire Ilé ní bá ń dùn wá
Kó móo dun ìpíin wa
Ká ńlé rere kó
Òrò tí bá ń dunni làrankàn eni
Gbogbo ire tí bá ń dùn wá nílé ayé
Kó móo dun ìpíin wa
Ká ń rere gbámú 40
Gbogbo Òrò tí bá ń dunni
N làrankàn eni

Whatever one feels sad about is one=s sore point of
    persistent reference
If it is the fortune of children that saddens us........30
Let it sadden our destiny
Such that we could get good children to bear
Whatever one feels sad about is one=s sore point of
    persistent reference
If it is the good fortune of houses that saddens us
Let it sadden our destiny
Such that we could get a good house to build
Whatever one feels sad about, is one's sore point of
    persistent reference
All the good fortunes that sadden us in this world
Let it sadden our destiny
Such that we obtain good tidings..........................40
All the things one feel sad about
Is one=s sore point of persistent reference

OGBÈ ÒYÈKÚ A

Bírà eléyìun ò níí bàjé láíláí. Ilée rè ó
móo dáa: ònàa rè ó móo tó. Bírà rere ń bẹ
fún un.

Ogbèyèkú ni baba Àmúlù
Orí Ogbó
Orí Otó
Ọkọ Omidan
A díá fún Èèbó
Ọmọ afòkun sède
A bù fún Èèbó
Ọmọ afòsà wẹsè
Ẹbọ n wón níí kí wón ó ṣe
Òyìnbó gbébọ ńbè...........................10
Ó rúbọ
Rírú ẹbọ èèrù àtùkèsù
Ẹ wáá bá ni ní jẹbútú rere
Àrà tÉèbó ń dá ò le bàjé
Gbogbo ẹ ní ń gún rekete lójú omi

OGBÈ ÒYÈKÚ A

Ifá says the wonderful things this person had
performed will not be destroyed. His things would
witness success at present and in the future.

Ogbèyèkú is the father of all Àmúlùs
May your Orí be old
May it be steadfast
The one that is the husband of single ladies
Cast divination for the Whiteman
The child of the clan that uses the ocean as his
        veranda
Also cast divination for the Whiteman
The child of the clan that uses the Lagoon to wash his
        feet
They were asked to perform sacrifice
The Whiteman heard about the sacrifice.................10
And performed it
Offering of sacrifices and free gifts to Èṣù
Come and meet us with good tidings
The good functions being performed by the Whiteman
        cannot be destroyed
All the functions are recording a remarkable success
        on the waterfronts

Ogbèyèkú ni baba Àmúlù
Orí Ogbó
Orí Otó
Oko Omidan
A díá fún Ilè
A bù fún Edan
Ayé le ye àwon méjèèjì?
Wón ní kí wón ó rúbo
Ilè rúbo
Edan náà sì rú.........................10
N ní wón wá ń jó
Ni wón wá ń yò
Wón ń yin àwon Babaláwo
Àwon Babaláwo ń yin Ifá
Wón ní bèè làwon Babaláwo tàwón wí
Ogbèyèkú ni baba Àmúlù
Orí Ogbó
Orí Otó
Oko omidan
A díá fún Ilè 20
A bù fún Edan
Ayé ye Edan
Ayé si ye Ilè
Ayé tó ye Ilè
Yóó ye Edan
Ayé tó ye Ilè
Yóó ye Èèbó
Ayé tó ye Ilè
Yóó ye Edan!

Ogbèyèkú[1] is the father of all Àmúlùs[2]
May your Orí[3] be old
May it be steadfast
The one that is the husband of single ladies
Cast divination for Mother Earth
Also cast divination for Edan[4]
'Can life please the two of us'? They asked
They were asked to perform sacrifice
Mother Earth performed the sacrifice
Edan also was not left out.........................10
They then started to dance
They were rejoicing wholeheartedly
They were praising their Babálawos
Their Babaláwos were praising Ifá
They said it was exactly as their Babaláwos predicted
Ogbèyèkú is the father of all Àmúlùs
May your Orí be old
May it be steadfast
The one that is the husband of single ladies
Cast divination for Mother Earth.........................20
Also cast divination for Edan
Life pleased Edan
And life pleased the Mother Earth
The life that pleased the Mother Earth
Would definitely please Edan
The life that pleased the Mother Earth
Would please the Whiteman
The life that pleased the Mother Earth
Would please Edan

OGBÈ ÌWÒRÌ A

Ifá pé Ire fún eléyìun. Yóó jèrè tí bá ń hùwà rere: Òun àti ẹnìkan ó jọ múraa wọn lọ́rẹ̀ẹ́: Ifá pé kí wọn ó mọ́ fi araa wọn sílẹ̀; Wọn ò si gbọdọ̀ ṣahun.

Ogbè wẹyìn⁵ wò
Bájáà rẹ́ ó baà pa ikún
Awo Ọdẹ ló díá fún Ọdẹ
Ọdẹ ní ń regbó méje ẹlùjù méje
Wọ́n ní kí Ọdẹ ó sá káalẹ̀
Ẹbọ ní ó ṣe kó tóó mọ́ọ lọ
Ọdẹ́ gbẹ́bọ ńbẹ̀ ó rúbọ
Ogbè wẹyìn
Bájáà rẹ́ ó baà pa Ikún
A díá fún Òńyagbè 10
Èyí tó ń lọ rèé bá wọn múlẹ̀ oko àìrọ́dún
Wọ́n ní ó sá káalẹ̀ ẹbọ ní ó ṣe kó tóó lọ
Òńyagbè gbẹ́bọ ńbẹ̀ ó rúbọ
Wọ́n lọọ́ bá wọn múlẹ̀ lẹ́gàn
Ọdẹ ń ṣọdẹ
Àgbẹ̀ ń sàgbẹ
Wọ́n wáá gbẹ́bọ ńbẹ̀ wọ́n rúbọ
Rírú ẹbọ èèrù àtùkèṣù
Ẹ wáá bá ni ní jẹbútú ire
Jẹbútú ire làá bá ni lẹ́sẹ̀ ọba Òrìsà......20
Ẹ jẹ á mọ́dẹ mágbẹ̀ kó lè yẹni
Àgbẹ̀ ń tokoó bọ̀

OGBÈ ÌWÒRÌ A

Ifá wishes this person well. He would be successful. Ifá asks him to be of good behavior because he and someone would be good friends. They both are advised not to disparage each other. They should not be stingy.

Ogbè look back
In case your dog kills the ikún rat
The Babaláwo of the Hunter casts divination for the Hunter
The Hunter was going to seven renowned forests and bushes
They asked him to take care of the ground
He should offer sacrifice before his departure
The Hunter heard about the sacrifice and performed it
Ogbè look back
In case your dog kills the ikún rat
Cast divination for the Farmer........................10
The one that was going to choose a new land for annual farming
They asked him to take care of the ground and perform sacrifice before his departure
The Farmer also heard about the sacrifice and performed it
The two of them went into the deep forests
The Hunter was hunting for games in the bushes
The Farmer also farming
They both had heard about the sacrifice and offered it
Offering of prescribed sacrifices and free gifts to Èṣù
Come and meet us with good tidings
One is usually found with good tidings at the feet of the king of Òrìsàs...........................20
Let us combine hunting with farming for our world to be better
The farmer was returning from the farm

8

Ó mú Ìkókóró fún Ọdẹ
Ọdẹ ń tijùú bọ̀
Ó mú Ìkókóró ẹran
Ó sì fún Àgbẹ̀
Ẹ sá jẹ́ẹ́ á mọ́dẹ mágbẹ̀ kó lè yẹni
Rírú ẹbọ, èèrù àtùkèsù
Ayé wáá yẹ wá tùtúru!

He gave a small piece of yam to the hunter
The Hunter was coming back from the deep forest
He brought out a small piece of meat
And gave it to the farmer
Please let us combine hunting with farming for life
        to be better for us
Offering of prescribed sacrifices and free gifts to Èṣù
Life so please us aplenty

OGBÈ ÌWÒRÌ B

Ifá pé bí eléyìun bá ń sọ̀rọ̀, kó mọ́ọ sọ́ra
fún ọ̀rọ̀ àsọtán kí àwọn èèyàn tí ń bẹ
nítosi ó mọ́ ba nǹkan rẹ̀ jẹ́. Èèyàn
mọ́tìmọ́tì tí ń bẹ légbẹ̀ẹ̀ eléyìun ní ń da
nǹkan ẹ̀ rú.

Erín fi kúkú mọ inú ilé
Adìẹ fi títà mọ ọjà
A díá fún Ẹ̀bù Ẹ̀yìn
Èyí tíí sọmọ ìyá Ogun
Akíkanjú ènìyàn ni Ogun
Ṣùgbọ́n bó bá pé òún ó ṣe nǹkan lọ́la
Ẹ̀bù Ẹ̀yìn ó ti lọ́ọ ba ibẹ̀ jẹ́
Tí ọ́n bá pé lọ́túùnla làwọ́n ó lọ́ọ ṣe
 nǹkan
Ẹ̀bù Ẹ̀yìn ó lọ́ọ bà á jẹ́
Ogún wáá ní 'Kín ní ń ba nǹkan wọnyí
 jẹ́'?........................10
Ó bá tọ Ifá lọ
Ifá ní kó rúbọ
Kó sì mọ́ ẹnu ẹ̀
Ifá pé ibi tí ó bàá lọ
Nǐ ó mọ́ọ pé ó yá
Àwọ́n ó lọ ibi kan lónǐí
Kó mọ́ sọ àsọtẹ́lẹ̀ mọ́
Kó mọ́ mọ́ọ sọ ibi tí ń lọ fẹ́nìkan mọ́
Ńgbà ó dijọ́ kan
Ogún bá nàró........................20
Ó ní ìwọ Ẹ̀bù Ẹ̀yìn ó yá
Ẹ̀bù Ẹ̀yìn ní ńbo?
Ogun ní 'ńgbà a bá dé ibẹ̀'
'Ó mọ́ọ mọ̀'

OGBÈ ÌWÒRÌ B

Ifá advises that when this person is planning, he
should refrain from expatiation so that people close to
him would not destroy him. Ifá says the person
causing trouble in his life is someone close to him, but
he should not quarrel with the person when he
identifies him or her.

Elephant used the advantage of his death to know the
 inside of a house[6]
And Chicken used the advantage of being sold to
 know the market place[7]
Cast divination for Ẹ̀bù Ẹ̀yìn[8]
The sibling of Ogun[9]
Ogun is an energetic person
But whenever he plans to perform a function
Ẹ̀bù Ẹ̀yìn would go to destroy the setup
If he fixes another for next tomorrow
Ẹ̀bù Ẹ̀yìn would also have gone there to cause a
 discord
Ogun then started to wonder 'What could be the
 cause of these'........................10
He went to consult with Ifá
Ifá asked him to offer sacrifice
And should be secretive about his plans and journeys
'Wherever you want to go'
'Always make spontaneous decisions'
'We would go somewhere today'
'Do never talk about it prematurely'
'Never allow anyone to know your itinerary' Ifá said
One day afterwards
Ogun stood up........................20
Ẹ̀bù Ẹ̀yìn let us go
'Where'? Ẹ̀bù Ẹ̀yìn asked
'When we get there'
'You would know', Ogun countered
Ẹ̀bù Ẹ̀yìn ever since then could not disrupt Ogun's
 setup

10

Wọn ní Erin ló fi kúkú mọ inú ilé
Adìẹ fi títà mọ ọjà
A díá fún Ẹbù Ẹyìn
Ẹbù Ẹyìn tíí sọmọ ìyá Ogun
Àṣé Ẹbù Ẹyìn ní tí ń bayé yìí jẹ
ńjọhun?!...........................30
Ẹbù Ẹyìn ò sì níí le bayé yìí jẹ mọ́ o
Ẹbù Ẹyìn!

They said Elephant used the advantage of his death
to know the inside of a house
Chicken used the advantage of being sold to know
the market place
Cast divination for Ẹbù Ẹyìn
The blood brother of Ogun
So, it is Ẹbù Ẹyìn that had been destroying the setup
of this world ever since its inception?!......30
Ẹbù Ẹyìn will henceforth never be able to destroy the
setup of this world again
Ẹbù Ẹyìn

OGBÈ ÒDÍ A

Ifá pé eléyìun ni èèyàn kan lókèèrè tefétefé: kí ẹni ọ́n dá Ifá fún yǐi ó mọọ wúre fún ẹni tí ń bẹ lókèèrè. Ń gbéreé bọ̀ wáá bá a. Ẹbọ ni kí wọ́n ó rú.

Kọ́lálù lawo abẹ̀ ọta
Ejò ló kó làngbà làngbà wọ isà
A díá fún Baáyànnì
Tí ń lọ síjùu sẹ̀lẹ̀
Wọ́n ní ó rúbọ
Wọ́n níre fún un
Èèkejì ẹ̀ sǐ ń bẹ nílé
Ó sǐ ń rúbọ sílẹ̀ dè é
Èèkejìi ẹ̀ làá pè ní Sàngó
Ńgbà tí Baáyànnì dé …….............…….10
Owó pọ̀
Ó bá kó díẹ̀ fún Sàngó
Sàngó bá so owó mọ́ aṣọ ẹ̀
Ifá pé ki eléyìun ó tọ́jú èèyàn dáadáa
Ayé bá yẹ Baáyànnì
N ní wá ń jó ní wá ń yọ̀
Ní ń yin àwọn Babaláwo
Àwọn Babaláwo ń yin Ifá
Ó ní bẹ́ẹ̀ làwọn Babaláwo tòún wí
Kọ́lálù lawo abẹ̀ ọta.............................20
Ejò ló kó làngbà làngbà wọ isà
A díá fún Baáyànnì tí ń lọ síjùu Sẹ̀lẹ̀
Wọ́n ní ó sá káalẹ̀ kó rúbọ
Kó lè baà múre dé
Dàda mọ́ sunkún mọ́ o
Dàda mọ́ sẹ̀jẹ̀ mọ́ o
Èrò Ìsẹ̀lẹ̀ ń bọ̀ lọnà
Yóó fùún ọ lóókan o so mọ́rí

OGBÈ ÒDÍ A

Ifá wishes this person well. He has a relation living far away; that the person consulting should offer prayers for him or her that is abroad. He is coming back with good things for him. He should perform sacrifice.

Kọ́lálù lawo abẹ̀ ọta[10]
It is the snake that runs fearfully into the burrow
Cast divination for Baáyànnì[11]
That was going to the forest of Sẹ̀lẹ̀[12]
He was asked to perform sacrifice
They wished him plenty fortunes
His compatriot meanwhile was at home
And performing sacrifices pending his arrival
His compatriot is the one called Sàngó
On Baáyànnì's arrival………….................…………10
The money was too much
He gave some to Sàngó
Sàngó tied some of it on his cloth
Ifá asks this person to take care of his fellow men
　　　very well
Life pleased Baáyànnì
He then started to dance and rejoice
He was praising his Babaláwos
His Babaláwos were praising Ifá
He said it was exactly as his Babaláwos predicted
Kọ́lálù lawo abẹ̀ ọta………………...................…20
It is the snake that runs fearfully into the burrow
Cast divination for Baáyànnì who was going to the forests of Sẹ̀lẹ̀
He was asked to take care of the ground and perform sacrifice
Such that he would come back with fortunes
Dàda[13] don't cry again
Dàda don't cry blood again
The people of Ìsẹ̀lẹ̀ forest are coming back soon
They would give you a cowry to tie to your hair strand

12

OGBÈ ÒDÍ B

Ire ọmọ fún eléyìun. Ifá pé àwọn ọmọ ẹ̀ ó mọ gbókèèrè, wọ́n ó sì mọọ mutí.

Olúfọ́n níí wofá Ogele
Alásìá níí wo Ifá Ògìyán
Òrìṣà nínlá ò jẹ́ ta ọmọ tiẹ̀ lọ́pọ̀
Ifá rere n lOgbèdí
A díá fún Àjàgbé
Àjàgbé tí ń fomi ojú sògbérè ọmọ
Òún le bímọ lọ́pọ̀lọpọ̀ báyìí?
Wọ́n ní kó rúbọ
Àjàgbé bá rúbọ
À á ṣeé mọ Àjàgbé? 10
N làá pe Eẹṣin
Kò sí ilẹ̀ tí Àjàgbé ò sí
Ayé yẹ ẹ́
Wọ́n ní ọmọ Àjàgbé ló pọ̀ tó báyìí?
Ijó ní ń jó
Ayọ̀ ní ń yọ̀
Ní ń yin àwọn Babaláwo
Àwọn Babaláwo ń yin Ifá
Ó ní bẹ́ẹ̀ làwọn Babaláwo tòún wí
Olúfọ́n níí wofá Ogele.............20
Alásìá níí wo Ifá Ògìyán
Òrìṣà nínlá ò jẹ́ ta ọmọ tiẹ̀ lọ́pọ̀
Ifá rere n lOgbèdí
A díá fún Àjàgbé
Àjàgbé tí ń fomi ojú sògbérè ọmọ
Èrò Ìpo!
Èrò Ọ̀fà
Bo lẹ gbé joyè tẹ̀ẹ̀ rÀjàgbé?
Àjàgbé dé ò abọlà rẹbẹrẹbẹ

OGBÈ ÒDÍ B

Ifá wishes this person the fortune of children. His children would live abroad and they would consume wine in large quantities.

It is Olúfọ́n[14] that casts divination for Ogele[15]
Alásìá[16] would cast divination for Ògìyán[17]
Òòsàálá would never sell his own children for peanuts
Ogbèdí[18] is a good Ifá
Cast divination for Àjàgbé
Crying because of Children
'Would I have many children'? He asked
They told him to perform sacrifice
Àjàgbé performed it
'How do we recognize Àjàgbé'?................10
'He is the one we call the Housefly'
There is no city one would not find Àjàgbé
Life pleased him
People started saying 'Are the children of Àjàgbé these many'?
He was dancing
And also rejoicing
He was praising his Babaláwos
His Babaláwos were praising Ifá
He said it is exactly as his Babaláwos used their good mouths in praising Ifá
It is Olúfọ́n that casts divination for Ogele...........20
Alásìá would cast divination for Ògìyán
Òòsàálá would never sell his own children for peanuts
Ogbèdí is a good Ifá
Cast divination for Àjàgbe
Àjàgbé that had been crying because of children
People from the city of Ìpo[19]
People from the city of Ọ̀fà[19]
Where do you travel to for celebration without seeing Àjàgbé?
Àjàgbé is back with a lot of riches

13

OGBÈ ÌROSÙN A

Ifá pé Ire ajé fún eléyìun láti òkèèrè. Ajé náà sì ń bọ̀ wáá bá a. Kó lọ̀ọ́ bọ Odù; Ọ̀pọ̀lọpọ̀ Ìgbín lOdù ó gba àti ẹyin adìẹ.

Ogbè dáwọ̀ òsùn tẹlẹ̀
Ó ró jinngínni jinngínni
A díá fún Òdùkẹ̀kẹ̀èkẹ̀
Èyí tí ń re inú Ìgbẹ́ rèé kájé wálé
Òdùkẹ̀kẹ̀èkẹ̀ ní ń re inú Ìgbẹ́
Wọ́n ní kó rúbọ
Kó lè baà kóre dé
Ó bá rúbọ
Ayé bá yẹ Odù
Ó kóre wálé...........................10
N ní wá ń jó ní wá ń yọ̀
Ní ń yin àwọn Babaláwo
Àwọn Babaláwo ń yin Ifá
Ó ní bẹ́ẹ̀ làwọn Babaláwo tòún wí
Ogbè dáwọ̀ òsùn tẹlẹ̀
Ó ró jinngínni jinngínni
A díá fún Òdùkẹ̀kẹ̀èkẹ̀
Èyí tí ń re inú Ìgbẹ́ rèé kájé wálé
Kín ní ń kóreé bọ̀ wáá bá mi?
Òdùkẹ̀kẹ̀èkẹ̀
Ifá pé ń kóreé bọ̀ wáá bá mi............20
Òdùkẹ̀kẹ̀èkẹ̀

OGBÈ ÌROSÙN A

Ifá wishes this person well. Fortune wishes for him from abroad. Ifá asks him to offer sacrifice to Odù. Odù[20] accepts many snails and chicken eggs.

Ogbè dáwọ̀ òsùn tẹlẹ̀[21]
Ó ró jinngínni jinngínni
Casts divination for Òdùkẹ̀kẹ̀èkẹ̀
The one going to the forests to cart home fortunes
It was Òdùkẹ̀kẹ̀èkẹ̀ that was traveling to the forest
He was asked to perform sacrifice
So that he would be fit to haul his fortunes home
He performed the sacrifice
Life pleased Odù
He brought home good fortunes.........……………..10
He then was dancing and rejoicing
He was praising his Babaláwo
His Babaláwo was praising Ifá
He said it was exactly as his Babaláwo had said
Ogbè dáwọ̀ òsùn tẹlẹ̀
Ó ró jinngínni jinngínni
Casts divination for Òdùkẹ̀kẹ̀èkẹ̀ going to the forest to cart home fortunes
What is bringing good fortunes for me?
Òdùkẹ̀kẹ̀èkẹ̀
Ifá says, is bringing good fortunes to meet me 20
Òdùkẹ̀kẹ̀èkẹ̀

OGBÈ ÌROSÙN B

Ifá pé ki eléyìun ó mọ́ dẹ́jàá. Kó mọ́ọ ṣe bí Ifá tíí ṣe. Obìnrin kán ń bẹ lápá ibẹ̀hun tó jẹ́ àgàn. Ifá pé yóò bímọ, ṣùgbọ́n kó rú ẹyin adìẹ mẹ́rìndínlógún.

Ọ̀kan pó
Babaláwo Agogo ló díá fún Agogo
Èjì gbọ̀ngàn gbọ̀ngàn
Babaláwo Àjìjà ló díá fún Àjìjà
Mo rú wẹẹrẹ
Ó dà wẹẹrẹ
A díá fún Ọ̀sìn Gàgààgà
Èyí tí ó kọ́mọ dà sí àtàrí
Wọ́n ní kó rúbọ kó lè baà bímọ
Ọ̀sìn Gàgààgà gbẹ́bọ ńbẹ̀ 10
Ó rúbọ
Mo rú wẹẹrẹ
Ó dà wẹẹrẹ
Ọ̀sìn gàgààgà ló bímọ báwọnyí?!
Mo rú wẹẹrẹ
Ó dà wẹẹrẹ

OGBÈ ÌROSÙN B

Ifá asks this person not to disregard or preempt warnings or taboos. He should behave in Ifá's likeness. Ifá sees one woman that is barren. She should offer sixteen chicken eggs for her to have children in life.

Ọ̀kan pó!
The Babaláwo of the Gong casts divination for the Gong
Èjì gbọ̀ngàn gbọ̀ngàn
The Babaláwo of Àjìjà[22] casts divination for Àjìjà
I sacrificed in quantities
It proved efficacious in quantities
Cast divination for Ọ̀sìn Gàgààgà
The one that would carry his children on his head
They told him to perform sacrifice for him to bear children
Ọ̀sìn Gàgààgà heard about the sacrifice.............10
He performed it
I sacrificed in quantities
It proved efficacious in quantities
It is Ọ̀sìn Gàgààgà that has children this plenty?!
I sacrificed in quantity
It proved efficacious in quantity

OGBÈ ÒWÓNRÍN A

Ifá pé kí eléyìun ó rúbo kó sì mójú tó ilé è. Nñkan è ò níí bàjé. Ifá pé eléyìun ó móo se nñkan, won ò níí fi yìn ín lówó. Ifá pé kó rú òpòlopò eyìn àti eyelé. Bí ón bá se eyin òhún tán, kó pe àwon èèyàn jo, kó sì fi se àlejò. Léyìn náà nñkan rè ó móo dáa. Olóòótó àti oníwà rere ni eléyìun; sùgbón kó móo rúbo kí nñkan ó le baà yìn ín lówó.

OGBÈ ÒWÓNRÍN A

Ifá asks this person to offer sacrifice well by taking good care of his household. His things would not get spoilt. He is doing a particular thing for people, but he is not getting up to what he deserves. He should perform the sacrifice for praise by offering plenty of oil palm seeds and pigeons. He would then call people together and offer the fruits as gifts. After this, he would get praised for any act performed by him. This person is a honest and steadfast person but he should sacrifice such that would be praised for his acts.

Ogbè húnlé
Ilé eni làá hún
Ònà eni làá tò
Ònà tàà tò rí níí seni sìbálá sìbolo
A díá fún Seseese kò lórí yìn
Èyí tíí somo bíbí inú Àgbonnìrègún
Gbogbo nñkan lòún ń se tí won ò yin òun
Wón wá le yin òun báyìí?
Wón ní òpòlopò eyìn ni kó tójú
Kí wón ó wáá sè é..............10
Kó kó àwon Awo jo
Kó se oúnje
Bí ón bá tí ń jeun kí wón ó móo mú eyìn
.... òhún je
Ó bá rúbo
Layé bá ń yìn ín
Nñkan è dára
Kò bàjé mo
N ní wá ń jó ní wá ń yò
Ní ń yin àwon Babaláwo
Àwon Babaláwo ń yin Ifá.................20
Ó ní béè làwon Babaláwo tòún wí
Ogbè húnlé
Ilé eni làá hún

Ogbè húnlé
It is one's house that one should arrange well
It is one's way that one should tread
The way that one has never taken may make one feel
.... strange
Cast divination for Seseese- kò- lórí- yìn
The child from the bowels of Àgbonnìrègún
'I have been trying all sorts without being praised for
.... it'
'How would I be praised'? He asked
They asked him to get oil palm seeds
He then should cook it...........................10
And assemble as many Babaláwos as possible
'Prepare plenty of food also'
'They should pick the oil palm seed and eat it as they
.... eat the food' they instructed
He performed the sacrifice
The whole world stood up praising him
His things were better
They did not get spoilt again
He then started to dance and rejoice
He was praising his Babaláwos
His Babaláwos were praising Ifá................20
He said it was exactly what his Babaláwos had said
Ogbè húnlé
It is one's house that one should arrange well

Ọnà ẹni làá tọ̀
Ọnà táà tọ̀ rí níí ṣeni sìbálá sìbolo
A díá fún Ṣeṣeeṣe- kò- lórí- yìn tíí sọmọ
    bíbí inú Àgbọnnìrègún
N ó lòórí ẹyìn Ajé
Igba lewé ẹréyìn
N ó mọ̀mọ̀ lórí ẹyìn ní tèmi ò
Igba lewé ẹréyìn..............................30
N ó lòórí ẹyìn aya
Igba lewé ẹréyìn
N ó mọ̀mọ̀ lórí ẹyìn ní tèmi ò
Igba lewé ẹréyìn
N ó lòórí ẹyìn ọmọ
Igba lewé ẹréyìn
N ó mọ̀mọ̀ lórí ẹyìn ní tèmi ò
Igba lewé ẹréyìn
N ó lòórí ẹyìn ire gbogbo nílé ayé
Igba lewé ẹréyìn.........................40
N ó mọ̀mọ̀ lórí ẹyìn ní tèmi ò
Igba lewé ẹréyìn

It is one's way that one should tread
The way that one has never taken may make one to
    feel strange
Cast divination for Ṣeṣeeṣe kò lórí yìn, the child of
    Àgbọnnìrègún's bowels
I will be praised for wealth
Hundreds are the leaves of ẹréyìn
I will definitely have the Orí of praise
Hundreds are the leaves of ẹréyìn...................30
I will be praised for my wives
Hundreds are the leaves of ẹréyìn
I will definitely have the Orí of praise
Hundreds are the leaves of ẹréyìn
I will be praised for my children
Hundreds are the leaves of ẹréyìn
I will definitely have the Orí of praise
Hundreds are the leaves of ẹréyìn
I will be praised for all good things on earth
Hundreds are the leaves of ẹréyìn...................40
I will definitely have the Orí of praise
Hundreds are the leaves of ẹréyìn

This Ifá is alternatively called Ogbè húnlé

OGBÈ Ọ̀WỌ́NRÍN B

Ifá pé ire kan ń bọ̀ látòkèèrè, ká rúbọ ṣílẹ̀ dè é. Ọ̀pọ̀lọpọ̀ eegun kéegun ni ká kó sínú igbá ẹbọ, kó fi rúbọ iyì àti ẹyẹ. Ayé ó yẹ ẹ́

Kukuuku lẹ́ẹ̀ku lẹ́ẹ̀ku
Kùkùùkù lẹ́ẹ̀kù lẹ́ẹ̀kù
A díá fún Kórewáfì
Èyí tíí sọmọ bíbí inú Àgbọnnìrègún
Wọ́n ní wọ́n le kọjú ire gbogbo da òun báyìí?
Wọ́n ní kó rúbọ kó le ńire gbámú láyé
Kórewáfì bá rúbọ
Wọ́n bá kọjú ire gbogbo dà á
Bí tí ń lájé ní ń láya
Ní ń kọ́lé ní ń bímọ....................10
Òun náà?
Ó ní Kukuuku lẹ́ẹ̀ku lẹ́ẹ̀ku
Kùkùùkù lẹ́ẹ̀kù lẹ́ẹ̀kù
A díá fún Kórewáfì tíí sọmọ bíbí inú Àgbọnnìrègún
Ẹ̀wí Adó ń kóre Ajéé bọ̀ wáá bá mi
Jànǹjàn
N làá kégunguún kàkìtàn
Jànǹjàn
Ẹ̀wí Adó ń kóre Ayaá bọ̀ wáá bá mi
Jànǹjàn...................................20
N làá kégunguún kàkìtàn
Jànǹjàn
Ifá mọ ń kóre ọmọ́ bọ̀ wáá bá mi
Jànǹjàn
N làá kégunguún kàkìtàn
Jànǹjàn
Gbogbo ire ilé, àlàáfíà, ire gbogbo
Ifá ń kó gbogbo ẹ̀ bọ̀ wáá bá mi

OGBÈ Ọ̀WỌ́NRÍN B

Ifá says a certain good fortune is seen coming from abroad. He should sacrifice prior to its arrival. Ifá asks him to gather different kinds of animal bones in an offertory calabash and use to offer sacrifice for affluence. Life would please him.

Kukuuku lẹ́ẹ̀ku lẹ́ẹ̀ku
Kùkùùkù lẹ́ẹ̀kù lẹ́ẹ̀kù
Cast divination for Kórewáfì
The child of Àgbọnnìrègún's bowel
'Would they favor me with all good things'? He asked
He was asked to offer sacrifice
Kórewáfì offered the sacrifice
They then favored him with all good things
As he was having wealth so was he having wives
He was building houses and having children.........10
Surprised, he exclaimed 'Me'?
He said Kukuuku lẹ́ẹ̀ku lẹ́ẹ̀ku
Kùkùùkù lẹ́ẹ̀kù lẹ́ẹ̀kù
Cast divination for Kórewáfì the child of Àgbọnnìrègún's bowel
The king Èwì of Adó is coming to me with plenty of good fortunes of wealth
Jànǹjàn
Is the heaping of bones on a refuse dump site
Jànǹjàn
The king Èwì of Adó[23] is bringing the good fortune of wives to me
Jànǹjàn...20
Is the heaping of bones on a refuse dump site
Jànǹjàn
Ifá is bringing the good fortune of children to me
Jànǹjàn
Is the heaping of bones on a refuse dump site
Jànǹjàn
All the good fortunes of houses, good health
Ifá is bringing them to meet me

OGBÈ ỌBÀRÀ A

Ifá pé ayé ó yẹ eléyìun, yóó nìí irìnmi tó bá le mọ́ wá ojú obìin rẹ̀. Ire lọ́pọ̀lọpọ̀ ń bẹ fún un látọ̀dọ̀ obìnrin náà tó bá mójú tó o, tí kò bá sì sahun sí i. Kùnmọ̀ kan lẹbọ ẹ.

Obìnrín sọwọ́ kọ́kọ́rọ́
Ó mọ́kọ ẹ̀ láhun
A díá fún Ebè
Èyí tí ń lọ rèé gbé Bàrà níyàwó
Òún le lóbìnrin báyìí?
Ebè bá mẹ́ẹ̀jì kún ẹ̀ẹta
Ó bá roko Aláwo
Wọ́n ní 'o ó níyàwó'
Wọ́n ní kó rúbọ
Ṣùgbọ́n o ò gbọdọ̀ sahun o..............10
Nígbà tí Ebè ó gbèé
Bàrà ló gbé níyàwó
Ńgbà tí Bàrà bẹ̀rẹ̀ síí bímọ
Ló bá bí ọmọ dàálẹ̀
Ọmọ kún ilẹ̀
Obìnrín sọwọ́ kọ́kọ́rọ́
Ó mọ́kọ ẹ̀ láhun
A díá fún Ebè
Èyí tí ń lọ rèé gbé Bàrà níyàwó
Taa ló bímọ báwọ̀nyí bẹẹrẹ?...........20
Bàrà
Bàrà ló bímọ báwọ̀nyí bẹẹrẹ
Bàrà

OGBÈ ỌBÀRÀ A

Ifá says this person would have rest of mind. He should however take good care of his wife because he would obtain favors through her. He should also never be a miser to her. Ifá asks him to sacrifice a club.

The woman doggedly curved her hands
She took her husband as being miserly
Casts divination for the Ridge
The one that was going to marry Melon as wife
'How would I have a wife'? He asked
The Ridge combined two cowries with three
He went to the house of a Babaláwo
They told him that he would have a wife
They told him to perform sacrifice
'You should not be miserly' they said...................10
When he got a wife to marry
It was the Melon that he married
When it was time for Melon to produce children
She had so many children
They filled all available spaces
The woman doggedly curved her hands
She took her husband as miserly
Casts divination for the Ridge
The one that was going to marry Melon as wife
Who has children these many?.......................20
Melon
It is Melon that has children these many
Melon

OGBÈ ỌBÀRÀ B

Ifá pé eléyìun ó ṣẹ́gun ọ̀tá ẹ̀, yó ga ju ọ̀tá ẹ̀ lọ. Ọ̀rẹ́ kan ń bẹ tóun àti ẹ̀ ó jọ́ọ gbé. Kó mọ́ọ fura sí ọ̀rẹ́ náàa tó jẹ́ ẹni kúkúrú. Ifá pé kó ṣe pẹ̀lẹ́pẹ̀lẹ́ o: kí ènìyàn búburú ó mọ́ ba orúkọ ẹ̀ jẹ́. Eléyìun ó bǐí ọmọ kan tí ó ba ṣẹ́gun Elénìní.

Òfòkìsì Òfòkìsì
A díá fún Àfọ̀n
Èyí tíí sọ̀rẹ́ Ìtí
Ọ̀rẹ́ ni Àfọ̀n òun Ìtí
Ìtí ò sì ga tó Àfọ̀n
Wọ́n ń báyéé lọ
Ìtí bá ní ó ku bí Àfọ̀n ó ti gbé gíga ẹ̀ lọ
Nǐ bá ń lọ mọ́ Àfọ̀n
Nǐ ń lọ mọ́ọ bǐi kó pa á
Èṣù ní ìwọ Àfọ̀n......................................10
'Ṣe bóo rúbọ'?
Àfọ̀n lóun rúbọ!
Èṣù ní 'sì jàn án ní gbóńgbó ò'
Nígbà tí Ìtí bá sì lọ lọ́ọ lọ
Ọmọ Àfọ̀n a sì gbé e
A nà á mọ́lẹ̀
Ọmọ Àfọ̀n bá bá ìyá ṣẹ́gun Ìtí
Ìtí ò bá le bá Àfọ̀n mọ́
N ní wá ń jó ní wá ń yọ̀
Nǐ ń yin àwọn Babaláwo......................20
Àwọn Babaláwo ń yin Ifá
Ó ní bẹ́ẹ làwọn Babaláwo tòún wí
Òfòkìsì Òfòkìsì
A díá fún Àfọ̀n
Èyí tíí sọ̀rẹ́ Ìtí
Ẹbọ n wọ́n ní ó ṣe
Àfọ̀n gbẹ́bọ ńbẹ̀
Ó rúbọ

OGBÈ ỌBÀRÀ B

Ifá sees a close friend of this person. He should be watchful of this friend. The particular friend is shorter than him. He should be very careful such that bad friends would not corrupt his good practices. Ifá says he would have a child that would help him overcome his enemies. He would be greater than his foes.

Òfòkìsì Òfòkìsì
Casts divination for Àfọ̀n
The friend of Ìtí
Àfọ̀n and Ìtí had ever been friends
However Ìtí is not as tall as Àfọ̀n
They continued their friendship as life goes on
Ìtí one day demonstrated her true color
She started twining around Àfọ̀n
She twinned around Àfọ̀n so tightly hoping to kill her
Èṣù said 'you Àfọ̀n'......................................10
'Didn't you perform sacrifice'?
'I did', replied Àfọ̀n with agony
'Then hit her with your club', Èṣù said
When Ìtí had twinned and twinned around Àfọ̀n
The children of Àfọ̀n would unwind the hands of Ìtí
And throw her down
The children of Àfọ̀n helped their mother win
Ìtí cannot wind against Àfọ̀n again
She then started to dance and rejoice
She was praising her Babaláwo......................20
Her Babaláwo was praising Ifá
She said it was exactly as her Babaláwo had said
Òfòkìsì Òfòkìsì
Casts divination for Àfọ̀n
The friend of Ìtí
She was asked to perform sacrifice
Àfọ̀n heard about the sacrifice
And performed it

21

Ìtú kan ò mọ̀mọ̀ lórí à á gbàfọ̀ọ́n sí
Àfọ̀n ní ń bẹ lẹ́yìn tó ṣẹ́gun gbogboo
wọn………...............…………..30

No twine called Ìtú has the head to receive the club of
Àfọ̀n
Àfọ̀n is coming from behind to win them all……30

22

OGBÈ ỌKÀNRÀN A

Ifá pé eléyìun ó dàá bírà kan láyé, wọn ò níí mọ pé ó lè dá bírà náà. Ipáa rẹ̀ ó kàáyé. Ifá pé wọ́n ti bí ọmọ kan, bí ọmọ náà ò bá joyè ńlá kan, yóó si jẹ baálé ilé lọ́la. Bó bá jẹ́ ìran olóyè ni wọ́n, ọba ni ọmọ náà ó jẹ. Eléyìun ó rí̃í ire kan tí kò gbẹ́kẹ̀ lé, ṣùgbọ́n tí yó tó o lọ́wọ́.

Akókóró èlùbọ́ níí sodó gbàǹkoko
    gbàǹkoko
A díá fún Lábógundé
Níjọ́ tí ń fomi ojú ṣọgbérè ire gbogbo
Wọ́n ní ó rúbọ
Ó bá rúbọ
Àṣé Lábógundé lọbá kàn
Àṣé Lábógundé ní ó joyè
Lábógundé bá jọba Èwí lÁdó
Àwọn èèyàn ò mọ
Pé Lábógundé lè jọba.........…..........10
N ní wá ń jó ní wá ń yọ̀
Ní ń yin àwọn Babaláwo
Àwọn Babaláwo ń yin Ifá
Ó ní bẹ́ẹ̀ làwọn Babaláwo tóún wí
Akókóró èlùbọ́ níí sodó gbàǹkoko
    gbàǹkoko
A díá fún Lábógundé
Ti wọ́n ó mùú jọba lóde Èwí lÁdó
Ẹnìkan ò gbọ́n o
Ẹnìkan ò mọ
A ò mọ pé Lábógundé lè jọba….......20
Àṣé Lábógundé ní ó jọba Èwí lÁdó
Ẹnìkan ò gbọ́n o
Ẹnìkan ò mọ!

OGBÈ ỌKÀNRÀN A

Ifá says this person would undertake a wonderful feat in life. Nobody would expect it from him. His capacity would be felt worldwide. Ifá sees a woman who has just delivered a child. The child would become a high chief and the head of his clan. If it is a crowned family, the child would become a king. He should offer sacrifice because he would get a certain good fortune that he did not expect.

Akókóró èlùbọ́ níí sodó gbàǹkoko gbàǹkoko
Casts divination for Lábógundé
On the day he was crying because of dearth of all
    good fortunes
He was asked to perform sacrifice
He did it
No knowing that it was Lábógundé's turn to become
    the King
Not knowing that it was Lábógundé that would be
    crowned
Lábógundé became the king Èwí in the city of Adó
The people never knew
That Lábógundé can ever be a king…….................…10
He then started to dance and rejoice
He was praising his Babaláwo
His Babaláwo was praising Ifá
He said it was exactly as his Babaláwo said
Akókóró èlùbọ́ níí sodó gbàǹkoko gbàǹkoko
Casts divination for Lábógundé
That would be picked to be the king Èwí in the city
    of Adó
Nobody was wise enough
Nobody ever knew
We never knew that Lábógundé can ever be a
    king……...…20
So it is Lábógundé who would be the king Èwí in
Adó city?
Nobody was wise enough
Nobody ever knew

OGBÈ ỌKÀNRÀN B

Ifá ń Obìnrin kan tí ń gbayì nínú àwùjọ.
Ifá pé kó rúbọ kí iyì ọhún ó mọ́ baà dín
kù. Ifá pé bí wọn ò bá fi ìyà jẹ eléyìun,
ire ò níí tó o lọ́wọ́. Lẹ̀ẹ̀míìn, inú eléyìun ó
dùn.

OGBÈ ỌKÀNRÀN B

Ifá says there is a woman of substance in the society
where this person lives. Ifá asks her to sacrifice such
that her capacity of wealth would not diminish. Ifá
says if this person is not maltreated, his good things
would not get to him. But he would sooner or later be
happy.

Orí níí ṣe wọ́n báyìí
Awo Ògúnníkin
Àsòwòò jèrè
Ó dà bí aláì mọjàá ná
A díá fún Sìèjìdé
Sìèjìdé tí ọ́n ní ó sẹbọ ọlà kó sì sẹbọ ọmọ
Sìèjìdé ni ò ń ọmọ bí
Ṣùgbọ́n ó yawọ́
A mọ́ọ náwó
Ńgbòó yá, wọ́n bá ń sènìní ẹ.........10
Ni ọ́n jẹ tán ni ọ́n mu tán
Ni ọ́n bá bọ́ sí gbangba ìṣeré
Sìèjìdé bá bọ́ọ́jó
Wọ́n ń da owó bò ó
Wọ́n lọ́mọọ́ rẹ dà o
Ọmọọ́ rẹ dà
Sìèjìdé ọmọọ́ rẹ dà lágbo
O lówó lọ́wọ́
O ò rọ́mọ rà o
Sìèjìdé ọmọọ́ rẹ dà lágbo...................20
Sìèjìdé bá búẹ̀kún lọọ̀dọ̀ Ọrúnmìlà
Àwọn Orí níí ṣe wọ́n báyìí awo
        Ògúnníkin
Àwọn Àsòwòò jèrè bí aláì mọjàá ná
Wọ́n bá sefá fún Sìèjìdé
Wọ́n ní bó bá di ẹ̀ẹ̀míìn
Wọ́n ní inúù rẹ ó dùn
Wọ́n níwọọ wọn lẹ̀ẹ́ jọ ṣehun tó dáa
Ńgbà ó dọdún kejì

Orí níí ṣe wọ́n báyìí
The Babaláwo of Ògúnníkin[24]
Unprofitable commercial practice
As if one does not know how to negotiate
Cast divination for Sìèjìdé[25]
That was asked to sacrifice for wealth and for children
Sìèjìdé has no child
But she is very generous
She spends a lot for people
After a period of time, some people started mocking
        her......…..10
They finished merry making in a celebration one day
And moved to the dancing stage
Sìèjìdé started to dance
She was dancing and was spraying money
They sang proverbially abusing her 'Where is your
        child'?
'Where is your child'?
'Sìèjìdé, where is your child on stage'
'You are rich but you cannot buy a child'
'Sìèjìdé where is your child on stage'...................20
Sìèjìdé cried tears to meet Ọrúnmìlà
The priest Orí níí ṣe wọ́n báyìí the Babaláwo of
        Ògúnníkin
The priest Àsòwòò jèrè bí aláì mọjàá ná
They prepared an Ifá portion for her
'When it is this time next year'
'You will be happy' They predicted
'You and they would partake in something good' they
        said in conclusion
The following year

24

Bọ́dún ti pé
Ọmọ ló pọn lọ...................................30
Oṣù tí ọ́n wí ọ̀hún
Kò mú u jẹ
Ló bá bímọ
Wọ́n dágbo ìṣeré bíi tàtẹ̀yìnwá
Àwọn tí ọ́n ṣìrègún ẹ̀ léṣìín
Ojú bá ń tì wọ́n
Sìẹ̀jìdé bá ń jó ní bá ń yọ̀
Èṣú ní 'Ẹ dárin fún un'
'Bẹ́ẹ ṣe dárin fún un lọ́jọ́ kìínní'
'Ẹ dárin fún un'........................40
'Ẹ sá lọ́mọ ẹ̀ dà lágbo lọ́jọ́ kìínní'
'Ẹ tún dá a bẹ́ẹ̀ẹ̀ tí dá a lérò yìí'
Wọ́n bá lórí níí ṣe wọ́n báyìí
Awo Ògúnníkin
Àsòwòò jèrè
Ó dà bí aláì mọjàá ná
A díá fún Sìẹ̀jìdé
Sìẹ̀jìdé tó ṣebọ ọlà tó sì ṣebọ ọmọ
Ọmọ rẹ rèé o
Sìẹ̀jìdé ò........................50
Ọmọọ rẹ rèé lágbo
O lówó lọ́wọ́
O wáá rọ́mọ pọ̀n wá
Sìẹ̀jìdé ò
Ọmọọ rẹ rèé lágbo

When it was time for the yearly festival
She belted her baby on her back there..............30
The month that was predicted for her
She did not pass through it without being pregnant
She had a child
On getting to the stage again
Those that spearheaded the disgrace of the past year
They became remorseful
Sìẹ̀jìdé then started to dance and rejoice
'Sing for her', Èṣù said hoarsely
'As you sang for her the last time'
'Redo your mockery'........................40
'Or didn't you ask of her child the last time?'
'Sing as you think appropriate this time again'
Reluctantly they said 'Orí níí ṣe wọ́n báyìí
The Babaláwo of Ògúnníkin
Unprofitable commercial practice
As if one does not know how to negotiate
Cast divination for Sìẹ̀jìdé
That sacrificed for wealth and for children
'Here is your child'
'Sìẹ̀jìdé'........................50
'Here is your child on stage
You are rich
You now have a child to carry on your back
Sìẹ̀jìdé
Here is your child on the stage

OGBÈ ÒGÚNDÁ A

Ifá pé ki ká kó àwọn Awo jọ, ká sĩ fi ọ̀pọ̀lọpọ̀ ọtí ṣe wọ́n ní àlejò; A kò sĩ gbọ̀dọ̀ kórira àwọn Awoo wa. Pàápàá ẹni ó kọ́ ọ lédè, kó mọ́ baà sọnù. Ifá pé kó rúbọ, kó sĩ mọ pèé ti ẹni ó kọ́ òun lédè ò sĩ mọ́. Bó bá pé òun ń tọ ẹnìkan lọ, nǹkan ẹ̀ ó dàrú o.

OGBÈ ÒGÚNDÁ A

Ifá asks this person to assemble Babaláwos and serve them with wine. He should not despise his priest most especially his teacher and the Babaláwo who initiated him into the fold such that he would not be lost in life. Ifá asks him to offer sacrifice. He should never disregard the order of his teacher as this may lead him to terminal doom.

A ro gbódo lẹ́fọ̀ọ́
Èrọ̀ wẹ̀sĩ ni tebòlò
Ara ò níí ni ni kákáaka
Kò níí ni ni kukuunkun
Ká mó leè dá kàkà dÍfá ẹni
A díá fún Àyìnnìpìnpìn
Tíí sawo ilé Ẹlẹ́gùdumọ̀rọ́
Bó bá ti dé ilé Ẹlẹ́gùdumọ̀rọ́
A bèère lágàńgà ọtí
Ẹlẹ́gùdumọ̀rọ́ ó sĩ gbé e kalẹ̀..............10
Ńgbà ó bá ṣe Ifá fún Ẹlẹ́gùdumọ̀rọ́ tán
ʳi ọ́n jẹ
ʳi ọ́n mu tán
Ẹlẹ́gùdumọ̀rọ́ bá ń lájé
Ó ń bímọ
Bó bá tún dé ńjọ mĩíin
A tún ní lágàńgà ọtí ńkọ́?
Gbogbo ire tí Ẹlẹ́gùdumọ̀rọ́ ń wá
Gbogbo ẹ̀ ló ń
Ńgbà ó dijọ́ kan..........................20
Ẹlẹ́gùdumọ̀rọ́ bá ní 'gbogbo ìgbà n leléyĩí ọ mọ́ọ̀ bèèrè ọtí ni'
Yóó ṣe á mọ́ọ̀ bèèrè ọtí ń gbogbo ìgbà
Ẹlẹ́gùdumọ̀rọ́ bá lọ̀ọ̀ ké sí àwọn ʳIgiri Ẹgbárá igi'
Ó ní kí wọ́n ó mọ́ọ̀ bá òun ṣe nǹkan òun
Wọ́n ń ṣe é fún un

A ro gbódo lẹ́fọ̀ọ́
Èrọ̀ wẹ̀sĩ ni tebòlò
One would not feel so sickly
And feeling so crestfallen
And not being able to prostrate to cast one divination
Cast divination for Àyìnnìpìnpìn
The priest of Ẹlẹ́gùdumọ̀rọ́'s household
Immediately he arrives at Ẹlẹ́gùdumọ̀rọ́'s house
He would ask for a big bottle of good wine..............9
Ẹlẹ́gùdumọ̀rọ́ would fetch for it and give it to him
After he had prepared Ifá portions for Ẹlẹ́gùdumọ̀rọ́
They would all eat together
And have drinks
Ẹlẹ́gùdumọ̀rọ́ started having wealth
He had children
On subsequent days of Àyìnnìpìnpìn's call
He would ask for a big bottle of good wine
Meanwhile all the good fortunes sought for by Ẹlẹ́gùdumọ̀rọ́
He was getting them
But one day......................................20
Ẹlẹ́gùdumọ̀rọ́ asked 'Why is it that this priest has to be asking for wine all time'?
'He would be demanding for wine on each of his visits'
Ẹlẹ́gùdumọ̀rọ́ then went to call the priest 'Igiri Ẹgbárá igi'
He asked him to continue where he sacked Àyìnnìpìnpìn
He performed divination for him

Kò rójútùú ẹ̀

Ó tún lọọ̀dọ̀ àwọn Ìgiri Ẹgbàrà igi

Ẹ wáá bóun ṣe nǹkan òun

Wọ́n tún ṣe é

Kò dáa…………………….......…..30

Ó tún lọọ̀dọ̀ àwọn À jó forí sọ̀pọ́ ọ̀dẹ̀dẹ̀

Wọ́n tún ń ṣe é

Kò wúlò

Wọ́n ní Àyìnnìpìnpìn rẹ tí ń ba ọ ṣe é

ńjó kíìní ńkọ́?

Ó ní Lágàńgà ọtí nìí mọ́ọ́ bèèrè!

Wọ́n ní bó bá bèèrè lágàńgà ọtí ńkọ́

Ńgbà tí Àyìnnìpìnpìn ń bèère lágàńgà ọtí

Gbogbo nǹkan tí àwọ́n ń bèèrè

Àwọ́n ń rí i

Àwọn táwọ̀ọ̀n lọọ́ pè yí……...….……40

Wọn ò béère nǹkankan lọ́wọ́ àwọn

Ṣùgbọ́n gbogbo nǹkan tí àwọ́n ń wá

Àwọn ò ri

Ló bá tún ké sí Àyìnnìpìnpìn

Bó ti tún dé

Lágàńgà ọtí ló tún bèèrè

'Ọtí dà'?

'Ẹ gbọ́tí wá'

Wọ́n bá tún gbọ́tí kalẹ̀

Àyìnnìpìnpìn tún ṣe Ifá fún

Ẹlẹ́gùdumọ̀rọ́……………………50

Ilé ẹ̀ tún kún

Òun náà

Àṣẹ òún ti sọnù lọ ni?

Ayé wáá yẹ Ẹlẹ́gùdumọ̀rọ́

Ló wáá fa Àyìnnìpìnpìn mọ́ra ẹ̀

N ní wá ń jó ní wá ń yọ̀

Ní ń yin àwọn Babaláwo

Àwọn Babaláwo ń yin Ifá

Ó ní bẹ́ẹ̀ làwọn Babaláwo tòún wí

He could not find headway

He abandoned Igiri Ẹgbárá igi and called Ìgiri

Ẹgbàrà igi

'Please come and help me'

He too came and tried his own

He was not successful……...................……….30

He consulted À-jó-forí sọ̀pọ́-ọ̀dẹ̀dẹ̀

He also tried to act as his mediator

It was a futile effort

People now ask 'What about Àyìnnìpìnpìn, your

successful priest of the other day'?

'He asks for wine all the time' Ẹlẹ́gùdumọ̀rọ́ replied

'If he asks for a big bottle of wine is it not better'?

'When Àyìnnìpìnpìn was asking for big bottl

wine'

'All the things we desired'

'We got them'

'These new priests we have sought'…..…......…..40

'They asked for nothing from us'

'But all the things we want'

'We couldn't get them'

Ẹlẹ́gùdumọ̀rọ́ then recalled Àyìnnìpìnpìn

Immediately on his arrival

'Give me a big bottle of wine' he said

'Where are all the bottles of wine'?

'Bring me wine now', he said repeatedly

They fetched the wine

Àyìnnìpìnpìn performed divination for

Ẹlẹ́gùdumọ̀rọ́………………….…….50

His house became full again

And surprised he said 'Me'

'So I have been lost all this while'?

Life so thrilled Ẹlẹ́gùdumọ̀rọ́

He drew Àyìnnìpìnpìn to himself

He then started to dance and rejoice

He was praising his Babaláwos

His Babaláwos were praising Ifá

He said it was exactly as his Babaláwos predicted

A ro gbódo léfòó.................60
Èrò wèsì ni tebòlò
Ara ò níí ni ni káká, áká
Kò níí ni ni kukuunkun
Ká mó leè dá kàkà dÍfá ęni
A díá fún Àyìnnìpìnpìn
Tíí sawo ilé Ęlégùdumòró
Èyí tí ó bèèree lágàńgà òtí
Àwọn Ìgiri Ęgbáráa gi
Òtò lęni wón ń wo Ifáa wóón fún
Àwọn Ìgiri Ęgbàràa gi.................70
Òtò lęni wón ń wo Ifáa wóón fún
Àwọn À-jó-forí-sòpó-òdèdè
Òtò lęni wón ń wo Ifáa wóón fún
Àyìnnìpìnpìn níí sawo ilé Ęlégùdumòró
Ę jé n bÓgbèyónú mumi
Ęrú ń mu
Osìn ń mu
Àyìnnìpìnpìn
Ę jé n bÓgbèyónú mumi
Àyìnnìpìnpìn.................80

A ro gbódo léfòó.................60
Èrò wèsì ni tebòlò
One would not feel so sickly
And feeling so crestfallen
And would not be able to prostrate to cast one's divination
Cast divination for Àyìnnìpìnpìn
The priest of Ęlégùdumòró household
The one that asks for big bottles of wine
The priests Ìgiri Ęgbáráa gi
They are priests to someone else
The priests Ìgiri Ęgbà

28

OGBÈ ÒGÚNDÁ B

Ifá ń ire tó pọ̀ fún eléyìun láti òkèèrè tefétefé. Ajé, obìnrin, ní ń bọ̀ láti òkèèrè. Kó lọ̀ọ́ ra obì lójà, kó sì fi bọ Ifá.

Wọ́n ń lu bínní bínní lójúde Ibínní
Wọ́n ń lu pàkùà pàkùà lóde Iwọnràn
Wọ́n ń lu jọgbọ̀dọ̀-rúkú-ń-jọgbọ̀ lójúde
    Ijọgbọ
Àwọn Ibàábà òkè Ògùn
Wọ́n ti kárà mʼíìn dé
Wọ́n ń lu gbádágbádá
Wọ́n ń lu gbudugbudu lójú omi
A díá fún Òrúnmìlà
Ifá ń lọ rèé fi Sọmúgàgà sobìnrin
Wón ní kí Òrúnmìlà ó rúbọ.............10
Ńgbà tí wọ́n ó mọ́ọ kẹbọ fún un
Wọ́n ní eku níí saya eku
Kí Òrúnmìlà ó fi eku rúbọ
Ẹyẹ níí saya ẹyẹ
Kí Òrúnmìlà ó fi ẹyẹ rúbọ
Ẹja níí saya ẹja
Kí Òrúnmìlà ó fi ẹja rúbọ
Òrúnmìlà bá rú eku méjì olúwéré
Ó rú ẹja méjì abìwẹ̀ gbàdà
Ó rú ẹyẹ méjì abẹ̀dọ̀ lùkẹ́ lùkẹ́.............20
Wọ́n ní kó ra obì lójà
Kó fi bọ òkè ìpọrí ẹ
Òrúnmìlà ṣe bẹ́ẹ̀
Ńgbà ó dẹ̀ẹkan
Ajé bá dé
Ayá dé
Gbogbo iré bá dé

OGBÈ ÒGÚNDÁ B

Ifá asks this person to offer sacrifice for wealth. The fortunes of wealth and women would get to him from abroad. He should buy kola from the market and sacrifice it to Ifá.

Wọ́n ń lu bínní bínní lójúde Ibínní
Wọ́n ń lu pàkùà pàkùà lóde Iwọnràn
Wọ́n ń lu jọgbọ̀dọ̀-rúkú-ń-jọgbọ̀ lójúde Ijọgbọ
The Ibààbà[27] tribe of Upper Ògùn river
They have imported another wonderful practice
They are beating gbádágbádá[28]
They are beating gbudugbdudu[28] on water surfaces
Cast divination for Òrúnmìlà
Ifá was going to marry Somúgàgà
They told Òrúnmìlà to perform sacrifice.............10
When they were preparing the objects of sacrifice
They told him that a rat would always be the wife of
    another rat
Òrúnmìlà should offer rats as sacrifice
A bird would always be the wife of another bird
Òrúnmìlà should sacrifice birds as sacrifice
A fish they said, would also be the wife of a fish
He should offer fish as sacrifice
Òrúnmìlà offered two rats
Sacrificed two fish
He also sacrificed two birds.............20
They told him to buy kola nuts form the market
And use it to sacrifice to His Ifá
Òrúnmìlà did as instructed
About a time and without warning
Wealth came to him
Wives came to him
All good things came to him

29

Gbogboo wọn bá ń yọ̀ mọ́ ọ
Ó ní wọn ń lu bínní bínní lójúde Ibínní
Wọ́

OGBÈ ÒSÁ A

Ifá pé ki eléyìun ó rúbọ kó le máa pàdé ire; torí wọn ń fireé pẹ́ ẹ sílẹ̀. Yóó fi awọ Ìkookò rúbọ. Kó sì mọ̀ọ́ bọ Ifá dáadáa kó le ń ìrègún dáadáa ṣe.

Ìkekere ẹ̀yìn Ààsẹ̀
A díá fún Ifánírègún
Tí tí ń rìn tí ò kore
Ẹbọ kó le kore n wọn ní ó ṣe
Wọn ní kó rúbọ
Ó ṣe é
Lajé bá dé
Layá dé
Ọmọ́ dé
N ní wá ń jó ní wá ń yọ̀......................10
Ní ń yin àwọn Babaláwo
Àwọn Babaláwo ń yin Ifá
Ó ní bẹ́ẹ̀ làwọn Babaláwo tòún wí
Ìkekere ẹ̀yìn Ààsẹ̀
A díá fún Ifánírègún
Tí tí ń rìn tí ò kore
Ẹbọ kó le kore n wọn ní ó ṣe
Ifánírègún gbẹ́bọ ńbẹ̀
Ó rúbọ
Ire Ajé kóo mọ le fò mí ru...............20
Ire àrìnnàkò ni n ó kò
Ire àrìnnàkò
Ire aya kóo mọ le fò mí ru
Ire àrìnnàkò ni n ó kò
Ire àrìnnàkò
Ire ọmọ kóo mọ le fò mí ru
Ire àrìnnàkò ni n ó kò

OGBÈ ÒSÁ A

Ifá asks this person to offer sacrifice such that he would always meet with fortunes. Ifá says he is being bypassed by fortunes. He should offer the skin of hyena as sacrifice. He is advised to sacrifice to Ifá well such that he would be able to have something as showoff.

Ìkekere ẹ̀yìn Ààsẹ̀
Casts divination for Ifánírègún
That had been going about without meeting fortunes
It is the sacrifice that would allow him meet wealth
      that he was asked to do
He was asked to perform sacrifice in full
He observed it
Wealth shortly after then came by
Wives also came
Children were not left out
He then started to dance and rejoice..................10
He was praising his Babaláwo
His Babaláwo was praising Ifá
He said it was exactly what his Babaláwo told him
Ìkekere ẹ̀yìn Ààsẹ̀
Casts divination for Ifánírègún
That had been going about without meeting fortunes
It is the sacrifice that would allow him meet with
      wealth that he was asked to do
Ifánírègún heard about the sacrifice
He performed it
Let not the fortune of wealth evade me.............20
It is coincidental fortunes that I will meet
Coincidental fortunes
Let not the fortune of wives elude me
It is coincidental fortunes that I will meet
Coincidental fortunes
Let not the fortune of children elude me
It is coincidental fortunes that I will meet

Ire àrìnnà kò
Ṣe bí pẹ́típẹ́tí ni imí ẹṣin í koraa wọn
Ire àrìnnà kò ni n ó kò....................30
Ire àrìnnà kò

Coincidental fortunes
Is it not in hard cleaves that feces of the horse attaches to each other?
It is Coincidental fortunes that I will meet...........30
Coincidental fortunes

This Ifa is alternatively called Ogberikusa

OGBÈ ÒSÁ B

Aráyé ò níí le mú eléyìun. Ifá pé kó rú èkuru funfun lẹ́bọ; kí wọ́n ó gbá ìyẹ̀ Ifá sí i, kí wọ́n ó wáá ri gbogbo ẹ̀ sínú ihò ilẹ̀. Ikú ó yẹ lórí ẹ̀.

Pátàkó abẹ̀dọ̀ gbẹ́kẹ̀ gbẹ́kẹ̀
A díá fún Àgbọ̀nyín gàgàlà
Èyí tíí sọmọ Olúugbó
Àwọn ọ̀tá láwọn ó mùú Àgbọ̀nyín
Àgbọ̀nyín bá tọ àwọn Babaláwo ẹ̀ lọ
Wọ́n ní kó fi èkuru bọ ilẹ̀
Ó bá bọ ilẹ̀ tán
Wọ́n lé Àgbọ̀nyín títi
Wọn ò lè mú u
Bí ọ́n bá sì lé e, lé e......................10
Àgbọ̀nyín a gbó
Gbóò!
Wọn a pé bÁgbọ̀nyín bá ti gbó
Ọjọ́ ikú ẹ̀ ó yẹ
Ayé yẹ Àgbọ̀nyín gàgàlà ọmọ Olúugbó
Ó ni Pátàkó abẹ̀dọ̀ gbẹ́kẹ̀ gbẹ́kẹ̀
A díá fún Àgbọ̀nyín gàgàlà
Èyí tíí sọmọ Olúugbó
Ní sojú ẹkùn òun Ọdẹ
Àgbọ̀nyín là wọn ò kú....................20
Ní sojú ẹkùn òun Ọdẹ

OGBÈ ÒSÁ B

Ifá says this person would not be caged. He should prepare Èkuru, sprinkle Ifá powder on it and then bury it in the earth. Ifá wishes this person well.

Pátàkó abẹ̀dọ̀ gbẹ́kẹ̀ gbẹ́kẹ̀
Casts divination for Àgbọ̀nyín gàgàlà [34]
The child of Olúugbó [35]
Enemies had connived to catch Àgbọ̀nyín gàgàlà
He then went to consult with his Babaláwo
He asked Àgbọ̀nyín to offer Èkuru to Mother earth
He did the sacrifice
They pursued and hunted Àgbọ̀nyín
They could not catch him
After series of hot pursuits 10
Àgbọ̀nyín would bark!
Gbóò!
They would say 'Once Àgbọ̀nyín barks'
'His predestined day of death would change'
Life pleased Àgbọ̀nyín gàgàlà the child Olúugbó
He said Pátàkó abẹ̀dọ̀ gbẹ́kẹ̀ gbẹ́kẹ̀
Casts divination for Àgbọ̀nyín gàgàlà
The child of Olúugbó
In the presence of the Leopard and Hunter............19
Àgbọ̀nyín became saved and would not die again
In the presence of the Leopard and the Hunter

OGBÈ ÌKÁ A

Ire lópòlopò la ń fún ẹni tó dá odù yí. Ohun rere kán sọnù ńlée wọn ti wọn sì ń banú jẹ́ lórí ẹ̀. Ifá pé ire òhún ń padàá bọ̀ wá. Bí a bá rú ẹbọ odù yí pé, gbogbo ire ni yóò jókòó tì í. Kódà bíyàwó ẹ̀ pé òún ń lọ, Ifá pé yóò padà wáá bẹ̀bẹ̀.

Ogbè ká relé
Ọmọ Ọsìn
Ogbè ká relé
Ọmọ Ọrà
Ogbè ká relé
Ọmọ Ògún lẹ̀ lẹ̀ẹ̀ lẹ̀ alẹ̀de
A díá fún Ìtìpọ́nọlá aya Ahoro
Wọ́n ní kó rúbọ
Ngbà ó yá ó bá lóun ò saya Ahoro mọ́
Wọ́n nílé tó ti kúò......................10
Kó yáa padà síbẹ̀
Ìtìpọ́nọlá bá rúbọ
Ó ṣe é
Nibi ó ti sá kúò
Ló bá padà síbẹ̀
Ahoró ní bẹ̀ẹ̀ làwọn Babaláwo tòún wí
Ogbè ká relé
Ọmọ Ọsìn
Ogbè ká relé
Ọmọ Ọrà......................20
Ogbè ká relé
Ọmọ Ògún lẹ̀ lẹ̀ẹ̀ lẹ̀ alẹ̀de
A díá fún Ìtìpọ́nọlá aya Ahoro
Ìtìpọ́nọlá o
Aya Ahoro
Ó ó tùún délé ọkọ àárò̀
Ó ó tọ́kọ àtijọ́ un fẹ́!

OGBÈ ÌKÁ A

A certain fortune left the household of this person that is making them sad. The good fortune is coming back. If we could offer the sacrifice of this odù in full, no good fortune would leave the household of this person; even if his wife decides to divorce him, she would come back to beg.

Ogbè ká relé
The child of Ọsìn
Ogbè ká relé
The child of Ọrà
Ogbè ká relé
The child of Ògún lẹ̀ lẹ̀ẹ̀ lẹ̀ alẹ̀de
Cast divination for Ìtìpọ́nọlá the wife of Ahoro
She was asked to perform sacrifice
This was after she had divorced Ahoro
'The house you left'...................................10
'You would have to go back there' they said
Ìtìpọ́nọlá heeded the sacrifice
She was nice enough to have performed it
Where she ran
She returned there
Ahoro said it is exactly as his Babaláwos said
Ogbè ká relé
The child of Ọsìn
Ogbè ká relé
The child of Ọrà...................................20
Ogbè ká relé
The child of Ògún lẹ̀ lẹ̀ẹ̀ lẹ̀ alẹ̀de
Cast divination for Ìtìpọ́nọlá the wife of Ahoro
I warn you Ìtìpọ́nọla
The wife of Ahoro
You would have to go back to your first husband
You should remarry your former husband

34

OGBÈ ÌKÁ B

Ifá pé ká rúbọ kí wọ́n ó mọ́ le gba nǹkankan lọ́wọ́ ẹni: kó mọ́ wàá jẹ́ pé ńgbà ẹní ó gba nǹkan ọ̀hún bá kú láá tòó rí nǹkan náà gbà padà lọ́wọ́ ẹ̀.

Ogbè ká

OGBÈ ÒTÚRÚPÒN A

Ifá péléyiun ó jòó. Ifá pé yóó yọ̀. Ire gbogbo ní ó to lọ́wọ́. Ọ̀pọ̀lọpọ̀ owó ní kó rú fún àwọn Babaláwo. Ayé ó yẹ ẹ́

Ogbè tọ́mọ pọ̀n
Abiamọ súnmọ sí
Àgbàpọ̀n ò lérè
Bọ́mọ bá ń sunkún
Ìyá làá kéé sí
A díá fún Sẹ̀kẹ̀rẹ̀
Sẹ̀kẹ̀rẹ̀ ̀tíí sọmọ Àlákọ̀lé
Òún leè lájé ?
Òún le láya?
Òún bímọ? 10
Ayé oún dáa?
Wọ́n ní kí Sẹ̀kẹ̀rẹ̀ ó rúbọ
Wọ́n ní ijó ní ó mọ́ọ jó
Ayọ̀ n layée rẹ̀
Wọ́n ní ọ̀pọ̀lọpọ̀ owó ní ó fi rúbọ
Sẹ̀kẹ̀rẹ̀ rúbọ tán
Ajé dé
Kò ríbi kó o sí mọ́
Ó bá sowó mọ́ ara ẹ̀
Wọ́n ń pé Sẹ̀kẹ̀rẹ̀ ló lówó tó báyìí? ...20
N ní wá ń jó ní wá ń yọ̀
Ní ń yin àwọn Babaláwo
Àwọn Babaláwo ń yin Ifá
Ó ní bẹ́ẹ̀ làwọn Babaláwo tòún wí
Ogbè tọ́mọ pọ̀n
Abiamọ súnmọ sí
Àgbàpọ̀n ò lérè
Bọ́mọ bá ń sunkún
Ìyá làá kéé sí

OGBÈ ÒTÚRÚPÒN A

Ifá says this person would rejoice. All good things would get to him. He should sacrifice plenty of money to Ifá. Life would please him.

Ogbè tọ́mọ pọ̀n
Abiamọ súnmọ sí
Helping as a baby carrier has no benefit
When a baby cries
It is the mother one would call out to
Cast divination for Sẹ̀kẹ̀rẹ̀[30]
The child of Àlákọ̀lé[31]
'Would I have wealth'? He asked
'Would I have wives'?
'Children'? 10
'Would my life be better'?
They asked Sẹ̀kẹ̀rẹ̀ to perform sacrifice
You should be dancing
Your life is full of joy
'But you have to sacrifice a lot of money', they said
Sẹ̀kẹ̀rẹ̀ performed the sacrifice
Enormous wealth came by unexpected
He could not find a place to keep it all
He tied some on his cloths
People wondered saying 'Sẹ̀kẹ̀rẹ̀ has this amount of money'? 20
He then started to dance and rejoice
He was praising his Babaláwos
His Babaláwos were praising Ifá
He said it was exactly what his Babaláwos predicted
Ogbè tọ́mọ pọ̀n
Abiamọ súnmọ sí
Helping as a baby carrier has no benefit
When a baby cries
It is the mother that one should call out to

36

A díá fún Ṣẹ̀kẹ̀rẹ̀ èyí tíí ṣọmọ Àlákọ̀lé

Ṣẹ̀kẹ̀rẹ̀ araà rẹ lokùn 31

Ṣẹ̀kẹ̀rẹ̀ araà rẹ lájé gbé ń so

Ajé wáá ń rẹrẹ báwọ̀nyí o

Ṣẹ̀kẹ̀rẹ̀ araà rẹ lokùn

Ṣẹ̀kẹ̀rẹ̀ araà rẹ lájé gbé ń so

Cast divination for Ṣẹ̀kẹ̀rẹ̀ the child of Àlákọ̀lé ...30

Ṣẹ̀kẹ̀rẹ̀, your bodice is made up of beads

Ṣẹ̀kẹ̀rẹ̀, it is on your body that wealth germinates

Wealth is now in abundance with us

Ṣẹ̀kẹ̀rẹ̀, your bodice is made up of beads

Ṣẹ̀kẹ̀rẹ̀, it is on your bodice that wealth germinates

OGBÈ ÒTÚRÚPỌ̀N B

Ifá pé oókọ baba eléyìun ò níí bàjẹ́. Kó mọ́ọ ṣe bíi ti baba ẹ̀. Kó mọ́ yà lẹ́yìn ọ̀rọ̀ tí baba ẹ̀ bá sọ. Ifá pé kí eléyìun ó mọ́ jẹẹ́ kí ọ̀rọ̀ọ̀ babaa wọn kan tí ń bẹ ńlẹ̀ ó run kí baba tí ń bẹ lọ́run ó mọ́ baà mọ́ọ jẹ ìka.

Ṣẹ́gi sóòrúpa
Òkèrè ǹ kerenbètè
Ìyà ńlá larugbọ̀n ikú
A díá fún Ọlọmọ a jí foókọ sára
Òún le loóko tó dáa láyé òun báyìí?
Bàbá òun ti loóko
Wọ́n ní kó rúbọ
À á séé mọ Ọlọmọ a jí foókọ sára?
Làá pe Ìrókò
Bí ọ́n bá gé Ìrókò tán.................10
Tí ò sí ńbẹ̀ mọ́
Wọ́n ó tùún mọ́ọ fibẹ̀ júwe
Wọn a pé ńdìí Ìrókò
Ifá pé kí eléyìun ó rúbọ
Ìrókò bá rúbọ
Ni ọn bá ń kígbé ẹ̀ kárí ayé
Ayé yẹ Ìrókò
Ṣẹ́gi sóòrúpa
Òkèrè ǹ kerenbètè
Ìyà ńlá larugbọ̀n ikú......................20
A díá fún Ọlọmọ a jí foókọ sára
Ọlọmọ a jí foókọ sára nÌrókòó jẹ́
Ifá jẹ́ á jọ loókọ rere ńlé ayé
Porongodo!

OGBÈ ÒTÚRÚPỌ̀N B

Ifá says the good name established by this person's ancestors would not be defamed. He is advised not to disobey his father. This person is also enjoined not to allow a valuable heritage owned by his forefathers to be ruined such that the ancestors would not be lamenting in heaven

Ṣẹ́gi sóòrúpa
Òkèrè ǹ kerenbètè
It is a heavy burden for the carrier of death's basket
Cast divination for Ọlọmọ a jí foókọ sára
'Would I have a good name on earth'? He asked
'My father had had a good name'
He was asked to offer sacrifice
'How do we recognize Ọlọmọ a jí foókọ sára'?
Is the one we call Ìrókò tree
Even after felling the tree from her location............10
And is not found there
They would still be using the spot as a reference point
They would say 'beside the Ìrókò tree'
Ifá asks this person to offer sacrifice
Ìrókò performed the sacrifice
They were proclaiming his name everywhere
Life so pleased the Ìrókò tree
He said Ṣẹ́gi sóòrúpa
Òkèrè ǹ kerenbètè
It is a heavy burden for the carrier of death's basket
Cast divination for Ọlọmọ a jí foókọ sára............21
Ọlọmọ a jí foókọ sára is the epithet of Ìrókò tree
Ifá, please let us make good names on earth
Porongodo

OGBÈ ÒTÚÁ A

Ifá pé ire alẹ́ ni eléyìun yàn. Ká mọ́ ronú torí a yan ire alẹ́ púpọ̀ ju tàárọ̀ lọ. Ifá pé ká mọ́ọ tọrọ ogbó.

Ẹmọ́ níí forí gbọ́n nini jáko
Ọyà níí kó rùmùrùmù wọdò
A díá fún Àárọ̀
A bù fún Alẹ́
Wọ́n ní kí Àárọ̀ ó rúbọ
Wọ́n ní kí Alẹ́ náà ó rú
Àárọ̀ rúbọ
Alẹ́ náà ò gbẹ̀yìn
Bééyán bá wà ní oko àārọ̀
Yóó șișé.............................10
Yóó lóbìnrin
Níí dalẹ́ kokooko
Wọ́n ní Ẹmọ́ níí forí gbọ́n nini jáko
Ọyà níí kó rùmùrùmù wọdò
A díá fún Àárọ̀
A bù fún Alẹ́
Àárọ̀ rèé o
Alẹ́ nĭ ń tọrọ
Bálẹ́ bá sunwọ̀n
N ó sajé.............................20

OGBÈ ÒTÚÁ A

Ifá says good things are coming to meet this person. However this person is destined to have his fortunes toward the end of his life. He should not be saddened because of this, as he had been destined to have wealth late in life than early. He should only sacrifice for old age.

It is the Ẹmọ́ rat that uses his head to shake off wet grasses in the farm
It is the Grass cutter that enters the river with clumsiness
Cast divination for the Morning (Dawn)
Also cast divination for Evening (Dusk)
They told the Dawn to perform sacrifice
They told the Evening to offer sacrifice also
The Dawn performed the sacrifice
Evening was not left out
If one is in the dawn of his life
He would work.............................10
He would marry
This would last him till his Dusk days
They said it is the Ẹmọ́ rat that uses his head to shake off wet grasses in the farm
Grass cutters would enter the river with clumsiness
Cast divination for the Morning (Dawn)
Also cast divination for Evening (Dusk)
This is my dawn
I am begging for my dusk
If my dusk is perfect
I will make wealth.............................20

OGBÈ ÒTÚÁ B

Ifá pé kí eléyìun ó fọkàn balẹ̀. Yóò ní
ìsinmi. Kó mọ́ọ bọ Ẹgbẹ́run ẹ̀. Kó sí mọ́ọ
kó ọmọ kékèèké jọ.

Ìdérí Apó ò sunwọ̀n sunwọ̀n
Kó ju Apó
Ọ̀gbọ̀gbọ̀ Àgbọ̀nyín ò sunwọ̀n
Ò sunwọ̀n ju Ẹkùn
Àgbélé ilé yìí sunwọ̀n
Ó ju Omidan lọ
A díá fún Oníjùmu nàkí
Ọmọ Ajọká nahin nahin bímọ
Òun le bímọ láyé?
Ó bá rúbọ ……………………...............10
Ọkàan rẹ̀ balẹ̀
Ó ní ìsinmi
Òun náà
Lóùn ń kó ọmọ wẹẹrẹ kiri yìí?
N ní wá ń jó ní wá ń yọ̀
Ní ń yin àwọn Babaláwo
Àwọn Babaláwo ń yin Ifá
Ó ní bẹ́ẹ̀ làwọn Babaláwo tòún wí
Ìdérí Apó ò sunwọ̀n sunwọ̀n
Kó ju Apó………………………...............20
Ọ̀gbọ̀gbọ̀ Àgbọ̀nyín
Ò sunwọ̀n ju Ẹkùn
Àgbélé ilé yìí sunwọ̀n
Ó ju Omidan lọ
A díá fún Oníjùmu nàkí
Ọmọ Ajọká nahin nahin bímọ
Ẹyin ẹ wọ̀mùdúun Kókò
Ẹ wáá wọmọ akin yááyo!

OGBÈ ÒTÚÁ B

Ifá asks this person to be reassured. He would have
rest of mind. However, he should offer sacrifice to his
Ẹgbẹ́run. He should also assemble and feed little
children.

The Knapsack's cover would not be so desired and
　　beautiful
For it to be better than the Knapsack itself
The best out of the selection of Antelopes
Would not be better than the Leopard
The wife in the house is much better
Much better than the concubine
Cast divination for Oníjùmu nàkí
The child of Ajọká nahin nahin bímọ
'Would I have children on earth'?
He then performed the sacrifice prescribed for him..10
He had rest of mind
He had peace
And surprised he exclaimed 'me'
'I am going about with children this many'
He then started to dance and rejoice
He was praising his Babaláwos
His Babaláwos were praising Ifá
He said it was exactly as his Babaláwos predicted
The Knapsack's cover would not be so desired and
　　beautiful
For it to be better than the Knapsack itself………..20
The best out of the selection of Antelopes
Would not be better than the Leopard
The wife in the house is much better
Much better than the spinster
Cast divination for Oníjùmu nàkí
The child of Ajọká nahin nahin bímọ
Ẹyin ẹ wọ̀mùdúun Kókò[37]
Ẹ wáá wọmọ akin yááyo!

OGBÈ ÌRẸTẸ̀ A

Àwọn mẹ̀ta kan nifá ń báá wí; Ifá pé
àwọn mẹ́tẹ̀ẹta ó jọ fọwọ́ sowọ́ pọ̀ ni wọ́n
ó fi jọ là. Ifá pé wọ́n è é sọmọ bàbá kan
náà. Bó bá jẹ́ ẹni tí ń sòwòó rèyìn odi ni,
èyìn odi náà ní ó ti là wálé. Ẹbọ ni kó rú.

Àkùkọ tó kọ lánàá
Ìkọ ire ló kọ
A díá fún Erin
Erin ń sunkúun póun ò lọ́lá
Ẹbọ n wọ́n ní ó ṣe
Àkùkọ tó kọ lánàá
Ìkọ ire ló kọ
A díá fún Ẹfọ̀n
Ẹfọ̀n ń sunkún òun ò níyì
Ẹbọ n wọ́n ní ó ṣe.........................10
Àkùkọ tó kọ lánàá
Ìkọ ire ló kọ
A díá fún Esinsin
Ń lọ reè bá wọn múlẹ oko àì rọ́dún
Ẹbọ n wọ́n ní ó ṣe
Àwọn mẹ́tẹ̀ẹta bá rúbọ
Èrín rúbọ
Ẹfọ̀n náà rúbọ
Eeṣin náà ò gbẹ́yìn
Àwọn mẹ́tẹ̀ẹta bá là.....................20
Wọ́n bá bẹrẹ̀ síí yin àwọn Babaláwo
Wọ́n ní Àkùkọ tó kọ lánàá
Ìkọ ire ló kọ
A díá fún Erin
Erín ń sunkúun póun ò lọ́lá
Ẹbọ n wọ́n ní ó ṣe
Erín rúbọ
Erín lọ́la

OGBÈ ÌRẸTẸ̀ A

Ifá says he is referring to a group of three people. The
three of them would have to combine their efforts to
make wealth. They are, Ifá says, not blood brothers. If
this is a person trading to a foreign town: It is from the
town or city that he would make his money. Or that he
is a farmer, he would come back from the farm a rich
man.

The rooster that crowed yesterday
Its crowing is of good omen
Casts divination for the Elephant
He was crying of not having Influence
He was asked to perform sacrifice
The Rooster that crowed yesterday
Its crowing is of good omen
Casts divination for the Buffalo
He was crying of not having honor
He was asked to perform sacrifice..............10
The rooster that crowed yesterday
Its crowing is of good omen
Cast divination for the Housefly
He was going to choose a virgin land in the annual
    farm
He was asked to perform sacrifice
The three of them observed the prescribed sacrifice
The Elephant performed the sacrifice
The Buffalo also did his own
The Housefly was not left out
The three of them became exceedingly rich.........20
They started to praise their Babaláwo
They said 'The rooster that crowed yesterday'
Its crowing is of good omen
Casts divination for the Elephant
He was crying of not having Influence
He was asked to perform sacrifice
The Elephant performed the sacrifice
The Elephant became influential

Àkùkọ tó kọ lánàá

Ìkọ ire ló kọ…………......................30

A díá fún Ẹfọ̀n

Tí fi fi sunkúun póun ò níyì

Ẹbọ n wọ́n ní ó ṣe

Kó le baà níyì

Ẹfọ̀n rúbọ

Ẹfọ̀ọ́n níyì

Àkùkọ tó kọ lánàá

Ìkọ ire ló kọ

A díá fún Ẹṣinṣin tíí ṣọmọ ìkẹ́yìin wọn
      leńje leńje

Wọn ní ó rúbọ kó lè baà toko là wálé

Eeṣín gbẹ́bọ ńbẹ̀ 41

Ó rúbọ

Eeṣin wáá toko là wá inú ilé

Erín lọ́lá o

Ẹfọ̀n níyì

Eeṣin nìkàn ló roko

Lọ́ọ́ lá o

Ifá póun pé ire fún eléyìun

The Rooster that crowed yesterday

Its crowing is of good omen…………...............30

Casts divination for the Buffalo

He was crying of not having honor

He was asked to perform sacrifice

Such that he would become honorable

The Buffalo offered the sacrifice

The Buffalo became honorable

The rooster that crowed yesterday

Its crowing is of good omen

Casts divination for the Housefly the last born of them
    all

He was asked to offer sacrifice such that he would
    come back from the farm a rich person.....40

The Housefly heard about the sacrifice

He performed it

The Housefly from the farm became a rich person

The Elephant is very influential

The Buffalo is honorable

The Housefly alone is the one that went to the farm

To become a rich person

Ifá says he wishes this person the good fortune of
    wealth

OGBÈ ÌRÈTÈ̀ B

Wọ́n ó mọ́ọ pé ogún ó mùú eléyìun;
ogun ò níí mú u. Ifá pé kó rúbọ ni.

Ogun n wọ́n ní ó pa á
Ilé ní ń mọ́ọ kún ilé
Òkè èèpẹ̀ ni à sàì sun
Àkànpọ̀ èwù ní ń kàn
Kò níí rẹnìkan à á báá ṣeré
Orí akọ ẹṣin orí abo ẹṣin ni wọ́n tí ń bá a
A díá fún ẹsẹ̀ kan ṣoṣo Ogbè
Tí ń lọ rèé bá Ìrẹtẹ̀ ṣẹ́gun
Wọ́n ní kó rúbọ
Ogbè bá rúbọ.................................... 10
Ó bá bá Ìrẹtẹ̀ ṣẹ́gun
Ayé yẹ wọ́n
N ní wọ́n wá ń jó ni wọ́n ń yọ̀
Wọ́n ń yin àwọn Babaláwo
Àwọn Babaláwo ń yin Ifá
Wọ́n ní bẹ́ẹ̀ làwọn Babaláwo tàwọn wí
Ogun n wọ́n ní ó pa á
Ilé ní ń mọ́ọ kún ilé
Òkè èèpẹ̀ ni à sàì sun
Àkànpọ̀ èwù ní ń kàn...........….........20
Kò níí rẹnìkan à á báá ṣeré
Orí akọ ẹṣin orí abo ẹṣin ni wọ́n tí ń bá a
A díá fún ẹsẹ̀ kan ṣoṣo Ogbè
Tí ń lọ rèé bá Ìrẹtẹ̀ ṣẹ́gun
A ṣẹ́gun nígbà yí ò
A ṣẹ́gun
Ẹsẹ̀ kan ṣoṣo Ogbè
Ó ti bá Ìrẹtẹ̀ ṣẹ́gun láyé

OGBÈ ÌRẸTẸ̀ B

Ifá says some people would wish that this person be
arrested by ajogun. This would never be so. Ifá desires
him to perform sacrifice.

They wished death would kill him
He was building mansions after mansions
He was wished to sleep naked on a bare floor
Rather he was wearing multiples of cloth
He would find no one to play with
Instead, he was found on saddled stallions and mares
Cast divination for just one legged Ogbè
That was going to win for Ìrẹtẹ̀
He was asked to perform sacrifice
Ogbè performed the sacrifice…......….......…..…10
And won the war for Ìrẹtẹ̀
Life pleased both of them
They then started to dance and rejoice
They were praising their Babaláwos
Their Babaláwos were praising Ifá
They said it was exactly as their Babaláwos said
They wished that death would kill him
He was building houses upon houses
He was wished to sleep naked on bare floor
He was wearing multiples of cloth…………………....20
He would find no one to play with, they thought
Instead, he was found on saddled stallions and mares
Cast divination for just one legged Ogbè
That was going to win for Ìrẹtẹ̀
We have won henceforth
We have won
One leg of Ogbè
Has won the war for Ìrẹtẹ̀ perpetually

OGBÈ ỌSẸ́ A

Gbogbo nǹkan eléyìun ò gún tó. Ó sì jẹ́
ìbànújẹ́ ọkàn fun. Ifá pé kó mọ́ ronú,
ṣùgbọ́n kó rú koto omi kan tí wọ́n ó fi
mọ́ọ pọnmi sí idi Èsù

À ṣẹ́ síhǐin
À ṣẹ́ sọ́hùún
Lomi koto è é fíí kún
Tíí fíí wọnú ilé
A díá fún Odídẹrẹ́
Ti ń foṣù gbogbo ṣòwò èjè
Odídẹrẹ́ ní ń ṣe nǹkan ni ò lórí yìn
Òún le ṣe nǹkan rere báyìí?
Wọ́n ní kí Odídẹrẹ́ ó rúbọ
Wọ́n ní gbogbo nǹkan ẹ̀ ní ó bára mu..10
Odídẹrẹ́ bá rúbọ
Ó rúbọ tán layé bá yẹ ẹ́
Gbogbo nǹkan tí ò ti dáa
Tí ò ti lájé
Tí ò ti bímọ
Oṣù gbogbo ní fi ń ṣòwò èjè
Wọ́n ní kó tójú nǹkan Ìpọnmi
Ni kó fi rúbọ
Wọ́n gbẹbọ fún Èṣù
Béré béré ìdí ẹ̀ bá tún dowó…….....20
Ni inú ẹ̀ ń dùn
N ní wá ń jó ní wá ń yọ̀
Ní ń yin àwọn Babaláwo
Àwọn Babaláwo ń yin Ifá
Ó ní bẹ́ẹ̀ làwọn Babaláwo tòún wí
À ṣẹ́ síhǐin
À ṣẹ́ sọ́hùún
Lomi koto è é fíí kún
Tíí fíí wọnú ilé

OGBÈ ỌSẸ́ A

Ifá says this person had been trying his hands on
series of things but had not been successful. Ifá says he
would become successful but should offer sacrifice.
He should fetch for a container and use it to fetch
water beside the Èṣù spot.

The manner of spilling here
And spilling there
Is the reason why the water in a **koto**[32] can never be
full
On reaching the house
Cast divination for Odídẹrẹ́
The one that trades in blood all months
Odídẹrẹ́ had been doing all things without having
success
'Would I be able to do something good'? She asked
They asked her to offer sacrifice
They told her that her things would be as she desires
Odídẹrẹ́ performed the sacrifice………………....…...11
She finished observing the sacrifice and life pleased
her
All her things in which she had never been succeeding
She had never had wealth
She had never had children
She started trading in blood all months
She was later asked to prepare a water container
And use it as sacrifice
They offered the sacrifice to Èṣù
The feathers at her tail became a source of wealth
She became very happy……………………………….21
She was dancing and rejoicing
She was praising her Babaláwos
Her Babaláwos were praising Ifá
She said it was exactly what her Babaláwos predicted
The manner of spilling here
And spilling there
Is the reason why the water in a **koto** can never be full
On reaching the house

A díá fún Oḍídẹ́rẹ́........................30 | Cast divination for Oḍídẹ́rẹ́.....................30

Tí ń foṣù gbogbo ọwọ ẹjẹ̀ | The one that trades in blood all months[38]

Yóó dọmọ | It would become a baby

Òwò ẹjẹ̀ kan òwò ẹjẹ̀ kàn | A certain blood trading

Táwa ṣe lóṣù yǐ | Which we performed this month

Yóó dọmọ | It would become a baby

Ọmọ ní ó mọ̀mọ̀ dà | It certainly would become a baby

45

OGBÈ ÒSẸ́ B

Ifá pé bí a bá ra ọjà kan tí ń bà wá nínú jẹ́,
kí á mọ́ ronú lórí ẹ̀ ní torí yóó di owó
nígbẹ̀yìn. Ṣùgbọ́n ọjàa mójú kúò ńbẹ̀ ni.

Ààbà sẹ́kẹ́ n sẹ́kẹ̀
A díá fún Òòsàálá Ọsẹ̀ẹ̀rẹ̀mọ̀gbò
Tí ó fẹrú àkọ́rà ṣe arọ
Òòsà ló fẹ́ ra ẹrú
Ńgbà tí ó rà
Ló bá ra arọ
Ó ti gbé arọ dé ilé ẹ̀ tán
Ní wá ń wò ó pé kín lòún a rà yí?
Ojú ní ń wò nígbà tí ń ra arọ
Ó sĩ gbin oko àgbàdo………....……….10
Ó bá lọ rù ú kalẹ̀ lóko àgbàdo ẹ̀
Ọrọọrún ni Òòsà sĩi ṣe ìbọ
Ńgbà tí ó tó gégé tí wọ́n ó mọ́ọ ṣe ìbọ
Òòsà bá wá ilé
Arọ́ ń bẹ lóko àgbàdo
Arọ bá jáde láti inú ahéré
Kó lọọ wo oko àgbàdo wò
Ó bá rí àwọn Odídẹrẹ́
Àwọn Odídẹrẹ́ ń rẹ́ gbogbo yangan
Arọ bá lọọ gbé kùnkú………......…..20
Ó mú àdá Òòsà náà
Ní bá fi ń yin yangan nídĩí
Bí pòpóò yangán bá ti wó lulẹ̀
Àwọn Odídẹrẹ́ bá ń fẹsẹ̀ kan ilẹ̀
Wọn ò bá le lọ mọ́
Arọ bá ń kĩ wọ́n
Ní ń sọ wọ́n sínúu kùnkú
Kùnkú kún

OGBÈ ÒSẸ́ B

Ifá says this person would buy a certain article that
would make him sad. Ifá asks him not to feel bad
because the article would ultimately become a source
of wealth. It is however an article for long-term
investment.

Ààbà sẹ́kẹ́ n sẹ́kẹ̀
Casts divination for Òòsàálá Ọsẹ̀ẹ̀rẹ̀mọ̀gbò
That would buy a cripple as his first slave
Òòsà is the one that was looking for a slave to buy
He searched and got one to buy
He bought a cripple
He had arrived home with the cripple
Before he started regretting buying him saying 'What a
          waste of money'?
He was only looking at the physique when buying the
          cripple
He meanwhile has a maize farm……………………..10
He ultimately decided to dump the cripple at the maize
          farm
However, Òòsà do observe devotional prayers on each
          Ọrún
When it was about the day of his devotion
He left the farm for the city
The cripple at the maize farm
The cripple on one occasion left the hut
To work on the maize farm
He saw parrots
The parrots were eating the maize cobs
He quickly fetched for a basket cage……………20
And the cutlass of Òòsà
He started scooping sand off the base of the maize
          stands
The maize stands would fall down
As the parrots legs touches the ground
They could not fly off again
The cripple started picking and packing them
He packed them into the basket cage
The cage was very full

Etí ònà sì ni Òòsá dáko sí

Ìgbà tí Òòsà ó fi ti ilé dé...............30

Gbogbo yangan è ni aró fèèè bè lulè tán

Òòsá bá ń kéé bò látònà

'Erú tóun rà ti boko òun jé'

Ńgbà tí Òòsà ó dèé inú ilé

Ló bá ń àwon Odíderé ńnúu Kùnkú kítikìti

Ó kókó rérìín sínú

'Kín ló wáá dé tóo gé gbogboyangan'?

Aró ní ńgbà tí àwon Odíderé fèé móo je è

Òún bá ń fi àdá yìn ín nídìí

Lòún fi kó gbogbo àwon Odíderé inúu kùnkú...........................40

Òòsà bá dúpé lówó erú è

Ó ní sóo ń kinní ìdí won eye yìí

Bóun bá tà á

Owó gidi ni fóun

Òòsà ò se méjì mó

N ní wá ń jó ní wá ń yò

Nì ń yin Babaláwo

Babaláwo ń yin Ifá

Ó ní bèè ni Babaláwo tòún wí

Ààbà sékè n sékè...........................50

A díá fún Òòsàálá Òsèèrèmògbò

Tí ó ferú àkórà se aró

Erú tóo rà oba lo je

Òòsàálá owóò ré ò gbé!

Erú tóo rà oba lo je

The maize farm however was along the pathway

By the time Òòsà returned from home...............30

All his maize stands had been pruned

In amazement he started howling angrily from afar

'This useless slave that I bought has destroyed my farm'

As soon as he entered the house

He saw the parrots inside the basket cage

He smiled inwardly

'Why then do you need to cut down the stands', Òòsà asked

'When the parrots were set to eat them' the cripple said

'I used your cutlass to scoop sand off the base and pruned them'

'I then was able to pack the parrots into this cage'

Òòsà thanked his slave while examining the parrots

'Can you see these red feathers at their tails'........42

'If I sell them'

'It is good money', Òòsà said

Òòsà did nothing else

He was dancing and rejoicing

He was praising his Babaláwo

His Babaláwo was praising Ifá

He said it was exactly as his Babaláwo predicted

Ààbà sékè n sékè...............................50

Casts divination for Òòsàálá Òsèèrèmògbò

That would buy a cripple as his first slave

The slave you bought had made you a king

Òòsàálá, your money is not spent in vain

The slave you bought, had made you a king

OGBÈ ÒFÚN A

Ifá pé ki eléyìun ó rúbọ. Yóó lẹ́nisìn; ẹbọ
ẹnìsìn èèyàn ni kó rú. Yóó dàbí ọba láyé.
Igbá irú kan lẹbọ ẹ̀.

Ogbè fohun fólóhun
N ò fohun fólóhun
Babaláwo Ọba ló dífá fún Ọba
Ọba ń tọ̀run bọ̀ wálé ayé
Ọbá wá ń sunkún aláì lẹ́nisìn
Òún le lẹ́nisìn ńlé ayé ñí ?
Wọ́n ní kó rúbọ
Wọ́n ní gbogbo ayé ní ó sin Ọba
Ibi táa ti mọ ẹrú ñí
Àyàfi ẹni tí ò bá jẹ irú.....................10
Béèyán bá ń jẹ irú lọ́bẹ̀
Tó bá lóun ò sin Ọba
Èpè ní ń ṣẹ́ lé ara ẹ̀
Wọ́n ní kí Ọba ó tójú irú
Ọbá tójú irú
Wọ́n ní kó fún gbogbo ayé kí wọ́n ó mọ́ọ
    jẹ ẹ́
Wọ́n ní gbogbo àwọn tí bá ń jẹ irú
Gbogboo wọn lẹ́nisìn Ọba
Wọ́n ó mọ́ọ wáñ fún un
Àfi bí wọn ò bá jẹ irú mọ́ láyé.........20
Gbogbo ayé bá jẹ irú
Ọbá bá di ọ̀gá
Ayé yẹ Ọba
Lọbá wá ń jó ní wá ń yọ̀
Ní ń yin àwọn Babaláwo
Àwọn Babaláwo ń yin Ifá
Ó ní bẹ̀ẹ̀ làwọn Babaláwo tòún wí
Ogbè fohun fólóhun
N ò fohun fólóhun
Babaláwo Ọba ló díá fún Ọba..........30

OGBÈ ÒFÚN A

Ifá asks this person to offer sacrifice. He would have
followers. He should offer sacrifice for followers or
devotees. Ifá accepts one calabash full of locust beans
from him.

Ogbè give back the article to its owner
I will not give back the article to its owner
The Babaláwo of the King casts divination for the
    King
The King was coming from heaven to the earth
He was crying of having no devotees
'How would I be able to have followers on earth'?
He was asked to perform sacrifice
They said everybody on earth would worship the king
This is where we know the 'ẹrú'
Except the person that does not eat 'irú' 10
If one eat locust beans in his or her soup
And refuses to venerate the king
The person is unconsciously causing himself
They asked the king to prepare locust beans
The King prepared locust beans
He was asked to give to all people on earth to eat
All people that eats 'Irú'
All of them are devotees of the King
They must worship the King
Except they refuse to eat locust beans again on earth
Everybody began to eat locust beans....................21
The King then became the master
Life pleased the King
He started to dance and rejoice
He was praising his Babaláwo
The Babaláwo was praising Ifá
He said it was exactly as his Babaláwo had said
Ogbè give back the article to its owner
I will not give back the article to its owner
The Babaláwo of the King casts divination for the
    King.........................30

48

Ọba ń tọ̀run bọ̀ wálé ayé	The king was coming from heaven to the earth
Ọbá wá ń sunkún aláì léǹ̀ìsin	He was crying of having no devotees
Wọ́n ní kó rúbọ	He was asked to perform sacrifice
Ọbá wáá gbẹ́bọ ńbẹ̀	The king heard about the sacrifice
Ọbá rúbọ	He performed it
Ẹní bá jẹ irú	He that eats Irú
Ẹnu rẹ̀ a ru	His mouth would 'ru'
Ẹní ó bá jẹ iyọ̀	He that eats Iyọ̀
Ẹnu rẹ̀ a yọ̀	His mouth would 'yọ̀'
Ẹní bá jẹ Epo……….............................40	He that eats Epo………….............................40
Ẹnuu rẹ̀ a po	His mouth would 'po'
Ẹ̀yin ò mọ̀ pẹ́ni ó bá jẹ irú	Don't you all know that he that eats Irú[40]
Ni wọ́n ń pè lẹ́rú Ọba?	Is the person called Ẹrú[39] (slave) of the king?
Gbogbo èèyàn tó bá jẹ irú ò	All people who had had a taste of locust beans
Ó sì dẹrú Ọba!	Had become the slave of the king worldwide

OGBÈ ÒFÚN B

Ifá pé ire aya, ọmọ, owó, fún eléyìun;
Eégún kan ń bẹ níraan wọn, Kó lọ́ọ̀ bọ
eégun náà kí gbogbo ọ̀rọ̀ọ̀ rẹ̀ ó lè dayọ̀.

Àgbé relé
Àgbé ròde
Àgbé gẹ̀gẹ̀ẹ̀gẹ̀ rọjà Èjìgbòmẹkùn
A díá fún Owó lẹlẹ́wà
Tí ń tọ̀run bọ̀ wáyé
Wọ́n ní ó rúbọ
Wọ́n ní gbogbo ohun táàà fíí ṣe fújà ni kó
        rúbọ sí
Kó lè baà ní wọn lọ́pọ̀lọpọ̀
Béèyàn ò bá lówó lọ́wọ́
Kò dáa.................................10
Bí ò bá láya
Kò wúlò
Béèyàn ò bímọ
Kò káyé já
Bí ò ńlé gbé
Ó burú jáì
Wọ́n ni ẹbọ ni kó rú
Ńgbà tí Owó lẹlẹ́wà rúbọ
Ayé yẹ ẹ́
Ó lówó lọ́wọ́ 20
Ó láya
Ó bímọ
Ó kọ́lé
Ní wá ń jó n ní ń yọ̀
Ní ń yin àwọn Babaláwo
Àwọn Babaláwo ń yin Ifá
Ó ní bẹ́ẹ̀ làwọn Babaláwo tòún wí
Àgbé relé
Àgbé ròde

OGBÈ ÒFÚN B

Ifá wishes this person the good fortune of wealth,
wives, and children. Ifá says there is masquerade in his
clan, he should quickly go and offer sacrifice to the
masquerade for his life to be better.

It was carried home
It was carried out
It was carried aloft to the market of Èjìgbòmẹkùn[41]
Cast divination for Owó Lẹlẹ́wà [42]
That was coming to the earth from heaven
He was asked to perform sacrifice
He was told to offer sacrifice for all things necessary
        for use as showoff in life
Such that he could have them all in abundance
If one has no money
It is not good.........................10
If one has no wife
It is awkward
If one has no child
He has only passed through life as a sightseer
If he cannot find a house to live in
It is disturbing
He was asked to perform sacrifice
When Owó Lẹlẹ́wà performed the sacrifice
Life pleased him
He had so much money.....................20
He had wives
He had children
He also built many houses
He then started to dance and rejoice
He was praising his Babaláwos
His Babaláwos were praising Ifá
He said it was exactly as his Babaláwos predicted
It was carried home
It was carried out

50

Àgbé gẹ̀gẹ̀ẹ̀gẹ̀ rọjà Èjìgbòmẹkùn......30
A díá fún Owó lẹlẹ́wà
Tí ń tọrun bọ̀ wáyé
Àṣé owó lẹwà òun aya
Èèyàn è é ṣe fújà láì lówó
Owó lẹwà òun aya
Ilé lẹwà òun ọmọ
Èèyàn è é ṣe fújà láì nílé
Ilé lẹwà òun ọmọ

It was carried aloft to the market of Èjìgbòmẹkùn...30
Cast divination for Owó lẹlẹ́wà
That was coming to the earth from heaven
Therefore money is the beauty in conjunction with the wife
No one sets for a showoff without having money
Wealth is the beauty in conjunction with the wife
Therefore the house is the beauty in conjunction with the children
No one sets for a showoff without having a house
The house is the beauty in conjunction with the children

DIFFICULT WORDS : OGBÈ

1. **Ogbèyẹ̀kú** : One of the 240 minors
2. **Àmúlù**: Signatures in Ifá has a pair of mark. Right for Ọ̀rúnmìlà and left for Èṣù; whenever the mark on the right is different from the left, it is termed Àmúlù or minor.
3. **Orí**: The inner head, synonymous to one's destiny
4. **Ẹdan**: An indication tied to the wrist to identify Babaláwos
5. **Ogbèwẹ̀yìn, Ogbèwòrì**: Another minor
6. **The Elephant used the death advantage to know the inside of a house**: Grammatical function (exaggeration) describing the butchering of the elephant, and bringing the meat home. also 7 below
7. **The chicken used the advantage of being sold to know the market**: Selling of chicken.
8. **Ẹbù Ẹyìn**: Unprecedented disruption, setback
9. **Ogun**: Warfare, Ajogun
10. **Kọ́lálù lawo abẹ́ ọta**: The name of a Babaláwo
11. **Baáyànnì**: The name of an Òrìṣà
12. **Sẹ̀lẹ̀**: An area in Yorubaland with thick forests
13. **Dàda**: a mystical child with twinning hair (dread locks)
14. **Olúfọ̀n**: A deity in Òǹdó state
15. **Ogele**: A name, related to the name of the wife of Ọbàtálá
16. **Aláṣlá**: The chief priest of Ògìyán deity
17. **Ògìyán**: A deity also related to Òòsà Oko
18. **Ogbèdì**: One of the minors of Ifá
19. **Ìpo, Ọ̀fà**: Cities in Kwara State of Nigeria
20. **Odù**: The sacred symbol of Ifá
21. **Ogbè dáwọ ọsùn tẹlẹ̀**: Ogbè dáwọ òsùn is one of the minors of Ifá. With the suffix 'tẹlẹ̀' it literally translates to Ogbè uses Osùn as a walking stick.
22. **Àjìjà**: Rattles of Ifá
23. **Ẹwì of Adó**: Ẹwì is the title of the king of Adó. Adó is a town in Òǹdó State of Nigeria.
24. **Ògúnnìkin**: Name of a person. Ògún has Ikin
25. **Slẹ̀jìdé**: Name of a person
26. **Ogbèyọ́nú**: Another name of Ogbè Ògúndá, one of the minors of Ifá. This Ifá may be used to obtain from those that we wronged
27. **Ìbààbá**: A tribe traceable to an area in the boundary of Nigeria and Republic of Benin
28. **Gbádágbádá Gbudugbudu**: Rhythmic word of sound beats produced when the Ìbààbá tribe are fishing on Òògùn river
29. **Abiamọ**: A nursing mother
30. **Ṣẹ̀kẹ̀rẹ̀**: A gourd with beads or cowries woven onto its bodice to produce clattering.
31. **Alákọ̀lé**: The tile of a king in Òǹdó state of Nigeria
32. **Koto**: A gourd that is cut open on top to form a water container.
33. **Ọkọ́ leaf**: A leaf used to protect the freshness of kola nuts when stored in a basket
34. **Àgbọ̀nyín Gàgàlà**: The big antelope, or the deer
35. **Olúugbó**: The deity of the deep forest
36. **Ogbè ká re káá ká bọ̀dé**: Another expression formed from Ogbè Ìká. It translates 'Ogbè, let us make a return trip to the inner lounge'
37. **Ẹyin ẹ wọ̀mùdúun kókò, ẹ wáá wọmọ Akin yááyo**: Another appellation. Literary translates to 'see the fresh bud of cocoyam leaf and see the offspring that is so strong'.

38. **The one that trades in blood all months:** This is a sentence describing the bright redness of the feathers at the tail of Odídẹrẹ́, parrot. It is then likened to the menstrual period of women which is a necessary step before pregnancy and henceforth, a child.

39. **Ẹrú:** A slave

40. **Irú:** Locust bean

41. **Èjìgbòmẹkùn:** An ancient city in the Yorùbá enclave known for its thriving market

42. **Owó lẹlẹ́wà:** A name. Translates 'Money is the one that has the beauty'.

CHAPTER 2 : ÒYÈKÚ

ÒYÈKÚ MÉJÌ A

Ifá pé òun pé ire fún eléyìun; Yóó là láyé
è. Òún ó sì bá a tún nǹkan è ṣe. Ifá pé òun
ò níí jẹ́ kí baba, ọmọ, ẹ̀gbọ́n àti àbúrò ẹní
ó dá Ifá yìí ó yàn kú. Ẹ̀míi wọ́n ó gùn.

Òye ń làá bọ̀ lókè
Mo ṣe bójúmọ́ ní ń mọ́
A díá fún Ọ̀yẹ̀
Èyí tí yóò gbóju ọ̀run là bí Ọba ẹrẹ́kẹ
Òún le là báyìí?
Wọ́n ní ó rúbọ
Wọ́n ní òyee rẹ̀ ó mọ́ọ là
Ó bá rúbọ
Òyee rẹ̀ bá là
Ayé yẹ ẹ́ ….....................…....………..10
N ní wá ń jó ní wá ń yọ̀
Ní ń yin àwọn Babaláwo
Àwọn Babaláwo ń yin Ifá
Ó ní bẹ́ẹ̀ làwọn Babaláwo tòún wí
Òye ń làá bọ̀ lókè
Mo ṣe bójúmọ́ ní ń mọ́
A díá fún Ọ̀yẹ̀
Èyí tí yóò gbóju ọ̀run là bí Ọba ẹrẹ́kẹ
Ìwọ ò yẹ
Èmi ò yẹ…..........................………20
Ọ̀yẹ̀ di púpọ̀
Ojú ọpọ́n kún tẹ́tẹ́ẹ̀tẹ́

ÒYÈKÚ MÉJÌ A

Ifá wishes this person well. He would be rich in his
life. Ifá would mend his life for him and would not
allow him to see premature death of his relatives. They
would all have long life.

The sunshine is just brightening over the horizon
It is an indication of the onset of a new day
Cast divination for Ọ̀yẹ̀
The one that would from the sky become bright like
     the king of cotton
'Would I be rich'? He asked
He was asked to perform sacrifice
They said his ray would brighten
He performed the sacrifice
His ray became brightened
Life so pleased him……………...............……..10
He then started to dance and rejoice
He was praising his Babaláwos
His Babaláwos were praising Ifá
He said it was as his Babaláwos had said
The sunshine is just brightening over the horizon
I think it is an indication of the onset of a new day
Cast divination for Ọ̀yẹ̀
The one that would from the sky become bright like
     the king of cotton
You are not changed
I am not changed…….........................………20
Ọ̀yẹ̀ becomes a pair
And the tray becomes very full

ÒYẸKÚ MÉJÌ B

Ifá pé eléyìun ó mùú nǹkan bọ̀ láti ẹnu
iṣẹ́ẹ́ rẹ̀. Nǹkan tí ò sì léròó pé yóó dowó,
yóó dowó mọ́ ọ lọ́wọ́.

Ìgbá ńlá abìdí yẹkú
Mo lárúgbó ẹmi lóko
Oori abìdí gbàdàgì
Apá aborí pẹ́tẹ́kí
Níí fọ́n ọmọọ rẹ̀ ká inú igbó
A díá fún Òǹyagbẹ̀
Èyí ti ń lọ rèé bá wọn múlẹ̀ légàn
Àwọn mú nǹkan tó dáa bọ̀ lóko?
Wọ́n bá tọ Ọrúnmìlà lọ
Ọrúnmìlà ní kí wọ́n ó rúbọ 10
Wọ́n bá rúbọ
Wọ́n ní kí wọ́n ó lọ́ọ́ gbin ẹ̀pà
Wọ́n bá kọrí sí oko
Wọ́n gbin ẹ̀pà
Ńgbàa wọ́n ó mọ́ọ kórè ẹ̀pà
Ìrúbọ tí ọ́n ṣe
Ẹbọ́ pé
Bééyàn bá ti ń rí ọmọ ẹ̀pà
Yóó rò pé iyùn ni
Ayé yẹ Òǹyagbẹ̀ tó múlẹ̀ légàn 20
N ní wá ń jó ní wá ń yọ̀
Ní ń yin àwọn Babaláwo
Àwọn Babaláwo ń yin Ifá
Ó ní bẹ́ẹ̀ làwọn Babaláwo tòún wí
Ìgbá ńlá abìdí yẹkú
Mo lárúgbó ẹmi lóko
Oori abìdí gbàdàgì
Apá aborí pẹ́tẹ́kí
Níí fọ́n ọmọọ rẹ̀ ká inú igbó
A díá fún Òǹyagbẹ̀ 30

ÒYẸKÚ MÉJÌ B

Ifá says this person would bring back wealth from his
place of work. The article that he had had no hope of
its becoming valuable would turn to wealth.

Ìgbá tree with widened base trunk
I have an aged Ẹmi tree in the farm
Oori tree with big and strong base
Apá tree with flattened head
As she sprays her children around in the forest
Cast divination for the group of Farmers
The ones that were going to choose a land for farming
        in the bush
Would we bring back valuable things from the farm?
They went Ọrúnmìlà
Ọrúnmìlà asked them all to offer sacrifice 10
They performed the sacrifice
They were asked to plant groundnuts
They departed for the farm
They then planted groundnuts as told
When it was time for them to harvest the groundnuts
The offering of the sacrifice that they obliged
It proved proficient
If one examines the seeds of groundnut
One would mistake it for Iyùn beads
Life so pleased the Farmers...........................20
They then started to dance and rejoice
They were praising their Babaláwos
Their Babaláwos were praising Ifá
They said it was as their Babaláwos said
Ìgbá tree with widened base trunk
I have an aged Ẹmi tree in the farm
Oori tree with big and strong base
Apá tree with flattened head
She sprays her children around in the forest
Cast divination for the Farmers...................30

55

Tí ń lọ rèé bá wọn múlẹ̀ légàn

Kín níí múni?

Oko níí múni

Àjùbà ẹ̀pà

Níí múni kẹ́yìn lóko

Àjùbà ẹ̀pà

Àjùbà ẹ̀pà ni mo gbìn

Mo wáá yinyùn wánú ilé

Ire gbogbo tó mí lọ́wọ́ porongodo

The ones that were going to choose a land of farming
        in the bush
What is it that captivates one?
It is bountiful harvest that captivates one
The fresh farm of groundnuts
Would make one to leave the farm last
The fresh farm of groundnuts
I planted a farm of groundnuts
I ultimately harvested beads home
All good things readily get to me in multitude

56

ÒYÈKÚ OGBÈ A

Ifá pé ire tí ń bọ̀ wáá béléyìun ò níí já
sọnù. Ẹbọ ni kó rú.

Òyèkú ló logbè
Kankaankan bíiná ẹyín
A díá fún Òrúnmìlà
Níjọ́ ti Ifá ń rebi àjítòròo ṣẹ̀gi
Nǹkan òún le dáa báyìí?
Ó wúlò fóun fílé ayé?
Nǹkan òún tòrò?
Kò já sọnù mọ́ oun lọ́wọ́?
Wọ́n ní kó rúbọ
Wọ́n ní kó rú òwúùrù ẹyẹlé.............10
Kó sì rú ọ̀pọ̀lọpọ̀ owó
Òrúnmìlà bá rúbọ
Ajé bá dé
Ó dì mọ́ Òrúnmìlà
Kò já
Aya náà dì mọ́ ọ
Kò já
Ire gbogbo ò já
Ayé yẹ Òrúnmìlà
N ní wá ń jó ní wá ń yọ̀...................20
Ní ń yin àwọn Babaláwo
Àwọn Babaláwo ń yin Ifá
Ó ní bẹ́ẹ̀ làwọn Babaláwo tòún wí
Òyèkú ló logbè
Kankaankan bíiná ẹyín
A díá fún Òrúnmìlà
Níjọ́ ti Ifá ń rebi àjítòròo ṣẹ̀gi
Wọ́n ní ó sá káalè ó ṣẹbọ
Òrúnmìlà gbẹ́bọ ńbẹ̀
Ó rúbọ 30
Ǹjẹ́ ajé wo mọ́ mi mọ́ jàá

ÒYÈKÚ OGBÈ A

Ifá says the fortunes coming to this person would not
be lost. He should only perform sacrifice.

It is Òyèkú that owns Ogbè
And it is glowing brightly like the charcoal fire
Cast divination for Òrúnmìlà
On the day Ifá was going to the place of àjítòròo ṣẹ̀gi
'Would all my things be fine at all'?
'Would it be useful for me in life'?
'Would my things be settled'?
'And bundles of fortunes does not get lost'? He asked
He was told to perform sacrifice
A matured pigeon, they told him is the sacrifice....10
He should also sacrifice plenty of money
Òrúnmìlà performed the sacrifice
Wealth came to him
It cleaved to Òrúnmìlà
It did not fall off
Wives cleaved to him
They did not fall off
All good things cleaved to him
Life so pleased Òrúnmìlà
He was dancing and rejoicing...........20
He was praising his Babaláwos
His Babaláwos were praising Ifá
He said it was exactly as his Babaláwos had said
It is Òyèkú that owns Ogbè
And it is glowing brightly like the charcoal fire
Cast divination for Òrúnmìlà
On the day Ifá was going to the place of àjítòròo ṣẹ̀gi
He was told to take care of the ground and perform
        sacrifice
Òrúnmìlà heard about the sacrifice
And performed it.........................30
Wealth cleaves to me without dropping off

Wonkoko
Nìtàá woó méyìn
Wonkoko
Ayá wo mọ́ mi mọ́ jàá
Wonkoko
Nìtàá woó méyìn
Wonkoko
Ọmọ́ wo mọ́ mi mọ́ jàá
Wonkoko...............................40
Nìtàá woó méyìn
Wonkoko
Ire gbogbó wo mọ́ mi mọ́ jàá
Wonkoko
Nìtàá woó méyìn
Wonkoko

Wonkoko
Is the manner with which shafts cleave to oil palm
          fruits
Wonkoko
Wives cleave to me without dropping off
Wonkoko
Is the manner with which shafts cleave to oil palm
          fruits
Wonkoko
Children cleave to me without dropping off
Wonkoko 40
Is the manner with which shafts cleave to oil palm
          fruits
Wonkoko
All good things cleave to me without dropping off
Wonkoko
Is the manner with which shafts cleave to oil palm
          fruits
Wonkoko

58

ÒYÈKÚ OGBÈ B

Ifá póun pé ire fún wa. Níbùjokòó
eléyìun nire ó mọ wáá bá a. Ẹbọ ni kó rú
dáadáa.

Òyèkú logbè lábàrá
A díá fún Awónwón
Awoo wọn lóko
Lóko ni Awónwón tíí ṣawo
Wọn ní ìwọ Awónwón rúbọ
Nï ibùjokòó rẹ nire ó ti mọọ wáá bá ọ
Ó bá kọrí síbùjokòó rẹ̀
Iré bẹ̀rẹ̀ síí wọlé tọ̀ ọ́
N ní wá ń jó ní wá ń yọ̀
Nï ń yin àwọn Babaláwo.....................10
Àwọn Babaláwo ń yin Ifá
Ó ní bẹ́ẹ̀ làwọn Babaláwo tóún wí
Òyèkú logbè lábàrá
A díá fún Awónwón
Awoo wọn lóko
Awónwón pẹ̀lẹ́ o
Awo oko
Wọn ní o wáá joyè o wá ńlé

ÒYÈKÚ OGBÈ B

Ifá wishes this person well. It is in his abode that his
fortunes would come to meet him. He should offer
sacrifice well.

Òyèkú logbè lábàrá
Casts divination for Awónwón twine
Their priest in the village
Awónwón had ever been practicing his priesthood in
village
'You Awónwón', offer sacrifice, they said
'It is in your abode that fortunes would come to you'
He thereafter left for his place of settlement
Good things started entering under his roof
He then was dancing and rejoicing
He was praising his Babaláwo...........................10
His Babaláwo was praising Ifá
He said it was exactly as his Babaláwo predicted
Òyèkú logbè lábàrá
Cast divination for Awónwón twine
Their priest in the village
I greet you Awónwón
The priest of the farm settlement
You have been asked to come home and ascend a
throne

ÒYÈKÚ ÌWÒRÌ A

Ifá póun pé ire ajé fún eléyìun. Ifá pé kó rúbọ. Ayé ó yẹ ẹ́.

Iná jókùn wọn a dïkán
Iná jó réfe tán ló bá ń dẹfun
Ilẹ̀ níí jọtọtọ̀ èèyàn lérù
A díá fún Wáléọlá
Èyí tíí sọmọ Àṣàńléèyere
Ayé le yẹ òun délẹ̀ báyìí?
Wọ̀n ní kó rú ọ̀pọ̀lọpọ̀ ẹbọ
Wáléọlá ọmọ Àṣàńléèyere bá dẹbọọ́ lẹ̀
Ló bá rúbọ
Ló rúbọ tán layé bá yẹ ẹ́ ……….........10
À á séé mọ Wáléọlá
N làá pe Èèbó
Ayé yẹ ẹ́
N ní wá ń jó ní wá ń yọ̀
Ní ń yin àwọn Babaláwo
Àwọn Babaláwo ń yin Ifá
Ó ní bẹ̀ẹ̀ làwọn Babaláwo tòún wí
Iná jókùn wọn a dïkán
Iná jó réfe tán ló bá ń dẹfun
Ilẹ̀ níí jọtọtọ̀ èèyàn lérù…….........20
A díá fún Wáléọlá èyí tíí sọmọ
      Àṣàńléèyere
Baba ẹnìkan ò là làà là kée téèbó mọ́
Èèbó dé ò abọlà rẹbẹrẹbẹ
Owó minimini lèèbó ń lò

ÒYÈKÚ ÌWÒRÌ A

Ifá wishes this person the fortune of wealth. He should offer sacrifice. Life would please him.

Iná jókùn wọn a dïkán
Iná jó réfe tán ló bá ń dẹfun
It is the mother earth that swallows up everybody as
      free gifts
Cast divination for Wáléọlá
The child of Àṣàńléèyere
'Would life please me to the end'? He asked
They told him to offer a big sacrifice
Wáléọlá the child of Àṣàńléèyere brought out his
      sacrifice in multitude
And performed it…...9
He finished observing the rites and life pleased him
How do one know Wáléọlá the child of Àṣàńléèyere?
Is the nickname for the Whiteman
Life so pleased him
He was dancing and rejoicing
He was praising his Babaláwos
His Babaláwos were praising Ifá
He said it was exactly as his Babaláwos had said
Iná jókùn wọn a dïkán
Iná jó réfe tán ló bá ń dẹfun
It is the mother earth that swallows up everybody as
      free gifts…..............................20
Cast divination for Wáléọla the child of Àṣàńléèyere
Never had anybody been as rich as the Whiteman
The Whiteman is here with stupendous wealth
The Whiteman spends cool money

ÒYẸKÚ ÌWÒRÌ B

Ifá pé kí eléyìun ó rúbọ torí ayé ó yẹ ẹ́

Ọyẹ̀kú pòòrì síhĩ́in
Ọyẹ̀kú pòòrì sọ́hùún
Ojú Ọpọ́n kún tẹ́tẹ́ẹ́tẹ́
A díá fún Eégún tí ń tọ̀run bọ̀ wálé ayé
Wọ́n ní kó rúbọ
Ayé le yẹ òun báyìí?
Wọ́n ní, ayé ó yẹ Eégún
Ẹbọ ni kó rú
Eégún bá rúbọ
Okàan rẹ̀ balẹ̀...........................10
Ó nísinmi
Ní bá ń dá bírà
Ó ní Ọyẹ̀kú pòòrì síhĩ́in
Ọyẹ̀kú pòòrì sọ́hùún
Ojú Ọpọ́n kún tẹ́tẹ́ẹ́tẹ́
A díá fún Eégún tí ń tọ̀run bọ̀ wálé ayé
Wọ́n ní ó sá káalẹ̀ ó sẹbọ
Eégún gbẹ́bọ ńbẹ̀
Ó rúbọ
Rírú ẹbọ èèrù àtùkèṣù...................20
Ẹ wáá bá wa ní màrínrín ire
Màrínrín ire làá bá ni lẹ́sẹ̀ ọba Òrìṣà

ÒYẸKÚ ÌWÒRÌ B

Ifá asks this person to offer sacrifice for life would please him

Ọyẹ̀kú spins here
Ọyẹ̀kú spins to the other side
The face of the Ifá tray becomes full to the brim
Cast divination for Masquerade coming from
heaven to the earth
He was asked to perform sacrifice
'Would life please me'?
They said life would please the Masquerade
But he should perform sacrifice
The Masquerade then performed the sacrifice
He had rest of mind...................10
And peace
He then started performing wonders
He said Ọyẹ̀kú spins here
Ọyẹ̀kú spins there
The face of the Ifá tray becomes full to the brim
Cast divination for Masquerade coming from
heaven to the earth
He was asked to take care of the ground and perform
sacrifice
Masquerade heard about the sacrifice
And performed it
Offering of sacrifices and free gifts offered to Èṣù...20
Come and meet us with good tidings
One is usually found with good tidings at the feet of
the king of all Òrìṣàs

ÒYÈKÚ ÒDÍ A

Ifá póun pé ire, yóó la. Òkìkíi rè yóó sì kàn lọ láyé.

Ifá says he wishes this person well. He would become rich and popular.

Òyè kúndí kundi
A díá fún Ayílórùlé Òjòpò òrà
Èyí tí ó rà ràà rà
Ti ó rẹrú mẹfà lóòjọ́
Ti gbogbo ẹyẹ okó fi ń soríín kọ
Ayé le yẹ òun báyìí?
Wọ́n ní kí Ayílórùlé Òjòpò òrà ó rúbọ
Wón ní ọpọ̀lọpọ̀ owó lẹbọ
Ayílórùlé bá rúbọ
Ó bá bẹ̀rẹ̀ síí là...........................10
Ayé yẹ ẹ́
Ọkàan rẹ̀ balẹ̀
Ó nísinmi
N ní wá ń jó ní wá ń yọ̀
Ní ń yin àwọn Babaláwo
Àwọn Babaláwo ń yin Ifá
Ó ní bẹ́ẹ̀ làwọn Babaláwo tòún wí
Òyè kúndí kundi
A díá fún Ayílórùlé Òjòpò òrà
Èyí tí ó rà ràà rà...........................20
Ti ó rẹrú mẹfà lóòjọ́
Ti gbogbo ẹyẹ okó fi ń soríín kọ
Awo rere mọ̀mọ̀ ni
Ayílórùlé Òjòpò òrà
Awo rere mọ̀mọ̀ ni
Adábà bá ń kígbee rẹ̀ kiri
Ní ń pÁyílórùlé Òjòpò òrà
Ayílórùlé Òjòpò òrà

Òyè kúndí kundi
Casts divination for Ayílórùlé Òjòpò òrà
The one that would buy and buy again
That would buy as many as six slaves in a day
The act, which all farm bird uses in singing in the forest
'Would life please me'?
They asked Ayílórùlé Òjòpò òrà to offer sacrifice
They said plenty of money is the sacrifice
He then performed the sacrifice
And started to have wealth.....................10
Life so pleased him
He had rest of mind
And also had peace
He was dancing and rejoicing
He was praising his Babaláwo
His Babaláwo was praising Ifá
He said it was exactly as his Babaláwo had said
Òyè kúndí kundi
Cast divination for Ayílórùlé Òjòpò òrà
That would buy and buy again.....................20
He would buy as many as six slaves in a day
The act, which all farm birds use in singing in the forest
He is a good priest
Ayílórùlé Òjòpò òrà
Is a good priest
The dove afterward started making noise about it
Singing 'Ayílórùlé Òjòpò òrà'
'Ayílórùlé Òjòpò òrà'

ÒYÈKÚ ÒDÍ B

Ifá póun pé ire fún ẹní ó dá odù yǐi. Ipáa
rẹ̀ ó kàá nǹkan láyé. Ṣùgbọ́n kó rúbọ, kó
sǐ mọ́ọ sòótọ́

Lèṣelèṣe là ń fẹ́
Òòṣà mọ́ jẹ́ẹ́ á dáwọ́ lé n táà leè ṣe
A díá fún Òdùyẹ̀
Òdùyẹ̀ tíí sọrẹ́ Ọba lóde Ọ̀yọ́
Lèṣelèṣe là ń fẹ́
Òòṣà mọ́ jẹ́ẹ́ á dáwọ́ lé n táà leè ṣe
A díá fún Àáyá Onírù mẹ́rìndínlógún
Èyí tí ń gbóguún ti Ọba
Àáyá Onírù mẹ́rìndínlógún ni n gbóguún
ti Ọba
Ó kó lele mọ́ Ọba...........................10
Òún wáá le mú Àáyá Onírù
mẹ́rìndínlógún báyìí?
Òdùyẹ̀ tíí sọrẹ́ Ọba lóde Ọ̀yọ́ bá mú Ọba
lọọdọ̀ àwọn Lèṣelèṣe là ń fẹ́
Àwọn Lèṣelèṣe là ń fẹ́ ní kí Ọba ó tọ
Ògún lọ
Ọba bá tọ Ògún lọ
Ògún lóun ó mùú Àáyá ọ̀hún
Ògún náà bá tọ Ọ̀rúnmìlà lọ
Ọ̀rúnmìlà ní kí Ògún ó rúbọ
Ó ní kí Ògún ó rú apó
Kó rú ọfà
Kó sǐ rú oorun............................20
Ó ní kí Ògún ó rú orín àrùnkù
Kó sǐ rú èèrí
Ó ní kí Ògún ó dira
Ojú ọ̀nà sǐ ni àwọn àáyá yǐi í rìn
Láti orí onírù kan
Tée dórí onírù mẹ́rìndínlógún tí ń
gbóguún tọba
Wọ́n ní kí Ògún ó kọrí sí ijù

ÒYÈKÚ ÒDÍ B

This person would overcome many obstacles in life.
He is exhorted to be honest.

Accomplishment is what we desire
Òòsà, do not let us embark on what we could not
    achieve
Cast divination for Òdùyẹ̀
Òdùyẹ̀, the friend of the king of Ọ̀yọ́
Accomplishment is what we desire
Òòsà, do not let us embark on what we could not
    achieve
Cast divination for the sixteen tailed baboon
The one that was warring against the king
The Sixteen tailed-monkey is the one seriously
    warring against the king
He was persistent and unrepentant..............10
'Would I be able to catch the sixteen-tailed monkey'?
    The king asked
Òdùyẹ̀ the friend of Ọ̀yọ́ king then took the king to
    meet with the priest ' Lèṣelèṣe là ń fẹ́'
The priest Lèṣelèṣe là ń fẹ́ asked the king to go and
    meet Ògún
The king then went to see Ògún
Ògún in his true likeness promised to catch the
    monkey
Ògún in turn consulted Ifá
Ọ̀rúnmìlà asked Ògún to perform sacrifice
He asked Ògún to sacrifice his knapsack
He should offer as sacrifice, his bow and arrows
He should also sacrifice his sleep.................20
He also asked Ògún to sacrifice a used chewing stick
So also should offer maize shaft as sacrifice
He asked Ògún to prepare himself and not be nervous
Meanwhile the baboons do ply the main footpath
Ranging from the single tailed monkey
Through to the sixteen tailed that was warring
    against the king
They asked Ògún to head for the forest

63

Kó mú apóo rè
Kée rọrí
Kó mú Ọfà..................................30
Kée rọ ẹsẹ̀
Kó mú orín àrùnkù àti èèrí
Kó gbé e kẹgbẹ́
Kó wáá pirọrọ ṣójú ọ̀nà bi ẹni ó ti kú
Ògún ṣe bẹ́ẹ̀
Onírù kan ló kọ́kọ́ bá Ògún lójú ọ̀nà
Ó rí Ògún tó sùn gbalaja
Ló bá kígbe
Ó ní Àáyá onírù méjì súré tete súré tete
Mo rọ́dẹ lódíkodí lọ́nà o................40
Àlùjannjan n kíjan
Ọdẹ̀ fapó rọrí
Àlùjannjan n kíjan
Ọdẹ̀ fọfà rosẹ̀ ò
Àlùjannjan n kíjan
Ọdẹ̀ rà ó sìndin
Àlùjannjan n kíjan
Òkú è é rorín
Àlùjannjan n kíjan
Alààyè è é sìndin ò............................50
Àlùjannjan n kíjan
Ó di pọ̀nhun
Ó di pó
Àlùjannjan n kíjan
Ló bá fo Ògún ru lójú ọ̀nà
Onírù méjì náá wò ó
Òun náá ké sí Àáyá onírù mẹta
Àáyá onírù mẹta súré tete súré tete
Mo rọ́dẹ lódíkodí lọ́nà o
Àlùjannjan n kíjan................60
Ọdẹ̀ fapó rọrí
Àlùjannjan n kíjan

He should fetch for his knapsack
And use it as a pillow
His bow and arrow.....................30
He should use it as leg support
The used chewing stick and maize shaft
He should place it beside himself
He should then pretend to be dead, lying across the
    footpath
Ògún did as told
It was the single tailed monkey that arrived there first
He saw Ògún on the ground laying flat
He shouted with jubilation
'Two tailed monkey, run here fast'
'Two-tailed monkey run quickly here, he sang'.....40
'I have seen the hunter lying haphazardly across the
    footpath'
'Àlùjannjan n kíjan'
'The hunter used his knapsack as pillow'
'Àlùjannjan n kíjan'
'The hunter used his bow and arrow as leg support'
'Àlùjannjan n kíjan'
'The hunter rots and is producing maggots'
'Àlùjannjan n kíjan'
'The dead does not chew sticks'
'Àlùjannjan n kíjan'.........................50
'A living man does not produce maggots'
'Àlùjannjan n kíjan'
'In a quick jump, I leap over him'
'Àlùjannjan n kíjan'
'He jumped over Ògún lying across the path
The two-tailed monkey also looked at him closely
He too called out to the three-tailed monkey
Three-tailed monkey run quickly here
I can see the hunter laid haphazardly across the path
Àlùjannjan n kíjan...................60
The hunter used his knapsack as pillow
Àlùjannjan n kíjan

Ọdẹ́ fọfà rọsẹ̀ o
Àlùjannjan n kíjan
Ọdẹ́ rà ó sĩndin
Àlùjannjan n kíjan
Òkú è ẹ́ rorín
Àlùjannjan n kíjan
Alàayè è ẹ́ sĩndin ò
Àlùjannjan n kíjan.........…….........70
Ó di pọ̀nhùn
Ó di pó
Àlùjannjan n kíjan
Òun náà fo Ògún ru
Onírù mẹ́ta náà dé
Òun náà fo Ògún ru
Tẹ́e dórí onírù mẹ́rìndínlógún
Bó ti dé ibẹ̀
Ògún rọra ń wò ó
Òun náà bá ké...…...............…...........80
Ó ní mo rọ́dẹ lódìkodì lọ́nà o
Àlùjannjan n kíjan
Ọdẹ́ fapó rọrí
Àlùjannjan n kíjan
Ọdẹ́ fọfà rosẹ̀ ò
Àlùjannjan n kíjan
Ọdẹ́ rà ó sĩndin
Àlùjannjan n kíjan
Òkú è ẹ́ rorín
Àlùjannjan n kíjan.....................90
Alàayè è ẹ́ sĩndin ò
Àlùjannjan n kíjan
Kó fo Ògún kọjá
Ògún bá gbá ìru ẹ̀ mú
Ó bá mú Àáyá wá fún Ọba lóde Ọ̀yọ́
Ọbá ní ìwọ Ògún o ò sì tún ní jìnnà sí
         òun mọ́ láíláí
Tẹ́e dòní

The hunter used his bow and arrow as leg support
Àlùjannjan n kíjan
The hunter rots and is producing maggots
Àlùjannjan n kíjan
The dead does not chew sticks
Àlùjannjan n kíjan
A living man does not produce maggots
Àlùjannjan n kíjan……………….....................70
In a quick jump
I leap over him
Àlùjannjan n kíjan
He too jumped over Ògún
The third one with three tails arrived the scene
He too jumped over Ògún
Till it was the turn of the sixteen tailed monkey
As he moved near
Ògún thinly opened his eyes to have glimpse
He too joyfully shouted and bursted out singing…..80
I can see the hunter lying awkwardly across the path
Àlùjannjan n kíjan
The hunter is dead using his knapsack as pillows
Àlùjannjan n kíjan
He used his bow and arrow as leg support
Àlùjannjan n kíjan
The hunter rots and is producing maggots
Àlùjannjan n kíjan
The dead does not chew sticks
Àlùjannjan n kíjan…….....................…..................90
A living man does not produce maggots
Àlùjannjan n kíjan
As he was about to jump over Ògún
Ògún held him by the tails
He brought the sixteen-tailed monkey to the king in
         the city of Ọ̀yọ́
You Ògún, the king said, you would not be distanced
         from me
Till today

Bóba ó bàá jáde yóó ṣojú Ògún

Bí yó bàá wọ ilé

Ṣojú Ògún ní ó ṣe.........................100

Ògún ọjọ́ kĭíní ni Ọbá ń yĭn tée dòní

Ọba ò níí ṣe nǹkankan kó mọ́ ṣojú Ògún

Ifá pé ipáa eléyìun ó kàá nǹkan láyé

Whenever the king is traveling, it would be with
Ògún's consent

Or when returning back home

Ògún would also know about it.........….....……..100

The same Ògún of the first day is whom the king
praises till today

The king would never undertake a feat without the
blessing of Ògún

Ifá says this person would overcome a lot of things in
the world

ÒYĘ̀KÚ ÌROSÙN A

Ifá pé ire fún eléyìun tí bá ń dá èésú. Ifá tó dá èésú sílẹ̀ nìyí. Eléyìun ó nísinmi láyé, yóó sì di olówó.

Òyẹ̀ rùsùrùsù
A díá fún wọn lẸ́gbàá Èésú
Nìbi wọn gbé ń kóŕi ajée jọ
Wọ́n ní kí wọn ó rúbọ
Wọ́n ní ọ̀pọ̀lọpọ̀ owó lẹbọ
Òwúùrù ẹyẹlé lẹbọ
Wọ́n níre fún wọn
Wọ́n bá rúbọ
Ẹgbàá ni wọ́n sì ń dá
Ǹgbà ó pẹ́ wọ́n bá kówó.............…......10
Wọ́n nísinmi
Ọkàan wọn balẹ̀
Ayée wọn dáa
N ni wọ́n wá ń jó ni wọ́n ń yọ̀
Wọ́n ń yin àwọn Babaláwo
Àwọn Babaláwo ń yin Ifá
Wọ́n ní bẹ́ẹ̀ làwọn Babaláwo tàwọ́n wí
Òyẹ̀ rùsùrùsù
A díá fún wọn lẸ́gbàá Èésú
Nìbi wọn gbé ń kóŕi ajée jọ…….......…20
Taa ló rúbọ báwọ̀nyí bẹẹrẹ?
Òyẹ̀ rùsùrùsù
Àwọn ló rúbọ báwọ̀nyí bẹẹrẹ
Òyẹ̀ rùsùrùsù

ÒYĘ̀KÚ ÌROSÙN A

Ifá wishes this person well. Ifá exhortss him to form a money-contributing group called 'Èésú'. This is the Ifá verse that established Èésú. This person would have rest and become a rich man.

Òyẹ̀ rùsùrùsù
Casts divination for them at Ẹgbàá Èésú
Where they were aggregating the concepts of wealth
They were asked to perform sacrifice
They told them that a lot of money is the required sacrifice
A matured pigeon is the sacrifice
They wished them the fortune of wealth
The people of Ẹgbàá Èésú then performed the sacrifice
Meanwhile they contribute only five penny
After a long period of time, they shared their contributions…………..........…..................10
They all had peace
They also had rest of mind
Their lives became fine
It was then they started dancing and rejoicing
They were praising their Babaláwo
Their Babaláwo was praising Ifá
They said it was exactly as their Babaláwo had said
Òyẹ̀ rùsùrùsù
Casts divination for them at Ẹgbàá Èésú
Where they were aggregating the concepts of wealth..............................…..........20
Who performed sacrifice this plenty?
The people of Òyẹ̀ rùsùrùsù
They are the ones that performed sacrifice this much
The people of Òyẹ̀ rùsùrùsù

ÒYÈKÚ ÌROSÙN B

Ifá pé kí eléyìun ó mọ́ sahun o. Tí ọ́n bá tí
ń mutí tan ni kí wọ́n ó fẹ̀gbẹ́ ìgọ lélẹ̀. Kó
mọ́ọ ra ọtí ṣe àlejò torí àmì èèyàn kán ń
bọ̀ tí ọ́n fẹ́ràn ọti.

Ipín lawo ọ̀dọ́mọdé
Àwàlàǹfà lawo Àgagò
Ayé ń re Ifẹ̀ awo sóko
A díá fún Ọ̀yẹ̀ Ògòsùn
Èyí tí ó mutí Ogójì dun Sàngó
Sàngó ní ń kọjáá lọ lójọ kan
Ọtí sì ń wù ú mu
Ó ti dé gbogbo ibi tó ti lè ń díẹ̀
Kò rí fi sara rindin
Ló bá rí àwọn tí ń mutí...............10
Tí ọ́n gbé ẹ̀gùn dúó
Ọtí sì ti tán ńnú ẹ̀gùn
Sàngó bá kọjá lọ
Ó rosẹ̀ bíi kí wọ́n ó pè é kó wáá mu
Kò gbọ́ kí wọ́n ó pe òun padà
Kò sì mọ̀ pé ọtí ti tán ńnú ẹ̀gùn ni wọn ò
      fi pe òun
Sàngó bá padà
Ló bá bínú sí wọn
Àrìrá bá fẹdùn yọ lápò
Ló bá yọ iná lára gbogboo wọn..........20
Ipín lawo Ọ̀dọ́mọdé
Àwàlàǹfà lawo Àgagò
Ayé ń re Ifẹ̀ awo sóko
A díá fún Ọ̀yẹ̀ Ògòsùn
Èyí tí ó mutí Ogójì dun Sàngó

ÒYÈKÚ ÌROSÙN B

Ifá enjoins this person not to be miserly. Any time he
drinks wine, he should always place the container
lying by its side on the ground immediately he finishes
its contents. He is urged to serve visitors with wine
because a spiritually marked person who enjoys wine
would visit him.

Ipín is the priest of Ọdọ́mọdé
Àwàlàǹfà, the priest of Àgagò
Ayé ń refẹ̀, the priest of Sóko
Cast divination for Ọ̀yẹ̀ Ògòsùn
The one that would consume forty containers of wine
      to Sàngó's displeasure
Sàngó was passing by one day
He was seriously thirsty of wine
He had been to all the places where he could get some
He was not successful
He then incidentally saw this group of people
      drinking...10
With the container standing upright
But wine had been exhausted from the container
Sàngó passed them by
He stopped briefly thinking he would be invited to
      drink
He heard no one call him
Sàngó however did not know that the wine had been
      exhausted, reason why he was not invited
Angrily, Sàngó came back
And he punished them all
Àrìrà brought out Ẹdùn form his pocket
And struck them all with thunder.................20
Ipín is the priest of Ọdọ́mọdé
Àwàlàǹfà, the priest of Àgagò
Ayé ń refẹ̀, the priest of Sóko
Cast divination for Ọ̀yẹ̀ Ògòsùn
The one that would drink forty containers of wine to
      Sàngó's displeasure

Sàngó bá bọ síbi ọti	Sàngó then moved near the container
Yóò mu èyí tó kù lágbè	He wants to drink the remaining wine
Ó gbẹ́nu ẹ̀ sókè bíi kíkankan ó mọ́ le kán	He positioned his mouth on the gourd to relish the
sílẹ̀	taste without allowing any drop to fall
Àfi báfó	He met an empty container
Ọtí ti tán...............................30	The wine is finished ………..................…..........30
Sàngó ní Kín lo gbẹ́gùn dúó ṣe?	'Why must you place the container upright'? Sàngó
Ọ̀yẹ̀ Ògòsùn	realized rather too late
Ìgbà tọ́tí tán	'Ọ̀yẹ̀ Ògòsùn'
Kín lo gbẹ́gùn dúó ṣe?	'When you knew the wine is finished'
Ọ̀yẹ̀ Ògòsùn	'Why must you place the container upright'?
	Ọ̀yẹ̀ Ògòsùn!

69

ÒYÈKÚ ÒWÓNRÍN A

Ifá pé kí eléyìun ó rúbọ kí wọn ó mọ́ le
gba nnkan baba ẹ̀ tí ń bẹ nílẹ̀; ẹbọọ rẹ̀ ó sĭ
dà. Ifá pé ẹni ńlá leléyìun.

Òyè wọ́nrin mĭ
Òyè wọ́nrin jẹ
Òyè sọni pàkàpàkà gbé mĭ
A díá fún Ọ̀ni wàkàwàkà
Èyí tí ń bẹ níbú Ìrágbìjí
Ibúu babaa rẹ
Àwọn ọ̀tá bá ń yí i po
Wọ́n láwọn ó gba ibú lọ́wọ́ ẹ̀
Wọ́n ní kí Ọ̀ni ó rúbọ
Wọ́n ní kò sẹ́ni tí ó gba ibúu baba ẹ̀ lọ́wọ́
      ẹ̀..10
Bó bá ti rúbọ
Wọ́n ní bí ọpọ́n bá tẹ́jú
Gìrìpá òrúkọ lẹbọ ẹ̀
Bí ò bá tẹ́jú
Àkùkọ adìẹ mẹ́ta lẹbọ
Kó sĭ rú ọpọ̀lọpọ̀ owó pẹ̀lú ẹ̀
Ọ̀ní rúbọ
Gbogbo nnkan tí ọ́n láwọn ó gbà lọ́wọ́ ẹ̀
Kò sẹ́ni ó le gbodò lọ́wọ́ Ọ̀ni mọ́
Yóó nawọ́ nasẹ̀ lódòo baba rẹ̀ ni........20
Ayé yẹ Ọ̀ni
N ní wá ń jó ní wá ń yọ̀
Ní ń yin àwọn Babaláwo
Àwọn Babaláwo ń yin Ifá
Ó ní bẹ́ẹ̀ làwọn Babaláwo tòún wí
Òyè wọ́nrin mĭ
Òyè wọ́nrin jẹ
Òyè sọni pàkàpàkà gbé mĭ

ÒYÈKÚ ÒWÓNRÍN A

Ifá asks this person to perform sacrifice. His sacrifice
would prove effective. His forefather's rightful
possession that exists presently would not be taken
over from him. Ifá says he is a big person.

Òyè wọ́nrin mĭ
Òyè wọ́nrin jẹ
Òyè sọni pàkàpàkà gbé mĭ
Cast divination for the Magnanimous crocodile
The one living in the deep waters of Ìrágbìjí
His father's deep waters
Some elements then connived
They conspired to take away the deep waters from
      him
The Babaláwos told the crocodile to offer sacrifice
Nobody, they said, would be able to take away his
      father's deep waters from him.................10
Once he performs the sacrifice prescribed
If the client could afford it
A mature he-goat is the sacrifice
If otherwise
Three roosters is the alternative
The person should also offer plenty of money
The crocodile performed the sacrifice
All the things they thought they could seize from him
Nobody could attempt to take it from him again
He would stretch his limbs in the waters.............20
Life so pleased the Crocodile
He was then dancing and rejoicing
He was praising his Babaláwos
His Babaláwos were praising Ifá
He said it was exactly as his Babaláwos said
Òyè wọ́nrin mĭ
Òyè wọ́nrin jẹ
Òyè sọni pàkàpàkà gbé mĭ

A díá fún Ọni wàkàwàkà

Èyí tí ń bẹ níbú Ìrágbìjí.................30

Ibúu babaa rẹ

Taa ní ó gbodò lọwọ́ Ọni

Ọni wàkàwàkà baba ẹ̀ ló nibú

Taa ní ó gbodò lọwọ́ Ọni

Cast divination for the magnanimous crocodile

The one living in the deep waters of Ìrágbìjí........30

His father's deep lake

Who would take over the waters from the crocodile?

The magnanimous crocodile, whose father owns the
    deep waters

Who dares take over the waters from the crocodile?

ÒYẸ̀KÚ ÒWÓNRÍN B

Ifá pé kí eléyìun ó rúbọ toríi bírà kan tí ń bọ̀ wá. Nǹkan Ìmọ̀ràn kan ń bọ̀ wá fún wa. Nínú nǹkan ìmọ̀ràn ọ̀hún, kí tiwa ó gbàyì ńnú ẹ̀ ni ká rúbọ sí.

Òyẹ̀ wọ́nrin mĩ
Òyẹ̀ wọ́nrin jẹ
Òyẹ̀ sọni pàkàpàkà gbé mĩ
A díá fún Ajíbówú
Èyí tíí salágbẹ̀dẹ Ògèlé
Wọ́n ní ó rúbọ
Olódùmarè ló kó gbogbo àwọn Alágbẹ̀dẹ tí ń bẹ ńlé ayé jọ
Wọ́n ní kí wọ́n ó mọ́ọ rọ nǹkan
Gbogbo nǹkan tí wọ́n bá lè ronú kàn
Ó lóun fẹ́ẹ wo tẹni tí ó gbàyì jù.........10
Àwọn kán rọ tàkúté
Ìlu ò níye
Ẹ̀wọ̀n ń bẹ ńbẹ̀
Àdá ò gbéyìn
Gbogbo nǹkan tééyán le fi irin dá ń bírà
Gbogbo ẹ̀ ni ọ́n ti rọ
Alágbẹ̀dẹ Ògèlé bá tọ àwọn Babaláwo ẹ̀ lọ
Ẹ gbàun!
Nǹkan tí ọ́n ní kí àwọn ó rọ yǐi..........20
Ó di ìmọ̀ràn fún òun!
Àwọn Òyẹ̀ wọ́nrin mĩ ní kó pèsè fún àwọn ayé
Àwọn Àgbàlagbà
'Àwọn ní ó fọ̀nà hàn ọ́'
Ajíbówú bá rúbọ
Ó pèsè fún àwọn Àgbàlagbà
Ni ọ́n bá fún Ajíbówú ní Oṣù
Wọ́n ní kó rọ ọ́
Kó wáá gbé e sínú igbá àdému

ÒYẸ̀KÚ ÒWÓNRÍN B

Ifá asks this person to sacrifice prior to a wonderful feat coming his way, such that his own submission would be widely accepted.

Òyẹ̀ wọ́nrin mĩ
Òyẹ̀ wọ́nrin jẹ
Òyẹ̀ sọni pàkàpàkà gbé mĩ
Cast divination for Ajíbówú
The blacksmith of Ògèlé city
He was asked to perform sacrifice
Olódùmarè had assembled all blacksmiths in the whole world
He told them to make different kinds of things
All the things they could think about
He said he wanted to see the person whose work would excel.............................10
Some made traps
Some made knives
Punches were uncountable
Chains were not left out
Cutlasses were not left behind
The entire wonderful feat that man could form using iron
All had been made
The blacksmith of Ògèlé then went to his Babaláwos
'Please help me', he pleaded
'These things that Olódùmarè asked us to form'
'It has actually transcended my knowledge'.............21
The priests Òyẹ̀ wọ́nrin mĩ asked him to provide for the witches
The Elderly
'They would show you the way', they said
Ajíbówú did as told
He provided for the witches
They (the witches) then gave him the moon
They told him to carve it
He should the put it in a calabash called 'àdému'

72

Fèrè tó bá ṣí............................30
Yó mọ́ọ sún díẹ̀díẹ̀
Wọ́n ó pèé oṣù lé
Díẹ̀díẹ̀ tí yée dijọ́ kẹẹ̀ẹ́dógún tí gbogbo
    ojú ẹ ó sĩi sílẹ̀
Yóó ti kún inú igbá tán
Ńgbà ó bá tún yá
Yóó tùún mọ́ọ bò ó
Bó bá tún ku ibi tíínrín
Wọ́n ó tùún mọ́ọ pé osú lé lónĩi
N ní wá ń jó ní wá ń yọ̀
Ní ń yin àwọn Babaláwo....................40
Àwọn Babaláwo ń yin Ifá
Ó ní bẹ́ẹ̀ làwọn Babaláwo tòún wí
Ọ̀yẹ̀ wọ́nrin mĩ
Ọ̀yẹ̀ wọ́nrin jẹ
Ọ̀yẹ̀ sọni pàkàpàkà gbé mĩ
A díá fún Ajíbówú
Èyí tíí salágbẹ̀dẹ Ògèlé
Ẹbọ n wọ́n ní ó ṣe
Ó sĩ gbẹ́bọ ńbẹ̀
Ó rúbọ.............................50
Ẹ mọ́ jẹ̀ẹ́ á mú rọ agogo
Irin táa mú rọ oṣù
Ẹ mọ́ jẹ̀ẹ́ á mú rọ agogo

Immediately he opens it 30
He would move the cover slowly
People would say the moon crescent had appeared
Little by little, till the sixteenth day when the whole
    calabash would be uncovered
The moon would have filled the whole calabash
After a period of time
He would cover it up slowly again
Once it is only the thin crescent that could be seen
People would say the crescent had appeared again
He was dancing and rejoicing
He was praising his Babaláwos..........................40
His Babaláwos were praising Ifá
He said it was exactly as his Babaláwos had said
Ọ̀yẹ̀ wọ́nrin mĩ
Ọ̀yẹ̀ wọ́nrin jẹ
Ọ̀yẹ̀ sọni pàkàpàkà gbé mĩ
Cast divination for Ajíbówú
The blacksmith of Ògèlé city
He was asked to perform sacrifice
He heard about the sacrifice
And he performed it 50
Never let us use in carving the gong
The iron employed in forming the moon
Never let us use in forming the gong

ÒYẸKÚ ÒBÀRÀ   A

Ifá póun pé ire pé a kò ní dáyé ṣe; tòun tèèyàn ní ó jọ mọọ ṣe ilé ayé. Ire ń bọ wáá dúó tí í. Eléyìun ń bèère ire ni; Ire náà ó sĩ wáá jókòó tí í.

Òyẹ̀kú pàlàbà pàlàbà I pàbó
Awo Orí ló dífá fún Orí
Orí ń tíkọ̀lé ọ̀run bọ̀ wá ilé ayé
Ń tí ń jẹ nígbàrá ọ̀run òun nìkan ṣoṣo
         gíogío
Òún ṣe lè ri ẹni mú lọ́wọ́ lọ ilé ayé?
Ti ó bàá òun dúó báyìí?
Wọ́n ní kó rúbọ
Wọ́n ní yóó rĩ ẹni kún un
Orí sĩ dá dúó tẹ́lẹ̀ ni
Orí bá rúbọ………...........……….10
Ńgbàa Orí ó mọọ bọ
Ojú bá dúó tí í
Ẹnú lóun ó ba rĩn
Imú ní tòun àtiẹ̀ làwọ́n jọ́ ń lọ
Etí náà lóun ò nĩí fi sílẹ̀
Apá, Ẹsẹ, gbogbo ara ló dúó ti Orí
Ifá péléyìun ò níí dá wà lóun nìkan
Ayé yẹ Orí
N ní wá ń jó ní wá ń yọ̀
Ní ń yin àwọn Babaláwo…….......…..20
Àwọn Babaláwo ń yin Ifá
Ó ní bẹ̀ẹ̀ làwọn Babaláwo tòún wí
Òyẹ̀kú pàlàbà pàlàbà i pàbó
Awo Orí ló dífá fún Orí
Orí ń tíkọ̀lé ọ̀run bọ̀ wá ilé ayé
Ń tí ń jẹ nígbàrá ọ̀run òun nìkan ṣoṣo
         gíogío
Kẹ̀ẹ̀kẹ̀
Ojú bórí dúó
Kẹ̀ẹ̀kẹ̀

ÒYẸKÚ ÒBÀRÀ   A

Ifá wishes this person well. He would not live life alone. All his good fortunes are coming to stay with him. He is actually asking for good fortunes and the fortunes would come to stay with him.

Òyẹ̀kú pàlàbà pàlàbà i pàbó
The priest of The Head casts divination for the Head
The Head was coming from heaven to the earth
He had been fending in the fields of heaven singularly
It is the Head who decided to go to the earth
How would I be able to find people to accompany
         me?
Meanwhile the Head had ever been alone
He was asked to perform sacrifice
That he would find accomplices to the earth
He then performed the sacrifice…..................………..10
By the time the Head decided to leave
The eyes stood by him
The mouth said he would go with him
'We are going together' the nose said
'I would not separate from you' The Ear echoed
Arms, legs, and all parts of the body stood by the Head
Ifá says this person would never be a lone ranger
Life pleased the Head
He was dancing and rejoicing
He was praising his Babaláwo ……………….......20
His Babaláwo was praising Ifá
He said it was exactly as his Babaláwo had said
Òyẹ̀kú pàlàbà pàlàbà i pàbó
The priest of the Head casts divination for the Head
The Head was coming from the city of heaven to the
         earth
He had ever been fending alone in the fields of heaven
With time
The eyes tarried with the Head
With time

74

Ọrùn bórí dúó............................30
Kẹ̀ẹ̀kẹ̀
Etí bórí dúó
Kẹ̀ẹ̀kẹ̀
Ẹnú bórí dúó
Kẹ̀ẹ̀kẹ̀
Imú bórí dúó
Orí wá ñ bẹ ní wọ̀wọ́ ire
Wọ̀wọ́ ire làá bá ni lẹ́sẹ̀ ọba Òrìṣà

The neck tarried with the head..................30
With time
The ears tarried with the Head
With time
The mouth tarried with the Head
With time
The nose tarried with the Head
The head stays in the midst of plenty fortunes
One is found in the midst of fortunes at the feet of the
   king of the Òrìṣà

ỌYẸ̀KÚ ỌBÀRÀ B

Ifá póun pé ire fún eléyìun. Ẹbọọ kó mọ́
le jìyà ni kó rú.

Ọyẹ̀kú pàlàbà pàlàbà i pàbó
Babaláwo Ẹṣin ló díá fún Ẹṣin
Ẹṣín ń tìkọ̀lé Ọ̀run bọ̀ wálé ayé
Wọ́n ní kó rúbọ kó tóó mọ́ọ lọ
Ẹṣín dé ilé ayé wọ́n tún ní ó rúbọ
Wọ́n ní yóó gbayì
Yóó gbẹ̀yẹ
Ṣùgbọ́n kó rúbọ ìyà
Ẹbọ iyì àtẹ̀yẹ ni Ẹṣín rú
Kò rú àtòòrì mẹ́rìndínlógún tí ọ́n ní ó fi
        rúbọ ìyà………......…................10
Tí ọ́n bá ti ra Ẹṣin tán
Nǹkan ọ̀ṣọ́ ni wọ́n ó mọ́ọ wá fún un
Wọ́n ó dàá gàárì fun
Wọ́n ó so ohun ẹ̀ṣọ́ mọ́ọ lára
Ṣùgbọ́n bó bá dijọ́ kan
Ẹṣín ó sì ní ọmọ nínú ilé
Ọmọ èèyán ó bàá ta mọ́ Ẹṣin
Bí ọ́n tí ń gún un ní kẹsẹ̀
Bẹ̀ẹ̀ ni wọ́n ó mọ́ọ nà án ní gbóńgbó
A pé 'tóun sì lọ́mọ ńnú ilé'………..…….20
'Lòún ń fẹ̀yìn gbé ọmọ ẹlòmíìn looko'!
Wọ́n ní ṣe bí àwọ́n ni o rúbọ ìyà
Àyìn ẹ̀yìn ni Ẹṣin ń yin àwọn Babaláwo
Ọyẹ̀kú pàlàbà pàlàbà i pàbó
Babaláwo Ẹṣin ló díá fún Ẹṣin
Ẹṣín ń tìkọ̀lé Ọ̀run bọ̀ wálé ayé
Wọ́n ní kó rúbọ Iyì kó rúbọ ẹ̀yẹ

ỌYẸ̀KÚ ỌBÀRÀ B

Ifá wishes this person well. He is exhorted to perform
sacrifice that would prevent him from being suffered.

Ọyẹ̀kú pàlàbà pàlàbà I pàbó
The Babaláwo of the Horse casts divination for the
        Horse
The Horse was coming from Heaven to the earth
He was asked to perform sacrifice
When he arrived on the earth he was reminded to
        perform sacrifice again
That he would be honored
And be admired
But he should offer sacrifice against being scourged
It was only the sacrifice of honor and admiration that
        the Horse offered
He did not offer the sixteen-àtòòrì canes meant for the
        sacrifice against scourging……......…........10
Once they buy a Horse
It is the decorative things that man would look for
They would make a beautiful saddle for her
And attach all decorative ornaments unto her
But on another day
The Horse would have her own children at home
The child of man would mount on the Horse
As he kicks her in the abdomen
He would beat the Horse with sticks
The Horse would then say 'And I have my children at
        home'!……………....................………20
'I saddle another person's child to the farm'
'Did we not tell you to sacrifice against scourging'?
        His Babaláwo reminded him
He was praising his Babaláwos belatedly
Ọyẹ̀kú pàlàbà pàlàbà I pàbó
The Babaláwo of the Horse casts divination for the
        Horse
The Horse was coming from heaven to the earth
He was asked to offer sacrifice for him to be honored
        and be admired

Kó sì rúbọ kó mọ́ le jìyà láyé
Ẹbọọ kó níyì kó lẹ́yẹ ló rú
Ẹṣín wáá lọ́mọ nínú ilé...................30
Ẹ ẹ̀ wèèmọ̀!
Ẹṣín ń fẹyìn gbọ́mọ ẹlòmíìn roko
Ẹ ẹ̀ wèèmọ̀

And should offer sacrifice that would prevent him
    from being scourged
He sacrificed for honor and admiration only
The Horse has children at home……..………........30
What an aberration!
The Horse now saddles another person's child to the
    farm!
A great aberration

ÒYẸ̀KÚ ÒKÀNRÀN A

Ifá póun pé ire fún ẹní ó dá odù yí. Ifá
póun gba ẹran ahùwo lọ́wọ́ ẹ̀. Òun ó ba
tún nǹkan ẹ̀ ṣe. Ipá ayé ò níí ká a, wọn ò
sì níí lè da nǹkan ẹ̀ rú. ·

Awáwa
Awàwa
Awàwà ǹ wawà
Ọta pẹ́tẹ́ pẹ̀tẹ̀ pẹ̀tẹ́ ni wọ́n fi ń wawà nÍfẹ̀
A dífá fún Òrúnmìlà
Ifá ó gbẹran ahùwo wàǹwà lọ́wọ́ akápòo
    rẹ̀
Òrúnmìlà ló ní kí Akápò òun ó tójú ẹran
    abïwo wàǹwà
Kí ayée rẹ̀ ó lè dáa
Akápò bá tójú ẹran abïwo wàǹwà
Ó fi bòkè ìpọrí ẹ̀.................................10
Ni nǹkan ẹ̀ bá ń dáa
Ayé bá yẹ ẹ́
Ọkàan rẹ̀ balẹ̀
Ló nísinmi
Ó ní Awáwa
Awàwa
Awàwà ǹ wawà
Ọta pẹ́tẹ́ pẹ̀tẹ̀ pẹ̀tẹ́ ni wọ́n fi ń wawà nÍfẹ̀
A díá fún Òrúnmìlà
Ifá ó gbẹran ahùwo wàǹwà lọ́wọ́ akápòo
    rẹ̀.........................20
Ẹran abïwo wàǹwà tÍfá gbà lọ́wọ́ Akápò
    rẹ̀
Ifá fi tún ti Akápòo rẹ̀ ṣe ni

ÒYẸ̀KÚ ÒKÀNRÀN A

Ifá wishes this person well. Ifá accepts an animal
with big horns from him for Ifá would mend his life
for him; His enemies would never be able to
overwhelm him. And they would not be able to
destroy his setup.

Awáwa
Awàwa
Awàwà ǹ wawà
Ọta pẹ́tẹ́ pẹ̀tẹ̀ pẹ̀tẹ́ ni wọ́n fi ń wawà nÍfẹ̀
Cast divination for Òrúnmìlà
Ifá demands an animal with elaborate horns from his
    Akápò
Òrúnmìlà had told his Akápò to prepare a wild horned
    animal
Such that his (Akápò) life would be better
Akápò then prepared the animal
He sacrificed it to Ifá....................10
Afterwards, the things of Akápò became better
Life so pleased him
He had peace of mind
And rested also
He said Awáwa
Awàwa
Awàwà ǹ wawà
Ọta pẹ́tẹ́ pẹ̀tẹ̀ pẹ̀tẹ́ ni wọ́n fi ń wawà nÍfẹ̀
Cast divination for Òrúnmìlà
Ifá would accept an animal with horns from his
    Akápò.................................20
The wild horned animal that Ifá collected from his
    Akápò
Ifá used it to mend the life of his Akápò

ÒYẸKÚ ÒKÀNRÀN B

Ifá pé kí eléyìun ó rúbọ nípaa ṣíṣọ́ra pẹlú
obìnrin; kí obìnrin ó mọ́ kòó bá a. Kò
gbọdọ̀ yan ọ̀rẹ́ ìyànkuyàn.

Sìgìdì ni ò yírùn padà
A díá fún Mágbàgbéọlá
Ọmọ a ṣe lenle pàdé àlè lọ́nà
Wọ́n ní ó rúbọ
Kó sì ṣọ́ra lọ́dọ̀ Obìnrin
Mágbàgbéọlá ò gbọ́ràn
Ilé Obìnrin tíí mọ́ọ lọ
Obìnrin ọ̀hún sì ti kó kúò ńlé ọkọ ẹ̀
Ó ti kó lọ ilée baba ẹ̀
Ibi tí ilé gbé ṣe yabugẹ lẹ́yìn ni ọn lù ú pa
      sí…...................................10
Ifá pé ki eléyìun ó ṣọ́ra
Kó sì mọ́ déjàá
Ó ní Sìgìdì ni ò yírùn padà
A díá fún Mágbàgbéọlá
Ọmọ a ṣe lenle pàdé àlè lọ́nà
Wọ́n ní ó sá káalẹ̀ kó jàre
Ẹbọ ní ó ṣe
Kó mọ́ baà bóbìnrin lọ
Mágbàgbéọlá gbẹ́bọ
Bẹ́ẹ ni ò rúbọ…...................20
Mágbàgbéọlá ìwọ lòó ṣeun
Ìwọ lòó ṣèèyàn
E bí ọn ní o rúbọ kó mọ́ baà bóbìnrin lọ?
Ìwọ lo ṣe lenle pàdé àlè lọ́nà

ÒYẸKÚ ÒKÀNRÀN B

Ifá asks this person to offer sacrifice by being careful
with women; such that women would not give him
away. He should not make bad friends.

It is Sìgìdì that refuses to turn its neck
Casts divination for Mágbàgbéọlá
The child of A ṣe lenle pàdé àlè lọ́nà
He was told to offer sacrifice
And should be careful in picking women friends
Mágbàgbéọlá did not listen
The mistress he was dating, however
Had packed out of her matrimonial home
And had moved to her father's house
It was where the house became dilapidated that he
      was beaten to death by unknown assailants
Ifá asks this person to be careful….................11
He should not preempt taboos or advice
He said It is Sìgìdì that refuses to turn its neck
Casts divination for Mágbàgbéọlá
The child of A ṣe lenle pàdé àlè lọ́nà
He was told to take care of the ground
And offer sacrifice
Such that he would not through woman meet his death
Mágbàgbéọlá heard about the sacrifice
Yet he did not heed it
Mágbàgbéọlá, you are the one that is not nice enough
You are the one that is not humane…....…...........21
Were you not asked to offer sacrifice such that you
      would not die through promiscuity?
It is you that had with stiff neck and in defiance to
      sacrificial warning met with the forbidden
      Concubine

ÒYẸKÚ ÒGÚNDÁ A

Ifá pé ki eléyìun ó rúbọọ káyé ó yẹ ẹ́. Kó sì ṣọ́ ọ̀rọ̀ tí ó mọ́ọ sọ kí àwọn èèyàn ó mọ́ baà ká ọ̀rọ̀ tí ò dáa mọ́ ọ lẹ́nu; kí wọ́n ó mọ́ baà tìràn mọ́ ọ. Ifá pé kó mọ́ọ tún ẹbí ṣe, kó sì mọ́ọ ṣe dáadáa nínú ẹbí kí àwọn èèyàn ó mọ́ ti ibi pàlàkà tó yanu ba ẹbí ẹ̀ jẹ́.

Níbi tí ògiri gbé lanu
Ibẹ̀ lẹfúùfùú gbé wọlé
A díá fún Ọ̀yẹ̀
Èyí tíí ṣẹgbọ́n Ọjọ́ọ̀mọ́dá
Wọ́n ní ó sọ́ra fún ọ̀rọ̀ ni sísọ
Wọ́n ní ìwọ Ọ̀yẹ̀
Bógiri ò bá lanu
Aláàmù ò níí kó sínú ẹ̀
Wọ́n ní sọ́ra o
Kí ọ̀rọ̀ ó mọ́ ba ẹbíi rẹ jẹ́ o............10
Bééyàn ò bá sọ nnkan jáde
Àwọn èèyàn ò níí fi mú olúwa ẹ̀
Ọ̀yẹ̀ bá sọ́ ẹnu ẹ̀
Ọ̀yẹ̀ bá rúbọ
Ayé yẹ Ọ̀yẹ̀
Ó ní níbi tí ògiri gbé lanu
Ibẹ̀ lẹfúùfùú gbé wọlé
A díá fún Ọ̀yẹ̀
Ọ̀yẹ̀ tíí ṣẹgbọ́n Ọjọ́ọ̀mọ́dá
Wọ́n ní ó sọ́ra fún ọ̀rọ̀ ní sísọ............20
Ọ̀rọ̀
Ọ̀rọ̀ ni n ó sọ là láyé o
Ọ̀rọ̀

ÒYẸKÚ ÒGÚNDÁ A

Ifá asks this person to offer sacrifice for life to please him. He should be watchful of his utterances such that people would not through a careless speech , rope him in. Ifá asks him to mend the lapses in his larger family. He should behave well within family circles such that people would not from the open fault destroy their family.

It is where the wall cracked open
It is there that breeze blows in
Cast divination for Ọ̀yẹ̀
The sibling of Ọjọ́ọ̀mọ́dá
They told him to be mindful of his utterances
'You Ọ̀yẹ̀' they called
'If the wall is not open'
'Lizards won't enter through it'
'Be very careful', they warned
'Such that your pronouncements would not destroy
    your family'...........................10
If one does not make a remark about a particular thing
People cannot use it against one
Ọ̀yẹ̀ afterwards watched his words
Ọ̀yẹ̀ offered the sacrifice
Life so pleased Ọ̀yẹ̀
He said it is where the wall cracked open
That breeze blows in
Cast divination for Ọ̀yẹ̀
Ọ̀yẹ̀, the brother of Ọjọ́ọ̀mọ́dá
He was warned to be careful of his pronouncements
Speeches...21
It is speeches that I would say that would make me
    rich in life
Speeches

ÒYẸ̀KÚ ÒGÚNDÁ B

Ifá pé ẹmí eléyìun ó gùn. Àbá burúkú ò níí ṣe lé e lórí; ẹbọ ni kó rú.

Ìtọ̀ ọ̀gànjọ́ níí múlẹ̀ sọ kùtùkùtù
A díá fún Ọ̀yẹ̀
Ọ̀yẹ̀ tíí ṣẹ̀gbọ́n Ọjọ́ọ̀mọ́dá
Inú òún dùn láyé?
Ẹ̀mí òún gùn?
Ó dáa fún òun?
Wọ́n ní ayé ó yẹ ẹ́
Wọ́n ní gìrìpá òrúkọ lẹbọ
Wọ́n ní wọ́n ń dábàá tí ò dáa lórí ẹ̀
Wọ́n nírọ́ ni...................................10
Wọ́n ní àbá náà ò níí ṣe lórí ẹ̀
Wọ́n ní kó rúbọ
Ó bá rúbọ
Ó ní Ìtọ̀ ọ̀gànjọ́ níí múlẹ̀ sọ kùtùkùtù
A díá fún Ọ̀yẹ̀
Ọ̀yẹ̀ tíí ṣẹ̀gbọ́n Ọjọ́ọ̀mọ́dá
Wọ́n ní ó sá káalẹ̀
Kó jàre kó ṣẹbọ
Ó gbẹ́bọ ńbẹ̀
Ó rúbọ...................................20
Ọjọ́ tí mo dá ò pé o
Àkànmànà
Nígí ó mọ́ọ kànrun
Àkànmànà
Ọjọ́ tí mo dá ò pé láílái
Àkànmànà
Nígí ó mọ́ọ kànrun
Àkànmànà
Igi ò níí le kànrun láílái

ÒYẸ̀KÚ ÒGÚNDÁ B

Ifá says this person would have long life. No evil would befall him, but he should perform sacrifice.

It is the midnight urination that produces big bubbles in the soil
Casts divination for Ọ̀yẹ̀
Ọ̀yẹ̀, the brother of Ọjọ́ọ̀mọ́dá
'Would I be happy in life'?
'Would I have long life'?
'Would it be well with me'?
'Life would be well with you' They said
They told him that a matured goat is the sacrifice
'Some people are conspiring against you'
'It would never come true', they assured him......10
'The plan would never materialize'
'But you should not forget the sacrifice'
He then performed the sacrifice
He said it is the midnight urination that produces big bubbles in the soil
Casts divination for Ọ̀yẹ̀
Ọ̀yẹ̀, the brother of Ọjọ́ọ̀mọ́dá
He was asked to take care of the ground
He should perform sacrifice
He heard about the sacrifice
And he performed it
The day I foreordained is not yet time up...........20
Àkànmànà
Is the manner with which trees would try to touch the sky
Àkànmànà
The day I predestined is not yet time up
Àkànmànà
Is the manner with which trees would try to touch the sky
Àkànmànà
No tree can ever touch the sky

ÒYÈKÚ ỌSÁ A

Ifá pé eléyìun ó ṣẹ́gun láyé ẹ̀. Ẹbọọ kó le ṣẹ́gun ni kó rú. Ogun ò níí mú u. Gìrìpá òrúkọ lẹbọ.

Ẹyẹ kan ní ń fò I léérémi léérémi
Ó fapá ọ̀tún nalẹ̀
Ó ró gbọnrangandan bí ọkọ́
Ẹyẹ kan ní ń fò I léérémi léérémi
Ó fapá ọ̀tún nalẹ̀
Ó ró gbọ̀nràngàndàn bí àdá
Ogun ò dúó ní kòtò odò mọ́
Ogún dúó ní gegele sáále sáále
A díá fún Ọ̀rúnmìlà
Wọ́n ní kí Baba ó rúbọ...................10
Kó le fÀjìjà wó wọn mọ́lẹ̀ fíínfín
Ọrúnmìlà ní ń bèèrè pé ogun tí ọn gbé ti òun yǐí
Òún ṣẹ́gun ńbẹ̀
Wọ́n ní gbogbo ogun ọ̀hún ní ó run
Wọ́n ní Àjìjà ọwọ́ọ̀ rẹ̀ ní ó mọ́ọ fi nalẹ̀
Ọrúnmìlà bá rúbọ
Ọrúnmìlà bá lé gbogbo ogun lọ
Ayé bá ń dára
Ọrúnmìlà lóun ò níí jógun ó mú wọn ńlé ayé
Bí ọn bá rúbọ........................20
N ní wá ń jó ní wá ń yọ̀
Ní ń yin àwọn Babaláwo
Àwọn Babaláwo ń yin Ifá
Ó ní bẹ́ẹ̀ làwọn Babaláwo tòún wí
Ẹyẹ kan ní ń fò I léérémi léérémi
Ó fapá ọ̀tún nalẹ̀

ÒYÈKÚ ỌSÁ A

Ifá says this person would win in life. He should offer sacrifice to make him win. Ifá wishes him well and that no war would arrest him. A matured he-goat is the sacrifice.

A bird flew methodically flipping its wings up and down
It used its right wing to touch the ground
It produced a chime sound as the note of dropping of a hoe
A bird flew methodically flipping its wings up and down
It used its right wing to touch the ground
It produced a chime sound as the note of dropping of a cutlass
War does not tarry at the valleys of a river again
The war now tarries at the top of the hill defiantly
Cast divination for Ọ̀rúnmìlà
Baba was asked to offer sacrifice.................10
Such that he would crush them all with his rattles
It is Ọrúnmìlà that was asking about the war being waged against him
'Would I triumph' He asked
They told him that all the wars would be crushed
They told him to always use his rattles to beat the ground
Ọrúnmìlà performed the sacrifice
He chased away all the war
Life then became better
Ọrúnmìlà said he would not allow the people of the world to be arrested by war
If and only if they perform sacrifice...................20
They then were dancing and rejoicing
They were praising their Babaláwos
Their Babaláwos were praising Ifá
He said it was exactly what his Babaláwos had said
A bird flew methodically flipping its wings up and down
It used its right wing to touch the ground

Ó ró gbọnrangandan bí ọkọ
Ẹyẹ kan ní ń fò I léérémi léérémi
Ó fapá ọtún nalẹ̀
Ó ró gbọnràngàndàn bí àdá.............. 30
Ogun ò dúó ní kòtò odò mọ́
Ogún dúó ní gegele sáále sáále
A díá fún Ọ̀rúnmìlà
Wọ́n ní kí Baba ó rúbọ
Kó le fÀjìjà wó wọn mọ́lẹ̀ fíínfín
Babá gbẹ́bọ ńbẹ̀
Ó rúbọ
Mo ló fÀjìjà wó wọn mọ́lẹ̀
Gbọnrangandan
Babá ti fÀjìjà wógun mọ́lẹ̀ 40
Gbọnrangandan
Àjìjá ti wógun mọ́lẹ̀
Gbọnrangandan

It produced a chime sound as the note of dropping of
    a hoe
A bird flew methodically flipping its wings up and
    down
It used its right wing to touch the ground
It produced a chime sound as the note of dropping of
    a cutlass.....................…………….....30
War does not tarry at the valleys of a river again
The war now tarries at the top of a hill defiantly
Cast divination for Ọ̀rúnmìlà
Baba was asked to offer sacrifice
Such that he would crush them completely with his
                                        rattles
Baba heard about the sacrifice
And performed it
I said he has used his rattles to crush the war
    thoroughly
Gbọnrangandan
Baba has used his rattles to crush the war totally....40
Gbọnrangandan
The rattles have crushed them
Gbọnrangandan

ÒYÈKÚ ÒSÁ B

Ifá pé kí eléyìun ó rúbọ kí ire ó lè ba à
wọlé.

Atẹ́ẹ́rẹ́tẹ́ orí àsá
Ẹni ó gun àsá yọ
A díá fún Kúkúnrú
Ọmọ abímọ ní pupa ní pupa
Ó bí gbogbo ọmọ ẹ̀ tí ọn ń bẹ́lẹ́ńjẹ́
Wọ́n ní ó rúbọ bí àwọn ọmọ ẹ̀ ó ṣe wọ
    ilée rere
Kí ọnà ó là fún wọn
Tí ire ó mọ́ọ ṣe gẹ́gẹ́ẹ wọn
Kí wọ́n ó mọ́ dìí ọnà fún wọn..............9
Kúkúnrú ní 'Tóun ti bí ọmọ lọ́pọ̀lọpọ̀'
'Ó di dandan kí wọ́n ó mọ́ọ ráyè wọlé
    ńbii wọ́n bá dé'
À á séé mọ Kúkúnrú ọmọ abímọ ní
    pupa?
N làá pe Àgbàrá
Ẹníkan ò jẹ́ jẹ́ ó wọ inú ilé
Bí Àgbàrà bá ti lóun ó kòólé èèyàn báyìí
Wọ́n ó mọ́ọ pé kó mọ́ọ lọ
Kó mọ́ọ lọ
Yóò bàá mọ́ọ lọ
Àyìn ẹ̀yìn ni Àgbàrà ń yin àwọn
    Babaláwo ẹ̀
Ó ní Atẹ́ẹ́rẹ́tẹ́ orí àsá.........…...….….20
Ẹni ó gun àsá yọ
A díá fún Kúkúnrú Ọmọ abímọ ní pupa
    ní pupa
Kúkúnrú Ọmọ abímọ ní pupa ní pupa làá
    pàgbàrà
Mó jẹ́ẹ ire ó nù mí dákun
Ẹ̀lààsòdè
Ifá mọ́ jẹ́ẹ iré ó nù wá dákun
Ẹ̀lààsòdè

ÒYÈKÚ ÒSÁ B

Ifá asks this person to perform sacrifice such that his
good fortunes would enter under his roof.

Atẹ́ẹ́rẹ́tẹ́ orí àsá
Ẹni ó gun àsá yọ
Cast divination for Kúkúnrú
The child of abímọ ní pupa ní pupa
All the his children were slender and beautiful
He was asked to offer sacrifice such that his children
    would have good homes to live in
Such that good things would coincide with them
For the way to be open for them
And such that man would not deny access
'Once I have children'……………...........................10
'They can never be denied admission, Kúkúnrú said
    arrogantly
How do we know Kúkúnrú?
Is the alternative name for the rain runoff water
No one would allow him entry into his home
Once the runoff water decides to enter a person's
    home
They would ask him to leave
He should leave immediately
He would then leave the place
The runoff water was praising his Babaláwos
    belatedly
With grief, he said, Atẹ́ẹ́rẹ́tẹ́ orí àsá……....…........20
Ẹni ó gun àsá yọ
Cast divination for Kúkúnrú, the child of abímọ ní
    pupa ní pupa
Kúkúnrú the child of abímọ ni pupa is the name of the
    rain runoff water
Do not allow fortune to miss us please
Ẹ̀lààsòdè
Ifá do not allow fortune to miss us please
Ẹ̀lààsòdè

ÒYÈKÚ ÌKÁ A

Ifá póun pé ire fún eléyìun. Ire ó to lọ́wọ́, ṣùgbọ́n kó rúbọ, kó sì bọ Orí ẹ. Kó mọ̀ọ́ bèèrè nnkan tí Oríi rẹ̀ ó gbà. Nnkan tí Oríi rẹ̀ bá gbà ni kó fún un.

Gúnnugún bà lórùlé
Ojúu rẹ a tólé
Ojúu rẹ a mọ́ọ tóko
A díá fún Sànìyàn
Sànìyàn tíí ṣẹrú ìpín lọ́run
Wọ́n ní ó rúbọ
Oníkálùkù ló ti yan ìpín tí òún ó jẹ́ẹ́ nnú ìyá ẹ̀
Ñgbà tí n bọ̀ látòde ọ̀run
Ñgbà ó dé ilé ayé
Ń wá n bèèrè pé bóo lòun ó ti ṣe.......10
Wọ́n 'ní o ò pé bóo ni'?
Ẹbọ lỌ̀rúnmìlá mọ̀
Gbogbo nnkan tẹ́ẹ bá yàn tí ò bá dáa
Òun ní ó mọ̀ọ báa yín fi ẹbọ gbé e ṣọ́jú ọ̀nà
Wọ́n ní kó lọ̀ọ́ bọ Orí ẹ̀
Wọ́n lórí ní mọ́ọ́ bá wọn jà
Wọ́n ó mọ̀ọ pé Ifá ni
Ló bá rúbọ
Ayé yẹ wọ́n
Wọ́n bóójú ọ̀nà.................20
Wọ́n ní bẹ́ẹ̀ làwọn Babaláwo tàwọn wí
Gúnnugún bà lórùlé
Ojúu rẹ a tólé
Ojúu rẹ a mọ́ọ tóko
A díá fún Sànìyàn
Sànìyàn tíí ṣẹrú ìpín lọ́run

ÒYÈKÚ ÌKÁ A

Ifá wishes this person well. Good fortunes would touch his hand but he should offer sacrifice. Ifá asks him to offer sacrifice to his Orí; and also ask of what his Orí would accept. It is that thing desired by his Orí that he should offer. His things would not get spoilt.

The Vulture perches on top of a high wall
Its gaze would cover the city
Its gaze would cover the forests
Cast divination for Sànìyàn
Sànìyàn the slave of destiny in heaven
He was asked to offer sacrifice
Everybody had chosen what he or she would become during his or her subliminal stage
When coming from the city of heaven
When he arrived on the earth
He was asking for what to do......................10
'Do you know what'? They said
Òrúnmìlà is the one that knows no other thing except sacrifices
All those things which man chooses as destiny that is bad
It is he that would use sacrifice to mend it
They told Sànìyàn to go and offer sacrifice to his Orí
'It is their Orí that would be against them'
'They would say it is Ifá'
He performed the sacrifice
And life pleased him
They retraced their steps to the right way............20
They said it was exactly what his Babaláwos predicted
The Vulture perches on top of a high wall
Its gaze would cover the city
Its gaze would cover the forests
Cast divination for Sànìyàn
Sànìyàn the slave of destiny in heaven

Wón ní ó sá káalè ó jàre

Ẹbọ ní ó ṣe

Wọn a nífá ni

Sànìyàn...30

BÓrí bá ń bá wọọn jà

Wọn a nífá ni

Sànìyàn

Àṣé Orí ní ń bá wọọn jà láyé?

He was asked to take care of the ground

And offer sacrifice

They would say it is Ifá

Sànìyàn...30

If their Orí is against them

They would say it is Ifá

Sànìyàn

So it is their Orí that is against them in the earth?!

ÒYẸKÚ ÌKÁ A

Ifá pé a kò gbọdọ̀ kórira, a ò sì gbọdọ̀ hùwà Ilara sí ọmọnìkejî ńtorí owó tàbí ipò.

Oníṣe wọn ò fiseé lé rebi
Ìgbín ní ń ràjò tó filé ẹ̀ ṣẹrù rù
Òjììji lẹ̀gẹ̀
Òjììji lògò
Òjììji ò níí fOlúwa rẹ̀ sílẹ̀
Kó sá wọ inú omi lọọ́ gbé
A díá fún Òyẹ̀
Níjọ́ tí ń sawoó ròde Ìká
Wọ́n ní ó rúbọ
Òyẹ̀ ní ń sawo ròde Ìká...................10
Ìká sì tí ń bẹ níbẹ̀ tí ń sawo
Ńgbà Òyẹ̀ dọ́hùún
Ó bẹ̀rẹ̀ sí Ifáá ṣe lóde Ìká
Ká sì rí kéré ká jẹ kéré
Ká rí wọmù ká jẹ wọmù
Ìká ń sòótọ́
Bí ẹbọ bá gba ọkẹ́ méjọ
Ọkẹ́ méjọ ní ó gbà
Ṣùgbọ́n Òyẹ̀ è é sòótọ́
Bó bá sì ṣe nńkan..........................20
Nńkan rẹ̀ ò dáa
Ìká ń lówó ńtiẹ̀
Ayé yẹ àwọn èèyàn nígbàa tÌká
Ìká wá ń bọ níjọ́ kan
Inú bá ń bí Òyẹ̀
Ó ní Oníṣe wọn ò fiseé lé rebi
Ìgbín ní ń ràjò tó filé ẹ̀ ṣẹrù rù
Òjììji lẹ̀gẹ̀

ÒYẸKÚ ÌKÁ A

This person must not be hateful and should not be covetous of other people's successes.

Evil perpetrators would not leave their wickedness in the house and travel somewhere else
The snail was going on a trip and carried his shell as load
Òjììji lẹ̀gẹ̀
Òjììji lògò
The shadow would not leave its subject
To live in deep waters
Cast divination for Òyẹ̀
The one venturing priesthood in the city of Ìká
He was asked to perform sacrifice
Òyẹ̀ is the one venturing priesthood in the city of Ìká...................................10
Ìká however had been practicing his priesthood there previously
When Òyẹ̀ arrived there
He started casting divination for them in the city of Ìká
And for one to see little and eat little
Or eat plenty in the midst of plenty
Ìká is a honest man
If a sacrifice requires only eighty cowries
He would collect eighty cowries
But Òyẹ̀ is a liar
When he undertakes a function......................20
His things were inaccurate
Ìká became extensively rich
Life pleased the people during the time of Ìká
Ìká was coming on his route one day
Òyẹ̀ became angry
He (Ìká) said evil perpetrators would not leave their wickedness at home and travel somewhere else
The snail is going on a trip and carries his shell as load
Òjììji lẹ̀gẹ̀

iìji lògò
Òjììji ò níí fOlúwa rẹ̀ sílẹ̀.................30
Kó sá wọnú omi lọ́ọ̀ gbé
A díá fún Ọ̀yẹ̀
Níjọ́ tí ń sawoó ròde Ìká
Àwọn Èrùwà sìngín sìngín awo ẹbá ọ̀nà
A díá fún Oníkàá
Èyí tí wọ́n ní ó rúbọ
Kó lè baà sẹ́rí délé
Gbìnǹgbin yẹ̀kẹ̀tẹ̀
Ẹ má jẹ́ẹ̀ kí Eriwo lọ́sìn ó béri lọ
Gbìnǹgbin yẹ̀kẹ̀tẹ̀............................40
Ọ̀yẹ̀ bá fa afárá yọ
Kí omí ó le gbé Oníkàá lọ
Kí wọ́n ó le kó owó ẹ̀
Ṣùgbọ́n nínú àwọn tí Oníkàá ti ṣoore fún
ni àwọn Ìbejì
Ti ọ́n ti ní kí wọ́n ó rú ọ̀pọ̀lọpọ̀ eríin
yangan kí wọ́n ó lè rí oore ṣe
Àwọn Ìbejì sì ti ṣe bẹ́ẹ̀
Wọ́n bá ri Oníkàá nínú omi
Ti ń ṣe 'Ìká mù ú, Ìká gbé e'
Gbígbé ni wọ́n gbé Oníkàá
Wọ́n bá ń kígbe................................50
Ẹ mọ́ jẹ́ẹ̀ ó béri lọ
Gbìnǹgbin yẹ̀kẹ̀tẹ̀
Ẹ mọ́ jéríwo lọ́sìn ó béri lọ
Gbìnǹgbin yẹ̀kẹ̀tẹ̀

Òjììji lògò
The shadow would not leave its subject..............30
To live in the deep waters
Cast divination for Ọ̀yẹ̀
The one venturing priesthood in the city of Ìká
Èrùwà sìngín sìngín, the roadside priest
Casts divination for Oníkàá
The one that had been told to offer sacrifice
Such that he would return home safely
Gbìnǹgbin yẹ̀kẹ̀tẹ̀
Do not let the prince of Babaláwos be drowned in the
water
Gbìnǹgbin yẹ̀kẹ̀tẹ̀.............................40
Ọ̀yẹ̀ removed the wooden bridge
Such that the river would sweep Ìká away
And such that Ìká's money could become his own
But amongst those that Oníkàá had helped is a set of
twins
Whom Oníkàá had asked to sacrifice maize cobs
The twins had done so and had become rich
They saw Oníkàá in the turbulent water
Gasping for breath
They swarm to meet him and carried him aloft
And were shouting.............................50
Never let the prince of Babaláwos be swept away by
the tide
Gbìnǹgbin yẹ̀kẹ̀tẹ̀
Never let the prince of Babaláwos be swept away by
the tide
Gbìnǹgbin yẹ̀kẹ̀tẹ̀

ÒYẸKÚ ÒTÚRÚPỌN A

Ifá póun pé ire fún un. Eléyiun ń póun
bù kù; yóó gbayì lájọ. Ẹbọ ni kó rú.

Eékún ni sẹbúkẹ́
Èdọ̀ ni pàránkàtá
A díá fún Dùndún tí ọ́n ń pè lÁàfin ọsán
        gangan
Dùndún ni ò ti rẹ́ni pè é
Kò gbayì
Ẹnìkan ò mọ̀ ọ́ tẹ̀lẹ̀ rí
Dùndún bá tọ àwọn Eékún ni sẹbúkẹ́ lọ
Ó lọọ̀dọ̀ àwọn Èdọ̀ n ni pàránkàtá
Ẹ yẹ òun lóókan ìbò wò
Wọ́n ní kí Dùndún ó rubọ..............10
Wọ́n ní Òwúùrù ẹyẹlé lẹbọ
Wọ́n níre lọ́pọ̀lọpọ̀ fún Dùndún
Dùndún bá rúbọ
Ló bá di àbàadĩ
Ni ọ́n bá ránṣẹ́ pé wọ́n ń pè é lÁàfin
Òun náà?
Tóun tí ń bẹ láì rẹ́nìkan bá ṣeré
N ní wá ń jó ní wá ń yọ̀
Ní ń yin àwọn Babaláwo
Àwọn Babaláwo ń yin Ifá
Ó ní bẹ́ẹ̀ làwọn Babaláwo tòún wí.......20
Eékún ni sẹbúkẹ́
Èdọ̀ ni pàránkàtá
Díá fún Dùndún tí ọ́n ń pè lÁàfin ọsán
        gangan
Ẹbọ ń wọ́n ní ó ṣe
Dùndún wáá gbẹbọ ńbẹ̀
Ó rúbọ
Mo mọ̀ ti sẹbọ Ọ̀yẹkúbàtúrúpọ̀n
Ire gbogbo wọmù!..................30
Ayée wá tutù
Ayé nini

ÒYẸKÚ ÒTÚRÚPỌN A

This person is complaining about the delay of success
of his aspirations. Ifá says he will be honored in life.
But should perform sacrifice.

Eékún ni sẹbúkẹ́
Èdọ̀ ni pàránkàtá
Cast divination for Dùndún drum that was sent for
        unexpectedly from the palace
Dùndún erstwhile had never seen anyone to invite
        him
He was not important
No one paid any attention to him
Dùndún then went to the priest 'Eékún ni sẹbúkẹ́'
The priests 'Èdọ̀ n ni pàránkàtá'
Please cast divination using ìbò for me
They told Dùndún to offer sacrifice….......……10
'A matured pigeon is the sacrifice' they said
They said there exist plenty of fortunes for Dùndún
Dùndún offered the sacrifice
And without warning
They sent for him from the palace
And surprised he exclaimed 'me'?
That had never seen anyone to call on me to play?
He was then dancing and rejoicing
He was praising his Babaláwos
His Babaláwos were praising Ifá………………20
He said it was exactly as his Babaláwos had said
Eékún ni sẹbúkẹ́
Èdọ̀ ni pàránkàtá
Cast divination for Dùndún drum that was sent for
        unexpectedly from the palace
Sacrifice was the antidote prescribed for him
Dùndún heard about the sacrifice and offered it
I have offered the sacrifices of Ọ̀yẹ̀kúbàtúrúpọ̀n
All good fortunes should come to me bounteously
Our lives have become settled……..................30
And cool

ÒYÈKÚ ÒTÚRÚPÒN B

Ẹbọ ìṣẹ́gun ni kí eléyìun ó rú nítorí ikú, àrùn, òfò, ati gbogbo ajogun pátá. Gìrìpá òrúkọ lẹbọ. Tí bá ń gbẹ́bọ lọọ̀dọ̀ Èṣù, Ifá pé kó mọ́ọ jó, kó sì mọ́ọ yọ̀ ni. Torí wọ́n yan èèyàn sọ́ ọ.

Gangatè
Gangaatè Ganga
A díá fún Ọ̀rúnmìlà
Níjó tí ń bẹ láàrin Ọ̀tá sáńgílítí
Ifá ń bẹ nínú ajogun
Òún ṣẹ́gun àwọn ajogun tó dí òun mọ́lé yìí?
Wọ́n ní kó rúbọ
Wọ́n ní ikú ń sọ́ ọ
Àrùn ń sọ́ ọ
Òfò ń sọ́ ọ………....……………….10
Gbogbo ajogun pátá ní ń sọ́ ọ
Ó bá rúbọ
Ǹgbà tí ó mọ́ọ gbẹ́bọ lọ fún Èṣù
Wọ́n ní kó mọ́ọ dárin
Kó sì mọ́ọ jó
Àwọn tí sì ń sọ́ ọ gọ sí kòrò légbèẹ́ ọ̀nà
Wọ́n ń wò ó bọ̀ nígbà tí ń gbé ẹbọ́ lọ fÉṣù
Wọ́n ní Ọ̀rúnmìlà tí ń jó
Ní ń yọ̀
Ní ń pé jẹ n jó hàn ọ́……....……….20
Gangatè
Gangaatè Ganga
Ikú jẹ n jó hàn ọ́
Gangatè
Gangaatè Ganga
Àrùn jẹ n jó hàn ọ́
Gangatè
Gangaatè Ganga

ÒYÈKÚ ÒTÚRÚPÒN B

This person should offer sacrifice. Life would please him, but he should offer sacrifice to overcome death, sickness, loss, and all evil spells. A matured goat is the sacrifice. When he is taking his sacrifice to Èṣù, Ifá asks him to dance because his foes are watching him for a slip.

Gangatè
Gangaatè Ganga
Cast divination for Ọ̀rúnmìlà
On the day he was in the midst of his sworn enemies
Ifá was in the midst of evil spells
'Would I overcome all these spells that had closed in on me'?
They told Ọ̀rúnmìlà to offer sacrifice
And that Death is watching him
Sickness is watching him
Loss is watching him…..................………………10
All evil spells are watching him
He performed the sacrifice
By the time he would be taking his sacrifice to Èṣù
They told him to chant a song
And be dancing
But those who were watching him had been on his trail
They saw him taking his sacrifice to Èṣù
They saw Ọ̀rúnmìlà dancing
He was rejoicing…………………………………19
He was singing 'Let me dance to your admiration'
Gangatè
Gangaatè Ganga
Death, let me dance to your amazement
Gangatè
Gangaatè Ganga
Sickness let me dance o your amazement
Gangatè
Gangaatè Ganga

Òfò jẹ n jó hàn ọ́
Gangate...............................30
Gangaatè Ganga
Òràn jẹ n jó hàn ọ́
Gangatè
Gangaatè Ganga
Ajogun jẹ n jó hàn ọ́
Gangatè
Gangaatè Ganga
Wọ́n bá ń wo Ọrúnmìlà pẹ̀lú ìyanu
Ọrúnmìlà bá gbẹ́bọ kalẹ̀ níwájú Èṣù
Èṣú bá bù nínú ẹ̀.........................40
Ló fún Ikú
Ikú jẹ ẹ́
Ó fún Àrùn
Àrún jẹ nínú ẹ̀
Ó fún Òfò
Òfò náàa jẹ nbẹ̀
Gbogbo Ajogun pátá nikú fún
Gbogbo wọn ni ọn jẹ nínú ẹ̀
Ńgbà ó jẹ́ pé Èṣù ni Baba àwọn Ajogun
Òun níí pàṣẹ fún wọn.........50
Bí gbogbo Ajogún bá sì ti bá ni jẹun
Wọ́n ò gbọdọ̀ múni mọ́
Wọ́n ní Ikú è é jẹun ẹni kó pani
Wọ́n ò bá le pa Ọrúnmìlà mọ́
Ifá pé ayé ó yẹ eléyìun

Loss, let me dance to your admiration
Gangatè..30
Gangaatè Ganga
Trouble, let me dance to your admiration
Gangatè
Gangaatè Ganga
Ajogun, let me dance to your admiration
Gangatè
Gangaatè Ganga
They all watched Ọrúnmìlà with surprise
Ọrúnmìlà placed his sacrifice before Èṣù
Èṣù took out of it.............................40
He gave to Death
Death ate his portion
He gave to sickness
Sickness ate his portion
Èṣù also gave to Loss
Loss too ate his share
All the Ajoguns were served their respective portions
        by Èṣù
All of them ate their portions
And since Èṣù is the leader of all the Ajoguns
He is the one that instructs and make provisions for
        them all...50
They said once any Ajogun eats out of ones food
It would be impossible for her to bare its fangs on one
        again
They said death does not eat one's food and still kill
        one
They could not kill Ọrúnmìlà again
Ifá says life would please this person

91

ÒYẸKÚ ÒTÚÁ A

Ifá pé ire fún eléyìun, ṣùgbọ́n kò gbọdọ̀
ṣahun pàápàá nítorí ìyẹ̀fun èlùbọ́. Kò
gbọdọ̀ ṣe ahun sí Obìnrin rẹ̀. Kò gbọdọ̀ fi
oúnjẹ dun èèyàn torí àwọn èèyàn tí ò ń rí
oúnjẹ jẹ ńbẹ̀ nítòsí ẹ̀. Tí ò bá ti ṣahun, yóó
gbàádùn ayé ẹ̀.

Elélùbọ́ etí àjà
A díá fún Òyẹ̀
Èyí tíí sọkọ Òtúá
Wọ́n ní ó rúbọ
Wọ́n ní kò gbọdọ̀ ṣe ahun sí èèyàn
Wọ́n ní kó mọ́ọ foúnjẹ tọrọ
Òyẹ̀ bá rúbọ
Ní bá ń fi èlùbọ́ tọrọ
Gbogbo àwọn ìyá arúgbó tí ò ti ń rí nǹkan
        jẹ
Yóó bu èlùbọ́ fún wọn…..…………10
Ifá pé kí eléyìun ó mọ́ foúnjẹ dùùnyàn
Òyẹ̀ bá sọkọ Òtúá dalẹ̀
Ayé yẹ Òyẹ̀
N ní wá ń jó ní wá ń yọ̀
Ní ń yin àwọn Babaláwo
Àwọn Babaláwo ń yin Ifá
Ó ní bẹ́ẹ̀ làwọn Babaláwo tòún wí
Elélùbọ́ etí àjà
A díá fún Òyẹ̀
Èyí tíí sọkọ Òtúá………………......20
Ẹbọ n wọ́n ní ó ṣe
Òyẹ̀ gbẹ́bọ ńbẹ̀
Ó rúbọ
Taa ní ó sọkọ Òtúá fún wa?
Òyẹ̀
Òyẹ̀ ní ó sọkọ Òtúá fún wa
Òyẹ̀

ÒYẸKÚ ÒTÚÁ A

Ifá wishes this person well. He should not be miserly
especially over yam powder. He should not be close
fisted towards his wife: because he would see a lot of
fortune on earth. He should generally not starve people
because there are starving people close to him. Once
he is not stingy, he would enjoy his life.

Elélùbọ́ etí àjà
Casts divination for Òyẹ̀
The one that would be the husband of Òtúá
He was told to perform sacrifice
They told him not to be stingy to people
He should also give food away as gifts
Òyẹ̀ offered the sacrifice
He gave yam powder as gifts
All the aged women close to him that were starving
He would give them yam powder……...........…10
Ifá strongly advise this person not to starve people
        with food
Òyẹ̀ became the husband of Òtúá till the end
Life pleased Òyẹ̀
He was then dancing and rejoicing
He was praising his Babaláwo
His Babaláwo was praising his Ifá
He said it was exactly as his Babaláwo had said
Elélùbọ́ etí àjà
Casts divination for Òyẹ̀
The one that would be the husband of Òtúá…........20
Sacrifice was the prescribed antidote
Òyẹ̀ heard about the sacrifice
And performed it
Who would for our sake be the husband of Òtúá?
Òyẹ̀
Òyẹ̀ would for our sake be the husband of Òtúá
Òyẹ̀

ÒYẸ̀KÚ ÒTÚÁ B

Ifá póun pé ire fún eléyìun. Kò níí sàárẹ̀.
Kó sì rúbọ ẹni tí ń bẹ lókèèrè kí wọn ó jọ
ń araa wọn.

Pákúdidi Pàkùdidi
Pákúdidi ló gbélé bí ọdún mẹ́ta
Bẹ́ẹ̀ ni wọn ò fojú kan araa wọn
A díá fún Ọ̀yẹ̀
Níjọ́ tí ń lọ rèé kóbì lọ́wọ́ Òtúá
Wọ́n ní kó rúbọ
Wọ́n níre rẹ̀ ń bọ̀
Wọ́n ní ò níí ń àárẹ̀
Ó ni Pákúdidi ló gbélé bí ọdún mẹ́ta
Bẹ́ẹ̀ ni wọn ò fojú kan araa wọn...........10
A díá fún Ọ̀yẹ̀
Níjọ́ tí ń lọ rèé kóbì lọ́wọ́ Òtúá
Bá ni kóbì wá dákun
Ọ̀yẹ̀
Bá ni kóbì wá dákun
Ọ̀yẹ̀

ÒYẸ̀KÚ ÒTÚÁ B

Ifá wishes this person well. He would not fall sick.
He should offer sacrifice for an associate or friend
living abroad such that they would see each other
alive.

Pákúdidi Pàkùdidi
Pákúdidi lived within the same quarters with each
    other
Yet did not see face to face
Cast divination for Ọ̀yẹ̀
On the day he was going to bring kola from Òtúá
He was asked to offer sacrifice
They told him that his fortune is coming
And that he would not fall sick
He said it was Pákúdidi that lived within the same
    quarters
Yet did not meet with each other ....…..............10
Cast divination for Ọ̀yẹ̀
The one that was going to cart home kola from Òtúá
Help us bring kola
Ọ̀yẹ̀
Please help us bring kola
Ọ̀yẹ̀

Ọ̀YẸ̀KÚ ÌRẸTẸ̀ A

Ire pọ̀ fún eléyìun. Wọ́n ó mọ́ọ pẹ́léyìun
ti dàgbà pé kò le bí ọmọ mọ́. Ifá pé yóó
bímọ láyé ẹ̀. Ifá pé ọmọ là ń dá Ifá sí.

Ọ̀pọ̀kúrẹtẹ̀
Ẹran ẹṣín kún mi lẹ́nu tẹ́tẹ́ẹ́tẹ́
A díá fún Ìyálóde Òpò
Ẹkún ọmọ ní ń sun
Òún le bímọ láyé òun báyìí?
Wọ́n ní kó rúbọ
Wọ́n níre ó to lọ́wọ́
Wọ́n ní Àgbébọ̀ adìẹ lẹbọ
Eku, Ẹja lẹbọ
Ìyálóde Òpó bá rúbọ……....………….10
Wọ́n bòkè ìpọ̀rí ẹ fun
Ìyálóde tí ọ́n ti ń pé ó dàgbà
Ló bá lóyún
Ló bímọ
Ọmọ kún ilẹ̀
Ìyálóde bá ń jó ní ń yọ̀
Ní ń yin àwọn Babaláwo
Àwọn Babaláwo ń yin Ifá
Ó ní bẹ́ẹ̀ làwọn Babaláwo tòún wí
Ọ̀pọ̀kúrẹtẹ̀…………………….............20
Ẹran Ẹṣín kún mi lẹ́nu tẹ́tẹ́ẹ́tẹ́
A díá fún Ìyálóde Òpò
Ẹkún ọmọ ní ń sun
Wọ́n ní ó sá káalẹ̀ ó jàre
Ẹbọ ní ó ṣe
Ó gbẹ́bọ ńbẹ̀
Ó rúbọ
Taa ló bímọ báwọ̀nyí bẹẹrẹ?
Ìyálóde Àgbà
Ló bímọ báwọ̀nyí bẹẹrẹ....................30
Ìyálóde Àgbà

ỌYẸ̀KÚ ÌRẸTẸ̀ A

This person is in the want of children but people
would say it is too late for her to rear children because
of her age.

Ọ̀pọ̀kúrẹtẹ̀
The horse's beef fills my mouth to the brim
Cast divination for Ìyálóde Òpò
She was crying because of children
'Would I be able to have children on earth'? She
asked
They told her to offer sacrifice
That the good fortunes of children would come to her
A matured hen is the sacrifice
Rats, fish are the sacrificial objects, they said
Ìyálóde Òpò obliged to the sacrifices…….….........10
They offered sacrifice to Ifá for her
The Ìyálóde that was thought to be old
She became pregnant
And gave birth to children
The children were so many
Ìyálóde was dancing and rejoicing
She was praising her Babaláwos
Her Babaláwos were praising Ifá
She said it was exactly as her Babaláwos had said
Ọ̀pọ̀kúrẹtẹ̀……………………….....................20
The Horse's beef fills my mouth to the brim
Cast divination for Ìyálóde Òpò
She was crying because of children
She was asked to take care of the ground
And perform sacrifice
She heard about the sacrifice
She offered it
Who has children these many?
The presumably old Ìyálóde
Has children these many………....................30
The supposed Old Ìyálóde

ÒYÈKÚ ÌRẸTẸ̀ B

Ifá pé ki eléyìun ó rúbọ, àwọn méjì ni ọn jọ ń páwọn ń lọ ib̌i kan. Kí wọ́n ó rúbọ kí ààyè ó lè gba àwọn méjèèjì; kó mó jẹ́ẹ́ pé ààyè ò níí gba ẹnìkejì. Ifá pé ká fi àdá rúbọ.

Ọ̀pọ̀kúrẹtẹ̀
Ẹran ẹṣin kúṇ mi lẹ́nu tẹ́tẹ́ẹ́tẹ́
A díá fún Èèsún òun Ìrèké
Nǐjọ́ọ́ wón ń lọ rèé bá wọn múlẹ̀ lákùrọ̀
Wọ́n ní kí wọ́n ó rúbọ
Èèsún àti Ìrèké ni ọn jọ ń lọ Àkùrọ̀
Èèsún ló kọ́kọ́ dé ibẹ̀
Ló ti múlẹ̀
Wọ́n ní ìwọ Èèsún rúbọ kí ààyè ó le gbà ọ́
Èèsún ní taa ní ó wàá mú òun..........10
Ńgbà ó yá àwọn èèyàn bá rí Ìrèké
Wọ́n bá mú Ìrèké lọ sí àkùọ̀
Wọ́n ń Èèsún tó ti hù lọ súà
Wọ́n ní 'kín lèyí'?
Wọ́n bá mú àdá tí ọn ní kí Èèsún ó rú lẹ́bọ
Wọ́n fi gé Èèsún kúò
Wọ́n fààyè gba Ìrèké
Ìrèké ló rúbọ
N ní wá ń jó ní wá ń yọ̀
Ní ń yin àwọn Babaláwo....................20
Àwọn Babaláwo ń yin Ifá
Ó ní bẹ́ẹ̀ làwọn Babaláwo tòún wí
Ọ̀pọ̀kúrẹtẹ̀
Ẹran ẹṣin kún mi lẹ́nu tẹ́tẹ́ẹ́tẹ́

ÒYÈKÚ ÌRẸTẸ̀ B

Ifá asks this person to offer sacrifice because he and one other person are planning a trip somewhere. They should both perform sacrifice such that the two of them would be accommodated; or such that it would not turn out that only one of them would be accommodated at the expense of the other. They both should offer a cutlass apiece as sacrifice.

Ọ̀pọ̀kúrẹtẹ̀
The horse's meat fills my mouth to the brim
Cast divination for Èèsún grass and Sugarcane
On the day they were both going to choose a land in the swamp
They were told to offer sacrifice
Èèsún grass and Sugarcane were both going to the swamp
Èèsún arrived first at the swamp
He had chosen a good piece of land
'You Èèsún grass, offer sacrifice such that you will be allowed to grow' they said
'Who will push me off from here'? Èèsún replied...10
After some time, man saw the Sugarcane
He took it to the swamp
He saw Èèsún grass that has grown in their multitude
'What is this'? Man asked
The cutlass that Èèsún grass was mandated to sacrifice
They used the same cutlass to cut her off the swampy land
And allowed the Sugarcane to thrive on the same land
It is the Sugarcane that offered sacrifice
He was dancing and rejoicing
He was praising his Babaláwos.........…………..20
The Babaláwos were praising Ifá
He said it was exactly as his Babaláwos had said
Ọ̀pọ̀kúrẹtẹ̀
The Horse's meat fills my mouth to the brim

A díá fún Èèsún òun Ìrèké níjọ́ọ wón ń lọ
                rèé bá wọn múlẹ̀ lákùrọ̀
Ẹbọ n wọ́n ní kí wọ́n ó ṣe
Taa ní ń bẹ lẹ́yìn tó rúbọ?
Ìrèké nìkàn
Ìrèké nìkàn ní ń bẹ lẹ́yìn tó rúbọ
Ìrèké nìkàn……………………..........30

Cast divination for Èèsún grass and the Sugarcane on
                the day they were both going
                to the Swamp to choose a land
They asked them to perform sacrifice
Who is at the back that offered sacrifice?
The Sugarcane alone
Is the one at the back that offered sacrifice
The Sugarcane alone…………….........................30

ÒYÈKÚ ÒSÉ A
Ifá pé òun pé ire fún eléyìun.

Ifá wishes this person well.

Òyè kúsé kùsè kúsé
A díá fún Òpòló tí ń fojúú sògbérè omo
Wón ní yóó bímo lópòlopò
Ebo omo ni kó wáá se
Wón ní ribiti ribiti lomoo rè ó móo ń
Òpòló bá rúbo
Ló bá bèrè sii bímo
Ni ón ń fò kúsé kúsé
Ayé ye Òpòló
N ní wá ń jó ní wá ń yò.....................10
Ní ń yin àwon Babaláwo
Àwon Babaláwo ń yin Ifá
Ó ní béè làwon Babaláwo tòún wí
Òyè kúsé kùsè kúsé
A díá fún Òpòló tí ń fojúú sògbérè omo
Wón ní ó sá káalè ó jàre
Ebo omo n wón ní ó se
Ta ló bímo báwònyí bèerè?
Òpòló nìkàn
Ló bímo báwònyí bèerè................20
Òpòló nìkàn

Òyè kúsé kùsè kúsé
Casts divination for the Toad crying because of
        children
They said he would have children
But should perform sacrifice
They said his children would be robust and plump
The Toad then offered the sacrifice
And started to have children
They were jumping here and there
Life pleased the Toad
He was dancing and rejoicing.............................10
He was praising his Babaláwo
His Babaláwo was praising Ifá
He said it was exactly as his Babaláwo said
Òyè kúsé kùsè kúsé
Casts divination for the Toad crying because of
        children
They had asked him to take care of the ground
And perform sacrifice
Who has children these many?
The Toad alone
Has children these many.............................20
The Toad alone

ÒYẸ̀KÚ ỌSẸ́ B

Eléyìun ń lọ sí ibi kan. Ifá pé yóó di àrà ńbẹ̀.

Ọ̀yẹ̀ kúsẹ́ kùsẹ́ kúsẹ́
A díá fún Àràbà
Èyí tí ń lọ rèé bá wọn múlẹ̀ lẹ́gàn
Òún le tóbi báyìí?
Tóun ó borí àwọn igi tó kù
Wọ́n ní kí Àràbà ó rúbọ
Àràbá bá rúbọ
O dé inú ẹgàn
Ló bá ga ju gbogbo igi lọ
Ni ọn bá ń pé igi kín nìí?...............10
Wọ́n ń pé Àràbà ni
Ifá pé eléyìun ó lòókọ rere láyé yìí
Ọ̀yẹ̀ kúsẹ́ kùsẹ́ kúsẹ́
A díá fún Àràbà
Èyí tí ń lọ rèé bá wọn múlẹ̀ lẹ́gàn
Ẹbọ n wọn ní ó ṣe
Àràbà ló bá wọn múlẹ̀ lẹ́gàn
Ó yọrí
Ó ju gbogboo wọn lọ

ÒYẸ̀KÚ ỌSẸ́ B

Ifá says this person is traveling somewhere. Ifá says he would become a person of importance there.

Ọ̀yẹ̀ kúsẹ́ kùsẹ́ kúsẹ́
Casts divination for the Baobab
The one that was going to choose a land in the savanna
'Would I be big'? He asked
'In such way as to overshadow all the other tress'
They told the Baobab to perform sacrifice
The Baobab quickly performed the sacrifice
He arrived the savanna
And became taller than most trees
'What kind of tree is this'? They would ask.........10
They would say it is the Baobab tree
Ifá says this person would have a great name in life
Ọ̀yẹ̀ kúsẹ́ kùsẹ́ kúsẹ́
Casts divination for the Baobab
The one that was going to choose a land in the savanna
Sacrifice was what they asked him to perform
Baobab tree chose a land in the savanna
He grew tall
And overshadowed them all

ÒYÈKÚ ÒFÚN A

Ifá pé òún pé ire fún eléyìun. Işu mérìndìnlógún lẹbọ. Kí àwọn Babaláwo ó bẹ èèpo işu ọhún sórí ẹbọ ẹ.

Pékótókótó Awo Olórīí
A díá fún Èèyàn
Èèyàn tíí şẹrú Ìpín lọrun
Wọn ní kó fi işu rúbọ
Ó bá rúbọ
Oníkálukú bá ń níşu lára
Ayée wọn ń dára
Ifá pé ọkàn eléyìun ó balẹ
Pékótókótó Awo Olórīí
A díá fún Èèyàn tíí şẹrú Ìpín lọrun.....10
Ẹbọ n wọn ní ó şe
Èèyán gbẹbọ ńbẹ
Ó rúbọ
Ìyànnyàn
Ẹ wá wọşẹ Ìpín ń şe
Ìyànnyàn
Ìpín mọ ń lájé
Ìyànnyàn
Ẹ wá wọşẹ Ìpín ń şe
Ìyànnyàn.....................20
Ìpín sì ń láya
Ìyànnyàn
Ẹ wá wọşẹ Ìpín ń şe
Ìyànnyàn
Ìpín sì ń bímọ
Ìyànnyàn
Ẹ wá wọşẹ Ìpín ń şe
Ìyànnyàn
Gbogbo ire pátá nÌpín ń ní o
Ìyànnyàn............30

ÒYÈKÚ ÒFÚN A

This person should offer sixteen tubers of yam. The Babaláwo should scrape the scales of the yam on the sacrifice.

Pékótókótó Awo Olórīí
Casts divination for Human beings
Human beings are the slave of destiny in heaven
They told them to offer yams as sacrifice
They performed it
Every Human being started having muscles
Their lives became better
Ifá says this person would have rest of mind
Pékótókótó Awo Olórīí
Cast divination for Human beings the slave of destiny in heaven............10
They were asked to perform sacrifice
Human beings heard about the sacrifice
And performed it
Ìyànnyàn
Come and see the work of destiny
Ìyànnyàn
The Destiny has wealth
Ìyànnyàn
Come and see the work of destiny
Ìyànnyàn............20
The Destiny has wives
Ìyànnyàn
Come and see the work of destiny
Ìyànnyàn
Destiny also has children
Ìyànnyàn
Come and see the work of destiny
Ìyànnyàn
Destiny has all the good things of life
Ìyànnyàn............30

Ẹ wá woṣẹ̀ Ìpín ń ṣe
Ìyànǹyàn

Come and see the work of destiny
Ìyànǹyàn

ÒYẸKÚ ÒFÚN B

Ifá pé òún pé ire fún eléyìun. Ayé ó yẹ ẹ, ṣùgbọ́n kó ṣọ́ra fún aráyé o. Ifá pé kí àwọn ọmọ ẹní ó dá Ifá yìí ó mọ́ yàájú sí babaa wọn o.

Òyẹkú yà fókùú
Yà fún Ìkà
Béèyàn ò bá yà fún Ìkà
Ìkà ó wulẹ̀ tẹ̀ ẹ́ pa pátápátá ni
A díá fún Baálé
A bù fún Ọmọ
Wọ́n ní kí wọn ó rúbọ
Òkùràkùtà
Babá mọ ń rìn nílẹ̀
Ọmọ́ ń gẹṣin!.............................10
Òkùràkùtà
Ẹ̀yin ò mọ̀ páyé doníran ìran

ÒYẸKÚ ÒFÚN B

Ifá wishes this person well. Life would please him but should beware of man and his antics. The children of this person must never be pompous to their father.

Òyẹkú, step aside for the Dead
Step aside for the Wicked
If one refuses to step aside for the Wicked
The Wicked would only tread on the person till death
Cast divination for the head of the family
Also cast divination for the children
They were asked to perform sacrifice
Òkùràkùtà
The father treks
While the child rides a horse.......…...................10
Òkùràkùtà
Can you all see the world to be full of spectacles?

101

DIFFICULT WORDS : ÒYÈKÚ

1. **Àjítòròo Sègi**: Sègi here is the name of a special kind of bead; and for its high value, it is termed Àjítòròo Sègi.

2. **Wonkoko**: This is a rhythmic word that brings out the beauty of the poem. It means cleaving to something almost inseparably.

3. **Òyèkúlogbè Lábàrá**: The name of Babaláwo.

4. **Awónwón**: A kind of deep forest twine and climber.

5. **Iná jókùn won a dikán, iná jó réfe tán ló defun**: Names of Babaláwos

6. **Wáléolá**: Name of a person.

7. **Àsàńléèyere**: The appellation of the person in 6 above.

8. **Òyè Kúńdi Kundi**: Another appellation for Òyèkú Òdí; a Minor.

9. **Ayílórùlé Òjòpò Òrà**: Name of a person

10. **Òlùyè**: Name of a person.

11. **Òyó**: A city in the western states of Nigeria.

12. **Lèselèse Là ń Fé**: Name of a Babaláwo. It translates to >Accomplishment is what we desire=

13. **Àlùjannjannkìjan**: Response to chants or stories most especially fairy tales.

14. **Èésú**: This is a kind of monetary contribution whereby individuals form a joint purse to save stipends until a specified period when it would be shared.

15. **Òyè Rùsùrùsù**: Òyèkú Ìrosùn, also the name of a Babaláwo

16. **Egbàá Èésú**: Name of a town. This portrays the contribution ceiling before it sharing >Twenty thousand contribution=.

In other words, the town answers the name of the common thing that brings the people together

17. **Ipîn, Àwàlàńfà, Ayé ń Refè**: Names of Babaláwos

18. **Òdómodé, Àgagò, Sóko,**: Persons to whom divination were cast respectively

19. **Òyè Ògòsùn**: Òyèkú Ìrosùn

20. **Sàngó**: The god of thunder

21. **Òyè wónrin mì**: Name of a Babaláwo and an appellation for Òyèkú Òwónrín, but translates to 'Òyè scoots and swallowed some iron pellets'.

22. **Òyè Wónrin je**: Another Babaláwo, but >je= here means to chew.

23. **Òyè soni pàkà pàkà gbé mì**: Also a Babaláwo. Translates to 'Òyè chips one in quick successions to swallow'.

24. **Ìrágbìjì**: A city in the southwestern part of Nigeria. Known for its hilly topography.

25. **Ajíbówú**: Name of a person; traceable to the clan of blacksmiths.

26. **Ògèlé**: Name of the place where Ajíbówú practiced his blacksmith as trade.

27. **Àjé**: The witches.

28. **Àdému**: A special kind of calabash with cover to match.

29. **Òyèkú pàlàbà i pàbó**: The name of a Babaláwo.

30. **Awáwa, Awàwa**: Rhythmic word; name of a Babaláwo.

31. **Ota pété, pètè, pété ni wóón fíi wawà nífè**: Name of a Babaláwo

32. **Akúpò**: Any of the priests of Òrúnmìlà

33. **Sìgìdì**: a wood carving with the physique of a human being.

34 **Mágbàgbéolá**: Name of a person.

35. **A se Lenle Pàdé Àlè Lónà**: This describes the recalcitrant attitude of subject . He was unrepentant and befriends concubines of bad repute.

36. Ọjọ̀ọmọ́dá: Ọ̀yẹ̀kú Ọjọ̀ọmọ́dá, Ọ̀yẹ̀kú Ògúndá. An Ifá minor.

37. Àkànmànà: Literally translates to 'touching without the ability to beat or strike'.

38. Gbọnrangandan: A rhythmic word from the sound produced when a metal of high pitch is dropped.

39. Atẹ́ẹ̀rẹ̀ Orí Àsá, Ẹnî ó Gàsá Yọ̀: Names of a Babaláwo

40. Kúkúnrú: An appellation for the rain wash water (runoff)

41. Abîmọ nî Pupa: Describing the color of wash water (brownish brown children).

42. Ẹ̀lààsòdè: Another name for Ifá

43. Sànlyàn: The name of a person

44. Òjîīji Lẹ̀gẹ̀, Òjîīji Lògò: Describing the change in cast of a shadow. Also name of Babaláwos

45. Èrùwà Sìngín: Name of Babaláwo. Implies the fresh grasses with dews

46. Gbìnùgbin Yẹ̀kẹ̀tẹ̀: Usually a cry of victory or help over a particular scene that definitely would have brought shame or agony.

47. Eékún n ni Sẹ́búkẹ́: The name of a Babaláwo. Translates >it is the knee that bends back and forth=

48. Ẹ̀dọ̀ n ni Pàránkàtá: The name of another Babaláwo. The liver is enormous.

49. Dùndún: A drum in Yorùbá land

50. Gangatè: The name of a Babaláwo

51. Elélùbọ́ Etí Àjà: Name of a Babaláwo

52. Pákúdidi: Any of the families of nuts with two cotyledons separated by a membrane.

53. Ọ̀pọ̀kúrẹtẹ̀: Another name for Ọ̀yẹ̀kú Ìrẹtẹ̀. A minor

54. Ìyálóde Òpò: The chieftaincy title for the leader of the women group in the city of Òpò

55. Èèsún: Grasses that grow in the swampy areas.

56. Ọ̀yẹ̀ Kúsẹ́: Ọ̀yẹ̀kú Ọsẹ́

57. Pékótókótó: The name of a Babaláwo

58. Olórîī: The seller of sheanut butter

59. Òkùràkùtà: Could be said to be a name or, a call for people to witness a show of shame.

CHAPTER 3 : ÌWÒRÌ

ÌWÒRÌ MÉJÌ A

Ifá pé ká rúbọ. Ẹ̀míi wa ó gùn. Ifá pé ká
mọ́ ráhùn mọ́: ire gbogbo ń bọ̀. Nǹkan tí à
ń lé léé lé tí a ò bá, ire náà ó tóó wa lọ́wọ́.

ÌWÒRÌ MÉJÌ A

Ifá wishes this person well. He would live long and
should not lament again because all good things would
get to him. Ifá says those things that he had tried to get
without success in the past would get to him soon.

Láàmbókò ìrẹ̀
Ẹ pé kó mọ́ ráhùn mọ́
Títí alẹ́ a mọ́ọ dáláṣọ
A díá fún Òde gbàǹsàsà
Èyí tí ń sunkún aláî lẹ́nìkan
Òún le nîîyàn láyé òun báyìí?
Wọ́n ní kí Òde ó rúbọ
Òdé dẹbọọ́ lè
Ó rúbọ
Bówó bá sî ti kọ́ Èṣù lójú.................10
Lẹ́yìn tèèyán rúbọ
Iré dé
Ẹbọ́ dà fun
Ayé yẹ ẹ́
Ó ní bẹ́ẹ̀ làwọn Babaláwo tòún wí
Láàmbókò ìrẹ̀
Ẹ pé kó mọ́ ráhùn mọ́
Títí alẹ́ a mọ́ọ dáláṣọ
A díá fún Òde gbàǹsàsà
Èyí tí ń sunkún aláî lẹ́nìkan.........20
Ẹbọ n wọ́n ní ó ṣe
Òdé gbẹbọ ńbẹ̀
Ó rúbọ
Òràn Òdé gbajó ò
Òràn Òdé gbayọ̀
Òde Gbàǹsàsà
Ẹ wá wòṣẹ́ Òdé ń ṣe
Òde gbàǹsàsà
Wá gbijó ò
Òde Gbàǹsàsà.....................30

Láàmbóko Cricket
Let her not lament again
Before dusk it may be clothed
Cast divination for Òde Gbàǹsàsà
The one that had been crying of having no companion
'Would I have companions in life'? He asked
They asked him to perform sacrifice
Òde Gbàǹsàsà brought out his sacrifice
And performed it...9
Once Èṣù becomes attracted to the sacrificial money
Immediately after the observance of the sacrifice
It would mark the arrival of fortunes
The sacrifice proved efficient for Òde Gbàǹsàsà
Life pleased him
He said it was as his Babaláwos said
Láàmbóko Cricket
Let her not lament again
It may be clothed before dusk
Cast divination for Òde Gbàǹsàsà
The one crying of having no companion.............20
They had asked him to perform sacrifice
Òde heard about the sacrifice
And performed it
The success of Òde merits dancing
The success of Òde deserves being joyful
Òde Gbàǹsàsà
Come and see the functions being performed by Òde
Òde Gbàǹsàsà
Come and dance to rhythms of drums
Òde Gbàǹsàsà.......................................30

ÌWÒRÌ MÉJÌ B

Ifá pé aye ó yẹ eléyìun: ṣùgbọ́n kó rúbọ
dáadáa.

Ọbámú bamù pirá pirá
Ọpọ̀ọ̀kì pọọki nìrù Ẹfọ̀n
A díá fún Ọ̀rúnmìlà
Níjọ́ tí ń lọ rèé rààtà bolé ayé
Òún le tóbi láyé báyìí?
Tóun ó borí ilé ayé gbogbo bó ti tóbi tó
Wọ́n ní ki Ọ̀rúnmìlà ó rúbọ
Ọ̀rúnmìlà bá rúbọ
Ó dẹbọọ́ lẹ̀.............................9
Kò síbi wọn ò gbé mỌ̀rúnmìlà láyé yìí
Gbogbo ibi wọ́n tí ń ṣe nǹkan tó dáa
Ọ̀rúnmìlà ń bẹ níbẹ̀
Kẹrẹkẹrẹ lỌ̀rúnmìlá gba gbogbo ilú lọ
Ijó ni Babá ń jó
Ayọ̀ ní ń yọ̀
Ní ń yin àwọn Babaláwo
Àwọn Babaláwo ń yin Ifá
Ó ní bẹ́ẹ̀ làwọn Babaláwo tòún wí
Ọbámú bamù pirá pirá
Ọpọ̀ọ̀kì pọọki nìrù Ẹfọ̀n.............20
A díá fún Ọ̀rúnmìlà
Níjọ́ tí ń lọ rèé rààtà bolé ayé
Qwọ́ tewé alájàṅgbàlúù mi
Kẹrẹkẹrẹ
La ó mọ́ọ gbàlú lọ́wọ́ọ wọn
Kẹrẹkẹrẹ

ÌWÒRÌ MÉJÌ B

Ifá says life would please this person but should
perform the prescribed sacrifice.

Ọbámú bamù pirá pirá
The tail of the buffalo is so bulky
Cast divination for Ọ̀rúnmìlà
On the day he said he was going to form a shade to
cover the earth
'Would I be big on earth'? He asked
>Such that I would overcome the world as big as it is'
They asked Ọ̀rúnmìlà to offer sacrifice
He brought out his sacrifice
And offered it with spirit
There is no place in the world where Ọ̀rúnmìlà is not
known...................................10
All the places where good functions are been
undertaken
Ọ̀rúnmìlà is traceable there
In steady paces, Ọ̀rúnmìlà gained grounds against
them
Baba was dancing
He was rejoicing wholeheartedly
He was praising his Babaláwos
His Babaláwos were praising Ifá
He said it was exactly as his Babaláwos said
Ọbámú bamù pirá pirá
The tail of the buffalo is so bulky
Cast divination for Ọ̀rúnmìlà
On the day he said he was going to form a shade to
cover the earth..............................20
I have obtained the leaf of Alájàṅgbàlúu
Kẹrẹkẹrẹ
We would seize all the cities from them
Kẹrẹkẹrẹ

ÌWÒRÌ OGBÈ   A

Ire ajé, aya, ọmọ, àìkú fún eléyìun.

Ìwòrìbogbè ẹyẹ oko
A díá fún Ọrúnmìlà
Babá jí
Baba ò rówó kan à á yóọ́ ná
Òún leè lájé lọ́wọ́ báyìí?
Wọ́n ní ó rúbọ
Wọ́n níre ajé fún Baba
Wọ́n lójú ọ̀ níí pọ́n ọn
Lẹ́sọ̀ lẹ́sọ̀ nire ó mọ́ọ bá a
Ọrúnmìlà rúbọ.........................10
Ó rú ọpọ̀lọpọ̀ ọkàa Bàbà
Àti owó
Wọ́n da gbogbo ẹ̀ sójú ọpọ́n
Ayé yẹ ẹ́
N ní wá ń jó ní wá ń yọ̀
Ní ń yin àwọn Babaláwo
Àwọn Babaláwo ń yin Ifá
Ó ní bẹ́ẹ̀ làwọn Babaláwo tòún wí
Ìwòrìbogbè ẹyẹ oko
A díá fún Ọrúnmìlà................20
Babá jí
Baba ò rówó kan à á yóọ́ ná
Wọ́n ní ẹbọ ni kí Babá ó ṣe
Ọrúnmìlà gbẹ́bọ ńbẹ̀ ó rúbọ
Ajé gbá rẹrẹ wá
Kóo wáá bá mi
Àdàbà ṣùṣùùṣù gbá rẹrẹ wá
Kó wáá jẹkà

ÌWÒRÌ OGBÈ   A

Ifá wishes this person the good fortune of wealth, children, and long life. He should offer sacrifice.

Ìwòrìbogbè, the farm bird
Casts divination for Ọrúnmìlà
Baba wakes up daily
He complained he could not find any money to spend frugally
'How can I amass wealth'? He asked
He was asked to perform sacrifice
They told him that the good fortune of wealth would be with him
That he would never lack
And in continuous trickles, his good tidings would come in
Ọrúnmìlà offered the sacrifice....…...................10
He offered plenty of sorghum
And money
Everything was poured on the face of Ifá tray
Life pleased him
He started dancing and rejoicing
He was praising his Babaláwo
His Babaláwo was praising Ifá
He said it was exactly as his Babaláwo predicted
Ìwòrìbogbè the farm bird
Casts divination for Ọrúnmìlà...............................20
Baba wakes up daily
He complained he could not find any money to spend frugally
They told Baba to make sacrifice
Ọrúnmìlà heard about the sacrifice and offered it
Wealth, come in great multitudes
To meet me
The brightly colored dove, come in multitudes
And eat sorghum

Aya gbá rẹrẹ wá
Kó wáá bá mi...............................30
Àdàbà ṣùṣùùṣù gbá rẹrẹ wá
Kó wáà jẹkà
Ọmọ gbá rẹrẹ wá
Kó wáá bá mi
Àdàbà ṣùṣùùṣù gbá rẹrẹ wá
Kó wáà jẹkà
Ire gbogbo gbá rẹrẹ wá
Kó wáá bá mi
Àdàbà ṣùṣùùṣù gbá rẹrẹ wá
Kó wáà jẹkà................................. 40

Wives, come in great multitudes
To meet me..30
The brightly colored dove, come in multitudes
And eat sorghum
Children, come in great multitudes
To meet me
The brightly colored dove, come in multitudes
And eat sorghum
All good things, come in multitudes
To meet me
The brightly colored dove, come in multitudes
And eat sorghum..40

107

ÌWÒRÌ OGBÈ B

Ifá pé ọ̀rẹ́ eléyìun ń bá a dámọ̀nràn kan. Ìmọ̀nràn tó dáa ni. Ibi tó dára ni ọ̀rẹ́ yìí ó taari ẹ̀ sí; kó mú ọ̀rẹ́ ọ̀hún dáadáa. Bí wọ́n bá sì ń gba ìmọ̀nràn lọ́wọ́ ẹ̀, ibi dáadáa ni ìmọ̀ràn náà ó jàá sí.

Ọ̀nà wúrú wùrù wúrú yìí
Ẹ jẹ́ a jọ yẹ ẹ́ wò
A díá fún Ìwòrì
Èyí tí ń lọ rèé bÓgbè ńlé Ajé
Òún leè lájé báyìí?
Ogbè ní yóò lájé
Ṣùgbọ́n kó rúbọ
Òun Ogbè náà ó sì rú
Ọ̀nà kán ń bẹ tí àwọn ó jọ mọ́ọ lọ
Ọ̀rẹ́ àtọ̀rẹ́ bá jọ́ ń lọ ọ̀nà...............10
Bẹ́ẹ̀ ni wọ́n ṣe kan ajé
Ọ̀nà wúrú wùrù wúrú yìí
Ẹ jẹ́ a jọ yẹ ẹ́ wò
A díá fún Ìwòrì
Èyí tí ń lọ rèé bÓgbè ńlé Ajé
Ìwòrìbogbè rere
Ìwòrì wáà bogbè sílé ajé
Ìwòrìbogbè rere
Ìwòrì wáà bogbè sílé aya
Ìwòrìbogbè rere...........................20
Ìwòrì waa bogbè sílé ọmọ
Ìwòrìbogbè rere

ÌWÒRÌ OGBÈ B

Ifá says a friend is advising this person on a pressing issue. The advice is good and that the friend would lead him to a good destination. He should adhere to this friend and not lose him, and conversely, if he is offering pieces of advise to people, it would lead the people to a good end.

This uncertain path
Let us examine it together
Casts divination for Ìwòrì
That was going to meet Ogbè in the house of wealth
'Would I have wealth at all'? He asked
Ogbè assured him that he would have wealth
But should perform sacrifice
And he, Ogbè would make sacrifice also
There is a trade that they would do together, Ogbè said
The two friends started the business 10
That was how they met with wealth
This uncertain path
Let us examine it together
Casts divination for Ìwòrì
That was going to meet Ogbè in the house of wealth
The good Ìwòrìbogbè
Ìwòrì come and vomit Ogbè into the house of wealth
The good Ìwòrìbogbè
Ìwòrì come and vomit Ogbè into the house of wives
The good Ìwòrìbogbè..............................20
Ìwòrì come and vomit Ogbè into the house of children
The good Ìwòrìbogbè

ÌWÒRÌ ÒYÈKÚ A

Ire fún eléyìun. Àsírii rè ò níí tú sùgbón kó rúbo. Ifá pé ìmòràn tí onítòhún àti Obìnrin rè bá dá ò gbodò bó síta; kí wón ó jo móo mo àsírí láàrin araa won. Ifá pé òrò kán ñ bẹ nílè tí wọn ò gbọdò jé kí ó tú síta kó mó baà di òrò àbámò. Ifá pé ki eléyìun ó rúbo ñtorí kí wón ó mó dan án lénu isé è.

ÌWÒRÌ ÒYÈKÚ A

If there is a private discussion between this person and his wife, they should not allow it to leak; it should be kept exclusively to the two of them. If they cling to each other and offer the sacrifice prescribed, their secrets would not leak. There is a matter of discussion pending. It should not be divulged otherwise it would turn to a case of regret. Ifá says this person should offer sacrifice so as not to face an acid test in his place of work.

Ẹ jé á bà á hééhéé
Ẹ jé á bà á hèèhèè
Hèèhèè la bà á lée dòkan
A díá fún Pépéyẹ
Èyí tí ó móo sòwò èkú ñ rírù
Ó lóun ó fèkú dá bírà kári ayé
Àwọn Babaláwo bá pe Pépéyẹ
Wón ní rúbo o
Kí àsírí ó mó baà tú
Àwọn róye pé wón féé dan ó..........10
Pépéyẹ ní kín lénìkán ó fòun sẹ?
Tóun bá ti daso borí
Pépéyẹ kò
Pépéyẹ ò rúbo
Nibi tí gbé ñ yípo bííri
Píri laso sí
Ní bá ñ sẹ hà, hà
Hà òhún ni Pépéyẹ ñ sẹ tée dòní
Ẹ jé á bà á hééhéé
Ẹ jé á bà á hèèhèè..............................20
Hèèhèè la bà á lée dòkan
A díá fún Pépéyẹ
Èyí tí ó móo sòwò èkú ñ rírù
Wón ní ó rúbo
Kásírii rè ó mó baà tú
Èsù àì sẹbo

Ẹ jé á bà á hééhéé
Ẹ jé á bà á hèèhèè
Hèèhèè la bà á lée dòkan
Cast divination for the Duck
That will be trading in masquerade costumes
He said he would use the costume to perform wonders
The Babaláwos called the Duck's attention one day
'You the Duck offer sacrifice' they warned
'Such that your secret will not leak out'
'That some people would come and test you'......10
'What would anybody do', the Duck replied
'Once I cover myself with my costumes'?
The Duck refused
He did not make any sacrifice
Where he was turning and performing magic
The costume removed itself without warning!
He then started exclaiming 'Hà'!, 'Hà"!
It is the same exclamation that the Duck cries till date
Ẹ jé á bà á hééhéé
Ẹ jé á bà á hèèhèè......................................20
Hèèhèè la bà á lée dòkan
Cast divination for the Duck
That will be trading in masquerade costumes
They told him to offer sacrifice
So that his secrets would not leak out
The evil of not heeding a warning of sacrifice,

Ègbà àì tù èèrù
Ẹ wo Ifá ojóhun bí tí ń ṣẹ
Wọn ò mọ̀ ṣẹbọ
Wọn ò mọ̀ tù èèrù.............................30
Ẹ wo Ifá ojóhun bí tí ń ṣẹ

The problem of not giving the prescribed offering to
   Èṣù
See the Ifá's prescription of the other day proving true
They did not perform the sacrifice
They did not give the prescribed offering to Èṣù....30
See the prediction of Ifá of the other day coming true

ÌWÒRÌ ÒYÈKÚ B

Ifá pé ki eléyìun ó mọ́ jà o. Ifá tó ní à ò gbọdọ̀ sèdé sí Babaláwo rèé; tí Babaláwo náà ò sì gbọdọ̀ sèdé sí ẹnikẹ́ni. Kí eléyìun ó rú ọ̀pọ̀lọpọ̀ ọtí lẹ́bọ. Kó kó àwọn èèyàn jọ kó sì fi ọtí ṣe wọ́n lálejò.

Ìwòrì ò rẹkú
Eégún ò gbọdọ̀ na Babaláwo
Níjọ́ ti Babaláwo bá ṣíwọ́ lu Eégún
Eégún a ní tọwọ́tẹsẹ̀
N lahuún wọ inú igbá
Ìwòrì ò rẹkú
Eégún ò gbọdọ̀ na Babaláwo
Níjọ́ tí Eégún bá lu Babaláwo
Babaláwo a ní pẹ̀ẹ̀rẹ̀pẹ̀
N lewée kókò ó fàya..........10
Aṣọ́ ó padà ya méégún lórí
A díá fún Alágbàáà baba Mọ́riwo
Alágbàáà baba Mọ́riwo ní ń bèèrè lọ́wọ́
        Ifá
Ayé yẹ òun báyìí?
Wọ́n ní kó rúbọ
Wọ́n ní ọtí Òpì ni kée rúbọ
Wọ́n ní nnkan rẹ̀ ó dùn
Alágbàáà bá rúbọ
Wọ́n bá ní ìwọ Eégún àti Babaláwo
Ẹ ẹ̀ gbọdọ̀ jà o...............20
Láti ayédáyé
A à leè gbọ́ pé
Eégún àti Babaláwo jà

ÌWÒRÌ ÒYÈKÚ B

Ifá says this person must never engage in fight or misunderstanding or even keep malice with another person. This is the Odù that tells us that exchange of fisticuffs by Babaláwos with people or masquerades is a taboo. Ifá says this person must offer sacrifice of hot drinks by serving it to people to drink.

Ìwòrì ò rẹkú
A masquerade must never beat a Babaláwo
On the day a Babaláwo raises his hand against a
        Masquerade
The Masquerade would say 'with hands and legs'
The tortoise would withdraw into its shell
Ìwòrì ò rẹkú
A Masquerade must never beat a Babaláwo
On the day a Masquerade raises his hand against a
        Babaláwo
The Babaláwo would say 'lengthwise'
Is the manner with which cocoyam leaf tears......10
The masquerade's costumes would ultimately tear on
        him
Cast divination for Alágbàáà, the leader of the
        masquerade priests
Alágbàáà, the leader of the masquerade priests is
                asking Ifá
'Would I live a fulfilled life'?
He was asked to perform sacrifice
They told him to offer 'opi' wine as sacrifice
'Your things would please you' they said
Alágbàáà offered the sacrifice
They now warned the duo of masquerade and
                Babaláwo
That they must not fight each other...............20
And from time immemorial till date
We can never hear
That a masquerade and a Babaláwo engaged in a fight

Ayé yẹ wọ́n	Life pleased them
N ni wọ́n wá ń jó ni wọ́n ń yọ̀	They started dancing and rejoicing
Wọ́n ń yin àwọn Babaláwo	They were praising their Babaláwos
Àwọn Babaláwo ń yin Ifá	Their Babaláwos in turn praise Ifá
Wọ́n ní bẹ́ẹ̀ làwọn Babaláwo tàwọ́n wí	They said it was exactly as their Babaláwos said
Ìwòrì ò rẹ̀kú	Ìwòrì ò rẹ̀kú
Eégún ò gbọdọ̀ na Babaláwo............30	A masquerade must never beat a Babaláwo.........30
Níjọ́ ti Babaláwo bá ṣíwọ́ lu Eégún	On the day a Babaláwo raises his hand against a masquerade
Eégún a ní tọwọ́tẹsẹ̀	The masquerade would say 'with hands and legs'
N lahuún wọ inú igbá	The tortoise would withdraw into its shell
Ìwòrì ò rẹ̀kú	Ìwòrì ò rẹ̀kú
Eégún ò gbọdọ̀ na Babaláwo	A masquerade must never beat a Babaláwo
Níjó tí Eégún bá na Babaláwo	On the day a masquerade raises his hand against a Babaláwo
Babaláwo a ní pẹ̀ẹ̀rẹ̀pẹ̀	The Babaláwo would say 'lengthwise'
N lewée kókò ó fàya	Is the manner with which coco yam leaf tears
Aṣọ ó padà ya méégun lórí	The masquerade's costumes would ultimately tear on him
A díá fún Alágbàáà baba Mọríwo.......40	Cast divination for Alágbàáà, the captain of the masquerade priests...............40
Wọ́n ní ó sa káalẹ̀ ó ṣẹbọ	He was asked to take care of the ground and should perform sacrifice
Alágbàáà gbẹbọ ńbẹ̀	Alágbàáà heard about the sacrifice
Ó rúbọ	He offered it
Otí yǐi dùn	This wine is sweet
Òjò ranhin	Òjò ranhin
Alagbaǹlugbú	It is plentiful
Otí yǐi dùn o	This wine is sweet
Òjò ranhin	Òjò ranhin

112

ÌWÒRÌ ÒDÍ   A

Ire pọ̀ fún eléyìun, ayé ó yẹ ẹ́ nǹkan rẹ̀ ò sì níí bàjẹ́. Ifá pé Obìnrin eléyìun ò gbọdọ̀ fi ebi pa ọkọ ẹ̀. Ifá póun pé ire ọmọ lọ́pọ̀lọpọ̀ fún Obìnrin ọ̀hún.

Ìwòrì wò mí
Ìdí wò mí
Ẹni táa ní níí wo ni
A díá fún Ìwòrì
Níjọ́ tí ń lọ rèé wòdí
Wọ́n ní kó rúbọ
Bí Ìwòrì ó bàá wòdí
Oúnjẹ níí kún inú ẹ̀
Ayé yẹ ẹ́
Ìwòrì wò mí 10
Ìdí wò mí
Ẹni táa ní níí wo ni
A díá fún Ìwòrì
Níjọ́ tí ń lọ rèé wòdí
Ìwòrì dákun
Ìwòrì dábọ̀
Èèyán ṣéé wòdí lébi
Ìwòrì dákun
Ìwòrì dábọ̀

ÌWÒRÌ ÒDÍ   A

Ifá speaks well in this Odù. The person will live a good life and his things would not get spoilt. His wife must not allow him to feel the pangs of hunger. Wishes of good fortune of children for them from Ifá; but she should note that love comes to the minimum when it comes to hunger.

Ìwòrì look at me
Ìdí look at me
It is whomsoever that is ours that sees our nakedness
Cast divination for Ìwòrì
On the day he was going to look at the vagina
He was asked to perform sacrifice
Whenever Ìwòrì wants to look at the vagina
His stomach would be full
Life pleased him
Ìwòrì look at me ……………….....................10
Ìdí look at me
It is whomsoever that is ours that sees our nakedness
Cast divination for Ìwòrì
On the day he was going to look at the vagina
Ìwòrì please
Ìwòrì we plead
How can a person look at the vagina when he is
         hungry
Ìwòrì please
Ìwòrì we plead

113

ÌWÒRÌ ÒDÍ B

Ifá pé ẹ̀wù gẹ̀rẹ̀yẹ̀ ń bẹ fún ẹni yìí. Bí kò bá lè fi rúbọ lójú ọpọ́n, kó lọ̀ọ́ fi ẹ̀wù ọ̀hún tọrọ fún aláìní torí àrùn ojú lọ́jọ́ alẹ́.

Ọ̀nà ọ̀fin wọ́n kọ̀ wọn ò jìnnà
A díá fún Òwiwi
Èyí tíí sọkọ Òhúù
Wọ́n ní ó rúbọ
Kójú ó lè báà bá a dalẹ́
Òhúù a máa sọ fún Ọkọ ẹ̀
Pé ìwọ Òwiwi fi aṣọ ọrùn rẹ rúbọ
Òwiwi kọ̀
Òwiwi ò rú
Ọ̀nà ọ̀fin wọ́n kọ̀ wọn ò jìnnà............10
A díá fún Òwiwi
Èyí tíí sọkọ Òhúù
Wọ́n ní ó rúbọ
Kójú ó lè báà bá a dalẹ́
Ó gbẹ́bọ bẹ́ẹ̀ ni ò rú
Ọ̀nà Ọfin ò mọ̀ jìnnà
Mo wí o
Ò h ú ú ú ù
Mo wí ò
Ọ̀nà Ọfin ò mọ̀ jìnnà.....................20
Mo wí o
Ò h ú ú ú ù
N lÒwiwi ń kígbe nínú igbó
Tée dòní

ÌWÒRÌ ÒDÍ B

Ifá says this person owns a big and colorful cloth. If he could not use it as sacrifice where this divination is cast, he should give it out as alms to beggars so as to forestall the incidence of eye disease at old age.

The path of trouble refuses to be far off
Casts divination for the Owl
The husband of Òhúù
He was asked to make sacrifice
Such that his eyes would last him till he is aged
Òhúù always tell her husband
That he should heed the sacrificial warning about his
        colorful cloth
The Owl refused
He did not offer the sacrifice
The path of trouble refuses to be far off...............10
Casts divination for the Owl
The husband of Òhúù
He was asked to make sacrifice
Such that his eyes would last him till he is aged
He heard about the sacrifice but refused to offer it
The path of trouble refuses to be far off
I warned you!
Ò h ú ú ú ù ù
I warned
The path of trouble is not far off....................20
I am warning
Ò h ú ú ú ù ù
Is what the Owl is trumpeting in the forests
Till date

ÌWÒRÌ ÌROSÙN A

Ifá pé ká rúbọ káyé ó yẹni. Igbáàyà eléyìun ni ká mọ̀ọ́ fi ẹbọ kàn torí ọmọ. Kó lè mọ̀ọ́ bímọ àbíyè, kó sì lè baà dáa fún un. Nǹkan ẹ̀ ò níí bàjẹ́. Àtọkọ àtaya

Ìwòrì gósùn

Gósùn gósùn abọwọ́ odó porogodo
A díá fún Onígòósùn ọmọ Àpọ́n
Ẹkún ọmọ ní ń sun
Òún le bímọ báyìí?
Wọ́n ní ó rúbọ
Wọ́n ní kókó osùn mẹ́rìndínlógún lẹbọ ẹ̀
Ọ̀pọ̀lọpọ̀ owó lẹbọ ẹ̀
Ìgbà tí yóó bá sì rúbọ......................9
Wọ́n ní kí wọ́n ó mọ́ fi ẹbọ kàn án lórí
Igbáàyàa rẹ̀ ni kí wọ́n ó mọ̀ọ́ fẹbọ kàn
Wọ́n lórìi rẹ̀ tí ń gbẹ́bọ
Àyàa rẹ̀ ni ò gbètùtù
Bí wọ́n bá ti fi ẹbọ kàn án láyà
Tí ọ́n sì gbẹ́bọ fún Èṣù
Wọ́n ní tiẹ̀ ti dáa
Wọ́n bá rúbọ
Ìwòrì gósùn
Gósùn gósùn abọwọ́ odó porogodo
A díá fún Onígòósùn ọmọ Àpọ́n...........20
Ẹkún ọmọ ní ń sun
Orìi rẹ̀ tí ń gbẹ́bọ ń rírú o
Àyàa rẹ̀ ni ò gbètùtù
Ó wáá rúbọ nígbà yìí ò
Ó sì bímọ lọ́pọ̀lọpọ̀ wẹrẹrẹ

ÌWÒRÌ ÌROSÙN A

Ifá says this person should offer sacrifice. Life would please him. He should use his sacrifice to touch his chest to have children. This is necessary principally for him to have successful labor during pregnancy and childbirth. The husband and wife should do this together.

Ìwòrì gósùn

Grinder of Osùn, Pounding is quick successions
Casts divination for Onígòósùn the child of Àpọ́n
She was crying because of barrenness
'Would I have children in life'? She asked
She was asked to perform sacrifice
Sixteen balls of camwood
Plenty of money is the sacrifice
'When the sacrifice is being carried out'
'Do not use the sacrifice to touch your head'.......10
'It is your chest that you should use it to touch'
'Your Orí had been accepting sacrifices'
'But your chest refused the offering' they said
'After the sacrifice had been used to touch your chest'
'And the sacrifices given to Èṣù'
'Your life would be better' they concluded
She offered the sacrifice
Ìwòrì gósùn
Grinder of Osùn, pounding in quick successions
Casts divination for Onígòósùn the child of Àpọ́n..20
She was crying because of barrenness
Her Orí had been accepting sacrifices
Her chest refused the offering
She heard about the sacrifices
And had many children

ÌWÒRÌ ÌROSÙN B

Ìyà kán ń je eléyìun; Ifá pé kó mọ́ bínú, kó mọ́ọ bọ Òòsà funfun. Ìyà ọ̀hún ò sì níí je ẹ̀ mọ́. Mẹ́ta ni Ìyà ti eléyìun wáá je láyé kó tóó là. Tó bá je mẹtẹ̀ẹta tán ni yó tòó là. Ifá pé kí eléyìun ó ní ìfaradà àti àfaramọ́. Tí ọ́n bá ń fi Ìyà je ẹ̀ kó mọ́ọ fara dà á.

Ìwòrì gósùn
Gósùn gósùn sọwọ́ odó poro poro
A díá fún Òòsàálá Ọsẹ̀ẹ̀rẹ̀mọ̀gbò
Níjọ́ tí ń re sánmọ̀ pá
Ń lọ rèé jìyà mẹta àjẹlà
Ńgbà Òòsá dé Ifọ́n
Gbangba ìta ni wọ́n gbé e sí
Òòsà sì jìyà jìyà
Ńgbà ó yá òjó dé
Òjó pa á pa á pa á.............................10
Wọ́n ní kó ṣe sùúrù
Torí Ìyà mẹta ní ó je láyé
Ṣùgbọ́n yóó là
Ìgbà ó pé
Ìyá pé mẹta
Òòsà bá di olówó
Owó ò ní mọ̀mọ́ mọ́
Wọ́n ní Ìyà mẹtẹ̀ẹta ló pé un
Wọ́n ní ẹni ó le mú nǹkan mọ́ra bí Òòsà
    ò sì mọ́
Òun láá mọ́ọ sìn.........................20
'Ẹ wò ó bí òòrún ti pa á, pa á tó'
'Kò bẹnìkan bínú'
'Òjó pa á pa á pa á'
'Kò bẹnìkan bínú'
'Ẹni tó ṣeé bá gbé nìyí o'
Ni wọ́n bá gbé Òòsà lọ òkè
Wọ́n kọ́lé fún un

ÌWÒRÌ ÌROSÙN B

Ifá says this person would be undergoing an ordeal brought about by a shortfall in his expectations. Ifá says he should not be brought to anger or feel discouraged. He should, Ifá says begin to be a devotee of Òòsà ńlá; and the trying period would stop. The person is actually destined to suffer three kinds of tribulations and after undergoing the acid test of the misfortunes, what remains is wealth. He should only learn to persevere.

Ìwòrì gósùn
Grinder of Osùn pounding in quick successions
Cast divination for Òòsàálá Ọsẹ̀ẹ̀rẹ̀mọ̀gbò
On the day he was going to Sánmọ̀ Pá
To suffer three afflictions that would result in wealth
When Òòsà got to Ifọ́n
He was placed in the open space outside
Òòsà suffered and suffered
During rainfall
He was drenched.......................................10
But he was asked to persevere
Because he would suffer three afflictions on earth
But he would ultimately become wealthy
After a while
The three afflictions were completed
Òòsà became a rich man
The wealth cannot be quantified
'The period of tribulations is over' they said
The people then reasoned that no one has ever
    persevered, as does Òòsà
'He is the Deity that we would venerate'...............20
'See how the sun scorched him'
'He did not nurse any grudge against anybody'
'He was soaked by rainfall'
'He did not complain'
'This is the person one can sojourn with'
The people then carried Òòsà to the top of the hill
And built a house for him

116

Òòsà wá ń jó ní ń yọ̀
Ó ní bẹ́ẹ̀ làwọn Babaláwo tòún wí
Ìwòrì gósùn....................................30
Gósùn gósùn sọwọ́ odó poro poro
A díá fún Òòsàálá Ọ̀sẹ̀ẹ̀rẹ̀mọ̀gbò
Níjọ́ tí ń re sánmọ̀ pá
Ń lọ rèé jìyà mẹ́ta àjẹlà
Ìyà tÓòsá jẹ ní Sánmọ̀ Pá
Àjẹlà ni
Ìyà àjẹlà ló jẹ ní Sánmọ̀ Pá!

Òòsà then started dancing and rejoicing
He said it was exactly as his Babaláwos said
Ìwòrì gósùn....................................30
Grinder of osùn pounding in quick successions
Cast divination for Òòsàálá Ọ̀sẹ̀ẹ̀rẹ̀mọ̀gbò
On the day he was going to Sánmọ̀ Pá
To suffer three afflictions that would result in wealth
The three afflictions suffered by Òòsà in Sánmọ̀ Pá
Actually resulted in wealth
It was afflictions that resulted in wealth that Òòsà suffered in Sánmọ̀ Pá

ÌWÒRÌ ỌWỌ́NRÍN A

Ifá pé ire obìnrin fún eléyìun. Ayée rẹ̀
dáa tó bá le mọ́ọ bọ ẹgbẹ́run.

Bíìko bíìko gbàdàrà
Gbàdàrà gbàdàrà bíìko
A díá fún Ìwòrìọ̀dẹ́rín ọlọ́pọ̀ obìnrin
Ẹbọ n wọ́n ní ó ṣe
Ó bá rúbọ
Ó bẹ̀rẹ̀ síí láya
Ayé yẹ ẹ́
N ní wá ń jó ní wá ń yọ̀
Ó ní bẹ́ẹ̀ làwọn Babaláwo tòún wí
Bíìko bíìko gbàdàrà................10
Gbàdàrà gbàdàrà bíìko
A díá fún Ìwòrìọ̀dẹ́rín ọlọ́pọ̀ Obìnrin
Ẹbọ n wọ́n ní ó ṣe
Ẹ wáá ri ni à bẹ́ ò ri ni?
Aya Ìwòrìọ̀dẹ́rín
Ó lọ bíìko lórèèré
Ẹ wáá ri ni à bẹ́ ò ri ni?

ÌWÒRÌ ỌWỌ́NRÍN A

Ifá wishes this person the good fortune of women.
His life would please him if he could be devoted to his
heavenly mates.

It looks like raffia and very lengthy
Lengthy and looks like raffia
Casts divination for Ìwòrìọ̀dẹ́rín, the husband of many
women.
He was asked to perform sacrifices
He offered the sacrifices
He then started to have wives
Life pleased him
And thereafter started to dance and rejoice
He said it was exactly as his Babaláwo said
It looks like raffia and very lengthy................10
Lengthy and looks like raffia
Casts divination for Ìwòrìọ̀dẹ́rín, the husband of many
women
He was asked to perform sacrifices
Can you all truly see?
The women of Ìwòrìọ̀dẹ́rín
Spreading like raffia beyond vision
Can you all truly see?

118

ÌWÒRÌ ÒWÓNRÍN B

Ifá pé baba eléyìun kan ń bẹ tó fi obìnrin
kan sílẹ̀ láyé. Ifá pé kí wọ́n ó mọ́ wo
obìnrin náà níran . Torí kò rẹnìkan tójú ẹ̀,
kò sì rí nǹkan jẹ. Kó mọ́ baà di ìbànújẹ́
lẹ́yìn ọ̀la.

Apá warúgbó tí ń bẹ nínú iléé sán
Lílọ̀ ni wọn ò fi lọ́ ọ́
A díá fún àwọn ọmọ Ẹlẹ́rín Àtàtà gíẹ́gíẹ́
Tí wọ́n ń kú ní rògbàrògbà
Tí wọ́n ń ku ní rèwerèwe
Bí ẹni pé wọ́n já ohun ikú jẹ
Bẹ́ẹ̀ ni wọn ò mohun tí ń pa wọ́n
Wọ́n ní kí wọ́n ó rúbọ
Ìgbà tí Ẹlẹ́rín kú
Wọ́n fẹ́ joyè Ẹlẹ́rín mìíìn............10
Wọ́n ò sì mú opó tó fi sílẹ̀
Kí wọ́n ó tójú ẹ̀
Ó kọ haà!
Òun náà ni wọn kọ̀ tí wọn ò mú
Kí wọ́n ó tójú òun
Ó bá bọ́ sígun ilé
Níbi ìkòkò tí àwọn ọmọ oyè ó tọwọ́ bọ
Ó bá ju ọká ààyè sínú ẹ̀
Àwọn ọmọ oyè sì gbọdọ mú nǹkan tí ń
    bẹ nínú ìkòkò bóọta
Kí wọ́n ó fi dÍfá fún wọn.............20
Ẹnìkínní kọwọ́ bọnú ẹ̀
Kó mú n tí ń bẹ nínú ẹ̀ bóọta
Àfi pàkà
Ọká sá a jẹ
Ẹnìkejì bóọ bẹ
Ọká ò sùn lọ
Ọká sì ti múra ìjà sílẹ̀ tẹ́lẹ̀
Ọká tún já a lọ́wọ́ jẹ
Gbogbo wọ́n ní 'ẹ̀ẹ́tijẹ́'?

ÌWÒRÌ ÒWÓNRÍN B

Ifá says this person is bereaved of his father or uncle.
The widow should not be neglected at all because she
has no one to cater for her. And that her being
neglected could spell destruction later on in life.

The aged woman in the house also love to have sex
But she was not approached by anyone
Casts divination for Ẹlẹ́rín Àtàtà gíẹ́gíẹ́
When they were dying in quick successions
They were dying prematurely
As if they had a bite of poison
Yet they know not what kills them
They were asked to perform sacrifice
After the death of Ẹlẹ́rín
The people wanted to install another King..........10
But they refused to provide for the widow of the
         former Ẹlẹ́rín
And take care of her
She was alarmed and sad
That she has now become an outcast
Without any attention from anyone
She went to the corner of the house
Where the pot to be hand dipped by the princes is
         located
She dropped a life cobra in it
And the princes must bring out the content of the pot
For use during divination process 20
The first person dipped his hand
To bring out the content of the pot
He received a quick bite
The cobra bit him
The second person moved near
The cobra was not asleep
And was poised for war
She bit the second person again
Everybody exclaimed in anxiety

Báwo lèyí ti ń bẹ̀ẹ̀...............30	Why is everything happening like this?.............30
Ẹnìkẹta ló méèjì kún ẹẹ̀ta	The third person added two cowries to three
Ló relé aláwo	He consulted a Babaláwo
Apá warúgbó tí ń bẹ nínú iléé sán	The aged woman in the house also love to have sex
Lílọ̀ ni wọn ò fi lọ ọ́	But she was not approached by anyone
A díá fún àwọn ọmọ Ẹlẹ́rín Àtàtà gíẹ́gíẹ́	Casts divination for the children of Ẹlẹ́rín Àtàtà gíẹ́gíẹ́
Tí wọn ń kú ní rọ̀gbàrọ̀gbà	When they were dying in quick successions
Tí ọ́n ń ku ní rèwerèwe	They were dying prematurely
Bí ẹni pé wọ́n já ohun ikú jẹ	As if they had a bite of poison
Bẹ̀ẹ̀ ni wọn ò mohun tí ń pa wọ́n	Yet they know not what kills them
Wọ́n ní kí wọ́n ó sa káalẹ̀ kí wọ́n ó ṣẹbọ	They were asked to take care of the ground and perform sacrifice.........................40
Ẹnìkẹta ló gbẹ́bọ ńbẹ̀ 41	It was the third person that hearkened to the sacrificial call
Oun nikan ló rúbọ	He was the only one that offered the sacrifice
Ẹnìkẹta ló joyè	As expected, he was the person that became the king
Ifá pé ẹ má fọwọ́ fa nǹkan tí ò sunwọ̀n	Do not by yourself cause something unpleasant

120

ÌWÒRÌ ỌBÀRÀ A

Ifá pé aye eléyìun ó dáa. Yóó mọ̀ọ́ pé iyà ń jẹ òún; kò gbọdọ̀ ro ìròkurò sí ara ẹ̀ o. Ẹbọ ni kó rú torí yóó là ju gbogbo àwọn ẹgbẹ́ ẹ̀ lọ. Ojúu kinní kan ń pọ́n ọn; ó fẹ́ kí nǹkan ọ̀hún ó ń bẹ́ẹ̀ ṣùgbọ́n kò ì ń bẹ́ẹ̀. Ifá pé gbogbo nǹkan burúkú tí ojú eléyìun ti ń ni yóó kúrò.

Àwọn ajàkàsù ń sunkún àwọn ò yó
Kín lẹni tí ń wa tinú oríríí jẹ ó ṣe
A díá fún Ìwòrì ò bẹ̀rẹ̀
Èyí tó lóun ò dúó de Ifá mọ́
Ó lóun ń renú ìgbẹ́ rèé so
Gbogbo ire tíí mọ́ọ́ ṣe déédé Ìwòrì ò bẹ̀rẹ̀
Gbogbo ẹ̀ ní ń fò ó ru
Òún á a ti ṣe sí?
Wọ́n ní kó rúbọ
Ó ṣe é...................................10
Ṣùgbọ́n kò ní sùúrù tó
Ó bá lóun ó lọọ́ pokùn so
Ọba àwọn ará ìlú kejì sì kú
Ifá pé ẹni tó bá fẹ́ so ni kí wọ́n ó fi jọba
Nígbà tí Ìwòrì ò bẹrẹ dé ibi ó ti fẹ́ẹ́ so
Kó fi okùn bọrùn
Làwọn ará ìlú òdíkejì bá mú u
Ni wọ́n ń ṣe
Ìwòrì ò bẹ̀rẹ̀ mọ́mọ́ so ò
Ìwòrì ò bẹ̀rẹ̀ mọ́mọ́ so 20
Ma mọ̀mọ̀ bínú orí oyè ń bọ̀
Ìwòrì ò bẹrẹ mọ́mọ́ so

ÌWÒRÌ ỌBÀRÀ A

Ifá says the life of this person would be pleasant. He would be saying he is suffering, but he should not think ill of himself. He should offer sacrifices. He would be wealthier than his contemporaries. At present, he is longing for something, he wants the situation to conform to his desire but the specific thing has not. Ifá says he should be assured; it would be as he wants it. All the scars of evil things that this person has witnessed would disappear with time

Those that ate lumps of food are crying of not being
    satisfied
What would the people living in penury do?
Cast divination for Ìwòrì ò bẹ̀rẹ̀
Who said he is tired of waiting for Ifá
He said he was going into the forest to hang himself
All the good things of life that had always come to
    Ìwòrì ò bẹ̀rẹ̀
Everything started to elude him
'What would I now do'? He asked dejectedly
He was asked to make sacrifice
He offered it...................................10
But he did not exercise enough perseverance
He concluded to hang himself
The king of the neighboring city however had died
Their Ifá said it is the person about to hang that
    should be chosen as king
When Ìwòrì ò bẹ̀rẹ̀ got to the place where he was
    going to hang
As he was about to noose the rope on his neck
The people of the next village held him
They started singing
Ìwòrì ò bẹ̀rẹ̀ do not hang
Ìwòrì ò bẹ̀rẹ̀ do not hang...................................20
Don't be frustrated for a kingly Orí is on the way
Ìwòrì ò bẹ̀rẹ̀ do not hang

ÌWÒRÌ ỌBÀRÀ B

Ẹrù ni ò duyè Ọba
Ègùn ni ò duyè Ẹ̀yọ̀
Ọba Ìbínní ló forí ẹ̀ fàfà débẹ̀ Ọlọmọ
A díá fún ọn ní Dásà a ò kú mọ́
Níbi wọ́n gbé ń pọnké bí ẹní pọnmọ
Àwọn aráa Dásà a ò kú mọ́ lójú ọmọ ń
    pọ́n
Àwọ́n le bímọ báyìí?
Wọ́n ní kí wọ́n ó rúbọ
Wọ́n rú àyágbáyagbà ẹbọ
Ayé yẹ wọ́n...........………………....10
Wọ́n fi ewúrẹ́ rúbọ
Wọ́n rú ọ̀pọ̀lọpọ̀ owó
Nígbà ìwásẹ̀
Ẹni ojú bá ń pọ́n
Olúwa ẹ̀ ó rúbọ nígba nígba ni
Bí ẹbọ bá sì ti dé òde ọ̀run
Ọ̀rọ̀ olúwa ẹ̀ dire
N ní wọ́n wá ń jó ní wọ́n wá ń yọ̀
Ní wọ́n ń yin àwọn Babaláwo
Àwọn Babaláwo ń yin Ifá ….......……20
Wọ́n ní bẹ́ẹ̀ làwọn Babaláwo tàwọn wí
Ẹrù ni ò duyè Ọba
Ègùn ni ò duyè Ẹ̀yọ̀
Ọba Ìbínní ló forí ẹ̀ fàfà débẹ̀ Ọlọmọ
A díá fún wọn ní Dásà a ò kú mọ́
Níbi wọ́n gbé ń pọnké bí ẹní pọnmọ
Ifá ń í ẹ sọ iké kalẹ̀ kẹ́ẹ pọnmọ
Ọmọ làá pọ̀n a ì í pọnké e è
Ẹ sọ iké kalẹ̀ kẹ́ẹ pọnmọ

ÌWÒRÌ ỌBÀRÀ B

A slave cannot contest for the king's seat
The Ègùn tribe cannot contest the titled post of Ẹ̀yọ̀
Ọba Ìbínní ló forí ẹ̀ fàfà débẹ̀ Ọlọmọ
Cast divination for them in Dásà a ò kú mọ́ city
Where they carry a hunch like a baby
The people of Dásà a ò kú mọ́ were experiencing a
    dearth of children
'Would we have babies'? They asked
They were told to perform sacrifices
They offered a very big sacrifice
And life pleased them………..........……......….......10
They offered goats
And plenty money as sacrifice
In the olden days
Anybody lacking
Would offer sacrifices in multiples of hundreds
Immediately the sacrifices get to heaven
The person can go on rejoicing
The people then started dancing and rejoicing
They were praising their Babaláwos
Their Babaláwos were praising Ifá……………….20
They said it was exactly as their Babaláwos said
A slave ~~cannot contest~~ for the king's seat
The Ègùn tribe cannot contest the coveted seat of Ẹ̀yọ̀
Ọba Ìbínní ló forí ẹ̀ fàfà débẹ̀ Ọlọmọ
Cast divination for them in Dásà a ò kú mọ́ city
Where they back a hunch like a baby
Put the hunch away and strap a baby, Ifá says
People belt babies and not hunches
Put the hunch away and belt a baby

ÌWÒRÌ ỌKÀNRÀN A

Ire fún ẹ́ní dá Ifá yìí. Kò mọ́ rìn lóun
nìkan mọ́. Láàrin ọpọ̀ èèyàn ni kó mọ́ọ
rìn. Ifá pé kò níí rí aburú.

Ìwòrì ò rìnkàn
Awo OlóRèé Àgbọn
A díá fún Olóréé Àgbọn tísàlẹ̀ ọjà
Iré tọ́wọ́ òun báyìí?
Wọ́n ní kó rúbọ
Wọ́n ní kò gbọdọ̀ dá rìn mọ́
Wọ́n ní àárin ọpọ̀ èèyàn ni kó mọ́ọ rìn
Àárin èèyàn nire ẹ̀ ẹ́ wà
Olóréé Àgbọn ò bá dá rìn mọ́
Bó sì ti wà tée dòní nùu 10
Bíre ó bàá tóni lọ́wọ́
Èèyàn láá mọ̀
Ìwòrì ò rìnkàn
Awo Olóréé Àgbọn
A díá fún Olóréé Àgbọn tísàlẹ̀ ọjà
Níjọ́ tí ń fomi ojúú sọgbérè ire
Ó tí ń rìn lénikan ṣoṣo gíogío
Wọ́n ní ó mọ rìn lénìkan ṣoṣo gíogío mọ́
Ìwòrì ò mọ̀mọ̀ rìnkàn
À á ṣéé rìn lénìkan ṣoṣo gíogío?.........20
Ìwòrì ò mọ̀mọ̀ rìnkàn

ÌWÒRÌ ỌKÀNRÀN A

Goodwill of Ifá abounds for this person. He should
not be a lone ranger. He should try and be in the midst
of people and interrelate. He would not know bad
times in his life.

Ìwòrì ò rìnkàn
The priest of Olóréé Àgbọn
Casts divination for Olóréé Àgbọn living down the
   market place
'Would I have a lot of good things'? He asked
He was asked to offer sacrifice
And told not to be a lone ranger
'You should try to move close to people'
'Your good fortune is in meeting with people'
Olóréé Àgbọn refused to be a lone ranger
And that is how it is till date....................10
If anything good would come to anybody
It is going to be through someone
Ìwòrì ò rìnkàn
The priest of Olóréé Àgbọn
Casts divination for Olóréé Àgbọn living down the
   market place
On the day he was crying because of good things
He had been going solo and been lone ranging
He was warned not to be individualistic again
Ìwòrì is not iconoclastic again!
How could one be a lone ranger?....................20
Ìwòrì ò rìnkàn

ÌWÒRÌ Ọ̀KÀNRÀN B

Ifá pé kí ẹní ó dá Ifá yìí ó rúbọ pàápàá jùlọ bó bá jẹ́ pé ọkùnrin tó ti bímọ ni. Kí bàbá ó rúbọ, kí ọmọ náà ó sì rú. Kó mọ́ jẹ́ẹ́ pé ẹnìkan ó lòókọ ju ẹnìkan lọ nínú baba àti ọmọ.

Ìwòrì ò rinkàn
Awo Olórèé Àgbọn
A díá fún Ináagún
Níjọ́ tí ń fomi ojúú sọgbérè ọmọ
Wọ́n ní kó rúbọ
Ó bí ọmọ lọ́pọ̀lọpọ̀
Ṣùgbọ́n kò sẹ́ni tó mọ babaa wọn
Ìwòrì ò rìnkàn
Awo Olórèé Àgbọn
A díá fún Ináagún.................10
Níjọ́ tí ń fomi ojúú sọgbérè ọmọ
Ináagún la mọ̀
A ò mẹni tó bí wọn

ÌWÒRÌ Ọ̀KÀNRÀN B

Ifá says this person should offer sacrifice especially if he is a man that has children. Both the father and the children should offer the sacrifice such that one of the father and the child would not be more glamorous at the expense of the other.

Ìwòrì ò rinkàn
The priest of Olórèé Àgbọn's household
Casts divination for the Sunfly
On the day she was crying because of children
She was asked to perform sacrifice
She had many children
But nobody knew who their father was
Ìwòrì ò rinkàn
The priest of Olórèé Àgbọn's household
Casts divination for The Sunfly.................10
On the day she was weeping because she has no child
We only know the Sunfly
We do not know their father

ÌWÒRÌ ÒGÚNDÁ A

Ifá pé òun pé ire fún eléyìun. Orí oyè lorii rè. Oríi rè ó tèlé e, yóó sì gbe gèsin; sùgbón kó rúbo kí okàan rè ó lè baà balè. Ó sì gbodò móo bo Orí è.

Ìwòrì wóńda
Ìwòrì wòńda
Ìwòrì wohun rere dá
Èdá ò gbóògùn
A díá fún Orí Olóyè tí ń tòrun bò wálé
ayé
Ó lè dáa fún òun báyìí
Wón ní kí Orí Olóyè ó rúbo
Wón ní yóó joyè láyé
Yóò nípon
Okàan rè ó balè.................10
Orí Olóyè rúbo
Ìwòrì wóńda
Ìwòrì wòńda
Ìwòrì wohun rere dá
Èdá ò gbóògùn
A díá fún Orí Olóyè tí ń tòrun bò wálé
ayé
E wá wòó bí tí ń ru
Òfùlèfùlè
E woń Olóyè bí tí ń ru
Òfùlèfùlè.................20

ÌWÒRÌ ÒGÚNDÁ A

Ifá wishes this person well. His Orí is the one that wears a crown; the Orí would see him enthroned, but he should offer sacrifice so that he would live a peaceful life, and another one to his Orí.

Ìwòrì wóńda
Ìwòrì wòńda
Ìwòrì look for something good to create
Providence defies medicine
Cast divination for Orí Olóyè coming from heaven to
the earth
'Would my life be better at all'? He asked
Orí Olóyè was asked to offer sacrifice
They told him that he would ascend a throne
And that he would be an important personality
He would also have peace 10
Orí Olóyè offered the sacrifice
Ìwòrì wóńda
Ìwòrì wòńda
Ìwòrì, look for something good to create
Destiny defies medicine
Cast divination for Orí Olóyè coming from heaven to
the earth
Come and see how impressive and joyful it is for one
to have it
Òfùlèfùlè
Come and see how impressive and joyful it is for one
to have it
Òfùlèfùlè................20

ÌWÒRÌ ÒGÚNDÁ B

Ifá pé bí eléyìun bá fệệ gba Obìnrin kan
kúrò lọwọ ẹlò

ÌWÒRÌ ỌSÁ A

Iré ó wọlé bá eléyìun. Ọpọ̀lọpọ̀ ẹyẹlé àti owó lẹbọ ẹ̀. Ọkàan rẹ̀ ó balẹ̀, yóó nisinmi. Ifá pé kó má báàyàn jà kó sĩ mọ́ bĩ́ínú nítorí ọ̀dọ̀ ẹnikan ni ajée rẹ̀ ó ti wá.

Gbàbilà Gbàbilà
A díá fún Ìwòrì
Èyí tí ń relé Ọsá rèé kájé wálé
Wọ́n ní kó rúbọ
Wọ́n ní kó mọ́ báàyàn jà
Kó sĩ mọ́ bẹnikan bínú
Nígbà tí ajé ó bẹ̀rẹ̀
Ilé Ọsá ló ti bẹ̀rẹ̀
Ìwòrì rájé kó wálé
Inú ẹ̀ ẹ́ dùn.............................10
N ní wá ń jó ní wá ń yọ̀
Ní ń yin àwọn Babaláwo
Àwọn Babaláwo ń yin Ifá
Ó ní bẹ́ẹ̀ làwọn Babaláwo tòún wí
Gbàbilà Gbàbilà
A díá fún Ìwòrì
Èyí tí ń relé Ọsá rèé kájé wálé
Gbàbilà ọmọ olówó ẹyọ
Ìwòrì ló lọọlé Ọsá lọ́ọ̀ kájé wálé
Gbàbilà ọmọ olówó ẹyọ.............20

ÌWÒRÌ ỌSÁ A

Ifá says good tidings would enter into this man's house. Many pigeons and plenty of money is the required sacrifice. He would have peace and rest of mind. He should not keep malice with anybody and should be tolerant because it is through a friend that his wealth would come to him.

Gbàbilà Gbàbilà
Casts divination for Ìwòrì
That was going to the house of Ọsá to bring wealth home
He was asked to perform sacrifice
He was asked not to keep malice nor fight with anyone
And should not be provoked to anger against anyone
When the wealth started to blossom
It started in the house of Ọsá
Ìwòrì got a lot of wealth to cart home
He was very happy.............10
He started dancing and rejoicing
He was praising his Babaláwo
His Babaláwo in turn praise Ifá
He said it was exactly as his Babaláwo said
Gbàbilà Gbàbilà
Casts divination for Ìwòrì
That was going to the house of Ọsá to bring wealth home
Gbàbilà the child that is full of cowries
It is Ìwòrì that went to the house of Ọsá to bring wealth home
Gbàbilà, the child that is full of cowries.............20

ÌWÒRÌ ỌSÁ B

Ifá pé òun ò níí jógun ó mú eléyìun. Kó rúbọ kó sì mọ́ọ bọ Ọ̀ọ̀ṣà funfun. Kí wọ́n ó bèèrе nnkan tí Òòṣá ó bàá gbà. Òòṣá ó dúró tì í. Ọkàan rẹ̀ ó balẹ̀, yóó nísinmi.

Àgùtàn ni ò sunwọ̀n sunwọ̀n
Kó soríi bọ̀rọ̀gídí bọ̀rọ̀gídí
A díá fún Ọláawin
Tí ń gba Àwọ́n kalẹ̀ lọ́wọ́ ayé
Wọ́n ní kó rúbọ
Wọ́n ní kí Àwọ́n ó rúbọ Elénìní
Àwọ́n bá rúbọ
Ọláawin dúró tì í
Òòṣà náà dúró tì í
Ayé yẹ wọ́n..............................10
N ni wọ́n wá ń jó ni wọ́n wá ń yọ̀
Wọ́n ń yin àwọn Babaláwo
Àwọn Babaláwo ń yin Ifá
Wọ́n ní bẹ́ẹ̀ làwọn Babaláwo tàwọn wí
Àgùtàn ni ò sunwọ̀n sunwọ̀n
Kó soríi bọ̀rọ̀gídí bọ̀rọ̀gídí
A díá fún Ọláawin
Tí ń gba Àwọ́n kalẹ̀ lọ́wọ́ ayé
Kíni ò níí jógun ó jà?
Ọláawin...........................20
Kò mọ̀ ní jẹ́ kógun ó jà
Ọláawin
Mọ́ jógun ó jà wá dákun
Ọláawin

ÌWÒRÌ ỌSÁ B

Ifá says he would not allow bad things to happen to this person. He should offer sacrifice to Òrìsàálá. His priest should ask for what Òòṣà would collect because it is Òòṣà that could stand by him. He would have rest of mind and peace.

Àgùtàn ni ò sunwọ̀n sunwọ̀n
Kó soríi bọ̀rọ̀gídí bọ̀rọ̀gídí
Casts divination for Ọláawin
That was saving Àwọ́n from his foes
He was asked to perform sacrifice
Àwọ́n was asked to perform sacrifice against his detractors
Àwọ́n offered the sacrifice
Ọláawin stood by him
Òòṣà stood by him also
Life pleased them both................10
They were dancing and were rejoicing
They were praising their Babaláwo
Their Babaláwo was praising Ifá
They said it was exactly as their Babaláwo said
Àgùtàn ni ò sunwọ̀n sunwọ̀n
Kó soríi bọ̀rọ̀gídí bọ̀rọ̀gídí
Casts divination for Ọláawin
That was saving Àwọ́n from his foes
What would save us from warfare and bad occurrences?
Ọláawin..................................20
Would not allow us to see war and bad occurrences
Ọláawin
Please do not allow us to see bad things in life
Ọláawin

ÌWÒRÌ ÌKÁ A

Ifá lóun pé ire fún eléyìun bí obìnrin è bá ń ta obì. O jệ Babaláwo tàbí kèé şe Babaláwo; kò gbọdọ̀ jệ kí obì ó wọ́n òun nígbà kankan. Ayé ó yẹ ẹ́, yóó là, ẹ̀mí ẹ̀ ó sì gùn. Şùgbọ́n kò gbọdọ̀ gbàgbé láti màa ní obì lọ́wọ́ torí àwọn ẹgbẹ́run ẹ̀ bá obì mu púpọ̀.

İnínírín lawo İnínírín
İnínírín lawo İnínìrìn
A díá fún Ajítobì
Èyí tíí sawo Ìwòrì Àyọ̀ká
Wọ́n ní kó rúbọ
Ó şe é
Ńgbà ó yá
Bí ọ́n ba ń bèèrè obì
Wọn a ní ẹ ńsó ńlé Ajítobì
Ajítobì bá dẹni ọlà.....................10
Awo kéré
Awó dàgbà
Àşé Awo tó dára láá bóbì ńlé ẹ̀?
N ní wá ń jó ní wá ń yọ̀
Ní ń yin àwọn Babaláwo
Àwọn Babaláwo ń yin Ifá
Ó ní bẹ́ẹ̀ làwọn Babaláwo tòún wí
İnínírín lawo İnínírín
İnínìrìn lawo İnínìrìn
A díá fún Ajítobì.....................20
Èyí tíí sawo Ìwòrì Àyọ̀ká
Awó mọ̀mọ̀ kéré o
Awó mọ̀mọ̀ dàgbà
Awo tó gbọ́fa láá bóbì ńlée rẹ̀
Ajítobì aya Ìwòrì Àyọ̀ká

ÌWÒRÌ ÌKÁ A

Ifá wishes this person well if his wife could be selling kola. Either he is a Babaláwo or not, they both must not allow a dearth of kola in their home. His life would please him and he would have a good lady as wife. He would have peace, wealth and long life. But he should always have kola handy, because his spirit is at good consonance with kola nuts.

İnínírín is the Babaláwo of İnínírín
İnínìrìn is the Babaláwo of İnínìrìn
Cast divination for Ajítobì
The wife of Ìwòrì Àyọ̀ká
She was asked to offer sacrifice
She offered it
After some time
Everybody started looking for kola to buy
People would say 'let us go to the house of Ajítobì to get some'
Ajítobì became wealthy.....................10
Whether a Babaláwo is young
Or old
It is in the house of a good Babaláwo that we must find kola
She started dancing and rejoicing
She was praising her Babaláwos
Her Babaláwos in turn praise Ifá
She said it was exactly as her Babaláwos had said
İnínírín, the Babaláwo of İnínírín
İnínìrìn, the Babaláwo of İnínìrìn
Cast divination for Ajítobì.....................20
Ajítobì the wife of Ìwòrì Àyọ̀ká
Whether a Babaláwo is young
Or he is old
It is in the house of a proficient priest that we shall always find kola
Ajítobì is the wife of Ìwòrì Àyọ̀ká

ÌWÒRÌ ÌKÁ B

Ifá pé Kí eléyìun ó fura ńtorí wọn ń bẹ̀wẹ̀ sí I látòkèèrè. Kó fi agbádá ọrùun rẹ̀ rúbọ kó lè baà yọ nínú ibi ọ̀hún.

Ọkọ bí ẹmọ́
Ayà bí àfè
Alárinà bí àgó
A díá fún Ọká
Wọ́n ó mu joyè Olúwo
Ọkọ bí ẹmọ́
Ayà bí àfè
Alárinà bí àgó
A díá fún Erè
Wọ́n ó mu joyè ẹnìkejì................10
Ọkọ bí ẹmọ́
Ayà bí àfè
Alárinà bí àgó
A díá fún Ìgbín
Yóó salákèépèe wọn
Ọkọ bí ẹmọ́
Ayà bí àfè
Alárinà bí àgó
A díá fún Àmùrè ò dàgbà
Èyí tíí sọmọ ìkẹyìin wọn lénje lénje....20
Ọmọ ìkọ́sẹ́ ilé Àgbọnnìrègún làwọn mẹ́rẹ̀ẹ̀rín
Ìgbà tí wọ́n ó mùú
Wọ́n fỌká jẹ Olúwo
Wọ́n fi Erè jẹ enìkejì
Wọ́n fi Ìgbín jẹ Alákèépè
Àmùrè ò dàgbà ń sọmọ lẹ́yìin wọn
Ń kápòó tẹ̀lé wọn kiri
Ńgbà ó yá
Wọ́n bá bẹ̀wẹ̀ sí Àmùrè ò dàgbà
Àwọn Ọká, Ìgbín, àti Erè.................30

ÌWÒRÌ ÌKÁ B

Ifá says this person should be watchful because an enemy would make a dangerous attempt to catch him. He should sacrifice his Agbádá vestment such that he could scale through the diabolical attempt.

The husband as like ẹmọ́ rat
The wife as like àfè rat
The mediator like àgó rat
Cast divination for the Cobra
He would be installed as chief Olúwo
The husband like ẹmọ́ rat
The wife like àfè rat
The mediator like àgó rat
Cast divination for the Python
He would be installed the Deputy................10
The husband as like ẹmọ́ rat
The wife as like àfè rat
The mediator as like àgó rat
Cast divination for the Snail
He would be made their harbinger
The husband as like ẹmọ́ rat
The wife as like àfè rat
The mediator as like àgó rat
Cast divination for Àmùrè ò dàgbà lizard
He is the youngest of them all................20
The four of them are learner priests of Àgbọnnìrègún's house
When they would install leaders
They made the Cobra the chief Olúwo
Python was installed as the Deputy
The Snail was appointed their harbinger
And Àmùrè ò dàgbà lizard, their errand boy
He was only carrying their bags around
After a short while
The first three hired a hand to kill Àmùrè ò dàgbà
The Cobra, Snail, and the Python...............30

Wọ́n ṣe ìpàdé lé Àmùrè ò dàgbà lórí

Pé gbogbo n táwọn bá mọ̀mọ̀ ń ṣe

Ni Àmùrè ò dàgbà ń rí

Ẹ jẹ́ á bẹ̀wẹ̀ kí wọn ó bá àwọn mú u

Ńgbàa wọn ó lọ́ọ̀ bẹ̀

Wọ́n bẹ Idì lọ́wẹ̀

Idì bá lọ́ọ̀ bà lórí Igi

Ó ń Ọká níwájú

Erè tẹ̀lé e

Ìgbín náá tẹ̀lé e.............40

Àmùrè ò dàgbà ń bẹ lẹ́yìin wọn

Àmùrè ò dàgbà sĩ ti sùn

Oorun rẹ̀ ò já geere

Wọ́n ní kó fi agbádá ọrùun rẹ̀ rúbọ

Àmùrè ò dàgbá fi rúbọ

Ẹní ó bá sĩ rúbọ

Ogun ò gbọdọ̀ mú u mọ́

Idì bá sí lórí igi

Ní ń bọ fàà.............49

Pọ́nkán pé kóun ó gbé Àmùrè ò dàgbà

Èṣù bá sọ agbádá tí Àmùrè ò dàgbà ti rú
   lẹbọ sí Idì lẹ́sẹ̀

Bĩrí tí Idì yí

Ní ń kígbe 'òún mú u hà hà hà hà'

Ọká ń pọ́wọ́ tẹ ẹ́

Erè ń pọ́wọ́ tẹ ẹ́

Ìgbín ń pọ́wọ́ tẹ ẹ́

Àmùrè ò dàgbà bá kèjàsì ńlẹ̀

Ó lẹ́ẹkú o o ọmọ I greet you all children of Babaláwo

Wọ́n ní hin.............59

Ọkọ bí ẹmọ ayà bí àfè alárinà bí àgó

A díá fún Ọká tí wọn o mú u joyè Olúwo

Converged a meeting on Àmùrè ò dàgbà lizard

That every illicit affair they engage in

Àmùrè ò dàgbà has the knowledge of it all

'Let us hire a hand to catch him' they concluded

When they got a killer

They hired the hawk

The Hawk hid himself on a tree on the appointed day

He saw the Cobra going in front

The Python closely following

The Snail was on the trail also.............40

Àmùrè ò dàgbà the last on the track

But Àmùrè had earlier had a bad dream

His sleep was full of nightmares

He was asked to sacrifice the Agbádá vestment on his neck

Àmùrè o dàgbà lizard offered it

Whosoever that performs sacrifice

Nothing bad can happen to that person again

The Hawk from the treetop started to dive on sighting them

He aimed for Àmùrè at high speed

As he was about to pick him up.............50

Èsù threw the Agbádá that Àmùrè had sacrificed to her claws

The Hawk joyfully turned for the sky

Screaming 'I have caught him'

The Cobra was rejoicing he had been caught

The Python was saying he had been caught

The Snail was also rejoicing

Àmùrè ò dàgbà busted into Ìjàsì song from hiding

Àgbọnnirègún, all Babaláwos, he chanted

They responded, Hin

The husband like ẹmọ rat the wife like àfè rat the mediator like àgó rat.............60

Cast divination for the Cobra that was installed as the Olúwo

Hin
Ọkọ bí ẹmọ́ ayà bí àfè alárinà bí àgó
A díá fún Erè tí wọ́n ó fi jẹ enìkejì o
Hin
Ọkọ bí ẹmọ́ ayà bí àfè alárinà bí àgó
A díá fún Ìgbín tí ó jẹ alákèépè e wọn
Hin
Àmùrè o dàgbà níí sọmọ ìkẹyìn wọn
    léńje léńje
Hin...70
Ó lẹ̀mìí ò gbé síbẹ̀ o ò o ò o ò o
Àmùrè ò dàgbà ẹwù ló gbé ẹ̀mí ò gbé
    síbẹ̀
Àmùrè ò dàgbà ẹwù ló gbé ẹ̀mí ò gbé
    síbẹ̀ o ò
Àmùrè ò dàgbà ẹwù ló gbé ẹ̀mí ò gbé
    síbẹ̀

Hin
The husband like ẹmọ́ rat, the wife like àfè rat, and
    the mediator like àgó rat
Cast divination for the Python that would be made the
    Deputy
Hin
The husband like ẹmọ́ rat, the wife like àfè rat, and
    the mediator like àgó rat
Cast divination for the Snail, that would be made the
    harbinger
Hin
Àmùrè ò dàgbà lizard is the youngest of them all
Hin...70
He said no life was lost in it
I Àmùrè ò dàgbà say that it was the dress that the
    hawk caught, life was not lost
Àmùrè ò dàgbà, it was the dress that the hawk caught,
    life was not lost
Àmùrè ò dàgbà, it was the dress the hawk caught, life
    was not lost

ÌWÒRÌ ÒTÚRÚPỌ̀N   A

Ifá lóun pé ire fún eléyìun. Lódidi nire ẹ̀ ó wàá. Ìkọ́ òwú funfun lẹbọọ rẹ̀, kó sĩ rú aṣọ kan tó ní bíi àrán.

Ìwòrì tútù ninini
Bí ẹní sàádá
A díá fún Ọlọmọ ní ràdiràdi
Ẹkún ọmọ ní ń sun
Òún le bímọ báyìí?
Wọ́n ní kó rúbọ
Ó ṣe é
Nĩgbà tí iré ó kalẹ̀ fún un
Lódidi lódidi nire rẹ̀ ń dé
Ọlọmọ ní ràdiràdi n losèé jẹ́...........10
Bẹ́ẹ bá la ọmọ Òsé
Gbogbo ọmọ inú ẹ̀ nĩkọ́ òwú so pọ̀
Tó sĩ kún délẹ̀
Òun náà?
Lòún níre lódidi lódidi báyìí?
Ó ní bẹ́ẹ làwọn Babaláwo tòún wí
Ìwòrì tútù ninini
Bí ẹní sàádá
A díá fún Ọlọmọ ní ràdiràdi
Ẹkún ọmọ ní ń sun................20
Wọ́n ní ó sa káalẹ̀ ẹbọ ní ó ṣe
Ó gbẹ́bọ ńbẹ̀
Ó rúbọ
Rírú ẹbọ
Èèrù àtùkèsù
Ẹ wáá bá wa ní màrínrín ire
Màrínrín ire làá bá ni lẹ́sẹ̀ ọba Òrìsà
Ọlọmọ ní ràdiràdi n lOsè é jẹ́

ÌWÒRÌ ÒTÚRÚPỌ̀N   A

Ifá wishes this person well. The good things meant for him would come in bundles and whole. Ifá says entwined cotton and a piece of cotton like corduroy is the sacrifice.

Ìwòrì tútù ninini
Bí ẹní sàádá
Casts divination for Ọlọmọ ní ràdiràdi
Crying because of children and all good things
'Would I have children in his life'?
He was asked to perform sacrifice
He performed it
On arrival of all his good tidings
It came in bundles and whole....…........................9
Olomo ni radiradi is the nickname for the Baobab
When one cuts through the Baobab fruit
All the seeds would be seen to be entwined in a
                                        cotton-like threads
And is full to the brim
Surprised, he exclaimed
'Seeing good things this much and in whole'?
He said it is exactly as his Babaláwo said
Ìwòrì tútù ninini
Bí ẹní sàádá
Casts divination for Ọlọmọ ní ràdiràdi
Crying because of Children and all good things.....20
He was asked to take care of the ground and perform
                                        sacrifice
He heard about the sacrifice
And performed it
Offering of sacrifices
And free gifts to Èsù
Come and met us with good tidings
One is found with good tidings at the feet of the king
                                        of Òrìsà
Ọlọmọ ní ràdiràdi is the nickname for the Baobab

ÌWÒRÌ ÒTÚRÚPÒN B

Ifá pé ohun tí baba eléyìun ń ṣe ni kí ọmọ rẹ̀ ó máa ṣe, kó má baà ṣìnà. Bí eléyìun bá bímọ ọkùnrin, Ifá ni kó lọ̀ọ́ kọ́; Bó bá sì bí ọmọ ọkùnrin, ìyàwó Ifá ni kí wọ́n ó fi ṣe.

Ìwòrì jáárájá
Òtúrúpòn joorojo
A díá fún Atinúlahùn
Èyí tíí sọmọ bíbí inú Àgbọnnìrègún
Wọ́n bí i tán
Ní bá ń ṣe bíi tIfá
Ayé yẹ ẹ́
Ó lóókọ láyé
Wọ́n ní Ifá ní ó fi ọ́ sèrù jẹ
N ní wá ń jó ní wá ń yọ̀.......................10
Ní ń yin àwọn Babaláwo
Àwọn Babaláwo ń yin Ifá
Ó ní bẹ́ẹ̀ làwọn Babaláwo tòún wí
Ìwòrì jáárájá
Òtúrúpòn joorojo
A díá fún Atinúlahùn
Èyí tíí sọmọ bíbí inú Àgbọnnìrègún
Ifá ló fi ọ sèrù jẹ
Ìwòrì jáárájá o
Òtúrúpòn joorojo.................20
Ọrúnmìlà ló fi ọ́ sèrù jẹ
Ìwòrì jáárájá
Òtúrúpòn joorojo

ÌWÒRÌ ÒTÚRÚPÒN B

Ifá says this person should continue with the good works of his father such that he would not make a mistake. If he has a male child, he should be allowed to train as a Babaláwo. If female, she should be married to a Babaláwo. If he could do this, he would have rest of mind.

Ìwòrì jáárájá
Òtúrúpòn joorojo
Cast divination for Atinúlahùn
The child from the bowels of Àgbọnnìrègún
After his birth
He started acting according to the instructions of Ifá
Life pleased him
He was well known
'Ifá will make you a free gift for himself', they told him
He started dancing and rejoicing.................10
He was praising his Babaláwos
His Babaláwos were praising Ifá
He said it was exactly as his Babaláwos said
Ìwòrì jáárájá
Òtúrúpòn joorojo
Cast divination for Atinúlahùn
The child from the bowels of Àgbọnnìrègún
Ifá would make you a free gift for himself
Ìwòrì jáárájá
Òtúrúpòn joorojo.................20
Ọrúnmìlà would make you a free gift for himself
Ìwòrì jáárájá
Òtúrúpòn joorojo

ÌWÒRÌ ÒTÚÁ A

Ifá lóun pé ire fún ẹní ó dá Ìwòrì Òtúá.
Kó rúbọ kó lè baà dépò ńlá. Àwọn mẹta
kan ni Ifá lóun ń bá wí. Kí àwọn mẹtẹ̀ẹ̀ta
ó rúbọ kí wọ́n ó le ní ìlọsíwájú. Odidi
awọ ẹran ńlá kan lẹbọ.

Ìwòrì wòtu pẹ̀ẹ̀rẹ̀pẹ̀
A díá fún Kẹ̀kẹ́ ọmọ Olómìjó
Wọ́n ní ó rúbọ
Ìwòrì wòtu pẹ̀ẹ̀rẹ̀pẹ̀
A díá fún Òkòtó ọmọ Olómìjó
Wọ́n ní ó rúbọ
Ìwòrì wòtu pẹ̀ẹ̀rẹ̀pẹ̀
A díá fún Àré tíí sọmọ ìkẹyìin wọn léńje
                                              léńje
Ẹbọ n wọ́n ní ó ṣe
Wọ́n ní kí àwọn mẹtẹ̀ẹ̀tá ó rúbọ........10
Olómìjó tíí ṣe baba wọn
Olóyè ni
Olómìjó wáá dàgbà
Ó re ibi àgbàá rè
Ẹní ó bá sì lè jó gorí awọ
Ni wọ́n e lédù oyè
Ni ó gorí ìtẹ́ẹ baba wọn
Kẹ̀kẹ́ ní tóun ti mò ọ́ jó
Táyé yẹ òun tó báyìí?
Taa ní ó gba ipòo babaa òun lọ́wọ́
        òun?.....................................20
Òkòtó ní tóun bá bẹ̀rẹ̀ síí jó
Gbogbo èèyàn ní ó mọ̀ póun mọ̀ ọ́ jó
Àré nìkàn ló lórí òun ò gbó
Ó rú odidi awọ tí ọn fíí sọlá

ÌWÒRÌ ÒTÚÁ A

Ifá wishes this person well. He should offer sacrifice
so that he could get to a big post. Ifá is referring to
three people; the three of them should perform
sacrifice such that they could make progress in life.
The skin of any big animal is the sacrifice.

Ìwòrì wòtu pẹ̀ẹ̀rẹ̀pẹ̀
Casts divination for String roller, the child of
        Olómìjó
He was asked to perform sacrifice
Ìwòrì wòtu pẹ̀ẹ̀rẹ̀pẹ̀
Casts divination for Cone, the child of Olómìjó
He was asked to perform sacrifice
Ìwòrì wòtu pẹ̀ẹ̀rẹ̀pẹ̀
Casts divination for Àré wood spin, the last born of
        the family
He too was asked to perform sacrifice.................….9
The three of them were asked to perform sacrifice
But Olómìjó their father
Is a titled chief
He became old and aged
He went to the place where old people go
However, it is the person who could dance and step
        on the animal skin
That would become the contestant for the throne
He would be the one that would ascend their father's
        post
The String roller says he is not bothered since he
        already knew how to dance
And life had been this pleasant to him
'Who would take my father's stool from me'? He
        asked...20
The Cone also boasted he already knew how to dance
'Everybody here present would agree that I know how
        to dance'
It only Àré wood spin that said he could not dare the
        consequences
He sacrificed a whole animal skin used in the
        exhibition of wealth

Ó rú bílálà tí ọn fíí sọlá

Ìgbà ó tó àsìkò tí wọ́n ó mọ́ọ jó

Òkòtó jó jóó jó

Ó yípo bììrì

Kò le jó gorí awọ

Kẹ̀kẹ́ jó jóó jó...................... 30

Ó fẹsẹ̀ walẹ̀

Kò le jó gorí awọ

Wọ́n bá ní kí Àré ó bọ́ síbẹ̀

Àré bá jó jóó jó

Kò le gorí awọ

Èṣù ní ẹ gbọ̀n ọn ní bílálà

Wọ́n gbé bílálà lé Àré lẹ́ẹ̀kínní

Pẹ̀rẹ̀ ló fòóké ṣùgbọ́n kò gorí awọ

Èṣù tún gbọ̀n ọn ní bílálà lẹ́ẹ̀kejì

Ó tún gbọ̀n ọn lẹ́ẹ̀kẹta...................40

Àfi tẹpọ́n

Àré bá bóórí awọ

Ńgbà ó rúbọ

N ní wá ń jó ní wá ń yọ̀

Ní ń yin àwọn Babaláwo

Àwọn Babaláwo ń yin Ifá

Ó ní bẹ́ẹ̀ làwọn Babaláwo tòún wí

Ìwòrì wòtu pẹ̀ẹ̀rẹ̀pẹ̀

A díá fún Kẹ̀kẹ́ ọmọ Olómìjó

Wọ́n ní ó rúbọ..........................…….50

Ìwòrì wòtu pẹ̀ẹ̀rẹ̀pẹ̀

A díá fún Òkòtó ọmọ Olómìjó

Wọ́n ní ó rúbọ

Ìwòrì wòtu pẹ̀ẹ̀rẹ̀pẹ̀

A díá fún Àré tíí sọmọ ìkẹyìin lénje lénje

Bó bá dà kó rẹ̀ Ìgo

Ìgbọ̀nǹgbọ̀n

A gbé Ìgo dìde

Ìgbọ̀nǹgbọ̀n

He sacrificed the horsewhip used in the exhibition of
   wealth

When the day of the dancing came by

The Cone started to dance and dance

He twirled as if caught by a whirlwind

He could not step on the animal skin

The String roller too danced and danced.................30

He tucked his toes into the soil

He found it impossible to step on the skin

They told Àré wood spin to step forward

Àré wood spin started to dance

His solo effort could not make him step on the animal
   skin

ÌWÒRÌ ÒTÚÁ B

Ifá pé ki eléyìun ó rúbọ kí ẹnìkan tí ọn ń fojú tẹ́mbẹ́ẹ́lú ó má baà kérèe rẹ̀

Ìwòrì wòtu pẹ̀ẹ̀rẹ̀pẹ̀
A díá fún Ọlọ́gbọ́n a bù fún Òmùgọ̀
Wọ́n ní kí Ọlọ́gbọ́n ó rúbọ
Wọ́n ní kí Òmùgọ̀ náà ó rúbọ
Ọlọ́gbọ́n kọ̀
Ọlọ́gbọ́n ò rú
Ọlọ́gbọ́n lóun ti mọgbọ́n nínú ara òun
Òmùgọ̀ ló rúbọ
Ńgbà tí wọ́n dé òde
Ọlọ́gbọ́n àti Òmùgọ̀ ni ọn jọ dé
gbangba...........................10
Ìwòrì wòtu pẹ̀ẹ̀rẹ̀pẹ̀
A díá fún Ọlọ́gbọ́n a bù fún Òmùgọ̀
Wọ́n ní kí Ọlọ́gbọ́n ó rúbọ
Wọ́n ní kí Òmùgọ̀ náà ó rúbọ
Òmùgọ̀ nìkàn ní ń bẹ lẹ́yìn tó rúbọ
Ọlọ́gbọ́n wọjà ó rìn kedere kedere
Ọ̀bùn wọjà ó pa rìdà rìdà
Ẹ̀yin ò wỌbùn rìà rìà tó rúbọ bí tí ń kérè
ẹnì ó gbọ́n
Ọ̀bun rìà rìà ní ó kerè ẹnì ó gbọ́n lọ
Ọ̀bùn rìà......................20

ÌWÒRÌ ÒTÚÁ B

Ifá says this person must offer sacrifice such that someone that he underestimate would not run away with his fortune.

Ìwòrì wòtu pẹ̀ẹ̀rẹ̀pẹ̀
Casts divination for the Wise and the Fool
They enjoined the Wise to offer sacrifice
They told the Fool also to perform sacrifice
The Wise man refused
He did not offer sacrifice
He boasted that he had the trick inside him for any
       problem
But the Fool offered the sacrifice
When they got to the open space outside
The two of them arrived at the same time.............10
Ìwòrì wòtu pẹ̀ẹ̀rẹ̀pẹ̀
Cast divination for the Wise and the Fool
They told the Wise to offer sacrifice
They told the Fool also to perform sacrifice
It was the Fool coming from behind to make sacrifice
The Wise entered the market and walked
       contemptuously
The Fool entered the market and walks clumsily
Come all and look at the dirty Fool that offered
       sacrifice carting home the profits of the Wise
It is the dirty Fool that would always cart away the
       profits of the Wise
The dirty Fool..20

138

ÌWÒRÌ ÌRẸTẸ̀ A

Ifá pé kí eléyìun ó bọ Oríi rẹ̀. Oríi rẹ̀ ó gbe dé ibi ó dáa, nǹkan ẹ̀ ò sì níí bàjẹ́. Bó bá jẹ́ pé eléyìun ní Baba Awo, kó mọ́ọ ṣe dáadáa sí i, bó bá sì jẹ́ pé òun gaan ni Baba Awo, kó mọ́ọ hùwà dáadáa sí àwọn ọmọ Awo ẹ̀.

Orí wo ibi rere gbé mi dé
Ẹsẹ̀ wo ibi rere sìn mí rè
Ibi Oríi mi ń gbé míi rè
N ò mọ bẹ
A díá fún Ṣàṣọ́rẹ́
Èyí tí ń lọ rèé bọrí Ẹlẹ́wìí
Bí Ẹlẹ́wìí ó bàá sọdún
A mọ́ọ rawọ́
Jóun ó sẹ̀míìn
Mọ́ jóun ó ráìda..........................10
Jóun ó rójú
Má jẹ̀ẹ́ nǹkan ó sọmọ òun
Má jẹ̀ẹ́ ó sobìnrin òun
Jẹ́míì òun ó gùn
Jẹ́ kí ọ̀nà ó là fún òun
Má jẹ̀ẹ́ kí ọ̀nà ó dí mọ́ òun
Ọ̀nà è é dí mọ́ Aládàá
Jẹ́ṣin Ọba ó jeko pé
Jẹ́ kí Àgàn ó tọwọ́ ààlà bọ osùn
Káboyún ó bí tibi tire..................20
Ẹlẹ́wìí ó bàá ké sí Ṣàṣọ́rẹ́
Pé kó wáá fàṣẹ sí I
Ṣàṣọ́rẹ́ náà ó bòó bẹ
Yóó máa wúre fún Ẹlẹ́wìí
Jẹ́ ó dáa fún Ẹlẹ́wìí
Jẹ́ ó rí ná
Jẹ́ ó rí lò
Ṣùgbọ́n jẹ́ ó dáa fún òun náà

ÌWÒRÌ ÌRẸTẸ̀ A

Ifá says this person should offer sacrifice to his Orí. For his Orí would take him to a laudable position. His belonging would not get spoilt. If he has a Babalawo, he should be nice to him; or if he himself is a Babaláwo he should be of good character to his learner priests.

Orí, look for somewhere good to take me
My legs, look for somewhere good to guide me
Where my Orí is taking me
I don't know
Cast divination for Ṣàṣọ́rẹ́
That was going to offer sacrifice to Ẹlẹ́wìí's Orí
Whenever Ẹlẹ́wìí celebrate his yearly festivities
He would offer prayers and say thus
'Make it possible for me to see next year's
        celebration'
'Do not allow me to witness bad things'............10
'Let me find space to do things'
'Do not let something bad happen to my children'
'Do not let it happen to my wives'
'Let me live long'
'Let my ways be open'
'Do not let my ways shut on me'
'Shrubs would not close the way of a person that has
        a cutlass'
'Let the king's libido not fail him prematurely'
'Let the barren dip her hand in Osùn cream'
'Let the pregnant deliver safely'......................20
Ẹlẹ́wìí would then call on Ṣàṣọ́rẹ́
'Come and 'àṣẹ'
Ṣàṣọ́rẹ́ himself would move near
He would offer prayers for Ẹlẹ́wìí saying
'Let things be good for Ẹlẹ́wìí'
'Let him find money to spend '
'Let him find material things to use'
'But let life smile at me also'

Gbé òun náà dé ibí ó dáa
Ó ní ń wí bẹ́ẹ̀ tipẹ́………......…………30
Ìgbà ó yá, Ẹlẹ́wìí ní
'Ẹ̀ṣín èyí yìí'
Níbo lorìí rẹ̀ ń gbé ọ rè?
Kí Orìí rẹ ó gbé ọ dé ibo?
Yóó sì gbé ọ dé ibìkan
Ẹlẹ́wìí bá lọ̀ọ́ kan pósí bí àpótí
Ó bá dé Ṣàṣórẹ́ mọ́ inú pósí ọ̀hún
Wọ́n bá kàn án pa
Ó ní kí wọ́n ó lọ jù ú sínú odò
Omí bá gbé pósí lọ…………………40
Ẹlẹ́wìí ní 'ibi orìí rẹ ó gbèé ọ dé òun ó ní
     I'
'Òún ní o wúre fún òun'
'Ìwọ́ ń wúre fún araà rẹ'
'Oní kínni ọ'?
Ní Ìbínní, àlejò ni ón sì fíí joyè
Ọpá oyè sì sẹ́ lọ́hùún
Àwọn wáá rù ú wọ́n sọ̀ ọ́,
Ifá yìí ni wọ́n dá
Ifá ní kí wọ́n ó mọ́ọ lọ odò
Pé wọ́n ó rìí nǹkan àmì lójú omi………50
Ó ní kí wọ́n ó mú ohun tí wọ́n bá rí
Olúwa ẹ̀ ní ó jọba
Ìgbà àwọn dé etí omi léyìn ọjọ́ méje
Wọ́n bá rí pósí lójú omi
Omí ń gbé pósí bọ̀
Ní ń tàkìtì
Àwọn Oníkèngbè bá bóójú omi
Wọ́n ń wẹdò lọ̀ọ́ bá pósí
Wọ́n bá gbé e jáde
Wọ́n bá gé pósí níbùú……………..….60
Bí ọn ti ṣi pósí

'Take me also to a good place'
He had been saying this for quite some time……..30
He did this consecutively for years before Ẹlẹ́wìí
     reasoned
'Look at this fool'
'Where is your Orí taking you'?
'You want your Orí to take you somewhere'?
'Surely it would take you to a destination'
Ẹlẹ́wìí then went to make a boxlike coffin
He put Ṣàṣórẹ́ in it and covered it
He nailed the coffin
He asked his servants to throw the coffin in a flowing
     river
The water carried it off.…………………………40
'Where your Orí would take you', I will see Ẹlẹ́wìí
     said
'I ask you to offer prayers for me'
'You were praying for yourself'
'What an insult'?
In Benin, it is a stranger that is usually installed as
     king
The last king had died earlier
They carried it up and down and consulted Ifá
This Ifá was cast for them
Ifá asked them to proceed to the riverbank
That they would see something worthy of note on the
     river……………………………………………50
Whatever they see, Ifá says, they should bring it home
The person connected with the thing would be the
     next king
After being at the riverbank for seven days
They saw a coffin on the water surface
The current was bringing it
It was tumbling
The gourd swimmers jumped into the water
They swarm to meet it
They got it out
And remove the cover to see what it contains………60
On opening

Èèyàn ni ọn bá nnú ẹ̀	They saw a human being inside it
Wọ́n bá gbé e	They carried him
Ijó ni ọn ń jó lọ láti ibẹ̀	And were dancing and rejoicing
Ní ọn ń ṣe	They were also singing and chanting
'A ń baba lónĭ a ń baba'	'We have our elder today'
Jòǹto, a ń baba	Jòǹto, we have an elder
'A ń baba lónĭ a ń baba'	'We have our elder today'
Jòǹto, a ń baba	Jòǹto, we have an elder
Ṣàṣọ́rẹ́ lóun dáràn..............70	I am in trouble, Ṣàṣọ́rẹ́ said tiredly.............70
'Ọwọ́ àwọn wo lòún tún bọ́ sí yĭ'?	Which trouble is this again
Gbígbé tí wọ́n gbé e dé ìlú	They carried him aloft to the city
Orí àga ọba ni ọn gbé e kà	They put him straight on the king's seat
Ni ọn bá fi Ṣàṣọ́rẹ́ dédù oyè	And installed him as their king
Ṣùgbọ́n oyè Ọba Ìbínní tóbi ju ti Ẹlẹ́wìí lọ	But Ẹlẹ́wìí's title is smaller than that of the Benin monarch
Gbogbo ọba kéékèèké bí Ẹlẹ́wìí	All smaller titular king as Ẹlẹ́wìí
Ní ń bẹ lábẹ́ Ọba Ìbínní	Are under the jurisdiction of the king of Benin
Ńgbà ó yá gbogbo àwọn ọba kéékèèké ń lọ́ọ́ kí ọba tuntun	After installation, these smaller kings would pay homage to the new king
Ẹlẹ́wìí náà mú aṣọ	Ẹlẹ́wìí also selected a dress
Yóó lọ̀ọ́ kí ẹni tí ọn fi jọba.........80	He will go and pay homage to the person they installed as king...................80
Tóun jù sínú odò	The same person that he threw into the river
Ńgbàa wọ́n dé ọ̀hún	When he got there
Ó rí Ṣàṣọ́rẹ́	He saw Ṣàṣọ́rẹ́
Ló jókòó ńbi wọ́n gbé adé lé e lórí	He was seated on the seat with the crown placed on his head
Gbogbo wọ́n ń yíràá	All of them were prostrating and venerating
Kára ó le, kára ó le	'May you be strong, may you be strong'
Ṣàṣọ́rẹ́ ń pé ẹ lọ̀ọ́ jókòó	Ṣàṣọ́rẹ́ was responding 'Go and sit down'
Ẹlẹ́wìí bá ń gbọ̀n	Ẹlẹ́wìí started shivering
'Ẹni tóun ní kí wọ́n ó dé mọ́ pósí'	'The person I instructed to be tied inside a nailed coffin'
'Kí wọ́n ó jù sínú omi'.............90	'And drop into a flowing river'..............90
'Lòún bá lórí oyè yĭ'!	'Is the same person on the throne'
Ó dákẹ́ tòun tojora	He kept quiet without saying anything
Ńgbà ó dijọ́ kejì	The second day

Tí ọn jẹ tí ọn mu tán
Ṣàṣọ́rẹ́ bá pe Ẹlẹ́wìí
'Ǹjẹ́ o dá òun mọ̀'
Ó ní 'Káábíèsí, n ò mọ̀ yín'
Ṣàṣọ́rẹ́ ní 'o ò dá mi mọ̀'?
'Bó pé o ò mọ̀ mí'
'Oró kọ́ lo dá mi'....................100
'Bóò bá hùwà tóo hù sí mi'
'N ò níí dé ipò tí mo wà yí'
'Bóo sì pó o mọ̀ mí'
'N ò níí ṣe ọ́ ní nǹkan'
Ni Ṣàṣọ́rẹ́ bá ń jó ní ń yọ̀
Ní ń yin àwọn Babaláwo
Àwọn Babaláwo náà ń yin Ifá
Ó ní bẹ́ẹ̀ làwọn Babaláwo tòún wí
Orí wo ibi rere gbé mi dé
Ẹsẹ̀ wo ibi rere sìn mí rè.............110
Ibi orí mi ń gbé mí rè
N ò mọ bẹ
A díá fún Ṣàṣọ́rẹ́
Èyí tí ń lọ rèé borí Ẹlẹ́wìí
Èyí tí Ẹlẹ́wìí dá lóró
Tó kàn mọ́ pósí
Tó jù sínú odò
Ẹ ẹ ri bí o?
Ṣàṣọ́rẹ́ wá là làà là
Ó wá ju Ẹlẹ́wìí náà lọ................120
Ẹ ẹ wa ráyé bí o
Ṣàṣọ́rẹ́ mọ̀mọ̀ là

After they had eaten and had fun
Ṣàṣọ́rẹ́ called on Ẹlẹ́wìí
'Do you recognize me'?
'Káábíèsí, I don't know you', he replied, perspiring
'You are sure you don't know me', Ṣàṣọ́rẹ́ countered
'If you deny knowing me'
'You have not caused me any havoc'...............100
'If you did not behave the way you did'
'I will not be here on this seat'
'On the other hand, if you confirm knowing me'
'I will not repay you in your coins'
Ṣàṣọ́rẹ́ then started to dance and rejoice
He was praising his Babaláwos
His Babaláwos were praising Ifá
He said it was exactly as his Babaláwos said
Orí, look for somewhere good to take me
My legs, look for somewhere good to guide me...110
Where my Orí is taking me
I don't know
Cast divination for Ṣàṣọ́rẹ́
That was going to offer sacrifices to Ẹlẹ́wìí's Orí
He that Ẹlẹ́wìí caused great havoc
That he shoved inside a coffin
That he threw into a river
Can we now see?
Ṣàṣọ́rẹ́ became exceedingly rich
And became bigger than the Ẹlẹ́wìí himself......120
Can we now see the turn of destiny?
Ṣàṣọ́rẹ́ truly is very rich

ÌWÒRÌ ÌRẸTẸ̀ B

Ifá pé ki eléyìun ó rúbọ àrùn kan. Bó bá sì jẹ́ Babaláwo ni, wọ́n ń gbé ẹnìkan bọ̀ wáá bá a tí àrùn ń ṣe. Yóó wo àrùn náà sàn. Ipá eléyìun ó kàá nǹkan.

Omi ni mo tẹ̀ tẹ̀ẹ̀ tẹ̀
Kí n tó tẹ yanrìn
A díá fún Ìwòrì
Èyí tí ń lọ rèé wo Ẹrẹ̀ lárùn
Wọ́n ní kó rúbọ
'Òún jẹrí àrùn tí ń ṣe Ẹrẹ̀ báyìí'?
Wọ́n ní kó rúbọ
Wọ́n ní gbogbo nǹkan tí ń ṣe ní ó yanjú
Ìwòrì ò ṣe méjì mọ́
Ó wẹrẹ̀ lárùn ará dá ṣáká.................10
N ní wá ń jó ní wá ń yọ̀
Ní ń yin àwọn Babaláwo
Àwọn Babaláwo ń yin Ifá
Ó ní bẹ́ẹ̀ làwọn Babaláwo tòún wí
Omi ni mo tẹ̀ tẹ̀ẹ̀ tẹ̀
Kí n tó tẹ yanrìn
A díá fún Ìwòrì
Èyí tí ń lọ rèé wo Ẹrẹ̀ lárùn
Rírú ẹbọ
Ẹẹ̀rù àtùkèsù...................20
Ìwòrì ló wo Ẹrẹ̀ lárùn
Ará bá dá ṣáká ṣáká

ÌWÒRÌ ÌRẸTẸ̀ B

Ifá says this person must offer sacrifice against a certain kind of disease. If he is a Babaláwo, a person afflicted by a certain disease would be brought to him. He would cure the ailment completely but must offer the prescribed sacrifice. His strength would overcome things in life

I tread for long on water
Before I tread on sand
Casts divination for Ìwòrì
That was going to cure Ẹrẹ̀ of a disease
He was asked to offer sacrifice
'Would I cure the sickness of Ẹrẹ̀'? He asked
He was asked to perform sacrifice
They said everything that he does would come to a good conclusion
Ìwòrì did nothing else
He cured Ẹrẹ̀ completely of the ailment............10
He started to dance and rejoice
He was praising his Babaláwo
His Babaláwo was praising Ifá
He said it was exactly as his Babaláwo had said
I tread for long on water
Before I tread on sand
Casts divination for Ìwòrì
That was going to cure Ẹrẹ̀ of a disease
Offering of sacrifices
And free gifts offered to Èṣù
Ìwòrì cured Ẹrẹ̀ of the disease....................20
And her body became healed completely

ÌWÒRÌ ỌSẸ́ A

Ifá pé ire ajé rẹpẹtẹ fún eléyìun. Kó ṣe pẹ̀lẹ́pẹ̀lẹ́ kí àwọn Obìnrin ó mọ́ ba ire jẹ́ mọ́ ọ lọ́wọ́. Ifá pé kò gbọdọ̀ wo Obìnrin ní ìwòkuwò kó lè baà májé délé; kí Obìnrin ó mọ́ gba gbogbo owó ọwọ́ọ ẹ̀ tán. Àwo tánńgaran kan àti obì lẹbọ ẹ̀.

Ìwòrì wówó wówó
Ìwòrì wóṣù wóṣù
Ìwòrì wóṣù kóo tóó wàwo Òyìnbó
A díá fún Aláròóbọ̀
A bù fún baba Olóko
Wọ́n ní wọ́n ó rúbọ
Baba Olóko ń tajàa rẹ̀
Àwọn aláròóbọ̀ ń rà
Baba olóko bá ń wo ìdí aláròóbọ̀
Kò wo ọjà tíí ń tà mọ́...............10
Ìwòrì wówó wówó
Ìwòrì wóṣù wóṣù
Ìwòrì wóṣù kóo tóó wàwo Òyìnbó
A díá fún aláròóbọ̀
A bù fún baba olóko
Tée ta gbogbo ọjà nítàkutà tán
Ni ọn bá ń kọrin fún baba olóko
Ẹ ẹ̀ wowó lóóko
Ẹ ẹ woowó lóóko ò
Ẹ̀ ń wòdí aláròóbọ̀ o.....................20
Ẹ ẹ̀ wowó lóóko

ÌWÒRÌ ỌSẸ́ A

Ifá wishes a lot of good fortunes for this person. He should exercise restraint with women such that they would not derail him. He should not look at women seductively so that he would be able to take his wealth home, and such that women would not take all his money. A ceramic dish filled with kola nut is the sacrifice

Ìwòrì look for money
Ìwòrì look for your menstrual period
Ìwòrì look for menstrual period before looking at the
      Whiteman's dish
Cast divination for the market woman
And the farmer
They both were asked to perform sacrifice
The farmer was selling his goods
The market women were buying
The farmer then started to look at a woman's buttocks
He did not concentrate on his wares 10
Ìwòrì look for money
Ìwòrì look for your menstrual period
Ìwòrì look for menstrual period before looking at the
      white man's dish
Cast divination for the market woman
And the farmer
He sold all his wares at a loss
They were singing and jesting at him
You were not mindful of your investment on the farm
You were not mindful of all your money
You were looking at the woman's buttocks.........20
You did not look at the money you invested on your
      farm! They sang.

ÌWÒRÌ ỌSẸ́ B

Ifá pé kí eléyìun ó rúbọ ọmọ. Nǹkan ò níí ṣe é. Nǹkan ò níí ṣe àwọn ọmọ ọ̀hún ṣùgbọ́n kó rúbọ.

Gìgísẹ̀ níí bẹ̀bẹ̀ ọ̀nà yété yètè yété
A díá fún Osúnláyà aya Àgbọnnìrègún
Ẹkún ọmọ ní ń sun
Wọ́n ní kó rúbọ kó lè baà bímọ
Ó ṣe é
Ó bá bẹ̀rẹ̀ síí bímọ
Ní ń yin àwọn Awo ẹ̀
Àwọn Awo ẹ̀ ń yin Ifá
Ó ní bẹ́ẹ̀ làwọn Babaláwo tòún wí
Gìgísẹ̀ níí bẹ̀bẹ̀ ọ̀nà yété yètè yété........10
A díá fún Osúnláyà aya Àgbọnnìrègún
Ẹkún ọmọ ní ń sun
Wọ́n ní kó rúbọ kó lè baà bímọ
Wọ́n se é bímọ?
Ìwòrì ò wàsẹ̀ ẹ sǐ ní ò lóyún
Ẹni tí ò ṣe wàsẹ̀
É ṣe é bímọ?

ÌWÒRÌ ỌSẸ́ B

Ifá says this person should offer sacrifice meant for children. Nothing bad would happen to him and his children.

Gìgísẹ̀ níí bẹ̀bẹ̀ ọ̀nà yété yètè yété
Casts divination for Osúnláyà the wife of
    Àgbọnnìrègún
She was crying because of children
They told her to offer sacrifices for children
She offered it
She started giving birth to children
She was praising her Babaláwo
Her Babaláwo in turn was praising Ifá
She said it was exactly as her Babaláwo had said
Gìgísẹ̀ níí bẹ̀bẹ̀ ọ̀nà yété yètè yété.....................10
Cast divination for Osúnláyà the wife of
    Àgbọnnìrègún
She was crying because she has none to cuddle
It was the sacrifice meant for children that was
    prescribed for her
How could they have had children?
Ìwòrì did not menstruate and you said she is not
    pregnant
The person that does not menstruate
How would she give birth to a child?

145

ÌWÒRÌ ÒFÚN A

Ifá pé kí eléyìun ó rúbọ. Ẹlẹ́dàá rẹ̀ ó
dúró tì í. Yóọ́ mọ̀ ọ́ ṣe láyé ẹ̀.

Enini bẹ́lẹ̀bẹ́lẹ̀ níí wẹrí ẹmọ́
Tòtò bàlàbàlà níí wẹ̀dí àdán
Agẹmọ   òògùn   níí   wẹrí   ọlọ́jà
     mẹ́rìndínlógún nínú ajere idẹ
A díá fún Ìwòrì
Níjọ́ tí ń lọ rèé wẹrí Òfún
'Orí Òfún le dáa báyìí'?
Wọ́n ní kí Òfún ó tọ Ìwòrì lọ
Ìwòrì bá wẹrí Òfún
Òfún bá ń lájé
Òfún ń láya.............................10
Òfún ń níre gbogbo
Ọ̀pọ̀ Eku lẹbọ
Ọ̀pọ̀ Àdán lẹbọ
Ó ní bẹ́ẹ̀ làwọn Babaláwo tòùn wí
Enini bẹ́lẹ̀bẹ́lẹ̀ níí wẹrí ẹmọ́
Tòtò bàlàbàlà níí wẹ̀dí àdán
Agẹmọ   òògùn   níí   wẹrí   ọlọ́jà
     mẹ́rìndínlógún nínú ajere idẹ
A díá fún Ìwòrì
Níjọ́ tí ń lọ rèé wẹrí Òfún
Ìwòrì wòfún ní ó wẹrí mi ńmi 20
Wẹríì mi ńmi ò
Awẹdẹwẹ̀lẹ̀kẹ̀
Wẹríì mi sájé
Awẹdẹwẹ̀lẹ̀kẹ̀
Wẹríì mi sáya
Awẹdẹwẹ̀lẹ̀kẹ̀
Wẹríì mi sọ́mọ
Awẹdẹwẹ̀lẹ̀kẹ̀
Ẹni Ìwòrìwòfún bá wẹ́ ló mọ́ roro
Awẹdẹwẹ̀lẹ̀kẹ̀.............................30

ÌWÒRÌ ÒFÚN A

His creator would stand by him and would be perfect
in life.

The wet grasses are the ones that wash the head of
     Ẹmọ́ rat
Foliage water droplets wash the buttocks of a bat
It is the medicinal Agẹmọ that washes the Orí ọlọ́jà
     mẹ́rìndínlógún inside the perforated brass pot
Cast divination for Ìwòrì
On the day he was going to wash the head of Òfún
'Would the Orí of Òfún be good at all'?
They told Òfún to go and meet Ìwòrì
Ìwòrì washed the head of Òfún
Òfún began to have wealth
Òfún started having wives...................10
Òfún began to have all good things of life
Many rats is the sacrifice
Many bats is the sacrifice
He said it was exactly as his Babaláwos had said
The wet grasses are the ones that wash the head of
     Ẹmọ́ rat
Foliage water droplets would wash the buttocks of a
     bat
It is the medicinal Agẹmọ that washes the Orí ọlọ́jà
     mẹ́rìndínlógún inside the perforated brass pot
Cast divination for Ìwòrì
On the day he was going to wash the head of Òfún
Ìwòrì wòfún is the one that would wash my head....20
I plead with you to wash my head for me
Awẹdẹwẹ̀lẹ̀kẹ̀
Wash my head for me to make wealth
Awẹdẹwẹ̀lẹ̀kẹ̀
Wash my head for me to have good wives
Awẹdẹwẹ̀lẹ̀kẹ̀
Wash my head for me to have brilliant children
Awẹdẹwẹ̀lẹ̀kẹ̀
Whoever that Ìwòrìwòfún washes is the one that is
     clean
Awẹdẹwẹ̀lẹ̀kẹ̀.............................30

ÌWÒRÌ ÒFÚN B

Ifá pé kí eléyìun ó rúbọ kó sì fi edé bọ Ifá. Orí ẹ̀ ó mọ̀ ọ́ sájé, yóó mọ̀ ọ́ sáya. Bí bá ń jẹ ọbẹ̀ ilá tẹ́lẹ̀, kó mọ̀ jẹ ẹ́ mọ́; kó lè baà lájé lọ́wọ́.. Yóó nísinmi ọkàan rẹ̀ ó sì balẹ̀.

Ìbínní n nilé ajé
Bàrà nilẹ̀ àwọn àwòdì
Ìbààbá nilé àríòro
Sókótó nilé abẹ
A díá fún wọn nÍsàọ̀wọ́ngá
Ọmọ oníbú ẹja
Ayé yẹ àwọn báyìí nÍsàọ̀wọ́ngá?
Wọ́n ní kí àwọn ará Isàọ̀wọ́ngá ó rúbọ
Wọ́n ṣe é
Ayé yẹ wọ́n.....................................10
Nǹkaan wọ́n dùn
N ni wọ́n wá ń jó ni wọ́n wá ń yọ̀
Wọ́n ń yin àwọn Babaláwo
Àwọn Babaláwo ń yin Ifá
Wọ́n ní bẹ́ẹ̀ làwọn Babaláwo tàwọn wí
Ìbínní nilé ajé
Bàrà nilẹ̀ àwọn àwòdì
Ìbààbá nilé àríòro
Sókótó nilé abẹ
A díá fún wọn nÍsàọ̀wọ́ngá...............20
Ọmọ oníbú ẹja
Odò gbogbo kìkì ọkàsà
Ìwòrì wòfún è é jọrúnlá
Ẹ bá ni wá okiribúsú ẹja lọ
Odò gbogbo kìkì ọkàsà

ÌWÒRÌ ÒFÚN B

Ifá asks this person to perform sacrifice by offering prawns to Ifá. His Ori would see him make wealth, wives and children. If he has been eating okra soup before, he should stop it so that he could make wealth. He would have rest and peace.

Benin is the house of wealth
Bàrà is the land of the eagle
Ìbààbá is the house of àríòro bird
Sókótó is the land of the shaver's blade
Cast divination for them at Isàọ̀wọ́ngá
The child of 'Oníbú ẹja'
'Would life please us at Isàọ̀wọ́ngá'? They asked
They told them to make sacrifices
They offered it
Life pleased them..........................10
Their things were pleasant
They were dancing and rejoicing
They were praising their Babaláwos
Their Babaláwos were praising Ifá
They said it was as their Babaláwos predicted
Benin is the house of wealth
Bàrà is the land of the eagle
Ìbààbá is the house of àríòro bird
Sókótó is the land of the shaver's blade
Cast divination for them at Isàọ̀wọ́ngá........... 20
The child of 'Oníbú ẹja'
All rivers full of Ọkàsà
Ìwòrìwòfún does not eat Ọrúnlá soup
Please find for us, fish with full flesh

DIFFICULT WORDS ¦ ÌWÒRÌ

1. **Láàmbòkò Ìrè**: A kind of cricket that has no feather, and no place of abode to live in.

2. **Òde Gbànsàsà**: The open space

3. **Ọbámú bamù Pirá Pirá**: A Word expressing the bulkiness of a certain thing

4. **Alájàngbàlúù**: The name of a particular leaf

5. **Kẹ̀rẹ̀kẹ̀rẹ̀**: In steady paces

6. **Ìwòrìbogbè**: One of the minors of Ifá

7. **Pẹ̀ẹ̀rẹ̀pẹ̀**: The manner with which cloths or leafs are torn into shreds (lengthwise)

8. **Alágbàáà**: The captain of masquerades.

9. **Òjò Ranhin**: Response to fairy tales or chants

10. **Ìwòrì ò wòdì**: One of the minors of Ifá >Ìwòrì does not look at the buttocks@ The verse of the above Odù emphasize the need to be caring and dutiful so as to have a good family life

11. **Ìdì**: Òdí, could also be translated to mean the buttocks

12. **Òhúù**: Name of a person

13. **Àpọ́n**: An unmarried man

14. **Osùn**: Camwood

15. **Òòsà Ńlá**: Òrìsà ńlá, Ọbàtálá

16. **Ifọ́n**: A town in Ọ̀ndó state of Nigeria where history claims Òrìsà to have descended from heaven.

17. **Sánmọ̀ Pá**: The sky

18. **Ìwòrì Ò Dẹrín**: Ìwòrì Ọwọ́nrín

19. **Apá Warúgbóó Sán**: (Idiom) (Lt) to mean >The old woman in the house also like to swing her arms=.

Idiomatic meaning is 'The old woman also like to have sex'.

20. **Ẹlẹ́rín Àtàtà**: Title of a chief

21. **Ìwòrì ò Bẹ̀rẹ̀**: Ìwòrì Ọbàrà. Ìwòrì on the right and Ogbè on the left

22. **Ẹ̀yọ̀**: Name of an area where Ẹ̀yọ̀ masquerade is practiced as tradition

23. **Dásà a ò kú mọ́**: Name of a place

24. **Ègùn**: The name of a particular tribe

25. **Ìwòrì ò rìnkàn**: Ìwòrì does not walk alone. Ìwòrì Ọ̀kànràn

26. **Olóréè Àgbọn**: Name (and) or title of a chief

27. **Ìwòrì Wónda** : Ìwòrì Ògúndá

28. **Orí Olóyè**: The inner head (destiny) of a king or chief

29. **Òfùlẹ̀fùlẹ̀**: The manner with which one=s spirit is lifted up as a result of an impressive event.

30. **Kútelú** : An outdated name

31. **Ìwòrì Tútù**: Ìwòrì Òtúrúpọ̀n

32. **Ọlọmọ ní Ràdiràdi**: A Phrase that tells about the multiple seeds found in the bract of baobab

33. **Ìwòrì Jáárájá, Òtúúrúpọ̀n Joorojo**: Names of Babaláwos

34. **Atinúlahùn**: Name of a person. Someone who could communicate right from the pregnancy stage.

35. **Ìwòrì ò Jawùsá**: Ìwòrì Ọsá

36. **Gbàbilà**: Name of a Babaláwo

37. **Ìnìnírìn**: Name of a Babaláwo

38. **Ajìtobì**: Name of a person

39. **Ìwòrì Àyọká**: Ìwòrì Ìká

40. **Agbádá Vestment**: The top of a three piece costume worn in Yorùbáland

41. **Ẹmọ́, Àfè, Àgó rats**: All are kind of forest rats

42. **Àmùrè ò dàgbà**: Reptile in the lizard family

43. **His sleep was not fine**: Idiom; His sleep was full of nightmares

44. **Ìjàsì song**: The chant in Ifá with response

45. **Ìwòrì Wòtu**: Ìwòrì Òtúá

46. **Àré Wood Spin**: A kind of spindle made of wood with one pointed end. Kids use it as object of play. Usually by beating it with straps of leather.

47. **Went to the Place where old people go**: Died. Went to heaven

48. **Ìgbọ̀nǹgbọ̀n**: The response when kids play with 'Àré' spin

49. **Ìgo**: Another name for Àré

50. **Ìwòrì Wẹrẹ̀**: Ìwòrì Ìrẹtẹ̀

51. **Sàṣọ́rẹ́**: Name of a person

52. **Ẹlẹ́wìì**: The title of a king in Yorùbáland

53. **Let the King's Horse Eat Straw**: (Idiom) Let the king have multiple erection.

54. **To Add 'Àṣẹ'**: Àṣẹ is the command and empowerment with which the sacrifice is carried to heaven. It is supposed to be said by a Babaláwo.

55. **The Chieftaincy Title is Broken**: (Idiom) The king is dead

56. **They Carried it up and Down**: Performed divination using the chains.

57. **Jòǹto**: Response to songs of joy

58. **Agẹmọ**: A deity in Ìjẹ̀bú area of Ògùn state in Nigeria. Could also mean the Praying Mantis.

59. **Ọlọ́jà Mẹ́rìndǐnlógún**: Ifá

60. **Awẹdẹwẹ̀lẹ̀kẹ̀**: A rhythmic word. Someone who washes brass and beads. This verse is chanted to consecrate the symbol of Ori into a venerated object.

61. **Benin**: A city in Middle Western area of Nigeria

62. **Bàrà**: The place where hawks were supposed to originate from

63. **Ìbààbá**: cf. difficult words of Ogbè

64. **Àtìòro**: A kind of bird with long neck and legs

65. **Sokoto**: A city in Northern Nigeria

66. **Isà Ọ̀wọ́ngá**: Name of a place in Yorùbáland

67. **Ọ̀rúnlá soup**: Ọ̀rúnlá is okra that is chopped into pieces, dried and cooked as soup.

68. **Ọ̀kàsà**: A kind of fish.

CHAPTER 4 : ÒDÍ

ÒDÍ MÉJÌ A

Ire ó tòó eléyìun lọ́wọ́, ọkàan rẹ̀ ó balẹ̀, ayé ó sì yẹ ẹ́. Ifá pé yóò tóbi láyé, gbogbo àwọn nnkan tí sì ń ṣe wẹ́rẹ́wẹ́rẹ́ ní o di níńlá mọ́ ọ lọ́wọ́.

Kóróbótó kóróbótó ni wọ́ọ́n pilẹ̀ àwọn
Bó bá dókè a gbilbú
A mọ́ọ gbọmọrí odó
A mọ́ọ gbọmọrí ọlọ
A díá fún Àkẹ̀sán
Àkẹ̀sán tíí ṣe baálẹ̀ ọjà olówó
Àkẹ̀sán lọjà àkọ́dá ńlé ayé
Ọba ló sì ni í
Obìnrin sì ni Ọba ọ̀hún
Wọ́n ní kó rúbọ...........................10
Ó bá rúbọ
Ó rú ohun gbogbo nígbà nígbà
Gbogbo ayé bá Àkẹ̀sán pé
Tée dòní ni wọ́n ń nájà Àkẹ̀sán
Gbogbo ọjà tó kù tí wọ́n dá
Àkẹ̀sán ni Baba gbogboo wọn
Ifá pé ayé ó yẹ ẹní ó dá Ifá yìí
Ó tóbi tán ní ń yin Ifá
Ifá ń yin Olódùmarè Ọba
Ó ní bẹ́ẹ̀ làwọn Babaláwo tòún wí.......20
Kóróbótó kóróbótó ni wọ́ọ́n pilẹ̀ àwọn
Bó bá dókè a gbilbú
A mọ́ọ gbọmọrí odó
A mọ́ọ gbọmọrí ọlọ
A díá fún Àkẹ̀sán baalẹ̀ Ọjà Olówó
Wọ́n ní ó rúbọ kó lè baà tóbi
Kó lè baà dẹni ńlá láyé
Àkẹ̀sán gbẹ́bọ ńbẹ̀
Ó rúbọ

ÒDÍ MÉJÌ A

Ifá says this person would obtain his good fortunes. He would have rest, and life would please him. Ifá says he would become renowned. All the things he is doing in little but steady paces would turn to be big.

In small loops, they do start to build the fishing net
As it is being completed it becomes widened
It could then swallow a mortar
It could then contain a grinder
Cast divination for Àkẹ̀sán
Àkẹ̀sán the rich man's foremost market
Àkẹ̀sán was the first market ever formed on earth
A king owned the market
And the king was a woman
She was asked offer sacrifice such that she would
        have an aggregation of people................10
She performed the sacrifice
She offered the sacrifice in multiple of hundreds
The entire world coalesced with Àkẹ̀sán
Till today
All the other markets formed
Àkẹ̀sán is their head
Ifá says life would please this person
She became big and started praising Ifá
Ifá was praising Olódùmarè
She said it was exactly as her Babaláwo said...........20
In small loops, they do start to build the fishing net
It becomes widened as it is being completed
It could then swallow a mortar
It could then consume a grinder
Cast divination for Àkẹ̀sán the rich man's market
She was asked to perform sacrifice to become big
Such that she would also become a renowned person
Àkẹ̀sán heard about the sacrifice
And performed it

Èèrù àtùkèsù
Ẹ wáá bá ni ní jẹbútú ire
Jẹbútú ire làá bá ni lẹ́sẹ̀ Ọba Òrìṣà
Àkẹsán mọ̀mọ̀ dé ò
Baálẹ̀ ọjà
Báa bá rólórí rere
À á dájà

And free gifts offered to Èsù
Come and meet us with good tidings
One is usually found in the midst of fortunes at the
    feet of the king of Òrìsà
Àkẹsán is here
The supreme market
If we have a good leader
We should form a commemorative market

ÒDÍ MÉJÌ B

Ẹbọ ni kí eléyìun ó rú. Ayé ó yẹ ẹ́.

Ìgbín ò pilẹ̀ aró
Àfèè bòjò ni ò pilẹ̀ àràn
A ò gbójúu fífò lé adìẹ àágádá
Taa ló gbójúu yíyan lé Alágẹmọ
Mo dé rere
Mo rìn rere
Wọ́n sẹ̀sẹ̀ ń kóhun ọlà kalẹ̀ ni mo wọlé dé
     bí ọmọ Olóhun
Kèé síì sọmọ Olóhun
Ìrìn àrìnkò ni mo mọ̀ọ́ rìn
A díá fún Àjòjì gòdògbò.....................10
Níjọ́ tí ń sawoó ròde Ìbínní
Nibi tí òún ń lọ yìí?
Ó dáa fóun?
Wọ́n ní gẹ́gẹ́ ire ní ó ṣe
Wọ́n ní kó rúbọ
Ó bá rúbọ
Ló lówó
Ló ṣe gẹ́gẹ́ ire
N ní wá ń jó ní wá ń yọ̀
Ní ń yin àwọn Babaláwo.....…...........20
Àwọn Babaláwo ń yin Ifá
Ó ní bẹ́ẹ̀ làwọn Babaláwo tòún wí
Ìgbín ò pilẹ̀ aró
Àfèè bòjò ni ò pilẹ̀ àràn
A ò gbójúu fífò lé adìẹ àágádá
Taa ló gbójúu yíyan lé Alágẹmọ
Mo dé rere
Mo rìn rere

ÒDÍ MÉJÌ B

This person should offer sacrifice. Life would please him.

The snail does not form the basis of dyeing
Àfèè bòjò rat does not form the basis of the tunnel
We did not rest any hope of flying on a chicken
     whose legs are tied together
Neither did we rest our hopes on the arrogant stroll of
     the praying mantis
I have come well
I have walked well
They were just bringing out the articles of wealth
          when I entered as if I am the child
     of the owner
It is not yet the arrival of the rightful owner
I only know how to walk to time coincidentally
Cast divination for Àjòjì gòdògbò............…..............10
On the day he was venturing priesthood in Benin City
'The place where I am going'
'Would it be good for me'? He asked
They told him that he would meet with fortunes
But he should offer sacrifice
He offered the sacrifice
He became rich
He met with fortunes
He then started to dance and rejoice
He was praising his Babaláwos...............................20
His Babaláwos were praising Ifá
He said it was as his Babaláwos had said
The snail does not form the basis of dyeing
Àfèè bòjò does not form the basis of the tunnel
We did not rest any hope of flying on a chicken
          whose legs are tied together
Neither did we rest our hopes on the arrogant stroll of
          the praying mantis
I have come well
I have walked well

Wọ́n ṣẹ̀ṣẹ̀ kóhun ọlà kalẹ̀ ni mo wolé dé
    bí ọmọ Olóhun
Kèé síi sọmọ Olóhun 30
Ìrin àrìnkò ni mo mọ̀ọ́ rìn
A díá fún Àjòjì gòdògbò
Níjọ́ tí ń sawoó ròde Ìbínní
Báni tún Bìnní ṣe
Àjòjì gòdògbò
Báni tún Bìnní ṣe
Àjòjì gòdògbò
Báni túnlẹ̀ yí ṣe
Àjòjì gòdògbò
Báni túnlẹ̀ yí ṣe.........................40
Àjòjì gòdògbò

They were just bringing out the articles of wealth
                when I entered as if I am the child of
      the owner
It is not yet the arrival of the rightful owner...........30
I only know how to walk to time coincidentally
Cast divination for Àjòjì gòdògbò
On the day he was venturing priesthood in Benin City
Please help us rebuild Benin
Àjòjì gòdògbò
Help us in remodeling Benin
Àjòjì gòdògbò
Help us rebuild this land
Àjòjì gòdògbò
Help us rebuild this land...............…....................40
Àjòjì gòdògbò

ÒDÍ OGBÈ A

Ire Obìnrin fún ẹní ó dá Odù yǐi. Ẹbọ ni
kó rú. Ifá pé eléyìun fẹ́ẹ́ gba Obìnrin kan;
tó bá gbà á, ohùn tó dáa ni kó mọ́ọ sọ
jáde lẹ́nu torí àwọn elénìní tó fẹ́ẹ́ dan án
nípa obìnrin ọ̀hún. Wọ́n ó máa pé àwọn ó
fẹ́, ṣùgbọ́n ìyàwó ẹní ó dá Ifá yǐi ni. Tí bá
tí ń sọ ọ̀rọ̀ tó dára jáde lẹ́nu, wọ́n ó fi
obìnrin ọ̀hún jìn ín.

Ìdingbá
Ìdingbè
Bàtá a gbá a bǐdǐ kàrẹ́
A díá fún Ìgbìn
Èyí tí ń lọ rèé gba Ogele Obìnrin Òrìsà
Ìgbìn ló gba Ogele Obìnrin Òrìṣà
Òun gaán sì jẹ́ ẹni mímọ̀ fún Òòṣà
Gbogbo àwọn Ọmọle lẹ́yìin rẹ̀ bá ń kọrin
'Àwọ́n gbogele ná'
'Àwọ́n gbogele ná'....................10
'Ohun tí Òòṣà ó ṣe ló kù'
'Àwọ́n gbogele ná'
Ìgbìn ní háà
'Èyí tẹ́ẹ́ẹ́ ń wí yǐi ò dáa'!
'Àfi kí Òòsá ó forí jin òun ló kù'
Òòṣà bá ń bínúú bọ̀
'Ká ti gbọ́ pé Ìgbìn ló gba Obìnrin òun'?
Bí tí ń bọ̀ lọ́ọ̀ọ́kán
Ìyáàlù Ìgbìn bá nàrǒ
Ní ń pé fi jìn..................20
Fi jìn
Òòṣà fOgele jìn mí
Òrìṣà fOgele jìn mí
Jìn mí
FOgele jìn mí
BÓòṣà sǐ tí ń gbẹ́sẹ̀

ÒDÍ OGBÈ A

Ifá wishes this person the good fortune of women. Ifá
asks him to offer sacrifice. He should always utter
good pronouncements because his detractors that are
bent on putting him to test on a particular woman.
They also are interested in marrying the same woman
but she is this person's wife. When people are making
hot speeches, he should not involve himself in the
argument. Ifá says it is by doing this that the woman
would be his.

Ìdingbá
Ìdingbè
Bàtá a gbá a bǐdǐ kàrẹ́
Cast divination for Ìgbìn
That was going to marry Ogele the wife of Òrìsà
Ìgbìn snatched Ogele, Òrìsà's wife
But he himself is well known to Òrìsà
The surrogates of Ìgbìn then started singing
'We have snatched Ogele totally'
'We have snatched Ogele' 10
'We are only waiting for what Òòsà would do'
'We have snatched Ogele totally'
In amazement, Ìgbìn exclaimed
'Your declaration is ~~insulting~~
'Except I find a way to appease Òòsà', he reasoned
'What would people say on hearing that Ìgbìn
          snatched my wife'? Òrìsà said
As Ìgbìn sighted him far off
The mother Ìgbìn drum started drumming
Forgo her....................20
Relinquish her for God's sake
Òòsà forgo Ogele for me
Òòsà forgo Ogele for me
Pardon me
Renounce Ogele for me
As Òòsà was stepping

154

Ilù sĩ ń bá ẹsẹ̀ẹ̀ rẹ̀ mu

Methodically, his steps matched the rhythm of the drumbeats

Òòsà ní háà

Òòsà exclaimed

Òún á a ti ṣe báyìí?

'What would I now do'?

Ẹ́ní ó gba Obìnrin òun.................30

'The person that snatched my woman'...…......30

Náà ní tún ń bẹ òun yĩ́

'Is the person appeasing me'

Ifá pé gbogbo ẹ́ní ó bá wá ìforíjìn

Anybody who asks for forgiveness

Pé ká dákun ká ṣe sùúrù

And pleading for mercy

Tí kĩ́í ṣe ẹni tí ń sagídí

Once it is someone that is remorseful

Ifá yĩ́ kọ́ wa ní ọgbọ́n

This Ifá verse teaches us

Pé ká dẹkùn fún eléyìun

To soft pedal for such a person

N ní wá ń jó ní wá ń yọ̀

Ìgbín was dancing and rejoicing

Ní ń yin àwọn Babaláwo

He was praising his Babaláwos

Àwọn Babaláwo ń yin Ifá

His Babaláwos were praising Ifá

Ó ní bẹ́ẹ̀ làwọn Babaláwo tòún wí......40

He said it was exactly as his Babaláwos said.........40

Ìdingbá

Ìdingbá

Ìdingbè

Ìdingbè

Bàtá a gbá a bìdí kàrẹ́

Bàtá a gbá a bìdí kàrẹ́

A díá fún Ìgbín

Cast divination for Ìgbín

Èyí tí ń lọ rèé gba Ogele Obìnrin Òrìṣà

That was going to snatch Ogele, the wife of Òòsà

Àwọn ọmọ léyìn Ìgbín

The surrogates of Òòsà

Wọ́n ń pé àwọn gba Ogele ná

Were chanting they had snatched Ogele totally

Àwọn gba Ogele ná

We have snatched Ogele off

Ìyá Ìgbín ń pÓòsà dákun

The Ìgbín mother drum was saying 'I beg you Òrìṣà'

Òòsà fi Ogele jìn mí...…….........50

'Òòsà forgo Ogele for me'............................50

Jìn mí

'Forgo her for me'

Jìn mí

'Renounce her for me'

Fi Ogele jìn mí

'Forgo her for me'

Òòsà bá ṣe bẹ́ẹ̀

Òòsà, displaying his magnanimity

Ló bá fi Ogele jìn ín o

Forgo the woman for Ìgbín

ÒDÍ OGBÈ B

Ifá pé ki eléyìun ó rúbọ dáadáa. Èmíi rè ó gùn bí bá ń ṣe dáadáa. Kò gbọdọ̀ lòdì sí baba è.

Ìdingbé n gbé
Awo Ìdingbé n gbé
Ìdingbè n gbè
Awo Ìdingbè n gbè
Ká gbé ni látèté
Bẹ́ẹ̀ ni ò jorí Ẹṣin lọ
A díá fún Adédoyin
Èyí tíí ṣọmọ Òrìṣà òwújìn
Wọ́n ní kó tójú adìẹ aṣa
Kí apá àwọn Elénìní ó mọ́ baà ka.......10
Kó mọ́ọ ra ọrùn adìẹ aṣa òhún mọ́lẹ̀
Kée pa á níwájú Òrìṣà
Kí Adédoyin ó lè baa ṣẹ́gun Elénìní
Ó rúbọ
Ó sì ṣẹ́gun
N ní wá ń jó ní wá ń yọ̀
Ní ń yin àwọn Babaláwo
Àwọn Babaláwo ń yin Ifá
Ó ní bẹ́ẹ̀ làwọn Babaláwo tòún wí
Ìdingbé n gbé...........................20
Awo Ìdingbé n gbé
Ìdingbè n gbè
Awo Ìdingbè n gbè
Ká gbé ni látèté
Bẹ́ẹ̀ ni ò jorí Ẹṣin lọ
A díá fún Adédoyin
Èyí tíí ṣọmọ Òòṣà òwújìn
Ikú tí ọ́n ní ó pa Adédoyin
Ikú ò leè pa Adédoyin mọ́
Adédoyín mọ̀mọ̀ dé ò...................30

ÒDÍ OGBÈ B

Ifá says this person should offer a big sacrifice. He would have long life and should be of good character. This person is exhorted not to be at disagreement with his parents.

Ìdingbé n gbé
The priest of Ìdingbé n gbé
Ìdingbè n gbè
The priest of Ìdingbè n gbè
Carrying someone upward aloft
Does not transcend the back of a horse
Cast divination for Adédoyin
The child of Òrìṣà Òwújìn
They told him to prepare a hen with prickly feathers
Such that his detractors would not conquer him.......10
He should scrub its neck on the surface of the earth
Till it dies in front on Òrìṣà
So that Adédoyin could win all his detractors
He performed the sacrifice
And truly, he won
He then was dancing and rejoicing
He was praising his Babaláwos
His Babaláwos were praising Ifá
He said it was exactly as his Babaláwos had said
Ìdingbé n gbé...........................20
The priest of Ìdingbé n gbé
Ìdingbè n gbè
The priest of Ìdingbè n gbè
Carrying someone upward aloft
Does not transcend the back of a horse
Cast divination for Adédoyin
The child of Òrìṣà Òwújìn
The Death they wished would kill Adédoyin
Death could not kill Adédoyin again
Here comes Adédoyin...................30

Ọmọ Òrìṣà
Ọmọ Òrìṣà ni mo dà
Àrùn tí ọn ní ó sAdédoyin
Àrùn ò leè sAdé

ÒDÍ ÒYÈKÚ A

Ifá pé ki eléyìun ó rúbọ ọmọ kó sì rúbọ
ayé. Ọmọ tí eléyìun ó bíí pọ̀, ṣùgbọ́n kó
bèère n tí àwọn ayé ó gbà. Iré ó to lọ́wọ́
bó rúbọ, bí ò rúbọ. Ṣùgbọ́n kó rúbọ ayé.

Ìdin kúlú kúlú
Òyè kúlú kúlú
A díá fún Òyà
Èyí tí ń refá Òṣun ńtorí ọmọ
Òyà ní ń sunkún ọmọ
Wọ́n ní ó rúbọ ọmọ
Kó sì rúbọ ayé
Òyá rúbọ ọmọ
Kò rúbọ ayé
Ìgbà ó dọ́dọ̀ Òṣun.........................10
Ó bẹ̀rẹ̀ sómọọ́ bí
Gbogbo àdá, gbóńgbó, kùmọ̀, tí ọ́n ní ó fi
    rúbọ ayé
Òyá gbàgbé ẹ
Bí ọ́n bá ti pé mú u ńbẹ̀
Tí ọ́n sọ iná sígbó
Òyà ó bàá fọ́nká
Wọ́n ó bàá mọ́ọ jùwọ́n nígi
Àyìn ẹ̀yìn ní ń yin àwọn Awo ẹ̀
Ìdin kúlú kúlú
Òyè kúlú kúlú.......... 20
A díá fún Òyà
Èyí tí ń refá Òṣun ńtorí ọmọ
Wọ́n ní ó sẹbọ Ìdin kúlú o
Wọ́n ní ó sẹbọ Òyè kúlú o
Òyá gbẹbọ ayé bẹ́ẹ̀ ni ò rú
Èṣù àì sẹbọ
Ẹ̀gbà àì tùèèrù

ÒDÍ ÒYÈKÚ A

Ifá implores this person to offer sacrifice of children
and earthly enemies. He would have many children but
should ask of what the earthly enemies desires from
him. Whether he offers the sacrifice or not, his good
fortunes would get to him but he should offer the
sacrifice against the earthly enemies.

Ìdin kúlú kúlú
Òyè kúlú kúlú
Cast divination for the Grass Cutter
That was going through Ifá to Òṣun because of
    children
The Grass Cutter is the one crying because of children
He was asked to offer sacrifice to have children
And also make provisions for the earthly enemies
He sacrificed for children
But neglected the sacrifice for the earthly enemies
When he got to Òṣun ……………......................10
He started having children
All the cutlasses, heavy clubs and sticks that was
    mandated for him as sacrifice
The Grass Cutter forgot them
As man hunts the bush
And burns the wild forests
The Grass Cutter would run for safety
Man would then throw clubs at them
He started praising his Babaláwos belatedly
Ìdin kúlú kúlú
Òyè kúlú kúlú………………….......................20
Cast divination for the Grass Cutter
That was going through Ifá to Òṣun because of
    children
He was asked to perform the sacrifice of Ìdin kúlú
And also the ones for Òyè kúlú
The Grass Cutter heard about the sacrifice against the
    enemies but did not heed it
The evil of not heeding sacrificial advices
The problem of not giving the prescribed offerings

Ẹ̀yin ẹ wo Ifá ọjọ́hun bí tí ń ṣẹ

Wọn mọ̀ ń lÓyàá kiri rọ̀rọ̀ọ̀rọ̀ ńnú èèsún

See Ifá's prediction of the other day proving true

They are vigorously pursuing the Grass Cutter inside the Èèsún grass

159

ÒDÍ ỌYẸKÚ B

Ifá pé ẹbọ ọmọ ni kí eléyìun ó rú. Adìẹ àgò kan lẹbọ tí ó sì jẹ́ àkùkọ àti abo. Yóó wàá ṣe wọ́n ní déédéé kan náà. Ifá lóun pé ire ọmọ fún un.

Ìdìn ṣùkú ṣùkú
Awo Àgbọn ló díá fún Àgbọn
Níjọ́ tí Àgbọn ń fojúú ṣọgbérè ọmọ
Wọ́n ní ó rúbọ
Wọ́n ní gbogbo ọmọ rẹ̀ ò níí yàtọ̀ síra
Wọ́n ní ṣùgbọ́n adìẹ àgò lẹbọ
Àgbọn bá rú adìẹ àgò kan
Àgò ọ̀hún ni ọ́n fí ń kọ́ àgbọn lọ́rùn
Tée dòní
Bí Àgbọn bá ti ga ju èèyàn lọ...........10
Tí ọn sì fẹ́ kọ́mọ ó dúró lára è
Kùnkú ni wọ́n e kọ́ ọ lọ́rùn
Àgbọn tó lè kún kùnkú
Ní ń bẹ nínúu ṣiiri àgbọn kan
Ayé yẹ ẹ́
N ní wá ń jó ní wá ń yọ̀
Ó ní bẹ̀ẹ̀ làwọn Babaláwo tòún wí
Ìdìn ṣùkú ṣùkú
Awo Àgbọn ló díá fún Àgbọn
Níjọ́ tí Àgbọn ń fojúú ṣọgbérè ọmọ.....20
Wọ́n ní ó sá káalẹ̀ ó jàre ẹbọ ní ó ṣe
Àgbón gbẹbọ ńbẹ̀
Ó rúbọ
Taa ló bímọ báwọ̀nyí kandi kandi?
Àgbọn nìkàn ló bímọ báwọ̀nyí kandi kandi
Àgbọn nìkàn
Ẹ̀yin ò ri pé ọmọ Àgbọ́n pọ̀ láyé

ÒDÍ ỌYẸKÚ B

Ifá says this person should offer the sacrifice of children. A basket cage full of chickens is the sacrifice. The birds should be equal in number and a mixture of roosters and hens. Ifá wishes him the fortune of children.

Ìdìn ṣùkú ṣùkú
The priest of Coconut casts divination for the Coconut
On the day he was crying because of children
He was asked to perform sacrifice
They told him that all his children would resemble
    one another
But a basket cage full of chickens is the sacrifice
Coconut offered the sacrifice
The same basket cage is what is hung on its trunk
Till date
Immediately the Coconut tree grows more than an
    average human height.................10
And man wants the seeds to come up well
The cage would be hung on its trunk
The Coconut that could fill a basket cage
Is what you find in one coconut bunch
Life pleased him
He then started to dance and rejoice
He said it was exactly as his Babaláwo had said
Ìdìn ṣùkú ṣùkú
The priest of Coconut casts divination for the Coconut
On the day he was crying because of children........20
He was asked to take care of the ground and perform
    sacrifice
Coconut heard about the sacrifice
And performed it
Who has children this hard?
The Coconut alone has children this hard
Only the Coconut
Can you all see that the children of the Coconut are so
    many?

ÒDÍ ÌWÒRÌ A

Ire fún eléyìun, yóó là láyé; ṣùgbọ́n ojú ó
pọ́n ọn díẹ̀. Àwọn èèyàn kán ó dan án. Ifá
pé kò gbọ́dọ̀ sinmi ire ní ṣíṣe. Ọlà ń bẹ
fún un bí bá ń ṣe bíi ti baba ẹ̀, kó sì mọ́ọ
tójú òkè ìpọ̀rí ẹ̀. Bó bá jẹ́ Babaláwo, kó
mọ́ọ bọ Ifá dáadáa. Ewúrẹ́ kan lẹbọ ẹ̀.

Ìdin gbágbá a mérin
Ìwòrì gbágbá a mẹ́fọ̀n
Olú ọdún lawo inú oko
Ọlẹ ò berùkù mọbẹ̀ Awo òde Ìjẹ̀ṣà
A díá fún Ọdún Ẹ̀là
Ọdún Ẹ̀là tíí sọmọ bíbí inú Àgbọnnìrègún
Òún le là báyìí?
Wọ́n ní kó rúbọ
Kó sì mọ́ọ ṣe bíi ti baba ẹ̀
Kó mọ́ kọ̀rọ̀ sí baba ẹ̀ lẹ́nu............10
Wọ́n ní ọlà fún un lọ́pọ̀lọpọ̀
Ó rúbọ
Ayé yẹ ẹ́
Ó ní bẹ́ẹ̀ làwọn Babaláwo tòún wí
Ìdin gbágbá a mérin
Ìwòrì gbágbá a mẹ́fọ̀n
Olú ọdún lawo inú oko
Ọlẹ ò berùkù mọbẹ̀ Awo òde Ìjẹ̀ṣà
A díá fún Ọdún Ẹ̀là
Èyí tíí sọmọ bíbí inú Àgbọnnìrègún....20
Ẹbọ n wọ́n ní ó ṣe
Ọdún Ẹ̀là ló ní n wá bẹ ọ́ baba
Kóo mọ̀mọ̀ ṣe kẹ̀bẹ̀ ọ̀ràn
Ọdún Ẹ̀là ló ní n wá bẹ ọ́ o
Èbùrẹ́ mọ̀mọ̀ dé ò
Awo Olùjẹ́bẹ̀
Báa bá ráwo rere

ÒDÍ ÌWÒRÌ A

Ifá wishes this person well. He would be wealthy in
life. Ifá also says he would suffer some hard times but
would ultimately become rich, and thereby should
offer sacrifice for wealth. Some people would come to
put him to test. He should not be tired of doing good
and should also follow his father's footsteps.

Ìdin gbágbá a mérin
Ìwòrì gbágbá a mẹ́fọ̀n
Olú ọdún lawo inú oko
Ọlẹ ò berùkù mọbẹ̀ Awo òde Ìjẹ̀ṣà
Cast divination for Ọdún Ẹ̀là
The child of Àgbọnnìrègún's bowels
Would I have wealth? He asked
He was asked to perform sacrifice
And should behave like his father
He must not disobey his parents......................10
They wished him a lot of wealth
He performed the sacrifice
Life so pleased him
He said it was exactly as his Babaláwo had said
Ìdin gbágbá a mérin
Ìwòrì gbágbá a mẹ́fọ̀n
Olú ọdún lawo inú oko
Ọlẹ ò berùkù mọbẹ̀ Awo òde Ìjẹ̀ṣà
Cast divination for Ọdún Ẹ̀là
A child from Àgbọnnìrègún's bowels...........20
He was asked to perform sacrifice
It is Ọdún Ẹ̀là that asked me to beg you Baba
Please do not refuse my plea
It is Ọdún Ẹ̀là that asked me to beg you
Èbùrẹ́ is around
The priest of Olùjẹ́bẹ̀
If we see a good priest

161

À á gbẹ́bẹ̀

Èbùrẹ́ mọ̀mọ̀ dé ò

Awo Olùjẹ́bẹ̀...............................30

Báa bá ráàwò re

À à à à gbẹ́bẹ̀ o

We accept a plea

Èbùrẹ́ is around

The priest of Olùjẹ́bẹ̀....................30

If we see a good priest

We should accept a plea

ÒDÍ ÌWÒRÌ B

Ifá pé àwọn kan ń dábàá pé eléyìun o leè là, ṣùgbọ́n yóó là.

Olúkan lọ́ yàn án
Fadéjìn lohùn Ònkò
Gúgulù Awo Agbe ló díá fún Agbe
Awọ́n lo dífá fún Ọkànbí tí ọn ní ò leè là
    láìláí
Wọ́n dọ́pa sí Ọkànbí
Wọ́n ní iṣẹ́ ní ó pa á
Wọ́n bá ní ó rúbọ
Wọ́n ní kó mọ́ọ ṣe bíi tòkè ìpòrí ẹ̀
Wọ́n ní òkèèrè laláàánú rẹ̀ ó ti wá là á
Tí ó sì wá là gidigidi.....................10
Ọkànbí rúbọ
Ó ṣe é
Ayé yẹ ẹ́
Ní bá n yin àwọn Olúkan lọ́ yàn án
Àwon Fadéjìn lohùn Ònkò
Àwon Gúgulù Awo Agbe tó díá fún
    Agbe
Àwọn náà ń yin Ifá
Ó ní bẹ́ẹ̀ làwọn Babaláwo tòún wí
Olúkan lọ́ yàn án
Fadéjìn lohùn Ònkò…….......……..20
Gúgulù Awo Agbe ló díá fún Agbe
A díá fún Ọkànbí tí ọn ní ò leè là láìláí
Ifá ní n ọ́ là ní tèmi
Igbá onígba nìrókò fíí to ilé
N ó là ní tèmi
Àwo aláwo nìrókò fíí to ilé
N ó là ní tèmi
Osùn olósùn nÌbàrìgbòó kùn

ÒDÍ ÌWÒRÌ B

This person has been cursed to be permanently poor. But Ifá says he would be rich.

Olúkan lọ́ yàn án
Fadéjìn lohùn Ònkò
Gúgulù, the priest of Agbe casts divination for Agbe
They are the ones that also cast divination for Ọkànbí
    who they said can never be rich
They conspired against Ọkànbí
They said he would be perpetually impoverished
He was asked to make sacrifice
And do as his Ifá tells him
They said his benefactor would come from abroad to
    enrich him
And he would become exceedingly rich……..…….10
Ọkànbí offered the sacrifice
He is nice enough to have done it
Life pleased him
He then started to praise the Olúkan lọ́ yàn án
The Fadéjìn lohùn Ònkò
The Gúgulù, the priest of Agbe bird cast divination
    for Agbe bird
They too were praising Ifá
He said it was exactly as his Babaláwos predicted
Olúkan lọ́ yàn án
Fadéjìn lohùn Ònkò…………….…….....................20
Gúgulù, the priest of Agbe casts divination for Agbe
Cast divination for Ọkànbí who they said can never be
    rich
Ifá has predicted that I personally would be rich
Someone else's article is what Ìrókò tree uses in
    setting his home
I personally would be rich
Someone else's belonging is what Ìrókò tree uses in
    setting his home
I personally would be rich
Someone else's Osùn is what Ọbàrìgbò rubs on

N ó là ní tèmi

Igikígi ni kanranjángbón fíí sanra tíí fíí dẹni ńlá ńnú igbó............30

N ó là ní tèmi

Ẹ̀là mọ̀mọ̀ ló ní n ó là

N ó sawoò mi là nígbàyí ò

N ó mọ̀mọ̀ sawo là

I personally would be rich

Any available upright tree is what Kanranjángbón twine uses as support to become strong in the forest……...30

I personally would be rich

Ẹ̀là is the one that says I will be rich

I will practise my priesthood to become wealthy henceforth

I will practise my priesthood to become wealthy

ÒDÍ ÌROSÙN A

Ifá pé ire ń bọ̀ fún eléyìun látòkèèrè. Ire aya, ọmọ, gbogbo ẹ̀ ní ń wá a bọ̀.

Agbàlàlà ẹ̀kukù
Ẹ̀kukù agbàlàlà
A díá fún Ọ̀rúnmìlà
Níjọ́ tí Babá ń fojú sọ̀gbérè ajé
Ẹbọ n wọ́n ní ó ṣe
Babá gbẹ́bọ ńbẹ̀ ó rúbọ
Agbàlàlà ẹ̀kukù
Ẹ̀kukù agbàlàlà
Ire ajé ń wámíí bọ̀ wá
Agbàlàlà ẹ̀kuku.....................................10
Ẹ̀kukù agbàlàlà
Ire ayá ń wámíí bọ̀ wá
Agbàlàlà ẹ̀kukù
Ẹ̀kukù agbàlàlà
Ire ọmọ ń wámíí bọ̀ wá o
Agbàlàlà ẹ̀kukù
Ẹ̀kukù agbàlàlà
Ire ilé ń wámíí bọ̀ wá
Agbàlàlà ẹ̀kukù
Ẹ̀kukù agbàlàlà.............................20
Ire gbogbo ń wámíí bọ̀ wá o
Agbàlàlà ẹ̀kukù
Ẹ̀kukù agbàlàlà

ÒDÍ ÌROSÙN A

Ifá wishes this person well. The fortunes of commerce, wives, and children would come to meet him.

Agbàlàlà ẹ̀kukù
Ẹ̀kukù agbàlàlà
Casts divination for Ọ̀rúnmìlà
On the day he was crying because of commercial wealth
Sacrifice is the antidote that was prescribed for him
Baba heard about the sacrifice and performed it
Agbàlàlà ẹ̀kukù
Ẹ̀kukù agbàlàlà
The fortune of commerce is coming to look for me
Agbàlàlà ẹ̀kukù.....................................10
Ẹ̀kukù agbàlàlà
The good fortune of wives is coming to meet me
Agbàlàlà ẹ̀kukù
Ẹ̀kukù agbàlàlà
The good fortune of children is coming to look for me
Agbàlàlà ẹ̀kukù
Ẹ̀kukù agbàlàlà
The good fortune of houses is coming to look for me
Agbàlàlà ẹ̀kukù
Ẹ̀kukù agbàlàlà...................................20
All good things are coming to look for me
Agbàlàlà ẹ̀kukù
Ẹ̀kukù agbàlàlà

ÒDÍ ÌROSÙN B

Ifá pé àwọn mẹ́rin kan lòún bá wí, kí wọn
ó rúbọ, ayé ò níí mú wọn.

A mú alágẹmọ a mórèé
A mú arọ̀nìmòjé a móògùn
Alẹ́lẹ́ lẹ́ a mẹ̀kùn ní bùba
Ìbọ̀nbọ̀ n̄ toko bọ̀ ṣẹnu máálá moolo
A díá fún Òjòkùn
A bù fún Ọlọ́rà oòlé
Ẹbọ ayé ni wọ́n ní kí wọn ó ṣe
Wọ́n ní kí àwọn ìsọ̀rí méjèèjì ó rúbọ ayé
Ọsàárà, Kọ̀nkọ̀, Kinkin tí ọ́n n̄ bẹ lódò
Làá pè ní Ọlọ́rà Oòlé......................10
Ọ̀pọlọ́ làá pè ní Òjòkùn
Wọ́n ní kí wọn ó pawọ́ pọ̀ rúbọ
Kiinkin ló kọ́kọ́ bọ́ọ́ bẹ
Ó ní ká dáwó; ká dáwó; ká dáwó
Ọsàárà bọ́ọ́ bẹ
Ó ní ṭ̀ẹ okòó, tèmi okòó
Ọ̀pọlọ́ bọ́ọ́ bẹ ó ló dáa, ó dáa
N lọ̀pọlọ́ n̄ wí tée dòní
Kọ̀nkọ́ bá bọ́ọ́ bẹ tó jẹ olórìi wọn
Ó lóun ò san.............................20
Àwọn yòókù ò sĩ gbọdọ̀ san
Ọ̀pọlọ́ lórí òun ò gbó
Ọ̀pọlọ́ bá rúbọ
Wọ́n ṣe Ifá fún un
N̄gbà ó dijọ́ kan
Ogun àwọn ayé bá dé
Ogun ayé bá n̄ ki gbogbo wọn mọ́lẹ̀

ÒDÍ ÌROSÙN B

Ifá is referring to a group of four people. They should
all offer sacrifice for life to please them. Ifá says he
would not let them see the evil of earthly enemies.

A mú alágẹmọ a mórèé
We catch *Arọ̀nìmọ̀jé*, we catch charms
At dusk we caught a tiger in his home
Ì-bọ̀-n̄-bọ̀-n̄-toko-bọ̀, makes his mouth open and
     close
Cast divination for Òjòkùn
Also cast divination for Ọlọ́rà Oòlé
It was the sacrifice of earthly enemies that was
     prescribed for them
The two groups were asked to sacrifice for earthly
     enemies
The frog family of newt, frog, etc. living inside ponds
     and streams
Are the ones generally referred to as Ọlọ́rà Oòlé...10
The toad is alternatively referred to as Òjòkùn
They were all asked to perform sacrifice
Kiinkin frog was the first to speak
He said 'let us contribute'
Ọsàárà frog stepped out
'He said mine is twenty thousand, yours is twenty
     thousand'
The toad stepped out and said 'It is okay'
And that is what the toad is saying till date
Kọ̀nkọ̀ the leader of the frog family got there
He said 'I will not pay'..............................20
'The rest of my group should also not pay'
The toad said he could not dare the consequences
He performed the sacrifice
They made Ifá portion for him
One day afterwards
The war of earthly enemies and man came
The war was threatening to eliminate them

166

Kàlá kàlá

Ọ̀pọ̀lọ́ ni ọ́n kọ́kọ́ gbá mú

Ọ̀pọ̀lọ́ bá sẹ́gì mọ́ wọn lọ́wọ́............30

Wọ́n bá rí nǹkan funfun lára Ọpọ̀lọ́

Wọ́n bá sọ ọ́ nù

Wọ́n gbá Kọ̀ǹkọ̀ mú

Wọ́n ṣẹ́ ẹ rítan

Wọ́n gbá Ọsàràà mú

Wọ́n ṣẹ́ ẹ rítan

Wọ́n gbá Kinkin mú

Wọ́n ṣẹ́ ẹ rítan

Ọ̀pọ̀lọ́ nìkan ni ọ́n sọ́ọ̀ lẹ

Ló kèjàsì............................40

Ó lẹ́ẹkú ò ọmọ Àgbọnnìrègún gbogbo
    Babaláwo

Hin

A málágẹmọ a mórèé, a márọ̀nìmòjé a
    móògùn o

Hin

Alẹ́lẹ́ lẹ́ a mẹkùn ní bùba

Hin

Ìbọ̀ǹbọ̀ ń toko bọ̀ Ìbọ̀ǹbọ̀ náà toko bọ̀
    sẹnu máálá moolo

Hin

A díá fún Òjòkùn a bù fún Ọlọ́rà oòlé

Hin.................................50

À mú jùúlẹ̀ ni tÒjòkùn o

Hin

Bẹ́ẹ bá mójòkùn tó bá ti sẹ́gì ẹ jẹ́ ó mọ́ọ
    lọ ò o ò

Bẹ́ẹ bá mójòkùn tó bá ti sẹ́gì ẹ jẹ́ ó mọ́ọ
    lọ ò ò

Bẹ́ẹ bá mójòkùn tó bá ti sẹ́gì ẹ jẹ́ ó mọ́ọ
    lọ

They all started running for safety

They caught the Toad first

She produced a whitish substance on his body

They saw this substance on him..................30

And threw him away

They caught Kọ̀ǹkọ̀ frog

They broke his legs

They caught Ọsàràà frog

They broke his limbs

They caught Kinkin frog

They broke his legs

It was the Toad alone that was spared

He burst out in Ìjàsì song....................40

He said I greet you all the children of Àgbọnnìrègún

They responded, 'Hin'

If we catch an Agẹmọ we would have caught Òré, if
    we catch Àrọ̀nìmòjé, we would have made
    charms

'Hin'

'At dusk we caught the tiger in his home'

'Hin'

'Ìbọ̀ǹbọ̀ ń toko bọ̀, Ìbọ̀ǹbọ̀ also returned from the
    farm and made his mouth to open and close'

'Hin'

'Casts divination for Òjòkùn and Ọlọ́rà oòlé'

'Hin'...............................50

'Catching and exculpating is the manner of war
    against Òjòkùn'

'Hin'

'If you catch Òjòkùn and it produces a whitish
    substance, let it go'

'If you catch Òjòkùn and it produces a whitish
    substance, let it go'

'If you catch Òjòkùn and it produces a whitish
    substance, let it go'

ÒDÍ ÒWÓNRÍN B

Ifá pé a ò níí ríkú bí bá rúbo, ayé ó sì ye wá. Ifá pé òun ó bàá eléyìun mú ikú so. Torí lębùrú ni ón ti fẹ fi Ajogun mú un. Kó rú ębo kan sí ojúulé, kó sì rú òkan sí ębùrú. Elénìní òhún tí ń gba ojúulé, kò ń ònà, ó wáá fẹẹ gba ębùrú.

Ìdin ẹ ń rín
Ìdin ẹ ń sá
Wón rín ríín rín
Wón kú páálí
A díá fún Òrúnmìlà
Tí ń lọ rèé gbékú dè lágbàlá
Wón ní kí Òrúnmìlà ó rúbo
Ó rú ęrankùn
Ńgbà ó yá Elénìní bá ń bò wá
Wón ní Òrúnmìlà ti rúbo..................10
Ẹ ẹ gbọdọ pa á mọ
Ó ní Ìdin ẹ ń rín
Ìdin ẹ ń sá
Wón rín ríín rín
Wón kú páálí
A díá fún Òrúnmìlà
Tí ń lọ rèé gbékú dè lágbàlá
Àwá ti gbékú dè lágbàlá
A ti múkú so
A ò bá wọn kú mọ...............................20
A ti múkú so
Ẹlààsòdè
A ti múkú so
Òrúnmìlà ló ti gbékú dè lágbàlá
Babá ti múkú so
Ẹlàásòdè
A ti múkú so

ÒDÍ ÒWÓNRÍN B

This person shall not taste death prematurely; life would please him, as Ifá will tether death for him. His enemies are bringing Ajoguns to him from behind. Ifá asks him to place a sacrifice each at his main entrance and at the back. The detractor had been confrontational before this time but now wants to launch a surprise attack.

Ìdin that you laugh at
Ìdin that you are mocking
They laughed and laughed
And they died completely
Cast divination for Òrúnmìlà
That was going to bind up death in the back yard
They told him to perform sacrifice
He sacrificed an entwined rope with noose
Later, his detractors were coming
They told them that Òrúnmìlà had offered sacrifice
'You must not kill him again'..........................11
He said Ìdin that you laugh at
Ìdin that you are mocking
They laughed and laughed
They died completely
Cast divination for Òrúnmìlà
That was going to bind up death in the back yard
We have tethered death
We have bound death up
We are not dying with them again............20
We have tethered death
Ẹlààsòdè
We have tethered death
Òrúnmìlà, you have bound up death in the yard
Baba have tethered death
Ẹlààsòdè
We have tethered death

ÒDÍ ỌBÀRÀ A

Eléyìun ń lọ síbìkan; ń wá ń ṣe iyè méjì.
Ifá pé kó mọ́ ṣe ọkàn méjì mọ́. Kó mọ́ọ
lọ. Ire ń bẹ fún un níbi tí ń lọ.

Ìdin ń ṣe mí gèlé gèlé
Ọlọ̀bàrà ní ń ṣe mí gàlà gàlà
A díá fún Ọ̀rúnmìlà
Níjọ́ tí Babá ń sawoó ròde Ènpe
Òde Ènpe tóun ń lọ yĩ
Ó dáa fún òun ńbẹ̀ bí?
Wọ́n ní kí Ọ̀rúnmìlà ó rúbọ
Wọ́n ní yóó dáa fún un
Ọ̀rúnmìlà rúbọ
Wọ́n ní kó mọ́ ṣe iyè méjì o 10
Kó sì mọ́ ja ẹnìkankan níyàn
Wọ́n ní bí ọn bá ti pé bó ti ń nĩ
Kó mọ́ọ pé bẹ́ẹ̀ ni
Nígbà tí Ọ̀rúnmìlà dé òde Ènpe
Ayé yẹ ẹ́
Ajé dé
Ìdin ń ṣe mí gèlé gèlé
Ọlọ̀bàrà ní ń ṣe mí gàlà gàlà
A díá fún Ọ̀rúnmìlà
Níjọ́ tí Babá ń sawoó ròde Ènpe.........20
Ẹbọ n wọ́n ní ó ṣe
Wọ́n ní kẹni mọ́ jiyàn lÉnpe
Ìdin ò jìyàn la fawo dá
Kẹ́ni mọ́ jiyàn lÉnpe

ÒDÍ ỌBÀRÀ A

This is a charming person planning a trip. He is now doubting whether to go or not. Ifá says he should go and not doubt again. Plenty of fortunes abound for him abroad.

Ìdin ń ṣe mí gèlé gèlé
Ọlọ̀bàrà ní ń ṣe mí gàlà gàlà
Cast divination for Ọ̀rúnmìlà
On the day he was venturing priesthood in the city of
    Ènpe
'This city of Ènpe that I am going'
'Would it be better for me'?
They told him to perform sacrifice
They told him that his life would be better
Ọ̀rúnmìlà performed the sacrifice
They told him not to hesitate or doubt.................10
And that he should not argue with anybody
If they say this is how it should be
He should agree with them
When Ọ̀rúnmìlà got to the city of Ènpe
Life pleased him
The good fortune of commerce came by
Ìdin ń ṣe mí gèlé gèlé
Ọlọ̀bàrà ní ń ṣe mí gàlà gàlà
Cast divination for Ọ̀rúnmìlà
On the day he was venturing priesthood in the city of
    Ènpe…….........................20
He was asked to offer sacrifice
They said he should not argue at Ènpe
Ìdin is not argumentative, the divination we cast
Let no one argue at the city of Ènpe

ÒDÍ ỌBÀRÀ B

Ire fún ẹní a dá Ifá yìí fún. Àwọn méjì nifá lòún báá wí. Ire wọn ò níí jù nù.

Ìdin kó o bẹ̀rẹ̀
Kó o gbé e pọ́n pọ̀n pọ́n
A díá fún Àṣá
A bù fún Àwòdì
Níjọ́ tí wọ́n ń lọ sí oko ìwájẹ
Oko ìwájẹ tí àwọ́n ń lọ yìí
Nǹkan ò bọ́ lọ́wọ́ àwọn?
Wọ́n níre ò níí bọ́ lọ́wọ́ọ́ wọn
Wọ́n ní ẹbọ kí ire ó mọ́ bọ́ọ́ lọ́wọ́ọ́ wọn ni
    kí wọn ó rú
Àṣá rúbọ...........…………………..10
Ó rú ohun gbogbo nígba nígba
Àwòdì náà dẹbọọ́lẹ̀
Ó rúbọ
Wọ́n bá kọrí sí oko ìwájẹ
Àṣá ló kọ́kọ́ rí tiẹ̀
Fàà ló lọ
Pọ́nkán ló kó sí i lọ́wọ́
Àwòdì náà lọ
Ó ri tiẹ̀ gbé
'Òún mọ̀ dúpẹ́ o'....…………….....20
Ayé yẹ wọ́n
Ọkàan wọ́n balẹ̀
Ni wọ́n bá ń dúpẹ́
Wọ́n ní ọwọ́ àwọn tẹ ire báyìí?
Ni ọn ń jó ni ọn ń yọ̀
Wọ́n ń yin àwọn Babaláwo
Àwọn Babaláwo ń yin Ifá
Wọ́n ní bẹ́ẹ̀ làwọn Babaláwo tàwọ́n wí
Ìdin kó o bẹ̀rẹ̀
Kó o gbé e pọ́n pọ̀n pọ́n....……………30
A díá fún Àṣá

ÒDÍ ỌBÀRÀ B

Ifá wishes this person all the good fortunes of life. Ifá is referring to two people. Their good fortunes would not get lost.

Ìdin bend down
And pick it up quickly
Casts divination for the Hawk
And the Eagle
On the day they were going to fend for food
'This fending escapade we are embarking on'
'Our preys do not drop off our claws'? The two had
    asked
They told them their fortunes would not drop off
They told them to offer sacrifice for same
The Hawk performed the sacrifice.…............……10
He offered his sacrifice in multiples of hundreds
The Eagle also brought his sacrifice
He offered it with faith
They both set out for their mission of prey hunting
The Hawk saw his own first
And in a great glide
Caught the prey
The Eagle also went for his own
He got it
He thanked his creator...............................20
Life pleased them both
And they had rest of mind
They then started to consolidate their fortunes
That they got good fortunes this plenty
They then started to dance and rejoice
They were praising their Babaláwo
Their Babaláwo in turn praise Ifá
They said it was exactly as their Babaláwo said
Ìdin bend down
And pick it up quickly...........................30
Casts divination for the Hawk

A bù fún Àwòdì
Níjọ́ tí wọ́n ń lọ sí oko ìwájẹ
Wọ́n ní wọ́n ó rúbọ kí wọ́n mọ́ baà
      sánwọ́
Wọ́n gbẹ́bọ ńbẹ̀
Wọ́n rúbọ
Àṣá kìí balẹ̀ kó sánwọ́
Àwòdì kìí balẹ̀ kó pòfo
Gbogbo wa lá o múre bọ̀ porongodo

And the Eagle
On the day they were going to fend for food
They were told to make sacrifice to forestall their
      returning empty handed
They heard about the sacrifice
And offered it
The Hawk does not dive down and leave empty
      handed
The Eagle will not glide and record a loss
All of us would return with good things

171

ÒDÍ ỌKÀNRÀN A

Ifá lóun pé ire fún ẹ̀ní ó dá odù yí. Eléyìun kọ ire ajé púpọ̀ ṣùgbọ́n ó fẹ́ kéèyàn ó ní sùúrù. Tó bá ni sùúrù, a ó lọ̀ọ́ jẹ ogún kan lókèèrè; Ifá pé ogún náà nípọn. Ṣùgbọ́n kó rúbọ, kò sì gbọdọ̀ kórira.

Sabi rere gbé
Sàbì rèrè gbé
Ẹni ó tètè dé ibi òkú Ọlọ́rọ̀
Ní ó sa ibi rere gbé
A díá fún Ọ̀rúnmìlà
Tí ń lọ rèé bá wọn pígún Ọlọ́rọ̀ láì ba tan
Wọ́n ní ó rúbọ
Nígbà tí Ọ̀rúnmìlà dé òkèèrè tí ń lọ
Adẹ́tẹ̀ ni Baálẹ̀ ilú ibẹ̀
Gbogbo àwọn èèyàn ni ọ́n ń sún sẹ́yìn fun
'Èèyàn lỌlọ́run sì dá báyìí'?................11
'Tóun sì jẹ́ àlejò'
'Tóun sì wọ sọ́dọ̀ọ baálẹ̀ ìlú'
Ká sì mọ́ fẹ̀ràn ẹni ó gbani tọwọ́tẹsẹ̀?
Ọ̀rúnmìlà ò kórira ẹ̀
Ọ̀rúnmìlà bá ń tọ́jú nǹkan fún un
Ó ń bá a mú nǹkan
Gbogbo àwọn èèyàn sì ń sá sẹ́yìn fún un
Adẹ́tẹ̀ sì ti là làà là
Ó sì ń doríkodò...........................20
Pé báwo lòun ó ti pín ogún òun báyìí
Ní torí àwọn alájẹjọ̀já yìí
Ńgbà ó dijọ́ kan
Adẹ́tẹ̀ fọjọ́ sàìsí
Ṣùgbọ́n kó tóó kú
Adẹ́tẹ̀ bá pe Ọ̀rúnmìlà
Ó ní baba yìí
'Ǹjẹ́ o ó le bàsíríì mi'
'Tóun ò fi níí dòkú ẹyẹ'

ÒDÍ ỌKÀNRÀN A

Ifá wishes this person well. This Odù connotes good fortune but exhorts the person consulting to be patient. If we are patient enough, we would travel abroad to share in a booty that is very substantial. We should offer sacrifice and not be spiteful.

Sabi rere gbé
Sàbì rèrè gbé
He who arrives early at the burial of a wealthy man
Would select a vantage position to stay
Cast divination for Ọ̀rúnmìlà
He was going to share in the estate of a wealthy man without being related to him
He was asked to perform sacrifice
When Ọ̀rúnmìlà got to the city abroad
The chief of the city happens to be a leper
Everybody kept away from him.............10
'This is a being created by God', Ọ̀rúnmìlà thought
'I am a visitor'
'Entering their city for the first time'
'How would I not be friendly to such a generous host'?
Ọ̀rúnmìlà did not detest him
He started preparing medicines for him
He was serving as his errand boy
While everyone despised the leper
However the Leper had ever been very wealthy
He was about that time worried...............20
On how he would share his estate
To checkmate the ingrates that surrounds him
On a particular day
The Leper died
But before he died
He called Ọ̀rúnmìlà
'You this man' he said with his last energy
'Would you take care of my burial'?
'Such that birds would not eat my corpse'

À bóo ri pé gbogbo wọn ni ọ́n ń sá séyìn?
Ọ̀rúnmìlà ní kò sòro..............................31
Adẹ̀tẹ̀ bá mú ọkọ́
É e lé e lọ́wọ́
Bí gbòǹgbò ó baà bẹ ńlẹ̀
Ó fún un ládàá
Ọ̀rúnmìlà ní kò síyọnu
Ó ní ó dáa ó kù
Kálọ sí ibi tí ọrọ̀ọ̀ mí wà
Ó ní 'gbogbo ọrọ̀ tí mo kó jọ yǐi
'Ìwọ lo ni Ì'..............................40
'Ó ò gbọdọ̀ fẹ̀nikankan ńbẹ̀'
Adẹ̀tẹ̀ ní tóun bá kú
'Tóó fi kó gbogbo ọrọ̀ tán'
'Mọ́ọ pé kò sí nǹkankan'
'Torí ìwọ lo tójú oun'
'Ìwọ lo sì gbọdọ̀ jọrọ̀ òun'
Ọ̀rúnmìlà bá ń jó ní ń yọ̀
Ọ̀rúnmìlà ń yin àwọn Babaláwo
Àwọn Babaláwo ń yin Ifá
Ó ní bẹ́ẹ̀ làwọn Babaláwo tòún wí.....50
Sabi rere gbé
Sàbì rèrè gbé
Ẹnì ó tètè dé ibi òkú Ọlọ́rọ̀
Nǐ ó sa ibi rere gbé
A díá fún Ọ̀rúnmìlà
Tí ń lọ rèé bá wọn pígún Ọlọ́rọ̀ láì ba tan
Ifá ò bá wọn tan
Fàà
Fàà n ní ń jogún
Fàà...............................60
Ń jogún ẹṣin
Fàà
N ní ń jogún
Fàà
Ẹ̀dú ò bá wọn tan

'Or can't you see them all despising me'?............30
'That is easy', Ọ̀rúnmìlà replied
The Leper fetched a hoe
He gave it to Ọ̀rúnmìlà
And in case there was a strong root in the earth
He gave him a cutlass
'Those are no difficult tasks' Ọ̀rúnmìlà said
'There is more to come', the Leper said
'Come and see where I hid my wealth'
'All these fortunes that I had amassed', he said
'It belongs to you'...........................40
'You should not share it with any of them'
'After my death', the Leper continued
'Until you finish packing all the wealth'
'Tell them nothing has happened'
'Because you are the only one who took care of me'
'And you should inherit all my belonging'
Ọ̀rúnmìlà then started to dance and rejoice
He was praising his Babaláwos
His Babaláwos were praising Ifá
He said it was exactly as his Babaláwos said.........50
Sabi rere gbé
Sàbì rèrè gbé
He that arrives early at the burial of a wealthy man
Would select a vantage position to stay
Cast divination for Ọ̀rúnmìlà
He was going to share in the estate of a wealthy man
    without being related to him
Ifá is not related to them
Freely
He is inheriting estates
Freely...........................60
He inherit horses
Freely
He is inheriting estates
Freely
Ẹ̀dú is not related to them

Fàà	Freely
Ó jogún owó	He inherits money
Fàà	Freely
Ó jogún aṣọ	He inherits cloths
Fàà...70	Freely...70
Ó jogún àmù Ìlèkè	He inherit pots of beads
Fàà	Freely
Ifá ò bá wọn tan	Ifá is not related to them

ÒDÍ ỌKÀNRÀN B

Ifá pé ká rúbọ ọlà ń bọ̀ fún wa láti òkèèrè. A ò gbọdọ̀ bi imọ̀nràn tí wọ́n bá fún wa dànù torí yóó seni lóore. Ifá pé táa bá ń lọ àjò tàbí òde ijó, a ò gbọdọ̀ jó kó mọ́ baà já sí orí ikú o.

Ìdin rànhìn
Ìdin rànhìn
A díá fún Òkòtò tí ń retí Òkun rèé jó
Ẹbọ ń wọ́n ní ó ṣe
Gbogbo èèyàn ní ń lọ etí òkun rèé jó
Wọ́n níwọ Òkótó o ò gbọdọ̀ jó bóo bá détí òkun
Wọ́n ní bí gbogboo wọ́n bá ń jó
Ìwọ Òkòtó mọ́ọ wòran ni
Ṣùgbọ́n ìgbéraga ti Òkòtó ńnú
Ijó àjówomi láti bèbè ni wọ́n ó sì jó…10
Ó bá bẹrẹ̀ síí jó
Lójiijì
Òkòtó bá rì
Ìdin rànhìn
Ìdin rànhìn
A díá fún Òkòtò tí ń retí Òkun rèé jó
Òkòtò o ò seun
O ò sèèyàn
Wọ́n ní bọ́ ọ bá lọ etí òkun ọ ọ̀ gbọdọ̀ jó
O sì gbọ́ …………………………..20
Bẹ́ẹ̀ lo sì lọ rèé jó
Ìdin rànhìn
Òkòtó bá ṣe bẹ́ẹ̀ ló parẹ́ o
Ìdin rànhìn

ÒDÍ ỌKÀNRÀN B

Ifá asks this person to offer sacrifices for fortune seen to be coming from abroad. He is enjoined to listen to advises, and that if he is traveling to somewhere he should refuse to dance. He should exercise self-composure.

Ìdin rànhìn
Ìdin rànhìn
Casts divination for the Metal Cone that was going to the beach to dance
He was asked to perform sacrifice
Everybody was going to the beach to dance
You the Cone, they called, when you get to the beach, do not dance
'If every other person is dancing'
'You should just be watching', they warned
But self-esteem stirred him up
And the dance is from the beach to the ocean waters…………………………………..10
He started to dance
Without warning
The Metal Cone sank
Ìdin rànhìn
Ìdin rànhìn
Casts divination for the Metal Cone that was going to the beach to dance
You Cone, you are irresponsible
You are not humane
They told you that in case you go to the beach, you should not dance
You acted otherwise
Got to the beach and danced …………………..…………20
Ìdin rànhìn
The Cone as a result vanished
Ìdin rànhìn

ÒDÍ ÒGÚNDÁ A

Ire pọ̀ fún eléyìun. Ayé ó yẹ ẹ́, ọkàan rẹ̀ ó balẹ̀, ẹ̀míi rẹ̀ ó sì gùn; Ifá pé eléyìun a mọ́ọ tètè lọ sí ẹnu isẹ́ẹ rẹ̀ lójoojúmọ́. Kó kọjú mọ́ isẹ́ẹ rẹ̀, láfẹ̀mọ́ju náàa ní ó kore ẹ̀ lójú ọ̀nà. Kí eléyìun ó mọ́ọ ṣe àtúnṣe ilé. Yóò jèrè.

Dinndinnkúdá
Dìnǹdìnǹkúdá
A díá fún Ìsìnkú ẹ̀bọ́nà
A díá fún Baba adájí roko
Èyí tí ò níí fàsìkò tafàlà
Kò níí fàkókò ṣe yẹ̀yẹ́
Baba adájí roko ló kọjú mọ́ isẹ́ ẹ̀ ní kùtù hàì
Ẹnìkan tóun sì sòwò sòwò lókèèrè
Ó wáá sowó kọ́rùn
Ní ń padàà bọ̀ wálé...........................10
Ṣé wọ́n sìí rí ikú sójú ni láyée ijọhun
Ìdágìrì ikú bá dá a lójú ọ̀nà
Oníkọ̀ bá ní kó kálọ
Níbo?
Ó ní ọ̀run ti yá
'Ǹjẹ́ òun ó sì kúúlẹ̀ lásán towó towó báyìí'?
Bí baba adájí rokó ti rí I nílẹ̀
Oníṣòwo ní ó gba òun
Ó lóun ti rí Oníkọ̀
Ó sì ti pé kóun ó kálọ sí òde ọ̀run..........20
'Ǹjẹ́ o ó le bo àsírí òun báyìí'?
Ó bá gbé ẹrùu owo to so korun
Ó ní ó gbà
Ṣùgbọ́n tójú oku òun dáadáa
Baba adájí rokó bá jèrè

ÒDÍ ÒGÚNDÁ A

Plenty of fortunes would be for this person. He would have long life and peace. Ifá sees him as a person that leaves for his workplace early. He should continue in this spirit because it is in the same early hours that he would meet with his fortunes. He would reap the reward of all his deeds.

Dinndinnkúdá
Dìnǹdìnǹkúdá
Cast divination for the roadside burial
Cast divination for the man who used to leave early for the farm
The one that would not subscribe to time wasting
He would not use his seasons to loaf around
The Punctual Farmer is a zealous worker
But there is a trader who had traded in goods abroad for long
He tied his money on his neck
And was returning home.......................10
However, they do see death physically in the olden days
He was at a point dejected on the way occasioned by death suspicion
'Let us go', Oníkọ̀ said
'Where'?
'Heaven', Oníkọ̀ replied
'Would I now die helplessly with all this money
As the Punctual farmer saw him lying on the ground
'Help me'The Trader said helplessly
'I have seen the Oníkọ̀'
'He (Oníkọ̀) had asked me to come with him to heaven'................................20
'Would you be able to take care of my corpse'? The trader asked
He removed the loop of money on his neck
'Take' He said to the farmer
But please take care of my corpse, he begged
The Punctual farmer as a result profited from his constancy and continuity

N ní bá ń jó n ní ń yọ̀	He started to dance and rejoice
Ní ń yin àwọn Dinndinnkúdá	He was praising the priest Dinndinnkúdá
N yin awon Dïnǹdïnǹkúdá	He was praising Dïnǹdïnǹkúdá
A díá fún Ìsìnkú ẹ̀bọ́nà	That cast divination for the roadside burial
Tó dífá fún Baba adájí roko..................30	That also cast divination for the Punctual Farmer
Ìsìnkú ẹ̀bọ́nà	The roadside burial...31
A dúpẹ́ fún baba adájí roko	We are grateful to god for the Punctual Farmer
A mọ̀mọ̀ dúpẹ́ o	We rejoice with him
Ajé sùn wá bọ̀	Fortune and wealth overwhelm us

ÒDÍ ÒGÚNDÁ B

Ifá pé kí eléyìun ó rúbọ kó lè baà di ẹni ọ̀kánkán. Ifá pé ó tí ń rìn ní ìkọ̀kọ̀. Ifá pé owó àti ẹyẹlé lẹbọ.

Dinndinnkúdá
Dìnǹdìnǹkúdá
A díá fún Dùndún
Tí tí ń rìn ní kọ̀kọ̀
Tí tí ń rìn ní bàábá
Wọ́n ní kó rúbọ kó le dẹni ọ̀kánkán gbangba
Wọ́n ní ọ̀pọ̀lọpọ̀ ẹyẹlé lẹbọ
Ọ̀pọ̀lọpọ̀ owó lẹbọ
Awọọ pálà lẹbọ
Wọn è é tíí pe Dùndún tẹ́lẹ̀ rí..............10
Dùndún sà á ń bẹ ní kọ̀rọ̀
Ńgbà ó rúbọ tán
Ó bá dọjọ́ kan
Wọ́n bá ní wọ́n ó lọọ pè é wá láti Àâfin
Òun náà?
Ìgbà ó dé ọ̀hún
Dùndún tẹ gbàjá aré sílẹ̀
Gbogbo ihun tí àwọn ìlù tó kù ò le ṣe
Dùndún bá ṣe gbogbo ẹ̀
Wọ́n ní ẹni tí ó mọọ lù fún Ọba jó láílái nìyí o..............20
Ni Dùndún bá ń jó ní ń yọ̀
Ní ń yin àwọn Dinndinnkúdá àti
    Dìnǹdìnǹkúdá
Àwọn Babaláwo ẹ̀ ń yin Ifá
Ó ní bẹ́ẹ̀ làwọn Babaláwo tòún wí
Dinndinnkúdá
Dìnǹdìnǹkúdá
A díá fún Dùndún
Tí tí ń rìn ní kọ̀kọ̀
Tí tí ń rìn níbàábá

ÒDÍ ÒGÚNDÁ B

Ifá is asking this person to offer sacrifices to get him noticed within the society. Ifá says he has not been acknowledged previously. He should sacrifice pigeons and money.

Dinndinnkúdá
Dìnǹdìnǹkúdá
Cast divination for Dùndún drum
That had never been noticed
That had never been given any attention
He was asked to perform sacrifice to get recognized
They told him to sacrifice many pigeons
Plenty of money
And any young animal skin
Dùndún had never had any ceremonial call..........10
He had ever been loitering around the corners
Afterwards he offered the sacrifice
One day
They sent for him from the king's palace
'Me'? He exclaimed cynically
When he got there
He performed extensively
All the drumbeats that other drums could not accomplish
Dùndún did everything........................19
They reasoned that he should be the one that should be drumming for the King from then onward
Dùndún drum then started to dance and rejoice
He was praising his Babaláwos, the Dinndinnkúdà and Dìnǹdìnǹkúdá
His Babaláwos were praising Ifá
He said it was exactly as his Babaláwos predicted
Dinndinnkúdá
Dìnǹdìnǹkúdá
Cast divination for the Dùndún drum
That has never been noticed
That has never been given any attention

Wọ́n ní kó rúbọ kó lè dẹni ọ̀kánkán gbangba..................30
Mo mọ̀mọ̀ yin Dinndinnkúdá
Mo yin Dìnǹdìnǹkúdá o
Dùndún tí tí ń rin ní kọ̀kọ̀
Dùndún wáá dẹni ọ̀kánkán gbangba
Mo yin Dinndinnkúdá
Mo yin Dìnǹdìnǹkúdá o
Mo wáá dẹni ọ̀kánkán gbangba

He was asked to perform sacrifice to get noticed
I praise you Dinndinnkúdá 31
I praise you Dìnǹdìnǹkúdá
Dùndún drum that had ever been going unnoticed
Has now become the clear leader .
I praise you Dinndinnkúdá
I praise you Dìnǹdìnǹkúdá
I now become the clear leader

ÒDÍ ÒSÁ A

Ifá pé àwọn méjì kan lóùn ń báá wí. Kí àwọn eléyìun ó fi aṣọ pupa kún ẹbọ rú, kí wọn ó sì bèèrè n táwọn ayé ó gbà. Ifá pé kí eléyìun ó mọ́ dẹjàá, kó sì rúbọ elénìní.

Ìdin sàá
Ìdin sòó
A díá fún Agánràn tí ń looko ìwájẹ
Ìdin sàá
Ìdin sòó
A díá fún Àgbàdo òjò
Èyí tí ń lọ rèé bá wọn múlẹ̀ oko aì ṛ́dún
Ó dóko ó tẹ́ gbàjáá lẹ̀
Wọ́n níwọ Àgbàdo tẹ́tí o gbóhùn Awo
Wọ́n ní gbogbo n tóo fẹ́ẹ́ dà lọ́ọ́ dà.....10
Ṣùgbọ́n rúbọ elénìní láyé
Àgbàdo ní kínni ń jẹ bẹ́ẹ̀
Aṣọ tó pọ̀ lòun ó fi bo ọmọ òun
Ẹ wo iye aṣọ tí Àgbàdo fi bo ọmọ ẹ
     lóòótọ́
Ṣùgbọ́n Agánràn ń looko ìwájẹ
Oko ìwájẹ tóun ń lọ yìí
Òun ṣe lè ń rí ṣe bọ ńbẹ̀ báyìí?
Èṣù ní o ò pé Kín ni
Abẹ ni kóo rú
Agánràn rúbọ.................20
Ó rú gbogbo abẹ tí ọ́n kà sílẹ̀ fún un
Èṣù ní bó o bá dé ọhún
'Àgbàdo ni ò rúbọ'

ÒDÍ ÒSÁ A

Ifá says this person should offer sacrifice. Ifá is referring to a group of two people. The two of them should sacrifice a piece of red cloth and ask of what their earthly enemies would accept. Ifá exhorts this person not to ignore taboos or advice given to him. He would have substantial material wealth but should offer sacrifice because of his detractors.

Ìdin sàá
Ìdin sòó
Cast divination for the Parrot going to fend for food
Ìdin sàá
Ìdin sòó
Cast divination for the Wet maize
That was going to acquire land in the annual cycle
     farm
He got to the annual cycle farm and germinated
     extensively
'You Wet maize, listen to the voice of the of wisdom'
'You would become everything you ever dreamt of
     becoming...10
'But offer sacrifice to forestall your enemies' they
     said
'What do you call enemies' He replied with disdain
'I would use many cloths to wrap my children'
And truly, see the wraps around the maize cob
However, the Parrot was going to fend for food
This venture of fending for food that I am embarking
     on, he asked,
'What would I do to be able to get something
     profitable from this escapade'?
'Do you know what', Èṣù said
'You should sacrifice razor blades'
The Parrot sacrificed razor blades.......................20
He offered all the sacrifices
'When you get there', Èṣù said
The Wet maize had refused to offer sacrifice

180

Ó ó ba lóhùún	You will meet him there
Nígbàa Agánràn dé òhún	When the Parrot got to the farm
Ló ń I tí Àgbàdo gbómo pòn lo súà	He saw the wet maize with heavy cobs on his back
	bountifully
Ó sì ti rò pé òun ti fi aso bo omo òun	And the Wet maize thought he had covered his seeds
Agánràn bá gbé enu lé aso Àgbàdo	The Parrot sets his beak on the sheath
Ni ń gé e hàràràù hàràràù	And started tearing it in shreds
Ló bá kan omo...................30	He ultimately got to the seeds................30
Ó bá bèrè síí je omo Àgbàdo	And started eating them
Àyìn éyìn ni Àgbàdo ń yin àwon Awo è	The Wet maize started praising his priests belatedly
Ìdin sàá	Ìdin sàá
Ìdin sòó	Ìdin sòó
A díá fún Àgbàdo Òjò tí ń lo rèé bá won múlè oko àì ródún	Cast divination for the Wet maize going to the annual farm
Ìdin sàá	Ìdin sàá
Ìdin sòó	Ìdin sòó
A díá fún Agánràn tí ń looko ìwáje	Cast divination for the Parrot going to fend for food
Mo ti sebo Ìdin sàá	I have offered the sacrifices of Ìdin sàá
Mo ti sebo Ìdin sòó......................40	I have offered the sacrifices of Ìdin sòó...............40
Agánràn se béè	The Parrot as a result of his obeisance
Ó ń se	Thus profited
Mo ti sebo Ìdin sàá	I have offered the sacrifice of Ìdin sàá
Mo ti sebo Ìdin sòó	I have offered the sacrifices of Ìdin sòó
N lAgánràn ń ké tée dòní	I what the Parrot is saying till today
Aso pupa tí Agánràn rú níjóòsí	The red cloth which the Parrot sacrificed in the
	beginning
Èsù bá lè é mó o ńgbáàyà	Èsù stuck it to his chest

ÒDÍ ỌSÁ B

Ifá pé kí eléyìun ó rúbọ. Ayé ó yẹ ẹ́. Ki eléyìun ọ́ mọ́ bẹ̀rù bi àwọn èèyàn bá gbógun tì í. Bí ọ́n bá gbógun ti ẹnìkan şoşo yǐí, yóó han gbogbo wọn ní èèmọ̀, torí ó mẹbọ.

ÒDÍ ỌSÁ B

Ifá says this person should offer sacrifices. He should not be afraid when people rise up against him. Even if everybody rises against him, he would still prevail because he (this person) knows that sacrifices are necessary.

Ìdin sàá sàá
Ìdin sòó sòó
Sàrá sàrá labẹ̀ẹ́ fấrí
A díá fún ẹ̀ìnlọ́jọ ẹranko
Níjọ́ọ wọn ń bẸ́kùún sọtẹ̀
Níjọ́ọ wọn ń bẸ́kùún şọ́tá
Gbogbo ẹranko ló kọjú da Ẹkùn
Wọ́n ló ku ibi tí Ẹkùn ó wọ̀
Wọ́n ló ku ohun tẹ́kùn ó şe
Ẹkùn bá mẹ́ẹ́ẹ̀jì kún ẹẹ́ta............. 10
Ó tọ àwọn Ìdin sàá; Ìdin sòó lọ
Ẹ yẹ òun lóòkan ìbò wò
Wọ́n ní kó rú ogún abẹ
Olóòlà ijù rú ogún abẹ
Nínúu ogún abẹ tí ẹkùn rú
Àwọn Babaláwo ẹ̀ kó mẹ́wàá fún un
Wọ́n ní kó kó o relé ẹ̀
Wọ́n jẹ mẹ́wàá lẹ́rù
Èşú bá kó gbogbo ẹ̀ bọ ẹkùn lẹ́sẹ̀ àtọwọ́
Gbogbo àwọn ẹranko yòókù bá ń bọ wáá bẸ́kùn jà ńjọ́ kan.............20
Bí Ẹkùn tí ń fọwọ́ fà wọ́n ya
Ní ń fi ẹsẹ̀ẹ̀ fa ìfun wọn jáde
Ẹni ó bá ti rúbọ
Ipá ò ká onítọ̀hún mọ́
Ìdin sàá sàá
Ìdin sòó sòó
Sàrá sàrá labẹ̀ẹ́ fấrí

Ìdin sàá
Ìdin sòó
The sharp blade shaves the head in quick strokes
Cast divination for uncountable animals
On the day they engaged the Tiger in cold war
On the day they were making the Tiger their common enemy
They told the Tiger to offer sacrifice
All the other animals antagonized the Tiger
They were involved in enmity with him
The Tiger added two cowries to three....................10
And went to meet the priests Ìdin sàá and Ìdin sòó
'Inquire from Ifá using 'Ìbò' for me', he said
They told him to offer twenty blades as sacrifice
The king of the forest offered it
Out of the twenty blades he offered
His Babaláwos gave him ten
He was told to take them home
And took ten for themselves as free gifts
Èşù then inserted all the twenty into the Tiger's toes and fingers as claws
All the rest animals were coming one day to fight the Tiger.........................20
As the Tiger was tearing them with his hands
He was using his hind limbs to bring out their intestines
He that has offered sacrifices
Is above any other power against him
Ìdin sàá
Ìdin sòó
The blade shaves the head in quick strokes

A díá fún Ẹ̀ìnlójọ ẹranko
Níjọ́ọ̀ wọ́n ń bẸ́kùún sọ̀tẹ̀
Níjọ́ọ̀ wọ́n ń bẸ́kùún sọ̀tá...............30
Wọ́n ní kí Ẹkùn ó sá káalẹ̀ ó ṣẹbọ
Ẹkùn gbẹ́bọ ńbẹ̀
Ó rúbọ
Ẹ̀ìnlójọ ẹranko
Tẹ̀ẹ̀ ń bẸ́kùún sọ̀tẹ̀
Tẹ̀ẹ̀ ń bẸ́kùún sọ̀tá
Ipáa yín ò leè ka
Ipáa yín ò leè ka láíláí

Cast divination for uncountable animals
On the day they engaged the Tiger in cold war
On the day they were making the Tiger their common
enemy...30
They told the Tiger to take care of the ground and
perform sacrifice
The Tiger heard about the sacrifice
And performed it with faith
All you animals
That are engaged in cold war with the Tiger
You that are making the Tiger your common enemy
You can never overwhelm him
All of you can never overposer him

ÒDÍ ÌKÁ A

Ifá lóun pé ire fún ẹní ó dá Odù yïí bó bá rúbọ. Àwọn méjì nifá ń bá wí, kí àwọn méjèèjì ó rúbọ ayé kí wọn ó lè baà ṣẹgun. Àdá kan, kùnmọ̀ kàn, ọ̀bẹ kan, àti gbọ́ńgbó kan lẹbọ.

Ìdin káká tiráká káká tiráká
Babaláwo Igbá ló díá fún Igba
Igbá ń lọ rèé bá wọn múlẹ̀ oko àì ródún
Wọ́n ní kí Igbá ó rúbọ
Ìdin kàkà tiràkà kàkà tiràkà
Babaláwo Àwo ló díá fún Àwo
Wọ́n ní kí Àwo ó sá káalẹ̀ kó sẹbọ
Àwọn méjèèjì ní jọ́ ń bẹ láyé
Gbọ́ńgbó kan
Àdá kan…………….................10
Kùnmọ̀ kan
Ọ̀bẹ kan lẹbọ
Àwó bá rúbọ
Igbá ní tóun tó báyìí
Kín lòún ó fẹbọ ṣe
Igbá dé oko
Ó bá bẹ̀rẹ̀ síí so
Ọmọ aráyé bá débẹ̀
Pà, pà, pà, pà ni wọ́n ń pa igbá
Bí ọn bá dé ibi tí Àwó wà…………20
Wọn a sún sẹ́yìn
Ìpa táa pa Igbá
Ẹnikan ò gbọdọ̀ pa Àwo bẹ́ẹ̀
Bí è é bá ṣe pé ó tó àkókò tí Àwo ó fọ́
Ẹnikan ò le fọ́ Àwo
Ayé yẹ Àwo
Igbá wá ń ṣe hàà
Ìdin káká tiráká káká tiráká

ÒDÍ ÌKÁ A

Ifá wishes this person well. Ifá is referring to two people. The two of them should perform sacrifice meant for earthly enemies such that they can prevail. One cutlass, one club, one knife and one heavy stick is the sacrifice.

Ìdin káká tiráká,káká tiráká
The Babaláwo of the Calabash cast divination for the Calabash
The Calabash was going to choose a land in the annual cycle farm
They told the Calabash to offer sacrifices
Ìdin kàkà tiràkà kàkà tiràkà   .
The Babaláwo of the Breakable plate casts divination for the breakable plates
They told the breakable plates to take care of the ground and offer sacrifice
The two of them were living on earth together
One each of heavy stick
Cutlass…………...............………………..10
Club and
Knife is the sacrifice
The Breakable plate offered his sacrifice
'Now that I am this big'
'What do need sacrifice for'? The Calabash said
The Calabash got to the farm
He started to germinate
Man got there afterwards
One by one, he broke the Calabash to remove the seeds
But as soon as he sees the Breakable plates…..........20
He refrains himself and would become cautious
The way you break open the Calabash
Nobody can break the Breakable plate as such
Unless it is the time for the Breakable plate to break
Nobody breaks her up
Life pleased the Breakable plate
The Calabash however was lamenting
Ìdin káká tiráká káká tiráká

Babaláwo Igbá ló díá fún Igbá
Ìdin kàkà tiràkà kàkà tiràkà………….30
Babaláwo Àwo ló díá fún Àwo
Wọn ní kí Igbá ó rúbọ
Bẹ́ẹ̀ ni ò rúbọ
Gbogbo ayé ní ń pa igbá
Àwo nìkan ní ń bẹ lẹ́yìn tó rúbọ
Ìpa táa pa Igbá
Kẹ́ni mọ́mọ̀ ṣe pa Àwo

The Babaláwo of the Calabash cast divination for the
  Calabash
Ìdin kàkà tiràkà kàkà tiràkà………….....…............30
The Babaláwo of the Breakable plate casts divination
  for the Breakable plates
They told the Calabash to offer sacrifice
He hitherto did not offer the sacrifice
Every man was breaking the Calabash open
The Breakable plate is the one coming from behind to
  offer sacrifice
The way we break the Calabash
Let nobody break the Plate

ÒDÍ ÌKÁ B

Ifá pé kí eléyìun ó rúbọ fún àìkú, kóun ó
lè bá a ṣégun. Awọn kán sì ń dá eléyìun
lọ́nà; Wọn ò níí leè dá a lọ́nà mọ́.

Ìdinká èjìká
Èjìrọrọ èjìrọ
Gbòǹgbò tí ń bẹ ńnú omi ò leè kómi lẹ́sẹ̀
        kó dómi dúó láílái
A díá fún Ọ̀rúnmìlà
Níjọ́ tí ń bẹ láàrin ọ̀tá sáńgílítí
'Ṣé àwọn elénìní yìí ò dá òun dúó báyìí'?
Wọ́n ní gbòǹgbò kan kìí gbénú odò kó
        dómi dúó
Wọ́n ní tí ọn bá làwọn ó dàá ọ lọ́nà
Ọrun ni wọ́n ó ti mọ́ọ mùkọ alẹ́
Ọ̀rúnmìlà bá rúbọ....................10
Àwọn ọ̀tá ẹ̀ bá ń kú níkọ̀ọ̀kan níkọ̀ọ̀kan
Ìdinká èjìká
Èjìrọrọ èjìrọ
Gbòǹgbò tí ń bẹ ńnú omi ò leè kómi lẹ́sẹ̀
        kó dómi dúó láílái
A díá fún Ọ̀rúnmìlà
Níjọ́ tí ń bẹ láàrin ọ̀tá sáńgílítí
Wọ́n ní kí babá ó rúbọ
Ọ̀rúnmìlà gbẹ́bọ ńbẹ
Ó rúbọ....................19
Ǹjẹ́ gbogbo ọ̀tá tó bá ní n mọ́ padà délé
Gbọọrọgbọ
Ọ̀gbọọrọgbọ ni kí n bókuu rẹ̀ ńlẹ̀
Oníṣẹ̀gùn ló ní n mọ́ padà délé mọ́
Gbọọrọgbọ
Ọ̀gbọọrọgbọ ni kí n bókuu rẹ̀ ńlẹ̀
Rírú ẹbọ
Èèrù àtùkèsù
Ẹ wáá bá ni ní tàrú ṣégun
Àrúṣẹgun làá bá ni lẹ́sẹ̀ ọba Òrìṣà

ÒDÍ ÌKÁ B

Ifá asks this person to offer sacrifice for long life. Ifá
would help him to prevail. Some people are crossing
his ways. They would not be able to cross him again.

Ìdinká èjìká
Èjìrọrọ èjìrọ
The roots inside a stream can never obstruct the
        course of the flowing water
Cast divination for Ọ̀rúnmìlà
On the day he was in the midst of his real foes
'Would these detractors not cross, and stop me'?
        Ọ̀rúnmìlà asked
'A root found in the course of a stream can never
        impede the course of the flowing water',
'If they try to cross you on your way'
'They would eat their next meal in heaven'
Ọ̀rúnmìlà then offered the sacrifice....................10
His enemies began to die one after the other
Ìdinká èjìká
Èjìrọrọ èjìrọ
The roots inside a stream can never obstruct the
        course of the flowing water
Cast divination for Ọ̀rúnmìlà
On the day he was in the midst of his real foes
They told him to offer sacrifice
Ọ̀rúnmìlà heard about the sacrifice
He offered it with unwavering faith
Therefore all my foes that said I should not return
        home....................20
Side by side
In rows would I meet their copses laid on the ground
All medicine men that said I would not return home
Side by side
In rows would I meet their copses laid on the ground
Offering of sacrifices
With mandatory free gifts to Èṣù
Come and meet us with triumphant offertory
One is found with triumphant offertory at the feet of
        the king of all Òrìsàs

ÒDÍ ÒTÚRÚPÒN A

Ifá loun pé ire fún ẹní ó da odù yí; kó mọ́ọ nà tán. Ọmọ kán ń bẹ nínú ọmọọ rẹ̀ tó jẹ́ alágbára. Bí kò sì tíì bí ọmọ, Ì báà jẹ́ obìnrin tàbí ọkùnrin, onítọ̀hún ó bímọ kan tí yóó ba ṣẹ́gun. Ẹbọ kí ikú ó mọ́ pa ọmọ náà ni kó rú.

Olóògbé ni ò jẹ́wọ́
Atannijẹ bí olóorun
Àgbọngbọ̀n a bìsà
A díá fún Sàngó tí ń fojú ṣọgbérè ọmọ
Wọ́n ní ó rúbọ kó lè baà bímọ
Sàngó lójú ọmọ ń pọ́n
Wọ́n ní ọmọ kán ń bọ̀
Kó rúbọ sílẹ̀ dè é
Sàngó bá rúbọ pé
Ńgbàa Sàngó ó bìí........................10
Ló bá bí Oṣé
Wọ́n ní gbogbo ibi tí bá ń lọ
Kó mọ́ọ mú ọmọ rẹ̀ tó bí lọ
Bí ọn dìtẹ̀ mó Sàngó ńbìkan
A ju Oṣé lu ibẹ̀
A di gàràrà
Gbogboo wọ́n ti túká
Ní bá ń yin àwọn Olóògbé ni ò jẹ́wọ́
Àwọn Atannijẹ bí olóorun
Àwọn Àgbọngbọ̀n a bìsà................20
'Àṣẹ ẹbọ tí Sàngó rú'
'Àṣẹ nǹkan ńlá ni'?
Ẹbọ tí Sàngó rú ló sọ Sàngó di ńńlá
Ó ní bẹ́ẹ̀ làwọn Babaláwo tòún wí
Olóògbé ni ò jẹ́wọ́
Atannijẹ bí olóorun

ÒDÍ ÒTÚRÚPÒN A

Ifá wishes this person well. He is advised to be honest man. He would, Ifá continues, have a son that is going to be very powerful. It is the son that would win all the travails for him. He should offer sacrifice such that the child would not die prematurely.

It is the dead that does not confess
A deceiver like someone asleep
Àgbọngbọ̀n a bìsà
Cast divination for Sàngó that was crying because of children
They asked him to perform sacrifice so that he could have a child
Sàngó had been embittered by his having no child
They told him that a son was coming
He should offer sacrifice pending his arrival
Sàngó offered the sacrifice in full
When the baby arrived........................10
It was baby Oṣé
'Everywhere that you are going', they said
'Take your new baby along with you'
If there is place where they are conspiring against Sàngó
He would throw Oṣé there
And with a thunderous explosion
All of them would have dispersed
He started praising the 'Olóògbé ni ò jẹ́wọ́'
The Atannijẹ bí olóorun'
The Àgbọngbọ̀n a bìsà................20
'So the sacrifice performed by Sàngó then'
'Is a big thing'?
It is the sacrifice Sàngó performed that made him big
He said it was exactly as his Babaláwos said
It is the dead that does not confess
A pretender like someone asleep

Àgbọngbọ̀n a bïsà
A díá fún Sàngó tí ń fojú sògbérè ọmọ
Igba tí yóó bïí
Ó bï Oṣé.............................30
A ṣẹ́gun nígbàyí ò
A ṣẹ́gun
Àgbọngbọ̀n a bïsà
A mọ̀mọ̀ ṣẹ́gun nígbàyí ò
Àgbọgbọ̀n a bïsà

Àgbọgbọ̀n a bïsà
Cast divination for Sàngó that was crying because of
    children
And when he had a child
He had Oṣé.................................30
We have won henceforth
We have triumphed
Àgbọgbọ̀n a bïsà
We have really triumphed henceforth
Àgbọgbọ̀n a bïsà

188

ÒDÍ ÒTÚRÚPÒN B

Ifá pé ki eléyìun ó rúbọ. Ayé ó yẹ ẹ́ tó bá le mọ́ọ bọ Òòsà funfun níjọ́ karùún karùún.

Idin túúrú
Ipòn túúrú
A díá fún Làálà gbàjà
Èyí tí ń lọ oko àì leè rọ́dún
Wọ́n ní ẹbọ kó lè baà lájé lọ́wọ́
Kó lè baà láya
Kó lè baà bímọ
Ni kó ṣe
Kín wáá lẹbọ?....................9
Wọ́n ní kó mọ́ jókòó sí oko àì leè rọ́dún
Wọ́n ní lọ́run lọ́run ni kó mọ́ọ wálé
Kó mọ́ọ wá bọ Òrìṣà
Wọ́n ní ayé ó yẹ ẹ́
Làálà Igbàjà bá rúbọ
Ní bá ń wálé ọjọ́ karùún karùún
Lajé bá dé
Ayá dé
Ọmọ dé
Ó ní kò síhun méjì mọ́
Òòsà yí ti di sínsìn lọ́rún lọ́rún........20
Ayé yẹ Làálà Gbàjà
N ní wá ń jó ní wá ń yọ̀
Ní ń yin àwọn Babaláwo
Àwọn Babaláwo ń yin Ifá
Ó ní bẹ́ẹ̀ làwọn Babaláwo tòún wí
Idin túúrú
Ipòn túúrú
A díá fún Làálà gbàjà
Èyí tí ń lọ oko àì leè rọ́dún

ÒDÍ ÒTÚRÚPÒN B

Ifá asks this person to offer sacrifice so that life would please him. Ifá also asks him to be devoted to Òòsà funfun on a five-day interval of veneration.

Idin túúrú
Ipòn túúru
Cast divination for Làálà gbàjà
That was going to the perennial farm to reside
A sacrifice that would enrich him
That would provide him a wife
That would give him children
It is that same sacrifice that he should offer
What then is the sacrifice? Làálà Gbàjà asked
They told him not to tarry for long at the perennial farm…………..................…...............10
They told him to come home on a five-day interval
And offer sacrifices to Òòsà
'Life would please you', they assured
Làálà gbàjà offered the sacrifice
He started coming home on a five-day interval
Wealth came by
Wives came by
Children came by
'There is no other thing beside this' he said happily
'This Òòsà is worth revering on a five-day interval'
Life pleased Làálà gbàjà.......................21
He started dancing and rejoicing
He was praising his Babaláwos
His Babaláwos were praising Ifá
He said it was exactly as his Babaláwos predicted
Idin túúrú
Ipòn túúru
Cast divination for Làálà gbàjà
That was going to the perennial farm to reside

Níjọ́ tí ń fomi ojú ṣògbérè ire ………30
Wọ́n ní ó rúbọ
Ó wáá lájé
Ó láya
Ó bímọ
Ó kọ́lé
Ire gbogbo tó o lọ́wọ́
Kín la ó mọ́ọ sìn tọ́rún bá pé?
Òrìṣà
Òrìṣà la ó mọ́ọ sìn bọ́rún bá pé
Òrìṣà ……………………...........40

On the day he was crying because of good things…30
He was asked to offer sacrifices
He afterwards had wealth
He got a wife to marry
And had children
He also built a house
All good things were within his reach
What would we worship on each ọrún?
Òrìṣà
Òrìṣà is what we would worship on each ọrún
Òrìṣà ……………………..........................40

ÒDÍ ÒTÚÁ A

Ifá lóun pé ire fún eléyìun. Ẹbọ Òdí Òtùá ni kó rú. Nnkan rẹ̀ ó dáa. Ilée babaa rẹ̀ ó kùún fún owó, ọmọ, ṣùgbọ́n kó mọ́ọ ṣe tíi tàwọn tí ọ́n bí i. Ọ̀pọ̀lọpọ̀ eku lẹbọ. Ifá pé kó mọ́ọ ṣehun tó dáa ńlée baba ẹ̀.

Ìdin afàgò kẹ́yin àparò
N tójú bá wá lojúú rí
A díá fún Adábàá jeku
Ìdin afàgò kẹ́yin àparò
N tójú bá wá lojúú rí
A díá fún Adábàá jẹja
Ìdin afàgò kẹ́yin àparò
N tójú bá wá lojúú rí
A díá fún Adábàá jẹran
Ìdin afàgò kẹ́yin àparò..........................10
N tójú bá wá lojúú rí
A díá fún Adábàá nǐkàn kúnlée baba ẹ̀ tẹtẹ́ẹ́tẹ́
Àwọn Adábàá jeku
Wọ́n ń dábàá jeku lọ lásán
Àwọn Adábàá jẹja
Wọ́n ń dábàá jẹja lásán
Àwọn Adábàá jẹran
Wọ́n ń dábàá jẹran lásán
Adábàá nǐkàn kúnlée baba ẹ̀ nǐkan ló wò
ó pé 'àkójo tóun ó ṣe yǐí'
'Ẹran tóun fẹ́ẹ́ pa'..........................20
'Kílé òún ó kún'
'Kó pọ̀ fún èèyàn'
'Kí gbogbo ẹ̀ ó mọ́ọ dùn yǐìn'
Adábàá nǐkàn kúnlée baba ẹ̀ ò ṣe méjì mọ́
Ẹran ní ń pa

ÒDÍ ÒTÚÁ A

Ifá wishes this person well. He should offer the sacrifice of Òdí Òtùá. His lineage would be known for wealth, and he would have many children but he should behave in the manners of his progenitors. He should pioneer good things in his family.

Ìdin afàgò kẹ́yin àparò
N tójú bá wá lojúú rí
Casts divination for Adábàá jeku
Ìdin afàgò kẹ́yin àparò
N tójú bá wá lojúú rí
Casts divination for Adábàá jẹja
Ìdin afàgò kẹ́yin àparò
N tójú bá wá lojúú rí
Casts divination for Adábàá jẹran
Ìdin afàgò kẹ́yin àparò..........................10
N tójú bá wá lojúú rí
Casts divination for Adábàá kúnlée baba ẹ̀ tẹtẹ́ẹ́tẹ́
The Adábàá jeku
They were plotting and eating their rats by themselves
The Adábàá jẹja
They were plotting and eating their fish by themselves
The Adábàá jẹran
They were also plotting and eating their meat by themselves
But Adábàá kúnlée Baba ẹ̀ tẹtẹ́ẹ́tẹ́ is the one who asked Ifá about the gathering he was about to commence
The goat he was about to kill..........................20
'Would it make my house full'?
'And make a large congregation'?
'Would it also make merry the situation'?
Adábàá kúnlée baba ẹ̀ tẹtẹ́ẹ́tẹ́ did not hesitate again
He started killing goats

Nĩ ó kòó gbogbo ọmọ ẹ̀ jọ	And assembling all his children
Àti Obìnrin ẹ̀	His wives
Gbogboo wọ́n ó mọọ jẹun	All of them would be eating
Wọ́n ó mọọ mu	They would be drinking
Wọ́n ó mọọ yọ̀....................30	They would be joyful.....................30
Àwọn èèyàn bá wòye	The people now reasoned
'Àwọn adábàá jeku, adábàá jẹja, àti àwọn	'These Adábàá jeku, Adábàá jẹja, and Adábàá jẹran'
adábàá jẹran tí ọ́n ń dáá lọ yĩí'	'They are not humane'
'Wọ́n è é sèèyàn'	'Save for Adábàá nĩkàn kúnlée baba ẹ̀'
'Àwọn adábàá kúnlée baba ẹ̀ tẹ́tẹ́ẹ́tẹ́'	'Is the only one with good human character'
'Àwọn la mọ̀'	'He assembled all his family'
'Ló kó gbogbo ẹbí ẹ̀ jọ yĩí'	'Killed a goat'
'Tó pẹraán lẹ̀'	'All of them are making merry'
'Ti gbogboo wọ́n ń jẹun'	As he has a full house here on earth
Bó ti kún níhĩín yĩí	So would it be in heaven......................40
Bẹ́ẹ̀ náá ní ó kùún lọ́hùún...............40	They said life must definitely please him
Wọ́n ní ayé gbọdọ̀ yẹ ẹ́	It was Adábàá kúnlée baba ẹ̀ tẹ́tẹ́ẹ́tẹ́ alone that lived a
Adábàá nĩkàn kúnlée baba ẹ̀ nĩkan layé	worthwhile life
yẹ	He was dancing and rejoicing
N ní wá ń jó ní wá ń yọ̀	He was praising his Babaláwos
Ní ń yin àwọn Babaláwo	His Babaláwos were praising Ifá
Àwọn Babaláwo ń yin Ifá	He said it was exactly as his Babaláwos predicted
Ó ní bẹ́ẹ̀ làwọn Babaláwo tòún wí	Ìdin afàgò kẹ́yin àparò
Ìdin afàgò kẹ́yin àparò	N tójú bá wá lojúú rí
N tójú bá wá lojúú rí	Cast divination for Adábàá jeku,
A díá fún Adábàá jeku	He was plotting and eating rats alone.....................50
Ń dábàá jeku lásán ni....................50	Ìdin afàgò kẹ́yin àparò
Ìdin afàgò kẹ́yin àparò	N tójú bá wá lojúú rí
N tójú bá wá lojúú rí	Cast divination for Adábàá jẹja
A díá fún Adábàá jẹja	He was plotting and eating his fish alone
Ń dábàá jẹja lásán ni	Ìdin afàgò kẹ́yin àparò
Ìdin afàgò kẹ́yin àparò	N tójú bá wá lojúú rí
N tójú bá wá lojúú rí	Cast divination for Adábàá jẹran
A díá fún jẹran	He was plotting and eating his meat alone
Ń dábàá jẹran lásán ni	Ìdin afàgò kẹ́yin àparò
Ìdin afàgò kẹ́yin àparò	

N tójú bá wá lojúú rí...........................60

A díá fún adábàá nìkàn kúnlée baba è
    tẹtẹẹtẹ

Taa ló ṣeun tó ṣèèyàn?

Adábàá nìkàn kúnlée baba è tẹtẹẹtẹ

N ló ṣeun

N ló ṣèèyàn

What the eyes searches for is what it would see.......60

Cast divination for Adábàá nìkàn kúnlée baba è
    tẹtẹẹtẹ

Who amongst them is nice and humane?

It is the man that plots to fill his father's house to the
    brim

Is the one that is nice

Is the one that is humane

ÒDÍ ÒTÚÁ B

Bí ẹnìkán bá ń bẹ ńnú ilé àwọn eléyìun tó lọ́lá; Ifá pé kó ṣọ́ra kó sì rúbọ kí ẹnìkan tí ò gbayì ó mọ baà kó ọrọ̀ọ̀ rẹ̀ lọ. Ẹni tí ò gbayì ọ̀hún mọ ọ̀pọ̀lọpọ̀ èètò ńnú ìraan wọn. Ifá pé kí eléyìí ó fẹ́ràn àwọn òbí ẹ̀.

Báa bá dé inú igbó
Ẹkẹ́ rere làá sá jáde ńnú igbó
Báa bá rẹ̀yìn ọ̀dàn
Okùn rere làá wáá bọ̀ léyìn ọ̀dàn
Báa bá dọ́dọ̀ Òrìsà
Pópó oloro làá kó wánú ilé
A díá fún Nìní ẹrú Òòṣà
A bù fún Àìní ẹrú Òòṣà
Àwọn méjèèjì
Ọmọ Òrìṣà ni wọ́ọ́n ṣe.................10
A díá fún Òòsàálá Ọ̀sẹ̀ẹ̀rẹ̀mọ̀gbò
Ń sọ̀gbọ̀gbọ̀ àrùn
Ń najú aláì le ǹde
Àárẹ̀ ń ṣe Òòṣà
Ó sì dá oko
Ẹrúsìin rẹ̀ ni Nìní
Ẹrúsìin rẹ̀ ni Àìní náà
Nìní wáá dá oko légbẹ̀ẹ́ Òrìṣà
Oko Nìní lọ rẹbẹtẹ
Àìní ńtiẹ̀.................................20
Ó dá ìwọ̀n tí apáa rẹ̀ ká
Nìní lówó
Òòṣà náà sì lówó
Ṣùgbọ́n Òòṣá torí owó fẹ̀ràan Nìní ju Àìní lọ
Òòṣà wà ní ìdùbúlẹ̀ àìsàn fún ìgbà pípẹ́
Ń najú aláì le ǹde
Òòṣà bá ráńṣẹ pe àwọn Babaláwo ẹ̀
Àwon 'Báa bá dé inú igbó, Ẹkẹ́ rere làá sá jáde ńnú igbó

ÒDÍ ÒTÚÁ B

Ifá asks this person to offer sacrifices. If there exists someone who is very wealthy near him, the person should be warned to be very careful such that someone unpopular would not cart away his wealth without merit. Ifá says the unpopular person knows so much about his (the wealthy man's) family. This person is exhorted to be kind to his/her parents.

When one goes to the forest
One should cut out a good roofing log
When one visits the savanna
He should search for a good rope to come back with
When one consults Òòsà
One should go back home with the joy of acceptance of kola
Cast divination for Nìní, the servant of Òòsà
And Àìní, the servant of Òòsà
The two of them
They were adopted children of Òòsà.................10
Also cast divination for Òòsàálá Ọ̀sẹ̀ẹ̀rẹ̀mọ̀gbò
That was arrested by illness
And sightseeing without being able to stand up
Òòsà was sick and bedridden
Òòsà however had farmed on a large piece of land
Nìní was his servant slave
Àìní was also his servant slave
Nìní had his farm beside Òòsà's
His farm was very big
But for Àìní.................................20
He cultivated the land within his ability at the other side
Nìní was very wealthy
Òòsà was also very rich
But Òòsà was friendlier and inclined to Nìní than to Àìní
At about a time, Òòsà became very sick
He was sightseeing without being able to stand up
Òòsà then sent for his priests
The 'Báa bá dé inú igbó Ẹkẹ́ rere làá sá jáde ńnú igbó'

194

Àwọn Báa bá rẹ̀yìn ọ̀dàn, okùn rere làá
    wá bọ̀ lẹ́yìn ọ̀dàn

Àwọn Báa bá dọ́dọ̀ Òrìṣà, pópó oloro làá
    kó wá inú ilé...........30

Tí ọ́n dá Ifá fún Nìní ẹrú Òòṣà

Tí ọ́n dá Ifá fún Àìní ẹrú Òòṣà

Tí ọ́n ṣe Ifá fún Òòṣà tí ń ṣọ̀gbọ̀gbọ̀ àrùn

Tí tí ń najú aláì le ǹde

Wọ́n ní iwọ Òòṣà

Igba ẹyin àparò lóó rùú tée dide

Òòṣà ní á à

Òun tóun ò le ǹde?

Ọ̀nà wo lòun ó gbà ń ẹyin àparò?

Ó bá ránṣẹ́ pe Nìní...........40

Ìwọ Nìní, gba òun!

'O ó bàá òun wá ẹyin àparò lọ'

'Wọ́n ní ńgba òun bá fi ẹyin àparò rúbọ'

'Ńgbà náá lòun ó gbàádùn'

'Òun ó sì tún fún òkè ìpọ̀rí òun lẹ́yìn
    àparò'

'Ńgbà náá làárẹ̀ ó san'

Nìní kọ hà sínú!

'Ní adúrú oko tóun dáá lẹ̀'

'Lòun ó mọọ wá ẹyin àparò kiri'?

Òun ó lọọ tọ́jú oko ná...........50

Òòṣà ránṣẹ́ pe Àìní náà

Àìní náà kọ hà!

Pé ká ti gbọ́

Oko Aláwo ló kọrí sí

'Kín wáá lòun wá leè rú'

'Tóun ó fi ń ẹyin àparò'

'Ẹ̀yin Babaláwo ẹ gbà mí'!

Wọ́n ní kó rú igba ataare

Ó ṣe é

Wọ́n bá ṣe Ifá fún un...........60

The 'Báa bá rẹ̀yìn ọ̀dàn, okùn rere làá wá bọ̀ lẹ́yìn
    ọ̀dàn

The 'Báa bá dọ́dọ̀ Òrìṣà, pópó oloro làá kó wá inú ilé'

They are those that cast divination for Nìní, Òòṣà's
    servant

Cast divination for Àìní, Òòṣà' servant...........30

That also cast divination for Òòṣà that was bedridden
    of illness

And was sightseeing without being able to stand up

'You Òòṣà', they called his attention

'You would sacrifice two hundred bush fowl eggs so
    that you can regain your health'

Òòṣà exclaimed 'ha'

'I that cannot stand on my feet'

'How would I be able to search for bush fowl eggs'?

He resolved to send for Nìní...........40

'Nìní, please help me'

'You will have to go and find bush fowl eggs for me'

'My Babaláwo said I have to sacrifice two hundred
    bush fowl's eggs'

'Before I would be healed of my sickness'

'And I must also sacrifice some eggs to my Ifá'

'After this they have assure me the sickness would
    heal'

Nìní grunted inwardly

'Considering the new farm that I have just cultivated'

'How would I leave that and be looking for mere
    eggs'?

'I would rather take care of my farm first'...........50

Òòṣà called Àìní

Àìní exclaimed, surprised

He quickly wondered of the best solution

He went to meet his priests

'What should I offer as sacrifice'?

'Such that I would be able to get the eggs'

'You Babaláwos should please help me', Àìní said

They told him to offer two hundred units of alligator
    pepper

He sacrificed it

They prepared an Ifá portion for him 60

Wọ́n fi ataare ọ̀hún ṣe Ifá fún un
Wọ́n ní kó dì í mọ́ ọwọ́ ọ̀tún ẹ̀
Kó sì dì mọ́ ọwọ́ òsì rẹ̀ náà
Kó wáá lọ sínú igbó
Wọ́n ní bó bá ti rìn díẹ̀
Kó dijú kó da ataare ti ọwọ́ ọ̀tún ẹ̀ sọ́wọ́
ọ̀tún
Kó dijú kó da ataare tọwọ́ òsì sọ́wọ́ òsì
Tó bá pẹ́ sàà
Kó yajú ẹ̀
Kó mọ́ọ lọ̀ọ́ wo ìgbẹ́ wò...............70
Lọ́wọ́ ọ̀tún àti lọ́wọ́ òsì
Wọ́n ní Èṣù tó rúbọ fún
Iye ataare tó dà sínú ìgbẹ́
Niye ẹyin àparò tí yóó bàá
Àìní dé ibẹ̀ ó ṣe bẹ́ẹ̀
Ó bojú wo ọ̀tún ó rí ẹyin àparò
Ó bojú wòsì ó rí ẹyin àparò kó
Ló bá kó gbogbo ẹ̀ dàánú ewé imọ̀
Ló bá gbé e wá fún Òòṣà
Òòṣá fi ṣe ètùtù....................80
Òòṣà bá gbádùn
Ó bá ní kí wọ́n bá òun pé Nìní
Wọ́n ní Nìní ń bẹ lóko ẹ̀
Òòṣà ní háà!
'Àṣé kò dáa ká torí owó nìní fẹ́ràn
èèyàn'?
'Àṣé ẹní ó bá fẹ́ràn ẹni pẹ̀lú ọkàn ló dáa'?
'Òun náà ni Nìní ṣe báyìí sí'?
Lẹ́gbẹ̀ẹ́ oko Òòṣà sì ni Nìní dáko sí
Òòṣà bá ní kí àwọn ẹrú ó looko

They prepared   Ifá portion with the alligator pepper
   he offered
He was told to fold some in his right palm
And some in his left palm
As soon as he entered the forests, they instructed
After trekking for some distance
'Close your eyes and spray the alligator pepper on
   your right hand to your right hand side'
'Close your eyes and spray the ones on your left hand
   to your left hand side also'
'And after some time'
'Open your eyes'
'And go combing the bush'......................70
'Both the right hand side and the left hand side of the
   bush'
'Èṣù to whom you offered sacrifice would have
                    favored you'
In such a way that the number of alligator pepper
   which you sprayed into the bush
Is the number of eggs you would find there
Àìní got there and did as instructed
He searched the bush to his right side and found the
   eggs
He searched the bush to his left side and also got the
   eggs
He wrapped everything in palm leaves
And brought it for Òòṣà
Òòṣà used it in the appeasement...................80
He became healed
He then asked of Nìní
They told him Nìní is in his personal farm
Òòṣà exclaimed unbelieving
'So one should not use material gain to express
   affection to people'?
'So it is the person who loves one with heart that is
   good'
'So Nìní can behave to me this way'? Òòṣà queried
Nìní's farm as said earlier is adjacent to that of Òòṣà
Òòṣà thereafter sent his other servants to his (Òòṣà's)
   farm

Kí wọn ó lọọ wo nìkan oko òun wò
Kí àwọn ìránṣẹ́ ó tóó dé ibẹ̀...............91
Àwọn ìgárá ti jí gbogbo ẹ̀ wà lọ
Òòsà bá ránṣẹ́ sí Nìní
Pé ńbo ni gbogbo iṣu àtàgbàdo inú oko
            òún wà
Òun ò rí gbogbo nìkan oko òun mọ́
Nìní lóun ò mọ ẹni ó jí gbogbo ẹ̀
Òòsà ní dandan o ó mọ ibi ó wà ni
Òòsà bá ní wọn ó lọọ kó gbogbo nìkan
            Nìní wá
Ló bá kó gbogbo ẹ̀ fún Àìní
Òòsà ní 'lóòótọ́ nìwọ Nìní lówó'.....100
'Tóun sì fẹ́ràan rẹ̀'
'Ṣùgbọ́n o ò mọ ìsìn'
'O ò sì mọ ètùtù'
Àìní bá ń jó ní ń yọ̀
N yin àwọn Babaláwo
Àwọn Babaláwo ń yin Ifá
Ó ní bẹ́ẹ̀ làwọn Babaláwo tòún wí
Báa bá dé inú igbó
Ẹkẹ́ rere làá sá jáde ńnú igbó
Báa bá rẹ̀yìn ọ̀dàn.....................110
Okùn rere làá wáá bọ̀ léyìn ọ̀dàn
Báa bá dọ́dọ̀ Òrìṣà
Pópó oloro làá kó wánú ilé
A díá fún Nìní ẹrú Òòṣà
A bù fún Àìní ẹrú Òòṣà
Òòṣà pẹ̀lẹ́ o
A gbà lọ́wọ́ọ Nìní
A bù fún Àìní
Mò ń bẹ ọ́ ni
Mọ́ gba tọwọ́ọ mi lọọ fẹ̀nìkan.........120
Òòṣà pẹ̀lẹ́ o
Mọ́ gba tọwọ́ọ mi dànù
Mọ́ gba tọwọ́ọ mi lọọ fẹ̀nìkan láíláí

To weed his farm and check their growth
Before the servants got to the farm...................91
Thieves had harvested and stolen all the produce
Òòsà then sent for Nìní
He inquired about all his (Òòsà') yams and maize
'I could not find them again', Òòsà said angrily
'I don't know who stole them either', Nìní replied
'You must know' Òòsà said
Òòsà sent his other servants to bring Nìní's assets
He gave them all to Àìní
Even though you Nìní are wealthy... 100
'And I admire you'
'You don't hold me in high esteem and reverence'
'You also don't know the importance of sacrifice',
                    Òòsà said
Àìní then started to dance and rejoice
He was praising his Babaláwos
His Babaláwos were praising Ifá
He said it was exactly as his Babaláwos had said
When one visits the forest
One should cut out good roofing logs
When one traverses the savanna.....................110
He should search for a good rope to come back with
When one gets to Òòsà
He should return home with the joy of acceptance of
                    kola
Cast divination for Nìní, the servant of Òòsà
And Àìní, also the servant of Òòsà
Greetings to you Òòsà
We confiscated from Nìní
And gave to Àìní
I am begging you
Do not collect from me to give to someone else...120
Greetings to you Òòsà
Do not collect and throw away that, which I have
            handy
Do not collect from me to give to somebody else

ÒDÍ ÌRẸTẸ̀ A

Ifá pé ayé ó yẹ ẹ́. Yóó nípọn láyé, ẹbọ ni kó rú, yóó si lọ́ọ́ jẹ ọ̀gá ńbìkan. Ó lè jẹ ẹnu iṣẹ́ tàbí ipò mìíìn. Ifá pé àrọmọdọ́mọọ rẹ̀ ó ba lórí ipò ọ̀hún.

Idin Ìlẹ̀kẹ̀
Ó yí bìrí bìrí
A díá fún Kòkò
Tí ń lọ rèé bá wọn múlẹ̀ nígbó
Gbogbo nǹkan ní ń lọ inú igbó lọ́ọ́ múlẹ̀
Ìkòkò náà tẹlé wọn
Bí ọ́n bá e mú Ìkòkò dé igbó
Nìbẹ̀ náà ni kòkò ó mọ́ọ wà láíláí
Gbogbo àwọn tí ọ́n jọ lọ
Èyí tó jóná……………...............10
Èyí tó kú
Ṣùgbọ́n kòkò ò níí jóná
Ńbẹ̀ náà ní ó mọ́ọ wà láí
Nìkòkò bá múlẹ̀ nígbó
Ayé bá yẹ Ìkòkò
Kòkò ló rúbọ ńnúu gbogboo wọn
N ní wá ń jó ní wá ń yọ̀
Ní ń yin àwọn Babaláwo
Àwọn Babaláwo ń yin Ifá
Ó ní bẹ́ẹ̀ làwọn Babaláwo tòún wí…..20
Idin Ìlẹ̀kẹ̀
Ó yí bìrí bìrí
A díá fún Kòkò
Tí ń lọ rèé bá wọn múlẹ̀ nígbó
Ẹbọ n wọ́n ní ó ṣe
Ìkòkò gbẹ́bọ ńbẹ̀ ó rúbọ
Rírú ẹbọ
Èèrù àtùkèṣù
Ẹ wáá bá ni ní tàrúṣẹgun
Àrúṣẹgun làá bá ni lẹ́sẹ̀ Ọba Òrìsà…….30

ÒDÍ ÌRẸTẸ̀ A

This person's life would please him. He would be renowned but should make sacrifice. Ifá says he would be made a head somewhere. It could be in his place of work. His grandchildren would meet him on the throne.

Idin Ìlẹ̀kẹ̀
It turns and tumbles
Casts divination for the Clay Pot
That was going to choose a land in the forest farm
All sorts of things were going to the forest farm to
    choose their land
The clay Pot also followed suit
If one carries the Clay pot to the forest farm
Forever that is where he would be
But for the rest that went with the Clay Pot
Some were burnt………...................………..10
Some died
But the Clay Pot would not burn
It would be there forever
The Clay Pot chose a land for himself in the forest
    farm
Life pleased him
It is the Clay Pot that offered the sacrifice among
    them all
He then started dancing and rejoicing
He was praising his Babaláwo
His Babaláwo was praising Ifá
He said it was exactly what his Babaláwo had said..20
Idin Ìlẹ̀kẹ̀
It turns and tumbles
Casts divination for the Clay Pot
That was going to choose a land in the forest farm
He was asked to perform sacrifice
The Clay Pot heard about the sacrifice and offered it
Offering of sacrifices
And free gifts given to Èṣù
Come and meet us with triumphant offertory
One is found with triumphant offertory at the feet of
    the king of the Òrìsàs………………..30

ÒDÍ ÌRẸTẸ̀ B

Ifá pé ire fún ẹní ó dá Ifá yìí. Àjọ kan ń
bẹ tí ọ́n da sílẹ̀. Òun ní ó jẹ ọ̀gá. Kó mọ́ọ
ṣe sùúrù, kó sì mọ́ọ fi làákàyè sọ̀rọ̀. Kò
gbọdọ̀ sí ńnú àwọn tí ó mọ́ọ sọ̀rọ̀ láí
bíkítà.

Irinwó ẹfọ̀n; ẹgbẹ̀rin ìwo
Ogúun fìlàní; òjìi kùnmọ̀
Ọ̀kànlénúu tápà; igba bààmú
Òjì ìmọ̀le; ọ̀rìin bàtà
Àì kọ́wọ̀ọ́rìn ejò
Nikú fi ń pa wọ́n lọ́kọ̀ọ̀kan lọ́kọ̀ọ̀kan
Baba bórógìdì
A díá fún Ọ̀rúnmìlà
Níjọ́ tíIfá ń lọ sóde Òṣogbo
Ifá àti ọkànlénú Irúnmọlè ni ọ́n jọ́ ń lọ
    Òṣogbo..................10
Ọ̀rúnmìlà sì jẹ́ olùfọkànsìn
Lọ́rún lọ́rún níí mọ́ọ́ kó gbogbo
    Irúnmọlẹ̀ jẹ̀
Sàngó ni
Ọya ni
Ògún ni
Ọbàtálá ni
Gbogbo àwọn Òrìṣà tó kù yìí
LỌ̀rúnmìlàà mọ́ọ́ pèsè fún lọ́rún lọ́rún
Ńgbàa wọ́n dé Òṣogbo
Ọ̀rúnmìlà nìkan ni ọ́n fọ̀rọ̀ sí lẹ́nu......20
Gbogbo n tí àwọn Òòṣà ó bàá gbà
Ọ̀rúnmìlà ní ó sọ
Bí Ọ̀ṣun ó bàá gba nǹkan
Ifá ní ó sọ
BÉégún ó gba nǹkan
Ọ̀rúnmìlà ní ó sọ
Nìbi kínni?

ÒDÍ ÌRẸTẸ̀ B

Ifá wishes this person well. There is a kind of union
that they are just planning. Ifá says this person would
be made the head. He is however advised to be patient
and be wary when talking in public. He should not
associate with those who make unguided speeches.

Four hundred buffalo, Eight hundred horns
Twenty Fulani tribesman, Forty clubs
Two hundred and one Tapa tribesman, two hundred
    bààmú facial marks
Forty Muslims, Eighty shoes
The non-congregational manner of wandering of
    snakes
Is the reason for death killing them one by one
Baba bórógìdì
Cast divination for Ọ̀rúnmìlà
On the day Ifá was going to the city of Òṣogbo
Ifá with a thousand and one Deities were going to the
    city of Òṣogbo...............10
Ọ̀rúnmìlà is committed to his devotional practices
He would assemble all the Deities every five days
Be it Sàngó
Be it Ọya
Ògún
Or even Ọbàtálá
All the Deities
Ọ̀rúnmìlà provides for them every five-day interval
When they got to Òṣogbo
They made Ọ̀rúnmìlà their spokesman...........20
Anything that the other Deities want as sacrifice
It is Ọ̀rúnmìlà that would say
If Ọ̀sun wants anything
Ifá would say
If Eégún wants anything
Ọ̀rúnmìlà would tell
All these because of many reasons

199

Níbi sùúrù

Làákàyè

Àmò̩ò̩sò̩...30

Àìbínú

Ni gbogboo wó̩n bá pa e̩nu pò̩

Wó̩n ní gbogbo ohun yíówù táwo̩n ó bàá
                se

Ìwo̩ làwó̩n fi s̩e Olóri

Ayé ye̩ Ò̩rúnmìlà wálé

N ní wá ń jó ní wá ń yò̩

Ní ń yin àwo̩n Babaláwo

Àwo̩n Babaláwo ń yin Ifá

Ó ní bé̩è̩ làwo̩n Babaláwo tòún wí

Irínwo e̩fò̩n; e̩gbè̩rin ìwo....................40

Ogúun filàní; ò̩ji kùnmò̩

Ò̩kànlénúu tápà; igba bàámú

Ò̩jì ìmò̩le; ò̩rìin bàtà

Àì kó̩wò̩ó̩rìn ejò

Nikú fi ń pa wó̩n ló̩kò̩ò̩kan ló̩kò̩ò̩kan

Baba bórógìdì

A díá fún Ò̩rúnmìlà

Níjó̩ tóun àti ò̩kànlénú Irúnmo̩lè̩ ń ròde
                Ò̩s̩ogbo

Baba ló làre

Baba bórógìdì..................................50

Irínwo e̩fò̩n; e̩gbè̩rin ìwo

Baba ló làre

Baba bórógìdì

Baba ló làre

Ogúun filàní; ò̩ji kùnmò̩

Baba ló làre

Baba bórógìdì

Baba ló làre

Ò̩kànlénúu tápà; igba bàámú

Baba ló làre............................60

Baba bórógìdì

Baba ló làre

Patience

Knowledge

Oration.......................................30

Good resolution

All of them resolutely decided

'Everything that we must do'

'You would be our leader and spokesman'

Life pleased Ò̩rúnmìlà on his return journey back
           home

He started dancing and rejoicing

He was praising his Babaláwos

His Babaláwos were praising Ifá

He said it was exactly as his Babaláwos said

Four hundred buffalo, Eight hundred horns.......40

Twenty Fulani tribesman, Forty clubs

Two hundred and one Tapa tribesman, two hundred
           bàámú facial marks

Forty Muslims, Eighty shoes

The non-congregational manner of wandering of
           snakes

Is the reason for death killing them by one

Baba bórógìdì

Cast divination for Ò̩rúnmìlà

On the day Ifá was going to the city of Ò̩s̩ogbo

Baba is vindicated

Baba bórógìdì.................................50

Four hundred buffalo, Eight hundred horns

Baba is vindicated

Baba bórógìdì

Baba is vindicated

Twenty Fulani tribesman, forty clubs

Baba is vindicated

Baba bórógìdì

Baba is vindicated

Two hundred and one Tapa tribesman, two hundred
           bàámú facial marks

Baba is vindicated 60

Baba bórógìdì

Baba is vindicated

Òjì ìmọ̀le; ọ̀rìin bàtà	Forty Muslims, eighty shoes
Baba ló làre	Baba is vindicated
Baba bórógìdi	Baba bórógìdi
Baba ló làre	Baba is vindicated

ÒDÍ ỌSẸ́ A

Ire pọ̀ fún ẹní ó dá Òdí Ọsẹ́. Ifá pé kó rúbọ. Ayé ó yẹ ẹ́, ọkàan rẹ̀ ó sì balẹ̀, yóó sì ni ìsinmi. Ifá pé òun pé ire àìkú fún un tí bá ń bọ òkè ìpọ̀rí ẹ̀.

Ìdin ṣẹ́ o
Ìrẹ̀lẹ̀ ṣẹ́ o
Igi ọgbà ṣẹ́
Kẹ́ni ó lọ́ òmíìn
Ọkọ kú
Kí n lókọ
Àlè kú
Kí n yàn òmíìn
Bẹ́ni orí ẹní ò bá kú
Ẹni ilẹ̀ẹ́lẹ̀ ò le dẹni orí ẹní.................10
A díá fún Àjàgùnmọlè
Èyí tíí solórìi gbogbo Awo lálàde ọ̀run
Wọ́n ní ó rúbọ
Wọ́n ní tí bá tí ń bọ òkè ìpọ̀rí ẹ̀
Wọ́n ní ò si nñkankan tó kù mọ́
Ó ṣe é
Ayé yẹ ẹ́
Ẹ̀mí ẹ̀ gùn
N ní wá ń jó ní wá ń yọ̀
Ní ń yin àwọn Babaláwo.................20
Àwọn Babaláwo ń yin Ifá
Ó ní bẹ́ẹ̀ làwọn Babaláwo tòún wí
Ìdin ṣẹ́ o
Ìrẹ̀lẹ̀ ṣẹ́
Igi ọgbà ṣẹ́
Kẹ́ni ó lọmíìn
Ọkọ kú
Kí n lókọ
Àlè kú
Kí n yàn míìn.................30

ÒDÍ ỌSẸ́ A

Ifá wishes this person well. He should offer sacrifice, and his life would be pleasant. He would have long life, peace, and rest of mind. He is exhorted to worship Ifá

Ìdin ṣẹ́
Ìrẹ̀lẹ̀ ṣẹ́
Let the fence tree breaks
For one to replant another
Let my husband die
For me to marry another
Let my concubine die
Paving way for me to choose another
If the person lying on the straw mat does not die
The one that lies on bare floor cannot lie on the straw mat.................10
Cast divination for Àjàgùnmọlè
The leader of all Babaláwos in heaven
He was asked to perform sacrifice
They told him that in as much as he offers sacrifices to his Ifá
He should not worry about anything
He performed it
Life pleased him
He had long life
He started to dance and rejoice
He was praising his Babaláwos.................20
His Babaláwos were praising Ifá
He said it was exactly as his Babaláwos said
Ìdin ṣẹ́
Ìrẹ̀lẹ̀ ṣẹ́
Let the fence tree breaks
For one to replant another
Let my husband die
For me to marry another
Let my concubine die
For me to choose another.................30

202

Ta ló bímọ báwọnyí bẹ̀ẹ̀rẹ̀?
Mọlágàn eèrùn
Ló bímọ báwọnyí bẹ̀ẹ̀rẹ̀.......................30
Mọlágàn eèrùn
Ọmọ́ kún winɗin winɗin
Ọmọ́ kún ilé ayé

Who has children these many?
The erstwhile Barren soldier ant
Has children these many.........................…....30
The erstwhile Barren soldier ant
The children became uncountable
And fill the whole earth

ÒDÍ ÒFÚN B

Ifá pé wọn ti dá odu yìí fún eléyìun tẹ́lẹ̀ rí. Onítọ̀hún dáa, ó wúlò, ó níyì. Bó bá ṣe obìnrin lẹni ó dá Ifá yìí, kò gbọdọ̀ lo ìlẹ̀kẹ̀ mọ́ nítorí àwọn elénìní ẹ̀.

ÒDÍ ÒFÚN B

Ifá says this same divination has been cast for this person previously. He is a nice person, useful and influential. If the person is a woman, she should discontinue the use of beads because of her detractors.

Ìdí funfun ni ò níran
Fìlà funfun ò ṣunwọ̀n nígbà ẹ̀ẹ̀rùn
A díá fún Àǹsẹ̀kẹ́ tíí sọlọ́ja kòkòrò
Òun ló dáa ju gbogbo kòkòrò tí ń bẹ láyé lọ
Béèyán bá wo idí Àǹsẹ̀kẹ́
Ìlẹ̀kẹ̀ méjì ní ń bẹ nídìí ẹ̀
Wọ́n ní ó fi Ìlẹ̀kẹ̀ yìí rúbọ
Ó kọ̀
Kò ṣe é
Ẹbọ àìkú nìkan ló rú...........…...10
Gbogbo àwọn kòkòrò bá gbárí jọ
Wọ́n ní Àǹsẹ̀kẹ́ kìí sọlọ́jà àwọn mọ́
Bí àwọn kòkòrò tó kù ti ṣe tó náà
Kò bu ẹwa Àǹsẹ̀kẹ́ kù
Lóoótọ́ Àǹsẹ̀kẹ́ pẹ́ láyé kánrin kése
Ṣùgbọ́n àwọn kòkòrò yòókù làwọn ò gbà á lọ́lọ́jà àwọn
Ìdí funfun ni ò níran
Fìlà funfun ni ò ṣunwọ̀n nígbà ẹ̀ẹ̀rùn
A díá fún Àǹsẹ̀kẹ́ tíí sọlọ́jàa kòkòrò
Wọ́n ní ó sá káalẹ̀ ẹbọ ní ó ṣe...........…...20
Èṣù àì ṣẹbọ
Ẹ̀gbà àì tu èèrù
Ẹ̀yin ẹ wo Ifá ọjọ́hun bí tí ń ṣe
Àǹsẹ̀kẹ́ wọ́n mọ̀ wí fún ọ
Ìwọ lọlọ́jàa kòkòrò

Ìdí funfun ni ò níran
A white cap is undesirable during the dry season
Cast divination for Àǹsẹ̀kẹ́ the princess of all insects
She is the most influential of all known insects
If one carefully examines her abdomen
One would see two rings of beads around her hips
They told her to offer the two beads as sacrifice
She refused
She did not perform the sacrifice
It is only for old age that she made sacrifice for...10
The other insects converged a meeting
They renounced her as their princess
But despite their revolt against her
It did not subdue her gracefulness
However, Àǹsẹ̀kẹ́ lived long on earth
The rest of the insects stood their ground on renouncing her as their princess
Ìdí funfun ni ò níran
A white cap ~~is undesirable~~ during the dry season
Cast divination for Àǹsẹ̀kẹ́ the princess of all insects
They asked her to take care of the ground and perform sacrifice.........…....................................20
The evil of not making sacrifices
The problem of not giving the prescribed offering to Èṣù
Look at the Ifá divination of the other time coming to pass
Àǹsẹ̀kẹ́, they warned you
You are the princess of all insects!

DIFFICULT WORDS | ÒDÍ

1. `Idingbá: A varied name for Òdí Ogbè. Òdí on the right hand and Ogbè on the left.

2. **Ogele**: Drumbeat produced by bàtá.

3. **Bàtá**: The drum which Sàngó loves to dance.

4. **Adédoyin**: A Yorùbá name. The crown has turned to honey. (As sweet as honey)

5. **Òṣun**: The deity of Òṣun river. Also the Yorùbá goddess of fertility

6. **Èèsún**: The tall grass inside which the grass cutter lives.

7. `Idin gbágbá: >Gbágbá means in hot pursuit=. It is qualifying Òdí. The same for Ìwòrì. However, it is the suffix of the name of a Babaláwo.

8. **Òlẹ ò Berùkù Mọbẹ̀**: Name of a Babaláwo

9. **Ìjẹ̀ṣà**: Name of the tribesmen from the city of Iléṣà in one of the Western states of Nigeria.

10. **Odún Èlà**: The name of the son of Àgbọnnìrègún

11. **Èbùrẹ́**: Another name of Ifá

12. **Olùjẹbẹ̀**: A person who relays messages of appeasement. Could also mean the name of a place as implied in the passage.

13. **Olú kan ló yàn án**: Name of a Babaláwo. Also Fadéjìn lohùn Òṅkò and Gúgulù

14. **Agbe**: A type of bird. Black in color with short but powerful and pointed beaks

15. **Òkànbí**: A name of praise in Yorùbá land. It means >the only one child that we give birth to=

16. `Irókò: A kind of hardwood tree found in the rain forest zone.

17. **Osùn**: Camwood

18. **Obàrìgbò**: A deity

19. **Ẹgbá, Ìjẹbú**: Tribes in Ògùn state of Nigeria.

20. **Kanranjángbọ́n**: A kind of twiner found in the forest zone.

21. **Agbàlàlà Ẹ̀kukù**: Ẹ̀kukù is a kind of vegetable soup. Agbàlàlà qualifies the extent of its viscosity.

22. **Agẹmọ**: cf. Difficult words Ìwòrì

23. `Ì bọ̀ ǹ-bọ̀-ǹ-toko-bọ̀: Name of a Babaláwo

24. `Ìjòkùn: A nickname for the toad

25. `Ìjàsì song: The Ifá responsorial chant

26. **Ṣẹ́kẹ́ i ṣẹ́kẹ́**: The chime sound made by a bag containing cowries, or things that are of almost the same physical character.

27. **Wòjò wòjò**: The same explanation as above. Only the tone of the sound changes

28. **Jìnrìnkunkun**: Also as above in 26, and 27

29. **Òkìtì Èfọn**: An area in Yorùbáland

30. **Móyán Móyán/Tìpẹ̀ Tìpẹ̀**: This describes the firm manner with which stubborn grass attaches itself to the soil, and the firmness of the texture of the flesh of Àfè rat.

31. **Yóó lulẹ̀**: Thought of man for a particular thing to fall. 'He would soon fall'

32. **Èlààsòdè**: Ifá

33. **Ajogun**: All evil spells that could make life unbearable for man e.g. sickness, imprisonment, multiple deaths etc.

34. `Ìdin rànhìn: Òdí Òkànràn

35. **Èǹpe**: A town within the Yorùbá nation.

36. **Sabi rere gbé**: Name of a Babaláwo. Translates, 'choose a good place to stay in'

37. **Dinndinkúdá**: Name of a Babaláwo

38. **Oníkọ̀**: Another name for personified death or its agents

39. **Ìdin káká tiráká**: Names of Babaláwo but it is a rhetorical word coming from the sound of the calabash when one beats it with a hard object.

40. **Èjìrọrọ Èjìrọ**: Name of a Babaláwo

41. **Àgbọngbọ̀n a bìsà**: An important chieftain in the cult of Ifá

42. **Dinndinkúdá**: Name of a Babaláwo

43. **Osé**: Sàngó=s staff

44. **Lààlà**: A Yorùbá name.

45. **Gbàjà**: An area in Yorùbáland

46. **Ìdin Èṣù ń bì**: Another name for Òdí Òtúrúpọ̀n.

47. **Ìdin Atàgò**: Òdí Òtúá

48. **Nìnî**: A Yorùbá name that has been shortened. There are so many prefixes or suffixes that could go with it e.g. Nìníọlá, continuity in wealth or Nìníowó, continuity in money making etc.

49. **Àìnî**: Dearth. Opposite of wealth.

50. **Fulani**: A tribe in northern area of Nigeria. Traditionally known to be cattle rearers.

51. **Tapa**: Another tribe in the middle belt. Mostly with marks across their faces.

52. **Bààmú**: A deep facial mark starting from the nose through to the cheeks. Families and clans in Yorùbáland have their own respective marks to beautify and identify their children if lost.

53. **Baba Bórógìdì**: Appellation for Ọrúnmìlà.

54. **Òṣogbo**: A city in Ọ̀ṣun state of Nigeria.

55. **Sàngó**: The god of thunder

56. **Ọya**: The wife of Sàngó and the goddess of river Niger

57. **Ògún**: The god of iron

58. **Ọbàtálá, or Òòsàálá Ọsẹ̀ẹ̀rẹ̀mọ̀gbò**: The eldest of all the Òrìṣàs

59. **Àjàgùnmọlè**: The head of all priests in Ọ̀run (heaven). However, Àjàgùnmọlè, is the marking of all the main Odù from Ogbè méjì to Òfún méjì on the tray possibly for Ifá recitations or charm making.

60. **>Sẹ́=**: In Yorúbàland, the sighting of kings and masquerades are seasonal and are a good sight to witness if one is around the place. But because of the nature of their persona and the spiritual undertone that trails them, they are believed to be mystical even in their appearance in public functions and are therefore said to appear and disappear. This would now explain the word sẹ́ as portraying the king and masquerade to pop out from corners unexpectedly.

61. **Ìdí Funfun**: Òdí Òfún

62. **Àǹsèkẹ́**: A kind of insect with round abdomen.

CHAPTER 5 : ÌROSÙN

ÌROSÙN MÉJÌ A

Ire ọmọ fún eléyìun. Ayé ó yẹ ẹ́, ọmọọ
rẹ̀ ó pọ̀. Ire ẹ̀ ò níí dànù. Ifá pé ọpọ̀lọpọ̀
Ìsín lẹbọ ẹ̀. Ifá pé yóó jẹ Ìyáa mọ̀jẹ̀sín,
yóó jẹ baba mọ̀jẹ̀sín.

Èjì Ìrosùn ni ò gbààwẹ̀
A díá fún Òní
Ọmọ Onísin Ìkọ́ ti Kólójo
Níjọ́ tí ń fomi ojúú ṣògbérè ọmọ
Wọ́n ní yóó bímọ lọ́pọ̀lọpọ̀
Wọ́n láyée rẹ̀ ó dáa
Wọ́n ní ire gbogbo ní ó jókòó tì í
Ṣùgbọ́n kó rúbọ
Òní bá rúbọ
Ayé yẹ Òní.................................10
N ní wá ń jó ní wá ń yọ̀
Ní ń yin àwọn Babaláwo
Àwọn Babaláwo ń yin Ifá
Ó ní bẹ́ẹ̀ làwọn Babaláwo tòún wí
Èjì Ìrosùn ni ò gbààwẹ̀
A díá fún Òní
Ọmọ Onísin Ìkọ́ ti Kólójo
Níjọ́ tí ń fomi ojúú ṣògbérè ọmọ
Wọ́n ní yóó bímọ lọ́pọ̀lọpọ̀
Ẹbọ ọmọ ni kó ṣe...................20
Ẹní ó fi Ìsín rúbọ
Ká ti mọ́ọ pè é?
Ìyáa mọ̀jẹ̀sín
Baba mọ̀jẹ̀sín
Mọ̀jẹ̀sín ló kọ́mọ délẹ̀ yí bẹ̀ẹ̀rẹ̀.

ÌROSÙN MÉJÌ A

Ifá wishes this person the good fortune of children.
Life would please him, and his fortunes would not
elude him. He should sacrifice many snails. The
woman would become the mother of youths while the
man would become the father of youths.

Èjì Ìrosùn did not fast
Casts divination for Òní
The child of the clan Onísin Ìkọ́ of Kólójo
On the day he was crying because of children
They told him that he would have many children
That his life would be better
And that all good things would stand by him
But he was advised to offer sacrifice for children
Òní then offered the sacrifice
Life so pleased Òní...................................10
He then was dancing and rejoicing
He was praising his Babaláwo
His Babaláwo was praising Ifá
He said it was as his Babaláwo had said
Èjì Ìrosùn did not fast
Casts divination for Òní
The child of the clan Onísin Ìkọ́ of Kólójo
On the day he was crying because of children
They told him that he would have many children
But should perform sacrifice for children.............20
He that used Ìsín as sacrifice
What do we call such a person?
>The mother of Mọ̀jẹ̀sín=
>The father of Mọ̀jẹ̀sín=
It is Mọ̀jẹ̀sín that brought children into this world in
      multitude

ÌROSÙN MÉJÌ B

Ẹbọ ni kí eléyìun ó rú. Ifá pé Ọ̀yọ́ nilé ẹ̀.

Ìta rúkú lawo Ìta rúkú
Ìta rùkù lawo Ìta rùkù
Rùkùrúkù tataata
A díá fún Ìgbà
Níjọ́ tí ń sawoó ròde Ọ̀yọ́
Ló bá ṣe tán ló bá kó looko
Ó wáá ṣe ṣee ṣe lóko
Ọ̀kan ò lójú
Ó bá súré teteete
Ó gboko Aláwo lọ.............................10
Wọ́n ní kó rú Ilá
Ó rú ilá
Wọ́n ní kó rú Ikàn
Ó rú ikàn
Àwọn tí ọn wáá ń Ìgbà lọ́nà
Àwọn bá ní ó kálọ ilé
Ọ̀yọ́ nilée gbogboo wa
Bééyàn bá looko
Yóó fàbọ̀ sílé
Ìgbà bá ṣẹ́rí wá òde Ọ̀yọ́.................20
Ló bá bẹ̀rẹ̀ síí là
N ní wá ń jó ní wá ń yọ̀
Ní ń yin àwọn Babaláwo
Àwọn Babaláwo ń yin Ifá
Ó ní bẹ́ẹ̀ làwọn Babaláwo tòún wí
Ìta rúkú lawo Ìta rúkú
Ìta rùkù lawo Ìta rùkù
Rùkùrúkù tataata
A díá fún Ìgbà
Níjọ́ tí ń sawoó ròde Ọ̀yọ́...............30

ÌROSÙN MÉJÌ B

This person should offer sacrifice. Ifá says this person is actually a native of Ọ̀yọ́.

Ìta rúkú is the priest of Ìta rúkú
Ìta rùkù is the priest of Ìta rùkù
Rùkùrúkù tataata
Are the ones that cast divination for Ìgbà
On the day he was venturing priesthood in the city of Ọ̀yọ́
He decided afterwards and left for the village farm settlement
He tried all sorts in the farm to make wealth
All proved insolvent
He quickly thought of a solution
He ran to consult his Babaláwos...............................10
He was asked to offer okra
He offered it
He was told to sacrifice garden eggs
He brought garden eggs in large quantity
Some people saw Ìgbà afterwards
They asked him to come along home
We all are natives of Ọ̀yọ́
If one departs for the plantation
He would definitely return to the hamlet
Ìgbà ever since then returned to Ọ̀yọ́...............20
He then started to have wealth
He then started to dance and rejoice
He was praising his Babaláwos
His Babaláwos were praising Ifá
He said it was as his Babaláwos had said
Ìta rúkú is the priest of Ìta rúkú
Ìta rùkù is the priest of Ìta rùkù
Rùkùrúkù tataata
Cast divination for Ìgbà
Ìgbà was venturing priesthood in the city of Ọ̀yọ́.....30

Ó ṣe tán ó kó igbá lọ sóko
Wọ́n ní kí Ìgbà ó móọ bọ̀ wálé
Ọ̀yọ́ níle ò
Ìgbà, emi lo wá dóko?
Ọ̀yọ́ nilé o
Ìgbà, emi lo wá dóko?
Ìgbà ká rọ̀yọ́ ilè ò
Ìgbà, emi lo wá dóko?

He decided afterwards to leave for the village farm
    settlement
They asked Ìgbà to come back home
Ọ̀yọ́ is your home
Ìgbà, why are you located in the hamlet?
Ọ̀yọ́ is your home
Ìgbà, why are you located in the hamlet?
Ìgbà, let us go to Ọ̀yọ́ ilé
Ìgbà, why are you located in the hamlet?

ÌROSÙN OGBÈ A

Ifá pé ire fún ẹni ó dá Ìrosùúngbèmí.
Eléyìun ó là láyé; ẹbọ ọlà ni ká rú, a ó sì
ní ìsinmi. Àwọn èèyàn ó mọọ da á láàmú
ṣùgbọ́n yóó là mọ́ wọn lọ́wọ́.

Ìrosùúngbèmí
Ẹ̀là gbé mí
Ẹ̀là pin pìn pin
Babaláwo Iṣin ló ṣefá fún Iṣin
Níjọ́ tí Iṣin ń fomi ojú ṣògbérè ire
Òun le là báyìí?
Òún le láya?
Òún sì bímọ?
Ire gbogbo tó òun lọ́wọ́?
Wọ́n ní kí Iṣin ó rubọ...................10
Iṣin bá dẹbọọlẹ̀ ó rúbọ
Iṣin bá là
Bi ọn ti jáwé ẹ̀ tó
Wọ́n pààpo ẹ̀
Wọ́n wà á légbò
Síbẹ̀síbẹ̀ Iṣin là
N ní wá ń jó ní wá ń yọ̀
Ní ń yin àwọn Babaláwo
Àwọn Babaláwo ń yin Ifá
Ó ní bẹ́ẹ̀ làwọn Babaláwo tòún wí...20
Ìrosùúngbèmí
Ẹ̀là gbé mí
Ẹ̀là pin pìn pin
Babaláwo Iṣin ló díá fún Iṣin
Níjọ́ tí Iṣin ń fomi ojú ṣògbérè ire
Wọ́n ní ó rúbọ kó lè baà là láyé
Iṣín gbẹ́bọ ńbẹ̀
Ó rúbọ
Iṣin ò sàì là

ÌROSÙN OGBÈ A

Ifá wishes this person well. He would be very
wealthy and should offer sacrifice for wealth.
Irrespective of any harm done to him, he would
ultimately become rich.

Ìrosùn profits me
Ẹ̀là profits me
Ẹ̀là closing and opening
The Babaláwo of Akee Apple cast divination for Akee
    Apple
On the day Akee Apple was crying because of all
    good things
'Would I be wealthy at all'? He asked
'Would I also have wives'?
'Children'?
'And possess goods things of life?'
They told him to make sacrifice......................10
He performed the sacrifice
Akee Apple then became wealthy
As much as they cut its leaves
And removed its bark
They also harvested its roots for medicine
Despite all these, Akee Apple became wealthy
He then started to dance and rejoice
He was praising his Babaláwos
His Babaláwos were praising Ifá
He said it was as his Babaláwos said.........…..........20
Ìrosùn profits me
Ẹ̀là profits me
Ẹ̀là closing and opening
The Babaláwo of Akee Apple cast divination for Akee
    Apple
On the day Akee Apple was crying because of good
    things
He was asked to offer sacrifice such that he would
    become rich
Iṣin heard about the sacrifice
And performed it
Iṣin ò sàì là

Ojú pọ́nsin; pọ́nsin ò ....………........30
Iṣin ò sàì là
Oró tẹ́ẹ dásin ò o
Iṣin ò sàì là

Ojú pọ́nsin; pọ́nsin ò 30
Iṣin ò sàì là
The havoc you caused her
It would ultimately became rich

Please see the footnote on full explanation on this holy verse.

Iṣin, Akee Apple is a type of fruit that breaks open upon its ripening. Two forms of actions would signify this stage. First is the changing of its color from cream to creamy red, and the second, the bract would break open as in explosive mechanism of dispersal (though in this case, the seeds do not scatter). By its becoming red (changing color), it tells that Akee Apple has gone through a difficult period thereby having 'bloodshot eyes': but ultimately, it would break open which now signifies freedom from all forms of impoverishment and oppression. Although 'Là' is ambiguous, but it tells about breaking open so that he could become rich.

* See Ọ̀sá méjì B also for comparison

215

ÌROSÙN OGBÈ B

Ifá pé ki eléyìun ó mó şe òkánjùwà. Ire kan ń bò tó tó sí ìkanguun wọn; ẹni tí ire náà bá tó sí ni kí wọn ó fi sílè fún. Ifá pé a ò gbọdò mu omi láti inú sáágo torí elénìní.

Òde táa ní ó mó hu gbégi
Òdé hu gbégi
A díá fún Gúnnugún tíí sọmọ Olóréé
Tètè táa ní ó mó hù láàtàn
Tètè hù láàtàn
A díá fún Kólìkólì ọmọ Olóréé
Ohùn Awo nìbà
Ohùn Awo làşẹ
A díá fún Èlulùú tíí sọmọ Olóréé Àgbọn
Ọmọ Olóréé ni àwọn mètèèta...........10
Olóréé wá dàgbà dàgbà
Ó re ibi tí àgbàá rè
Àwọn ọmọ è bá ń duyèe babaa wọn
Gúnnugún tíí şe àgbà àwọn ọmọ Olóréé
Wón ní ó fi agbádá ọrùun rè rúbọ
Igún fi rúbọ
Kólìkoli náà
Wón ní kí òun náà ó fi aşọ è rúbọ
Kò fi rubọ
Èlulùú ọmọ Olóréé...........................20
Wón ní kó fi agbádá ọrùn è rúbọ
Òun náà kò, kò fi rúbọ
Èlulùú sì yáàyì
Ó rẹwà
Ó sì dáa
Òun níí sọmọ ìkéyìin wọn
Aşọ ọrùun rè pupa yòò
Tó sì wùùyàn
Èlulùú ti gbékè le pé òun dáa
Kólìkólì náà mọ òròó sọ.....................30

ÌROSÙN OGBÈ B

Ifá asks this person not to be greedy. A good fortune is coming to his neighborhood; whosoever deserves this good fortune should be allowed to go away with it.

The open space that we detest its growing stubborn grass
It grew stubborn grass
Casts divination for the Gúnnugún the child of Olóréé
The Tètè vegetable that we detest growing on a refuse dump site
It grew on the refuse dump site
Casts divination for Kólìkólì the child of Olóréé
A priest's voice is in reverence
A priest's voice is the command
Casts divination for Èlulùú the child of Olóréé Agbon
The three of them are the children of Olóréé 10
Olóréé then became old
And went to the place where the old people go
The children he left behind began vying for the vacuum created by their father's demise
Gúnnugún was the eldest son of Olóréé
He was asked to sacrifice his Agbádá vestment
He performed it
Kólìkólì bird, also the son of Olóréé
Was asked to sacrifice his cloth
He refused to perform it
Èlulùú bird, also a child of Olóréé.........................20
Was asked to sacrifice his agbádá vestment
He also refused
However Èlulùú bird is very charming
He was beautiful
And cute
He was the last born of the family
His red cloth was brightly colored
And highly fascinating
Èlulùú bird rests on these physical attributes
Kólìkólì bird was a very good orator.......................30

216

Igún sǐ ṣe dǐẹ̀dǐẹ̀
Ìgbà ó tó gégẹ̀ tǐ ọ́n dá
Wọ́n mú Igún
Pé kí àwọ́n e dédù oyè
Àwọn èèyán bá kọ̀
Wọ́n làwọn ò fẹ́ Igún
Wọ́n léèyàn dǐẹ̀dǐẹ̀ ni
Kò jáfáfá
Igún sǐ ti rúbọ.........................40
Wọ́n bá mú Kólíkólǐ
Wọ́n e dédù
Kólíkólǐ sǐ dáko púpọ̀
Àwọn èèyàn sǐ ń wò ó pé
Bí àwọn ò bá mú Igún tíí ṣe àgbà
Kólíkólǐ náà ló kàn
Láìmọ̀ fún Kólíkólǐ
Àwọn kan ti lọ́ọ́ fi nñkan sínú agbè tíí fíí
        mumi lóko
Bí Kólíkólǐ ti gbé agbè sẹ́nu
Kò bá mọ ọ̀rọ̀ọ́ sọ geere mọ́.............50
Nǐ bá ń kílòlò
Wọ́n bá ní 'ẹ́ ẹ̀ wa jẹ́ á mú Ẹ̀lulùú'
Igún ní ń ṣe dǐẹ̀dǐẹ̀
Kólíkólí làwọn tún ń bi léèrè ọ̀rọ̀ ní ń wí
        kótokòto yǐí
'Ẹ jẹ́ á mú Ẹ̀lulùú'
Ni wọ́n bá mú Ẹ̀lulùú
Àwọn Ìkóñkósó tídí bọ̀gbẹ́ ó tanjú ranran
        sólóko
Àwọn ló dífá fún Ìlè dẹ̀ẹ̀rẹ̀ tíí solóñ eyẹ
        láàrin ìgbẹ́
Àwọn náà ni wọ́n dá Ifá fún Ẹ̀lulùú
Wọ́n níwọ Ẹ̀lulùú.........................60
'O ò gbọdọ̀ ṣe ọ̀kánjùwà'
'Mọ́ ṣe ojú kòkòrò o'
Wọ́n bá fi Ẹ̀lulùú dédù oyè
Wọ́n bá gbé baba gorí ẹṣin

But the Vulture was very clumsy
When it was the appointed time
They chose the Vulture
And appointed him to ascend the throne of his
        demised father
The people refused
They said they don't want the Vulture
'He is very slow and clumsy' they chorused
'Besides, he is not intelligent'..............................39
But Gúnnugún had offered the prescribed sacrifice
They chose the Kólíkólì bird in his stead
That he should ascend the throne of his father
Meanwhile Kólíkólì was a big time farmer
And the kingmakers were reasoning that
If they could not install Gúnnugún, the eldest
The next should be Kólíkólì bird
Without Kólíkólì's knowledge
Someone had dropped a charm into the gourd he
        uses in drinking water in the farm
As Kólíkólì lifted the gourd to his mouth
He found it difficult to talk normally afterwards....50
He began to stammer
'Why don't we pick Ẹ̀lulùú bird' the elders reasoned
'Since Gúnnugún is clumsy'
'Kólíkólì is stammering'
'Let us install Ẹ̀lulùú'
That was how they picked Ẹ̀lulùú
But the priests Ìkóñkósó tídí bọ̀gbẹ́ ó tanjú ranran
        sólóko
They are the ones that cast divination for the Noose
        trap, the head of all birds in the forest
They had also cast divination for Ẹ̀lulùú
'You Ẹ̀lulùú, they called his attention'.............60
'Do not be greedy'
'And do not be avaricious', they warned
The elders then installed Ẹ̀lulùú as their king
They saddled a horse for him to mount

Wọ́n bá ń jóó lọ
Ńgbà tí ọ̀n rìn díẹ̀
Ẹ̀lulùú bá rí ìrẹ̀ nínú igbó
Kò mọ pé okùn ń bẹ ńbẹ̀
Kò sì fẹ́ kí ẹnìkan ó bá òun jẹ ńbẹ̀
Ó ní ẹ sọ̀un kalẹ̀.........................70
Wọ́n ní Baba 'ẹnìkan ì í sọ̀ọ́ kalẹ lórí
          ẹṣin báhun'
'Àgbàlagbà ì í sọ̀ọ́ kalẹ̀ lórí ẹṣin'
Ó ní rárá o
'Ẹ sá sọ òun kalẹ̀ ni'
'Òún ó ṣu ni'
'Òún ó tọ̀ ni'
Wọ́n bá sọ Ẹ̀lulùú kalẹ̀
Geere tó lọ
Ṣàkà ló lọ̀ọ́ sá ìrẹ̀ jẹ
Àfi pákó......................................80
Okùn mú Ẹ̀lulùú lọ́rùn
Ní bá ń jà
Ní ń pé 'Ìlẹ̀ dẹ̀ẹ̀rẹ̀ ṣe ńmi'
'Ìlẹ̀ dẹ̀ẹ̀rẹ̀ ṣe ńmi'
Bí tí ń jà
Ló bá da agbádá tí ọ̀n ní ó fi rúbọ borí ẹ̀
Wọ́n bá wá Baba tó lọ̀ọ́ gbọnsẹ̀
Ńígbàa wọ́n wo inú igbó
Wọ́n ní hàà!
'Ẹ ẹ̀ wo ẹni àwọ́n fi joyè'!...............90
Ìrẹ̀ ni jagún rí látorí ẹṣin'
'Okùn ti mú Baba'
Wọ́n bá padà wá ilé
'À á tíí ṣe báyìí'
Wọ́n ní kò sí kínní kan mọ́

And started to dance around the town
On entering a corner turning away from the palace
Ẹ̀lulùú saw a cricket in the bush
He did not know it was bait
He however did not want anyone to share it with him
He quickly shouted 'Let me down'..................70
'A crowned king does not disembark the back of a
          horse that way' the king makers said
'Elderly people exercise restraint in coming down'
          they said again and again
'No way' Ẹ̀lulùú countered
'Just allow me to come down'
'I must ease myself now'
'I want to defecate'
They then allowed him to come down because of the
          pressure he mounted on them
And straight from there he went to the bush
He chipped the cricket off the hook
Immediately he picked it............................80
The rope caught him on the neck
He started to struggle
'Let go of me, this trap' he said
'Let me go, I beg you'
And as he continued to struggle
He covered himself with the Agbádá vestment he was
          asked to sacrifice in the beginning
The people however were worried about the lateness
          of the king that had gone to defecate
They organized a search party to comb the bush
On seeing him caught by the neck, they busted into
          laughter
'Look at the person we call our king'!...............90
'He saw a cricket from the horse's back'
'He had been caught by the rope'
They retraced their step home in annoyance
'What would we now do'?
The people said there was no alternative

Igún náà láá fi joyè Olóréè

Wọ́n ní bẹ́ẹ̀ làwọn Babaláwo wí

Òde táa ní ó mọ́ hu gbẹ́gi

Òdé hu gbẹ́gi....................99

A díá fún Gúnnugún tíí sọmọ Olóréè

Tẹ̀tẹ̀ táa ní ó mọ́ hù láàtàn

Tẹ̀tẹ̀ hù láàtàn

A díá fún Kóḯikóḯi ọmọ Olóréè

Ohùn Awo nïbà

Ohùn àwo làṣẹ

A díá fún Ẹ̀lulùú tíí sọmọ Olóréè Àgbọn

Wọ́n ní gbogboo wọ́n ó rúbọ

Igún nïkàn ló gbẹ́bọ ńbẹ̀ tó rúbọ

Ìkónkósó tïdï bọ̀gbẹ́ ó tanjú ranran
            sólóko

Àwọn ló díá fún Ìlè dẹ̀ẹ̀rẹ̀ tíí solórí eyẹ
            láàrin Ìgbẹ.........110

Ohùn Awo mọ̀ nïbà

Ohùn Awo mọ̀ làṣẹ

A mú Igún jẹ Olóréè Àgbọn

Ohùn Awo mọ̀ nïbà   ； ： ʃ ·

Ohùn Awo mọ̀ làṣẹ

Ì wonnà Ì wonpápá

A mú Igún jẹ Olóréè

Ì wonnà Ì wonpápá

A wáá mú Igún jẹ Olóréè

Ì wonnà Ì wonpápá................120

A wáá mú igún jẹ Olóréè ò

Ayé yẹni

It is Gúnnugún that would ascend the throne of Olóréè

It has happened according to the prediction of the
    Babaláwos, they chorused

'The open space that we detest its growing stubborn
    grass'

'It grew stubborn grass'....................99

Casts divination for Gúnnugún the child of Olóréè

The Tẹ̀tẹ̀ vegetable that we detest its growing on a
                        refuse dump site

It grew on the refuse dump site

Casts divination for Kóḯikóḯi the child of Olóréè

A priest's voice is held in reverence

A priest's pronouncement is the command

Casts divination for Ẹ̀lulùú the child of Olóréè Agbọn

All of them were asked to perform sacrifice

It was only Gúnnugún that performed the sacrifice

The priests Ìkónkósó tïdï bọ̀gbẹ́ ó tanjú ranran sólóko

They are the ones that cast divination for the Noose
    trap, the head of all birds in the forest......110

A priest's voice is to be held in reverence

A priest's voice is the command

We chose Gúnnugún as the next Olóréè

A priest's voice is to be held in reverence

A priest's voice is the command

Ì wonnà Ì wonpápá

We chose Gúnnugún as the next Olóréè

Ì wonnà Ì wonpápá

We chose Gúnnugún as the next Olóréè

Ì wonnà Ì wonpápá....................120

Now that we have installed Gúnnugún as Olóréè

Life would please us

ÌROSÙN ÒYÈKÚ A

Ifá pé a ò gbọdọ̀ kánjú o; Ọlà ń bọ̀ wáá bá wa. Bi eléyìun bá jẹ Babaláwo, kó mọ́ọ ṣe pẹ̀lẹ́pẹ̀lẹ́ kó sì ní ìfarabalẹ̀.

Alágbára níí jagun
Èèyàn rùṣẹ̀rùṣẹ̀ níí sàgbẹ̀
Èèyàn pẹ̀lẹ́pẹ̀lẹ́ níí ṣe Babaláwo
A díá fún Ṣojúẹwà
Tíí sàrẹ̀mọ Èèbó
Wọ́n ní ó rúbọ
Wọ́n níre ọlà fún un
Orí ó tẹ̀le
Ayé ó sì yẹ ẹ́
Ó bá rúbọ.............................10
Ó rú ẹyẹlé àti ọpọ̀lọpọ̀ owó
Ọkàan rẹ̀ balẹ̀ ó nísinmi
Ní bá ń jó ní ń yọ̀
Ní ń yin àwọn Babaláwo
Àwọn Babaláwo ń yin Ifá
Ó ni bẹ́ẹ̀ làwọn Babaláwo tóùn wí
Alágbára níí jagun
Èèyàn rùṣẹ̀rùṣẹ̀ níí sàgbẹ̀
Èèyàn pẹ̀lẹ́pẹ̀lẹ́ níí ṣe Babaláwo
A díá fún Ṣojúẹwà.............................20
Tíí sàrẹ̀mọ Èèbó
Ẹbọ n wọ́n ní ó ṣe
A rójú ẹwà ọmọ wa ò o ò
A rójú ẹwà ọmọ wa
A rójú ẹwà
A ò kú mọ́
A rójú ẹwà ọmọ wa

ÌROSÙN ÒYÈKÚ A

Ifá says this person should not be in a hurry to achieve his fortunes. His fortunes would come to him. He should be patient most especially if he is a Babaláwo.

Only a strong and powerful man fight wars
An enduring man could be a farmer
Only courteous persons could be Babaláwos
Cast divination for Ṣojúẹwà
The eldest of Òyìnbó's children
They asked him to perform sacrifice
They wished him the good fortune of wealth
'Your Orí would profit you' they prayed
'And life would please you'
He then offered the sacrifice............................10
He offered a sacrifice of money and pigeons
He had peace and rest of mind
He then started to dance and rejoice
He was praising his Babaláwos
His Babaláwos were praising Ifá
He said it was as his Babaláwos had said
Only a strong and powerful man fights wars
An enduring man could be a farmer
Only courteous persons could be Babaláwos
Cast divination for Ṣojúẹwà............................20
The eldest of Òyìnbó's children
They asked him to perform sacrifice
We see the eye of beauty, our child
We see the eye of beauty our child
We see the eye of beauty
We would not die again
We see the eye of beauty our child

ÌROSÙN ÒYẸKÚ B

Ifá pé a ó jèrè ọmọ, nǹkaan wa ò sì níí sọnù. Ogún eléyìun kàn ń bẹ ńlẹ, kò gbọdọ̀ gbé ogún ọ̀hún tà o. Bí bẹẹ́ kọ́, yóó di nǹkan àbámọ̀.

Kétékété ni wọ́ọ́n lẹ́mọ́
Kàtàkàtà ni wọ́ọ́n léjò
Àì kọ́wọ̀ọ́ rin ejò
Nikú fi ń pa wọ́n lọ́kọ̀ọ̀kan lọ́kọ̀ọ̀kan
A díá fún Ìrosùn
Ń lọ rèé ta Kẹ̀lẹ̀kú ẹ̀gbọ́n ẹ̀ féèbó
Wọ́n ní wọ́n ó rúbọ
'Kín lòun ó wá rú lẹ́bọ'?
Wọ́n ní nǹkan ogún kàn ń bẹ ńlẹ̀
Wọ́n ní ó mọ́ gbe tà.....................10
Ìrosùn kọ̀
Kò ṣe é
Ó bá gbé Kẹ̀lẹ̀kú ẹ̀gbọ́n ẹ̀ tà féèbó
Èèbó bá ń dá bírà
Ìrosùn ò ríkan dá mọ́
Wọ́n ní háà,
Nnkan ti baje
Ó ni Kétékété ni wọ́ọ́n lẹ́mọ́
Kàtàkàtà ni wọ́ọ́n léjò
Àì kọ́wọ̀ọ́ rin ejò.........................20
Nikú fi ń pa wọ́n lọ́kọ̀ọ̀kan lọ́kọ̀ọ̀kan
A díá fún Ìrosùn
Ń lọ rèé ta Kẹ̀lẹ̀kú ẹ̀gbọ́n ẹ̀ féèbó
Aṣọ tẹẹ́ tà
Aṣọ ogún ni
Ìrosùn ló ta Kẹ̀lẹ̀kú ẹ̀gbọ́n ẹ̀ féèbó
Aṣọ tẹẹ́ tà
Aṣọ ogún ni

ÌROSÙN ÒYẸKÚ B

Ifá says this person would reap the gains of nursing his children. He would not record any loss in life. There is an inheritance left for him, he should not sell it off.

One pursues a rat in a straight route
One pursues a snake in a crisscross manner
The non-congregational nature of wandering of
    snakes
Is the reason for death killing them one by one
Cast divination for Ìrosùn
He was going to sell Kẹ̀lẹ̀kú, his sibling to the
    Whiteman
They told him to offer sacrifice
'What would I now offer as sacrifice'? He asked
'There is an inheritance in your possession'
'You must never sell it off' they said.............10
Ìrosùn refused
He did not heed the warning
He sold Kẹ̀lẹ̀kú to the Whiteman
And the Whiteman started to perform wonders
Ìrosùn could not perform any again
Everyone became very sad
What he did is an incest
They said 'One pursues a rat in a straight route'
One pursues a snake in a crisscross manner
The non-congregational nature of wandering of
    snakes...............................20
Is the reason for death killing them one by one
Cast divination for Ìrosùn
The one that was going to sell Kẹ̀lẹ̀kú, his sibling to
    the Whiteman
The cloth you sold
Is an invaluable inheritance
Ìrosùn sold Kẹ̀lẹ̀kú, his sibling to the Whiteman
The cloth you sold off
Is an invaluable inheritance

ÌROSÙN ÌWÒRÌ A

Ifá pé òun pé ire; Ká móọ ní ìpín nínú
nnkan rere, a ò sì gbọdọ̀ ṣe nnkan láàbọ.
A sì gbọdọ̀ máa fi inú kan bá èèyàn gbé.
Ifá pé ibi tí eléyìun lọ ò níí bàjẹ́, ilé tó sì
fi sílẹ̀ náà ó dára.

Ikú tí ò bá níí pa ni
Níí gbáláwo rere ko ni
A díá fún Ẹ̀mì léńjé tí ń sawo ròde Ìwòyè
Ẹ̀mì léńjé ló tọ àwọn Awo ẹ̀ lọ
Ẹ yẹ òun lóókan ìbò wò
Wọ́n ní ìwọ Ẹ̀mì
Wọ́n ó kèé sí ọ látòkèèrè
Kóo yáa tètè lọ òkèèrè ọ̀hún o
Ó mọ wá wo nnkankan nínú iléẹ̀ rẹ
Pé àbí kí n mọ́ lọ ni? 10
Wọ́n ní ó mọ́ wo èyìun o
Ńgbà ó ṣe sàà
Wọ́n bá ráńṣẹ́ sí Ẹ̀mì léńjé látòde Ìwòyè
Pé kó wáá bá àwọn tún òde Ìwòyè ṣe
Òde Ìwòyè ti dàrú
Obìrin ẹ̀ sì lóyún nínú
Kò sì fẹ́ẹ́ kúrò nílé
Ó ló dáa
Àwọn Babaláwo òún ti sọ fún òun tẹ́lẹ̀
Ó bá múra 20
Ó gbòde Ìwòyè lọ
Ni ń bá wọn tún òde Ìwòyè ṣe
Ara àwọn ará òde Ìwòyè ṣe dáadáa
Obìin rẹ̀ bá bímọ nílé
Òde Ìwòyè tó lọ lọ́hùùn dáa
Ilé tó fi sílẹ̀ náà dára

ÌROSÙN ÌWÒRÌ A

Ifá asks this person to offer sacrifice by partaking in
good functions. He should not leave his things half
done and should deal with people with truth. If he
travels, his home and destination would bring him
good fortunes and life would be well with him.

The death that would not kill one
Would bring a good priest across one
Casts divination for Ẹ̀mì léńjé that was venturing
    priesthood in Ìwòyè city
Ẹ̀mì léńjé had gone to his priests
Cast divination for me using *Ìbò*
'You Ẹ̀mì' they called
'People would request for you from abroad'
'You should go to the place without delay'
'But you would then be thinking of a situation in your
    house'
'Which would make you feel ambivalent'............10
'You should not look back at all'
Shortly after then
They sent for Ẹ̀mì léńjé from Ìwòyè city
That he should come to rebuild the city of Ìwòyè
The city of Ìwòyè is in total disarray
But his wife was pregnant about the time
Ẹ̀mì léńjé did not want to leave her
'Well' he said
'My Babaláwo had predicted this'
He prepared himself for the trip...............20
And left for the city of Ìwòyè
He helped in rebuilding the city of Ìwòyè
The people of Ìwòyè got healed
And at the same time, his wife was delivered of a
    child back home
The Ìwòyè city that he went to was fine also
The home he left was better than he left it

N ní wá ń jó ní wá ń yọ̀
Ní ń yin àwọn Babaláwo
Àwọn Babaláwo ń yin Ifá
Ó ní bẹ́ẹ̀ làwọn Babaláwo tòún wi....30
Ikú tí ò bá níí pa ni
Níí gbálawo rere ko ni
A díá fún Ẹ̀mì léńjé tí ń sawoó ròde
    Ìwòyè
Ẹ̀mì léńjé mọ̀mọ̀ dé ò Awo Ìwòyè
Ire Awó ti délé mọdẹ àárọ̀
Ire Awó ti délé mọdẹ àjíkí
Awo rere lẸ̀mì léńjé

He then started to dance and rejoice
He was praising his Babaláwo
His Babaláwo was praising Ifá
He said it was as his Babaláwo predicted.............30
The death that would not kill one
Would bring a good Babaláwo across one
Casts divination for Ẹ̀mì léńjé that was venturing
    priesthood in Ìwòyè city
Ẹ̀mì léńjé the priest of Ìwòyè is here
The fortune of a priest has reached his house before
    morning
The good fortune has reached his house before dawn
The priest of Ìwòyè city is Ẹ̀mì léńjé

ÌROSÙN ÌWÒRÌ B

Ifá pé bí baba ẹní bá ń bẹ láyé, a ò gbọdọ̀ kọ̀ ọ̀rọ̀ sí i lẹ́nu. Bí babá bá sì ti lọ ilé, Ifá pé ká fi ọkàn kan wúre fún ọjọ́ méje lórí nnkan táa fẹ́ẹ ṣe. Láàrin ọjọ́ méje ọ̀hún, a ò gbọdọ̀ lọ sí ibì kankan, torí láti ọjọ keje ni nnkan ó ti bẹ̀rẹ̀ sìí dára. Gbogbo nnkan tí a ṣe tí tẹ́lẹ̀ rí, ká fi ọjọ́ méje wúre, gbogbo ẹ̀ ní ó dáa.

Bẹ́ni bá jí
Ẹní ó mọ́ọ wòye
Òye
Òye làgbàlagbàá wò
A díá fún Òrúnmìlà
Babá jí
Babá ó sì mọ́ọ wòye bàbáa rẹ
'Gbogbo nnkan òún dáa báyìí?
Wọ́n ní ó mọ́ọ wòyee bàbá ẹ̀
Gbogbo ohun kóhun táàá bá ń tọrọ....10
Táa sì ń fọkàn wúre lórí ẹ̀
Táàá ń wúre sí baba ẹni tàbí ìyá ẹni
Gbogbo ẹ̀ ní ó dáa
Torí pé àwọn lọlọ́run ẹni
Wọ́n ní kí Òrúnmìlà ó wòyee baba ẹ̀ fún odidi ọjọ́ méje
Pé lẹ́yìn ọjọ́ méje ọ̀hún
Iré dé
Àṣé baba ẹni níí la ni?
Ó ní bẹ́ni bá jí
Kẹ́ni ó mọ́ọ wòye.....................20
Òye
Òye làgbàlagbàá wò
A díá fún Òrúnmìlà
Babá ó jí
Babá ó mọ́ọ wòye bàbáa rẹ
Babá jí babá ń wòye bàbáa rẹ

ÌROSÙN ÌWÒRÌ B

Ifá says if this person's father is alive, he should not disprove whatever he says. If dead, he should pray and meditate on his father for seven days for all the problems this person is encountering to be resolved. Within these seven days, he should not leave his house. If he could persevere for the seven days his things would be better.

If one wakes up
One would appraise
Appraisal
Appraisal is what the elderly people do
Cast divination for Òrúnmìlà
Baba woke up
He was appraising his father
'Would all my things be better at all'? He asked his Babaláwo
They told him to appraise his father
Everything that one prays for....................10
While we meditate deeply in our hearts
About one's father or one's mother
All would be achieved
Because they are one's gods
They told him to appraise his father for seven days
After seven days
A lot of good fortunes came by
'So it is one's father that enriches one'?
If one wakes up
One should appraise.....................20
Appraisal
Appraisal is that which the elderly people do
Cast divination for Òrúnmìlà
Baba woke up
He woke up appraising his father
Baba woke up appraising his father

224

Babá lájé	He has wealth
Babá láya	He has wives
Babá bímọ	He has children
Òye 30	Appraisal 30
Òye làgbàlagbàá wò	Appraisal is that which elderly people do
Bí mo bá jí	If I wake up
Emí ó mọ́ọ wòye babaà mi	I would be appraising my father
Baba ẹni níí gbeni	Only one's father works for one's profit
Òye	Appraisal
Òye làgbàlagbàá wò	Appraisal is that which elderly people do
Bí mo bá jí	If I wake up
Emí ó mọ́ọ wòye babaà mi	I would be appraising my father

ÌROSÙN ÒDÍ A

Ifá pé ire fún eléyìun. Nǹkan já dǐjú fún un; bí ò bá sì tíí já dǐjú, Ifá pé ká rúbọ kí nǹkan ó mọ baà já dǐjú. Èlà ìlẹ̀kẹ̀ okùn kan ni ká fi kún ẹbọ rú. Ayé ó yẹ wá tí a bá ti ń bọ Ifá.

Páà okùn
N níí já mójúu réfe
A díá fún Olósùn tí ọ́n lọ́rọ̀ọ rẹ̀ já dǐjú
Wọ́n ní nǹkan burú fún un
Ọ̀rọ̀ òún leè dáa báyìí?
Wọ́n lọ́rọ̀ọ rẹ̀ ò níí já dǐjú mọ́
Wọ́n ní yóó mọ́ọ jayé
Ẹbọ ni kó rú
Wọ́n ní èlà ìlẹ̀kẹ̀ okùn kan lẹbọ
Gìrìpá òrúkọ lẹbọ è̀..............................10
Ó bá rúbọ
Ayé yẹ Olósùn
Ó lówó lọ́wọ́
Bí tí ń láya ní ń bímọ
Ó kọ́lé
Ọkàan rẹ̀ balẹ̀
N ní wá ń jó ní wá ń yọ̀
Ní ń yin àwọn Babaláwo
Àwọn Babaláwo ń yin Ifá
Ó ní bẹ̀ẹ̀ làwọn Babaláwo tòún wí.....20
Páà okùn
N níí já mójúu réfe
A díá fún Olósùn tí ọ́n lọ́rọ̀ọ rẹ̀ já dǐjú
Wọ́n ní nǹkan ò gún fún un
Ẹbọ n wọ́n ní ó ṣe
Olósùn gbẹ́bọ ńbẹ̀
Ó rúbọ
Ayé làwá ń jẹ ò
Ayé làwá ń jẹ
Ọ̀rọ̀ àwa ò já dǐjú mọ́ ò.......................30

ÌROSÙN ÒDÍ A

Ifá wishes this person well. Things are very difficult for him at the present moment or rather, if it is not, he should offer sacrifice to forestall a difficult time. A string length of broken beads is the sacrifice. It should be added to other articles.

Abruptly for the string
It cuts off the line of the beads
Casts divination for Olósùn whose things they claim
    are proving knotty
They said he is living in abject penury
'Would my things be better at all'?
They told him that he would not experience difficult
    time again
'You would henceforth be enjoying life'
'You should only offer sacrifice'
'A string line of broken beads is part of sacrifice'
'A matured goat is also part of the sacrifice'............10
He offered it
And life pleased him
He had plenty of money to spend
He started to have wives and bear children
He also built houses
Peace of mind crowned them all
He then started to dance and rejoice
He was praising his Babaláwo
His Babaláwo was praising Ifá
He said it was as his Babaláwo said.........................20
Abruptly for the string
It cuts off the line of the beads
Casts divination for Olósùn whose things they claim
    are proving knotty
They said he was having a difficult time
He was asked to make sacrifice
Olósùn heard about the sacrifice
And performed it
We are enjoying life
We are enjoying life indeed
We are not experiencing any difficult time again....30

226

Ayé làwá ń jẹ | We really are enjoying

ÌROSÙN ÒDÍ B

Ifá pé nǹkan wa ò nìí bàjé; a ó sì mọ́ ọ
ṣe láyé. Bí a bá ní obìnrin méjì a ò gbọdọ̀
dá ìyáálé ẹni lóró o. Ká mọ́ọ tójú obìnrin
pẹ̀lú àwọn ọmọọ wọn dáadáa.

Ọlọ́ bódó gbélé
Bẹ̀ẹ̀ ni ò mohùn odó
Àmọ̀kìsì ò mohùn ẹkùn
A díá fún Látalápò tíí ṣe bàbá èkúté
Nígbà ti Látalápò ó gbéyàwó
Ó ní méjì
Ológbò nìyáálé ẹ̀
Èkúté sì níyàwó
Ìyáálé ẹ̀ bímọ ọkùnrin mẹ́ta
Ó sì bímọ obìnrin náà……………….10
Ìgbà ìyàwó dé
Kò bá tójú ìyáálé ẹ̀ mọ́
Kò dọ́dọ̀ ẹ̀ mọ́
Nígbà àwọn ọmọ dàgbà
Àwọn ọmọ ìyáálé bá pe ìyáa wọn
Nìbi ó ká góńgó sí
Wọ́n ní 'ìyáa wa'
'Gbogbo bí baba àwọn tí ń ṣe fún ìyàwó'
'Èèṣe tí kìí ṣe irúu rẹ̀ fún iwọ'?
Ìyá ní toò …………………….................20
Èyí tóun ń nùu
Òun ò sá le lọ ibòmíìn mọ́
Òun ò sì ní ẹnikan tí ó tójú òun
Babaa yin nìkan lòun bímọ fún
Bó tí ṣe òun lẹ ń un
Ọkọ ò gbọ́ tíyáálé ẹ̀ mọ́
Àfi tíyàwó nìkan

ÌROSÙN ÒDÍ B

Ifá prays that this person would be near perfect. If he
has two wives, he should deal fairly with the two of
them and their children.

The grinder lives with the mortar
But knows not the sound of the mortar
The cheetah does not know the roar of the tiger
Cast divination for Látalápò, the father of all rats
When Látalápò married
He married two wives
The first wife is the mother cat
And the second, mother rat
The first wife gave birth to three male children
And many daughters…………………………………10
On arrival of the second wife
He refused to care for the first wife again
He refused to see her
But the children of the two of them were being raised
    together
The children of the cat one day called the attention of
    their mother
From the corner where she was seated alone and
    dejected
'You our mother'
'We notice that our father rains all good things on his
    second wife'
'Why is it that he does not do the same for you'?
'Toò' she said…………..................……………20
'That had been the ordeal I have been going through'
'I cannot bear children for anyone anymore'
'No one would be ready to take me over now'
'It is only your father that I ever have as husband'
'That has been his behavior ever since he married his
    second wife' mother cat concluded
The husband did not want to hear about his first wife
    again
Except issues concerning the second wife alone

Ìgbà ó dijọ́ kan
Àwọn ọmọ èkúté bá tá pẹẹrẹ níwájú ọmọ
Ológbò
Ó bá gbé e pọ́nkán.....................30
Ó 'Ló dùn'
'Ó dùn'
Èèkejì dé ibẹ̀
Ó tún gbé òun náà
'Ó ló dùn'
Ìtàn yí kọ́ wa pé báa bá níyàwó méjì
Ká mọ́ fi ìyà jẹ ọ̀kan
Àyìn ẹ̀yìn ni bàbá èkúté ń yin àwọn
    Babaláwo ẹ̀
Ó ní Ọlọ́ bódó gbélé
Bẹ́ẹ ni ò mohùn odó.................40
Àmọ̀kìsì ò mohùn ẹkùn
A díá fún Látalápò tíí ṣe Bàbá èkúté
Èyí tí ń lọ rèé dìyá Ológbò nígbèkùn
Oró ni ò
Oró ni
Ẹ̀yin ò mọ̀ póró lOlógbò ń rán fọ́mọ eku?
Oró ni ò
Oró ni
Oró lOlógbò ń rán tí fi ń pọmọ ekuú jẹ

On a fateful day
The children of mother mouse were playing excitedly
    around before the cat's children
A child of the cat caught one of them in its jaws...30
'This is delicious' he mewed
'This is tasty'
The second mouse got there
He was caught also
The cat repeated 'this is really good'
This story teaches us that if we are polygamous
We shouldn't oppress one wife at the expense of the
    other
The father started praising his Babaláwos belatedly
He said the grinder lives with the mortar
But knows not the sound of the mortar.............40
The cheetah does not know the roar of the Tiger
Cast divination for Látalápò the father of all rats
That was going to put mother cat in bondage
It is real retaliation
It is vengeance
Don't you all know it is vengeance that the cat is
    metering that makes him kill the mouse?
It is retaliation
It is vengeance
It is retaliation that the cat is for killing
    the children of the rat

229

Ifá pé ojú ọnà ni eléyìun ó gbèé pàdé iree rẹ̀. Ifá pé ká rúbọ ká sì gbé ẹbọ lọ ojú ọnà tààrà tó lọ sí orita. Obìnrin kan náà ń bẹ lápá ibòmíìn tóun náà ń wá irú iré kan náà. Eléyìun ò níí tàṣé iree rẹ̀.

Ọnà gbóóró
Ọnà ko
A díá fún Àpọ́n Àko
Ẹkún aya ní ń sun
Wọ́n ní ó rúbọ kó lè baà ráya rere fẹ́
Àpọ́n Àko gbẹ́bọ ńbẹ̀
Ó sì rúbọ
Ọnà gbóóró
Ọnà ko
A díá fún Àgàn Ifẹ̀………......………...10
Wọ́n ní ó rúbọ kó lè baà rọ́kọ rere fẹ́
Òun náà gbẹ́bọ ńbẹ̀
Ó rúbọ
Ẹnìkínní gbẹ́bọọ rẹ̀ lọ orita
Ẹnìkejì náà gbẹ́bọ rẹ̀ lọ orita
Àpọ́n Àko bá gbẹ́bọ ẹ̀ kalẹ̀ tán
Ní bá ń wúre
Ẹlẹ́dàá òun
Jóun ó ráya rere fẹ́
Káya rere ó pàdé òun……………..………20
Kí ọkàn òún ó balẹ̀
Bí tí ń wúre lọ́wọ́
Bẹ́ẹ̀ ni Àgàn Ifẹ̀ náà dé
Ló gbẹ́bọ ẹ̀ kalẹ̀
Lòun náà ń rawọ́
Dákun ìwọ orí òun
Jóun ó rọ́kọ rere fẹ́
Ọkọ onínú rere
Tí ó fi dáa fún òun

Ifá wishes this person well. He shall meet with his good fortune on the way by following a straight path that leads to a junction to take his sacrifice. Another person is looking for the same fortune from somewhere else. Both of them would not miss their fortunes.

Ọnà gbóóró
Ọnà ko
Cast divination for Àpọ́n Àko
Crying because he has no wife
He was asked to offer sacrifice to get a wife
Àpọ́n Àko heard about the sacrifice
And offered it
Ọnà gbóóró
Ọnà ko
Cast divination for Àgàn Ifẹ̀………………….10
She was advised to offer sacrifice for her to meet with
     a good husband
She too heard about the sacrifice
And performed it
The first person took his sacrifice to the crossroads
The second person also took her own to the
     crossroads
Àpọ́n Àko placed his sacrifice at the intersection
He started to pray
'My creator'
'Let me find a good wife to marry'
'Let a good wife meet me on the way'…………..20
'Let me have a restful mind'
As he was praying
Àgàn Ifẹ̀ also arrived
She too placed her sacrifice
And started praying
'I beg you my creator'
'Let me find a compassionate husband'
'A charitable and considerate husband'
'Such that my life would be better'

Ọkọ onínú rere
Ti ó fi dáa fún òun
Tóun ó bímọ rere fún……………............30
Ni ọn ba koraa wọn lọnà
Ni ọn bá ń yin àwọn Ọnà gbóóró
Àwọn Ọnà ko
Àwọn Babaláwo náà ń yin Ifá
Wọn ní bẹẹ làwọn Babaláwo tàwọn wí
Ọnà gbóóró
Ọnà ko
A díá fún Àpọ́n Àko
Níjọ́ tí ń fomi ojú ṣọgbérè aya
Ọnà gbóóró …………………….....…...40
Ọnà ko
A díá fún Àgàn Ifẹ
Wọ́n ní ó rúbọ kó lè baà rọkọ rere fẹ
Wọ́n dójú ọnà oríta mẹta
Pẹ̀kí ni wọn koraa wọn
Ọnà gbóóró
Ọnà ko
Ifá kan ò níí ṣẹ bí Ìrosùn Ẹlẹ́rín mọ́
Ọnà gbóóró
Ọnà ko……………………….................50

'Let me find a charitable husband'
'Such that my life would be better'……...................29
'The person for whom I would bear good children'
That was how the two of them met
They both started praising the priest Ọnà gbóóró
The priest Ọnà ko
Their Babaláwos were praising Ifá
They said it was exactly as their Babaláwos had
    predicted
Ọnà gbóóró
Ọnà ko
Cast divination for Àpọ́n Àko
He was crying because he has no wife
Ọnà gbóóró……………………………….40
Ọnà ko
Cast divination for Àgàn Ifẹ
On the day she was crying because she has no
    husband
They both got to the junction of three roads
And coincidentally met with each other
Ọnà gbóóró
Ọnà ko
No other Ifá would prove true as does Ìrosùn Ẹlẹ́rín
    again
Ọnà gbóóró
Ọnà ko……..............................…………………50

ÌROSÙN ÒWÓNRÍN B

Ifá pé ki eléyìun ó rúbọ, kó sì wo ilẹ̀ẹ̀lẹ̀ obìin tí ó bàá fẹ́ kó mọ́ baà lọ́ọ́ fẹ́ ẹni tí ó ba ẹbí jẹ́.

Epó dùún jẹ iṣu
Ìkẹtẹ́ dùún jẹfọ́
Obìnrin ṣe é bá sùn ju ọkùnrin lọ
Bó bá dúó
Ó láyùngbá
Bó bá bẹ̀rẹ̀
Ó láyùngbá
A díá fún Àwẹ̀lé onídìí òlenkére
Ìgbà tí ọn fẹ́ Àwẹ̀lé onídìí òlenkére tán
Kò ṣehun méjì mọ́....................10
Àlè ní ń yàn kiri
Kò mẹni ó tọ́
Kò mẹni tí ò tọ́
Àti ẹni wọ́n jọ́ ń gbélé
Àti èrò ọ̀nà
'Ó yóó fi òbò dá ìjà sílẹ̀ fún wa báyìí Iwọ
      Àwẹ̀lé onídìí òlenkére'?
Ifá ní kí eléyìun ó ṣọ́ra ṣe
Kí Àwẹ̀lé ó mọ́ fi ìdí ẹ̀ dá nǹkan sílẹ̀
Epó dùún jẹ iṣu
Ìkẹtẹ́ dùún jẹfọ́....................20
Obìnrin ṣe é bá sùn ju ọkùnrin lọ
Bó bá dúó
Ó láyùngbá
Bó bá bẹ̀rẹ̀
Ó láyùngbá
A díá fún Àwẹ̀lé onídìí òlenkére
Àwẹ̀lé pẹ̀lẹ́ o
Onídìí òlenkére
Mọ́ fòbò dìjà sílẹ̀ fún wa ńlé mọ́

ÌROSÙN ÒWÓNRÍN B

Ifá asks this person to perform sacrifice by investigating the background of his fiancée if he is still single, such that he would not marry a prostitute.

Palm oil is good in using to eat yam
Palm oil slurry is good to cook with vegetable
It is easier to have sex with a woman than with a man
If she stands
It sweetens her
If she crouches
It sweetens her
Cast divination for Àwẹ̀lé onídìí òlenkére
After the husband of Àwẹ̀lé married her
She forgot the dignity of womanhood...................10
She started to flirt around
She knew not who was right
Nor who is wrong to sleep with
She had free sex with neighbors and family members
She even slept with travelers
'Àwẹ̀lé onídìí òlenkére, would you not cause
      commotion with your vagina'?
Ifá says this person should be very careful
Such that his own Àwẹ̀lé would not cause commotion
Palm oil is good in using to eat yam
Palm oil slurry is good to cook with vegetable......20
It is easier to have sex with a woman than with a man
If she stands
It sweetens her
If she stoops
It sweetens her
Cast divination for Àwẹ̀lé onídìí òlenkére
I salute you Àwẹ̀lé
Onídìí òlenkére
Please don't use your vagina to cause us disaffection
      again!

ÌROSÙN ỌBÀRÀ A

Ire fún ẹni a dá odù yí fún. Yóó ṣẹgun
ọkàan rẹ̀ ó sì balẹ̀, ṣùgbọ́n ká rúbọ eléníní.
Ifá pé tí ọ́n bá ń bun eléyìun ní nǹkan
kéékèèké, kò gbọdọ̀ kọ̀ ọ́ sílẹ̀ toríi pé ó
kéré. Eléyìun jẹ́ ẹnikan tó tóbi láyé, àwọn
álákà ó wàá mọ́ọ bun un ní nǹkan; Ifá pé
ìwọn nǹkan kékeré ọ̀hún ni ò níí jẹ́ kí
eléyìun ó lọ ẹ̀yìn. Kó sì mọ́ dàbí àfojúdi sí
ìwọn tí ń bùn un ní nǹkan ló fi gbọdọ̀ gbà
í.

Ká níre lọ́wọ́ ò tó ká gbà kun
A díá fún Tẹ̀tẹ̀rẹ̀gún
Èyí tí ń lọ rèé fi atọ́ ponmi ọlà fún
    Olókun
Olókun ti tóbi tẹ́lẹ̀
Gbogbo omi ló dojú kọ ọ́
Ṣùgbọ́n nígbà ojó bá rọ̀ tán
Omi níwọn tí tún ń bẹ nínú atọ́
Tẹ̀tẹ̀rẹ̀gún ó sì tún mọ́ọ kán an sínú òkun
Àwọn kán bá ni 'Ìwọ Olókun'
Omi Tẹ̀tẹ̀rẹ̀gún yìí ò wa kéré jù'?....10
Ọ ni bóun ò bá gbà á
Òun ó mọ́ọ rù
Ọ ní ká níre lọ́wọ́ ò tó ká gbà kun
A díá fún Tẹ̀tẹ̀rẹ̀gún
Èyí tí ń lọ rèé fi atọ́ ponmi ọlà fún
    Olókun
A pọnmi ọlà a ríre
Tẹ̀tẹ̀rẹ̀gún fatọ́ pọnmi ọlà
Ọ là wálé
A pọnmi ọlà a ríre

ÌROSÙN ỌBÀRÀ A

Ifá wishes this person well. He should offer sacrifice for him to overcome his detractors. If he is presented with small gifts, he should not reject them on the ground that he, being a wealthy person, small gifts would not make appreciable increase to his wealth. The poor people that give him the token would feel upset and think he is high handed if he refuses to accept them. The small gifts would also give him progress.

Having fortune at hand does not measure up to
    collecting more tokens to add to it
Casts divination for Tẹ̀tẹ̀rẹ̀gún twiner
That was going to use its small gourd to fetch water of
    wealth for Olókun
Olókun from inception had ever been big
Every stream in the hinterland empty their flow into
    her
But after any rainfall
The small water inside the gourd of Tẹ̀tẹ̀rẹ̀gún would
    be dripping
It would be dripping into the ocean drop by drop
'You Olókun' some people would call his attention
'Would the token from Tẹ̀tẹ̀rẹ̀gún's gourd not be too
    small'?.................10
'If I don't take it'
'I would reduce in size'! Olókun had countered
Having fortune at hand does not measure up to
    collecting more tokens to add to it
Casts divination for Tẹ̀tẹ̀rẹ̀gún twiner
That was going to use its small gourd to fetch water of
    wealth for Olókun
We fetched the water of wealth, and made fortunes
Tẹ̀tẹ̀rẹ̀gún used his small gourd to fetch water of
    wealth
And returned home wealthy
We fetched the water of wealth and we saw fortunes

ÌROSÙN ỌBÀRÀ B

Ifá pé ire lọpọ̀lọpọ̀ fún ẹni tí a dá odù yí fún. Àwọn mẹ́ta ni Ọlọ̀run ń bá sọ̀rọ̀. Wọn ò gbọdọ̀ sahun sí ìyà, bàbá, ará, ọ̀rẹ́ àti ojúlùmọ̀. Kí àwọn mẹ́tẹ̀ẹ̀ta ó sì jọ rúbọ pọ̀, kí wọ́n ó le ríree wọn gbà ní àsìkò kan náà. A ò sì gbọdọ̀ jẹ́ kí ọtí ó tán lọ́wọ́ nígbà kankan. Àwọn Ọlọ̀run ó ta á lọ́rẹ.

Ọtí tán pátápátá
Awo Agbe ló dífá fún Agbe
Ọsẹ̀ ló kú lagbè
Awo Àlùkò ló díá fún Àlùkò
Atọtí àtọ̀sẹ̀
Méjèèjì ní ń bẹ lágbè
A díá fún Ẹ̀gà sẹ̀sẹ̀ẹ̀sẹ̀
Ẹ̀gà sẹ̀sẹ̀ẹ̀sẹ̀ ní sawo orí ẹgungun
Àwọn métẹ̀ẹ̀ta ní ń bẹ nílé ayé
Baba àwọn mẹ́tẹ̀ẹ̀ta ló sì ti kú...........10
Àwọn Ẹ̀gà sẹ̀sẹ̀ẹ̀sẹ̀ sì ń sawo nílée tiwọn
Wọ́n ń gba ìjọ nílée wọn
Ńgbà ó dijọ́ tí wọ́n ó mọ́ọ sọdún
Àwọn babaa wọ́n bá wòye
Wọ́n ní àwọn ó lọọ̀ kàn sí àwọn ọmọ
                                    àwọn
Wọ́n bá peraa wọn jọ látòde ọ̀run
Wọ́n bá wá ọ̀dọ̀ àwọn ọmọ lóde ìsálayé
Ará ayé è é sìí ń ará ọrun mọ́
Wọ́n bá pàwọ̀dà
Wọ́n gbé àwọ̀ elòmíìn wọ̀............20
Wọ́n dé ilé ayé
Ilé Agbe ni ọ́n kọ́kọ́ lọ
Ọtí ń kọ́?
Wọ́n lọti ti tán
Ọtí ti tán pátápátá
Ńgbàa wọ́n délé Àlùkò
Òún ní háà
Ọtí tán

ÌROSÙN ỌBÀRÀ B

Ifá wishes this person plenty of good fortunes. Ifá actually is referring to three people who must never be stingy to their parents, friends and relatives. They should try to offer this sacrifice together such that they would get their fortunes simultaneously. This person should also make sure to have wine handy anytime in expectation of a benevolent heavenly visitor.

The wine is finished completely
The priest of Agbe casts divination for Agbe
Only the ingredients remain as slurry in the gourd
The priest of Àlùkò casts divination for Àlùkò
Both the wine and the slurry
The two are in the gourd
The priests of Ẹ̀gà sẹ̀sẹ̀ cast divination for Ẹ̀gà sẹ̀sẹ̀
The priest of Ẹ̀gungun
The three of them were living on earth
But their fathers had all died...........................10
Ẹ̀gà bird however practiced priesthood in his clan
All his lieutenants do gather in his house
He used to do that each year as he celebrates his Ifá
                                    festivities
Their fathers from heaven then reasoned
'Let us go and visit these children on earth'
The respective fathers called one another together
They came to the earth to see their children
But a living man cannot ordinarily see the dead
They changed their identities
And put on other persons physical appearance.....20
As soon as they arrived on earth
They headed straight for the house of Agbe
'What about wine' they asked
They were told that the wine was completely
                                    exhausted
'It is completely finished'
On getting to Àlùkò's house
He exclaimed, not expecting to see any visitor
'The wine had finished'

Ọsẹ́ ló kù lágbè
Àwọn Babá bá tún dìde…....….........30
Wọ́n kọrí sílé Ègà
Bí ọn tí ń jókòó
Ni ọn ń tójú oúnjẹ fún wọn
Wọ́n lọ́tí ńkọ́?
Ó lọ́tí nùu lágbàlá un
'Ọsẹ́ tiẹ̀ ń bẹ ńbẹ̀'
'Ẹ ẹ̀ ri tí ń ru'?
'Ọsẹ̀ ló dùn ún'
Wọ́n níwọ Ègà sẹ̀sẹ̀
'Ìwọ lo gbọ́ngbọ́n èyí'?.................40
Ni ọn bá kó ohun ọlà lé Ègà lọ́wọ́
Ayé yẹ Ègà
N ní wá ń jo n ní ń yọ̀
Ní ń yin àwọn Babaláwo
Àwọn Babaláwo ń yin Ifá
Ó ní bẹ́ẹ̀ làwọn Babaláwo tòún wí
Ọtí tán pátápátá
Awo Agbe ló dífá fún Agbe
Ọsẹ̀ ló kú lagbè
Awo Àlùkò ló díá fún Àlùkò…............50
Atọ́tí àtọ̀sẹ̀
Méjèèjì ní ń bẹ lágbè
A díá fún Ègà sẹ̀sẹ̀ẹ̀sẹ̀
Ègà sẹ̀sẹ̀ẹ̀sẹ̀ ní sawo orí ẹgungun
Taa ní ń bẹ lẹ́yìn tí ń sawo?
Ègà sẹ̀sẹ̀ẹ̀sẹ̀
Ègà sẹ̀sẹ̀ẹ̀sẹ̀ ní ń bẹ lẹ́yìn tí ń sawo
Ègà sẹ̀sẹ̀ẹ̀sẹ̀
Ègà sẹ̀sẹ̀ẹ̀sẹ̀ lá ó kóre ọlàa wa lé lọ́wọ́

Only the residue remains in the gourd
The progenitors stood up again….....….........30
And departed for Èga's house
And on arrival were welcomed to take seats
Foods were served
'Where is wine' they asked after eating to satiety
'That is it in the yard' Ègà sẹ̀sẹ̀ replied
'It is even rich in condiments and sludge'
'Can't you see it overflowing'?
'It is because it is rich in flavors'
Surprised, they said 'you Ègà'
'You are this wise'?…......…...….........40
They bestowed him with all the good fortunes from
heaven
Life pleased Ègà bird
He then started to dance and rejoice
He was praising his Babaláwos
His Babaláwos were praising Ifá
He said it was as his Babaláwos predicted
The wine is finished completely
The priest of Agbe casts divination for Agbe
Only the ingredients remained as slurry in the gourd
The priest of Àlùkò casts divination for Àlùkò…….50
Both the wine and the slurry
The two are inside the gourd
The priests of Ègà sẹ̀sẹ̀ cast divination for Ègà sẹ̀sẹ̀
Ègà sẹ̀sẹ̀ is the priest of Ègungun
Who is coming from behind to be the honored priest?
Ègà sẹ̀sẹ̀ẹ̀sẹ̀
Ègà sẹ̀sẹ̀ẹ̀sẹ̀ is coming from behind practising as a
real priest
Ègà sẹ̀sẹ̀ẹ̀sẹ̀
It is Ègà sẹ̀sẹ̀ẹ̀sẹ̀ that we shall give all our good
fortunes of wealth

ÌROSÙN ỌKÀNRÀN A

Ifá pé ki eléyìun ó mọ́ fi ààyẹ ẹ̀ sílẹ̀ fún ẹlòmíìn pé kí wọ́n ó bá òun ṣọ́ ọ. Ìdí èyí ni pé kí afúnnṣọ́ ó mọ́ di olóhun. Tó bá di dandan kó fi ààyẹ náà ṣọ́ èèyàn, ọmọ tó bí ńnú ni kó fi ṣọ́ ọ.

Jẹ́ n fidí hẹ
Ni wọ́n fi ń gbàáyẹ lọ́wọ́ aláyè
A díá fún Òkèrẹ̀
Èyí tí ń lọ rèé gbalẹ̀ lọ́wọ́ Onísakí
Wọ́n ní wọ́n ó rúbọ
Onísakí ti wà ní Ṣakí tẹ́lẹ̀ rí
Ọdẹ sì ni Òkèrẹ̀ ṣe tée dé Ṣakí
Ńgbà ó sì jẹ́ Òkèrẹ̀ ti dẹ igbó dẹ ijù
Ó bá mú ibùdó sọ́dọ̀ Onísakí
Ni ń bá Onísakí fidí hẹ ẹ́.................10
Òkèrẹ̀ bá gbàáyẹ lọ́wọ́ Onísakí
Bí Onísakí ti ṣe ṣee ṣe tó
Òkèrẹ̀ ní ń bẹ ńbẹ̀ tée dòní
Ni Òkèrẹ̀ bá ń jó ní ń yọ̀
Ní ń yin àwọn Babaláwo
Àwọn Babaláwo náà ń yin Ifá
Ó ní bẹ́ẹ̀ làwọn Babaláwo tòun wí
Jẹ́ n fidí hẹ
Ni wọ́n fi ń gbàáyẹ lọ́wọ́ aláyè
A díá fún Òkèrẹ̀.........................20
Èyí tí ń lọ rèé gbalẹ̀ lọ́wọ́ Onísakí
Jẹ́ n fidí hẹ
Ó mọ̀mọ̀ gbàáyẹ lọ́wọ́ aláyè tán
        porongodo
Jẹ́ n fidí hẹ

ÌROSÙN ỌKÀNRÀN A

Ifá asks this person never to vacate any managerial seat or position he holds temporarily for someone else to deputize for him other than his blood children. If he does not heed this advice, he might lose his seat permanently.

Let me manage the role temporarily for you
Is the tactics employed in seizing permanently,
        someone else's position
Casts divination for Òkèrẹ̀
That was going to seize the land of king Onísakí
He was asked to perform sacrifice
The king Onísakí had been in Ṣakí ever before
But Òkèrẹ̀ who had hunted for games in the deep
        forests arrived at Ṣakí
He had gone through all the hills and valleys
He decided to sojourn with the king of Ṣakí
He was helping the king with some managerial
        functions....................................10
And ultimately took over ruling of the city of Ṣakí
Realizing too late, king Onísakí struggled and
        struggled to regain his staff
Yet it is Òkèrẹ̀ that is on the throne till date
Òkèrẹ̀ started to dance and rejoice
He was praising his Babaláwo
His Babaláwo was praising Ifá
He said it was as his Babaláwo had said
Let me manage the role temporarily for you
Is the tactics employed in seizing permanently,
        someone else's position
Casts divination for Òkèrẹ̀...................20
That was going to seize the throne of king Onísakí
'Let me manage temporarily'
Had seized permanently the stool from its rightful
        owner
Let me manage temporarily

236

ÌROSÙN ỌKÀNRÀN B

Ẹbọ ọmọ ni ká rú nínú Odù yí. Obìnrin kan ń bẹ lẹ́gbẹ̣́ẹ̀ eléyìun tí ọn ní ò níí bímọ mọ́ láí. Ifá pé yóó bímọ bó ti wù kó dàgbà tó. Ki àgàn ọ̀hún ó lọ̀ọ́ bọ Ifá, kó sì bèèrè nǹkan tí Ifá ó bàá gbà. Torí yóó ra ọmọ ọ̀hún ni, ṣùgbọ́n yóó bímọ láyé.

Ìrosùn a bǐrǐn kánrán kànràn kanran lẹ́sẹ̀
    méjèèjì
A díá fún Ọlọmọ ò sọ́mọ látẹ
Wọ́n bá ń dá hẹ̀ẹ̀ hẹ̀ẹ̀ rẹ̀
Wọ́n ń pé kò sọ́mọ látẹ ńṣojú ẹ̀
Òrúnmìlà ní ẹni tẹ̣́ẹ̀ ní ò lọ́mọ un
'Ó lọ́mọ láyéè'!
Ifá ni yóó bímọ
Ó ni 'rírà lẹ ò lè rà'
'Ṣùgbọ́n bẹ́ẹ̀ bá ki ètùtù bọ ọ́'
'Tẹ̣́ẹ̀ sì kó àtúnṣe bò ó'............10
'Ó di dandan kó bímọ'
Ó rúbọ
Ó sì bímọ
Ìrosùn a bǐrǐn kánrán kànràn kanran lẹ́sẹ̀
    méjèèjì
A díá fún Ọlọmọ ò sọ́mọ látẹ
Wọ́n ní ò sọ́mọ látẹ
Ifá nírọ́ ni wọ́n ń pa
Èké ni wọ́n ń ṣe
Ọmọọ wọ́n mọ̀mọ̀ ń bẹ látẹ
Rírà ni wọn ò lè rà.............20

ÌROSÙN ỌKÀNRÀN B

Ifá asks this person to offer sacrifice for children. There is a woman very close to him who people think would never bear children again; the woman would have a child no matter how old she is. She should only ask for what Ifá would accept from her because she has to buy the child.

Ìrosùn a bǐrǐn kánrán kànràn kanran lẹ́sẹ̀ méjèèjì
Casts divination for Ọlọmọ kò sọ́mọ látẹ
The people were postulating negatively that
'There are no children for sale on display'
But Òrúnmìlà cautioned them 'that woman that you
    said would have no child'
'She has children on earth'!
'Ifá says she will bear children'
'It is only that you people cannot buy children'
'But if you offer the prescribed sacrifice'
'And corrective measures meted out' 10
Definitely she would have children
She offered the sacrifice
And had children
Ìrosùn a bǐrǐn kánrán kànràn kanran lẹ́sẹ̀ méjèèjì
Casts divination for Ọlọmọ kò sọ́mọ látẹ
They said there are no children for sale on display
Ifá said it was all lies they are telling
They are only backbiting
Their children were actually on display
But they had only refused to buy......................20

ÌROSÙN ÒGÚNDÁ A

Ifá pé ire obìnrin fún eléyìun. Kò gbọdọ̀
kọ obìnrin tí òun yàn fun, torí obìnrin
ọ̀hún ní ó bíí àwọn ọmọ tí yóó ṣe é lóore.
Ifá pé bi obìnrin ọ̀hun bá ti bẹ̀rẹ̀ síí bímọ,
ni nǹkaan rẹ̀ ó bẹ̀rẹ̀ síí yanjú; Ní torí
obìnrin àti ọmọ tí ọ́n bá bí ní ó jẹ́ẹ́ ó dáa
fún eléyìun.

Kóóko wééwèèwéé lawo ẹbá ọ̀nà
A díá fún Òrúnmìlà
Níjọ́ tí babá ń lọ rèé gbé Olósùn níyàwó
Ẹbọ ọmọ n wọ́n ní ó ṣe
Òrúnmìlà bá rúbọ
Ó sǐ fẹ́ Olósùn
Olósùn bá bẹ̀rẹ̀ síí bímọ
Ní ń kun àwọn ọmọ ẹ̀ lósùn
Ẹ è ri bí ọmọ Olósun ti pọ̀ tó?
Taa ló tún le bímọ tó Olósùn mọ́?.......10
Àfi aládi tí ń bẹ lóko
Àfi èèrùn ìgàrè
Àfi pàǹtí igbó
Ọmọ Olósùn pọ̀
Ní ń jó ní ń yọ̀
Ní ń yin àwọn Babaláwo
Àwọn Babaláwo ń yin Ifá
Ó ni bẹ́ẹ̀ làwọn Babaláwo tòun wí
Kóóko wééwèèwéé lawo ẹbá ọ̀nà
A díá fún Òrúnmìlà..................20
Níjọ́ tí Babá ń lọ rèé gbé Olósùn níyàwó
Ẹbọ ọmọ n wọ́n ní ó ṣe
Ó gbẹ́bọ ńbẹ̀
Ó rúbọ
Kò mọ̀mọ̀ sẹ́ni ó bímọ tó Olósùn mọ́ o
Àfi Aláádi oko
Àfi èèrùn ìgàrè
Àfi pàǹtí tí ń bẹ nígbo yǐi ò
Abọmọ jǐngbinnǐ

ÌROSÙN ÒGÚNDÁ A

Ifá wishes this person the fortune of wives. He should
not divorce the woman that his Orí chooses for him. It
is the same woman that would bear children for him.
Once the woman starts to bear him children, he would
find headway in life because the woman's aura and
that of the children would bring him wealth.

Tender grasses, the roadside priests
Casts divination for Òrúnmìlà
On the day he was going to marry Olósùn as his wife
He was asked to offer a sacrifice for children
Òrúnmìlà performed the sacrifice
And got married to Olósùn
Olósùn afterwards started to have children
She would rub camwood on her children
'Can we all see countless children that Olósùn has'?
'Who on earth can have children as many as does
    Olósùn again'?........................10
Save for the monkeys in the forest farm
The soldier ants
And except the refuse in the forest
The children of Olósùn are so many
He started to dance and rejoice
He was praising his Babaláwo
His Babaláwo was praising Ifá
He said it was as his Babaláwo had said
Tender grasses are the roadside priests
Casts divination for Òrúnmìlà..................20
On the day he was going to marry Olósùn as his wife
He was asked to offer a sacrifice for children
He heard about the sacrifice
He offered it with unwavering faith
Nobody can have children as many as does Olósùn
    again
Barring the monkeys in the forest farm
Except the soldier ants
And save for the leaf refuse in the forest
With abundant children

238

Ifá pé ká rúbọ, ẹlẹ́dàá wa ò ni jẹ́ kí ogun ó
jà wá. Àwọn méjì ni Ifá ń báá wí, kí wọn
ó rúbọ kí wọn ó mọ́ baà si araa wọn gbọ́.
Ifá pé ki eléyìun ó rúbọ torí igbà tí nǹkan
rẹ̀ ó mọ́ọ dùn, kí wọn ó mọ́ ba à bàá jẹ́.

Wááwá ọdẹ ilé ayé
Gbúèdè ọdẹ òde ọ̀run
Àwọn méjèèjì ni wọn pàdé ní pẹ̀rẹ̀pẹ̀rẹ̀
      odò ìjámọ̀
Nígbàa wọn dé odò ìjámọ̀
Wọ́n bá rí i tí ẹja ń sọ lọ́tùún lósì
Ọdẹ kán sì dúró lókè ọhùún
Èèkejì dúó lókè íhín
Àwọn méjèèjì ní hàáà
Ẹja ló pọ̀ tó báyìí?
Àwọn méjèèjì ló dáa....................10
Bó ba dijọ́ márùún òní
Àwọ́n ó wàá gbọ́ndò yǐí
Àwọn méjèèjì bá ọnàa wọn lọ
Wọ́n lọ tán
Olúwẹri bá sùn
Oorun rẹ̀ ò já geere
Àtàpásùú Babaláwo Olúwẹri
Òun ló dífá fún Olúwẹri
Olúwẹrí bá ráńṣẹ́ sí àwọn Babaláwo ẹ̀
Oorun tóun sùn lóníí ò dáa.............20
Àtàpásùú níwọ Olúwẹri rúbọ
Kóo rúbọ fún àwọn ọmọọ rẹ
Kí ogún ó mọ́ kòó wọn lọ́tùúnla
'Kín wá ní nǹkan ẹbọ'?
Wọ́n ní kó rú ewúrẹ́ mẹ́ta
Kí wọn ó sì hó awọ àwọn ewúrẹ́ mẹ́ta
      ọhún
Wọ́n ní kó rú ọ̀gẹ̀dẹ̀ lọ́pọ̀lọpọ̀

Ifá asks this person to offer sacrifice to his creator who
would not let him see anything bad. Ifá is referring to
two people who should offer sacrifice such that they
would not misquote each other. This person should
also offer sacrifice against spoilers.

Wááwá the hunter on earth
Gbúèdè the hunter in heaven
The two of them met at the side of ìjámọ̀ river
While they were at the bank of ìjámọ̀ river
They saw fishes swimming back and forth
One hunter stood at one side of the river
The other at the other side
The two of them exclaimed
'See how bountiful the fish in this river'!
The two of them then reached an agreement........10
That in five days time
'We would both come back to drain the river'
The two of them left for their respective abode
After their departure the same day
Olúwẹri slept
His sleep was full of nightmares
Àtàpásùú the Babaláwo of Olúwẹri
Casts divination for Olúwẹri early in life
Olúwẹri then sent for his Babaláwo
'I had a terrifying nightmare last night',
      Olúwẹri complained.............................20
'Offer sacrifice' the priests said to him
'You should offer sacrifice for the sake of your
      children'
'Such that war would not cart them all away soonest
'What are the articles of sacrifice'? Olúwẹri asked
'Three goats' the priest said
'The skin of the goats should be removed'
'You should also sacrifice many bunches of banana'

239

Òòri náà béè
Kó șe atàn sí ègbé omi
Kó dáná sí abé ògèdè………………30
Kó wáá kó òòri tí ón fi șe Ifá fún un lé e
Kó kó gbogbo è lé orí iná
Gbogbo è sì gbodò dé etí odò kí òsán ó
    tóó pón
Ńgbà ó di gégé ìròlé
Gbúèdè odé òde òrun ló kókó dé etí odò
Ó bá rí ìtì ògèdè àti èèpo è tí ón kó jù
    sínú iná
Ó ní hààá
'Wááwá odé ilé ayé ti wá gbóndò yìí'
'Tó sì jé pé àwon jo fi àdéhùn sí òní'
Gbúèdè odé òde òrun bá ònà tiè lo……40
Kò pé léyìn náà
Wááwá odé ilé ayé dé
Òun náà rí iná lábé ìtì ògèdè
Òun náà ní hààá
'Gbúèdè odé òde òrun ti kó gbogbo eja tí
    rí be fínú odò lo'
Òun náà bá tiè lo
Ó kori sílé è
Ni ón bá ń ránșé ìjà síraa won
Ni ón ń kan araa won lábùkù
Olúwéri bá mú awo eran métèèta……50
Ló bá e kànlù
Wón kan ìyáàlù
Wón kan ìlù àșomogbè
Wón sì kan omole kékeré
Olúwéri bá ń jó
N ní wá ń jó ní wá ń yò
Ní ń yin àwon Babaláwo
Àwon Babaláwo ń yin Ifá

'And shea butter'
'You should prepare a small camp beside the river'
'And make a camp fire beneath the banana
    bunches'………………………………30
'Fetch the shea butter, which was used in preparing Ifá
    portion'
'Place it on top of all the other articles'
'Everything must get to the riverside before the sun
    becomes overhead'
In the evening of the same day
Gbúèdè the hunter in heaven came to inspect the river
    first
Immediately he sighted the campfire
He exclaimed 'ha'
'Wááwá, the hunter on earth had been here to drain
    this river'!
'Despite the agreement we both have for today'
Gbúèdè went on his way……………………40
Shortly after his departure
Wááwá the hunter on earth arrived
He too saw the campfire beneath the banana bunch
Not believing his eyes, he too exclaimed
'So Gbúèdè the hunter from heaven had been here to
    catch all the fish here'?
He too went on his way
And left for his house very disappointed
The two of them afterwards started sending messages
    of war to each other
And calling each other names
Olúwéri then fetched for the skins of the goats……50
And used it to make three drums
The largest, the mother drum
The intermediate size
And the smallest size
Olúwéri then started to dance
He was rejoicing
He was praising his Babaláwo
His Babaláwo was praising Ifá

240

Ó ni bẹ́ẹ̀ làwọn Babaláwo tòún wí
Wáàwá ọdẹ ilé ayé...............60
Gbúèdè ọdẹ òde ọ̀run
Àwọn méjèèjì ni wọ́n pàdé ní pẹ̀rẹ̀pẹ̀rẹ̀ odò Ìjámọ̀
Àtàpásùú Babaláwo Olúwẹri ló díá fún Olúwẹri ní kùtùkùtù òwúrọ̀
Wọ́n ní kó rúbọ kógun ó mọ́ baà mú
Olúwẹrí gbẹ́bọ ńbẹ̀ ó rúbọ
Àtàpásùú mọ̀mọ̀ dé ò
Awo Olúwẹri
Òun ló mọ̀mọ̀ kó Olúwẹri là lódò

He said it was as his Babaláwo had said
Wáàwá the hunter on earth...............60
Gbúèdè the hunter in heaven
The two of them were to meet at the bank of Ìjámọ̀ river
Àtàpásùú, the Babaláwo of Olúwẹri casts divination for Olúwẹri in the beginning
They asked him to offer sacrifice such that war will not cart him and his children away
Olúwẹri heard about the sacrifice and offered it
Àtàpásùú is here
The priest of Olúwẹri
He saved Olúwẹri from a definite calamity in the river

241

ÌROSÙN ÒSÁ A

Ifá pé kí eléyìun ó rúbọ, kó sì bọ orí ẹ̀.
Orí eléyìun gba ẹja ńlá.

Èkùrọ́ oríta mẹ́ta ni ò sẹnu sọnsọ
      sólóko
A díá fún Òrúnmìlà
Níjọ́ tí ń lọ rèé yanrí lóde Ìdó
Yóó sì yan ìwà lọ́jà Èjìgbòmẹkùn
Wọ́n ní kí Babá ó rúbọ
Ńgba Òrúnmìlà dé òde Ìdó
Ó yanríi tiẹ̀
Níjọ́ a bá sì yanrí lóde Ìdó
A à gbọdọ̀ nájà níjọ́ ọhún
Báa bá yanrí lọ́dún yìí...............10
Ó dẹ̀ẹ̀mííín ká tóó lọ ọjà Èjìgbòmẹkùn
Ká tó lọ̀ọ́ ra ìwà
Níjọ́ a bá sì nájà
A à gbọdọ̀ yanrí lójọ́ ọhún
Déédé ìgbà tí wọ́n ó sì yanrí tán ni
      ínájà náà ó parí
Ṣùgbọ́n àwọn ọmọ ẹdá ò gbọ́ràn
Òrúnmìlà yanrí ẹ̀ tán
Ó tún yàn fún ọmọ ẹdá
Ó wá ní 'ẹ mọ́ọ ní sùúrù'
'Níjọ́ tẹ́ẹ bá yanrí'......................20
'Ẹ mọ́ nàájà'
'Ẹ̀ẹ̀kan kúkú lèèyán ó yanrí ẹ̀'
'Bó bá sì di ẹ̀ẹ̀mííín'
'Ẹ mọ́ọ bọ̀ wá sí ọjà Èjìgbòmẹkùn'
'Kẹ́ẹ sì yan ìwà'
Ohun gbogbo táàà fíí ṣe ilé ayé
Bí owó
Aya rere

ÌROSÙN ÒSÁ A

This person should offer sacrifice to his Orí. His Orí accepts a big fish from him.

Èkùrọ́ oríta mẹ́ta ni ò sẹnu sọnsọ sólóko
Casts divination for Òrúnmìlà
On the day he was going to choose Orí in the ancient
      city of Ìdó
And he would choose his character in Èjìgbòmẹkùn
      market
They told him to perform sacrifice
When Òrúnmìlà got to the city of Ìdó
He chose his Orí
But on the day one chooses his Orí in Ìdó city
One must not go to the market
If one chooses an Orí this year...............10
It is next year that he would proceed to the market of
      Èjìgbòmẹkùn
He would go there to choose his character
And conversely on the day one goes to the market
One must not choose an Orí on that same day
About the time the choosing of Orí would close for
      the day, the market would also close
But man would not listen
Òrúnmìlà chose his Orí
And also chose for man
He now told them to be patient
'On the day you choose your Orí'...............20
'Do not go to the market'
'Since it is only once that one chooses his Orí in life'
'In the next season'
'You can come back to Èjìgbòmẹkùn market'
'You can then choose your character' Òrúnmìlà said
Everything necessary for good life
Like wealth
Wives

242

Ọmọ	Children
Ilé àti bẹ́ẹ̀ bẹ́ẹ̀ lọ..............30	Houses and the rest.....................30
Làá pè níwà	Are what we refer to as our character
Bẹ́èyán bá lóun ó ṣe méjèèjì pọ̀	If one decides or tries to choose the two together at once
Yóó pòfo méjèèjì ni	One would end up losing the two
Orí làá kọ́kọ́ọ̀ yàn	One has to choose his Orí first
Ká tó lọ̀ọ́ yan ìwà	And would later return to choose his character
Ayé yẹ Ọ̀rúnmìlà	Life pleased Ọ̀rúnmìlà
Ayé sì yẹ ọmọ èèyàn	And life pleased man
Ọ̀rúnmìlà wá ń jó ní ń yọ̀	Ọ̀rúnmìlà was dancing and rejoicing
Ní ń yin àwọn Babaláwo	He was praising his Babaláwo
Àwọn Babaláwo náà ń yin Ifá.........40	His Babaláwo was praising Ifa.................40
Ó ni bẹ́ẹ̀ làwọn Babaláwo tòún wí	He said it was as his Babaláwo had said
Èkùrọ́ orita mẹta ni ò ṣenu sọnsọ sólóko	Èkùrọ́ orita mẹta ni ò ṣenu sọnsọ sólóko
A díá fún Ọ̀rúnmìlà	Casts divination for Ọ̀rúnmìlà
Níjọ́ tí ń lọ rèé yanrí lóde Ìdó	On the day he was going to choose an Orí in the ancient city of Ìdó
Yóó sì yan ìwà lọ́jà Èjìgbòmẹkùn	And he would choose his character in Èjìgbòmẹkùn market
Èlà nìkan ló níwà rere	It is Èlà alone that has good characters
Àwọn tó yanrí ò níwà lọ́wọ́	Those that chose only the Orí has no good characters
Èlà nìkàn ló níwà rere	It is only Èlà that has good characters

ÌROSÙN ỌSÁ B

Ifá pé ki eléyìun ó mọ̀ gbàgbé olóore ẹ̀.
Ifá pé wọ́n ó ṣe é lóore mọ́nigbàgbé, kò
gbọdọ̀ gbàgbé ẹni ó ṣe é lóore yĩí.

Wọ́nna wọ́nná o kú megi
O kú megi ní beé
Wọ̀nnà wọ́nná o kú megi
O kú megi ní beé
Àrìrà òkè níí béjìí rìn
Níí múná lọ́wọ́
Àrìrà òkè níí béjìí rìn
Níí túmọ̀ eji yagbayagba
A díá fún Gbàjà Ìròkò
Èyí tí ń lọ rèé tẹ Sàngó nífá..............10
Ó ní ipáa Sàngó ó kàá nǹkan
Ipáa rẹ̀ ó kàlé ayé àtòde ọ̀run
Ó lẹ́nìkan ò níí kápáa Sàngó mọ́ láyé
Gbàjà Ìròkò bá tẹ Sàngó nífá
Sàngó bá nípọn
Bó bá sáàrá látòde ọ̀run
Gbogbo èèyàn ó sì mọ́ọ̀ gbọ̀n láyé
Ayé yẹ ẹ́
N ní wá ń jó ní wá ń yọ̀
Ní ń yin àwọn Babaláwo....................20
Àwọn Babaláwo ń yin Ifá
Ó ní bẹ́ẹ̀ làwọn Babaláwo tòún wí
Wọ́nna wọ́nná o kú megi
O kú megi ní beé
Wọ̀nnà wọ́nná o kú megi
O kú megi ní beé
Àrìrà òkè níí béjìí rìn
Níí múná lọ́wọ́
Àrìrà òkè níí béjìí rìn
Níí túmọ̀ eji yagbayagba....................30
A díá fún Gbàjà Ìròkò

ÌROSÙN ỌSÁ B

Ifá asks this person not to forget his benefactor. He
would be bestowed of something unforgettable.

Wọ́nna wọ́nná o kú megi
O kú megi ní beé
Wọ̀nnà wọ́nná o kú megi
O kú megi ní beé
The thunder accompanies a storm
And comes with bright lightning
The thunder accompanies a storm
And forms rainfall in heavy torrents
Cast divination for Gbàjà Ìròkò
That was going to initiate Sàngó into Ifá cult........10
He said Sàngó would be capable of doing things
His capacity would spread round the earth and heaven
He said nobody would be able to withstand him
Gbàjà Ìròkò them made him an Ifá priest
Sàngó afterwards became very strong
Once he strikes with thunder from heaven
Everyone would shiver on earth
Life so pleased him
He then started to dance and rejoice
He was praising his Babaláwos…….……………20
His Babaláwos were praising Ifá
He said it was as his Babaláwos had said
Wọ́nna wọ́nná o kú megi
O kú megi ní beé
Wọ̀nnà wọ́nná o kú megi
O kú megi ní beé
The thunder accompanies a storm
And comes with bright lightning
The thunder accompanies a storm
And forms rainfall in heavy torrents….………….30
Cast divination for Gbàjà Ìròkò

Èyí tí ó tẹ Sàngó nífá
Sàngó bóo bá jọba tán
Dákun mọ́ gbàgbé Awo
Gbàjà Ìròkò ló tẹ Sàngó nífá
Gbàjà Ìròkò a ní ọ rọ́là yí pẹrẹngẹdẹ
Mo ṣe bíwọ lo tẹ Sàngó nífá
Gbàjà Ìròkò

That was going to initiate Sàngó into Ifá cult
Sàngó, if you ultimately become the king
Please don't forget your priests
Gbàjà Ìròkò made Sàngó an Ifá priest
Gbàjà Ìròkò, we see you with this massive wealth
You are the one that initiated Sàngó into Ifá cult
Gbàjà Ìròkò

\

ÌROSÙN ÌKÁ A

Bí eléyìí bá ń sòwò lọ sí èyìn odi, kò gbọdọ̀ mọ́ọ sọ gbogbo ọ̀rọ̀ tí ń bẹ ńnú è tán fẹ́nikẹ́ni. Torí bí wọ́n bá mọ̀ pé ó lówó lọ́wọ́, wọ́n ó da ní ìgárá. Ifá pé tí bá ń padà bọ̀ wálé, kò gbọdọ̀ dá gbèdéke àsìkò. Kó fi ẹ̀wù ọrùun rẹ̀ rúbọ, kó sì wọ ẹ̀wù mìíìn lójó tí bá ń padà lọ ìlú è.

Èrò mọ́ sùn ká
Èrò mọ́mọ̀ ṣe sun bèbè
A díá fún Ọ̀rúnmìlà
Níjọ́ tí ń sawóó relé Ìjerò
Ọ̀rúnmìlà ní ń relé Ìjerò
Wọ́n ní kó rúbọ
Ńgbà tí Babá dé ilé Ìjerò
Ọ̀rúnmìlà bá bẹ̀rẹ̀ síí pa ajé
Ó lówó lọ́wọ́
Àwọn tí ọn ń bẹ níbẹ̀ bá ń pète pèrò....10
Wọ́n ń pé 'láti inú ìlú àwọn'
'N leléyìí ó ti kó ajé tó tó báyìí jáde'
'Yóó sì kó gbogbo è lọ sí òkè ìgẹ̀tí ìlú
            Baba è'
Wọ́n ló dáa
'Ẹ mọ́ọ sọ ìgbà tí ó bàá lọ'
Ọ̀rúnmìlà wáá sùn
Oorun rẹ̀ ò já geere
Ó bá bi òkè ìpọ́rí è léèrè
Súkù sákà gbèje gbèjọ
Erín ńlá yọ kàngí lójú ọpọ́n.............20
Wọ́n ń Ìrosùn lọ́wọ́ ọ̀tún
Ìká lọ́wọ́ òsì
Wọ́n níwọ Ọ̀rúnmìlà
Bóo bá ń relé
Ó ò gbọdọ̀ dá gbére fẹ́nìkan
Bójọ́ tóó lọ bá ti ku márùún
Mẹ̀wàá ni o mọ́ọ pè é fún wọn

ÌROSÙN ÌKÁ A

Ifá says if this person is a trader between cities, he should never reveal the days of his departure to anyone. He would have been able to make some money from his trip, and they would try to rob him on his way back home. He should sacrifice his cloth and substitute it with another not recognized with him.

Èrò mọ́ sùn ká
Èrò mọ́mọ̀ ṣe sun bèbè
Casts divination for Ọ̀rúnmìlà
On the day he was venturing priesthood in the city of
            Ìjerò city
Ọ̀rúnmìlà was going to Ìjerò city
They asked him to offer sacrifice
When he got to Ìjerò
He started making money
He made so much money to the displeasure of some
            of the inhabitants of the city
The residents of the city then started to observe....10
'From our city'
'This man has amassed so much wealth'
'And he would cart all to òkè ìgẹ̀tí, his father's town'
'It is all right' they concluded
'Let us watch for the time of his departure'
Ọ̀rúnmìlà then slept
His sleep was full of nightmares
He asked his Ifá what could be wrong
On casting divination
An Odù appeared on the tray............................20
Ìrosùn was seen on the right
Ìká on the left
'You Ọ̀rúnmìlà' they called
'Whenever you are finally leaving for your home'
'You must never tell anybody the exact date'
'When it is only five days to your departure'
'You should tell them it is ten'

246

Wọn ní kí Ọrúnmìlà ó dá ẹ̀wù mìíìn
Kó sì lọ̀ọ́ bọ Ògún
Wọn ní kí Ọrúnmìlà ó wọ ẹ̀wù ọdẹ…30
Ọrúnmìlà ṣe gbogbo ẹ̀
Wọn ní kó tójú apirù
Àwọn ọdẹ ni wọn ó sì yàn mú Ọrúnmìlà
Pé kí wọn ó lọ̀ọ́ gọ sórí igi tí ń bẹ lọ́nà ibi
Ọrúnmìlà ó gbà
Wọn ní kí wọn ó dá Ọrúnmìlà lọ́nà
Kí wọn ó sì gba ẹ̀rù lórí ẹ̀
Ọrúnmìlà bá pẹ̀wù dà
Kò ṣánsọ mọ́dìí
Ó bọ sòkòtò gírí
Ọjọ́ márùún lỌ̀rúnmìlà dá fún wọn….40
Ọjọ́ kẹta ló kúrò ńlé
Ńgbà 6 bóóde tó rìn jìnnà
Ló sun ìjálá
Ló ní gbogboo yin ni mo kí ò
N ò lólóđìi kan ọdẹ
'Èròmọ̀sùnká ẹ mọ́mọ̀ọ ṣe sun bèbè'
'Ẹ mọ́mọ̀ ṣe sun bèbè ó ó o dilé Ìjerò
kokooko ká tóó mójú boorun'
'Ńbo lẹ ń gbé ńbo lẹ̀ẹ̀yín wà'
'Gbogboo yin pátápátá aráluwà èyí tíí
sòwò ẹjẹ̀'
Wọn ń póoku Baba……………..………50
'Ǹlẹ Baba Ológùún'
Ọrúnmìlà kúrò ní Baba Awo
Ó di Baba ọdẹ
Ó tún rìn sàà
'Ó ní gbogboo yin ni mo kí ò n ò lólóđìi
kan ọdẹ'
'Mo kíi yin tẹ̀sọ́tẹ̀sọ́'
'Mo ki yín tolóógun tolóógun'
'Àtàgbààgbàà tí ń bẹ nífẹ̀ oòyè'
'Ẹ mọ́ọ gbọ́ ò'

You must then jettison all your former clothes
And offer sacrifice to Ògún….…...................29
You must also get the hunter's clothes and costumes
Ọrúnmìlà did everything
He prepared an apirù
However, they have instructed some hunters against Ọrúnmìlà
That the hunters should go and hide on tree tops on Ọrunmila's way
And rob him of all his money
And also seize his load of fortunes
Ọrúnmìlà changed his cloth
He did not tie a wrapper around his waist as usual
He puts on a pair of trouser
Ọrúnmìlà had told them that he would be leaving for his home town in five days time................40
He left on the third
When he had traveled far off
He busted into ìjálá song
'I greet you all' he sang
'I don't keep malice with anybody'
'My fellows, do not sleep around'
'Do not sleep on the roadside until we get to Ìjerò city before we sleep'
'Where are you living and where are you hiding'
'Everyone of you, my people that trade in blood'
The hunters from their hiding place hailed him aloud
'we greet you'…….....…...............50
'We salute you the big time hunter'
Ọrúnmìlà has transformed from a Babaláwo
He became a heroic hunter
After he had walked for a while, he chanted again
'I greet you all as I don't keep malice, my hunter compatriots'
'I greet you all brigades'
'All warriors'
'All elders residing in the ancient city of Ifẹ̀'
'Listen to me all of you'

'Nibo lẹ ń gbé níbo lẹ̀ẹ̀yín wà gbogbo
   ẹlẹ́gbẹ́ ọdẹ'...............60
'Ọdẹ́ ń lọ lónìi ò; ọdẹ́ ń lọ'
'Mósùnká ẹ mọ̀mọ̀ ṣe sun bèbè'
'Ó dilé Ìjerò kokooko ká tóó mójú
   boorun'
'Aráluwà èyí tíí sòwò èjẹ̀'
Wọ́n ń pé ookú Baba
Òrúnmìlà tún yẹ̀ sẹ́gbẹ̀ẹ́ kan
Ó tún ń ba ibòmíìn lọ
Ló tún sun Ìjálá
'Ó ní mo dé báàá tíí dé ò'
'Bí edé tíí dé ò'...............70
'Gbogboo yín ni mo kí ò'
'Ibi tẹ́ẹ bá wà ẹ sì wí'
'Gbogboo yín ni mo kí ò'
'Èmi ò lólódì kan ọdẹ'
'Mo mọ̀ọ́ ké'
'Bẹ́ẹ̀ ni mo mọ̀ọ́ hàn'
'Gbogbo ẹ gẹ́gẹ́ ẹnu ọdẹ níí ṣe'
'Mo ńbi gbé e sí ò'
'Mo sì rọ́nà gbé gbà'
'Mó rọ́nà gbé gbà'...............80
'Ẹjọ́ ń bẹ lẹ́nu bí ọmọ sáoko'
'Mo rọ́dọ̀ àgbààgbà kẹ́jọ́ọ́ mi lọ'
'Gbogbo àgbààgbà tí ń bẹ nílẹ̀ yìí
   pátápátá'
'Ni wọ́n sẹjọ́ọ́ mi dàre'
'Ńbo lẹ ń gbé aráluwà èyí tíí sòwò èjẹ̀'
Wọ́n ń póokú Baba
Wọ́n ń ki Òrúnmìlà lọ́tùún lósì
Ó tún wí
'Yóó bàyá onílù'
'A bàyá oníjó ò'...............90
'A bàyá ọdàdà tó fẹ́ẹ́ dahùn ẹnuù mi'
'Wọn ò pé n gbẹnu sọ́hùún mọ́ pé ẹnuù
   mí ń rùn'
'Mo torí àròyé'

'Where are you residing and where are you hiding,
   my fellow hunters'...............60
'A hunter is passing by today'
'Do not sleep around, do not sleep on the roadside'
'Until we get to Ìjerò city before we have any sleep'
'My people that trade in blood'
They hailed his proficiency from their hiding places,
   'we salute you'
'We greet you'
Òrúnmìlà changed his route
Busted into Ìjálá song again
He said 'Iam back as one should return whole'
'As the crayfish that swims back and forth'.........70
'I greet you all compatriots'
'Wherever you are, you should let me know'
'I greet you all'
'I don't keep malice my fellow hunters'
'I know how to chant'
'I know how to sing'
'Everything is in the mouth of a hunter'
'I know what to do'
'I know where to go'
'I really know where to go'...............80
'I can speak rhetorically like the sáoko bird'
'I have elders whom I could consult'
'And all elders living in this city had heard my case'
'They had all exonerated me'
'Where are you all my people that trade in blood'
'We greet you Baba' they hailed from their hiding
   place
They were greeting him from the two sides of the
   forest
He busted into Ìjálá again
'Curse be to the drummer'
'Curse be to the dancer'...............90
'Curse be to ọdàdà who insists on changing my sweet
   voice'
'People could not tell me to move away again'
'I because of my rhetorical aptitude '

248

'Mo gbẹ̀nu lọ rèé fàlágbàfọ̀'
'Àwọn alágbàfọ̀ gbogbo tí ń bẹ ńlẹ̀ yí
    pátá'
'Gbogbo wọ́n gbẹgbàá lọ́wọ́ọ̀ mi'
'Èèyàn ò pé n gbẹ̀nu sọ́hùún mọ́'
'Pé ẹnuù mí ń rùn'
Ńgbà Ọ̀rúnmìlà dé ibodè
Ó bá paṣọ dà…………...……..........100
Ìgbà tílẹ̀ mọ́
Wọ́n dé inú ilé wọn ò bá Ọ̀rúnmìlà mọ́
Wọ́n ní 'hàáà'
'Àṣé Baba yíì ní ń sun Ìjálá lọ lálẹ̀ àná'?
Ibi tí Babaláwo ti gbọdọ̀ mọ gbogbo ẹ̀ ẹ́
    ṣe nùu
'Apirù lásán làwọn rí lọ́rùun rẹ̀'
'Ló sì wọ ẹwù ọdẹ'
'Àṣé Baba yíì ní ń lọ'

I took my mouth to a mouth cleaner
All the mouth washers in this town
Collectively took five pence from me
Nobody again ever said I should move away
For the reason of my smelling mouth
When Ọ̀rúnmìlà got to the boundary
He changed his cloth……………………………...100
At dawn
The people went to see Ọ̀rúnmìlà in his house but did
    not meet him
They exclaimed 'Ha'
'So it was this man that was chanting Ìjálá song
                 last night'?
This is where Babaláwos must be versatile
'But it was an apirù that we saw on his shoulders'
'He was dressed like a hunter'
'So it was this man in disguise'

ÌROSÙN ÌKÁ B

Ifá pé ki eléyìun ó rúbọ; kó sĩ mọ àsìkò tóun ó dèé ilé àna ẹ̀; ìdí èyí ni pé àwọn oníjàmbá ń bẹ ńlé àna ẹ̀ tí wọ́n fẹ́ẹ́ fi Obìnrin ẹ̀ fún ẹlòmíìn.

Òpó tí ń bẹ ńnú ilé yĩ abinú gbẹ̀dugbẹ̀du
A díá fún Olúáwo
Níjọ́ tí ń lọ sí Àgbá ègbò ifẹ Olúkiribítí
Èyí tí ń lọ rèé fẹ́ Gẹ́gẹ́lóṣe
Ọmọọ wọn lóde Ọ̀han
Wọ́n ní kí Olúáwo ó rúbọ
Olúáwo fẹ́ Gẹ́gẹ́lóṣe tán
Baba ẹ̀ bá kú
Wọ́n bá ráńṣẹ́ sí Olúáwo
Pé ó mọọ bọ̀................................10
Kó wáá húsin
Olúáwo sĩ ní ajá kan
Ẹfun ní ń bẹ lójú kan ọ̀tún ẹ̀
Àti Àgùtàn kan tó kùn lósùn lẹ́sẹ̀ kan òsĩ
Gẹ́gẹ́lóṣe ló kọ́kọ́ dé ibi òkú
Olúáwo ó mọọ bọ̀ ńgbòò bá dijọ́ ìnáwó
Ìyàwóo rẹ̀ bá gbọ́ ìjàmbá táwọn kan ń pète
Wọ́n fẹ́ẹ́ ṣe Olúáwo ní jàmbá lójọ́ ìhúsin
Ìyàwó bá lọọ dúó lójú ọnà
Olúáwo náá sun................................20
Oorun rẹ̀ ò já gaara
Ó ba gbé òkè ìpọ̀rí ẹ̀ kalẹ̀
Wọn ò rífá méjì
Èròmọ́sùnká ni ọ́n ń
Wọ́n níwọ Olúáwo
'Bóó bá ń lọ'
'Ajá tóo kùn lẹ́fun lójú kan ọ̀tún'
'Àti àgùtàn tóo kùn lósùn lẹ́sẹ̀ kan òsĩ'
'Àwọn méjèèjì ni kóo tí síwájú'
'Kíwọ náá ó mọọ bọ̀ lẹ́yìn'................30

| ÌROSÙN ÌKÁ B |

Ifá asks this person to offer sacrifice. He should be vigilant at about the time he is visiting his in-laws as some spoilers want to remarry his wife to someone else.

The pillar in this house with a bulging stomach
Casts divination for Olúáwo
On the day he was going to Àgbá ègbò ifẹ Olúkiribítí
The one that was going to marry Gẹ́gẹ́lóṣe
Their daughter in the city of Ọ̀han
They asked him to offer sacrifice
Gẹ́gẹ́lóṣe is the wife of Olúáwo
Her father then died
The people sent for Olúáwo
That he should come................................10
To perform burial rites of his deceased in-law
Olúáwo has a dog
The dog was painted white on the right section of its face
And another sheep painted with Osùn cream on the left front leg
Gẹ́gẹ́lóṣe got to the burial ceremony first
Olúáwo would come on the ceremony day
The wife then eavesdropped on some people planing evil
The evil was directed at Olúáwo
The wife went straight for Olúáwo's route
Olúáwo himself had slept................................20
His sleep was not fine enough
He brought out Ifá
They saw no other Ifá
They saw Ìrosùn Ìká
'You Olúáwo' they said
'When you are going to the ceremony'
'Take along your dog with right eye painted white'
'And the sheep with the left leg painted with osun cream'
'The two of them should go in front of you'
'And you following far behind'................30

Obìin rẹ̀ sĩ ti gọ sójú ọ̀nà tí ń wo Olúáwo
Obìnrin bá rí ajá Olúáwo tó yọ lọ́ọ̀ọ́kán
Ló bá ké Ìjàsì
Ó lẹ́ẹkú ò ọmọ Àgbọnnìrègún gbogbo
    Babaláwo
Wọ́n ní Hín
Òpó tí ń bẹ rínú ilé yĩ abinú gbẹ̀dugbẹ̀du
    díá fún Olúáwo tí ń lọ
    Àgbá ègbò ifẹ̀ Olúkiribítí
Hín
Ń lọ rèé fẹ́ Gẹ́gẹ́lóṣe ọmọọ wọn lóde
    Ọ̀han
Hín
Baba Gẹ́gẹ́lóṣe wáá kú wọ́n lÓlúawo ó
    mọ́ọ bọ̀ wá húsin.....…....…40
Hín
Mo rájá Olúáwo tó kẹfun lójú kan ọ̀tún
Hín
Àgùtàn Olúáwó kosùn lẹ́sẹ̀ kan òsì o
Hín
Ẹ wí fún Olúáwo pé ó mọ́ wọ ilẹ̀ yí wá
Hín
Kó mọ́ ṣe sùn ká o, kó mọ́ mọ̀ ṣe sun
       bèbè o
Hin
Ilé Ìjerò kokooko ní ó mọ́ọ lọ..........50
Hín
Mó sún ká o mọ́ ṣe sun bèbè o, ó dilé
    Ìjerò kokooko kó o tóó fojú boorun
Hín
Olúáwó gbọ̀jẹ̀gẹ́ Awó sĩ ń lọ ò o ò o ò
Olúáwó gbọ̀jẹ̀gẹ́ Awó sĩ ń lọ ò ò ò ò
Olúáwó gbọ̀jẹ̀gẹ́ Awó sí ń lọ o o o o
Olúáwó gbọ̀jẹ̀gẹ́ Awó sĩ ń lọ ọ ọ ọ ọ

Meanwhile the wife had been on the lookout for her
    husband
She then saw the dog and the sheep from afar
She quickly burst into ìjàsì song
I greet you all the children Àgbonnìrègún all
        Babaláwo
They responded 'hin'
The pillar in this house with a bulging stomach casts
    divination for Olúáwo going to Àgbá ègbò
    ifẹ̀ Olúkiribítí
'Hin'
To marry Gẹ́gẹ́lóṣe their daughter in the city of Ọ̀han
'Hin'
Gẹ́gẹ́lóṣe's father then died, they asked Olúáwo to
    come for burial rites…….................……….40
'Hin'
I can see Olúáwo's dog with an eye painted white
'Hin'
The sheep of Olúáwo with a leg painted with osùn
'Hin'
Please tell Olúáwo not to enter this town
'Hin'
He should neither sleep around nor sleep on the
        roadside
'Hin'
He should head straight for Ìjerò …….…..…………..50
'Hin'
Don't sleep around on the roadside until you finally
    get to Ìjerò before you should sleep
'Hin'
Olúáwo has heard and he is leaving, he too sang
Olúáwo has heard and he is leaving
Olúáwo has heard and he is leaving
Olúáwo has heard and he is leaving

ÌROSÙN ÒTÚRÚPÒN A

Ifá pé àjogúnbáa wa ò níí sọnù. Bí
eléyìun bá ń ko àwọn èèyàn lọ síbì kan,
yó kòó wọn lọ, wọ́n ó sì sẹ́rí wálé. Ifá pé
ká lọọ́ bọ Ògún; ọkàan wá ó balẹ̀.

Èkó kó wọn yún
Èkó kó wọn bọ̀
A díá fún Òrúnmìlà
Níjọ́ tí ń lọ Àgbà ègbò Ifẹ̀ Olúkiribíti
'Àgbá ègbò Ifẹ̀ Olúkiribíti tóun ń lọ yìí
        dáa báyìí'?
Wọ́n níwọ Òrúnmìlà
'Wọ́n lọọ́ mọọ́ lọ dáadáa'
'Ó mọọ́ bọ̀ dáadáa'
Wọ́n ní 'Ògún ni kóo lọọ́ bọ'
Ó bá bọ Ògún................................10
Àwọn sì ń gbógun lÁgbàá ègbò ifẹ̀
        Olúkiribíti
Wọ́n níwọ Òrúnmìlà ó la ogun ọ̀hún kọjá
Wọ́n ní kò níí sí kinní kan tí ó mu
Wọ́n ní ó mọọ́ dárin
N ni àwọn Ológun ń se tée dòní
Èkó kó wọn yún
Èkó kó wọn bọ̀
A díá fún Òrúnmìlà
Níjọ́ tí ń lọ Àgbà ègbò Ifẹ̀ Olúkiribíti
Wọ́n ní kó rúbọ kó lè baà ségun.......20
Òrúnmìlà gbẹ́bọ ńbẹ̀ ó rúbọ
Èkó kó wọn yún
Èkó kó wọn bọ̀
Awo rere lÈkóó se
Héè
Awo rere lÈkòó se
Héè

ÌROSÙN ÒTÚRÚPÒN A

Ifá says this person's belonging would not get lost. If
he is leading a group of people to a place, he would
return with the batch. He should make sacrifice to
Ògún.

Èkó took them out
Èkó brought them back
Cast divination for Òrúnmìlà
On the day he was going to Àgbá ègbò Ifẹ̀ Olúkiribíti
'Would this Àgbá ègbò Ifẹ̀ be good'?
You Òrúnmìlà, they said
'You would go well'
'And you would return well'
'You should offer sacrifice to Ògún'
He offered the sacrifice......................10
But they were warring in Àgbá ègbò Ifẹ̀ Olúkiribíti
        city
They said Òrúnmìlà would sail through the war
And that nothing bad would happen to him
They asked him to sing on his way
The song is what the military does till date
Èkó took them out
Èkó brought them back
Cast divination for Òrúnmìlà
On the day he was going to Àgbá ègbò Ifẹ̀ Olúkiribíti
He was asked to perform sacrifice..............20
Òrúnmìlà heard about the sacrifice and performed it
Èkó took them out
Èkó brought them back
Èkó is a good priest
Héè!
Èkó is a good priest
Héè!

252

ÌROSÙN ÒTÚRÚPÒN B

Ifá pé òún ó bàá eléyìun ṣẹ́gun ọ̀tá ẹ̀. Ifá pé ká mọ́ọ fi nǹkan han ọmọọ wa àgbà, ká sì mọ́ọ mú u lẹ́yìn lọ sí ibi a bá ń lọ.

Akálámọbò
Mọbọ̀, mọbò
Aborí mọbò
Abọ̀nà tààrà lẹ́yìn ọrùn
A díá fún Akíntọ̀húndé
Níjọ́ tí ń lọ sóko ọdẹ
Wọ́n ní kó rúbọ
Olóògùn ni Akíntọ̀húndé
Kò sí n tí ò le ṣe
Àwọn Olóyo sì ń bẹ lórìta Àgbàlá ìsalà
Akíntọ̀húndé bá múra oko ọdẹ...........11
Ọmọ ẹ̀ lóun ó bá a lọ
Ó kọ̀ jálẹ̀
Ó lóun ò níí mú u lọ
Ó lé ọmọ ọ̀hún padà
Ṣùgbọ́n ńgbà ó mẹbọ
Akíntọ̀húndé ti rúbọ ẹ̀ tẹ́lẹ̀
Èṣù ní kí ọmọ ó mọ́ padà
Kó tẹ̀lẹ e dé ibi tí ń lọ
Akíntọ̀húndé bá dá gbére ńlé...........20
Ó looko ọdẹ
Ọmọ́ bá ń pá a lẹ́yìn
Kò jẹ́ ó rí òun
Bó ti yí bìrí báyìí
Ló kan àwọn Olóyo
'Wọ́n níwọ tóòó mọ́ọ dá àwọn lóró níjù'

ÌROSÙN ÒTÚRÚPÒN B

Ifá asks this man not to hide any secrets from his children. Ifá would help him win. He should allow his eldest son to accompany him anywhere; and show him secret things that are known to him.

Akálámọbò
Mọbọ̀, mọbò
Aborí mọbò
Abọ̀nà tààrà lẹ́yìn ọrùn
Cast divination for Akíntọ̀húndé
On the day he was going to hunt for games
They asked him to offer sacrifice
Akíntọ̀húndé happened to be a man of great charms
There is no magic that he could not perform
But unknowingly to him there were some wild apes
        at the junction of Àgbàlá ìsalà.............10
Akíntọ̀húndé prepared to leave for hunting of games
        one day
His eldest son said he would accompany him
Akíntọ̀húndé refused vehemently
He refused the boy to escort him
He chased the boy back home
But since Akíntọ̀húndé had offered sacrifice
As he always did before leaving for any hunting
        escapade
Èṣù asked the boy not to turn back
He urged the boy to trail him
Akíntọ̀húndé left a message for his wife about his
        destination.................................20
He went away
The boy stealthily followed in his tracks
He did not let his father see him
On turning a corner inside the deep forest
He met with wild apes
'You are the one that kills us in the forest' the wild
        apes said

O ò yóó lọ lónǐi
Wọn bá sòpàǹpá è
Àwọn Olóyo jé méje
Wọn bá ń bọ́ sójú ìjà lọ́kọ̀ọ̀kan.........30
Wọn ó bàá Akíntọ̀húndé jà
Wọn fẹ́ẹ́ pa á
Ọmọ́ bá gọ lẹ́gbẹ̀ẹ́ igi
Òun ń wò wọ́n
Àwọn Olóyo mẹ́fà yòókù bá mórin sẹ́nu
Wón lÁkíntọ̀húndé le jà o
Ìjàà ló le jà
Ó mú párá é e dá
Ìja ló le jà
Ó mú tòtò é e tò.........40
Ìjàà ló le jà
Àdá yoojú è jẹ
Ìja ló le jà
Ó di pàù ó di pó
Ìja ló le jà
Akíntọ̀húndé bá dá Olóyo àkọ́kọ́ mọ́lẹ̀
Ó bá mú àdá è
É e yoojú è kan jẹ
Ó ju ojú kan tó kù sínú àpò
Ọ̀gá àwọn Olóyo ní kí enìkejì ó tún bọ́
   síbẹ̀.........50
Ni ọ́n bá tún wàyá ìjà
Ni ọ́n tún ń ṣe Akíntọ̀húndé le jà o
Ìjàà ló le jà
Ó mú párá é e dá
Ìja ló le jà
Ó mú tòtò é e tò
Ìjàà ló le jà
Àdá yoojú è jẹ
Ìja ló le jà
Ó di pàù ó di pó.........60
Ìja ló le jà
Ó tún dá Olóyo kejì mọ́lẹ̀

'You too would die today'
They all surrounded him
The wild apes numbered seven
They stepped forward one by one.........30
They decided to engage him in a wrestling bout
They vouched to kill him
The son hid himself behind a tree
He was watching keenly
The rest six apes started to sing
'Akíntọ̀húndé could wrestle'
'He really could wrestle'
'He held the roof plank and breaks it'
'He really could wrestle'
'He took 'tòtò' and used it in assembling'.........40
'He really could wrestle'
'The cutlass plucked out his eyes'
'He really could wrestle'
'I fell him and pluck out his eyes'
'He really could wrestle'
Akíntọ̀húndé fell the first ape
Brought out his cutlass
And plucked out one of the ape's eyes into his mouth
And the other one into his bag
The apes' leader motioned the second to step out....50
They started to wrestle
And in unison they started to sing Akíntọ̀húndé could
   wrestle
'He really could wrestle'
'He held the roof plank and breaks it'
'He really could wrestle'
'He took 'tòtò' and used it in assembling'
'He really could wrestle'
'The cutlass plucked out his eyes'
'He really could wrestle'
'I fell him and pluck out his eyes'.........60
'He really could wrestle'
He fell the second ape

254

Ó tún yọ ojú ẹ̀ kan jẹ
Ó ju ojú kan tó kù sínú àpò
Àwọn Olóyo ní háà
Àwọ́n ku márùún
Ọ̀gáa wọ́n tún ní kí ẹnìkẹta ó tún bọ́ síbẹ̀
Ẹnìkẹta bọ́ síbẹ̀
Akítòhúndé tún sán an mọ́lẹ̀
Ó tún yọ ojú ẹ̀ jẹ.................................70
Tée dórí ẹnìkẹfà
Ọ̀gá àwọn Olóyo gaan bá bọ́ síbẹ̀
'Òun nìkan ló kù'
'Òún 6 wàá sá lọ bí'?
Ó ló dáa ó yá
Ó múra
Ó lÁkítòhúndé le jà o
Ìjaa ló le jà
Ó mú párá é e dá
Ìja ló le jà................................80
Ó mú tòtò é e tò
Ìjaa ló le jà
Àdá yooju ẹ̀ jẹ
Ìja ló le jà
Ó di pàù ó di pó
Ìja ló le jà
Gbígbé ló gbé Akíntòhúndé
Ló bá sán an mọ́lẹ̀
Ó bá yọ ojú ẹ̀ kan jẹ
Ó yọ ìkan jù sínú àpò........................90
Ọ̀gá àwọn Olóyo bá lọ̀ọ́ já ewé kan
Nì bá ń ra á sí ojú àwọn ọmọ ẹ̀ tí
        Akíntòhúndé ti dá
Tó ti yojúu wọn jẹ
Lojú bá ń padàá débẹ̀

Took out his cutlass and plucked out one of the ape's
        eyes into his mouth
And the other one into his bag
The rest wild apes exclaimed in surprise
'Two of us gone', we are only five remaining
The leader motioned the third to step out
The third moved near
Akíntòhúndé fell him
Plucked out his eyes.......................................70
Till he killed the sixth
The leader himself then stepped out
'I am the only one remaining' he reasoned
'Would I now run away'?
'Let us fight' He roared
He prepared hard
Started to sing 'Akíntòhúndé could wrestle'
'He really could wrestle'
'He held the roof plank and breaks it'
'He really could wrestle'...........................80
'He took 'tòtò' and used it in assembling'
'He really could wrestle'
'The cutlass plucks out his eyes'
'He really could wrestle'
'I fall him and pluck out his eyes'
'He really could wrestle'
He lifted Akíntòhúndé up far into the sky
And fell him with a thud
Took out his cutlass to pluck his eyes
She put one in her mouth and the other in her bag as
        Akíntòhúndé did for her counterparts.......90
The leader of the ape then went to the bush in search
        of a medicinal leaf
He squeezed the sap onto the eyes of the apes that
        Akíntòhúndé fell
And whose eyes he had plucked
And like magic, the eyes were restored

255

Ọmọ Akíntọ̀húndé sì ń wo gbogbo ẹ̀
Ọ̀gá àwọn Olóyo bá jí gbogbo àwọn ọmọ
    tìẹ̀
Ó fi Akíntọ̀húndé síĺẹ̀ ńbẹ̀
Àwọn Olóyo bá tiwọn lọ
Wọ́n pẹ̀yìndà tán
Ọmọ Akíntọ̀húndé bá káwọ́ léŕí……100
Pé háà
Baba òún ti kú
Ọmọ náà bá mú ewé tí ọ̀gá Olóyo ra sí
    àwọn ọmọ ẹ̀ lójú
Ó bá ra á, ra á
Ó bá fi sí Baba ẹ̀ lójú
Babá bá dìde
Ẹnú wáá ya Akíntọ̀húndé
'Ìwọ ọmọ, bóo lo ṣe dé ibí'?
Ọmọ́ lóun tẹ̀le yín ni
Akíntọ̀húndé ní háà…………………..110
'Bóò bá tẹ̀lé òun ni'
'Kàa pin báhun?'
Ewé ọ̀hún ní wá ń bẹ lọ́dọ̀ ẹyẹ Èlulùú
Tọ́dẹ kan ò le rí lójú lásán
Bééyàn bá fẹ́ rí ewé ọ̀hún
Kó lọ̀ọ́ fọ́ ọmọ Èlulùú lójú
Kó fi àwọn ọmọ ọ̀hún síbi ó ti bá wọn
Bí ìyáá wọn bá ti débẹ̀
Èlulùú ó sì lọ̀ọ́ já ewé ọ̀hún
Ojú ó sì là…………………………..120
Ọmọ Akíntọ̀húndé ló gba Baba ẹ̀ lọ́wọ́
    ikú

All these were done while Akíntọ̀húndé's son was
    watching
The wild ape revived all his compatriots
And left Akíntọ̀húndé there
They all left for their own way
After their departure
Akíntọ̀húndé's son started crying……………..100
Shrieking and wailing
That his father was dead
The son then got together the leaves, which the ape
    squeezed, to her fellow ape's eyes
He squeezed and squeezed it
He got some sap out onto his father's eyes
His father stood up as does the children of the ape
He was surprised
'How did you get here boy'? He asked the son
'I followed you' was the cool response from the boy
Ha! Akíntọ̀húndé exclaimed ………..…......…………110
'If you had not followed me here'
'Would this not be the end'?
The actual leaf is what is found with Èlulùú bird
No hunter can see it ordinarily
If anyone wants to see the leaf
The person should blind the chicks of Èlulùú bird
    when the mother is not there
And leave them where they were found
When their mother arrives
Èlulùú bird would fetch for the leaf
And use it to restore the sight of the chicks………120
It was Akíntọ̀húndé 's child that saved his father from
    the cold hands of death

ÌROSÙN ÒTÚÁ A

Ifá pé ire fún eléyìun. Ifá pé àsìrí eléyìun ò níí tú. Ojúu kinní kan ń pón eléyìun, kó lòó fi iyán bọ Ifá. Ṣùgbọ́n tí eléyìun bá jẹ Babaláwo, kó lòó fi iṣu tó bá ní òngò lórí rúbọ. Kó mọ́ọ ṣe bíi tIfá.

Ajílówó Awoo wọn lóde Ìlówó
Ajílọ́rọ̀ Awoo wọn lóde Ìlọ́rọ̀
Mòrìwò ọ̀lẹ níí sawo Ìlọ́mọ akuunu
A díá fún Ọ̀rúnmìlà
Níjọ́ tí ojú tí ń pón Ikin látèsín
Babá bá ké sí àwọn Babaláwo ẹ̀
Ó ní kí wọ́n gba òun
Wọ́n lẹbọ ni kí Babá ó rú
Ọ̀rúnmìlà bá rúbọ
N ní wá ń jó ní wá ń yọ̀.....................10
Ní ń yin àwọn Babaláwo
Àwọn Babaláwo ń yin Ifá
Ó ní bẹ́ẹ̀ làwọn Babaláwo tòún wí
Ajílówó Awoo wọn lóde Ìlówó
Ajílọ́rọ̀ Awoo wọn lóde Ìlọ́rọ̀
Mòrìwò ọ̀lẹ níí sawo Ìlọ́mọ akuunu
A díá fún Ọ̀rúnmìlà
Níjọ́ tí ojú tí ń pón Ikin látèsín
Ẹbọ n wọ́n ní kí Babá ó ṣe
Ifá gbẹbọ ńbẹ̀ ó rúbọ.....................20
Ojú tí ń pọn ikin látèsín ńkọ́?
Òngò Iṣu
Kò sàì kóre ajé dé pòòrò
Òngò iṣu
Ojú tí ń pọn ikin látèsín ńkọ̀?

ÌROSÙN ÒTÚÁ A

Ifá wishes this person the good fortune of wealth. His secrets would not be exposed once he makes the sacrifice. If he is a Babaláwo, pounded yam is the sacrifice, otherwise a yam tuber that has a shoot stem on, is the sacrifice. This person should sacrifice to Ifá always.

Ajílówó was their priest in the city of Ìlówó
Ajílọ́rọ̀ was their priest in the city of Ìlọ́rọ̀
Màrìwò Ọ̀lẹ́ the priest of Ìlọ́mọ Akunnu
Cast divination for Ọ̀rúnmìlà
On the day Ifá complained to have been experiencing hard times for a year
Ọ̀rúnmìlà then sent for his Babaláwos
'Please help me' he pled
They told Ọ̀rúnmìlà to offer sacrifice
Ọ̀rúnmìlà performed the sacrifice
He afterwards started dancing and rejoicing---------10
He was praising his Babaláwo
His Babaláwo was praising Ifá
He said it was as his Babaláwo had said
Ajílówó was the priest in the city of Ìlówó
Ajílọ́rọ̀ was their priest in the city of Ìlọ́rọ̀
Màrìwò Ọ̀lẹ́ was the priest of Ìlọ́mọ Akunnu
Cast divination for Ọ̀rúnmìlà
On the day Ifá complained to have been experiencing hard times for a year
Ifá was asked to perform sacrifice
Ifá heard about the sacrifice and performed it--------20
The hard times which Ikin had been experiencing since the past year?
The yam shoot
Would bring the good fortune of wealth in abundance
The yam shoot
The hard times which Ikin had been experiencing since the past year?

Òǹgò Iṣu
Ko sàì kóre aya dé pòòrò
Òǹgò Iṣu
Ojú tí ń pọn ikin látèṣín ńkọ́?
Òǹgò Iṣu...............30
Kò sàì kóre ọmọ dé pòòrò
Òǹgò Iṣu
Ojú tí ń pọn ikin látèṣín ńkọ́?
Òǹgò Iṣu
Kò sàì kóre gbogbo dé pòròǹgòdò
Òǹgò Iṣu

The yam shoot
Would bring the good fortune of wives in abundance
The yam shoot
The hard times which Ikin had been experiencing since the past year?
The yam shoot...............30
Would bring the good fortune of children in abundance
The yam shoot
The hard times which Ikin had been experiencing since the past year?
The yam shoot
Would bring all good fortunes in abundance
The yam shoot

258

ÌROSÙN ÒTÚÁ B

Ifá pé ká rúbọ, ká sì mọ́ọ ṣe bíi tifá. Bí eléyìun ò bá ṣe bíi tIfá, ọ̀rọ̀ọ rẹ̀ ò níí lójú. Ifá pé ká lọ́ọ wo nǹkan táa ti ṣe táa ti patì fún ìgbà díẹ̀. Ifá pé ká lọ́ọ bẹ̀rẹ̀ síí ṣe nǹkan ọ̀hún lákọ̀tun.

Póǹpólà abọ̀sọ́ jìngbìnnì jingbinni
A díá fún Ifákọ́ládé
Èyí tíí ṣe Ẹlẹ́mọ̀sọ́ Awo
Wọ́n ní kó rúbọ
Olóyè Awo ni Fákọ́ládé
Ọjọ́ pẹ́ tí tí ń sawoó bọ̀
Ńgbà ó yá
Ó bá lóun ò bọfá mọ́
Ó bá pá Ifá tì
Ifá yìí sì ni ẹrù tó ti dì látòde ọrun....10
Torí ohun táa bá ń ṣe láyé
Àdìmẹ̀rù ẹni ni látòde ọrun
Bééyàn bá ti kọjá èyí tó dì mẹ́rù
Kò leè rọgbọ
Fákọ́ládé ṣe ṣee ṣe
Kò rójútùú ẹ̀
Kò le sùn
Kò le wo
Wọ́n ní à á
Ó ó padà sóko àárọ̀ rẹ ni...............20
Ó ó padà síbí nǹkan babaà rẹ ni
Tóo ti patì
Tóò ṣe mọ́
Fákọ́ládé bá padà síbẹ̀ ńgbà tí ò gbádùn
Layé bá yẹ Ifákọ́ládé
Nì bá ń jó nì ń yọ̀
Nì ń yin àwọn Babaláwo
Àwọn Babaláwo ń yin Ifá

ÌROSÙN ÒTÚÁ B

Ifá asks this person to behave as his Ifá tells him, if he refuse, he would never make headway in life. He should try to look back to remind himself of a particular thing which he left half done; he should go back and restart it otherwise his life would not be fine.

Póǹpólà abọ̀sọ́ jìngbìnnì jingbinni
Casts divination for Ifákọ́ládé
The chief Ẹlẹ́mọ̀sọ́ of the priesthood caucus
They asked him to offer sacrifice
Ifákọ́ládé is a chief in the priesthood fold
He had been in the line of priesthood for long
After some time
He refused to offer sacrifices to Ifá
He pushed Ifá to one side
Whereas Ifá is his chosen parcel from heaven......10
Because whatever we do here on earth
Had been packed into our parcel from heaven
If one deviates from that which had been parceled for
   him
It cannot be easy
Ifákọ́ládé did everything humanly possible
He could not make progress
He could not sleep
Nor rest
They exclaimed 'Ha' seeing him suffering
You would have to retrace your steps back to where
   you deserted................................20
You have to go back to your ancestor's line
The one you abandoned
Which you discontinued
Ifákọ́ládé retraced his steps when he could not find
   peace
Life then pleased him
He then started to dance and rejoice
He was praising his Babaláwo
His Babaláwo was praising Ifá

Ó ni bẹ́ẹ̀ làwọn Babaláwo tòún wí
Pónpólà abọ̀sọ́ jingbinni jingbinni.......30
A díá fún Ifákọ́ládé
Èyí tíí ṣe Ẹlẹ́mọ̀sọ́ Awo
Ifákọ́ládé Ẹlẹ́mọ̀sọ́ Awo
Èéṣe tóo lóò sinfá mọ́?
Òòsà tó bá gbeni làá sìn
Tóo bá póò sinfá mọ́
Àtọ̀sán o, àtòru
Igi tí ń gbáko è é sùn o

He said it was as his Babaláwo had said
Pónpólà abọ̀sọ́ jingbinni jingbinni.....................30
Casts divination for Ifákọ́ládé
That was the chief Ẹlẹ́mọ̀sọ́ of the priesthood caucus
Ifákọ́ládé the chief Ẹlẹ́mọ̀sọ́
Why did you refuse to worship Ifá again?
It is the deity that fulfills one's desires that one should
        worship
If you say you will not worship Ifá again
Day and night
The tree that is burning would never sleep

ÌROSÙN ÌRẸTẸ̀ A

Ifá pé àgbébọ̀ adìẹ, ẹja, àti epo ni ká fi rúbọ. Ká sì gbé Ifá àti Ọ̀ṣun sí ojú kan, ká sì bọ méjèèjì pọ̀. Táa bá ti ṣe eléyìí, gbogbo ọ̀rọ̀ọ wa ní ó yanjú.

Igi àjùbà ní ń mì jóńgò jóńgò
A díá fún Ọ̀pìnmí
Tí ń bọ Ikin ẹ̀ tí ń bọ Ọ̀ṣun nítorí ọmọ
Wọ́n ní kó rúbọ
Wọ́n nire gbogbo fún un
Wọ́n ní gbogbo ire ní ó sùn ún bọ
Ajé ni
Ọmọ
Aya
Ṣùgbọ́n kó da Ifá àti Ọ̀ṣun pọ̀ sójú kan
Kó sì bọ wọ́n papọ̀.....................11
Ó bá rúbọ
Ayé bá yẹ ẹ́
N ní wá ń jó ní ń yọ̀
Ní ń yin àwọn Babaláwo
Àwọn Babaláwo ń yin Ifá
Ó ní bẹ́ẹ̀ làwọn Babaláwo tàwọ́n wí
Igi àjùbà ní ń mì jóńgò jóńgò
A díá fún Ọ̀pìnmí.....................19
Tí ń bọ Ikin ẹ̀ tí ń bọ Ọ̀ṣun nítorí ọmọ
Ìgbà Ọ̀pìnmí ń bọ ikin ẹ̀ tí ń bỌ̀ṣun la rájé
Ìgbà Ọ̀pìnmí ń bọ ikin ẹ̀ tí ń bỌ̀ṣun la ráya
Ìgbà Ọ̀pìnmí ń bọ ikin ẹ̀ tí ń bỌ̀ṣun la bímọ
Ìgbà Ọ̀pìnmí ń bọ ikin ẹ̀ tí ń bỌ̀ṣun la kólé
Mo mọ̀mọ̀ yin igi àjùbà tí ń mì jóńgò jóńgò
Ọ̀pìnmí tí ń bọ Ikin ẹ̀
Ń tí ń bỌ̀ṣun

ÌROSÙN ÌRẸTẸ̀ A

Ifá wishes this person the fortune of children. A hen, fish, and palm oil is the sacrifice. The person should simultaneously sacrifice to Ifá and Ọ̀ṣun on the same spot so that his things could become well resolved.

Igi àjùbà ní ń mì jóńgò jóńgò
Casts divination for Ọ̀pìnmí
That was sacrificing to his Ikin and Ọ̀ṣun for children
He was asked to perform sacrifice
They wished him a lot of good things
All the good fortunes would be in abundance
Be it wealth
Wives
Children
But he should combine Ifá and Ọ̀ṣun together on a spot.....................10
And offer sacrifice to them simultaneously
He performed the sacrifice
Life pleased him
He then started to dance and rejoice
He was praising his Babaláwo
His Babaláwo was praising Ifá
He said it was as his Babaláwo had said
Igi àjùbà ní ń mì jóńgò jóńgò
Casts divination for Ọ̀pìnmí.....................19
It was when Ọ̀pìnmí sacrificed to his Ikin and Ọ̀ṣun for children
It was when Ọ̀pìnmí sacrificed to his Ikin and Ọ̀ṣun that we had wealth
It was when Ọ̀pìnmí sacrificed to his Ikin and Ọ̀ṣun that we had wives
It was when Ọ̀pìnmí sacrificed to his Ikin and Ọ̀ṣun that we had children
It was when Ọ̀pìnmí sacrificed to his Ikin and Ọ̀ṣun that we built houses
I praise you Igi àjùbà tí ń mì jóńgò jóńgò
Ọ̀pìnmí has been worshiping his Ikin
He has been worshiping Ọ̀ṣun

ÌROSÙN ÌRẸTẸ̀ B

Ifá pé ká rúbọ ká lè baà ṣẹ́gun.

A rósùn a tẹ̀
A díá fún Òyígí tíí sọmọ Ẹ̀là ní wàrun
Ayé àwọn dáa báyìí?
Wọ́n ní wọ́n ó rúbọ
Wọ́n níkú ò leè pa Òyígí lójú Ẹ̀là
Ó rúbọ
Ní ń bọ òkè ìpòrí ẹ̀
Ayé bá yẹ ẹ́
Inú ẹ̀ dùn
Ní bá ń jó ní ń yọ̀.................10
Ó ní bẹ́ẹ̀ làwọn Babaláwo tòún wí
A rósùn a tẹ̀
A díá fún Òyígí tíí sọmọ Ẹ̀là ní wàrun
Ẹbọ n wọ́n ní wọ́n ó ṣe
Òyígí ọmọ Ẹ̀là gbẹ́bọ ńbẹ̀ ó rúbọ
Ikú ò leè pÒyígí mọ́
Ikú ò bá pa Òyígí o
Ẹ̀là
Ẹ̀là ni ò jẹ́ o
Ẹ̀là................20
Àrùn ò bá ṣe Òyígí o
Ẹ̀là
Ẹ̀là ni ò jẹ́ o
Ẹ̀là
Òfò ò bá ṣe Òyígí o
Ẹ̀là
Ẹ̀là ni ò jẹ́ o
Ẹ̀là
Gbogbo ajogun ò bá ṣe Òyígí o
Ẹ̀là 30
Ẹ̀là ni ò jẹ́ o
Ẹ̀là

ÌROSÙN ÌRẸTẸ̀ B

Ifá asks this person to sacrifice for life to please him

A rósùn a tẹ̀
Casts divination for Òyígí the child of Ẹ̀là in heaven
'Would life please me'? He asked
He was asked to perform sacrifice
They said death would never kill Òyígí in Ẹ̀là's presence
He performed the sacrifice
And continued offering sacrifices to his Ifá afterwards
Life so pleased him
And surprised he exclaimed 'I'
He started to dance and rejoice.................10
He said it was as his Babaláwo had said
A rósùn a tẹ̀
Casts divination for Òyígí the child of Ẹ̀là in heaven
He was asked to perform sacrifice
Òyígí the child of Ẹ̀là heard about the sacrifice and performed it
Death cannot kill Òyígí again
Death could have killed him
It was Ẹ̀là
It was Ẹ̀là that disallowed it
Ẹ̀là................20
Sickness could have arrested Òyígí
It is Ẹ̀là
It was Ẹ̀là that disallowed it
Ẹ̀là
Òyígí could have suffered loss
It was Ẹ̀là
It was Ẹ̀là that disallowed it
Ẹ̀là
Òyígí could have suffered many Ajoguns
It was Ẹ̀là 30
It was Ẹ̀là that disallowed it
Ẹ̀là

ÌROSÙN ÒSÉ A

Ifá pé ka rúbọ torí láàrin ogun leléyìun wà. Ṣùgbọ́n yóó la ogun náà já. Ifá pé ayé ó yẹ ẹ́. Àwọn ayé ó mọ́ọ yẹ gbogbo nìkan tí eléyìun bá ní wò, wọ́n ó sì mọ́ọ jù ú sílẹ̀ ni. Ifá pé ká mọ́ọ ṣe Awo dáadáa.

ÌROSÙN ÒSÉ A

Ifá asks this person to offer sacrifice because he is in the midst of troubles; but he would sail through. Life would please him. After the troubles, his detractors would notice his progress but they would not be able to do anything against him. But he should offer sacrifice.

Ajíwáwá jíwọwọ ọ̀pẹ̀ ni ò ṣeé gbọ̀n rìrì
    kọ
A díá fún Ológbò jígọ̀lọ̀
Tí ń lọ rèé bímọ sẹ́nu àjẹ́
'Ibi tí òún bímọ sí yìí'?
'Nìkan ò mú àwọn ọmọ òun báyìí'?
Wọ́n ní kó rúbọ
Ológbò jígọ̀lọ̀ bá rúbọ
Bí ọ́n bá gbé ọmọ ẹ̀ báyìí
Tí ọn ń pé àwọn ó yẹ ẹ́ wò
A pé 'ọ̀hun ni'...........................10
'Ọ̀hun ni'
Ni ọ́n bá ń jùúlẹ̀
N ní wá ń jó ní wá ń yọ̀
Ní ń yin àwọn Babaláwo
Àwọn Babaláwo ń yin Ifá
Ó ní bẹ́ẹ̀ làwọn Babaláwo tòún wí
Ajíwáwá jíwọwọ ọ̀pẹ̀ ni ò ṣeé gbọ̀n rìrì
    kọ
A díá fún Ológbò jígọ̀lọ̀
Tí ń lọ rèé bímọ sẹ́nu àjẹ́
Eléyìí ńkọ?.........................20
Awo ni
Onítọ̀hún ńkọ́?
Awo ni
Awo lOlógbò jígọ̀lọ̀ tó bímọ sẹ́nu àjẹ́

A well-germinated oil palm fruit cannot be harvested
    indiscriminately
Casts divination for Ológbò jígọ̀lọ̀
That was going to deliver her children in the
    presence of witches
'The place I have delivered these children'?
'Would any bad incident not occur to them'?
She was asked to perform sacrifice
Ológbò jígọ̀lọ̀ knew the sacrifice and offered it
When the witches picked up her children
And tried to examine them one after the other
'It is a taboo' she would say...................10
'It is an abomination'
The witches were restoring the children to their
    places
She then started to rejoice and dance
She was praising her Babaláwo
Her Babaláwo was praising Ifá
She said it was as her Babaláwo said
A well-germinated oil palm fruit cannot be harvested
    indiscriminately
Casts divination for Ológbò jígọ̀lọ̀
That was going to deliver her children in the
    presence of witches
'What about this one'?...................20
'He is a priest',
'That one'?
'He is a priest too'
Ológbò jígọ̀lọ̀ that delivered before the witches is a
    priest

ÌROSÙN ÒṢẸ́ B

Ifá pé kí eléyìun ó fi ẹyin adìẹ rúbọ fún àwọn ayé. Kó bèèrè iye ẹyin tí wọ́n ó bàá gbà. Bí eléyìun bá ní adìẹ tí ń yé, kó lọ́ọ́ fi ẹyin ẹ̀ pèsè. Torí wọ́n ń fi kinní kan dán an wò. Ifá pé ká ṣe pẹ̀lẹ́pẹ̀lẹ́ o.

Ó dúó ní Ìlósó
Ó bẹ̀rẹ̀ ní Ìlósó
A díá fún Ọ̀rúnmìlà
Níjọ́ tí Babá ń bẹ láwùjọ Ìlósó
Wọ́n níwọ Ọ̀rúnmìlà
Àwọn ayé ti ń adìẹ rẹ tó yé sẹ́nu ọ̀nà
Wọ́n ní ó lọ́ọ́ kó ẹyin adìẹ náà
Kó sì fi pèsè fún àwọn ayé
Ọ̀rúnmìlà bá rúbọ
Ọ̀rúnmìlà wá ń jó ń ní ń yọ̀.............10
Ní ń yin àwọn Babaláwo
Àwọn Babaláwo ń yin Ifá
Ó ni bẹ́ẹ̀ làwọn Babaláwo tòún wí
Ó dúó ní Ìlósó
Ó bẹ̀rẹ̀ ní Ìlósó
A díá fún Ọ̀rúnmìlà
Níjọ́ tí Babá ń bẹ láwùjọ Ìlósó
Ẹyindìẹ tí ń bẹ ńlẹ̀
Ìlè
Ìlè la fi kẹ́ o.............................20
Ìlè
Ẹyin adìẹ tí ń bẹ lẹ́sẹ̀ ọ̀nà
Ìlè
Ìlè la fi kẹ́ o
Ìlè
Wọ́n ní kí Babá ó sá káalẹ̀ kó jàre ẹbọ ní
        ó ṣe
Ọ̀rúnmìlà gbẹ́bọ ńbẹ̀ ó rúbọ

ÌROSÙN ÒṢẸ́ B

Ifá asks this person to sacrifice chicken eggs against his earthly enemies. He is being presently tested with a thing. He should be cool-headed. If he raises local hens as poultry and one of the hens had laid eggs, he should pack the eggs for sacrifice immediately.

He stood in the midst of witches
He crouched in the midst of witches
Casts divination for Ọ̀rúnmìlà
On the day he was in the midst of witches
'You Ọ̀rúnmìlà'
'The enemies have seen the chicken that has laid her
        eggs at your doorstep'
'Go and pack it'
'And provide it a sacrifice for them'
Ọ̀rúnmìlà performed the sacrifice
He then started to dance and rejoice...............10
He was praising his Babaláwo
His Babaláwo was praising Ifá
He said it was as his Babaláwo had predicted
He stood in the midst of witches
He stooped in the midst of witches
Casts divination for Ọ̀rúnmìlà
On the day he was in the midst of witches
The chicken eggs on the ground
It is a trap
We have used it to set a trap.......................20
A trap
The chicken eggs on the roadside
It is a trap
We have used it to set a trap
A trap
They asked Baba to take care of the ground and offer
        sacrifice
Ọ̀rúnmìlà heard about the sacrifice and offered it

Ẹyindíẹ tí ń bẹ lọ́nà

lè

lè la fi kẹ́ o……………….................30

lè

The chicken eggs on the way

It is a trap

It is being used as bait…......................…………..30

It is an enticement on a trap

ÌROSÙN ÒFÚN A

Ifá pé òún pé ire; ṣùgbọ́n ká rúbọ.

Ayé; Ayè
Awo ilé Ọ̀rúnmìlà
Ló díá fún Ọ̀rúnmìlà
Níjọ́ tí Babá ń sawoó ròde Ònjó
Ni wá ń bèèrè lọ́wọ́ Ifá
Òde Ònjó tóun ń lọ yìí
Ó dáa fún òun?
Wọ́n ní Ọ̀rúnmìlà 'wọ́n ń sọ́ ọ'
'Wọ́n ní ṣùgbọ́n bí ọn ti wulẹ̀ kí wọ́n ó sọ́
    ọ tó'
'Ó ó ṣẹ́gun gbogboo wọn'.................10
Wọ́n ò ní dá ọ lọ́nà
Wọ́n ní bó bá sì dé òde Ònjó
Ire gbogbo ní ó bá bọ̀
Àwọn ayé ń pé àwọn ò níí jẹ́ ó lọ
Àwọn Babaláwo Ọ̀rúnmìlà nírọ́ ni
Wọ́n ní kí Babá ó dẹbọ sílẹ̀
Wọ́n ní Ifá làwọn ó ṣe fún Baba
Ọ̀rúnmìlà bá dẹbọ sílẹ̀
Ó rúbọ
Wọ́n bá fi pòpò ṣe Ifá fún un............20
Wọ́n ní bí bá ń bọ̀ látòde Ònjó
Pòpò ti ọn fi ṣe Ifá fún un
Ni kó bọ sí ẹsẹ̀
Ọ̀rúnmìlà ṣe bẹ́ẹ̀
Àwọn Elénìní wá ń pé
'Nígbà ti Baba yìí ń lọ'
'A ń ẹsẹ̀ẹ rẹ'
'Ṣùgbọ́n bí tí ń bọ̀ yìí'
'A à ń ipa ẹsẹ̀ẹ rẹ̀ mọ́'!
'Gbogbo ipasẹ̀ tí àwọn ń rí yìí'.........30
'Gbogbo ẹ̀ o jọ ti Baba yìí'
'Ká sì mọ́ lọ́ọ́ bu ẹsẹ tí è é ṣe tiẹ̀'

ÌROSÙN ÒFÚN A

    Ifá wishes this person well. He should offer sacrifice.

Ayé; Ayè
The priest of Ọ̀rúnmìlà's household
Casts divination for Ọ̀rúnmìlà
On the day he was venturing priesthood in Ònjó city
He was asking Ifá
'This Ònjó city that I am going'
'Would it be good for me'? He asked
'They are watching you' they countered
'But no matter how much they try'
'You will overcome them all'...........................10
'They will not be able to waylay you on the road'
'And when you get to Ònjó city' they continued
'You will come back with all good fortunes'
Meanwhile his enemies had conspired to stop him
The Babaláwos assured him that it was not possible
They asked Ọ̀rúnmìlà to sacrifice heavily
They told him they would an Ifá portion prepare for
    him
Ọ̀rúnmìlà brought out the sacrificial articles
And performed the sacrifice
They used plantain sheath to prepare an Ifá portion
    for him.......................................20
'When you are coming back from the city of Ònjó'
'Take this sheath of banana'
'Wear it as your sandal'
Ọ̀rúnmìlà did exactly as he was told
The detractors now started to wonder
'When this man was going to Ònjó city'
'We saw his footsteps'
'But now that he is coming back'
'We could not see his footsteps again'
'All the foot marks we are seeing'....................30
'None resembles his own'
'And we should be careful not to lift up the earth of
    another man's footsteps'

Wọn ọ̀ bá ń nǹkankan ṣe fún Ọ̀rúnmìlà mọ́	That was how they could not harm Ọ̀rúnmìlà again
N ní wá ń jó ní wá ń yọ̀	He then started to dance and rejoice
Nǐ ń yin àwọn Babaláwo	He was praising his Babaláwo
Àwọn Babaláwo ń yin Ifá	His Babaláwo was praising Ifá
Ó ní bẹ́ẹ̀ làwọn Babaláwo tòún wí	He said it was as his Babaláwo had said
Ayé; Ayè	Ayé; Ayè
Awo ilé Ọ̀rúnmìlà	The priest of Ọ̀rúnmìlà's household
Ló díá fún Ọ̀rúnmìlà ....…..40	Cast divination for Ọ̀rúnmìlà…………...............…..40
Níjọ́ tí Babá ń sawoó ròde Ònjó	On the day he was venturing priesthood in Ònjó city
Ẹbọ ni wọ́n ní Babá ó ṣe kó tóó mọ́ọ lọ	They prescribed sacrifice for him before his departure
Ọ̀rúnmìlà gbẹ́bọ ńbẹ̀	Ọ̀rúnmìlà heard about the sacrifice
Ifá wáá rúbọ	Ifá performed it
Ifá dé òde Ònjó tán	And got to Ònjó city
Ifá ń padàá bọ̀ wálé	Ifá was now coming back home
Nǐ bá ń dárin	He started chanting
Pòpò pa á fún mi ò	Plantain sheath, remove it for me
Ibi tí ń bẹ lọ́nà ò	Any evil on the way
Pòpò pa á fún mi…………….....50	Plantain sheath, kill it for me………...…….....50
Ọ̀rúnmìlà rÒnjó	Ọ̀rúnmìlà went to Ònjó city
Ifá ń bọ̀	He was returning home
Pòpò pa á fún mi	Plantain sheath, remove it for me
Ibi tí ń bẹ lọ́nà ò	The evil on the way
Pòpò pa á fún mi	Plantain sheath, kill it for me

Ifá pé wọ́n ó kòóre lé eléyìun lọ́wọ́. Ifá pé ká lọ̀ọ́ bọ Òòsà funfun, ká se ìjẹ, ká se ìmu ká sì pé àwọn èèyàn kí wọ́n ó wáá jẹun.

Igi ńlá ló yatẹ̀ nínú igbó
N ló nasẹ̀ té e dínà
A díá fún Ọpẹ̀
Ọpẹ̀ tíí sẹrú Òrìsà
Wọ́n ní ó rúbọ
Wọ́n ní kí Ọpẹ̀ ó mọ́ọ kẹ́ pé Ifá
Kó sì mọ́ọ bọ Òkè ìpọ̀rí ẹ̀
'Kín wáá lẹbọ'?
Wọ́n ní ẹran erin
Kó sì tún tójú ìgbín..................10
Kó wáá dín méjèèjì pọ̀
Kó wá ṣe ìjẹ sèmu
Kí wón ó lè kó ire gbogbo lé e lọ́wọ́
Ó ṣe é
N ní wá ń jó ní wá ń yọ̀
Ní ń yin àwọn Babaláwo
Àwọn Babaláwo ń yin Ifá
Ó ní bẹ́ẹ̀ làwọn Babaláwo tòún wí
Igi ńlá ló yatẹ̀ nínú igbó
N ló nasẹ̀ tée dínà......................20
A díá fún Ọpẹ̀
Ọpẹ̀ tíí sẹrú Òrìsà
Wọ́n ní ó sá káalẹ̀ ẹbọ ní ó ṣe
Ọpẹ̀ dínran erin mọ́ ìgbín o
Òòsà sì fire gbogbo jin Ọpẹ̀

Ifá says all good fortunes would be delivered to this person. He should offer sacrifices to Òòsà funfun. He should prepare food and drinks and call people to feast.

It is the tree in the forest that has become enormous
And produces roots to block the path
Cast divination for Ọpẹ̀
Ọpẹ̀ the slave of Òrìsà
They asked him to perform sacrifice
They asked him to cry to Ifá
And also offer sacrifices bounteously
'What now is the sacrifice'? Ọpẹ̀ asked
They told him to get the elephant meat
And also to get the meat of snail......................10
He should the fry both together
He should then prepare food and drinks
Such that they would deliver his good fortunes to
      him
He performed the sacrifice
He then started to dance and rejoice
He was praising his Babaláwo
His Babaláwo was praising Ifá
He said it was as his Babaláwo had said
It is the tree in the forest that has become enormous
And produces roots to block the path..............20
Cast divination for Ọpẹ̀
The slave of Òrìsà
They asked him to take care of the ground and
      perform sacrifice
Ọpẹ̀ fried elephant's meat with the meat of snail
Òrìsà pardoned him with all good fortunes

DIFFICULT WORDS : ÌROSÙN

1. **Ìrosùúngbèmí**: Ìrosùn Ogbè, a minor
2. **Iṣin**: Akee apple
3. **Ojú Pọ́n Iṣin Pọ́n Iṣin, Iṣin ò ṣàì là**: (Idiom). This is an expression that draws a parallel between two events. Akee apple would turn red (ojú pọ́n Iṣin) at maturity and would break open, no matter the kind of havoc it is subjected to. By breaking open, it is termed to have had a successful germination and therefore becoming rich and wealthy.
4. **Tẹ̀tẹ̀**: A kind of edible vegetable
5. **Kólíkólí**: A type of bird with long legs and neck
6. **Olóréè Àgbọn**: The title of a king and also the name of the town where the title holds.
7. **Ẹ̀lulùú**: A type of bird that feeds on insects
8. **Went to the Place Where Old People go**: Died
9. **Agbádá Vestment**: cf.: Ìwòrì
10. **Ìkónsósó Tìdí Bọ̀gbẹ́ ó Tanjú Ranran Sólóko**: Name of a Babaláwo.
11. **Ìlè Dẹ̀ẹ̀rẹ̀ Trap**: Noose trap
12. **Ì Woñnà Ì wonpápá**: A response to a shout of joy
13. **Ṣojúẹwà**: Name of a person
14. **Kelekú**: An expensive type of cloth that is only inherited. It takes ages to make one and therefore invaluable.
15. **Ẹmí Lénjé**: A kind of rat. Here it is the name of a Babaláwo
16. **Ìwòyè**: A city in Ògùn state of Nigeria
17. **Ìbò**: An instrument of divination used to verify or narrow the instruction of Ifá to either Yes or No.
18. **Látalápò**: Name, literally means >someone who has an offensive weapon in his pocket
19. **Ọ̀nà Gbóóró, Ọ̀nà Ko**: Names of a Babaláwo
20. **Àgàn Ifẹ̀**: The barren woman from Ilé Ifẹ̀
21. **Àpọ́n Àko**: Àpọ́n is a mature but unmarried man, Àko signifies his place of abode
22. **Ìrosùn Ẹlẹ́rìn**: Ìrosùn Ọwọ́nrín
23. **Àwẹ̀lé Onídìí Òlenkére**: Àwẹ̀lé is a name or appellation of a woman. The suffix however tells about the smallish but rolling hips or buttocks of the same person in such a way that it attracts the opposite sex. One may say here that the Àwẹ̀lé referred to in this passage is highly promiscuous.
24. **Tẹ̀tẹ̀rẹ̀gún**: A twinner found in riverine areas with small gourd
25. **Olókun**: The Deity of the Ocean
26. **Agbe**: A kind of bird. Black in color and it is an insect eater.
27. **Ẹ̀gungun**: The tree over which the Agbe bird loves to perch and make their nests because the tree germinates a kind of cotton like substance which they (Agbe) use in making their nests.
28. **Ọ̀kẹ̀rẹ̀**: The modern title of the king of Ṣakí, a town in the northern part of Ọ̀yọ́ state of Nigeria.
29. **Oníṣakí**: (Lt). Is the person who has Ṣakí. Intuitively the owner of Ṣakí
30. **Ìrosùn a Bírìn Kánrán Kànràn Kanran Lẹ́sẹ̀ Méjèèjì**: The name of a Babaláwo. It has only played on the word >kanran=. Ìrosùn with haphazard walking posture on its two legs.
31. **Ọlọmọ Kò Sọ́mọ Látẹ**: A name. No children for sale on display
32. **Ìjámọ̀**: An ancient town.
33. **Olúwẹri**: The river goddess.
34. **Àtàpásùú**: Name of a Babaláwo

35. Èkùrọ́ Orìta ni ò sẹnu sọnsọ Sólóko: Name of a Babaláwo
36. Èjìgbòmẹkùn: An ancient market in the Old Yorùbá kingdom
37. Ìdó: Name of a place in Yorùbáland
38. Wọ́nná Wọ́nná o kú megi nî beé: A dialect of the Ìjẹ̀sà people in the Yorùbá enclave. It is the name of a Babaláwo. (Lt) Let it rain heavily in around here.
39. Gbàjà Ìròkò: Name of a Babaláwo.
40. Èrò Mọ́ Sùn Ká: Name of a Babaláwo. (Lt) Travelers, please do not sleep laying about
41. Èrò Mọ́ Mọ̀ ṣe sun Bèbè: Travelers, please do not sleep on banks or just anywhere.
42. Ìjerò: A city in Òǹdó state of Nigeria
43. Ìjálá: The chant that is recognized with hunters
44. Apirù: A kind of whip used to kill flies and other flying insects. Hunters use it as a staff of identification.
45. **My People Who Trades in Blood:** (Idiom) referring to bloodshed as a result of game hunting.
46. **Sáoko Bird:** A typical bird that sings a lot during the evening time as if pronouncing the name sáoko
47. Ọ̀dàdà: An evil doer. A person who changes the pronouncements of another person so that people may easily misinterpret it. A spoiler
48.Olúáwo: The Chief of Babaláwos
49. Àgbá Ègbò Ifẹ̀ Olúkiribíti: An ancient town
50. Gẹ́gẹ́ Ló Ṣe: Name of a person. Translate it is coincidental, or it is exact.
51. Ọ̀han: Name of a place
52. Osùn: Camwood

53. Èkó: The Yoruba name for Lagos. Former capital city of Nigeria.
54. Héè:The military response in a march
55. Akálá Mọbò, Abori Mọbò, A Bọ̀nà Tààrà Lẹ́yìn Ọrùn: Names of Babaláwos
56. Àgbàlá Ìsalà: Name of a famous wild forest
57. Tòtò: This is the bud of a newly germinating leaf or flower. It is from there that the arrangement of the leaves and flowers start. Tòtò here signifies a kind of charm
58. Akíntọ̀húndé: Name of a person.
59. Ajílówó: A priest in the city of Ìlówó. Ajílówó literally means >waking up to have wealth.
60. Ajílọ́rọ̀: A priest in the city of Ìlọ́rọ̀. Ajílọ́rọ̀ (Lt) >waking up to have riches=
61. Mọ̀rìwò Ọlẹ́: Name of a Babaláwo in the land of Ìlọ́mọ̀ Akunnu
62. Póùpólà: Name of a Babaláwo
63. Ifákọ́ládé: Name of a person
64. Ẹlẹ́mọ̀sọ́ Awo: An important chief in the circles of Babaláwos
65. Igi Àjùbà nî mì Jóngò: Name of a Babaláwo
66. Ọpìnmí: Appellation of the minor of Ìrosùn when attached to Ìrẹtẹ̀.
67. A rósùn a tẹ̀: Ìrosùn Ìrẹtẹ̀
68. Òyìgì: Òyìgìyigì, another name for God
69. Ológbò Jìgòlọ̀: An appellation for the cat
70. Ayé, Ayè: Rhythms, name of a Babaláwo
71. Ọpẹ̀: another name of Ifá
72. Òrìṣà: As used in this context means Olódùmarè
73. Olósùn: Someone who sells camwood
74. Èjì Ìrosùn: Ìrosùn méjì: a major among the 16 main Odùs
75. Onísin Ìkọ́ Ti Kólójo: An appellation
76. Ìsin: Small snails
77. Mọ̀jèṣìn: Youths, adolescents
78. Ọ̀yọ́: A city in Western state of Nigeria
79. Ìgbà: Period, being at tune with the pace of time

CHAPTER 6 : ÒWÓNRÍN

ÒWÓNRÍN MÉJÌ A

ÒWÓNRÍN MÉJÌ A

Ire fún ẹnì ó dá Òwónrín méjì. Eléyìun ń sòwò: ń pé òun ò jèrè. Ifá pé èré dé tí ó jẹ. Ẹbọ ni kó rú. Ọ̀nà ó là fún un.

ÒWÓNRÍN MÉJÌ A

Ifá wishes this person well. He is trading and complaining of not making profits. Ifá says it is time for him to make profits. He should offer sacrifice and his ways shall be open.

Síbà lé mi	Lean on me
Kí n síbà lé ọ	Such that I could lean on you
Bí Yèrèpé ti síbà lÉèṣún	As Nettles do lean on wild grasses
Ká jọ síbà léraa wa	We should learn to lean on each other
A díá fún Sìèjìdé	Cast divination for Sìèjìdé
Sìèjìdé tí ó móọ sòwò Ọjà ń níná	That would take to commerce as a means of livelihood
Ọmọ Ọba ni Sìèjìdé lóde Ọ̀yọ́	Sìèjìdé was however the daughter of the king of Ọ̀yọ́
Ọjà ń móọ ná	She specialized in marketing
Ó wáá tajà tajà	She had traded and traded
Ọjàa rẹ̀ ò tà...............................10	She could not record good sales......................10
Ó bá mú eéjì kún ẹẹ́ta	She then added two cowries to three
Ló bá tọ Ọ̀rúnmìlà lọ	And went to Ọ̀rúnmìlà
Ó ké sí àwọn Ọ̀wọ́n Owó làá náwó mini	She called on the priests Ọ̀wọ́n Owó làá náwó mini=
Àwọn Ọ̀wọ́n omi làá pèsun	The priests Ọ̀wọ́n omi làá pèsun
Àwọn N tó bá wọ́n làá pè níyàn	The priests N tó bá wọ́n làá pè níyàn
Ó ní kí àwọn mẹ́tèẹ̀ta ó yẹ òun lóòkan Ìbò wò	That the three of them should cast divination, using Ìbò for her
Wọ́n níwọ Sìèjìdé	Sìèjìdé, they called her attention
'O sòwò sòwò ọjàà rẹ ò tà lo dá Ifá yìí sí'	You have traded and traded, you have no sales is your reason for consulting Ifá
'Ẹbọ ni kóo rú'	'Offer sacrifice', they advised
Ọjàà rẹ ó sì móọ tà.....................20	'You will record sales in your trade'...................20
Sìèjìdé bá rúbọ	Sìèjìdé then performed the sacrifice
Ó rúbọ tán ó bá bẹ̀rẹ̀ síí là	She finished observing the sacrifice and started having riches
N ní wá ń jó n ní ń yọ̀	She was dancing and rejoicing
Ní ń yin àwọn Babaláwo	She was praising her Babaláwos

271

Àwọn Babaláwo ń yin Ifá

Ó ní bẹ́ẹ̀ làwọn Babaláwo tòún wí

Síbà lé mi

Kí n síbà lé ọ

Bí Yèrèpé ti síbà lÉèṣún

Ká jọ síbà léraa wa......................30

A díá fún Sìèjìdé

Sìèjìdé tí ó mọ́ọ sòwò Ọjà ń níná

Èyí tíí sọmọ ọba lóde Ọ̀yọ́

Ẹbọ ń wọ́n ní ó ṣe

Ẹ yáa wá rajà ọmọ ọba

Ẹ pọ̀ sìnsìn wá ẹ wáá rajà ohùn yìí ó
    wọ́n!

Ẹ yáa wáá rajà ọmọ ọba

Her Babaláwos were praising Ifá

She said it was as her Babaláwos had said

Lean on me

Such that I could lean on you

As nettles do lean on wild grasses

We should lean on each other......................30

Cast divination for Sìèjìdé

That would take to commerce as a means of
    livelihood

The one that was also the princess of the king of Ọ̀yọ́

Sacrifices is the way out, they had prescribed

Therefore come and buy of the articles of the king's
    child

You should all crowd together to buy the scarce
    commodity

Come and buy of the commodities of the child of the
    king

ỌWỌ́NRÍN MÉJÌ B

Ifá pé ire fún eléyìun: yóó yọrí ju ọtá ẹ̀ lọ.

Akarasangba Ọ̀ṣùmàrè
Ọ̀ṣùmàrè náà Akarasangba
A díá fún Ìrókò Ọ̀gọ̀
Níjọ́ tí ń bẹ láàrin Ọtá sáńgílítí
'Ààrin Ọtá tí òún wà yí'?
'Òun le ṣẹ́gun báyìí'?
Wọ́n ní kó rúbọ
Ó bá rúbọ
Ló bá ga ju gbogbo pàǹtí igbó
Ló bá tẹ gbogbo àwọn ọtá ẹ̀ mọ́lẹ̀......10
Ni wọ́n bá ń jó ni wọ́n ń yọ̀
Wọ́n ń yin àwọn Babaláwo
Àwọn Babaláwo ń yin Ifá
Wọ́n ní bẹ́ẹ̀ làwọn Babaláwo tàwọn wí
Akarasangba Ọ̀ṣùmàrè
Ọ̀ṣùmàrè náà Akarasangba
A díá fún Ìrókò Ọ̀gọ̀
Níjọ́ tí ń bẹ láàrin Ọtá sáńgílítí
Ẹbọ n wọ́n ní ó ṣe
Ó wáá gbẹ́bọ ńbẹ̀..............20
Ó rúbọ
Ìrókò Ọ̀gọ̀ nìkàn ló yọrí jù wọ́n lọ
Ìrókò Ọ̀gọ̀

ỌWỌ́NRÍN MÉJÌ B

Ifá wishes this person well. He would outshine his enemies.

Akarasangba Ọ̀ṣùmàrè
Ọ̀ṣùmàrè náà Akarasangba
Cast divination for Ìrókò Ọ̀gọ̀
On the day he was in the midst of his real enemies
The midst of these foes where I dwell?
Would I win? He asked
They told him to perform sacrifice
He offered the sacrifice
He grew above all twiners and grasses in the forest
And shot above all his enemies....................10
He was dancing and rejoicing
He was praising his Babaláwos
His Babaláwos were praising Ifá
He said it was exactly as all his Babaláwos foretold
Akarasangba Ọ̀ṣùmàrè
Ọ̀ṣùmàrè náà Akarasangba
Cast divination for Ìrókò Ọ̀gọ̀
On the day he was in the midst of his real enemies
Sacrifices was the solution prescribed for him
He heard about the sacrifice........................20
And performed it
Ìrókò Ọ̀gọ̀ alone outshines them all
Ìrókò Ọ̀gọ̀

ÒWÓNRÍN OGBÈ A

Ifá pé ẹni tó dáfá yìí ó rúbọ. Kó mọ̀ọ́ ṣe
bíi ti baba rẹ̀ kí ayée rẹ̀ ó lè baà dára. Ifá
pé ayée rẹ̀ ó dùn nǹkan ẹ̀ ò níí bàjẹ́.
Ṣùgbọ́n gbogbo ohun kóhun tó bá fẹ́ẹ́ ṣe,
kó kọ́kọ́ mọ̀ọ́ júbàa Baba àti ìyáa rẹ̀. Kí
eléyìun ó ní inú rere kó sì ní ìwà rere .Ifá
pé eléyìun ó tóbi láye.

Pèkútú yẹkẹ̀ pèkútú yẹkẹ̀
Awo Jéésù ló díá fún Jéésù
Níjọ́ tí ń tọ̀run bọ̀ wálé ayé
Ilé ayé tóun ń lọ yìí
Òun ó ṣe le ń èèyàn kó jọ?
Ó bá tọ́jú aárùún ìtẹ́ní
Ogójì àdìbò
Wọ́n ní kó tọ Ifá lọ
Ǹgbà ó dọ́dọ̀ Ifá
Wọ́n gbé Ifá kalẹ̀.....................10
Erín ńlá yọ kàngí lójú ọpọ́n
Nígbà tí wọ́n ó rìí
Wọ́n rí Òwónrín lọ́wọ́ ọ̀tún
Ogbè lọ́wọ́ òsì
Wọ́n ní o pè pèè pè
O ò rí náà lo bèèrè sí?
Wọ́n ní ó lọọ̀ fi ilá rúbọ
Wọ́n rúbọ tán
Ó tún pè pèè pè
Kò tún rí 20
Wọ́n ní kó tún kó ọ̀rúnlá wá
Àti ọ̀pọ̀lọpọ̀ owó
Ó tún kó o wá
Wọ́n ní kó ṣe ọbẹ̀ ilá lọ́tọ̀
Kó sì se ọ̀rúnlá
Kó gún Iyán
Kó sì ro ọkà
Kó wáá loodi ìlú

ÒWÓNRÍN OGBÈ A

Ifá asks this person to offer sacrifices. He should
continue in the footsteps of his parents such that life
would please him. His life would be pleasant and
assuring. In everything he does, he should give respect
to his parents. He should strive to be of good character.
He would be well known.

Pèkútú yẹkẹ̀ pèkútú yẹkẹ̀
The priest of Jesus cast divination for Jesus
On the day he was coming from heaven to the earth
'The earth that I am going'?
'How would I be able to assemble followers'? He
    asked
He found five penny for mat spreading
And forty penny for Ìbò casting
He was asked to consult Ifá
When He got to Ifá
Divination was cast for Him....................10
A big Odù appeared on the Ifá tray
When the Odù was carefully examined
Òwónrín was seen on he right
Ogbè on the left
'You have been trying to call in assembly', they told
    him
'You have not seen any is your reason of consulting
    Ifá'
He was told to offer okra as sacrifice
The sacrifice was performed for Him
He called and called again
He got nobody....................20
He was asked to bring dried, grounded okra
And a lot of money
He brought everything
He was asked to prepare okra soup
And dried okra soup separately
He was also asked to prepare pounded yam
Yam flour pudding
He should then proceed to the outskirts of the city

274

Kó lànà gbọọrọ já oríta

Kó wáá kọ́lé ganta níbẹ̀.................30

Kó wẹ̀wù gbọọrọ

Kó sĩ di Àmùrè pupa

Kó mọ́ọ wáá jó

Kó sĩ mọ́ọ pe babaa rẹ̀

'Gbogbo ohun tóo ní ò tó'

'Gbogbo ẹ̀ ní ó sùn ọ́ bọ̀'

Jésù bá ṣe bẹ́ẹ̀

Ó loodi ìlú

Ó kọ́lé ganta sóríta

Ó kó àwọn ọmọ kéékèèké jọ..............40

Nĩ bá ń kọrin

Nĩ ń lọ ní ń bọ̀

Yóó bàá jó lọ; yóó tùún jó bọ̀

A sĩ tún kó sínú ilé ọ̀hún

Àwọn èèyàn bá pé pitimu

Nĩ bá ń jó ní bá ń yọ̀

Nĩ ń yin àwọn Aláwo

Àwọn Aláwo ẹ̀ ń yin Ifá

Ó ní bẹ́ẹ̀ làwọn Babaláwo tòún wí

Pekútú yẹkẹ̀; pèkútú yẹkẹ̀..............50

Babaláwo Jéésù ló díá fún Jéésù

Níjọ́ tí ń tọ̀run bọ̀ wálé ayé

Wọ́n ní ó rúbọ kó lè baà lẹ́ni

Kó lè baà lẹ́ni lẹ́yìn piti pĩtĩ piti

Ọ̀rúnmìlà ní ó rúlá

Ó rúlá bẹ́ẹ̀ ni ò rẹ́nĩkan

Ó ní ó ṣe ìjẹ ṣe ìmu

Kó loodi ìlú

Kó lọ́ọ kọ́lé ganta síbẹ̀

Nĩ wá ń jóó lọ níbẹ̀...................60

Nĩ ń yọ̀ níbẹ̀

He should make a straight path to the road junction	
He should build a hut there at the junction...............30	
He should dress in a cassock	
And tie a red waistband	
He then should start to dance	
And invoke his father's spirit	
'Once you call on your father', they said	
'Everything you ever want would be in abundance'	
Jesus did accordingly	
He went to the outskirts	
Built a hut	
He assembled little children.....................40	
And started to sing	
He was roving back and forth	
Continuously with matching dancing steps	
He would enter into the small hut at the end of each cycle of dance steps	
People then gathered in multitude to watch	
He then started to dance and rejoice	
He was praising his Babaláwo	
His Babaláwo was praising Ifá	
He said it was exactly as his Babaláwo had said	
Pekútú yẹkẹ̀; pèkútú yẹkẹ̀....................50	
The priest of Jesus cast divination for Jesus	
On the day he was coming from heaven to the earth	
He was asked to offer sacrifice so that he would have followers	
So that he would have many followers	
Ọ̀rúnmìlà asked him to offer Okra as sacrifice	
He offered Okra yet found no follower	
He was then asked to provide food and drinks	
And proceed to the outskirts	
And build a hut there	
He then was dancing there.............60	
And rejoicing there	

Nǐ wá ń dárin	He was chanting and singing
Pèkútú yèkè pèkútú yèkè	Pèkútú yèkè pèkútú yèkè
Bàbà fọrúnlá jẹkà ó yo	Baba used dried, grounded, okra soup to eat yam flour pudding to satisfaction
Pèkútú yèkè	Pèkútú yèkè
Wòó, wòó, wòó, wòó,	Wòó, wòó, wòó
Nǐ ń patẹ́	He was clapping
Ńgbà ó yá	After some time
Àwọn èèyàn bá ri pé oriin rẹ̀ dùn	People noticed his song was very melodious
Wọ́n bá ń bá a kọ ọ́...............70	They started singing along with him.......................70
Nǐ bá tún ń ṣe	He bursts out again
Ọ̀wọ́nríṣogbè, Ọ̀wọ́nríṣogbè	Ọ̀wọ́nríṣogbè, Ọ̀wọ́nríṣogbè
Bàbà fọrúnlá jẹkà ó yo	Baba used dried, grounded, okra soup to eat yam flour pudding to satisfaction
Ọ̀wọ́nríṣogbè	Ọ̀wọ́nríṣogbè
Wòó, wòó, wòó, abbl	Wòó, wòó, wòó,
Ńgbà ó papẹ̀ di ọwọ́ ìrọ̀lẹ́	He clapped and clapped until it was dusk
Tí ó mọ́ọ bọ̀ wálé	Before retiring home
Àwọn méjì tẹ̀lé e	Two men followed him
Ó kó méjì ọ̀hún	He took the two
Ó lọọ́ fi han Ifá...............80	He showed them to Ifá..............................80
Ifá pé kó loodi ìlú kejì	Ifá asked him to go to the western outskirts of the town
Kó tún lọọ́ ṣe bákan náà	And perform the same feat
Kó kọ́lé ganta síbẹ̀	He should build a hut there
Kó lànà gbọọrọ síbẹ̀	Make a straight pathway
Kó tún mọ́ọ jó	And should start to dance again
Ó tún ṣe bẹ́ẹ̀	He did as well again
Ó tún dárin	He started to sing
Nǐ ń ṣe Pèkútú yèkè pèkútú yèkè	Pèkútú yèkè pèkútú yèkè
Bàbà fọrúnlá jẹkà ó yo	Baba used dried grounded okra soup to eat yam flour pudding to satisfaction
Pèkútú yèkè.........................90	Pèkútú yèkè..........................90
Wòó, wòó, wòó, abbl	'Wòó, wòó, wòó', the clap sounds
Gbogbo èèyàn tún bá a ńbẹ̀	People saw him there again
Wọ́n bá tún ń jó	And started dancing with him
Ńgbà ó di ọwọ́ àsálẹ́	Towards the evening time
Àwọn méjì tún tẹ̀lé e	Another set of two followed him

276

Ó tún loodi ìlú kẹta	He went to the northern outskirts area of the town
Ó tun dárin	He chanted
Ó tún jó	He danced
Ó tún rí méjì mìín	He got two afterwards
Ńgbà ó tún yá………....……………100	After some time …….…......................……100
Ó loodi ìlú kẹrin	He went to the southern outskirts
Ó tún jó jóó jó	He danced and danced there
Ó tún dárin	He chanted and sang
Nì ń pé Pèkútú yẹkẹ̀; Pèkútú yẹkẹ̀	Saying Pèkútú yẹkẹ̀ Pèkútú yẹkẹ̀
Bàbà fọrúnlá jẹkà o yò	Baba used dry grounded okra soup to eat yam flour
Pèkútú yẹkẹ̀	pudding to satisfaction
Ọ̀wọ́nríṣogbè, Ọ̀wọ́nrínṣogbè	Pèkútú yẹkẹ̀
Bàbà fọrúnlá jẹkà o yó	Ọ̀wọ́nríṣogbè, Ọ̀wọ́nrínṣogbè
Ọ̀wọ́nríṣogbè	Baba used dry grounded okra soup to eat yam flour
Wòó, wòó, wòó, abbl….......…..……110	pudding to satisfaction
Ó bá tún bẹ̀rẹ̀ síí jó	Ọ̀wọ́nrínṣogbè
Ńgbà tí ó mée relé	Wòó, wòó, wòó…....……..................110
Tí ilẹ̀ tún ṣú dẹ̀dẹ̀ẹ̀dẹ̀	He started to dance
Àwọn méjì tún tẹlé e	Before he left
Ó bá kó àwọn mẹ́jẹ̀ẹ̀jọ	It was getting dark
Ó kó wọn lọ́ọ́ han Ifá	Another two followed him
Ifá pé ìwọ Jéésù	He now assembled the eight
Nǹkaan rẹ́ ó mọ́ọ dáa	To show to Ifá
Nǹkaan rẹ́ ó mọ́ọ jọ	You Jesus, Ifá said
Ifá pé púpọ̀ lo pè ……………….........120	Your efforts would be rewarded
Ṣùgbọ́n díẹ̀ lo rí	Your things would be as you want them
Ó ni ṣùgbọ́n díẹ̀ tóo rí un	Ifá says you called many……………………120
Yóó di ńlá mọ́ ọ lọ́wọ́	But got only a few
Ifá ni mọ́ọ lọ ìwọ Jéésù	But the few you got
Jéésù bá lọ	Would become big
Bẹ́ẹ̀ ni Jéésù ṣe tóbi láyé tée dòní	Go, you Jesus, Ifá said
Ifá pé eléyìun ó tóbi láyé	That was how Jesus left
	And as such became a great man till date
	Ifá says this person would be renowned

ÒWÓNRÍN OGBÈ B

Ifá pé ká rúbọ; ká mọ́ hùwà oró, ìwà oró ò dáa. Bí ẹnìkan bá yá nǹkan lọ́wọ́ eléyìun tí onítọ̀hún ò sì rí nǹkan ọ̀hún dá padà; tó sì fi nǹkan míràn dípò nǹkan tí onítọ̀hún yá, kí eléyìun ó gbà á o. Nítorí bó bá kọ̀ jálẹ̀ tó ní òun ó gbẹsan, ó lè di ọ̀rọ̀ àbámọ̀ léyìn ọ̀la.

Ó ṣe mí
Mo ṣé san
Adìẹ dà mí lóògùn nù
Mo fọ́ ọ léyìn
Igbá oró ì í fọ́
Òṣùnwọn Oró ò ya bọ̀rọ̀ bọ̀rọ̀
Igbá táa bá fi wín Ọkà
Làá fíí san án
A díá fún Òwọ́nrín
Ti ń lọ rèé so Ìlẹ̀kẹ̀ mọ́ ọmọ Ogbè lórùn..................................10
Nígbà iwásẹ̀
Ọsàn Àgbálùmọ̀ ni Òwọ́nrín gbìn
Ó sì tọrọ kòkò ògì tó jádìí lọ́wọ́ Ogbè
Ó fi bọ ọrùn àgbálùmọ̀ ọ̀hún nítorí ewúrẹ́
Ọsàn bá dàgbà ó ti bẹrẹ síí so
Líló wáá kan kòkò ògì tí Ogbè fún Òwọ́nrín
Ó bá ní kí Òwọ́nrín ó fún òun ni kòkò òun
Òwọ́nrín ní bóo láá wa ti ṣe?
'Ìkòkò rẹ lórùn fi bọ ọsàn lórùn yìí'
'Ọsàn náà ni sì tí ń so yìí'..................20
Ogbè ní dandan ìkòko tòun lòún ó lọ
'Òun ò fẹ́ẹ́ lo kòko ẹlòmíìn'
Bẹ́ẹ̀ ni ọ́n ṣe mú ọsàn
Wọ́n bá gé àgbálùmọ̀ tó so látòkè délẹ̀

ÒWÓNRÍN OGBÈ B

Ifá asks this person to offer sacrifice. Ifá enjoins him not to avenge slights done to him. If anyone borrows anything from him and the borrower couldn't find the original thing to return, and is ready to replace the lost item with a replica; this he should collect it because if he refuses and is bent on avenging, he or she would regret it.

He slighted me
I avenged
A hen spilled my medicine
I broke her eggs
The calabash of assault will not break
The measure of assault does not tear easily
The calabash used in borrowing corn
Is the one that should be used in repaying it
Cast divination for Òwọ́nrín .....….............................9
He was going to tie beads on Ogbè's daughter's neck
In the olden days
Òwọ́nrín planted a cherry tree
And borrowed a bottomless starch pot from Ogbè
He used it to protect the growing cherry tree from goats on rampage
The cherry within a short period of time grew and germinated extensively
Ogbè however was in need of the starch pot lent to Òwọ́nrín
He asked of it from Òwọ́nrín
Amazed, Òwọ́nrín wondered what could be done
'Your pot is the one I put on the cherry tree', Òwọ́nrín said............................19
'The tree has started to germinate', he explained
Ogbè refused blatantly saying he wanted his own particular pot
And did not want a replacement
That was how the tree was felled
It was hewed despite its extent of germination to remove the starch pot

Léyìn ojó díè

Omo Ogbè tó ilé okoó lo

Wón sì gbodò so Ìlèkè mó omo lórùn

Kó tóó lo ilé oko

Orísìírísìí Ìlèkè ní sì ń be lódò Òwónrín

Ogbè bá sáré lòó yá òkan lódò òré è

Òwónrín fún Omo Ogbè ní Ìlèkè.........31

Ó wo ilé oko tòun tÌlèkè lórùn

Ojó kétàdínlógún ni àwon omo Obìnrin
      sìí lo ilée baba won

Ti wón ó jàá Ìlèkè lórùun won

Òwónrín bá takú pé won ò gbodò já
      Ìlèkè òun

'Kín ló dé'?

Òwónrín kò jálè

Ó ní won ò gbodò já Ìlèkè

Wón bó Ìlèkè sókè

Kò bó......................................40

Wòn bó o sílè

Kò bó

Wón sì gbodò já Ìlèkè lójó náà

Bóo làwón ó ti wáá se?

Òwónrín ni èyín ti gbàgbé ni

'Igbá oró kan a móo fó ni'?

'Osùnwon oró kan ì í fàya bòròbòrò'

'Igbá táa bá fi wínkà'

'Làá fíí san án'

'Bádíè bá da ni lóógùn nù' 50

'Eyin è làá fó'

'Eni ó bá se ni'

'À á séé san ni'

'Sebí òún gé osàn òun ni lójó kìíní'

'Hain, kí wón ó gé ìyuun náà!'

Bèè ni ón se gé omo lórí

Ni ón bá yo Ìlèkè fún Òwónrín

After some time

The daughter of Ogbè was ripe enough to get married

And it is a must that beads must be tied on her neck

Before she would be married off

However, Òwónrín is the major custodian of beads of all kinds of beads

Ogbè quickly ran to borrow one from his friend

Òwónrín gave Ogbè the bead he desired................31

She tied it on her neck and got married

On the seventeenth day, the bride however has to go back to her father's house

Such that the beads would be pulled and cut off her

Òwónrín then refused blatantly to allow them cut his beads from the neck of the lady

'Why'? They queried

Òwónrín was hell bent

He refused to allow them cut off his beads

They drew the neck loop beads on the girl up

It could not be removed................................40

They pulled it down

Her shoulders were too wide to allow its passage

And it is a must that the beads must be cut on that day

'What would we now do'? They asked

'Have you all forgotten?', Òwónrín queried

'Does the calabash of assault break'?

'Or would the measure of assault tear easily'?

'The calabash used in borrowing corn'

'Is the one that should be used in repaying it'

'If a hen spills one's medicine'...................50

'One should break her eggs'

'He that assaults one'

'One should avenge the assault'

'Remember I have to cut off the cherry tree the last time'

'So, let us also cut that one off to remove the beads'

That was how the child was beheaded

And the bead was removed from the decapitated head for Òwónrín

Ogbè ní hààà	Ogbè cried agonizingly
'Àṣé oró àkọ́kọ́'	'So the first assault'
'Àṣé kò dàbí oró àdágbèyìn'?.............60	'Is not as painful as the last'?............ 60
Ifá yìí kọ́ ni ní sùúrù	This Ifá verse teaches us to exercise restraint and
Àti fífí làákàyè gbé ilé ayé	self-control
Àyìn ẹ̀yìn ni Ogbè ń yin àwọn Babaláwo	And the act of using commonsense in the judgment of
Ó ní ó ṣe mí	life
Mo ṣé san	Ogbè started praising his Babaláwo belatedly
Adìẹ dà mí lóògùn nù	He said He slighted me
Mo fọ́ ọ léyìn	I avenged
Igbá oró ì í fọ́	A hen spilled my medicine
Òsùnwọ̀n oró ò ya bọ̀rọ̀ bọ̀rọ̀	I resolved to break her eggs
Igbá táa bá fi wín ọkà..........…...…70	The calabash of assault does not break
Làá fíí san án	The measure of assault tears not easily
Ẹ dákun ìwà rere ni ẹ jẹ́ a mọ́ọ hù ẹ	The calabash used in borrowing corn................70
dáákun!	Is the one that should be used in repaying it
Ọ̀wọ́nrín so Ìlẹ̀kẹ̀ mọ́ ọmọ Ogbè lọ́rùn	Please let us all indulge in good behavior
Ló bá já sórí ikú	Ọ̀wọ́nrín tied a loop of neck beads on Ogbè's
	daughter
	And it resulted in death

280

Ifá pé kí eléyìun ó rúbọ. Ire ajé fún un.
Àwo èkuru funfun méjì, pupa méjì ni kó
fi pèsè fún àwọn ayé. Ire eléyìun ń bọ̀ wá;
kí wọ́n ó le jẹ́ kíre ó wọ ilé ni ẹbọ yí wà
fún. Ayé ó yẹ ẹ́.

Ìrókò jìwà jìwà èyìnkùlé Onígbò
Níí ṣefá fún Onígbò Asùnlọ́lá
Ọmọ ajayé Ifá gbindingbindin bí ẹni ń
    láyin
Níjọ́ tí ń sunkún òun ò lájé
Wọ́n ní kó rúbọ
Wọ́n níre ajé fún un pitipiti
Onígbò bá rúbọ
Ajé dé fún Onígbò
Aṣe wọn ò ti jẹ́ kí ire ẹ̀ ó wọlé ni
Ayé bá yẹ Onígbò.......................10
Ọkàan rẹ̀ balẹ̀
Ijó ní ń jó ayọ̀ ní ń yọ̀
Ní ń yin àwọn Babaláwo
Àwọn Babaláwo ń yin Ifá
Olódùmarè kejì tí ń tún ilé ayeé ṣe
Àṣé ayé le yẹni tó báyìí?
Ìrókò jìwà jìwà èyìnkùlé Onígbò
Níí ṣefá fún Onígbò Asùnlọ́lá
Ọmọ ajayé Ifá......................19
Ó jayé Ifá gbindingbindin bí ẹni ń láyin
Ẹ̀yin ẹ wo Ìrókò jìwàjìwà èyìnkùlé
    Onígbò
Gbogbo ara ló fi so bí okùn
Gbogbo ara ló fi ṣe idẹ
Gbogbo ara ló fi so ajé winnkinkin kanlẹ̀
Ayé Onígbò wáá dára

Ifá asks this person to offer sacrifice. The good
fortune of wealth would abound with him. Ifá implores
him to prepare two plates of white ekuru and another
two plates that has been mixed with oil and use it to
provide for the earthly enemies. The fortune of this
person is on the way and for same to be allowed to
come smoothly, is the reason why he should perform
the prescribed sacrifice.

The blossoming Ìrókò tree in the yard of Onígbò
Performs divination for Onígbò Asùnlọ́lá
The child of ajayé Ifá gbindingbindin bí ẹni ń láyin
On the day he was crying that he has no wealth
He was asked to perform sacrifice
They wished him a lot of good of wealth
Onígbò performed the sacrifice
Wealth came for Onígbò
The Wealth that enemies had erstwhile blocked
Life pleased Onígbò.......................10
And he had rest
He was dancing and rejoicing
He was praising his Babaláwo
His Babaláwo was praising Ifá
The second Olódùmarè that is involved in reforming
    the world
'So you can make life this pleasing to me'?
The blossoming Ìrókò tree in the yard of Onígbò
Performs divination for Onígbò Asùnlọ́lá
The child of Ajayé Ifá gbindingbindin
He enjoys the benevolent life of Ifa as if he is licking
    honey.......................20
Look at the blossoming Ìrókò tree in the yard of
    Onígbò
Germinating beads wholly in the body
Germinating brass wholly in the body
Germinating wholly in the body head to toe
The life of Onígbò was so good

ÒWÓNRÍN ÒYÈKÚ B

Ifá pé kí eléyìun ó sóra. Yóó móọ dá bírà; yóó móọ ṣoore ṣùgbọ́n nígbà tí tiẹ̀ ó bàá yorí kí wọ́n ó mọ́ wàá bínúu rẹ̀ ni kó yáa rúbọ sílẹ̀ fún o.

Ìlú oró wọn ò júgbèé
Ìlú àjòjì wọn ò júhe
Ìyà ló jẹ àjòjì títíítí
Ló tara ìlú ẹ̀ jejeeje
A díá fún Igi Tẹ́ẹ́rẹ́
Èyí tí ń sawoó relé Onígbò
Igi Tẹ́ẹ́rẹ́ délé Onígbò
Ó bá bẹ̀rẹ̀ síí so ajé
Onígbò ń kó o
Igi Tẹ́ẹ́rẹ́ délé Onígbò.................10
Ó so èjìgbàrà baba mokùn
Onígbò ń kó o
Igi Tẹ́ẹ́rẹ́ délé Onígbò
Ó so lááràngúnkà aṣọ ọba tó koná
          yanranyanran
Onígbò ń kó o
Inú ẹ̀ ń dùn
Àjòjì ní ń dá bírà fóun báyìí?
Ayé yẹ Onígbò
Ńgbà ó pẹ́ sàà
Igi Tẹ́ẹ́rẹ́ bá so Orí........................20
Àwọn èèyán bá lọọ pé Onígbò
'O ò wáá wo igìi rẹ'!
Igi Tẹ́ẹ́rẹ́ ló yọ Orí báyìí?
Onígbò ní àfi báa bá gé igi Tẹ́ẹ́rẹ́
Àwọn èèyán ní ẹ ẹ ráyé bí o?
'Ìwọ Onígbò'
'Igi Tẹ́ẹ́rẹ́ so Ajé'

ÒWÓNRÍN ÒYÈKÚ B

Ifá asks this person to be cautious. He would be performing wonders. He would be doing good, but when his own time comes to reap his reward, enemies would antagonize him. He should offer sacrifice to forestall this.

A town full of assault is not easy to live in
A new town is not easy to adapt in
Severe affliction suffered by a foreigner
Makes him wish to retrace his steps back home
Cast divination for the Slender tree
That was venturing priesthood in the household of
          Onígbò
The Slender tree got to the house of Onígbò
And started producing wealth
Onígbò harvested and packed it
The Slender tree got to the house of Onígbò..........10
She germinated Ejigbara, the father of all beads
Onigbo packed it
The Slender tree got to the house of Onígbò
She germinated lááràngúnkà the shining costume of
          the kings
Onígbò harvested it
He was very happy
'A foreigner is performing wonders this much for
          me'?
Life pleased Onígbò
After some time
The Slender tree germinated a head.................20
The people quickly rushed to call Onígbò
'Come and see your Slender tree'
'The Slender tree has produced a head'
"We must cut down the Slender tree" Onígbò said on
          sighting the head
'Come and see wonders of life', the people said
'You Onígbò'
'The Slender tree germinated wealth'

'Ò ń kó o'
'Ó so èjìgbàrà baba mokùn'
'Ò ń kó o'..............................30
'Ó so lááràngúnkà aṣọ ọba tó koná
    yanranyanran'
'Ò ń kó o'
'Igi Téérẹ́ wá so orí'
'O wáá ní káwọn ó sá gé igi'
Wọ́n níwọ Onígbò ṣe pẹ̀lẹ́pẹ̀lẹ́ o
Ìlú oró wọn ò júgbèé
Ìlú àjòjì wọn ò júhe
Ìyà ló jẹ àjòjì títíítí
Ló tara ìlú ẹ̀ jejeeje
A díá fún Igi Téérẹ́........................40
Èyí tí ń sawoó relé Onígbò
Igi Téérẹ́ ń so ajé
Onígbò ń kó o
Ó so èjìgbàrà baba mokùn
Onígbò ń kó o
Igi Téérẹ́ so lááràngúnkà aṣọ ọba tó koná
    yanranyanran
Onígbò ń kó o
Ẹ wèèyàn kéèyàn
Igi Téérẹ́ wáá so Orí
Onígbò ní á gégi...............50
Ẹ mọ̀mọ̀ gégi ò
Igi Téérẹ́ tó sorí
Onígbò mọ́ ge!

'You packed it'
'It germinated èjìgbàrà, the father of all beads
'You packed it'............................30
'It germinated lááràngúnka the shining costume of
    kings
'You packed it'
'The Slender tree thereafter germinated a head'
'You ask us to cut it down'
'Exercise restraint Onígbò', the people cautioned
A town full of assault is not easy to live in
A new town is not easy to adapt in
The severe affliction suffered by a foreigner
Makes him wish to retrace his steps back home
Cast divination for the Slender tree...............40
That was venturing priesthood to the household of
    Onígbò
The Slender tree was producing wealth
Onígbò was packing it
The Slender tree was producing èjìgbàrà the father of
    all beads
Onígbò packed it
The Slender tree produced lááràngúnka, the shining
    costume of kings
Onígbò packed it
Come and see a useless person
The Slender tree now produces a head
Onígbò asks us to cut down the tree.............50
Please do not cut down this tree
The Slender tree that produced a head
Onígbò, do not fell it!

ÒWÓNRÍN ÌWÒRÌ A

Eléyìun ti şişę şişę, Ifá pé yóó là, şùgbón işęę rę è é şe işę ìkánjú o. Nnkan tí eléyìun ó tà şolà jé nnkan táwọn èèyàn ó móọ sún méyìn; tí wón ó mòójú kúrò nbę.

Ìşę ni ò şé Gúnnugún kó bà lóorun
A díá fún Òwónrín ọmọ Aşégilówó
Òsì ni ò tÀkàlà kó bà lérùwà
A díá fún Ìwòrì ọmọ Atàpólà sọlà
Ìwọ ò sài là èmi ò sài là
A díá fún Aláfohùnfojúrí ọmọ Asóru tà
    ra igba ẹrú
'Àwọn le là láyé àwọn bí'?
Wón ní kí wọn ó rúbọ
Wón ní bí ọn bá ti rúbọ
Wón ní Ìşę tán............................10
Ìşę ni ò şé Gúnnugún kó bà lóorun
Òsì ni ò tÀkàlà kó bà lérùwà
Àwọn Ìwọ ò sài là èmi ò sài là
Wọn ní ìwọ náà ó rà ràà rà
O ó ra igba ẹrú
Wón bá rúbọ
Ni ọn bá n ra igba ẹrú
Wón rú ẹyẹlé
Owó lópòlopò
Ayé bá yẹ wón............................20
Ni wọn wá n jó
Ni wọn n yò
Ni wọn n yin àwọn Babaláwo
Àwọn Babaláwo n yin Ifá
Wón ní bęę làwọn Babaláwo tàwón wí
Ìşę ni ò şé Gúnnugún kó bà lóorun
A díá fún Òwónrín ọmọ Aşégilówó
Wón ní kó rúbọ

ÒWÓNRÍN ÌWÒRÌ A

Ifá says this person had labored and struggled without success. He would be rich in life but his source of wealth demands patience. His source of wealth is going to be an article which people would ignore.

Ìşę ni ò şé Gúnnugún kó bà lóorun
Casts divination for Òwónrín the child of Aşégilówó
Òsì ni ò tÀkàlà kó bà lérùwà
Casts divination for Ìwòrì the child of Atàpólà sọlà
Ìwọ ò sài là èmi ò sài là
Casts divination for Aláfohùnfojúrí, the child ofAsóru
    tà ra igba ẹrú
'Would we be rich in life at all'? They inquired
They were asked to perform sacrifice
They were told that immediately the sacrifice was
    performed
Poverty is finished............................10
The priests Ìşę ni ò şé Gúnnugún kó bà lóorun
The Òsì ni ò tÀkàlà kó bà lérùwà
The Ìwọ ò sài là èmi ò sài là
They said 'you would also buy and buy'
'You all would buy two hundred slaves'
They performed sacrifice for them
They then started to buy two hundred slaves
They offered pigeons
A lot of money
And life pleased them all............................20
They then started to dance
They started to rejoice
They were praising their Babaláwos
The Babaláwos were praising Ifá
They said it was exactly as their Babaláwos had said
Ìşę ni ò şé Gúnnugún kó bà lóorun
Casts divination for Òwónrín the child of Aşégilówó
He was asked to perform sacrifice

Yóó là láyé
Òsì ni ò tÀkàlà kó bà lérùwà............30
A díá fún Ìwòrì ọmọ Atàpólà sọlà
Wọn ní kí Ìwòrì ó rúbọ
Yóó là láyé
Ìwọ ò sàì là èmi ò sàì là
A díá fún Aláfohùnfojúrí ọmọ Asóru tà
    ra igba ẹrú
Ẹbọ n wọ́n ní kí wọ́n ó ṣe
Wọ́n sì rúbọ
Wọ́n là láyé o
Ìwọ ò sàì là
Èmi ò sàì là...................40
Gbogbo wa lá ó jọ là ńlé ayé porongodo
Ìwọ ò sàì là
Èmi ò sàì là

He was assured that he would be rich in life
Òsì ni ò tÀkàlà kó bà lérùwà,................30 .
Casts divination for Ìwòrì the child of Atàpólà sọlà
He was asked to perform sacrifice
He would be rich in life
Ìwọ ò sàì là èmi ò sàì là
Casts divination for Aláfohùnfojúrí, the child of
    Asóru tà ra igba ẹrú
They were all asked to perform sacrifice
They performed the sacrifice
They became wealthy in life
You will be rich
I will be rich.................40
All of us in entirety would be wealthy in life
You will be rich
I will be rich

Ọ̀WỌ́NRÍN ÌWÒRÌ B

Ifá pé eléyìun ó là láyé. Ẹbọ Ọlà ni kó rú. Nǹkan ẹ̀ ò níí sọnù.

Ọ̀wọ́nrín werere werere
Ìwòrì werere werere
A díá fún Okó
A bù fún Ẹpọ̀n
Níjọ́ tí ọn ń tọ̀run bọ̀ wálé ayé
Wọ́n ń bi wọ́n pé 'taa ní ó lọmọ'?
Wọ́n ní kí Okó ó rúbọ
Kí Ẹpọ̀n náà ó sì rúbọ
Wọ́n ṣe é
Ọ̀wọ́nrín werere werere..................10
Ìwòrì werere werere
A díá fún Okó
A bù fún Ẹpọ̀n
Àwọn méjèèjì ń tọ̀run bọ̀ wálé ayé
Ẹbọ ọmọ n wọ́n ní kí wọ́n ó ṣe
Wọn gbẹ́bọ ńbẹ̀ wọn rúbọ
Ẹ sì gbọ́mọ yín pọ̀n sẹ́yìn
Ẹ gbọ́mọ pọ̀n ẹ kóólé
Okó ló wáá lọmọ
Ẹpọ̀n ló sì lọmọ............................20

Ọ̀WỌ́NRÍN ÌWÒRÌ B

Ifá says this person would be rich in life; he should make a sacrifice for wealth.
His good tidings would not elude him.

Ọ̀wọ́nrín werere werere
Ìwòrì werere werere
Cast divination for the Penis
And for the Scrotum
On the day they were both coming from heaven to the earth
They were asked who would be the owner of the child
They told the Penis to offer sacrifice
And the Scrotum also to perform sacrifice
They did so
Ọ̀wọ́nrín werere werere........................10
Ìwòrì werere werere
Cast divination for the Penis
And for the Scrotum
On the day they were both coming from heaven to the earth
It is the sacrifice meant for bearing children that was prescribed for them
They heard about the sacrifice and offered it
You decided to carry your child on your back
You carried your child on your back and entered inside
It is the Penis that has the child
It is the Scrotum that has the child................20

ÒWÓNRÍN ÒDÍ A

Ifá póun pé ire fún eléyìun. Obìin rẹ̀ ó bímọ púpọ̀. Ṣùgbọ́n kó rúbọ. Òkìkíi rẹ̀ ó kàn wọ́n ó sì bẹ̀rùu rẹ̀.

Pòpá kan tẹ́ẹ́rẹ́tẹ́
A díá fún Àlúkúlàkà
Níjọ́ tí ń fomi ojúú sògbérè ọmọ
Wọ́n ní ó rúbọ
Wọ́n ní wíndin wíndin lọmọ ẹ̀ ó pọ̀
Bí àbímọ yè bí àbímọ yè
Àlúkúlàkà bí àbímọ yè o
Bí àbímọ yè bí àbímọ yè
Àlúkúlàkà bí àbímọ yè o
À á ṣéé mọ Àlúkúlàkà làá pe Orò......10
A lóun bí wíndín wíndín wíndín wíndín
        wíndín
A tún ké
Bí àbímọ yè bí àbímọ yè
Àlúkúlàkà bí àbímọ yè o
Ó bímọ
Ọmọ́ pọ̀ kárí ayé

ÒWÓNRÍN ÒDÍ A

Ifá wishes this person the good fortune of childbirth. His wife would bore him many children; he should offer sacrifice. He would be famous and be revered by everyone.

A slender stick
Casts divination for Àlúkúlàkà
On the day he was crying because of children
He was asked to perform sacrifice
They told him that he would have many children
Like a successful childbirth
Àlúkúlàkà, like successful childbirth
Like a successful childbirth
Àlúkúlàkà, like a successful childbirth
Àlúkúlàkà is the epithet of Orò............10
He tones 'I bore so many children'
He tones sharply again
Like a successful childbirth
Àlúkúlàkà, like a successful childbirth
He had so many children
And they are spread about worldwide

ỌWỌ́NRÍN ÒDÍ B

Ifá pé ká rúbọ, ayé eléyìun ó dáa. Ó ń sunkún ajé; ń sunkún ọmọ, Yóó ríî. Ifá pé kó mọ́ọ kẹ́ pé Òun. Gbogbo nǹkan tí eléyìun bá gbẹ́kẹ̀ lé ni kó mọ́ọ kẹ́ pè.

Kíliwí Awo ilé Alájá
Ọ̀fàfà lájá ajá Ọ̀wọ́nrínsìndin
Oriri mòjò o mọ̀ ṣehuùn mi
A díá fún Oriri mòjò
Èyí tí ń sunkún òun ò lájé
Oriri mòjò ní ń bèèrè
Òun leè lájé báyìí?
Wọ́n ní kó rúbọ
Wọ́n ní ọkàan rẹ̀ ó balẹ̀
Yóó nísinmi…………..........…………..10
Oriri mòjò bá rúbọ
Ó bá bẹ̀rẹ̀ síí lájé
Ayé yẹ ẹ́
Ní bá ń yin Kíliwí
Awoo wọn ńlé Alájá
Àwọn Ọ̀fàfà lájá Ajá Ọ̀wọ́nrínsìndin
Ní wá ń jó n ní ń yọ̀
Ní ń yin àwọn Babaláwo
Àwọn Babaláwo ń yin Ifá
Ó ní bẹ́ẹ̀ làwọn Babaláwo tòún wí…..20
Kíliwí Awo ilé Alájá
Ọ̀fàfà lájá ajá Ọ̀wọ́nrínsìndin
Oriri mòjò o mọ̀ ṣehuùn mi
A díá fún Oriri mòjò
Èyí tí ń sunkún òun ò lájé
Wọ́n ní ó rúbọ
Oriri mòjò gbà mí o
Ifá gbà mí dákun
Oriri mòjò gbà mí o
Ajé tí mo wí………..……...............30

ỌWỌ́NRÍN ÒDÍ B

Ifá asks this person to offer sacrifice; life would please him. This person had ever been in search of wealth, children; He would get it. But he should call on Ifá relentlessly. Whatever he believes in, he should also cry to, incessantly.

Kíliwí the priest of the clan of Alájá
Ọ̀fàfà lája the dog of Ọ̀wọ́nrínsìndin
Oriri mòjò I thank you for your gesture to me
Cast divination for Oriri mòjò
That was crying because of lack of wealth
Oriri mòjò was asking
'Would I have wealth'?
He was asked to perform sacrifice
They told him that he would also have rest of mind
And peace………...................……………..10
Oriri mòjò offered the sacrifice
And started to have wealth
Life pleased him
He was praising Kíliwí
Their priest in the clan of Alájá
The priest Ọ̀fàfà lájá, the dog of Ọ̀wọ́nrínsìndin
He was dancing and rejoicing
He was praising his Babaláwos
His Babaláwos were praising Ifá
He said it was exactly as his Babaláwos said………20
Kíliwí the priest of the clan of Alájá
Ọ̀fàfà lájá the dog of Ọ̀wọ́nrínsìndin
Oriri mòjò I thank you for your gesture to me
Cast divination for Oriri mòjò
That was crying because of lack of wealth
He was asked to perform sacrifice
Oriri mòjò please help me
Ifá please help me
Oriri mòjò help me
The wealth that I told you……………........…..30

Ọ̀pẹ̀ kóo mọ́ ṣe gbàgbé
Oriri mòjò gbà mí ò
Oriri mòjò gbà mí ò
Aya tí mo wí
Ọ̀pẹ̀ kóo mọ́ ṣe gbàgbé
Oriri mòjò gbà mí ò
Oriri mòjò gbà mí ò
Ọmọ tí mo wí
Ọ̀pẹ̀ kóo mọ́ ṣe gbàgbé
Oriri mòjò gbà mí ò...............................40
Oriri mòjò gbà mí ò
Ilé tí mo wí
Ọ̀pẹ̀ kóo mọ́ ṣe gbàgbé
Oriri mòjò gbà mí ò
Oriri mòjò gbà mí ò

Ọ̀pẹ̀ do not forget
Oriri mòjò help me
Oriri mòjò help me
The good fortune of wife that I told you about
Ọ̀pẹ̀ do not forget
Oriri mòjò help me
Oriri mòjò help me
The good fortune of children that I told you about
Ọ̀pẹ̀ do not forget
Oriri mòjò help me...............................40
Oriri mòjò help me
The good fortune of house that I told you about
Ọ̀pẹ̀ do not forget
Oriri mòjò help me
Oriri mòjò help me

Ifá pé òun pé ire fún eléyìun. Ire rè ò níí
bó; ayé ó sì ye é. Kí eléyìun ó mó jà kí
nnkan odidi ó mó baà bó sonù lówó è.

Saláámó Awo ègbé Igi
A díá fún Àkókó
Èyí tíí somo won ní Ìramòrí
Èyí tí ń lo rèé lókọ ńÍresà o pé oko
Wón ní kó rúbo
Gbogbo àwon tí ón féràn Àkókó
Wón bá bèrè síí sunkún
Wón ń pé ó mó lo
Àkókó náà bá bèrè síí sunkún
Ó ní bí ón se se òun náà ni...........10
N ní ó jèé kí òún ó lo
Ijó ní ń jó ayò ní ń yò
Ní ń yin àwon Babaláwo
Àwon Babaláwo náà ń yin Ifá
Ó ní béè làwon Babaláwo tòún wí
Saláámó Awo ègbé Igi
A díá fún Àkókó
Èyí tíí somo won ní Ìramòrí
Èyí tí ń lo rèé lókọ ńÍresà o pé oko
Àkókó...........20
Mó lo
Ó lóun ó lo
Gbogboo yín lẹ ó gbèè sówó
Gbogboo yín lẹ ó pòn séyìn
Ẹbo kan ò lè dà bí ẹbo Àkókó mó o

Ifá wishes this person well. Ifá says his good fortunes
would not get lost. Life would be pleasant with him.
Ifá enjoins him not to keep malice such that a whole
bunch of goodies would not depart him.

Red ants, the priest of tree trunk
Casts divination for Àkókó
Their daughter in Ìramòrí city
That was going to marry in the city of Ìresà o pé oko
She was asked to perform sacrifice
Everyone that loved Àkókó
They all started to cry
They wished her not to depart them
Àkókó also was crying...9
She said it was because of the way they treated her
That would make her leave to find a suitor in
      another city
She was dancing and rejoicing
She was praising her Babaláwo
Her Babaláwo was praising Ifá
She said it was what her Babaláwo had said
Red ants, the priest of tree trunk
Casts divination for Àkókó
Their daughter in Ìramòrí city
That was going to marry in the city of Ìresà o pé oko
Àkókó..20
Don't leave
She said she would have to leave
You all would cuddle children with your hands
You all would find to strap to your back
No other sacrifice could prove efficacious like
      Àkókó's sacrifice

ÒWÓNRÍN ÌROSÙN B

Ifá pé ká rúbọ, pé ire àìkú fún eléyìun.

Àgbàdo ló yọ̀rùkẹ̀
Bẹ́ẹ̀ ni ò gbọ́ Ifá
A díá fún ọn nÍrosùn o pẹ́ oko
Wọ́n ní wọ́n ó rúbọ
Wọ́n rúbọ fún àìkú
Wọ́n pabọ
Wọn rúbọ, ẹbọ́ pé
Wọ́n rú gìrìpá òrúkọ
Àìkú bá dé fún wọn
Ẹmíin wọ́n gùn..................10
Ijó ni wọ́n ń jó
Ayọ̀ ni wọ́n ń yọ̀
Babaláwo ni wọ́n ń yìn
Àwọn Babaláwo ń yin Ifá
Wọ́n ní bẹ́ẹ̀ làwọn Babaláwo tàwọn wí
Àgbàdo ló yọ̀rùkẹ̀
Bẹ́ẹ̀ ni ò gbọ́ Ifá
A díá fún ọn nÍrosùn o pẹ́ oko
Ẹbọ n wọ́n ní wọ́n ó ṣe
Wọ́n sì gbẹ́bọ ńbẹ̀..................20
Wọ́n rúbọ
Ẹbọọ wọ́n dà
A rÓnítidì ráìkú
A wá rÓnítidì kangẹrẹ

ÒWÓNRÍN ÌROSÙN B

Ifá asks this person to offer sacrifice. He would not taste death prematurely.

It is the maize that has her stigma billowing like a
    tassel
Yet does not know a word of Ifá
Cast divination for them in Ìrosùn o pẹ́ Oko
They were asked to offer sacrifice
They offered the sacrifice for long life
They collected all the sacrificial articles
They sacrificed it all in full
They offered matured he-goat
They all did not taste death prematurely again
They have long life..................10
They were dancing
They were rejoicing
It is the Babaláwos they were praising
The Babaláwos were praising Ifá
They said it was exactly as their Babaláwos had said
It is the maize that has her stigma like a tassel
Yet does not know a word of Ifá
Cast divination for them in Ìrosùn o pẹ́ Oko
They were asked to perform sacrifice
They heard about the sacrifice..................20
And offered it
Their sacrifice proved efficient
We see Onítidì we see life
We see Onítidì, old and frail

*This Ifá is alternatively called Ọ̀wọ́nrín Onítidì

291

ÒWÓNRÍN ÒBÀRÀ A

Ifá pé ọrọ̀ kan tó jẹ́ ti baba wọn kan tó ti kọjá lọ ń bẹ ńlẹ̀ níbi ó ti wà láti àtijọ́. Ifá pé ọrọ̀ náà ò níí sọnù. Yóó dáa fún eléyìun.

Òwọ́nrín lawo Gbáro
Ọlòbàrà lawo Alẹ̀ odò
A díá fún Mọníréré ọ̀ sẹ̀sẹ̀
Tíí sọmọ Ọlọ́rọ̀ kan àtijọ́
Wọn ní ó rúbọ
Wọn ní ọrọ̀ọ babaa wọn kan àtijọ́
Wọn ní ń bẹ ńlẹ̀ omi
Wọn ní kó rúbọ kó báà jáde sí i
Ó bá rúbọ
Ọrọ̀ọ baba ẹ̀ bá jáde sí i............10
Ní wá ń jó n ní ń yọ̀
Ní ń yin àwọn Babaláwo
Àwọn Babaláwo ń yin Ifá
Ó ní bẹ́ẹ̀ làwọn Babaláwo tòún wí
Òwọ́nrín lawo Gbáro
Ọlòbàrà lawo Alẹ̀ odò
A díá fún Mọníréré ọ̀ sẹ̀sẹ̀
Tíí sọmọ Ọlọ́rọ̀ kan àtijọ́
A wáá rí ọ rẹ̀wà a ríre
Mọníréré ọ̀ sẹ̀sẹ̀...........20
A rí ọ rẹ̀wà a ríre
A rí ọ rẹ̀wà ó ku ọmọ
Mọníréré ọ̀ sẹ̀sẹ̀
A rí ọ rẹ̀wà ó ku ọmọ

ÒWÓNRÍN ÒBÀRÀ A

Ifá asks this person to offer sacrifice. Life would please him. Ifá says a wealth belonging to their father exist somewhere, where it had been for long. Ifá says this wealth would not get lost.

Òwọ́nrín the priest of Gbáro
Ọlòbàrà the priest of Alẹ̀ odò
Cast divination for Mọníréré ọ̀ sẹ̀sẹ̀
The daughter of an ancient wealthy man
They told her to offer sacrifice
That the wealth of their passed father
Exists at the bed of a river
She was asked to offer sacrifice for the wealth to come out to her
She performed the sacrifice
And the wealth came out to her............10
She started to dance and rejoice
She was praising her Babaláwos
Her Babaláwos were praising Ifá
She said it was exactly as her Babaláwos predicted
Òwọ́nrín the priest of Gbáro
Ọlòbàrà the priest Alẹ̀ odò
Cast divination for Mọníréré ọ̀ sẹ̀sẹ̀
The daughter of an ancient wealthy man
We see you your beauty; we see the goods of life
Mọníréré ọ̀ sẹ̀sẹ̀............20
We see you your beauty; we see the good fortune of life
We see you your beauty; it remains the children
Mọníréré ọ̀ sẹ̀sẹ̀
We see you your beauty; it remains children

Ojú ọmọ́ ń pọn eléyìun. Kó bi Ifá léèrè kó
sì rúbọ ọmọ. Ifá pé ní ìlú òdìkejì ni kí
eléyìun ó gbé lọ́ọ́ bọ Ifáa rẹ̀. Ẹlẹ́dàá ò ní
jẹ́ kí ogún ó jà á. Ọlà ń bẹ fún eléyìun
nílùú òdìkejì.

Ẹdun níí sọmọ Oníyán
Òwè níí sọmọ Ọlọ́bẹ̀
Èṣù Òdàrà níí sOlúwo Àgbésìnkun lóko
A díá fún Ìrẹ̀ ò sèjẹ̀ tíí sOlógun Ẹrànhan
Wọ́n ní ó rúbọ
Ogún sì mú nílé
Ìrẹ̀ ní ń bèèrè pé Ogun ò mú òun báyìí?
Wọ́n ní kí Ìrẹ̀ ó rúbọ
Ó bá kọrí sí oko
Ẹ ó ri tí Ìrẹ̀ bá kọ́lé lóko…...............10
Yóò kólé tán yóó tùún yọ òdẹ̀dẹ̀
Ilé ni Ìrẹ̀ ò sèjẹ̀ ti kúô
Ayé yẹ Ìrẹ̀
N ní wá ń jó n ní ń yọ̀
Ní ń yin àwọn Babaláwo
Àwọn Babaláwo ń yin Ifá
Ó ní bẹ́ẹ̀ làwọn Babaláwo tòún wí
Ẹdun níí sọmọ Oníyán
Òwè níí sọmọ Ọlọ́bẹ̀.........................19
Èṣù Òdàrà níí sOlúwo Àgbésìnkun lóko
A díá fún Ìrẹ̀ ò sèjẹ̀ tíí sOlógun Ẹrànhan
Ogun jalé kò dóko
Ìrẹ̀ ò sèjẹ̀
Ogun jalé kò dóko
Ńgbà tí gbogboo wọ́n gbọ́ pé Ìrẹ̀ ti kọ́lé
          sóko
Wọ́n bá ń lọọ wò ó
Ó ní Ogún jalé kò dóko o ò o

Ifá says this person is experiencing a dearth of
children. He should ask of the contents of the sacrifice
of children and perform it. He should go to the
neighboring city to perform his sacrifice. His creator
would not let him see bad things. There is plenty of
wealth for him.

Monkeys are the children of pounded yam maker
Òwè the child of stew cooker
Èṣù Òdàrà the priest of Àgbésìnkun in the farm
Cast divination for Cricket, the screeching soldier
That was asked to offer sacrifice
There was war in the main city
The Cricket was asking if the war would not arrest
          him
He offered the sacrifice
He headed for the farm
We will all see the Cricket building his home in the
          forest….....................................10
He would build his house and even construct a
          balcony
The Cricket had left the main city for the farm
Life pleased the Cricket
He started to dance and rejoice
He was praising his Babaláwos
His Babaláwos were praising Ifá
He said it was exactly as his Babaláwos had said
Monkeys are the children of pounded yam maker
Òwè the child of stew cooker
Èṣù Òdàrà the priest of Àgbésìnkun in the farm.....20
Cast divination for Cricket, the screeching soldier
The warfare in the city does not get to the farm
Ìrẹ̀ ò sèjẹ̀
The warfare in the city does not get to the farm
When everyone heard about the Cricket's house in
          the farm
They paid him homage
He shrieked 'the warfare in the city did not get to
          the farm'

Ìrẹ̀ ò sẹ̀jẹ̀ Ogún jalé kò dóko ò ò o
Ìrẹ̀ ò sẹ̀jẹ̀ ogun jalé kò dóko
Ni Ìrẹ̀ ń wí tée dòni...................30

Ìrẹ̀ ò sẹ̀jẹ̀, the warfare in the city did not get to the farm
Ìrẹ̀ ò sẹ̀jẹ̀, the warfare in the city did not get to the farm
Is what the Cricket is saying till date...................30

ÒWÓNRÍN ÒKÀNRÀN A

Ifá pé ire fún eléyìun. Ayọ̀ rẹ̀ ò níí bàjẹ́; àwọn ọmọ wẹẹrẹwẹ ó kùún ilé ẹ̀. Kó rúbọ fún àwọn ọmọ òhún ńtorí ikú àti ogun àwọn èèyàn. Ifá pé kò gbọdọ̀ déjàá; kó ṣe sùúrù, kó sì gbọ́ ẹbọ dáadáa o.

Ọwọ́nrín pòkàn pòkàn
Babaláwo Ẹja ló díá fún Ẹja nínú omi
A díá fún Ìkòrò
Èyí tíí sọmọọ wọn lálẹ̀ odò
Ẹbọ ń wọn ní ó ṣe
Wọn ní kí Ẹja ó rúbọ
Ìkòrò alẹ̀ odò
Wọn ní kí òun náà ó rúbọ
Alákàn tíí sọmọ wọn ní kọ̀kọ̀ odò
Wọn ní kí òun náà ó rubọ..............10
Ṣùgbọ́n nígbà tí wọn sọ fún Ẹja àti Ìkòrò
Wọn ò gbọ́ bí wọn ó ti rúbọ
Alákàn ńtiẹ̀
Ó dúó gbọ́ gbogbo ẹbọ ẹ̀
Wọn ní ọpọ̀lọpọ̀ epo lẹbọ
Ìgìrìpá òrúkọ lẹbọ
Ńtorí ìjà àwọn ọmọ aráyé
Alákàn lórí òun ò gbọ́
Alákàn bá rúbọ
Àwọn Ẹja ò gbọ́........................20
Ayọ̀ ni wọn ń yọ̀ nínú omi
Ńgbà ayọ̀ yìí pọ̀ lápọ̀jù
Èṣù bá pe àwọn ayé
Ó ní ẹ dákẹ́ ni?
'Ẹ ẹ̀ rí Ẹja tí ò rúbọ'?
'Tí ọ́n ń yọ̀ fẹ̀rẹ̀ lódò'

ÒWÓNRÍN ÒKÀNRÀN A

Ifá wishes this person well. There are so many little children seen in his house. He should offer sacrifice against death and human warfare for the kids. Life would please him. He should not preempt taboos; and is exhorted to be attentive in noting the sacrificial articles.

Ọwọ́nrín pòkàn pòkàn
The Babaláwo of Fishes cast divination for Fishes
    in the waters
Cast divination for Ìkòrò
Their child in the riverbed
They were all asked to offer sacrifice
They told all the Fishes to observe sacrifice
Ìkòrò, their child in the river bed
He was asked to perform sacrifice
Crab, their child in the corners of the river
Was also told to perform sacrifice....................10
But when Fishes and Ìkòrò were being told the
    sacrifices
They were not attentive on the way it was to be
    performed
The Crab in his disposition
Listened carefully
They told him to prepare plenty of palm oil
And a matured he-goat
Because of suspected attack from his enemies on
    earth
The Crab did not dare the consequences
He performed the sacrifice
The Fishes refused to listen........................20
They were rejoicing about in the waters
When this joy became uncontrolled
Èṣù called on the earthly enemies
'Why are you silent'? Èṣù queried
'Can't you see the Fishes in the waters that did not
    perform the sacrifices'?
And they are rejoicing

Ajogún bá dé	Ajogun came
Ó wọ inú odò	And entered into the waters
Ó kó ẹja	It arrested all the Fishes
Ẹja ń bú ọ lékèé..................................30	'Fishes are calling you a liar' Èṣù said................30
Ó lòó leè jà	'Boasting you are not strong enough for a fight'
Òògùn ọmọ abíjà wàrà	'Medicine, the instantaneous fighter, rise up'
Lọ rèé mú wọn	' Ìkòrò is calling you a lair'
Ìkòrò ń bu ọ lékèé	'Said you are not strong enough for a fight'
Ó lóò leè jà	'Snails are calling you a liar'
Ìsín ń bu ọ lékèé	'Said you are not strong enough for a fight
Ó léè jà	Medicine, the instantaneous fighter
Òògùn ọmọ abíjà wàrà	'Go and arrest them all'
Wọn bá da òògùn lu odò	They poured poison into the waters
Bẹ́ẹ̀ ni àwọn ẹja ń tàkaakà...............40	Immediately, Fishes started turning over on the bank
Ni ọn ń yíipo	Turning over in death..41
Èṣú ní 'ó dògbó àgbàkàn'	'Fangs of death has turned',
'Taa lọpọ́n ọnà sún kàn'?	'Whose turn is it'? Èṣù asked
Wọn ní ó sún kan Alákàn	They said it is the Crab's turn
Èṣú ní só rú àbí ò rú?	'Did he perform the sacrifice or not'? Èṣù asked
Wọn ní bó ti gbẹ́bọ	'Immediately on hearing about the sacrifice'
Bẹ́ẹ̀ ló ti rú	'He had observed it', they chorused
Gbogbo epo tí Alákàn fi rúbọ	All the oil that the Crab offered as sacrifice
Èṣú bá ń ta á sí Alákàn lẹ́nù	Èṣù poured it into his mouth
Ẹ ẹ́ ríi tí ọn bá da òògùn sódò............50	We will notice whenever a poisonous substance is poured into a lake.......................................50
Alákàn ó sì fọ epo dà sínú odò lọ súá	The crab would spit a thin film of oil onto the water surface
Àkókò tí ọn bá da òògùn sódo	About the time the poison is poured into the waters
Ni Alákàn ń fopo dà sínú odò un	Is the period the Crab would wash the oil into the water
Òògùn ò leè mú Alákàn	The poison warfare cannot arrest the Crab
Alákàn ní ń bẹ lẹ́yìn	The Crab is the only one coming from behind
Tó mẹbọ	To observe the sacrifice
Wọn ní gbogbo wọn ó sá káalẹ̀	They were all warned to take care of the ground
Wọn ó jàre ẹbọ ni kí wọn ó ṣe	And make sacrifice
Alákàn ló gbẹ́bọ ńbẹ̀ tó rúbọ	It was only the Crab that heard about the sacrifice and performed it
Òwọ́nrín pòkàn pòkàn..................60	Òwọ́nrín pòkàn pòkàn...........................60

Àwo Ẹja ló díá fún Ẹja nínú omi

A bù fún Alákàn

Èyí tíí sọmọ wọn ní kọ̀kọ̀ odò

Taa ní ń bẹ lẹ́yìn tó mẹbọ

Alákàn nìkàn

Nì ń bẹ lẹ́yìn tó rúbọ

Akàn nìkàn

The Babaláwo of Fishes cast divination for the Fishes
      in the waters

And also for the Crabs

Their child in the corners of the waters

Who is coming from behind to observe the sacrifice?

It is only the Crab

Coming from behind to observe the sacrifice

It is the Crab alone

Ọ̀WỌ́NRIN Ọ̀KÀNRÀN B

Ifá pé kí eléyiun ó rúbọ kí wọn ó mọ́ baà gba nǹkan lọ́wọ́ ẹ̀.

Aáyán ilé níí forí túgbá
Ológbò níí firù tú ìyẹ̀fun yàgbà yagba ní koto
Èkúté ilé a bìdì jọ̀tọ́ jọ̀tọ́
Aláǹgbá àmù ni ò sákẹ̀
Aláǹgbá àmù ni ò họkùn
Ó lé téńté láruru aláruru
A díá fún Ẹja
Èyí tíí sọmọọ wọn ní pápá
A díá fún Eku
Èyí tíí sọmọọ wọn nínú ibú.............10
Wọ́n ní kí Ekú ó rúbọ
Kí wọn ó mọ́ baà gba odò lọ́wọ́ọ wọn
Ekú ní kín ní ń jẹ bẹ́ẹ̀
Ogún sì mú àwọn Ẹja ní pápá
Àwọn Ẹja bá tọ àwọn Àjàlúbọ̀rọ́ lọ
Wọ́n ní nǹkan wọn ó tutù
Àwọn Àjàlúbọ̀rọ́ bá ṣe Ifá fún Ẹja
Wọ́n ní kí Ẹja ó tójú Apẹ
Wọ́n bá fi òòrì sínú ẹ̀
Wọ́n ní kí Ẹja ó mọ́ọ kùn ún.............20
Ẹja bá kun òòrì sára
Wọ́n bá ní kí Ẹja ó kọrí sínú omi
Wọn ní kò sẹni tí ó bá a jà mọ́
Eku náà sí ń bẹ lódò
Wọ́n ń yan ká nínú omi
Ẹja bá sá láti pápá
Ó bá lọ̀ọ bá Eku nínú omi
Ẹja bá múra

Ọ̀WỌ́NRIN Ọ̀KÀNRÀN B

Ifá asks this person to offer sacrifice such that his legitimate property would not be seized from him.

The household cockroach uses her head to scratch articles
The cat uses her tail to spill powder about in the calabash pot
The household mouse with soft and muscular buttocks
The old Lizard is the one that does not crow
The old Lizard does not scratch his belly
Posing at the top of someone else's rooftop
Cast divination for the Fish
Their child in the open fields
Also cast divination for the Rat
Their child in the deep waters.................10
They told the Rat to offer sacrifice
Such that the deep waters would not be seized from him
'What do you call a sacrifice'? The Rat said
There was fierce enemy warfare in the fields about the time
The fish approached the priest Àjàlúbọ̀rọ́
He told them that their life would be cool and peaceful
Àjàlúbọ̀rọ́ prepared an Ifá portion for the Fish
He asked the Fish to prepare a mud pot
He then put some shea butter in it
And asked the Fish to smear it on.................20
The Fish rubbed the shea butter on
The Babaláwo then asked the Fish to proceed to the waters
'No one would contest with you there' He assured
But the Rat originally had been living inside the waters
Gallivanting around in the deep waters
The Fish ran away from the open fields
And met the Rat in the waters
The Fish braced himself up

Ó bá lé Eku kúrò lódò
Ekú bá sá lọ sínúu pápá..................30
Ẹjá bá ń jó ní ń yọ
Ní ń yin àwọn Àjàlúbọ̀rọ́ tó kó Ẹja là
    lódò
Àwon Àjàlúbọ̀rọ́ náà ń yin Ifá
Ó ni bẹ́ẹ̀ làwọn Babaláwo tòún wí
Aáyán ilé níí forí túgbá
Ológbò níí firù tú ìyẹ̀fun yàgbà yagba ní
    koto
Èkúté ilé a bìdí jọ̀tọ́ jọ̀tọ́
Aláǹgbá àmù ni ò sákẹ́
Aláǹgbá àmù ni ò họkùn
Ó lé tẹ́ńté láruru aláruru....................40
A díá fún Ẹja
Èyí tíí sọmọọ wọn ní pápá
A díá fún Eku
Èyí tíí sọmọọ wọn nínú ibú
Wọ́n ní kí Ekú ó rúbọ
Kí Ẹja ó mọ́ gbodò lọ́wọ́ọ rẹ
Ekú gbẹ́bọ bẹ́ẹ̀ ni ò rúbọ
Ẹja nìkàn ní ń bẹ lẹ́yìn tó rúbọ
Àjàlúbọ̀rọ́ ò
A dúpẹ́......................................50
N ló mọ̀mọ̀ kẸja là lódò
Àjàlúbọ̀rọ́ a dúpẹ́

And chased the Rat out of the waters
The rats ran into the open fields........................30
The Fish then started to dance and rejoice
He was praising the Àjàlúbọ̀rọ́s that saved the
    Fishes in the waters
The Àjàlúbọ̀rọ́s were praising Ifá
They said it was exactly as their Babaláwo had said
The household cockroach uses her head to scratch
    articles
The cat uses her tail to spill powder about in the
    calabash pot
The household mouse with soft and muscular
    buttocks
The old lizard does not crow
The lizard living in a pot cannot scratch his belly
He is posing at the top of someone else's rooftop
Cast divination for the Fish........................41
Their child in the open fields
Cast divination for the Rat
Their child in the deep waters
They asked the Rat to perform sacrifice
Such that the Fish would not seize the rivers from
    him
The Rat heard about the sacrifice but did not heed it
Only the Fish came from behind to perform the
    sacrifice
Àjàlúbọ̀rọ́
We thank you so much........................50
You are the one that saved the Fish in the waters
Àjàlúbọ̀rọ́ we thank you

ÒWÓNRÍN ÒGÚNDÁ A

Ifá pé ayé ó yẹ eléyìun; ọkàan rẹ̀ ó sì balẹ̀
Kó rúbọ kí orí rẹ̀ ó lè fẹ̀ràan rẹ̀. Ẹni tí
Ọlọ́run bá fẹ́ ni pàtàkì. Fìfẹ́ èèyàn kò tó
ìfẹ́ Ọlọ́run ọba. Òwúùrù ẹyẹlé lẹbọ

Ọrún ni wọ́ọ́n dájọ Ilá
Ìtàdógún ni wọ́ọ́n nájà lẸrin
Òṣùmàrè níí mójú Ọlọ́run ọba sàbá
     kọ̀ọ̀rọ̀ kọọrọ
A díá fún ẹni èèyán fẹ́
Tí Ọlọ́run ọbá ò fẹ́
A díá fún ẹni èèyán kọ̀
Tí Ọlọ́run Ọbá fẹ́
Wọ́n ní ẹbọ ni kí wọ́n ó ṣe
Wọ́n ṣe é
Ẹni tí Ọlọ́run bá fẹ́ ní ń jayé...........10
Àwọn èèyán sì ń bínú ẹ̀
Báyòóòwù kí àwọn èèyán ṣe tó
Orí eléyìun ó tẹ̀lé e
Ayé yẹ ẹ́
Nǐ wá ń jó n ní ń yọ̀
Ní ń yin àwọn Babaláwo
Àwọn Babaláwo ń yin Ifá
Ó ní béẹ̀ làwọn Babaláwo tòún wí
Ọrún ni wọ́ọ́n dájọ Ilá
Ìtàdógún ni wọ́ọ́n nájà lẸrin...............20
Òṣùmàrè níí mójú Ọlọ́run ọba sàbá
     kọ̀ọ̀rọ̀ kọọrọ
A díá fún ẹni èèyán fẹ́
Tí Ọlọ́run ọbá ò fẹ́
A díá fún ẹni èèyán kọ̀
Tí Ọlọ́run Ọbá fẹ́
Béèyàn ó bá fẹni
Kó jòkó o
Fìfẹ́ Ọlọ́run ju Igba ènìyàn lọ

ÒWÓNRÍN ÒGÚNDÁ A

Ifá wishes this person well. Life would please him, he would have rest of mind and peace. Ifá asks him to perform sacrifice such that his Orí would be his friend. Enjoying the love of God is the one that is important. The love of men is not important like the love from God. A matured pigeon is the sacrifice.

Five- day cycle is the harvesting interval for Okra
Seventeen days is the cycle for Èrìn market
The rainbow presents the eyes of God in a circular
    manner
Cast divination for he that the people love
But whom God despises
Cast divination for he that the people despises
But whom God loves
They were both asked to perform sacrifice
They performed it
He that God loves, would be enjoying life...........10
But people would hate him
No matter what the people do
That person's Orí would be by him
Life pleased them
He was dancing and rejoicing
He was praising his Babaláwos
His Babaláwos in turn praise Ifá
He said it was exactly as his Babaláwos predicted
Five- day cycle is the harvesting interval for Okra
Seventeen days is the cycle for Èrìn market.........20
The rainbow presents the eyes of God in a circular
    manner
Cast divination for he that the people love
But whom God despises
Cast divination for he that the people despises
But whom God loves
If anyone refuses to love me
He should go and sit somewhere
The love of God transcends that of hundreds
    human beings

ÒWÓNRÍN ÒGÚNDÁ B

Ẹlẹ́dàá eléyìun ó fẹ̀ràan rẹ̀ tí bá ń hùwà rere, kò gbọdọ̀ kẹ́gbẹ́ ìkà. Ifá pé kó kọ́ èdè bí Ifá ṣe kọ́ èdè.

Mo ji
TIfáà mi ni mò ń ṣe
Mo mọ̀ràn mọ̀ràn
TỌ̀pẹ̀ẹ̀ mi ni mò ń tọ̀ lẹ́yìn
Mo kọ gbọ́ngán gbọ̀ngàn gbọ̀ngán
N ò nílé Oníyèyẹ́ẹ́ dé
N tÍfá bá wí fún mi
Ni ń ó mọọ ṣe
A díá fún Ọ̀ótọ́
Awo Ilé ayé 10
Wọ́n ní kí wọ́n ó rúbọ
Ọ̀ótọ́ ba rúbọ
Mo wáá jí,
TIfáà mi ni mò ń ṣe
Mo mọ̀ràn mọ̀ràn
TỌ̀pẹ̀ẹ̀ mi ni mò ń tọ̀ lẹ́yìn
Mo kọ gbọ́ngán gbọ̀ngàn gbọ̀ngán
N ò nílé Oníyèyẹ́ẹ́ dé
N tÍfá bá wí fún mi
Ni ń ó mọọ ṣe.............................20
A bù fún Sìkà sìkà
Awo wọn lóde òrun
Wọ́n ní kí Sìkà sìkà ó mọ́ sìkà mọ́
Kò gbọ́
Wọ́n ní kí wọ́n ó jùúlẹ̀
Sòótọ́ sòótọ́ ń bóòótọ́ lọ
Sìkà sìkà náá ń ṣe tiẹ̀
Ńgbà ó pẹ́ títí
Nǹkan Òótọ́ bá bẹ̀rẹ̀ síí gún régé
Òótọ́ tí ọn ti dà láàmú dà láàmú 30
Ayé yẹ Òótọ́

ÒWÓNRÍN ÒGÚNDÁ B

Ifá says the creator of this person would love him. He should be of good behavior. He should learn to be an orator like Ifá. He should not partake in any wicked act, or join wicked people in their acts.

I wake up
I behave as my Ifá tells me
I am full of wisdom
It is the footsteps of my Ọpẹ̀ that I am following
I bemoan my precarious condition
Yet I will not consult an Idiot in his house
What Ifá tells me
Is what I would do always
Cast divination for the Truth
Their priest on earth.............................10
He was asked to perform sacrifice
Truth offered the sacrifice
Life pleased the Truth
I wake up, I behave as my Ifá tells me
I am full of wisdom
It is the footsteps of my Ọpẹ̀ that I am following
I bemoan my precarious situation
I will not consult an imbecile in his house
What Ifá tells me
Is what I would do always...........................20
Cast divination for the Evildoer
Their priest in heaven
The Evildoer was warned to desist from his wicked ways
He refused to listen
They were told to leave him
The Truthful man continued in his truth
The Evildoer also continued
After a long period of time
The Truthful man's things improved for the better
Even though the Truth had been persecuted.........30
Life pleased the Truth

Ìgbà ò pẹ́ lọ bí òréré	Time flies like wind
Ojọ́ ò tọ́ lọ bí ọ̀pá ìbọn	Life is agog with change
Àbọ́ dé sí Ìkà	The reward also came to the evildoer
Ìkà ò gbádùn mọ́	He could not find headway
Kò rójútùú ẹ̀	Neither could he find succor in anyone
Wọ́n làwọn ò wí fún ọ	It was then that they reminded him of their earlier warning to him
Àtubọ̀tán Ìkà è é mọ́ọ́ dáa	
Gbogbo ẹni tí bá ń ṣèkà ó jáwọ́	The outcome of evil is never good
Ire làá mọọ́ ṣe..................40	Everyone involved in evil should please desist
N níí tẹ̀lé èèyàn táàá fíí dọjọ́ ogbó	'We should be involved in doing good'................40
Òótọ́ bá ń jó n ní ń yọ̀	'This is what would follow one till old age'
Ni ń yin àwọn Babaláwo	The Truth was dancing and rejoicing
Àwọn Babaláwo ń yin Ifá	He was praising his Babaláwos
Mo wáá jí,	His Babaláwos were praising Ifá
TIfáà mi ni mò ń ṣe	I wake up,
Mo mọ̀ràn mọ̀ràn	I behave as my Ifá tells me
TỌpẹ̀ẹ̀ mi ni mò ń tọ̀ lẹ́yìn	I am full of wisdom
Mo kọ gbọ́ngán gbọ̀ngàn gbọ̀ngán	It is the footsteps of my Ọpẹ̀ that I am following
N ò nílé alálùfáà dé 50	Though I bemoan my precarious condition
N tÍfá bá wí fún mi ni ń ó mọ́ọ ṣe	I will not consult an imbecile in his house..........50
A díá fún Òótọ́	What Ifá tells me is what I would do always
Awo Ilé ayé	Cast divination for the Truth
A bù fún àwọn Sìkà sìkà	Their priest on earth
Awoo wọn lálàde ọ̀run	And also for the Evil
Bóo bá láya kóo sìkà	Their priest in heaven
Bóo rántí ikúu Gáà	If you are brave, indulge in evil doing
Mọ́ọ sòótọ́	If you remember the death of chief Gáà
Ìkà ó sùn lóòrùn	Partake in saying the truth
Ẹyẹ ní ó yọjú èké aṣebi jẹ...........60	The wicked will sleep in the scorching sun
Ó lè gbeni ju Ìkà	While vultures would eat the eyes of the evil doers
Òtítọ́ ẹni	It could be better rewarding 61
Ó lè gbeni ju Ìkà	One's truth
	Could be better rewarding

Ifá pé ki eléyìun ó rúbọ kó lè tóbi láyé.
Adìẹ onika márùún lẹbọ. Bí kò bá sì rí
adìẹ oníka márùún, Ifá gba adìẹ márùún
lọ́wọ́ ẹ̀ àti ẹyin kan. Ẹyin adìẹ kan yìí ni
yóó lọ rí mọ́lẹ̀ ní balùwẹ̀ kí wọ́n ó sì gbọ́n
ìyẹ̀ròsùn Ifá sí I lórí.

Ahoro níí ṣe ilé imí
Balùwẹ̀ níí ṣe ilé òtútù
A díá fún Láàrágbàgàdá ọmọyè Ọlọ́run
Wọ́n ní ó rúbọ kó lè baà tóbi láyé
Òun le tóbi láyé báyìí?
Wọ́n ní kó rú ẹyin adìẹ
Láyé ijọ́hun
Méjì sì ni ẹyin adìẹ mọ́ọ pa
Ló bá rú ẹyin adìẹ
Láàrágbàgàdá làá pé ilẹ................10
Nínú omi ni ilẹ̀ ti yọ jáde
Wọ́n ní ibi tí ilẹ̀ gbé jáde láti inú omi
Wọ́n ní kí wọ́n ó lọ̀ọ́ bu yanrìn níbẹ̀
Kí wọ́n ó sì gbọ́n ìyẹ Ifá yìí sí I
Kí wọ́n ó lọ̀ọ́ ri gbogbo ẹ̀ mọ́ balùwẹ̀
Wọ́n ṣe é
Nígbà tí ẹyin adìẹ bẹ́ pẹ́ẹ́
Ó mú ọmọ méjì jáde
Ọkàn jẹ́ Àkùkọ oníka márùún
Èèkejì jẹ́ abo oníka márùún.........20
Àwọn adìẹ bá bẹ̀rẹ̀ síí tan ilẹ̀
Wọ́n ń pamọ lórí ilẹ̀
Àwọn adìẹ oníka márùún yìí sì tanlẹ̀
tanlẹ̀
Àwọn ni ọ́n lẹ́ omi dé ibi táa wà
Níjọ́ ti adìẹ ò bá tan ilẹ̀ mọ́
Ọjọ́ náà ni ilẹ̀ ó kàákò
Ilẹ̀ ọhún ni adìẹ ń tàn tée dòni

Ifá asks this person to offer sacrifice for him to
become a great man. A hen with five toes is the
sacrifice. However if he could not get a five-toed hen,
Ifá collects five hens from him with one egg. This
egg should be buried in a bathroom and the Ifá
powder sprinkled on it before being covered up with
sand.

A deserted house is a house for passing feces
A bathroom is the house of cold
Cast divination for Láàrágbàgàdá, a surviving child
    of God
He was asked to offer sacrifice to become big on
    earth
He had been asking if he could be big on earth
He was asked to sacrifice chicken egg
In the olden days
A chicken egg did hatch two
He offered the egg
Láàrágbàgàdá is the appellation for mother earth...10
It came out of water
He was told to find any place where the earth came
    out of any river
They told him to go and scoop some sand there
And the Ifá powder sprinkled on it
Everything should then be buried in a bathroom
They did exactly as told
When the chicken egg would hatch
Two chickens came out of it
One a rooster with five toes
The other a hen with five toes............20
The two chickens started spreading the earth
And breeding on the same earth
The five-toed chickens spread and spread sand
They claimed the earth from the ocean to where we
    are today
On the day the chickens stopped to spread sand
The mother earth would contract
It is the same earth that the chickens spread till date

Ni wọ́n wá ń jo ni wọ́n ń yọ̀
Wọ́n ní bẹ́ẹ̀ làwọn Babaláwo tàwọn wí
Ahoro níí ṣe ilé imí................30
Balùwẹ̀ níí ṣe ilé òtútù
A díá fún Láàrágbàgàdá ọmọyè Ọlọ̀run
Wọ́n ní ó rúbọ kó lè baà tóbi láyé
Láàrágbàgàda gbẹ́bọ ńbẹ̀ ó rúbọ
Rírú ẹbọ
Èèrù àtùkèsù
Ẹ wo Ifá ọjọ́hun bí tí ń ṣẹ
Bádíẹ tí ń tanlẹ̀
Nilẹ̀ ń fẹ̀ lọ!

They then started to dance and rejoice
They said it was exactly as their Babaláwos had said
A deserted house is a house for passing feces ...….30
A bathroom is the house of cold
Cast divination for Láàrágbàgàda, a surviving child of God
He was asked to offer sacrifice to become big on earth
Láàrágbàgàda heard about the sacrifice and performed it
Offering of sacrifices
And free gifts to Èṣù
Come and see the divination of the other day proving true
As the chickens spread the soil
The earth keeps expanding

ÒWÓNRÍN ÒSÁ B

Ifá pé bí eléyìun bá fẹ́ẹ́ tóbi láyé, kò
gbọdọ̀ bá ẹnikẹ́ni jiyàn; Bí ọmọ kékeré
kan bá ń bẹ nítòsí eléyìun, kí wọ́n ó mọ́
kọ̀ ọ̀rọ̀ sí ọmọ ọ̀hún lẹ́nu Eléyìun ò sì
gbọdọ̀ pa ẹ̀jẹ̀ tí bá ń rúbọ. Bí ọ́n bá ní kó
fi ẹran rúbọ, bí wọ́n ò bá pa ẹran ọ̀hún kò
léèwọ̀.

Ológoṣẹ́ Awo òde Ìwéré
A díá fún wọn lóde Ìwéré
Arẹ̀rẹ̀kosùn Awo wọn lóde Òǹkò
Ló díá fún wọn lóde Òǹkò
Ìká abìdí ròdò Awo ọba lóde Ọ̀yọ́
Ló díá fún ọba lóde Ọ̀yọ́
Ọmọ ajodó ẹmi gbára
Ọmọ ajẹtè yọkùun yọkọ̀tọ̀
Ẹbọ ni wọ́n ní kí wọ́n ó ṣe
Ògbàrà ǹlẹ̀ Awo Aṣẹyìn..............10
Ògbàrà níí sawo Aṣẹyìin mọ́kín
Ọmọ aṣẹ tíí bọ́baá mẹmu
Ìgbín nìkàn níí sawo Ìlẹ̀rọ̀
Àwọn márààrún ni wọ́n ń lọ rèé tẹ Ifá
    fọmọ ọba Ìṣẹ́yìn lódò
Nígbà àwọn márààrún dé odò
Ológoṣẹ́ ló kọ́kọ́ ki Ifá
Ó ni ewúrẹ́ lẹbọ
Ó ní nǹkan Aṣẹyìn ó dáa
Ó ní ayé ó yẹ Aṣẹyìn
Ńgbà ó parí tiẹ̀.........................20
Arẹ̀rẹ̀kosùn Awo òde Òǹkò náà bọ́ọ́bẹ

ÒWÓNRÍN ÒSÁ B

  If this person desires to exceed in life, he should not
partake in arguments. Life would be pleasant to him.
There is an intelligent boy close to him; people should
not discard his opinion and pronouncements. This
person must not shed blood when he is offering his
sacrifice. Even if Ifá demands a goat; if he did not
slaughter the goat, it is still acceptable from him.

Ológoṣẹ́, the priest in the city of Ìwéré
Casts divination for them in the city of Ìwéré
Arẹ̀rẹ̀kosùn the priest in the ancient city of Òǹkò
Casts divination for them in the city of Òǹkò
Ìká abìdí ròdò the priest of the king in the ancient
    city of Ọ̀yọ́
Casts divination for them in the ancient city of Ọ̀yọ́
The child of the clan that eats pounded yam prepared
    in the shea butter tree mortar
The child of the clan that eats sweet food to develop
    robust stomach
They were asked to offer sacrifice
Ògbàrà, I greet you the priest of Aṣẹyìn.............10
Ògbàrà is the priest of Aṣẹyìin mọ́kín
The child of the clan of the 'sieve that drinks palm
    wine with kings'
Ìgbín is the priest of Ìlẹ̀rọ̀
The five of them were going to initiate Aṣẹyìn's son
    into Ifá cult in the river
When they got to the river
Ológoṣẹ́ the great priest of Ìwéré chanted his Ifá
                 verses first
He posited that a goat is the sacrifice
He said Aseyin's things would be better
And life would please him
After concluding his oration 20
Arẹ̀rẹ̀kosùn, the priest in the city of Òǹkò stepped
    onto the scene

Òun náà ki Ifá

Ó ní Òrúkọ lẹbọ

Ó ki tiẹ̀ ó kúò ńbẹ̀

Ìká abìdì ròdò Awo ọba lóde Ọ̀yọ́

Òun náà kIfáa tiẹ̀

Òún ní àgbò kan lẹbọ

Ó kIfáa tiẹ̀ ó kúò ńbẹ̀

Ọgbàrà Awo Aṣẹ́yìn náà bọ́ síbẹ̀

Òun náà kIfá kIfá…........…30

Òun ní ọpọ̀lọpọ̀ adìẹ lẹbọ

Àkùkọ àti àgbébọ̀

Kí Aṣẹ́yìn ó kó gbogbo ẹ̀ pọ̀

Ó ní n lẹbọ Aṣẹ́yìn

Ìgbín bá bọ́ọ́bẹ̀ yóó kIfá

Ìgbín láà gbọdọ̀ pẹ̀jẹ̀ ńbi Ifá yìí o

Ó lẹ́nìkan ò gbọdọ̀ pẹ̀jẹ̀

'Látọdúnnìí kéé dẹ̀ẹ̀míìn'

'Bí ọ́n bá sì fojú kan ẹ̀jẹ̀ ńlẹ̀ pàápàá'

'Kí wọ́n ó mọ́ọ pẹ́ ẹ sílẹ̀ ni'….......40

Ológoṣẹ́ Awo òdé Ìwéré ní ìwọ Ìgbín

'Ifá tí òún kì kìí kì tí wọ́n e dá òde Ìwéré'

'Taa ní ó dàá Ifá ọ̀hún mọ́ òun lẹ́nu'?

Arẹ̀rẹ̀kosùn Awo òde Òǹkò náà ní Ifá tóun kì

Tí wọ́n e dá òde Òǹkò

'Taa ní ó gba mọ́ òun lẹ́nu'?

Ìká abìdì ròdò Awo Ọba lóde Ọ̀yọ́

Ó nÍfá tóun kì kìí kì tí wọ́n e tẹ̀lú Ọ̀yọ́ dó

'Taa ní ó gba mọ́ òun lẹ́nu'?

Ọgbàrà Awo Aṣẹ́yìn náà nÍfá tóun kì kìí kì…..........…......50

Tóun fi la Ìṣẹ́yìn já

Ẹni tí ó pèé bẹ́ẹ̀ kọ́

Òun ò ríi onítọ̀hún

Also chanted his own verse

He said a he-goat is the sacrificial object

He finished his own and left the scene

Ìká abìdì ròdò the priest of the kingdom of Ọ̀yọ́ moved near

He chanted and chanted

He said a ram is the sacrifice

He finished his own and stepped aside

Ọgbàrà the priest of Aṣẹ́yìn got to the scene

He too chanted and chanted…….....…......…30

He said many chickens

Roosters and Hens

Aṣẹ́yìn should mix them together

That is the sacrifice

Ìgbín got there and about to start chanting Ifá

'No one should shed blood in this initiation' Ìgbín said

'No one should shed blood' He repeated,

'From this year till the next'

'Even if any of us should spot blood anywhere'

'We should bypass it' Ìgbín concluded…….......…40

Ológoṣẹ́ the priest in the city of Ìwéré responded immediately

'The Ifá I chanted leading to creation of the city of Ìwéré'

' Who in this world would say I am wrong'?

Arẹ̀rẹ̀kosùn of Òǹkò City also wondered angrily 'the Ifá that I chanted'

'Which brought about the city of Òǹkò'

'Who on earth would question my authority'?

Ìká abìdì ròdò the priest in the ancient city of Ọ̀yọ́ was not left out

He said the Ifá which he chanted leading to the creation of the city of Ọ̀yọ́

Who would say I am wrong? He boasted

Ọgbàrà the priest of Aṣẹ́yìn said the Ifá that he chanted melodiously……………......……..50

Till he had toured through the city of Ìṣẹ́yìn

He that would contest its veracity

He would want to see the person

Ìgbín ní ẹ mọ́ jẹ̀ẹ́ kí àwọn ó dán èjẹ̀ wò
Wọ́n bá tẹ Ifá fún ọmọ Aṣẹ́yìn lódò
Bí ọ́n ti ṣe tán tí wọ́n ó mọ́ọ ṣorò
Pàrá ni ọ́n já èjẹ̀
Wọ́n já adìẹ lórí
Wọ́n bá ro èjẹ̀ẹ́ rẹ̀ sí ọmọ Aṣẹ́yìn lórí
Ọmọ́ bá ṣubú lulẹ̀..............................60
Ó bá dákú
Òkìkí bá kàn bá Aṣẹ́yìn ńlé
Ọbá bá yan àwọn Ẹrú
Pé wọ́n ó lọ̀ọ́ bá òun wo Ọmọ òun lódò
Ńgbà tí wọ́n débẹ̀
Wọ́n bá ọmọ ńlẹ̀
Ọmọ́ ti dákú
Wọ́n bá ní kí wọ́n ó mọ́ọ bẹ gbogboo
        wọn lórí
Ǹjẹ́ kí wọ́n ó bẹ Ológosẹ́ Awo Òdé Ìwéré
        lórí
É e sara ń ríre ni...................70
Ó ti lọ
Wọ́n ò ri mọ́
Arẹ̀rẹ̀kosùn Awo òde Ònkò
Kí wọ́n ó bẹ ẹ lórí
Òun náà yẹgẹ̀ sẹ́gbẹ̀ẹ́ kan
Wọn ò rí òun náà mọ́
Ìká abìdí ròdò
Awo ọba lóde Ọ̀yọ́
Kí àwọn ó bẹ òun náà lórí
Egbé gbé e lọ...................80
Ọ̀gbàrà Awo Aṣẹ́yìn ńtiẹ̀
Pé kí wọ́n ó bẹ ẹ lórí
Ilẹ̀ ló nà gbàjà
Ló bá la Ìṣẹ́yìn já
Ó di odò lẹgbẹlẹgbẹ
Ìgbín ò sì lóògùn
Ifá ló gbẹ́kẹ̀ lé

| | Ìgbín said repeatedly 'Don't let us shed blood'
They finished the initiation of the son of Aṣẹ́yìn in
        the river
And as they were about to perform the rites
Abruptly, they shed blood
They decapitated a chicken
On dripping the blood on the king's son
The boy fell down..................................60
And fainted
News traveled fast to the palace of the king of Ìṣẹ́yìn
The king selected some servant orderlies
'Go and see what is happening to my son in the
        river' the king ordered
When they got to the river
They met the boy laid on the ground
Half dead
The servants immediately ordered all the priests
        killed
As they were about cutting off the head of Ológosẹ́,
        the priest of Ìwéré
He took them for a play.................70
He was gone
They could not see him again
Arẹ̀rẹ̀kosùn the priest of Ònkò city's turn
For them to behead him
He ducked to one side
He too disappeared
Ìká abìdí ròdò
The priest of the king of Ọ̀yọ́
As they were about cutting his head off
Egbé took him away.................80
Ọ̀gbàrà the priest of Aṣẹ́yìn on his own
As they attempted his head
He laid stretching on the ground
He stretched through Ìṣẹ́yìn
He became a full flowing river
But Ìgbín had no charm
He trusted only his Ifá

Òun ó ti ṣe báyìí?

Èṣù ní ṣe bó ti rúbọ

Èṣú bá da ewé òkòòko bò ó mólẹ̀........90

NÏbi tí wọ́n gbé ń tẹfá lódò

Àwọn Ẹrú Ọba wá Ìgbín tí

Wọn ò rí I mọ́

Wọ́n bá sẹ́rí relé ,

Kí wọ́n ó lọ̀ọ́ fún Ọba lábọ̀

Bí ọ́n ti pẹ̀yìndà tán

Ni Ìgbín bá rọra bọ́ọta

Ló bá lọ̀ọ́ fa Òsùn tí ọ́n fi tẹfá lódò

Ó fà á yọ

Ó nà án sí ọmọ Aṣéyìn tó dákú ńlẹ̀....100

Ó bá ké jàsì

Ó lẹ́ẹku ò Ọmọ Àgbọnnìrègún

Hin

Ológoṣẹ́ Awo òde Ìwéré a díá fún wọn
lóde Ìwéré

Hin

Arẹ̀rẹ̀kosùn Awo wọn lóde Òǹkò

Hin

Ló ṣefá fún wọn lóde Òǹkò o

Hin

Ìká abÏdí ròdò Awo ọba lóde Ọ̀yọ́ ló díá
fún ọbạ lóde Ọ̀yọ́…...……110

Hin

Ọ̀gbàrà níí sawo Aṣéyìn o

Hin

Ló díá fún Aṣéyìin mọ̀kín ọmọ aṣẹ̀ tíí
bọ́baá mẹmu

Hin

Ìgbín nÏkàn níí sawo Ìlẹ̀rọ̀ o

Hin

Wọ́n fẹ́ẹ bẹ Ológoṣẹ́ Awo òde Ìwéré lórí

Hin

É e sara ń ríre……...................120

Hin

He wondered what to do

'Since he had offered his sacrifice', Èṣù said

'Cover him with the leaf of òkòòko'……………90

On the same spot where the initiation was carried out

The servants searched for Ìgbín to kill him

It was a futile effort

They ultimately returned to the palace

To brief the king about what happened

As soon as they left

Ìgbín came out stealthily

He went to the Òsùn staff used in initiating the boy

He took it out of the earth

And pointed it at the half dead boy on the ground

He busted into Ìjàsì song……………….....................101

'I greet you all children of Àgbọnnìrègún' He sang

They answered in chorus, 'Hin'

Ológoṣẹ, the priest in the city of Ìwéré casts
divination for them in the city of Ìwéré

'Hin'

Arẹ̀rẹ̀kosùn the priest in the ancient city of Òǹkò

'Hin'

Casts divination for them in the city of Òǹkò

'Hin'

Ìká abÏdí ròdò the priest of the king of Ọ̀yọ́ casts
divination for them in Ọ̀yọ́ city…...........110

'Hin'

Ọ̀gbàrà is the priest of Aṣéyìn

'Hin'

Casts divination for Aṣéyìin mọ̀kín the child of Aṣẹ̀ tíí
bọ́baá mẹmu

'Hin'

Ìgbín is the priest of Ìlẹ̀rọ̀

'Hin'

They attempted beheading Ológoṣẹ the priest of
Ìwéré land

'Hin'

He took them for a play………...……………………120

'Hin'

Wọ́n ní àwọ́n ó bẹ́ẹ̀ Arèrèkosùn Awo
     òde Òǹkò lórí é e sẹ̀gbẹ́ ń yíyẹ ò
'Hin'
Wọ́n mú Ìká abìdì ròdò wọ́n làwọn ó bẹ
     lórí ńgbé legbé gbé e lọ
'Hin'
Ǹjẹ́ kí wọ́n ó bẹ́ Ọ̀gbàrà Awo Aṣẹ́yìn lórí
     ló bá nalẹ̀ ló bá sàn lọ
'Hin'
Ìgbín ò lóògùn Ifá ni mo gbẹ́kẹ̀ lé, Ewé
     ògùngùn Ifá fi jìn mí ò
'Hin'
Ní ń sewé gbàràgàdà fi bò mí o ò.....130
Sewé gbàràgàdà fi bò mí
Yáa fewe gbàràgàdà fi bò mí ò
Fewé gbàràgàdà fi bò mí ò
Ló bá na Òsùn sí ọmọ
Ó ní lójọ́ tí ewúrẹ́ bá bí ọmọ tiẹ̀ níí dìde
     kọ́mọ ó dìde
Ẹ̀ẹ̀rùmọ̀ gàlè kó dìde ò
Ẹ̀ẹ̀rùmọ̀ gàlè kó dìde
Ó níjọ́ Àgùtàn bá bímọ tiẹ̀ níí dìde kọ́mọ
     ó dìde
Ẹ̀ẹ̀rùmọ̀ gàlè kó dìde ò
Ẹ̀ẹ̀rùmọ̀ gàlè kó dìde 140
Níjọ́ Elédìró bá bímọ tiẹ̀ níí dide kọ́mọ ó
     dìde
Ẹ̀ẹ̀rùmọ̀ gàlè kó dìde ò
Ẹ̀ẹ̀rùmọ̀ gàlè kó dìde
Lọmọ́ bá dìde
Ni Ìgbín bá ń mi Ààjà tèlé ọmọ léyìn lọ
     àáfin
Ńgbà ó kù díẹ̀ kí wọ́n ó dé àáfin ọba
Wọ́n ní taa ní ń min ààjá bọ̀ un?
Wọ́n ní Ìgbín ni
Ìgbín ní ń mu Ọmọ bọ̀
Ìgbín ní ṣe bí òun ti sọ fún wọn pé wọ́n ó
     mọ́ pèjẹ̀.........................150

They attempted to behead Arèrèkosùn of Òǹkò city,
     he ducked sideways
Hin
They seized Ìká abìdì ròdò to behead him, Egbé took
     him away
Hin
As they were about beheading Ọ̀gbàrà the priest of
     Aṣẹ́yìn he stretched on the earth becoming
     a flowing river
Hin
I the snail confess not to have any charm but
     trusted in Ifá; Ifá, forgo all the medicinal
     leaves for me
Hin
Use a big leaf to cover me........................130
Use a big leaf to cover me up
Quickly use a big leaf to cover me
Use a big leaf to cover me
He then pointed the Òsùn staff at the boy
'On the day a goat gives birth, the ewe must walk, the
     boy should arise'
All spirits, help him to arise, Ìgbín said repeatedly
All spirits, help him to arise
On the day the sheep gives birth, the ewe would stand
     up, the boy should arise
All spirits, help him to arise,
All spirits, help him to arise.....................140
On the day Elédìró gives birth to her own child it
     should stand, the boy should arise
All spirits, help him to arise
All spirits, help him to arise immediately
The boy stood up immediately
Ìgbín started jingling the rattle after him en route the
     palace
On getting near the palace
They heard the rattle and asked 'who could that be'?
They joyfully reported back that it was Ìgbín
'It is Ìgbín that is bringing back the prince of Aṣẹ́yìn'
'Don't you all remember me warning them against
     blood shedding'? Ìgbín said.................150

Ifá pé ki eléyìun ó mọ́ pèjẹ̀ o
Bí Ifá bá pé kó fi ẹran rúbọ
Ó lè rọra rẹ́ irun ara ẹran òhún
Kí wọ́n ó kó o sí orí Ifá
Ṣùgbọ́n kó mọ́ pèjẹ̀ o
Ẹ̀rọ̀ nilé rẹ̀ ó jẹ̀ẹ́ o

Ifá warns this person not to shed blood
If Ifá demands for a goat or a live animal as sacrifice
We could just shave off some hair growth on the
    animal
And the hair sprinkled on the Ifá portion
But we should not shed blood
Our house would know peace

ÒWÓNRÍN ÌKÁ A

Ifá pé ire fún ẹní ó dá Ifá yìí. Ifá pé kó rúbọ. Nǹkaan rẹ̀ ò níí bàjẹ́ ṣùgbọ́n ká rúbọ fún ìmọ̀ nípa ewé.

Olóye lòyé ń yé
Ohun táa bá ń ṣe níí yé ni
Ìsòwò làá mówòó lọ
Báa bá ṣẹ́wùú lójà
Ká e han ẹni tí ń hunṣọ
Agbọ́n ilé wọn ò jiyàn atanná pa
Ọ̀run ò jiyàn ajùkò
Òkété tó bá jalè ẹyìn
Ní ń filé araa rẹ̀ han Ikú
A díá fún Ògún 10
Ògún lóun ó joyè Ọba Atúnléayẹṣe
Wọ́n ní à ì í jỌba láì ní Àrẹ̀mọ
Wọ́n ní taa lÀrẹ̀mọ̀ọ̀ ìwọ Ògún
Ògún ní Ìkà ni
Ó ní torí òún dájú
Ògún náà ni ọn fi ń ṣe ìdájọ́ láyé tée dòní
Wọ́n ní à á wáá tí ṣe ?
Ẹnìkan ò níí fi Ìkà joyè e!
Olóye lòyé ń yé
Ohun táa bá ń ṣe níí yé ni 20
Ìsòwò làá mówòó lọ
Báa bá ṣẹ́wùú lójà
Ká e han ẹni tí ń hunṣọ
Agbọ́n ilé wọn ò jiyàn atanná pa
Ọ̀run ò jiyàn ajùkò
Òkété tó bá jalè ẹyìn
Ní ń filé araa rẹ̀ han Ikú
A díá fún Òòsà
Ó lóun ó joyè Ọba Atúnléayẹṣe
Wọn níwọ Òòsà.....................30

ÒWÓNRÍN ÌKÁ A

Ifá wishes this person well. His things would not be in disarray. He should offer sacrifice for him to know about treatment using raw leaves for medicine.

It is an intellectual that understands issues
Whatsoever is being done is clear only to the doer
It is with a trader that one should discuss trade
If we buy cotton in the market
We should show it to the weaver
Household wasps argues not with he who lights and
extinguishes it
The heavens does not argue with a stone thrower
The big rat that steals oil palm fruit
Shows death into his house
Cast divination for Ògún........................10
He said he would ascend the throne of king Atúnléayẹṣe
The king makers asserted 'No one becomes a king
without an Àrẹ̀mọ'
Who is your Àrẹ̀mọ, you Ògún? They asked
'It is Wickedness'
Because I am mean, he said
It is the same Ògún that is used in metering out
punishment
'What would we do'?
Nobody would install wickedness as a king
It is an intellectual that understands issues
Whatsoever is being done is clear only to the doer.........20
It is with a trader that one should discuss trade
If we buy cotton in the market
We should show it to the weaver
Household wasps argues not with he who lights and
extinguishes it
The heavens does not argue with a stone thrower
The big rat that steals oil palm fruit
Shows death into his house
Cast divination for Òòsà
He said he would ascend the throne of king Atúnléayẹṣe
The king makers asserted again 30

Èèyàn è é jỌba láí ní Àrẹ̀mọ

Wọ́n ní taa lÀrẹ̀mọ ìwọ Òòsà

Ó ní Ìyà ni

Òún ó mọ́ọ fi Ìyà jẹ gbogbo àwọn èèyàn

    ni

'À á wáá ti ṣe fi Ìyà jẹ Ọba'?

Olóye lòyé ń yé

Ohun táa bá ń ṣe níí yé ni

Ìsòwò làá mówòó lọ

Báa bá ṣẹ̀wùú lójà

Ká e han ẹni ti ń hunṣo.................40

Agbọ́n ilé wọn ò jiyàn atanná pa

Ọ̀run ò jiyàn ajùkò

Òkété tó bá jalè ẹyìn

Ni ń filé araa rẹ̀ han Ikú

A díá fún Ọ̀rúnmìlà

Babá lóun ó joyè Ọba Atúnléayéṣe

Wọ́n ní à ì í jỌba láí ní Àrẹ̀mọ

Wọ́n ní taa lÀrẹ̀mọọ́ rẹ ?

Ó ní ewé ni

Ewé ní Àrẹ̀mọ Ifá................50

Wọ́n ní Ewé bíi ti bóo?

Ó ní ewé ni

Ó ní bí nǹkan bá fẹ́ẹ̀ bàjẹ́

Ó ní Ewé ni ẹ mọ́ọ wá lọ

Ewé ó mọ́ọ tún un ṣe ni

Tée dòní

Bí nǹkan bá ń ṣe lágbájá

Wọ́n ó pèé ẹ lọ́ọ jáwée kinní wá

Ewé náà ni wọn fi ń túnlé ayé ṣe

Ifá lóun lòún ń túnlé ayéé ṣe..............60

Bí nǹkan ó bàá fi bàjẹ́

Ewé ni ẹ mọ́ọ wá lọ

Ilé ayé bá bẹ̀rẹ̀ síí dárá

Wọ́n wá ń yin Ifá

Ìwọ Ifá

'No one becomes a king without an Àrẹ̀mọ'

Who is your Àrẹ̀mọ, you Òòsà? They asked

'It is Suffering' Òòsà answered with temerity

'I would inflict suffering on everyone'

'How would we install 'Suffering' as king after your demise'?

It is an intellectual that understands issues

Whatsoever is being done is clear only to the doer

It is with a trader that one should discuss trade

If we buy cotton in the market

We should show it to the weaver....................40

Household wasps argues not with he who lights and extinguishes it

The heavens does not argue with a stone thrower

The big rat that steals oil palm fruit

Shows death into his house

Cast divination for Ọ̀rúnmìlà

He said he would ascend the throne of king Atúnléayéṣe

'No one becomes a king without an Àrẹ̀mọ', the king makers said

'Who is your Àrẹ̀mọ, you Ọ̀rúnmìlà'? They asked

'It is medicinal leaves'

Medicinal leaf is the Àrẹ̀mọ of Ifá.................50

'Leaves'? How?

He repeated 'It is the medicinal leaves

'He said rather for good things to get spoilt'

'Go and look for the appropriate leaf'

'The leaf would repair it'

Till today

If something goes wrong with someone

They would ask to fetch for a certain leaf

It is the leaves that are employed in repairing things

Ifá said it is He, that is actually mending the world...................................60

Rather than allow good things to get spoilt

They would go and look for leaves

That was how the world became a better place

They then started to praise Ifá

'You Ifá', they reasoned

O fã a tán
Ayé yẹ wọn ñlé ayé
Bí wọn ó ṣe Ìpara
Bí wọn ó ṣe àgbo
Bí wọn ó sòògùn.................................70
Ewé náà ni gbogboo rẹ̀
NIfá wá ñ jó n ñ yọ̀
Ñí ñ yin àwọn Babaláwo
Àwọn Babaláwo ñ yin Ifá
Ó ní bẹ́ẹ̀ làwọn Babaláwo tòún wí
Olóye lòyé ñ yé
Ohun táa bá ñ ṣe níí yé ni
Ìsòwò làá mówòó lọ
Báa bá ṣẹwùú lójà
Ká e han ẹni ñ ñ hunṣọ..................80
Agbọ́n ilé wọn ò jiyàn atánná pa
Ọ̀run ò jiyàn ajùkò
Òkété tó bá jalè ẹyìn
Ñí ñ ñlé araa rẹ̀ han Ikú
A díá fún Ọ̀rúnmìlà
Ó lóun ó joyè Ọba Atúnléayéṣe
Wọ́n ní à Ì Ì jỌba láí ní Àrẹ̀mọ
Ñjẹ́ taa lÀrẹ̀mọ̀ rẹ?
Ó léwé ni
Ẹ mọ́ọ wéwé lọ; Ẹ mọ́ọ wéwé lọ.......90
Bó bá di kó bàjẹ́
Ẹ mọ́ọ wéwé lọ
A ó wéwé lọ Ìtún Ẹ̀rin
Ìtún Ẹ̀rin mọ̀ nílé Ewé

You have cleared all hurdles of life
Life pleased them so much in the earth
If they are going to manufacture creams or lotion
Concoctions for medicinal purposes
Or traditional medicine....................................70
It is medicinal leaves in all these jurisdictions
Ifá started to dance and rejoice
He was praising his Babaláwos
His Babaláwos were praising Ifá
He said it was exactly as his Babaláwos had said
It is an intellectual that understands issues
Whatsoever is being done is clear only to the doer
It is with a trader that one should discuss trading
If we buy cotton in the market
We should show it to the weaver..................80
Household wasps argues not with he who lights and
    extinguishes it
The heavens does not argue with a stone thrower
The big rat that steals oil palm fruit
Shows death into his house
Cast divination for Ọ̀rúnmìlà
He said he would ascend the throne of king
    Atúnléayéṣe
'No one becomes a king without an Àrẹ̀mọ' The king
    makers asserted
'Who is your Àrẹ̀mọ, you Ọ̀rúnmìlà'? They asked
'It is leaves', he said
'Go find the leaves'....................................90
'Rather for the situation to become irrevocably
    damaged'
'Go find the right leaves'
We would source medicinal leaves from Ìtún Ẹ̀rin
Ìtún Ẹ̀rin is the kingdom of medicinal leaves

ỌWỌ́NRÍN ÌKÁ B

Ifá pé ki eléyìun ó rúbọ ayé. Ẹja odò tútù ni àwọn ayé gbà; kó gé ẹja náà sí mẹ́sàán tàbí mẹ́fà kó fi pèsè fún àwọn ayé pẹ̀lú ọpọ̀lọpọ̀ epo. Ifá pé eléyìun ò níí ríjà ayé. Gbogbo nǹkan ẹ̀ ní ó dáa.

Olówó kú owó gbé
Ìwọ̀fà kú ó dàṣẹ́ ọgbàá lẹ̀
Ẹ̀bẹ̀ là ń bẹ Ọrúnmìlà
Kó tóó fijọ Àìkú han ni
Ẹ̀bẹ̀ là ń bẹ Ọrúnmìlà
Kó tóó fewé Àìkú han ni
A díá fún Ọrúnmìlà
Babá ń jí nínú ẹlẹyẹ
Ń sùn láàrin Ìsìnkú
Nínú Ajogun lòún gbé ń sùn tóun ń jí
    yìí!?.........................10
Àwọn ajogun yìí ò mú òun?
Òun ṣẹ́gun ńbẹ̀?
Wọ́n níwọ Ọrúnmìlà
Ajogun ò níí mú ọ
O ó ṣẹ́guun wọn
Ṣùgbọ́n rúbọ
Ọrúnmìlà bá rúbọ
Ó pèsè fún àwọn ayé
Ajogun kan ò lè mú Ọrúnmìlà mọ́
N ní wá ń jó n ní ń yọ̀ 20
Ní ń yin àwọn Babaláwo
Àwọn Babaláwo ń yin Ifá
Ó ni bẹ́ẹ̀ làwọn Babaláwo tòún wí
Olówó kú owó gbé
Ìwọ̀fà kú ó dàṣẹ́ ọgbàá lẹ̀
Ẹ̀bẹ̀ là ń bẹ Ọrúnmìlà

ỌWỌ́NRÍN ÌKÁ B

Ifá wishes this person well. He should perform sacrifice. Ifá prescribes fresh fish as sacrifice to his earthly enemies. Ifá asks him to cut the fish into nine or six; and should be mixed with plenty palm oil. He would not suffer in the hands of these foes. His things would be better off.

The wealthy man dies, money disappears
An Ìwọ̀fà dies leaving the garden works behind
It is begging that we have to beg Ọrúnmìlà
Before he would tell us the days that we would
    survive death
It is begging that we have to beg Ọrúnmìlà
Before he would show us the leaf that would make us
    survive death
Cast divination for Ọrúnmìlà
He was waking up in the midst of witches
And sleeping within death reach
'It is inside Ajogun that I am sleeping and waking', he
    reasoned........................10
'These Ajoguns would not arrest me'?
'Would I prevail over them'?
You Ọrúnmìlà, they said
'These Ajoguns would not arrest you'
'You would win them all'
'But perform sacrifice'
Ọrúnmìlà performed the sacrifice
He provided for his earthly enemies
No Ajogun could arrest Ọrúnmìlà again
He then started to dance and rejoice............20
He was praising his Babaláwos
His Babaláwos were praising Ifá
He said it was exactly as his Babaláwos had said
The wealthy man dies, money disappears
An Ìwọ̀fà dies leaving the garden works behind
It is begging that we have to beg Ọrúnmìlà

Kó tóó fijó Àìkú han ni
Ẹ̀bẹ̀ là ń bẹ Ọ̀rúnmìlà
Kó tóó fewé Àìkú han ni
A díá fún Ọ̀rúnmìlà.......................30
Babá ń ji nínú ẹlẹyẹ
Ń sùn láàrin Ìsìnkú
A bọ́ lọ́wọ́ Ẹlẹyẹ nígbàyí ò
A bọ́ lọ́wọ́ Ẹlẹyẹ
Ọ̀bọ̀lọ̀ńbọlọ̀
A bọ́ lọ́wọ́ Ẹlẹyẹ
Ṣe bí bọ́rọ́ bọ́rọ́ lejaá bọ́ nínú omi
A bọ́ lọ́wọ́ Ẹlẹyẹ
Ọ̀bọ̀lọ̀ńbọlọ̀
A bọ́ lọ́wọ́ Ẹlẹyẹ...........................40
Ẹlẹyẹ ò ń wa ṣe nígbà yí ò
A bọ́ lọ́wọ́ Ẹlẹyẹ
Ọ̀bọ̀lọ̀ńbọlọ̀
A bọ́ lọ́wọ́ Ẹlẹyẹ

Before he would tell us the days that we would
    survive death
It is begging that we have to beg Ọ̀rúnmìlà
Before he would show us the leaf that would make us
    survive death
Cast divination for Ọ̀rúnmìlà.......................30
He was waking up in the midst of witches
And sleeping within death reach
We have now escaped the captive of witches
We have escaped the captive of witches
Ọ̀bọ̀lọ̀ńbọlọ̀
We have escaped the captive of witches
It is the slippery nature of fishes that makes them
    escape from the captivity of man
We have escaped the captive of witches
Ọ̀bọ̀lọ̀ńbọlọ̀
We have escaped the captive of witches.............40
Witches cannot harm us henceforth
We have escaped the captive of witches
Ọ̀bọ̀lọ̀ńbọlọ̀
We have escaped the captive of witches

Ifá póun pé ire Obìnrin fún eléyìun; gbogbo ire tí ọ́n ti ń dínà fún eléyìun ó sìí sílẹ̀; ẹbọ ni kó rú pẹ̀lú àgbébọ̀ adìẹ àti Àkùkọ kan.

Ọwọ́nrín bàtú bàtú
Awo Itú ló díá fún Itú
Itú ń sunkún òun ò láya
Itú ni ò láya
'Òun le lóbìnrin láyé kí obìin ó sùn òun
        bọ́ báyìí'?
Wọ́n ní nígbà ti obìin bá pọ̀ tán
Òun náà ò níí le ka iyee wọn
Wọ́n ní ọ̀pọ̀lọpọ̀ ataare lẹbọ ẹ̀
Wọ́n ní kó mọ́ọ jẹ ataare ọ̀hún
Kó sì mọ́ọ tu ú..........................10
Ni kó mọ́ọ ké
Wọ́n ni àwọn Obìnrin ó yàdọ̀ ẹ̀ wá
Itú rúbọ
Ẹ wo Itú pẹ̀lú àsánsán obìin téé dòní
Wọ́n ó rọ̀gbà yí I ká ni
Ní bá ń yin àwọn Ọwọ́nrín bàtú bàtú
Òun ló ṣe é fún òun tí ayé fi yẹ òun
        báyìí?
Ní wá ń jó n ní ń yọ̀
Ní n yin àwọn Babaláwo
Àwọn Babaláwo náà ń yin Ifá..........20
Ó ni bẹ́ẹ̀ làwọn Babaláwo tòún wí
Ọwọ́nrín bàtú bàtú
Awo Itú ló díá fún Itú
Níjọ́ tí ń sunkún òun ò láya
Ẹ tú mìí lẹ̀ mo láya
Mo mọ̀ yin Ọwọ́nrín bàtú bàtú
Ẹ tú mìí lẹ̀ mo láya
Tùẹ̀

ÒWÓNRÍN ÒTÚRÚPÒN   A

The good fortune of women would be for this person. Ifá says all his good things that had erstwhile been blocked would be released. He should offer sacrifice with a hen, a rooster, and alligator pepper.

Ọwọ́nrín bàtú bàtú
The Babaláwo of Itú casts divination for Itú
Itú was crying of having no wife
Itú had had no wife
'What would I now do to have them as many as
        possible'?
They told him that at the time when the wives would
        come to him
They would be numberless
They told him that a lot of alligator pepper is the sacrifice
'Chew the alligator pepper'
'And be spitting it' they instructed..................10
'You should also wail'
'Women would definitely come to you'
He performed the sacrifice
Till date, see Itú with so many women
They would surround him always
He then started to praise the 'Ọwọ́nrín bàtú bàtú'
'He is the one that had made it possible to achieve my
        desire', Itú said joyfully
He then started to dance and rejoice
He was praising his Babaláwo
His Babaláwo was in turn praising Ifá................20
He said it was exactly as his Babaláwo had said
Ọwọ́nrín bàtú bàtú
The Babaláwo of Itú casts divination for Itú
On the day Itú was crying of having no wife
Please untie me, I have a wife
I praise you Ọwọ́nrín bàtú bàtú
Please untie me, I have a wife
Tùẹ̀!

ÒWÓNRÍN ÒTÚRÚPÒN B

Ifá pé kí eléyìun ó móọ gba ọgbọ́n tó dáa lọ́wọ́ àwọn èèyàn. Ifá pé wọ́n ń taari ẹ sínú ìgbẹ́. Ifá pé kó lo làákàyè kó fi gbé ara ẹ sójú ọnà.

Òwónrín bàjẹ́ lẹ́sẹ̀
A tiro pọ̀nhùn; a tiro pọ̀nhùn
A díá fún Olúkòso làlú
Bámbí ọmọ arígba ọta ṣégun
Níjọ́ tí ń tọ̀run bọ̀ wálé ayé
Wọ́n ní kó rúbọ
Ẹni à bì sígbẹ́ẹ̀ sì ni Sàngó
Ṣùgbọ́n nígbà ó rúbọ tán
A sáàrá wàá wàá
Ló bá gbéra ẹ sójú ọnà 10
Ni Sàngó bá ń jó n ní ń yọ̀
Ní ń yin àwọn Babaláwo
Àwọn Babaláwo ń yin Ifá
Ó ní bẹ́ẹ̀ làwọn Babaláwo tòún wí
Òwónrín bàjẹ́ lẹ́sẹ̀
A tiro pọ̀nhùn; a tiro pọ̀nhùn
A díá fún ẹni táa bì sínú ìgbẹ́
Tí ó bira ẹ sójú ọnà
Ó bàjẹ́ lẹ́sẹ̀
A tiro pọ̀nhùn pọ̀nhùn..................20
Ẹni a bì sígbẹ̀ẹ̀
Tó fira ẹ sójú ọnà
Ni Sàngó ń jẹ́

ÒWÓNRÍN ÒTÚRÚPÒN B

Ifá asks this person to seek for good pieces of advice from people. He is being shoved sideways. Ifá asks him to use his sense of wisdom to bring himself back to his route.

Òwónrín's leg is sore infested
He limps and stumbles
Casts divination for Olúkòso làlú
Bámbí ọmọ a rígba ọta ṣégun
On the day he was coming from heaven to the earth
He was asked to perform sacrifice
Sàngó used to be a person shoved to the wayside
But when he finished his sacrifice
He sends torrents of thunder
And brought himself back to his route..................10
Sàngó then started to dance and rejoice
He was praising his Babaláwo
His Babaláwo was praising Ifá
He said it was exactly as his Babaláwo had said
Òwónrín's leg is sore infested
He limps and limps
Casts divination for the person shoved wayside
That would bring himself back to his route
The leg becomes septic
He limps and limps..................20
He that was shoved wayside
And would bring himself back
Is the person known as Sàngó

317

ÒWÓNRÍN ÒTÚÁ A

Ifá pé ayé eléyìun ó dáa. Kò ní rí aburú; şùgbón kó móọ bọ òkè ìpòrí ẹ dáadáa. Oriri ńlá kan ni Ifá gbà lówó ẹ.

Òréré Èjìgbò ni mo kò
A díá fún Òrúnmìlà
Níjó tí babá lóun ò rókè ìpòrí òun bọ mó
Wón ní kí babá ó sá káalè
Ẹbọ ní ó şe
Òrúnmìlà rúbọ
Wón ní yóó rí Ikin bọ gbèyìn
Wón ní okàan rè ó balè
Ayé yẹ Òrúnmìlà
Ní wá ń jó n ní ń yò..................10
Ní ń yin àwọn Babaláwo
Àwọn Babaláwo rè ń yin Ifá
Ó ní bèẹ làwọn Babaláwo tòún wí
Òréré Èjìgbò ni mo kò
A díá fún Òrúnmìlà
Níjó tí babá lóun ò rókè ìpòrí òun bọ mó
Ẹbọ ni ọn ní kí Babá ó şe
Babá gbébọ ńbè babá rúbọ
Oriri Àkàsù
Àkàsù Oriri..................20
N ó mòmò ríIkIn bọ ńigbèyìn
Oriri Àkàsù
Àkàsù Oriri

Ifá asks this person to offer sacrifice to his Ifá well. His life would please him. He would not see bad happenings. A big, hard corn pap is the sacrifice.

Òréré Èjìgbò ni mo kò
Casts divination for Òrúnmìlà
On the day Baba said he could not find articles to
    sacrifice to his Ifá again
They asked him to take care of the ground
And perform sacrifice
Òrúnmìlà performed the sacrifice
They told him he would be able to perform sacrifice
    to his Ikin in his last days
They prayed he would have peace
Life pleased him
He then started to dance and rejoice.............10
He was praising his Babaláwo
His Babaláwo was praising Ifá
He said it is exactly as his Babaláwo said
Òréré Èjìgbò ni mo kò
Casts divination for Òrúnmìlà
On the day Baba said he could not find articles to
    sacrifice to his Ifá again
Sacrifice was what they asked him to perform
Baba heard about the sacrifice and performed it
Oriri Àkàsù
Àkàsù Oriri..................20
I will definitely find to sacrifice to Ikin in my last
    days
Oriri Àkàsù
Àkàsù Oriri

ÒWÓNRÍN ÒTÚÁ B

Ifá pé wọ́n ó jẹ eléyìun lówó. Ifá pé ẹsọ̀ ẹsọ̀ ni kó mọ́ọ lọ́ọ̀ fi sin owó ọhún o. Ifá pé kó mọ rorò sí owó o kí wọ́n ó mọ́ baà pa á tòun towó ẹ̀.

Ọ̀ràn tó bá kan Oníílé
Kò níí fOlojò síílẹ̀
A díá fún Ìyó
Ti ń lọ rèé gbológò lọ́rùn Iṣu
Wọ́n ní kó rúbọ
Iṣu ló jẹ Ìyó lówó
Ìyó bá ń lọ́ọ̀ sin owó ẹ̀
Àwọn Aláwo ní kó ṣe pẹ̀lẹ́pẹ̀lẹ́
Ìyó ní dandan lòun ó fi gbowó òun
Wọ́n ní Elénìní kan ń bẹ lọ́rùn Iṣu......10
'Kó o mọ́ wàá lọ́ọ̀ sinwóò rẹ'
'Kó mọ́ di nǹkan sí ọ lára'
Ìyó ò gbà
Àwọn Ọ̀ǹyagbẹ̀ sì rèé
Wọn ò ni nǹkan méjì ní jíjẹ tó ju Iṣu lọ ńbẹ̀
Àwọn bá gbin Iṣu dà sínú Ebè
Ǹgbà ó dijọ́ kan
Ìyó bá lọ́ọ̀ sinwó
Kò rówó ẹ̀ gbà
Ó bá sùn síbẹ̀.....................20
Ó jẹsu títí kò rówó ẹ̀ gbà
À*àyẹ́* ti gbà á
Nígbà tí àwọn Ọ̀ǹyagbẹ̀ dé
Tí wọ́n ó kàán Iṣu jẹ

ÒWÓNRÍN ÒTÚÁ B

Ifá says this person is owed some amount of money. He is advised to exercise restraint in demanding for his money. He should, Ifá continues, be liberal in his dealing with his debtor otherwise it could result in his death while trying to redeem this debt.

A bad occurrence that happened to a household
Would not spare the visitor
Cast divination for the Yam beetle
That was going to claim his money by force from the Yam
He was asked to perform sacrifice
It was the Yam that owed the Beetle
The Beetle goes to the Yam often to demand for his money
The priests warned him several times to be careful
The Beetle said it is by force that he would collect his money
'There is an earthly enemy close to the Yam, the priests forewarned'.................10
'Such that you would not go on a day to demand for your money'
'And it would turn to tragedy for you'
The Beetle refused
Meanwhile, to the perennial farmers
They plant no other thing except yam in this particular city
They would plant in large quantities in the heaps
On a fateful day
The Yam beetle went with force to demand for his money
He was not successful in claiming the money
He decided to sleep there......................20
He started eating yam, yet could not collect his money
He created so much space for himself forgetting he was only visiting
When the farmers came around
They started harvesting their yams

Ọbẹ ni wọ́n e bọṣu lórí
Ni ọ́n bá gbé Iṣu dé Abúlé
Wọ́n bá kan Ìyó nínú Iṣu
Wọ́n bá mú Ìyó
Wọ́n bá ta Ìyó lọ́fà
Wọ́n gún Iyán tán.....................30
Wọ́n bá fi Ìyó jiyán
Àyìn ẹ̀yìn ní ń yin àwọn Awo ẹ̀
Wọ́n ni àwọn ò pé kó o ṣe pẹ̀lẹ̀ níbi owó
sínsìn
Ni wọ́n bá ń jó n ni wọ́n ń yọ̀
Wọ́n ń yin àwọn Babaláwo
Àwọn Babaláwo ń yin Ifá
Wọ́n ní bẹ́ẹ̀ làwọn Babaláwo wí
Ọ̀ràn tó bá kan Onílé
Kò níí fOlojòó lẹ̀
A díá fún Ìyó................:.40
Èyí tí ń lọ rèé gbológò lọ́rùn Iṣu
Ìyó o ò mọ̀mọ̀ ṣeun
Ìyó o ò mọ̀mọ̀ ṣèèyàn
Emi nìwọ́ ń gbológò lọ́rùn Iṣuú ṣe?

They inserted a knife to harvest the yam
And carried it home to eat
On scrapping the cortex for cooking, met the Yam
beetle inside the Yam
They arrested the Yam beetle
Passed a sharp stick through her
They prepared pounded yam............................30
And used the roasted Yam beetle to eat the food
The Yam beetle started praising his Babaláwo
belatedly
It was then they reminded him of their earlier warning
They then started to dance and rejoice
They were praising their Babaláwos
Their Babaláwos were praising Ifá
They said it was exactly as their Babaláwos had said
A bad occurrence that happened to a household
Would not spare the visitor
Cast divination for the Yam beetle 40
That was going to claim his money by force from the
Yam
Yam beetle, you are not nice enough
Yam beetle, you are not humane
Why do you want to claim your money by force from
your debtor?

ÒWÓNRÍN ÌRÈTÈ̩ A

Ifá pé eléyìun àti ò̩ré̩e̩ rè̩ kan ńbè̩ tí wó̩n
ó jo̩ mó̩ araa wo̩n mó̩tì mó̩tì; s̩ùgbó̩n kó s̩e
pè̩lé̩pè̩lé̩ o kí wó̩n ó mó̩ baà gbé ogun tì í.
E̩bo̩ ìs̩é̩gun ni Ifá pé kí eléyìun ó rú. Ifá pé
kí eléyìun ó mó̩ bàá àwo̩n è̩è̩yàn gbógun
sí e̩lòmíìn, nítorí àbámò̩ ń be̩ bó bá s̩e
bé̩è̩. S̩ùgbó̩n bí ó̩n bá gbógun ti òun alára,
àwo̩n eléyìun kan ńǹkan.

Ò̩wó̩n ilé abè̩yin góóró̩mo̩ góóró̩mo̩
A díá fún Oníwè̩é̩mo̩
Èyí tíí s̩e Ìmùlè̩ Ekòló
Oníwè̩é̩mo̩ àti Ekòló ni ó̩n jó̩ ń s̩ò̩ré̩
À̩s̩e bí ó̩n ti je̩ ò̩ré̩ tó
À̩s̩e Ekòló ń gbóguún ti Oníwè̩é̩mo̩
Oníwè̩é̩mo̩ làá pé Àkùko̩ adìe̩
O̩rò̩ tí ó̩n jo̩ ni
Bí O̩rò̩ ó s̩e di tí Ekòló
Ni Ekòló ń sánnà.....................10
Àkùko̩ bá sùn
Oorun rè̩ ò já gaara
Àkùko̩ bá to̩ O̩rúnmìlà lo̩
O̩rúnmìlà ní À!
'E̩níkan nìyí té̩é̩ré̩té̩ yìí o'
'Tí ń gbóguún tì ó̩'!
'E̩bo̩ ni kóo yáa rú'
'Kín wá le̩bo̩'?
O̩rúnmìlà ní kó tó̩jú araa rè̩
Wó̩n bá s̩e Ifá fún Akuko̩..............20
E̩nu ò̩nà àbáwo̩lé ati è̩yìnkùlé è̩
Àkùko̩ gbé e̩bo̩ tí ó̩n ní ó rú síbè̩
Àti e̩bo̩ àti Ìtàn tí ó̩n ro̩ sí i.
Nígbà ti Àkùko̩ ó tùn sùn lálé̩
Ekòló bá tùn dé
À̩s̩e Ekòló níí mó̩o̩ na às̩e láté̩yìnkùlé sí
Àkùko̩

ÒWÓNRÍN ÌRÈTÈ̩ A

Ifá says this person has a close friend. He should
exercise restraint such that people in connivance with
this friend would not endanger his life him. He
should sacrifice for victory. He is warned not to be a
part in antagonizing someone else. He would regret it
if he tries it. But conversely if people war against
him, he would win.

Ò̩wó̩n ilé abè̩yin góóró̩mo̩ góóró̩mo̩
Casts divination for Oníwè̩é̩mo̩
The close friend of the Worm
Oníwè̩é̩mo̩ and the Worm were close friends in the
    beginning
Despite the level of their friendliness
The Worm secretly is a sworn enemy of Oníwè̩é̩mo̩
Oníwè̩é̩mo̩ is the nickname for the Rooster
The property owned by both of them
How this property would become the Worm's alone
Is the trick that he was looking for.................10
The Rooster one fateful day slept
His sleep was full of nightmares
He went to consult O̩rúnmìlà
Surprised, O̩rúnmìlà exclaimed, Ha!
'This is a slender person on the Ifá tray'
'He is your antagonist'
'You should offer sacrifice immediately'
'What then is the object of sacrifice'? Queried the
Rooster
'You have to take a very good care of yourself',
    O̩rúnmìlà said
They prepared an Ifá portion for the Rooster........20
At his main and back entrances
The Rooster placed the prepared sacrifice there
With the Ifá powder sprinkled ón it in large quantity
When the Rooster was sleeping again at night
The Worm came again
He came as always to point an À̩s̩e from the
    backyard to the Rooster

Ló bá gorí nǹkan tí Àkùkọ ti nà sílẹ̀
Kò bá le lọ mọ́
Ó bá gé wélewèle
Ńgbà ó sì jẹ́ pé àrúbọ sọ́ ẹbọ ni.........30
Ó bá di ààrọ̀
Àkùkọ lọ́ọ̀ wo ìdí ètùtù tó ṣe
Ó bá Ekòló tó ti gé wélewèle
Àkùkọ wò wòò wò
Kò mọ ohun tó lè ṣe
'Wọ́n a gbọdọ bá àgékù Ekòló lẹ́yìnkùlé
        òun'?
Ó bá sà á mǐ
Ló gbé gbogbo ẹ̀ pọ́nkán, pọ́nkán
Lẹ́yìn ìgbà díẹ̀
Wọ́n bá ń wá Ekòló kiri.............…40
Wọn ò rí Ekòló mọ́
Ńgbà ó pẹ́
Àkùkọ bá gbọn apá pǐ, pǐì pǐ
Ó ni 'Èkó ké wélewèleeeè'
'Èkó ké wélè wèléeeeè'
Àwọn èèyàn ní 'níbo lo gbé rí I tó ké
        wéle wèle'?
Àkùkọ tún ní
'Nínú làá sìnkú Ìmùlẹ̀ẹ́ sí ì'!
'Nínú làá sìnkú Ìmùlẹ̀ẹ́ sí î î ì'
Ni Àkùkọ bá ń jó n ní ń yọ̀................50
Ní ń yin àwọn Babaláwo
Àwọn Babaláwo ń yin Ifá
Ó ni bẹ́ẹ̀ làwọn Babaláwo tòún wí
Ọ̀wọ́n ilé abẹ̀yìn góórómọ̀ góórómọ̀
A díá fún Oníwèémọ̀
Èyí tíí ṣe Ìmùlẹ̀ Ekòló
Nínú ni

Without knowing, crept over the sacrifice placed by
        the Rooster
The sacrifice caught him and could not move again
He was cut into bits
But since it is a manner of sacrifice placing,
        watching, and checking.......….........30
At dawn
The Rooster went to check the sacrifice
He met the Worm on the ground cut into bits
Surprised, the Rooster looked in amazement
He does not know what to do
'What would anyone who meets the bits of my friend,
        Worm, say'?
In quick successions
He picked the bits and swallowed it
After some period of time
The people started looking for the Worm..........40
He has disappeared and could not be located
When it became impossible for the Rooster to
        continue to keep silent
The Rooster flapped its wings
He crowed 'The Worm has cut into bits'
"The Worm has cut into bits"
The people heard and asked 'Where did you see him
        in bits'?
Flapping again he said
'It is in the stomach that one buries the corpse of a
        close friend'
'It is in one's stomach that one should bury the corpse
        of a close friend
The Rooster then started to dance and rejoice......50
He was praising his Babaláwo
His Babaláwo was praising Ifá
He said it was exactly as his Babaláwo had said
Ọ̀wọ́n ilé abẹ̀yin góórómọ̀ góórómọ̀
Casts divination for Oníwèémọ̀
The close friend of the Worm
It is in the stomach

Inú làá sìnkú Ìmùlẹ̀ẹ́ sí

Nínú mọ̀mọ̀ ni
Èké Ìmùlẹ̀
Nínú làá sìnkú ẹ̀ ẹ́ sí
Èkó ké wélewèle
Bẹ́ẹ̀ ni Àkùkọ ń wí tée dòní

It is in the stomach that one buries the corpse of a

It is really in the stomach
A false friend
It is in the stomach that one should bury his corpse
The Worm is cut into bits
Is what the Rooster is saying till date

ÒWÓNRÍN ÌRẸTẸ̀ B

Ifá pé eléyìun ò gbọdọ̀ dóró o. Kó yáa
rúbọ kí wọ́n ó mọ́ baà ti ibi Obìnrin rẹ̀ mú
u; Kò sì gbọdọ̀ sọ ọ̀rọ̀ àsọtán fún Obìnrin
rẹ̀ o.

Atọpárá ní ń fikú ṣeré
A díá fún Abéṣùjiyàn
Èyí tíí sawo Ọlọ́fin
Ó dá àásó mẹta sórí
Àásó mẹ́tẹ̀ẹ̀ta tí sí ń bẹ lórí ẹ̀
Mẹ́tẹ̀ẹ̀ta ló lóókọ
Àwọn èèyàn a pé àásó mẹta yǐi
Kín lóó fi wọ́n ṣe?
Abéṣùjiyàn a tún yan sọ̀tùún àti sósì
A pé àásó Ìmọ̀ràn ni.....................10
Ẹní ó bá le mọ̀ ọ́
Òun ò mọ́ọ wò ó
Wọ́n ń bá ilé ayéé lọ
Gbogbo ọ̀mọ̀ràn ló gbìyànjú àti mọ̀ ọ́
Kò sẹ́ni tó le sọ ìdí ẹ̀
Ọbá bá mú Abéṣùjiyàn tira ẹ̀
Ní bá ń fún un lówó lósù lósù
'Àwọn ó ṣe mọ ìdí àásó yǐi'?
Ó ní kò sẹ́ni ó le mọ̀ ọ́......................19
Ogún ọdún wọ́n ń sanwó fún Abéṣùjiyàn
Abéṣùjiyàn sì ní ìyàwó kan
Àwọn ìlú bá lọ̀ọ́ bá Obìnrin ọhún
Wọ́n bá a múlẹ̀
'Àásó orí ọkọọ rẹ̀ yǐi'
'Àwọ́n gbìyànjú àti mọ orúkọọ wọn'
'Àwọn ò mọ́ ọ '
'N sì ni àwọn ń sanwó lé lórí'
'Kín làwọ́n ó ṣe táwọn ó fi mọ̀ ọ́'?

ÒWÓNRÍN ÌRẸTẸ̀ B

Ifá asks this person not to assault someone else. He
should offer sacrifice such that he would not be
trapped through his woman. He should not expose his
secrets to his wife.

He that walks on the roof gable is playing with death
Casts divination for Abéṣùjiyàn
The priest of Ọlọ́fin
Abéṣùjiyàn had carved out three hair patterns on his
                                                head
The three hair patterns on his head however
Had different names
The people asked him 'These hair patterns'
'What are you using them for'?
Abéṣùjiyàn would answer them sarcastically
'They are patterns of wisdom'...................10
'He that would know their names'
'I have not seen'.
Life continued on and on
All wise men tried and tried
None of them got the correct answer
The king as a result took him to his side
And offered him a monthly salary
'What would we now do to know the names of these
                                            patterns'?
'No one could know them', Abéṣùjiyàn would reply
Twenty years in a row, Abéṣùjiyàn was still collecting
                his pay......................20

Meanwhile Abéṣùjiyàn has a wife
The king sent emissaries to secretly approach her
And had a meeting with the woman swearing to an
                                                oath of
                                                secrecy
'The hair patterns on your husband's head'
'We have tried and tried'
'We could not find out their names'
'And that is what the king is paying for'
'What can we do to know their names'?

Ǹgbà ó yá.... 29
Oblin yǐí bá lọ́ọ́ bá ọkọ ẹ̀ Abéṣùjiyàn
Nǐ bá ń fi orí yí I lára
'Látijọ́ yǐí tóun ti dé ọ̀dọ̀ rẹ̀'
'Àwọn bímọ fúnra àwọn'
'Àwọ́n jọ wà fúnra àwọn'
'Òun ò mọ orúkọ àwọn àásó orǐí rẹ yǐí'
'Ṣe àabọ̀ lòún wáá wà lọ́dọ̀ rẹ ni'?
Nǐ ń fi orí yí ọkọ rẹ̀ lára
Ǹgbà tí Obìnrin yǐí tẹnu mọ́ ọ̀rọ̀ yi fún bíi
        oṣù mẹ́ta
Àárẹ̀ bá mú Abéṣùjiyàn fúnra ẹ̀
Ó ni 'òótọ́ kú ni Obìnrin yǐí sọ'.........40
'Àwọ́n ti bímọ fúnra àwọn'
Ó ní kò burú
'Òun ó sọ orúkọ rẹ̀ fún un'
Ó ní 'nínúu àásó tí ń bẹ lórí òun yǐí'
'Èyí tí ń bẹ níwájú un'
'Oorun ò mọ ikú loókọ ẹ̀'
'Ó ní bí ọ́n bá ní Ikú ó pààyàn'
'Yóó sùn'
'Ó lóorun ò mọ Ikú níí jẹ́'.....……......49
Wọ́n sǐ ti gbé owó ńlá fún Obìnrin yǐí
Pé bó bá ti morúkọ àwọn àásó ọhún
Kó wáá sọ fún Ọba
Oblin bá forí lé ọ̀dọ̀ ọba
Ó ní 'Iwọ ọba tóo fẹ́ mọ oókọ àásó orí
        ọkọ òun'
'Èyí tí ń bẹ níwájú un'
'Oorun ò mọ Ikú níí jẹ́'
Ọbá ní 'méjì tó kù ńkọ́'?
'Oblin lóun ò mọ ọ́'
Ọba ní 'báa bá mọ mẹ́tẹ̀ẹ̀ta'

After some time
The woman went to her husband...................30
She started caressing him
'Since all these days that I have been your wife'
'I have had children for you'
'We have been together bounded in love'
'Yet I know not the names of these hair patterns on
        your head'
'Or am I not your full wife'?
She continued caressing him
When the woman became persistent for about three
        months
Abéṣùjiyàn became confused
What this woman has said is true, he reasoned........40
'We have had children'
'Well', he concluded
'I will tell her the name of one of the patterns'
She called her and said, 'out of the three patterns on
        my head'
'The one in front'
'Sleep has no regard for death Is its name'
'Even if one learns of an impending death', he
        explained further
'He would sleep'
The name is 'Sleep has no regard for death'
The chiefs had previously and secretly given a large

That if by chance she knew the names of the

She should come and inform the king
This woman left immediately for the palace
'Your majesty, as you desire to know the names of the
        styles on my husband's head'
'The one in front' the woman said
'Sleep has no regard for death', is its name
'What about the other two'? What are their names?
        The king asked
'I don't know their names' she said
'If we don't know the names of the other two'

Iṣẹ́ ò tíí tán............................60
Ńgbà ó tún pẹ́ sàà
Obìin tún lọ̀ọ́ bá Abéṣùjiyàn ọkọ ẹ̀
Ó ní a gbọ pé 'Oorun ò mọ Ikú ni tiwájú'
'Tàárin un ńkọ́'?
Abéṣùjiyàn ò tún fura
Ó tún sọ fún un
Ó ni 'sóo ń tàárin un'
'Obìnrin ò ṣeé finú hàn níí jẹ́'
Obìnrin bá tún gbéra
Ó dọ̀dọ̀ ọba............................70
Ó tún sọ ẹ̀ẹkejì fọ́ba
Ńgbà ó tún ṣe sàà
Obìin tún bi Abéṣùjiyàn
Ẹ̀ẹkẹta ńkọ́
Abéṣùjiyàn ní 'sóo ń ẹ̀ẹkẹta un'
'Àgbàbọ́ ò jọ̀ ònbí'
'Ọmọ ọlọ́mọ ò jọ ọmọ táa bá bí ńnú ẹni'
'N loóko ẹ̀ẹkẹta'
BÁbésùjiyàn bá sì ń kọjáá lọ láàrin ìlú
Wọn a pé Abéṣùjiyàn 'Ìmọ̀ràn làásó oríi
rẹ'............................80
A pé 'Ìmọ̀ràn ni'
'Kò sẹ́ni ó le mọ̀ ọ́'
Obìnrin sì ti lọ̀ọ́ sọ fún Ọba
Ọbá bá pé Abéṣùjiyàn
'Báwọn bá moókọ àásó mẹ́tẹ̀ẹta ọ̀hún
ńkọ́'?
Ó ní sojú òun ni kí wọn e yọ idà
Ẹ̀yìn òun ni kí wọn ó kì í bọnú àkọ̀ ẹ̀
Ọba ní 'Ìwọ Abéṣùjiyàn'
'Òún mọ̀ moókọ àwọn àásó orí ẹ yìí'
Abéṣùjiyàn nírọ́ ni............................90
'O ò leè mọ̀ ọ́'
Ọba ní ṣe kóun ó sọ ọ́

'The assignment is not complete', the king said.....:60
After another brief period of time
This woman approached her husband, Abéṣùjiyàn
'It is true you told me the name of the one in front'
'What about the middle one'? She asked her husband
Abéṣùjiyàn was unsuspecting
He told her the name of the second
'You see the one in the middle' He said
'Women are undesirable to be told secrets is the
name'
The woman left again for the kings'
To meet with his majesty............................70
She told him the name of the second
After a while
The woman asked her husband
'What about the third one'?
'The third one on my head'?
'Guardianship does not equate parentage'
'Another person's child cannot be like the child from
one's bowels'
'That is the name of the third hair pattern.'
Whenever Abéṣùjiyàn passes through the city center
People would hail him 'This your hairdo is a pattern
of wisdom'............................80
He would answer in affirmative 'Yes, it is'
'No one can know their names'
Before this time, the woman had informed the king of
the name of the third one
The king one day called on Abéṣùjiyàn
'If I know the names of these patterns, what should
we do to you'?
'Bring out the sword from its scabbard before me'
'But return it after my death' He boasted
You Abéṣùjiyàn, the king called again
'I know the names of these patterns on you head'
'That's a lie' Abéṣùjiyàn replied with all arrogance
'You cannot know their names, your majesty'......91
'Should I tell you their names'?

Ó ní ó sọ ọ́
Ó ní 'tiwájú un'
'Oorun ò mọ Ikú loókọ ẹ̀'
Abéṣùjiyàn bá dorí kodò
'Òun ò sọ kinní yǐi fún ẹlòmíìn'
'Obìin òun nǐkan lòun sọ fún'
Ọba tún ní 'òun mọ̀ mọ tààrin un náà'
Abéṣùjiyàn ní 'ẹ sọ ọ́ baba à'..........100
Ọbá ní tààrin un
'Obìin ò ṣéé finú hàn ni'
Abéṣùjiyàn dákẹ́
Kò le fọhùn mọ́
Ọba tún lóun mọ̀ mọ ẹ̀ẹ̀kẹta náà
Abéṣùjiyàn ní baba bẹ́ẹ bá mọ̀ ọ́
'Ẹ sọ ọ́'
'Ọba ní ẹ̀ẹ̀kẹta un'
'Àgbàbọ́ ò jọ ọ̀nbí'
'Ọmọ ọlọ́mọ ò leè jọmọ táa bí nínú
        ẹni'...................110
Abéṣùjiyàn doríkodò
'Ọba ní sóun gbà á'?
'Ó lẹ́ẹ mọ̀ ọ́ baba'
Ọbá ní 'sóò gbàgbé n tóo wí níjọ́ kǐiní'?
'Pé ɗi mo bá moókọ mẹ́tẹ̀ẹ̀ta'?
Wọ́n ní wọ́n ó dè é lápá àti lẹ́sẹ̀
Kí wón ó sọ ọ́ ságbàlá
Wọ́n ní bó bá dijọ́ méje lónǐi
Àwọn ó bẹ́ẹ orí ẹ̀ ni
Kí gbogbo ará ilu ó mọ́ọ wá fi sèran
        wò...................120
N táwọn ń sanwó sí láti ọjọ́ yǐi
Wọ́n bá ju Abéṣùjiyàn sẹ́yìnkùlé
Ọbá sǐi mọ́ọ lọ̀ọ yọ́ wò ó
Ọbá bá bá Abéṣùjiyàn nibí ó gbé sùn

'Tell me if you know them'
The one in front, the king said
'Sleep has no regard for death is its name'
Abéṣùjiyàn's eyes shot out of his skull as if propelled
He ran through his mind, 'I did not tell anyone these
        names'
'Except my wife alone'
The king punctuated his thoughts again 'I know the
        name of the middle one'
Now filled with fear, he said 'Say it if you do'.....100
'The one in the middle', the king continued
'Women are undesirable to be told secrets is the name'
Abéṣùjiyàn stood akimbo, his head dropping
He kept silent
The king broke his silence and said 'I know the name
        of the third also'
'If you know it, your majesty'
'Please tell us'
'The third one'
'Guardianship does not equate parentage'
'Another person's child cannot be like a child from
        one's bowels'...................110
Unbelieving, Abéṣùjiyàn buried his head
'Am I correct'? The king asked hoarsely
'You are correct, your majesty' is the reply that came
        out of his mouth
The king then reminded him of his bragging
'That if I should know the names of the three'?
The king ordered him tied up
And thrown into the yard
'In seven days time', the king said
'He would be beheaded'
All residents of the town should come and make jest
        of him...................120
'This is what we have been paying for, ever since'
Abéṣùjiyàn was thrown into the yard with shackles on
        his hands and legs
The king however do stealthily check on him often
On one occasion met him sleeping

327

Ló sùn lọ ní ń haanrun
Ọba ni 'Oorun ò mọ̀ mọ Ikú lóòótọ́ ọ̀'
'Ẹní àwọ́n ní àwọ́n ó pa'
'N ló sùn lọ yǐí'
'Kódà ń tún ń haanrun'.........129
'Kéèyàn ó gbúròó pé wọ́n ó pa òun'
'Kó sì mọ́ọ haanrun'
Ọbá dákẹ́
Kò sọ nǹkankan mọ́
Ńgbà ó tó gégẹ́ ọjọ́ keje tí wọ́n ó pa á
Ọba bá ránsẹ́ pe àwọn Tẹ̀ẹ̀tú
Wọ́n bá fa Abéṣùjiyàn tọ̀tọ̀ọ̀tọ̀
Ṣùgbọ́n aṣọ tí Abéṣùjiyàn sán mọ́ ìdí
Lọ iwájú ọba kí wọ́n ó tóó mú u
Ọmọ tó gbàwò ló ni aṣọ ọ̀hún
Ṣé láyé ọjọ́sí.........140
Wọ́ọ́n sán aṣọ lọ síwájú ọba ni
Ǹjẹ́ kí wọ́n ó fa Abéṣùjiyàn
Kí wọ́n ó bẹ orí ẹ̀
Ọmọ tó gbà wò bá sáré dé
Ní bá ń kígbe
'Ẹ bá òun mú aṣọ òun'
'Ẹ mọ́ jẹ́ẹ̀ kí ẹ̀jẹ̀ ó ta sí i'
'Aṣọ òun ní ń bẹ lọ́rùn ẹ̀'
Ọbá ní kí wọ́n ó dúó
'Kín lo wí nla'?.........150
Ọmọ ní aṣọ òun ló so mọ́rùn
Ọbá ní nǹkan mẹta ni Abéṣùjiyàn wí
Ó ní mẹ́tẹ̀ẹ̀ta ló ti ṣẹ
Ó ní ǹjẹ́ ẹ ń ọ̀rọ̀ tó sọ
'Tó ní oorun ò mọ Ikú'?
'Ọba lóun tí ń wò ó'
'Ojoojúmọ́ ní ń sùn'
'Báwọn ṣe pé àwọ́n ó pa á tó'
'Ṣe Oorún sì mọ Ikú lóòótọ̀'?
'Ẹ̀ẹ̀kejì'.........160
'Obiin ò ṣeé finú hàn'

He was fast asleep and snoring heavily
'Truly, sleep has no regard for death'; the king
    thought
'Look at the person sentenced to death'
'He is in deep slumber'
'And even snoring'
'Imagine someone to learn of his death'.........130
'And he would be this asleep and snoring'
The king kept silent
He told nobody
On the seventh day, the day he was to be killed
The king sent for the Tẹ̀ẹ̀tús
They pulled him in a stretch
But the cloth which Abéṣùjiyàn wrapped around his
    waist
To visit the king before he was arrested
Is owned by his adopted child
In the olden days.........140
People go before the king with wrappers around their
    waists
As they pulled Abéṣùjiyàn
To be executed easily
The adopted child ran to the king
Shouting and wailing
'Please help me remove my cloth'
'Please do not allow blood to spill on it'
'It is my cloth that he is tying on, he shouted'
The king ordered the Tẹ̀ẹ̀tús to stop
'What did you just say'? The king asked the
    boy.........150
'He is tying my cloth on', the child repeated
The king, weak, said,' Abéṣùjiyàn said three things'
'All the three proved true'
'You would notice that his first proclamation'
'That sleep has no regard for death'
'I have been watching him in the yard'
'He sleeps everyday'
'Despite the knowledge of his death'
'Is it not true that sleep has no regard for death'?
'The second', the king continued.........160
'Women are undesirable to be told secrets'.

Ọbá ní gbogbo àwọn làwọn ti ń ìyuun
    tẹ́lẹ̀
Ṣe bí obìin rẹ̀ ló mú un fún àwọn
Ọbá ní gbogboo yín ẹ gbọ́ o
Ẹ mọ́ jẹ́ẹ̀ kí àwọn ó lẹ̀sẹ̀ lọ́rùn
Ẹ jẹ́ kí àwọn ó fíílẹ̀
Ọbá ní 'ǹjẹ́ bó bá jẹ́ pé ọmọọ rẹ̀ tó bí
    ńnú ni ọmọ un'
'Tí kìí ṣe ọmọ tó gbàwò'
'Sé yó pèé kí èjẹ̀ẹ̀ Baba òun ó mọ́ ta sí
    aṣọ òun'?
'Ẹ ẹ mọ̀ pé Àgbàbọ́ ò jòǹbí'............170
'Ọmọ Ọlọ́mọ ò jọmọ ẹni lóòótọ́'?
Abéṣùjiyàn bá ń jó ní bá ń yọ̀
Ní ń yin àwọn Babaláwo
Àwọn Babaláwo ń yin Ifá
Ó ni bẹ́ẹ̀ làwọn Babaláwo tòún wí
Atọpárá ní ń fikú ṣeré
A díá fún Abéṣùjiyàn
Tí ń sawoó relé Ọlọ́fin
Ó ní wọn ò leè mọ àásó orí òun
Ìmọ̀ràn ni...............................180
'Ẹlẹ́ẹ̀kínní nínú àásó orí rẹ̀ ń jẹ́ Oorun ò
    mọkú'
'Ẹlẹ́ẹ̀kejì ń jẹ obìin ò ṣeé fínú hàn'
'Ẹlẹ́ẹ̀kẹta tàásó orí rẹ a mọ́ọ jẹ́ Àgbàbọ́
    ò jòǹbí'
'Ọmọ ọlọ́mọ wọn ò jọmọ ẹni'
Abéṣùjiyàn o ṣégun nígbà yí ò
O ṣégun
Abéṣùjiyàn
O ṣégun

'All of us know the veracity of that one'
'It is his wife that delivered him to us', the king said
'All of you here present, please be considerate'
'Do not let us kill an innocent man'
'Let us set him free'
'If this boy had been his son truly'
'And not an adopted child'
'Would he say his father's blood should not be
               allowed to spill on his
               cloth'?
'Can't we all see truly that a Guardian does not
               equate a
               parent'.....................
       170
'Another person's child can not be like a child from
    one's bowels'
Abéṣùjiyàn then started to dance and rejoice
He was praising his Babaláwo
His Babaláwo was praising lfa
He said it was exactly as his Babaláwo predicted
He that walks on the roof gable plays with death
Casts divination for Abéṣùjiyàn
That was venturing priesthood in the house of Ọlọ́fin
He said they cannot know the names of the hair
               patterns on his head
It is wisdom.................................180
The first one of the patterns is known as; 'sleep has no
               regard for death'
The second among the patterns is called; 'women are
               undesirable to be told
               secrets'
The third of the patterns is 'guardianship does not
               equate parentage'
               Another person's child cannot be like a child
    from one's bowels'

Abéṣùjiyàn, you have won
You have triumphed henceforth
Abéṣùjiyàn
You have won

ÒWÓNRÍN ỌSẸ́ A

Ifá pé ayé ó yẹ eléyìun . Ifá pé ìsẹ́ tán,
ojúú rẹ̀ ò níí ríbi sùgbọ́n kó rúbọ.

Ọwọ́nrín wẹsẹ
N ò wẹsẹ
Ààtàn wẹsẹ wọnhìn wọnhìn
A díá fún Ọrúnmìlà
Wọ́n ní baba ó rúbọ
Kó le wẹ ìsẹ́ dànù
Ìsẹ́ búburú ò sí lọ́rùn òun báyìí?
Wọ́n níwọ Ọrúnmìlà
Kò sí ìsẹ́ kankan mọ́
Wọ́n ní kó rúbọ..........................10
Kó mọ́ọ wẹ gbogbo ìsẹ́ dànù
Wọ́n bá sẹ Ifá fún Ọrúnmìlà
Wọ́n ní kó loodò
Kó lọọ́ wẹ gbogbo ibi dànù
Pé kò sí ìsẹ́ mọ́
Ijó ní ń jó ayọ̀ ní ń yọ̀
Ní ń yin àwọn Babaláwo
Àwọn Babaláwo ń yin Ifá
Ó ni bẹ́ẹ̀ làwọn Babaláwo tòún wí
Ọwọ́nrín wẹsẹ.................................20
N ò wẹsẹ
Ààtàn wẹsẹ wọnhìn wọnhìn
A díá fún Ọrúnmìlà
Wọ́n ní baba ó rúbọ
Kó le wẹ ìsẹ́ dànù
Ìsẹ́ mọ̀mọ̀ tán o
Ọrọ̀ ló kù
Awá rójú sẹbọ
A wẹ ìsẹ́ dànù
Àwá rúbọ tán…..................…..........30
A wẹ ìsẹ́ dàágbó

ÒWÓNRÍN ỌSẸ́ A

Ifá says life would please this person. Poverty is
ended. He would not witness bad times but should
offer sacrifice.

Ọwọ́nrín, lather yourself with soap
I will not lather myself with soap
Refuse dump site washes itself coarsely
Cast divination for Ọrúnmìlà
They asked Ọrúnmìlà to offer sacrifice
Such that he could wash away poverty
'This abject poverty does not stay with me'?
'You Ọrúnmìlà', they called
'Poverty is ended'
They told him to perform sacrifice................10
And should wash off all forms of poverty
They prepared an Ifá portion for him
They asked him to go to the stream
And wash off all things depicting evil
Poverty is ended, they said
He was dancing and rejoicing
He was praising his Babaláwos
His Babaláwos were praising Ifá
He said it was exactly as his Babaláwos had said
Ọwọ́nrín, lather yourself with soap................20
I will not lather myself with soap
Refuse dump washes itself coarsely
Cast divination for Ọrúnmìlà
They asked Ọrúnmìlà to offer sacrifice
Such that he could wash away poverty
Poverty is ended
Riches is what is next
We have tried to observe the sacrifice
And have washed away our abject poverty
We have now finished our sacrifice…...........30
And washed away our penury

ÒWÓNRÍN ÒṢẸ́ B

Ifá pé òun o níí jẹ́ nǹkan eléyìun ó bàjẹ́

Gbòǹgbò ta wọ́rọ́kọ́ ta wọ́rọ́kọ́
Kóo dọ́nà ṣe sin sǐn sin
A díá fún Ọ̀rúnmìlà
Tí tí ń ṣehun gbogbo tọ́kan ò lójú
Ọ̀rúnmìlà ní ń ṣe gbogbo nǹkan ni ò lójú
'Nǹkan òun le lójú báyìí'?
Wọ́n ní kóun náà ó rúbọ
Wọ́n ní bí tí ń pé nǹkan ń ṣe òun
Wọ́n ní àwọn Irúnmọlẹ̀ ò tíí gbọ́ ohun tí
ń wí
Wọ́n ní kó mọ́ọ   fún àwọn Irúnmọlẹ̀
gbogbo ní èèwọ̀ọ́ wọn jẹ......10
Wọ́n ní tí ọ́n bá wá bi î pé èétijẹ́?
Wọ́n ní kó mọ́ọ pé ìdí tóun fi ṣe bẹ́ẹ̀ rèé
Wọ́n ní gbogbo ajogun ní ó lọ
Bẹ́ẹ̀ ni Ọ̀ṣun è é sǐi muti ọka
Irinwó imọlẹ̀ è é mu aró
Igba imọlẹ̀ ò níí mùtọ̀
Wọ́n ní àwọn Irúnmọlẹ̀ rò pé ará dẹ̀ ọ́ ni
Ṣùgbọ́n fi hàn wọ́n pé ara ò dẹ́ ọ́
Ọ̀rúnmìlà bá fún Irinwó imọlẹ̀ ní aró
Wọ́n ní kí Ọ̀rúnmìlà ó fi aró pa ilé ẹ̀
Wọ́n ní kó fi ìtọ̀ pa ilé............ 21
Wọ́n ní kó mú ọtí ọkà
Kó bù fún Ọ̀ṣun Èwùsí
'È é ti ń ìwọ Ọ̀rúnmìlà'?
'Tóo fi fún wa ní n tá è é jẹ'?
Ọ̀rúnmìlà ní 'bẹ́ẹ̀ làá bi ni'
Látijọ́ tóun tí ń pé 'kèè rò mí, kèè rò mí'

ÒWÓNRÍN ÒṢẸ́ B

Ifá says he would not allow this person's things to be in disarray.

Tree roots in nebulous form
It burrow and burrow in the earth
Casts divination for Ọ̀rúnmìlà
That was doing everything without finding headway
They asked him to perform sacrifice
Ọ̀rúnmìlà was doing things without accomplishment
'How would I be able to make headway'?
They asked him to offer sacrifice
'As you complain that you are not flourishing'
'The Deities have not heard what you are saying',
they told him....................10
They told him to offer the Deities their taboos
'If they ask you why you behave as such'
'You should narrate your discomforts to them'
'All the Ajoguns would leave you'
However, Ọ̀ṣun does not drink sorghum wine
Four hundred Mọlẹ̀ Deities do not drink the black
dye
Two hundred Mọlẹ̀ Deities do not drink urine
'They think things are very easy for you'
'But show it to them that you are not comfortable'
Ọ̀rúnmìlà then offered four hundred Deities some dye
to
drink............
...................20
They asked Ọ̀rúnmìlà to paint his house with black
dye
'Pour some sorghum wine', they added
'And give to Ọ̀ṣun Èwùsí to drink'
'Why did you do this to us, Ọ̀rúnmìlà'?
'You gave us what we counted as taboos' The Deities
queried
'Thank you for asking me' Ọ̀rúnmìlà said
'All these days I have been appealing to you about my
discomforts'

' Ẹ ẹ̀ ṣe nǹkankan sí I'
Àwọn Irúnmọlẹ̀ ní àwọn ò mọ̀
Wọ́n ní ' o ò tún ṣìṣe mọ́ láí láí'.......30
Ayé bá yẹ Ọ̀rúnmìlà
N ní wá ń jo n ní ń yọ̀
Ní ń yin àwọn Babaláwo
Àwọn Babaláwo ń yin Ifá
Ó ní bẹ́ẹ̀ làwọn Babaláwo tòún wí
Gbòǹgbò ta wọ́rọ́kọ́ ta wọ́rọ́kọ́
Kóo dọ́nà ṣe sin sìn sin
A díá fún Ọ̀rúnmìlà
Tí tí ń ṣehun gbogbo tọ́kan ò lójú
Wọ́n ní ó sá káalẹ̀ ó ṣẹbọ.................40
Wọ́n ní gbogbo ń tí bá ń ṣe ní kó lójú
Ọ̀rúnmìlà gbẹ́bọ ńbẹ̀ ó rúbọ
Irinwóo Mọlẹ̀ ó mu aró
Ẹ mọ́ pèé mo ṣìṣe
Mo dewé Èsìsì
Ẹ mọ́ pèé mo ṣìṣe
Igba imọlẹ̀ ó mu ìtọ̀
Ẹ mọ́ pèé mo ṣìṣe
Mo dewé Èsìsì
Ẹ mọ́ pèé mo ṣìṣe.......................50
Ọ̀sun Èwùsí ó gbọ́tí ọkà kó bù mu
Ẹ mọ́ pèé mo ṣìṣe
Mo dewé Èsìsì
Ẹ mọ́ pèé mo ṣìṣe
Kí n mọ́ ṣiṣe lónìí
Kí n mọ́ ṣìṣe o
Mo dewé Èsìsì
Ẹ mọ́ pèé mo ṣìṣe

'You did nothing about it'
'We didn't know about that' the Deities countered
'You will never experience that again'..............30
Life then pleased Ọ̀rúnmìlà
He was dancing and rejoicing
He was praising his Babaláwo
His Babaláwo was praising Ifá
He said it was exactly as his Babaláwo predicted
Tree roots in nebulous form
They burrow and burrow in the earth
Casts divination for Ọ̀rúnmìlà
That was doing everything without making headway
They asked him to take care of the ground and offer
    sacrifice.......…………………………….40
Everything that he engaged in would become easy for
    him
Ọ̀rúnmìlà heard about the sacrifice and performed it
Four hundred Mọlẹ̀ Deities would drink dye
Do not say I made a mistake
I become an Èsìsì leaf
Do not say I made a mistake
Two hundred Mọlẹ̀ Deities would drink Urine
Do not say I made a mistake
I become an Èsìsì leaf
Do not say I made a mistake.........................50
Ọ̀sun Èwùsí would take some sorghum wine to drink
Do not say I made a mistake
I become an Èsìsì leaf
Do not say I made a mistake
May I not make mistakes today
May I never make any mistake
I become an Èsìsì leaf
Do not say I made a mistake

332

ÒWÓNRÍN ÒFÚN A

Ifá rọ eléyìun pé kó mọ́ fi iṣẹ́ ẹ rẹ̀ ṣe ti
ìbí; kó mọ́ fi iṣẹ́ ṣe ìyekan. Ifá pé iṣu àti
ẹyẹlé lẹbọọ rẹ̀. Ifá pé kí obìin eléyìun ó
lọ́ọ́ tójú àmù kó fi mọ́ọ pọnmi sí; Kó lè ní
ìsinmi kó sì le jẹ obìin eléyìun kalẹ́.

Apáà mi ò roko
Ẹ̀yìn mi ò bẹrẹ̀
Béèyàn ò bá mú mi lórí kó mú mi lẹ́sẹ̀
N ò leè fa gaga eéran tu
A díá fún Ológoṣẹ
Tí ń fi Ifáa rẹ̀ẹ́ ṣèbí
N fi Ifáa rẹ̀ẹ́ ṣèyekan
Wọ́n ní ó rúbọ
'Ayé le yẹ òun báyìí'?
Wọ́n ní kó mọ́ fi Ifá ṣèbí mọ́............10
Kó mọ́ fi Ifá ẹ ṣe Ìyekan
Ológoṣẹ rúbọ
Ayé yẹ Ológoṣẹ
Òun náà?
Wọ́n ni gbogbo n tí Ifá bá wí
Ni kó mọ́ọ gbà
N ní wá ń jo n ní ń yọ̀
Ń yin àwọn Babaláwo
Àwọn Babaláwo rẹ̀ ń yin Ifá
Ó ní bẹ́ẹ̀ làwọn Babaláwo tòún wí......20
Apáà mi ò roko
Ẹ̀yìn mi ò bẹrẹ̀
Béèyàn ò bá mú mi lórí kó mú mi lẹ́sẹ̀
N ò leè fa gaga eéran tu
A díá fún Ológoṣẹ
Tí ń fi Ifáa rẹ̀ẹ́ ṣèbí
N fi Ifáa rẹ̀ẹ́ ṣèyekan

ÒWÓNRÍN ÒFÚN A

Ifá implores this person not to practice his work as a
family or relation affair. Ifá collects tubers of yam and
pigeons from him. Ifá asks his wife to get a water
container such that she would have something inside
with which she could collect water. And as such would
have rest of mind and be the wife of this person for
life.

My hands are not strong enough to weed
My back cannot bend over
If I am not seized by my head and legs
I will not be able to uproot a single grass sheath
Cast divination for Ológoṣẹ
Ológoṣẹ that was practising Ifá as a family affair
He was practicing Ifá as a relation affair
He was asked to perform sacrifice
'Would life please me at all'?
He was asked not to practice Ifá as a family affair
        again........................……….........10
And never to use his Ifá as a relation affair
Ológoṣẹ observed the sacrifice
And life pleased him
Surprised, he exclaimed 'I'?
They told him that everything that Ifá says
Is what he should collect from clients
He then started to dance and rejoice
He was praising his Babaláwos
His Babaláwos were praising Ifá
He said it was exactly as his Babaláwos said.......20
My hands are not strong enough to weed
My back cannot bend over
If I am not seized by my head and legs
I will not be able to uproot a single grass sheath
Cast divination for Ológoṣẹ
That was practising Ifá as a family affair
He was practising Ifá as a relation affair

A ì í fi Ifá ṣèbí
A ì í fi Ifá ṣèyekan
Àgbẹ̀ bẹ́ẹ bá múṣu tà.....................30
Ẹ mówó Ifá wá
A ì í fi Ifá ṣèbí
A ì í fi Ifá ṣèyekan

One should not practise Ifá as a family affair
One should not practise Ifá as a relation affair
All farmers, when you sell your harvested yam tubers
Bring back to Ifá, the money that is rightfully
      His..31
One should not practise Ifá as a family affair
One should not practise Ifá as a relation affair

334

Ifá pé tẹ̀gbọ́n tàbúrò lóún ń bá wí pé kí
ẹ̀gbọ́n ó rúbọ kí àbúrò ó mọ́ baà rẹ jẹ.
Nǹkan wọn ò níí bàjẹ́.

Ọ̀wọ́nrín wòfun wòfun
Babaláwo Eégún ló díá fún Eégún
Eégún ń tọ̀run bọ̀ wálé ayé
Ọ̀wọ́nrín wòfun wòfun wẹ̀dọ̀
Babaláwo Orò ló díá fún Orò
Orò ń tíkọ̀lé ọ̀run bọ̀ wálé ayé
Àwọn méjèèjì ni ọ́n jọ́ ń bọ̀ látòde ọ̀run
Ṣùgbọ́n nígbàa wọ́n ó mée bọ̀ wá
Wọ́n ní kí wọ́n ó rúbọ
Eégún fi aṣọ kan náà tó ní................10
Eégún fi rúbọ
Orò ní 'aṣọ kan náà tóun ní'?
'Òun á a ṣe wáá fi rúbọ'?
Ńgbàa wọ́n ó jọ́ mọ́ọ bọ̀ wá
Tí ọ́n dé odi ìlú
Eégún dúó
Orò dúó
Àwọn èèyàn sì ti péjo ńnú ìlú
Tí ọ́n fẹ́ wòran
Orò làgbà................20
Orò bá ní ìwọ Eégún
Wáá lọ inú ìlú
Kóo lọ́ọ́ wo bí ibẹ̀ ṣe ń
Eégún ní 'Ṣe bóo ń I pé ìhòòhò lòún wà'
Orò bá bọ́ aṣọọ rẹ̀
Ó bọ́ ọ fún Eégún
Ó ní kó mọ́ọ lọ
Ńgbà tí Eégún dé inú ìlú

Ifá says he is making a reference to a set of brother.
The elderly should offer sacrifice such that the junior
would not cheat him. Their things would not get spoilt.

Ọ̀wọ́nrín wòfun wòfun
The Babaláwo of the Masquerade casts divination for
                    the Masquerade
The Masquerade was coming from heaven to the
                    earth
Ọ̀wọ́nrín wòfun wòfun wẹ̀dọ̀
The Babaláwo of Orò casts divination for Orò
Orò was coming from the city of heaven to the earth
The two of them were coming together from heaven
But before they would leave the gates of heaven
They were asked to perform sacrifice
The Masquerade removed his only cloth.............10
He used it as sacrifice
'The single cloth I have', said Orò
'How would I use it for sacrifice'?
When they departed heaven
And got to the boundaries of the first town on earth
The Masquerade stopped
Orò also stopped
Meanwhile people had assembled in expectation
To watch the two perform
But Orò being the elder brother said.............20
'You Masquerade'
'Go into the town'
'And see how things are'
'Can't you see I am naked'? The Masquerade replied
Orò then removed his cloth
He gave it to The Masquerade
And asked him to leave for the city
When the Masquerade got to the city

Ó bá àwọn èèyàn
Tí ọn ti péé lẹ̀.............................30
Bí ọn ti fojú kan Eégún
Ijó ni wọ́n ń jó
Ńgbé ni wọ́n gbé Eégún
Ẹ gbé mí ò
Fẹẹrẹ gbé mi
Fẹẹrẹ
Ẹ gbágan
Fẹẹrẹ gbà mí
Fẹẹrẹ
Níbi wọ́n gbé ń ṣe ìyuun 40
Eégún ò rántí Orò ńbi ó wà mọ́
Orò sùn síbẹ̀
Ńgbà ó pẹ́ pẹ́
Orò bá ń bọ̀
Ìbínú ní ń báá bọ̀
Ní ń ké
'Òún ó mu; òún ó mu mĩ'
'Òún ó mu'
'Òún ó mu mĩ; Òún ó mu mĩ'
Ṣùgbọ́n nígbà tí ò láṣọ 50
Kọ̀rọ̀ ló yáá dúó sí
Ifá pé kí eléyìun ó rúbọ
Kí àbúrò ó mọ́ gba ẹ̀gbọ́n
Lọ́wọ́ ẹ̀gbọ́n o

He met with a tumultuous crowd........…………….29
That had gathered around to watch their performance
Immediately they sighted the Masquerade
They started dancing
And carried the Masquerade aloft
'Carry him up', they sang
Swiftly, lift me up
Swiftly
Carry the heavenly spirit
Swiftly lift me up
Swiftly
In their course of celebration and jubilation….........40
The Masquerade did not remember Orò where he left
        him
Orò slept there
After a long period of time
Orò started for the city
He was coming with fury
He was shouting
I will pick him up and swallow him
I will seize him
I will seize him and swallow him
But since he had no cloth on…………..................50
He had to dodge in a corner
Ifá asks this person to offer sacrifice
Such that the junior brother would not snatch away
        the authority
From the elder one

DIFFICULT WORDS : ÒWÓNRÍN

1. **Pèkútú Yèkè**: Name of a Babaláwo
2. **Odù**: One of the distinct signatures of Ifá.
3. **Oníigbò Asùnlólá**: Name and appellation respectively of a person
4. **Èjìgbàrà Ìlèkè**: A kind of expensive bead
5. **Láàràngúnkà**: King's costume that is very expensive and invaluable
6. **Ìsé Ni ò sé Gúnnugún Kó bà Lóorun**: Name of a Babaláwo. (Lt.) >Poverty would not afflict the Vulture so much for him to perch on burnt straw.
7. **Asègilówó**: An appellation. One who fetches firewood and make wealth out of it.
8. **Òsì ni ò Tàkàlà Kó bà Lérùwà**: Penury would not afflict Àkàlà bird for her to perch on grasses with dew (Name of a Babaláwo)
9. **Atàpólà Sòlà**: Appellation: He that sells logs of wood to make wealth
10. **Ìwo ò sàì là, Èmi ò sàì là**: Name of a Babaláwo. You would be rich; I would be rich.
11. **Asóru tà ragba Èru**: An appellation. He that watches the onset of the night to buy and sell hundreds of slaves.
12. **Òwónrín Werere, Ìwòrì Werere**: Names of Babaláwos
13. **Àlúkúlàkà**: Another name for Orò A deity that women are forbidden from seeing. Also the brother of Egúngún
14. **Kíìwì**: Name of a Babaláwo
15. **Òfàfà lájá**: Another Babaláwo
16. **Oriri Mòjò**: Appellation for Ifá
17. **Ìrámòrì**: Name of a town
18. **Ìrèsà o pé Oko**: Name of a town
19. **Ìrosùn o pé Oko**: Name of a town
20. **Gbáro**: Name of a town
21. **Monírèré Ò sèsè**: Name of a person
22. **Èdun ñfì somo Oníyán**: Name of a Babaláwo
23. **Òwè ñfì somo Olóbè**: Name of another Babaláwo
24. **Èsù Òdàrà**: Yorùbá god of justice
25. **Ìrè ò sèjè**: Cricket
26. **Òwónrín Pòkàn**: Òwónrín Òkànràn
27. **Ìkòrò**: A kind of fish
28. **Àjàlúbòró**: The name a Babaláwo
29. **Orí**: The inner head. Synonymous with destiny
30. **Èrìn**: Name of a town
31. **Gáá**: Name of a wicked Òyó chief who was killed decades ago in a brutal execution to repay him for his past misdeeds
32. **Láàrágbàgàdá**: An appellation for mother earth
33. **Ológosè**: Name of a Babaláwo. Also the name of a beautiful bird
34. **Ìwéré**: Name of a town in Òyó state of Nigeria
35. **Arèrèkosùn in the city of Òñkò**: Name of a Babaláwo
36. **Ìká a bìdí ròdò**: Also a name of a Babaláwo
37. **Ògbàrà**: Name of a Babaláwo
38. **Asèyìin Mòkín**: Name of the king of Ìsèyìn, a town in Òyó state
39. **Ìlèrò**: A phrase that expresses comparative ease
40. **Egbé**: A mystical charm that would miraculously carry the person wearing it from the scene of an impending accident to a safe place
41. **Elédìró**: A kind of animal
42. **Àajà**: The rattle with a knife at the base. This is jingled to signify or invoke the presence of Ifá
43. **Òwìrìwìrì**: This describes the fiery nature of naked flame
44. **Oba túnlé ayé se**: Title of a king. World reforming king or world mending king
45. **Àrèmo**: The eldest son of a nuclear family

46. Ìtún Ẹ̀rin: The acclaimed city where all medicinal leaves originate

47. Ìwọ̀fà: This is a human being that is lent out to serve as surety and service of loans taken from a creditor. The person in most cases is the child of the debtor who would be returned after the repayment of the loan.

48. Ọ̀bọ̀lọ̀nbọlọ̀: Rhythmical word. (Lt.) To escape from a captive in a slippery manner.

49. Ọ̀wọ́nrín bàtú bàtú: Coinage out of Ọ̀wọ́nrín Òtúrúpọ̀n.

50. Itú: A male goat

51. Tùẹ̀: The sound given out by the male goat when it spits and in the process of mating the doe.

52. Ọ̀wọ́nrín bàjẹ́ Lẹ́sẹ̀: Name a Babaláwo.   Owonrins leg is wounded and infected

53. Olúkòṣo Làlú: An appellation for Sàngó

54. Bámbí Ọmọ arígba Ọta ṣẹ́gun: Another appellation for Sàngó (Lt.) ·Bámbí, the child of the clan that uses hundreds of bullets to win wars. Ẹdùn are the bullets; and they are the sacred rock pellets released during thunderstorms. They are Sàngó's bullets

55. Bámbí: Coined from Olúbámbí. One of the many appellations of Sàngó. (Lt.) God has helped me in giving birth to him.

56. Òréré Èjìgbò ni mo kò: Òréré Èjìgbò is an appellation for Ọ̀wọ́nrín Òtúá. The suffix of the sentence now translates to is the one that I met with

57. Oriri Àkàsù, Àkàsù Oriri: This is also referred to as Ẹ̀kọ in Yorùbá language. It is the hardened puddle of maize pap that is wrapped in leaves for consumption. A big wrap is called Oriri Àkàsù

58. Ọ̀wọ́n ilé abẹ̀yìn góórómọ̀ góórómọ̀: Name of Babaláwo

59. Oníwèémọ̀: Another name for the rooster

60. His sleep was not fine enough: Had bad dreams; Nightmares

61. Abésùjiyàn: Name of a person. Archaic, and translates to mean someone who argues with Èṣù

62. Ọlọ́fin: One of the important white garment deity of the Yorubas with principal shrine located in Ilé Ifẹ̀

63. Tẹ̀ẹ̀tú: The king's decapitator

64. Ọsun Ẹ̀wúsì: This is the appellation used in praising the Ọsun goddess

65. Èsìsì Leaf: A kind of leaf with mystical powers.

66. Ọ̀wọ́nrín Wòfun Wẹ̀dọ̀: Ọ̀wọ́nrín Òfún. Name of a Babaláwo. Ọ̀wọ́nrín, look at the intestines and the liver.

67. Yèrèpè: Nettles

68. Èèsún: The dry, overgrown grasses in the forest

69. Ọ̀yọ́: An ancient city in Western state of Nigeria

70. Sìẹ̀jìdé: Name of a person

71. Ọ̀wọ́n Owó làá náwó mini: Name of a Babaláwo. (Lt.) It is as a result of scarcity of money that one spends miserly

72. Ọ̀wọ́n Omi làá Pèsun: Also the name of a Babaláwo. Means Fetching from a water rejuvenation site is an indication of water scarcity'.

73. N tó bá wọ́n làá pè nìyàn: Name of a Babaláwo. Means it is that which is difficult to obtain that we refer to as scarce.

74. Akarasangba Ọ̀ṣùmàrè: Name of a Babaláwo. Ọ̀ṣùmàrè is the rainbow. Akarasangba is the curvature established by the rainbow.

75. Ìrókò Ọgọ̀: The Ìrókò tree located in a place called Ọ̀gọ̀.

CHAPTER 7 : ỌBÀRÀ

ỌBÀRÀ MÉJÌ A

Ifá pe ire fún eléyìun. Orí ọlà lórí ẹ̀.Yóó là, yóó sĩ tóbi láyé. Ọ̀sun kán ñ bẹ ní ìdílé ẹ̀, bí ò bá sí Ọ̀sun, kó bèèrè níbi wọ́n gbé dá Ifá yìí fún un: kó sĩ lọ̀ọ́ bọ Ọ̀sun ọ̀hún torĩi lọ́dọ̀ Ọ̀sun ni gbogbo ire tĩ ó nĩí láyé ó ti wá. Ọmọ Ọ̀sun ni òun pàápàá.

Òsòló Awo Awọ̀n
Ló dífá fún Awọ̀n
Níjọ́ tĩ ń lọ rèé wẹrí Ọlà lódò
Ará rọ Òun báyìí?
Wọ́n lára ó rọ ọ́
Wọ́n ní sùgbọ́ọ́n kó rúbọ fún Ọ̀sun
Ó bá rúbọ
Ará bá dẹ̀ ẹ́
Ní bá ń bímọ
Ló bá kó ọmọ ẹ̀ lọ fún Ọ̀sun.............10
Wọ́n níkú ò gbọdọ̀ pa ọmọ Awọ̀n
Ayé yẹ ẹ́
Ọ̀sun ń tójú ẹ̀
Ní ń gẹ̀ ẹ́
N ní wá ń jó n ní ń yọ̀
Ní ń yin àwọn Babaláwo
Àwọn Babaláwo ń yin Ifá
Ó ní bẹ̀ẹ́ làwọn Babaláwo tòún wí
Òsòló Awo Awọ̀n
Ló díá fún Awọ̀n........................20
Níjọ́ tĩ ń lọ rèé wẹrí Ọlà lódò
Òsòló mọ̀mọ̀ dé ò
Awo Awọ̀n
Ẹ ò mọ pÓrí rere lÀwọn ń wẹ?

ỌBÀRÀ MÉJÌ A

Ifá wishes this person well. His Orí is destined to be wealthy and he would be rich in life. Ifá says there exists an Ọ̀sun spot in his lineage. If otherwise, he should ask of where a spot could be found for him to offer sacrifice immediately. This is because all his fortunes are rooted in Ọ̀sun.

Òsòló the priest of Awọ̀n
Casts divination for Awọ̀n
On the day he was going to wash his Orí of wealth in the river
>Would it be easier for me=? He asked
They told him that it would be easy for him
But he was advised to perform sacrifice to Ọ̀sun
He offered the sacrifice
Life then pleased him
He started having children
He afterwards took all his children to Ọ̀sun.........10
'Death must not kill the child of Awọ̀n', they instructed
Life pleased them so much
Ọ̀sun took good care of him and his children
And also petted them all
He was dancing and rejoicing
He was praising his Babaláwo
His Babaláwo was praising Ifá
He said it was as his Babaláwo had said
Òsòló the priest of Awọ̀n
Casts divination for Awọ̀n 20
On the day he was going to wash his Orí of wealth in the river
Òsòló is here really
He is the priest of Awọ̀n
Don't you all know that good Orí is what Awọ̀n washes in the river?

ỌBÀRÀ MÉJÌ   B

Ifá pé òun pé ire fún eléyìun. Bí eléyìun bá bí ọmọ Ọkùnrin, Ifákáyọ̀dé ni kí wọ́n ó sọ ọ́. Ọkùnrin ó pọ̀ nínú ọmọ ẹ̀.

Ọkùn gìdìgbà níí rìn bí ẹní jó, bí ẹní jó
A díá fún Ifákáyọ̀dé
Èyí tíí sọmọ bíbí inú Àgbọnnìrègún
Ẹbọ n wọ́n ní ó ṣe
Ó sì gbẹ́bọ ńbẹ̀........................5
Ó rúbọ
Èrò Ìpo
Èrò Ọ̀fà
Àrìnjó Ifá ò níí kú léwe

ỌBÀRÀ MÉJÌ   B

Ifá wishes this person well. If he has a male child, the child should be named Ifákáyọ̀dé. He would have many more male children than females.

It is the big earthworm that moves as if dancing
Casts divination for Ifákáyọ̀dé
The child of Àgbọnnìrègún
He had been asked to perform sacrifice
He had heard about the sacrifice.......................5
And performed it
People from the city of Ìpo
Travelers from the city of Ọ̀fà
Àrìnjó Ifá would never die prematurely

ÒBÀRÀ OGBÈ A

Ire ọmọ fún eléyìun, Ayé ó yẹ ẹ́. Nǹkan rẹ̀ ò sì níí bàjẹ́. Ṣùgbọ́n kó rúbọ. Ifá pé ọmọ eléyìun ó lè sapẹpẹ, wọ́n ó sì yanjú.

Ọ̀bàrà bo bòó
A díá fún Ekòló
Níjọ́ tí ń fomi ojú sògbérè ọmọ
Wọ́n ní kó rúbọ.
Wọ́n níre ọmọ fún un
Wọ́n ní ọmọ tí ó bǐí ó pọ̀
Ekòló bá lọ ìsàlẹ̀ odò
Nǐ pẹ̀rẹ̀pẹ̀rẹ̀ àbàtà
Ó bá lọ́ọ̀ lọ́kọ
Ekòlò bá bẹ̀rẹ̀ sǐí bímọ níbẹ̀..............10
Ayé yẹ Ekòló
N ní wá ń jó n ní ń yọ̀
Nǐ ń yin àwọn Babaláwo
Àwọn Babaláwo ń yin Ifá
Ó ní béẹ̀ làwọn Babaláwo tòún wí
Ọ̀bàrà bo bòó
A díá fún Ekòló
Níjọ́ tí ń fomi ojú sògbérè ọmọ
Wọ́n ní kó rúbọ
Ó wáá gbẹ́bọ ńbẹ̀ 20
Ó wáá rúbọ
Ló wáá bẹ̀rẹ̀ sǐí yin Ọ̀bàrà bo bòó, nísàlẹ̀ àbàtà
A lóun yin Ọ̀bàrà bo bòó
Bòó, bobòó, bòó

ÒBÀRÀ OGBÈ A

Ifá wishes this person well. Life would please him and his things would not get spoilt. He should perform sacrifice. He would have many children and the children would be successful and vibrant.

Ọ̀bàrà bo bòó
Casts divination for the Worm
On the day she was crying of having no children
She was asked to perform sacrifice
They wished her the good fortune of child bearing
And that her children would be many
Afterwards the Worm proceeded to the river
She located herself in the swamp
There she got married to her husband
And started to bear children 10
Life pleased her
She then was dancing and rejoicing
She was praising her Babaláwo
Her Babaláwo in turn praise Ifá
She said it was exactly as her Babaláwo had said
Ọ̀bàrà bo bòó
Casts divination for the Worm
On the day she was crying of having no children
She was asked to perform sacrifice
She heard about the sacrifice ....…..……….20
And performed it
She then started to praise 'Ọ̀bàrà bo bòó' in the swamp
She tunes 'I praise Ọ̀bàrà bo bòó'
Bòó, bòó, bòó

ỌBÀRÀ OGBÈ B

Ifá pé nnkan eléyìun ò níí bàjẹ́, Ikú ò níí
mú un: Àrùn ò níí mú un, Ifá pé òun ó báà
eléyìun lé Ajogun jáde. A ó mọọ ju iná
lórí ẹbọ táa bá gbé kalẹ̀ ká tó lọọ gbé ẹbọ
náà fún Èṣù.

Ikú yò ó
Àrùn yò ó
Òtòǹtò Ìròkò
A díá fún wọn lóde Ìdó
Ọmọ atanná wiriwiri lékú lọ
Ajogun ò mú òun báyìí?
Wọ́n ní wọ́n ó rúbọ
Wọ́n bá rúbọ lóde Ìdó
Ikú ò pá wọ́n mọ́
Àrùn ò ṣe wọ́n mọ́ 10
Gbogbo Ajogun ò mú wọn mọ́
Àwọn layé yẹ tó báyìí?
N ni wọ́n wá ń jó n ni wọ́n ń yọ̀
Wọ́n ní bẹ́ẹ̀ làwọn Babaláwo tàwọ́n wí
Ikú yò ó
Àrùn yò ó
Òtòǹtò Ìròkò
A díá fún wọn lóde Ìdó
Ọmọ atanná wiriwiri lékú lọ
Ikú tí ń bẹ nílé yìí kó dẹrù kó mọọ lọ.. 20
Òwìrìwìrì
A ó tanná Ifá ràn wọ́n lára
Òwìrìwìrì
Àrùn tí ń bẹ nílé yìí kó dẹrù kó mọọ lọ
Òwìrìwìrì
A ó tanná Ifá ràn wọ́n lára
Òwìrìwìrì
Òfò tí ń bẹ nílé yìí kó dẹrù kó mọọ lọ

ỌBÀRÀ OGBÈ B

This person should offer sacrifice. His things would
not get spoilt; he would neither experience death nor
sickness. Ifá says he would help him chase out all
Ajoguns. The sacrifice should be incensed with a fiery
flame before being presented to Èṣù.

Ikú yò ó
Àrùn yò ó
Òtòǹtò Ìròkò
Cast divination for them at Ìdó City
The child of the clan that uses fiery flame to chase
            death away
'Would these Ajogun arrest us'? They asked
They were asked to perform sacrifice
They performed the sacrifice prescribed in Ìdó city
Death could not kill them again
Sickness could not arrest them.....................10
All Ajoguns ran away from them
Bewildered about how life had pleased them
They started to dance and rejoice
They said it was as their Babaláwos had predicted
Ikú yò ó
Àrùn yò ó
Òtòǹtò Ìròkò
Cast divination for them at Ìdó City
The child of the clan that uses fiery flame to chase
            death away
The death in this house should pack and leave.......20
Òwìrìwìrì
We would light Ifá's fire to burn them off
Òwìrìwìrì
The sickness in this house should pack and leave
Òwìrìwìrì
We would light Ifá's fire to burn them off
Òwìrìwìrì
The loss in this house should pack and leave

Òwìrìwìrì

A ó tanná Ifá ràn wọ́n lára...............30

Òwìrìwìrì

Gbogbo Ajogun tí ń bẹ nílẹ̀ yìí kó dẹrù kó mọ́ọ lọ

Òwìrìwìrì

A ó tanná Ifá ràn wọ́n lára

Òwìrìwìrì

Òwìrìwìrì

We would light Ifá's fire to burn them off...............30

Òwìrìwìrì

All Ajoguns in this house should pack at once and leave

Òwìrìwìrì

We would light Ifá's fire to burn them off

Òwìrìwìrì

Ọ̀BÀRÀ Ọ̀YẸ̀KÚ A

Ifá pé ire obìnrin fún eléyìun. Lọ́wọ́ọ̀ lọ́wọ́ọ́ nire obìnrin ó mọ́ọ wọ ilé tọ̀ ọ́. Ẹbọ Elénìní ni kó rú kí wọ́n ó mọ́ ba nǹkan rẹ̀ jẹ́ mọ́ ọ lọ́wọ́. Àwọn èèyàn ó fẹ́ràn ẹ̀; yóó sì rí tajé ṣe; ṣùgbọ́n kó rúbọ.

Ọ̀bàrà yẹ́kúẹ́ yẹ̀kùẹ̀ yẹ́kúẹ́
A díá fún Sẹ̀kẹ̀rẹ̀
Níjọ́ tí ń fomi ojúú sọ̀gbérè aya
Wọ́n ní kó rúbọ
Òun leè láya báyìí?
Wọ́n ní ìwọ Sẹ̀kẹ̀rẹ̀
Wọ́n ní àwọn ayaà rẹ̀ ó pọ̀
Ijó lọ́ọ̀ mọ́ọ jó
Lóó mọ lù fún wọn o
Tọ́ọ bá tí ń lù tóo sì ń kàn fún wọn ...10
Àwọn Obìnrin ó gbàá tẹ̀lé ọ ni
Sẹ̀kẹ̀rẹ̀ bá bẹ̀rẹ̀ síí lù
Gbogbo Obìnrin kéékèèké bá gbá lé Sẹ̀kẹ̀rẹ̀
Ńgbà tí ọ́n jó jóó jó
Wọn ò mọ ìgbà tí àwọn bá Sẹ̀kẹ̀rẹ̀ dé ilé
Wọ́n bá dúó ti Sẹ̀kẹ̀rẹ̀
Nǐ ọ́n bá ń bímọọ́ fún Sẹ̀kẹ̀rẹ̀
Ayé yẹ Sẹ̀kẹ̀rẹ̀
Owó pọ̀ tán ó bá tún so ó mọ́ra
Obìin è é sĩ fowóó lẹ̀..................20
Ni ọ́n rówó
Ni ọ́n dì mọ́ ọ
Ni Sẹ̀kẹ̀rẹ̀ wá ń jo n ní ń yọ̀
Nǐ ń yin àwọn Babaláwo
Àwọn Babaláwo ń yin Ifá
Ó ní bẹ́ẹ̀ làwọn Babaláwo tòún wí
Ọ̀bàrà yẹ́kúẹ́ yẹ̀kùẹ̀ yẹ́kúẹ́
A díá fún Sẹ̀kẹ̀rẹ̀

Ọ̀BÀRÀ Ọ̀YẸ̀KÚ A

Ifá wishes this person the good fortune of women. Ifá says with ease, the good of women would come into his house. He should sacrifice against his enemies such that his joy would not be truncated. People would love him, he would be successful in his business but should observe his sacrifice.

Ọ̀bàrà yẹ́kúẹ́ yẹ̀kùẹ̀ yẹ́kúẹ́
Casts divination for Sẹ̀kẹ̀rẹ̀
On the day he was crying because he has no wife
He was asked to perform sacrifice
'What would I do to have wives'? He asked
They said you Sẹ̀kẹ̀rẹ̀
'Your wives would be so many'
'Your will have to dance'
'And clatter for them'
'Once you clatter and beat drums for them'........10
Women would be on your trail.
Sẹ̀kẹ̀rẹ̀ then started to clatter
All matured girls started after him
When they danced and danced
They did not know when they entered his house
Many of them stayed with Sẹ̀kẹ̀rẹ̀
And had children for him
Life so pleased Sẹ̀kẹ̀rẹ̀
He had so much money and had to weave some to his body
Meanwhile, women are inseparable from money...20
They saw money
They cleaved to him
Sẹ̀kẹ̀rẹ̀ then started to dance and rejoice
He was praising his Babaláwo
His Babaláwo was praising Ifá
He said it was exactly what his Babaláwo had said
Ọ̀bàrà yẹ́kúẹ́ yẹ̀kùẹ̀ yẹ́kúẹ́
Casts divination for Sẹ̀kẹ̀rẹ̀

Níjọ́ tí ń fomi ojúú ṣògbérè aya
Wọn ní yóó láya lọ́pọ̀lọpọ̀ ẹbọ aya ni kó
         wáá ṣe...................................30
A mọ̀mọ̀ ti gbọ́ru ẹ rí
Àṣé Ṣẹ̀kẹ̀rẹ̀ ló fẹ́bìnrin èwe
A mọ̀ ti gbọ́ru ẹ rí

That was crying because of having no wife
They said he would have many wives but should
         perform sacrifice...........................30
We have heard something tantamount to this before
That it was Ṣẹ̀kẹ̀rẹ̀ that married youthful wives
We have heard something tantamount previously

ỌBÀRÀ ỌYẸKÚ B

Ifá pé kí eléyìun ó rúbọ. Wọn ò níí dínà mọ́ ọ. Ọ̀nà iṣẹ́ẹ́ rẹ̀ ni Ifá pé ó rúbọ sí. Àwọn èèyàn ó mọ́ọ fẹ́ẹ́ dínà mọ́ ọ níbi iṣẹ́ ṣùgbọ́n ọ̀nà ò níí dí mọ́ ọ.

Ọbàrà yẹkúẹ́ yẹ̀kùẹ̀ yẹkúẹ́
A díá fún Àparò yẹ̀yẹ̀
Níjọ́ tí ń lọ sóko ìwájẹ
Oko ìwájẹ tóun ń lọ yìí?
Ó dáa fún òun?
Òun ò rí aburú lóko ìwájẹ yìí?
Wọn ní kó rúbọ
Ó sì gbẹ́bọ, ó rúbọ
Àwọn Ọ̀nyagbẹ sì ń í
Wọn ní kí wọn ó rúbọ.................10
Nǹkan tí wọn bá fi pamọ́
Kí àwọn èèyàn ó mọ̀ leè rí I
Bí Àparò ò bá sì dé ibi tí àwọn Ọ̀nyagbẹ
     fi nǹkan sí
Wọn ò níí rí jẹ
Àparò kọrí sóko ìwájẹ
'Ẹ̀yin Ọ̀nyagbẹ, ẹ rúbọ kí nǹkan yín ó mọ́
     sọnù'
Wọn ní kín ní ó mú u
Wọn ní 'àwọn ẹyẹ oko ó mọ̀ mọ́ọ jẹ
     nǹkan yíìn'!
Wọn ní rárá
Wọn ní kàkà bẹ́ẹ̀.........................20
Ti àwọn bá tí ń gbìn àgbàdo àwọn
Àwọn ó sì mọ́ọ fẹsẹ̀ tẹ̀ ẹ́
Ọka táwọ́ọ̀n bá gbìn
Àwọn ó mọ́ọ fẹsẹ̀ tẹ̀ ẹ́
Wọn bá ń gbinko
Ni ọ́n ń fẹsẹ̀ẹ́ tẹ̀ ẹ́
Àparò wáá dé ibẹ̀

ỌBÀRÀ ỌYẸKÚ B

Ifá asks this person to offer sacrifice. Ifá says his means of livelihood would not be blocked. He should sacrifice for his workplace as people would try to block his way of feeding himself but it would not materialize.

Ọbàrà yẹkúẹ́ yẹ̀kùẹ̀ yẹkúẹ́
Casts divination for the Bush fowl
On the day he was going to fend for himself.
'This fending escapade that I am going for'
'Would it be successful'?
'Would I not meet with accident'?
They asked him to sacrifice
He heard about the sacrifice and performed it
Meanwhile the farmers had previously consulted
They were asked to perform sacrifice 10
So that the treasures which they hid
Would not be seen
But if the Bush fowls could not locate where the
     farmers' treasures were hidden
They would have nothing to eat
The Bush fowl left for the fending venture
'You farmers, offer sacrifice such that your things
     would not get missing', they warned again
'Who would steal it'? They queried arrogantly
'The bird in the farm would eat your grains, They
     warned them'
'That is impossible' the farmers said
'Instead', they continued.............................20
'Once we plant our maize'
'We would press it without our foot and heels'
'Our sorghum that we also plant'
'Would also be pressed with the foot and heels'
That was how they started planting
And pressing it hard with their feet.
When the Bush fowl got there

346

Òún jáko lẹ́nu isẹ́ẹ̀ rẹ̀
Kín wá làwọn ó rìí jẹ báyìí?
Ojú ẹsẹ̀ lásán làwọn ń rí yìí............30
Èṣù ní 'ẹ dẹ́tí sí ojú ẹsẹ̀ un'
Àparò bá dẹ́tí sí ojú ẹsẹ̀
Ní bá ń hó
Èṣù ní 'ibi wọ́n fi nǹkan sí nù u'
Àparò bá bẹ̀rẹ̀ síí tan oko àgbẹ̀
Wọ́n bá kan àgbàdo
Wọ́n bá ń sà á jẹ
Ńgbà àwọn Àgbẹ̀ dé ibẹ̀
Wọ́n kọ háà
Báwọn ti ṣe ṣee ṣe tó yìí.............40
Wọ́n tún dé ibi tí nǹkan yí wà
N ni àwọn Àparò wá ń jó n ni wọ́n ń yọ̀
Ni wọ́n ń yin àwọn Babaláwo
Àwọn Babaláwo ń yin Ifá
Wọ́n ní bẹ́ẹ̀ làwọn Babaláwo tàwọn wí
Ọ̀bàrà yẹkúẹ́ yẹkùẹ̀ yẹkúẹ́
A díá fún Àparò yẹyẹ̀
Níjọ́ tí ń lọ sóko ìwájẹ
Wọ́n ní ó sá káalẹ̀ ẹbọ ní ó ṣe
Ó sì gbẹ́bọ ńbẹ̀ ó rúbọ...................50
Mo mọ̀ sẹbọ Ọ̀bàrà yẹkúẹ́ yẹkùẹ̀ yẹkúẹ́
Àparò òyẹ̀yẹ̀ wáá tanlẹ̀ tanlẹ̀
Ó kan oúnjẹ tí ń wá!

He got into the middle of a grain plantation in the
    course of his fending for his daily food
'What would I get to eat'? he wondered
'I could only see footsteps'............................30
Èṣù asked him to listen to the footstep marks
The bush fowl listened to the footstep spots
It produced a resonance
'That is where their things are hidden' Èṣù said
The Bush fowl started spreading the soil
And met maize grains in it
They started eating it
When the farmers got back to their farm
Bewildered, they exclaimed
'As much as we tried in hiding these grains'........40
'These birds still get to it'
The Bush fowls then started to dance and rejoice
They were praising their Babaláwo
Their Babaláwo was praising Ifá
They said it was exactly what their Babaláwo had
    predicted
Ọ̀bàrà yẹkúẹ́ yẹkùẹ̀ yẹkúẹ́
Casts divination for the Bush fowl
On the day he was going to fend for himself
He was asked to take care of the ground and perform
    sacrifice
He heard about the sacrifice and offered it 50
I have observed the sacrifice of Ọ̀bàrà yẹkúẹ́ yẹkùẹ̀
    yẹkúẹ́
The Bush fowl, you spread and spread the earth
And met the food you were looking for

ÒBÀRÀ ÌWÒRÌ A

Ifá pé ká rúbọ. Ayé ó yẹ wá. Ire ọmọ fún
wa, ṣùgbọ́n ká fi ọkọ́ rúbọ. Obìnrin
eléyìun ó bǐi ọmọ púpọ̀ ṣùgbọ́n ká rúbọ
ẹni tí ń ba nǹkan jẹ́. Funfun ni ẹbọra
àwọn ọmọ ẹ̀.

Pẹ́kútúyẹkẹ Pẹ́kútúyẹkẹ
Ò tilẹ̀ mí hìn hǐin kanlẹ̀
A díá fún Ìwẹ́
Èyí tí ń lọ rèé saya Àbàtà
'Òun le bímọ báyìí'?
Wọn ní kó rúbọ
Wọ́n ní ọpọ̀lọpọ̀ ọmọ ni Ìwẹ́ ó bǐi
Ìwẹ́ rúbọ
Ìwẹ́ sì bímọ
Káà á kún....................10
Funfun ni gbogbo àwọn ọmọ ẹ̀
Wọ́n ní Ìwọ Ìwẹ́ rúbọ
Nígbà tóó wàá níwá, tóó lẹ́yìn tán
Rúbọ àwọn tí ń ba nǹkan jẹ́
Ìwẹ́ ní 'Nì pèrẹ̀pẹ̀rẹ̀ àbàtà tóun wà yǐi'?
'Tóun sì bẹ̀rẹ̀ síi bímọ'
'Kín ní ó mùú òun'?
Bí Ìwẹ́ bá sì bímọ lẹ̀ẹ̀kan
Ó le bí irinwó
Ìwẹ́ bá bímọ tán.....................20
Làyé gbà á
Èṣù bá sọ fún àwọn Òǹyagbẹ̀
Pé ilẹ̀ tó dáa ńbẹ lábàtà
Wọn bá palẹ̀ oko
Wọ́n bá tú ilé Ìwẹ́ sókè
'Wọ́n ńíwọ Ìwẹ́'
'Àwọn ò pé kóo rúbọ Elénìní'?
Ni àwọn Òǹyagbẹ̀ bá ń hú Ìwẹ́ jáde

ÒBÀRÀ ÌWÒRÌ A

Life would be pleasant for this person. He should offer
sacrifice. Ifá wishes him the fortune of children but
should sacrifice a hoe. His wife would bear him many
children but he should offer sacrifice for spoilers. Ifá
says the dressing mode of the spiritual entity of these
children is white in color.

Pẹ́kútúyẹkẹ Pẹ́kútúyẹkẹ
Ò tilẹ̀ mí hìn hǐin kanlẹ̀
Cast divination for the white frog
That was going to become a wife of the swamp
'Would I have many children'?
She was asked to offer sacrifice
They told her she would have many children
The frog offered the sacrifice
And had many children
The whole world was filled...............10
All the children were white in color
Afterwards the priests warned about another sacrifice
'Such that after having what you want in full'
'Sacrifice against spoilers'
'In this swamp that I am'? the frog had said
'That I have had these many children'
'What would disturb me here'?
However when the frog hatched once
She could have as many as four hundred
The frog had so many children.....................20
She created space for himself
Èṣù told the farmer to find available, fertile lands
                adjacent to the swamp
The farmers ultimately got to the swamp
And prepared the land for cultivation
And as such dismantled the structure of the frog's
                house
They then reminded her 'you Frog'
'Didn't we tell you to sacrifice against spoilers'?
The farmers uprooted the house of the frog

Ni wọ́n wá ń jo n ní wọ́n ń yọ̀
Wọ́n ń yin àwọn Babaláwo 30
Àwọn Babaláwo wọn ń yin Ifá
Wọ́n ní bẹ́ẹ̀ làwọn Babaláwo tàwọn wí
Pẹ̀kútúyẹkẹ Pẹ̀kútúyẹkẹ
Ò tilẹ̀ mí hìn hĩin kanlẹ̀
A díá fún Ìwẹ́
Èyí tí ń lọ rèé saya Àbàtà
Ẹbọ n wọ́n ní ó ṣe
Ẹnikan ò mọ̀mọ̀ bímọ bí Ìwẹ́ mọ́ o
Ọmọ Ìwẹ́ pàpọ̀jù!

And started to dance and rejoice
They were praising their Babaláwos……..……..30
Their Babaláwos were praising Ifá
They said it was exactly as their Babaláwos said
Pẹ̀kútúyẹkẹ Pẹ̀kútúyẹkẹ
Ò tilẹ̀ mí hìn hĩin kanlẹ̀
Cast divination for the white frog
The wife of the swamp
She was asked to perform sacrifice
Nobody would have children as many as does the
          white frog again
The children of the white frog are so many

ỌBÀRÀ ÌWÒRÌ B

Ifá pé a ó kọ́ọ ilé, ṣùgbọ́n ẹbọ àwọn tí
mọ́ọ ba nǹkan jẹ́ ni ká rú. Ifá pé kí
eléyìun ó rúbọ torí àwọn ọmọ tí ó bíi ó
mọ́ọ sùn wọ́n ó mọ́ọ rí àwọn Ẹlẹ́gbẹ́run
lójú ìran. Ifá pé ká sì fi èkuru funfun rúbọ
ká tún mọ́ọ kó ọmọ kéékèèké àti
àgbààgbà jọ. Ká wáá fún wọn ní nǹkan
jíjẹ. Ifá pé àwọn ọmọ eléyìun ń bẹ nílé ayé
ṣùgbọ́n ó tún ní àwọn ẹgbẹ́run.

Ọmọ kékeré nǐi fẹyinjú tanná alẹ́
A díá fún Ẹgbẹ́
Ẹgbẹ́ ń tọ̀run bọ̀ wálé ayé
Wọ́n ní wọn ó rúbọ
Àwọn Ẹgbẹ́ ní ń tọ̀run bọ̀ wálé ayé
Bí ọ́n bá sùn
Wọ́n ó bàá mọ́ọ làlàá tí ò sunwọn
Wọ́n ó mọ́ọ ríìyàn
Wón lẸ́gbẹ́ ni wọ́n ó mọ́ọ tọ́jú
Wọ́n ní ire lọ́pọ̀lọpọ̀ fun..................10
Wọ́n ní bí ọ́n bá sùn nílé ayé
Yóó tùùn mọ́ọ rí àwọn aráa tọ̀hún
Bó bá sì tún jí sójú ayé
A tún mọ́ọ bá àwọn tíhàà̀hín seré
Ifá pé ká mọ́ọ ní èkuru funfun
Ki àwọn tọ̀hún náà ó mọ́ọ ríhun jẹ
Wọ́n ní yóó ní ìsinmi
Ni ọ́n bá rúbọ
Ni ọ́n bá nísinmi
Ni ọ́n bá dá Ẹgbẹ́ẹ́ lẹ̀.....................20
Wọ́n a lẸ́gbẹ́ ayé ni
Wọn a lẸ́gbẹ́ ayé ni ò nǐi jẹ́ tỌ̀rún ó tẹ́
Ni wọ́n wá ń jó ni wọ́n ń yọ̀
Ni wọ́n ń yin àwọn Babaláwo
Àwọn Babaláwo ń yin Ifá
Ó ni bẹ́ẹ̀ làwọn Babaláwo tàwọn wí

ỌBÀRÀ ÌWÒRÌ B

This person would erect a building but should perform
the sacrifice for spoilers. He should also make a
sacrifice because his children would be having
nightmares of their heavenly mates. He should
sacrifice Èkuru funfun and serve it to elders and kids.
The children of this person, Ifa continues exist on earth
and in heaven.

Little children use their eyes as lamp in darkness
Casts divination for Ẹgbẹ́
Ẹgbẹ́ was coming from heaven to the earth
He was asked to offer sacrifice
A group of Ẹgbẹ́ was coming from heaven to the earth
When they slept
Their sleep would be full of nightmares
They would see their mates in heaven
There were told to take care of their Ẹgbẹ́
They wished them a lot of good things................10
They told them that if they slept here
They would be dreaming about the ones in heaven
On waking from the sleep
They would be seeing the ones here
They told them to get Èkuru funfun
So that the heavenly mates would have to eat
You would have rest, they told them
They then offered the sacrifice
They had rest
And therefore created Associations...................20
And named it an Associations on earth
It is the Association in heaven that would protect the
                sanctity of the one on earth
They then started to dance and rejoice
They were praising their Babaláwo
Their Babaláwo was praising Ifa
They said it was exactly as their Babaláwo predicted

Ọmọ kékeré níí fẹyinjú tanná alẹ́

A díá fún Ẹgbẹ́

Ẹgbẹ́ ń tọ̀run bọ̀ wálé ayé

Wọ́n ní wọ́n ó sá káalẹ̀....................30

Ẹbọ ni kí wọ́n ó ṣe

Ẹ mọ́ mọ̀ jẹ́ á tẹ̀ o

Kàkà kẸ́gbẹ́ ayé ó tẹ̀ o

Tọ̀run ò níí jẹ́

Ẹ mọ́ mọ̀ jẹ́ á tẹ̀ o

It is little children that uses their eyes as lamp in
  darkness

Casts divination for Ẹgbẹ́

Ẹgbẹ́ was coming from heaven to the earth

He was asked to take care of the ground............30

And offer sacrifice

Please don't let us be dishonored

Rather, for the Association on earth to be dishonored

The one in heaven would not allow it

Please don't let us be humiliated

351

ỌBÀRÀ ÒDÍ A

Ifá pé ki eléyìun ó tẹ̀dí ẹ̀ mọ́lé. Ifá pé yóó fẹ́ẹ́ lọ sí ìrìn àjò kan. Ifá pé kó bèèrè àkókò tó yẹ láti lọ sí ìrìn àjò ọhún lọ́wọ́ Ifá; kó mọ́ lọ́ọ́ jẹ́ tàṣé-tàṣé ìrìn ní ó rìn tí ò fi níí ṣe gẹ́gẹ́ ire. Ifá pé ire ń tọ̀ ọ́ bọ̀; Kó mọ́ wàá sí ìdí lọ irin àjò kí ire ó mọ́ wàá gbẹ̀yìin rẹ̀ wọ ilé. Kó mọ́ tùún dé ìrìn àjò, kò tún ní bá nǹkan tó fẹ́ẹ́ ṣe lọ́hùún ni kó yáa rúbọ sí.

Ọbàrà ò bòdí
Ìdí ò mọ́ lé
Ẹ jẹ́ kanhinkanhin ilée yín ó ta yín díẹ
A díá fún Odídẹrẹ́
Ọmọ a foṣù gbogbo ṣòwò èjẹ̀
Wọ́n ní kó rúbọ
Kó fìdí ẹ̀ mọ́lé
Kò gbọ́ràn
Wọ́n bá pè e léyìn odi
Pìrí ló sídìí...........................10
Ló bá kọrí sí Ilé Ifẹ̀
Ó kúó nílé ẹ̀
Yóó lọ́ọ́ ra iṣu
Ó dé Ilé Ifẹ̀
Kò bá iṣu mọ́
Kànhǐnkànhǐn ló kù
Àwọn ti ta iṣu tán nílé Ifẹ̀
'Kànhǐnkànhǐn tó kú nílẹ̀ nùu'
Nílé tó ti kúò
Wọ́n ti kó iṣu dé ibẹ̀....................20
Kó tóó padà dé ilé
Àwọn náà ti tà tán
Wọ́n làwọn ò wí fún ọ
Pé kóo fara balẹ̀

ỌBÀRÀ ÒDÍ A

Ifá asks this person to tarry at home in his house. Ifá says he would be planning a trip, but Ifá asks him to confirm from him (Ifá) the time when he should go; such that it would not result in a missing spree. The trip he would make that would make his fortune to miss him. To forestall a case where he would search for fortunes to a place, he would not meet it there; before he returns home, good fortunes would have left his home is the reason why he should offer sacrifice.

Ọbàrà did not cover the buttocks
His buttocks do not tarry at home
Let the ants of your house sting you
Cast divination for Odídẹrẹ́
The one that trades in blood all months
He was asked to perform sacrifice
And should stay at home
He did not heed the warning
They sent for him from abroad
Without hesitation, he left...........................10
He left for Ilé Ifẹ̀
He left his home deserted
He intended to go and buy yam
When he got to Ilé Ifẹ̀
He met no yam to buy again
But dry yam stem
'We have exhausted our stocks of yam' they said
'Only the dry stem and leaves remain as sponge'
The house he left behind
Sellers brought yams for sale........................20
Before he arrived back home
They too had exhausted their stock
It was then they reminded him of their warning
That 'You should exercise patience'

Ifá lóun wí fún ọ	'I warned you' Ifá says
Pé o mọ́ọ bi òun léèrè	'That you should always consult with me'
Kóo tóó le mọ́ọ yún àjò	'Before you would embark on a journey anywhere'
Ibi tóun bá ní kóo mọ́ọ lọ	'When I approve of your going'
Kó mọ̀ pé àkókò ẹ̀ ló tó	'You should know it is time for you to leave for the place'
Ló bá padàá lé..........................30	When he got to his house.......................30
Ló bá bẹ̀rẹ̀ síí fìdí mọ́lé	It was then that he started to tarry at home
Ọ̀bàrà ò bòdí	Ọ̀bàrà did not cover the buttocks
Ìdí ò mọ́ lé	His buttocks do not tarry at home
Ẹ jé kanhinkanhin ilée yín ó ta yín díẹ	Let the ants in your house sting you
A díá fún Odídẹrẹ́	Cast divination for Odídẹrẹ́
Ọmọ afosù gbogbo sòwò ẹ̀jẹ̀	The one that trades in blood all months
Yóó mọ̀mọ̀ dọmọ	It would become a child
Òwò ẹ̀jẹ̀ kan	The 'blood trading'
Òwò ẹ̀jẹ̀ kàn	The certain blood trading
Táa ṣe lóṣu yìí..........................40	That we did this month.......................40
Yóó mọ̀mọ̀ dọmọ	Would become a child
Ọmọ ní ó mọ̀mọ̀ dà	It would certainly become a child

ÒBÀRÀ ÒDÍ B

Ifá pé àsírí eléyìun ó bò. Ẹbọ kí àsíríi rẹ̀
ó bò ni kó rú. Yóó fasọ rúbọ; kò sì gbọdọ̀
tàngàlà sí àwọn èèyaan rẹ̀. Ifá pé àwọn ni
ò níí jẹ́ kí àsírìi rẹ̀ ó tú.

Òbàrà bò mí
Ìdí bò mí
Ẹni táa ní níí bo ni
A díá fún Ọlọ̀bàrà
Èyí tí ń lọ rèé bo Ìdí
Wọ́n ní kó rúbọ
Ó gbẹ́bọ ńbẹ̀
Ó rúbọ
Àsírí Ìdí bò
Béléyìi ó bàá jáde........................10
Ó dìgbà ó bá tójú Ìdí
Bí tòhún ó bàá jáde
Bí ó bà tiẹ̀ wọ nǹkankan sára
Yóó fùún Ìdí ní nǹkan
Òbàrà bò mí
Ìdí bò mí
Ẹni táá ní níí bo ni
A díá fún Ọlọ̀bàrà
Èyí tí ń lọ rèé bo Ìdí
Ọlọ̀bàrà bò mí ò 20
Ọlọ̀bàrà tó bo Ìdí
Dákun wáá bò mí dákun
Ẹni ẹni níí boni
Ọlọ̀bàrà ló lọ rèé bo Ìdí
Ẹni ẹni níí bo ni

ÒBÀRÀ ÒDÍ B

Ifá prays that the secrets of this person would not be
exposed. He should offer the sacrifice that would
cover his secrets for him. Ifá says he should sacrifice a
cloth; and should not alienate himself from his family.
They are the people that would cover his secrets for
him.

Òbàrà cover me
Idi cover me
It is whomsoever that loves one that covers one up
Cast divination for Ọlọ̀bàrà
That was going to cover Ìdí
He was asked to perform sacrifice
He heard about the sacrifice
He offered it
The secrets of the Genitals was covered up
If anyone would go out............................10
It is not until he or she has taken care of the Genitals
Or when the other person would go out
Even if he or she puts no other cloth on
He would give the Genitals something to hide it
Òbàrà cover me
Ìdí cover me
It is whomsoever that loves one that covers one up
Cast divination for Ọlọ̀bàrà
That was going to cover Ìdí
Ọlọ̀bàrà please cover me............................20
Ọlọ̀bàrà that covered Ìdí
Please come and cover me
It is one's people that cover up one's secrets
It is Ọlọ̀bàrà who went to cover Ìdí
It is one's people that cover up one's secrets

ÒBÀRÀ ÌROSÙN A

Ifá póun pé ire fún eléyìun. Ifá pé ká mọ́ọ ta àwọn Ìbejì lọ́rẹ; ọ̀pọ̀lọpọ̀ọ kókó osùn lẹbọ. Ayé ó yẹ ẹ́; nǹkaan wa ò níí bàjẹ́.

Ọbàrà kosùn sápá
Ọbàrà kosùn sẹ̀sẹ̀
Ọbàrà kósùn sápá kosùn sẹ̀sẹ̀ kóo dá
    ribiribi ojú sí
A díá fún Ẹyẹlé
Èyí tí ń fomi ojúú sògbérè ọmọ
Wọ́n ní kó rúbọ
Ayé yẹ òun báyìí?
Ẹyẹlé bá rúbọ
Ní bá ń bímọ méjì méjì
Ọkan Akọ..............................10
Ọkan Abo
Ayé yẹ Ẹyẹlé
Ní wá ń jó n ní wá ń yọ̀
Ní ń yin àwọn Babaláwo
Àwọn Babaláwo ń yin Ifá
Ó ní bẹ́ẹ̀ làwọn Babaláwo tòún wí
Ọbàrà kosùn sápá
Ọbàrà kosùn sẹ̀sẹ̀
Ọbàrà kósùn sápá kosùn sẹ̀sẹ̀ kóo dá
    ribiribi ojú sí
A díá fún Ẹyẹlé 20
Èyí tí ń fomi ojúú sògbérè ọmọ
Wọ́n ní ó sá káalẹ̀
Ẹbọ ní ó ṣe
Ẹyẹlé gbẹ́bọ ńbẹ̀
Ó rúbọ
Ẹ̀yin ò mọ̀ pé méjì méjì lẸyẹlé ń bí?
Ẹyẹlé wọn è é bíkan .

ÒBÀRÀ ÌROSÙN A

Ifá asks this person to give gifts to twin children. Many balls of camwood is the sacrifice. Life would please him and his plans would not be derailed. Ifá wishes him or her well.

Ọbàrà rubs osùn on the arms
Ọbàrà rubs osùn on the legs
Ọbàrà rubs osùn on the arms and the legs but sparing
    the eyeballs
Cast divination for the Pigeon
The one that was crying because of children
He was asked to perform sacrifice
'Would life please me'? He asked
The Pigeon offered the sacrifice
And started to have twins
One would be male.......................10
The other female
Life pleased the Pigeon
He then started to dance and rejoice
He was praising his Babaláwos
His Babaláwos were praising Ifá
He said it was exactly as his Babaláwos had said
Ọbàrà rubs osùn on the arms
Ọbàrà rubs osùn on the legs
Ọbàrà rubs osùn on the arms and the legs but sparing
    the eyeballs
Cast divination for the Pigeon.................20
The one that was crying because of children
He was asked to take care of the ground
And perform sacrifice
The Pigeon heard about the sacrifice
And performed it
Don't you know that a Pigeon hatches two children at

Pigeons don't hatch one egg

ÒBÀRÀ ÌROSÙN B

Ifá pé kí eléyìun ó rúbọ ajé kó sì rúbọ
àwọn ọmọ. Ṣùgbón kó rúbọ kí ajé ó kọ́kọ́
saájú kí ọmọ ó tóó dé. Ifá pé kí eléyìun ó
mọ́ jà o. Ifá pé ọkàan wá ó balẹ̀.

Ọ̀gbọ̀ọ̀gba ọ̀gbọ̀ọ̀gbà la jọ wà
Bẹ̀ẹ́ laà lólóŕí
Awo Ajé lo díá fún Ajé
Ajé ń tòrun bọ̀ wálé ayé
Ọ̀gbọ̀ọ̀gba ọ̀gbọ̀ọ̀gbà la jọ wà
Bẹ̀ẹ́ laà lólóŕí
Awo Ọmọ ló díá fún Ọmọ
Ọmọ́ ń tọrun bọ̀ wálé Ayé
Ńgba tí wọ́n ó mọ́ọ bọ̀
Ọmọ lóun làgbà.........................10
Ajé lóun lẹ̀gbọ́n
Ńgbà tí wọ́n dé ibodè ayé
Wọ́n bá kànkùn
Wọ́n ní ta ló kan ilẹ̀kùn?
Wọ́n ní ọmọ ni
Ajé náà kan tiẹ̀
Wọ́n ní taa ló tun kan Ìlẹ̀kùn lẹ́ẹ̀kejì?
Ó lóun Ajé ni
Ọmọ́ lóun làgbà o
Òun ni kẹ́ẹ kọ́ sílẹ̀kùn fún.................20
Ajé ní irọ́ o
Òun làgbà
Òun ni kẹ́ẹ kọ́ síkùn fún
Kóun ó kọ́ bọ̀ sáyé
Ọmọ́ bá fọn
Ó kọ̀ jálẹ̀
Ó lóun làgbà
Ńgbà tí Ajé ríi pé iyàn tí àwọ́n ń jà yíi
Ó lè ṣé ọ̀nà mọ́ àwọn méjèèjì

ÒBÀRÀ ÌROSÙN B

Ifá asks this person to sacrifice for wealth and
children. But he should sacrifice so that wealth would
precede children. Ifá enjoins this person not to be
pushed to war with anyone. He would have rest of
mind.

We all exist in equality
Yet we have no clear leader
The priest of Wealth casts divination for Wealth
Wealth was coming from heaven to the earth
We all exist in equality
Yet we have no clear leader
The priest of the Child casts divination for the Child
The Child was coming from heaven to the earth
It was when they were about embarking on their
        transmutation (subliminal stage)
The Child said he was the leader....................10
Wealth said no, he was the leader
When they got to the border gate
There was a knock at the gate
They asked, 'Who is that'
'It is me the Child' he said
Wealth also knocked
'Who again is knocking' They asked
'It is me', Wealth said
'I am the leader' The Child said
'And you should open the door for me first'.........20
Wealth said 'no, that is a lie'
'I am the leader'
'You should open the door for me first'
'So that I could proceed to the earth'
The Child refused bluntly
He was unbending
He said he is the elder
When Wealth noticed that the hard stance posed by
        the two of them
Could cost them both the advantage of their earthly
        journey

Kí àwọn ó mọ̀ leè wálé ayé mọ́ 30
Ó bá dẹwọ́ fún Ọmọ
Ó ní kí Ọmọ ó móọ̀ lọ
Ọmọ bá wálé ayé
Bíbí ti ọ́n bí ọmọ tán
Wọ́n bá ní kí wọ́n ó lọọ̀ ra kànhǐnkànhǐn

Ńgbà ti ọ́n dé ọ̀dọ̀ oní kànhǐnkànhǐn
Ó ní kí wọ́n mú ajé wá
Wọ́n lọọ̀dọ̀ ọlọ́ṣẹ ti wọ́n é wẹ ọmọ
Ọlọ́ṣẹ ní ẹ mú ajé wá
Wọ́n lọọ̀dọ̀ aláṣọ....................40
Aláṣọ ní kí wọ́n ó mú ajé wá
Gbogbo ohun ti wọ́n ó móọ̀ fi ṣe ìtọ́jú
    ọmọ
Ajé ni ọ́n ń bèèrè
Bóo làwọ́n ó ti wáá ṣe?
Ọmọ wá ń rárí
Wọ́n ló dáa
Wọ́n ní kí wọ́n tún ìlẹ̀kùn kàn
Wọ́n ní ajé ní ó kọ́ móọ̀ saájú
Torí báa bá ti rí ọmọ
Ajé láá móọ̀ fi ṣètọ́jú ẹ̀....................50
Ni ọ́n bá tún kànkùn
Ajé bá jẹ́ àgbà
Ajé bá jẹ́ Ẹ̀gbọ́n
Ọmọ́ jẹ́ Àbúrò
Ayé bá yẹ wọ́n
Ni wọ́n bá ń jo ni wọ́n ń yọ̀
Ni wọ́n ń yin àwọn Babaláwo
Àwọn Babaláwo wọn ń yin Ifá
Ó ní bẹ́ẹ̀ làwọn Babaláwo tàwọn wí
Ọ̀gbọ̀ọ̀gbà la jọ wà 60
Bẹ́ẹ̀ laà lólórí
A díá fún Ajé

Refusing them both, their journey to the earth........30
He soft-pedaled for the Child
He acceded that the child should go first
The Child came to the earth
Immediately the Child was born
They were asked to buy sponge to bathe her
When they got to the sponge seller
'Bring wealth', he said
They went to the soap seller to buy soap to bathe the
    Child
The soap seller demanded for Wealth
They went to meet the cloth seller....................40
The Cloth seller demanded for Wealth
Everything necessary for the upkeep of the Child
They were all asking for Wealth
'What would we now do'?
The Child was then living in penury and disease
'Well, in that case', they concluded
' Go and knock again'
They said 'Wealth should come first'
'Because once we have a child'
It is wealth that we shall use to care for him........50
They both knocked again
Wealth became the senior
Wealth became the elder
The Child, junior
Life then pleased them
They both then started to dance and rejoice
They were praising their Babaláwo
Their Babaláwo was praising Ifá
They said it was exactly as their Babaláwo had said
We are all existing in equality..........................60
Yet we have no clear leader
Casts divination for Wealth

357

Ajé ń tọ̀run bọ̀ wáyé

Ọ̀gbọ̀ọ̀gba ọ̀gbọ̀ọ̀gbà la jọ wà

Bẹ́ẹ̀ laà lólórí

Awo Ọmọ ló díá fún Ọmọ

Ọmọ́ ń tọ̀run bọ̀ wálé ayé

Ẹbọ n wọ́n ní kí wọ́n ó ṣe

Àṣé Ajé lẹ̀gbọ́n o

Ọmọ làbúrò...........................70

Ọmọ làgbẹ̀yìn tẹ́yìnṣe ẹni

Wealth was coming from heaven to the earth

We all exist in equality

Yet we have no clear leader

Cast divination for the Child

The Child was coming from heaven to the earth

They were both asked to offer sacrifice

Therefore Wealth is the senior

The Child the junior....................................70

The Child is going to be our bereaved

358

ÒBÀRÀ ÒWÓNRÍN A

Ifá lóun pé ire fún eléyìun. Ifá pé eléyìun ń fa ire kan tí ọwọ́ rẹ̀ ò tíí tó; Ifá pé ọwọ́ọ̀ rẹ̀ ó tó o ṣùgbọ́n kó rúbọ. Ifá pé kó fara balẹ̀ pé gbogbo nǹkan tí ó pèé òun ó mọọ nawọ́ sí, wọ́ọ́rọ́ ni yóó wàá bá a. Ibùjokòó rẹ̀ niré ó wàá bá a.

Táńpòpóò abèèso wọ́nná wọ̀nnà wọ́nná
A díá fún Yẹmẹkẹ́
Èyí tí ń wọ́ Ifá re igbó Ẹ̀gbá
Wọ́n ní kó rúbọ
Gbogbo ibi tí òun ń wọ́ Ifá lọ yìí?
Òún le lájé báyìí?
Ó sì gbọ́ Ifá
Ó bẹ̀rẹ̀ sí wáá ajé kiri
Ó dúó
Ọwọ́ọ̀ rẹ̀ ò tó o...........................10
Ó rìn rìín, rìn
Ọwọ́ọ̀ rẹ̀ ò tó o
Ó nàró
Ọwọ́ọ̀ rẹ̀ ò to
Ìgbà tó dẹgbẹ́ yẹkẹ́
Wúrúkú tó ká
Lọwọ́ọ̀ rẹ̀ bá tó ajé
Ó ni bẹ́ẹ̀ làwọn Babaláwo tòún wí
Táńpòpóò abèèso wọ́nná wọ̀nnà wọ́nná
A díá fún Yẹmẹkẹ́............ 20
Èyí tí ń wọ́ Ifá re igbó Ẹ̀gbá
Ẹbọ kọ́wọ́ rẹ̀ ó le tó ajé ni ọ́n ní ó ṣe
Mo wá ti dúró
Ọwọ́ọ̀ mi ò to
Mo bẹ̀rẹ̀
Ọwọ́ọ̀ mi ò to
Mo wáá dẹgbẹ́ yẹkẹ́
Iré tó mi lọ́wọ́

ÒBÀRÀ ÒWÓNRÍN A

Ifá wishes this person well. All the good things that he is longing for would get to him but he should perform sacrifice. He is enjoined to persevere and be patient, because everything he ever wants would get to him with ease in his abode.

Táńpòpóò abèèso wọ́nná wọ̀nnà wọ́nná
Casts divination for Yẹmẹkẹ́
The one that was venturing priesthood in the forests

He was asked to offer sacrifice
'All the places I would be going'
'Would I have wealth there'?
But Yẹmẹkẹ́ is highly proficient in Ifá
He started looking for wealth at all places
He stood still
His hand could not get to the wealth..............10
He trekked and trekked
His hand could not get to it
He stood standing
He could not touch it
But when he lay down resting
And coiling up in bed
His hand got to wealth
He said it is exactly as his Babaláwo predicted
Táńpòpóò abèèso wọ́nná wọ̀nnà wọ́nná
Casts divination for Yẹmẹkẹ́.........................20
The one that was venturing priesthood in the forests of Ẹ̀gbá
It is the sacrifice for getting wealth they asked him to perform
I stood still
My hand could not get to it
I stooped
My hand could not get to it
I now bend to lie down
My hand touched all the fortunes I ever wanted

ÒBÀRÀ ÒWÓNRÍN B

Ifá pé ogun ò níí mú eléyìun. Ifá pé ojú
odò ni ká gbé ẹbọ ẹ̀ sí.

Ọ̀bàrà Ọ̀wọ́nrín ṣe tiẹ̀ tán
Tẹlẹ́gàn ló kù
Ifá ṣehun gbogbo tán
Ó ku tẹlẹ́nu
A díá fún Olúwòó
Ọmọ odò Ọbà
Ọmọ ọba tÓlúbeere
Ayé yẹ òun báyìí?
Òun le ṣe ohun gbogbo níre?
Ogun ò mú òun báyìí?....................10
Wọ́n ní ẹbọ ni kí wọn ó rú
Ogún sì ń bọ̀ wá
Ọbà ò sì jẹ́ nǹkankan nígbà náà
Wọ́n bá rúbọ dà sínú igba ògbún
Wọ́n gbẹ́bọ ka ojú odò Ọbà
Ojú odò ò sì ju pẹ̀sẹ́pẹ́sẹ́ lọ
Odò bá gbẹ́bọ lọ́wọ́ọ wọn
Òun náà?
Ńgbà tí wọ́n é e gbé ẹbọ ka ibẹ̀ tán
Ojú ọ̀rún lé kórókóró bí ojú ẹja..........20
Ó dẹ gbẹ̀jẹ̀gbẹ̀jẹ̀ bí ojú ìsín
Atẹ́gùn ọ̀rún dígbò lu tayé
Wọ́n ń kànkùn wọ́n ń gbọ́ nílé ayé
Wọ́n ń gbó kẹ̀; kẹ̀; kẹ̀;
Wọ́n ní kín nùu?
Wọ́n ń pé Òjò ni
'Òjò ló sú kànrun kanlẹ̀'

ÒBÀRÀ ÒWÓNRÍN B

Ifá says this person would not have cause to see any
Ajogun. Ifá asks that the prescribed sacrifice be
offered and placed on a stream.

Ọ̀bàrà Ọ̀wọ́nrín has accomplished his own
Leaving the stage for the jesters
Ifá has accomplished everything
Leaving the stage for those with big mouths
Cast divination for Olúwòó
The child of river Ọbà
The prince of King Olúbeere
'Would life please me'?
'Would I be able to achieve good things in life'?
'And war would not arrest me and my people'?....10
He was asked to perform sacrifice
Meanwhile war was imminent
And Ọbà was then nothing to be called a river
They offered the sacrifice contained in a special
  calabash called ògbún
And placed it on the route of river Ọbà
The stream was just a mere waterway
The stream accepted the sacrifice from them
She exclaimed, 'I', not expecting such an offering
Before they finished placing the sacrifice on the
  stream
The skies produced heavy marks as like the fishes'
  eyeball....................20
And soft clouds as like the snails' eyeball
The tidal winds of the earth collided with the one
  from heaven
There was a knock in heaven and it was being heard
  on earth
They heard soft knocks
And asked 'What could that be?'
'It is rain', they answered
'It is rain'.

Ọbà ní Ogun tí ń bọ̀ ò níí mú Ìwó lójú
    un
Ni ọ́n bá ṣílẹ̀kùn eji ṣílẹ̀
Omí bẹ̀rẹ̀ ṣíí rọ̀...........................30
'Òun ni ọ́n gbé ọ̀gbún ka iwájú òun'?
Ni wọn kṍ fi ọ̀gbún gbọ́n odò Ọbà mọ́
Tée dòní
Ogun kan ò tún mú Ìwó mọ́ láílái
Omí bá kún lỌ́bà
Ogún dé bèbè ọ̀hún
Ni ò ba le gùnkè ṣíhṍìn mọ́
Ogún wá ọ̀nà tí ó gbà gòkè
Kò rọ́nà mọ́
Kò le gbógun ṣí Ìwó 40
Àwọn Àkó Ogun ò sì gbọdọ̀ kọjá Ìje
Ṅgbà ogún dúó dúó
Tó dúó fún odidi ọjọ́ méje láṹ ń ṣe
Àtijẹ àtimú bá diṣẹ̀
Ogún bá rọ́pá
Ó ní láí
Ogun ò tún jẹ́ mú Ìwó ọmọ odò Ọbà mọ́
Layé wáá yẹ Olúwòó
Ǹ wá ń jó ní ń yọ̀
Ǹ ń yin àwọn Babaláwo.................50
Àwọn Babaláwo ń yin Ifá
Ó ní bẹ́ẹ̀ làwọn Babaláwo tòún wí
Ọ̀bàrà Ọ̀wónrín ṣe tiẹ̀ tán
Tẹlẹ́gàn ló kù
Ifá ṣehun gbogbo tán
Ó ku tẹlẹ́nu
A díá fún Olúwòó
Ọmọ odò Ọbà
Ọmọ Ọba tÓlúbeere
Wọ́n ní ó sá káalẹ̀ ẹbọ ní ó ṣe.........60

River Ọbà promised that the impending war would
    not arrest Ìwó in his presence
That was how the door of rainfall was opened
Water started in heavy torrents........................30
'Before me they have placed this heavy sacrifice',
    Ọbà River reasoned again, unbelieving
It was ever since then it has been a taboo to scoop
    river Ọbà with an ọ̀gbún calabash
Till date
Never would any war overcome Ìwó again in life
The watercourse became very full
The war got to the other side of the river
It could not cross to the side of Ìwó
The warriors looked for an alternative route
A bypass to war against Ìwó 40
Meanwhile the war generals must not exceed seven
    days before returning home
When the war generals waited and waited
They waited without getting any spoils of war to
    justify their waiting
Feeding also became a problem
The war then left reluctantly
And swore that 'never'
'No war would ever come to arrest Ìwó again'
Life then pleased Olúwòó
He then started to dance and rejoice
He was praising his Babaláwos.......................50
His Babaláwos were praising Ifá
He said it was exactly as his Babaláwos had said
Ọ̀bàrà Ọ̀wónrín has accomplished his own
Leaving the stage for the jesters
Ifá has accomplished everything
It remains those with big mouths
Cast divination for Olúwòó
The child of river Ọbà
The prince of King Olúbeere
He was asked to take care of the ground and perform
    sacrifice....................................60

Kí wọ́n ó lè baà ṣẹ́gun	So that they could win
Wọ́n wá rúbọ sódò Ọbà logún bá ṣẹ́	They sacrificed on river Ọbà and they were victorious
Olúwòó fỌbà sapata	Olúwòó has used river Ọbà as his fortress
Ogun ò jà jàà jà	No war would rage and rage
Kó jÒde Ìwó mọ́	And ravage the city of Ìwó again
Olúwòó fỌbà sapata	Olúwòó has used river Ọbà as his fortress

ÒBÀRÀ ÒKÀNRÀN A

Ifá pé ká rúbọ. pé òún ó bàá wa ṣẹ́gun ọ̀tá. Ọ̀pọ̀lọpọ̀ ewé ọdán àti ewúrẹ́ kan lẹbọ. Ifá pé ká wọ́n ewé ọdán ọ̀hún lẹ́fun àti osùn. Ká wáá gbé e fún ewúrẹ́ jẹ. Tí ewúrẹ́ bá ti já ewé ọdán náà jẹ tán; wọ́n ó fi rúbọ kó lè ṣẹ́gun Elénìnì ẹ̀ bí idán. Ká sì bó awọ ewúrẹ́ ìrúbọ, ká fi kan ìlù, ká sì mọ́ọ lù ú lójoojúmọ́.

Ọ̀bàrà Ọ̀kànràn
Bí Babaláwo bá gbọ́fá
Bí ò bá gbọ́fá
Ẹ jẹ́ á f’Ọbàrà Ọ̀kànràn lọ ọ́ wò
Ọ̀bàrà kànhìn kànhìn Awo ilé Ọ̀rúnmìlà
Ló díá fún Ọ̀rúnmìlà
Níjọ́ tí ń bẹ láàrin Ọ̀tá
Wọ́n ní kÍfá ó rúbọ
Ọ̀rúnmìlà bá rúbọ
Wọ́n ní bíi idán ni ogún ó ṣẹ̀ẹ́..........10
Ọ̀rúnmìlà bá rú Ewúrẹ́
Ó sì rú ọdán tí ọ́n kùn lẹ́fun àti osùn
Wọ́n fún Ewúrẹ́
Ewúrẹ́ bá já a jẹ
Ni ọn bá fi rúbọ fún Ọ̀rúnmìlà
Ọ̀rúnmìlà bá ṣẹ́gun bíi idán
N ní wá ń jó n ní ń yọ̀
Ní ń yin àwọn Babaláwo
Àwọn Babaláwo ẹ̀ ń yin Ifá
Ó ní bẹ́ẹ̀ làwọn Babaláwo tòún wí.....20
Ọ̀bàrà Ọ̀kànràn
Bí Babaláwo bá gbọ́fá
Bí ò bá gbọ́fá
Ẹ jẹ́ á f’Ọbàrà Ọ̀kànràn lọ ọ́ wò
Ọ̀bàrà kànhìn kànhìn Awo ilé Ọ̀rúnmìlà

ÒBÀRÀ ÒKÀNRÀN A

Ifá asks this person to offer sacrifice, for Ifá would help him overcome his enemies. The sacrifice is the leaves of Ọdán and a goat. The Ọdán leaves should be sprinkled with camwood and chalk. The leaves would then be given to the goat to eat. Once the goat tastes out of the leaves, the remaining would be used as sacrifice such that he could overcome his enemies like magic. The skin of the goat sacrificed should be removed and be used to make a drum for the person to beat everyday.

Ọ̀bàrà Ọ̀kànràn
If a Babaláwo is learned
Or not learned in Ifá
Let us test him with Ọ̀bàrà Ọ̀kànràn
Ọ̀bàrà kànhìn kànhìn, the priest of Ọ̀rúnmìlà's

Cast divination for Ọ̀rúnmìlà
On the day he was in the midst of his enemies
He was told to offer sacrifice
Ọ̀rúnmìlà performed the sacrifice
They told him that he would overcome like magic..10
Ọ̀rúnmìlà offered a goat
And also sacrificed Ọdán leaves sprinkled with
        chalk and camwood
The leaves were given to the goat
And the goat ate some of it
The priests used the rest as sacrifice for Ọ̀rúnmìlà
He then overcame like magic
He then started to dance and rejoice
He was praising his Babaláwos
His Babaláwos were praising Ifá 19
He said it was exactly as his Babaláwos had predicted
Ọ̀bàrà Ọ̀kànràn
If a Babaláwo is learned
Or not in Ifá
Let us test him with Ọ̀bàrà Ọ̀kànràn
Ọ̀bàrà kànhìn kànhìn, the priest of Ọ̀rúnmìlà's

Ló díá fún Òrúnmìlà	Cast divination for Òrúnmìlà
Níjó tí ń bẹ láàrin Òtá	On the day he was in the midst of his enemies
Ẹbọ n wọn ní ó ṣe	He was told to offer sacrifice
Òrúnmìlà gbẹ́bọ ńbẹ̀	Òrúnmìlà heard about the sacrifice
Ó rúbọ............................30	And performed it 30
Rírú ẹbọ	Offering of sacrifices
Èèrù àtùkèsù	And free gifts to Èṣù
Ẹ wáá bá ni ní àrúsẹ́gun	Come and meet us with victorious offertory
Àwá ṣẹ́gun nígbà yí ò	We have won henceforth
Bí ọdán	Like ọdán
Bí idán la ṣẹ́gun	We have won like magic

ỌBÀRÀ ỌKÀNRÀN B

Ọbàrà Ọkànràn
Bí Babaláwo bá gbọ́fá
Bí ò bá gbọ́fá
Ẹ jẹ́ á fỌbàrà Ọkànràn lọ ọ́ wò
Ọbàrà Ọkànràn ló tutù
Ló tutù ló sì ju nini lọ
Àwọn ló díá fún Bẹ̀m̀bẹ́
Èyí tí ń gbóguún re ilẹ̀ẹ Lìkì
Wọ́n ní wọ́n ó rúbọ
Wọ́n gbógun dé Ilẹ̀ẹ Lìkì..................10
Ogún gbóná
Bẹ̀m̀bẹ́ bá ṣégun nílẹ̀ẹ Lìkì
Nǐ bá ń yin àwọn Ọbàrà Ọkànràn
N ní wá ń jó n ní ń yọ̀
Nǐ ń yin àwọn Babaláwo
Àwọn Babaláwo rẹ̀ ń yin Ifá
Ó ni bẹ́ẹ làwọn Babaláwo tòún wí
Ọbàrà Ọkànràn
Bí Babaláwo bá gbọ́fá
Bí ò bá gbọ́fá..................... 20
Ẹ jẹ́ á fỌbàrà Ọkànràn lọ ọ́ wò
Ọbàrà Ọkànràn ló tutù
Ló tutù ló sì ju nini lọ
Àwọn ló díá fún Bẹ̀m̀bẹ́
Èyí tí ń gbóguún re ilẹ̀ẹ Lìkì
Ogún ṣẹ n bí ò ṣẹ́?
Ọ̀bàrà kànhǐn
Ogún ṣẹ o
Ọ̀bàrà kànhǐn

ỌBÀRÀ ỌKÀNRÀN B

Ọbàrà Ọkànràn
If a Babaláwo is learned
Or not learned in Ifá
Let us test him with Ọbàrà Ọkànràn
Ọbàrà Ọkànràn is the one that is so cold
Even colder than grasses with morning dews
Cast divination for Bẹ̀m̀bẹ́
That was going to wage war in the land of Lìkì
He was asked to perform sacrifice
They waged war in the land of Lìkì...................10
The war was very tense
Yet Bẹ̀m̀bẹ́ won in the land of Lìkì
He was praising Ọbàrà Ọkànràn
He was dancing and rejoicing
He was praising his Babaláwos
His Babaláwos were praising Ifá
He said it was exactly as his Babaláwos had said
Ọbàrà Ọkànràn
If a Babaláwo is learned
Or not in Ifá………………………………………..20
Let us test him with Ọbàrà Ọkànràn
Ọbàrà Ọkànràn is the one that is so cold
Even colder than grasses with dews
Cast divination for Bẹ̀m̀bẹ́
That was going to wage war in the land of Lìkì
Is the war won or not?
Ọ̀bàrà kànhǐn
The war is won
Ọ̀bàrà kànhǐn

ÒBÀRÀ ÒGÚNDÁ A

Ifá póun pé ire fún eléyìun. Orí ẹ̀ ó san án. Yóó nǐi ìsinmi, ṣùgbọ́n kó rúbọ; káyée rẹ̀ ó le dáa. Kí nǹkan eléyìun ó lè dára ní ń dá Ifá sí. Ifá ó ba ṣe é. Kó bèèrè nǹkan tí oríi rẹ̀ ó gbà; ìbáà ṣe ìgìrìpá òrúkọ, bó sǐ ṣe ẹja, kó fún un.

Ọ̀bàrà ègún tán
Orí Ìsín san Ìsín
Orí ẹja wọn a mọ́ọ san ẹja
Orí Ọ̀kàsà a sǐ mọ san Ọ̀kàsà lódò
A díá fún Ọlọ̀bàrà
Tí tí ń ṣe gbogbo ẹ̀ tí ò gún
Nǹkan òun le gún báyìí?
Wọ́n ní kó rúbọ
Wọ́n ní Oríi rẹ̀ ó ba ṣe é
Ó rúbọ............................10
Ó bá bọ oríi rẹ̀
Ó borí tán
Ajé dé
Ayé bá yẹ ẹ́
Òun náà?
Àṣé Orí ó san òun báyìí?
N ní wá ń jó ní ń yọ̀
Nǐ ń yin àwọn Babaláwo
Àwọn Babaláwo ń yin Ifá
Ó ní bẹ́ẹ̀ làwọn Babaláwo tòún wí.......20
Ọ̀bàrà ègùn tán
Orí Ìsín san Ìsín
Orí ẹja wọn a mọ́ọ san ẹja
Orí Ọ̀kàsà a sǐ mọ san Ọ̀kàsà lódò
A díá fún Ọlọ̀bàrà

ÒBÀRÀ ÒGÚNDÁ A

Ifá wishes this person well. His Orí would be with him and he would have rest. He is extolled to offer sacrifice. For his things to be better is his reason for consulting. Ifá says he would help him and his Orí would do it for him. He should ask for what his Orí would accept as offering. If it is a matured he-goat; or fish, anything desired by the Orí should be given to him.

Ọ̀bàrà ègún tán
Orí of Ìsín would profit Ìsín
The Orí of Ẹja would profit the Ẹja
The Orí of Ọ̀kàsà would profit Ọ̀kàsà in the waters
Cast divination for Ọlọ̀bàrà
That was trying his hands on all things without recording success
'How would my things be better off'?
He was asked to perform sacrifice
They told him his Orí would help him
He performed the sacrifice 10
And offered sacrifices to his Orí
After the sacrifice
Wealth came by
Life so pleased him
And surprised he exclaimed 'Me'
'So one's Orí could help one this much'?
He then started to dance and rejoice
He was praising his Babaláwos
His Babaláwos were praising Ifá
He said it was exactly as his Babaláwos had said....20
Ọ̀bàrà ègún tán
Orí of Ìsín would profit Ìsín
The Orí of Ẹja would profit the Ẹja
The Orí of Ọ̀kàsà would profit Ọ̀kàsà in the waters
Cast divination for Ọlọ̀bàrà

Ti tí ń ṣe gbogbo ẹ̀ tí ò gún	That was trying his hands on all things yet not was successful
Tètè gún o	Be well arranged fast
Ọlọ̀bàrà tètè gún o	Ọlọ̀bàrà be well arranged fast
Ọlọ̀bàrà tètè gún o kí n lájé	Ọlọ̀bàrà be well arranged fast so that I have Wealth
Tètè gún o....................30	Be well arranged fast....................30
Kí n láya	So that I have wives
Kí n bímọ	Children
Kí n kọ́lé	Houses
Ọlọ̀bàrà tètè gún o	Ọlọ̀bàrà be well arranged
Tètè gún kí ń rayè kí n níre gbogbo	Be well arranged fast so that I have space for all good things

ÒBÀRÀ ÒGÚNDÁ B

Ifá pé kí eléyìun ó rúbọ sílẹ̀ de ọjọ́ kan tí
àwọn kan ó fẹ́ẹ́ mú u lọ ibi kan. Kó rúbọ
kó mọ́ baà wọ àjàgà lójú ọnà o. Kàkà igi
ni kó fi bọrùn ẹ̀ bí ọn bá ń rúbọ; bí ọn bá
sì rúbọ tán, kó bọ́ kàkà igi ọ̀hún sí ojú ẹbọ
tí ọn rú. Orí eléyìun ò níí jẹ́ kí ó bá wọn
kú ikú ọwọ́ wọ́ọ́.

ÒBÀRÀ ÒGÚNDÁ B

Ifá asks this person to offer sacrifice prior to the time
he would be asked to accost some people somewhere.
Ifá asks him so that he would not enter into a problem
on the way. He should put a tree branch forming a 'V'
on his neck during the sacrificial rites and the branch
should be put on top of the whole sacrifice after
prayers had been offered. The Orí of this person would
not allow him to die a cheap death.

Ọnà kán tíhín wá
Ọnà kán tọ̀hún wá
Ìpàdé ojú ọnà abẹnu súmúnú
A díá fún Ẹja
Tí ń lọ rèé bá Olókun sèjá ọdún
Wọ́n ní ó rúbọ sílẹ̀ kó tóó lọ
Ẹjá lóun?
'Òún ń lọọ́ bÓlókun sèjá ọdun'
'Wọ́n ní kóun ó rúbọ'
'Omi lòun ò le wẹ̀ ni'?....................10
'Àbí odò lòun ò le là'?
'Òun kọ́'
'Òun ò rú'
'Òun ń lọọ́ bá Olókun nùu'
Ẹjá nà mọ́ odò
Ọ̀kàsà náà nà mọ́ ọ
Ìsín gbá tẹ̀lé wọn
Gbogbo àwọn tí ọn ń bẹ lódò
Ni ọn gbá mọ́ ọ
Ọnà kán tíhín wá 20
Ọnà kán tọ̀hún wá
Ìpàdé ojú ọnà abẹnu súmúnú
A díá fún Àrúwọ́n
Èyí tíí sọmọ ìkẹ́yìin wọn lénje lénje
Èyí tí ń lọ rèé bá Olókun sèjá ọdún
Wọ́n ní ó rúbọ sílẹ̀ kó tóó lọ
Àrúwọ́n bá rúbọ
Ó lórí òun ò gbó

One path originated from here
One path originated from there
The intersection of roads with sharp ends
Cast divination for the Fish
He was going to rejoice with Olókun on his
    anniversary
He was asked to perform sacrifice before leaving
'What do I need a sacrifice for'? Replied the Fish
'I am going to rejoice with Olókun on his
    anniversary'
'Someone is telling me to offer sacrifice'
'Is it that I don't know how to swim'?.............10
'Or that I don't know how to glide in water'?
'That is not for me'
'I will not perform any sacrifice'
'I am going now to meet Olókun'
The Fish went on his own way
Ọ̀kàsà fish also left with him
So does Ìsín
And all aquatic beings
They left with the Fish
One path originated from here.....................20
One path originated from there
The intersection of roads with sharp ends
Cast divination for Àrúwọ́n
The last of them
He was going to rejoice with Olókun also
He was asked to perform sacrifice
Àrúwọ́n performed the sacrifice
I cannot dare the consequences, he said

Gbogbo àwọn tí ọn tẹlẹ́ Ẹja pátápátá	All those that accosted the Fish
Wọ́n bá kó sínú Ìgèrè.....................30	The fishnet caught them all 30
Ìgèrè ọmọ aráyé mú gbogboo wọn	The fishnet of man held them all in captivity
Èṣù ló ní kí wọ́n ó dẹ Ìgèrè sódò	Èṣù had taught man to spread the net in the stream
Ẹjá kó sínú ẹ̀	The Fish walked into it
Ọ̀kásà kóónú ẹ̀	Ọ̀kásà fish was arrested by it
Ìsín kóónú ẹ̀	Ìsín was also caught by the net
Gbogbo nǹkan tí ń bẹ lódò kóónú ẹ̀	All sorts of aquatic beings walked into it
Àrúwọ́n wá ń bọ̀ lẹ́yìn	Àrúwọ́n was now coming from behind
Òún sì ti fi pàlàkà igi rúbọ	Meanwhile he had on his neck, the 'V' tree branch
Èṣù bá mú pàlàkà igi ọ̀hún	Èṣù then took the tree branch that he sacrificed
Ó bá fi há ẹnu Ìgèrè.....................40	And put it at the entrance of the fishing net...........40
Bí Àrúwọ́n ti fẹ́ẹ̀ wọ inú Ìgèrè	As Àrúwọ́n was about to enter it
Pàlàkà igi bá há a lọ́rùn	The 'V' branch disallowed him entry
Sísíjú tó síjú báyìí	As he looked around to see what the obstacle was
Ló bá rí Ìgèrè	He saw the net
Ló rí àwọn Ẹja, Ìsín, gbogboo wọn nínú Ìgèrè	He saw inside it, the Fish and his cohorts
Ifá pé ẹbọ ni wọn ò mọ̀ mọ̀	Ifá says it is for the fact that they refused to perform the prescribed sacrifice
Lorìi wọn ń wọ Ìgèrè	The reason for their being captured by the enemies
Àrúwọ́n nìkan ló mẹbọ	It is only the Àrúwọ́n fish who observed the sacrifice
Ifá pé ẹni ó bá mẹbọ	Ifá says whomsoever that observes the sacrifices prescribed
Láburú kan ò níí sẹlẹ̀ sí I.............50	Nothing bad can happen to that person................50
Ti è é báá ṣe èèsì	Except by providence
Ni Àrúwọ́n bá ń jó ní ń yọ̀	Àrúwọ́n then started to dance and rejoice
Ní ń yin àwọn Babaláwo	He was praising his Babaláwos
Àwọn Babaláwo ń yin Ifá	His Babaláwos were praising Ifá
Ó ní bẹ́ẹ̀ làwọn Babaláwo tòún wí	He said it was exactly as his Babaláwos had said c
Ọ̀nà kán tíhín wá	One path originated from here
Ọ̀nà kán tọ̀hún wá	One path originated from there
Ìpàdé ojú ọ̀nà abẹnu súmúnú	The intersection of roads with sharp ends
A díá fún Ẹja	Cast divination for the Fish
Tí ń lọ rèé bá Olókun sèjá ọdún.........60	He was going to rejoice with Olókun on his anniversary...................................60
Ìkòrò ń lọọ bÓlókun sèjá ọdún	Ìkòrò was going to rejoice with Olókun on his anniversary

Ìsín ń rèé bÓlókun sèjá ọdún
Ọkàsà ń rèé bÓlókun sèjá ọdún
Gbogbo ẹja tí ń bẹ nínú omi
Wọ́n ń lọ rèé bÓlókun sèjá ọdún
Wọ́n ní wọ́n ó rúbọọ́ lẹ̀ kí wọ́n ó tóó lọ
Wọ́n kọ̀ wọn ò rúbọ
Ọ̀nà kán tíhín wá
Ọ̀nà kán tọ̀hún wá
Ìpàdé ojú ọ̀nà abẹnu súmúnú............70
A díá fún Àrúwọ́n
Èyí tíí sọmọ ìkẹ́yìin wọn lénje lénje
Àrúwọn nìkàn ní ń bẹ lẹ́yìn tó rúbọ
Orí mi ò wọ Gèrè
Ori Àrúwọ́n lórí mi ò
Orí mi ò wọ Gèrè

Ìsín was going to rejoice with Olókun on his
    anniversary
Ọkàsà was going to rejoice with Olókun on his
    anniversary
All aquatic beings in the waters
Were going to rejoice with Olókun on his anniversary
They were all asked to perform sacrifice
They refused to perform it
One way emanated from here
One way originated from there
The intersection of roads with sharp ends..............70
Cast divination for Àrúwọ́n
The one coming at the tail end of them all
Àrúwọ́n is the only one behind who performed the
    sacrifice
My head cannot enter the fishing net
My head is like that of Àrúwọ́n's
My head cannot enter the fishing net

ỌBÀRÀ ỌSÁ A

Ifá pé ire ọmọ fún eléyìun. Ọmọ tí ó bíí pọ̀. Bó bá ti rúbọ ọmọ ọ̀hún; gbogbo yòókù ti tán. Yóó nìí ire gbogbo. Ifá pé kó mọ́ọ saájò ọmọ.

Ọbàrà ọ̀ sá kùúkùú
Ọbàrà ọ̀ sá kẹ́ẹ̀kẹ̀ẹ́
A díá fún Kànsièrè
Èyí tí ó fi gbogbo ara ẹ̀ bímọ
Òun le bímọ báyìí?
Ni Kànsièrè bá mú eéjì kún ẹ̀ẹ́ta
Ló bá roko aláwo
Wọ́n ní kó rúbọ
Kànsièrè làá pe àgbẹ́bọ̀ adìẹ
Kànsièrè bá rúbọ...........................10
Ó rúbọ tán ló bá bẹ̀rẹ̀ síí bímọ
Ní ó kọ́mọ lẹ́yìn yọ yọọ yọ
Layé yẹ ẹ́
N ní wá ń jó n ní ń yọ̀
Ní ń yin àwọn Babaláwo
Àwọn Babaláwo ẹ̀ ń yin Ifá
Ó ní béẹ̀ làwọn Babaláwo tòún wí
Ọbàrà ọ̀ sá kùúkùú
Ọbàrà ọ̀ sá kẹ́ẹ̀kẹ̀ẹ́
A díá fún Kànsièrè...........................20
Èyí tí ó fi gbogbo ara ẹ̀ bímọ
Tá ló bímọ báwọ̀nyí bẹẹrẹ?
Kànsièrè
Ló bímọ báwọ̀nyí bẹẹrẹ
Kànsièrè

ỌBÀRÀ ỌSÁ A

Ifá wishes this person the good fortune of children. He would bear so many children once he performs the sacrifice meant for children. All the other good things would follow. He should also care for his children.

Ọbàrà ọ̀ sá kùúkùú
Ọbàrà ọ̀ sá kẹ́ẹ̀kẹ̀ẹ́
Cast divination for Kànsièrè
The one that would rear children with all her body
She had been bothered about her childlessness
Kànsièrè added two cowries to three
She went to meet her Babaláwos
They told her to perform sacrifice
Kànsièrè is the appellation for the matured hen
Kànsièrè performed the sacrifice................10
She finished observing the sacrifice and started having children
All her children would trail her
Life so pleased her
She then started to dance and rejoice
She was praising her Babaláwos
Her Babaláwos were praising Ifá
She said it was exactly as her Babaláwos had said
Ọbàrà ọ̀ sá kùúkùú
Ọbàrà ọ̀ sá kẹ́ẹ̀kẹ̀ẹ́
Cast divination for Kànsièrè........................20
The one that would rear children with all her body
Who has children these many?
Kànsièrè
Is the one that has children these many
Kànsièrè

ỌBÀRÀ ỌSÁ B

Ifá pé kí eléyìun ó rúbọ, kó sì mọ́ọ bọ baba ẹ̀, kó sì bọ eégún. Bí baba ẹ̀ bá ń bẹ láyé, kó bèèrè ohunkóhun tí oríi baba ẹ̀ bá gbà, kó fún un; ìbáà ṣe obì tàbi orógbó. Tí baba ẹ̀ bá sì ti lọ ilé, Ifá pé kó bọ baba ẹ lójú oórí. Kó rán ẹran ìrúbọ sọ́run kó tóó fi rúbọ sí baba ẹ̀ torí baba ẹni leégún lọ́run.

Òní gan gaan gan Ọ̀bàrà ò sá
Ọ̀la gan gaan gan Ọ̀bàrà ò sá
A díá fún Ológbojò baba Egúngún
Níjọ́ tí ń bẹ láàrin òṣììrì
Tí ń bẹ láàrin òtá
Ẹbọ n wọ́n ní ó ṣe
Ológbojò baba Egúngún ní ń bẹ láàrin
      òtá
Òun le ṣ́ẹgun báyìí?
Wọ́n ní kó rúbọ
Wọ́n ní yóọ́ ṣ́ẹgun àwọn òtá ẹ̀ ………10
Ológbojò bá rúbọ
Ńgbà tí wọ́n ó dé agbo ijó
Níbi tí ayé gbé yẹ wọ́n tán
Ni ọ́n bá wo ọ̀ọ́kán
Wọ́n ní ẹni tí ń ba nǹkan jẹ́ nùu
Baba Ológbojò sì gbéégún
Ó sì gbé àáké àsáà
Ni bàtá bá ń kẹ
Òní gan gaan gan
Ọ̀bàrà ò sá……………………………20
Ọ̀la gan gaan gan
Ọ̀bàrà ò sá
\

ỌBÀRÀ ỌSÁ B

This person should perform sacrifice to his father and masquerades. If his father is alive, he should ask Ifá for whatever the Orí of his father would accept as sacrifice. If the father is dead, he should silently pray his intentions on a goat and use it as sacrifice to his father because one's father is one's masquerade in heaven.

Òní gan gaan gan Ọ̀bàrà ò sá
Ọ̀la gan gaan gan Ọ̀bàrà ò sá
Cast divination for Ológbojò the leader of
      masquerades
On the day he was in the midst of his enemies
He was in the midst of his foes
He was asked to perform sacrifice
Ológbojò is the one in the midst of his real foes
'Would I win all these foes'? He asked
They told him to perform sacrifice
They told him that he would win his enemies…….10
Ológbojò observed the sacrifice
When he got to the dancing floor for masquerades
Where life was good for them all
He looked around straight
They pointed to him his detractor
Meanwhile Ológbojò was dressed as a masquerade
And was carrying a heavy ax
The Bàtá drum sounded a warring tone
Today, today in itself
Ọ̀bàrà will not run away……………………………20
Tomorrow, even tomorrow
Ọ̀bàrà will not run away

Nǐ bá ń gbẹ́sẹ̀	He was stepping methodically
Ló bá sọ àáké sí Elénìní ẹ̀	And threw his ax on his detractor
Ló bá ṣẹ́gun	And overcame
Nǐ wá ń jó n ní ń yọ̀	He started to dance and rejoice
Nǐ ń yin àwọn Babaláwo	He was praising his Babaláwos
Àwọn Babaláwo ń yin Ifá	His Babaláwos were praising Ifá
Ó ni bẹ́ẹ̀ làwọn Babaláwo tòún wí	He said it was exactly as his Babaláwos predicted
Òńí gan gaan gan Ọ̀bàrà ò sá...........30	Òńí gan gaan gan Ọ̀bàrà ò sá........ 30
Ọ̀la gan gaan gan Ọ̀bàrà ò sá	Ọ̀la gan gaan gan Ọ̀bàrà ò sá
A díá fún Ológbojò baba Egúngún	Cast divination for Ológbojò the leader of masquerades
Níjọ́ tí ń bẹ́ láàrin òṣìlrì	On the day he was in the midst of his enemies
Tí ń bẹ láàrin ọ̀tá	He was in the midst of his foes
Wọ́n ní kó rúbọ	He was asked to perform sacrifice
Kó lè baà ṣẹ́gun	So that he could win
Ológbojò gbẹ́bọ ńbẹ̀	Ológbojò heard about the sacrifice
Ó rúbọ	And performed it
Rírú ẹbọ	Offering of sacrifices
Èèrù àtùkèsù.............................40	And free gifts offered to Èṣù.........................40
Ẹ wáá bá ni lárùúsẹ́gun	Come and meet us with victorious offertory
Àrúṣẹ́gun làá bá ni lẹ́sẹ̀ ọba Òrìṣà	One is found in the midst of plenty at the feet of the

ỌBÀRÀ ÌKÁ A

Ifá pé ire ọlà fún eléyìun. Ká mọ́ ṣe
àṣejù o. Tá ò bá ṣe àṣejù, ire ọlà fún wa.
Òwúùrù ẹyẹlé lẹbọ. Bí Obìnrin bá sọ̀rọ̀
fún eléyìun, kó mọ́ọ ka ọ̀rọ̀ ọhún o;
pàápàá jùlọ ìyàwó ẹ Kò sì gbọdọ̀ dẹ́jàà sí
ohun tí ọ́n bá sọ fún un.

Gbogbo ohun táa bá ń ṣe
Ká má fàṣejù kun
A díá fún Ọdẹ adèbìtì là
Èyí tí ó fọdún mẹta dẹgbẹ́ agílíńtì
Ó dẹgbẹ́ dẹgbẹ́ dẹgbẹ́
Òun le là báyìí?
Wọ́n ní kó rúbọ
Wọ́n ní yóó là
Wọ́n ní nítòsíi rẹ̀ náà lọlà wá
Ǹgbà ó dí ọdún kẹta.................10
Nìbi tí gbé ń dẹ ẹbìtì
Ó bá kan agílíńtì nílẹ̀
Agílíńtì ní ìwọ ọdẹ dákun mọ́ pa òun
Kín lò ń wáá kiri?
Ọdẹ ní òún ń dẹgbẹ́ kiri kóun ó leè là ni
Agílíńtì ló dáa
Bọ́ sòkòtò ẹ sílẹ̀
Ọdẹ bá bọ́ sòkòtò ẹ̀
Ó ní kó bọ́ ẹwu ẹ̀
Ó bọ́ ẹwù.................20
Ó ní kó sí fìlà ẹ̀
Ó sí fìlà
Ọdẹ bá wà níhòhò goloto
Agílíńtì ní lọ̀ọ́ fa ìtàkùn tẹ́ẹ́rẹ́ un
Ọdẹ bá fa pàǹtì ìtàkùn

ỌBÀRÀ ÌKÁ A

Ifá wishes this person the fortune of riches. He
should try to curb his excesses. If he is not excessive
in actions, he would become wealthy. A matured
pigeon is the sacrifice. Ifá wishes him the good fortune
of peace and love from multitude of people. He should
not disregard taboos or preempt advices given to him
especially by his wife.

Everything that we do
We should not be excessive
Cast divination for the Hunter who would hunt
    dungeons in search of wealth
The one that would hunt for an alligator for three
    years
He had hunted and combed all known forests
He then wondered how he would be able to make
    riches
He was asked to perform sacrifice
They told him that he would ultimately become rich
And that his wealth is just beside him
In the third year.................10
As he was scavenging
He met an alligator lying on the earth
'You Hunter please do not kill me', the alligator pled
'What are you actually looking for'? The alligator
    asked
Sadly, the hunter answered, 'I am hunting such that
    I could become rich'
'That is fine', the Alligator replied
'Remove your trousers' the Alligator said
Shakily the Hunter removed his trousers
'Remove your shirt also'
The Hunter removed his shirt.................20
The Alligator asked him to remove his cap
He did so
The Hunter was then stark naked
Go and pull that rope, the Alligator continued,
    pointing to a stretch of rope
The Hunter pulled the rope

Bó ti fa pàǹtí ọ̀hún

Ló bá bára ẹ̀ nílùú obìnrin

Ìlú obìnrin tó sì lọ́ọ́ bá ara ẹ̀ yìí

Ìhòòhò ni gbogbo àwọn wà ńbẹ̀

Àwọn ò sì lọ́kùnrin.................30

Ni ọ́n pọ̀ lọ jàrá

Wọ́n bá fọwọ́ gbé e lárá jó

Ọdẹ́ ní 'Iuulu lúùlù ni'

Àwọn Obìnrin ní kó fi lu àwọn wò

Gbogbo ẹni ó bá ti fi lù léẹ̀kan

Oyún ni ọ́n ń ní

Bí ọ́n tí ń bímọ ọkùnrin

Ni ọ́n ń bí ọmọ obìnrin

Bó bá sì jí lójúmọ́

Iye tó wù ú ní ó ṣe.................40

Ńgbà tí ọ́n ńii pé òun nìkan làwọn gbẹ́kẹ̀
       lé

Wọ́n bá fún ọdẹ nílé

Wọ́n fún un ní yàrá mẹ́ta

Wọ́n ní 'iyàrá àkọ́kọ́ àti èèkejì'

'Mọ́ọ wọ̀ ó bó ṣe wù ọ́'

'Ṣùgbọ́n èèkẹta un'

'Mọ́ wọ inú ẹ̀ o'

Ẹnu ibodè sì ni ilé ẹ̀ wà

Ilé ń rigindin bíí ààfin ọba

Àwọn Obìnrin bá kọ́ ilé fún ọdẹ tán...50

Ọdẹ́ ń jayé

Wọ́n ó wà lórí ìkúnlẹ̀

Wọ́n ó mọ́ ọ gbé oúnjẹ fún un

Ńgbà ó di ijọ́ kan

Ọdẹ bá ní 'ká ti gbọ́'

'Pé Obìnrin ní ó mọ́ọ pàṣẹ fún èèyàn'

'Pé kóun ó mọ́ wọ ibìkan'

'Ibìkan ni kóun ó mọ́ọ wọ̀'

Nǹkan táa bá ń ṣe

Ká má fàṣejù kun.................60

A díá fún ọdẹ adèbìtì là

Èyí tí ó fọdún mẹ́ta dẹ̀gbẹ́ agílíńtì

Ọdẹ adèbìtì là

Wọ́n fún ọ léèwọ̀

Èèwọ̀ mọ́ mọ̀ yin

Wọ́n fún ọ léèwọ̀

Bóo bá e yín èèwọ̀

Ó ṣé e gbé

Wọ́n fún ọ léèwọ̀

Èèwọ̀ mọ́ mọ̀ yin.........................70

Ọdẹ́ bá wọ iyàrá ìkẹta

Bó ti wọ inú ẹ̀ gìjà

Ló bá bá ara ẹ̀ níbi ó bọ́ aṣọ ẹ̀ sí lójọ́
    kíìní

Cast divination for the Hunter that hunted
    dungeons in search of wealth

The one that hunted for an alligator for three years

You the scavenger

You were given a taboo

Never disregard it

You were given a taboo

If you ever disregard it

You are done for

You were given a taboo

Never disregard it.........................70

The Hunter entered the third room

Jumping inside to land with a thud

He met himself where he removed his dresses in the
    beginning with his clothes still on the ground

376

ÒBÀRÀ ÌKÁ B

Ifá pé ká mójú tó Obìnrin ẹni. Ká sì bọrí obìnrin ọhún, ká mọ́ baà sìṣe. Ifá pé a 6 là, tí a bá ti fi ẹyin adìẹ, ẹyin òòbẹ̀, àti ewée kókò rúbọ.

Ọbàrànká è é sòntẹ̀
Babaláwo tí ń bẹ ńbẹ̀ ni ò gbọ́fá
A díá fún Ọládùbádà
Èyí tí ó forí ayaa rẹ̀ ẹ́ lẹ̀
Tí ó lọ rèé bọrí eranko
Wọ́n ní ó rúbọ
Ó láya ńlé
Ó sẹṣin méékàn
Ṣùgbọ́n ẹsin ní ń tójú
Kò tójú obìin rẹ̀...........................10
Ǹjẹ́ Ọbàrànká è é sòntẹ̀
Babaláwo tí ń bẹ ńbẹ̀ ni ò gbọ́fá
A díá fún Ọládùbádà
Èyí tí ó forí ayaa rẹ̀ ẹ́ lẹ̀
Tí ó lọ rèé bọrí eranko
Ọládùbádà
Forí erankoó lẹ̀
Kóo bọrí ayaà rẹ
Kóo lè baà lájé dalẹ́
Ọládùbádà..................................20

ÒBÀRÀ ÌKÁ B

Ifá wishes this person well. He should take a good care of his wife and also offer sacrifices to the Orí of his wife; such that he would not make mistakes in life. He would become rich but Ifá asks him to sacrifice chicken and bats eggs, swine, and cocoyam leaves.

Ọbàrànká is not a stamp
The Babaláwo there is the one that is not proficient
      enough
Cast divination for Ọládùbádà
The one that would leave the Orí of his wife
And would offer sacrifice to the Orí of an animal
He was asked to perform sacrifice
He has a wife at home
And tethered a horse in a manger
But he was taking care of the horse
He did not take care of the woman...................10
Ọbàrànká is not a stamp
The Babaláwo there is the one that is not proficient
      enough
Cast divination for Ọládùbádà
The one that would leave the Orí of his wife
And would offer sacrifice to the Orí of an animal
Ọládùbádà
Leave the Orí of an animal
And perform sacrifice to the Orí of your wife
So that your wealth would last you lifelong
Ọládùbádà.............................20

ỌBÀRÀ ÒTÚRÚPỌ̀N A

Ifá pé bó bá jẹ́ pé Obìnrin ló dá Ifá yǐí, Ọkùnrin tó lówó lọ́wọ́ è é ṣọkọ ẹ̀. Yóó ra ọkọ fẹ̀ ni. Bó bá ń kébòòsí ẹni tó lówó lọ́wọ́, kò níí nígbèyǐn. Obìnrin ọ̀hún lówó lọ́wọ́ ṣùgbọ́n kò gbọdọ̀ fẹ́ ẹní ó lówó. Bí ọkọ tó bá sì ní bá ń pé hà, ni kó mọ́ọ pé hòo. Bó bá sì jẹ pé Ọkùnrin ló dá Ifá yǐí, Ifá pé kó rúbọ kí Obìnrin rẹ̀ ó mọ́ọ gbọ́ ẹnà.

Ó kó nádúnádû bí ẹni ọkọ ò bá seré
Ó kó kùkùkẹ̀kẹ̀ kùkùkẹ̀kẹ̀ bí ẹni ọkọ ò bá sọ̀rọ̀
A díá fún Ọ̀bàrà Òtòkú
Ọmọ a rà, à á rà sọkọ
Wọ́n ní kó rúbọ
Ọ̀bàrà Òtòkú ni ò ń rí Ọkùnrin bá a ṣeré
Wọ́n ní yóó rí̄í Ọkùnrin bá ṣeré
Wọ́n ní kó mọ́ọ tẹrí ba fún ọkùnrin
Wọ́n ni 'Ìwọ lọ́ọ̀ lọ̀ọ́ tójú Ọkùnrin láyé'
'Ó mọ́ọ là mọ́ọ lówó' 10
'Ṣùgbọ́n ó ó tiiri fún ọkùnrin'
'Lóó fi gbádùn gbogbo nǹkaàn rẹ'
'Ó ó ra ọkọ ni'
'Kóo mọ́ baà sìnà'
Ó kó nádúnádú bí ẹni ọkọ ò bá seré
Ó kó kùkùkẹ̀kẹ̀ kùkùkẹ̀kẹ̀ bí ẹni ọkọ ò bá sọ̀rọ̀
A díá fún Ọ̀bàrà Òtòkú
Ọmọ a rà, à á rà sọkọ
À ń rà egbèje

ỌBÀRÀ ÒTÚRÚPỌ̀N A

If it is to a woman that this Odù is cast, a rich man is not her destined husband. She would have to buy herself a suitor. If she is bent on someone rich to marry, her end would be in disarray. This woman, Ifá continues, would be rich but must not marry a rich man. She must be respectful and obedient to the husband. However, if this Odù is cast to a man, he should sacrifice such that his wife would understand twisted language.

She sounds repugnant like a wife the husband does
    not play with
She sounds pushed to tears like a woman the husband
    does not talk to
Cast divination for Ọ̀bàrà Òtòkú
The child of the clan 'We do buy; and will buy to
    make us husbands'
She was asked to perform sacrifice
Ọ̀bàrà Òtòkú is the one that could not find a man to
    play with her
They assured her that she would find one
'But you should be submissive to your suitor'
'You are in the world to care for men'
'You will be rich and wealthy'...............10
'But you have to be submissive to men'
'It will make you enjoy your life', they told her
'You will have to buy yourself a husband'
'So that you will not miss your way'
She sounds repugnant like a wife the husband does
    not play with
She sounds pushed to tears like a woman the husband
    does not talk to
Cast divination for Ọ̀bàrà Òtòkú
The child of the clan 'We do buy; and will buy to
    make us husbands'
We do buy for as much as One hundred and forty
    thousand units of money

À ń rà ẹgbẹ̀fà......................20
Àgbà tó lówó lọ́wọ́
Ẹ wá rẹ̀dú sọkọ
Ẹní ó lówó lọ́wọ́
Ọ̀bàrà Òtòkú bá ra Ẹ̀dú
Ló bá fi Ọ̀rúnmìlà sọkọ ẹ̀
Ẹ̀mí ẹ̀ bá gùn
Ló bá bẹ̀rẹ̀ síí bímọ
Ni ọ́n bá là
Ifá pé kí eléyìun ó mọ́ọ tọ́jú ọkọọ rẹ̀

We do buy for as much as One hundred and twenty thousand units of money......................20
Elders that are rich and wealthy
Come and buy Ẹ̀dú as your husband
He that is wealthy
Ọ̀bàrà Òtòkú then bought Ẹ̀dú
And made Ọ̀rúnmìlà her husband
She had long life
And started having children
And became rich
Ifá asks this person to take good care of her husband

379

ỌBÀRÀ ÒTÚRÚPỌN B

Ifá pé òun ò níí jẹ́ ká ní àrùn òjiijì tíí mú níí yí padà. Kí eléyìun ó fi aṣọ funfun ìgàn kan, àti dúdú kan rúbọ.

Ọbàrà túrúpọn túrùpọn
Babaláwo Agbe ló díá fún Agbe ní
    kùtùkùtù òwúrọ̀
Wọ́n ní ó sá káalẹ̀ ẹbọ ní ó ṣe
Agbe ti jẹ́ funfun tẹ́lẹ̀ ń
Tó funfun báláí
Wọ́n ní kí Agbe ó rúbọ
Kí àrùn kan ó mọ́ dèé
Kó mọ́ sìgọ̀gọ̀
Agbe lóun
Kín lòun ó fi ẹbọ ṣe?.....................10
Agbe bẹ̀rẹ̀ síí sayé
Ńgbà ó dijọ́ kan
Àrùn ọhún bá dé
Agbe ṣe bíi kó rógbọ́n dá
Gbogbo ara ẹ̀ làrún mú torí tọrùn
Agbe bá di sísì
Àyìn ẹ̀yìn ní ń yin àwọn Babaláwo
Àwọn Babaláwo ń yin Ifá
Ó ní bẹ́ẹ̀ làwọn Babaláwo tòún wí
Ọbàrà túrúpọn túrùpọn........................20
Babaláwo Agbe ló díá fún Agbe ní
    kùtùkùtù òwúrọ̀
Wọ́n ní ó sá káalẹ̀ ẹbọ ajogun ní ó ṣe
Agbe sì gbẹ́bọ bẹ́ẹ̀ ni ò rú
Agbe sùnwọ̀n nígbà kàn ní o
Àrùn
Àrùn ló mÁgbe ló sì gọ̀gọ̀ọ̀gọ̀
Àrùn

ỌBÀRÀ ÒTÚRÚPỌN B

Ifá says he will not allow this person to be afflicted with a sudden disease that disfigures a person. Ifá asks him to sacrifice a bundle each of white cloth and black.

Ọbàrà túrúpọn túrùpọn
The Babaláwo of Agbe casts divination for Agbe bird
    early in life
He was asked to perform sacrifice
Agbe bird had once been white in color
Snow white and beautiful
They told Agbe bird to perform sacrifice
'So that a certain ailment would not come by'
'And change your features'
'I'? Agbe bird said with disdain
'What do I need a sacrifice for'?.....................10
Agbe bird continued with his lifestyle
One day
The disease inflicted him
Agbe tried all antiques to fight it off
He was not successful as all his body was affected
Agbe sooner or later became changed in color
He then started praising his Babaláwo belatedly
The Babaláwo was praising Ifá
He said it was exactly as his Babaláwo had said
Ọbàrà túrúpọn túrùpọn.................................20
The Babaláwo of Agbe casts divination for Agbe bird
    early in life
He was asked to take care of the ground and perform
    sacrifice for Ajogun
Agbe heard about the sacrifice yet did not perform it
Agbe had once been nicely colored
Sickness
Sickness is what had inflicted the Agbe bird and
    changed his color
Sickness

Ifá dákun jẹ́ á sunwọ̀n ká fi gbó
Àrùn
Àrùn ló mÁgbe ló sĭ gọ̀gọ̀ọ̀gọ̀.........30
Àrùn

Ifá please let us be beautiful till we are aged
Sickness
Sickness is what had inflicted the Agbe bird and
          changed his color.............................30
Sickness

381

ỌBÀRÀ ÒTÚÁ A

Nǹkan eléyìun ò níí bàjẹ́ ṣùgbọ́n kó
rúbọ. Eléyìun ń pé gbogbo nǹkan òun ni ò
lójú; Ó sì fẹ́ kó lójú. Ifá pé nǹkaan rẹ̀ ó
lòójú.

Ọbàrà Òtúá ti oníkọ̀ọ́ òwú
Babaláwo Gése ló díá fún Gése
Ọkàdẹ̀mù lọ́nàa tàdẹ̀
Níjọ́ tí ń ṣehun gbogbo tọ́kan ò lójú
Nǹkan òún le lójú báyìí?
Wọ́n ní kó rúbọ
Wọ́n ní yóó rájé
Yóó láya
Yóó bímọ
Gbogbo nǹkan ẹ̀ ní ó dáa...............10
Òwúùrù ẹyẹlé lẹbọ ẹ̀
Wọ́n yan ẹbọ fún Gése
Gése bá rúbọ
Ayé bá yẹ Gése
N ní wá ń jo n ní ń yọ̀
Nǐ ń yin àwọn Babaláwo
Àwọn Babaláwo ń yin Ifá
Ó ní bẹ́ẹ̀ làwọn Babaláwo tòún wí
Ọbàrà Òtúá ti oníkọ̀ọ́ òwú
Babaláwo Gése ló díá fún Gése..........20
Ọkàdẹ̀mù lọ́nàa tàdẹ̀
Níjọ́ tí ń ṣehun gbogbo tọ́kan ò lójú
Wọ́n lẹbọ Kíre ó le tó o lọ́wọ́ ni kó ṣe
Gése wàá gbẹbọ ńbẹ̀ ó wàá rúbọ
Rírú ẹbọ
Èèrù àtùkèsù
Gése wá ń bẹ ní wọ̀wọ́ ire gbàyí ò
N ó ṣe tèmi
Àlúkèse oko ò sàì ṣere tiẹ̀ lébè

ỌBÀRÀ ÒTÚÁ A

Ifá says the things of this person would not get spoilt.
He should offer sacrifice. He is complaining that he is
not prosperous, and he wants his life to have headway.
Ifá says it will be as he wants it.

Ọbàrà Òtúá of the rolled cotton
The Babaláwo of Gése casts divination for Gése
Ọkàdẹ̀mù lọ́nàa tàdẹ̀
On the day he was trying everything without making
    headway
'Would my things have headway'?
He was asked to perform sacrifice
They told him that he would amass wealth
That he would have wives
He would have children
'All your things would be better', they prayed........10
'A matured pigeon is the sacrifice'
They prescribed all the other sacrifices for Gése
Gése performed the sacrifice
Life pleased him very much
He then started to dance and rejoice
He was praising his Babaláwo
His Babaláwo was praising Ifá
He said it was exactly as his Babaláwo had said
Ọbàrà Òtúá of the rolled cotton
The Babaláwo of Gése casts divination for Gése....20
Ọkàdẹ̀mù lọ́nàa tàdẹ̀
On the day he was trying everything without making
    headway
They told him to offer the sacrifice that would allow
    good things get to him
Gése then heard about the sacrifice and performed it
Offering of sacrifices and free gifts given to Èṣù
Gése is now in the midst of good things
I will achieve mine
Yam seedlings in the farm would definitely achieve
    her own inside the heaps

ỌBÀRÀ ÒTÚÁ B

Ifá pé kí eléyìun ó rúbọ aya. Nǹkan ẹ̀ ò
níí bàjẹ́

Ọbàrà túa tùa
Awo Itú ló díá fún Itú ní kùtùkùtù òwúrọ̀
Wọ́n ní kó rúbọ kó lè baà ríre gbé jó láyé
Òun le láya báyìí?
Kóun ó bímọ
Wọ́n ní kí Itú ó rúbọ
Wọ́n ní kò níí sánnáàní
Wọ́n ní wọ́n ó tùú ire sílẹ̀ fún un
Itú bá rúbọ
Òrúkọ ni òrúkọ í mọ́ọ jẹ́ tẹ́lẹ̀.............10
Ẹni wọ́n tú iree sílẹ̀ fún ní ń jẹ Itú
Itú bá ń láya
Ní ń bímọ
Ifá pé Òrúkọ tó ní irungbọ̀n lẹbọ
Ní wá ń jó n ní ń yọ̀
Ní ń yin àwọn Babaláwo
Àwọn Babaláwo ń yin Ifá
Ó ní béẹ̀ làwọn Babaláwo tòún wí
Ọbàrà túa tùa.............19
Awo Itú ló díá fún Itú ní kùtùkùtù òwúrọ̀
Wọ́n ní kó rúbọ kó lè baà ríre gbé jó láyé
Itú gbẹ́bọ ńbẹ̀ ó rúbọ
Ẹ túre sílẹ̀ fún wa
Gbogbo ènìyàn

ỌBÀRÀ ÒTÚÁ B

Ifá asks this person to offer sacrifices for his wife. His
life would not be in disarray.

Ọbàrà túa tùa
The Babaláwo of Itú casts divination for Itú early in
life
He was asked to perform sacrifice so that he would
get fortunes to cuddle
'Would I have wives'? He asked
'Would I also have children'?
They asked Itú to perform sacrifice
They told him that his life would not be miserable
'They would untie your good fortunes for you', they
said
Itú performed the sacrifice
Òrúkọ is what a he-goat was known ever since
creation.............10
The person for whom good things are loosened is
called Itú
Itú started having wives
He was having children
Ifá says a he goat with beard is the sacrificial article
He then was dancing and rejoicing
He was praising his Babaláwo
His Babaláwo was praising Ifá
He said it was exactly as his Babaláwo had said
Ọbàrà túa tùa
The Babaláwo of Itú casts divination for Itú early in
life.............20
He was asked to perform sacrifice so that he would
have good things in life
Itú heard about the sacrifice and performed it
Untie our good fortunes for us
All people

Ẹ túre sílẹ̀ fún wa
Gbogbo ènìyàn
Ká mọ́ọ lájé
Ká mọ́ọ láya
Ká mọ́ọ bímọ
Ká mọ́ọ kọ́lé..............................30
Ẹ túre sílẹ̀ fún wa
Gbogbo ènìyàn
Itú ló ní ẹ túreé lẹ fún wa
Gbogbo ènìyàn

Untie good things for us
All people
So that we could have wealth
Wives
Children
Houses...30
Untie good tidings for us
All people
Itú is the one that is commanding you to loosen good
        things for us
All people

ÒBÀRÀ ÌRẸTẸ̀ A

Ifá pé kí eléyìun ó rúbọ; kó sì mọọ́
yawọ́. Kò gbọdọ̀ sahun. Ifá loun pé ire
àkójọ fún eléyìun.

Yangí aborí kugúkugú
A díá fún Ọlọ̀bàrà
Èyí tí ń lọ rèé bá wọn dá oko ẹ̀bá ọnà
Wọ́n ní ó rúbọ kó lè baà ráya rere ní
Òun leè láya rere báyìí?
Wọ́n ní kó mọ́ sahun
Kò ṣe méjì mọ́
Ẹsẹ̀ ọ̀nà ní ń fi oúnjẹ sí
Fún gbogbo àwọn èèyàn tí bá n kọjáá lọ
Ṣé nígbà ìwásẹ̀.......................10
Ẹni tí ń lọ ìrìn àjò
Tí ebí sì ń pa
Yóó bàá nnkan tí ó jẹ
Àti omi tí ó mu lẹ́sẹ̀ ọnà
Wọ́n ní kí Ọlọ̀bàrà ó mọọ́ ṣe bẹ́ẹ̀
Wọ́n níre ń bọ̀ fún un
Àwọn tí ọ́n wáá mọọ́ kọjá nígbà gbogbo
Wọ́n bá ní 'Ibi táwọ́ọ́n tíí mọọ́ kọjá yìí'
'Ẹ jẹ́ àwọn ó kúkú fi ibẹ̀ ṣe ibùjokòó'
Wọ́n bá tẹ ìlú dó.......................20
Wọ́n bá fi Ọlọ̀bàrà jọba
Wọ́n fi ṣe babaa wọn
Ẹní ó bá sì jọba
Ó di dandan kó ráya fẹ́
Wọ́n bá tun fún Ọlọ̀bàrà níyàwó
N ní wá ń jó n ní ń yọ̀
N yin àwọn Babaláwo
Àwọn Babaláwo ń yin Ifá
Ó ní bẹ́ẹ̀ làwọn Babaláwo tòún wí
Yangí aborí kugúkugú............30

ÒBÀRÀ ÌRẸTẸ̀ A

This person should offer sacrifice by being generous
to people wherever he finds himself. Ifá wishes him
the good fortune of congregation.

Yangí aborí kugúkugú
Casts divination for Ọlọ̀bàrà
That was going to engage in roadside farming
He was asked to perform sacrifice to have a good wife
'Would I have a good wife in life'? He asked
They told him not to be closefisted
He did nothing else
He started putting food by the roadside
For all people in transit and passing by
In the olden days.......................10
He that is traveling
And is very hungry
Would meet something to eat
And something to drink also besides the road
They advised Ọlọ̀bàrà to continue with the act
They told him that his good fortune was on the way
Those that pass regularly by this route reasoned
          that
'This path we take regularly'
Let us build a hamlet for ourselves here
They converged and made the place a town.........20
And made Ọlọ̀bàrà their king
They made him their leader
He that is crowned however
It would be impossible for him not to find a wife
They found Ọlọ̀bàrà a wife to marry
He then started to dance and rejoice
He was praising his Babaláwo
His Babaláwo was praising Ifá
He said it was exactly as his Babaláwo had said
Yangí aborí kugúkugú.......................30

385

A díá fún Ọlọ̀bàrà
Èyí tí ń lọ rèé bá wọn dá oko ẹ̀bá ọ̀nà
Wọ́n ní ó rúbọ
Kó rúbọ kó lè baà ráya rere ní
Ó gbẹ́bọ ńbẹ̀
Ó rúbọ
Ǹjẹ́ ayá wọlé tọ̀ wá gẹrẹrẹ
Ọlọ̀bàrà
Ayá wáá wọlé tọ̀ wá gẹrẹrẹ
Ọlọ̀bàrà

Casts divination for Ọlọ̀bàrà
That was going to engage in roadside farming
He was asked to perform sacrifice
So as to have a good wife
He heard about the sacrifice
And performed it
Therefore, wives came in to us with ease
Ọlọ̀bàrà
Wives now entered our house with ease
Ọlọ̀bàrà

386

ÒBÀRÀ ÌRẸTẸ̀ B

Ifá pé eléyìun ò gbọdọ̀ wo jígí; pàápàá tó bá jẹ ẹni ojú ọmọ ń pọ́n ni. Ti ojú ọmọ ò bá pọ́n eléyìun, kó bi Ifá lèèrè àkókò tí yóó tó le mọ́ọ wo jígí kí nǹkan ẹ̀ mọ́ baà bàjẹ́. Tó bá jẹ́ àgàn tí ojú ọmọ ń pọn ni eléyìun, tí sì ń wo jígí, kò níí bímọ láíláí. Ifá pé kí eléyìun ó mọ́ọ lọ́ọ bọ Ọ̀sun. Ayé ó yẹ ẹ́, ọkàan rẹ̀ ó sì balẹ̀.

Ẹ kú àná
Ẹ kú òní
Àì fẹ́nìí kí
N lẹkú Ìjẹta ò ṣeé kíra ẹni
Ẹ kú àná ló dàdùn jù
A díá fún Adéyọkùn
Níjọ́ tí ń fomi ojúú sọ̀gbérè ọmọ
Wọ́n ní ó rúbọ
Ojú ọmọ ní ń pọ́n Adéyọkùn
Wọ́n ní yóó bímọ láyé.................10
Wọ́n lọmọ ẹ̀ ó sì pọ̀
Wọ́n ní ó fi jígí rúbọ
Ó ṣe é
Oṣù mẹ́sàán lẹ́yìn ìgbà náà
Ọmọ bá dé
Oun náà?
Ayé yẹ ẹ́
Ní wá ń jó n ní ń yọ̀
Ní ń yin àwọn Babaláwo
Àwọn Babaláwo ń yin Ifá.............20
Ó ní bẹ́ẹ̀ làwọn Babaláwo tòún wí
Ẹ kú àná

ÒBÀRÀ ÌRẸTẸ̀ B

Life would please this person. If he is in want of children, he or she should not use mirrors. If it is not a person in want of a child, he or she should ask about when he could use mirrors such that his things would not be in disarray. If this is a barren woman looking at the mirror, she would never bear any child. This person should sacrifice to Ọ̀sun always. He would have rest of mind.

Greetings about yesterday
Greetings about today
The act of not wanting to greet one another
Is the saying 'greetings about the last two days is undesirable'
Although greetings about yesterday is the most
Cast divination for Adéyọkùn
On the day he was crying because of children
He was asked to perform sacrifice
Adéyọkùn was the one in want of children
They told him that he would have children on earth
And the children would be many....................11
They told him to sacrifice a big mirror
He did it
Nine months after then
Children came
And surprised he exclaimed 'I'
Life pleased him
He then started to dance and rejoice
He was praising his Babaláwos
His Babaláwos were praising Ifá....................20
He said it was exactly as his Babaláwos had said
Greetings about yesterday

Ẹ kú òní

Àì fẹ́nìí kí

N lẹkú Ìjẹta ò ṣeé kíra ẹni...............30

Ẹ kú àná ló dàdùn jù

A díá fún Adéyọkùn

Èyí tíí sọmọ wọn lálẹ̀ odò

Níjọ́ tí ń fomi ojúú sògbérè ọmọ

Wọ́n ní ó sá káalẹ̀ ẹbọ ní ó ṣe

Ó gbẹ́bọ ńbẹ̀ ó rúbọ

Àṣé àwò jíìgi ò ṣe gbẹ̀rẹ̀gẹ̀dẹ̀

Ká fi ŕína àmọ́dún?

Ọmọ ẹni ni jigi ẹni

Àwò jíìgi ò ṣe gbẹ̀rẹ̀gẹ̀dẹ̀................40

Ká e ŕína àmọ́dún

Ọmọ ẹni ni jígí ẹni

Greetings about today

The act of not wanting to greet one another

Is the saying 'greetings about the last two days is undesirable'..30

Although greetings about yesterday is the most appropriate

Cast divination for Adéyọkùn

Their child in the riverbed

On the day he was crying because of children

They asked him to take care of the ground and perform sacrifice

He heard about the sacrifice and performed it

And therefore looking at a mirror no matter how big

Is not enough to show the events of the following year

One's child is one's mirror

Looking at a mirror no matter how big...............40

Is not enough to show the events of the following year

One's child is one's mirror

ÒBÀRÀ ÒṢẸ́   A

Ire Obìnrin fún eléyìun. Ẹbọ ni kó rú: Nǹkan ẹ̀ ò níí bàjẹ́. Ifá pé yóó ròójú, yóọ́ ráyè. Tó bá jẹ́ Baba àti Ìyá ló dá Ifá yìí, wọ́n ó sinmọ fọ́kọ. Ifá pé wọ́n ó ṣe pẹ̀lẹ́pẹ̀lẹ́ o. Wọ́n ò gbọdọ̀ jà o; kí wọ́n ó fi ọmọ ṣílẹ̀ kó lọ́kọ fúnra ẹ̀. Kí ọkọ ọmọ ọ̀hún ó mọ́ fi wọ́n ṣe yẹ̀yẹ́ nígbà ó bá yá o. ,

Ọpẹ̀ẹ̀rẹ́ Awo ilé Onídòko
Ló díá fún Onídòko ní kùtùkùtù Àwúrọ̀
Níjọ́ tí Ọlọ̀bàrà ń lọ rèé fẹ́ ọmọ Onídòko pàá
Wọ́n ní kó rúbọ
Wọ́n ní ọmọ wọn kan ń bẹ tó ti tóó lọ́kọ́
Wọ́n ní Awo ló lọmọ ọ̀hún
Wọn ò rúbọ
Ọ̀bàràòṣẹ́ bá sawo dé ilé Onídòko
Ó bá lóun fẹ́ fẹ́ẹ́ ọmọ Onídòko
Ńgbà ó tó gégé ìgbà tí ọmọ ó mọ́ọ lọ ilé ọkọ ẹ̀....................10
Wọn ò bá gbọ ohun tí Bàba Onídòko ń sọ mọ́
Wọn ọ̀ gbọ́ ohun tí Ìyá Onídòko ń wí mọ́
Ọpẹ̀ẹ̀rẹ́ sì ti dá Ifá fún Onídòko tẹ́lẹ̀
Ní bá ń pé
Ọmọ Onídòko ò
Ọmọ Onídòko ò
Ọmọ Onídòko ò nílááŕi
N ni Ọpẹ̀ẹ̀rẹ́ ń wí tée dòni
Wọ́n ní nígbà tí Onídòko ò fọmọ ẹ̀ fún Awo mọ́ ni

ÒBÀRÀ ÒṢẸ́   A

The good fortune of wives would be for this person. He should offer sacrifice for him to find peace and goodness. The father and mother to whom this Odù is cast would marry off a daughter. Ifá asks them to be very careful and not be angered because of the girl's choice of husband. They should allow the girl to choose by herself such that it would not become something to regret and such that the husband would not come back to make a jest of the bride's parents later on.

Ọpẹ̀ẹ̀rẹ́ the priest of Onídòko's household
Casts divination for Onídòko early in life
On the day Ọlọ̀bàrà was going to marry Onídòko's child for real
He was asked to offer sacrifice
They said concerning a daughter of theirs that is ripe enough for marriage
They said she must marry a Babaláwo
They did not perform the sacrifice
Ọ̀bàràòṣẹ́ then ventured priesthood in Onídòko's house
And got interested in Onídòko's daughter
When it was time for the bride to leave for her husband's home..........................10
The bride's father changed his words of promise
The bride's mother also changed her stand
While Ọpẹ̀ẹ̀rẹ́ had cast divination for them initially
He then started singing
Onídòko's child
Onídòko's child, he cried
Onídòko's child is useless
Is what Ọpẹ̀ẹ̀rẹ́ bird is singing till date
They reasoned 'It is because a Babaláwo could not marry the child again'

Ọ̀pẹ̀ẹ̀rẹ́ Awo ilé Onídòko....................20
Ló díá fún Onídòko ní kùtùkùtù Àwúrọ̀
Níjọ́ tí Ọlọ̀bàrà ń lọ rèé fẹ́ ọmọ Onídòko
Ọmọ Onídòko ò wáá fẹ́ ẹ mọ́
Ọ̀pẹ̀ẹ̀rẹ́ ǹlẹ́ o Awo ilé Onídòko
Ó ń bú Ìyá Onídòko
Ó ní Ìyá Onídòko ò níí sí
Ọ̀pẹ̀ẹ̀rẹ́ ǹlẹ́ o Awo ilé Onídòko
Ó ń bú Bàbá Onídòko
Ó ní Bàbá Onídòko ò níí sí
Ọ̀pẹ̀ẹ̀rẹ́ ǹlẹ́ o Awo ile Onídòko.........30
A kọ ọmọ Onídòko
A ò fẹ mọ́

Ọ̀pẹ̀ẹ̀rẹ́ the Babaláwo of Onídòko's house..........20
Casts divination for Onídòko early in life
On the day Ọlọ̀bàrà was going to marry Onídòko's
    child for real
Onídòko's child now refused to marry him
I greet you Ọ̀pẹ̀ẹ̀rẹ́, the priest of Onídòko
He was abusing Onídòko's wife
He said Onídòko's wife would cease to be
I greet you Ọ̀pẹ̀ẹ̀rẹ́, the priest of Onídòko
He was abusing Onídòko
He said Onídòko would cease to be
Ọ̀pẹ̀ẹ̀rẹ́, I greet you, the priest of Onídòko............30
We have jettisoned Onídòko's child
We don't want her again

ÒBÀRÀ ỌSẸ́ B

Ifá pé ká fi aṣọ kan tí ń yọ́ gọ̀lọ́ gọ̀lọ́ rúbọ. A ó nií nǹkan layé ṣùgbọ́n ká rúbọ iyì. Eéyìun ra ọjà kan, tó bá jẹ Ọkùnrin ni, kí ọjà tí ó rà ó mọ́ kòó bá a. Tó bá sì jẹ obìrin ni, kó sọ́ra fún àwọn ọmọ tí ń gbé ọdọ̀ ẹ̀ àti ìráńsẹ́ tíí lọ́ọ́ rajà fún un.

ÒBÀRÀ ỌSẸ́ B

Ifá says this person has one shining cloth. He is desired to offer the cloth as sacrifice. He would be endowed in his life but he should sacrifice for affluence. Ifá says this person would buy a certain article. If this is a man, the purchase would probably land him in trouble. If a woman she should be wary of her assistants that are sent to purchase stocks for her.

Ọbàràṣẹ́gun ṣẹ́ pẹ̀pẹ́
Awo Aáyán ló díá fún Aáyán ní kùtùkùtù
    Òwúrọ̀
Èyí tí ń lọ rèé ra Adìẹ lẹ́rú
Owó dé ọwọ́ọ Aáyán
Ó lóun ó ra Ẹrú
Wọ́n ní kí Aáyán ó fura
Kó sì rú iyì tí ń bẹ lára ẹ̀ lébọ
Wọ́n ní kó mọ́ tíì ra ẹrú o
Aáyán lóun?
'Ẹrú ló kúnlẹ̀ Kíti kìti tí ọ́n ń fi ń lọ òun
    yìí'....................10
Wọ́n níwọ Aáyán ṣe sùùrù
Kó o le baà ra èyí tó dáa
Aáyán ò fura
Aáyán bá fọ̀n ọ́n
Bó ti fojú kan Adìẹ
Adìẹ wù ú
Ó bá ra Adìẹ lẹ́rú
Wọ́n sì ti sọ fún Aáyán pé kó fi Iyì ara ẹ̀
    rúbọ
Aáyán kọ̀, kò rú
Ǹgbà ó ra Adìẹ lẹ́rú tán 20
Iyì tí ń bẹ lára Aáyán ladìẹ ń wò
Aṣọ ara Aáyán wù ú púpọ̀

Ọbàràṣẹ́gun ṣẹ́ pẹ̀pẹ́
The priest of the Cockroach casts divination for the
    Cockroach early in life
That was going to buy the chicken as a slave
The Cockroach became rich
He wanted to buy a slave for himself
They warned the Cockroach to be wary
And offer the affluence on his body as sacrifice
'Do not buy any slave until further notice' they
    warned
'Why'? The Cockroach said disdainfully
'These are slaves littering all places and asking to be
    bought' 10
They warned him again to exercise patience
So that he would buy a good one
The Cockroach was unsuspecting
He left without warning
Immediately on sighting the Chicken
He fell in love with her
He bought the Chicken as slave
Previously, they had told the Cockroach to sacrifice
    his cloth of affluence
He had refused to heed it
Immediately on buying the Chicken....................20
The affluence on the Cockroach was what the
    Chicken was looking at
It attracted the Chicken so much

Aṣọ tí ọn ní ó fi rúbọ
Tó ti kọ tí ò rú
Èṣù ní 'Ìwọ Adìẹ o dákẹ́ ni'?
O ò rí Aáyán tí ò mẹbọ
Gbé e ńlẹ̀!
Adìẹ ní 'bóo làá tíí ṣe'?
'Ẹni ó ra ẹni lẹ́rú'
'À á wáà tíí gbé e mì'?................30
Èṣù ní gbé e!
'Ṣe bí ọn ní ó faṣọ ẹ̀ rúbọ'
'Ó kọ̀ jálẹ̀'
'Kò rúbọ'
Tée dòní
Bẹ́ẹ̀yàn bá da yangan sílẹ̀
Kẹ́ẹ̀yàn ó fi aáyán lélẹ̀
Aáyán ni adìẹ ó kọ̀kọ́ jẹ
Àyìn ẹyìn ní ń yin Babaláwo
Ní ń yin àwọn Ọ̀bàràṣẹ́gun ṣẹ́ pẹ̀pẹ́
Ni wọ́n ń yinfá
Ó ní bẹ́ẹ̀ làwọn Babaláwo tòún wí
Ọ̀bàràṣẹ́gun ṣẹ́ pẹ̀pẹ́
Awo Aáyán lo díá fún Aáyán ní kùtùkùtù
      Òwúrọ̀
Èyí tí ń lọ rèé ra Adìẹ lẹ́rú
Wọ́n ní ó sá káalẹ̀ ẹbọ Ayé ní ó ṣe
Ó gbẹ́bọ bẹ́ẹ̀ ni ò rúbọ
Èṣù àì ṣẹbọ
Ẹ̀gbà àì tùèrù
Aáyán ò gbọdọ̀ faṣọ ọ̀bùn wọ́lẹ̀ gẹrẹ gẹ̀rẹ̀
      gẹrẹ 50
Níwájú Adìẹ

The cloth that the Cockroach had been warned to
      sacrifice
He had refused
'You Chicken, why are you silent'?
'Can't you see the Cockroach that does not know the
      sacrifice'?
'Feast on him'!
Confused, the Chicken wondered, 'What would I now
      do'?
'He that bought me as a slave'
'How would I now feast on him'?..........30
'Feast on him', Èṣù repeated
'Did they not warn him to sacrifice his cloth'?
He refused blatantly
He did not heed it
Till date
If one spills some maize grains on the ground
And put a Cockroach besides the grains
The chicken would eat the cockroach first
The Cockroach was praising his Babaláwo belatedly
He was praising the Ọ̀bàràṣẹ́gun ṣẹ́ pẹ̀pẹ́..........40
Ọ̀bàràṣẹ́gun ṣẹ́ pẹ̀pẹ́ was praising Ifá
He said it was exactly as his Babaláwo had said
Ọ̀bàràṣẹ́gun ṣẹ́ pẹ̀pẹ́
The priest of the Cockroach casts divination for the
      Cockroach early in life
The one that was going to buy the Chicken as slave
They asked him to take care of the ground and offer
      sacrifice
He heard about the sacrifice yet did not heed it
The evil of not heeding sacrificial warning
The evil of not giving the prescribed offering to Èṣù
The Cockroach must not loiter with his dirty cloths
In front on the Chicken...........................51

ÒBÀRÀ ÒFÚN   A

Ifá pé ki Babaláwo tó dá Ifá yìí ó sóra è.
Ifá lóun ó tèle; torí àwon tó dá Ifá yìí fún
le hàn án ní èèmò. Opò àmàlà ni Ifá gbà.
Ifá pé omo eléyìun ó yè.

Èsín balè mo ruku
Òkò balè mo ruku
Làsèsín níí se síbà lóorun
A diá fún Olófin tí ń fi ìmòraán sayée rè
                              tí ò gún
Ayé òun le gun báyìí?
Wón ní kó rúbo
Wón ní Ayé è ó gùún
Olófin kò, kò rúbo
Won nífá ni e móo tò lo
Olófin ní kín ní ń je béè?................10
Ìmòrán ju Ebo lo
Àwon Ìmòrán sì ń gbó
Òsanyìn ń gbó
Eni tí ń wo omi ń gbó
Eni tí ń te obì ń gbó
Eni tí ń te yanrìn náà ń gbó
Àwon làá pé nímòràn
Béyìí bá wí
A pé báyìí ni yóó ti ń
Bí tòhún bá wí 20
A pé báyìí ní ó ti ń
Kò níí gún báhun
Ńgbà ó dijó kan
Àwon Èsín balè mo ruku
Àwon Òko balè mo ruku
Àwon Làsèèsín níí se síbà lóorun
Tí ón se Ifá fún Olófin

ÒBÀRÀ ÒFÚN   A

Ifá warns the Babaláwo that performs this divination
because the person or group of people who had
consulted him may put him in deep trouble. Ifá says he
would be with him. But he should sacrifice plenty of
àmàlà.

Èsín balè mo ruku
Òkò balè mo ruku
Làsèsín níí se síbà lóorun
Cast divination for Olófin that was using knowledge
                 to steer his life without success
'Would my life be successful'? He asked
They asked him to perform sacrifice
They said his life would be successful
He did not perform the sacrifice
'Go and consult Ifá' they warned him
Why? Olófin said arrogantly......:....... 10
'Knowledge is better than sacrifice'
The knowledgeable soothsayers were there with him
                 always
Òsanyìn was there and listening
He that predicts from water was there
He that uses Kola as his divination was there
He that uses sand as his divination was there, sitting
                 and divining for Olófin
They are the ones referred to as 'Knowledgeable
                 soothsayers'
If this comes by
He would say definitely, this is what the result would
                 be
If the other would predict his own....................20
He would say no, the result would be contrary
It would not be successful like that
One day
The priest 'Èsín balè mo ruku'
The priest 'Òkò balè mo ruku'
The priest 'Làsèèsín níí se síbà lóorun'
They are the ones that had cast divination for Olófin

Níjó tí ń fimòràn sayé è tí ò gún
Àwon tí ón ní kí Olófin ó móo tò Ifá lo
Bí ón bá pé mò ón.........................30
Ìmòràn níí mò ón
Ìmòràn níí morí òfé
Agbára káká ni wón fíi bá Alábahuún tan
N tó se àgbàlagbà
Té e súté ogójì sí fìlà
Ìyáálé ilé sègùsí òrú
Baálè ilé yánáa beere
Wón ní Òrò di ìsébì je
Wón ní Ifá ni e tò lo
Nnkan ní sì ń se Omo Olófin............40
Wón bá yan ebo fún on
Wón ní Ìgìrìpá Òrúko
Òpòlopò oúnje ni kí wón ó yáa rú
Sùgbón won ò gbodò gún Iyán o
Àwon Ìmòran Olófin ò gbó ebo yàn
Pé àwon ò gbodò gún Iyán
Bí àwon Babaláwo ti pèyìn dà tán
Ni ón bá pa Òrúko sílè
Ni ón gún Iyán
Bí ón ti yo Odó nínú Iyán báyìí.........50
Omó bá dákú
Olófin ní èétijé ?
Olófin ní kí wón ó ko Iyán lé omo òhún
lórí
Olófin bá lòó be àwon Tèètú lówè
'Òun ó han àwon Babaláwo òhún ní
èèmò'
Ngbà ó di ìgbà Ìròlé dèdè
Tí ón ní wón ó wáá rúbo

On the day he was using knowledge to steer his life
without success
'Go and meet Ifá'! They advised
If they say we know it.............................30
It is the knowledgeable soothsayers that would say
they do
Knowledge soothsayers know the head of Òfé bird
It is with difficulty that they would resemble the head
of a tortoise
The incident that happened to an elderly person
Which would make him put forty Ité insects in his cap
The most senior wife shelling melon seeds in the
middle of the night
The family chief warming himself with fire from
beere straw
They said our cause deserves cutting of kola to eat
'Go and consult Ifá' they warned
Meanwhile a certain ailment afflicted the child of
Olófin..40
They had given them the list of the sacrifice
A matured he-goat
And a lot of food would be the sacrifice
'Do not prepare pounded yam' they warned sternly
The knowledgeable soothsayers of Olófin did not
listen attentively
That they should not prepare pounded yam
Immediately the Babaláwos left
They slaughtered a goat
And prepared pounded yam
As soon as they took out the pestle from the pounded
yam..50
The child fainted
Bewildered, Olófin said, 'How'? 'Why'?
He asked them to heap the whole pounded yam on the
corpse of the child
Olófin in annoyance sent for the Tèètú
He vowed to put the Babaláwos in deep trouble
When it was evening time
The time when the sacrifice would be performed

Kí wọn ó wáá jẹ
Kí wọn ó wáá mu
Àwọn Babaláwo ṣe tán ńlé. 60
Wọn ó mọ́ọ lọ
Èṣù bá rán ẹnikan sí wọn
Ó ní Ọlọ́fin ti dẹ àwọn Tẹ̀ẹ̀tú sí yín!
Ọmọ tẹ́ẹ rúbọ fún mọ̀ ti dákúù!
Àwọn Babaláwo ní bóo ló ti jẹ́
Wọ́n ní Iyán ni ọ́n gún
'Ifá pé wọn è é gúnyán'
'Ọ̀pọ̀lọpọ̀ àmàlà ló yẹ kí wọ́n ó rò'
Èṣù fúnra ẹ̀ bá gbéra ó dọ̀dọ̀ àwọn Èṣín
    balẹ̀ mo ruku
Àwọn Ọ̀kọ̀ balẹ̀ mo ruku 70
Àwọn Làsèsín níí ṣe síbà lóorun
Àwọn tí ọ́n dÍfa fún Ọlọ́fin tí ń fimọ̀ràán
    sayé ẹ̀
Tí ọn bá pé mọ̀ ọn
Ìmọ̀ràn níí mọ̀ ọn
Ìmọ̀ràn níí morí Òfé
Agbára káká ni ọ́n fi ń bá alábahuún tan
N tágbàlagbà fi súté ogójì sí fìlà
Ìyáálé ilé ṣẹgùsí òru
Baálé ilé yánáa bẹẹrẹ
Èṣù ní nǹkan mọ̀ ti bẹ̀rẹ 80
Àwọn Babaláwo ló dáa
Kí wọn ó lọọ mú òsùn wá
Bí ọn ti yọ lọ́ọ̀ọ̀kán
Ni ọn na òsùn sí ọmọ ńlẹ̀
Ọlọ́fin ò tíì ń wọn lọ́ọ̀ọ̀kán
Ni ọn bá kè jàsì

The time they would come back to eat
And have drinks
The Babaláwos got themselves ready...............60
As they were about to leave for Ọlọ́fin's house
Èṣù sent a message to them
'Ọlọ́fin had instructed the Tẹ̀ẹ̀tús against you' Èṣù
    said in the message
The child for whom you consulted is dead
The Babaláwos, surprised, also raised an alarm
'They prepared pounded yam', the messenger said
'Ifá says we should not prepare pounded yam'
'Rather, they should prepare a lot of àmàlà'
Èṣù then met with the priests Èṣín balẹ̀ mo ruku
The priests Ọ̀kọ̀ balẹ̀ mo ruku 70
The priests Làsèsín níí ṣe síbà lóorun
They are the ones that cast divination for Ọlọ́fin
    when he was using knowledge steer
    his life without success
If they say we know it
It is the soothsayer who would know it
The knowledgeable soothsayer would know the head
    of Òfé bird
It is with difficulty that they would resemble the head
    of a tortoise
What made and elderly man to put forty Ité insects
    in his cap
The most senior wife shelling melon seeds in the
    middle of the night
The family chief warming himself with fire from
    'bẹẹrẹ' leaves
The stage has been set, Èṣù said.......................80
That is all right, the Babaláwos replied
They sent for the Òsùn staff
Immediately on sighting the heap from a distant
They pointed the 'Òsùn' staff to the child lying on the
    ground
Ọlọ́fin did not see them from afar
They busted into Ìjàsì song

Ó léẹkú o ò ọmọ Àgbọnnìrègún gbogbo
    Babaláwo

We greet you all children of Àgbọnnìrègún all
    Babaláwos, they sang

Hin

They responded, Hin

Ẹ̀sín balẹ̀ mo ruku

The spear lands on the earth raising dust

Hin...90

Hin...90

Ọ̀kọ̀ balẹ̀ mo ruku

The arrow lands on the earth and raises dust

Hin

Hin

Làsèsín níí ṣe síbà lóorun

Làsèsín níí ṣe síbà lóorun

Hin

Hin

A díá fún Ọlọ́fin tí ń fi ìmọ̀ràn án sayée
    rẹ̀ tí ò gún

Cast divination for Ọlọ́fin that was using knowledge
    to steer his life without success

Hin

Hin

Tí ọ́n bá pé mọ̀ ọ́n, Ìmọ̀ràn ní mọ̀ ọ́n

If they say we know it, it is the soothsayers who
    would know it

Hin

Hin

Ìmọ̀ràn níí morí Òfè o

The knowledge soothsayers would know the head of
    Òfè bird

Hin 100

Hin...100

Agbára káká ni ọ́n fi ń bá alábahuún tan

It is with difficulty that they would resemble the head
    of a tortoise

Hin

Hin

N tágbàlagbà fi sútẹ́ ogójì sí fìlà o

What made an elderly man to put forty 'Ité' insects
    in his cap

Hin

Hin

Ìyáálé ilé sẹ́gùsí òru

The most senior wife shelling melon seeds in the
    middle of the night

Hin

Hin

Baálè ilé yánáa bẹẹrẹ

The family chief warming himself with fire from
    'bẹẹrẹ' leaves

Hin

Hin

Ọ̀rọ̀ọ wá dìsẹ́bì jẹ

Our cause deserves cutting of kola to eat

Hin...110

Hin...110

A díá fún Ọ̀rúnmìlà ń lọ rèé wọmọ
    Ọlọ́fin yó yẹ gégéégé

Cast divination for Ọ̀rúnmìlà, he was going to cure
    Ọlọ́fin's child completely

Hin

Hin

Gbogbo àwọn Ìmọ̀ràn tí ń bẹ níbẹ̀ wọ́n ṣe
    ṣee ṣe síbẹ̀ wọn ò ri ṣe

All the soothsayers there tried without success

Hin

Hin

Ọ̀rúnmìlà nìkan ní ń bẹ lẹ́yìn tó wáá ri ṣe

It was Ọ̀rúnmìlà that came from behind to achieve the
    feat

Hin
Ó ní kíyán yǐí ó dìde o
Èèrumọ gàlè kó dìde ò
Èèrumọ gàlè
Níjọ́ Ewúrẹ́ bímọ tiẹ̀ níí dìde kọ́mọ ó
 dìde.....................120
Èèrumọ gàlè kó dìde ò
Èèrumọ gàlè
Níjọ́ Àgùtàn bímọ tiẹ̀ níí dìde kọ́mọ ó
 dìde
Èèrumọ gàlè kó dìde ò
Èèrumọ gàlè
Ọmọ tí ń bẹ nínú Iyán yǐí kó dìde ò
Èèrumọ gàlè kó dìde ò
Èèrumọ gàlè
Pẹ̀ẹ́ ni iyán sán sí méjì
Wọ̀ọ̀n lọmọ bá nàró.....................130
Wọ́n ní hàáà
Àṣé báyìí nÍfá mọ́ọ tún nǹkan ṣe?
Ọlọ́fin tó ti lọ́ọ̀ bẹ àwọn Tẹ̀ẹ̀tú lọ́wẹ̀
 tẹ́lẹ̀tẹ́lẹ̀
Tó lóun ó bá wọn jà
Ní bá ń pé 'Ẹ wọlẹ̀; ẹ wọlẹ̀'
'Ní ń pé ẹ máa bọ̀ wáá jẹun'
Wọ́n nírọ̀ o
Wọ́n ní àwọn è é ṣe 'Abojú má tí'
'Abojú má tí níí jiyán Ọ̀bàrà Òfún'
'Se bíwọ lo gúnyan fúnraà ẹ'?.........140
'Tọ́mọ fi kú'
Ifá pé ọmọ eléyìun ó yè

Hin
Let the person in this pounded yam stand up
All the spirits help her to stand, they commanded
All the spirits
On the day a goat delivers her child it would walk,
 the child should stand.....................120
Let all the spirits help her to stand
All the spirits
On the day a sheep delivers her child it would walk,
 the child should stand
Let all the spirits help her to stand
All the spirits
The child inside this pounded yam should stand
Let all the spirits help her to stand
All the spirits
Without warning, the pounded yam splits into two
The child stood up.....................130
They all shouted excitedly
'So Ifá repairs things and make it this fine'? Ọlọ́fin
 said, surprised
Ọlọ́fin who previously had hired the Tẹ̀ẹ̀tús
Promising to deal ruthlessly with the Babaláwos
He quickly rolled out a red carpet for them
'Come and have something to eat'
The Babaláwos refused
'We are not a bunch without manners and

It is a person without conscience that would eat the
 pounded yam of Ọ̀bàrà Òfún
'Is it not you yourself that prepared pounded yam'?
 The Babaláwo asked.....................140
'Which ultimately led to the death of your child'
Ifá says the child of this person would not die

397

ÒBÀRÀ ÒFÚN B

Ọpọ̀lọpọ̀ ẹmọ́ lẹbọ eléyìun. Àwọn kan tí ọ́n ti rìnnà kan ti wọn ò já ọ̀nà, Ifá lóun ó gbèé wọn já ọ̀nà báyìí. Ẹnìkán ń bẹ tí ojú ọmọ ń pọ́n; Ifá pé onítọ̀hún ó bímọ, èyí tó sì ti bí ò níí kú.

Òróòtólú
A díá fún Lámọkọ tíí báwọ́ọ́n gbélé Alárá
Agọ̀ Lagọ̀ọ Mèsìlà
A díá fún Èrìgì dúdú Igbódù Arẹ̀han
Igbó ńlá làá wọ ká tóó wọlé Olúṣẹfun
A díá fún Pẹmọ́pẹmọ́ òde Àkúrẹ́
Nǹkan àwọn dáa ni ọ́n bèèrè sí
Òróòtólú, díá fún Lámọkọ tíí báwọ́ọ́n gbélé Alárá
Nǹkan ò ṣe òun; nǹkan ò ṣe ọmọ òun?
Agọ̀ Lagọ̀ọ Mèsìlà, díá fún Èrìgì dúdú Igbódù Arẹ̀han...............10
Obìnrin òun ò kú òun náà ò kú?
Igbó ńlá làá wọ ká tó wọlé Olúṣẹfun
A díá fún Pẹmọ́pẹmọ́ òde Àkúrẹ́
Òún sòwò òún lówó
Loókọ à á pé Ògún
Wọ́n ní kí wọn ó rúbọ
Òróòtólú
A díá fún Lámọkọ tíí báwọ́ọ́n gbélé Alárá
Wọ́n ní àgbébọ̀ adìẹ lẹbọ è
Agọ̀ Lagọ̀ọ Mèsìlà.....................20
A díá fún Èrìgì dúdú Igbódù Arẹ̀han
Wọ́n ní Àkùkọ adìẹ lẹbọ

ÒBÀRÀ ÒFÚN B

Many rats are the sacrifice of this person. They are the bunch of people that had tried a hand on an issue but had not made success. Ifá says he has brought them to the right path now. If he is in want of a child, he would get it and the ones he had had would not die.

Òróòtólú
Casts divination for Lámọkọ living with them in the household of Alárá
The fool as being like the fool of Mèsìlà
Casts divination for Èrìgì dúdú Igbódù Arẹ̀han
It is a wild forest that one has to traverse before getting to the house of Olúṣẹfun
Casts divination for the rat killer of the city of Àkúrẹ́
'Would our things be better off in Life'? They had asked
Òróòtólú, casts divination for Lámọkọ living with them in the house of Alárá
'Nothing happens to my children'?
The fool, like the fool of Mèsìlà, casts divination for Èrìgì dúdú Igbódù Arẹ̀han....................10
'My wife does not die, I also would not taste death prematurely'?
It is a wild forest that one has to navigate before getting to the house of Olúṣẹfun
Casts divination for the rat killer of the city of Àkúrẹ́
'Would I engage in commerce and be wealthy'?
Is the name we call Ògún
They were all asked to perform sacrifice
Òróòtólú
Casts divination for Lámọkọ living with them in the house of Alárá
They told him that a mature hen was the sacrifice
The fool like the fool of Mèsìlà....................20
Casts divination for Èrìgì dúdú Igbódù Arẹ̀han
A rooster was his sacrifice

398

Igbó ńlá làá wọ̀
Ká tó wọlé Olúṣẹfun
A díá fún Pẹmọ́pẹmọ́ òde Àkúrẹ́
Wọ́n ní ọpọ̀lọpọ̀ eku lẹbọ è
Ọpó Ìmọ̀dò níí rìn
Lábàtà níí yín kọrọyín kòròyín
Òun náàá lo díá fún Arẹ̀funwẹ̀ aya
　Àgbọnnìrègún
Obìnrin kan le bímọ báyìí?.............30
Ló dá Ifá sí
Wọ́n ní Ewúrẹ́ lẹbọ
Wọ́n ló já ọ̀nà
Wọ́n bá rúbọ
Nǹkaan wọ́n dáa
Nǹkaan wọn ò bàjẹ́ mọ́
Ni wọ́n wá ń jó n ní wọ́n ń yọ̀
Wọ́n ń yin àwọn Babaláwo
Àwọn Babaláwo ń yin Ifá..............39
Wọ́n ní bẹ́ẹ̀ làwọn Babaláwo tàwọ́n wí
Òróòtólú
A díá fún Lámọkọ tíí báwọ́n gbélé
　Alárá
Agọ̀ Lagọ̀ọ Mèsìlà
A díá fún Èrìgì dúdú Igbódù Arẹ̀han
Igbó ńlá làá wọ ká tóó wọlé Olúṣẹfun
A díá fún Pẹmọ́pẹmọ́ òde Àkúrẹ́
Ọpó Ìmọ̀dò níí rìn kọrọyín kòròyín
A díá fún Arẹ̀funwẹ̀ aya Àgbọnnìrègún
Arẹ̀funwẹ̀ o kan ọmọ
Ọpó Ìmọ̀dò ló mú ọ wá mẸdú.........50
Arẹ̀funwẹ̀ o kan ọmọ

It is a wild forest that one has to traverse
Before getting to the house of Olúṣẹfun
Casts divination for the rat killer of the city of Àkúrẹ́
They said he should sacrifice many rats
He is the one that walks in the traces of a hog
In the swamp hiding and dodging
He was also the one that casts divination for
　Arẹ̀funwẹ̀, the wife of Àgbọnnìrègún
That a woman can have children these many?.......30
Was her contention
They told her that a goat was the sacrifice
'You are on the right way'' they had told her
They all performed sacrifice
Their things experienced better times
Their things did not get spoilt again.
They then started to dance and rejoice
They were praising their Babaláwos
Their Babaláwos were praising Ifá...................39
They said it was exactly as their Babaláwos had said
Òróòtólú
Casts divination for Lámọkọ living with them in the
　household of Alárá
The fool like the fool of Mèsìlà
Casts divination for Èrìgì dúdú Igbódù Arẹ̀han
It is a wild forest that one has to traverse before
　getting to the house of Olúṣẹfun
Casts divination for the rat killer of the city of Àkúrẹ́
She walks in the traces of a hog, hiding and dodging
Casts divination for Arẹ̀funwẹ̀ the wife of
　Àgbọnnìrègún
Arẹ̀funwẹ̀, you have now reached the source of
　children
It was Ọpó Ìmọ̀dò that brought you to Ẹdú's
　intimacy...50
Arẹ̀funwẹ̀, you have now reached the source of
　children

DIFFICULT WORDS : ÒBÀRÀ

1. **Ọ̀bàrà bo bóó**: Name of a Babaláwo. Carved out of Ọ̀bàràbogbè

2. **Bóó bóó bóó**: The sound produced by the slippery manner of worms when they escape into their burrows.

3. **Ikú yò ó, àrùn yò ó**: Names of Babaláwos. (Lt) >Death and sickness had exonerated him

4. **Òtòńtò Ìròkò**: A Babaláwo

5. **Ìdó**: A town in Nigeria

6. **Òwìrìwìrì**: The manner by which flame billows when disturbed by strong wind.

7. **Ọ̀bàrà Ọ̀yẹ̀kú**: Also Ọ̀bàrà Òtòkú

8. **Pẹ́kútú Yẹkẹ, Òtìlẹ̀ mí hĩín hìn**: Names of Babaláwo

9. **Káà**: The long corridors found in the old type of buildings with rooms lining its sides

10. **Ẹgbẹ́**: Association, also the deity for heavenly mates

11. **Their sleep was not fine enough**: They had bad dreams. Nightmares

12. **Èkuru funfun**: A food preparation from beans. Usually mixed with stew after its preparation. But when the stew is not mixed with, it is referred to as White Èkuru or Èkuru funfun.

13. **Ọ̀bàrà ò bòdí**: Name of one of the minors of Ifá. Also Ọ̀bàrà Òdí

14. **Odídẹrẹ́**: Parrot

15. **Ilé ifẹ̀**: An ancient Yorùbá city

16. **Blood trading**: This is a reference to the red feathers found at the tail end of the parrot at all times. Drawing a paradox between the menstrual period of women. It is medically explainable that a woman that does not menstruate could not become pregnant.

17. **Ọ̀bàrà cover me, Ìdí cover me**: Ìdí here refers to Òdí. One of the names of Ifá signatures. Could also translate to mean the buttocks.

18. **Osùn**: Camwood

19. **Embark on their transmutation**: The journey to the earth just after choosing one's destiny

20. **Bring wealth in exchange**: To bring money in exchange for the commodities in want.

21. **Táńpòpóó abèèso wọnná wọnnà wọnná**: Name of a Babaláwo

22. **Yẹmẹkẹ̀**: Name of a chief in western part of Yorùbáland

23. **Ẹ̀gbá**: Name of a tribe in the southern part of Nigeria

24. **But when he laid low coiling up in bed**: After exhausting all forms of trouble shooting and had lost hope. He offered sacrifice and got his good fortunes while resting.

25. **Olúwòó**: The title of the king of Ìwó. A town in the southwest part of Nigeria

26. **Ọbà**: A deity. The river that protects the inhabitants of Ìwó from warfare

27. **Olúbeere**: An epithet for the king of Ìwó which is sourced from the many praise names of river Ọbà

28. **Ọgbún**: A special kind of calabash which actually forms the shape of a dish

29. **Ọ̀bàrà Ọ̀kànràn**: Also Ọ̀bàrà Kànhìnkànhìn. A minor.

30. **Ọdán**: A kind of perennial tree with heavy shade

31. **Ẹfun**: Chalk

32. **Bẹ̀mbẹ́**: Locally constructed bass drum

33. **Lìkì**: A town in Yorubaland

34. **Ọ̀bàrà Ègún tán**: Ọ̀bàrà Ògúndá. Ègún tán (Lt) 'The curse is ended'

35. Ìsìn: Water snails
36. Òkàsà: A kind of fish
37. Olókun: The deity of the Ocean
38. Àrúwọ̀n: A kind of fish with extensive fins and gills
39. Ìkòrò: Another kind of edible fish
40. Ọ́ládùbádà: Name of a person
41. Ọ̀bàràǹká: Ọ̀bàrà Ìká
42. Kànslèrè: Another name for the Hen
43. Òní gan gaan gan, Ọ̀bàrà ọ̀ sá: Name of a Babaláwo. (Lt) today in particular Ọ̀bàrà is not shying away
44. Ọ̀la gan gaan gan, Ọ̀bàrà ọ̀ sá: Ọ̀la means 'tomorrow'.
45. Ọ̀bàrà Òtòkú: Ọ̀bàrà Òtúrúpọ̀n
46. Èdú: Another name for Ọ̀rúnmìlà
47. Agbe: A kind of bird with black feathers
48. Gése: An ancient name
49. Ọ̀kàdẹ̀mù Lọ́nàa tàdẹ̀: Appellation
50. Itú: This is a word formed by merging two syllables together. I and tu. 'Tú' here means loosen: and the two then translate to 'we loosen' or we untie.
51. Òrúkọ: Male goat
52. Ọ̀pẹ̀ẹ̀rẹ́: A kind of bird
53. Làsèèsín nî ṣe síbà Lóorun: Oorun is the typical burnt straw in the field after bush burning. Làsèèsín is the name of the grasses that grew in the previous years before it finally became dry to be burnt the next season to form Oorun. In essence, it translate to 'Làsèèsín depends on Oorun"
54. Tẹ̀ẹ̀tú: Name of the chief decapitator for the king of Ọ̀yọ́.
55. Òsòló: Name of a Babaláwo

56. Awọ̀n: A kind of bird with long neck and found in river banks all over the world
57. Fákáyọ̀dé: Name of a person. 'Ifá has brought joy'
58. Àrìnjó Ifá: Devotees of Ifá

CHAPTER 8 : ÒKÀNRÀN

ÒKÀNRÀN MÉJÌ A

Ifá pé ọwọ́ eléyìun ó ba ire. Ọwọ́ọ rẹ̀ ó
tòó nìkan tí ń lé tí ò bá, ṣùgbọ́n kó rúbọ.
Gbogbo ẹbọ ò gbọdọ̀ tàṣé.

Òkànràn kan níhǐìn
Òkànràn kan lọ́hùún
Òkànràn di méjì o ṣe ìdí jàwàlá
A díá fún Jìngbìnní
Èyí tí ń lọ rèé fọwọ araa rẹ̀ẹ́ bèso
Ọwọ́ òun le tẹ ire?
Wọ́n ní kó rúbọ
Ó sì gbẹ́bọ ńbẹ̀
Ó rúbọ
Ọwọ́ọ rẹ̀ tó tutù..........................10
Ọwọ́ọ rẹ̀ ba ajé
Òkànràn kan níhǐìn
Òkànràn kan lọ́hùún
Òkànràn di méjì o ṣe ìdí jàwàlá
A díá fún Jìngbìnní
Èyí tí ń lọ rèé fọwọ araa rẹ̀ẹ́ bèso
Jìngbìnní mọ̀mọ̀ dé o awoo re
Ọwọ́ mi tó tutù jẹ́ ó bàjé
Jìngbìnní dé ò awoo re
Ọwọ́ tó tutù jẹ́ ó bajé....................20

ÒKÀNRÀN MÉJÌ A

Ifá says this person would obtain all the fortunes he
had been pursuing. But he is advised to perform
sacrifice. He should not reduce his sacrifice.

One Òkànràn located here
Another Òkànràn located over there
Òkànràn becomes two, having droopy base
Cast divination for Jìngbìnní
The one that was going to reap fortunes with her
    hands
'Would my hand get to the fortunes'? She asked
They told her to perform sacrifice
She heard about the sacrifice
And performed it
The hand that had not been full of wealth..............10
She became immensely rich
She said One Òkànràn located here
Another Òkànràn located there
Òkànràn becomes two and with droopy base
Cast divination for Jìngbìnní
The one that was going to reap fortunes with her
    hands
Jìngbìnní is really here the good priest
Let my hand that is cold touch fortunes
Jìngbìnní is here the good priest
Let the hand that is cold touch fortunes...............20

ÒKÀNRÀN MÉJÌ B

Bẹ́lẹ́bọ ò bá peni
Àṣèfin wọn ò yẹni
Ọ̀rọ̀ tèmi ò ṣe wò
Kolombo ni n ó sojú
A díá fún Èjì Ọ̀kànràn
Níjọ́ tí ń re ilé Ètilẹ̀
Wọ́n ní ó rúbọ
Kó lè baà tètè sẹ́rí wálé
Ó wáá gbẹ́bọ ńbẹ̀
Ó rúbọ............................10
Ó dÉtilẹ̀ lo dọmọ
Ìgbà tóo dÉtilẹ̀ loò fẹ́léé wá mọ́
O dÉtilẹ̀ lo dọmọ

If the one that requires sacrifice does not call on one
The trouble of having to perform a proficient sacrifice
    is not necessary
The case in which I did not partake
My face would not betray any anxiety
Cast divination for Èjì Ọ̀kànràn
On the day he was going to Ilé Ètilẹ̀
He was asked to perform sacrifice
Such that he would return home quickly
He heard about the sacrifice
And performed it...............................10
You arrived Ètilẹ̀ and became a worthwhile child
It was when you arrived Ètilẹ̀ that you did not want to
    return home again
You arrived Ètilẹ̀ and became a worthwhile child

ÒKÀNRÀN OGBÈ A

Ifá pé ire fún eléyìun; Yóó dáa fún un, ara
ó rò ó, ẹbọ ni kó rú.

Kèèrọ̀mí Awo Ológun Ìsẹ̀sẹ̀
Ló díá fún Ológun Ìsẹ̀sẹ̀
Èyí tíí sawo ẹbá ọ̀nà
Ará le rọ òun báyìí?
Wọ́n ní kí Ológun Ìsẹ̀sẹ̀ ó rúbọ
Wọ́n ní bí ará ó ti rọ̀ọ́ tó
Kò níí ṣeé fẹnu sọ
Ìyà ni Ológun Ìsẹ̀sẹ̀ sì tí ń jẹ́ bọ̀
Ológun Ìsẹ̀sẹ̀ bá rúbọ
Ó bá là......................................10
Òun náà?
N ní wá ń jó ní wá ń yọ̀
Ní ń yin àwọn Babaláwo
Àwọn Babaláwo ń yin Ifá
Ó ní bẹ́ẹ̀ làwọn Babaláwo tòún wí
Kèèrọ̀mí Awo Ológun Ìsẹ̀sẹ̀
Ló díá fún Ológun Ìsẹ̀sẹ̀
Èyí tíí sawo ẹbá ọ̀nà
Kèè tíí rọ̀ mí ò ọmọ Awo
Ifá bó bá rọ̀ mí tán......................20
N ó fi Iyùn dádè
Kèè tíí rọ̀ mí ò ọmọ Awo

ÒKÀNRÀN OGBÈ A

Ifá wishes this person well. Life would be easy for
him; but should offer sacrifice.

Kèèrọ̀mí the priest of Ológun Ìsẹ̀sẹ̀
Casts divination for Ológun Ìsẹ̀sẹ̀
Ológun Ìsẹ̀sẹ̀ the roadside priest
'Would life be easy for me at all'? He had asked
They told him to offer sacrifice
And that the ease which he would find life
He would be surprised
Ológun Ìsẹ̀sẹ̀ had been having hard times
He then performed the sacrifice
He became rich................................10
And surprised, he exclaimed 'me'?
He then started to dance and rejoice
He was praising his Babaláwo
His Babaláwo was praising Ifá
He said it was exactly as his Babaláwo had said
Kèèrọ̀mí the priest of Ológun Ìsẹ̀sẹ̀
Casts divination for Ológun Ìsẹ̀sẹ̀
Ológun Ìsẹ̀sẹ̀ is the roadside priest
It is not too easy for me at present
Ifá, if it becomes easy for me 20
I will use an Iyùn bead to mark the end of my Idè
It is not too easy for me at present

ÒKÀNRÀN OGBÈ B

Ire; ayé ó yẹ ẹ́. Ifá pé kí eléyiun ó mọ́ọ ṣe bíi tọkọ ẹ̀ Ayé ó yẹ ọkọ ẹ̀.

Àsẹ̀sẹ̀ rú ewé ògúnsèrè
Wọn a máa wu Ẹlẹ́kọ tíígí
Títí alẹ́
Títí alẹ́ a máa sapá kaka sólóriri
Adia fún Jingbìnní tíí saya Ọrúnmìlà
Wọ́n ní kó mọ́ọ ṣe bíi tifá
Ayé yẹ Jingbìnní
N ní wá ń jó ní wá ń yọ̀
Ní ń yin àwọn Babaláwo
Àwọn Babaláwo ń yin Ifá.............10
Ó ní bẹ́ẹ̀ làwọn Babaláwo tòún wí
Àsẹ̀sẹ̀ rú ewé ògúnsèrè
Wọn a máa wu Ẹlẹ́kọ tíígí
Títí alẹ́ a máa sapá kaka sólóriri
Adia fún Jingbìnní tíí saya Ọrúnmìlà
Jingbìnní dé ò aya Awo
Awó tó sì gbọ́ Ifá a gbé idẹ̀ bọrùn
Jingbìnní dé ò aya Awo
Jingbìnní dẹni ọlà láye

ÒKÀNRÀN OGBÈ B

Ifá says life would please this person. Ifá asks her to behave like her husband. Life would please her as well as her husband.

As freshly growing leaves of ògúnsèrè
They entice an Ẹlẹ́kọ permanently
Till their maturity
Till their maturity they behave arrogantly to an Olóriri
Cast divination for Jingbìnní, the wife of Ọrúnmìlà
She was asked to behave as Ifá
She did so and life so pleased her
She then started to dance and rejoice
She was praising her Babaláwos
Her Babaláwos were praising Ifá.....................10
She said it is exactly as her Babaláwos said
As freshly growing leaves of ògúnsèrè
They entice an Ẹlẹ́kọ permanently
Till their maturity
Till their maturity they behave arrogantly to an Olóriri
Cast divination for Jingbìnní, the wife of Ọrúnmìlà
A learned Babaláwo would put on an idè necklace
Jingbìnní is here the wife of a priest
Jingbìnní becomes a rich person on earth

ÒKÀNRÀN ÒYÈKÚ A

Ire fún eléyìun. Ojọ tí ọn bá yan ẹbọ fún eléyìun ni kó rúbọ ọhún. Ifá pé eléyìun ní ẹ̀gbọ́n kan: òun ní ó tùún ti ẹ̀gbọ́n ọhún ṣe.

Rúwá ń yáá só; Rúwá ń yáá só
Rúwá ń sáńmò; Rúwá ń sáńmò
Omí yáá rúbọ
Àì jẹun sùn yáá wí
Ẹbọ ká fọwọ́ bọ ẹnu
Ká fẹ̀ ẹ nù
Ó yá ń rúrú
A díá fún Ọlọ̀kànràn
Èyí tí ń lọ rèé yẹ ikú orí ẹ̀gbọ́n ẹ̀
Wọ́n ní kó rúbọ 10
Wọ́n ní Ajogun kan ń bẹ lọ́rùn ẹ̀gbọ́n ẹ̀
Àbúrò ẹ̀ ní ó sì fàá yọ
Ọlọ̀kànràn bá rúbọ
Ègbọ́n ẹ̀ náà rúbọ
Ayé yẹ wọ́n
N ní wọ́n wá ń jó ní wọ́n ń yọ̀
Ní wọ́n ń yin àwọn Babaláwo
Àwọn Babaláwo ń yin Ifá
Wọ́n ní bẹ́ẹ̀ làwọn Babaláwo tàwọn wí
Rúwá ń yáá só; Rúwá ń yáá só..... 20
Rúwá ń sáńmò; Rúwá ń sáńmò
Omí yáá rúbọ
Àì jẹun sùn yáá wí
Ẹbọ ká fọwọ́ bọ ẹnu
Ká fẹ̀ ẹ nù
Ó yá ń rúrú
A díá fún Ọlọ̀kànràn
Èyí tí ń lọ rèé yẹ ikú orí ẹ̀gbọ́n ẹ̀
Ẹbọ n wọ́n ní ó ṣe

ÒKÀNRÀN ÒYÈKÚ A

Ifá wishes this person well. He or she should perform the prescribed sacrifice the same day. He has a brother; he is the one that would mend the life of the brother.

Rúwá ń yáá só
Rúwá ń sáńmò
Water is fast to make use of as a sacrifice
Going to bed without food is fast to be recounted
The sacrifice of putting a hand in the mouth
And blowing it off
Is fast in performing
Cast divination for Ọlọ̀kànràn
The one that was going to remove the death spell on
          his brother's neck
He was asked to perform sacrifice....................10
They told him that there is an Ajogun on his brother's
          neck
And it is the junior brother who would save him
Ọlọ̀kànràn performed the sacrifice
The brother also performed his own
Life pleased them all
They then started to dance and rejoice
They were praising their Babaláwos
Their Babaláwos were praising Ifá
They said it was exactly as their Babaláwos had said
Rúwá ń yáá só...............…………..…………...20
Rúwá ń sáńmò
Water is fast to make use of as a sacrifice
Going to bed without food is fast to be recounted
The sacrifice of putting a hand in the mouth
And blowing it off
Is fast in performing
Cast divination for Ọlọ̀kànràn
The one that was going to remove the death spell on
          his brother's neck
He was asked to perform sacrifice

Ọlọ̀kànràn gbẹ́bọ ńbẹ̀.................30
Ó rúbọ
Kín ló yẹ ikú orí ẹgbọn lọ?
Ọlọ̀kànràn
Ló yẹ ikú orí ẹgbọn lọ
Ọlọ̀kànràn

Ọlọ̀kànràn heard about the sacrifice 30
And performed it
Who had removed the death spell on the brother's
        neck?
Ọlọ̀kànràn
Is the one that has removed the spell on his brother's
        neck
Ọlọ̀kànràn

407

ÒKÀNRÀN ÒYẸKÚ B

Ifá pé kí eléyìun ó rúbọ fún àwọn ọmọ ẹ. Yóó mọ́ọ jayé dáadáa.

Yangí aborí kugú
A díá fún Ọlọ̀kànràn níjọ́ tọ́mọ rẹ̀ tí ń
    yàán kú
Wọ́n ní ó rúbọ ńtorí àwọn ọmọ ẹ̀
Wọ́n ní gìrìpá òrúkọ lẹbọ
Ó rúbọ tán
Òjòjò ò bá ṣe àwọn ọmọ ẹ̀ mọ́
Òjòjò ò ṣe òun náà mọ
Ọmọ Ọlọ̀kànràn bá ń jayé
Ó ni bẹ́ẹ̀ làwọn Babaláwo tòún wí
Yangí aborí kugú 10
A díá fún Ọlọ̀kànràn níjọ́ tọ́mọ rẹ̀ tí ń
    yàán kú
Kọ́mọ ẹ̀ ó mọ́ yàn kú mọ́ o
Ayé làwá ń jẹ
Ọmọ Ọlọ̀kànràn ò kú mọ́ o
Ayé làwá ń jẹ

ÒKÀNRÀN ÒYẸKÚ B

Ifá asks this person to perform sacrifice for his children; He would enjoy life.

Yangí aborí kugú
Casts divination for Ọlọ̀kànràn, on the day his
    children were dying in successions
They asked him to perform sacrifice because of his
    children
A matured he-goat is the sacrifice
He performed the sacrifice
Sickness could not inflict him again
Sickness could not inflict his children again
The children of Ọlọ̀kànràn started to enjoy life
He said it was exactly as his Babaláwo had said
Yangí aborí kugú 10
Casts divination for Ọlọ̀kànràn who was asked to
    perform sacrifice
Such that his children would not die in successions
    again
We are enjoying life
The children of Ọlọ̀kànràn die not again
We are enjoying life

ÒKÀNRÀN ÌWÒRÌ A

Ire fún eléyìun. Ifá pé ká rúbọ kí ẹnìkán ó mọ́ gba oore wa pọ̀ mọ́ tiẹ̀.

Ọ̀kàn kì kìì kì
Babaláwo Ọjọ́ ló díá fún Ọjọ́
Ọ̀kàn kì kìì kì
Awo Òjò ló díá fún Òjò
Wón ní kí wọ́n ó rúbọ
Òjò ló rúbọ ju Ọjọ́ lọ
Ẹbọ ti Òjó pé pérépéré
Ṣùgbọ́n ti Ọjọ́ ò pé rárá
Bó ti wù kí Ọjọ́ ó yọra tó
Bí Òjò bá bẹ̀ẹ̀ lẹ̀.....................10
Yóó pa ojú Ọjọ́ ni
Òjò wá ń jó n ní ń yọ̀
Ń yin àwọn Babaláwo
Àwọn Babaláwo ń yin Ifá
Ó ni bẹ́ẹ̀ làwọn Babaláwo tòún wí
Ọ̀kàn kì kìì kì
Babaláwo Ọjọ́ ló díá fún Ọjọ́
A bù fún Òjò
Wọ́n ní kí àwọn méjèèjì ó sá káalẹ̀
Ẹbọ ni kí wọ́n ó ṣe.....................20
Òjò nìkàn ní ń bẹ lẹ́yìn tó rúbọ
A ní mo ṣẹbọ Ọkànràn kì
Kì kìì kì
Níbi Òjò bá Ọjọ́
Níbẹ̀ náà níí fi Ọjọ́ sí

ÒKÀNRÀN ÌWÒRÌ A

Ifá wishes this person well. His things would not be in disarray. He should offer sacrifice such that someone would not take over his rightful position.

Ọ̀kàn kì kìì kì
The Babaláwo of Day casts divination for Daylight
Ọ̀kàn kì kìì kì
The Babaláwo of Rain casts divination for Rain
The two of them were asked to perform sacrifice
When they performed their sacrifice
Rain offered his own very full
The sacrifice of Day was not complete at all
Whatever be the brightness of the day
Once it starts to rain.....................10
It would darken the brightness of the day
Rain then started to dance and rejoice
He was praising his Babaláwo
His Babaláwo was praising Ifá
He said it was exactly as his Babaláwo had said
Ọ̀kàn kì kìì kì
The Babaláwo of Day casts divination for Daylight
Also casts divination for Rain
The two of them were asked to take care of the
                                          ground
They should perform sacrifice.....................20
It was the rain coming from behind to perform
        sacrifice
He would say I have performed the sacrifice of
        Ọ̀kànràn kì
Kì kìì kì
Wherever the rain meets the day
It is there that it would overtake it

Ifá pé àwọn méjì kan lòún ń báá wí. Kí àwọn méjèèjì ó rúbọ; Kí nǹkan àbàadï ó mọ́ wàá sẹlẹ̀ sí ẹnikan ńnúu wọn. Ifá pé kí wọ́n ó bi òun léèrè ẹnïkejì eléyìun tí ó rúbọ ṣe ïkejì. Ayé ó yẹ àwọn méjèèjì.

Ifá says he is referring to a group of two people. That the two should perform sacrifice such that a bad incident would not happen unexpectedly to one of them. Ifá enjoins this person to ask who the second person is. Life would please them both.

Ma rín o kú ma sá
Ma sá o kú ma rín
Yàn bílíkí o kú yàn páàsï
Ìjà àgbààgbà méjì ni ò wọ̀
Ìjà àgbààgbà méjì n làlá Ọlọ́fin
Àṣá ló kọ́kọ́ tètè sapẹpẹ lÁàfin Ọ̀yọ́
Wọ́n ní kí Ọba ó rú Igún
Kílé ayé ó lè baà gún
Wọ́n ní kó rú Ọsïn
Kí àwọn tí ò sïn ó lè baà sïn............10
KỌ́ba ó rú Tẹ̀ntẹ̀rẹ́
Kílé ayé ó lè baà tẹ́jú
Nígbà ìwásẹ̀
Àwọn Ọba ń tọ̀run bọ̀ wálé ayé
Ilé ayé tí àwọn ń lọ yïí dáa báyìí?
Wọ́n bá tọ Ọrúnmìlà lọ
Ọrúnmìlà níwọ Ọba
Ìwọ nïkan lóó boríi gbogbo ènïyàn láyé
Ṣùgbọ́n o ó rùú Igún o
Ọbá bá rú Igún.....................20
Ó ó sï rú Ọsïn
Ọbá rú Ọsïn
Ó ó sï rú Tẹ̀ntẹ̀rẹ́
Ọbá tún rú Tẹ̀ntẹ̀rẹ́
Ńgbà Ọbá dé ilé ayé
Igún tí é e rúbọ
Ayé gún mọ́ ọ lọ́wọ́
Òun nikan ni ọ́n mọ lólórí
Àwọn ọ̀tẹ̀ tí ò sïn

Ma rín o kú ma sá
Ma sá o kú ma rín
Yàn bílíkí o kú yàn páàsï
It is the fight of two elders that is undesirable
The fight of two elders is the nightmare of Ọlọ́fin
The Kite was the first to be exuberant in the in the
    palace of the king of Ọ̀yọ́
They told the King to sacrifice Igún bird
Such that the world would be well arranged
They told him to sacrifice Ọsïn bird
Such that those who refused to worship would
    Worship...............................10
They told the King to sacrifice Tẹ̀ntẹ̀rẹ́ bird
Such that the earth would be flat and expanse
In the olden days
The Kings were coming from heaven to the earth
'Would the earth that we are going be good at all'?
They went to consult Ọrúnmìlà
'You Kings', Ọrúnmìlà said
'You alone would prevail on all people on earth'
'But you must sacrifice an Igún bird'
'The Kings sacrificed Igún bird'......................20
'You will also sacrifice an Ọsïn bird'
The Kings offered Ọsïn bird
'You will also sacrifice Tẹ̀ntẹ̀rẹ́ bird', Ọrúnmìlà said
    conclusively
They offered Tẹ̀ntẹ̀rẹ́ bird
When the Kings got to the earth
The Igún bird they had sacrificed
Life became well arranged for them
He is the only one known or regarded as the head
The rebel who had refused to worship

Gbogboo wọn ní ọn padà wáá sìn.......30	All of them came back to worship..................30
Ńgbà tí ó rùú Tẹ̀ntẹ̀rẹ́	When he sacrificed Tẹ̀ntẹ̀rẹ́ bird
Ilé ayé bá tẹ́jú	The world became expanse
Pẹrẹsẹsẹ layé lọ	The earth became very flat
Wọ́n ní Ọbá mọ̀ ti rú Igún	They said 'The King had offered an Igún bird'
Ilé ayé mọ̀ gún ùn	The world is now well arranged
Ó mọ̀mọ̀ ti rú Ọsìn	He also offered an Ọsìn bird
Àwọn tí ò sìn tí ń sìn	Those who had refused to worship are now
	worshiping
Ó mọ̀mọ̀ ti rú Tẹ̀ntẹ̀rẹ́	He offered Tẹ̀ntẹ̀rẹ́ bird
Ilé ayé mọ ti tẹ́júù	The world became expanse
Wọ́n ní taa lẹ rí pẹ̀lú ẹ̀...................40	'Who did you see with him'? They asked...........40
Wọ́n ní àwọn rí Akọ́dá	We saw Akọ́dá
Wọ́n ní àwọn rí Aṣẹ̀dá	We saw Aṣẹ̀dá
Wọ́n ní àwọn rí Olúwo	Olúwo was there
Àwọn sì rí Odùgbọ̀nà	So does Odùgbọ̀nà
Àwọn tún rí Àgbọngbọ̀n	We also saw Àgbọngbọ̀n, they said
Wọ́n ní gbogbo Ìjòyé ti pé	They reasoned 'All the chiefs are complete'
N ní wá ń jó ní wá ń yọ̀	They then started to dance and rejoice
Ní ń yin àwọn Babaláwo	They were praising their Babaláwos
Àwọn Babaláwo ń yin Ifá	Their Babaláwos were praising Ifá
Ó ní bẹ̀ẹ̀ làwọn Babaláwo tòún wí.....50	They said it was exactly as their Babaláwos said...50
Ma rín o kú ma sá	Ma rín o kú ma sá
Ma sá o kú ma rín	Ma sá o kú ma rín
Yàn bílíkí o kú yàn páàsì	Yàn bílíkí o kú yàn páàsì
Ìjà àgbààgbà méjì ni ò wọ̀	It is the fight of two elders that is undesirable
Ìjà àgbààgbà méjì n làlá Ọlọ́fin	The possibility of the fight of two elders was the
	nightmare of Ọlọ́fin
Aṣá ló kọ́kọ́ tètè sapẹpẹ lÁàfin Ọ̀yọ́	The Kite was the first to be exuberant in the in the
	palace of the king of Ọ̀yọ́
Wọ́n ní kí Ọba ó rú Igún	They told the King to sacrifice Igún bird
Kílé ayé ó lè baà gún	Such that the world would be well arranged
Ọbá rú Igún,	The King offered an Igún bird
Ilé ayé bá gún.............................60	And the world became well arranged...............60
Wọ́n ní kó rú Ọsìn	They told him to sacrifice Ọsìn bird
Kí àwọn tí ò sìn ó lè baà sìn	Such that those who refused to worship would
	worship
Ọbá rú Ọsìn	The King offered an Ọsìn bird

Gbogbo àwọn tí ò sìn ní ń sìn

KÓba ó rú Tèntèré

Kílé ayé ó lè baà téjú

Ọbá rú Tèntèré

Ilé ayé sì Téjú

Ọbá gbọ́ gbogbo ẹbọ

Ọbá bá rúbọ 70

Ó ní mo rí Akọ́dá

Mo rí Aṣèdá

Mo rí Olúwo

Mo sì rí Odùgbọ̀nà

Ìgbà táa rí Àgbọngbọ̀n

Awó pé

All those who had never worshiped then started to
    worship

They told the King to sacrifice Tèntèrẹ́ bird

Such that the earth would be flat and expanse

The King offered Tèntèrẹ́ bird

The earth became an expanse

The King heard about the sacrifice

And performed it :...................................70

'We saw Akọ́dá'

'We saw Aṣèdá'

'We saw the Olúwo'

'We saw the Odùgbọ̀nà'

'When we saw Àgbọngbọ̀n', they said

All the priesthood order is complete

Ọ̀KÀNRÀN ÒDÍ A

Ifá pé ara eléyìun ó le. Yóó gbádùn ayé
ẹ̀. Ẹmí ẹ ó gùn ṣùgbọ́n kó rúbọ Ọ̀kànràn
Òdí.

Ọ̀kànràn din din kúù din kúù din
A díá fún Owú
Èyí tí ń sọ̀gbọ̀gbọ̀ àrùn
Tí ń najú aláì le ǹde
Wọ́n ní ẹbọ ara líle ni kó rú
Owú ní ń ṣe jẹ̀gẹ̀jẹ̀gẹ̀ lÁgbẹ̀dẹ
Wọ́n ní kó rúbọ kí ara ẹ̀ ó le
Wọ́n ní wọ́n ó jàn án jàn án
Ipá ò níí ká a
Ẹmí ẹ̀ ó sì gùn.............................10
Owú bá rúbọ
Ẹbọ ẹ̀ bá dà
Ọ̀kànràn din din kúù din kúù din
A díá fún Owú
Èyí tí ń sọ̀gbọ̀gbọ̀ àrùn
Tí ń najú aláì le ǹde
Wọ́n ní ó rúbọ
Owú gbẹbọ ńbẹ̀ ó rúbọ
Ó rúbọ tán lará bá le
A ní mo ti ṣẹbọ......................... 20
Mo ti ṣẹbọ Ọ̀kànràn din din kúù din kúù
din
Mo rúbọ Ọ̀kànràn di n din kúù din kúù
din
Ni Owú ń wí lÁgbẹ̀dẹ

Ọ̀KÀNRÀN ÒDÍ A

Ifá says this person would be full of longevity. He
would enjoy his life and live a long life; but should
offer the sacrifice of Ọ̀kànràn Òdí.

Ọ̀kànràn din din kúù din kúù din
Casts divination for the Mold
That was arrested by illness
And sightseeing without being able to stand up
They told him to offer sacrifice for good health
The Mold had previously been ailing in the
      blacksmith shop
They asked him to sacrifice for good health and
'They would hit and hit you'
'Nothing would overcome you'
'You would also have long life', they said.........10
The Mold performed the sacrifice
And his sacrifice was accepted
Ọ̀kànràn din din kúù din kúù din
Casts divination for the Mold
That was arrested by illness
And sightseeing without being able to stand up
He was asked to perform sacrifice
The Mold heard about the sacrifice and performed it
He finished performing the sacrifice and became
      strong
He would say 'I have offered sacrifice'.............20
'I have offered the sacrifice of Ọ̀kànràn din din kúù
      din kúù din
I have performed the sacrifice of Ọ̀kànràn din din
Is what the Mold is toning in the blacksmith shop till
      date

ÒKÀNRÀN ÒDÍ B

Ifá pé kí eléyìun ó mọ́ dínn ẹbọ tí ọ́n bá yàn fún. Nǹkan tí Ifá bá bèèrè gaan ni kó fún Ifá. Kò gbọdọ̀ dín.

Di n din kúù din
Ọlọ̀kànràn di n dìn kúù din
A díá fún Ọlọ̀kànràn
Níjọ́ tí ń relé Ìdin lọ rèé dínwó
Wọ́n ní kó rúbọ
Òkùnrùn bóo bá dínwo.............10
A ó sĩ dĩìngùn
Ọ̀kànràn mọ́ relé Ìdin lọ rèé dínwó mọ́

ÒKÀNRÀN ÒDÍ B

Ifá asks this person not to reduce the sacrifice prescribed for him. He should offer exactly what is required of him.

Di n din kúù din
Ọlọ̀kànràn di n din kúù din
Casts divination for Ọlọ̀kànràn
On the day he was going to the house of Ìdin to negotiate the sacrifice costs
He was asked to perform sacrifice
You sickly, If you reduce the costs…….............10
We would reduce the medicine
Ọ̀kànràn, do not go to the house of Ìdin to haggle for reduction in costs again

414

ÒKÀNRÀN ÌROSÙN A

Ifá pé ayé ó yẹ eléyìun; nǹkaan rẹ̀ ò níí bàjẹ́. Ifá pé Obìnrin tí eléyìun ó fẹ́ẹ́ tàbí tó ti fẹ́ le díẹ̀. Ifá pé kó mọ́ọ sọrọ̀ tó dáa lẹ́nu kí wọ́n ó baà fi Obìnrin ọ̀hún jìn ín.

Ọ̀kànràn roro jẹ̀jẹ̀ẹ̀jẹ̀
A díá fún Bàtá
Èyí ti ń lọ rèé gba Koko Obìnrin Sàngó
Bàtá ní ń lọ̀ọ́ gba Koko
Sàngó sì ǹíí
Èèyàn ĺíle ni
Obìnrin sì wo mọ́ Bàtá
Ó ní dandan, òún ó fẹ́ ẹ
Òun ó ti wáá ṣe?
Sàngó ló sì jẹ́ ẹní ó le yǐí...............10
Bàtá ń pé òun ò fẹ́
Obìnrin bá kó tọ Bàtá lọ
Bàtá bá gba Koko
Inú bá ń bí Sàngó bọ̀
Sàngó ń bọ̀ wáá bá Bàtá jà
Bàtá bá nàró
Ní ń pé Olúbámbí
Fi jìn mí
Olúbámbí, fi jìn mí
Fọ̀ràan Koko jìn mí..........…...……..20
Gẹ́gẹ́ bí Sàngó tí ń gbẹ́sẹ̀
Ni Bàtá ń ṣe
Ni Bàtá bá tún ké
Mọ gba Koko ná
Mo gba Koko ná
Fi Koko jìn mí

ÒKÀNRÀN ÌROSÙN A

Life would please this person; his things would not get spoilt. Concerning the woman of this person, (either his fiancée or wife), Ifá says she is a bit difficult. Ifá enjoins him to have good pronouncements such that the woman would be his wife permanently.

Ọ̀kànràn roro jẹ̀jẹ̀ẹ̀jẹ̀
Casts divination for Bàtá
That was going to marry Koko, the woman of Sàngó
It is Bàtá who snatched Koko
But here is Sàngó
Being a very difficult person
Despite this, the woman cleaved to Bàtá forcefully
Saying she would marry him by all means
'What would I do now'? Bàtá queried himself
'Sàngó is very difficult and this woman has cleaved to me'…...……………….........……10
He refused the proposal
But the woman without notice packed into his house
Left with no option, he accepted Koko
Sàngó became very angry and was coming with great fury
Sàngó was coming to fight with Bàtá
Bàtá stood up
Saying 'Olúbámbí'
'Pardon her for me'
'Olúbámbí, forgo her for me'……………………20
'Pardon me Koko's case'
And rhythmically, the steps of Sàngó
Matched the drumbeats of Bàtá's drumming
The Bàtá drum sounded in high tone again
'I have snatched Koko'
'I have snatched Koko'
'But pardon her for me'

Sàngó níwọ Bàtá
Lò ń sọ̀rọ̀
Nǐ sǐ ń bá ẹsẹ̀ òun mu
Ó ló dáa.........................30
Òun bùn ọ ní Koko náà
Ọ̀kànràn roro jẹ̀jẹ̀ẹ̀jẹ̀
A díá fún Bàtá
Èyí ti ń lọ rèé gba Koko Obìnrin Sàngó
Ẹbọ n wọ́n ní ó ṣe
Bàtá gbẹ́bọ ńbẹ̀ ó rúbọ
Rírú ẹbọ, èèrù àtùkèsù
Ẹ wáá bá ni ní Jẹ̀bútú aya
Jẹ̀bútú aya làá bá ni lẹ́sẹ̀ Ọba Òrìsà

Sàngó then reasoned 'You Bàtá'
You were forming your drumbeats
It matched my steps
That is all right, Sàngó said.........................30
I give Koko to you permanently
Ọ̀kànràn roro jẹ̀jẹ̀ẹ̀jẹ̀
Casts divination for Bàtá
That was going to snatch Koko, Sango's woman
Sacrifice was the antidote that was prescribed for him
Bàtá heard about the sacrifice and performed it
Offering of sacrifice and free gifts to Èṣù
Come and meet us surrounded by wives
One is found surrounded by wives at the feet of the
    king of all Òrìsàs

416

ỌKÀNRÀN ÌROSÙN B

Ifá póun pé ire fún eléyìun lọ́dọ̀ ọba, lọ́dọ̀ ìjòyè, àti lọ́dọ̀ àwọn èèyàn ńlá. Yóó nípọn láyé, yóó sì rí ìfà jẹ.

Máílo Awo Ọdẹ ló díá fún Ọdẹ
Ọdẹ ní ń re Igbó méje ẹ̀lùjù méje
Àgbébìkan jìfà, Awo Olóyè
Ló díá fún Olóyè
Wọ́n ní kó rúbọ kó lè baà róyèe baba ẹ̀ jẹ
Ọdẹ ní ń bèèrè lọ́wọ́ Ifá
Ayé yẹ òun báyìí?
Wọ́n ní kí Ọdẹ ó rúbọ
Wọ́n ní Iṣu lẹbọ ẹ̀
Ọdẹ bá kó Iṣu wá...........................10
Wọ́n bá kó ìdajì fún Ọdẹ
Àwọn Babaláwo jẹ ìdajì yókù lérù
Ọdẹ bá rúbọ
Wọ́n ní ọdún ọdúnníí ni ọlàa rẹ̀ dé
Ọdẹ bá kọrí sí aginjù
Ó bá fiṣu sórí iná
Ó gorí ẹ̀gùn lọ
Iná iṣu bá ń rú túú
Àwọn kán sì ti rìn rì́n rìn
Tí ọ́n ti sọnù sínú ìgbẹ́ láti ìgbà ìwásẹ̀..20
Ni ọ́n bá rí ẹ̀ẹ́fín iná
Àwọn ò sì ti rí oúnjẹ jẹ fún ijọ́ mẹ́ta
Wọ́n bá tọ̀ òye iná lọ
Wọ́n dé ibẹ̀
Wọ́n bá Ọdẹ tó fisuú ná

ỌKÀNRÀN ÌROSÙN B

Ifá wishes this person well. Ifá says he would receive good reception from kings, chiefs and personalities. Ifá assures that he would get free gifts.

Máílo the Babaláwo of the Hunter casts divination for the Hunter
The Hunter was going the seven renowned forests and bushes
Àgbébìkan jìfà the Babaláwo of the high Chief
Casts divination for the high Chief
He was asked to perform sacrifice to ascend the throne of his forefathers
The Hunter was the one asking Ifá
Whether life would please him or not
They asked the Hunter to perform sacrifice
They told him that his article of sacrifice was mainly yam tubers
The Hunter brought yam tubers......................10
They gave him half of the total yams that he brought
The Babaláwo took half for themselves as their free gift
The Hunter performed the sacrifice
They told him that his riches would come to him the same year
The Hunter then left for the Forest
He put some yam tubers on the fire to roast
He ascended to his concealed camp
The smoke of the fire then rose up to the sky
Meanwhile, some group of people had trekked and trekked
They had lost their way for a very long time.........20
They saw the smoke from a far distance
And had had no food for three days
They started tracing the source of the smoke
They got to the spot
And met with the Hunter with Yams roasting on fire

Ni ọn bá jókòó ni ọn jẹun
Wọ́n ní ìwọ Ọdẹ làwọ́n ń bá lọ ilé
Ọdẹ́ lóun ò tó irúu wọ́n gbà sọ́dọ̀
Ó bá kó wọn tọ Ọba lọ
Ọbá ní ó mọ́ọ kó wọn lọ ilé ẹ̀.............30
Àwọn Àgbébìkan jìfá Awo Olóyè
Tó dífá fún Olóyè
Àwọn náà ti rúbọ
Ńgbà ó di ọdún
Bí ọn tí ń kó ẹrù iṣu mẹ́wàá fún Ọdẹ
Ni Ọdẹ ń kó márùún lọ̀ọ fún Ọba
Ọdún Ọlà Ọdẹ́ bá pé
Ifá pé eléyìun ó rífà jẹ
Máílo Awo Ọdẹ ló díá fún Ọdẹ
Ọdẹ ní ń re Igbó méje ẹ̀lùjù méje........40
Wọ́n ní kí Ọdẹ ó rúbọ sílẹ̀ kó tóó lọ
Ọdẹ́ gbẹ́bọ ńbẹ̀ ó rúbọ
Àgbébìkan jìfá, Awo Olóyè
Ló díá fún Olóyè
Wón ní kó rúbọ lọ́dúnnìí kó lè baà rífà jẹ
          láíláí
Òun náà gbẹ́bọ ńbẹ̀ ó rúbọ
Ọdẹ́ rúbọ: Olóyè náà rúbọ
Kín ní ń wá waá bọ̀ wá gẹrẹrẹ?
Ìfà
Ìfà ní ń wá waá bọ̀ wá gẹrẹrẹ............50
Ìfà

They sat down and had some food to eat
'You are the one we are following home', they said
'I am not worthy of being followed home', the Hunter
          replied, astounded
He took them to the king
The King then ordered him to take them home.......30
Meanwhile, the priests 'Àgbébìkan jìfá' the priest of
          the high chief
That had cast divination for the high chief
They too had offered their sacrifice
When it was a year cycle
The visitors started giving ten loads of yam tubers to
          their host, the Hunter
The Hunter would give five to the king
The year of riches of the Hunter became a reality
Ifá says this person would get free gifts to enjoy
Máílo the Babaláwo of the Hunter casts divination for
          the Hunter
The Hunter was going the seven renowned forests and
          bushes...40
They asked the Hunter to offer sacrifice before
          leaving
The Hunter heard about the sacrifice and performed it
Àgbébìkan jìfá the Babaláwo of the high Chief
Cast divination for the high Chief
He was asked to perform sacrifice this current year to
          get free gifts till eternity
He too also heard about the sacrifice and performed it
The Hunter performed his sacrifice; so does the chief
What is coming to look for us in multitude?
Free gifts
Free gifts are coming to look for us in multitude....50
Free gifts

418

ÒKÀNRÀN ÒWÓNRÍN   A

Ifá loun pé ire fún ẹní ó dá odù yìí. Ayé
ó yẹ ẹ́; gbogbo nǹkan tó ti ṣe ṣee ṣe tí ò
lójú. Ifá pé gbogbo ẹ̀ ní ó lòójú Ẹbọ ni kó
rú. Ifá pé àwọn Ọlọ̀run ó ta eléyìun lọ́rẹ.

Òkànràn Òwọ́nrín onílẹ̀ ló làre
Àjòjì wọn ò mẹsẹ̀ẹ lẹ̀
Àjòjì Ì bá mẹsẹ̀ ilẹ̀ wọn a bàlú jẹ́
A díá fún Awógbádé
Ọmọ Ọlọ̀run figbá bòwà mọlẹ̀
Ẹbọ n wọ́n ní ó ṣe
Awógbádé ló ṣe gogbo nǹkan ni ò lójú
Wọ́n ní gbogbo ẹ̀ ní ó lòóju
Awógbádé bá rúbọ
Ayé bá yẹ ẹ́.............................10
Ní wá ń jó n ní ń yọ̀
Ní ń yin àwọn Babaláwo
Àwọn Babaláwo ń yin Ifá
Ó ní bẹ́ẹ làwọn Babaláwo tòún wí
Òkànràn Òwọ́nrín onílẹ̀ ló làre
Àjòjì wọn ò mẹsẹ̀ẹ lẹ̀
Àjòjì Ì bá mẹsẹ̀ ilẹ̀ wọn a bàlú jẹ́
A díá fún Awógbádé
Ọmọ Ọlọ̀run figbá bòwà mọlẹ̀
Ọlọ̀run tó figbá bòwà mọ́lẹ̀.............20
Ọdún Ọdún yìí ní ó si
Ọlọ̀run tó figbá bòwà mọ́lẹ̀

ÒKÀNRÀN ÒWÓNRÍN   A

Ifá wishes this person well. Life would please him.
He had tried and tried his hand on some things without
making progress. Ifá says everything would have
success but he should perform sacrifice. Ifá says some
heavenly people would dash him gifts.

Òkànràn Òwọ́nrín, the land owners are vindicated
The visitors do not know the history of the land
If the visitors had known the history, they would have
    disparaged the city
Cast divination for Awógbádé
The child of God who covered character with
    calabash
He was asked to perform sacrifice
Awógbádé was trying his hand on things without
    having success
They assured him all would be well
Awógbádé performed the sacrifice
Life pleased him....................................10
He then was dancing and was rejoicing
He was praising his Babaláwos
His Babaláwos were praising Ifá
He said it was exactly as his Babaláwos had said
Òkànràn Òwọ́nrín, the land owners are vindicated
The visitors do not know the history of the land
If the visitors had known the history, they would have
    disparaged the city
Cast divination for Awógbádé
The child of God who covered character with
    calabash
The god who covered character with calabash.......20
He would open it this current year
God that covered character with calabash

ÒKÀNRÀN Ọ̀WỌ́NRÍN B

Ifá péléyìun ò gbọdọ̀ sánnáání sí Obìnrin ẹ̀. Ire kán ń yọ bọ̀ wá. Kó mọ́ fi ire náà ṣe fààrí kó mọ́ baà tàràkà lójọ́ iwájú. Ire tó bá kọ́ yọjú sí i ni kó gbá mú; Ire pọ̀ fún eléyìun ṣùgbọ́n tó bá sọ ti àkọ́kọ́ nù, kò dára o.

Ọkàn wọ́ọ̀n wọ́ọ̀n
Awo Ajá ló díá fún Ajá
Ajá níí sọkọ Àlá Òru
Wọ́n ní ó rúbọ
Àlá Òru nʼìyàwó Ajá
Ajá bá ń sánnáání sí Àlá Òru
Òun náà ni Ajá ń ṣe báyìí sí?
Àlá Òru bá kọ̀yìn sí Ajá
Ajá bá pe Àlá Òru; pe Àlá Òru
Àlá Òru ò bá dáhùn mọ́.................10
Ẹ ẹ́ ri bó bá di lálẹ̀
Ajá ó mọ́ọ hu
Àlá Òru ní ń wá kiri
'Wọ́n ní àwọn ò wí fún ọ'
'Lójọ́ kʼíìní pé ó mọ́ fi ire è rẹ ṣe fààrí'
Ọkàn wọ́ọ̀n wọ́ọ̀n
Awo Ajá ló díá fún Ajá
Ajá níí sọkọ Àlá Òru
Wọ́n ní ó sá káalẹ̀ ẹbọ aya ní ó ṣe
Ajá ìwọ loò ṣeun.......................20
Ìwọ loò sèèyàn
Ìgbà tóò ṣẹbọ
Ìgbà tóò tù èèrù
Ìwọ wo Ifá ọjọ́hun bí tí ń ṣẹ

ÒKÀNRÀN Ọ̀WỌ́NRÍN B

Ifá asks this person not to be uncaring to his wife. A certain fortune is coming to him. He should not toy with the fortune such that it would not create a bottleneck for him. The first good fortune that comes to him should be grabbed, as there are so many good fortunes coming his way; but should he miss the first one, it might create a problem in the future.

Ọkàn wọ́ọ̀n wọ́ọ̀n
The Babaláwo of the Dog casts divination for the Dog
The Dog was the husband of Àlá Òru
He was asked to offer sacrifice
Àlá Òru is the Dog's wife
The Dog neglected her and treated her shabbily
'It is to me the Dog is behaving to this way', she
     wondered
She afterwards discarded the Dog
Later the Dog returned home and called his wife
He got no response from Àlá Òru...............10
You will all notice that once it is dusk
The Dog would howl
He is actually looking around for Àlá Òru
Didn't we tell you, they reminded him?
That you should not toy with your good things
Ọkàn wọ́ọ̀n wọ́ọ̀n
The Babaláwo of the Dog casts divination for the Dog
The Dog was the husband of Àlá Òru
He was asked to take care of the ground and perform
     sacrifice meant for wives
You Dog, 'you are not kind enough'................20
You are not humane
As you neither performed the prescribed sacrifice
Nor gave the free gifts
See the divination of the other day proving true

ÒKÀNRÀN ÒBÀRÀ A

Ifá pé ire ó tóó eléyìun lówó, Obìnrin rere ni eléyìun ní yóó sí bímọ fún un lópòlopò.

Òkàn bàbààbà Awo ilé Ọlóbà
A díá fún Ọlóbà Abèdú
Ọmọ a yín gínní gínní bọmọ lẹnu
Wón ní ó rúbọ
Ọlóbà Abèdú ní ń bèèrè lówó Ifá
Pé òun rífà jẹ bí?
Ayé òun dára báyìí?
Wón ní ayée rè ó dáa
Wón ní yóó bíi ọmọ lópòlopò
Ẹnú àwọn ọmọ è ó sì tómú............10
Nnkan è ò sì níí bàjé
Ọlóbà Abèdú bá rúbọ
Ọmọ ò ní mòmó mó
Ní bá ń yín gínní gínní sọmọ lẹnu
Ní wá ń jó n ní ń yò
Ní ń yin àwọn Babaláwo
Àwọn Babaláwo ń yin Ifá
Ó ní bẹẹ làwọn Babaláwo tòún wí
Òkàn bàbààbà Awo ilé Ọlóbà
A díá fún Ọlóbà Abèdú........ 20
Ọmọ a yín gínní gínní bọmọ lẹnu
Wón ní ó sá káalè ó jàre ẹbọ ní ó ṣe
Ọlóbà Abèdú gbẹbọ ńbè ó rúbọ
Kín lỌlóbà ń jẹ?
Ifà
Ifà lỌlóbà ń jẹ
Ifà

ÒKÀNRÀN ÒBÀRÀ A

Ifá wishes this person well. Good things would come to him. He would have a good wife and the woman would bore him many children.

Òkàn bàbààbà, the Babaláwo of Ọlóbà's house
Casts divination for Ọlóbà Abèdú
The child of 'a yín gínní gínní bọmọ lẹnu'
He was asked to perform sacrifice
Ọlóbà Abèdú was asking Ifá
'How would I be able to get free gifts'?
'Would my life be fine'?
They said his life would be fine
And that he would have many children
His children would be successful in life..............10
His things would not get spoilt
Ọlóbà Abèdú performed the sacrifice
The children became so many
He then started to chip bits of food into the mouth of babies
He then started to dance and rejoice
He was praising his Babaláwo
His Babaláwo was praising Ifá
He said it was exactly as his Babaláwo had said
Òkàn bàbààbà, the Babaláwo of Ọlóbà's house
Casts divination for Ọlóbà Abèdú....................20
The child of 'a yín gínní gínní bọmọ lẹnu'
He was asked to take care of the ground and perform sacrifice
Ọlóbà Abèdú heard about the sacrifice and performed it
What is Ọlóbà enjoying?
Free gifts
Free gifts is what Ọlóbà is enjoying
Free gifts

ÒKÀNRÀN ÒBÀRÀ B

Ifá pé nǹkan ìdílé àwọn eléyìun kán ń bẹ
ńlẹ̀. Ifá pé kó mọ́ jẹ́ẹ́ kí nǹkan ọ̀hún ó
parun. Ifá pé nípa nǹkan tí eléyìun ń
bèèrè, nǹkan ìdílé wọn kán ń bẹ tí ọ́n ti
patì, kó lọ̀ọ́ wádìí nǹkan ọ̀hún kó mọ́ jẹ́ẹ́
pé nǹkan ìdílé yìí ní ó mọ́ọ dà á láàmú
nínú nǹkan tó bèèrè fún.

Agogo sékété Awo ilé Ọlọ́bà
Ló díá fún Ọlọ́bà ni kùtùkùtù Òwúrọ̀
Wọ́n ní ó rúbọ kí nǹkan ogúun babaa
  wọ́n ó mọ́ leè parun
Nǹkan ogúun baba àwọn ò parun báyìí?
Wọ́n ní ó rúbọ
Wọ́n ní bẹ́èyàn bá gbó tó tọ́
Ọ̀dọ̀ àwọn baba ẹ̀ náà ní ó lọ
Baba tí ń pè ní baba àtijọ́ náà ní ó tọ̀ lọ
Láì lọ sí ìkangun wọn mọ́
Wọ́n ó da padà ni...................10
Wọ́n ní kó rúbọ
Kó lọ̀ọ́ ṣe ojúṣe àwọn baba wọn láti ilẹ̀
Eégún, ilé Ọlọ́bà ni
Òòsà, ilé Ọlọ́bà ni
Gbogbo ará ọ̀rún pátá, ilé Ọlọ́bà ni
Wọ́n ní kí Ọlọ́bà ó mọ́ jẹ́ẹ́ ó run
Ni ọ́n bá rúbọ
Ni gbogbo nǹkan wọ́n gún
Ayé yẹ wọ́n
Ní wá ń jó n ní ń yọ̀...................20
Ní ń yin àwọn Babaláwo
Àwọn Babaláwo ń yin Ifá
Ó ni bẹ́ẹ̀ làwọn Babaláwo tòún wí
Agogo sékété Awo ilé Ọlọ́bà
Ló díá fún Ọlọ́bà ni kùtùkùtù Òwúrọ̀
Ẹbọ n wọ́n ní ó ṣe

ÒKÀNRÀN ÒBÀRÀ B

There is an object of ancestral heritage in the house of
this person. Ifá enjoins him not to allow the culture to
die. Concerning what this person is looking for, it is
this same ancestral values that has been abandoned
that he should go and investigate such that it would not
trouble him again in future.

Agogo sékété, the priest of Ọlọ́bà's household
Casts divination for Ọlọ́bà in the beginning
He was asked to perform sacrifice such that his
  ancestral monument would not die
How would this monument not die?
He was asked to perform sacrifice
They told him that when one becomes old and aged
He would ascend to meet his forefathers
It is to the same fathers that was known in the
  beginning that one would return
Without going to this familiar environment
He would be sent back...................10
He was asked to perform sacrifice
He should observe the practice of his fathers that was
  known ever since creation
Masquerades belong to Ọlọ́bà's household
All the Deities belong to the house of Ọlọ́bà
All progenitors are worshiped in Ọlọ́bà's house
They advised him not to allow the practice to die
They performed the sacrifice
Their things became successful
Life so please them
He then was dancing and rejoicing...................20
He was praising his Babaláwo
His Babaláwo was praising Ifá
He said it was exactly as his Babaláwo had said
Agogo sékété, the priest of Ọlọ́bà's household
Cast divination for Ọlọ́bà in the beginning
He was warned to perform sacrifice

Wọ́n ní kí wọ́n ó rúbọ kógúun baba wọn mọ́ baà parun	He was asked to perform sacrifice such that his ancestral monument would not die
Wọ́n gbẹ́bọ ńbẹ̀ wọ́n mọ̀ rúbọ	They all heard about the sacrifice and performed it
Ẹ mọ́ mọ̀ jẹ́ ó run	Please do not let it die
Egúngún ilé Ọlọ́bà.....................30	The masquerade in Ọlọ́bà's household.............30
Ẹ mọ́ mọ̀ jẹ́ ó run	Please do not let it die
Òrìsà ilé Ọlọ́bà	The Deities of Ọlọ́bà's household
Ẹ mọ́ mọ̀ jẹ́ ó run	Please do not let it die
Gbogbo nǹkan tí ń bẹ nílé Ọlọ́bà	Everything of ancestral importance in Ọlọ́bà's household
Ẹ mọ́ mọ̀ jẹ́ ó run	Please do not let it die

ÒKÀNRÀN ÒGÚNDÁ A

Ifá pé oún pé ire fún eléyìun. Yóó gbòó, yóó tọ́ọ́. Ire rẹ̀ ò níí jùnù ṣùgbọ́n kó rúbọ ẹ dáadáa.

Ọ̀kànràn kangún kangún
Ọ̀kànràn kangẹ̀ kangẹ̀
Bó lè kaángún kó kaángún
Bó lè kangẹ̀ kó kangẹ̀
Ọ̀rọ̀ tó bá kán Ogún
A mọ́ọ kan Àádọ́ta
A díá fún Ọ̀rúnmìlà
Níjọ́ tí ń lọ rèé fi Mọ́rinẹ́wà ọmọ Arẹ̀sà
    sobìnrin
Ọ̀rúnmìlà ló fẹ́ Mọ́rinẹ́wà ọmọ Arẹ̀sà
Àwọn méjèèjì ń bá ayéé lọ 10
Ńgbà ó di ọjọ́ kan
Mọ́rinẹ́wà aya Ọ̀rúnmìlà bá ní òún ń lọ
Ó lóun ò fẹ́ Ọ̀rúnmìlà mọ́
Àwọn ẹbíi Mọ́rinẹ́wà sì ti mọ Ọ̀rúnmìlà
Tí ọ́n ti jọ gbé gbéé gbé
Ńgbà Ọ̀rúnmìlà sọ sọọ sọ
Tí ò gbọ́
Ọ̀rúnmìlà bá ní kó mọ́ọ lọ
Bó ti pẹ̀yìn dà tán
Ọ̀rúnmìlà bá sọrọ̀ ìwúrí fún un..........20
Ó lÓkànràn kangún kangún
Ọ̀kànràn kangẹ̀ kangẹ̀
Bó lè kaángún kó kaángún
Bó lè kangẹ̀ kó kangẹ̀
Ọ̀rọ̀ tó bá kán Ogún
A mọ́ọ kan Àádọ́ta
A díá fún Ọ̀rúnmìlà
Yóó fi Mọ́rinẹ́wà ọmọ Arẹ̀sà sobìnrin

ÒKÀNRÀN ÒGÚNDÁ   A

Ifá wishes this person well. He would live to become old and aged. His good things would not elude him, but he should perform sacrifice.

Ọ̀kànràn kangún kangún
Ọ̀kànràn kangẹ̀ kangẹ̀
If it concerns masquerades, let it be
If it concerns the chest, let it be
Discussions about twenties
Could concern fifties
Cast divination for Ọ̀rúnmìlà
On the day he was going to take Mọ́rinẹ́wà, Arẹ̀sà's
    daughter as wife
Ọ̀rúnmìlà married Mọ́rinẹ́wà the daughter of Arẹ̀sà
The two of them were enjoying life...................10
On a fateful day
Mọ́rinẹ́wà resolved to divorce Ọ̀rúnmìlà
She said she does not want Ọ̀rúnmìlà as her husband
    again
Meanwhile the family of Mọ́rinẹ́wà had known
Ọ̀rúnmìlà for a very long time
They had associated and lived with each other
    previously with harmony
After Ọ̀rúnmìlà had appeased her continuously
She refused to bulge
Ọ̀rúnmìlà asked her to go
Immediately she turned her back
Ọ̀rúnmìlà said some words of oration.................20
He said Ọ̀kànràn kangún kangún
Ọ̀kànràn kangẹ̀ kangẹ̀
If it concerns masquerades, let it be
If it concerns the chest, let it be
Discussions about twenties
Could concern fifties
Cast divination for Ọ̀rúnmìlà
On the day he was going to take Mọ́rinẹ́wà, Arẹ̀sà's
    daughter as wife

Mọ́rinẹ̀wà wáá bùṣe gàgà
Ó lóun ò fẹ́ Ifá mọ́ 30
Ó lóun ń lọ
Ifá ní bí bá ń lọ
Ó ní kó kí Eésà lÓmù
Ó ní bó bá wọlé tán
Kó kí Ẹjẹmu lÓrópo
Kó kí Àgbìgbò kan Àgbìgbò kàn
Tí wọ́n ń jẹyìn ní Ìjẹ̀kí ilé
Tí wọ́n fi ń kì wọ́n ní aráà ladẹ̀ gún
Ọmọ a rójú epo pọ́nbẹ
Ọmọ aṣènì epo gùdù gùdù lalọ̀ 40
Mọ́rinẹ̀wà kọ hàáà
Àwọn Baba òun náà lo ti kì tán yìí
Ifá pé ire eléyiun ò níí dànù
Mọ́rinẹ̀wà bá padà sọ́dọ̀ Ọ̀rúnmìlà

Mọ́rinẹ̀wà now thought afterwards
She said she wanted to discontinue the marriage.....30
She said she wanted a divorce
Ifá told her that as she was leaving
She should greet the chief Onísà in the city of Òmù
On entering her house
She should greet chief Ẹjẹmu in the city of Orópo
She should greet the renowned Àgbìgbò family
That eats oil palm seeds in the city of Ìjẹ̀kí
That makes people refer to them as Aráà ladẹ̀ gún
The child of A rójú epo pọ́nbẹ
The giver of free palm oil in heavy quantities on
    return journey........................40
Surprised, Mọ́rinẹ̀wà exclaimed
You have chanted all the aliases of my fathers
Ifá says the good fortune of this person would not
    elude him
Mọ́rinẹ̀wà as a result came back to Ọ̀rúnmìlà's house

ÒKÀNRÀN ÒGÚNDÁ B

Ifá pé àlejò kán ń bọ̀ wáá bá eléyìun.
Àjòjì ni. Kí eléyìun ó gba àlejò náà; kó sì
gbà á sílé.

Awo níí yalé Awo
Ìṣègùn níí yalé àwọn Ìṣègùn
Àáperí n ló ya Ọ̀yọ́ Àjàká
N ló gba tilé Ògidi
N ló yalé ló ké sí Abẹ
Awo ò níí yalé Awo kÁwo ó jẹfọ́
A díá fún Ọlọ̀kànràn
Níjọ́ tí ń lọ rèé yalé Ògúndá
Wọ́n ní ó rúbọ
Ògúndá ni nǹkan rẹ̀ ò ṣe dáadáa......10
Ọlọ̀kànràn bá dé ibẹ
Ló bá ṣe Ifá fún Ògúndá
Ni gbogbo nǹkan Ògúndá tó ti bàjẹ́
Ní bá ń dára
Wọ́n sì ti sọ fún Ògúndá pé àlejò kán ń
  bọ̀
Wọ́n ní bó bá ti dé ni kó gbà á
Òun ò sì mọ títí tó fi ṣe Ọlọ̀kànràn lálejò
Iré bá kún òdẹ̀dẹ̀ Ògúndá
Ọkàn ẹ̀ balẹ̀
Ó ní ìsinmi..................20
Ọmọ wẹẹrẹ kún òdẹ̀dẹ̀ Ògúndá
Ijó ní ń jó ayọ̀ ní ń yọ̀
Àwọn Babaláwo ní ń yìn
Àwọn Babaláwo ń yin Ifá
Ó ní bẹ́ẹ̀ làwọn Babaláwo tòún wí
Awo níí yalé Awo
Ìṣègùn níí yalé àwọn Ìṣègùn
Àáperí n ló ya Ọ̀yọ́ Àjàká
N ló gba tilé Ògidi

ÒKÀNRÀN ÒGÚNDÁ B

Ifá says a visitor is coming to this person. The visitor
is a stranger. This person should house him.

A Babaláwo should consult a compatriot Babaláwo
A medicine man goes to a medicine man
The king Àáperi went to Ọ̀yọ́ Àjàká city
Got to the house Ògidi
And in the house called on Abẹ
A Babaláwo would never enter a compatriot's house
  and eat stark vegetable
Cast divination for Ọlọ̀kànràn
On the day he was branching Ogunda's house
They told him to offer sacrifice
Ògúndá was having a difficult time...................10
Ọlọ̀kànràn got there
And prepared an Ifá portion for Ògúndá
Everything that erstwhile had been hopeless for
  Ògúndá
Became better
Meanwhile, Ògúndá had been warned about an
  impending visitor
He was told to house him on his arrival
Ògúndá did not even remember until he had
  entertained Ọlọ̀kànràn
All good things filled Ogunda's house
He had rest of mind
And peace......................20
Little children filled his house
He was dancing and rejoicing
He was praising his Babaláwos
His Babaláwos were praising Ifá
He said it was exactly as his Babaláwos had said
A Babaláwo should consult a compatriot Babaláwo
A medicine man goes to a medicine man
The king Àáperi went to Ọ̀yọ́ Àjàká city
Got to the house Ògidi

N ló yalé ló ké sí Abẹ....................30
Awo ò níí yalé Awo kÁwo ó jẹfọ́
A díá fún Ọlọ̀kànràn
Níjọ́ tí ń lọ rèé yalé Ògúndá
Ìgbà tÓlọ̀kànrán yalé Ògúndá
Ọmọ wèrè wẹrẹ lódẹ̀dẹ̀ Awo ò
Ọmọ wẹrẹ

And in the house called on Abẹ.................30
A Babaláwo would never enter another Babaláwo's
     house and eat stark vegetable without meat
Cast divination for Ọlọ̀kànràn
On the day he was branching Ògúndá's house
When Ọ̀kànràn entered Ògúndá's house
Come and see many little children in Babaláwo's
     house
Little children

ỌKÀNRÀN ỌSÁ A

Ifá pé ire ò níí bọ́ jùnù lọ́wọ́ eléyìun; Ṣùgbọ́n kó rúbọ dáadáa. Kí nǹkan ó mọ́ bàjẹ́ ni kó rúbọ sí. Ifá pé nǹkan ò níí bàjẹ́. Bí bá ń lọ òkèèrè, gẹ́gẹ́ ire ní ó ṣe; yóó gbàá ire mú níbẹ̀.

Ọ̀kànràn sáà sáà
Awo Àṣá ló díá fún Àṣá
Àṣá ní ń lọ sí oko ìwájẹ
Oko ìwájẹ tóun ń lọ yìí
Òun ń ṣe níbẹ̀?
Wọ́n ní kí Àṣá ó rúbọ
Wọ́n ní kò níí sánwọ́ re ilé
Ire ó to lọ́wọ́
Àṣá bá rúbọ
Ó rúbọ tán, ayé bá yẹ ẹ́...............10
Ni nǹkan ẹ̀ dáa
Ire ò tàṣẹ́ ẹ̀
Òun náà ò tàṣẹ́ ire
Gbogbo nǹkan ní ń gún régé
Ijó ní ń jó ayọ̀ ní ń yọ̀
Àwọn Aláwo ní ń yìn
Àwọn Babaláwo ń yin Ifá
Ó ní bẹ́ẹ̀ làwọn Babaláwo tòún wí
Ọ̀kànràn sáà sáà
Awo Àṣá ló díá fún Àṣá......................20
Àṣá ní ń lọ sí oko ìwájẹ
Wọ́n ní ó sá káalẹ̀ ẹbọ ni kó rú kó tó mọ́ọ lọ
Àṣá sì gbẹ́bọ níbẹ̀ ó rúbọ
Òkò Àṣá Ì í balẹ̀ ó sánwọ́
Àwòdì ò níí balẹ̀ kó pòfo

ỌKÀNRÀN ỌSÁ A

Ifá says good things would not elude this person. He should perform sacrifice well. He is asking if his things would not get spoilt. It would not get spoilt. If he travels, he would meet with his good fortune in his destination.

Ọ̀kànràn sáà sáà
The Babaláwo of the Hawk cast divination for the Hawk
The Hawk was going to fend for himself
'This fending escapade that I am going for'
'Would it profit me'? He asked
They told him to perform sacrifice
They told him that he would never go empty handed
And that good things would get to him
The Hawk performed the sacrifice
He finished performing the sacrifice and life pleased him...............10
His things became better
His good things did not elude him
He also did not miss his good things
Everything turned out to be a success
He was dancing and rejoicing
It is the Babaláwo he was praising
The Babaláwo was praising Ifá
He said it was exactly as his Babaláwo had said
Ọ̀kànràn sáà sáà
The Babaláwo of the Hawk cast divination for the Hawk......................20
The Hawk was going to fend for himself
He was asked to take care of the ground and perform sacrifice
The Hawk heard about the sacrifice and performed it
The dive of a Hawk would never touch the ground and lose
The Kite would never touch the ground and come back empty handed

428

Ire gbogbo ò	All good things
Mó tàṣé Awo	Do not elude Babaláwo
Ire gbogbo	All good things

Ifá pé eléyìun ò níí kú ní kékeré.

This person would live to become old.

Òkànràn sálè kóọ sákùúta
Awo Ọkọ́ ló díá fún Ọkọ́
Ọkọ́ níí sọmọ Onírèe Sànbe
Wọ́n ní kí Ọkọ́ ó rúbọ
Wọ́n ní yóó mọ́ọ gbó ni
Ẹnìkan ò níí gbọ́ ikú è
Òkànràn sálè kóọ sákùúta
Awo Aṣọ ló díá fún Aṣọ
Aṣọ níí sọmọ Onírèe Sànbe
Wọ́n ní kí Aṣọ ó rubọ...................10
Wọ́n ní yóó mọ́ọ gbó ni
Ẹnìkan ò níí gbọ́ ikú è
Òkànràn sálè kóọ sákùúta
Awo Ilè ló díá fún Ilè
Ilè níí sọmọ Onírèe Sànbe
Wọ́n ní kí Ilè ó rúbọ
Ilè náà rúbọ
Wọ́n ní wọn ò níí gbọ́ ikúu wọn
Ayé yẹ wọ́n
Wọn ò kú...................20
Ẹmíi wọ́n gùn
Ó dáa fún ọn
Ni wọ́n wá ń jó ni wọ́n ń yọ̀
Wọ́n ń yin àwọn Babaláwo
Awọn Babaláwo ń yin Ifá
Wọ́n ní bẹ́ẹ̀ làwọn Babaláwo tàwọn wí
Òkànràn sálè kóọ sákùúta
Awo Ọkọ́ ló díá fún Ọkọ́
Wọ́n ní ó sá káalè ẹbọ ní ó ṣe
Ọkọ́ gbẹ́bọ ńbè ó rúbọ...................30
Òkànràn sálè kóọ sákùúta

Òkànràn, hit the ground and hit stones
The priest of the Hoe casts divination for the Hoe
The Hoe is a child of Onírèe Sànbe
He was asked to perform sacrifice
They told him he would become old
Nobody would hear of his death
Òkànràn, hit the ground and hit stones
The priest of the Cloth casts divination for the Cloth
The Cloth is a child of Onírèe Sànbe
He was asked to perform sacrifice...................10
They told him he would become old
Nobody would hear of his death
Òkànràn, hit the ground and hit stones
The priest of the Mother Earth casts divination for the
    Mother Earth
The Mother Earth is a child of Onírèe Sànbe
He was asked to perform sacrifice
The Mother Earth performed the sacrifice as does
    others
They said nobody would hear of his death
Life pleased them all
They did not die...................20
They had long life
It was fine for them
They then started to dance and rejoice
They were praising their Babaláwo
Their Babaláwo was praising Ifá
They said it was as their Babaláwo had said
Òkànràn, hit the ground and hit stones
The priest of the Hoe cast divination for the Hoe
He was asked to take care of the ground and perform
    sacrifice
The Hoe heard about the sacrifice and performed it
Òkànràn, hit the ground and hit stones...................31

Awo Aṣọ ló díá fún Aṣọ
Wọ́n ní ó sá káalẹ̀ ẹbọ ní ó ṣe
Aṣọ gbẹ́bọ ńbẹ̀ ó rúbọ
Ọ̀kànràn sálẹ̀ kóo sákùúta
Awo Ilẹ̀ ló díá fún Ilẹ̀
Wọ́n ní ó rúbọ sáïkú araa rẹ
Ilẹ̀ gbẹ́bọ ńbẹ̀ ó rúbọ
Ẹbọọ wọ́n wáá dà
Wọ́n lá ìí gbọ́kú ọkọ́....................40
A ìí gbọ́ ikú Aṣọ
A ìí sïí gbọ́ ikú Ilẹ̀
À ṣe bó gbó

The priest of the Cloth cast divination for the Cloth
He was asked to take care of the ground and perform
      sacrifice
The Cloth heard about the sacrifice and performed it
Ọ̀kànràn, hit the ground and hit stones
The priest of the Mother Earth cast divination for the
      Mother Earth
The Mother Earth was asked to perform sacrifice to
      fortify him against death
The Mother Earth heard about the sacrifice and
      performed it
Their sacrifices proved efficient
They said no one would hear of the demise of a Hoe
No one would hear the Cloth's extinction..............41
Nobody would hear the death of the Mother Earth
Except that it has become old

Ọ̀KÀNRÀN ÌKÁ A

Ifá pé yóó yẹ eléyìun. Nǹkan ẹ̀ ò níí bàjẹ́, ṣùgbọ́n kó rúbọ.

Ọ̀kànràn kárò kárò
Babaláwo Kannakánná
Ló díá fún Kannakánná níjọ́ tí ń fomi ojú
    sọ̀gbérè ọmọ
Òún le bímọ báyǐí?
Wọ́n ní ó rúbọ
Wọ́n ní Ọja méjì lẹbọ ẹ̀
Yóó fi ọ̀já méjì kún ẹbọ rú
Ó sì gbẹ́bọ ńbẹ̀ ó rúbọ
Ẹyẹ mọ̀mọ̀ rósọ
Ó mọ̀mọ̀ gbàjá ò.....................10
Ẹyẹ wé gèlè funfun gbòò
Ayé yẹ ẹ́ tán
Ló bá bọ́ọ́jó
Ní ń sẹyẹ wé gèlè funfun gbòò
Ẹyẹ wé gèlè funfun gbòò
Ẹyẹ mọ̀mọ̀ rósọ ó gbàjá ò
Ẹyẹ wé gèlè funfun gbòò

Ọ̀KÀNRÀN ÌKÁ A

Ifá says it would be well with this person. His things would not get spoilt. But he should offer sacrifice.

Ọ̀kànràn kárò kárò
The Babaláwo of the Falcon
Casts divination for the Falcon on the day she was
    crying because of children
'Would I have children'?
They told her to offer sacrifice
'Two straps is your sacrifice', they said
She was asked to add these two straps to the rest of
    The sacrificial articles
She heard about the sacrifice and performed it
The bird had wrapped round herself a cloth
And had taken a waist belt.....................10
The bird tied a pure white scarf
Life so pleased her afterwards
She was dancing
She was singing 'The bird tied a pure white scarf'
She tied a pure white scarf
The bird wrapped round a cloth and had taken a strap
The bird tied a pure white scarf

432

Ọ̀KÀNRÀN ÌKÁ B

Ifá gba eléyìun nímọ̀nràn kó mọ́ ṣe nǹkan tí ìpáa rẹ̀ ò ká. Ifá pé kó rúbọ kó le mọ́ọ ṣe ìṣe ọlá. Eléyìun ó nǐíyì kárí ayé.

Báà bá tó Ọlọ́láá ṣe
A ì í ṣe ìṣe Ọlọ́lá
Báà bá tó Olùmọ̀ọ́ ṣe
A ì í ṣe ìṣe Olùmọ̀
A díá fún Kannakánná tíí sàrẹ̀mọ
    Olúdànhìn
Wọ́n ní ó rúbọ nǹkan ọlà
Kannakánná bá rúbọ
Ni nǹkaan rẹ̀ bá dáa
Ó lọ́lá
Ó lè ṣe bírà.............10
Ó sì le pàṣẹ
Báà bá tó Ọlọ́láá ṣe
A ì í ṣe ìṣe Ọlọ́lá
Báà bá tó Olùmọ̀ọ́ ṣe
A ì í ṣe ìṣe Olùmọ̀
A díá fún Kannakánná tíí sàrẹ̀mọ
    Olúdànhìn
Wọ́n ní ó sá káalẹ̀ ẹbọ ní ó ṣe
Kannakánná mòmò gbẹ́bọ ńbẹ̀
Ó rúbọ
Ó wáá rúbọ nígbàyí ò.............20
Ó dẹni Iyì kálé ayé

Ọ̀KÀNRÀN ÌKÁ B

This person is enjoined not to engage in what he/she is not capable of accomplishing. He should offer sacrifice to be able to act like a rich man. He would be popular throughout the whole world.

If one does not measure up to being called influential
One should not behave as an influential personality
If one is not academically competent
One should not behave as learned
Cast divination for the Falcon, the eldest son of
    Olúdànhìn
He was asked to offer sacrifice for accelerated steps
    of wealth
The Falcon performed the sacrifice
His things became better
He had wealth
He was capable of achieving feats.............10
He became a person in a position of responsibility
If one does not measure up to being called
    influential
One should not behave as an influential personality
If one is not academically competent
One should not behave as learned
Cast divination for the Falcon, the eldest son of
    Olúdànhìn
He was asked to take care of the ground and perform
    sacrifice
The Falcon heard about the sacrifice
And performed it
After observing the sacrifice.............20
He became a honorable personality throughout the world

433

ÒKÀNRÀN ÒTÚRÚPÒN A

Ifá pé kí eléyìun ó rúbọ. Bó bá pé òun ó lọ ibì kan; Kó mọ́ọ yẹ ẹ́ wò dáadáa kó tó mọ́ọ lọ. Bí Ifá bá pé kó mọ́ọ lọ ni kó lọ.

Ọpọ́n bẹ́mbé Awo ilé Alárá
Àyìnbọ̀, Awo Osù
Ló díá fún Osù
Àwọn ni ọ́n dáfá fún ẹ̀ìnlọ́jọ Ìmọ̀le
Níjọ́ tí wọ́n ń relé Olódùmarè
Nìbi tí wọ́n ń pè ní Mẹ́kà
Ẹ̀ìnlọ́jọ Ìmọ̀le ní ń lọ ilé Olódùmarè
Bí ọ́n bá lọ
Nígbà tí wọ́n ó mée bọ̀
Wọn ò níí ju mẹ́rin mẹ̀ta lọ 10
Àyà bá ń já wọn bí ọ́n bá fẹ́ẹ́ relé
    Olódùmarè
Wọ́n bá tọ Òrúnmìlà lọ
Ilé Olódùmarè táwọn ń lọ yìí
Àwọn sẹ le mọ́ọ pé dé padà?
Òrúnmìlà ní ẹ jẹ́ Mẹ́kà ó mọ́ọ pè yín
    ni
Ó ní ẹni tí inú ẹ̀ bá mọ́ tí ó bàá lọ
Ẹ jẹ́ ó mọ́ọ pè yín ni
Ó ní sùgbọ́n ẹ yídì síhìín
Ni ọ́n fi dá Yìdì sílẹ̀
Òrúnmìlà bá ní kí wọ́n ó ra àgbò wá...20
Kí wọ́n ó wá ewé ọdán wá
Kí wọ́n ó wá dì síhìín
Ni ọ́n bá ń pe ibẹ̀ ní yídì
Ó ní ẹ mọ́ọ kírun tiyín ńbẹ̀
Ó ní ẹ mọ́ọ mọ ẹni tí ilé Olódùmarè bá
    pè ńbẹ̀
Ni ọ́n bá ń sẹ bẹ́ẹ̀
Ni ọ́n bá ń léé sí

ÒKÀNRÀN ÒTÚRÚPÒN A

Ifá asks this person to offer sacrifice. In case he wants to travel, he should consult Ifá before leaving. He should go if and only Ifá asks him to go.

Ọpọ́n bẹ́mbé, the priest of Alara's household
Àyìnbọ̀, the priest of moon crescent
Casts divination for the moon crescent
Casts divination for a uncountable Muslim faithfuls
On the day they were going to the house of
    Olódùmarè
The place they call Mecca
Uncountable numbers of Muslim faithfuls were going
    to the house of Olódùmarè
When they travel there
By the time they would be coming back
Half of them would have died.................…...........10
They then became afraid of going for the pilgrimage
They quickly went to Òrúnmìlà
'The house of Olódùmarè that we always visit'
'How would we come back without recording any
    death'?
'Let Mecca call out to you', Òrúnmìlà replied
'Whoever that is clean and is about to go on
    pilgrimage'
'Let Mecca call such a person'
'But the rest of you could form a group here'
This is the root of forming the word 'Yìdì'
Òrúnmìlà asked them to bring a ram.................20
And also to bring ọdán leaves
They should form a group here in their abode
They started grouping themselves in Yìdì
'You should be having your own prayer there'
'It is there that you would know whoever that is
    called by Olódùmarè' Òrúnmìlà concluded
They started doing so
They were increasing in number

Ni wọ́n wá ń jó ni wọ́n ń yọ̀
Wọ́n ń yin àwọn Babaláwo
Àwọn Babaláwo ń yin Ifá..............30
Ó ní bẹ́ẹ̀ làwọn Babaláwo tòún wí
Ọpọ́n bẹ́mbẹ́ Awo ilé Alárá
Àyìnbọ̀, Awo Oṣù ló díá fún Oṣù
A díá fún ẹ̀inlọ́jọ Ìmọ̀le
Níjọ́ tí wọ́n ń relé Olódùmarè
Wọ́n tí ń lọ síbẹ̀ wọn ò pé dé
Ifá ní wọ́n ó mọ́ọ gbélé kí tiwọn
Ilé mọ̀mọ̀ yá o
Ilé yìí wúlò
Ni gbogbo ayé ń pè ní Iléyá...........40

They then started to dance and rejoice
They were praising their Babaláwos
Their Babaláwos were praising Ifá..................30
They said it was as their Babaláwos had said
Ọpọ́n bẹ́mbẹ́ , the priest of Alara's household
Àyìnbọ̀, the priest of moon crescent casts divination
        for the moon crescent
They are the ones that cast divination for a
        uncountable Muslim faithfuls
On the day they were going to the house of
        Olódùmarè
They had been going without returning in full
Ifá asked them to stay at home to pray their own
Ilé mọ̀mọ̀ yá o
This praying at home is better
Is what everyone call 'Iléyá'................…..…......40

ÒKÀNRÀN ÒTÚRÚPÒN B

Ifá pé àwọn eléyìun ò gbọdọ̀ bú àwọn musulumi o. Ifá náà ni ọn ń sìn.

Lábirinkíti pi; Lábirinkíti pi
Lábìrìn píì píì pèlú
A díá fún ẹ̀ìnlójọ Ìmọle
Níjọ́ tí ọn làwọn ò sin Ifá mọ́
Ẹ̀ìnlójọ Ìmọle ló làwọn ò sin Ifá mọ́
Ifá ńí ṣé ẹ ńí ẹ ò sin òun mọ́
Hain
'Ẹ̀ẹkan lẹ̀ẹ́ mórí balẹ̀ fún mi'
'Ṣùgbọ́n àìmọye ìgbà lẹ̀ẹ́ mọ́ọ forí balẹ̀'
'Lẹ̀ẹ́ mọ́ọ fídí balẹ̀' 10
Nǹkankan náà là ń sìn
Ẹnìkan ò rídíì Olódùmarè ju ẹnìkan lọ
Ifá lóun ò bínú pínún
Lábirinkíti pi; Lábirinkíti pi
Lábìrìn píì píì pèlú
A díá fún ẹ̀ìnlójọ Ìmọle
Níjọ́ tí ọn làwọn ò sin Ifá mọ́
Ifá lẹ̀ẹ́ mọ́ọ sìn
Àtorí o; àtìdí o, lẹ̀ẹ́ mọ́ọ fi sin òun
Àwá ń sìn ọ o...............20
Lábirinkíti pi; Lábirinkíti pi
Lábirinkíti pi; Lábirinkíti pi
Ẹ̀ìnlójọ Ìmọle
Ṣe bẹ́ẹ lẹ́yìn ò sin Ifá mọ́?

ÒKÀNRÀN ÒTÚRÚPÒN B

Ifá asks this person not to abuse any Muslim. They are also worshipping Ifá.

Lábirinkíti pi; Lábirinkíti pi
So does Lábìrìn píì píì
Cast divination for uncountable number of Muslim
    faithfuls
On the day they renounced their faith in Ifá
A group of uncountable Muslims had renounced their
    faith in Ifá
'You all said you would not worship me again', Ifá
    said
'That is all right'
'You do touch your head with the ground only once
    for me'
'But you will now touch it with the ground
    uncountable number of times'
'And also your buttocks'...............10
'We are worshiping the same God'
'No one can prove he knows the secrets of God more
    than the other'
Ifá says he is not angry
Lábirinkíti pi; Lábirinkíti pi
Lábìrìn píì píì
Cast divination for uncountable Muslim faithfuls
On the day they renounced their faith in Ifá
It is Ifá you would be worshiping
'Both with your head and buttocks, you will worship
    me', Ifá said
We are worshiping you...............20
Lábirinkíti pi; Lábirinkíti pi
Lábirinkíti pi Lábirinkíti pi
Uncountable Muslim faithfuls
Didn't you say you will not worship Ifá again?

ỌKÀNRÀN ÒTÚÁ A

Ifá pé kí eléyìun ó rúbọ ẹnu ẹ̀. Ẹnu ni gbogbo wa ń bọ; kó se ìjẹ kó se ìmu. Ifá pé tó bá tójú àwọn èèyàn, tí ọ́n ṣe àdúà fun, gbogbo ẹ̀ ní ó rọ̀ ọ́.

ỌKÀNRÀN ÒTÚÁ A

Ifá asks this person to offer sacrifice unto the mouth. We are all sacrificing to the mouth. He should prepare food and drinks to entertain people. Ifá says if he could do this and they pray for him, his things would be well.

Ọ̀kànràn túa tùa
Babaláwo Ẹnu ló díá fún Ẹnu
Ẹnu ní ń sawoó re Àgbá Ègbòo Fẹ̀
    Olúkiribítí
Ẹnú bá dé Àgbá Ègbòo Fẹ̀
Wọ́n bá tójú Ẹnu
Tée dòní
Ẹnu là ń bọ
Òòsà lẹnu
Ẹnu níbọ rú
Ẹnu níbọ yè.....................................10
Bí ọ́n bá se oúnjẹ sílẹ̀
Ẹnu ní ó jẹ ẹ́
Bí ọ́n se ohun múmu
Ẹnu náà ní ó jẹ ẹ́
Ẹnú jẹ, Ẹnú mu tán
Ní bá ń sàdúà
Iré bá dé
Ni wọ́n wá ń jó ni wọ́n ń yọ̀
Wọ́n ń yin àwọn Babaláwo
Àwọn Babaláwo ń yin Ifá....................20
Ó ní bẹ́ẹ̀ ni Babaláwo tòún wí
Ọ̀kànràn túa tùa
Babaláwo Ẹnu ló díá fún Ẹnu
Ẹnu ní ń sawoó re Àgbá Ègbòo Fẹ̀
    Olúkiribítí
Ẹnu mọ̀mọ̀ lEgúngún o
Ẹnu mọ̀mọ̀ lÒrìsà

Ọ̀kànràn túa tùa
The Babaláwo of the Mouth casts divination for the
    Mouth
The Mouth was venturing priesthood in Àgbá Ègbò
    Ifẹ̀ Olúkiribítí
When the Mouth got to the city
They entertained him
Till date
We all are offering sacrifices to the Mouth
Because the Mouth is a Deity
The mouth is the target of acceptability of sacrifices
It is the one to sacrifice to for survival.................10
If they cook any food
It is the Mouth that would eat it
If they prepare any food drink
It is the Mouth that would consume it
The Mouth finished eating and drinking
And started praying
And good things came by
They then started to dance and rejoice
They were praising their Babaláwo
Their Babaláwo was praising Ifá.........................20
They said it was as their Babaláwo had predicted
Ọ̀kànràn túa tùa
The Babaláwo of the Mouth casts divination for the
    Mouth
The Mouth was venturing priesthood in Àgbá Ègbò
    Ifẹ̀ Olúkiribítí
The Mouth is the Masquerade
The Mouth is the Òrìsà

Ẹnu ni wọn ń bọ lóótù Ifẹ
Táyé fi ń dára
Ẹ jẹ́ á rójú ká mọ́ọ bọ ẹnu
Ẹnu mòmò lọ̀rọ̀.................30

It is the Mouth they are offering sacrifices to in the city of Ifẹ
That is making life habitably better
Let us try to offer sacrifices to the Mouth
The Mouth is the word...............30

438

ỌKÀNRÀN ÒTÚÁ B

Ifá pé àwọn Elénìní ó mọọ fẹ́ tẹ eléyìun; wọ́n ó mọọ fẹ́ tẹ̀ ẹ́ rí; Iró ni. Eléyìun ó jayé dé ibì ó fẹ́ẹ́ jayé dé. Ifá pé ọpọ̀lọpọ̀ òòrí ni kí eléyìun ó fi kún ẹbọ rú. Kí eléyìun ó sì pọn omi kún inúu kèngbè kan kí wọ́n ó lọọ gbé e sí idi Èṣù. Kí wọ́n ó fi òòrí ra kèngbè ọ̀hún nínú kí wọ́n ó tó fi pọn omi.

Ọkànràn túú túú
Babaláwo Kèngbè ló díá fún Kèngbè
Níjọ́ tí ń lọ sí Ogun Ìlémi
Kèngbè ní ń lọ sógun Ìlémi
Wọ́n ní ó rúbọ
Wọ́n ní kó rú òòrí
Wọ́n ní kó fi òòrí ọhún ra inú ẹ̀
Kèngbé bá rúbọ
Ńgbà tí ọ́n dé ogun Ìlémi
Bí ọ́n tí ń ti Kèngbè bọ inú omi.........10
Ní ń jáde padà
Gbogbo àwọn yòókù ni ọ́n rì
Bẹ́èyàn pọn omi kún inú ẹ̀
Kèngbè ó jáde padà sókè ni
Ní wá ń jó n ní ń yọ̀
Ní ń yin àwọn Babaláwo
Àwọn Babaláwo ń yin Ifá
Ó bẹ́ẹ̀ làwọn Babaláwo tòún wí
Ọkànràn túú túú
Babaláwo Kèngbè ló díá fún Kèngbè...20
Níjọ́ tí ń lọ sí Ogun Ìlémi
A rúbọ nígbà yí a ṣégun
Akèrèngbè
A ṣégun lóde Ìlémi
Akèrèngbè

ỌKÀNRÀN ÒTÚÁ B

Ifá says some detractors would attempt to suppress this person. This would not be possible; He is destined to enjoy life maximally. Shea butter should be added to his sacrifice. He should also fill a gourd with water and place it beside the Èṣù spot. The inside of the gourd should be smeared with the shea butter.

Ọkànràn túú túú
The Babaláwo of the Gourd casts divination for the Gourd
On the day he was going to the war of Ìlémi
The Gourd was going to the war of Ìlémi
They asked him to perform sacrifice
They asked him to sacrifice shea butter
And should rub it on his inside
The Gourd performed the sacrifice
When they got to the war of Ìlémi
As they were trying to submerge the Gourd in water
He was coming out 11
All the others sank
If one fills a Gourd with water in a stream
The Gourd would never submerge
He then started to dance and rejoice
He was praising his Babaláwo
His Babaláwo was praising Ifá
He said it was exactly what his Babaláwo said
Ọkànràn túú túú
The Babaláwo of the Gourd casts divination for the Gourd...20
On the day he was going to the war of Ìlémi
We have performed sacrifice and had won
Akèrèngbè
We have won the war of Ìlémi
Akèrèngbè

ÒKÀNRÀN ÌRẸTẸ̀ A

Ifá pé ká rúbọ; nǹkan ẹni ò níí bàjẹ́. Ifá pé ọmọ Awo lẹni ó wá dá Ifá yǐí. Ọwọ́ ayé ò níí tẹ̀ ẹ́, àti pé lórìi rere tó fẹ́ẹ́ ṣe, ẹbọ ayé ni kó rú kí ọwọ́ọ rẹ̀ ó lè tẹre. Nǹkan kan ń bẹ tí ọ́n rò pé eléyìun ò níí gbọ́ngbọ́n mọ̀; ó wáá mọ nǹkan ọ̀hún ni ọ́n fẹ́ mọ́ọ dà á láàmú sí. Wọn ò níí lè mú u. Ẹbọ kí wọ́n ó mọ lè mú u ni kó rú. Ẹní ó bá lóun ó ṣe eléyìun, wọ́n ó ṣe araa wọn.

Amépo mépo alọrẹ́
A díá fún Irù tíí sọmọ Ọ̀rúnmìlà
Irù wáá gbọ́n púpọ̀
Ó rúbọ
Oyè ilée baba ẹ̀
Ó jẹ ẹ́
Gbogbo ohun tí ọ́n rò pé ò níí gbọ́n gbọ́n
    mọ̀
Ó mọ̀ ọ́
Ayé yẹ ẹ́
Nǹkan ẹ̀ ò bàjẹ́..................10
Ó rójú ó ráyè
Ní wá ń jó n ní ń yọ̀
Ní ń yin àwọn Babaláwo
Àwọn Babaláwo ń yin Ifá
Ó ní bẹ́ẹ̀ làwọn Babaláwo tòún wí
Amépo mépo alọrẹ́
A díá fún Irù tíí sọmọ Ọ̀rúnmìlà
Wọ́n ní ó sá káalẹ̀ ẹbọ ní ó ṣe
Irù gbẹbọ ńbẹ̀, ó rúbọ
Bẹ́ẹ̀ pẹ́ẹ́ pa Irù.....................20
Araa yín lẹ pa
Èèyàn è é pa Irù ọmọ Ẹ̀dú
Bẹ bá pẹ́ẹ́ pa Irù
Araa yín lẹ pa

ÒKÀNRÀN ÌRẸTẸ̀ A

Ifá asks this person to perform sacrifice. His things would not be spoilt. Ifá says this person is the child of a Babaláwo. His earthly enemies would not arrest him. He should offer sacrifice for his hands to touch the good things he has in mind. There is one particular thing his enemies think he would not know; He gets to know the thing and this is the source of trouble he is encountering. They would not be able to arrest him.

Amépo mépo alọrẹ́
Cast divination for Irù, the child of Ọ̀rúnmìlà
Irù is very intelligent
He had also performed sacrifice
His father's stool that was vacant,
He ascended it
All the things they thought he would not be wise
    enough to know
He knew it
Life pleased him
His things did not get spoilt.................10
He got time and space to do things
He then started to dance and rejoice
He was praising his Babaláwo
His Babaláwo was praising Ifá
He said it was exactly as his Babaláwo had said
Amépo mépo alọrẹ́
Cast divination for Irù, the child of Ọ̀rúnmìlà
He was asked to take care of the ground and perform
    sacrifice
Irù heard about the sacrifice and performed it
If you say you will kill Irù.................20
You will only beat yourself
No one can kill Irù the child of Ẹ̀dú
If you say you will kill Irù
You will only beat yourself

ÒKÀNRÀN ÌRẸTẸ̀ B

Ẹbọ ni kí eléyìun ó rú. Ifá póun ó ba ṣẹ́gun ọ̀tá; bẹ́nïkan bá gbógun tì í, eléyìun á dá ara ẹ̀ lẹ́bi.

Eérú inú ilé ní ń fọ́nká i yángá, i yángá
Èéfíin rẹ̀ a kẹ̀ riri, kẹ̀ bẹbẹ
Alábahun méjì ni wọ́n ń jà lókè
Ni wọ́n ń hán araa wọn pákó pàkò pákó
Ẹnïkan ò leè mẹ́nïkan
Ẹnïkan ò leè dẹ́nïkan
A díá fún Ẹtu àti Èkìrì
Níjọ́ tí wọ́n ń bá Ikin sọ̀tá
Wọ́n ní kí Òrúnmìlà ó rúbọ
Kó lè baà ṣẹ́gun àwọn méjèèjì...........10
Ọ̀tá Òrúnmìlà ni Ẹtu àti Èkìrì
Wọ́n gbógun ti Òrúnmìlà
Òrúnmìlà ò dún
Kò gbin
Òrúnmìlà bá rúbọ
Àwọn Ẹtu àti Èkìrì bá sá lọ
Wọ́n họ lọ inú igbó
Nígbà ó dijọ́ kan
Ògún bá ń re Igbó méje ẹlùjù méje
Ògún bá wá sọ́dọ̀ Òrúnmìlà.............20
Ọ̀dọ̀ Òrúnmìlà lÒgún tíí mọ́ọ dira
    ìgbẹ́
Yóó rúbọ
Òun ò ńjà ẹranko?
Ó dáa fún òun?
Ẹrán kú?
Èèyàn yè?
Ayé yẹ òun?
Ọkàn òún balẹ̀?
Òún nísinmi?
Wọ́n níwọ Ògún rúbọ 30

ÒKÀNRÀN ÌRẸTẸ̀ B

This person should perform sacrifice. Ifá says he would assist him win his enemies. If anyone wars against him, the other person would regret it.

It is the ashes in the house that splashes
The dust would billow spreading everywhere
Two tortoises engage in a fight
Pecking each other
One is unable to win the other
One is unable to floor the other
Cast divination for Ẹtu and Èkìrì
On the day they engaged in war with Ikin
They told Òrúnmìlà to offer sacrifice
Such that he could win the two of them...........10
Ẹtu and Èkìrì were sworn enemies of Òrúnmìlà
They engaged Òrúnmìlà in cold war
Òrúnmìlà did not mind them
He did not reply them
He performed the sacrifice
Ẹtu and Èkìrì ran away after a while
They ran into the forests
On a fateful day
Ògún was going to seven renowned forests and bushes
He came to meet Òrúnmìlà...........20
Right from the onset, Ògún always prepare for hunting of games first by divination
He would observe all his sacrifices
'Would I not encounter animal warfare'?
'Would it be better for me'?
'The prey dies'?
'Human being survives'?
'Life pleases me'?
'Would I have rest of mind'?
'Would I have peace'? Ògún would ask always
'Perform sacrifice Ògún', Òrúnmìlà replied.........30

441

Ọ̀rúnmìlà ní Ẹtu lẹbọọ̀ rẹ
Èkìrì lẹbọọ̀ rẹ!
Ẹtu àti Èkìrì sì ti sá wọ inú igbó lọ
Bí Ògún ti dé inú igbó
Ẹtu ló kọ́kọ́ rí
Ó di pèrẹ̀
Ó yì ín níbọn
Ẹtú kú
Ó rí Èkìrì
Ó tún di pèrẹ̀......................................40
Ó yì ín níbọn
Èkìrì kú
Ló bá kó gbogbo ẹ̀ wá fún Ọ̀rúnmìlà
Ọ̀rúnmìlà bá fi awọ àwọn méjèèjì kan ìlù
Ifá póun ó bàá eléyìun ṣégun
Eérú inú ilé ní ń fọ́nká i yángá, i yángá
Èéfiin rẹ̀ a kẹ̀ riri, kẹ̀ bẹbẹ
Alábahun méjì ni wọ́n ń jà lókè
Ni wọ́n ń hán araa wọn pákó pàkò pákó
Ẹnìkan ò leè mẹnìkan.................50
Ẹnìkan ò leè dẹnìkan
A díá fún Ẹtu àti Èkìrì níjọ́ tí wọ́n ń bá
Ikin sọtá
Ifá pé awọọ wọ́n ti dìpèsè
Àti Ẹtu ni
Àti Èkìrì ni
Tí ń bá Ikíin sọtá
Awọọ wọ́n sì ti dìpèsè

Your main sacrifice is Ẹtu!
And the second one is Èkìrì!
Meanwhile Ẹtu and Èkìrì had ran away into the thick
forests
Immediately Ògún entered the forest
He saw Ẹtu first
With a loud explosion
He shot at her
Ẹtu died
He saw Èkìrì also
With another loud explosion..................................40
He shot at her also
Èkìrì also died
He brought them for Ọ̀rúnmìlà
Ọ̀rúnmìlà then used their skins to make drums
Ifá says he would help this person win
It is the ashes in the house that splashes
The dust it produces would glow spreading
everywhere
Two tortoises engage in a fight
Pecking each other
One is unable to win the other...............................50
One is unable to floor the other
Cast divination for Ẹtu and Èkìrì, on the day they
engaged in war with Ikin
Ifá says their skins had been converted for sacrifice
Be it Ẹtu
Be it Èkìrì
Those that are warring against Ikin
Their skins had been converted for sacrifice

ÒKÀNRÀN ỌSẸ́ A

Ifá pé kí eléyìun ó lọọ́ bọ Ọ̀ṣun. Ayé ó
yẹ ẹ́. Ifá pé kó mọ́ jà o.

Bísẹ̀ẹ́ bá ń ṣe wọn
Ẹ̀rín ni wọ́ọ́n rín
Òtòsì ó fẹ̀hun mĩ́ĩn
Bíi ká jí ká mọ́ọ rínraa wa
A díá fún Ọ̀ṣun Ògèlèngèsẹ́
Èyí tí ń regbó Ìrágbìjí
Ti ń lọ rèé rawọ́ rasẹ̀ ńtorí ọmọ
Ọ̀ṣun Ògèlèngèsẹ́ nĩ́
Òún bímọ báyìí?
Wọ́n níwọ Ọ̀ṣun.........................10
Ọmọọ́ rẹ pọ̀
Ó ó lẹnìsìn láyé
Ọ̀ṣun bá rúbọ
Ó dé igbó Ìrágbìjí
Ààyé bá gba Ọ̀ṣun
Ló bá kalẹ̀ ńbẹ̀
Ayé bá yẹ ẹ́
Nǐ wá ń jó n ní ń yọ̀
Nǐ ń yin àwọn Babaláwo
Àwọn Babaláwo náà ń yin Ifá..........20
Ó ní bẹ́ẹ̀ làwọn Babaláwo tòún wí
Bísẹ̀ẹ́ bá ń ṣe wọn
Ẹ̀rín ni wọ́ọ́n rín
Òtòsì ó fẹ̀hun mĩ́ĩn
Bíi ká jí ká mọ́ọ rínraa wa
A díá fún Ọ̀ṣun Ògèlèngèsẹ́
Èyí tí ń regbó Ìrágbìjí
Ti ń lọ rèé rawọ́ rasẹ̀ ńtorí ọmọ
Kín làá bọ ńbẹ̀ tó bá bí ni?
Ọ̀ṣun òtòòròèfọ̀n.........................30
Làá bọ ńbẹ̀ bó bá bí ni
Ọ̀ṣun òtòòròèfọ̀n

ÒKÀNRÀN ỌSẸ́ A

Ifá asks this person to go and be a devotee of Ọ̀ṣun.
Life would please him. Ifá enjoins him not to keep
malice.

If they are afflicted by poverty
They would laugh about it
A wretched person wants nothing else
Other than waking up and be laughing at the ills of
the other people
Cast divination for Ọ̀ṣun Ògèlèngèsẹ́
The one going to the forests of Ìrágbìjí
That was going to pray because of children
Here is Ọ̀ṣun Ògèlèngèsẹ́
She was asking Ifá 'Would I have children'?
You Ọ̀ṣun, they answered her.............10
You will have so many children
You will even have devotees in life
Ọ̀ṣun performed the sacrifice
She got to the forests of Ìrágbìjí
She had a lot of space for herself
She established herself there
Life so pleased her
She then started to dance and rejoice
She was praising her Babaláwo
Her Babaláwo was praising Ifa...............20
She said it was exactly as her Babaláwo said
If they are afflicted by poverty
They would laugh about it
A wretched person wants nothing else
Other than waking up and be laughing at the ills of
the other people
Cast divination for Ọ̀ṣun Ògèlèngèsẹ́
The one going to the forests of Ìrágbìjí
To pray because of children
What do we worship if one is born by her?
Ọ̀ṣun òtòòròèfọ̀n!..........................30
Is what we should worship if one is born by her
Ọ̀ṣun òtòòròèfọ̀n

ÒKÀNRÀN ỌSẸ́ B

Ifá pé kí eléyìun ó rúbọ. Ó fẹ́ẹ́ lọ
síbìkan; yóó donílẹ̀ lọ́hùún. Yóó ju àwọn
tó bá ńbẹ̀ lọ. Igbá funfun, ẹyẹlé, àti aṣọ
funfun lẹbọ eléyìun. Kó dé ẹyẹlé kan mọ́
inú igbá àdému funfun, kó sì lọ́ọ́ gbé e ka
ẹsẹ òkè kó le tóbi láyé. Eléyìun sún mọ́
ẹnikan tó tóbi. Ifá pé yóó ju onítòhún lọ;
ṣùgbọ́n kó rúbọ.

Ọ̀kànrándàsẹ́nù
Awo Orí ló díá fún Orí
Orí ní ń lọ rèé bá wọn múlẹ̀ẹ bùdo
Wọ́n ní kí Orí ó rúbọ
Ọ̀kànrándàsẹ́nù
Awo Òkè ló díá fún Òkè
Òkè ń lọọ bá wọn múlẹ̀ẹ bùdo
Wọ́n ní ó rúbọ
Orí ati Òkè ní bọ wá láti Ìkọ̀lé ọ̀run
Òkè ló kọ́kọ́ dé.............................10
Ló ti mú ilẹ̀
Òké ní kò sírú òun mọ́
Wọ́n ní kí Orí ó rúbọ
Wọ́n ní yóó gorí Òkè
Orí bá rúbọ
Ẹyẹlé tée rúbọ
Wọ́n gbé e ka ẹsẹ òkè
Bí ọn ti gbé ẹyẹlé ka ẹsẹ òkè tán
Ló bá fò
Ó fo Òkè ru.............................20
Òkè tó ti ní kò sẹni tó le fo òun ru

ÒKÀNRÀN ỌSẸ́ B

Ifá asks this person to perform sacrifice. He wants to
travel somewhere; Ifá says he would become a resident
of the place. He would be greater than those he will
meet there. White calabash, pigeons, white linen is the
sacrifice. Ifá asks him to cover a pigeon in a white
'àdému' and put it beside a hill. Ifá says he will be a
mighty man. There is a certain important personality at
the place he is visiting. Ifá says this person would
outshine him.

Ọ̀kànrándàsẹ́nù
The Babaláwo of Orí casts divination for Orí
Orí was going to choose land for himself on a site
They told him to perform sacrifice
Ọ̀kànrándàsẹ́nù
The Babaláwo of the Highland casts divination for the
    Highland
The Highland was going to choose a land for himself
    in a site
They told him to perform sacrifice
Orí and the Highland were coming to the earth
The Highland got to the earth first.................10
Chose a good place to reside
He boasted that there could never be anyone that
    would outclass him
They asked Orí to offer sacrifice
They assured him that he would climb over the hills
Orí performed the sacrifice
The Pigeon that he used as sacrifice
Was placed beside the Highland
The Pigeon got to the side of the Highland
And flew off
It flew over the Highland!.................20
The Highland that had thought no one could get to its
    top let alone fly over

Orí bá gbálẹ̀ ń bùdo	Orí became established in the site
Òkè tó ti kọ́kọ́ múlẹ̀ tẹ́lẹ̀	The Highland that chose the land first
Wọ́n ò rántí ẹ̀ mọ́	Was not remembered again
Ó ní Ọ̀kànrándàsẹ́nù	He said Ọ̀kànrándàsẹ́nù
Awo Orí ló díá fún Orí	The Babaláwo of Orí cast divination for Orí
Orí ní ń lọ rèé bá wọn múlẹ̀ẹ̀ bùdo	Orí was going to choose land for himself on a site
Wọ́n ní kí Orí ó rúbọ	They told him to perform sacrifice
Ọ̀kànrándàsẹ́nù	Ọ̀kànrándàsẹ́nù
Awo Òkè ló díá fún Òkè.............30	The Babaláwo of the Highland cast divination for the Highland.................................30
Òkè ń lọ̀ọ́ bá wọn múlẹ̀ẹ̀ bùdo	The Highland was going to choose land for himself in a site
Wọ́n ní ó rúbọ	They told him to perform sacrifice
Orí ló gbẹ́bọ ńbẹ̀	Orí is the one that heard about the sacrifice
Ló wáá rúbọ	And performed it
Orí ló nilẹ̀ níbùdo	It is Orí that has the land in the site
Ọ̀kànrándàsẹ́nù Awo Orí	Ọ̀kànrándàsẹ́nù , the Babaláwo of Orí
Orí ló nilẹ̀ níbùdo	It is Orí that owns the land in the site

ÒKÀNRÀN ÒFÚN A

Ifá pé eléyìun ò níí tẹ́ láyé ẹ̀. Ẹ̀mí ẹ̀ ó gùn; ẹbọ Ìyì ni kó rú. Ẹ̀fọ́ọ tẹ̀tẹ̀ nÍfá gbà. Kó kó àwọn èèyàn jọ, kó se ẹ̀fọ́ọ Tẹ̀tẹ̀, kó sì fi irú, iyọ̀, àti epo sí i. Kó wá fi fún àwọn èèyàn jẹ. Ifá pé yóó nÍíyì láyé ẹ̀.

Ìyẹ̀ròsùn abẹnu síìnrìnsín
A díá fún Títílọlá
Àrẹ̀mọ Agbeni
Òun ò tẹ́ láyé òun?
Títíítí òun ó fi lo ayé òun gbó
Wọ́n ní ò níí tẹ́
Wọ́n nírú ò níí tẹ́
Iyọ̀ ò níí tẹ́
Tẹ̀tẹ̀ è é sĺi tẹ́ láwùjọ ẹ̀fọ́
Wọ́n ní ò níí tẹ́ láílái.....................10
Títílọlá Àrẹ̀mọ Agbení bá rúbọ
Layé bá yẹ Títílọlá
Ní wá ń jó n ní ń yọ̀
Ní ń yin àwọn Babaláwo
Àwọn Babaláwo náà ń yin Ifá
Ó ní bẹ́ẹ̀ làwọn Babaláwo tòún wí
Ìyẹ̀ròsùn abẹnu síìnrìnsín
A díá fún Títílọlá
Èyí tíí sÀrẹ̀mọ Agbeni
Wọ́n ní ó sá káalẹ̀ ẹbọ ní ó ṣe............20
Ẹbọ kó mó baà tẹ́ ńlé ayé ni ọ́n ní ó ṣe
Títílọlá gbẹ́bọ ńbẹ̀ ó rúbọ
Irú è é tẹ́ o
Iyọ̀ è é tẹ́ o
Tẹ̀tẹ̀ è é tẹ́ láwùjọ ẹ̀fọ́
Ifá dákun má sì jẹ́ n tẹ́ láílái

ÒKÀNRÀN ÒFÚN A

This person would not be ridiculed. He would have long life; He should offer sacrifice for affluence. Ifá collects Tẹ̀tẹ̀ vegetable from him. He should assemble people and entertain them with Tẹ̀tẹ̀ vegetable soup. He should add salt, locust bean and oil. He would be influential in life.

Ìyẹ̀ròsùn abẹnu síìnrìnsín
Casts divination for Títílọlá
The eldest child of Agbeni
Would I not be ridiculed?
Would the rest of my life be fine?
They assured him he would not be ridiculed
They said locust bean would never be ridiculed
Salt will never be ridiculed
Tẹ̀tẹ̀ vegetable would never be ridiculed in the midst of vegetable compatriots
They assured him he would never be ridiculed ... 10
Títílọlá performed the sacrifice
Life pleased Títílọlá
He then started to dance and rejoice
He was praising his Babaláwo
His Babaláwo was praising Ifá
He said it was as his Babaláwo had said
Ìyẹ̀ròsùn abẹnu síìnrìnsín
Casts divination for Títílọlá
The eldest child of Agbeni
He was asked to take care of the ground and perform sacrifice.............................20
Such that he would not be ridiculed
Títílọlá heard about the sacrifice and performed it
Locust bean butter will never be humiliated
Salt will never be ridiculed
Tẹ̀tẹ̀ vegetable will never be mocked in the midst of vegetables
Ifá, please, never allow me to be jeered in life

ÒKÀNRÀN ÒFÚN B

Ifá pé kí eléyìun ó rúbọ. Tó bá ṣe Obìnrin ló dá Ifá yìí, yóó fi pátá ìdí ẹ̀ rúbọ; bó sì ṣe Ọkùnrin ni, sòkòtò ẹ̀ ní ó fi rúbọ. Ifá póun ò níí jẹ́ kí eléyìun ó rí àárẹ̀. Yóó lo ilé ayé ẹ̀ kodoro.

Ẹ̀ ra bójó bójó
Ẹ̀ ta pọ́nhún pọ́nhún
A díá fún Dùùrù
Níjọ́ tí ń gbóguún re ilẹ̀ẹ Lìkì
Wọ́n ní ó rúbọ
Dùùrú rúbọ
Wọ́n gbógun tì Í títí
Wọn ò ṣẹ́gun ẹ̀
Kò sẹ́ni ó borí ẹ̀
Dùùrú kàn ń ta kọ́nbó ni...............10
Ayé yẹ ẹ́
Ní wá ń jó n ní ń yọ̀
Ní ń yin àwọn Babaláwo
Àwọn Babaláwo ń yin Ifá
Ó ní bẹ́ẹ̀ làwọn Babaláwo tòún wí
Ẹ̀ ra bójó bójó
Ẹ̀ ta pọ́nhún pọ́nhún
A díá fún Dùùrù
Níjọ́ tí ń gbóguún re ilẹ̀ẹ Lìkì
Wọ́n ní ó yáa rúbọ......................20
Dùùrú gbẹ́bọ ńbẹ̀ ó rúbọ
Mo mọ̀ sẹbọ ẹra bójó bójó; ẹ tá pọ́nhún pọ́nhún
Ẹ̀ ra bójó bójó; ẹ ta pọ́nhún pọ́nhún

ÒKÀNRÀN ÒFÚN B

Ifá asks this person to offer sacrifice well. If it is a woman, she should sacrifice her pants; if it is a man, he would use a pair of trousers. Ifá says he will not know any illness. He would enjoy life to the end.

Ẹ̀ ra bójó bójó
Ẹ̀ ta pọ́nhún pọ́nhún
Casts divination for Local Piano guitar
On the day he was warring in the land of Lìkì
He was asked to perform sacrifice
The Guitar performed the sacrifice
They warred and warred against him
They could not overcome him
They could not win him
The Guitar was just too healthy and bubbling with
    vitality...10
Life so pleased him
He then was dancing and rejoicing
He was praising his Babaláwo
His Babaláwo was praising Ifá
He said it was exactly as his Babaláwo had said
Ẹ̀ ra bójó bójó
Ẹ̀ ta pọ́nhún pọ́nhún
Casts divination for Local Piano guitar
On the day he was warring in the land of Lìkì
He was asked to perform sacrifice quickly.........20
The Piano Guitar heard about the sacrifice and
    performed it
I have performed the sacrifice of Ẹra bójó bójó; Ẹ̀ ta
    pọ́nhún pọ́nhún
Ẹ̀ ra bójó bójó; Ẹ̀ ta pọ́nhún pọ́nhún

DIFFICULT WORDS : Ọ̀KÀNRÀN

1. **Kèèrọ̀mí**: Name of a Babaláwo. The name translates to 'It is not yet easy for me'

2. **Ológun Ìṣẹ̀ṣẹ̀**: Name of a place and possibly a person

3. **Iyùn**: A kind of Expensive bead. Amber in color

4. **Idè**: A string of bead tied by Babaláwos and recognized with Ifá

5. **Ògúnsèrè**: A tree with wide leaves suitable for wrapping foods in Yorùbáland

6. **Ẹlẹ́kọ**: 'Ẹ̀kọ' is hard custard. And the person that prepares it is an Ẹlẹ́kọ

7. **Olóriri**: Almost the same meaning with Ẹ̀kọ. But Oriri is only bigger.

8. **Ruwan yaa so ruwan sanmo**: Both are Hausa words borrowed into Yorùbá. It translates "Rain has come', The rain from the sky.

9. **Yangí aborí Kugú**: Name of a Babaláwo

10. **Ọ̀kàn kì kìì kì**: Name of a Babaláwo. Note that ki kii ki as the sound made by rain drops when it is about to rain.

11. **Ma rín o Kú ma sá**: Name of a Babaláwo. This may be translated to 'I laughed at you and at your death, I will run away'

12. **Ma sá o kú ma rín**: Also a name of a Babaláwo. It also translate 'If I run and you died, I would laugh at you'

13. **Yànùbílíkí o kú yan páàsì**: Name of a Babaláwo. Meaning unsure

14. **Ọyọ́**: A city in the southwest part of Nigeria

15. **Igún**: Vulture. Also Gúnnugún

16. **Tẹ̀ńtẹ̀rẹ̀**: A kind of bird

17. **Ọsìn**: another kind of bird

18. Akọ́dá
Aṣèdá
Olúwo   } Titles of chiefs in Ifá
Odùgbọ̀nà
Àgbọngbọ̀n

19. **Ọ̀kànràn Din-din-kúù-din-kúù-din**: The tone made by the mold when it is being used to form a metal

20. **Koko**: The high tone produced by bàtá drum. Also the name of the wife of Sàngó

21. **Bàtá stood up**: An indication to tell about increase in volume, pitch and pace of rhythm of drumbeat when the spirit is high.

22. **Olúbámbí**: Another of the many appellations for Sàngó

23. **Ọmọ Ọlọ́run tó fìgbá bo ìwà mọ́lẹ̀**: A phrase name. The child of God that had covered character with calabash

24. **Àlá Òru**: Nightmares

25. **A Yìn Gínní gínní bọmọ lẹ́nu**: Translates to the one that chips bits of food into the mouth of a baby.

26. **Yídì**: The Muslim praying ground. This is a name that comes out of Yoruba phrase 'Ẹ yí dì'. This translates to 'form a group here'. This is another proof to show that all Yorùbá names and phrases actually come out of Ifá. The same goes for Ileya, the Muslim's Id el Kabir. Which is out of the Yorùbá word "Ílé ti yá', or 'it is time to go home'.

27. **Lábirinkítípi**: This describes the way by which Muslims use their head to touch the ground and sitting down almost in a tumble.

448

30. **Amẹpo mẹpo alọrẹ**: Name of a Babaláwo

28. **Ọkànràn túa tùa**: Name of a Babaláwo. Also Ọkànràn túú túú

29. **Ìlémi**: A proverbial town derivable from two words Ìlé and Omi. Omi is water; and the former is a verb and noun clause that translates to the act of floating and the two could be joined to mean the act of floating on water. This describes the way by which the gourd floats on water.

31. **Irù**: The tsetse fly

32. **You will beat yourself**: The tsetse fly is very fast and its reflex is very sharp. Any attempt by man to kill the fly while it is sucking blood by beating it on that spot would result in an attempt in futility; because the fly would have flew away from that spot before the deadly slap lands on her. Making man to slap himself.

33. **Ẹtu and Èkìrì**: Games in the forest

34. **Ọṣun Ọgèlèngèsẹ**: Ọṣun deity. Also called Òtòòròèfọ̀n

35. **Ìrágbìjì**: The mountain/city from where Ọṣun river sources.

36. **Ọkànrán dàṣẹnù**: Another name for Ọkànràn Ọsẹ. Name of a Babaláwo. But (Lt) translate to Ọkànràn throws away poverty.

37. **Ìyẹ̀ròsùn**: Ifá's powder

38. **Titíllọlá**: Name of a person. Means 'our riches would be continuous'

39. **Agbeni**: Name of a place in Yorùbáland. (Lt) The one, or the thing that shows favor to one.

40. **Ẹra bójó bójó and ẹta pọnhún**: Notes given by guitar when the hand strikes them. Name of the Babaláwo of the local guitar.

41. **Sánáá nì**: To behave negligently to someone or to a particular situation.

42. **Jingbìnnì**: Name of one of the wives of Ọrúnmìlà

43. **Ilé Ètìlè**: Name of an ancient city where Ọkànràn méjì was first cast. As a result of being their maiden Ifá, he was well catered for and became rich. Thus his not wanting to return home.

449

CHAPTER 9 : ÒGÚNDÁ

ÒGÚNDÁ MÉJÌ A

Ifá pé eléyìun ń nawó sí ajé ni gbogbo ọnà; Ọwọ́ọ̀ rẹ̀ ó tòó ajé. Ẹbọ ni kó rú. Lójọ́ tí Igún bá jẹ ẹbọ ẹ̀ lẹbọ ẹ̀ ó dà.

Gúnnugún níí ṣe yìgbó yìgbó
Àkàlàmọ̀gbò níí ṣe yìgbò yìgbò
Ẹnìkan ò mọ ibi tí ó sọlẹ̀ sí lọ́la
A díá fún Lákannígbò
Èyí tíí ṣe Ìyá Ọlọ́jà mẹ́rìndínlógún
Ẹ̀yin ò mọ ni
Gbogbo Ìsòrò
Gbogbo Ìsọ̀pẹ̀
Ẹ̀yin ò mọ pé aré ajé làá ń sáá kiri?
Igún mọ̀ dé o...........................10
Gẹ̀ẹ́ òre
Ìgbà táa gbé ohun rere kalẹ̀
Nigún wọlé dé

ÒGÚNDÁ MÉJÌ A

Ifá says this person is reaching out to wealth here and there. His hands would touch it. But he should offer sacrifice. His sacrifice would be accepted on the day a vulture eats out of it.

Gúnnugún níí ṣe yìgbó yìgbó
Àkàlàmọ̀gbò níí ṣe yìgbò yìgbò
No one knows where it would be established the next time
Cast divination for Lákannígbò
The mother of Ọlọ́jà mẹ́rìndínlógún
Don't you all know?
All observers of rituals
All you observers of rites
Don't you all know that we all are running around because of wealth?
The Vulture is here...........................10
Gẹ̀ẹ́ Òre
It was when we placed good things on the ground
That the Vulture stepped in

ÒGÚNDÁ MÉJÌ B

Ifá pé yóó dáa fún eléyìun. Ojúu rẹ̀ ó sì ríre Ifá pé ká tójú ẹja tútù kan tó tóbi, ká sì fi bọ Ògún. Ifá ó dàá eléyìun láre.

Bójú ò bá róhun bí okùn bí okùn
Kò leè róhun bíidẹ bíidẹ
A díá fún Wobúwobú Olókò
A díá fún Gbọnbúgbọnbú Olókò
Wobúwobú ló rí ibú
Bẹ̀ẹ̀ ni ò ní igbá
Gbọnbúgbọnbú ń tiẹ̀
Òun ní igbá
Ìgbà tí ọn dé pẹ̀rẹ̀pẹ̀rẹ̀ odò Ìjámọ̀
Wobúwobu ń wo inú ibú.................10
Ó ríbú tí ń mì lẹ̀gbẹ̀
Wobúwobú ní háà
Ẹjá ń bẹ nínú ibú yǐi
Gbọnbúgbọnbú dé ibẹ̀
Òún mú igbáa tiẹ̀ lọ́wọ́
Bóo làwọn ó ti wáá ṣe?
Gbọnbúgbọnbú ní kó jẹ́ kí àwọn ó gbọn
    ọn
Wọ́n bá gbọndò
Ti odò fi dé ìsàlẹ̀
Ẹyọ ẹja kan ni wọ́n rí pa.................20
Bí ọn ti gòkè odò
Ni ọn bá fìjà pẹ́ẹ̀ta
Ẹní ó gbọn ibú lóun lòún ó mùú ẹja
Ẹní ó rí ibú lóun lòún ó mùú ẹja
Wọ́n bá takú mọ́ araa wọn lọ́wọ́
Ògún sì lọ igbó méje èlùjù méje
Òún ń padàá bọ̀ wálé
Ó bá bá wọn lẹ́nu ìjà
Wọ́n bá kẹ́jọ wọ́n rò fún Ògún
Wobúwobú lóun lòún ríbú.............30

ÒGÚNDÁ MÉJÌ B

Ifá says life would be well with this person. He would witness good things but should not keep malice with people. He should prepare a big fresh fish to offer as sacrifice to Ògún. Ifá would vindicate him.

If the eyes does not see things as taunting as being
    bounded by a rope
It cannot see things as beautiful as brass
Cast divination for Wobúwobú Oloko
Also cast divination for Gbọnbúgbọnbú Olókò
Wobúwobú saw an expansive lake
But he had not an Ògbún calabash
Gbọnbúgbọnbú on his own
He has an Ògbún calabash
When they both arrived at the bank of Ìjámọ̀ river
Wobúwobú had studied the lake........................10
He noticed the lake with its current moving up and
    down
Wobúwobú exclaimed excited
There are so many fishes in this lake!
Gbọnbúgbọnbú moved near him
He has a calabash handy
What are we going to do? They asked each other
'Let us drain it with this calabash' Gbọnbúgbọnbú
    said
They then drained the lake
But on evacuating the water
They could only find a single fish to kill.............20
As soon as they got out of the swamp
They exploded into a fight
Gbọnbúgbọnbú said he owns the fish
Wobúwobú said he is the one to take away the fish
They continued to argue
Meanwhile Ògún had gone on hunting spree
He was returning home
He met the two of them exchanging fisticuffs
Prompted, they narrated their case to Ògún...........29
Wobúwobú said it is he that saw the expanse of water

Lóòótó lòun ò ní Ọgbún
Gbónbúgbónbú lóun lòún ni ọgbún
Tóun jẹ́ kí àwọn ó gbọn odò
Bí ò bá sí Ọgbún òun
Àwọn ò leè pẹja
Wobúwobú ní bóun ò bá wáá ri ibú
Sáa lè pẹja lófuruufú?
Ògún ní wọn ó mọ́ jà mọ́
Ó ní kí wọn ó dijú
Wọn bá di ojúu wọn........................40
Ó ní kí ẹnìkan ó gbá Orí mú
Kí ẹnìkan ó gbá ìrù mú
Ògún bá yọ àdá ẹ̀ lákọ̀
Ló bá gé ẹja sí méjì, fẹ́ú
Ẹní ó mú agbọn Orí
Ìrù so mọ́ ọ
Ẹní ó mú agbọn ìrù
Orí so mọ́ ọ
Ẹjá bá di méjì
Wọn ní 'Ògún mọ dá ẹja sí méjìi'!....50
N ni wọn wá ń jó ni wọn ń yọ̀
Wọn ń yin àwọn Babaláwo
Àwọn Babaláwo ń yin Ifá
Wọn ní bẹ́ẹ̀ làwọn Babaláwo tàwọn wí
Bójú ò bá róhun bí okùn bí okùn
Kò leè róhun bíidẹ bíidẹ
A díá fún Baba Aníbú mọ́ lógbùún
A díá fún Baba Alógbùún mọ́ níbú
Níjọọ́ wọn ń lọ rèé gbọ́ndò kan
Ará rọni ò................................60
Ará rọni
Ìgbà Ògún dẹjaá méjì
Ará rọni

Although I have no calabash
Gbónbúgbónbú said he was the one that has Ọgbún
The Ọgbún that gave them the advantage of scooping
    the river
'If we don't have Ọgbún'
'How would we have been able to drain the lake',
    Gbónbúgbónbú said?
'But if I did not see the lake'
'Can we fish in the air'? Countered Wobúwobú
'Do not fight again', Ògún said, amused
'Close your eyes' he ordered
They obliged and closed their eyes...................40
He asked one to hold tightly the head of the fish
And the other to hold the tail
Ògún brought out his sharp cutlass from its sheath
In a flash, he cut the fish into two equal halves
To him that held the head side
Another tail miraculously became attached to it
He that held the tail end also
A new head became attached to it
The fish became two
They said 'Ògún dá ẹja sí méjì'!.............50
They were dancing and rejoicing
They were praising their Babaláwos
Their Babaláwos was praising Ifá
They said it was as their Babaláwos said
If the eyes does not see things as taunting as being
    bounded by a rope
It cannot see things as beautiful as brass
Cast divination for he that has a deep lake but has no
    Ọgbún
Also cast divination for the man that has an Ọgbún
    but could not locate a fish pond
On the day they were going to drain one specific river
Life became easier for us..............................60
Life actually became easier for us
It was when Ògún divided the fish into two
That life became easier for us

ÒGÚNDÁ OGBÈ A

Ifá pé ire fún eléyìun. Ayé ó yẹ ẹ́. Yó ju ọ̀pọ̀lọpọ̀ àwọn èèyàn lọ tó bá bọ orí ẹ̀; torí oríi rẹ̀ ní ó dúró tì í. Ifá pé kí eléyìun ó tọ́jú ọ̀kànlénígba àkàrà; kó pe àwọn Babaláwo jọ, kó sì fi àkàrà ọ̀hún bọ orí ẹ̀. Ajé ó ya ilé ẹ̀ wá.

Ifá pé sùgbọ́n ká rúbọ o.

Ọmọnídindinrin
Awo Orí ló díá fún Orí
Orí ní ń sawoó ràjùlé Ọlọ́rọ̀
Àjùlé ibi tí òun ń lọ yìí
Ayé yẹ òun báyìí?
Wọ́n ní kí Orí ó rúbọ
Orí bá rúbọ
Ńgbà ó dé àjùlé Ọlọ́rọ̀
Wọ́n bá bẹ̀rẹ̀ síí kẹ́ ẹ
Ayé yẹ Orí tán ní ń jó 10
Ní wá ń yọ̀
Ní ń yin àwọn Babaláwo
Àwọn Babaláwo ń yin Ifá
Ó ní béẹ̀ làwọn Babaláwo tòún wí
Ọmọnídindinrin Babaláwo Orí
A díá fún Orí
Orí ní ń sawoó ràjùlé Ọlọ́rọ̀
Ajé iléè mi ni o yà wá
Ọmọnídindinrin
Àkàrà díndín ò sàì yà wálé Ọlọ́rọ̀.......20
Ọmọnídindinrin
Aya iléè mi ni o yà wá
Ọmọnídindinrin
Àkàrà díndín ò sàì yà wálé Ọlọ́rọ̀
Ọmọnídindinrin

ÒGÚNDÁ OGBÈ A

Ifá wishes this person well. Life would please him; He would be renowned than many of his contemporaries. Ifá asks him to offer sacrifices to his Orí; He should prepare two hundred and one bean cakes, gather people together, and serve them these bean cakes as sacrifice to his Orí. Good things would come calling in his house.

Ọmọnídindinrin, the Babaláwo of Orí
Casts divination for Orí
Orí is venturing priesthood in the yard of a wealthy man
'This yard that I am going'
'Would life please me'? Orí asked
They told Orí to perform sacrifice
Orí performed the sacrifice
When he got to the yard of the wealthy person
He well cared for
Life pleased Orí afterwards and started to dance 10
He was rejoicing
He was praising his Babaláwo
His Babaláwo was praising Ifá
He said it was exactly as his Babaláwo had said
Ọmọnídindinrin, the Babaláwo of Orí
Casts divination for Orí
Orí is venturing priesthood in the yard of a wealthy man
Wealth, it is my house that you should come calling
Ọmọnídindinrin
Bean cakes would nonetheless enter into the house of a wealthy man............................20
Ọmọnídindinrin
Wives, it is my house that you should come calling
Ọmọnídindinrin
Bean cakes would nonetheless enter into the house of a wealthy man
Ọmọnídindinrin

Ọmọ, iléè mi ni o yà wá
Ọmọnídindinrin
Àkàrà díndín ò sàì yà wálé Olórò
Ọmọnídindinrin
Ire gbogbo, iléè mi ni o yà wá.........30
Ọmọnídindinrin
Àkàrà díndín ò sàì yà wálé Olórò
Ọmọnídindinrin

Children, it is my house that you should come calling
Ọmọnídindinrin
Bean cakes would nonetheless enter into the house of
    a wealthy man
Ọmọnídindinrin
All good things, it is my house that you should come
    calling.......................................30
Ọmọnídindinrin
Bean cakes would nonetheless enter into the house of
    a wealthy man
Ọmọnídindinrin

ÒGÚNDÁ OGBÈ B

Ifá pé orí eléyìun ṣọre. Ifá pé kó rúbọ. Nǹkan ẹ̀ ò níí bàjẹ́; Ifá pé ẹbọ kí eléyìun ó ju àwọn ẹgbẹ́ ẹ̀ lọ ni kó rú. Oríi rẹ̀ ó dúró tì í.

Agongo ṣígo ṣígo
Agòǹgò ṣígò ṣígò
A díá fún Ògúndá tí ó tẹyìn wá
Tí ó borí Ogbè mọ́lẹ̀
Ẹbọ n wọ́n ní ó ṣe
Ògúndá bá rúbọ
Nǐ wá ń jó n ní ń yọ̀
Nǐ ń yin àwọn Babaláwo
Àwọn Babaláwo ń yin Ifá
Ó ní béẹ̀ làwọn Babaláwo tòún wí......10
Agongo ṣígo ṣígo
Agòǹgò ṣígò ṣígò
A díá fún Ògúndá tí ó tẹyìn wá
Tí ó borí Ogbè mọ́lẹ̀
Ẹbọ n wọ́n ní ó ṣe
Ògúndá gbẹ́bọ ńbẹ̀
Ó rúbọ
Ògúndá tẹyìn wá o
Ó borí Ogbè mọ́lẹ̀
Orí rere n tírèèrè.........................20

ÒGÚNDÁ OGBÈ B

Ifá says the Orí of this person has met with good fortune henceforth. Ifá asks him to perform sacrifice. His things would not get spoilt, but he should perform sacrifice to allow him outshine his contemporaries. His Orí would be with him.

Agongo ṣígo ṣígo
Agòǹgò ṣígò ṣígò
Casts divination for Ògúndá coming from behind
He came from behind to outshine Ogbè
He was asked to perform sacrifice
Ògúndá performed the sacrifice
He then started to dance and rejoice
He was praising his Babaláwo
His Babaláwo was praising Ifá
He said it was exactly as his Babaláwo had said.....10
Agongo ṣígo ṣígo
Agòǹgò ṣígò ṣígò
Casts divination for Ògúndá coming from behind
To outshine Ogbè
He was asked to perform sacrifice
Ògúndá heard about the sacrifice
He performed it
Ògúndá came from behind
He outclassed Ogbè
Orí rere n tírèèrè............................20

ÒGÚNDÁ Ọ̀YẸ̀KÚ A

Eléyìun ó ti mọ́ọ ṣe nǹkankan fẹ́nìkan; ńgbà ó bá yá yóó tùún mọ́ọ ṣe nǹkan yíì fẹ́lòmíìn. Ẹni àkọ́kọ́ ó wàá mọ́ọ bínú ẹ̀. Ifá pé kí ẹni tí ń bínú ẹ̀ ó mọ́ baà fi èníní da nǹkan ẹ̀ rú ni kó rúbọ sí. Ifá pé kí eléyìun ó tún rúbọ ẹnu;. ọ̀pọ̀lọpọ̀ oyin lẹbọ ẹ̀.

Màṣeere mà kú
Mà sìkà mà kú
Ilẹ̀ ló mẹni tí ó tẹ̀ òun pé
Díá fún Àìkúlọlá tíí ṣe ìpọ̀nti Òrìṣà
Yóó wàá lọ rèé pọnti Ẹ̀dú
Òòsà ni Àìkúlọlá mọ́ọ pọn ọti fún
Ńgbà ó dijọ́ kan
Ẹ̀dú bá bẹ̀ ẹ́ ní ọti
Kó bá òun pọn Ọti
Àìkúlọlá bá pọn Ọti fún un...............10
Òòsà ní hà
'Ọti tíí mọ́ọ pọn fún òun'
'Tíí dùn'
'Ni ń lọ́ọ pọn fún ẹlòmíìn yí'?
'Èṣù': o dáké ni?
'Ṣe bóun mọ́ọ bun ìwọ Èṣù náà mu'?
Wọ́n bá gbé ìkoko ọti tó ṣẹ̀ṣẹ̀ pọn tán
Wọ́n bá tọ̀ si
Àìkúlọlá ò sì mọ̀
Ńgbà tí ọn tọ̀ si tán.......................20
Wọ́n bá gbé ọti dé ibi wọ́n ó ti mu ú
Ni ọn bá fi pé ọti yìí ò dáa mọ́
'Ọlọ́ti yìí ò mọtíi pọn'
'Tùẹ̀'
Ni ọn tu ọti dànù
Wọ́n bá bẹ̀rẹ̀ síi bú Àìkúlọlá
Ẹni tí tí ń pọn ọti

ÒGÚNDÁ Ọ̀YẸ̀KÚ A

Ifá says this person has been undertaking a kind of function for someone. He would later venture into doing it for someone else; but the first person would hate him for this. It is for the prevention of the possibility of the first person using this hatred against him that he should sacrifice. He should also sacrifice for the 'mouth'. He should sacrifice honey.

If I do good, I will die
If I practice wickedness, I will die
It is the mother earth that knows him that would tread
    on her for long
Cast divination for Àìkúlọlá, the wine brewer of Òrìṣà
He would go and brew the same wine for Ẹ̀dú
It is only Òòsà that Àìkúlọlá brews wine for
But on a fateful day
Ẹ̀dú asked him to brew wine for him
He wants to drink of Àìkúlọlá's wine
Àìkúlọlá did so...............................10
Òòsà surprised, exclaimed
'The wine that this man brews for me'
'And is always very sweet'
'Is the same wine he wants to go and brew for
    someone else'
'Èṣù, why are you silent? Òòsà queried'
'Don't I used to share you out of the wine'?
That was how they connived on the wine Àìkú has
    just brewed
And urinated into it
Àìkúlọlá had no knowledge of it
After they urinated into it.........................20
He took the wine to where it was to be devoured
This wine is not good, they all said in unison
'This brewer is a quack'
'Tùẹ̀'
They spat the wine
They started abusing Àìkúlọlá
The person who had been brewing for long

456

Tí ọn tí ń yìn ín lọ́wọ́	He had ever been praised for it
Tí tí ń pọn ọti fún Òòsà	'He who had been brewing wine for Òòsà'
Ó wá pọn ọti fún Ẹ̀dú.................30	'He now brews for me Ẹ̀dú'.................30
Kò wáá dùn	'It is now sour' Ọ̀rúnmìlà wondered
Wọ́n ní Èṣù ni kí wọ́n ó lọ́ọ́ bá	'Go and meet Èṣù' they said
Wọ́n ní Èṣù ní ń dán nǹkan báhun wò	'It is Èṣù that is working the inconsistency', his
Wọ́n ní Ìwọ Àìkúlọlá rúbọ fÉṣù	Babaláwos said
Kóo fi ọ̀pọ̀lọpọ̀ oyin rúbọ	They told Àìkúlọla to offer sacrifice to Èṣù
Ló bá rúbọ	'Use a lot of honey as sacrifice' they advised
Ó rúbọ tán	He performed the sacrifice
Ayé bá yẹ ẹ́	He finished the performing the sacrifice
Ọtíi rẹ̀ ò tẹ́ mọ́	Life then pleased him
Ọtí tí ọ́n ti bàjẹ́.................40	His wine refused to become bitter again
Ọtí bá di dídùn	The wine that had been rendered tasteless...........40
Màseere mà kú	The wine became sweet again
Mà sìkà mà kú	If I do well, I will die
Ilẹ̀ ló mẹni tí ó tẹ̀ un pẹ́	If I practice wickedness, I will die
Díá fún Àìkúlọlá	It is the mother earth that knows him that would
Tíí ṣe Ìpọ̀ntí Òrìṣà	tread on her for long
Yóó wa lọ rèé pọntí Ẹ̀dú	Cast divination for Àìkúlọlá,
Èyí tí wọ́n ba ọtíi rẹ̀ náà jẹ́	The wine brewer of Òrìṣà
Wọ́n ní ó rúbọ	He would go and brew the same wine for Ẹ̀dú
Kótíi náà ó le dáa.................50	The one whose wine would be spoilt
Ló bá foyin rúbọ	He was asked to perform sacrifice
Èṣù mọ̀mọ̀ ló bọtí Àìkú jẹ́ o	So that his wine would be as sweet as usual..........50
Ọtí ń bẹ lórù	He used honey as sacrifice
Oyin mọmọ	It was Èṣù who ruined the taste of Àìkú's wine
Ń mọ̀mọ̀ ń bẹ lórù	The wine is in the brewing pot
Oyin mọmọ	As sweet as honey
	It is actually there in the brewing pot
	As sweet as honey

ÒGÚNDÁ Ọ̀YẸ̀KÚ B

Ifá pé ẹmí eléyìun ó gùn púpọ̀.

Ògúndá ò kú
Ọ̀yẹ̀ ò kú
Ookú làgbàlagbà méjì í kíraa wọn
A díá fún Òkè
Èyí tí ń rayé ìlaìkú
Wọ́n ní kó rúbọ
Ó rúbọ tán lẹbọ ẹ̀ bá dà
Ó ní Ògúndá ò kú
Ọ̀yẹ̀ ò kú..............................9
Ookú; Ookú làgbàlagbà méjì í kíraa wọn
A díá fún Òkè èyí tí ń rayé ìlaì níí kú
Ogún ọdún òní o
Gbọnhin gbọnhin ni tòkè
Òkè ń bẹ láìkú gbọnhin gbọnhin
Ọgbọ̀n ọdún òní o
Gbọnhin gbọnhin ni tòkè
Òkè ń bẹ láìkú gbọnhin gbọnhin
Àádọ́ta ọdún òní o
Gbọnhin gbọnhin ni tòkè
Òkè ń bẹ láìkú gbọnhin gbọnhin.....20
Igba ọdún òní o
Gbọnhin gbọnhin ni tòkè
Òkè ń bẹ láìkú gbọnhin gbọnhin
Òké wá ń bẹ níbẹ ni
Òkè ò kú mọ́ láílái
Ifá pé ẹmí eléyìun ó gùn

ÒGÚNDÁ Ọ̀YẸ̀KÚ B

Ifá says his person would have long life.

Ògúndá did not die
Ọ̀yẹ̀ did not die
Ookú is the language that two elders use in greeting
 each other
Cast divination for the Highland
That was going to the earth without dying
He was asked to perform sacrifice
He sacrificed and it was accepted
He said Ògúndá did not die
Ọ̀yẹ̀ did not die..10
Ookú is the sentence two elders use in greeting each
 other
Cast divination for the Highland going to the earth
 without dying
Twenty years today
Gbọnhin gbọnhin is for the Highland
The Highland exist without dying
Thirty years today
Gbọnhin gbọnhin is for the Highland
The Highland exist without dying
Fifty years today
Gbọnhin gbọnhin is for the Highland
The Highland exist without dying....................20
Two hundred years today
Gbọnhin gbọnhin is for the Highland
The Highland exist without dying
The Highland now exist there in her location
The Highland does never die again
Ifá says this person would have long life

458

ÒGÚNDÁ ÌWÒRÌ A

Ayé ó yẹ eléyìun. Ifá pé òun ò níí jẹ́ kí òkùnrùn ó mú eléyìun ní ọ̀kọ́ọ̀kan nínú ọ̀nà mẹ́sẹ̀ẹ̀sán tó wọ inú ara. Yóó lo ilé ayé dáadáa.

Ògúndá ni ò lápó
Ìwòrì ni ò lọ́fà
Àgbàrá ni ò lámọ̀nà
Awo ilé Alágbàlákin ló díá fún Alágbàlákin
Wọ́n ní ó rúbọ ọ̀nà mẹ́sẹ̀ẹ̀sán tó wọ inú ara ẹ̀
Kọ́kọ́ọ̀kan ó mọ́ ṣe dí
Ọ̀nà mẹ́sàán ní ń bẹ tó wọ inú ara
Imú méjì ni
Etí méjì
Ẹnu, ọkan.................10
Ojú méjì
Méje ní ń bẹ lọ́dọ̀ orí
Nǐbi à á tíí tọ̀
Ojú kan ni
Ibi táàá tíí ṣu
Ojú kan
Ọ̀nà mẹ́sẹ̀ẹ̀sán tó wọ inú ara nùu
Ibìkankan ò bàjẹ́ nínúu mẹ́sẹ̀ẹ̀sán tóun ń lò láyé?
Òún gbádùun gbogbo ẹ̀?
Wọ́n ní kó rúbọ.................20
Ó rúbọ tán
Ayé bá yẹ ẹ́
Nǹkankan ò bàjẹ́ lára ẹ̀
Ó pẹ́ láyé
Nǐ wá ń jó n ní ń yọ̀
Nǐ ń yin àwọn Babaláwo
Àwọn Babaláwo ń yin Ifá
Ó ní bẹ́ẹ̀ làwọn Babaláwo tòún wí
Ògúndá ni ò lápó

ÒGÚNDÁ ÌWÒRÌ A

Ifá says life would please this person. Ifá would not allow any disease to affect the nine openings providing entrance into the body. He would live his life happily.

It is Ògúndá that has no Knapsack
Ìwòrì has no arrow
Runoff water has no lead
The priest of Alagbalakin's house cast divination for Alágbàlákin
He was asked to perform sacrifice for the nine ways providing entry into his body
That none would become blocked
There are nine ways providing entry into the body
Two nostrils
Two ears
One mouth.................10
Two eyes
There are seven openings with the head
The opening from where we urinate
Is one opening
The opening from where we defecate
Is another opening
Those are the nine ways providing entrance into the body
That none of them gets bad
That he enjoys all of them to the brim
He was asked to perform sacrifice.................20
He finished performing the sacrifice
Life pleased him
None of the organs got spoilt in his bodice
He had long life
He then started to dance and rejoice
He was praising his Babaláwos
His Babaláwos were praising Ifá
He said it was exactly as his Babaláwos had said
It is Ògúndá that has no Knapsack

Ìwòrì ni ò lófà.............30

Àgbàrá ni ò lámònà

Awo ilé Alágbàlákin ló díá fún Alágbàlákin

Wón ní ó rúbo ònà mésèèsán tó wo inú ara è

Kókòòòkan ó mó se dí

Ó gbébo níbè ó rúbo

Rírú ebo

Èèrù àtùkèsù

E wáá bá ní lárùúségun

Àrúségun làá bá ni lésè oba Òrìsà

Ìwòrì has no arrow...........................30

Runoff water has no lead

The priest of Alágbàlákin's house cast divination for Alágbàlákin

He was asked to perform sacrifice for the nine ways providing entry into his body

That none becomes blocked

He heard about the sacrifice and performed it

Offering of sacrifices

And free gifts given to Èsù

Come and meet us with victorious offertory

One is found with victorious offertory at the feet of the king of Òrìsà

ÒGÚNDÁ ÌWÒRÌ B

Ifá pé ká rúbọ́: ire obìnrin fún wa. A ò
gbọdọ̀ ṣojo níbi ọ̀rọ̀ obìnrin; torí Ifá ní ó
bàá wa ṣẹ́gun àwọn ọ̀tá. Àdá kan lẹbọ ẹ̀.

Òtìtà ńlá abìdí yèrèpé yèrèpé
A díá fún Oníyinmì Akin Àràpà
Níjọ́ tí ń fojúú ṣọ̀gbérè aya
Wọ́n ní yóó láya lọ́pọ̀lọpọ̀
Ẹbọ aya ni kó wáá ṣe
Ó bá rúbọ aya
Ńgbà tí ó meé fẹ obìn
Obìin ń pé ṣóo tó òún fẹ̀ o?
Oníyinmì ní kò séwu
Ó bá fẹ́ ẹ níyàwó tán ni ọn bá ń da
     Obìnrin yìí láàmú..............10
'Oníyinmì Akin Àràpà ló fẹ̀ obìin tó dáa
     báyìí'?
'Tó níwà tó báyìí'?
Àwọn ó gbà á mọ́ ọ lọ́wọ́ ni
Obìin sáà ń tiraka
Kò fẹ́ẹ́ fi ọkọ ẹ̀ sílẹ̀
Ọkọọ rẹ̀ ò sì ṣe bíi Ọkùnrin gidi
Ó bá lọọ bá ọkọ níjọ́ kan
Ó níwọ Oníyinmì
Ò ń wo òun ńíran ni?
À bóò ń àwọn tí ń yọ òun lẹ́nu ni?...20
Ló bá kèjàsì
Ó ní bẹ́ẹ̀ làwọn Babaláwo tòún wí
Òtìtà ńlá abìdí yèrèpé yèrèpé
A díá fún Oníyinmì Akin Àràpà
Níjọ́ tí ń fojúú ṣọ̀gbérè aya
Oníyinmì Akin Àràpà

ÒGÚNDÁ ÌWÒRÌ B

Ifá asks this person to perform sacrifice. He is wished
the good fortune of women. He should not drag his
feet or exercise fear on matters concerning women. Ifá
says he would help him win. He should sacrifice a
cutlass.

Òtìtà ńlá abìdí yèrèpé yèrèpé
Casts divination for Oníyinmì Akin Àràpà
On the day he was crying because of dearth of wives
They told him he would have many wives
It was the sacrifice for wives that was mandated for
     him to perform
He performed the sacrifice
When he got one to marry
The woman asked him 'Are you strong enough to
     marry me'?
Oníyinmì said reassuringly, 'There is no need for any
     fear'
He married the woman and men started troubling her
'Oníyinmì Akin Àràpà marrying a woman this
     beautiful'?..11
'This respectful and mannered'?
'We must snatch her out of his hands'. They said
     individually
The woman continued to endure and striving
She did not want to leave her husband
Meanwhile the husband was not performing as a real
     man
She went to meet her husband one fateful day
'You Oníyinmì" she said
'Why are you undisturbed'?
'Don't you see these people troubling me'?.........20
She busted into Ìjàsì song
She said it was exactly as her Babaláwo had said
Òtìtà ńlá abìdí yèrèpé yèrèpé
Casts divination for Oníyinmì Akin Àràpà
On the day he was crying of having no wife
Oníyinmì Akin Àràpà

E bóo níwájúù rẹ̀ tó gbọgbẹ́ kí n tó fẹ́ ọ
O lẹ́yìn rẹ̀ tóó gbọfà kí n tóó fẹ́ ọ
O lágbedegbédéè rẹ̀ tóó gbà mọ́ kí ń tóó
    fẹ́ ọ
Ó ní ń lọ o ó o o 30
Ogún mọ̀mọ̀ mọ́kọ máyà ń lọ o ò ò ò ò
Ogún mọ̀mọ̀ mọ́kọ máyà ń lọ o ò o ò o
Ogún mọ̀mọ̀ mọ́kọ máyà ń lọ o ò ò ò ò
Ogún mọ̀mọ̀ mọ́kọ máyà ń lọ o ò o ò o
Ó bá ta Oníyinmì jí
Ó níwọ Ọgbọ̀kọ̀ ayaà mi
Ó láì tíì dé ibi wẹ́rẹ́wẹ́rẹ́ ewé ìgbá ni
Òún ń bọ̀ wá
Ó ní aì tíì dé ibi eruku yọ̀mù yọ̀mù tí ń bẹ
    nílẹ̀
Ó ní aì tíì dé ibi ilẹ̀ gbé sòro lẹ́nu ẹni ń
    jíjẹ ni...........─.............40
Oníyinmì sì ti bọ Ògún
Èṣù sì fi àdá lé e lọ́wọ́
Ló bá mú Àdá
Ló kọjú sí àwọn tí ọ́n ń gbóguún ti ayaa
    rẹ̀
Lòun náà bá kèjàsì
Ó lẹ́ẹkú o ò ọmọ Àgbọnnìrègún
Hin
Òdìtà ńlá abìdí yèrèpé yèrèpé ló díá fún
    Oníyinmì Akin Àràpà o
Hin
Níjọ́ tí ń fomi ojúú sọ̀gbérè aya........50
Hin
Wọ́n ní ó sá káalẹ̀ kó jàre ẹbọ aya ní ó ṣe

Didn't you say your forehead is strong enough to
    withstand a deep cut when I married you?
And that your back is strong enough to stand an arrow
    shot before I married you?
Didn't you say your torso is strong enough to be held
    before I married you?
She is leaving, she sang.............................30
Warfare had arrested both the husband and the wife,
    and she is leaving
Warfare had arrested both the husband and the
    wife, and she is leaving
Warfare had arrested both the husband and the
    wife, and she is leaving
Warfare had arrested both the husband and the wife,
    and she is leaving
The Ìjàsì song awakened Oníyinmì Akin Àràpà
He said 'Ọgbọ̀kọ̀, my wife'
'We are not yet in the level of freshly germinating
    locust bean leaves'
'I am going to surprise you; I am just getting
    prepared'
'We are not yet in the level of great dust of the earth'
We have not gotten to the place where sand is difficult
    to chew in one's mouth'......................40
Oníyinmì had previously sacrificed to Ògún
Èṣù had given him a cutlass
He fetched for the cutlass
And faced those working against him and his wife
He too busted into Ìjàsì song
I greet you all the children of Àgbọnnìrègún all
    Babaláwos, he sang
They responded, Hin
Òdìtà ńlá abìdí yèrèpé casts divination for Oníyinmì
    Akin Àràpà
Hin
On the day he was crying of having wife..............50
Hin
He was asked to take care of the ground and perform
    sacrifice for wives

462

Hin
Ó gbẹ́bọ ńbẹ̀ ó wáá rúbọ
Hin
Oníyinmì Akin Àràpà, Ogún mọ́kọ
    máyà, ogún ń lọ
Hin
Ó láì dé ibi wẹ́rẹ́wẹ́rẹ́ ewé ìgbáá
Hin
À ì tíí dé ibi eruku yọ̀mù alẹ̀ o 60
Hin
À ì dé ibi ilẹ̀ gbé sòro lẹ́nu ẹni ń jíjẹ
Hin
Ó ní ẹ dá míì lẹ̀ ẹ jẹ́ kí n lọ o ó o
Ògún tó dáwòrì dá míì lẹ̀ jẹ́ kí n lọ o ò ò
Ògún tó dáwòrì dá míì lẹ̀ jẹ́ kí n lọ
Ògún tó dáwòrì dá míì lẹ̀ jẹ́ kí n lọ

Hin
He heard about the sacrifice and performed it
Hin
Oníyinmì Akin Àràpà, war has arrested both the
    husband and the wife and she is leaving
Hin
He said we are not yet on the level of freshly
    germinating locust bean leaves
Hin
We are not yet in the level of great dust of the earth
Hin..61
We have not gotten to the place where sand is
    difficult to chew in one's mouth
Hin
'Let go of me', he sang
Ògún that created Ìwòrì, let go of me and let me go
Ògún that created Ìwòrì, let go of me and let me go
Ògún that created Ìwòrì let go of me and let me go

ÒGÚNDÁ ÒDÍ A

Ifá pé kí eléyìun ó ní sùúrù nípa Obìnrin, pàápàá nípa obìnrin òréẹ rè kan tí ọwọ́ wọ́n jọ wọ ọwọ́; ki obìnrin ó mọ́ lọọ́ dá nnkan sílẹ̀ láàrin wọn. Kí eléyìun ó mọ́ fi isó kínnkín ba idí jẹ́; ó lè jẹ́ pé eléyìun tí ń ṣe dáadáa bọ̀ láti ìbẹ̀rẹ̀, Kí obìnrin ó mọ́ lọọ́ ba gbogbo ohun tí tí ń ṣe láti ìbẹ̀rẹ̀ jẹ́.

Ó ṣeun ṣeun lálọ
Ó ṣèèyàn ṣèèyàn lábọ̀
A díá fún Ọ̀rúnmìlà
Ti tí ń sọkọ Àdí
Ti Ògún ń sọkọ Epo
Nígbà tí Ògún ń re ibi àtòkè dókè
Wọ́n síi mọ́ọ gba Obìnrin òréẹ wọn lọ́wọ́
Bí àayé bá síílẹ̀ fún un
Ògún bá wá gba Obìnrin Ọ̀rúnmìlà
Pé kó tẹ̀lẹ̀ òun lọ sí òkèèrè...............10
Ó fẹ́ẹ mú Àdí lọ
Ògún bá mú Àdí lọ́wọ́ lọ
Ti ọn sì fi gbé gbogbo oṣù tí ọn gbé lọ́hùún
Kò sí I láṣọ wò ń
Sùgbọ́n ńgbà tí wọ́n ó mọ́ọ bọ̀
Tó ku ibùsọ̀ diẹ̀ kí wọ́n ó dé ilé
Ilẹ̀ sú wọn
Ni ọn bá sùn
Oorún pa wọ́n pọ̀
Obìnrin bá ń jaarunpá lu Ògún.........20
Ọ̀rúnmìlà ti rí gbogbo ẹ̀ ńlé
Torí àwòyeróye Awo Ilé Ọ̀rúnmìlà
Òun ti na Ìbọn sí ọn
Ti tí ń woyee wọn
Ògún sá ṣe bí eré
Kò lè mú u mọ́ra mọ́
Bí Obiin tí ń ṣeé sí Ògún

ÒGÚNDÁ ÒDÍ A

Ifá asks this person to exercise restraint on affairs with women most especially on the wife of his close ally, so that the woman would not create enmity between them. This person would from the onset be loyal to this friend but if care is not taken, an affair between him and the friend's wife may lead to a chain of bad things.

He did really well in the 'to' journey
He was very humane on the return journey
Cast divination for Ọ̀rúnmìlà
That had ever been the husband of Àdí
And Ògún, who had ever been the husband of Epo
Ògún was going to a destination transcending the hills
    on an occasion
In the olden days, one can take along a friend's wife
If the chance exist for her
Ògún as a result came for Ọ̀rúnmìlà's wife
That she should escort him on his journey abroad...10
He wanted to travel with Àdí
Ògún then took Àdí along with him
For the months they stayed in the city abroad
Ògún never had a pip of her underpants
But when they were coming back
It was only about two miles home
It was getting too dark
They slept on the way
They slept together
The woman slept seductively.........................20
Meanwhile Ọ̀rúnmìlà had seen everything at home
Because of magical exposition
He had through his Òsùn
Been looking at the scene
Ògún, without self-control
Could not contain the invitation
The acts of the woman was too obvious

464

Òigún ò sĩ tì yà sí I téilèi
Ògún bá a sùn
Ñgbà tí óin dé ilé 30
Ìtira ò jé ó lè dé oidoi Òrúnmìlà mói
Obìin bá padà délé
'Ògún dà'?
Ó ní ń bòi
Òrúnmìlà ní bíi báwo?
'Ta ń mú oi loi'?
'Téei fi joi loi ìrìn àjòi'
'Kò wáá níí wá mói ni'?
Oikàn Ògún sĩ ń mĩ
Ñgbà ó dijói kan......................40
Òrúnmìlà bá pàdé Ògún léisèi ò gbèjĩ
Ó níwoi Ògún
'Ó sĩ seun seun láloi'
'Ó sèèyàn sèèyàn lábòi'
'Ó kààbòi rébété'
'Ó wáá ba ìyóku jéi'
Òrúnmìlà ló dáa
'Sé o dó Àdí ni'
'Móoi gba Àdí'
'Bóun mú Epo'......................50
Òrúnmìlà bá gba Epo
Ògún bá mú Àdí
Láti ijoi náá ló ti di pé Ògún àti Àdí
Àwoin méjèèjì ni woin joi ń sùn woin joi ń jĩ
Ó seun seun láloi
Ó sèèyàn sèèyàn lábòi
Ó kù rébété lo wá bàyóku jéi
A díá fún Ògún
Èyí tí ń loi rèéi dó Àdí
Ògún o dó Àdí......................60
O gba Àdí
Ifá wáá gba Epo lóiwóioi rei
Ògún ló dó Àdí
NIfá fi gba Epo lóiwóioi rei

Meanwhile Ògún had never touched her
For the first time, Ògún had intercourse with her
When they got home.................................30
He was wary of his act of treachery; he could not go
    to Òrúnmìlà's house
When Àdí got to Òrúnmìlà's house
'Where is Ògún'? Òrúnmìlà asked
'He would come later', the woman lied
'Why should that be'? Countered Òrúnmìlà
'Who took you out'?
'That made you travel with him'?
'Won't he show his appreciation'? Òrúnmìlà
    wondered
Ògún was however afraid of seeing Òrúnmìlà
But on a fateful day...............................40
Òrúnmìlà met with Ògún on the way
'You Ògún', he accused him
'You did really well on your to journey'
'You were very humane on your return trip'
'It remains just a little to persevere'
'You then messed everything'
'That is fine', Òrúnmìlà continued
'Now that you have had sex with Àdí'
'You can have her permanently'
'But you have to exchange her for me with Epo'...50
Òrúnmìlà took Epo in exchange
Ògún took Àdí
It was since then that Ògún and Àdí became one
They were sleeping and waking up together
He did really well in the to journey
He was very humane on the return journey
It remains just a little to persevere
Cast divination for Ògún
The one who was going to have sex with Àdí
Ògún, you had sex with Àdí 60
You snatched Àdí
Ifá took Epo in exchange from you
It is Ògún who had sex with Àdí
And Ifá took Epo from him

ÒGÚNDÁ ÒDÍ B

Ifá pé ká rúbọ. Ìyàwó tí eléyìun bá fẹ́ ní ó bá a kalẹ́, ṣùgbọ́n Elénìní ò níí fẹ́ kí wọ́n ó fẹ́ Obìnrin náà.

Ògún dádíí Ìgbín
Òkùsú jàdí Ìgèrè
Ajádíí agbọ̀n já tán
Ó daláa
Ó daláa tán
Ó jingíri
A díá fún Òkùsú tíí ṣeran Ìgàrè lódò
Òkùsú níí ṣeran Ìgàrè lódò
Àtòun àti Obìnrin rẹ̀ ní ọn móọ́ tẹ̀lé araa
    wọn
Wọ́n ó móọ́ dún............…..............10
Wọ́n ó móọ́ rìn pọ̀
Inú bá ń bí àwọn èèyàn
Wọ́n ní àwọn tí ọn móọ́ tẹ̀lé araa wọn
    sòó sòó yìí
Ni ọn bá ń lọ́ọ́ sọ́ wọn
Òkùsú sì rúbọ
Wọ́n lé e; lé e, pé kí wọ́n ó pa á
Wọn ò leè mú u
Ó ti rúbọ sí àìkú
Ẹ̀mí Òkùsú gùn
Nĩ wá ń jó ní ń yọ̀................…..........20
Nĩ ń yin àwọn Babaláwo
Àwọn Babaláwo ń yin Ifá
Ó ní bẹ́ẹ̀ làwọn Babaláwo tòún wí
Ògún dádíí Ìgbín
Òkùsú jàdí Ìgèrè
Ajádíí agbọ̀n já tán
Ó daláa
Ó daláa tán
Ó jingíri.............................…............29
A díá fún Òkùsú tíí ṣeran Ìgàrè lódò

ÒGÚNDÁ ÒDÍ B

Ifá asks this person to offer sacrifice. The wife of this person is his destined wife; but detractors would not want the relationship to thrive.

Ògún broke the shell of a snail at the ends
Òkùsú broke the ends of a fish net
A worn basket became torn at the base
It was therefore left unused
It became unused
It turned a castaway
Cast divination for Òkùsú, the animal of taboo
Here is Òkùsú, the animal of abomination
They move together in a pair of male and female
They would be going about murmuring and humming
They are inseparable..........…………….................11
This union angered man
'This pair that goes along with each other all times'
    what do we do about them?
They started watching them for a foul step
But Òkùsú had performed sacrifice
They hunted and hunted them for games
They could not kill them
They had sacrificed for long life
They had long life
They then started to dance and rejoice...............20
They were praising their Babaláwos
Their Babaláwos were praising Ifá
They said it was exactly as their Babaláwos had said
Ògún broke the shell of a snail at the ends
Òkùsú broke the ends of a fish net
A worn basket became torn at the base
It was left unused
It became unused
It ultimately turned a castaway
Casts divination for Òkùsú, the animal of taboo
    in the riverbanks 30

Ẹ mọ́ pa á | Do not kill her
Ẹran abọ̀hun ni | She is sacrosanct
Ẹní pa Òkùsú a bÓkùsú rìn | He that kills Òkùsú would die with Òkùsú
Ẹ mọ́ pa á | Do not kill her
Ẹran abọ̀hun ni | She is a sacred animal
Òkùsú dẹni ò kú mọ́ | Òkùsú had become an immortal animal

ÒGÚNDÁ ÌROSÙN A

Ifá loun pé ire . Ká şe àforítí lórí işé tí à
ń şe tí à ń pé kò dára tó. Ẹbọ ni ká rú torí
işé ọhún ní ó là wá. A ó sì la ọjà já.

Ká yọ pópó bula bula ká lọ rèé kan òkun
Ká yènà tààràtà ká lọ rèé kan Òsá
A díá fún pọntí pọntí
Tí ọn ní ó mọ fọtíi rèé lẹ̀
Ọtíi rẹ ní mọ́ọ pọn
Pọnti pọnti ló pọnti pọntí
Ó tóó rówó, kò rówó
Ló bá fi gbogbo ara bó
Ó bó lójú
Ó bó lórí............................10
Ó bó lọ́rùn
Ó bó lápá
Ó bó lẹsẹ̀
Ó bó léyìn
Ó wáá fi gbogbo ara bó tán
'Bóo lòun ó ti wáá şe'?
'Iná tí òún ń dá níbi ọtí tóun ń pọn'
'Nàá ló mú kí òún ó mọ́ọ bó lára báyìí'
Wọ́n ní ó mọ fişẹ́ẹ rẹ̀ sílẹ̀
Wọ́n ní ẹbọ ni kó mọ́ọ şe...............20
Ní bá ń rúbọ
Ńgbà ó yá
Gbogbo ayé bá gba ọtí tí ń pọn gbọ́
N tí wọn ò ti gbàgbọ́ tẹ́lẹ̀
Ọtí ọhún là ń pè ní ọtí òyìnbó
Ni ọn bá ń pé ọtí Èèbó láá mu lónìí
Ifá pé kí eléyiun ó mọ fişẹ́ẹ rẹ̀ sílẹ̀
Yóó là

ÒGÚNDÁ ÌROSÙN A

Ifá wishes this person well. His work is not very
successful. Ifá says he must persevere and offer
sacrifice. It is the same job that would enrich him in
life. We would be known worldwide.

Let us make a broad road to link the ocean
Let us make a straight path to link the Lagoon
Cast divination for the Wine brewer
That was advised not to leave his wine brewing
It is his type of wine that he should continue to brew
It is the wine brewer who had wine continuously for a
    long period of time
He worked like a workaholic to get rich, yet got non
As a result his skin became bleached
He was bleached in the face
His head was bleached...................10
His neck was bleached
His arms
His legs
His back also was bleached
All his body was bleached thoroughly
'What would I now do'? He asked himself
'The fire I use in preparing my wine brew'
'Is the one that has bleached all my body' The Wine
    brewer said
They advised him not to abandon his work
They told him to always make sacrifices............20
He then started to perform sacrifice
After some period of time
Everyone accepted his wine as a delicacy
What they had not believed in previously
It is the same wine that we nowadays call the 'the
    Whiteman's wine'
That was how they started saying 'We will drink the
    colored man's wine today'
Ifá enjoins this person not to abandon his present job
He would become rich through the same job

Ó ní ká yọ pópó bula bula ká lọ rèé kan òkun	He said 'Let us make a broad road to link the ocean'
Ká yẹnà tàaràtà ká lọ rèé kan Ọsà......30	Let us also make a straight path to link the Lagoon
A díá fún pọntí pọntí	Cast divination for the Wine brewer.................31
Tí ọn ní ó mọ́ fọtíi rẹ̀ẹ́ lẹ	That was advised not to leave his wine brewing
Otíi rẹ ní ó mọ́ọ pọn	It is his type of wine that he should continue to brew
Wọ́n ní ó sá káalẹ̀ ó jàre ẹbọ ní ó ṣe	He was asked to take care of the ground and offer sacrifice
Ó sĩ gbẹ́bọ ńbẹ̀ ó rúbọ	He heard about the sacrifice and performed it
Ẹní ó pọntí tó bó lọ́wọ́	He that brews wine to have his hands bleached
Tó bó lẹ́sẹ̀	His legs bleached
Tó bó lọ́rùn	His neck bleached
Tó bó nínú	His abdominal cavity
Tó bó léyìn...................40	His back also bleached.................40
Tó fi gbogbo ara bó tán pátápátá ni ọn ń pè lóyìnbó	That had his entire body bleached is the person calle the Whiteman
Wọ́n ò níí fọtíi wọn sílẹ̀	They will never leave their wine brew
Otíi wọn ni wọ́n ń pọn	It is their original wine they brew till date

469

ÒGÚNDÁ ÌROSÙN B

Ifá lóun pé ire fún eléyìun; ayé ó yẹ ẹ́;
yóó nìí ìsinmi, nǹkan ẹ̀ ò si níí bàjẹ́. Ifá pé
kí eléyìun ó mọ́ báàyàn jà o. Kó sì yáá
tójú Àkùkọ kan, kó sokùn mọ́ Àkùkọ
ọhún lẹ́sẹ̀ kó wáá wọ́ ọ ńlẹ̀ kiri. Bí ọn bá
ńí Èṣù níta, kí wọn ó lọ́ọ̀ pa adìẹ ọhún sí
Idi Èṣù kó mọ́ baà róràn Èṣù.
Kí eléyìun ó mọ́ọ hùwà rere

Ẹ̀gbọ́n ni bọ́ràn bọ́ràn
Àbúrò ni bíjà bíjà
A díá fún Alábahun tí ó pẹran tán
Ti ó lọ rèé fẹjẹ̀ yí Olóńgìnní lẹ́nu
Wọ́n ní kó rúbọ
Olóńgìnní ní ń sọrọ̀ níta
Ní ń pé
'Béèyàn ò bá ti ṣẹ̀'
'Wọn ò le múùyàn'
'Ẹ̀ní ó bá ṣẹ̀'............................10
'N lòfìín mú'
Alábahún sì ń gbọ́
Ó sì mọ̀ pé òun ni Olóńgìnní ń pòweé mọ́
Ọ̀rẹ́ sì ni Olóńgìnní àti Alábahun
Alábahun wáá ronú títí
'Òun ni Olóńgìnní yìí ń pè lóníjàmbá'
Òún ó sì fi ohun tí àwọn ayéé ṣe hàn án
'Ńgbà tí ò bá ṣe nǹkan ọ̀ràn'
'Tí ọ̀rán sì wọlé lọ́ọ̀ bá a'
'Òún ó wo ohun tí ó ṣe'...............20
'Yóó mọ̀ pé à á mọ́ọ sọ̀rọ̀ níso wẹ́rẹ́wẹ́rẹ́
ni'
Ńgbà ó dijọ́ kan
Olóńgìnní ń bẹ ńnú ilé
Alábáhún bá lọ́ọ̀ jí adìẹ gbé láti inú ìlú
kejì

ÒGÚNDÁ ÌROSÙN B

Ifá wishes this person well. Life would please him.
He would have rest and his things would not be spoilt.
Ifá advises him never to argue with anyone. He should
prepare a rooster, tie its legs with a rope and then drag
it on the ground around. If there is an Èṣù spot around
his house, he should kill the chicken on the spot such
that things relating to evil would steer clear of him. He
is enjoined to be of good behavior.

The Elderly is the offense creator
The junior is the one that foments trouble
Cast divination for the Tortoise who would kill an
    animal
And would smear the blood on the Cat's lips
He was asked to perform sacrifice
It was the Cat that was boasting in the open
He was arguing before the gathering of people
'If one does not commit any offense'
'Nobody can get one arrested'
'It is he that act contrary to the law'.............10
'That the arms of law would arrest'
Meanwhile the Tortoise was listening
And he had a feeling that the declaration was
    indirectly targeted at him
The Cat and the Tortoise however were friends
The Tortoise thought about the implication
'It is me the Cat is referring to as a bad person'!
'I will show him the consequence of calling a person
    as such'
'When he does not a thing of criminality'
'And a deed of offense entered into his house'
'I will see what he will do'...................20
'He will know how to be restrictive about loose
    speeches'
On a fateful day
The Cat was in his house
The Tortoise went to the nearby town to steal a fowl

470

Ló bá tu ìhùùhu adìẹ láti ibẹ̀
Ó tu ú, tu ú fíríí fí
Tée sì e wọ inú ilé Olóńgìnní
Ló bá fi lé ilẹ̀
Olóńgìnní sì sùn fọnfọn
Ìgbà tí ilẹ̀ mọ́ 30
Àwọn aládìẹ ò rí adìẹ mọ́
Wọ́n bá ń tọpa tọpa
Wọ́n tọpa ìhùùhu adìẹ wọ inú ilé

Wọ́n bá mú u
Ní ń kígbe 'Òun ò ṣe nǹkankan'
Ńgbà tí ọ́n mú u dé ilé ọba
Ọbá bá ní kí wọ́n ó lọ̀ọ́ pa á ńgbà tí ò rówó san
Bí ọ́n ti ń mú Olóńgìnní lọ síbi tí wọ́n ó ti pa á
Alábahun ní ẹ fíílẹ̀
Ó ló tán àbí ò tán? 40
Ó ni 'Njẹ́ o jalè nísìín yìí'?
'Njẹ́ ọ̀ràn olè ò dọ́dọ̀ ẹ'?
'E bóo ní inúù rẹ́ dáa'
'Tóò ń sọrọ̀ wàì wàì'
'Ṣóo rí nǹkan tí à á fíí sọrọ̀ sẹ́kù'?
Alábahún ní ẹ fíílẹ̀
Òun lòún lọ̀ọ́ mú adìẹ
Tóun sì tu ihuuhu e
Toun waa pa p sí i lọ́rùn
'Ń lẹ́ri púpọ̀ ni'...........................50
Ó ní eélòó lówó adìẹ
Kí aládìẹ 6 wáá gbowó ẹ̀
Ifá pé kí eléyìun ó mọ́ báàyàn jiyàn o
Ẹ̀gbọ́n ni bọ́ràn bọ́ràn
Àbúrò ni bíjà bíjà
A díá fún Alábahun Àjàpá

He started to remove the feathers continuously from the town
Until he entered the compound of the Cat
He strangulated the fowl and cut the head off
He left it there
Meanwhile, the Cat was fast asleep
When it was dawn 30
The owner of the fowl could not find his chicken
He formed a search party with his people to find it
They started following the feather trace made by the Tortoise to the Cat's house
They arrested the Cat
'I am innocent' the Cat was shouting
He was taken to the king
The king ordered him to be killed, as he could not pay for the hen
They seized him, and on the way to the stake
The Tortoise voiced out 'Leave him alone'
'Are you convinced now'? The Tortoise continued, cross-examining the Cat 40
'Did you steal anything'?
'Were you not accused of stealing'?
'Didn't you say no one could touch you'?
'And you were boasting about'
'Can you see the reason why one should be restrictive about loose speeches'?
'Leave him alone' The Tort said
'I am the person that stole the fowl'
'Removed its feathers'
'And killed it to rope him in'
'It is because he boasts unduly' 50
'How much is your fowl'?
'You can come and collect it from me'
Ifá asks this person not to be argumentative
The elderly is the offense creator
The junior is the one that foments trouble
Cast divination for the Tortoise

Tóun Òǹgìnní jó ń sòrè

Mée mÓgìnní lọ

Abahun Àjàpá.............................60

Mée mÓgìnní lọ

Jòwó dákun

Dákun fÒgìnníí lè

That was a friend of the Cat

Do not take away the Cat

Abahun Àjàpá..60

Do not take away the Cat

Please we appease you

Leave the Cat alone

ÒGÚNDÁ ÒWÓNRÍN   A

Ifá pé òun pé ire fún eléyìun; Kò gbọdọ̀ fi nǹkan Ìṣẹ̀ṣe baba ẹ̀ sílẹ̀. Bó ti wù kó ṣe ilé ayé tó, bó sì ti wù kó dàgbà tó, Ìran baba ẹ̀ ní ó lọ bó bá dé ọ̀run. Ifá pé a ò gbọdọ̀ ṣe ojú kòkòrò; Gbogbo èyí táa sojú kòkòrò ṣe, bẹ́ẹ̀yàn bá dé ọ̀dọ̀ọ wọn lọ́run, wọ́n ó da padà ni.

Okún sú nàre nàre
Ọ̀sá sú lẹ̀gbẹ lẹ̀gbẹ
Alásán níí rasán
Níí sOlúwo Ìsàn nílé ayé
Alásàn níí ràsàn
Níí sOlúwo Ìsàn lóde wàrun
Àwọn àgbà Ìmọ̀le
Wọ́n wògbẹ̀yìn
Wọ́n ri pé ò sunwọn
Wọ́n firugbọn díyà....................................10
Wọ́n firun dínu pọn pọọn pọn
A díá fún Ìṣẹ̀ṣe tó ṣẹ̀ wá
Èyí tíí solórí orò láyé
Ìṣẹ̀ṣe ẹni ni baba ẹni tó bí ni nípìlẹ̀
Ni àwọn baba wá ṣeé mọọ tójú Obìnrin
                tí wọ́n ó bàá fẹ́
Láti ìpìlẹ̀ ni wọ́n ó ti mú u
Wọ́n dá Ifá sí I
Ni ọn sọ di yẹyẹ́ láyé òde òní
Torí pé baba ẹni, àṣẹ̀ṣe ni
Ìyá ẹni, àṣẹ̀ṣe ẹni ni......................20
Wọn ò fi àṣẹ̀ṣe sílẹ̀
Ayée wọ́n bá ń dára
Nǹkaan wọn ò bàjẹ́ mọ́
Ni wọ́n wá ń jo ni wọ́n ń yọ̀

ÒGÚNDÁ ÒWÓNRÍN   A

Ifá wishes this person well. His progenitors' practice should not be abandoned. No matter how long he lives, he would go to his grandfather's section in heaven. Continuing, this Ifá warns us not to be greedy nor poke nose. That is what has made us to try someone else's believe system. Whatever we poke nose on, we may be sent back when we get there at the end of time.

The ocean in great expanse
The Lagoon also in great expanse
Alásán níí rasán
The Babaláwo of Ìsàn on earth
Alásàn níí ràsàn
The Babaláwo of Ìsàn in heaven
The Moslem leaders
They foresaw the terminal end
They reasoned it is not good enough
They substituted their beards for the repose of
        punishment.......................................10
They grew heavy beards blocking their mouths
Cast divination for Ìṣẹ̀ṣe, our root
The leader of all rituals in the earth
Ìṣẹ̀ṣe is the progenitor that brings one to the earth
        from the beginning
The reason why our forefathers take very good care of
        their women
They would address her issue from the scratch of her
        life
And would consult Ifá
The marital institute which nowadays has been in
        total mess
Because one's father is one's Àṣẹ̀ṣe
One's mother is also one's Àṣẹ̀ṣe......................20
They did not abandon Àṣẹ̀ṣe
Their lives were better
Their things were not spoilt
They then started to dance and rejoice

Wọ́n ń yin àwọn Babaláwo
Àwọn Babaláwo ń yin Ifá
Ó ní bẹ́ẹ̀ làwọn Babaláwo tàwọn wí
Okún sú nàre nàre
Ọsá sú lẹ̀gbẹ lẹ̀gbẹ
Alásán níí rasán....................30
Níí sOlúwo Ìsàn nilé ayé
Alásàn níí ràsàn
Níí sOlúwo Ìsàn lóde ọ̀run
Àwọn àgbà Ìmọ̀le ni ọ́n wògbẹ̀yìn
Wọ́n ri pé ò sunwọ̀n
Wọ́n firugbọ̀n dǐyà
Wọ́n firun dínu pọn pọọn pọn
A díá fún Ìṣẹ̀sè tíí solóri orò láyé
A bù fún Ìṣẹ̀sè tíí solóri orò ní wàrun
Baba ẹni..............................40
Àṣẹ̀se ẹni
Ìyá ẹni
Àṣẹ̀se ẹni
Orí ẹni
Àṣẹ̀se ẹni
Ikin ẹni
Àṣẹ̀se ẹni
Àṣẹ̀se mọ̀mọ̀ làá bọ
Ká tóó bÒrìṣà

They were praising their Babaláwos
Their Babaláwos were praising Ifá
They said it was exactly as their Babaláwos had said
The ocean in great expanse
The Lagoon also in great expanse
Alásán níí rasán.............................30
The Babaláwo of Ìsàn on earth
Alásàn níí ràsàn
The Babaláwo of Ìsàn in heaven
The Moslem leaders foresaw the terminal end
They reasoned it is not good enough
They substituted their beards for the repose of
　　　punishment
They grew heavy beards blocking their mouths
Cast divination for Àṣẹ̀se, our root and the leader of
　　　all rituals on earth
Also cast divination for Àṣẹ̀se the leader of all rituals
　　　in heaven
One's father 40
Is one's Àṣẹ̀se
One's mother
Is also one's Àṣẹ̀se
One's Orí
Is one's Àṣẹ̀se
One's Ikin
Is one's Àṣẹ̀se
It is the Àṣẹ̀se one would first sacrifice to
Before sacrificing to Òòsà

ÒGÚNDÁ ÒWÓNRÍN B

Ifá pé ire ó mọ́ọ ṣe gẹ́gẹ́ eléyìun; Ire ó
bẹ̀rẹ̀ síí yalé ẹ̀. Ṣùgbọ́n kó rúbọ.

Ká fọdúnnǐí gbìn sá orí
Tó bá dẹ̀ẹ̀míìn
Ká pàjùbà ká sì fi kan odò
Bó bá dọdún mẹ́ta òní
Ká roko títí ká e dé ìdí ìrókò agúnrege ń
      jégé
Ẹni ó bá ni jòrúkọ pínnísín alẹ́ àná
Nǐ ó bàá ni jàgbò tó làwo wàdàkà waaka
      tó kádun mẹ́ta
A díá fún Olówu Ọ̀rọ̀gbọǹdù
Níjọ́ tíre gbogbó kọ̀
Ire ò yalé ẹ̀ mọ́............................10
Iré le ya ilé òun báyìí?
Wọ́n ní kó rú Àkùkọ adìẹ méjìì lẹ́bọ
Wọ́n ní wọ́n ó gbàá ìyẹ̀ Ifá sí ọkan lára
      àwọn Àkùkọ náá
Kó sì rú ọ̀pọ̀lọpọ̀ owó
Olówu bá rúbọ
Iré bá bẹ̀rẹ̀ síí ya ilé ẹ̀
Gbogbo ire tíí tí ń pẹ́ ẹ sí-lẹ̀
Àkùkọ gàgàrá bá ń pè é
Iré wá ń wọ ilé ẹ̀
Ilé tíí wọn ò ti mọ̀ tẹ́lẹ̀...................20
Ni ọ́n bá ń júwe ẹ̀
Ó ní ká fọdúnnǐí ká ẹ gbìn sá orí
Tó bá dẹ̀ẹ̀míìn ká pàjùbà ká sì fi kan odò
Bó bá dọdún mẹ́ta òní
Ká roko títí ká e dé ìdí ìrókò agúnrege ń
      jégé
Ẹni ó bá ni jòrúkọ pínnísín alẹ́ àná
Nǐ ó bàá ni jàgbò tó làwo wàdàkà waaka
      tó kádun mẹ́ta

ÒGÚNDÁ ÒWÓNRÍN B

Ifá says this person will always meet with good things.
He should perform sacrifice.

Let us use this year to plant as a sacrifice to our Orí
The next year
Let us plow down to the river
In three years time
We would weed till we get to the ìrókò tree in
      Agúnrege ń jégé
He that eats the tender goat of yesterday's night with
      one
Would eat with one, a big ram that has lived three
      years
Cast divination for Olówu Ọ̀rọ̀gbọǹdù
On the day all good fortunes refused
They refused to come into his house..................10
Would good things come into my house? He asked
They asked him to sacrifice two roosters
They should brush Ifá powder on one
He should also sacrifice a lot of money
Olówu observed the sacrifice
Good things then started to enter his house
Good things that had been escaping his captive
The big rooster started calling them
The good luck started coming into his house
The house that they had never known previously...20
They were directing good fortunes to him
He said 'Let us use this year to plant as a sacrifice to
      our Orí'
The next year, let us plow down to the river
In three years time
We would weed till we get to the ìrókò tree in

He that eats the small goat of yesterday's night with
      one
Would eat with one, a horned ram that has lived three
      years

A díá fún Olówu Òrògbòndù
Níjó tíre gbogbó kò
Ire ò yalé è mó..........................30
Kín ló níre ó yà wálé Awo?
Àkùkọ gàgàra
Jé kíre ó yà wálé Awo
Àkùkọ gàgàrà

Cast divination for Olówu Òrògbòndù
On the day all good things refused
They refused to come into his house....................30
What has ordered good fortunes into the house of a
      priest?
Àkùkọ gàgàrà
Let good fortunes turn into the house of a priest
Àkùkọ gàgàrà

ÒGÚNDÁ ÒBÀRÀ A

Iré pọ̀ fún eléyìun. Ifá pé àwọn èèyàn mọ̀ pé ó gbọ́n púpọ̀. Ifá pé kò gbọdọ̀ lọ́ọ̀ wẹ̀ lódò mọ́ o. Kó bifá léèrè iye ìgbà tí ò fi níí gbọdọ̀ lọ́ọ̀ wẹ̀ ní ojú odò. Oṣu kan ni, ọdún kan ni, ìgbàkíìgbà tí Ifá bá ní kó mọ́ lọ odò, kò gbọdọ̀ lọ o. Ifá pé yóó jẹun iṣẹ́ẹ rẹ̀ kalẹ̀. Kó sì rú gbogbo ẹbọ ẹ pé.

Àkọ̀ garùn
Àkọ̀ gasẹ̀
A díá fún Ọsìn gàgààgà
Èyí tí ń lọ rèé wẹrí ọlà lódò
Wọ́n ní kí Ọsìn ó rúbọ
Wọ́n níre ó tó o lọ́wọ́
Wọ́n ní ṣùgbọ́n wọ́n ń sọ́ ọ lódò
Ọsìn bá rúbọ
Ayé bá yẹ ẹ́
Ni wá ń jó n ní ń yọ̀ 10
Ni ń yin àwọn Babaláwo
Àwọn Babaláwo ń yin Ifá
Ó ní bẹ́ẹ̀ làwọn Babaláwo tòún wí
Àkọ̀ garùn
Àkọ̀ gasẹ̀
A díá fún Ọsìn gàgààgà
Èyí tí ń lọ rèé wẹrí ọlà lódò
Àwá wẹrí ọlà a ńre
A wẹrí ọlà a ò kú mọ́
A wẹrí ọlà a ńre.....................20

ÒGÚNDÁ ÒBÀRÀ A

There would be plenty of good fortunes for this person. Ifá says people know him to be very clever but he should desist from swimming or bathing in streams for as long as Ifá asks him to. He should inquire for the duration of the period within which he should steer clear of streams.

Àkọ̀ bird extends it neck
Àkọ̀ bird extends it legs
Casts divination for the big Ọsìn bird
The one going to wash the head of wealth in the river
They asked him to offer sacrifice
'Good fortunes would get to you' they predicted
But he was warned about his enemies who were on the lookout for him in the river
Ọsìn performed the sacrifice
Life pleased him
He then started to dance and rejoice.................10
He was praising his Babaláwo
His Babaláwo was praising Ifá
He said it was exactly as his Babaláwo had said
Àkọ̀ bird extends it neck
Àkọ̀ bird extends it legs
Casts divination for the big Ọsìn bird
The one going to wash the head of wealth in the river
We have washed the head of wealth and we have seen fortunes
We have washed the head of wealth, we will not die again
We have washed the head of wealth, we have seen fortunes..........................20

ÒGÚNDÁ ỌBÀRÀ B

Ifá pé eléyìun ó bìí àwọn ọmọ mẹ́ta. Àmì ọmọ ni àwọn ọmọ òhún. Ifá pé kí eléyìun ó mọ́ jà o; kó sì mọ́ọ bi ìyàwó ẹ lèèrè nǹkan tí ń ṣe é bí bá ń fọwọ́ di inú ẹ mú. Kódà kí Obìnrin rẹ̀ ó ti bí igba ọmọ tẹ́lẹ̀, mẹ́ta péré nínú ọmọ ẹ ní ó ba ṣẹ́gun elénìní. Kó sì fi ọta, àhàyá, ati ẹ̀tù rúbọ.

Wọ́n fíí párá
Ó ba párá jẹ́
Wọ́n fi sákọ̀
Ó fàkọ̀ ya pẹ̀ẹ̀rẹ̀ pẹ́ẹ́rẹ́ bí aṣọ
A díá fún Ògún tí ń fomi ojú sògbérè
     ọmọ
Ẹbọ n wọ́n ní ó ṣe
Wọ́n níwọ Ògún
Mẹ́ta làwọn ọmọọ̀ rẹ
Ṣùgbọ́n rúbọ
Ògún rúbọ tán nìyàwóo rẹ̀ bá lóyún.....10
Wọ́n ní àwọn ọmọ tí ó bá ọ ṣẹ́gun lóó bìí
Ifá pé kí eléyìun ó rúbọ dáadáa
Ńgbà tí ó kọ́ọ́ bí
Ẹ̀tù ló kọ́kọ́ bí
Òun jẹ́ Obìnrin
Àṣẹ òun ló rorò ju àwọn ìyókù lọ
Ńgbà ti ó tùún bí
Ó bí Àhàyá
Ńgbà tí ó tùún bí
Ó bí Ọta...20
Wọ́n ní lwọ Ògún
Gbogbo ìyà tí tí ń jẹ ọ́
Ìyà ò tún jẹ ọ́ mọ́
Àwọn tí ó ba ọ ṣẹ́gun lóó dé yǐí
Nìbi tí àwọn mẹ́tẹ̀ẹ̀ta bá dojú kọ
Tí iyáa wọ́n bá ti fọhùn
Ọta ó sì lọ́ọ́ ba ibẹ̀ jẹ́
Àhàyá ó lọ́ọ́ ba ibẹ̀ jẹ́

ÒGÚNDÁ ỌBÀRÀ B

Ifá says this person would have three children. They are kids of importance. Ifá enjoins him not to keep malice; he should be prompt in taking care of his wife in case she has stomach trouble. He should offer bullets, pellets, and gunpowder. Even if this person's wife has many more than three children, only three would help him win.

It was put on raised elevation
It destroyed it
It was sheathed in the scabbard
It tore the scabbard lengthwise like a cloth
Cast divination for Ògún crying because of children
He was asked to perform sacrifice
'You Ògún' they called
Your children would be three
But perform sacrifice
Ògún finished performing the sacrifice and his wife
    became pregnant.....................................10
They said the children that would help you are those
    you will have
Ifá asks this person to offer sacrifice well
When he was going to have the first
He had the Gunpowder
It was a woman
Not knowing that she is the most destructive of them
    all
The next time he had a child
He had the Pellets
The next time he had a baby
He had the Bullets.......................................20
'You Ògún' they called
'All the suffering you have had'
'You will never suffer again'
'The children that would help you win are here'
Wherever the three of them faces
Once their mother cries out
The Bullet would go and destroy the place
The Pellets also would go and destroy the place

Ni gbogbo àwọn ọtá bá ń sún mẹ́yìn

Ni wọ́n wá ń jó ni wọ́n ń yọ̀ 30

Wọ́n ń yin àwọn Babaláwo

Àwọn Babaláwo ń yin Ifá

Ó ní bẹ́ẹ̀ làwọn Babaláwo tòún wí

Wọ́n fíí párá

Ó ba párá jẹ́

Wọ́n fi sákọ̀

Ó fàkọ̀ ya pẹ̀ẹ̀rẹ̀ pẹẹrẹ bí aṣọ

A díá fún Ògún tí ń fomi ojú sògbérè
         ọmọ

Wọ́n ní yóó bímọ lọ́pọ̀lọpọ̀

Ẹbọ ọmọ n wọ́n ní ó ṣe 40

Ògún gbẹ́bọ ńbẹ̀

Ó rúbọ

Ìgbà tí ó bíí

Ó bí Ètù

Ó bí Àhàyá

Ó bí Ọta tíí ṣe ìkẹtaa wọn

Taa ní ń bẹ lẹ́yìn tó ṣẹ́gun?

Ògún nìkàn

Ní ń bẹ lẹ́yìn tó ṣẹ́gun

Ògún nìkàn...................................50

All his enemies quickly retraced their steps back

They then started to dance and rejoice...................30

Ògún was praising his Babaláwo

His Babaláwo was praising Ifá

He said it was exactly as his Babaláwo had said

It was put on raised elevation

It destroyed it

It was sheathed in the scabbard

It tore the scabbard lengthwise like a cloth

Cast divination for Ògún crying because of children

He was told he would have many children

It was the sacrifice meant for children that he should
         offer...................................40

Ògún heard about the sacrifice

And performed it

By the time the babies started to arrive

He had the Gunpowder

He had Pellets

He had the Bullet as the third

Who is coming from behind to become the victor?

Ògún alone

At the back as a victor

Ògún alone...................................50

ÒGÚNDÁ Ọ̀KÀNRÀN A

Ayé ó yẹ eléyìun. Nǹkan ó yìn ín lọ́wọ́.
Ifá pé àṣegbé ń bẹ fún un, ẹbọ àṣegbé
gaan ni kó rú. Ifá pé kó sì tún rúbọ kí wọ́n
ó le mọ́ọ fi nǹkan jìn ín lẹ́nu iṣẹ́ẹ rẹ̀.

Ọ̀nà tọ́ tàárà mọ́ yà
A díá fún Ògún tí ń re igbó méje ẹlùjù
    méje
Wọ́n ní ó rúbọ kó le rẹran mú bọ̀ wálé
Ògún bá rúbọ
Ńgbà ó dé ọ̀hún
Erin ló kọ́kọ́ rí
Ó perin nínú igbó
Ó képèe ẹ̀ wálé
Ó pẹfọ̀n náà
Ó képèe ẹ̀ wálé.............................10
Ògún bá ń jayé
Ńgbà ó tún ṣe sàà
Ó tún kọrí sínú ijù
Ó tún mẹran bọ̀
Ẹnìkan ò leè bi Ògún
Ayé yẹ Ògún
Ọkàan rẹ̀ balẹ̀
Ní wá ń jó ní ń yọ̀
Ní ń yin àwọn Babaláwo
Àwọn Babaláwo ń yin Ifá...............20
Ó ní bẹ́ẹ làwọn Babaláwo tòún wí
Ọ̀nà tọ́ tàárà mọ́ yà
A díá fún Ògún
Ògún ń re igbó méje ẹlùjù méje
Wọ́n ní ó rúbọ kó le rẹran múbọ̀ wálé
Ògún mọ̀mọ̀ dáràn kan kò tíì tan
Ògún ó tùún looko òmíìn
Bẹ́ẹ ni ò níí tán láíláí

ÒGÚNDÁ Ọ̀KÀNRÀN A

Ifá says life would please this person. Good fortunes
would not escape his captivity. He should perform
sacrifice for 'àṣegbé, which would make people to
absolve him of any blame arising from the ills done by
him in the past.

Ọ̀nà tọ́ tàárà mọ́ yà
Casts divination for Ògún, going to seven renowned
    forests and bushes
He was asked to sacrifice to be able to come back
    with stray animals
Ògún performed the sacrifice
When he got to the forest
He saw the elephant first
He killed the elephant in the forests
He brought home the news
He killed a buffalo also
He brought home the news.........................10
He started to enjoy
After a short while
He left for the wild forests again
He came back with slain stray animals
No one can question Ògún
Life so pleased Ògún
He had rest of mind
He then started to dance and rejoice
He was praising his Babaláwo
His Babaláwo was praising Ifá.....................20
He said it was exactly as his Babaláwo had said
Ọ̀nà tọ́ tàárà mọ́ yà
Casts divination for Ògún,
Ògún was going to seven renowned forests and
    bushes
The one that was going to bring home slain stray
    animals
Ògún had committed an offense and had not answered
    the case
He would go and commit another
And there is no stopping him

Ẹbọọ kí wọ́n ó mọ́ pa ọlá mọ́ eléyìun lára ni kó rú. Ifá pé kí eléyìun ó rúbọ ẹ̀ kó pé. Wọn ò níí lè sí adé tí ń bẹ lórí ẹ̀.

Ògúndá fò ó dỌ̀kànràn
Ọlọ̀kànrán fò ó dÒgúndá
Erinmi ñlá ṣubú lAgbagba
Agbagba ñlá ṣubú lErinmi
A díá fún ẹ̀ìnlọ́jọ igi
Wọ́n ń tọ̀run bọ̀ wálé aye
Àwọn ẹ̀ìnlọjọ igi ní ń bèèrè lọ́wọ́ Ifá
Ilé ayé tí àwọ́n ń lọ yíi dáa báyìí?
Wọ́n ní kí wọ́n ó rúbọ.................9
Wọ́n ní mee bí báwọn bá dé ilé ayé tán
Ṣebí ẹbọ náà làwọn ó mọ́ọ rú
Ògúndá fò ó dỌ̀kànràn
Ọlọ̀kànrán fò ó dÒgúndá
Erinmi ñlá ṣubú lAgbagba
Agbagba ñlá ṣubú lErinmi
A díá fún Àkó
Ń tọ̀run bọ̀ wálé ayé
Wọ́n bá fi Àkó ṣe àgbà
Wọ́n dé Àkó ládé
Wọ́n níwọ Àkó rúbọ o...........20
Ìwọ ni ọ́n dé ládé yíi o
Wọ́n lẹ́bọ ni kóo mọ̀ o
Kí wọ́n ó mọ́ baà ṣí adé orí rẹ o
Àkó ò gbọ́ ẹbọ yàn
Gbogbo igi bá dé ilé ayé
Wọ́n bá pète pèrò
Bó bá sì di ọjọ́ kẹtàdínlógún
Wọ́n ó bàá ṣí adé tí ọ́n fi dé Àkó lórí

Ifá says this person should perform sacrifice that would not allow his detractors to extinguish his glowing light of wealth. Life would please him; Ifá enjoins him to perform the sacrifice prescribed for the crown on him not to be removed.

Ògúndá flies off, it becomes Ọ̀kànràn
Ọlọ̀kànrán flies off, it becomes Ògúndá
A big hippopotamus falls of Agbagba
Agbagba falls on a hippopotamus
Cast divination for uncountable number of trees
They were coming from heaven to the earth
The troop of trees were asking Ifá
'The earth that we are going, is it going to be good'?
They were asked to perform sacrifice
Once we get to the earth,...................10
Is it not the same sacrifice that would be
    performing? They said
Ògúndá flies off, it becomes Ọ̀kànràn
Ọlọ̀kànrán flies off, It becomes Ògúndá
A big hippopotamus falls of Agbagba
Agbagba falls on a hippopotamus
Cast divination for Àkó tree
He was coming from heaven to the earth
The other trees then voted Àkó tree as their leader
They crowned him
'You Àkó, perform sacrifice' They warned...........20
'You are the one that has been crowned'
'You should observe all sacrificial prescriptions'
'And such that the crown on your head would not be
    removed'
Àkó tree refused to listen attentively to the sacrifice
The troop of trees arrived on earth
They all connived and castigated Àkó tree
Once it is the seventeenth day
They would remove the crown on Àkó's head

Wọ́n ní ṣebí àwọn wí fún ọ	It was then they reminded him of their warning
Ṣùgbọ́n nígbà Àkó bá dádé.............30	Within the period that Àkó tree is crowned............30
Ẹnìkan ò gbọdọ̀ sá a lọ́bẹ	No one should remove the bark or strike the trunk
Béèyán bá dán irú ẹ̀ wò	with a knife
Olúwa ẹ̀ rí ọ̀ràn	If anyone does that
Tée dòní	That person would be in trouble
Àwọn ẹ̀ìnlọ́jọ igi ni wọ́n gbé ènìnì tí Í	Till today
Ó ni Ògúndá fò ó dỌ̀kànràn	The troop of trees had conspired against him
Ọlọ̀kànrán fò ó dÒgúndá	He said Ògúndá flies off, it becomes Ọ̀kànràn
Erinmi fílá subú lAgbagba	Ọlọ̀kànrán flies off, It becomes Ògúndá
Agbagba fílá subú lErinmi	A big hippopotamus falls of Agbagba
A díá fún ẹ̀ìnlọ́jọ igi.............................40	Agbagba falls on a hippopotamus
Wọ́n ń tọ̀run bọ̀ wálé aye	Cast divination for uncountable number of trees.....40
Wọ́n ní wọ́n ó rúbọ	They were coming from heaven to the earth
Wọ́n kọ̀ wọn ò rúbọ	They were asked to perform sacrifice
Àkó nìkàn ní ń bẹ lẹ́yìn tó dádé	They refused; they did not offer the sacrifice
Gbogbo igi	It is Àkó tree coming from behind and wearing a
Ẹ sì pète pèrò	crown
Ẹ wáá badé Àkó jẹ́	All trees
Gbogbo igi	You all connived
	You destroyed Àkó's crown
	All trees

482

ÒGÚNDÁ ỌSÁ A

Ifá póun pé ire ọmọ fún eléyìun. Ayé ó yẹ ẹ́, ọkàan rẹ̀ ó balẹ̀; ṣùgbọ́n kó rúbọ tí ọ́n bá yàn fun.

Ọdán ojúde àbẹ̀yìn kulugọ̀ kulugọ̀
A díá fún Ọ̀rúnmìlà
Wọ́n ní kó rúbọ
Kí Onígbèsè ọrun ó lè baà sìn ín lówó
Wọ́n níwọ Ọ̀rúnmìlà rúbọ
Ẹni Onígbèsè ọ̀run ò bá sìn lówó
Kò wúlò láyé
Wọ́n bá ń rúbọ
Tí ọn bá rúbọ tán
Wọ́n bá ń láya..............................10
Wọ́n bá ń bímọ
Àṣẹ ọmọ lonígbèsè ọ̀run?
Kò níí mọ iṣẹ́ẹ́ ṣe
Yóó sì mọ òúnjẹẹ́ jẹ
Níjọ́ tí ọn bá ti bí I
Tí ọn ti fọmú sí I lẹ́nu
Láti ọjọ́ náà ni bàbá ó ti mọ́ọ fún un lówó
Ijọ́ náà nìyá ó ti mọ́ọ fún un lówó
Àti gbogbo ẹbí
Nígbà ó bá dàgbà tán ni wọ́n ó mọ́ọ jère è....................................20
Ifá pé ọmọ lonígbèsè ọ̀run
Ní wá ń jó ní ń yọ̀
Ní ń yin àwọn Babaláwo
Àwọn Babaláwo ń yin Ifá
Ó ní bẹ́ẹ làwọn Babaláwo tòún wí
Ọdán ojúde àbẹ̀yìn kulugọ̀ kulugọ̀
Awo ilé Ọ̀rúnmìlà ló díá fún Ọ̀rúnmìlà

ÒGÚNDÁ ỌSÁ A

Ifá wishes this person the good fortune of children. He would have rest of mind and life would please him. He should only offer sacrifice.

The Ọdán tree in the open space with bulging bark
Casts divination for Ọ̀rúnmìlà
He was asked to perform sacrifice
Such that the creditor from heaven would come demanding for his money
Offer sacrifice, they told Ọ̀rúnmìlà
'Anyone the creditor from heaven did not come to, demanding for his money'
'That person life is not fulfilled' they said
He performed the sacrifice
Once man performs the sacrifice
He would have a wife, ...10
He would have a child
So, children are the creditors from heaven?
It would know no work to perform
Yet it would know how to eat
As from the day he was born into the world
And starts to suck his mother's breasts
It is from that day onward that the father must start to give him money
From that day onward that the mother must start to incur expenses on him
And all the relations
When he becomes matured, they would reap their investment............................20
Ifá says the child is the creditor from heaven
He then started to dance and rejoice
He was praising his Babaláwos
His Babaláwo were praising Ifá
He said it was exactly as his Babaláwo said
The Ọdán tree in the open space with bulging bark
Casts divination for Ọ̀rúnmìlà

Wọ́n ní kó rúbọ

Kí Oníigbèsè ọ̀run ó lè baà sìn ín lówó

Taa loníigbèsè ọ̀run ò?.................30

Ọmọ ẹni

N loníigbèsè ọ̀run ò

Ọmọ ẹni

He was asked to perform sacrifice

Such that the creditor from heaven would come demanding for his money

Who is the creditor from heaven?............30

One's child

Is the creditor from heaven

One's child

ÒGÚNDÁ ÒSÁ B

Ifá pé kí eléyìun ó mọ̀ọ́ ta ìbejì lọ́rẹ. Kò níí rìn lóun nìkan. Ire ọ̀pọ̀ èèyàn fún un.

.

Olúfikufi
Olúwọ̀kuwọ̀
Àgbà dimú dimù
A díá fún Ẹdun tí ń lọ sígbó Ìjámọ̀ o sòdí
Igbó Ìjámọ̀ tóun ń lọ yìí
Òun ò nìkàn lọ
Èèyán pọ̀
Wọ́n ní kí Ẹdun ó rúbọ
Wọ́n ní ò níí nìkàn rìn
Wọ́n níre fún un.....................10
Ó bá rúbọ
Ńgbà tí Ẹdún dé Igbó Ìjámọ̀
Èèyán tẹ̀lé e
Ní wá ń jó ní ń yọ̀
Ní n yin àwọn Babaláwo
Àwọn Babaláwo ń yin Ifá
Ó ní bẹ́ẹ̀ làwọn Babaláwo tòún wí
Olúfikufi
Olúwọ̀kuwọ̀
Àgbà dimú dimù....................20
A díá fún Ẹdun
Ẹdun tí ń lọ sígbó Ìjámọ̀ o sòdí
Ẹbọ n wọ́n ní ó ṣe kó tóó lọ
Ẹdún gbẹ́bọ ńbẹ̀ ó rúbọ
Bẹ́ẹ̀ lẸdun ò mọ̀mọ̀ rìnkàn
Ọwọ́ ire la bẹdun
Bẹ́ẹ̀ lẸdun ò rìnkàn

ÒGÚNDÁ ÒSÁ B

Ifá asks this person to give gifts to twins. He would not be a lone ranger. The good fortune of multitude of people would be with him.

Olúfikufi
Olúwọ̀kuwọ̀
Àgbà dimú dimù
Cast divination for Ẹdun, going to the forests of Ìjámọ̀ o sòdí
'This Ìjámọ̀ forest that I am going'
'Would I not go alone?
There would be many people to accompany me'?
They advised Ẹdun to perform sacrifice
They told him he would not range alone
They wished him good fortunes.................10
Ẹdun performed the sacrifice
When Ẹdun got to the forests of Ìjámọ̀
There were uncountable numbers of people
They were dancing and rejoicing
They were praising their Babaláwos
Their Babaláwos were praising Ifá
They said it was exactly as their Babaláwos had said
Olúfikufi
Olúwọ̀kuwọ̀
Àgbà dimú dimù......................20
Cast divination for Ẹdun
Ẹdun that was going to the forests of Ìjámọ̀ o sòdí
Sacrifice was the antidote mandated for him to perform before leaving
Ẹdun heard about the sacrifice and performed it
Ẹdun truly does not range alone
We would always meet Ẹdun in the midst of good things
Ẹdun truly does not range alone

Ifá póun pé ire fún eléyìun. Ẹbọ ni kó rú.
Ayé ó yẹ ẹ́, ọkàan rẹ̀ ó balẹ̀, yóó sì ní
ìsinmi. Àwọn ọmọ mẹ́ta kán ń bẹ fi
eléyìun ó bíi; àwọn ọmọ ọ̀hún ó la ọjà já
láyée wọn. Ṣùgbọ́n Ifá gbà á nímọ̀ràn pé
kó rúbọ o.

Ìrẹ̀ níí yẹ̀dí ọ̀pẹ̀
A díá fún Aríyùnkẹ́sẹ́ Obìnrin Ọ̀rúnmìlà
Ẹkún ọmọ ní ń sun
Aríyùnkẹ́sẹ́ Obìnrin Ọ̀rúnmìlà ní ń fojúú
    sògbérè ọmọ
Wọ́n ní ó rúbọ
Wọ́n ní wọ́n ó tójú ẹmọ iyán
Wọ́n bá fi ẹmọ iyán ṣe Ifá fún un
Ó bá bí ọmọ
Ńgbà ó dijọ́ kẹfà
Wọ́n pé jọ kí wọ́n ó sọmọ lóókọ........10
Wọ́n bá ní bóo lọmọ ó ti mọ́ọ jẹ́
Ifá ní ẹmọ iyán lá fi ṣe Ifá fún un
Tée bímọ
Ifá ní ẹ mọ́ọ pe ọmọ náà ní Ẹlẹ́mọ ń
    tẹyán
Wọ́n sọmọ ní Ẹlẹ́mọ ń tẹyán
Obìin tún kọ̀
Kọ̀ tún róyún ní
Wọ́n ní kí wón ó lọ̀ọ́ bọ Ọ̀kọ̀
Wọ́n bọ Ọ̀kọ̀
Wọ́n tún bímọ náà tán...................20
Ó tún dijọ́ kẹfà
Wọ́n ó sọ ọmọ lóókọ
Wọ́n ní bóo làwọ́n ó ti sọ eléyìí?
Ifá ní ẹ mọ́ọ pè é ní Abìdí ọ̀kọ̀ yambarì
Ó tún pẹ́
Wọn ò tún tètè róyún ní
Wọ́n tọ Ifá lọ

ÒGÚNDÁ ÌKÁ A

Ifá wishes this person well. Life would please him; he
would have rest of mind and peace. Ifá sees three
children for this person. The three children would be
very successful in their chosen Career.

Ìrẹ̀ níí yẹ̀dí ọ̀pẹ̀
Casts divination for Aríyùnkẹ́sẹ́, the wife of Ọ̀rúnmìlà
She was crying because of children
It was Aríyùnkẹ́sẹ́, the wife of Ọ̀rúnmìlà that was
    crying because she had no child
She was asked to perform sacrifice
They told her to prepare nuggets found in pounded
    yam
They used it to prepare an Ifá portion for her
She became pregnant and had a child
On the sixth day
They assembled to give a name to the child..........10
They asked the father what the name of the child
    would be
'We used the lump found in pounded yam to prepare
    Ifá portion for her'
'Before she was able to have the baby' Ifá said
'Call the child Ẹlẹ́mọ ń tẹyán'
They named the child Ẹlẹ́mọ ń tẹyán
After weaning the first baby, the woman still was
    finding it difficult to become pregnant
They were asked to offer sacrifice to Ọ̀kọ̀
They offered sacrifices to Ọ̀kọ̀
They had another baby
On the sixth day as usual...........................20
They converged to name the child
'What would the name of this one be'? They asked
    Ọ̀rúnmìlà again
Call him 'Abìdí ọ̀kọ̀ yambarì'
They named him Abìdí ọ̀kọ̀ yambarì
After a while
The woman could not become pregnant the third time
They consulted Ifá again

Wón tún bèère ohun ẹbọ
Ó ní kí wón ó tójú ọpọlọpọ ẹmu
Wón tójú ẹmu..................................30
Wón bá ṣe Ifá fún wọn
Ńgbà tí wọn ó tùún bí
Ọkùnrin tún ni
Níjọ́ kẹfà tí wón ó tùún sọmọ lórúkọ
Ọmọ eléyìí ó ti mọ́ọ jẹ́?
Wón ní ó mọ́ọ jẹ́ Jàngbórúnkún abinú
    ẹmu jìírìnkinkin
Ọmọ́ bá ń jẹ Jàngbórúnkún abinú ẹmu
    jìírìnkinkin
Àwọn ọmọ wọnyí wáá dàgbà
Iṣẹ́ Awo sì ni wón ń ṣe
Wón bá pa Awo pọ̀.................40
Wón sawo títí
Wón re ilé Alájé finfin ilé àdó
Ó kẹ́ wọn
Wón mu sárágede
Ńgbà tí ọn kúò nílé Alájé finfin ilé àdó
Wón re ilée Kọ̀ǹkọ̀ ọmọ àmuyè
Òun náá kẹ́ wọn
Wón tún sawo títìí tí
Wón relé Oníràwọ̀ àgbà
Wón sì ti pé kí wón ó rúbọ́ lẹ̀ de àwọn
    ọmọ wọnyi....................50
'Ńgbà tí wọn ó bàá di ọlọ́rọ̀ lẹ́yìn ọ̀la'
'Kí Eléniní ó mọ́ baà dá wọn lónà'
'Ilé Oníràwọ̀ àgbà tí ọn sì ń lọ yìí
Tí ọn bá e mú ọlàa tibẹ̀
Wọn ò tún tòsì mọ́ lái
Ńgbà tí wón ó dèé ilé Oníràwọ̀ àgbà
Ẹrú Oníràwọ̀ àgbà bá bọ́ síwájú
Kò jẹ́ kí wón ó rọ́nà dé ọdọ̀ Oníràwọ̀
    àgbà
Oníràwọ̀ àgbà ń pé fi ọn sílẹ̀
'Jẹ́ kí wón ó wá'....................60

The third consecutive time, they asked for the
    sacrifices
'Prepare plenty of palm wine' Ifá had said
They prepared palm wine......................30
The Babaláwo used it to prepare an Ifá portion for her
She had another baby
It was a male child like the first two
On the sixth day of the naming ceremony
'What would this one be called'? They asked
'Call him Jàngbórúnkún abinú ẹmu jìírìnkinkin'
The child was named
These children then started to grow in age
They were training to become Babaláwos
They combined their priesthood....................40
And practiced the priesthood together
They went to the house of Alájé finfin in the city of
    Ìdó
He tool very good care of them
They drank sárágede wine
They left the house of Alájé finfin in the city of Ìdó
And left for the house of Kọ̀ǹkọ̀ ọmọ àmuyè
He too took care of them
They continued in their faith with unwavering
    determination
They got to the house of Oníràwọ̀ Àgbà
Meanwhile they had been advised to offer sacrifice
    prior to the arrival of these children....................50
'In case they become wealthy later in life'
'Such that detractors would not double cross them'
But the house of Oníràwọ̀ Àgbà they were entering
Should they be lucky to capture the wealth there
They will never live to know poverty again
When they got to the house of Oníràwọ̀ Àgbà
The head slave of Oníràwọ̀ Àgbà blocked their way
He disallowed them entry to see Oníràwọ̀ Àgbà
Oníràwọ̀ Àgbà asked him to allow them in
'Let them come to me' Oníràwọ̀ Àgbà said....................60

Ó ní rárá o
Bí wọn ó bàá wọ inú ilé yìí sùn
Tí wọn ó sì sawo ínú ilé yìí
Àyàfi bí ọn bá le mọ òun mẹta tí ń bẹ ínú
    igbá yìí ni
Oníràwọ àgbà bá lọọ mú iyán
Ó fi sínú igbá kan
Ó mú èédú iná
Ó fi sínú igbá kejì
Ó sì mú òkò
Ó fi sínú igbá kan tó kù....................70
Wọn bá ní n tí ń bẹ ínú igbá yìí
Bẹyin mẹtẹẹtá bá le mọ ọ
Lẹẹ lọ
Tẹẹ bá mọ ọ
Ọwọ tẹ yín
Ẹlẹmọ ń tẹyán ló kọkọ bọọ wájú
Ó ní táwọn ò bá fi níí mọ nǹkan tí ń bẹ
    nínú igbá ìí
'Ẹlẹmọ ní ó yà tẹyán'
Wọn ní wọn ó gbé igbá iyán kúò íbẹ
Àwọn èèyàn lọọ wo ẹrú Oníràwọ Àgbà
    lójú........................80
Wọn ní Awo gidi ni àwọn ọmọ yìí
Elẹẹkejì ní tí àwọn ò bá fi níí mọ nǹkan tí
    ń bẹ nínú igbá yìí
Ó ni 'Iná jó dóríi kókó nùu'
Èédú iná tó sì jó
Ni ọn ń pè ní kókó
Òun ni ọn kó sínú igbá
Wọn ní wọn ó gbé òun náà sẹyìn
Ńgbà ó kan ẹẹkẹta
Ìyuun ní 'Ẹní ó ju òkò níí rófiiri òkò'
Wọn ní wọn ó gbé mẹtẹẹta..............90
Oníràwọ àgbà lóun wí fún ọ ìwọ ẹrú
'Tóo lóó dàá ọn lọnà'

'Not at all' the head slave said
'If they are going to sleep in this house'
'And practice their priesthood under this roof'
'They should be ready to solve the riddle of the
    contents of the calabash'
Oníràwọ àgbà then fetched pounded yam
He put it in one
Black charcoal
He put it in the second one
He found a stone
He put it in the last calabash...................70
'Look at these three containers'
'If you succeed in telling us the contents inside them'
'We will allow you to go scot-free and practise'
Otherwise
'You are in for a doom' the head slave said
Ẹlẹmọ ń tẹyán first stepped forward and said
'For us not to know the contents of these calabashes'
'The lump pounder would rather pound his yam'
They asked a slave to move the first calabash aside
The people looked at the eye of the head
    slave.........................80
'These boys are real priests' they murmured
'For us not to know the content of these calabashes,
    the second one said
'The hard wood would have been burnt to the hard
    dry bud'
Meanwhile it is the charcoal left unburned
That is referred to as the kókó
It was this charcoal type that was concealed in the
    calabash
They ordered them to move the second calabash aside
It was the turn of the third
He moved near and said 'He that throws a stone
    would see the trajectory of the stone'
They ordered them also to move away the third
    calabash.........................90
'Didn't I tell you' Oníràwọ àgbà said to the head
    slave
'When you blocked their entrance'

'Àwọn ọmọ tí ọ́n ti rúbọ fún'
Ayé yẹ wọ́n
Ni wọ́n wá ń jó ni wọ́n ń yọ̀
Wọ́n ń yin àwọn Babaláwo
Àwọn Babaláwo ń yin Ifá
Ó ni bẹ́ẹ̀ làwọn Babaláwo tòún wí
Ìrẹ̀ níí yẹ̀dí ọpẹ̀ 99
A díá fún Aríyùnkẹ́sẹ́ tíí saya Ọ̀rúnmìlà
Ẹbọ n wọ́n ní ó ṣe
Ńgbà tí ó bíí
Ó bí Ẹlẹ́mọ ń tẹyán
Ó bí Abìdí ọ̀kọ̀ yaṁbarì
Ó bí Jàṅgbórúnkún abinú ẹmu
                jíírìnkinkin
Wọ́n sawo títí
Wọ́n relé Alájé finfín ilé Ìdó
Wọ́n wọbẹ̀
Wọ́n mu sárágede
Wọ́n kí wọn........................110
Wọ́n kẹ́ wọn
Wọ́n lọ sí ti Kọ̀ṅkọ̀ ọmọ àmuyè
Wọ́n rebẹ̀, wọ́n mu sárágede
Wọ́n kí wọn
Wọ́n kẹ́ wọn
Wọ́n wáá dé ilé Oníràwọ̀ Àgbà
Ẹrú Oníràwọ̀ àgbà wáá tìlẹ̀kùn ọlà pin
                pììn pin
Wọ́n ti pé kí wọn ó rúbọ
Kí wọn ó tóó bí wọn kí wọn ó tóo mọọ
                lọ́ọ́ sawo........................119
Kí wọn ó mọ́ le tìlẹ̀kùn ọlà mọ́ wọn
Wọ́n gbẹ́bọ ńbẹ̀ wọ́n rúbọ
Awó mòmọ̀ kóre dé tùtúru
Àwa ọmọ Ìrẹ̀ níí yẹ̀dí ọpẹ̀
A mòmọ̀ kóre dé tùtúru

'They are children whose sacrifice had been offered
    prior to their being born'
Life so pleased them
They then started to dance and rejoice
They were praising their Babaláwo
Their Babaláwo was praising Ifá
'It was as our Babaláwo predicted' they chorused
Ìrẹ̀ níí yẹ̀dí ọpẹ̀ 99
Casts divination for Aríyùnkẹ́sẹ́, the wife of Ọ̀rúnmìlà
She was asked to perform the sacrifices for children
When she was going to have babies
She had Ẹlẹ́mọ ń tẹyán
She had Abìdí ọ̀kọ̀ yaṁbarì
She had Jàṅgbórúnkún abinú ẹmu jíírìnkinkin
They practiced their priesthood
The got to the house of Alájé finfín in the city of Ìdó
They entered his house
They drank and drank Sárágede wine
Alájé finfín greeted them........................110
He took care of them
They went to the house of Kọ̀ṅkọ̀ ọmọ àmuyè
They got there and drank Sárágede wine
Kọ̀ṅkọ̀ ọmọ àmuyè greeted them
He took good care of them
They now got to the house of Oníràwọ̀ Àgbà
The head slave of Oníràwọ̀ Àgbà closed the door
    firmly
Ifá had asked the priests to perform sacrifice
Before they were born and began practicing
So that no one would close the door of fortune on
    them........................120
They heard about the sacrifice and performed it
We have brought good fortune in multitude
We, the children of Ìrẹ̀ níí yẹ̀dí ọpẹ̀
We have brought good fortunes in multitude

ÒGÚNDÁ ÌKÁ B

Ifá pé awọn èèyàn ó mọ́ọ gbé eléyìun ní nǹkan. Ifá pé kó mọ́ sépè o. Nítorí ẹni tí ń gbé eléyìun ní nǹkan ní ó là á; kó yáá dáké.

Àká ya lẹ́sẹ̀ ó bàjẹ́ lórí
A díá fún Àgbẹ̀ kan gìrìsàsà
Tí ń tokoó bọ̀ wá jiwọ
Láyé ìjọ́hun
Àká ni ọ́n mọ́ọ ṣe síwájú ilé
Yangan ni ọ́n sïí mọ́ọ kó sínú ẹ̀
Ṣùgbọ́n bí olè bá ti dé
Ibi yangan yìí ní ó lọ
Yóó lọ́ọ bu ìwọ̀n owó tí ń pọ́n ọn lójú
Ob'ìn àgbẹ̀ ó bàá figbe ta...............10
'Ta ló bu yangan o'
'Taa ló jí yangan bù o'
Àgbẹ̀ ó mọ́ọ pé 'ẹ fíìlẹ̀'
'Ẹ fíìlẹ̀'
'Ìwọ̀n tí ó lò ló mú'
'Ẹ fíìlẹ̀'
'E bí n ló tún kú ńbẹ̀ un'
'Ẹ fíìlẹ̀'
Ó dọdún kíìní
Kò sépè.....…..................................20
Ó dọdún kejì
Olè tún wá
Ó tún jí yangan bù'
Obìin àgbẹ̀ bá tún figbe ta
Àgbẹ̀ tún ní ẹ fíìlẹ̀
Kò sépè
Ó ní ṣebí yangan náà ló tún kù ńbẹ̀ un
Ńgbà olè ó mọ́ọ kó tọdún kẹta
Olè ti kó sínú àká
Gẹ́gẹ́ ìgbà náà ni ìyàwó àgbẹ̀ fẹ́ẹ́ gbé
      oúnjẹ ọkọ ẹ̀ sílẹ̀...….............30
Gẹ́gẹ́ náà ni àgbẹ̀ náà ń bọ̀ lọ́ọ̀ọ́kán

ÒGÚNDÁ ÌKÁ B

Ifá says thieves would rob this person of his things. Ifá enjoins him not to curse the thieves because it is the same set of thieves that would save him.

The barn is torn in the legs and is wrecked on top
Casts divination for a big time farmer
That was coming from the farm to eat poison
In the olden days
Farmers do construct barns outside their houses
And store their grains in it
But when this particular thief comes to steal
He would go to the grain store
He would steal just enough to offset his debts..........9
The wives of the farmer would start to curse the thief
'Who stole our maize'? They would shout around
'Who had taken out of our grain store'?
'Leave him alone; let him go', the farmer would say
'Do not bother yourselves'
'He had taken only the quantity he desires'
'Leave him alone'
'There is still more than enough in the barn'
'Let him go'
In the first year
He did not curse the thief…………...........…….20
The second year
The Thief came visiting again
He stole some quantities of grains
The wives of the farmer started raining curses again
Leave him alone, the farmer would say repeatedly
He did not curse nor abuse the thief
Is the grain not in there again? He would ask
The third year when the thief was stealing
As soon as he entered the barn
Just then the wife of the farmer was serving her
      husband's food…………...............……30
Just about then, the farmer was returning from the
      farm

Olè ò lè jáde mọ́
Ó bá fara pamọ́ nínú àká
Ìyàwó bá gbé oúnje ka ibi tíí gbé e kà
Ǹgbà ó jẹ́ pé òun níí mọ́ọ tọ́jú oúnjẹ
    fọ́kọ
Nǐwájú ilé sǐ ni àká wà
Ìgbàrà ọ̀dẹ̀dẹ̀ tí ọ́n sǐ ṣe
Ti ọ́n gbé ń gbé oúnjẹ kalẹ̀
Bí ìtàgé ló ṣe hàn sí olè nínú àká
Àká sǐ ya lẹ́gbẹ̀ẹ́ kan....................40
Bí ìyàwó ti gbé oúnjẹ kalẹ̀ tán
Ìyáálé bá lọ̀ọ gbọn nǹkan sínú ẹ̀
Olè sǐ ń wò ó láti inú àká
Ǹgbà tí ọkọ́ dé
Wọ́n ń pé ẹ mọ́ọ bọ̀ wáá jẹun
Ọkọ́ bá jókòó ti oúnjẹ
Yóó mọ́ọ jẹun
Ọwọ́ tó kì bọ inú oúnjẹ báyìí
Olè bá ń rò ó láti inú àká
'Bóun bá dákẹ́'......................50
'Tóun ò bá fọhùn'
'E bí ń bẹ láyé lòún ń rí nǹkan ẹ̀ gbé'
'Lòún fi kó nǹkan ẹ̀ nídunta'
'Lòún fi kó nǹkan ẹ̀ lésǐin'
'Lọ́dúnnǐi tóun fẹ́ẹ kó'
'Tóun ò bá sọ fún àgbẹ̀ yìí'
'Òun ò yáa dẹni ẹ̀ṣẹ̀ báyìí'
Olè bá kígbe
Ó ló tó
Ó ní dáwọ dúó...................60
'O ọ̀ gbọdọ̀ jẹ oúnjẹ un'
Ó ní pe àwọn Obìnrin méjèèjì tóo ní wá
Ó ní Obìnrin àgbà yìí

The thief could not escape again
He hid himself in the barn covering his body with the
    maize grain
The junior wife placed the food at the usual place
Since she was the one charged with the responsibility
The barn was situated just outside the entrance
But the construction of the passage lounge
Where the food would be placed
Appeared to the thief as if it is a drama stage
The barn was torn at one side providing an opening
    for sight..................40
As the junior wife placed the food and left
The senior wife sprinkled some harmful substances
    into it
The thief was however watching the scene from
    inside the barn
As soon as the husband entered
They were greeting him, asking him to come to the
    table for his food
The husband unknowingly sat with the food
He would savor the taste
As the farmer thrusts his hand into the food
The thief reasoned fast in the barn
'If I keep quiet'...................50
'And said nothing'
'It is because he is alive that gave me the opportunity
    of stealing his grains'
'Two years ago'
'And last year'
'I am here to steal his grains again this year'
'If I don't leak this secret to this farmer'
'Would I not become guilty before God'?
In a loud voice, the thief shouted,
'Halt!'
'Just hang your hand'...................60
'Do not eat that food'
'Call out your two wives' the thief said as he came
    down from the barn
'This elderly one'

491

Sọ fún un kó ró ọbẹ̀ un pọ̀
Kó sĩ bu òkèlè mẹ́ta ńbẹ̀
Kó sĩ gbé e mì
Obìin bá ń gbọ̀n
Kò leè jẹ ẹ́
Olè ní ṣẹ́ẹ ráyé o
Ẹní ó gbóúnjẹ sílẹ̀ nìyí...................70
Ẹni tóun ń tó wáá gbọn nǹkan sí I nǐí
Ọkọ́ bá sọ òkèlè tí ń bẹ lọ́wọ́ọ̀ rẹ̀ sílẹ̀
Ọkọ́ bá ń jó ní ń yọ̀
Nǐ ń yin àwọn Babaláwo
Àwọn Babaláwo ń yin Ifá
Ó ní bẹ́ẹ̀ làwọn Babaláwo tòún wí
Àká ya lẹ́sẹ̀ ó bàjẹ́ lórí
A díá fún Àgbẹ̀ kan gìrìsàsà
Èyí tí ń tokoó bọ̀ wáá jiwọ
Kín ní ń bẹ nínú àká tó fani yọ........80
Olè kan; òlè kàn
Nǐ ń bẹ nínú àká tó fani yọ
Olè kan; òlè kàn

'Tell her to mix the stew well'
'And eat that food with the stew'
'Tell her to swallow three handful in our presence'
The woman started shivering
She could not eat anything
'Can you all see', the thief asked all that had gathered
'This is the person who placed the food' pointing to
    the second wife................................70
'But this is the person I saw sprinkling poison into it'
    the thief said
The man dropped the nugget in his hand
He then started to dance and rejoice
He was praising his Babaláwo
His Babaláwo was praising Ifá
He said it was exactly as his Babaláwo said
The barn is torn in the legs and wrecked on the head
Casts divination for the big time farmer
The one that was coming from the farm to eat poison
What is in the barn that had saved one?...............80
A particular thief
Is the one in the barn that had saved one
A particular thief

ÒGÚNDÁ ÒTÚRÚPÒN A

Ifá póun pé ire fún eléyìun. Iré ó to
lọ́wọ́. Àwọn èèyàn ó ti gbìíyànjú láti mú
ire ọ̀hún tí. Ifá pé ká rú erín àgbàdo
mẹ́rìndínlógún. Obìnrin nire ọ̀hún. Ire náà
ó sì di tiwa. Alágbára ni Obìnrin ọ̀hún.

Ọ̀nà tọ́ tààrà mọ́ yà
A díá fún Ògún tí ń regbó méje ẹ̀lùjù
    méje
Èyí tí ń lọ rèé fẹ́ Ọbà wálé
Wọ́n ní kó rúbọ
Gbogbo àwọn Irúnmọlẹ̀ ni ọ́n fẹ́ Ọbà tí
Ipá ò ká Ọbà
Gbogbo Ọkùnrin tí ọ́n bá làwọ́n ó fẹ́ ẹ
'Ìjàkàdì ní ó mùú
Nì ó bàá gbé wọn sánlẹ̀
Wọ́n ó pèé èmi kọ́!....................10
'Obìnrin tí ó mọ́ọ lu ọkọọ rẹ̀'?
Àwọn ò fẹ́
Gbogbo wọ́n bá ń kẹ Ọbà sílẹ̀
Ògún bá fi erín mẹ́rìndínlógún rúbọ
Kùnkùu erín tí ọ́n fi ṣe Ifá fún Ògún
Wọ́n bá kó o lé e lọ́wọ́
Ògún bá ń padà relé lẹ́yìn tó rúbọ tán
Ó bá pàdé Ọbà lọ́nà
Òun àti Ọbà bá fìjà pẹ́ẹ̀ta
Ọbà è é sìí fẹ́....................20
Ògún bá sọ kùnkù sí Ọbà lẹ́sẹ̀
Ọbà bá yọ̀ tẹ̀ẹ̀rẹ̀
Ó bá di pàà nílẹ̀
Ògún bá jan Ọbà mọ́lẹ̀
Ògún bá fa Ìpọ̀n ìdí ẹ tú
Ògún bá bá Ọbà sùn

ÒGÚNDÁ ÒTÚRÚPÒN A

One good fortune would get to this person. People would have tried to win this fortune but would not be successful. He should sacrifice sixteen maize cobs. Ifá says the fortune is a woman. She is a very powerful woman

Ọ̀nà tọ́ tààrà mọ́ yà
Casts divination for Ògún going to seven renowned
    forests and bushes
The one that was going to marry Ọbà into his house
He was asked to perform sacrifice
All the Irúnmọlẹ̀ had tried to marry Ọbà
But Ọbà is not easily overwhelmed
All the men who had tried to befriend her
She would turn it into a wrestling
And would beat them all
'To marry Ọbà'? Not me....................10
'The woman that would be beating her husband'
'I don't want her' all of them would say
All of them left her alone
Ògún seeing the effort of all the other deities as futile
    sacrificed sixteen cobs of maize
The cobs of the maize used in preparing Ifá portion
They gave it to Ògún
As Ògún was returning home the same day after the
    sacrifice
He met Ọbà on the way
He and Ọbà engaged themselves in a wrestling bout
Ọbà that was never ready for any association with any
    man....................20
Èṣù threw a cob of maize at the steps of Ọbà
She stepped on it and slid on the cob
She fell flat on the ground
Ògún fell on top of Ọbà
He tore apart Ọbà 's pants and underwear
And had sets of sexual intercourse with her

Wọ́n ní 'Ògún mọ̀ dá Ọbà ó mọ̀ túpọ̀ọn rẹ̀'

Ògún wá ń jó ní ń yọ̀

Ní ń yin àwọn Babaláwo

Àwọn Babaláwo ń yin Ifá 30

Ó ní bẹ́ẹ̀ làwọn Babaláwo tòún wí

Ọ̀nà tọ́ tààrà mọ́ yà

A díá fún Ògún tí ń regbó méje ẹ̀lùjù méje

Èyí tí ó lọ rèé fẹ́ Ọbà wálé

Ògún nìkàn ní ń bẹ lẹ́yìn tó rúbọ

Ògún dá Ọbà

Ògún túpọ̀ọn rẹ

Ògún nìkàn ní ń bẹ lẹ́yìn tó rúbọ

Ògún nìkàn

Rumors spread fast 'Ògún had defeated Ọbà and loosened her pants'

Ògún then started to dance and rejoice

He was praising his Babaláwo

His Babaláwo was praising Ifa......................30

He said it was exactly as his Babaláwo had said

Ọ̀nà tọ́ tààrà mọ́ yà

Casts divination for Ògún that was going to seven renowned forests and bushes

The one that would go and marry Ọbà home

It is only Ògún coming from behind that had performed sacrifice

Ògún defeated Ọbà

Ògún had untied her underpants

Ògún is the only one behind offering sacrifices

Ògún alone

ÒGÚNDÁ ÒTÚRÚPỌ̀N B

Ifá pé òun ó bàá eléyiun ṣẹ́gun. Ifá pé kó rúbọ, kó lọ̀ọ́ tọ́jú igbá àdému kan, kó wáá kó ẹkọ àkàsù sínú ẹ̀ kó kún. Kó sì dín àkàrà Awọn; kó wáá fi ọkan bọ Orí ẹ̀ kó sì fi èèkejì bọ Ifá . Ifá pé ayé ó yẹ ẹ́ àti pé gbogbo nǹkan tí eléyìun ń ṣe tí ń pé kèè ṣe déédé, gbogbo ẹ̀ ní ó dáa.

Ewé ìgbá ni ò tó àkàsùú dì
Ewé ẹmi níí luraa wọn pẹ́lẹ́ńgẹ pẹ́lẹ́ńgẹ
A díá fún Ọ̀rúntọ́ ọmọ Ọbà tútù
Ọmọ Ọbà tútù ló ṣe gbogbo nǹkan ni ò lójú
Gbogbo nǹkan òún ṣe ń rí báyìí?
Òun ò lówó
Òun ò lóbìnrin
Òún fà á fà á
Wọ́n ní Ẹ̀dá ẹni làá sọ ọ́ fún
Bí nǹkan ẹni ò bá dárá tó...............10
Bó sì dára náà
Ẹ̀dá ẹni làá sọ ọ́ fún
Ẹ̀dá ẹni níí gbéni dé ibi ó dára
Wọ́n ní kó tọ́jú àkàsù ẹkọ nínú igbá àdému
Kó ṣeé kó kún inúu àdému méjì bẹ́ẹ̀
Kó fi ọkan bọ Orí
Kó fi ọkan bọ Ifá
Kó wáá tọ́jú àkàrà Awọn
Kó pé àwọn Awo jọ
Kée bọrí ẹ̀...............................20
Kó mọ́ọ wá rawọ́
Kó mọ́ọ pe Ẹlẹ́dàá rẹ̀
Wọ́n ní gbogbo ire ní ó tó o lọ́wọ́
Ó bá ṣe bẹ́ẹ̀

ÒGÚNDÁ ÒTÚRÚPỌ̀N B

Ifá says he would help this person win. Ifá enjoins him to offer sacrifice and should prepare a calabash called 'ademu'. He should fill it with hard cornstarch. He should also prepare a type of bean cake called 'Awọn' In two calabash, he should use one for Ifa and the other for his Orí. Life would please him. He would record success where he had failed before.

The leaf of locust bean tree is not big enough to wrap a lump of food
The leaf of 'ẹmi' tree beats each other producing rhythmical sound
Cast divination for Ọ̀rúntọ́ , the child of Ọbà tútù
It was the child of Ọbà tútù that had tried his hands on all without success
'Why are things in such a mess'? He asked
'I have no wealth'
'I have no wife'
'I pulled, tried and tried. He said, frustrated'
'It is one's creator that one should petition,' they said
'Whenever things are not as desired'.....................10
'If it is pleasant on the other hand also'
'It is the same creator that one should tell'
'It is one's creator that takes one to lofty heights'
They asked him to prepare hard cornstarch in àdému calabash
'You should prepare two of such àdému full of cornstarch'
'Use one to sacrifice to your Orí'
'And the other one as sacrifice to Ifá'
He should then prepare bean cake called Awọn
'You should assemble Babaláwos'
'And use the cornstarch and cake as sacrifice to your Orí'.............................20
'You should then offer prayers'
'And call on your creator'
'All your things should become better' they said
He did as told

Ajé bá dé	Wealth came by
Ayá dé	Wives came to him
Ọmọ́ dé	Children were not left out
Ire ilé dé	The good fortune of house came by
N ní wá ń jó n ní ń yò	He then was dancing and rejoicing
Ní ń yin àwọn Babaláwo 30	He was praising his Babaláwos...........30
Àwọn Babaláwo ń yin Ifá	His Babaláwos were praising Ifá
Ó ní bẹ́ẹ̀ làwọn Babaláwo tòún wí	He said it was exactly as his Babaláwos said
Ewé ìgbá ni ò tó àkàsùú dì	The leaf of locust bean tree is not big enough to wrap
	a lump of food
Ewé ẹmi níí luraa wọn pẹ́lẹ́ńgẹ pẹ́lẹ́ńgẹ	The leaf of ẹmi tree beats each other producing
	rhythmical sound
A díá fún Ọ̀rúntọ́ ọmọ Ọbà tútù	Cast divination for Ọ̀rúntọ́ , the child of Ọbà tútù
Ń tí ń ṣehun gbogbo tọ́kan ò lójú	He had been trying his hands on all without success
Ẹbọ n wọ́n ní ó ṣe	He was asked to offer sacrifice
Ó wáá gbẹ́bọ ńbẹ̀	He heard about the sacrifice
Ó rúbọ	And performed it
Ọ̀rọ̀ tó burú o 40	Any sad incident or event...........................40
Ẹ̀dá làá fún	It is one's creator that one should hand it over to
Ọ̀ràn gbogbo ọrun ẹni	All events are related to one's destiny
Ọrun ẹni	One's God

ÒGÚNDÁ ÒTÚÁ A

Ifá pé ká rúbọ. A ó nīì ìsinmi, iré ó sì tó wa lọ́wọ́ ṣùgbọ́n ẹbọ tí ọ́n yàn ni ká rú. Ifá pé kó mọ́ọ fi ọtí bọ baba è.

ÒGÚNDÁ ÒTÚÁ A

Ifá asks this person to offer sacrifice. He would have rest of mind because his good fortune would get to him. He should sacrifice wine to his father.

Ogún polówó
Odò gbé Irègbà
Sànpọ̀nná ponígbọ̀wọ́
Ẹni ajé sojúu rẹ̀ wáá yìnbọn jẹ
A díá fún Ẹtà
Tí ò lójọ́ alẹ́ tí ò ní tàárọ̀
Wọ́n ní kó rúbọ
Ọjọ́ mẹ́rin ní sì ń bẹ láyé nígba ìwásẹ̀
Kò sí un táá ṣe tí ò níí bọ́ síkan nínúu mẹ́rẹ̀ẹ̀rin
Ojú wá ń pọn Ẹtà.....................10
Ẹtà bá kówó lọ́wọ́ àwọn mẹ́rin
Ó kówó lọ́wọ́ Ọká
Ó kó lọ́wọ́ Alábahun
Ó kó lọ́wọ́ Ikookò
Ó sì kówó lọ́wọ́ Ẹkùn
Tó bá ti looko iṣẹ́ ẹnikan lóníì
Tí ó lọọ singbà fún eléyìun
Bó bá di ọjọ́ kejì
Yóó looko ẹlòmíìn
Títí ọjọ mẹ́rẹ̀ẹ̀rin.....................20
Ńgbà ó bá dijọ́ márùún òní
Táà ń pè ní ọrún
Yóó tùún looko ẹni àkọ́kọ́
Kò wáá nísinmi ọjọ́ kan mọ́
Ẹtà bá rù ú; ló bá sọ ọ́
Ó fi eéjì kún ẹẹta
Ẹ ẹ wa gbàhun
Wọ́n ní kó rú ọ̀pọ̀lọpọ̀ ọtí
Wọ́n ní kó bọ baba è
Wọ́n ní kó mọ́ọ sọdún dáadáa..........30

The creditor was killed by warfare
Irègbà sank in the stream
Sànpọ̀nná killed the guarantor
The witness of the transaction shot himself in the mouth
Cast divination for Ẹtà
That had no clear definition of day and night
He was asked to offer sacrifice
In the beginning, there were only four days of the week
Anything that has to be done must fall within these days
Ẹtà was seriously impoverished 10
He then borrowed from four people
He borrowed from the Cobra
From the Tort
He borrowed from the Hyena
Leopard also lent him some money
He then began to service the loan with the creditors
He would go to serve on one creditor's farm on day one
On the second day
He would proceed to another creditor's farm
Till the end of the four-day week...................20
On the fifth day
That is referred to as 'ọrún'
He would start another cycle
He had no rest of even a single day
Ẹtà then became thoughtful
He added two cowries to three
'Please help me' He pled
He was asked to sacrifice a lot of wine
He should also offer sacrifice to his father
He was asked also to celebrate his Ifá festival well..30

Ifá tó jẹ́ á mọ̀ pé ìsinmi ń bẹ lẹ́yìn ọdún
nìyí
Ẹtà bá ṣe bẹ́ẹ̀
Ó ní bẹ́ẹ̀ làwọn Babaláwo tòún wí
Ogún polówó
Odò gbé ìrẹ̀gbà
Sànpọ̀nná poní́gbọ̀wọ́
Ẹni ajé sojúu rẹ̀ wáá yìnbọn jẹ
A díá fún Ẹtà tí ò lójó alẹ́
Tí ò ní tàárọ̀
Wọ́n ní ó rúbọ kó lè baà nísinmi......40
Ẹtà wáá gbẹ́bọ ńbẹ
Ó rúbọ
Wọ́n sì ka èèwọ̀ araa wọn fún araa wọn
Ọká ní wọn ò gbọdọ̀ tẹ òun nírù mọ́lẹ̀
Alábahún ní wọn ò gbọdọ̀ dá hẹ̀ẹ̀ òun
Ìkookò ní wọn ò gbọdọ̀ ta èèpè sí òun
lára
Ẹkùn ní wọn ò gbọdọ̀ wo òun lójú
Ńgbàa wọn dé ibi ọdún tí Ẹtà pè wọ́n sí
Ó gbé oúnjẹ àwọn mẹ́rẹ̀ẹ̀rin
Ó gbé e sí wọn ńwájú...................50
Alábahún sì pẹ́ lẹ́yìn
Òún pẹ́ kó tóó dé ibi wọ́n ó gbèé mọ́ ọ
jẹun
Ọká dé ibẹ̀
Ìkookò wà níbẹ̀
Ẹkùn náà ń bẹ ní bùba
Àwọn ń jẹun
Wọ́n jẹun tán
Alábahún ò bá oúnjẹ nílẹ̀ mọ́
Ẹkùn ní 'Hẹ̀ẹ̀'!
Èyí yìí ṣẹ̀ṣẹ̀ ń bọ̀...................60
Inú bí Alábahun púpọ̀

This is the Ifá verse that affirms the recess period after
a yearly celebration
Ẹtà did as was told
He said it was exactly as his Babaláwos told him
The creditor was killed by warfare
Ìrẹ̀gbà sank in the stream
Sànpọ̀nná killed the guarantor
The witness of the transaction shot himself in the
mouth
Cast divination for Ẹtà that had no clear definition of
dusk
That knows no morning
He was asked to offer sacrifice for him to have rest
Ẹtà heard about the sacrifice 41
He performed it
Meanwhile his creditors had listed for each other their
individual taboos
No one should step on my tail, the Cobra said
As for me, No one should use any word to preempt
me, the Tortoise said
Nobody should spill sand on me, said the Hyena
Nobody should look at me straight in the eyes, the
Leopard roared
As each of them arrived for the celebration Ẹtà invited
them for
The food for the four of them had been served
together
Ẹtà placed the food before them...............50
The Tortoise however arrived late
He could not make it early to the place at the
appointed time
The Cobra was there on time
The Hyena made it also
So did the Leopard
As they started eating
They finished all the food including the Torts'
The Tortoise met no food on his arrival
Before the Tortoise could tender any form of apology,
The Leopard preempted him
'This one is just coming'.................60
Bewildered and angered

'Táwọn sì jọ sọ̀rọ̀ pé àwọn ò níí dá hẹ̀ẹ̀
    ara àwọn'
'Me bẹ́ẹ̀ sì bèèrè pé ṣe ò sí nǹkan tóun fi
    pé'?
Ẹ̀kùn tó dá Hẹ̀ẹ̀
Alábahún bá lọ̀ọ́ wo Ẹ̀kùn lójú
Ẹ̀kùn ní 'Òun lo wò lójú'?
Kí Ẹ̀kùn ó ta mọ́ Alábahun Àjàpá
Èẹ̀pẹ́ ta sí Ìkookò lára
Wọ́n bá bọ síjà
Bí wọ́n ti ń jàjàǹgbilà 70
Wọ́n bá tẹ Ìrù ọká mọ́lẹ̀
Ọká bá sán Ìkookò
Ó sán Ẹ̀kùn
Ìkookò bá wó lé Alábahun mọ́lẹ̀
Alábahun ò le para dà mọ́
Ẹ̀kùn ti Ọká náà sán
Ó di wìì
Ó wó lu Ọká náà mọ́lẹ̀
Ọká náà ò le yípo mọ́
Ọká kú.............................80
Ẹ̀kùn náà kú
Alábahun Àjàpá rọ̀run
Ìkookò rèwàlẹ̀ àsà
Gbogbo bí ọ́n sì ti ń jà
Ẹtà ti sùn lọ
Ó ti rẹ̀ ẹ́
Kò jí tílẹ̀ e ṣú
Tílẹ̀ tún e mọ́
Ẹtà tí ò lójọ́ alẹ́
Tí ò ní tàárọ̀ 90
Ilẹ̀ fi ta dókè Ẹtà ò jí
Ó jí ó kọ hàáà
Àṣé báyìí ni Ọlọ́run ń kẹ́ẹ̀yàn?
Ifá pé Kí eléyìun ó lọ̀ọ́ bọ baba ẹ̀
Ó ní Ogún polówó
Odò gbé Ìrègbà

The Tortoise asked 'Did we not all agree that nobody
    should preempt me'?
'Shouldn't you have asked of the reason for my
    lateness'?
In revenge to the one that preempted him
He went straight to look at the Leopard in the eyes
'You have come to look at me in the eyes'? The
    Leopard said angrily
As the he was about to grab the Tortoise
He spilled sand on the Hyena
The Leopard and the Hyena engaged themselves in a
    free for all fight
As they were fighting...................70
They both stepped on the tail of the Cobra
The Cobra bit the Hyena
He also bit the Leopard
The Hyena fell on the Tortoise
The Tortoise could not move again
As the poison travels through the veins of the Leopard
He lost balance, and with a heavy thud
He fell on the Cobra
The Cobra could not turn again
The Cobra died.........................80
The Leopard died
The Tortoise died
The Hyena also died
But as they engaged themselves in this fight
Ẹtà was fast asleep
He was too tired
He did not wake up throughout the night
Even the next morning, he was still sleeping
The Ẹtà that had previously knew no dusk
Or dawn........................90
It was not until the next afternoon that he woke up
He woke up amazed to find out what lay on the
    ground
So God can be this nice to someone?
Ifá asks this person to offer sacrifice to his father
He said the creditor was killed by warfare
Ìrègbà sank in the stream

Sànpọ̀nná poníigbọ̀wọ́
Ẹni ajé sọjúu rẹ̀ wáá yìnbọn jẹ
A díá fún Ẹtà
Èyí tí ò lójọ́ alẹ́ tí ò ní tàárọ̀............100
Ẹbọ n wọ́n ní ó ṣe
Ẹta gbẹ́bọ ńbẹ̀ ó rúbọ
Àṣẹyìn wá àṣẹyìn bọ̀
Ẹtà tí ò lójọ́ alẹ́ tí ò ní tàárọ̀
Ẹtà wáá dolóorun àsùn nara

Sànpọ̀nná killed the guarantor
The witness of the transaction shot himself in the mouth
Cast divination for Ẹtà
That had no clear definition of day and night.......100
He was asked to offer sacrifice
Ẹtà heard about the sacrifice and performed it
On the long run
Ẹtà that had never knew any distinction between night and day
Ẹtà now rest and snores while sleeping

ÒGÚNDÁ ÒTÚÁ B

Ọ̀rúnmìlà wí ó ló di sìlásìlá
Ifá mo ló di sìlósìlo
Ọmọ ekú ń ṣe sìlásìlá
Ń ṣe sìlósìlo
Mo ní kín ní ń ṣe sìlásìlá tí ń ṣe sìlósìlóo
sí?
Ọmọ Ekú ní ńtorí ọmọ ni
Ọ̀rúnmìlà ní ṣe ìwọ ọmọ Eku ó sìn?
Ọmọ Eku ní kín lòún ń wí
Kín ni baba Akẹ̀yọ̀ ń wí......................9
Ọ̀rúnmìlà ní wọ́n ó jọmọ eku ó mọ́ọ
bímọ
Wọ́n ṣe Ifá fún ọmọ Eku
Ọmọ Ekú bá ń bímọ
Ọ̀rúnmìlà wí ó ló di sìlásìlá
Ifá mo ló di sìlósìlo
Ọmọ Ẹja ń ṣe sìlásìlá
Ń ṣe sìlósìlo
Mo ní kín ní ń ṣe sìlásìlá tí ń ṣe sìlósìlóo
sí?
Ọmọ Ẹja ní ńtorí ọmọ ni
Ọ̀rúnmìlà ní ṣe ìwọ ọmọ Ẹja ó sìn?
Ọmọ Ẹja ní kín lòún ń wí..................20
Kín ni baba yìí ń wí?
Ọ̀rúnmìlà ṣe Ifá fún ọmọ Ẹja
Ó ní kó mọ́ọ bímọ
Ọ̀rúnmìlà wí ó ló di sìlásìlá
Ifá mo ló di sìlósìlo
Ọmọ Ẹyẹ ń ṣe sìlásìlá
Ń ṣe sìlósìlo
Mo ní kín ní ń ṣe sìlásìlá tí ń ṣe sìlósìlóo
sí?
Ọmọ Ẹyẹ ní ńtorí ọmọ ni
Ọ̀rúnmìlà ní ṣe ìwọ ọmọ Ẹyẹ ó sìn?.....30

ÒGÚNDÁ ÒTÚÁ B

Ọ̀rúnmìlà said it is a matter of running helter-skelter
Ifá, I say it is a matter of being troubled
The children of the Rat were running helter-skelter
They were troubled
I inquired from them why they were running
Helter-skelter and troubled
The children of the Rat said it was because of children
Ọ̀rúnmìlà asked them 'Would you know devotion'?
What are we asking for, the Rat had answered
What is Baba Akẹ̀yọ̀ saying?
Ọ̀rúnmìlà asked that the children of the Rat may
reproduce..10
They prepared an Ifá portion for the children of the
Rat
They were having children
Ọ̀rúnmìlà said again 'it is a matter of running
Helter-skelter'
Ifá, I say it is a matter of being troubled
The children of the Fish were running helter-skelter
They were troubled
I asked them why they were running helter-skelter
and troubled
The children of Fish said it was because of children
Ọ̀rúnmìlà had asked them 'Would you children of the
Fish be devoted'?
'What are we asking for', the Fish had replied.......20
'What is this man saying'?
Ọ̀rúnmìlà prepared Ifá portion for the children of the
Fish
Let them reproduce, Ọ̀rúnmìlà had instructed
Ọ̀rúnmìlà said it is a matter of running helter-skelter
I say it is a matter of being troubled
The children of the Bird were running helter-skelter
They were troubled
I asked them why they were running helter-skelter
and troubled...................................28
They had said it was because they have no children
Ọ̀rúnmìlà asked them 'Would you be devoted'?

Ọmọ Ẹyẹ ní kín lòún ń wí
Kín ní baba Akèyọ̀ ń wí?
Ọ̀rúnmìlà ṣe Ifá fún ọmọ Ẹyẹ
Ó ní kó mọ́ọ bímọ
Ọ̀rúnmìlà wí ó ló di sïlásïlá
Ifá mo ló di sïlósïlo
Ọmọ Ẹranko ń ṣe sïlásïlá
Wọ́n ń ṣe sïlósïlo
Mo ní kín ní ń ṣe sïlásïlá tí ń ṣe sïlósïloó
    sí?
Ọmọ Ẹranko ní ńtorí ọmọ ni..........40
Ọ̀rúnmìlà ní ṣé ìwọ ọmọ Ẹranko ó sìn?
Ọmọ Ẹranko ní kín lòún ń wí
Kín ní baba Akèyọ̀ ń wí?
Ọ̀rúnmìlà ní kí wọ́n ó ṣe Ifá fún ọmọ
    Ẹranko
Ó ni kó mọ́ọ bímọ
Ọ̀rúnmìlà wí ó ló di sïlásïlá
Ifá mo ló di sïlósïlo
Ọmọ Ènìyàn ń ṣe sïlásïlá
Wọ́n ń ṣe sïlósïlo
Mo ní kín ni wọ́n ń ṣe sïlásïlá tí ń ṣe
    sïlósïloó sí?...............50
Ó ní ńtorí ọmọ ni
Ọ̀rúnmìlà ní ṣe ẹyin ọmọ Èèyàn ó sìn?
Èṣù ní 'Ẹ pé ẹ ẹ̀ sìn'
Àwọn ọmọ Èèyàn làwọ́n ó sìn
Ọ̀rúnmìlà ṣe Ifá fún ọmọ èèyàn
Ó ní kó mọ́ọ bímọ
Ó ní bó bá dọdún kẹrìndínlógún
Ó lóun ń bọ̀ wáá wò yín wò
Ńgbà ó dọdún kẹrìndínlógún
Ọmọ Ekú ti bí bïí bí.................60
Ọmọ Ẹja ti bí bïí bí
Ọmọ Ẹyẹ náà ti bí
Ọmọ Ènìyàn ti bí ilẹ̀ kún

What are we asking for, the children of the Bird said
What is Baba Akèyọ̀ saying?
They prepared an Ifá portion for the children of the
    Fish
He asked them to be reproducing
Ọ̀rúnmìlà said it is a matter of running helter-skelter
Ifá, I say it is a matter of being troubled
The children of Animal are running helter-skelter
They are troubled
I asked them why they were running helter-skelter and
    troubled....................39
The children of Animal said it was because of
    children
They asked if the children of Animal would be
    devoted
'What are we bargaining for' and
What is Baba Akèyọ̀ saying? They also had said
Ọ̀rúnmìlà asked them to prepare Ifá portion for the
    children of the animal
Such that they may reproduce
Ọ̀rúnmìlà said it is a matter of running helter-skelter
I say it is a matter of being troubled
The children of Man were running helter-skelter
They were troubled
I asked them why they were running helter-skelter and
    troubled...............50
The children of Man said it was because of children
Ọ̀rúnmìlà asked them 'Would you know devotion'?
'Tell him you would' Èṣù quietly said to the children
    of Man
'We would observe devotion' the children of Man
    chorused
Ọ̀rúnmìlà prepared Ifá portion for the son of Man
He asked them to be reproducing
'In sixteen years time', Ọ̀rúnmìlà said
'I will come back to see how you all have fared'
On the expiration of the sixteen years
The children of Rat had had many children..........60
The children of Fish were numberless
The children of Bird were uncountable
Man has filled the whole earth

Ọ̀rọ̀ ọ̀hún ò yọ ọmọ Ẹranko sílẹ̀
Òun náà bímọ, káà kún
Ṣùgbọ́n ńgbà tí Ọ̀rúnmìlà ó wọ̀
Ilé ọmọ Eku ló kọ́kọ́ lọ
Àwọn ọmọ Eku ò mọ baba mọ́
Wọ́n ń taaku sí baba lára
Ńgbà ó ṣe ọjọ́ mẹ́rìndínlógún ńlée wọn
Ó bá kúò ńbẹ̀.........................… · 71
Ọ̀rúnmìlà bá tọ àwọn ọmọ Ẹja lọ
Ó dé ilée wọn
Àwọn ọmọ Ẹjá ń ta omi sí baba lára
Ó dijọ́ kẹrìndínlógún
Ó kúò nílée wọn
Ó dé ilé ọmọ ẹyẹ
Ọmọ ẹyẹ ò mọ bàbá mọ́
Wọ́n ń suú sí baba lára
Ó dijọ́ kẹrìndínlógún....................80
Ó kúò ńlée wọn
Ó dé ilé ọmọ ẹranko
Ọmọ ẹranko náà ò mọ baba mọ́
Wọ́n ń bu babaá jẹ
Ó dijọ́ kẹrìndínlógún ó kúò ńbẹ̀
Ó wá dé ilé ọmọ èèyàn
Bó ti yọ lọ́ọ̀ọ̀kán
Ni ọn ń pé àbọrú bọyè baba ẹ mọ́ọ wọlẹ̀
Ẹ mọ́ọ wọlẹ̀
Ọ̀rúnmìlà rò ó ńnú ara ẹ̀................90
Ó làwọn eléyìí fẹ́ẹ́ mọ nñkan
Ńgbà tá e ṣẹ́jú
Ẹní ti gorí ẹní
Orísìrísìí oúnjẹ ti délẹ̀
Omi tútù ń peraa wọn ráńṣẹ
'Baba ẹ kúùrin'
'Ẹ wáá jẹun'
Ó lẹ́yìn ọmọ èèyàn

There was no exception with the children of the animal
They also had reproduced and the house has been filled
But when Ọ̀rúnmìlà was coming back
He called on the children of the Rat first
The children of the rat could not recognize him again
They were spilling sand on him
Yet he tarried with them for sixteen days...........70
On leaving their house
He left for the house of the Fish
He got there
The children of Fish were splashing water on Ọ̀rúnmìlà
On the sixteenth day
He left their house
He entered the house of the child of Bird
The children of the Bird could not recognize Baba again
They were defecating on his cloth
On the sixteenth day.................................80
He left their house
He got to the house of the children of Animal
The situation was not different, they too had forgotten Ọ̀rúnmìlà
They also were biting him
On the sixteenth day, he left
He then entered into the house of Man
As he was spotted far off
They were saying 'àbọrú bọyè Baba, you are welcome'
'You are welcome'
Ọ̀rúnmìlà thought within himself...................90
'These ones are in search of knowledge'
Before a twinkle of an eye
Mats were spread on the ground in different colors
Plates of food were laid and served
Cold water rested in many jugs
'Hope you had a nice journey Baba'?
'Come and eat'
'You son of Man'

Ó lọ́mọ eku ni ẹ mọ́ e ṣe ìràrí ọmọọ yín
Ó ní tọ́mọọ yín bá ti fẹ́ẹ́ gbóná
     píntín...............................100
Ó ní ẹ mọ́ọ wá fún òun léku
Àwọn ọmọọ yín ó sì mọ́ọ gbádùn
Ọmọ Ẹja náà bákan náà
Ẹ mọ́ọ fi ọ́n ṣèjẹ ṣèmu
Ẹ mọ́ọ fi ọ́n ṣe ìràrí ọmọọ yín ni
Ó ní ọmọ eye tóun bá ti bèèrè
Bẹ́ẹ̀ ni ẹ mọ́ọ mú wọn wá fún òun
Bóun bá sì pé ẹran ni
Ẹ mọ́ wẹ̀yìn wò
Ẹ lọ́ọ ra ẹran náà.................110
Ó ni gbogbo àwọn ọmọ eku, ẹja, ẹran,
     eye
Àwọn lẹ́ẹ́ mọ fi ṣe ìràrí fún ọmọ tiyín
Ó lóun wọlé ọmọ Eku
Ó ní wọn ò dá òun mọ̀
Òun wọ ilé ọmọ Ẹja
Wọn ò dá òun mọ̀
Òun wọ ilé ọmọ Ẹye
Wọn ò dóun mọ̀
Ọmọ Ẹranko náà ò mòun
Ṣùgbọ́n ẹyin ọmọ èèyàn dá mi mọ̀...120
Ǹjẹ́ kín nìràrí Akápò?
Ọmọ Eku nìràrí Akápò
Ọmọ Eku
Kín nìràrí Akápò?
Ọmọ ẹja nìràrí Akápò
Ọmọ Ẹja
Kín nìràrí Akápò?
Ọmọ Ẹye nìràrí Akápò
Ọmọ Ẹye
Kín nìràrí Akápò?........................130
Ọmọ Ẹran nìràrí Akápò
Ọmọ Ẹran

Henceforth, use rats as the ìràrí of your own children
If your child is sick...........................100
Come and sacrifice rats
The child would become healthy
The children of the Fish likewise
Use them as your source of food
And as the ìràrí of your own children
He said once I demand for a bird
You should catch them and sacrifice them to me
     immediately
And if I request for an animal
Never look back
Go and find the animal.......................110
All the children of the rat, fish, animal, and the bird
They are the ones you should use as ìràrí of your own
     children. Ọrúnmìlà said
'I entered the house of the Rat'
'They cannot identify who I am again'
'I entered into the house of the Fish'
'They don't know me again'
'I entered the house of the Bird'
'They couldn't recognize me again'
'The children of the Animal can not recognize me
     also'
'But you, the son of man knows me well'........120
What then would be the ìràrí of an Akápò?
The children of the rat
They are the ìràrí of an Akápò
What then would be the Irari of an Akápò?
The children of the fish are the ìràrí of an Akápò
The children of the fish
What then would be the ìràrí of an Akápò?
The children of the bird are the Irari of an Akápò
The children of the bird
What then would be the ìràrí of an Akápò?........130
The children of animals are the ìràrí of an Akápò
The children of animals

ÒGÚNDÁ ÌRẸTẸ̀   A

Ifá pé eléyìun ó joyè ńlá láyé. Bí baba ẹ̀ bá ń bẹ láyé, Ifá pé kó borìi baba ẹ̀; Baba ẹ̀ ní ó gbe dé ipò ńlá, ko bèèrè nǹkan ti orìi baba ẹ̀ ó bàá gbà, Nǹkan tó bá gbà lọ́wọ́ ẹ̀ ni kó fún un. Bí baba ẹ̀ bá ti kú, baba ẹ̀ ti wà ńípò tó dáa lọ́hùún.

Ògún ló dákẹtẹ̀ lójúu pópó
Ló sọwọ́ agada bééje bééje
A díá fún Àjànpọndá
Tí wọ́n ó mùú jọba lóde Àkúrẹ́
'Òun le nǐkan jọba lóde Àkúrẹ́'?
Wọ́n ní kó rúbọ
Wọ́n láyé ó yẹ ẹ́
Àjànpọndá jọba lóde Àkúrẹ́
Ní wá ń jó n ní ń yọ̀
Ní ń yin àwọn Babaláwo..................10
Àwọn Babaláwo ń yin Ifá
Ó ni bẹ́ẹ̀ làwọn Babaláwo tòún wí
Ògún ló dákẹtẹ̀ lójúu pópó
Ló sọwọ́ agada bééje bééje
A díá fún Àjànpọndá
Tí wọ́n ó mùú jọba lóde Àkúrẹ́
Babá joyè ọmọọ rẹ̀ jẹ
A fi Àjànpọndá joyè lóde Àkúrẹ́
Babá joyè ọmọọ rẹ̀ jẹ

ÒGÚNDÁ ÌRẸTẸ̀   A

Ifá says this person would be made a chief on earth. If his father is alive, Ifá says he should offer sacrifice to his father's Orí. It is his father that would take him to greater heights. If his father is dead, his father is in a good place in heaven.

Ògún puts on a raffia hat on the street
He is brandishing a metal sheet stylishly
Casts divination for Àjànpọndá
That would be made the king of Àkúrẹ́
'Would my lineage be the only one to ascend the
      throne of the king of Àkúrẹ́'? He asked
They told him to perform sacrifice
They told him that life would be well with him
Àjànpọndá then became a king in the city of Àkúrẹ́
He was dancing and rejoicing
He was praising his Babaláwo 10
His Babaláwo was praising Ifá
He said it was exactly as his Babaláwo said
Ògún puts on a raffia hat on the street
He is brandishing a metal sheet stylishly
Casts divination for Àjànpọndá
That would be made the king of Àkúrẹ́
The father was made a king, so does the child
We installed Àjànpọndá as the king of Àkúrẹ́
The father ascends the throne so does the child

ÒGÚNDÁ ÌRẸTẸ̀ B

Ifá pé kí eléyìun ó rúbọ; kó sì jọwọ́ kó fẹnu mọ́ ẹnu; Bí a bá ń ṣe wọlé wọ̀de ẹnìkan, kó mọ́ ẹnu ẹ̀ lórí àsírí eléyìun.

Ẹnu mọ́ mọ́ọnu
Ètè mọ́ mọ́ọ́ ètè níí kó ọ̀rọ̀ọ́ bá ètè
A díá fún Ehoro
Èyí tíí ṣe wọléwọ̀de Òrìṣà
Ẹni ọ̀dọ̀ Òrìṣà ni Ehoro í ṣe
Ọ̀dọ̀ Òrìṣà ní ń gbé
Ọwọ́ òun àti Òòsà wọ araa wọn
Ńgbà ó dijọ́ kan
Wọ́n ní ìwọ Òòsà, ó yẹ kó o kan ìlù Ìgbìn
Awọ ẹran ni wọ́n ó sì fi kàn án.......10
Òòsà wáá wò ó pé awọ ẹran wo lóùn ó
       wá fi kànlù o?
Òòsà bá ránṣẹ́ sí gbogbo àwọn ẹranko
Pé kí wọ́n ó fojú kan òun
Ńgbà tí àwọn ẹranko ń Ehoro
Ni ọ́n bá ń bi í léèrè
'Òòsà làwọn gbọ́ iṣẹ́ẹ rẹ̀'
'Ó ní kí àwọn ó wá'
'Ṣé ò sòro'?
Ehoró ní mọ́ pèé òun sọ fún ọ o
Òòsà fẹ́ kan ìlù ni.........................20
Ó wáá fẹ́ẹ́ wo awọ ẹran tí ó lò
Ó fẹ́ wo awọ ẹran tó dáa
Tí é e kànlù!
Taa làwọ́n ó wàá mọ̀ tí awọ rẹ̀ dáa?
Tí wọ́n e kànlù
Gbogbo ẹranko tí Ehoró kò lọ́nà ló sọ fún
Ó ko Kúnnúgbá lọ́nà
Ó wí fún un
Ó kò Màsìà lọ́nà

ÒGÚNDÁ ÌRẸTẸ̀ B

Ifá asks this person to perform sacrifice. Ifá appeases him to keep sealed lips. If he has a close friend, he should keep secrets for this friend.

The mouth not sticking together
The lips not sealed; would bring explanatory speeches
       to the lips
Cast divination for the Rabbit
The close friend of Òrìṣà
Rabbit is a close friend of Òrìṣà
He lives with Òrìṣà
They have been having a good relationship
On a fateful day
They told Òrìṣà that it is necessary for him to have
       Ìgbìn drum..............................9
And that the drum would be made with an animal skin
'Which animal skin would I use'? Òrìṣà wondered
Òrìṣà then sent for all the animals in the kingdom
That they should all see him
Some of the animals however saw the Rabbit on the
       way
They made some enquires from him
Ah, Rabbit, 'we heard about the message from Òrìṣà
'He has sent for us all'
'Hope there is no problem' they all asked him
'Do not say I told you', the Rabbit replied
'Òrìṣà wants to make a drum'.........................20
'He now wants to choose the animal skin to use'
'He wants to select the best from among you all'
'That would be used in making the drum' the Rabbit
       concluded
Whose skin do we know that would best suit his
       purpose?
The one he would conclude to use
He told all the animals he met on the way
He met Kúnnúgbá
He told him
He met Màsìà

Ó sọ fún un............................30
Ó ko Ìgalà
Ó ko Ẹkìrì
Ó ń Ẹtu
Ó wí fún gbogboo wọn
Tée dórí Erin
Ọnà tó sì já oríta nilé Òrìṣà wà
Ń sìí mọ́ọ wò wọ́n lọ́ọ̀ọ́kán báyìí
Ńgbà ó ku ọla kójọ́ ó pé
Òòsà bá ń Ẹtu bẹ́lẹ́ńjẹ́ ọmọ Olúugbó
Ó ní ńlẹ́ o.............................40
Ẹtú kí Òòsà
Òòsà ní 'o ò yà wá o wá kí mi ni'?
Ẹtú ní àwá ti gbọ́ ńlé ẹ́ ẹ́ è
Àwá ti mọ lọ́nàa
Pé Òòsà fẹ́ fawọ Ẹtu kànlù lọla
A mọ̀mọ̀ gbọ́ ńnú ilé ò
Bẹ́ẹ̀ la mọ̀mọ̀ mọ̀ lọ́nà ò
PÓòsá fẹ́ẹ́ fawọ ẹran kànlù lọla
Ará bá fu Òòsà
Gbogbo àwọn eranko tó kù náà wáá fara
    hàn
Gbogboo wọ́n tún ní...................51
'Àwá ti gbọ́ ńlẹ́ ẹ́ ẹ́ e'
'Àwọn ti mọ́ lọ́nàa à à'
'PÓòsá fẹ́ẹ́ fawọ ẹran kànlù lọla'
'Taa ló wá ṣe òfófó yìí'?
'Òòsà wò ó wò ó'
'Òun ò sọ fún ẹnìkankan'
'Àyàfi ìwọ Ehoro'
'Ó ló dáa'
'Awọ araà rẹ náà ni wọ́n ó bòó'.........60
Wọ́n bá bó awọ ara Ehoro
Ehoro ò bá láwọ lára mọ́
Wọ́n wáá bẹ Òòsà bẹ̀ ẹ́, bẹ̀ ẹ́
Òòsà ní ó dáa

He told him.................................30
He told Ìgalà
Ẹkìrì
Ẹtu
All the animals in the kingdom
Even the Elephant
Òòsà's house is however located on a road that links
    the junction
He would see them all from his doorpost
When it remains only a day for them to see Òòsà
Òòsà saw Ẹtu bẹ́lẹ́ńjẹ́ the child of Olúugbó
'Hello', Òòsà greeted him......................40
'Just fine' Ẹtu returned the greetings from afar
'Why don't you come near to greet me'? Òòsà said
Ẹtu busted out singing 'We have heard in our abode'
'We also have overheard it'
'That Òòsà wants to use the skin of Ẹtu for drum
    making tomorrow'!
'We really have heard in our abode'
'We have overheard it'
That Òòsà wants to use the skin of an animal for
drum making tomorrow
Òòsà became suspicious
All the other animals also came to appear............50
They all sang the same tune
We have heard in our abode
We knew on the road
That Òòsà wants to use the skin of an animal for drum
    making tomorrow
'Who could have leaked this secret' Òòsà wondered
He tried to reason
'I told nobody'
Except you, Rabbit
'That is fine' Òòsà said
'It is your skin that I would use instead'!...............60
They removed the rabbit's skin
As a result had no skin on him again
People now started begging Òòsà
As a sign of good gesture, Òòsà accepted their plea

Ó ní kí wọ́n ó mú òwú tùtú wá
Kí wọ́n ó sì wá ẹ̀kọ tútù wá
Wọ́n ó mọ́ọ fi lẹ òwú tùtú mọ́ ọ lára
Béèyán bá finá sí Ehoro lára
Bó bá ti kọjáa ibi ẹ̀kọ tútù wà
Yíya ní ó mọ́ọ ya 70
Ẹnu mọ́ mọ̀ọ́nu
Ètè mọ́ mọ̀ọ́tè
Níí kọ́rọ̀ọ́ bétè
A gbọ́ nílé é é è
A a mọ lọ́nà o o ò
PÓòsà fẹ́ẹ́ fawọ ẹran kànlù lọ́la
A gbọ́ nílé é é è
A a mọ lọ́nà o o ò
Ehoro o ò fẹnu mọ́nu
O ò sì fètè métè..............................80

He asked them to bring cotton wool
And should also bring cold corn starch
And that they should use the cornstarch to glue it to
    her skin
If one burns the skin of a Rabbit
Immediately fire gets to the place where the cold
    starch is
It would start to tear immediately................70
The mouth not sticking together
The lips not sealed
Would bring explanatory speeches to the lips
We have heard in our abode
We overheard it on the road
That Òòsà wants to use the skin of an animal for drum
    making tomorrow
We have heard in our abode
We overheard it on the road
Rabbit, you are not close mouthed
You also do not keep sealed lips.............80

ÒGÚNDÁ ỌSẸ́ A

Ifá loun pé ire fún eléyìun lókèèrè. Yóó nǐí ìsinmi; Ṣùgbọ́n kó rúbọ dáadáa.

Ògúndá làṣẹ làṣẹ
Ẹ̀là roro Òsùmàrè
A díá fún Olóbùró dòdò
Èyí tí ń retí òkun lọ rèé kọ́lé
Ó le dáa fún òun báyìí?
Wọ́n ní ó rúbọ
Olóbùró dòdò dọ́hùún
Ló bá bẹ̀rẹ̀ síí ṣe dáadáa
Ló bẹ̀rẹ̀ síí rájé
Olóbùró dòdò bá kọ́lé létí òkun......10
Nǐí bá ń jó ní ń yọ̀
Nǐí ń yin àwọn Babaláwo
Àwọn Babaláwo ń yin Ifá
Ó ní bẹ́ẹ̀ làwọn Babaláwo tòún wí
Ògúndá làṣẹ làṣẹ
Ẹ̀là roro Òsùmàrè
A díá fún Olóbùró dòdò
Èyí tí ń retí òkun lọ rèé kọ́lé
Kín ló delẹ́gbàá ọmọ?
Òbùró dòdòdòdò......................20
N ló delẹ́gbàá ọmọ
Òbùró dòdòdò

ÒGÚNDÁ ỌSẸ́ A

Ifá wishes this person the fortune of children. There is another fortune coming for him from abroad. He should perform the sacrifice prescribed for him.

Ògúndá làṣẹ làṣẹ
Ẹ̀là roro Òsùmàrè
Cast divination for Olóbùró dòdò
The one that was going to the beach to build a house
Would it be well with me? He asked
They asked him to perform sacrifice
Olóbùró dòdò got to the beach
He started performing wonderfully well
He got wealth
And built a house at the beach..................10
He then started to dance and rejoice
He was praising his Babaláwo
His Babaláwo was praising Ifá
He said it was exactly as his Babaláwo had predicted
Ògúndá làṣẹ làṣẹ
Ẹ̀là roro Òsùmàrè
Cast divination for Olóbùró dòdò
The one that was going to the beach to build a house
What has become a child worth more than twenty thousand?
Òbùró dòdòdòdò.....................20
Is what has become a child worth more than twenty thousand
Òbùró dòdòdò

ÒGÚNDÁ ỌSẸ́ B

Ifá pé kí eléyìun ó rúbọ, ayé ó yẹ ẹ́, ẹmí ẹ̀ ó sì gùn. Bí wọ́n ò bá rí eléyìun, wọ́n ò níí lè ṣe nnkan. Ifá pé eléyìun ó sì tóbi láyé ẹ̀.

Igbó nlá ni ò ṣeé dàwọn ká
A díá fún Olúmejò tí ń sawoó ròde Ìlá
Olúmejò ló dé òde Ìlá
À-àyé bá gbà á
Àwọn tí wọ́n ń bẹ nílùú ibi ó ti kúò
Bí wọ́n ó bàá ṣe kinní kan
Wọ́n ń pé ẹ jẹ́ Olúmejò ó dé
BÓlúmejò ò bá dé àwọn ò lè ṣe kinní yìí
Igbó nlá ni ò ṣeé dàwọn ká
A díá fún Olúmejò tí ń sawoó ròde Ìlá.....................10
Olúmejò Awo rere ni
Bá à rí Olúmejò a ò sọdún
Olúmejò Awo rere
Ifá pé Awo rere leléyìun

ÒGÚNDÁ ỌSẸ́ B

Ifá asks this person to offer sacrifice. Life would please him and he would have long life. If this person is not seen, some functions might have to await his arrival.

A big forest is not easy to traverse
Casts divination for Olúmejò venturing priesthood in the city of Ìlá
Olúmejò got to the city of Ìlá
He became very successful
But for the inhabitants of his previous city
If they have a function to perform
They would all say 'let Olúmejò return'
'If Olúmejò is not here we can't do a thing'
A big forest is not easy to traverse
Casts divination for Olúmejò venturing priesthood in the city of Ìlá.....................10
Olúmejò, the good priest
If we don't see Olúmejò, we cannot celebrate
Olúmejò, the good priest
Ifá says this is a good priest

ÒGÚNDÁ ÒFÚN A

Ifá pé òun pé ire. Ayé eléyìun ó dáa. Ifá pé kí eléyìun ó mọ́ọ bọ Òòsà funfun. Ifá pé ire ó to lọ́wọ́.

Lékèélékèé kere léti ọpọ́n
Ọrúnmìlà yọyọ̀ọyọ̀ níbẹ̀
A díá fún Òòsàálá Ọsẹ̀ẹrẹ̀mọgbò
Níjọ́ tí ń fomi ojú sògbérè ire gbogbo
Wọ́n ní ó rúbọ
Ayé àwọ́n le dáa báyìí?
Wọ́n ní ó rúbọ
Wọ́n ní yóó gbayì
Wọ́n ní ò níí tẹ̀ láíláí
Lékèélékèé bá rúbọ.......................10
Òòsà bá fi àṣẹ lé e lára
Lékèélékèé kere léti ọpọ́n
Ọrúnmìlà yọyọ̀ọyọ̀ níbẹ̀
A díá fún Òòsàálá Ọsẹ̀ẹrẹ̀mọgbò
Níjọ́ tí ń fomi ojú sògbérè ire gbogbo
Lékèélékèé ta lemi
Làbàlàbà ta lémi
Ifá pé iré ó tóó ọwọ́ eléyìun

ÒGÚNDÁ ÒFÚN A

Ifá says it would be well with this person. He should be a devotee of Òòsà funfun. Good things of life would get to him.

Lékèélékèé kere léti ọpọ́n
Ọrúnmìlà yọyọ̀ọyọ̀ níbẹ̀
Cast divination for Òòsàálá Ọsẹ̀ẹrẹ̀mọgbò
On the day he was crying because of all good things
He was asked to perform sacrifice
Would my life be fine?
They told him to perform sacrifice
They told him he would be renowned
He would never be shamed
Lékèélékèé performed the sacrifice............10
Òòsà then put Àṣẹ on him
Lékèélékèé kere léti ọpọ́n
Ọrúnmìlà yọyọ̀ọyọ̀ níbẹ̀
Cast divination for Òòsàálá Ọsẹ̀ẹrẹ̀mọgbò
On the day he was crying because of all good things
Lékèélékèé, put your mark on me
Làbàlàbà, put your mark on me
Ifá says good fortunes would get to this person

ÒGÚNDÁ ÒFÚN B

Eléyìun lóbìnrin kan, obìnrin ọ̀hún lóyún
ńnú. Ifá pé kó mọ́ bàá obìnrin ọ̀hún jà torí
pé òun ló ni oyún tí ń bẹ níkùn obìnrin
náà. Kò gbọdọ̀ pé torí pé obìnrin ti lóyún
kó pé òun ò gba oyún tí ń bẹ nínú ẹ̀.. Bó
bá hùwà tí ò dáa sí obìnrin ọ̀hún, òun ní ó
pa á. torí kò gbẹ́kẹ̀ lé ẹlòmíìn. Ifá pé kó fi
aṣọ ara ẹ̀ àti ti Obìnrin un rúbọ. Ifá gba
abẹ kan

Pẹlẹbẹ abìdí sọ sọ̀ sọ
A díá fún Ọlọmọ atorí bọ́kú
Wọ́n ní ó sá káalẹ̀ ẹbọ ní ó ṣe
Ó wáá gbẹ́bọ ńbẹ̀ ó rúbọ
Àwá yin pẹlẹbẹ abìdí sọ sọ̀ sọ
A torí bọ́kú
Àwá ò kú mọ́
A yin Pẹlẹbẹ abìdí sọ sọ̀ sọ
A yin Pẹlẹbẹ
Èèyàn è é rábẹ lẹ̀ẹ̀mejì....................10
Ẹ̀ẹ̀kan ṣoṣo ni wọ́ọ́n rábẹ
Àwá yin Pẹlẹbẹ abìdí sọ sọ̀ sọ
A yin Pẹlẹbẹ
Ifá pé kí eléyìun ó ti òdì bẹwùu rẹ̀
Kó sì fi rúbọ
Kó sì fi abẹ náà rúbọ

ÒGÚNDÁ ÒFÚN B

Ifá says this if this person has a woman that is
pregnant. Ifá says he should not quarrel with the
woman in attempt to disown the pregnancy. Ifá says
he is the father of the unborn child. If he attempts to
do this , the woman may be the source of his death
because she is considered an orphan. He should
sacrifice a pair of his cloth and the woman's in
addition to a packet of blade.

Pẹlẹbẹ abìdí sọ sọ̀ sọ
Casts divination for Ọlọmọ atorí bọ́kú
He was asked to take care of the ground and offer
    sacrifices
He heard about the sacrifice and performed it
We praise you Pẹlẹbẹ abìdí sọ sọ̀ sọ
We would from head remove the death spell
We would not die again
We praise you Pẹlẹbẹ abìdí sọ sọ̀ sọ
We praise you Pẹlẹbẹ
One does not see the blade twice.................10
It is only once that one sees the blade
We praise Pẹlẹbẹ abìdí sọ sọ̀ sọ
We praise Pẹlẹbẹ
Ifá asks this person to remove his cloth inside out
    from the head
And should use it as sacrifice
He should also sacrifice razor blades

DIFFICULT WORDS : ÒGÚNDÁ

1. Ọmọnídindinrin: Name of a Babaláwo. It also forms a rhythm

2. Orí rere n Tìrèère: A kind of rhetorics playing around 'rere'. (Lt) 'Good destiny is for the Tort'

3. Agongo ṣígo ṣígo: Names of Babaláwos. No apparent meaning

4. Tùẹ̀: The quick act of spitting saliva or unwanted thing out of the mouth

5. Ookú: Greetings about any time of the day. It is a prefix (but could stand alone). If any period of the day or event is added to make a suffix, then it narrows the greetings to that particular time

6. Gbọnhingbọnhin: An adjective describing the vitality or vigor of a thing particularly of the hardness of rocks. The corollary then is that it describes the strength of a man.

7. Alágbàlákin: Name of a person

8. Òfìtà ńlá Abìdí Yèrèpé: 'Òfìtà' here is a very big and matured hen. Abìdí yèrèpé however describes the buttocks as being muscular and robust.

9. Oníyinmí Akin Àràpà: Name Of a person in full
a. We are not yet in the level of freshly germinating locust bean leaves,
b, We are not yet in the level of great dust of the earth,
c. We are not yet in the place where sand is difficult to chew in one's mouth,
The three sentences above describe the patience, which Akin Àràpà had been exercising telling that his temper had not been stretched to his elastic limit.

10. Àdì: Oil derivable from palm kernel

11. Epo: Palm oil

12. Ògún: Deity in control of Iron and its derivatives

13. Òkùsú: A mystical animal found along river banks in wild wild forests. Found in twin of a male and female. They are not easily killed and even when killed by a renowned hunter. Butchering becomes a problem because the meat must not be butchered in open air as any housefly that lands on it could inflict permanent insanity on the butcher if it perches on his skin.

14. Abahun Àjàpá: An appellation for the Tortoise

15. Àṣẹṣe: The rudimentary cultural practice that gives rise to man. It is the basis on which all cultural associations and interrelations are based.

16. **Beards for repose of punishment**: Analogy describing the overgrown beard and mustache on the mouths of Islamic fundamentalists.

17. Ikin: An instrument of divination. Special oil palm seeds

18. Àkùkọ Gàgàrà: A rhythmical word. (Lt) The big rooster

19. Àkọ̀, Ọsìn: Typical water birds

20. Àṣegbé: A type of magical charm that ensures that one is exonerated or absolved of all acts mostly punishable offenses or crimes.

21. **When Àkó tree is crowned**: Proverbial. Telling about the time of its flowering

22. Ẹdun: Twin children. Or monkeys that ranges in groups

23. Ẹlẹ́mọ ń tẹyán: Name of a person. Coined out of the clumps found pounded yam. Ẹmọ is the clump, while Iyán, is pounded yam.

24. Abìdí Ọkọ̀ Yambarì: Ọkọ̀ is an arrow. Abìdí Ọkọ̀ Yambarì then describes the arrow being wide at the base and pointed at the tip.

25. Jàngbórúnkún abinú ẹmu jìfìrìnkinkin: Name of a person. It is important to note here how the events that pave way for the birth of the three children

513

above has metamorphose into their names. Generally, this is how Yoruba names are coined.

26. **Sárágede**: A kind of wine served to important visitors only.

27. **Ọbà: Name of the wife of Ògún**: The deity of Ọbà river

28. **Ògún had flattened Ọbà and loosened her girdles**: A literary meaning given to Ògún dá Ọbà túrúpọn. Ògúndá Òtúrúpọ̀n.

29. **Sànpọ̀nná**: A deity. In control of Small Pox

30. **Ẹtà**: A kind of animal that sleeps so often. Found in the forest and savanna parts of Africa.

31. **Ọrún**: Ọrún is the 5-day interval that forms the week of the Yorùbá calendar. This comprises of Ọ̀sẹ̀, Jàkúta, Ògún, Awo and Òòsà. This tradition is still being kept even to the Middle Western states of Nigeria.

32. **Baba Akẹ̀yọ̀**: Another name for Ọ̀rúnmìlà. Someone that is knowledged in rhetorics

33. **Akápò**: Stooges of Ọ̀rúnmìlà. All Babaláwos spread across the whole world.

34. **Àjànpọndá**: The first king of Àkúrẹ. Àkúrẹ is a city in W/Nigeria and the capital city of Òndó State.

35. **Kúnnúgbá, Màsìà, Ìgalà**: All are in the family of Antelope and deer.

36. **Ògúndá Làṣẹ, Ẹlà roro Ọ̀ṣùmàrè**: Names of Babaláwos

37. **Olóbùró dòdò**: Name of a person. Also could be an appellation

38. **Àṣẹ**: The magical command that actualizes a wish. It is also the same thing as the insignia that makes an entity

recognizable and or traceable to Ọ̀rìṣà.

39. **Ọlọmọ atorí bọ́kú**: Name of a person. Someone that would from the head remove death spell.

514

CHAPTER 10 : ÒSÁ

ÒSÁ MÉJÌ A
Ẹbọ ìṣẹ́gun ni kí eléyìun ó rú. Ifá pé kó lọ́ọ̀ bọ Ṣàngó. Yóó rí ẹ̀yìn odì

Ó sáá méjì lákòjà
Ó bú yẹkẹyẹ̀kẹ̀ lójú Ọpọ́n
A díá fún Olúkòso làlú
Bámbí ọmọ a rígba ọta ṣẹ́gun
Èyí tí ó gòkè àlàpà ṣẹ́gun ọ̀tá ẹ̀
Ẹbọ ń wọ́n ní ó ṣe
Ó sì gbẹ́bọ ńbẹ̀
Ó rúbọ
Njẹ́ kín lÀrìrá e ṣẹ́tẹ̀?

N lÀrìrá e ṣẹ́tẹ̀
Igba ọta

ÒSÁ MÉJÌ A
Ifá enjoins this person to perform sacrifice that would make him prevail. He should be devoted to Sàngó. He would see the end of his foes.

Ó sáá méjì lákòjà
Ó bú yẹkẹyẹ̀kẹ̀ lójú Ọpọ́n
Cast divination for Olúkòso làlú
Bámbí ọmọ a rígba ọta ṣẹ́gun
The one that would climb a dilapidated mud wall to win his foes.
It was sacrifice they had asked him to offer
He heard about the sacrifice
And performed it
What had Àrìrà used in winning the cold war?

Is what Àrìrà had used in winning the cold war
Hundreds of bullets

515

ỌSÁ MÉJÌ B

Ifá pé ire fún eléyìun. Yóó là.

Ògboronko ló sojú gbẹndẹkú gbẹndẹkú
A díá fún Òwú
Èyí tíí sọmọ Ògòdò
Wọ́n ní kí Òwú ó rúbọ
Òwú rú o
Òwú tù
Lójú olóko
Òwú là

ỌSÁ MÉJÌ B*

Ifá wishes this person well. He would become rich.

Ògboronko ló sojú gbẹndẹkú gbẹndẹkú
Casts divination for Òwú
Òwú the child of Ògòdò
They told Òwú to perform sacrifice
Òwú offered the sacrifice
Òwú gave the booties
In the presence of the farmer
Òwú là

---

* See Ìrosùn Ogbè A, for full detail expatiation

516

ỌSÁ OGBÈ A

Ifá pé ọpọ̀lọpọ̀ ire lòún rí fún ẹní ó dá Odù yìí. Nìkan ẹ̀ ò níí bàjẹ́; iré wà fún eléyìun lókèèrè tí ò wínrìn. Ifá pé wọ́n ó mọ́ọ faga gbága bí ọn bá ń lọ òkèèrè; Ẹní ó dá Odù yìí ní ó gbayì. Kí eléyìí ó mọ wojú àwọn tí wọ́n ò ríyì gbà níbẹ̀ o. Kó mọ́ọ ṣe nìkan ẹ̀ lọ ni.

Apatapiti
Apitimọ̀pata
A díá fún ẹ̀rínlélọ́gọ̀jọ Ìlù
Wọ́n ń bỌbaá lọ ìlú Ìlájé
Wọ́n ní wọ́n ó rúbọ
Gbogboo wọ́n ní nìkan táwọn mọ́ọ ṣe ńwájú Ọba
Ẹbọ kín làwọn ó sẹ̀sẹ̀ mọ́ọ rú
Apatapiti
Apitimọ̀pata
A díá fún Ṣẹ̀kẹ̀rẹ̀.................................10
Ń bỌbaá lọ ìlú Ìlájé
Wọ́n ní wọ́n ó rúbọ
Wọ́n lópọ̀lọpọ̀ owó ni kí Ṣẹ̀kẹ̀rẹ̀ ó rú lẹ́bọ
Wọ́n ní yóó gbayì lọ́hùún
Wọ́n ní kò níí sẹ̀sín lọ́hùún
Ṣẹ̀kẹ̀rẹ̀ bá rú ọpọ̀lọpọ̀ owó
Ṣẹ̀kẹ̀rẹ̀ bá rúbọ
Nígbà tí wọ́n dé ìlú Ìlájé
Ajé ni wọ́n sì ń lọọ́ múú wá
BÁjé ò bá sì ń rí Ijó.......................20
Kó rílù
Kò níí jáde wá
Àyàfi bórí ẹ̀ bá wú
Ìyá Ajé sì ń bẹ lọ́hùún
Òun náà ń bọ wáá fọ́n Ajé
Gbogboo wọ́n bá kọrí sí Ìlú Ìlájé
Òjò bá dé

ỌSÁ OGBÈ A

Ifá sees a lot of good fortunes for this person. His things would not get spoilt. Ifá wishes him fortunes abroad. They would be contesting for this good fortune; it is this person who would take the lead. He is exhorted not to be mindful of the ill luck of his contemporaries during his moment of success.

Apatapiti
Apitimọ̀pata
Cast divination for uncountable number of drums
They were accompanying the king to the city of Ìlájé
They were all asked to perform sacrifice
We already have perfected our vices before the king, they all chorused
'Why must we be wasting time on sacrifices'?
Apatapiti
Apitimọ̀pata
Cast divination for Ṣẹ̀kẹ̀rẹ̀.....................10
He was accompanying the king to the city of Ìlájé
He was asked to perform sacrifice
They told him to offer plenty of money
And that he would be so fortunate there
He would not be relegated
Ṣẹ̀kẹ̀rẹ̀ offered a lot of money
He performed the sacrifice
They all headed for the city of Ìlájé
Meanwhile, they all were going to bring back wealth from Ìlájé City
But if Wealth does not see good dancing.........20
And good drumming
She would never come out into the open
Except she is impressed
Mother wealth also was resident there
She also is coming to spray wealth on people
Immediately they entered the city of Ìlájé
It started to rain

Ojó rò ròọ rò
Dùndún ni
Àdàmọ̀ ni..............................30
Tée dóríi Gángan
Ìgbìn
Àgàgà Àràn
Kànnàngó
Àti Àpíntí
Gbogbo ìlù tí ń bẹ pátá tí ọ́n fi awọ ṣe
Gbogbo wọn lòjó pa
Gbogboo wọ́n ò leè sọrò mọ́
Akèrèngbé sì dorí kodò
Òjò ò rò sí Akèrèngbè..................40
Ǹgbà ó tó gégé tí wọ́n ó lọ ibi ajé wà
Wọ́n bá pe Dùndún
Kò kòọ̀ kò ní ń fọhùn
Gbogbo ìlù tí ọ́n fawọ ṣe pátá
Kò kòọ̀ kò ni gbogboo wọ́n ń dún
Wọ́n bá ké sí Ṣèkèrè
Gbogbo àwọn ìlù tí àwọn pè ní ń ṣe kò
    kòọ̀ kò yìí!
Ṣèkèrè bá bọ́ọ́jó
Ní ń sapatapiti
Apitimòpata..............................50
A díá fún Ṣèkèrè tí ń lọ ìlú Ìlájé
Apatapiti
Apitimòpata
Ṣèkèrè dé ìlú Ìlájé
Ní bá ń jóó fún wọn
Apatapiti
Apitimòpata
Ire àjé tá ó nìí láyé
Ta ló mọ̀
Ẹnìkan ò mọ̀gbèyìn................60
Kòró la wò
Taa ló mọ̀?
Iye aya tá ó nìí láyé
Ta ló mọ̀?

It rained so heavily
Dùndún
Be it Àdàmọ̀......................................30
Gángan
Ìgbìn
Or Àràn
Kànnàngó
And Àpíntí
All existing drums made of animal skin
They were all soaked of rainwater
They all could not produce any drumbeat again
But the gourd was placed upside down
The rain could not enter into the gourd...............40
When it was time for them all to proceed to Ajé's
    place
They called on Dùndún drum
He could not produce any drumbeat
All the drums made of animal skin
They all were wet and sounding flat
They were forced to call on Ṣèkèrè
'All these drums we have called on are sounding flat'
Ṣèkèrè moved near
He said Apatapiti
Apitimòpata....................................50
Cast divination for Ṣèkèrè going to the city of Ìlájé
Apatapiti
Apitimòpata
Ṣèkèrè got to the city of Ìlájé
And started to dance
Apatapiti
Apitimòpata
The good fortune that we would have on earth
Who can tell?
No one knows the end...........................60
We can only see the mirage
Who can tell?
The number of wives that we would have on earth
Who can tell?

Ẹnikan ò mọ̀gbẹ̀yìn
Kọ́rọ́ la wò ta ló mọ̀?
Iye ọmọ tá ó bíí láyé
Ta ló mọ̀?
Ẹnikan ò mọ̀gbẹ̀yìn
Kọ́rọ́ la wò..................................70
Ta ló mọ̀? •
Iye ilé tá ó kọ́ọ̀ láyé
Ta ló mọ̀ ?
Ẹnikan ò mọ̀gbẹ̀yìn
Kọ́rọ́ la wò
Taa ló mọ̀?
Gbọ̀gbo àwọn ìlù tó kù rojú kókó
Ajé bá ń dàálẹ̀
Ọbá ń jó
Orí Ìyá Ajé ń wú..........................80
Ajé ń bọ́
Wọ́n ń rọ́ ọ
Ó bá wojú àwọn ìlù yòókù
Gbogboo wọ́n bá rojú kókó
Ó ní ẹ mọ́ dòóró ò
Ẹ dákun
Oníṣẹ́ Ọ̀run ò fóró
Ẹ má sìkà láyé ò
Ẹ dáákun
Oníṣẹ́ ọ̀run kò fẹ̀kà...................90
Ẹ má sìkà láyé ò
Ẹ dáákun
Oníṣẹ́ ọ̀run kò fẹ̀kà
Bóo ṣere láyé
Ọ ó ba
Bóo ṣèkà láyé
Ọ ó ba
Àtore àtìkà kò níí gbé
Káì kò níí gbé
Gbogboo wa.........................100
Tẹní tí ń ṣere kò níí gbé

No one knows the end
We only see the mirage, who can tell?
The number of children that we would have on earth
Who can tell?
No one knows the end
We can only see the mirage 70
Who knows?
The number of houses that we would build on earth
Who knows?
No one knows the end
We can only see the effigy
Who can tell?
The other drums frowned sadly
The wealth was dropping heavily
The king was dancing
The Mother wealth was impressed...................80
Wealth was coming out in full
They packed it
He then looked at the faces of his contemporaries
They all frowned with sadness written clearly on
          their faces
He sang 'Do not cause havoc'
Please I beg you
The messenger from heaven detests destruction
Please do not cause havoc
I beg you
The messenger from heaven detests havoc...........90
Do not engage in wickedness on earth
Please I beg you
The messenger from heaven detests evil
If you do good on earth
You will reap it
If you partake in tyranny
You will reap it
Both good and evil would not go unrewarded
Never, it would not go unrewarded
All of us...............................100
The reward of the person doing well would not be
                    unfulfilled

ỌSÁ OGBÈ B

Ifá pé ire fún eléyìun. Ifá pé bírà bírà ní eléyìun ó mọ́ọ dá láyé. Bírà ẹ̀ ò níí bàjẹ́ ṣùgbọ́n kó rúbọ.

Ọsá lù
Ogbè ń jó
Ká sápẹ́ ká fi jÁro
A díá fún Alágẹmọ Tẹ́ẹ́rẹ́
Tí ń sawoó rọ̀nà Àgbàlá
Ọ̀nà Àgbàlá tóun ń lọ yíí dáa fún òun báyìí?
Wọ́n ní yóó yẹ ẹ́
Wọ́n ní kí Alágẹmọ Tẹ́ẹ́rẹ́ ó rúbọ
Ó dọ́nà àgbàlá ló fẹsẹ̀ kájé
Owó ẹ̀ ẹ́ tẹ gbogbo ire 10
Ní wá ń jó ní ń yọ̀
Ní ń yin àwọn Babaláwo
Àwọn Babaláwo ń yin Ifá
Ó ní bẹ́ẹ̀ làwọn Babaláwo tòún wí
Ọsá lù
Ogbè ń jó
Ká sápẹ́ ká fi jÁro
A díá fún Alágẹmọ Tẹ́ẹ́rẹ́
Tí ń sawoó rọ̀nà Àgbàlá
Wọ́n ní ó sá káalẹ̀ ẹbọ ní ó ṣe..........20
Alágẹmọ Tẹ́ẹ́rẹ́ gbẹ́bọ ńbẹ̀
Ó rúbọ
Jìngín jìngín ni
Jìngín jìngín la rÁlágẹmọ
Alágẹmọ́ tòkun tọ̀sà bọ̀

ỌSÁ OGBÈ B

Ifá wishes this person well. He would be performing wonders on earth. His wonderful things would not be wrecked; but he should perform sacrifice.

Ọsá beats the drum
Ogbè is dancing
Let us clap our hands and use it to dance Aro bells
Cast divination for Alágẹmọ Tẹ́ẹ́rẹ́
That was venturing priesthood to Ọnà Àgbàlá
'Would this Ọ̀nà Àgbàlá which I am going be good at all'?
They told him that it would be good for him
They asked him to perform sacrifice
He got to Ọ̀nà Àgbàlá and was using his legs to pack wealth
His hand touched all the fortunes he desired.........10
He then started to dance and rejoice
He was praising his Babaláwos
His Babaláwos was praising Ifá
He said it was exactly as his Babaláwos had said
Ọsá beats the drum
Ogbè is dancing
Let us clap and use it to dance Aro bells
Cast divination for Alágẹmọ Tẹ́ẹ́rẹ́
That was venturing priesthood to Ọnà Àgbàlá
He was asked to take care of the ground and perform sacrifice........................20
Alágẹmọ heard about the sacrifice
He performed it
It was with cleanliness
It was with cleanliness that we saw Alágẹmọ
Alágẹmọ has returned from a sojourn in ocean and the sea.

ỌSÁ ỌYẸ̀KÚ A

Ire fún eléyìun, ayé ó yẹ ẹ́. Ifá pé kó rú
ọ̀pọ̀lọpọ̀ èkuru funfun lẹ́bọ. Kó tún fi
èkuru náà bòkè ìpọ̀rí ẹ̀. Ire ajé fún un.
Nǹkan tí sì ń bà á nínú jẹ́ ó dayọ̀ láìpẹ́.

ỌSÁ ỌYẸ̀KÚ A

Ifá wishes this person well. Life would please him.
He should sacrifice plenty of white èkuru to his Ifá. A
lot of good fortunes of wealth would be for him. What
is making him sad, Ifá says, would gladden his heart
soon.

Nǐbi táa gbé mọni
Nǐbẹ̀ làá gbé kí ni
Mọ̀ gbà
N làá kárá Ìrẹgbà
Ajẹkuru jẹ̀wà ló morúkọ tí ẹ̀wàá jẹ́
A díá fún Adégoróyè
Ọmọ Ẹ̀rùgùn Oyè
Níjọ́ tí ọ́n ní ó sá káalẹ̀
Ẹbọ ní ó ṣe
Ayé òun dáa báyìí?......................10
Inú òún dùn báyìí?
Wọ́n ní ayọ̀ lọrọ̀ọ̀ rẹ̀ ó jàá sí
Wọ́n ní ọ̀pọ̀lọpọ̀ èkuru funfun lẹbọ ẹ̀
Kí wọ́n ó wáá gbá ìyẹ̀ Ifá sí i
Kí wọ́n ó fi bọ òkè ìpọ̀rí ẹ̀
Wọ́n ní ayé ó yẹ ẹ́
Ọkàan rẹ̀ ó balẹ̀
Nǹkan ẹ̀ ò níí bàjẹ́
Adégoróyè ọmọ Ẹ̀rùgùn Oyè bá rúbọ
Ayé bá yẹ Adégoróyè.................20
Ó gorí oyéè Baba ẹ̀
Ó ń lówó
Ń lájé
Ó ní háà
Bí ọ bá a sí àwọn Ajẹkurujẹ̀wà
Òun a lè mọ nǹkan tí Ọsayẹ̀kú ú jẹ
Tí fí gbeni?
Ó nǐbi táa bá gbé mọni

The place where we knew the other
Is the place where we should reference our greetings
Mọ̀ gbà
Is the appellation for the people of Ìrẹgbà
Those that ate èkuru and ẹ̀wà would know the real
    names of beans
Cast divination for Adégoróyè
The child of Ẹ̀rùgùn Oyè
On the day he was asked to take care of the ground
And perform sacrifice
'Would life be better at all'?..........................10
'Would I be happy'? Adégoróyè asked
They told him that his life would be fine and full of
    happiness
'Plenty white Èkuru is the sacrifice' they said
He was asked to sprinkle it with Ifá powder
He should use it to offer sacrifice to his Ifá
They told him that his life would please him
And that he would have rest of mind
'Your plans would not be derailed' they said
Adégoróyè the child of Ẹ̀rùgùn Oyè performed the
    sacrifice
Life afterwards pleased Adégoróyè...............20
He ascended the vacant stool of his father
He had plenty to spend
He had a lot of riches
And surprised, he exclaimed, ha!
'Save for Ajẹkurujẹ̀wà'
'How can we know the real sacrifice to Ọsayẹ̀kú '?
'That would make him positively disposed to profit
    one'?
He posited 'The place where we knew the other'

Nĩbẹ̀ làá gbé kí ni

Mọ̀ gbà.................…...…..…….…30

N làá kí ará Ìrẹgbà

Ajèkuru jẹ̀wà ló morúkọ tí ẹ̀wàá jẹ́

A díá fún Adégoróyè Ọmọ Ẹ̀rùgùn Oyè

Èyí tí ọ́n ní ó sá káalẹ̀

Ẹbọ ní ó şe

Wọ́n ní gbogbo nnkan ẹ̀ ní ó dáa

Adégoróyè ọmọ ẹ̀rùgùn oyè gbẹ́bọ níbẹ̀

Ló bá rúbọ

Bí ò bá sí Adégoróyè Ọmọ Ẹ̀rùgùn Oyè

À bá ti mọhun tỌ̀sàyẹ̀kúú jẹ.............40

Tíí fíí gbeni

A mọ̀mọ̀ jèkuru

A mọ̀mọ̀ jẹ̀wà

Ó bá ni mọ́là dé pẹrẹgẹdẹ

A mọ̀mọ̀ jèkuru

A mọ̀mọ̀ jẹ̀wà

Is the place where we should reference our greetings

Mọ̀ gbà ……………........................….30

Is the appellation for the people of Ìrẹgbà

Those that ate Èkuru and Ẹ̀wà would know the real names of beans

Cast divination for Adégoróyè the child of Ẹ̀rùgùn Oyè

The one that was asked to take care of the ground

And perform sacrifice

They said everything he has would be fine

Adégoróyè the child of Ẹ̀rùgùn Oyè heard about the sacrifice

And performed it

If it had not been for Adégoróyè the child of Ẹ̀rùgùn Oyè

We wouldn't have known the real sacrifice of Ọ̀sayẹ̀kú ………………………….40

That would make him positively disposed to profit one

We ate Èkuru

We ate Ẹ̀wà

He had brought fortunes for us in large quantity

We ate Èkuru

We ate Ẹ̀wà

ÒSÁ ÒYÈKÚ B

Perewú Perewú ojú òkòtó
A dia fún Òkánríngbòngbòòngbòn
Níjó tí ń fojúú sògbérè ire gbogbo
Wón ní kó rúbo
À á séé mo Òkánríngbòngbòòngbòn?
N làá pe Òòsà oko
Gbogbo ara è látòkè délè
Ajé ni
Wón ní ire Ajé lópòlopò fún un
Òkánríngbòngbòòngbòn bá rúbo......10
Ayé è bá dáa
Gbogbo ara è lée sajé
Ní bá ń jó ní bá ń yò
Ní ń yin àwon Babaláwo
Àwon Babaláwo è ń yinfá
Ó ni béè làwon Babaláwo tòún wí
Perewú Perewú ojú òkòtó
Adia fún Òkánríngbòngbòòngbòn
Níjó tí ń fojúú sògbérè ire gbogbo
Wón ní yóó lópòlopò Ajé láyé............20
Ebo n wón ní ó se
Òkánríngbòngbòòngbòn
Ó wáá gbébo ńbè ó rúbo
Kín làá bo ńbè bó bá jáde?
Òrìsà oko
Àgbà Ìràwò
N làá bo ńbè bó bá jáde

ÒSÁ ÒYÈKÚ B

Perewú Perewú ojú òkòtó
Casts divination for Òkánríngbòngbòòngbòn
On the day he was crying because of all good things
He was asked to perform sacrifice
How do we know Òkánríngbòngbòòngbòn?
Is the one we call Òòsà Oko
His body from head to toe
Is an embellishment of wealth
They wished him a lot of good fortune
Òkánríngbòngbòòngbòn observed the sacrifice.....10
His life then became successful
He tied money on all his body
He then started to dance and rejoice
He was praising his Babaláwo
His Babaláwo was praising Ifá
He said it was exactly as his Babaláwo had said
Perewú Perewú ojú òkòtó
Casts divination for Òkánríngbòngbòòngbòn
On the day he was crying because of all good things
He was assured that he would have abundant good
      fortunes on earth...................20
But he should perform sacrifice
Òkánríngbòngbòòngbòn
You then heard about the sacrifice and performed it
To whom do we sacrifice if it is cast?
Òrìsà Oko
The biggest star
Is the god to whom we should sacrifice to if it is cast

ỌSÁ ÌWÒRÌ A

Ifá pé kí eléyìun ó rúbọ. Ayé ó yẹ ẹ́,
nǹkan ẹ̀ ò níí bàjẹ́. Ìṣẹ́gun ni kí eléyìun ó
rúbọ sí, yóó ṣẹ́gun, ire ẹ̀ ó sì pọ̀.

Ọsá pàá pàá
Ìwòrì wààràwà
A díá fún Olúkòso Làlú
Bámbí ọmọ arígba ọta ṣẹ́gun
Àwọn Elénìní tó pọ̀ yìí
Òun le ṣẹ́gun gbogboo wọn báyìí?
Wọ́n ní kí Sàngó ó rúbọ
Wọ́n ní lákọ lákọ ní ó rúbọ
Sàngó bá rú ọ̀pọ̀lọpọ̀ owó
Ó rúbọ tán...................................10
Nǐ ọn bá gbógun ti Sàngó
Ni Sàngó bá ké
Ó ni 'Ọ́sá pàáááá'
Gbogbo wọ́n bá ń gbọ̀n
Yóó bàá tún wí 'Ìwòrì wàràràrà'
Àwọn Awo ẹ̀ méjèèjì ni ń kí ní òfurufú
Pé ẹbọ tí ọn rú fún òun
Lòún fi ń dá bírà báyìí
Ifá pé kí eléyìun ó rúbọ ẹ̀ kó pé
Pé òún ó ba ṣẹ́gun......................20
Sàngó bá ṣẹ́gun tan
Nǐ wá ń jó ní ń yọ̀
Nǐ ń yin àwọn Babaláwo ẹ̀
Àwọn Babaláwo ń yin Ifá
Ó ní bẹ́ẹ̀ làwọn Babaláwo tòún wí
Ọsá pàá pàá
Ìwòrì wààràwà
A díá fún Olúkòso Làlú
Bámbí ọmọ arígba ọta ṣẹ́gun
Nígbà tí ń bẹ láàrin òsÌrì...............30
Ti ń bẹ láàrin Ọta sáńgílítí
Ẹbọ ń wọ́n ní ó rú

ỌSÁ ÌWÒRÌ A

Ifá asks this person to perform sacrifice. His life
would be better and his things would not get spoilt. Ifá
asks him to offer sacrifice for prevalence on his
enemies.

Ọsá pàá pàá
Ìwòrì wààràwà
Cast divination for Olúkòso Làlú
Bámbí ọmọ arígba ọta ṣẹ́gun
'These many detractors'?
'Would I be able to win them all'? He asked
'Offer sacrifice' they told Sàngó
They told him to offer his sacrifices with temerity
Sàngó offered plenty of money also
Shortly after offering the sacrifice........…...........10
The detractors started to war against him
And with a thunderous crack
He cried 'Ọsá pàáááá'
All of them started to shiver
Continuing, he would cry again, 'Ìwòrì wàràràrà'
It is his two priests that Sàngó is greeting from the
sky
To tell them that it is the sacrifice they prescribed for
him
That has made him to perform these wonders
Ifá exhorts this person to fully observe his sacrifices
That he would help him win............….......20
Sàngó became victorious
And started to dance and rejoice
He was praising his Babaláwos
His Babaláwos were praising Ifá
He said it was exactly as his Babaláwos had said
Ọsá pàá pàá
Ìwòrì wààràwà
Cast divination for Olúkòso Làlú
Bámbí ọmọ arígba ọta ṣẹ́gun
On the day he was in the midst of his enemies.......30
He was in the midst of his foes
He was asked to perform sacrifice

Ó gbẹ́bọ níbẹ̀	He heard about the sacrifice
Ó rúbọ	And offered it
Mo mọ̀mọ̀ sẹbọ Ọ̀sá pàá o	I have offered the sacrifice of Ọ̀sá pàá
Mo sì sẹbọ Ìwòrì wàràwà	And also performed the sacrifices of Ìwòrì wàràwà
Mo mọ̀mọ̀ ségun	I am victorious
Bẹ́ẹ̀ mo ségun	Indeed, I am triumphant

ỌSÁ ÌWÒRÌ B

Ifá pé kí eléyìun ó rúbọ kó sì bèèrè nǹkan tórí rẹ̀ ó gbà. Ẹlẹ́dàá rẹ̀ ò níí jẹ́ ó rí aburú. Ifá pé kí eléyìun ó lọ̀ọ́ ra òkété kan lọ́jà kó fi rúbọ; yóó mùú òkété náà lọ́wọ́ ni bí ọ́n bá ń rúbọ ẹ̀.

Ọsá wò ó
Ìwòrì wò ó
N táa bá díjọ wò
Gẹ̀gẹ́ níí gún bí ojúu Gúnnugún
A díá fún Sọ́ọ̀wò ọmọ Agẹ́ẹ̀gún
Òun ni nǹkan ẹ̀ ò dáa tó
Nǹkan òún wáá le dáa báyǐí?
Wọ́n ní kó rúbọ
Wọ́n ní kó lọ̀ọ́ ra òkété kan lọ́jà
Kée rúbọ...............................10
Wọ́n ní òkété ọwọ́ ẹ̀ ní ó ba finbọ
Wọ́n bá ṣe Ifá fún Sọ́ọ̀wọ̀ ọmọ Agẹ́ẹ̀gún
Ayé yẹ ẹ́
Ní wá ń jó ní ń yọ̀
Ní ń yin àwọn Babaláwo
Àwọn Babaláwo ń yin Ifá
Ó ní bẹ́ẹ̀ làwọn Babaláwo tòún wí
Ọsá wò ó
Ìwòrì wò ó
N táa bá díjọ wò...............................20
Gẹ̀gẹ́ níí gún bí ojúu Gúnnugún
A díá fún Sọ́ọ̀wò ọmọ Agẹ́ẹ̀gún
N náà ló finbọ
Ẹbọọ wá dà
Òkété ọwọ́ọ Sọ́ọ̀wò o
N náà ló finbọ

ỌSÁ ÌWÒRÌ B

Ifá asks this person to perform sacrifice and should ask of what his Orí would collect from him. His creator would not allow him to see evil. He should go to the market to buy a giant rat for sacrifice. He would hold the rat during the time of performing the sacrifice.

Ọsá, look at it
Ìwòrì, look at it
Whatever we examine together
Would be successful as the eyes of Gúnnugún
Cast divination for Sọ́ọ̀wò the child of Agẹ́ẹ̀gún
He is the one whose things were not so successful
'Would my things be good at all'? He asked
He was advised to perform sacrifice
He was told to buy a giant rat from the market
He should then use it as sacrifice...................10
It is the giant rat in your hands that would make your sacrifices acceptable
They performed an Ifá portion for Sọ́ọ̀wò the child of Agẹ́ẹ̀gún
Life so pleased him
He then started to dance and rejoice
He was praising his Babaláwo
His Babaláwos were praising Ifá
He said it was exactly as his Babaláwos had said
Ọsá, look at it
Ìwòrì, look at it
Whatever we examine together....................20
Would be as successful as does the eyes of Gúnnugún
Cast divination for Sọ́ọ̀wò the child of Agẹ́ẹ̀gún
It is the one that had made the sacrifice acceptable
Our sacrifice has proved effective
The giant rat in Sọ́ọ̀wò 's hand
Is the one that has made the sacrifice acceptable

ỌSÁ ÒDÍ A

Ifá pé ire fún eléyìun. Ẹni ojú ọmọ ń pọn, ẹni tí ò lájé, gbogboo wọn ò níí ráburu. Ifá pé eégún baba ńláa wọn kán ń bẹ láíláí tí wọ́n dì mọ́ ibi kan. Ifá pé kí wọ́n o jẹ́ eégún náàá ó jáde. Gbogbo àwọn tí ojú nǹkan ń pọn ni wọ́n ó dáwó jọ kí wọ́n ó sì ra òrúkọ kan fi bọ eégún ọ̀hún. Gbogbo ire wọn ò níí jùnù. Bí eégún ọ̀hún bá fẹ̀ wọ ilé padà, gbogbo àwọn tí ń wá nǹkan ni kí wọ́n ó fi ọwọ́ gbé aṣọọ rẹ̀. Gbogboo wọn ní ó rí'í nǹkan tí wọ́n ń wá.

Ọsá bíírìn bíntin
A díá fún Láńlẹ̀gẹ̀
Ọmọ Akànrunkandẹ
Ọmọ Akànlẹ̀kẹ̀ sunwọ̀n sunwọ̀n
Níjọ́ tí n fomi ojú sògbérè ire gbogbo
Wọ́n ní kó rúbọ
Wọ́n ní gbogboo wọn ńnú ilé ọ̀hún
Wọ́n ní nǹkaan wọn ò níí bàjẹ́
Wọ́n ní tọmọdé tàgbà ni wọ́n ó jọ rúbọ
Ẹni ojú ọmọ ń pọn, kó rú.................10
Ẹni ó ti bímọ kóun náàá ó rú
Ṣùgbón kí wọ́n ó jẸ́égún babaa wọn ó jáde
BÉégún ọ̀hún bá jáde
Bí bá ń wọléé lọ
Kí wọ́n ó fọwọ́ kó aṣọ ẹ̀ wọléé
Gbogbo ihun tíí jájogun ò tún bá wọn gbé mọ́
Ire ló kù tí ó mọ́ọ bá wọn gbé
Wọ́n bá ṣe bẹ́ẹ̀
Gbogbo ará ilée Láńlẹ̀gẹ̀ ọmọ Akànrunkandẹ
Wọ́n bá bọ Eégún.........................20
Wọ́n bá bẹ̀rẹ̀ síí lájé
Wọ́n láya
Wọ́n bímọ

ỌSÁ ÒDÍ A

Ifá wishes this person well. All those in want of wealth, children, and all good things of life would not be disappointed. Ifá says there is a masquerade belonging to their ancestors that had been packed. Ifá says they should allow it to parade. All of them in want should then contribute money to buy a goat as sacrifice to the masquerade. When the masquerade is coming back home after the outing, all of them should use their hands to pack the costume of the masquerade up. They would all get their heart's desire.

Ọsá bíírìn bíntin
Casts divination for Láńlẹ̀gẹ̀
The child of Akànrunkandẹ
The child of Akànlẹ̀kẹ̀ sunwọ̀n sunwọ̀n
On the day he was crying because of all good fortunes
He was asked to perform sacrifice
All of them in the household
They were all told that their things would not get spoilt
All of them, young and old should perform sacrifice
He that is childless should offer the sacrifice........10
He that has children should perform it
But they should allow the masquerade to come out to display
After the outing of the masquerade
And is about to enter into the house
They should use their hands to pack his costumes in
All things known as Ajogun would never live with them again
It is only good fortunes that would be with them
They did as instructed
All the members of Láńlẹ̀gẹ̀'s household
Offered the sacrifice to Egúngún.....................20
They all started to have wealth
They married Wives
They had children

527

Wọ́n kọ́ ilé	And built houses
Wọ́n gbó	Láńlẹ̀gẹ̀ also grew old
Wọ́n tọ́	And became steadfast in old age
Aburú ò sẹlẹ̀ sẹ́nikan	No bad thing occurred to any of the household
Kò kan àwọn ọmọ ẹ̀	Neither did it happen to any of the grandchildren
Ni wọ́n bá ń jó ni wọ́n ń yọ̀	They then started to dance and rejoice
Wọ́n ń yin àwọn Babaláwo 30	They were praising his Babaláwo 30
Àwọn Babaláwo ń yin Ifá	Their Babaláwo was praising Ifá
Ó ní bẹ́ẹ̀ làwọn Babaláwo tòún wí	They said it was exactly as their Babaláwo had said
Ọ̀sá bíìrìn bíntin	Ọ̀sá bíìrìn bíntin
A díá fún Láńlẹ̀gẹ̀	Casts divination for Láńlẹ̀gẹ̀
Ọmọ Akànrunkandẹ	The child of Akànrunkandẹ
Ọmọ Akànlẹ̀kẹ̀ sunwọ̀n sunwọ̀n	The child of Akànlẹ̀kẹ̀ sunwọ̀n sunwọ̀n
Kín ni ò jẹ́ Láńlẹ̀gẹ̀ ó fọṣọ?	What prevented Láńlẹ̀gẹ̀ from washing his clothes?
Ọ̀pọ̀ òjò	Torrential rainfall
Ni ò jẹ́ Láńlẹ̀gẹ̀ ó fọṣọ	Is what prevented Láńlẹ̀gẹ̀ from washing his clothes
Ọ̀pọ̀ Òjò....................40	Torrential rainfall......................40

ÒSÁ ÒDÍ B

Ifá pé ki eléyìun ó rúbọ. Ifá pé kò níí rárùn orí. Ìgìrìpá òrúkọ lẹbọ ẹ̀. Ifá pé kí wọ́n ó sì mọ́ọ̀ bọ Orí.

ÒSÁ ÒDÍ B

Ifá asks this person to perform sacrifice. He would not experience mental problem. He should sacrifice a matured he-goat and also offer sacrifice to his Orí.

Ó sá mọ́ leè dí	Ó sá mọ́ leè dí
Awo ilé Alárá	The priest of Alárá's household
Kaǹǹkàn womù	Kaǹǹkàn womù
Awo òkè Ìjerò	The priest of the hills of Ìjeròland
Arọ ni ò dàgbà	A cripple would not grow in age
Kó gbégbá etí kan lájà	And be able to place a calabash on the attic
Nǐbi tí gbé ń wọ tuurutu	Where he was creeping
Ti gbé ń wọ́ gbajagbaja	And crawling around
A díá fún Ìyẹ̀rú kan gẹ̀jẹ̀gẹ̀jẹ̀	Cast divination for a certain Ìyẹ̀rú gẹ̀jẹ̀gẹ̀jẹ̀
Èyí tí ó mọ́ọ̀ rárùn Orí............10	The one that would be nursing a mental illness.....10
Wọ́n ní kó rúbọ	He was asked to perform sacrifice
Kó fi òrúkọ rúbọ Orí ẹ̀	He was asked to use a matured he-goat as sacrifice to
Ó bá rúbọ	his Orí
Ayé bá yẹ ẹ́	He performed the sacrifice
Ó ní Ó sá mọ́ leè dí	Life pleased him afterwards
Awo ilé Alárá	He chanted 'Ó sá mọ́ leè dí'
Kaǹǹkàn womù	The priest of Alárá's household
Awo òkè Ìjerò	Kaǹǹkàn womù
Arọ ni ò dàgbà	The priest of the hills of Ìjeròland
Kó gbégbá etí kan lájà............20	A cripple would not grow in age
Nǐbi tí gbé ń wọ tuurutu	And be able to place a calabash on the attic.......20
Ti gbé ń wọ́ gbajagbaja	Where he was creeping
A díá fún Ìyẹ̀rú kan gẹ̀jẹ̀gẹ̀jẹ̀	And crawling around
Èyí tí ó mọ́ọ̀ rárùn Ori	Cast divination for a certain Ìyẹ̀rú gẹ̀jẹ̀gẹ̀jẹ̀
Wọ́n ló ti lọ ò	The one that was nursing a mental illness
Ibí ti lọ	They are gone
Àrùn Orí tí wọ́n ń rùn	All bad things are gone
Gbogbo ajogun ibí ti lọ	The mental illness they were nursing
Ajogun ò leè wẹ̀yìn wò	All the Ajoguns are gone
	The Ajoguns can never relapse again

ỌSÁ ÌROSÙN A

Ifá pé Àṣegbé ni eléyìun ó ṣe gbogbo ihun tí bá ṣe. Ifá pé kó fi òṣùṣù ọwọ́ méjì kún ẹbọ rú.

Ọsá ni ò le sùn
Oorun ni ò kojú
A díá fún Etí
Èyí tí ń lọ rèé gba Mọ́nífọnran Obìnrin Èfọn
Obìnrin Èfọn ni Mọ́nífọnran
Etí bá gbà á lọ́wọ́ ẹ̀
Ìwọ Etí
'Ẹni tóo gba obìin ẹ̀ yìí láyàa'!
'Yóó mọ́ọ wọ ilé tọ̀ọ́ wá à'
'Gbogbo bóo ti lè ṣe é'!.................10
'Ó le púpọ̀'
Etí bá tọ Ọ̀rúnmìlà lọ
Ọ̀rúnmìlà ní ìwọ Etí
Sóó le rúbọ?
Ó lóun ó rùú!
Ó ní rú òṣùṣù ọwọ́ méjì
Kóo rú gìrìpá òrúkọ
Etí bá rú gbogbo ẹ̀
Wọ́n bá fún un ní òṣùṣù ọwọ́ kan
Àwọn Babaláwo jẹ ọ̀kan lérù..........20
Ǹgbà ó yá
Èfọn bá dé
Ni ń bọ̀ gaanran
Kó mú Etí lórí
Èṣù ní o dákẹ́ ni?
'Ó dé nùu'
'Kù ú lóṣùṣù ọwọ́ ni ì'!
Ni ọn fi ń ju Èfọn lálẹ̀ tée dòní
Obìnrin ẹ̀ ní ń wáá kiri
Wìì...................…........30

ỌSÁ ÌROSÙN A

Ifá says this person would escape unscathed in whatever functions or acts performed by him. He should sacrifice two bundles of broom.

Ọsá could not sleep
It is sleep that bothers not the eyes
Cast divination for the Ear
The one that was going to snatch Mọ́nífọnran, the wife of Mosquito
Mọ́nífọnran from the beginning was the wife of Mosquito
The Ear then snatched her from him
'You Ear' the neighbors called
'The person whose wife you snatched is very brave'!
'He would come right into your house'
'There is nothing you can do'......................10
'He is very recalcitrant'
The Ear then went to Ọ̀rúnmìlà
'You the Ear' Ọ̀rúnmìlà said
'Can you perform sacrifice'?
'I will' The Ear said
You must offer two brooms
And also a matured he-goat, Ọ̀rúnmìlà said
The Ear heard about the sacrifice and performed it
The Ear was then given one of the brooms
The Babaláwo took one for themselves as free gift
After some period of time...................…....21
The Mosquito came calling
He came straight without any hesitation
To catch the Ear on his head
'Why are you silent'? Èṣù cried
The time has come!
'Beat him with the broom bundle'!
That has ever been the reason for beating Mosquitoes with brooms till date
It is his wife that he is looking for
Wìì!, ...…........30

Ní ọ́n bá ń ju Èfọn | They will beat him again and again
Òsá ni ò le sùn | Òsá could not sleep
Oorun ni ò kun ojú | It is sleep that bothers not the eyes
A díá fún Etí | Cast divination for the Ear
Èyí tí ń lọ rèé gba Mọnífọnran Obìnrin Èfọn | The one that was going to snatch Mọnífọnran, the wife of Mosquito
Ńgbà tó le tí ò wọ̀ mó o | When it became certainly intolerable
Etí bọwọ̀ lọ́wẹ̀ | The Ear hired the Broom
Etí gba Mọnífọnran gbé pátápátá | And snatched Mọnífọnran completely

ỌSÁ ÌROSÙN B

Ifá pé kí eléyìun ó gbọ́ràn o. Gbogbo nǹkan tí ọ́n bá sọ fún eléyìun ni kó mọ́ọ gbọ́.

Eléèdímédíro
Awo ilé Eléèdímédíro awo ilé Ọ̀rúnmìlà
A díá fún Ọ̀rúnmìlà
Ifá ń sawoó relé Eléèdímédíro
A díá fún Eléèdímédíro
Wọ́n ní ó rúbọ
Wọ́n ní kí Eléèdímédíro ó rúbọ ọjọ́ méje òní
Nǹkan àmì kán ń bọ̀ wáá ṣẹlẹ̀
Kó là á mì
Ni kó rúbọ sí.............................10
Eléèdímédíro fi etí ọ̀tún gbẹ́bọ
Ó fi tòsì dà á nù
Kò rúbọ
Ọjà ń bẹ́ létí abúlée wọn
Ó sì gbé eyín erin tí lókè àjà
Yóó ta Eyín Erin ńjọ́ ọjà
Ńgbà tó di ọjọ́ keje
Ló bá ń olóńgìnní
Olóńgìnní ta mọ etí àjà
Kó sì mọ́ lọọ́ kán eyín erin tí ń bẹ lókè
Ó ní kóun ó lé oǹgìnní kúò 21
Bí Olóńgìnní ti fẹ́ẹ sá kúò
Oǹgìnní bá kọ lu eyín Erin
Eyín Erín bá ré bọ́ọ̀lẹ̀
Àfi pĩn
Ló bá sín Eléèdímédíro mọ́lẹ̀
Ó yípo yípo
Ó yípo tì
Ọ̀rúnmìlà ní e bóun ti wí bẹ́ẹ̀

ỌSÁ ÌROSÙN B

Ifá asks this person to heed instructions or advice given to him.

Eléèdímédíro
The priest of the households of Eléèdímédíro and Ọ̀rúnmìlà
Casts divination for Ọ̀rúnmìlà
Ifá was venturing priesthood to the house of Eléèdímédíro
Cast divination for Eléèdímédíro
He was asked to perform sacrifice
They told Eléèdímédíro to sacrifice against the next seven days
Something of importance would happen before then
So that he would sail through successfully
This is the reason why he should sacrifice............10
Eléèdímédíro heard the sacrifice with his right ear
And used the left to brush it off
He did not perform sacrifice
Meanwhile there was a market beside his house
And he kept an elephant tusk inside the attic
He wanted to sell the tusk on the market day
But on the seventh day
He saw a cat
The cat was climbing the attic
And to prevent the cat disturbing the placement of the tusk and thus breaking it.....................20
He tried to chase it away
The cat however in its bid to escape
Ultimately collided with the tusk
The tusk fell from the ceiling
In a heavy pin drop
It pinned Eléèdímédíro to the ground
He tried to turn
He could not turn again
'Did I not tell you'? Ọ̀rúnmìlà asked

532

Wọn ní bífá ò bá ṣe lójú Awo..........30
Ẹ̀rù ò níí bọ̀gbẹ̀rì jẹ̀jẹ̀
Eléèdìmédìro Awo ilé Eléédìmédìro
A díá fún Ọ̀rúnmìlà
Ifá ń sawoó relé Eléèdìmédìro
Bífá ò bá ṣe lójú Awo
Ẹ̀rù ò níí bọ̀gbẹ̀rì jẹ̀jẹ̀ẹ̀jẹ̀
A díá fún Eléèdìmédìro tí ọ́n ní ó ṣẹbọ
Bẹ́ẹ̀ ni ò ṣẹbọ
Ìgbà àìṣẹbọ
Ẹ̀gbà àìtùèrù..........40
Ẹ̀yin ẹ wo Ifá ọjọ́hun bí tí ń ṣẹ
Ìgbà tí ò ṣẹbọ
Ìgbà tí ò tu èèrù
Eléèdìmédìró wáá lọ!

If the predictions of Ifá did not prove true before a
   Babaláwo..........30
Fear would not be instilled in a novice
Eléédìmédìro the priest of Eléédìmédìro's household
Casts divination for Ọ̀rúnmìlà
Ifá was venturing priesthood in the house of
   Eléédìmédìro
If the predictions of Ifá did not prove true before a
   Babaláwo
Fear would not be instilled in a novice
Cast divination for Eléédìmédìro who was asked to
   perform sacrifice
Yet he did not perform it
The evil of not performing sacrifices
The problem of not giving the booties to Èṣù..........40
What Ifá said the other day had come true
As he did not offer the sacrifice
And did not give the free gifts
Eléédìmédìro then died

ỌSÁ ỌWỌNRÍN   A

Ifá pé ayé ó yẹ eléyìun; nǹkan ẹ̀ ò níí bàjẹ́. Ifá pé kó jókòó ti nǹkan ẹ̀. Kó sì mójú tó o.

ỌSÁ ỌWỌNRÍN   A

Ifá says life would please this person and his plans would not be disrupted. Ifá asks him to be committed to his responsibilities and be dutiful to them.

Iṣẹ́ nìṣe ìtọ́jú
Òwò ṣíṣe nìbéèrè
Bí ọ́n bá ń gbọ́ndò lójò
Omi a móọ ta sí ọn lójú
Omi a móọ ta sí ọn lẹ́nu
A díá fún Onílèfun Tèté
Ọmọ Akẹ́ja wúrúkú bọrí ńtorí ọmọ
Wọ́n ní kí Onílèfun ó rúbọ
Ó bá rúbọ
Ayé yẹ ẹ́....................................10
Ọkàan ẹ̀ balẹ̀
Ní wá ń jó n ní ń yọ̀
Ní ń yin àwọn Babaláwo
Àwọn Babaláwo ń yin Ifá
Ó ní bẹ́ẹ̀ làwọn Babaláwo tòún wí
Iṣẹ́ nìṣe ìtọ́jú
Òwò ṣíṣe nìbéèrè
Bí ọ́n bá ń gbọ́ndò lójò
Omi a móọ ta sí ọn lójú
Omi a móọ ta sí ọn lẹ́nu.................20
A díá fún Onílèfun Tèté
Ọmọ Akẹja wúrúkú bọrí ńtorí ọmọ
Ẹbọ n wọ́n ní ó ṣe
Ó sì gbẹbọ ńbẹ̀
Ó rúbọ
Ẹ jẹ́ á rodò ńIlèfun
Ìlèfun mọ̀mọ̀ nílé owó
Ẹ jẹ́ á rodò ńIlèfun

Caring is a dutiful respconsibility
Trading is an act of questioning
When they drain the rivers in the rain
Water would splash unto their faces
Water would splash into their mouths
Cast divination for Onílèfun Tèté
The child of Akẹ́ja wúrúkú bọrí ńtorí ọmọ
He was asked to perform sacrifice
He did it
And life pleased him......................10
He had rest of mind
He then started to dance and rejoice
He was praising his Babaláwos
His Babaláwos were praising Ifá
He said it was exactly as his Babaláwos had said
Caring is a dutiful responsibility
Trading is an act of questioning
When they drain the rivers in the rain
Water would splash unto their faces
Water would splash into their mouths..............20
Cast divination for Onílèfun Tèté
The child of Akẹ́ja wúrúkú bọrí ńtorí ọmọ
He was asked to take care of the ground and perform sacrifice
He heard about the sacrifice
And performed it
Let us go to the river in Ìlèfun
Ìlèfun is the house of money
Let us go to the river in Ìlèfun

ỌSÁ ỌWỌ́NRÍN B

Ifá pé kí eléyìun ó mọ́ jà o, Obìnrin kán
ń bọ̀ wáá fẹ́ ẹ. Àwọn Obìnrin tí ó bàá ńlé
ò níí fẹ́ràn ìyàwó tuntun. Ifá pé Obìnrin
ọ̀hún ní ó sì bí ọmọ tí eléyìun ó fi lóòkọ
láyé.

Ẹyẹ wẹ́rẹ́wẹ́rẹ́ abìyẹ́ wẹ́rẹ́wẹ́rẹ́
Ẹyẹ wẹ̀rẹ̀wẹ̀rẹ̀ abìyẹ́ wẹ̀rẹ̀wẹ̀rẹ̀
A díá fún Ọlọ́bọ̀nhùnbọnhùn
Èyí tí ń sòwò àrìnjó relé Olókun Sẹ̀níadé
Ọlọ́bọ̀nhùnbọnhùn ní ń bèèrè
Ilé Olókun Sẹ̀níadé tóun ń lọ yìí dáa
          báyìí?
Wọ́n ní kó rúbọ
Ó sì ti wá ọmọ wá ọmọ
Kò ń
Ẹja, Obìnrin Olókun ni...................10
Ìkòrò, Obìnrin Olókun níí ṣe
Ìsín pàápàá, Obìnrin Olókun lòun náà
Olókun ti fẹ́ gbogbo wọn tẹ́lẹ̀
Ó sì ti fún gbogboo wọn ní káà lọ
Ńgbà tí Ọlọ́bọ̀nhùnbọnhùn dé ọ̀hún
Kò ń ibi tí ó fi Ọlọ́bọ̀nhùnbọnhùn wọ̀ sí
Ó sì dáa láwọ̀
Ọlọ́bọ̀nhùnbọnhùn bá ń fòó ká gbogbo
          ilé
Bó bọ́ síhìín
Àwọn ọmọ Ẹja a pé ilé ìyá àwọn......20
Ó bọ́ sọ́hùún
Àwọn ọmọ Ìkòrò a lé e kúò ńbẹ̀
Àwọn a pé káà ìyá àwọn ni
Ọlọ́bọ̀nhùnbọnhùn ò ń ibì kan dúó sí
Ńgbà ó yá
Ó bá bímọ fún Olókun
Òun ló bí Ìròmi
Wọ́n ní ìwọ Ọlọ́bọ̀nhùnbọnhùn rúbọ fún
          ọmọọ́ rẹ

ỌSÁ ỌWỌ́NRÍN B

Ifá asks this person not to keep malice with anyone. A
certain woman is coming to marry him if he is a man.
The incumbent wife would not like it. It is the new
woman who would bear him the child that would make
this person popular in life.

Small birds with small feathers
Beautiful birds with colorful feathers
Cast divination for the flying Beetle
The one venturing dance act in the house of Olókun
          Sẹ̀níadé
It is the Beetle that was asking Ifá
'Is the house of Olókun that I am going full of good
          things'?
They told her to perform sacrifice
But she had been looking for children for long
She had had none
The fish, was a wife of Olókun........................10
Ìkòrò, was a wife of Olókun also
Water snail was also a wife of Olókun
Olókun had married them all previously
He gave to each, her respective lounges and living
          rooms
But when the Beetle got there
Olókun could not find a place for her
However, the Beetle was very beautiful
She then started to fly around the house
If she flies here
The child of the Fish would say the place belonged to
          their mother................................20
If she rested over at the other end
The children of Ìkòrò would chase her away
They would say it was the lounge of their mother
The Beetle could not find a resting place
After a period
She had a child for Olókun
The child is the Water skater
'You Beetle, offer sacrifice for your child' they
          warned

Wón ní rúbọ ayé o
Ó bá pèsè fáwọn ayé.................30
Ọlọ́bọ̀nhùnbọnhùn rúbọ
Ẹbọ ẹ̀ pé
Ńgbà ó dẹ̀ẹ̀kan
Èṣù bá ní kí wọn ó dòògùn sódò
Òògún mú gbogbo ọmọ Ẹja pátá
Òògùn ò leè mú Ìròmi
Ní ń yan kiri lójú omi
N ní wá ń jó ní wá ń yọ̀
Ní ń yin àwọn Babaláwo
Àwọn Babaláwo ń yin Ifá 40
Ó ní bẹ́ẹ̀ làwọn Babaláwo tòún wí
Ẹyẹ wẹ́rẹ́wẹ́rẹ́ abìyẹ́ wẹ́rẹ́wẹ́rẹ́
Ẹyẹ wẹ̀rẹ̀wẹ̀rẹ̀ abìyẹ́ wẹ̀rẹ̀wẹ̀rẹ̀
A díá fún Ọlọ́bọ̀nhùnbọnhùn
Èyí tí ń sòwò àrìnjó relé Olókun Sẹ̀níadé
Ẹrẹbẹtẹ sẹ́
Ẹ̀rẹbẹ̀tẹ̀ sẹ́
Ẹrẹbẹtẹ sẹ́ sẹ̀ẹ̀ sẹ́
Ilé tí ọn ní ǹ gbọdọ̀ dé
Ẹrí dẹri Ìròmi..............50
Ẹrẹbẹtẹ sẹ́
Ẹ̀rẹbẹ̀tẹ̀ sẹ́
Ẹrẹbẹtẹ sẹ́ sẹ̀ẹ̀ sẹ́
Àkòdí tí ọn ní ǹ gbọdọ̀ wọ
Àkòdí ti di ùròmi
Ẹrẹbẹtẹ sẹ́
Ẹ̀rẹbẹ̀tẹ̀ sẹ́
Ẹrẹbẹtẹ sẹ́ sẹ̀ẹ̀ sẹ́
Gbogbo ibi tí ọn ní ǹ gbọdọ̀ dé
Gbogbo ẹ̀ ló wáá di ùròmi.............60
Ẹrẹbẹtẹ sẹ́
Ẹ̀rẹbẹ̀tẹ̀ sẹ́
Ẹrẹbẹtẹ sẹ́ sẹ̀ẹ̀ sẹ́

They asked her to perform sacrifice against the earthly
    enemies
She made provision for the enemies...................30
The Beetle performed all the sacrifices
It was very full
After a prolonged period of time
Èṣù asked man to spill poison into the streams
The poison killed all the babies of Fish completely
The poison could not kill Water skater
He was gallivanting about the water surface
He then started to dance and rejoice
He was praising his Babaláwos
His Babaláwos were praising Ifa.....................40
He said it was exactly as his Babaláwos had said
Small birds with small feathers
Beautiful birds with colorful feathers
Cast divination for the flying Beetle
The one venturing the dance act in the house of
        Olókun Sẹ̀níadé
Ẹrẹbẹtẹ sẹ́
Ẹ̀rẹbẹ̀tẹ̀ sẹ́
Ẹrẹbẹtẹ sẹ́ sẹ̀ẹ̀ sẹ́
The house they asked me not to enter
Everything has become a property owned by the
        skater...50
Ẹrẹbẹtẹ sẹ́
Ẹ̀rẹbẹ̀tẹ̀ sẹ́
Ẹrẹbẹtẹ sẹ́ sẹ̀ẹ̀ sẹ́
The Àkòdí apartment they prohibited me from
        entering
Everything has become a property owned by the
        skater
Ẹrẹbẹtẹ sẹ́
Ẹ̀rẹbẹ̀tẹ̀ sẹ́
Ẹrẹbẹtẹ sẹ́ sẹ̀ẹ̀ sẹ́
All the places they said I should not go near
Everything has become a property owned by the
        skater...60
Ẹrẹbẹtẹ sẹ́
Ẹ̀rẹbẹ̀tẹ̀ sẹ́
Ẹrẹbẹtẹ sẹ́ sẹ̀ẹ̀ sẹ́

Ìròmi bá ń sáré lójú omi

Gbogbo ibi tí àwọn ọmọ Ẹja ní kò gbọdọ̀ wọ̀

Ìròmi ló wáá padà nílé Olókun Sèníadé

Kinní kan ò le mú Ìròmi mọ́

The Water skater afterward started skating on water surfaces

All the places he was asked not to enter

It is the Skater who inherited the house of Olókun

Nothing could stop him again

ỌSÁ ỌBÀRÀ A

Ifá léleyìun wáá jẹ láyé. Tó bá jẹ obìnrin
ló dá Ifá yìí, iṣẹ́ àjókòólẹ̀ ṣe niṣẹ́ẹ rẹ̀. Bí
bá ń kiríí ki, iṣẹ́ẹ rẹ̀ ó dànù. Torí Ifá
nìraan rẹ́ẹ jẹ.

Ọ̀ sa bàrà mú tà
A díá fún Dúrówojú
Ọmọ Ajẹ̀ẹ̀rùsọlà
Wọ́n ní bíi iṣẹ́ baba ẹ̀ ni kó mọ́ọ ṣe
Awo ni baba Dúrówojú
Awo sìí jókòó kalẹ̀ ni
Wọ́n ó mọ́ọ wáá wá
Wọ́n ó dàá Ifá lọ́wọ́ ẹ̀
Òun náà ó ki Ifá fún wọn
Wọ́n ó wàá rúbọ...................10
Wọ́n ó sì fún un lówó
Ṣùgbọ́n Dúrówojú ò fẹ́ gbogbo èyuun
Ní bá ń kiríí kiri
Wọ́n ní ńgbà tó bá ṣe bíi ti babaa rẹ̀
Ni nnkan rẹ̀ ó tóó gún
Ni Dúrówojú bá jókòó kalẹ̀
Ni wọ́n bá ń wá
Ni ọ̀n bá ń mú ajé wá
Wọ́n làwọn ò pèé kóo jókòó tiṣẹ́ẹ babaà
      rẹ
Ni Dúrówojú bá ń jó ní ń yọ̀............20
Ní ń yin àwọn Babaláwo
Àwọn Babaláwo náà ń yin Ifá
Ó ní bẹ́ẹ làwọn Babaláwo tòún wí
Ọ̀ sa bàrà mú tà
A díá fún Dúrówojú
Ọmọ Ajẹ̀ẹ̀rùsọlà
Kín làwá ń ṣeé là ńlée wa?
Èèrù
Èèrù làwá ń jẹ́ là ńlée wa
Èèrù.................................30

ỌSÁ ỌBÀRÀ A

Ifá says this person is in the world to enjoy free gifts.
If this person is a woman, her job is situational in that
she would have to stay in a place to make her money
from heaven. If this person goes about to look for
wealth, she would never get it.

Ọ̀ sa bàrà mú tà
Casts divination for Dúrówojú
The child of Ajẹ̀ẹ̀rùsọlà
They told him to practise exactly his father's
      profession
Dúrówojú's progenitors were Babaláwos
And Babaláwos would sit in a particular place
People would come from all walks of life
He would cast divination for them
He would also chant verses for them
He would ask them to perform sacrifices............10
And money would be given to the Babaláwo
But since Dúrówojú did not want any of these
He started to go around looking for a job
'Not until when you follow your father's footsteps'
'Then would your things be better'
Dúrówojú afterwards sat down
People then started bringing wealth
They were consulting him
It was then they reminded him of their earlier advice
Dúrówojú then started to dance and rejoice........20
He was praising his Babaláwo
His Babaláwo was praising Ifá
He said it was exactly as his Babaláwo had predicted
Ọ̀ sa bàrà mú tà
Casts divination for Dúrówojú
The child of Ajẹ̀ẹ̀rùsọlà
What do we reap in our family?
Free gifts
It is free booties that we enjoy in our house
Free gifts...................................30

ỌSÁ ỌBÀRÀ B

Ifá pé eléyiun ó ṣe rere fún èèyàn; kí wọ́n ó mọ́ wàá sọ oore ọ̀hún dibi mọ́ ọ lọ́wọ́ ni kó ṣe pẹ̀lẹ́pẹ̀lẹ́ si. Ifá pé bó bá sĩ jẹ́ pé eléyìun ni wọ́n soore fún, oore ọ̀hún ó fẹ́ẹ́ yẹ̀gẹ̀, ṣùgbọ́n ẹni ó ṣe atọ̀nà oore ọ̀hún ni ò níí jẹ́ kí oore ọ̀hún ó yẹ̀gẹ̀.

Ológoṣẹ́ jùkú
Ló díá fún Oníyèyè mokò
Níjọ́ tí ń lọ ilé ọkọ àárọ̀
Wọ́n ní ó rúbọ
Alátọ̀nà ló sĩ ṣe atọ̀nàa rẹ̀
Tée dé ilé ọkọ àárọ̀
Wọ́n ń ṣe ilé ọkọọ́ lọ
Ńgbà ó dààrin kan
Ọ̀rọ́ bá ń mĩ
Ọkọ ẹ̀ ò ṣe dáadáa mọ́.....................10
Bí ó bàá wí
A pé ti Ológoṣẹ́ jùkú lòún ń wò
Tó ṣe atọ̀nà òun
Oníyèyè Ì bá lọ
Wọ́n ní kó mọ́ọ wo ti Ológoṣẹ́ jùkú
Ni wá ń jó n ní ń yọ̀
Ni ń yin àwọn Babaláwo
Àwọn Babaláwo ń yin Ifá
Ó ní bẹ́ẹ̀ làwọn Babaláwo tòún wí
Ológoṣẹ́ jùkú.......................20
A díá fún Oníyèyè mokò
Níjọ́ tí ń relé ọkọ àárọ̀
Oníyèyè Ì bá lọ
Bí ò bá sĩ Ológoṣẹ́ jùkú
Oníyèyè Ì bá lọ

ỌSÁ ỌBÀRÀ B

Ifá says this person would help someone; he is warned such that this good act would not turn against him. On the contrary, if it is this person that received help from another person, the help may try to fall apart but the person who paved the way for the help would not allow it.

Ológoṣẹ́ jùkú
Casts divination for Oníyèyè mokò
When she was marrying her first husband
She was asked to perform sacrifice
It was a mediator that paved way for her to marry him
Making it easy for her to get her husband
They continued in the marital affair
About a particular time
There was a problem
The husband was not doing well again..............10
But when the woman would report
She would say she was only respecting Ológoṣẹ́ jùkú
Who paved her here
Oníyèyè would have left
She was enjoined to be of regard to Ológoṣẹ́ jùkú
She then started to dance and rejoice
She was praising her Babaláwo
Her Babaláwo was praising Ifá
She said it was exactly as her Babaláwo had said
Ológoṣẹ́ jùkú.........................20
Casts divination for Oníyèyè mokò
When she was marrying her first husband
Oníyèyè would have left
If not because of the respect for Ológoṣẹ́ jùkú
Oníyèyè would have left

ÒSÁ ÒKÀNRÀN A

Ifá pé ẹni tí bá ń gbé ọtá ko eléyìun ó kàn kú jùnù ni; ẹbọ ni kó rú, kò sì gbọdọ̀ kórira. Ifá pé ẹni ó bá kórira eléyìun ó kàn subú dànù ni.

Igi ńlá ló ya dínà
La e bùgbẹ́
A díá fún Tẹ̀ẹ̀rẹ̀tẹ̀
Tí ò lódĩ ẹnìkan ńnú
Gbogbo aráyé ló ní tiẹ̀ nínú pitipiti
Tẹ̀ẹ̀rẹ̀ ò lódĩ ẹnìkan ńnú
Gbogbo wọ́n bá ń bínúu rẹ̀
Wọ́n ní kó rúbọ
À á ṣéé mọ Tẹ̀ẹ̀rẹ̀?
N làá pe Ẹrẹ̀..............................10
Tẹ̀ẹ̀rẹ̀ bá rúbọ
Wọ́n ní ńgbà tó o bá yọ̀ wọ́n
Ó ó rĩ n tójúu wọ́n ó kàn
Bí ọn bá tí ń lọ lójú Ẹrẹ̀
Wọ́n ó bàá ká aṣọ sókè
Wọ́n ó mọ tẹlẹ̀ gíńgín gíńgín
Tẹ̀ẹ̀rẹ̀ ó bàá yọ̀ wọ́n
Wọn a subú lulẹ̀
Ni wá ń jó ní ń yọ̀
Ni ń yin àwọn Babaláwo...............20
Àwọn Babaláwo ń yin Ifá
Ó ní béẹ̀ làwọn Babaláwo tòún wí
Igi ńlá ló ya dínà
La e bùgbẹ́
A díá fún Tẹ̀ẹ̀rẹ̀
Tí ò lódĩ ẹnìkan ńnú
Gbogbo aráyé ló ní tiẹ̀ nínú pitipiti
Kín ní ń pa wọ́n tí wọ́n ń kú bẹẹrẹ?
Tẹ̀ẹ̀rẹ̀
N ní ń pa wọ́n làwọ́n ń kú bẹẹrẹ..........30
Tẹ̀ẹ̀rẹ̀

ÒSÁ ÒKÀNRÀN A

Ifá says anyone who dares war against this person would just die prematurely. He should perform sacrifice but is enjoined not to be hateful. But whoever hates him would regret it

It is because a big tree fell across the pathway
That made us bypass through the bush
Cast divination for Tẹ̀ẹ̀rẹ̀
That had malice of nobody
Yet everybody slighted him
Tẹ̀ẹ̀rẹ̀ keeps malice with no one
Everybody however started warring against him
He was asked to perform sacrifice
How do we know Tẹ̀ẹ̀rẹ̀?
Is the alternative name for the 'Slippery Mud'.......10
Tẹ̀ẹ̀rẹ̀ performed the sacrifice
'When you skid them off'
'You would see how much they would suffer for
          hating you', they assured Tẹ̀ẹ̀rẹ̀
Whenever they walked on the slippery mud
They would hold up their clothes
They would be walking cautiously
Tẹ̀ẹ̀rẹ̀ would then skid them off
They would fall with a thud
He then started to dance and rejoice
He was praising his Babaláwos......................20
His Babaláwos were praising Ifá
He said it was exactly what his Babaláwos had said
It is because a big tree fell across the pathway
That made us bypass through the bush
Cast divination for Tẹ̀ẹ̀rẹ̀
That had malice of nobody
Yet everybody slighted him
What was killing them and they were dying in their
          multitude?
Tẹ̀ẹ̀rẹ̀
Was what was killing them, making them die in
          multitude
Tẹ̀ẹ̀rẹ̀...31

Ifá pé inú eléyìun ó dùn.

Ifá says this person would be happy in life.

Ó sá kánran
Ó rìn kánran
Ìrìn kánran kànran nìrìn Ẹkùn
Ó kú okè
Okè okun
A díá fún Òòsà oko àgbà Ìràwọ
Tí ó fi inúúdùn jẹsu àmọ́dún
Wọ́n ní kó rúbọ
Wọ́n níre ọmọ fún un
Aboyún ilé òún bí báyìí?.................10
Wọ́n ní wẹ̀rẹ́ ní ó bǐí
Ojú ọnà ní ó bǐímọ sí
Òòsà Okó bá rúbọ
Ńgbà ó tó gẹ́gẹ́ ọdún
Tí wọ́n ó mọ́ọ jẹ isu àmọ́dún
Wọ́n bá ní kí wọ́n ó mọ́ọ lọ̀ọ ru Isu Òòsà
    Oko wá
Isu ni ọn ń rùú bọ̀
Ìyàwó bá dójú ọnà
Ló bá bímọ
Hǎín!.................20
Wọ́n dé ilé lÒòsa Okó bá ń yọ̀
'Lónǐí tóun ó jẹ Isu náà ni Obìin òún tún
    bí ọmọ báyǐí'?
Ifá loun pé ire ọmọ fún eléyìun
N ní wá ń jó n ní ń yọ̀
Ní ń yin àwọn Babaláwo
Àwọn Babaláwo ń yin Ifá
Ó ní beẹ làwọn Babaláwo òun wí
Ó sá kánran
Ó rìn kánran

He runs haphazardly
He walks haphazardly
The leopard walking is always in a haphazard manner
Ó kú okè
Okè okun
Cast divination for Òòsà Oko, the biggest star
That would eat the new yam with happiness
He was asked to perform sacrifice
They wished him the fortune of children
'Would the pregnant woman in my house deliver
    safely'?.................10
They reassured him that she would deliver safely
They told him that she would be on a journey about
    the time of her delivery
Òòsà Oko then offered the sacrifice
When it was about the yearly festival
They were preparing to eat the new yam
The women were asked to go and bring Òòsà's yams
    from the farm
It was the yams they were bringing home
The pregnant woman was in the troop also
She was delivered of a baby
Òòsà exclaimed in surprise.................20
They got home and Òòsà became very joyful
'Today that we would eat our New Year yam, my
    wife was delivered of a baby'?
Ifá says he wishes this person the good fortune of
    children
He then started to dance and rejoice
He was praising his Babaláwos
His Babaláwos were praising Ifá
He said it was exactly as his Babaláwos said
He runs haphazardly
He walks haphazardly

Irìn kánran kànran nírìn Ẹkùn..........30
Ó kú okè
Okè okun
A díá fún Òòsà oko àgbà Ìràwọ̀
Tí ó fi inúúdùn jẹṣu àmọ́dún
Ẹbọ n wọ́n ní kó rú
Ẹbọ n wọ́n ní kó ṣe
Òòsà Oko Àgbà Ìràwọ̀ gbẹ́bọ ńbẹ̀
Ó rúbọ
Ẹ mọ̀mọ̀ kú okè
Okè okun.................................40
Òòsà oko Àgbà Ìràwọ̀ ló wáá finú dídùn
   jẹṣu àmọ́dún
Layé bá yẹ gbogbo wa tán pátá
   porongodo

The leopard walking is always in a haphazard manner
Ó kú okè.....................................31
Okè okun
Cast divination for Òòsà Oko, the biggest star
That would eat the new yam with happiness
He was asked to offer sacrifice
Sacrifice was the antidote prescribed
Òòsà Oko the biggest star heard about the sacrifice
And performed it
Ẹ mọ̀mọ̀ kú okè
Okè okun.....................................40
It is Òòsà Oko the biggest star that had with happiness
   ate the New Year yam
And life pleased us in entirety

ỌSÁ ÒGÚNDÁ A

Ifá pé gbogbo ire eléyiun tó ti dànù pátá ní ń padàá bọ. Kó rú ẹja aborí ńlá kan àti ẹyẹlé; kí wọ́n ó fi ẹja náà lé orí Ifá kí wọ́n ó la ẹnu ẹ̀ kí wọ́n ó sì gbọ́n ìyẹ̀ Ifá ọ̀hún sí i. Kí wọ́n ó wáá fi ẹja ọ̀hún bọ Ifá. Gbogbo ire ọ̀hún ní ó padà wá.

Àkọ̀ ò lẹ́ran lẹ́sẹ̀ tée dé gbọnrangandan
    ojúgun
A díá fún Ọ̀rúnmìlà
Níjọ́ tí ń lọ rèé fi Bọ̀mbọ̀ ọmọ Òrìṣà sayà
Ọ̀rúnmìlà ló fẹ́ Bọ̀mbọ̀ Ọmọ Òòsà
Gbogbo ire tó ti sí lọ ńlé ẹ̀
Gbogbo ẹ̀ bá ń padàá dé
Ayé yẹ Ọ̀rúnmìlà
Ní wá ń jó ní ń yò
Ní ń yin àwọn Babaláwo
Àwọn Babaláwo ń yin Ifá..............10
Ó ní bẹ́ẹ̀ làwọn Babaláwo tóùn wí
Àkọ̀ ni ò lẹ́ran lẹ́sẹ̀ tée dé gbọnrangandan
    ojúgun
A díá fún Ọ̀rúnmìlà
Níjọ́ tí ń lọ rèé fi Bọ̀mbọ̀ ọmọ Òrìṣà sayà
Wọ́n ní ó sá káalẹ̀ ẹbọ ní ó ṣe
Ọ̀rúnmìlà gbẹ́bọ ńbẹ̀ ó rúbọ
Ajé tó ti ṣí lọ
Ajé ń padàá bọ̀ wá
Omi tó sun lọ lára ẹja
Kò sàì sàn wáá bẹja lódò.................20
Aya tó ti ṣí lọ
Ọmọ tó ti ṣí lọ
Gbogbo ire tó ti ṣí lọ
Wọ́n ń padàá bọ̀ wá
Omi tó sun lọ lára ẹja
Kò sàì sàn wáá bẹja lódo

ỌSÁ ÒGÚNDÁ A

All the good fortunes that had eluded this person would come back. Ifá asks him to sacrifice a big mudfish and pigeons. Ifá asks him to place the fish on the sacrifice, they should open the mouth of the fish and pour Ifá powder into it and then use it to sacrifice to Ifá. All the good things would come back.

It is Àkọ̀ bird that has no flesh up to the bare shin
Casts divination for Ọ̀rúnmìlà
On the day he was going to take Bọ̀mbọ̀ the child of
    Òrìṣà as wife
It is Ọ̀rúnmìlà that married Bọ̀mbọ̀
All the good things that had previously departed his
    house
All of them started coming back
Life so pleased Ọ̀rúnmìlà
He then started to dance and rejoice
He was praising his Babaláwo
His Babaláwo was praising Ifá.......................10
He said it was exactly as his Babaláwo had said
It is Àkọ̀ bird that has no flesh up to the bare shin
Cast divination for Ọ̀rúnmìlà
On the day he was going to take Bọ̀mbọ̀ the child of
    Òrìṣà as wife
He was asked to take care of the ground and perform
    sacrifice
Ọ̀rúnmìlà heard about the sacrifice and performed it
The wealth that had departed
The wealth is coming back
The water that drained off a fish
Would flow back to meet the fish in the river........20
The wife that had departed
The child that had departed
All good things that had departed
They are all coming back
The water that drained off a fish
Would flow back to meet the fish in the river

ÒSÁ ÒGÚNDÁ B

Wọ́n ó mọ́ọ pé àwọn ó dàá eléyìun lóró.
Ifá pé ìrọ́ ni, wọn ò níí le mú u.

Oró tí wọ́n dÓlúmẹpín
Oró ò leè pOlúmẹpín mọ́
Oró tẹ́ẹ dÓlúmẹtà
Oró ò leè pOlúmẹtà
Oró tí wọ́n dá Ọ̀gbọ̀gbọ̀ ewùrà
Wọ́n korí ẹ̀ bọlẹ̀ ní poro oko
Oró ọ̀hún ò níí pỌ̀gbọ̀gbọ̀ ewùrà
Ọ̀gbọ̀gbọ̀ ewùrà tẹ́ẹ korí ẹ̀ bọlẹ̀ ní poro
   oko
A díá fún Alágbàniràwé
Ọmọ akéré wọgbó iwin lọ.................10
Alágbàniràwé ní ń bèèrè lọ́wọ́ Ifá
Ayé yẹ òun báyìí?
Wọ́n ní ayé ó yẹ ẹ́
Wọ́n ní wọ́n ń dá a lóró ni
Wọ́n ní gbogbo ẹní ó dá a lóró
Wọ́n ní gbogboo wọn ò níí rójútùú
   nǹkaan wọn
Ó ní wọ́n dá Olúmẹpín lóró
Olúmẹpín ò kú
Ayé ní ń jẹ
Wọ́n dá Olúmẹtà lóró......................20
Olúmẹtà ò kú
Wọ́n dá ọ̀gbọ̀gbọ̀ ewùrà lórí
Wọ́n korí ẹ̀ bọlẹ̀ ní poro oko
Ọ̀gbọ̀gbọ̀ ewùrà tún hù
Ọ̀gbọ̀gbọ̀ ewùrà ò kú
Ifá pé kí eléyìun ó rúbọ dáadáa
Wọ́n níwọ Alágbàniràwé ò níí kú
Gbogbo oró tí ọ́n dá ọ ní ó lọ
Ó ní Oró tí wọ́n dÓlúmẹpín
Oró ò leè pOlúmẹpín mọ́...................30
Oró tẹ́ẹ dÓlúmẹtà
Oró ò leè pOlúmẹtà

ÒSÁ ÒGÚNDÁ B

Ifá says some people would connive to cause harm to this person. They would not succeed.

The harm they caused Olúmẹpín
The harm could not kill Olúmẹpín
The havoc you caused Olúmẹtà
Could never kill Olúmẹtà
The harm they caused the fresh water yam seed
They bury its head in the furrows of the farm
The harm would not kill the fresh water yam seed
Whose head they bury in the furrows of the farm
Cast divination for Alágbàniràwé
The child of Akéré wọgbó iwin lọ.....................10
Alágbàniràwé was asking Ifá
'Would life please me at all'?
They said life would please him
They said some people are causing him harm
All who connived to cause him pains
They would never find headway for their things, they
   said
They caused Olúmẹpín a great harm,
Yet Olúmẹpín did not die, they said
He rather was enjoying life
They said 'They caused Olúmẹtà a great havoc'.....20
Olúmẹtà did not die
They cut off the water yam's shoot
And bury the head in the farm furrows
The water yam grew and germinated
It did not die
Ifá asks this person to perform sacrifice well
You, Alágbàniràwé, you would not die
All the horrors they caused you would go
He said the harm they caused Olúmẹpín
The harm could not kill Olúmẹpín.................30
The havoc you caused Olúmẹtà
It will never kill Olúmẹtà

Oró tí wọ́n dá Ọ̀gbọ̀gbọ̀ ewùrà
Wọ́n korí ẹ̀ bọlẹ̀ ní poro oko
Oró ọ̀hún ò níí pỌgbọ̀gbọ̀ ewùrà
Ọ̀gbọ̀gbọ̀ ewùrà tẹ́ẹ korí ẹ̀ bọlẹ̀ ní poro oko
A díá fún Alágbàniràwé Ọmọ akéré wọgbó iwin lọ
Oró tẹ́ẹ dá Alágbàniràwé
Kò níí pa Alágbàniràwé
Ọba ní ó fi jẹ.............................40

The harm they caused the fresh water yam seed
They bury its head in the furrows of the farm
The harm would not kill the fresh water yam seed
Whose head you bury in the furrows of the farm
Cast divination for Alágbàniràwé the child of Akéré wọgbó iwin lọ
The harm you caused Alágbàniràwé
Would never kill Alágbàniràwé
He would rather become a king......................40

545

ỌSÁ ÌKÁ A

Ifá pé ire fún eléyìun; ayée rẹ̀ ó dáa. Ifá pé àwọn Irúnmọlẹ̀ ó gbóhùn rẹ̀, ṣùgbọ́n ohunkóhun ti Ifá bá gbá lójọ́ náà ni kó fún un. Ifá pé òún ó gbọ́ ohùn eléyìun, òun ó sì gbọ́ ti ẹni ó dá Ifá yìí náà. Ifá pé kí eléyìun ó mọ́ọ sòótọ́ o. Kó sì mọ́ọ sọrọ̀ Ifá lẹ́nu ẹ̀ ní rere.

Ó sá kádi
Ó rìn kádi
Ó fò fẹ̀rẹ̀ fẹ̀rẹ̀
Ó módi Ìká gùn
A díá fún Onílé Orókè
Èyí tíí sọmọ Abẹ̀wọlégi
Wọ́n ní kó sá káalẹ̀ ẹbọ ní ó ṣe
Ó sì gbẹ́bọ ńbẹ̀
Ó rúbọ
Ẹ wá ń gbágogo............................10
A bẹ́ ò gbágogo?
Àwá mọ̀mọ̀ ń gbágogo
Nílé onílé Orókè
Ibẹ̀ la gbé ń gbágogo
Ifá wá ń gbọ́ tiwa
Àbí ò gbọ́ tiwa?
Onílé Orókè
Ifá ń gbọ́ tiwa

ỌSÁ ÌKÁ A

Ifá wishes this person well. Ifá says the Irúnmọlẹ̀ would hear his cry, but whatever· Ifá demands from him should be given the same day. Ifá would listen to the cry of this person and the voice of the Babaláwo that cast the divination. This Babaláwo should be truthful and praise Ifá always.

He runs into hiding
He walks into hiding
He jumps up high
And climbs the boundaries of Ìká
Cast divination for Onílé Orókè
The child of Abẹ̀wọlégi
He was asked to take care of the ground and perform sacrifice
He heard about the sacrifice
And performed it
'Can you hear the gong sounding'?..............10
'Or can't you hear it'?
We are really hearing the gong sounding
In the house of Onílé Orókè
There, we hear the gongs sound
Ifá now listen to our plea
Doesn't he?
Onílé Orókè
Ifá listens to our plea

ÒSÁ ÌKÁ B

Ifá pé ayé ó yẹ eléyìun. Bí ọn ti wulẹ̀ kí wọn ó ṣe tó, eléyìun ó móọ jayé ni. Ifá pé ka si móọ ṣe bíi tòun.

Ó dá sáká sáká
Ó rìn sáká sáká
A díá fún Sálúbàtà
Níjọ́ tí ń sawoó relẹ̀ẹ Lìkì
Wọ́n ní kó rúbọ
Ilẹ̀ẹ Lìkì tí òún ń lọ yìí
Ó dáa fún òun ńbẹ̀?
Wọ́n ní yóó dáa fún un
Wọ́n ní ẹbọ ni kó ṣe
Kò sí bí wọn ò ti ra á mọ́lẹ̀ tó............10
Wọ́n ní o ó móọ fọhùn ni
Ni ó móọ ṣe pẹ́ẹ́ pẹ́ẹ́ pẹ́ẹ́
Wọ́n ra á, ra á
Ipá ò ka
Ńgbà ó bá sú wọn tó gbó
Wọ́n ó bàá fi Sálúbàtà sílẹ̀
Sálúbàtà gbó; ó tọ́
Ifá pé ẹmí eléyìun ó gùn
Ó ní ó dá sáká sáká
Ó rìn sáká sáká.....................20
A díá fún Sálúbàtà
Tí ń sawoó relẹ̀ẹ Lìkì
Wọ́n ní ó sá káalẹ̀ ẹbọ ní ó ṣe
Ó sì gbẹ́bọ ńbẹ̀ ó rúbọ
Àbọ̀dé ilẹ̀ẹ Lìkì
Mo wáá dá sáká o
Mo rìn sáká o
Sálúbàtà wáá ṣẹ́gun

ÒSÁ ÌKÁ B

Ifá says life would please this person. No matter how much they trouble him, he would be enjoying life and would grow old. He is enjoined to behave in Ifa's likeness.

Ó dá sáká sáká
Ó rìn sáká sáká
Cast divination for the Slippers
The day he was venturing priesthood in the land of Lìkì
He was asked to perform sacrifice
'This Lìkìland that I am going'?
'Would it be better off for me there'? Slippers had asked
'Life would be better for you there'
'But you should perform sacrifice'
No matter how much they scrub it when worn.....10
It would still be talking
Sounding 'pẹ́ẹ́', 'pẹ́ẹ́'
They wore it continuously
They could not overcome him
When they became fed up and the Slippers became aged
They would leave him alone
The Slippers grew old and aged
Ifá says this person would grow old in life
Ó dá sáká sáká
Ó rìn sáká sáká.....................20
Cast divination for the Slippers
The day he was venturing priesthood in the land of Lìkì
He was asked to take care of the ground and perform sacrifice
The Slippers heard about the sacrifice and offered it
On the return voyage from Lìkìland
I am cleanly washed
I walked cleanly and gallantly
The Slippers won

ÒSÁ ÒTÚRÚPÒN A

Ifá pé ayé ó yẹ eléyìun, nñkaan rẹ̀ ò sì níí bàjẹ́. Ifá pé ọkàan rẹ̀ ó balẹ̀, ṣùgbọ́n kó rúbọ dáadáa kí ọmọ rere ó gbẹ̀yìn òun.

Ìgbòho, Ìgbòho
A díá fún Yèyé Owójùwà
Níjọ́ tí ń tọ̀run bọ̀ wálé ayé
Ẹbọ n wọ́n ní ó ṣe
Ǹgbà tí ó rúbọ è
Ẹbọ ajé ló rú
Ó bá bẹ̀rẹ̀ síí lájé
Ó lówó láyé, owó ò ní mọ̀mọ́ mọ́
Ìgbòho, Ìgbòho
A díá fún yèyé Ọmọlójùwà..............10
Níjọ́ tí ń tọ̀run bọ̀ wálé ayé
Ẹbọ n wọ́n ní ó ṣe
Òun bá rúbọ ọmọ
Ọmọ́ pọ̀
Ilẹ̀ kún ñgbà ó dójúde ìsálayé
Yèyé Owólójùwà ń lájé
Bí yèyé Ọmọlójùwà tí ń ṣe é ńtiẹ̀
Bẹ́ẹ̀ làwọn ọmọ ń jẹ ẹ́
Ǹgbà ó pẹ́ sàà
Yèyé Owójùwà bá kú...................20
Wọ́n ṣe Ìta ńlé ẹ̀
Bí ọn ti ṣe Ìta tán
Oníkálukú bá kọrí síléè wọn
Kò kúkú lọ́mọ láyé
Owó bá dowó ẹlòmíìn
Ọjọ́ wáá yí lu ọjọ́
Oṣù yí lu oṣù
Àwọn ọmọọ yèyé Ọmọ́jùwà bá la Ìyáa wọn
Òun náà lówó
Ǹgbà ó pẹ́ sàà...........................30
Yèyé Ọmọ́jùwà náà kú
Àwọn ọmọ ẹ̀ bá gbé Ìyáa wọn

ÒSÁ ÒTÚRÚPÒN A

Ifá wishes this person well. It would be well. But he should perform sacrifice for compassionate children.

Ìgbòho, Ìgbòho
Casts divination for Mother Owójùwà
On the day she was coming from heaven to the earth
She was asked to perform sacrifice
When she was performing her sacrifice
She sacrificed for wealth alone
She got to the earth and started having wealth
She had so much money to the extent of not being able to estimate it
Ìgbòho, Ìgbòho
Casts divination for Mother Ọmọlójùwà..............10
On the day she was coming from heaven to the earth
She was asked to perform sacrifice
She on her own performed the sacrifice for children
She had so many children
Her house was full of children when she arrived on earth
Mother Ọmọjùwà was having all the wealth
But as soon as Mother Ọmọjùwà works for money
The children would consume it
After a prolonged time
Mother Owójùwà died..................…......20
The people observed 'Ìta' in her house
After the observance of Ìta rites in her home
Everybody returned to his or her respective abode
She has no children
Someone else inherited her money
Days elapsed after days
Months after months
The children of Mother Omójùwà enriched their mother
She too had money
And after a period of time...........................30
Mother Ọmọjùwà also died
The children carried their mother

548

Wọ́n sin ín
Wọ́n bá ta mọ́ ẹṣin
Wọ́n ń jó kiri ìlú
Wọ́n ń tànkúú lọ
Wọ́n bá ń dárin
Wọ́n ń pọ́mọ́ jùwà o
Ọmọ́ mọ̀ jùwà
Ìgbòho............................40
Ọmọ́ mọ̀ jùwà
Ọmó jùwà lónìí ọmọ́ jùwà lọ́la
Ìgbòho
Ọmọ́ jùwà ò ọmọ́ mọ̀ jùwà
Ìgbòho
Ọmọ́ mọ̀ jùwà
Àwọn onílù fìlù si
Wọ́n bá ń yinbọn pé ìyá àwọn kú
Wọ́n è é sì í yìnbọn láàrin ìlú nígbà ìwáṣẹ̀
Ọbá bá gbúròò wọn....................50
Ọbá bá ní kí wọn ó wá
È é ti ń tẹ́ẹ fi ń yìnbọn?
Wọ́n ní À!
Ìyà tó bí àwọn ńnú
N ló lọ làwọn ń yọ̀
Táwọn ń yìnbọn sí
Ọbá ní ṣẹ́ẹ sì gbọ́ pé ẹnìkan a mọ́ọ
yìnbọn
Wọ́n ní baba mó bìínú
Ìyà ò níí kú lẹ́ẹ̀mejì......................59
Ọbá ní ó dáa kí wọ́n ó tún oriin wọn kọ
Wọ́n tún ní Ìgbòho
Ọmọ́ mọ̀ jùwà
Ọmọ́ jùwà lónìí o ọmọ́ jùwà lọ́la
Ìgbòho

They gave her a befitting burial
Saddled a horse
And started to dance around the town
They were performing the burial rites round
They chanted songs
They were singing 'really, children are greater than
    character'
Really, children are greater than character
Ìgbòho...40
Really, children are greater that character
Children are greater than character today and even on
    days to come
Ìgbòho
Really, children are greater that character
Ìgbòho
Children are greater than character
The drummers gave loud drumbeats
They started exploding gunshots into the air
But in the olden days, no one shoots into the air in the
    middle of the cities
The king as a result heard about the prohibited act
He summoned them into the palace............51
'Why must you shoot guns'? The king queried
Ha! They exclaimed
'The woman that gave birth to us is the reason'
'She is dead and we are rejoicing'
'And that is the reason for the gunshots'
'Have you ever heard anyone doing that before'? The
    king asked, visibly angry
'Do not be offended, Kabiesi'
'One's mother will not die twice' they replied
The king then ordered them to chant the song he
They sang Really, Ìgbòho
Children are greater than character
Children are greater than character today and even on
    days to come
Ìgbòho

Ọmọ́ mọ̀ jùwà	The child is greater than character
Ọmọ́ jùwà o ọmọ́ mọ̀ jùwà	Children are greater than character today and even on days to come
Ìgbòho	Ìgbòho
Ọmọ́ mọ̀ jùwà	The child is greater than character
Ọbá ní lóòótọ́ ni àwọn ọmọ yìí ń sọ	'Really, what these children are saying is true', the king reasoned
Níjọ́ọ Yèyé Owójùwà kú.............70	'On the day Mother Owójùwà died'.............70
Tó ra ẹrú	'The one who bought so many slaves'
Tó ra ẹrù	'And had tons of loads to put on the slave's head'
Tó kólé	'And built so many houses'
Wọ́n túká ńlé ẹ̀ ni	'Everyone dispersed off her house'
Ẹ̀yin ọmọ lẹ wáá ṣe èyí?	'In your case, you children have performed a feat'
Ó dáa	'That is all right'
Ẹ mọ́ọ jó	'You can go on dancing'
Kẹ́ẹ mọ́ọ yọ̀	'And be rejoicing'

ỌSÁ ÒTÚRÚPỌ̀N B

Ifá pé kí eléyìun ó rúbọ; Kó sì mọ́ọ şe bíi tifá. Şùgbọ́n ńgbà ó bá yá Obìnrin ẹ̀ ó pèé òun ń lọ. Ifá pé kò gbọdọ̀ lọ; torí bó bá e lọ yóó kábàámọ̀ ẹ̀.

Àgbé réke réke
A díá fún Olórùbùrẹkẹ̀
Tí ń fomi ojú sògbérè ọmọ
Wọ́n ní bó bá ti dé ilé ibi tí ń lọ
Wọ́n ní kó fara balẹ̀ ńbẹ̀ o
Olórùbùrẹkẹ̀ ò ti kọ́kọ́ fẹ́
À á şéé mọ Olórùbùrẹkẹ̀?
Làá pe Àgbébọ̀ Adìẹ
Kò jẹ́ pẹ́ pẹ́ ńlé ọkọ àárọ̀ kéé dalẹ́
Kíkó ní ń kóó kiri........................10
Ló bá rúbọ
Ló fara balẹ̀
Ní wá ń jó ní ń yọ̀
Ní ń yin àwọn Babaláwo
Àwọn Babaláwo ń yin Ifá
Ó ní bẹ́ẹ̀ làwọn Babaláwo tòún wí
Àgbé réke réke
A díá fún Olórùbùrẹkẹ̀
Tí ń fomi ojú sògbérè ọmọ
Àgbé réke réke..............,................20
Ajé e é wọ́n ńlé Olórùbùrẹkẹ̀
Àgbé réke réke
Aya e é wọ́n ńlé Olórùbùrẹkẹ̀
Àgbé réke réke
Ọmọ è é wọ́n ńlé Olórùbùrẹkẹ̀
Àgbé réke réke

ỌSÁ ÒTÚRÚPỌ̀N B

Ifá asks this person to offer sacrifice. He is enjoined to behave according to the instructions of Ifa. His woman may attempt to divorce him; Ifá says she must be warned to desist from the act otherwise she would regret it.

Àgbé réke réke
Casts divination for Olórùbùrẹkẹ̀
That was crying because of children
They told her that on getting to her husband's house
She should be docile and reticent
She had refused to heed the warning in the beginning
How does one know Olórùbùrẹkẹ̀?
Is the one alternatively called the Hen
She would never be submissive in her husband's
    house morning till night
She was packing around.....................10
She afterwards performed the sacrifice
She made herself docile and submissive
She then started to dance and rejoice
She was praising her Babaláwo
Her Babaláwo was praising Ifá
She said it was exactly as her Babaláwo had said
Àgbé réke réke
Casts divination for Olórùbùrẹkẹ̀
That was crying because of children
Àgbé réke réke.............................20
There will never be a dearth of wealth in the house of
    Olórùbùrẹkẹ̀
Àgbé réke réke
There will never be a dearth of wives in the house of
    Olórùbùrẹkẹ̀
Àgbé réke réke
There will never be a dearth of children in the house
    Olórùbùrẹkẹ̀
Àgbé réke réke

ÒSÁ ÒTÚÁ A

Ifá loun pé ire obìnrin fún eléyìun.

Ohun ẹni ò níí nu ni
Kóhùn ó nu ni
A díá fún Sọmúrógẹ́ tíí sọmọ Alárá
Ohun ẹni ò níí nu ni
Kóhùn ó nu ni
A díá fún Sọkùndìgbà tíí sọmọ Ajerò
Ohun ẹni ò níí nu ni
Kóhùn ó nu ni
A díá fún Sọmúlùkẹ́
Ọmọ Ọwáràngún àga..................10
Ẹbọ n wọ́n ní wọ́n ó ṣe
Àwọn mẹ́tẹ̀ẹ̀ta ni ọ́n pé ọkọ ìmọ̀nràn
        làwọn ó níí ńtàwọn
Ẹní ó bá le moókọ àwọn
N làwọn ó fẹ́ẹ̀
Alárá sọ tiẹ̀ ní Sọmúrógẹ́
Ajerò sọ tiẹ̀ ní Sọkùndìgbà
Ọwáràngún àgá sọ tiẹ̀ ní Sọmúlùkẹ́
Wọ́n bá dàgbà dàgbà
Wọ́n tó ilé ọkọ́ọ́ lọ
Ọrúnmìlà ní òun wáá le moókọ wọn
        báyìí?..................20
Wọ́n ní kó rúbọ
Wọ́n ní kó tójú awo èkuru funfun mẹ́ta
Kó lọ́ọ́ gbé mẹ́tẹ̀ẹ̀ta kalẹ̀
Lójú ọnà odò tí ọ́n gbé ń lọ́ọ́ pọnmi
Kó wáá gọ sínú igbó
Lẹ́gbẹ̀ẹ́ ẹbọ tó rú
Ọrúnmìlà ṣe bẹ́ẹ̀
Èyí tó saájú ló kọ́kọ́ rí Awo ńlẹ̀
Ó ní Sọmúrógẹ́ ọmọ Alárá
O ò wáá wo nňkan..................30
Ọrúnmìlà moókọ ẹ̀ẹ̀kejì
Sọmúrógẹ́ bá ké sí ẹ̀ẹ̀kẹta

ÒSÁ ÒTÚÁ A

Ifá wishes this person the good fortune of wives.

One's belonging would not be missing
And one would be lost of voice also
Casts divination for Sọmúrógẹ́ the child of Alárá
One's belonging would not be missing
And one would be lost of voice also
Casts divination for Sọkùndìgbà the child of Ajerò
One's belonging would not be missing
And one would be lost of voice also
Casts divination for Sọmúlùkẹ́
The child of Ọwáràngún àga..................10
They were all asked to perform sacrifice
The three of them decided to take a wise man as their
        husband
'Only the person who could know our real names'
'That is the person we would marry' they said
Alárá named his own 'Sọmúrógẹ́'
Ajerò named his own 'Sọkùndìgbà'
While Ọwáràngún àga named his, 'Sọmúlùkẹ́'
They then grew and became ripe
They were matured enough to be married off
'How would I know the real names of these girls'?
        Ọrúnmìlà asked..................20
They told him to perform sacrifice
They asked him to prepare three dishes of white
        Èkuru
He should go and place the three
On the footpath the girls do take to fetch water from
        the stream
'You should then hide in the bush'
'Not far from the sacrifice you offered'
Ọrúnmìlà did as instructed
The one in front was the first to see the dishes
She called out to Sọmúrógẹ́, the child of Alárá
'Come and see something'..................30
Ọrúnmìlà memorized the name
Sọmúrógẹ́ on seeing the dishes also called on the third

Sòkùndìgbà ọmọ Ajerò

O ò wáá wo nǹkan

Sọmúlùkẹ́ ọmọ Ọwáràngún àga ló sì rí àwọn awo ńlẹ̀

Àwọn méjèèjì yòókù bá ní

Sọmúlùkẹ́ ọmọ Ọwáràngún àga

Jẹ́ kí àwọn ó gbé kinní yìí lọ́kọ̀ọ̀kan káwọn ó jẹ ẹ́

Wọ́n bá gbé àwo lọ́kọ̀ọ̀kan

Wọ́n bá jẹ ẹ́.............................40

Wọ́n jẹ gbogbo ẹ̀ tán

Ni ọ́n bá fọ̀ àwo

Kí wọ́n ó mọ́ọ lọ

Ọ̀rúnmìlà bá pè wọ́n padà

Ó lóhun ẹni ò níí nu ni kóhùn ó nu ni

A díá fún Sọmúrógẹ́ tíí sọmọ Alárá

Ohun ẹni ò níí nu ni kóhùn ó nu ni

A díá fún Sòkùndìgbà tíí sọmọ Ajerò

Ohun ẹni ò níí nu ni kóhùn ó nu ni

A díá fún Sọmúlùké tíí sọmọ Ọwáràngún àga.............50

Màtàìdé ońbù

Oní lábá owó

Ọmọ Alárá fún mi láwoò mi ò

Ohun ẹni ò níí nu ni kóhùn ó nu ni

Ọmọ Ajerò fún mi láwoò mi ò

Ohun ẹni ò níí nu ni kóhùn ó nu ni

Ọmọ Ọwáràngún àga fún mi láwoò mi ò

Ohun ẹni ò níí nu ni kóhùn ó nu ni

Sọmúrógẹ́ ọmọ Alárá fún mi láwoò mi ò

Ó lóhun ẹni ò níí nu ni kóhùn ó nu ni...60

Sòkùndìgbà ọmọ Ajerò fún mi láwoò mi

'Sòkùndìgbà, the child of Ajerò'

'Come and see something here'

Sọmúlùkẹ́ the child of Ọwáràngún àga was the one that saw the dishes

The other two in unison said

'Sọmúlùkẹ́ the child Ọwáràngún àga'

'Let us pick these dishes one for each and eat it'

They picked the dishes one for each

They ate the content...............................40

And on finishing the food

They broke the dishes

As they were about to leave

Ọ̀rúnmìlà called them back

He said One's belonging would not be missing and one would be lost of voice also

Casts divination for Sọmúrógẹ́ the child of Alárá

One's belonging would not be missing and one would be lost of voice also

Casts divination for Sòkùndìgbà the child of Ajerò

One's belonging would not be missing and one would be lost of voice also

Casts divination for Sọmúlùkẹ́ the child of Ọwáràngún àga...............................50

Màtàìdé ońbù

The one whose skirt is made of money

The child of Alárá, give me my dish

One's belonging would not be missing and one would be lost of voice also

The child of Ajerò give me my dish

One's belonging would not be missing and one would be lost of voice also

The child of Ọwáràngún àga give me my dish

One's belonging would not be missing and one would be lost of voice also

Sọmúrógẹ́ the child of Alárá, give me my dish

One's belonging would not be missing and one would be lost of voice also..................60

Sòkùndìgbà the child of Ajerò, give me my dish

Ohun ẹni ò níí nu ni kóhùn ó nu ni
Sọmúlùkẹ́ ọmọ Ọwáràngún àga fún mi
    láwoò mi ò
Ohun ẹni ò níí nu ni kóhùn ó nu ni
Àwọn mẹ́tẹ̀ẹ̀ta bá ní ó mọ́ọ   kálọ
    ọ̀dọ̀ọ baba àwọn
Wọ́n dé ọ̀dọ̀ babaa wọn
Wọ́n kẹjọ́; wọ́n rò
Alárá ní Ọ̀rúnmìlà
Ogún ọ̀kẹ́ rèé ohun àwoò rẹ ò
Ohun ẹni ò níí nu ni kóhùn ó nu ni....70
Ọ̀rúnmìlà lógún ọ̀kẹ́ ò tóhun àwo òun ò
Ohun ẹni ò níí nu ni kóhùn ó nu ni
Kín ló wáá tóhun àwoò rẹ ò
Ohun ẹni ò níí nu ni kóhùn ó nu ni
Odidi ènìyàn ló tóhun àwoò mì ò
Ohun ẹni ò níí nu ni kóhùn ó nu ni
Alárá bá pe Sọmúrógẹ́
Ó lọ́ọ̀ gbọ́ báyìí?
Ó ní mọ́ọ bá a lọ
Wọ́n dé ọ̀dọ̀ Ajerò....................80
Ajerò bèèrè ẹjọ́
Bóo ló ti rí?
Wọ́n ní toò
Èkuru làwọ́n jẹ tán
Ni àwọ́n bá fọ́ awo ẹ̀
Ló bá sì pé kí àwọ́n ó fún òun láwo mìíin
Ajerò bá mú Ọgbọ̀n ọ̀kẹ́
Ọ̀rúnmìlà Ọgbọ̀n ọ̀kẹ́ rèé ohun àwoò rẹ ò

One's belonging would not be missing and one would
    be lost of voice also
Sọmúlùkẹ́ the child of Ọwáràngún àga, give me my
    dish
One's belonging would not be missing and one would
    be lost of voice also
The three of them asked Ọ̀rúnmìlà to accompany them
    to their respective parents
They got to their fathers differently
They explained the contention
Alárá called Ọ̀rúnmìlà
'Here is twenty thousand in exchange for your broken
    dishes'
One's belonging would not be missing and one would
    be lost of voice also......................70
Twenty thousand is not enough as exchange for my
    broken dishes, said Ọ̀rúnmìlà
One's belonging would not be missing and one would
    be lost of voice also
What then would be enough as exchange for your
    dishes?
One's belonging would not be missing and one would
    be lost of voice also
A whole human being would be enough an exchange
    for my dishes
One's belonging would not be missing and one would
    be lost of voice also
Alárá called on Sọmúrógẹ́
Can you hear that?
'Follow him' He said
They got to the house of Ajerò.......................80
Ajerò asked about the matter
'What happened' he queried
'Toò', Sọ̀kùndìgbà said
'It is Èkuru that we ate'
'And we broke the dishes'
'He then called on us to give him back his dishes'
Ajerò fetched thirty thousand
'Ọ̀rúnmìlà, this is thirty thousand in exchange for
    your dishes'

Ohun ẹni ò níí nu ni kóhùn ó nu ni
Òrúnmìlà lógbọ̀n ọ̀kẹ̀ ò tóhun àwo òun o
Ohun ẹni ò níí nu ni kóhùn ó nu ni......91
Kín ló wáá tóhun àwoò rẹ ò
Ohun ẹni ò níí nu ni kóhùn ó nu ni
Odidi ènìyàn ló tóhun àwoò mi ò
Ohun ẹni ò níí nu ni kóhùn ó nu ni
Ajerò ní o ò gbọ́ báyìí?
Ìwọ̀ Sọ̀kùndìgbà mọ́ọ̀ ba Òrúnmìlà lọ
Wọ́n bá kọrí sílé Ọwáràngún àga
Èyí tíí ṣe baba Sọmúlùkẹ́
Ńgbàa wọ́n dọ́dọ̀ọ baba ẹ̀...............100
Wọ́n kéjọ́ wọ́n tún rò
Òún ní àádọ́ta ọ̀kẹ̀ rèé ohun àwoò rẹ ò
Ohun ẹni ò níí nu ni kóhùn ó nu ni
Òrúnmìlà ní Àádọ́ta ọ̀kẹ̀ ò tóhun àwo òun
ò
Ohun ẹni ò níí nu ni kóhùn ó nu ni
Ọwáràngún àgá ní Kín ló wáá tóhun àwoò
rẹ̀ ò
Ohun ẹni ò níí nu ni kóhùn ó nu ni
Odidi ènìyàn ló tóhun àwoò mi ò
Ohun ẹni ò níí nu ni kóhùn ó nu ni
Ọwáràngún àgá bá pé ọmọọ rẹ̀
Ó lọọ gbọ́ báyìí?...............110
Ó ní mọ́ọ̀ bá a lọ
Bẹ́ẹ̀ ni Òrúnmìlà ṣe fẹ́ àwọn mẹ́tẹ̀ẹ̀ta

One's belonging would not be missing and one would
be lost of voice
Thirty thousand is not enough an exchange for my
dish, Òrúnmìlà said...............90
One's belonging would not be missing and one would
be lost of voice also
What then would be enough as exchange for your
dish?
One's belonging would not be missing and one
would be lost of voice
A whole human being would be enough an exchange
for my dish
One's belonging would not be missing and one would
be lost of voice also
Ajerò called on his daughter, Sọ̀kùndìgbà, 'can you
hear that, he shouted
You may follow him
They made for the house of Ọwáràngún àga
The father of Sọmúlùkẹ́
When they got to him also...............100
They explained to him
He said 'here is fifty thousand in exchange for your
dish'
Fifty thousand is not enough an exchange for my dish,
Òrúnmìlà said
One's belonging would not be missing and one would
be lost of voice also
What then would be enough as exchange for your
dish? Ọwáràngún àga asked
One's belonging would not be missing and one would
be lost of voice also
A whole human being would be enough an exchange
for my dish
One's belonging would not be missing and one would
be lost of voice also
Ọwáràngún àga also called on his daughter
Can you hear that?...............110
Follow him
And that was how Òrúnmìlà married the three of them

ỌSÁ ÒTÚÁ B

Ifá pé ojú eléyìun ò níí ríbi tó bá rúbọ; ń
ṣe ìwádìí nǹkankan, Yóó rídìí rẹ̀.

Ẹni ó bá kóónú omi
Níí mọ ibi tí omí muni dé
Ẹni ó bá ké ìbòòsí
Níí fẹjú yànyàànyàn sókè
A díá fún Ọ̀rúnmìlà
Níjọ́ tí ń lọ rèé rídìí Olódùmarè
Òun le rídìí gbogbo nǹkan báyìí?
Wọ́n ní kí Ọ̀rúnmìlà ó rúbọ
Wọ́n ní ṣùgbọ́n ní ẹsẹ̀ òkun ni kó gbé ẹbọ
   è lọ
Ọ̀rúnmìlà bá rúbọ.....................10
Ó gbẹbọ ẹ ó dẹsẹ̀ òkun
Bí ó ti mọọ gbẹbọ kalẹ̀ ńbẹ̀
Olódùmarè sì bọraá lẹ̀
Ó wà ní gbalaja
Bùbùrù ìdí Olódùmarè sì lÒkun
Bí Olódùmarè bá mí fíìn
Òkún ó sí dà wá
Bó bá tún mí padà
Òkun à tún mọọ lọ
Fàà...........................20
Bí Olódùmarè tí ń mí
LÒkun ṣe ń kún tí ń fà
Kí Ọ̀rúnmìlà ó gbẹbọ kalẹ̀
Ará bá fu Olódùmarè
Ó níwọ Ọ̀rúnmìlà
Ọ̀rúnmìlà bá dáhùn ó ní 'Híín'
Olódùmarè ní ǹjẹ́ o ò rídìí òun báyìí?
Ọ̀rúnmìlà ní 'bùbùrù ìdìí rẹ náà lòún ń
   wò'
Olódùmarè ní 'kò sí n tóò ní rídìí mọ́
   láyé'

ỌSÁ ÒTÚÁ B

Ifá says this person would not see evil once he
performs sacrifice. He is making an investigation into
something; he would get to the root of it.

He that steps into the river
Would know the depth of the water
He that shouts a cry of help
Would widen his eyes up the sky
Cast divination for Ọ̀rúnmìlà
On the day he was inquiring of the secrets of
   Olódùmarè
Would I discover the secrets of everything on earth?
   He asked
They told him to perform sacrifice
But he should go and place his sacrifice at the beach
Ọ̀rúnmìlà then performed the sacrifice............10
He carried his sacrifice and made for the beach
As he was about to place his sacrifice
Olódùmarè had removed his cloth
He was stark naked
But the robust part of Olódùmarè's buttocks is the
   ocean
As Olódùmarè inhales
The ocean's current would breeze off shore
When he exhales
The ocean current would breeze on shore
'Fàà'...........................20
The breathes in and out by Olódùmarè
Is the reason for the ocean's current and movement
As Ọ̀rúnmìlà was about to place the sacrifice
Olódùmarè became suspicious
You Ọ̀rúnmìlà!
'Híín' Ọ̀rúnmìlà answered
'Did you not see my secret'? Olódùmarè asked
'I only saw the robust part of your buttocks' Ọ̀rúnmìlà
   answered
'There is nothing you will not know henceforth',
   Olódùmarè said

556

Ọ̀rúnmìlà bá ń jó ní ń yọ̀...............30	Ọ̀rúnmìlà then started to dance and rejoice......... 30
Nì ń yin àwọn Babaláwo	He was praising his Babaláwos
Àwọn Babaláwo rẹ̀ ń yin Ifá	His Babaláwos were praising Ifá
Ó ní bẹ́ẹ̀ làwọn Babaláwo tòún wí	He said it was exactly as his Babaláwos had said
Ẹní ó bá kóónú omi	He that steps into the river
Níí mọ ibi tí omí muni dé	Would know the depth of the water
Ẹní ó bá ké ìbòòsí	He that shouts a cry of help
Nì fẹjú yànyàànyàn sókè	Would widen his eyes up the sky
A díá fún Ọ̀rúnmìlà	Cast divination for Ọ̀rúnmìlà
Níjọ́ tí ń lọ rèé rídìí Olódùmarè	On the day he was inquiring of the secrets of Olódùmarè
Àwaà rẹ ni...............................40	It is you and we...............................40
Àwaà rẹ ni	It really is you and we
Ọ̀rúnmìlà pẹ̀lú Olódùmarè	Ọ̀rúnmìlà and Olódùmarè
Ọgba ni wọ́n jọ ń ṣe	They are of equal status
Àwaà rẹ ni	It is you and we

ỌSÁ ÌRẸTẸ̀ A

Ifá pé eléyìun ó mọ́ọ rífà jẹ láyé. Ẹmíi rẹ̀ ó gùn, ọkàan rẹ̀ ó balẹ̀, kó mọ́ọ náwó, kó sì yawọ́.

Gbìnǹgbinyìnkìntìn Awo ilé Ọlọ́yan gìdìgbí
Ló díá fún Ọlọ́yan gìdìgbí
Ọmọ a gúnyán ńláńlá bọ Ikin
Bó bá dìgbà tí ó bàá bọ Ifá ẹ̀
A gúnyán ṣílẹ̀ ràbàtà
Gbogbo èèyàn ó bàá mọ́ọ wá jẹun
Ẹ́ní ó bà sì yạwọ́
Tí ń ṣe nǹkan rere
Nǹkan rere níńlá náà níí ń
Bí gbogbo wọ́n bá jẹun tán..............10
Wọ́n ó bàá mọ́ọ sàdúà fún un
Ọlọ́yàán, yóó dáa fún ọ
Ẹmíi rẹ̀ ó gùn
Iré bá dé fún Ọlọ́yan
Ó ní Gbìnǹgbinyìnkìntìn Awo ilé Ọlọ́yan gìdìgbí
Ló díá fún Ọlọ́yan gìdìgbí
Ọmọ a gúnyán ńláńlá bọ Ikin
Iyán ńláńlá lỌlọ́yàán fi ń bọ Ikin
Gbìnǹgbinyìnkìntìn
Ìfá ńláńlá lỌlọ́yàán ń jẹ.............20
Ìfà ajé
Ìfà aya
Ìfà ọmọ
Ìfà ilé
Ìfà ńláńlá lỌlọ́yàán ń jẹ
Gbìnǹgbinyìnkìntìn

ỌSÁ ÌRẸTẸ̀ A

Ifá says this person would get free gifts to enjoy. He would live long and have rest. Ifá enjoins him to be generous.

Gbìnǹgbinyìnkìntìn the priest of Ọlọ́yan gìdìgbí's household
Casts divination for Ọlọ́yan gìdìgbí
The child of A gúnyán ńláńlá bọ Ikin
When it is time for him to observe his festival of Ifá
He would prepare a lot of pounded yam
Everyone would come to his house to eat
And he that is generous
And also doing good things
Would get good things also in bundles
When all of them had had food to eat.................10
They would start to pray for him
Ọlọ́yàán, it would be better for you in life
'You will have long life', another one would say
Good things started coming in for Ọlọ́yàán
He said Gbìnǹgbinyìnkìntìn the priest of Ọlọ́yan gìdìgbí's household
Casts divination for Ọlọ́yan gìdìgbí
The child of A gúnyán ńláńlá bọ Ikin
It is plenty pounded yam that Ọlọ́yàán uses as offertory to Ikin
Gbìnǹgbinyìnkìntìn
It is great gifts that Ọlọ́yàán is enjoying............20
Free gifts of Wealth
Of wives
Of children
Of Houses
It is free gifts that Ọlọ́yàán is enjoying
Gbìnǹgbinyìnkìntìn

ÒSÁ ÌRẸTẸ̀ B

Ifá pé ire ò níí pẹ́ eléyìun sílẹ̀. A ò níí rin ìrin àrìndànù.

Ó sá rẹ̀tẹ
Ó rìn rẹ̀tẹ
Àgbàrá gorí òkè
A sáré rẹ̀tẹ
A rìn rẹ̀tẹ
A díá fún Òrúnmìlà
Níjọ́ ire gbogbo kọ̀ tí ò yalée rẹ̀ mọ́
Àwọn ire tí ọ́n yaá lọ yìí?
Wọ́n yà wá báyìí?........................9
Wọ́n ní gbogbo iré ní ó mọ́ọ ya ilé ẹ̀
Wọ́n ní kó tọ́júu ẹran ọyà
Wọ́n ní kó fi rúbọ
Òrúnmìlà ṣe bẹ́ẹ̀
Ó fi ẹran ọ̀yà bọ òkè ìpọrí ẹ̀
Ire gbogbo bá ń yalé ẹ̀
N ní wá ń jó n ní ń yọ̀
Ní ń yin àwọn Babaláwo
Àwọn Babaláwo ń yin Ifá
Ó ní bẹ́ẹ̀ làwọn Babaláwo tòún wí
Ó sá rẹ̀tẹ.......................................20
Ó rìn rẹ̀tẹ
Àgbàrá gorí òkè
A sáré rẹ̀tẹ
A rìn rẹ̀tẹ
A díá fún Òrúnmìlà
Níjọ́ ire gbogbo kọ̀ tí ò yalée rẹ̀ mọ́
Kín ló níre ó yà wálé Awo?
Yààyà
Ló níre ó yà wálé Awo
Yààyà...30

ÒSÁ ÌRẸTẸ̀ B

Ifá says good things would not elude this person.

Ó sá rẹ̀tẹ
Ó rìn rẹ̀tẹ
Runoff water climbs a hill
It runs bumpily
And walks bumpily
Cast divination for Òrúnmìlà
On the day all good things refused to come into his house
'All these good fortunes that are turning away'?
'Would they turn in'?............................9
They said all good things would come into his house
But he should prepare the meat of 'Ọ̀yà'
He was asked to use it as sacrifice
Òrúnmìlà did as told
He used the meat of Ọ̀yà as sacrifice to his Ifá
All good fortunes then started turning into his house
He then started to dance and rejoice
He was praising his Babaláwos
His Babaláwos were praising Ifá
He said it was exactly as his Babaláwos had said
Ó sá rẹ̀tẹ..20
Ó rìn rẹ̀tẹ
Runoff water climbs a hill
It runs bumpily
And walks bumpily
Cast divination for Òrúnmìlà
On the day all good things refused to come into his house
What has ordered good fortunes to turn into the house of a Babaláwo?
Yààyà
Has ordered good fortunes to turn into the house of a Babaláwo
Yààyà..30

Kín ló níre ó yà wálé Awo?
Ẹran Ọ̀yà
Ló níre ó yà wálé Awo
Ẹran Ọ̀yà

What has ordered good fortunes to turn into our
    homes?
The meat of Ọ̀yà
Has ordered good fortunes to turn into the house of
    Babaláwo
The meat of Ọ̀yà

Ó sá sẹ́
Ó rìn sẹ́
Ààsàa babá bá sẹ́
N lọmọọ́ hun
A díá fún Ajé
Ajé ń tọ̀run bọ̀ wálé ayé
Ó sá sẹ́
Ó rìn sẹ́
Ààsàa babá bá sẹ́
N lọmọọ́ hun.............................10
A díá fún Ọba
Ọbá ń tọ̀run bọ̀ wálé ayé
Ó sá sẹ́
Ó rìn sẹ́
Ààsàa babá bá sẹ́
N lọmọọ́ hun
A díá fún Ifá
Ifá ń tọ̀run bọ̀ wálé ayé
Àwọn mẹ́tẹ̀ẹ̀ta ni wọ́n ń bọ̀ wáyé
Wọ́n ní kí wọ́n ó rúbọ.................20
Wọ́n ní bí wọn ò bá rí wọn
Wọn ò níí lè ṣe kinní kan
Wọ́n ní ọ̀rọ̀ tí ọ́n bá jọ sọ
Wọ́n ní ẹnikan ò le yí i mọ́
Ńgbà tí ọ́n délé ayé
Bí aráyé bá ń dámọ̀ràn
Wọ́n a ní ajé ńkọ́?
Wọ́n ó pèé bí ò bá sí Ajé
A à rí nǹkankan ṣe
BÁjé bá sì ti débẹ̀.....................30
Àwọn yòókù ó pa lọ́lọ́ ni
Wọn ò gbọdọ̀ sọ̀rọ̀ mọ́
Nibi tí Ọba náà bá sì ti dé
BỌ́ba bá ti sọ̀rọ̀

Ó sá sẹ́
Ó rìn sẹ́
The acts fomented by the father
Is what the children would continue to reap
Cast divination for Wealth
Wealth was coming from heaven to the earth
Ó sá sẹ́
Ó rìn sẹ́
The acts fomented by the father
Is what the children would continue to reap..........10
Cast divination for the King
The King was coming from heaven to the earth
Ó sá sẹ́
Ó rìn sẹ́
The acts fomented by the father
Is what the children would continue to reap
Cast divination for Ifá
Ifá was coming from heaven to the earth
The three of them were coming from heaven to the earth together
They were all told to perform sacrifice..........20
They said if the three of them were not seen
No one would be able to do anything tangible
They said 'any pronouncement from you'
'No one would have the authority to change it again'
When they got to the earth
When man discusses about an issue
They would ask 'where is Wealth'?
'If there is no wealth'
'We would not be able to do anything'
But immediately they sight the wealth................30
Man would keep silent
They wouldn't talk again
Wherever the Kings steps also
Immediately he utters a sentence

Gbogbo èèyàn a dákẹ́	All people present must keep quiet
TỌba làṣẹ	Authority belongs to the king
Gbogbo ibi ó bá sọ sí	Whatever is his conclusion on an issue
Ẹnìkan ò tún sọrọ̀ mọ́	No one dares change it
Bíifá náà bá sì ti sọrọ̀	When Ifá also speaks
Gbogbo àwọn tíí mọọ́ ṣe bíi tiẹ̀ ní ó panu	All those that try to imitate him would keep quiet
mọ́............................40	They would remain mute.............................41
Wọn ò gbọdọ̀ sọrọ̀ mọ́	The three of them has the authority
Àwọn mẹ́tẹ̀ẹ̀ta náà lọrọ̀ ń bẹ lẹ́nuu wọn	Till today
Tée dòní	They have sacrificed in full when they were coming
Wọ́n ti rúbọ nígbà tí ọ́n ń bọ̀	from heaven to the earth
Pé ọrọ̀ tí àwọn bá sọ	That concerning their utterances
Ọ̀rọ̀ tó nípìlẹ̀ ni	It should be words with foundation and words of
Ọ̀rọ̀ aláṣẹ sì ni	substance
BÁjé bá ń sọrọ̀	The words that would command authority
Ó di ti Aláṣẹ	When wealth speaks
BỌba bá ń sọrọ̀.............................50	It has become authoritative
Ó di ti Aláṣẹ	When the King speaks........................50
Bíifá bá ń sọrọ̀	It has become authoritative
Ó di ti Aláṣẹ	When Ifá speaks
Ayé yẹ wọ́n ni wọn ń jó ni wọn ń yọ̀	It has become authoritative
Wọ́n ń yin àwọn Babaláwo	Life so pleased them and they started to dance and
Àwọn Babaláwo náà ń yin Ifá	rejoice
Wọ́n ní bẹ́ẹ̀ làwọn Babaláwo tàwọ́n wí	They were praising their Babaláwos
Ó sá ṣẹ	Their Babaláwos were praising Ifá
Ó rìn ṣẹ	They said it was exactly as their Babaláwos had said
Ààsàa babá bá ṣẹ 60	Ó sá ṣẹ
N lọmọọ́ hun	Ó rìn ṣẹ
A díá fún Ajé	The acts fomented by the father.........................60
Ajé ń tọ̀run bọ̀ wálé ayé	Is what the children would continue to reap
Wọ́n ní kó rúbọ	Cast divination for Wealth
Gbogbo ihun tó bá wí	Wealth was coming from heaven to the earth
Gbogbo è ní ó mọọ́ ṣẹ	He was asked to perform sacrifice
Ó sá ṣẹ	They said everything he says
Ó rìn ṣẹ	All would prove true
Ààsàa babá bá ṣẹ	Ó sá ṣẹ
	Ó rìn ṣẹ
	The acts fomented by the father

N lọmọọ́ hun......................................70
A díá fún Ọba
Ọbá ń tọ̀run bọ̀ wálé ayé
Wọ́n ní kó rúbọ
Gbogbo ihun tó bá wí
Gbogbo ẹ̀ ní ó mọ́ọ ń bẹ́ẹ̀
Ó sá sẹ̀
Ó rìn sẹ̀
Ààsàa babá bá sẹ̀
N lọmọọ́ hun
A díá fún Ifá...............................80
Ifá ń tọ̀run bọ̀ wálé ayé
Wọ́n ní ó rúbọ
Gbogbo n tọ́ bá ti wí
Ní ó mọ́ọ ń bẹ́ẹ̀
Ọba mẹ́ta àdán ní ń rọ láyé
BÁjé bá ń fọhùn
Ẹ dákẹ́
Ọba mẹ́ta àdán ní ń rọ
BỌ́ba bá ń fọhùn
Ẹ dákẹ́....................................90
Ọba mẹ́ta àdán ní ń rọ
BÍfá bá ń fọhùn
Ẹ dákẹ́
Ọba mẹ́ta àdán ní ń rọ

Is what the children would continue to reap.......70
Cast divination for the King
The King was coming from heaven to the earth
He was asked to perform sacrifice
All his utterances, they said
Everything would be honored
Ó sá sẹ̀
Ó rìn sẹ̀
The acts fomented by the father
Is what the children would continue to reap
Cast divination for Ifá 80
Ifá was coming from heaven to the earth
He was asked to perform sacrifice
All his utterances, they said
Everything would be as predicted
Three kings of bat are known on earth
When wealth speaks
Keep quiet
Three kings of bat are known on earth
When the King speaks
Keep quiet...90
Three kings of bat are known on earth
When Ifá speaks
Keep quiet
Three kings of bat are known on earth

ỌSÁ ỌSẸ́ B

Nǹkan eléyìun ò níí bàjẹ́. Àwọn mẹ́ta kan
ó jọ dòwò pọ̀. Ifá pé kí wọ́n ó jọ rúbọ pọ̀
kí wọ́n ó lè baà jèrè. Bó bá jẹ́ Obìnrin ló
dá Odù yìí, kò gbọdọ̀ lọ́kọ mẹ́ta o; bó bá
ti kúrò nílé ọkọ kan tẹ́lẹ̀, tó jẹ́ pé ọ̀dọ̀ ọkọ
ẹlẹ́ẹ̀kejì ló wà, kò gbọdọ̀ kọ ẹlẹ́ẹ̀kejì yìí
sílẹ̀ kí ayée rẹ̀ ó mọ́ baà bàjẹ́.

Abo ẹrán sáré
Abo ẹrán fọwọ́ ṣẹ́
Akọ ẹrán sáré
Akọ ẹrán sì fẹsẹ̀ ṣẹ́
Ìjògun ọ̀run ò sáré
Ó fọrùn gún idà
A díá fún Ọmú tíí sọmọ Ikúhọ
A díá fún Ààsà tíí sọmọ Mòkítì
A díá fún Líílí tíí sọmọ Ọba lÓyọ̀ọ́ Apèrí
Ọmọ ajodó ẹmi gbára…….…………10
A díá fún Ère
Ère tíí sọmọ Òòsà ìgbà Òwújìn
Àwọn mẹ́rẹ̀ẹ̀rin ni ọ́n ní kí wọ́n ó rúbọ
Ọmú tíí sọmọ Ikúhọ
Ààsà tíí sọmọ Mòkítì
Líílí tíí sọmọ Ọba lóde Ọyọ́ Apèrí
Àwọn mẹ́tẹ̀ẹ̀ta fẹ́ẹ́ lóbìin
Ère ọmọ Òòsà ńtiẹ̀
Obìnrin ni
Wọ́n níwọ Òòsà rúbọọ́ lẹ̀ fun o……….20
Kí àwọn Ọkùnrin ó mọ́ mọ́ọ jà lórí ọmọ
rẹ
Kí jíjá lé lórí ó mọ́ wàá ba tiẹ̀ jẹ́
Kó o yáa rúbọ
Wọ́n ń báyéé lọ
Ńgbà tí Ère ó fẹ́ẹ
Ó lọọ́ fẹ́ Ọmú ọmọ Ikúhọ
Ó búṣe gàgà

ỌSÁ ỌSẸ́ B

Ifá says the things of this person would not get spoilt.
Three of them would combine to trade. Ifá asks the
three of them to perform sacrifice together to allow
them make profits. If this is a woman, she must not
leave her husband; if she had divorced one of recent,
she must not divorce the present one otherwise her life
would be in disarray.

The female animal runs
The female animal broke its arm
The male animal runs
The male animal broke its leg
Ìjògun ọ̀run, you ran
You pinned your neck on a sword
Cast divination for Ọmú the child of Ikúhọ
Cast divination for Ààsà the child of Mòkítì
Cast divination for Líílí the child of the king in Ọyọ́
    Apèrí
The child of Ajodó ẹmi gbára…………………….10
Also cast divination for Ère
Ère is the daughter of Òòsà Òwújìn
The four of them were asked to perform sacrifice
The trio of Ọmú the child of Ikúhọ
Ààsà, the child of Mòkítì Òrìsà
Líílí, also child of the king in Ọyọ́ Apèrí
Wanted to get married
However, Ère, the child of Òòsà Òwújìn
Is a matured lady
They told Òòsà to perform sacrifice for her……….20
Such that men would not resolve to fisticuffs because
    of her
And such that the war between the men would not
    result in obliterating her life
He was seriously warned to perform sacrifice for her
Life continued
When Ère would marry
She married Ọmú the child of Ikúhọ
After a time

Ó bá kọ Ọmú ọmọ Ikúhọ sílẹ̀
Ó lọ̀ọ́ fẹ́ Ààsà ọmọ Mòkítì
Ó tún kọ Ààsà ọmọ Mòkítì sílẹ̀..........30
Ó tún lọ̀ọ́ fẹ́ Líílí
Ọmú ọmọ Ikúhọ àti Ààsà ọmọ Mòkítì bá
    peraa wọn
Wọ́n bá pàdí pọ̀
'Obìin yìí ò wa dá nǹkan mọ̀ ni'?
'Bí ó bàá tiẹ̀ kọ àwọn sílẹ̀'
'Àwọn táwọn jọ jẹ́ ọ̀rẹ́ ní ó mọ fẹ́ ni'?
'Táwọn sì jọ ń ṣe ọ̀rẹ́ bọ̀ tipẹ́'
'Eléyìí ó ba àárin wa jẹ́ o'
Wọ́n bá gbógun ti Ère
Òòsà bá tọ Ọ̀rúnmìlà lọ...................40
Ọrúnmìlà ní ìwọ Òòsà
Ìwọ loò ṣeun
Ìwọ loò ṣèèyàn
Ìwọ loò rúbọọ́lẹ̀ fún Ère
Ọrúnmìlà ní Abo ẹran sáré
Abo ẹran fọwọ́ ṣẹ́
Akọ ẹran sáré
Akọ ẹran sì fẹsẹ̀ ṣẹ́
Ìjògun ọrun ò sáré
Ó fọrùn gún idà.....................50
A díá fún Ọmú tíí sọmọ Ikúhọ
A díá fún Ààsà tíí sọmọ Mòkítì
A díá fún Líílí tíí sọmọ Ọba lÓyọ́ọ́ Apèrí
Ẹbọ n wọ́n ní kí gbogboo wọn ó ṣe
Ọmú ọmọ Ikúhọ
Ẹ mọ́ pÈre ò
Ère Ọmọ Òrìsà
Ẹ mọ́ pÈre
Ààsà ọmọ Mòkítì
Ẹyin lẹ fẹ́ Ère.................60
Ẹ mọ́ pÈre
Ère Ọmọ Òrìsà

She divorced Ọmú the child of Ikúhọ
She went to marry Ààsà the child of Mòkítì
She divorced Ààsà 30
She married Líílí
Ọmú the child of Ikúhọ and Ààsà the child of Mòkítì
    called the attention of each other
They connived
'Does this woman know the consequence of her acts'?
    They asked themselves
'Even if she is going to divorce us'
'Why should she be circulated within we friends'?
'And we all have been long standing friends'
'This woman would cause disaffection between us'
They started to make war with Ère
Òòsà as a result went to Ọ̀rúnmìlà....................40
You Òòsà, Ọrúnmìlà said
You are the one that is not nice enough,
You are not humane at all
You did not offer the sacrifice prior to Ère's arrival as
    a child
Ọ̀rúnmìlà said the female animal runs
The female animal broke its arm
The male animal runs
The male animal broke its legs
Ìjògun ọrun , you ran
You pinned your neck on a sword...................50
Cast divination for Ọmú the child of Ikúhọ
Cast divination for Ààsà the child of Mòkítì
Cast divination for Líílí the child of the king in Ọ̀yọ́
    Apèrí
They were all asked to perform sacrifice
Ọmú the child of Ikúhọ
Do not kill Ère
Ère the child of Òrìsà
Do not kill Ère
Ààsà the child of Mòkítì
You are the one that once married Ère.................60
Do not kill Ère
Ère the child of Òrìsà

Ẹ mọ́ pÈre

Líílí ọmọ ọba lÓyọ̀ọ́ Apèrí

Ọmọ ajodó ẹmi gbára

Ọmọ ajètè yọkùun yọ̀kọ̀tọ̀

Ẹ mọ́ pÈre ò

Ère Ọmọ Òrìsà

Ẹ mọ́ pÈre

Ọmú ọmọ Ikúhọ.......................70

Ààsà ọmọ Mòkítì

Àti Líílí tíí sọmọ Ọba lÓyọ̀ọ́ Apèrí

Wọ́n bá dáhùn

Wọ́n làwọn ò sọ pé àwọ́n ó pa Ère

Òòsà ni ò ṣeun

Òòsà ni ò ṣèèyàn

Òun ni ò rúbọ sílẹ̀ kí Ère ó tóó dé

Do not kill Ère	
Líílí the child of the king in Ọ̀yọ́ Apèrí	
The child of Ajodó ẹmi gbára	
The child of Ajètè yọkùun yọ̀kọ̀tọ̀	
Do not kill Ère	
Ère the child of Òrìsà	
Do not kill Ère	
Ọmú the child of Ikúhọ 70	
Ààsà the child of Mòkítì	
And Líílí the child of the king in Ọ̀yọ́ Apèrí	
They answered in unison	
'We would never have resolved to kill her'	
'It is Òòsà that is not nice enough'	
Òòsà is not humane	
Òòsà is the one who had refused to perform sacrifice	
prior to Ère's arrival, they said	

ÒSÁ ÒFÚN A

Ifá pé ká rúbọ fún ọmọ; kí ọmọọ wa ó mọ́ baà ṣìṣe láti ìta. Ọ̀kan nínú àwọn ọmọ eléyiun ó bàá èèyàn ńlá pàdé, kọ́mọ ó mọ́ baà ṣìṣe ni kó rúbọ sílẹ̀ fún

Ó sá fún mi
Ó yọ̀ fún mi
A díá fún Àlé ọmọ Ikú
Àlé ọmọ Ikú rèé
Ọ̀rọ̀ tí bá ń sọ lẹ́nu
Ẹnikan ò le sọ̀rọ̀ le ọ̀rọ̀ ọ̀hún mọ́ .
Ó sá fún mi
Ó yọ̀ fún mi
A díá fún Ònjīyàn èyí tii sọmọ Ọrúnmìlà
Ònjīyàn ọmọ Ọrúnmìlà rèé.............10
Bí ọ́n bá ti sọ̀rọ̀ kan
Òun ò lè mó rĩi tiẹ̀ tí ó wĩi si i
Àlé ọmọ Ikú bá ń sọ̀rọ̀ ńjọ́ kan
Àlé Ọmọ Ikú ní lọ́tùúnla lóṣu ó lèé
Ònjīyàn Ọmọ Ọrúnmìlà ńtiẹ̀
Óún ní Oṣù ò níí lé
Àlé ọmọ Ikú ní òun?
Òun tóun mọ bí Oṣù tíí lé
Lọ wáá ní Oṣù ò níí lé
Ònjīyàn Ọmọ Ọrúnmìlà nírọ́ ni........20
Oṣù ò níí lé
Gbogbo àwọn èèyàn bá kọ háà!
'Ọmọ Ọrúnmìlà lọ́ọ̀ bá Ọmọ Ikú jiyàn'
Bí iyàn bá sì mú ọmọ Ọrúnmìlà
Àlé ọmọ ikú ó pa á
Ònjīyàn dé ilé
Ó wí fún Baba ẹ̀
Súkù Sákà; gbèje gbèjọ

ÒSÁ ÒFÚN A

Ifá sees the child of this person as likely to hold a talk with a personality. Sacrifices must be performed for the child prior the time of the meeting such that he or she would not make mistakes.

He runs from me
He rejoices for my sake
Cast divination for Àlé the child of Death
Here is Àlé the child of Death
Any pronouncement he makes
No one must counter the speech
He runs from me
He rejoices for my sake
Cast divination for Ònjīyàn the child of Ọrúnmìlà
But to Ònjīyàn the child of Ọrúnmìlà.......…...........10
If anyone makes any assertive statement
He would find a fault in it
Àlé the child of Death one day was talking
He said the moon crescent would appear the next day
Ònjīyàn the child of Ọrúnmìlà argued contrarily
He said the moon crescent would not be sighted the
      next day
Surprised, Àlé the child of Death said 'Me'?
'I that know the cycle of crescent appearance'
'You now say something contrary'
Ònjīyàn the child of Ọrúnmìlà said authoritatively and
      assertively 'no crescent'.........…............20
'There would not be any moon crescent'
All the people present, with fear exclaimed
'The child of Ọrúnmìlà has argued with the child of
      Death'
If the argument had roped in Ònjīyàn the child of
      Ọrúnmìlà
Àlé the child of Death would kill him
Ònjīyàn got home
He told his father
Divination was cast for him

Erín fílá yọ kàngí lójú ọpọ́n
Ọsáfùún ni ọ́n rí...................30
Wọ́n ní kí Ọrúnmìlà ó rúbọ
Wọ́n ní ẹgbo funfun lẹbọ ẹ̀
Wọ́n ní kí Ọrúnmìlà ó lọ̀ọ́ gbé ẹbọ ọ̀hún
    ka oríta
Torí ọmọ ẹ̀ tó bá Àlé jiyàn
Wọ́n ní bó bá ti gbé ẹbọ ka oríta
Kò séwu mọ́
Ọrúnmìlà bá rúbọ ńgbòó tó ìrọ̀lẹ̀
Ó rúbọ fÉsù
Èṣù bá ta gàgá lójú oṣù
Èṣù náà níí ta gàgá lé Osù un.............40
Tée dọla
Òǹjǐyàn Ọmọ Ọrúnmìlà bá ṣégun
Ó ló sá fún mi
Ó yọ̀ fún mi
A díá fún Àlé ọmọ Ikú
Ó sá fún mi
Ó yọ̀ fún mi
A díá fún Òǹjǐyàn tíí sọmọ Ọrúnmìlà
Òǹjǐyàn ọmọ Ọrúnmìlà ń bá Àlé ọmọ Ikú
    jiyàn pÓsù ò níí lé
Àlé ọmọ Ikú ní yóó lèé..................50
Ọrúnmìlà wáá rúbọ fíbẹ̀ fọ́mọọ rẹ
Oṣù ò wáá leè lé mọ́
Taa ní ń bẹ lẹ́yìn tó ṣégun
Òǹjǐyàn
Òǹjǐyàn nìkàn ní ń bẹ lẹ́yìn tó ṣégun
Òǹjǐyàn
Ẹbọ́ dà fún Òǹjǐyàn ọmọ Ọrúnmìlà
Ẹbọ́ dà fún ọ
Òǹjǐyàn

A big Odù appeared on the tray
They saw Ọsá Òfún.......................30
They asked Ọrúnmìlà to perform sacrifice
Ègbo funfun is the sacrifice
They asked Ọrúnmìlà to place the sacrifice at a
    crossroad
He should do this because of his son that had an
    argument with Àlé the child of Death
Immediately he places the sacrifice at crossroads
Danger would have been averted, they told him
Ọrúnmìlà offered the sacrifice in the evening
He sacrificed it to Èṣù
Èṣù then placed a flag on the crescent
It is the same Èṣù that places curtain flag on crescents
Till date.......................41
Òǹjǐyàn the child Ọrúnmìlà then won
He said He runs from me
He rejoices for my sake
Cast divination for Àlé the child of Death
He runs from me
He rejoices for my sake
Cast divination for Òǹjǐyàn the child of Ọrúnmìlà
Òǹjǐyàn was arguing with Àlé that the crescent would
    not appear
Àlé the child of Death said it would 50
Ọrúnmìlà then performed sacrifice for his son
The crescent as a result did not appear
Who is at the back that won?
Òǹjǐyàn
Òǹjǐyàn alone is at the back and had won
Òǹjǐyàn
The sacrifice proved efficient for Òǹjǐyàn the child of
    Ọrúnmìlà
The sacrifice proved efficient for you
Òǹjǐyàn

568

ỌSÁ ÒFÚN B

Àwọn méjì nIfá gbà nímọ̀nràn pé kí wọn
ó fi aṣọ tuntun rúbọ. Àkísà lẹnìkan ńnúu
wọn ó fẹ́ẹ́ fi rúbọ; àkísà náà leléyìun ó sì
mọ́ọ lò títí ayé. Ifá pé òún pé ire.

Ó sá fún mi
Ó yọ̀ fún mi
A díá fún Wọ́sọ̀wọ́sọ̀
A bù fún Yọ́rìíyọ́rìí
Àwọn méjèèjì ni ọn jọ́ ń bẹ láyé
Wọ́n ní kí àwọn méjèèjì ó fi aṣọ tuntun
    rúbọ
Yọ́rìíyọ́rìí bá fi aṣọ àrán rúbọ
Èkísà tí ń bẹ lára Wọ́sọ̀wọ́sọ̀ lòún fi rúbọ
O loun o le faṣọ tuntun rúbọ................9
Èṣù bá tíran èkísà mọ́ Wọ́sọ̀wọ́sọ̀ lára
Bẹ́ẹ bá ń rí ẹyẹ Wọ́sọ̀wọ́sọ̀ tée dọ̀la
Yóò mọ́ọ pé
Wọ́sọ̀wọ́sọ̀ wọ́sọ̀ wọ́sọ̀
Èkísà ní ń bẹ lára ẹ tée dọ̀la
Ṣùgbọ́n Yọ́rìíyọ́rìí a póun Yọ́rìí
Òún yọ́rìí
Yọ́rìíyọ́rìí bá ń yọ aṣọ
Ó ní bẹ́ẹ làwọn Babaláwo tòún wí
Ó sá fún mi
Ó yọ̀ fún mi 20
A díá fún Wọ́sọ̀wọ́sọ̀
A bù fún Yọ́rìíyọ́rìí
Yọ́rìíyọ́rìí nìkàn ní ń bẹ léyìn tó rúbọ
Yọ́rìíyọ́rìí pẹ̀lẹ́ o
Ọmọ a ródó idẹ gúnyán jẹ
Ayé mọ̀ yẹ ẹ́ gbẹ̀yìn

ỌSÁ ÒFÚN B

Ifá enjoins a set of two people to sacrifice new cloths.
One of them would feel reluctant and the person that
does that would be clothed in rags for life. Ifá wishes
the two of them well.

He runs from me
He rejoices for my sake
Cast divination for Wọ́sọ̀wọ́sọ̀
And also for Yọ́rìíyọ́rìí
The two of them had ever been on earth
They were both asked to sacrifice new clothes
Yọ́rìíyọ́rìí then used a new corduroy as sacrifice
But Wọ́sọ̀wọ́sọ̀ used the rag he has as sacrifice
'I cannot sacrifice any new cloth' he said
Èṣù then stuck rags on Wọ́sọ̀wọ́sọ̀....................10
If you see Wọ́sọ̀wọ́sọ̀ till tomorrow
He would say in continuity
Wọ́sọ̀wọ́sọ̀, wọ́sọ̀, wọ́sọ̀
It is the same rags that is on him till tomorrow
'I have new clothes on', Yọ́rìíyọ́rìí would say
He would say 'I have new clothes on'
Yọ́rìíyọ́rìí then started changing clothes
He said it was exactly what the Babaláwos had said
He runs from me
He rejoices for my sake 20
Cast divination for Wọ́sọ̀wọ́sọ̀
And also for Yọ́rìíyọ́rìí
It was Yọ́rìíyọ́rìí alone coming from behind to
    perform sacrifice
Greetings to you Yọ́rìíyọ́rìí
The child of 'A ródó idẹ gúnyán jẹ'
Life pleased him at long last

DIFFICULT WORDS : ỌSÁ

1. **Apatapiti, Apitimọ̀pata**: Names of Babaláwo and the sound beat given by Sẹ̀kẹ̀rẹ̀.

2. **Ìlájé**: A proverbial city. The place where wealth dwells.

3. **Sẹ̀kẹ̀rẹ̀**: The beaded gourd.

4. **Dùndún, Àdàmọ̀, Gángan, Ìgbìn, Kànnàngó**: All are drums of different sizes and configuration but made of animal skin.

5. **Ọsá beats the drum, Ogbè is dancing**: A literary translation of Ọsá lù Ogbè ń jó. Ọsá Ogbè

6. **Aro bells**: Jingles or any of the family of rattle bells.

7. **Alágẹmọ tẹ́ẹ́rẹ́**: Name of a Babaláwo

8. **Ọnà àgbàlá**: Probably a name of a settlement of city.

9. **Using his legs to pack wealth**: An exaggeration to tell how abundant the wealth was.

10. **Èkuru**: This is a kind of food preparation from beans. It is prepared by soaking beans in water, (to ease the removal of the shaft of the seeds), grinding and cooking in fire without oil or pepper.

11. **Adégoróyè**: Name of a person usually in the lineage of kings.

12. **Ajèkurujẹ̀wà**: The person that eats Èkuru (10) and cooked beans together.

13. **Ọ̀kanrígbọngbọ̀ngbọ̀n**: Another name of Òòsà Oko.

14. **Òòsà Oko**: A white garment deity; to whom sacrifices are made to at the celebration of new yam festival and is responsible for good harvest in the farms.

15. **Olúkòso Làlú**: Another name for Sàngó, the deity responsible for thunder and rainfall.

16. **Bámbí ọmọ arígba ọta ṣẹ́gun**: A Strong appellation for Sàngó telling about his power 'The one that finds and uses hundreds of bullets to win wars

17. **Ọsá look at it, Ìwòrì look at it**: Names of Babaláwos

Would be as successful as the eyes of Gúnnugún: A kind of alliteration in Yorùbá. 'Gún' expresses success of a person.

18. **Sóowò**: Name of a person. Archaic

19. **Ọsá Bììrìn bìntin**: Name of a Babaláwo; also another name for Ọsá Ìwòrì

20. **Láńlẹ̀gẹ̀**: Name of a chief

21. **Akànrunkandẹ, Akànlẹ̀kẹ̀ sunwọ̀n sunwọ̀n**: Appellation for the household of Ọláńlẹ̀gẹ̀. (Lt) 'the one that goes to the heaven to discover gold and beautiful beads'

22. **Ajogun**: All evil spells

23. **Egúngún**: Masquerade

24. **Ó sá mọ́ leè dì**: Another name, or derivative of the name of Ọsá Òdí. Here used as the name of a Babaláwo

25. **Kànnkàn womù**: Name of another Babaláwo

26. **Ọsá ò le sùn**: Derivative of the Odù Ọsá Ìrosùn. Translates to Ọsá could not sleep

27. **Wìì**: The wave beat produced in air by the broom as it is used to kill mosquitoes.

28. **Eléèdì médì ro**: Name or appellation for a person

29. **Akẹja wúrúkú bọrí ńtọrí ọmọ**: Appellation for Oníléfun Tèté. (Lt) One that sacrifices dried coiled fish for the cause of having children.

30. **Ìlèfun**: An ancient town

31. **Olókun Sẹ̀nìadé**: Olókun; goddess of the ocean

32. **Ẹrẹbẹtẹ sẹ́**: Rhythmic word: ascertaining the perpetuity of ownership 'till forever'

33. **Dúrówojú**: Name of an Àbíkú. A child that dies

570

and comes back to the same parent continuously.

34. **Ajèèrùsọlà**: Appellation. (Lt) as one that consumes the booties of Ifá to make wealth

35. **Tẹ̀ẹ̀rẹ̀tẹ̀**: Slippery earth surface or muddy surface

36. **O kú okè, okè okun**: Greetings especially for a pregnant woman nearing delivery. 'Ookú + any suffix in Yorubaland narrows to a greeting

37. **Alágbàniràwé**: Archaic name

38. **Akéré wọgbó iwin lọ**: Appellation for (37). (Lt) The child that enters into the evil forest despite his tender age.

39. **Irúnmọlè**: Heavenly spirits

40. **Abẹ̀wọlégi**: Appellation. More of a nickname relating to rainfall washwater during torrential rain

41. **Lìkì**: A hypothetical city

42. **Pẹ̀ẹ́ pẹ̀ẹ́ pẹ̀ẹ́**: The sound made by the slippers as it beats the heels

43. **Ìgbòho**: Name of a Babaláwo. Also the name of a city in Ọ̀yọ́ state of Nigeria

44. **Owójùwà**: Name of a person. (Lt) Money is the greatest of the characters

45. **Ọmọjùwà**: Children is the greatest of human characters

46. **Ìta**: Ìta is the celebration to mark the demise of a dear one. Usually on the third day

47. **Olórùbùrẹkẹ̀**: Another name for the hen

48. **A gúnyán ñláñlá bọkin**: The one that sacrifices a lot of pounded yam to Ifá

49. **Ó sá rẹtẹ, Ó rìn rẹtẹ**: Derivation of Ọ̀sá Ìrẹtẹ̀

50. **Ọyà**: The big grass cutter in the rat family

51. **Ìjògun Ọrun**: Heaven bound warriors

52. **Ègbo funfun**: Porridge prepared by cooking white maize

53. **A ródó idẹ gúnyán jẹ**: The one that uses brass mortar to pound yam

54. **Ó sáá méjì lákòjà**: Name of a Babaláwo. (Lt) it breaks evenly into two along its axis

55. **Ó bú yẹkẹyẹkẹ̀ lójú ọpọ́n**: Completing sentence for (54). (Lt) It forms a billow of powder on the tray of Ifá

56. **Àrìrà**: Another appellation of Sàngó cf. (15) and (16) above

57. **Ogboronko ló ṣojú gbẹndẹkú**: Name of Babaláwo. Meaning uncertain

58. **Òwú**: Cotton pod

59. **Òwú là**: Cf. Difficult words of Ìrosùn

CHAPTER 11 : ÌKÁ

ÌKÁ MÉJÌ A

Ifá pé ire fún eléyìun. Ifá pé òun ó gbà á kalè lọ́wọ́ ikú, lọ́wọ́ àrùn, òfò àti gbogbo ajogun. Ifá pé ká fi aaka kún ẹbọ rú. Ifá pé ire ó to lọ́wọ́.

Káwọ́ fún mi
Kí n kásẹ̀ fún ọ
A díá fún Oníkàámògún
Ọmọ Aláaka káwọ́ ikú
Wọ́n ní ó sá káalẹ̀ ẹbọ ní ó ṣe
Wọ́n ní ó fi aaka kún ẹbọ ẹ̀ rú
Kò kú
Kò rùn
Kà sàì kábi kúò
Akika.....................................10
Akika kà sàì kábi kúò
Akika

ÌKÁ MÉJÌ A

Ifá wishes this person well. Ifá says he would save him from claws of death, sickness and loss. He should add Aaka to his sacrifice

Káwọ́ fún mi
Kí n kásẹ̀ fún ọ
Cast divination for Oníkàámògún
The child of Aláaka káwọ́ ikú
He was asked to take care of the ground and offer
  sacrifice
He was asked to add Aaka to his objects of sacrifice
He did not die again
Neither did he fall sick
What would roll away all bad fortunes?
Akika.....................................10
Akika would roll away all bad fortunes
Akika

ÌKÁ MÉJÌ B

Ifá pé kó síkú mọ́, kò sí àrùn mọ́ fún eléyìun. Ẹbọ ni kó rú

Agbáágbá Orí ẹtu
A díá fún Òràmọlẹ̀
Èyí tí ń rayé ìlaì níí kú
Ẹbọ n wọ́n ní ó ṣe
Ó sì gbẹ́bọ ńbẹ̀
Ó rúbọ
Ogún ọdún òní ńkọ́ o?
Òkè ń bẹ láìkú
Gbọnhingbọnhin n tòkè
Òkè gbọnhingbọnhin.....................10
Ọgbọ́n ọdún òní ńkọ́ o?
Òkè ń bẹ láìkú
Gbọnhingbọnhin n tòkè
Òkè gbọnhingbọnhin
Kèè pẹ́ o
Kèè jìnnà
Ẹ wáá bá ni láìkú kangiri
Àìkú kangiri làwá wà

ÌKÁ MÉJÌ B

Ifá says there is neither death nor sickness for this person. He should however offer his sacrifice in full.

Agbáágbá Orí ẹtu
Casts divination for Òràmọlẹ̀
The one that would survive death on the earth
They asked him to perform sacrifice
He heard about the sacrifice
And performed it
Twenty years from today?
The Mountain is still existing
Gbọnhingbọnhin is for the Mountain
The Mountain is existing gbọnhingbọnhin.........10
Thirty years from today
The Mountain exists without dying
Gbọnhingbọnhin is for the Mountain
The Mountain exists without dying
Before long
In the nearest future
Come and meet us strong without dying
We are living without death and in vitality

ÌKÁ OGBÈ A

Ifá pé òun pé ire fún ẹní ó dá odù yìí.
Yóó joyè ńlá. Wọ́n ó mọ́ọ sọ̀rọ̀ kọrọ̀ lórí
è, Ẹbọ ni kó rú kó le ṣẹ́gun. Aboyún kan ń
bẹ nítòsí eléyìun ti ọ́n ń pé ó kù bí ó ti
bímọ è, Ifá pé kó rúbọ dáadáa torí tibi tire
ni eléyìun ó bíi.

Ìká gbè mí
N ó jọba Ìlá
Ìkà ò gbè mí
N ó jọba Ìlá
Òòsà Ìkà níí gbe Ìkà
A díá fún Ìkookò
Èyí tí ń lọ rèé lóyúun méjì níkùn
Òun le bímọ láyé yìí?
Wọ́n ní kó rúbọ
Ìkookò sì lóyún ńnú.....................10
Wọ́n ní kò níí séwu
Ìkookò bá rúbọ
Ó bá bímọ è
Ayé yẹ Ìkookò
Ní wá ń jó ní ń yọ̀
Ní ń yin àwọn Babaláwo
Àwọn Babaláwo ń yin Ifá
Ó ní bẹ́ẹ̀ làwọn Babaláwo tòún wí
Ìká gbè mí
N ó jọba Ìlá. 20
Ìkà ò gbè mí
N ó jọba Ìlá
Òòsà Ìkà níí gbe Ìkà
A díá fún Ìkookò tí ń lọ rèé lóyúun méjì
        níkùn
Èyí tí ọn ní ò níí lè bi
Wọ́n ní kó sá káalẹ̀ kó jàre
Ẹbọ ní ó ṣe

ÌKÁ OGBÈ A

Ifá wishes this person well. Ifá predicts he would
ascend a throne. People would say bad things about
him but he should perform sacrifice. There is a
pregnant woman close to this person. Enemies had
foreclosed her pregnancy saying she would not be
delivered of her baby; Ifá asks the woman to offer
sacrifice well. She would be delivered of the baby.

If Ìká profits me
I would ascend the throne of the king of Ìlá
Wickedness does not profit me and
I would ascend the throne of the king of Ìlá
The Deity of Wickedness would reward the wicked
Cast divination for the Hyena
The one that was going to get pregnant of twins
'Would I have children on earth'? The Hyena asked
They told her to offer sacrifice 9
Meanwhile the Hyena was then heavy with pregnancy
There would not be any problem, they assured her
The Hyena performed the sacrifice
She safely delivered her babies
Life so pleased her
She then started to dance and rejoice
She was praising her Babaláwos
Her Babaláwos were praising Ifá
She said it was exactly as her Babaláwos had said
If Ìká profits me
I would ascend the throne of the king of Ìlá.........20
Wickedness does not profit me and
I would ascend the throne of the king of Ìlá
The Deity of Wickedness would reward the wicked
Cast divination for the Hyena that was going to get
        pregnant of twins
The one they desire would not deliver the babies
They told her to please take care of the ground
And perform sacrifice

Ó wáá gbẹ́bọ ńbẹ̀ ó rúbọ
Tùúnhìn
Mo bí tibi tire..........................30
Tibi tire làfọ́ọ́n wọ̀
Mo bí tibi tire
Tùúnhìn

She then heard about the sacrifice and performed it
Tùúnhìn
I have delivered the placenta and the baby..........30
It is with both the withered and the living leaves that
      Àfọ̀n tree is dressed
I have delivered the placenta and the baby
Tùúnhìn

ÌKÁ OGBÈ B

Ifá pé nñkan eléyìun ò níí bàjẹ́ bó rúbọ.
Ire ó wà fun.

Ò wò sùn sùùn sùn tafà sínú Ìgbàlẹ̀
Ó ní bó le bÉégún
Kó bÉégún
Ó ní bó le bÓòsà
Kó bÓósà
Bí ò bá bÉégún
Tí ò bÓòsà mọ́
Kó bá Pàààká aborí jẹti jẹti
A díá fún Ọ̀rúnmìlà
Níjọ́ tí ń bẹ láàrin ọ̀tá sáńgílítí............10
Wọ́n ní ó sá káalẹ̀ kó jàre ẹbọ ní ó ṣe
Ọ̀rúnmìlà ni ọ́n wò sùn sùùn sùn
Wọ́n làwọ́n ó ba'nñkan ẹ̀ jẹ́
Wọ́n ní kí Ọ̀rúnmìlà ó rúbọ
Wọ́n ní wọn ò níí lè ba nñkan rẹ̀ jẹ́
Babá ṣeun ó rúbọ
Ó bá ṣẹ́gun
Ó ní Ò wò sùn sùùn sùn tafà sínú Ìgbàlẹ̀
Ó ní bó le bÉégún
Kó bÉégún............................20
Ó ní bó le bÓòsà
Kó bÓósà
Bí ò bá bÉégún
Tí ò bÓòsà mọ́
Kó bá Pàààká aborí jẹti jẹti
A díá fún Ọ̀rúnmìlà
Níjọ́ tí ń bẹ láàrin ọ̀tá sáńgílítí
Wọ́n ní ó rúbọ

ÌKÁ OGBÈ B

Ifá says the things of this person would not be in
disarray. He is enjoined to offer sacrifice.

Looking willfully at the sacred forest and shooting an
    arrow into it
He said if it could hit a masquerade
Let it hit a masquerade
If it could hit Òòsà
Let it hit the Òòsà
If however it hits neither a masquerade
Nor Òòsà again
Let it hit Pàààká aborí jẹti jẹti
Cast divination for Ọ̀rúnmìlà
On the day he was in the midst of real foes..........10
They asked him to please take care of the ground and
    perform sacrifice
It is Ọ̀rúnmìlà that they willfully targeted
They said they would wreck his things
'You Ọ̀rúnmìlà, perform sacrifice'
'They would never be able to ruin your things' they
    assured
Baba performed the sacrifice
And he won
He said 'Looking willfully at the sacred forest and
    shooting an arrow into it'
He said if it could hit a masquerade
Let it hit a masquerade......................20
If it could hit Òòsà
Let it hit the Òòsà
If however it hits neither a masquerade
Nor Òòsà again
Let it hit Pàààká aborí jẹti jẹti
Cast divination for Ọ̀rúnmìlà
On the day he was in the midst of real foes
He was asked to perform sacrifice

Babá gbẹ́bọ ńbẹ̀	Baba heard about the sacrifice
Ó rúbọ.............................30	He performed it.............................30
Rírú ẹbọ	Offering of sacrifices
Èèrù àtùkèsù	And free gifts given to Èṣù
Ẹ wáá bá ni láruúṣẹ́gun	Come and meet us with victorious offertory
Àrúṣẹ́gun làá bá ni lẹ́sẹ̀ ọba Òrìsà	One is usually found with victorious offertory at the feet of the king of Òrìsàs

Alákayẹ̀kú ni baba Erin
Òdòròmù ni baba Ẹfọ̀n
Òdòròmù ló ti gbé Alákayẹ̀kú mĩ terin
    terin
Tilée kúɗi tilée kúɗi
Tòun tàpò Àlùkùráánĩ, Tòun tàpò
    Àlùkùráánĩ
A díá fún Ọlọ́ta Ìkayẹ̀kú
Nígbà tí ń tọ̀run bọ̀ wálé ayé
Wọ́n ní kó rúbọ kí ẹ̀mí ẹ̀ ó lè gùn láyé
Kó lè baà ṣe àṣeyọrí
Ọlọ́ta Ìkayẹ̀kú bá rúbọ 10
Ó gbó, ó dàgbà
Nĩ bá ń jó ní ń yọ̀
Nĩ ń yin àwọn Babaláwo
Àwọn Babaláwo ń yin Ifá
Ó ní bẹ́ẹ̀ làwọn Babaláwo tòún wí
Alákayẹ̀kú ni baba Erin
Òdòròmù ni baba Ẹfọ̀n
Òdòròmù ló ti gbé Alákayẹ̀kú mĩ terin
    terin
Tilée kúɗi tilée kúɗi
Tòun   tàpò Àlùkùráánĩ, Tòun tàpò
    Àlùkùráánĩ
A díá fún Ọlọ́ta Ìkayẹ̀kú
Nígbà tí ń tọ̀run bọ̀ wálé ayé
Ẹbọ n wọ́n ní kó ṣe
Wọ́n ní kó rúbọ sáìkú araa rẹ̀
Ó sì gbẹ́bọ fíbẹ̀
Ó rúbọ
Èrò Ìpo
Èrò Òfà
Tàìkú Akápò nIfá ń múú ṣe

Alákayẹ̀kú, the father of Elephants
Òdòròmù, the father of Buffaloes
Òdòròmù has swallowed Alákayẹ̀kú and his
    Elephants
With his medicinal hideout
Including his bags of Q'uran
Cast divination for Ọlọ́ta Ìkayẹ̀kú
On the day he was coming from heaven to the earth
They asked him to offer sacrifice such that he would
    live long on earth
And be successful
Ọlọ́ta Ìkayẹ̀kú offered the sacrifice................10
He became old and aged
He was dancing and rejoicing
He was praising his Babaláwos
His Babaláwos were praising Ifá
He said it was exactly as his Babaláwos had said
Alákayẹ̀kú, the father of Elephants
Òdòròmù, the father of Buffaloes
Òdòròmù has swallowed Alákayẹ̀kú and his
    Elephants
With his medicinal hideout
Including his bags of Q'uran.............……..........20
Cast divination for Ọlọ́ta Ìkayẹ̀kú
On the day he was coming from heaven to the earth
They had prescribed sacrifices for him to perform
He was asked to offer sacrifice to fortify him against
    death
He heard about the sacrifice
And performed it
The people from the city of Ìpo
The travelers to the city of Òfà
It is the fortification of Akápò against death that Ifá is
    striving to achieve

ÌKÁ ÒYÈKÚ B

Ifá pé eléyìun ó ròójú, yóó ráyè, nìkan è
ò sì níí bàjé.

Eégún abọwó pó
Atókùn abàyà gègèsì
Mo wáá wòran abèsè pó pò pó
A díá fún Ìká
Èyí tí ó tafà mèta nílé Olófin
Wón ní kó rúbọ
Ó bá sẹ é
Ńgbà ó dé ilé Olófin
Gbogbo ogun tí ọn gbé ti Olófin
Ó ní kí Olófin ó rú ọfà mèta............10
Olófin rú u
Ó bá ṣégun
Ó ní Eégún abọwó pó
Atókùn abàyà gègèsì
Mo wáá wòran abèsè pó pò pó
A díá fún Ìká
Èyí tí ó tafà mèta nílé Olófin
Ìká ló tafà nílé Olófin
Ìká ló tafà nílé Akíoró
Ìká ló tafà nílé Olófin.....................20

ÌKÁ ÒYÈKÚ B

Ifá says this person's life would be better; he would
find space and time to do things. His things would not
get spoilt.

The Masquerade with short hands
His Captain with wide chest
The Spectators with short legs
Cast divination for Ìká
That would shoot three arrows in the house of Olófin
He was asked to perform sacrifice
He did it
When he entered the house of Olófin
All the wars being waged against Olófin
Ìká asked Olófin to sacrifice three arrows...........10
Olófin offered them
Olófin then won
He said The Masquerade with short hands
The Captain with wide chest
The Spectators with short legs
Cast divination for Ìká
That would shoot three arrows in the house of Olófin
It is Ìká that shot the arrows...............................18
It is Ìká that shot the arrows in the house of Akíoró
It is Ìká that shot the arrows in the house of Olófin

ÌKÁ ÌWÒRÌ A

Ifá pé ká rúbọ ọmọ. Ewúrẹ́ kan lẹbọ ẹ̀.
Ayé ó yẹ eléyìun.

Ìká fefe làá fọ̀yẹ
Ìwòrì fefe làá fọ̀gbà
A díá fún Oníbàyì dúdú
Ọmọ améwúrẹ́ sọ̀run ẹ̀ ńtorí ọmọ
Wọ́n ní kó rúbọ
Wọ́n gbogbo nǹkan ẹ̀ tí ò dáa
Wọ́n ní gbogbo ẹ̀ ní ó dáa
Ó rúbọ tán
Ayé bá yẹ ẹ́
Ní ń lájé.....................................10
Ní ń láya
Ní ń bímọ
N ní wá ń jó ní wá ń yọ̀
Ní ń yin àwọn Babaláwo
Àwọn Babaláwo ń yin Ifá
Ó ní bẹ́ẹ̀ làwọn Babaláwo tòún wí
Ìká fefe làá fọ̀yẹ
Ìwòrì fefe làá fọ̀gbà
A díá fún Oníbàyì dúdú
Ọmọ améwúrẹ́ sọ̀run ẹ̀ ńtorí ọmọ.......20
Wọ́n ní ó sá káalè ó jàre ẹbọ ní ó ṣe
Oníbàyì dúdú gbẹ́bọ ńbẹ̀
Ó rúbọ
Rírú ẹbọ
Èèrù àtùkèsù
A wáá kóre dé tùtúru

ÌKÁ ÌWÒRÌ A

Ifá asks this person to perform sacrifice. His life
would be better, but should sacrifice for children.

Ìká fefe làá fọ̀yẹ
Ìwòrì fefe làá fọ̀gbà
Cast divination for Oníbàyì dúdú
The child of Améwúrẹ́ sọ̀run ẹ̀ ńtorí ọmọ
He was asked to perform sacrifice
They told him that all his things that had never been
fine
Everything would henceforth be better
He finished the sacrifice
And life pleased him
He was having wealth.....................10
He had wives
And children too
He then started to dance and rejoice
He was praising his Babaláwos
His Babaláwos were praising Ifá
He said it was exactly as his Babaláwos had said
Ìká fefe làá fọ̀yẹ
Ìwòrì fefe làá fọ̀gbà
Cast divination for Oníbàyì dúdú
The child of Améwúrẹ́ sọ̀run ẹ̀ ńtorí ọmọ..........20
He was asked to take care of the ground and offer
sacrifice
Oníbàyì dúdú heard about the sacrifice
And performed it
Offering of sacrifices
And free gifts to Èṣù
We have brought good fortunes back home in
multitude

580

ÌKÁ ÌWÒRÌ B

Ifá pé àwọn mẹta kan lòún ń báá wí; kí wọn ó bèèrè ẹnìkejì àti ẹnìkẹta kí wọn ó lè baà rúbọ pọ̀. Ẹnìkan fínú àwọn mẹta ọhún ò níí mẹbọ ṣùgbọ́n bí àwọn mẹ́tẹ̀ẹ̀ta bá rúbọ, òmìmì kan ò níí mì wọ́n.

Ẹmì woroyìgì woroyìgì
Babaláwo Apá ló díá fún Apá
Ẹmì woroyìgì woroyìgì
Babaláwo Ìrókò ló díá fún Ìrókò
Ẹmì woroyìgì woroyìgì
Babaláwo Ọpẹ Ẹlùjù ló díá fún Ọpẹ
　　Ẹlùjù
Tíí sẹni ìkẹtaa wọn
Wọ́n ní kí wọn ó faṣọ araa wọn rúbọ
Apá lóun?
Lòún ó wàá faṣọ rúbọ...................10
Wọ́n ní ẹni tí ò bá faṣọ rúbọ
Wọ́n ní kò níí láṣọ lára
Ìrókò, ìwọ́ ńkọ́?
Ìrókò ní òun?
Lòún ó wàá rú aṣọ ara òun?
Ìwọ́ Ọpẹ ńkọ́?
Ọpẹ bá bọ́ṣọ ara ẹ̀
Ó bá e rúbọ
Wọ́n ń báyéé lọ
Ńgbà ó pẹ́ 20
Apá ń daṣọ ẹ̀ bora
Bó bá sì di ọdún
Wọ́n ó bàá bó aṣọ ara ẹ̀
Apá dìhòòhò
Ńgbà ó pẹ́ títí
Ó dọdún
Wọ́n wọ́n aṣọ tí ń bẹ lára Ìrókò
Gbogbo igi pátá
Wọ́n ó wọ̀ọ́n aṣọ araa wọn

ÌKÁ ÌWÒRÌ B

Ifá says he is referring to a group of three. Ifá wants this person to inquire who the other two people are such that they would offer this sacrifice together. Ifá says it is only one of these three that would observe the sacrifice but if the three of them could offer the sacrifice together, they will never have a common trouble.

Ẹmì woroyìgì woroyìgì
Babaláwo of Apá tree casts divination for Apá
Ẹmì woroyìgì
Babaláwo of Ìrókò tree casts divination for Ìrókò
Ẹmì woroyìgì
Babaláwo of Ọpẹ Ẹlùjù tree casts divination for Ọpẹ
　　Ẹlùjù
Third of the group
They were all asked to offer their cloth as sacrifice
'Me'? Apá said with derision
'Why must I sacrifice my cloth'?...................10
They said 'whoever refuses to sacrifice his cloth'
'That person would not have clothes on'
'What about you Ìrókò , why don't you try to offer'?
'Me' Ìrókò also said
'Why must I also sacrifice my cloth'?
'What about you, Ọpẹ'?
Ọpẹ removed his own cloth
And was used as sacrifice for him
Life continued
After a prolonged time...................20
Apá tree would cover himself with his cloth
On a complete cycle of a year
Man would scrape the cloth off him for medicine
Apá would become stark naked
They removed the bark (cloth) of the Ìrókò tree
Ìrókò tree became naked also
It is the same story for all the other trees in the forest
Once it is a complete cycle of a year
Man would scrape their barks off them

Wọn ó tùún fún wọn ní òmíìn..........30
Wọn ní aṣọ ọjọ́ kìíní
Tẹ́ ẹ lẹ̀ẹ̀ fi rúbọ
Ẹ́ ẹ sì mọ́ọ ju aṣọ ọhún síílẹ̀
Ọpẹ nìkan ni è é wọ́wé
Bẹ́ẹ̀ ni è é síí pààpo
Ẹní ó bá mẹbọ
Kò síyọnu fún eléyìun mọ́
Ẹ̀mi woroyìgi woroyìgi
Babaláwo Apá ló díá fún Apá
Apá ń tọrun bọ̀ wálé ayé.............40
Wọn ní ó faṣọ rúbọ
Ó gbẹ́bọ
Bẹ́ẹ̀ ni ò rúbọ
Ẹ̀mi woroyìgi woroyìgi
Babaláwo Ìrókò ló díá fún Ìrókò
Ń tọrun bọ̀ wálé ayé
Wọn ní kó faṣọ rúbọ
Ó kọ̀ bẹ́ẹ̀ ni ò fi rúbọ
Gbogbo igi ní ń bọ̀ wálé ayé
Wọn kọ̀ wọn ò faṣọ rúbọ.............50
Ọpẹ nìkàn ní ń bẹ lẹ́yìn tó rúbọ
Ẹ̀mi woroyìgi woroyìgi
Apá mọ̀ ń wọ́wé o
Ẹ̀mi woroyìgi
Ìrókò mọ̀ ń wọ́wé
Ẹ̀mi woroyìgi
Àti wọ́wé Ọpẹ́ sòro
Ẹ̀mi woroyìgi

They would be given another.........................30
'The cloth that was required of you in the beginning
    as sacrifice'
'Which you refused' they reminded them
'You will henceforth strip the cloth annually'
It is only Ọpẹ that does not wither
And nobody scrapes his bark
He that offer sacrifices
There would never be any problem for that person
Ẹ̀mi woroyìgi
Babaláwo of Apá tree casts divination for Apá
Apá tree was coming from heaven to the earth...40
They told him to offer his clothes as sacrifice
He heard about the sacrifice
Yet did not perform it
Ẹ̀mi woroyìgi
Babaláwo of Ìrókò tree casts divination for Ìrókò tree
He was coming from heaven to the earth
They told him to sacrifice his cloth
He refused and did not offer the sacrifice
All trees were coming to the earth
They were all told to sacrifice their cloth and they all
    refused......................................50
It is only Ọpẹ coming from behind to offer the
    sacrifice
Ẹ̀mi woroyìgi
Apa tree withers
Ẹ̀mi woroyìgi
Ìrókò tree withers
Ẹ̀mi woroyìgi
Withering of Ọpẹ tree would almost be impossible
Ẹ̀mi woroyìgi

ÌKÁ ÒDÍ A

Ifá pé òun pé ire fún eléyìun. Ajé ni kó rúbọ sí lópọ̀lọpọ̀.

Kálánkádíí Akakankà
Òjò ńlá níí tàkìtì lẹ́yìn abuké
A sì di gbìràmù, I gbìràmù
A tàkìtì a bọ́ọ́lẹ̀
A díá fún Alágbẹ̀dẹ Ìmọ̀bà
Níjọ́ tí ń sunkún òun ò lówó
Wọ́n ní kí Alágbẹ̀dẹ Ìmọ̀bà ó rúbọ
Wọ́n níre ajé fún un lópọ̀lọpọ̀
Alágbẹ̀dẹ bá rúbọ
Ajé bá dé...............10
Àtẹ́lẹwọ́ Alágbẹ̀dẹ ò gba ajé mọ́
Nígbà ajé pọ̀ tán
Ó ni wọ́n ó mọ́ọ dàálẹ̀
Nìbi Alágbẹ̀dẹ ò gbé tẹ́wọ́ gbowó mọ́
          nùu
Ó ní ẹ mọ́ọ dàálẹ̀
Bí bá ń ṣiṣẹ́ lọ́wọ́ pokán pokán
Ẹ̀gbọ́n ń gbowó
Àbúrò ń fìnná
Gbogboo wọn ní ń mí pokán pokán
Òkè àmíkàn ẹwìrì...............20
Wọ́n dowó sílẹ̀
Ayé yẹ Alágbẹ̀dẹ
Nị̀wá ń jó n ní ń yọ̀
Ní ń yin àwọn Babaláwo
Àwọn Babaláwo ń yin Ifá
Ó ní bẹ́ẹ̀ làwọn Babaláwo tòún wí
Kálánkádíí Akakankà
Òjò ńlá níí tàkìtì lẹ́yìn abuké
A sì di gbìràmù, I gbìràmù
A tàkìtì a bọ́ọ́lẹ̀...............30

ÌKÁ ÒDÍ A

Ifá wishes this person well. Ifá wants him to perform sacrifice for wealth.

Kálánkádíí Akakankà
A torrential rain would somersault at the back of a
          hunchback
And with a heavy thud
It would land and roll over the earth
Cast divination for Alágbẹ̀dẹ Ìmọ̀bà
On the day he was crying he has no wealth
Sacrifices was the antidote prescribed for him
They wished him a lot of good things
The Blacksmith offered the sacrifice
Wealth came to him suddenly...............10
His palms became so full it could not contain the
          money again
When the wealth became so much
He asked people to drop them in front of him
This is the story that tells why blacksmiths don't
          collect money with their palms again
'Drop it on the ground', he would say
When he was molding his work and hitting
          methodically
The elder was collecting money
The junior was using the billow
They were all breathing heavily
And with the consistent airing by the blower........20
They started dropping wealth
Life pleased Alágbẹ̀dẹ Ìmọ̀bà
He then started to dance and rejoice
He was praising their Babaláwo
Their Babaláwos were praising Ifá
He said it was as their Babaláwos predicted
Kálánkádíí Akakankà
A torrential rain would somersault at the back of a
          hunchback
After the somersault
It would land on the ground with a heavy thud and
          roll over the earth...............30

A díá fún Alágbèdẹ Ìmọ̀bà

Níjọ́ tí ń sunkún òun ò lájé

Ẹbọ ajé n wọ́n ní ó ṣe

Alágbèdẹ gbẹ́bọ ńbẹ̀

Ó rúbọ

Owó mọ̀mọ̀ pọ̀ tán o

Alágbèdẹ ò tẹ́wọ́ gbowó mọ́

Ẹ mọ́ọ̀ dowóólẹ̀ fÁlágbèdẹ ni

Cast divination for Alágbèdẹ Ìmọ̀bà

That had been crying he had no wealth

It was a sacrifice of wealth that was recommended for him

The Blacksmith heard about the sacrifice

And performed it

The money became so plentiful

The Blacksmith could not spread forth his palms to collect money

Drop the money on the ground for the Blacksmith

ÌKÁ ÒDÍ B

Ifá pé ki eléyìun ó mọ́ tan àwọn Awo rẹ̀ jẹ. Aṣọ tí ń dán ni kó fi rúbọ fÉṣù. Ifá rí ẹnikan tí ń bo ọ̀rọ̀ hẹ́ẹ̀hẹ̀ẹ́; Kò gbọdọ̀ kọ̀rọ̀ sí ọmọbìnrin àkọ́bí ẹ̀ lẹ́nu. Ẹbọ kí eléyìun ó mọ́ leè tẹ́ ni kó rú.

ÌKÁ ÒDÍ B

Ifá asks this person not to deceive his Babaláwos. He should sacrifice a shining cloth to Èṣù. Ifá sees someone trying to cover up a plot; if his daughter tells him something, he should oblige. He should also offer sacrifice against defamation of character.

Aparun wọ́njánná wọ́njánná
Awo inú igbó
A díá fún Àkùkọ Ìtàn gàjàlà
Èyí tíí sawo Ọlọ́fin
Àkùkọ Ìtàn gàjàlà ló díá fún Ọlọ́fin
Ó ní kí Ọlọ́fin ó rúbọ ni kùtùkùtù òwúrọ̀
Egbò ló mú Ọlọ́fin lẹ́sẹ̀
Ló bá bọ sòkòtò le
Ọmọ Ọlọ́fin bá kówó fún baba ẹ̀
Ó ní kó tọ àwọn Awo ẹ̀ lọ.............10
Kí wọ́n ó bá a tójú ẹsẹ̀ẹ rẹ̀
Ọlọ́fin bá kówó ná
Kò roko Aláwo píntín
Egbò Ọlọ́fin bá di nnkan
Ọlọ́fin ò bá le jáde mọ́
Ló bá wọ sòkòtò àrán
Ń fi àrán bo ẹsẹ̀ tó ti jẹrà
Kí ẹnikankan ó mọ́ baà rí I
Ńgbà ó yá
Egbò bá ń rùn...........................20
Ẹnikan ò le wọ inú ilé tọ Ọlọ́fin mọ́
Àkùkọ Ìtàn gàjàlà tó ní kí Ọlọ́fin ó rúbọ níjọ́ọsí ńtiẹ̀
Ní bá ń kébòòsí Ọlọ́fin káàkiri
'Àwọn ò rí Ọlọ́fin mọ́'?!
A ló bú rẹkẹ rẹkẹ̀ẹ̀ẹ̀
Egbò Ọlọ́fin bú rẹkẹ rẹkẹ̀ ẹ̀ ẹ̀
Ọmọ Obìnrin Ọlọ́fin tó kówó fún baba ẹ̀ níjọ́ kíìní

Aparun wọ́njánná wọ́njánná
The Babaláwo of the dense forest
Casts divination for Àkùkọ Ìtàn gàjàlà
The priest of Ọlọ́fin
It is Àkùkọ Ìtàn gàjàlà that had cast divination for Olófin
He asked Ọlọ́fin to perform sacrifice early in life
Olófin had a laceration on his leg
He then wore trousers on it
Ọlọ́fin's daughter afterwards gave money to his father
She told him to consult his Babaláwo..................10
So that they would nurse the injury for him
Rather than go to his Babaláwo, he spent the money
He did not go to any Babaláwo at all
His injury became extensive
And he as a result could not get out again
He put on a pair of corduroy trousers
To cover up the worsening sore
So that nobody would see it
After some time
The wound started smelling.........................20
No one could enter his house again
Àkùkọ Ìtàn gàjàlà that had previously asked Ọlọ́fin to perform sacrifice
He began to divulge the secrets of Ọlọ́fin
'We could not see Ọlọ́fin again'. They would say
'It is septic'
'Ọlọ́fin's wound is septic and worsening' He said
Ọlọ́fin's daughter that gave money to his father

Ló bá gbọ́ ló kọ hà!
Àsíríi bàbá òún tú
Àkùkọ Ìtàn gàjàlà bá ń yin àwọn
    Babaláwo
Àwọn Babaláwo ń yin Ifá.....................31
Ó ni bẹ́ẹ̀ làwọn Babaláwo tòún wí
Aparun wọ́njánná wọ́njánná
Awo inú igbó
A díá fún Àkùkọ Ìtàn gàjàlà
Èyí tíí sawo Ọlọ́fin
Àkùkọ Ìtàn gàjàlà Awo Ọlọ́fin
Ló díá fún Ọlọ́fin nígbà ìwásẹ̀
Ó ń kí Ọlọ́fin ó rúbọ
Kégbòo rẹ̀ ó mọ́ di rẹẹrẹ nílé ayé........40
Ọlọ́fin gbẹ́bọ bẹ́ẹ̀ ni ò rúbọ
Àkùkọ Ìtàn gàjàlà ló wáá tú àsírí Ọlọ́fin
Ó ló bú rẹkẹrẹkẹ̀
Egbò Ọlọ́fin bú rẹkẹrẹkẹ̀
Ó bú rẹkẹ̀ẹ̀ẹ̀

Heard this and exclaimed in surprise
'My father's secrets has been exposed'
Àkùkọ Ìtàn gàjàlà started praising his Babaláwo....30
The Babaláwo was praising Ifá
He said it was exactly as his Babaláwo had predicted
Aparun wọ́njánná wọ́njánná
The Babaláwo of the dense forest
Casts divination for Àkùkọ Ìtàn gàjàlà
The one that is the priest of Ọlọ́fin
Àkùkọ Ìtàn gàjàlà the priest of Ọlọ́fin
Cast divination for Ọlọ́fin in the beginning
He asked Ọlọ́fin to perform sacrifice.....................39
Such that his injury would not become septic in life
Ọlọ́fin heard about the sacrifice yet did not heed it
Àkùkọ Ìtàn gàjàlà is the one who exposed Ọlọ́fin
He would crow 'it is septic'
Ọlọ́fin's injury is septic
And it is worsening

ÌKÁ ÌROSÙN A

Ifá pé kí eléyìun ó rúbo. Ayée rè á dára, ire ò sì níí nù mó eléyìun lówó. Ire kán ní tòkèèrèé bò. Òwúùrù eyelé lebo è pèlú òpòlopò owó.

Wón débi dáre
Òkè ni ò diyàn ègà
Ó láyà ìjà bí omo òrúko
A díá fún Òrúnmìlà
Wón ní kó rúbo
Kíré ilée baba è ó mó nù lo
Ire ilée baba òun ò nù lo móun lówó?
Wón ní kó rúbo
Òrúnmìlà bá rúbo
Gbogbo ire ò tàsé è mó.................10
Ire ilé è ò nù mó
N ní wá ń jó ní wá ń yò
Ní ń yin àwon Babaláwo
Àwon Babaláwo ń yin Ifá
Ó ní bèé làwon Babaláwo tòún wí
Wón débi dáre
Òkè ni ò diyàn ègà
Ó láyà ìjà bí omo òrúko
A díá fún Òrúnmìlà
Wón ní kó rúbo................ 20
Kíré ilée baba è ó mó nù lo
Ifá gbébo nbè ó rúbo
Ire ilée babaà mí ń wá míí bò wá Ifá
Wàràwàrà
Lewée kókòó wómi
Wàràwàrà
Ire ajé ń wá míí bò wá

ÌKÁ ÌROSÙN A

Ifá asks this person to offer sacrifice. His life would be good and the good fortunes that he holds would not depart him. One certain good fortune is coming from abroad. A mature pigeon and money is the sacrifice.

They judged the guilty and the acquitted
Yet the hill will not argue with Ègà bird
He is brave in fighting as the ewe male goat
Cast divination for Òrúnmìlà
He was asked to perform sacrifice
Such that the fortune in his father's house would not
        get lost
'Would this fortune in my father's house not get lost'?
        Òrúnmìlà had asked
He was asked to perform sacrifice
Òrúnmìlà did as was told
All the good fortunes did not elude him again......10
And the fortunes of his house also did not get lost
He then started to dance and rejoice
He was praising his Babaláwos
His Babaláwos were praising Ifá
He said it was exactly as his Babaláwos said
They judged the guilty and the acquitted
It is the hill that argues not with Ègà bird
He is brave in fighting as the ewe male goat
Cast divination for Òrúnmìlà
He was asked to perform sacrifice.................20
Such that the fortunes in his father's house would not
        get lost
Ifá heard about the sacrifice and performed it
The fortunes of my father house is coming to meet me
Wàràwàrà
Is the manner with which cocoyam leaves find water
Wàràwàrà
The luck of wealth is coming to look for me

Wàràwàrà
Lewée kókòó wómi
Wàràwàrà.........................30
Ire ayá ń wá míí bọ̀ wá
Wàràwàrà
Lewée kókòó wómi
Wàràwàrà
Ire ọmọ́ ń wá míí bọ̀ wá
Wàràwàrà
Lewée kókòó wómi
Wàràwàrà
Gbogbo ire ní ń wá míí bọ̀ wá
Wàràwàrà.......................40
Lewée kókòó wómi
Wàràwàrà

Wàràwàrà
Is the manner with which cocoyam leaves find water
Wàràwàrà 30
The good luck of wives is coming to look for me
Wàràwàrà
Is the manner with which cocoyam leaves find water
Wàràwàrà
The good luck of children is coming to look for me
Wàràwàrà
Is the manner with which cocoyam leaves find water
Wàràwàrà
All good things of life are coming to look for me
Wàràwàrà...................................40
Is the manner with which cocoyam leaves find water
Wàràwàrà

588

ÌKÁ ÌROSÙN B

Ifá pé kí eléyìun ó rúbọ ká mọ́ ríí nǹkan àbàadī. A ò níí rí nǹkan òjijì tíí bayé èèyàn jẹ́.

Ejò níí fẹnu araa rẹ̀ẹ́ sẹ̀mú
Àkekèé níí firùú sòòka
Àgbẹ̀ ni ò moko àroòjẹ
Àgbẹ̀ ì bá moko àroòjẹ
Àgbẹ̀ ì bá ta ọkọ́
Àgbẹ̀ ì bá tàdá
A ta pàákàrà ti ọn fi ń mumi lóko
A díá fún Àlàó ará Ìgbẹsà
Ń lọ reè bá wọn múlẹ̀ẹ bùdo
Ẹkún ire gbogbo ní ń sun...............10
Wọ́n ní kí Àlàó ó rúbọ ikú
Àlàó gbẹbọ ńbẹ̀
Bẹ́ẹ̀ ni ò rú
Nǹkan àbàadī bá dé
Ló bá mú Àlàó ará Ìgbẹsà lọ
Wọ́n ní ejò níí fẹnu araa rẹ̀ẹ́ sẹ̀mú
Àkekèé níí firùú sòòka
Àgbẹ̀ ni ò moko àroòjẹ
Àgbẹ̀ ì bá moko àroòjẹ
Àgbẹ̀ ì bá ta ọkọ́................................20
Àgbẹ̀ ì bá tàdá
A ta igbá ti ọn fi ń mumi lóko
A díá fún Àlàó ará Ìgbẹsà
Ọmọ a kú tán fọkọ́ rọrí lóko
Àlàó pẹ̀lẹ́ o
Ará Ìgbẹsà
Wọ́n ní o rúbọ
Bẹ́ẹ̀ loò rúbọ
O wáá kú tán lọ fỌkọ́ rọrí lóko

ÌKÁ ÌROSÙN B

Ifá wants this person to sacrifice because he would not allow a sudden occurrence to becloud his life.

The snake uses its mouth as a vice
The scorpion uses its tail as ring
The farmer does not know the farming escapade he
    would not witness its harvest
If the farmer had known the farming escapade he
    would not witness its harvest
The farmer would have sold his hoe
He would have sold his cutlass
He would sell the calabash used in drinking water in
    the farm
Cast divination for Àlàó, their child in the city of
    Ìgbẹsà
He was going to choose a virgin land to plow
He was crying of all good things...................…....10
He was asked to perform sacrifice for death
Àlàó of Ìgbẹsà heard about the sacrifice
Yet did not perform it
Something suddenly occurred
And it took away Àlàó of the city of Ìgbẹsà
They said the snake uses its mouth as a vice
The scorpion uses its tail as ring
The farmer does not know the farming escapade he
    would not witness its harvest
If the farmer had known the farming escapade he
    would not witness its harvest
The farmer would have sold his hoe................…..20
He would have sold his cutlass
He would sell the calabash used in drinking water in
    the farm
Cast divination for Àlàó of the city of Ìgbẹsà
The child of A kú tán fọkọ́ rọrí lóko
I greet you Àlàó
You are their child in the city of Ìgbẹsà
You were asked to perform sacrifice
Yet you did not heed it
You died and used your hoe as a pillow in the farm

ÌKÁ ÒWÓNRÍN A

Ifá pé ire ọmọ fún eléyìun. Àwọn ọmọ náà ó sì yè. Ifá pé kò níí ríkú lọ́jọ́ aìpé, kò sì níí rí àrùn.

Akòko ni gbàdàgì
A díá fún Aláaka
Tí ń kọ́mọ lọ rèé bÓkè
Wọ́n ní kí Aláaká ó rúbọ
Akòko ni gbàdàgì níwọ Aláaka
Ire ọmọ́ ń bẹ fún ọ
Ṣùgbọ́n lẹ́sẹ̀ òkè ni o kọ́mọọ́ rẹ lọ
Aláaka bá rúbọ
Ó kọrí sí ẹsẹ̀ òkè
Ló bá bẹ̀rẹ̀ síí bímọ......................10
Ní bá ń yin àwọn Akòko ni gbàdàgì
Àwọn Akòko ni gbàdàgì ń yin Ifá
Ó ní bẹ́ẹ̀ làwọn Babaláwo tòún wí
Akòko ni gbàdàgì
A díá fún Aláaka
Tí ń kọ́mọ lọ rèé bÓkè
Akòko ni gbàdàgì
Ìwọ lawo Aláaka
Aláaká dẹni àbímọ yè ńbẹ̀
Akòko ni gbàdàgì 20
Ìwọ lawo Aláaka

ÌKÁ ÒWÓNRÍN A

Ifá wishes this person the fortune of children. The children would live. He would not die prematurely neither would he be sick.

Akòko ni gbàdàgì
Casts divination for Aláaka
That was taking her kids to meet the Òkè
He was asked to perform sacrifice
'You Aláaka' Akòko ni gbàdàgì called
'There are fortunes of children for you'
'But you should take your babies to the side of a hill'
Aláaka observed the sacrifice
And proceeded to the base side of a hill
And there she started having more babies...........10
She started praising the priests
The Akòko ni gbàdàgì's were praising Ifá
She said it was exactly what her Babaláwo said
Akòko ni gbàdàgì
Casts divination for Aláaka
The one that was taking her kids to meet the hill
Akòko ni gbàdàgì
You are the Babaláwo of Aláaka
Aláaka successfully nursed her children there
Akòko ni gbàdàgì...............................20
You are the Babaláwo of Aláaka

Ifá pé ogun kan ló mú eléyìun, yóó bọ̀ọ́
ńbẹ̀. Ifá ò níí jẹ́ kí ayé eléyìun ó bàjẹ́.

Oyún inú ni ò pé mo yó
Àjòjì ni ò mẹsẹ̀ ilẹ̀
Àjòjì ì bá mẹsẹ̀ ilẹ̀
Wọn a bàlú jẹ́
A díá fún Ikúbọlájẹ́
Èyí tíí sọmọ wọn lóde Òjo
Ń lọ rèé lọ́kọ lóde Òró
Ó bí Aaka fún wọn lóde Òró
Ó kúò lóde Òró
Ó lọ rèé lọ́kọ ní òde Ọ̀fà.....................10
Ó bí Òòrẹ̀ gìdìgbà fún wọn lóde Ọ̀fà
Ó kọ̀ wọ́n sílẹ̀ lóde Ọ̀fà
Ó rèé fẹ́ wọn nÍfẹ̀ Abùrẹ́
Ọmọ arábá owó lumọ
Ó bí Líílí fún wọn nÍfẹ̀ Abùrẹ́
Ogún bá dé
Ogún mú Aaka lóde Òró
Ogún tún mú Òòrẹ̀ gìdìgbà lóde Ọ̀fà
Aaka àti Òòrẹ̀ ò sì fìí mọ Líílí loju
Ogún bá kó gbogboo wọn dé Ífẹ̀ Abùrẹ́
Líílí tí sìí ṣe àbíkẹ́yìin wọn................21
Orí oyè lòún wà
Àwọn ọmọ ogun ẹ̀ ni ọ́n kó ẹrú
Wọn bá dè wọ́n mọ́ oríde lágbàlá
Ńgbà ó di òru
Aláaká bá jí
Nǐ bá ń sunkún
Nǐ ń pé ìyá àwọn sì lọ́kọ ńlẹ̀ yí o
Ńgbà ó bí òun sí òde Òró
Ló bí Òòrẹ̀ gìdìgbà sí òde Ọ̀fà.........30

Òun àti Òòrẹ̀ gìdìgbà logún sì mú yìí
Àwọn ò sì mọ Lfilí tí ń bẹ nÍfẹ̀ Abùrẹ́
Ifẹ̀ Abùrẹ́ logún sì gbé àwọn wá yìí
Láì mọ pé àgbàláa Lfilí tíí ṣe Ọba nÍfẹ̀
   Làwọn wà
Ìyáa wọn bá rìn bọ́ọ́ta lóru
Ìyá bá gbọ tí Aláaká ń dárò
Ó bá pe Lfilí
Ó ní lọ̀ọ́ yọjú sẹ́yìnkùlé
'Ẹnìkán ń sọ̀rọ̀ ńbẹ̀'......................40
Bóun náà ti dé ibẹ̀
Ohùn kan náà lòun náà tún gbọ́
'Àwọn ọmọ ìyá òun nùu'
'Ẹ mọ́ọ tú wọ́ọn lẹ̀'
Ó ní kí wọn ó tú Aaka sílẹ̀
Kí wọn ó sì tú Òòrẹ̀ gìdìgbà sílẹ̀
Ló bá mú àwọn méjèèjì sọ́dọ̀
Ni wọn wá ń jó ni wọn ń yọ̀
Wọ́n ń yin àwọn Babaláwo
Àwọn Babaláwo ń yin Ifá...............50
Wọ́n ní bẹ́ẹ̀ làwọn Babaláwo tàwọ́n wí
Oyún inú ni ò pé mo yó
Àjòjì ni ò mẹsẹ̀ ilẹ̀
Àjòjì Ì bá mẹsẹ̀ ilẹ̀
Wọn a bàlú jẹ́
A díá fún Ikúbọláję́
Èyí tíí sọmọ wọn lóde Òjo
Ń lọ rèé lọ́kọ lóde Òró
Ó bí Aaka fún wọn lóde Òró
Ó kúò lóde Òró........................60
Ó lọ rèé lọ́kọ ní òde Ọ̀fà
Ó bí Òòrẹ̀ gìdìgbà fún wọn lóde Ọ̀fà
Ó kọ̀ wọn sílẹ̀ lóde Ọ̀fà
Ó rèé fẹ́ wọn nÍfẹ̀ Abùrẹ́ ọmọ arábá owó
   lumọ

'The war had arrested me and Òòrẹ̀ now'
'And we don't know the whereabout of Lfilí living in
   this city'
'This is the same city of Ifẹ̀ Abùrẹ́ that the war had
   brought us'
Without actually knowing it was in the yard of the
   same Lfilí, the king of Ifẹ̀ Abùrẹ́
In the middle of the night, their mother took a stroll
   out
She heard Aláaka singing pathetically
She quickly went to call Lfilí
'Go out to the yard', she said to him
'Somebody is saying something there'................40
Immediately he entered the yard
He too heard the same cry
'Those are my brothers', he said
'Untie them now' Lfilí ordered
He ordered the servants to untie Aaka
And also untie Òòrẹ̀ gìdìgbà
He took them both to live with him
They then started to dance and rejoice
They were praising their Babaláwos
Their Babaláwos were praising Ifá 50
They said it was exactly as their Babaláwo said
The fetus does not say it is satisfied
The stranger does not know the history of the land
If the stranger had known the history of the land
They would have disparaged the land
Cast divination for Ikúbọláję́
Their daughter in the city of Òjo
She was going to marry in the city of Òró
She had baby Aaka for them in the city of Òró
She left the city of Òró..............................60
And went to marry in the city of Ọ̀fà
She had Òòrẹ̀ gìdìgbà for them in the city of Ọ̀fà
Ikúbọláję́ left the city of Ọ̀fà
She went to marry in the city Ifẹ̀ the child of Arábá
   owó lumọ

Ó bí Líílí fún wọn nÍfẹ̀ Abùrẹ́	She had Líílí for them in Ifẹ̀ Abùrẹ́
Ará wáá rọ ni ò	Life now pleases us
Ará wáá rọ ni	Life pleases us indeed
Líílí tú wa sílẹ̀	Líílí had untied us
Ará wáá rọ ni	Life now pleases us

ÌKÁ ỌBÀRÀ A

Ifá pé kí eléyìun ó rúbọ. Eléyìun ò gbọdọ̀
yan àlè o. Níbi tí àlè yíyàn gbé sòro nǐí.
Kí ọwọ́ ó lè baà tó ẹnu ni Ifá ń kì wá nílọ̀.
Ibi tí Babaláwo gaan ò ti gbọdọ̀ yan àle
nìyí.

ÌKÁ ỌBÀRÀ A

Ifá asks this person to offer sacrifice by not keeping
concubines. This is the Ifá that warns against extra
marital affairs such that one would find it easy in
caring for one's family. Ifá warns all Babaláwo not to
keep extra marital affairs.

Kẹ́ mi ní bàrà
Kí n kẹ́ ọ ní bọ̀bọ́ à á jíí lé
A díá fún Ọ̀rúnmìlà
Tó ní wọ́n ó mọ́ fowó èrù fẹ́lè
Ọ̀rúnmìlà ní owó èrù tóun bá fun yín
Ẹ ẹ̀ gbọdọ̀ ko fún àlè
Àwọn kan ò gbọ́ràn
Wọ́n fà á, fà á
Kò tóraa wọn
Wọ́n làwọn ò wí fún un yín..............10
Wọ́n ò bá fowó èrù fẹ́ àlè mọ́
Ayé bá ń yẹ wọ́n
Ó ní Kẹ́ mi ní bàrà
Kí n kẹ́ ọ ní bọ̀bọ́ à á jíí lé
Báa bá jí
Ká jọ mọ́ọ kẹraa wa
A díá fún Ọ̀rúnmìlà
Ó ní kí wọ́n ó mọ fowó èrù fẹ́ àlè
Wọ́n ní ńtoríi kínni?
Ó ní ńtoríi kí wọ́n ó lè baà lájé..........20
Kí wọ́n ó lè baà láya
Kí wọ́n ó lè baà bímọ
Kí wọ́n ó lè baà kọ́lé rere nílé ayé
Ẹ mọ̀mọ̀ dákun
Owó èrù
Ẹ mọ́ e fẹ́lè
Ẹ dákun

Cover me up in Bàrà
So that I will cover you up in Bọ̀bọ́ à á jíí lé
Cast divination for Ọ̀rúnmìlà
That warns against using Ifa's money to keep
concubines
'The free booties that I give to you'
'You must never use it to keep concubines', Ọ̀rúnmìlà
instructed
Some did not listen
They tried and tried
They ends could not meet……..................9
It was then they reminded them of the earlier warning
After then that they stopped giving Ifa's money
to concubines
Life pleased them afterwards
Cover me up in Bàrà
So that I will cover you up in Bọ̀bọ́ à á jíí lé
Whenever we all wake up at dawn
We should be caring for each other
Cast divination for Ọ̀rúnmìlà
That warns against using Ifa's money to keep
concubines
'Because of what'? They had asked
Ifá said it is to make them have wealth………....20
To make them have good wives
And such that they would have children
And also build a good home in life
I plead with you
The free booties of Ifá
Never give to concubine
I plead with you all

ÌKÁ ÒBÀRÀ B

Ifá pé ẹbọ ayé ni kí eléyìun ó rú. Kí eléyìun ó sọra ẹ̀ láàrin èèyàn kó mọ́ gbéra ẹ̀ sí àtẹ. Bí òrọ̀ọ̀ lákọlákọ bá ń bẹ ńlẹ̀, kò gbọdọ̀ yọjú sí i.

Ìká ba
Olóbàrà ba
Olóbàrà ni ò ba kùnmọ̀
A díá fún Iyán tí ń rayé àpínjẹ
Wọ́n ní kí Iyán ó rúbọ
Iyán lóun?
Wọ́n ní wọn ò níí fojúù rẹ sílẹ̀ ìwọ Iyán
Iyán ní ńtoríi kín lòún ó se rúbọ
Iyán ò bá rúbọ
Ńgbà tí Iyán délé ayé....................10
Bí ọ́n bá ti gún Iyán sílẹ̀
Gbogbo èèyàn ní ó ranjú mọ́ ọ
Wọ́n ó bàá yí i po
Wọ́n ó mọ jẹ ẹ́
Bí ọ́n gbé gbogbo oúnjẹ sílẹ̀
Iyán ni wọ́n ó kọ́ọ̀kọ jẹ tán
Àyìn ẹ̀yìn ni Iyán ń yin àwọn Babaláwo
Ó ní Ìká ba
Olóbàrà ba
Olóbàrà ni ò ba kùnmọ̀..................20
A díá fún Iyán
Èyí tí ọ́n ní ó rúbọ
Kó mọ baà rayé àpínjẹ
Iyán gbẹ́bọ bẹ́ẹ̀ ni ò rúbọ
Ìgbà àì sẹbọ
Ẹ̀gbà àì tu èèrù
Ẹyin ò ríyán bó ti wá ń rayé àpínjẹ?!

ÌKÁ ÒBÀRÀ B

Ifá asks this person to sacrifice for earthly enemies. He should be careful in the midst of people such that he would not expose his own weakness to people's mockery. If there is a hot argument somewhere, Ifá implores him never to go near.

Ìká hides
Olóbàrà hides
Olóbàrà refused to hit with a club
Cast divination for Pounded yam going to the world of communal eaters
They told Pounded yam to perform sacrifice
'Why' he said
'They will never leave you alone', they told him
'It is not necessary' he countered
Pounded yam refused to perform the sacrifice
When Pounded yam arrived on earth...............10
Immediately they finished its preparation
Everybody would be attracted to it
They would surround it
And be eating it cutting it in heavy nuggets
Even if all sorts of food are placed on the table
They would eat the Pounded yam first till it is exhausted
Pounded yam started praising his Babaláwo belatedly
He said Ìká hides
Olóbàrà hides
Olóbàrà refused to hit with a club...............20
Cast divination for Pounded yam
The one that was warned to perform sacrifice
The one going to the world of communal eaters
Pounded yam heard about the sacrifice but did not heed it
The evil of not performing sacrifice
The evil of not giving the prescribed free gifts
Can you see Pounded yam now in the world of communal eaters?!

ÌKÁ Ọ̀KÀNRÀN A

Ẹbọ ni kí eléyìun ó rú o; Nǹkan rẹ̀ ń mǐ;
Ifá pé kó mọ́ jàáyà, gbogbo ẹ̀ ní ó dáa.
Eléyìun lógbọ́n ńnú, ọgbọ́n inú ẹ̀ ti tó o
jẹ. Ifá pé kí eléyìun ó mọ́ sàáre ìsákúsàá.
Ìmọ̀ràn tí ń bẹ·lọ́kàan rẹ̀ dára, ṣùgbọ́n kó
fara balẹ̀.

Ìká bí kan
Ọlọ̀kànràn bí kan
Adìẹ bà lókùn
Ara ò rOkùn
Ara ò rọ adìẹ
Adìẹ ń wá tèǹgèlé tèǹgèlé
Okùn náà ń wá tèǹgèlé tèǹgèlé
A díá fún Ògúngbádé
Ọmọ Ẹlẹ́rìn mọ sà
Ọmọ Ọgbọ́n inú ẹni níí tó nií jẹ.........10
Nǹkan òun ò bàjẹ́ ?
Wọ́n ní kó rúbọ
Wọ́n ní gbogbo ẹ̀ ní ó mọ́ọ bọ́ọ́ déédé
Ó ṣeun
Ó rúbọ
Ó sòwò
Ó jèrè
Ó bóde pàdé
Kò ṣòfò ọmọ
Kò rèèmọ̀ọ̀ kín nǐi 20
Ní bá ń jó n ní ń yọ̀
Ní ń yin àwọn Babaláwo
Àwọn Babaláwo ń yin Ifá
Ó ní bẹ́ẹ̀ làwọn Babaláwo tòún wí
Ìká bí kan
Ọlọ̀kànràn bí kan
Adìẹ bà lókùn
Ara ò rOkùn
Ara ò rọ adìẹ
Adìẹ ń wá tèǹgèlé tèǹgèlé... 30

ÌKÁ Ọ̀KÀNRÀN A

Ifá says this person is very wise. His acumen is
enough for him to live on. He is asked not to be in
haste unnecessarily. Ifá says the plan he has in mind is
a good one but should be careful and be cool-headed.
Things would be stable with him.

Ìká gives birth to one
Ọlọ̀kànràn gives birth to one
A chicken perches on a rope
It is uncomfortable for the rope
It is uncomfortable for the chicken
The chicken is swinging back and forth
The rope also is swinging back and forth
Cast divination for Ògúngbádé
The child of Ẹlẹ́rìn mọ sà
The child of the clan Ọgbọ́n inú ẹni níí tó nií jẹ......10
He had been asking ' Would my life not get spoilt'?
They told him to perform sacrifice
And that all his things would coincidentally become
   fine
He was nice
He performed the sacrifice
He traded
And made profit
All the good forces of trading worked well for him
He had no loss of children
And did not witness a bad incident....................20
He then started to dance and rejoice
He was praising his Babaláwo
His Babaláwos were praising Ifá
He said it was exactly as his Babaláwos had said
Ìká gives birth to one
Ọlọ̀kànràn gives birth to one
A chicken perches on a rope
It is uncomfortable for the rope
It is uncomfortable for the chicken
The chicken is swinging back and forth..............30

Okùn náà ń wá tèǹgèlé tèǹgèlé	The rope also is swinging back and forth
A díá fún Ògúngbádé	Cast divination for Ògúngbádé
Ọmọ Ẹlẹ́rìn mọ sà	The child of Ẹlẹ́rìn mọ sà
Ọmọ Ọgbọ́n inú ẹni níí tó níí jẹ	The child of the clan Ọgbọ́n inú ẹni níí tó níí jẹ
Mọ́ mọ̀mọ̀ sẹ̀sẹ̀ jìjàdù mọ́ o	Do not struggle again
Ògúngbádé	Ògúngbádé
Ọgbọ́n inúù rẹ̀ tóó jẹ	Your wisdom is enough to provide food for you

ÌKÁ ÒKÀNRÀN B

Ifá pé eléyìun ò gbọdọ̀ sépè bí wọ́n bá jà á
lólè. Lára rẹ̀ mọ́tímọ́tí ni ẹni tí ń gbé e ní
nǹkan wà. Bí wọ́n ò bá sì tíí gbé e ní
nǹkan, Láìpẹ́, wọ́n ó jà á lólè. Ifá pé kó
dáke̩ pé àsírí eléyìun ó tùú, kó mọ́ fi
nǹkan ẹ̀ sí atẹrẹ́ ni.

Ìka kan ló wọ inú epo
Ìyókùu rẹ̀ a gbèèràn kankan
A díá fún Eeṣin
Tí ń lọ̀ọ́ ra Àtè lẹ́rú
Eeṣin ló ra Àtè lẹ́rú
Àtè ò ṣe nǹkan méjì
Kò sinmi nǹkan ní múmú
Bó fojú kan èyí
Yóó mu
Bó rí tòhún...................10
Ó di múmú
Ohun tí ọ́n bá ti fi Àtè kàn
Àtè ó mọ́ọ gbé e lọ ni
'Irúu kín lòún wáá rà lẹ́rú yìí'?
Ifá ní kó fi sílẹ̀
Nǹkan rẹ̀ ó fi mọ́ọ pọ̀ si ni
Wọ́n ní kí Eeṣin ó mọ́ fi nǹkan ẹ̀ sí atẹrẹ́
mọ́ ni
Eeṣin ṣe bẹ́ẹ̀
Gbogbo nǹkan ẹ̀ bá ń pọ̀ si
Ní bá ń jó ní ń yọ̀.....................20
Ní ń yin àwọn Babaláwo
Àwọn Babaláwo ń yin Ifá
Ó ní bẹ́ẹ̀ làwọn Babaláwo tòún wí
Ìka kan ló wọ inú epo
Ìyókùu rẹ̀ a gbèèràn kankan
A díá fún Eeṣin
Tí ń lọ̀ọ́ ra Àtè lẹ́rú

ÌKÁ ÒKÀNRÀN B

Ifá asks this person not to curse anyone if in case
thieves steal his things. The person behind the act is
someone close to him. However, if his things had not
been stolen before, it would be, but Ifá asks him to
keep mute because the thief would be exposed before
long. This person is only warned not be careless.

It is one finger that enters into oil
The rest would form a fold around the palm
Casts divination for the Housefly
That was going to buy the Gum as a slave
After the Housefly had bought the Gum as a slave
The Gum did nothing else
He would not rest until it had stolen an article
If he saw something here
He would steal it
If he saw the other there..............................10
He must take it
Whatever is touched with the Gum
He would take it away
'What kind of person have I bought as a slave'?
Wondered the Housefly
Ifá asked the Housefly to leave him
'Your good things would only multiply'
But never put your things carelessly
The Housefly did as warned
All his things started to multiply
He then started to dance and rejoice.............20
He was praising his Babaláwo
His Babaláwo was praising Ifá
He said it was exactly as his Babaláwo had said
It is one finger that enters into oil
The rest forms a fold around the palm
Casts divination for the Housefly
That was going to buy the Gum as a slave

Í ṣéé pani ò ?
Í ṣéé pani?
Gbogbo Ìsòròsòpè̩..........................30
E̩rú táa kówó rà ṣéé pani?
Gbogbo Ìsòròsòpè̩!

Why must it kill one?
Please, why must it kill one?
All Ìsòròsòpè̩......................................30
Why must the slave that one buys with his money kill
    one?
Ìsòròsòpè̩!

ÌKÁ ÒGÚNDÁ A

Nǹkan iyì ń bọ̀ fún eléyìun. Inúu rẹ̀ ó dùn o, bó bá bímọ, bó joyè, Ifá pé kò gbọdọ̀ jó o. Bí àwọn tó kù bá sì ń jó, wọn ò gbọdọ̀ yin ìbọn. Ifá lóun pé ire fún un. Iré pọ̀ fun; Ṣùgbọ́n bí inúu wọ́n bá dùn tán kí wọn ó mọ́ lọ̀ọ́ dáwọ́ lé nǹkan tó lè ba ìdùnnúu wọn jẹ́. Ká sọ́ra.

Káà káà gúndá
Kàà kàà gúndá
A díá fún Olóǹkò ẹ̀gì
Tí ọ́n ní ó mọ́ fíbọn gbẹ̀yìn owó ń níná
Wọ́n ní kó rúbọ
Ayé ó yẹ ẹ́
Ṣùgbọ́n kó mọ́ yin Ìbọn o
Ńgbà ó dé ibi tí ayé gbé yẹ ẹ́ tán
Ìbọn ló lọ̀ọ́ gbé
Bó ti yin Ìbọn báyìí.....................10
Gbogbo èèyán bá túká
Taa ní ó gbọ́ọ́ ìró ìbọn tí ó tùún dúó mọ́?
Ifá lóun pé ire Iyì fún eléyìun
Àyìn ẹ̀yin ni Olóǹkò Ẹ̀gì ń yin Awo
Àwọn Babaláwo ń yin Ifá
Ó ní bẹ́ẹ̀ làwọn Babaláwo tòún wí
Káà káà gúndá
Kàà kàà gúndá
A díá fún Olóǹkò ẹ̀gì
Tí ọ́n ní ó rúbọ.........................20
Kó mọ́ fíbọn gbẹ̀yìn owó ń níná
Ìgbà àì ṣẹbọ
Ẹ̀gbà àì tù èèrù
Olóǹkò jó jóó jó
N ló sì gbé ìbọn!

ÌKÁ ÒGÚNDÁ A

Something worthy of celebration is coming to this person; He would be happy on this occasion. Ifá urges him not to dance during the celebration. And when the other people are dancing, nobody should shoot a gun into the air. Ifá sees many good things for him but he should be warned that his excessive enthusiasm could cause a commotion.

Káà káà gúndá
Kàà kàà gúndá
Cast divination for Olóǹkò ẹ̀gì
That was warned not to end his money-spending spree with a gunshot
He was asked to perform sacrifice
That life would please him
But he must never try to shoot a gun into the air
When he got to the place where he was honored exceedingly
He fetched for his gun
On shooting into the air................10
All people without warning dispersed and disappeared
Who on earth would hear a gunshot and still wait or loiter around?
Ifá wishes this person well
Olóǹkò ẹ̀gì started to praise his Babaláwos belatedly
His Babaláwos were praising Ifá
He said it was exactly as his Babaláwos had said
Káà káà gúndá
Kàà kàà gúndá
Cast divination for Olóǹkò ẹ̀gì
That was told to perform sacrifice......20
He was warned not to terminate his joy with a gunshot
The problem of not offering the prescribed sacrifice
The evil of not giving the prescribed free gifts
Olóǹkò danced and danced
He then fetched for a gun

ÌKÁ ÒGÚNDÁ B

Ifá bẹ ẹni tí a dá odù yí fún pé kó rúbọ Orí. Oríi rẹ̀ ò níí jẹ́ ó kú lójó àìpé.

Ìká pọ̀nhùn pọ̀nhùn
A díá fún Ilá
Ilá ní ń lọ rèé bá wọn múlẹ̀ oko àì ródún
Wọ́n ní kó rúbọ
Wọ́n níre fún un níbi tí ń lọ
Ìdí ẹ̀ ó kalẹ̀
Ayé ó yẹ ẹ́
Ṣùgbọ́n kó rúbọ kó mọ́ wàá dé ọ̀hún
Kí wọ́n ó mọ́ wàá móọ bá a ṣeré e
      bẹ́ríbẹ́rí
Ilá ní kóun ó sá ti di dáadáa tóun ó dà
      ńbẹ̀ .... :.............10
Wọ́n bá ní ó móọ lọ
Ilá dé oko tán
Ni ọ́n gbin Ilá
Ó bá fidí kalẹ̀
Ńgbà ó tó gégé tí Ilá dàgbà
Ó bá dorí kodò
Ni ọ́n bá ń tẹ̀ ẹ́
I pọ̀nhùn
Wọ́n làwọn ò wí fún ọ
Kóo ṣẹbọ Orí........................20
Ó ní Ìká pọ̀nhùn pọ̀nhùn
A díá fún Ilá
Ilá ní ń lọ rèé bá wọn múlẹ̀ oko àì ródún
Wọ́n ní kó rúbọ
Ilá ìwọ lòó ṣeun
Ìwọ lòó ṣèèyàn
Ìwọ lòó rúbọ Ìká pọ̀nhùn
Ni wọ́n fí ń dá ọ lórí

ÌKÁ ÒGÚNDÁ B

Ifa implores this person to offer sacrifices to his Orí. His Orí would not let him die prematurely.

Ìká pọ̀nhùn pọ̀nhùn
Casts divination for Okra
Okra was going to choose a virgin land in the annual
      farm
He was asked to perform sacrifice
They wished him a lot of fortunes where he is going
'You will be settled'
'And life would please you', they prayed
'But there is need for you to guard against another
      thing in the offing'
'You should sacrifice against someone trying an
      expensive joke of beheading you'
'What is important to me is to get there safely and
      become renowned' Okra said...............10
They asked him to go
Okra got there
They started planting Okra
He got settled
After a period grew to maturity
And curving to a side
Man would bend its seed
It was breaking 'pọ̀nhùn'
Did we not warn you?
That a sacrifice to your Orí is inevitable? 20
He said Ìká pọ̀nhùn pọ̀nhùn
The Babaláwo of Okra casts divination for Okra
That was going to choose a virgin land in the annual
      cycle farm
He was asked to perform sacrifice
Okra, you are not nice enough
You are not humane
You did not perform the sacrifice of Ìká pọ̀nhùn
Is the reason for them breaking off your head

601

ÌKÁ ỌSÁ A

Ifá pé ire fún eléyìun, ayé ó yẹ ẹ́. Ifá ò níí fi eléyìun sílẹ̀ lóun nìkan; àtòun àti obìnrin ẹ̀ ni kí wọ́n ó jọ rúbọ. Ifá pé wọ́n ó jọ dàgbà dàgbà. Ẹnìkan ò gbọdọ̀ ya araa wọn. Ẹbọ kí ẹmíì wọ́n ó gùn ni kí wọ́n ó rú.

Ìká sá
Ìká ba
Ẹ̀yìnkùlè nÌká wà
Tí ń rẹ̀ra bééje bééje
A díá fún Àdá tí ó fÈèkù sayà
Wọ́n ní kí Àdá ó rúbọ
Bí Àdá ò bá ti léèkù ńdíì mọ́
Àdá di àlùgbọnndanran
BÈèkù náà ò bá sí ńdíì Àdá
Èèkù náà di yẹyẹ́.........................10
Wọ́n ní kí àwọn méjèèjì ó rúbọ
Àwọn méjèèjì bá rúbọ
Ayé bá yẹ àwọn méjèèjì
Wọ́n ní Ìká sá
Ìká ba
Ẹ̀yìnkùlè nÌká wà
Tí ń rẹ̀ra bééje bééje
A díá fún Àdá tí ó fÈèkù sayà
Wọ́n ní kí Àdá ó rúbọ
Àdá gbẹ́bọ ńbẹ̀.........................20
Ó rúbọ
Àdá ló mọ̀mọ̀ sọkọ Èèkù
Èèkù ló sì saya Àdá
Layée wọ́n bá tutù niniini

ÌKÁ ỌSÁ A

Ifá wishes this person a lot of good fortune. Life would please him; he would not be a lone ranger. Ifá asks the husband and the wife to sacrifice together. Ifá prays they would both grow old. They must not divorce each other. They should offer sacrifice for long life.

Ìká runs
Ìká hides
The wicked lives just at the yard
Where he is dancing continuously in futility
Cast divination for the Cutlass that would take his
    wooden handle as his wife
They told the Cutlass to perform sacrifice
Once a Cutlass has no wooden handle
It becomes useless
And conversely if the Handle is not on the Cutlass
The Handle also become worthless.................10
They asked both of them to perform sacrifice
The two of them performed the sacrifice
And life pleased them both
The said Ìká runs
Ìká hides
The wicked lives just at the yard
Where he is dancing continuously in futility
Cast divination for the Cutlass that would take his
    wooden handle as his wife
He was asked to perform sacrifice
The Cutlass heard about the sacrifice...............20
And performed it
It is the Cutlass who had ever since been the husband
    of the wooden Handle
The Handle also is the wife of the Cutlass
And their life became well settled

ÌKÁ ÒSÁ B

Ifá pé ká rúbọ ká sì bèèrè nǹkan tí Orí ẹní ó gbà lọ́wọ́ ẹni. Orí eléyìun gba ẹyẹ Ẹtù.

Orí loníṣe
Aròjòròjò imọ̀
Àjàǹkólokòlo kò fẹ́ tọwọ́ọ rẹ̀ ó bọ́
Ahún fẹ́ tọwọ́ ẹníí jẹ
A díá fún Ọ̀ọ̀ni
Àlàkàn èsùú ọmọ agbèlé sẹbọ ńtorí ọmọ
Ọ̀ọ̀ni ni ò jẹ́ nǹkankan láyé tẹ́lẹ̀ rí
Òún le nípọn ló tọ Ọ̀rúnmìlà lọ
Ọ̀rúnmìlà ní kó rúbọ
Ó ní kó tójú ẹyẹ ẹtù...............10
Kée bỌrí ẹ̀
Wọ́n ní yóó dèèyàn ńlá láyé
Ọ̀ọ̀ni bá tójú Ẹtù
É e bỌrí ẹ̀
Ayé bá yẹ Ọ̀ọ̀ni
Ló ńíyì
Ó ní bẹ́ẹ̀ làwọn Babaláwo tòún wí......20
Orí loníṣe
Aròjòròjò imọ̀
Àjàǹkólokòlo kò fẹ́ tọwọ́ọ rẹ̀ ó bọ́
Ahún fẹ́ tọwọ́ ẹníí jẹ
A díá fún Ọ̀ọ̀ni
Àlàkàn èsùú ọmọ agbèlé sẹbọ ńtorí ọmọ
Èyí tí ó là làà là
Tí ó fẹtù bỌrí
N lawo ń bọ ò
N lawo ń bọ...............30
Gbogbo ìsòrò sọpẹ̀
Ẹ̀yin ò ri pỌ́rí ọlà lawo ń bọ

ÌKÁ ÒSÁ B

Ifá says this person must perform sacrifice and ask for what his Orí would collect. His Orí collects a guinea fowl.

Orí loníṣe
Aròjòròjò imọ̀
The knotty hair does not want the one in his hand to
    drop
But the miser wants to eat the token in one's hand
Cast divination for Ọ̀ọ̀ni
Àlàkàn èsùú the child of agbèlé sẹbọ ńtorí ọmọ
Ọ̀ọ̀ni's stool had once been of no importance
Would he then be a person of substance is the reason
    why he had gone to Ọ̀rúnmìlà
Ọ̀rúnmìlà asked him to offer sacrifice
He was told to get a guinea fowl...............10
And sacrifice it to his Orí
They said he would become an important personality
Ọ̀ọ̀ni prepared the guinea fowl
And used it to sacrifice to his Orí
Life then pleased Ọ̀ọ̀ni
He became a person of integrity
He said it was exactly as his Babaláwos said..........20
Orí loníṣe
Aròjòròjò imọ̀
The knotty hair does not want the one in his hand to
    drop
But the miser wants to eat the token in one's hand
Cast divination for Ọ̀ọ̀ni
Àlàkàn èsùú the child of agbèlé sẹbọ ńtorí ọmọ
The one that would become exceedingly rich
That would sacrifice a guinea fowl to his Orí
It is what priests offer sacrifices for
Please it is what priests worships...............30
All ìsòrò sọpẹ̀
Can you all see that it is the Orí that would result in
    riches that priests offer sacrifices for?

ÌKÁ ÒTÚRÚPÒN A

Ifá pé òun pé ire fún eléyìun. Ayé ó yẹ ẹ́.

Ìká túrú túrú
Babaláwo Itú ló díá fún Itú ní kùtùkùtù
    òwúrọ̀
Níjọ́ tí ń sunkún òun ò láya
Òun le láya báyìí?
Wọ́n ní ó rúbọ
Wọ́n ní ọpọ̀lọpọ̀ ataare lẹbọ
Wọ́n ní eyẹlé lẹbọ
Wọ́n ní aya ò níí wọ́n ọn
Itú bá rúbọ
Wọ́n ní kó mọ́ọ jẹ ataare ọ̀hún.......10
Bó bá sì ti ń jẹ ẹ́
Ni kó mọ́ọ tu ú
Yóó mọ́ọ póun ti rúbọọ̀
Òun ti rúbọ
Tùẹ̀
Ayé yẹ Itú
N ní wá ń jó ní wá ń yọ̀
Ní ń yin àwọn Babaláwo
Àwọn Babaláwo ń yin Ifá
Ó ní bẹ́ẹ̀ làwọn Babaláwo tòún wí......20
Ìká túrú túrú
Babaláwo Itú ló díá fún Itú ní kùtùkùtù
    òwúrọ̀
Níjọ́ tí ń sunkún òun ò láya
Wọ́n ní yóó láya lọ́pọ̀lọpọ̀ ẹbọ ní ó ṣe
Rírú ẹbọ
Èèrù àtùkèsù
Ẹ wáá bá wa ní jẹ̀bútú aya
Jẹ̀bútú aya làá bá ni lẹ́sẹ̀ ọba Òrìsà

ÌKÁ ÒTÚRÚPÒN A

Ifá wishes this person well. Life would please him.

Ìka túrú túrú
The Babaláwo of Itú casts divination for Itú early in
    life
On the day he was crying of having no wife
'Would I have any wife'?
They told him to perform sacrifice
They told him to get alligator pepper as sacrifice
Pigeons are also part of the article of sacrifice
They predicted that he would never experience a
    dearth of wives
Itú performed the sacrifice
They told him to chew the alligator pepper........10
After chewing it
He should be spitting it
He should be announcing that he had observed the
    sacrifice
'I have performed the sacrifice'
'Tùẹ̀'
Life so pleased Itú
He then was dancing and rejoicing
He was praising his Babaláwo
His Babaláwo was praising Ifá
He said it was exactly as his Babaláwo said.........20
Ìká túrú túrú
The Babaláwo of Itú casts divination for Itú early in
    life
On the day he was crying he has no wife
They told him he would have many wives but should
    perform the sacrifice of wives
Offering of sacrifices
And free gifts given to Èṣù
Come and meet us with good fortune of wives
One is usually found with fortune of wives at the feet
    of the king of all Òrìsàs

ÌKÁ ÒTÚRÚPÒN B

Ifá yǐí pé kí eléyìun ó mọ́ jà. Ó sì tún ní
ká gbọ́ràn o.

Ìká ni ò túwọ́
Ìpọ̀n ni ò túsẹ̀
A díá fún ọn ní Ilú Ìhànrín
Níbi wọ́n gbé ń bura wọ́ọ́n jẹ
Wọ́n ní kí wọn ó rúbọ
Ìwọ Ìká túwọ́ níbi n tòó ń ṣe
Ìká ò fẹ́
Ìpọ̀n túsẹ̀
Òun náà ò gbà
N ni àwọn ajá ń ṣe tée dòní............10
Bí ọn bá ń gun araa wọn
Wọn è é gbádùn araa wọn
Ifá pé kí eléyìun ó ṣe pẹ̀lẹ́ o
Kí nǹkan ó mọ́ wàá há a nídǐí
Wọ́n ní Ìká ni ò túwọ́
Ìpọ̀n ni ò túsẹ̀
A díá fún ọn ní Ilú Ìhànrín
Níbi wọ́n gbé ń bura wọ́ọ́n jẹ wọn ó tóó
         mọ́ọ dọ́kọ
Ẹyín pẹ̀lẹ́ o
Ará Ilú Ìhànrín 20
Níbi tẹ́ẹ gbé ń buraa yín jẹ
Kẹ́ẹ tó mọ́ọ dọ́kọ
N lorúkọ à á pajá

ÌKÁ ÒTÚRÚPÒN B

Ifá asks this person not to fight with anyone. He is
extolled to heed and listen to advise.

It is Ìká that did not unwind his hands
Ìpọ̀n did not unwind his legs
Cast divination for them in Ìhànrín city
Where they are biting each other
They were asked to perform sacrifice
You Ìká, remove your hand from what you are doing
Ìká does not want
You Ìpọ̀n, untangle your leg
He too refused
That is what dogs do till date.........................10
When the are mating each other
They will never enjoy themselves
Ifá asks this person to exercise restraint
Such that an object would not stay held in her vagina
They said it is Ìká that did not unwind his hands
Ìpọ̀n did not untangle his legs
Cast divination for them in Ìhànrín city
Where they are biting each other before having an
         intercourse
I greet you all
You the people of Ìhànrín city.........................20
Where you bite each other
Before you have intercourse
Is the appellation for dogs

ÌKÁ ÒTÚÁ A

Ifá pé òun pé ire fún eléyìun. Yóò nísinmi, yóò sì móọ ṣe láyé ẹ̀.

Ẹ̀sọ̀ ẹ̀sọ̀ n làgbàlagbà fíí rìnrìn ọ̀gànjọ́
Toríi kó mọ́ baà ṣubú
A díá fún Ọ̀rúnmìlà
Tí ń lọ rèé wọ ilédĩ
Láì bẹ́nì kankan sọ
Wọ́n ní kó rúbọ
Ǹgbà Ọ̀rúnmìlà ń lọ́ọ́ wọ ilédĩ
Ó dákẹ́
Gbogbo àwọn Akápò ẹ̀ ó móọ lọ́ọ́ dá Ifá
Ọ̀rúnmìlà ó sí dákẹ́ sílé.............. 10
Níjọ́ tí wọ́n ó bàá sì sorò fun
Ọ̀rúnmìlà ó bàá pé ẹ ó fùún òun ní nǹkan o
Wọ́n bá ń fún un léku
Wọ́n ń fún Ifá lẹ́ran
Ẹja
Ayé yẹ ẹ́
Nǐ wá ń jó n ní ń yọ̀
Nǐ ń yin àwọn Babaláwo
Àwọn Babaláwo ẹ̀ ń yin Ifá..............19
Ó ní bẹ́ẹ̀ làwọn Babaláwo tòún wí
Ẹ̀sọ̀ ẹ̀sọ̀ n làgbàlagbà fíí rìnrìn ọ̀gànjọ́
Toríi kó mọ́ baà ṣubú
A díá fún Ọ̀rúnmìlà
Tí ń lọ rèé wọ ilédĩ
Láì bẹ́nì kankan sọ
Ẹbọ n wọ́n ní ó ṣe
Kó lè baà dẹ̀rọ̀
Àfi bẹ́ẹ̀ bá fún mi lẹ́ran ò
Kó lè baà dẹ̀rọ̀
Ọmọ aráyé dé mi máwo ò..............30

ÌKÁ ÒTÚÁ A

Ifá wishes this person well. He would have rest of mind and peace. He would be perfect.

It is with caution that an elderly person walks in the middle of the night
Such that he would not collapse
Casts divination for Ọ̀rúnmìlà
That was going enter ilédĩ
Without telling anyone
He was asked to perform sacrifice
When Ọ̀rúnmìlà was entering ilédĩ
He was reflective
All his representatives would go on casting divination
Ọ̀rúnmìlà would be at home meditating............10
On the day they would perform the rituals
Ọ̀rúnmìlà would make a demand for a particular thing
They would then give him rats
They would give him meat
Fish
And life would please them
He then started to dance and rejoice
He was praising his Babaláwo
His Babaláwo was praising Ifá
He said it was exactly as his Babaláwo had said 20
It is with caution that an elderly person walks in the middle of the night
Such that he would not fall down
Casts divination for Ọ̀rúnmìlà
That was entering ilédĩ
He entered ilédĩ without telling anyone
He was asked to perform sacrifice
Such that it would become better resolved
Except you give me meat
Such that it would become better resolved
Son of man covered me up in a dish..................30

Wón ṣe bí ǹ ò leè sòrò
Kó le baà dèrò
Àfi béẹ fún mi lẹran ò
Kó lè baà dèrò

They thought I could not talk
Such that it would become better resolved
Except you give me meat
Such that it would become better resolved

ÌKÁ ÒTÚÁ B

Ifá pé kí eléyìun ó móọ fẹsọ̀ ẹsọ̀ ṣe nǹkan. Kó sì rúbọ kóun ó mọ́ rí nǹkan tí ó dá a gúnlẹ̀.

Gbó gbò gbó igi méjì
Bó bá koraa wọn lọ́nà
Wọn a sì jẹraa wọn tán lúúlúú
A díá fún Sòbìà
Tí ń gbóguún tọ̀run bọ̀ wálé ayé
Wọ́n ní kí wọ́n ó rúbọ
Ńgbà tí Sòbìà ń bọ̀ wálé ayé
Àwọn tí ó dàá gúnlẹ̀ ní ń wáá bọ̀
Ifá pé ká rúbọ
Òun ò níí jẹ́ á rí àdágúnlẹ̀...............10
Gbó gbò gbó igi méjì
Bó bá koraa wọn lọ́nà
Wọn a sì jẹraa wọn tán lúúlúú
A díá fún Sòbìà
Tí ń gbóguún tọ̀run bọ̀ wálé ayé
Mọ́ dàá wa gúnlẹ̀ dákun
Sòbìà
Mọ́ dàá wa gúnlẹ̀ dákun
Sòbìà

ÌKÁ ÒTÚÁ B

Ifá asks this person to be cautious in handling issues. He is warned to perform sacrifice such that he would not see something that would make him immobile.

Two short and stocky woods
If they continue to collide with each other
They would chop each other to form powders
Cast divination for Guinea worm
That was bringing war from heaven to the earth
He was asked to perform sacrifice
When the Guinea worm entered into the earth
He came looking for people to render immobile
Ifá asks us to perform sacrifice
He would not allow us see an illness that would
    render us paralyzed...........................10
Two short and stocky woods
If they continue to collide with each other
They would chop each other to form powders
Cast divination for Guinea worm
That was bringing war from heaven to the earth
Please do not render us handicapped
Guinea worm
Please do not make us immobile
Guinea worm

ÌKÁ ÌRẸTẸ̀ A

Ifá pé òun pé ire fún eléyìun,. Babaa wọ́n
gba adìẹ kan lọ́wọ́ ẹ̀. Kó lọ́ọ́ wa ilẹ̀
kótókótó, kó bu iyọ̀ àti oyin sí i, kó wáá
dú adìẹ náà síbẹ̀. Lẹ́yìn náà ni kó ṣe àdúà
lórìi baba ẹ̀ sínú ihò náà. Ifá pé baba ẹ̀ ní
ó jẹ́ẹ́ kí nǹkan ẹ̀ ó dùn. Bí baba ẹ̀ bá ń bẹ
láyé, kó lọ́ọ́ fún baba yìí ní Àkùkọ adìẹ.

Ìká nÌká ẹlẹ́ja
Ìrẹtẹ̀ nÌrẹtẹ̀ Oníwòó
Èjì gede làá gbóhùn àràn
A díá fún Ọ̀mùmùyín
Ọmọ Aṣẹyìin mọ̀kín
Wọ́n ní kó rúbọ
Wọ́n ní ó yáa lọ́ọ́ wa ilẹ̀
Kó bu oyin àti iyọ̀ sínú ẹ̀
Kó wáá gbé ọrùn adìẹ sórìi ilẹ̀ tó gbẹ́
Kó wáá sàdúà baba ẹ̀.....................10
Kó wáá fi adìẹ ọ̀hún ju gbogbo ara ẹ̀
Kó wáá gé orí adìẹ náà sínú ẹ̀
Wọ́n ní gbogbo nǹkan ẹ̀ ní ó dùn
Ayé ẹ̀ bá dára
Ó bẹ̀rẹ̀ sii lówó
Ó lọ́rọ̀
Baba wọ́n dúó tì Í
Wọ́n gbè é
N ní wá ń jó ní wá ń yọ̀
Ní ń yin àwọn Babaláwo.....................20
Àwọn Babaláwo ń yin Ifá
Ó ní bẹ́ẹ̀ làwọn Babaláwo tòún wí
Ìká nÌká ẹlẹ́ja
Ìrẹtẹ̀ nÌrẹtẹ̀ Oníwòó
Èjì gede làá gbóhùn àràn
A díá fún Ọ̀mùmùyín
Ọmọ Aṣẹyìin mọ̀kín

ÌKÁ ÌRẸTẸ̀ A

Ifá wishes this person well. He is extolled to perform
sacrifice to his father who accepts a chicken from him.
Ifá asks him to dig a small hole in the ground and pour
honey and salt into it. He should slaughter the hen into
the hole, and pray into it. Ifá says it is his father who
would make his things better. If his father is alive, he
must go and give him a live chicken.

Ìká nÌká ẹlẹ́ja
Ìrẹtẹ̀ nÌrẹtẹ̀ Oníwòó
Èjì gede làá gbóhùn àràn
Cast divination for Ọ̀mùmùyín
The child of Aṣẹyìin mọ̀kín
He was asked to perform sacrifice
'Go and dig a small hole in the earth'
'Pour salt and honey into it'
'Hold the chicken over the hole dug'
'You should then pray invoking your father's spirit
        into it'.....................10
'Use the chicken to brush all your body'
'After this, you should slaughter the chicken into it'
'All your things would be sweetened' They concluded
His life then became better
He started to have wealth
He had riches
His father stood by him
And profits him
He then started to dance and rejoice
He was praising his Babaláwos.....................20
His Babaláwos were praising Ifá
He said it is exactly as his Babaláwos said
Ìká nÌká ẹlẹ́ja
Ìrẹtẹ̀ nÌrẹtẹ̀ Oníwòó
Èjì gede làá gbóhùn àràn
They are the ones that cast divination for Ọ̀mùmùyín
The child of Aṣẹyìin mọ̀kín

Ọmùmùyín dé ò	Ọmùmùyín is back
Ọmọ Aṣẹ́yìn	The child of Aṣẹ́yìn
Baba wá gboyin...........................30	Our father accepts honey 30
A sì gbóhùn	And we heard his reply

ÌKÁ ÌRẸTẸ̀ B

Ifá pé nǹkan eléyìun ò níí bàjẹ́. Kí nǹkan
ó mọ́ nù ni kó rúbọ sí. Nǹkan eléyìun ò
níí sọnù mọ́ ọ lọ́wọ́.

Aṣọ Babaláwo níí gbó lórí eékún
Nǐbi tí gbé ń bọfà onífà kiri
Ẹ̀wù Onísẹ̀gùn níí ya ní kàkà ọrùn
Nǐbi tí gbé ń jàjàngbilà
A díá fún Ọ̀tọ̀tọ̀ Èyí
Èyí tíí sọmọ bíbí inú Àgbọnnìrègún
Odidi nǹkan òun ò nù báyìí?
Kò sọnù mọ́ òun lọ́wọ́?
Wọ́n ní kó rúbọ
Ló bá rúbọ.......................10
Nǹkan ẹ̀ ò sọnù mọ́
Ayé yẹ ẹ́
N ní wá ń jó ní wá ń yọ̀
Ní ń yin àwọn Babaláwo
Àwọn Babaláwo ń yin Ifá
Ó ní bẹ́ẹ̀ làwọn Babaláwo tòún wí
Aṣọ Babaláwo níí gbó lórí eékún
Nǐbi tí gbé ń bọfà onífà kiri
Ẹ̀wù Onísẹ̀gùn níí ya ní kàkà ọrùn
Nǐbi tí gbé ń jàjàngbilà.................20
A díá fún Ọ̀tọ̀tọ̀ Èyí
Èyí tíí sọmọ bíbí inú Àgbọnnìrègún
Í ṣeé nù?
Ọ̀tọ̀tọ̀ Èyí ṣeé nù lójú Ikin
Í ṣeé nù?

ÌKÁ ÌRẸTẸ̀ B

It would be well with this person. His things would
not get lost. He should perform sacrifice to forestall
this.

It is Babaláwo's clothes that is worn on the knee
Where he was going about performing sacrifices to
    someone else's Ifá
It is the medicine man's cloth that tears on the neck
Where he was wrestling inseparably
Cast divination for Ọ̀tọ̀tọ̀ Èyí
The child of Àgbọnnìrègún's bowel
'Would bundles of my things not get lost'?
'Would I have a safe keeping of my things'?
He was asked to perform sacrifice
He then performed the sacrifice....................10
His things refused to be missing again
Life pleased him
He then started to dance and rejoice
He was praising his Babaláwos
His Babaláwos were praising Ifá
He said it is exactly as his Babaláwos said
It is Babaláwo's clothes that is worn on the knee
Where he was going about performing sacrifices to
    someone else's Ifá
It is the medicine man's cloth that tears on the neck
Where he was wrestling inseparably................20
Cast divination for Ọ̀tọ̀tọ̀ Èyí
The child of Àgbọnnìrègún's bowel
How should it get lost?
How would this certain one be lost in the presence of
    Ikin?
How would it get missing?

ÌKÁ ÒSẸ́ A

Ifá pé kí eléyìun ó rúbọ; ayé ó yẹ ẹ́. Ifá rí Obìnrin kan, Ifá kì í nílọ̀ pé kó mọ́ọ gbọ́rọ̀ sí ọkọ ẹ̀ lẹ́nu. Bí ò bá gbọ́ràn, òun ó tì í mọ́lé.

Ìka wọ́n ṣẹ́
Ìka wọ́n rún
Ìka wọ́n fàya pẹ̀ẹ̀rẹ̀ pẹẹrẹ bí aṣọ
Ìka wọ́n ṣẹ́ mùlùǹkú
Bí apá Ìbílẹ̀ Akika
A díá fún Oyèbọ́ádé tíí saya Ọrúnmìlà
Ọrúnmìlà wí wíí wí
Kò fẹ̀
Ọrúnmìlà sọ sọọ sọ
Kò gbà.............10
Ó ní kó ṣe pẹ̀lẹ́pẹ̀lẹ́
Kò dáhùn
Ifá bá ṣé e mọ́lé
Ó bá ké ìjàsì láti inú ilé
Ó lẹẹkú o ò ọmọ Àgbọnnìrègún
Wọ́n ní hin
Ìká wọ́n ṣẹ́; Ìka wọ́n rún; Ìka wọ́n ṣẹ́
    mùlùǹkú bí apá Ìbílẹ̀ akika
Hin
A díá fún Oyèbọ́ádé tíí saya Ọrúnmìlà o
Hin 20
Ó ló yá jebi lọ ò o ò o ò
Ọrúnmìlà Ikú onídà ó yá jebi lọ́ o ò
Ọrúnmìlà ikú onídà ó yá jebi lọ́ o o
Ọrúnmìlà Ikú onídà ó yá jebi lọ
Ṣí mí ì lẹ̀ dákun o
Ọrúnmìlà ṣí mí ì lẹ̀ dákun o ò ò ò
Ọrúnmìlà ṣí mí ì lẹ̀ dákun o ò o ò
Ọrúnmìlà ṣí mí ì lẹ̀ dákun

ÌKÁ ÒSẸ́ A

Ifá asks this person to perform sacrifice. Life would please him. There is a particular woman close to this person; Ifá enjoins the woman to be attentive to her husband. If not Ifá would lock her up.

Their finger is broken
Their finger is crushed
Their finger is torn lengthwise like a cloth
Their finger is bent awkwardly
Like the base of Ìbílẹ̀ Akika
Cast divination for Oyèbọ́ádé the wife of Ọrúnmìlà
Ọrúnmìlà urged and petted her on a pressing issue
She refused to listen
Ọrúnmìlà tried to correct her
She refused to bulge.............10
He asked her to be attentive
He was unsuccessful
Ifá as a result locked her up
The woman after a period of time busted into Ìjàsì
    song from inside the prison
I greet you all the children of Àgbọnnìrègún, she sang
Hin
Their finger is broken, it is crushed, and it is bent
    awkwardly like the base of Ìbílẹ̀ Akika
Hin
Cast divination for Oyèbọ́ádé the wife of Ọrúnmìlà
Hin.............20
It is better than hunger, she sang pathetically
Ọrúnmìlà, please, the death by sword is better than
    hunger
Ọrúnmìlà death by sword is better than hunger
Ọrúnmìlà the death by sword is better than hunger
Please release me
Ọrúnmìlà release me I beg you
Ọrúnmìlà please release me
Ọrúnmìlà please release me

ÌKÁ ÒSẸ́ B

Ifá pé òun pé ire fún eléyìun. Ifá rí ọmọ oṣú kan; kò gbọdọ̀ gbé ọmọ rẹ̀ re ilée bàbá ẹ̀ torí àwọn ẹni ibí rí bẹ̀ ńbẹ̀ tí wọn ò fẹ́ kó ní nǹkan. Ifá pé kó forí pamọ́ sílé ọkọ ẹ̀ kí wọ́n ó mọ́ ba tiẹ̀ jẹ́.

Àsá ǹ wéwé
Awo Ọmọdé
A díá fún Èṣùu Pànàdà
Èyí tí ò rí èèrù jẹ
Èsùu pànàdà tó sawo tí ò rérù jẹ
Ló díá fún Òkòkó nǐyẹ̀lẹ̀
Ọmọọ wọn ní Ìsálú òkun
Níjọ́ tí ń fomi ojúú sògbérè ọmọ
Wọ́n ní yóó bímọ lọ́pọ̀lọpọ̀
Ẹbọ ọmọ ni kó ṣe...................10
Wọ́n ní ṣùgbọ́n kò gbọdọ̀ gbé ọmọ re ilée
    bàbá ẹ̀
Nitori àwọn Elénìní
Kò ṣe méjì mọ́
Ó bá rúbọ
Ayé bá yẹ ẹ́
N ní wá ń jó ní wá ń yọ̀
Ní ń yin àwọn Babaláwo
Àwọn Babaláwo ń yin Ifá
Ó ní bẹ́ẹ̀ làwọn Babaláwo tòún wí
Àsá ǹ wéwé 20
Awo Ọmọdé
A díá fún Èṣùu Pànàdà
Èyí tí ò rí èèrù jẹ
Èsùu pànàdà tó sawo tí ò rérù jẹ
Ló díá fún Òkòkó nǐyẹ̀lẹ̀

ÌKÁ ÒSẸ́ B

Ifá wishes this person well. Ifá sees a divorced woman who is extolled not to take her children to her father's house. This is because of some people who don't want progress for her. Ifá wants her to return to her husband's place and remain there. She would not be ruined.

Àsá ǹ wéwé
The Babaláwo of Ọmọdé
Casts divination for Èṣùu Pànàdà
The one that had been practicing his priesthood
The Èṣùu Pànàdà that had been a priest for long
    without having free gifts
He was the one that cast divination for Òkòkó nǐyẹ̀lẹ̀
Their child at the other side of the ocean
On the day she was crying because of children
They told her she would have many children
But she should perform sacrifice..................10
And should never venture into taking her kids to her
    father's house
It is to forestall the possibility of her enemy's attack
She did nothing else
She performed the sacrifice
Life pleased her
She then was dancing and rejoicing
She was praising her Babaláwo
Her Babaláwo was praising Ifá
She said it is exactly what her Babaláwo said
Àsá ǹ wéwé 20
The Babaláwo of Ọmọdé
Cast divination for Èṣùu Pànàdà
The one that had been practicing his priesthood
    without having any free gifts
The Èṣùu Pànàdà that had been a priest without
    having free gifts
Is the one that cast divination for Òkòkó nǐyẹ̀lẹ̀

613

Ọmọọ wọn ní Ìsálú òkun
Níjọ́ tí ń fomi ojúú sògbérè ọmọ
Ó wu Òkòkó nìyẹ̀lẹ̀
Kó gbọ́mọ lọ rèé han Òkun
Àwọn abínú ẹni tí ń bẹ nígbèyìnwò Ọ̀sá
     ni ò jẹ́.................…...30
À báà fún wọn lówó
Ká fún wọn láṣọ
Ká fún wọn lágbàbọ́
Kódà ká fún wọn níwọ̀fà
Abínú ẹni ì í fẹ́
Èèyàn búburú wọn ò níí gbà

Their child at the other side of the ocean
Sacrifice is the antidote prescribed for her
It pleased Òkòkó nìyẹ̀lẹ̀
To show her babies at the other side of the ocean
But the wicked beings living beside the Lagoon
     restrained her.....................…...............30
We could have given them money
We could have given them clothes
We could even give them free food
Or servants and slaves
The wicked ones would never prefer any to their
     wickedness
Diabolically minded persons would never repent

ÌKÁ ÒFÚN A

Ifá pé òun pé ire fún eléyìun. Ọlọ́run ó
ba ṣe é, Ifá ó ba ṣe é, Orii rẹ̀ náà ó ba ṣe é.
Ẹbọ ni kó rú dáadáa.

Orí Ìká fún
Orí Ìká ò fún
Orí ẹni níí fún ni níre
A díá fún Dèǹdèré
Èyí tíí ṣe iye Oṣù lọ́run
Òun le níre báyìí?
Iré jókòó ti òun báyìí?
Wọ́n lẹbọ ni kó rú
Oṣù bá rúbọ
Gbogbo Ìràwọ́ bá jókòó ti Oṣù..........10
Ire gbogbo bá jókòó tí Í
Ló bá kó ọmọ bọ̀ wínniwínni
Ifá lóun pé ire fún eléyìun
Ó ní Orí Ìká fún
Orí Ìká ò fún
Orí ẹni níí fún ni níre
A díá fún Dèǹdèré
Èyí tíí ṣe iye Oṣù lọ́run
Wọ́n ní kó sá káalẹ̀ kó jàre ẹbọ ní ó ṣe
Dèǹdèré gbẹbọ ńbẹ̀ 20
Ó rúbọ
Dèǹdèré mọ̀mọ̀ dé ò
Iye Oṣù
Ẹ wá wo iye ọmọ tí Oṣù kó bọ̀ àjò
Dèǹdèré dé ò
Iye Oṣù

ÌKÁ ÒFÚN A

Ifá wishes this person well; Ifá prays to God to help
him, and he would help him too. His Orí also would
help him, but he should perform sacrifice well.

Whether the Orí of Ìká is tight
Or it is loose
It is one's Orí that gives one the good fortunes
Cast divination for Dèǹdèré
The mother of the Moon crescent in heaven
'Would I see good things at all'?
'Would good things stay with me'? She had asked
She was asked to perform sacrifice
The Moon crescent performed the sacrifice
All the stars stayed with the moon....................10
All good things stayed with her
She brought back many children
Ifá says he wishes this person well
He said whether the Orí of Ìká is tight
Or it is loose
It is one's Orí that gives one the good fortunes
Cast divination for Dèǹdèré
The mother of the Moon crescent in heaven
She was asked to take care of the ground and perform
      sacrifice
Dèǹdèré heard about the sacrifice...................20
And performed it
Dèǹdèré is back
The mother of Moon crescent
Come and see the children she brought back from her
      journey
Dèǹdèré is back
The mother of Moon Crescent

ÌKÁ ÒFÚN B

Ifá pé kí eléyìun ó rúbọ kí ẹnú ó ká a kó mọ́ baà ṣera ẹ̀ lóhun. Ó dàbí Ìgbà tí wọ́n ń rẹ eléyìun jẹ. Ẹni ó rẹ ẹ jẹ wáá sálọ fún un. Ifá pé wọ́n ó fìyà jẹ onítọ̀hún lókèèrè, yóó sì padà wá fún eléyìun. Ẹrankùn lẹbọ ẹ. Àtọkọ àtaya ó gbọdọ̀ wo ìran lẹ́nu ọjọ́ mẹ́ta yí o. Kí wọ́n ó mọ́ baà gbé nnkan ti ibi ìran tí ọn lọ́ lọ́ wò bọ̀.

Ẹri pẹ̀sẹ́pẹ̀sẹ́
Ẹrẹ̀ pẹ̀sẹ́pẹ̀sẹ́
A díá fún Ọni tíí ṣe wọlé wọde Òrìsà
Wọ́n ní kó rúbọ kí ẹnu ó ká a
Òòsà wí fún un títí
Kò gbọ́
Ńgbà ó dijọ́ kan
Ọni bá bínú kúò lọ́dọ̀ Òòsà
Ó bá kọrí sílé Olókun
Ńgbà ó délé Olókun.......................10
Ó bọ́ sínú omi
Ní bá ń ṣe fàájì ńbẹ̀
Òòsà wáá ní 'Ọwọ́ òun le tẹ Ọni báyìí'
'Ọni tí ń rẹ òun jẹ yìí?
Wọ́n ní kí Òòsà ó rú Ewúrẹ́ méjì
Òòsà rú Ewúrẹ́
Wọ́n bá fi awọ ẹ̀ kan Ìlù
Ó gbẹ́bọ fún Èṣù
Èṣù bá ní ó kálọ
Èṣù lóun ó bàá Òòsà mú Ọni...........20
Ìgbandúrúkú
Ìgbandùrùkù
A díá fún Ọni tí ò dáràn Òòsà
Tí ó re ilé Olókun lọ rèé dákẹ́ sí

ÌKÁ ÒFÚN B

Ifá wishes this person to perform sacrifice. He is extolled to be self disciplined such that he would not cause himself harm. Ifá says he is being cheated and the cheat has run away. Wherever the trickster runs, he would be punished there and sent back to meet this person. Entwined rope is the sacrifice. Ifá enjoins the wife and husband not to be spectators of any misadventure on the streets these last days.

Ẹri pẹ̀sẹ́pẹ̀sẹ́
Ẹrẹ̀ pẹ̀sẹ́pẹ̀sẹ́
Cast divination for the Crocodile, the close friend of Òòsà
He was told to perform sacrifice to be disciplined
Òòsà warned and warned him
He refused to listen
One fateful day
The Crocodile in anger left Òòsà
He left for the house of Olókun
When he got to the house of Olókun…......…10
He entered into the waters
And was having a nice time out
'How would I be able to catch this Crocodile'? Òòsà asked
'This Crocodile that is cheating me'?
They asked Òòsà to sacrifice two goats
He offered it
They used the goats' skins to make a drum
And the sacrifice was given to Èṣù
Èṣù asked Òòsà to follow him
'I would help you to catch the Crocodile' Èṣù said
Ìgbandúrúkú................. 21
Ìgbandùrùkù
Cast divination for the great Crocodile that actually committed no crime against Òòsà
But would go and stay hidden in Olókun's house

Èṣú bá gbéra
Ó mú okùn àti dùùrù lọ́wọ́
Ó sì gbé ìlù tí wọ́n fi awọ ẹran ìrúbọ ṣe
Bó ti dọ́hùún ló rí Ọni tó napá nasẹ̀
Èṣú bá pojóbó okùn
Ló bá forin sẹ́nu.........................30
Ó ní 'Ọni Ọmọ Olókun'
Súré wá o wáá jó dùùrù kó o sún kẹẹrẹ ò
Ìgbandúrúkú
Ìgbandùrùkù
Jó dùùrù kó o sún kẹẹrẹ
Ìgbandúrúkú
Ìgbandùrùkù
Wáá jó dùùrù kó o sún kẹẹrẹ
Ìgbandúrúkú
Ìgbandùrùkù.....................40
Ọ̀ní dákẹ́ ó dákẹ́ tì
Ọ̀ní bá gbó ìlù
Ìlù ló dùn tó báyìí?
Òun ó lọ́ọ́ wò ó
Bí tí ń lọ
Èṣù tun ní Ẹri pẹ̀sẹ̀pẹ́sẹ́
Ẹrẹ̀ pẹ̀sẹ̀pẹ̀sẹ̀
A díá fún Ọni wàkàwàkà
Èyí tíí ṣe wọlé wọ̀de Òrìsà
Ìgbandúrúkú.....................50
Ìgbandùrùkù
A díá fún Ọni tí ò dáràn Òòsà
Tí ó rojú òkun lọ rèé dákẹ́ sí
Ọ̀ni ọmọ Olókun
Súré wá o wáá jó dùùrù kóo sún kẹẹrẹ ò
Ìgbandúrúkú
Ìgbandùrùkù
Jó dùùrù kóo sún kẹẹrẹ
Ìgbandúrúkú

Èṣù then left for Olókun's house
He had his rope and piano handy
He also took the drum made of the skin of the animal
    sacrificed
He got there and saw the crocodile resting on the
    water
He quickly noosed the rope at one end
And busted out singing..........................30
'Crocodile the child of Olókun', he chanted
'Run here to dance to my piano and move in short
    steps'
Ìgbandúrúkú
Ìgbandùrùkù
Dance to my piano and move in short steps
Ìgbandúrúkú
Ìgbandùrùkù
Come and dance to my piano and move in short steps
Ìgbandúrúkú
Ìgbandùrùkù.....................40
The Crocodile became silent and listened
He heard the melody
'A tune could be this melodious'?
'I must go and see' He said
As he was going
Èṣù, with hard drumbeats chanted, Small rivers of no
    importance
With small slippery earth
Cast divination for the strong Crocodile
The close friend of Òòsà
Ìgbandúrúkú.....................50
Ìgbandùrùkù
Cast divination for the Crocodile that committed no
    crime against Òòsà
That would go to the ocean surface to stay
Crocodile the child of Olókun
Run here and dance to my piano sound and move in
    short steps
Ìgbandúrúkú
Ìgbandùrùkù
Dance to my piano sound and move in short steps
Ìgbandúrúkú

617

Ọní bá ń bọ fàà
Ìlú dùn mọ́ ọ
Kó bọ́ sókè kóun náà ó jó
Èṣú bá sọ okùn sí I ńdìí
Nǐ ọ́n bá so Ọni mọ́lẹ̀
Nǐbi wọ́n gbé ń so Ọni mọ́lẹ̀ nùu
Ni ọ́n bá dá Ọni gúnlẹ̀
Wọn ò bá jẹ́ ó jáde mọ́

With great speed, the Crocodile approached the bank
The melody was very nice to his ears
As he was about to step to the beach to dance
Èṣù inserted the rope noose on him
That was how they tethered the crocodile
And that was the story that started the tethering of
Crocodiles
They arrested the Crocodile
And disallowed his free movement

DIFFICULT WORDS : ÌKÁ

1. **Tùnhíìn**: The cry of the baby Hyena
2. **Pààká aborí jètí jèti**: A certain masquerade that is very dreadful. Comes out to display only occasionally.
3. **That would see his father as his mate**: This is describing Ọ̀rúnmìlà's position being a king. As a king, he becomes the head and also of his father.
4. **Atọ́kùn**: The captain of the masquerade during its outing or display.
5. **A mèwúrẹ̀ sọ̀run ẹ̀ ńtorí ọmọ**: Oníbàyì dúdú (Name of a person) is the child of this clan. It translates to the person who fitfully sacrificed a goat to his ancestors to get children.
6. **Apá, Ìrókò**: Hardwoods found in the rain forests.
7. **Ọ̀pẹ Ẹlùjù**: Oil palm tree and its family.
8. **Man would scrape its bark**: Almost all hardwood trees have their barks being a constituent of one medicine or the other. The epicarp is therefore removed to extract the sap for medicine on boiling
9. **Alágbẹ̀dẹ Ìmọ̀bà**: Alágbẹ̀dẹ is a blacksmith and Ìmọ̀bà is the name of the ancient city where the Ifá verse was first chanted
10. **Ẹwìrì**: Blowers
11. **Àkùkọ Ìtàn gàjàlà**: Name of an ancient Babaláwo
12. **Ẹ̀gà**: A kind of bird
13. **Àlàó**: Praise name for a man
14. **Ìgbẹsà**: Name of a particular city
15. **Òjo, Òòrò, Ọ̀fà**: Names of cities in Kwara state of Nigeria

16. **Òòrẹ̀ gìdìgbà**: Name of a person
17. **Bòbó à á fíì lé**: Place of enjoyment
18. **Ògúngbádé**: Name of a person
19. **Ẹlẹrìn mọ sà ọmọ ọgbọ́n inú ẹni níì tó níì jẹ**: Appellation for (16). The child of the clan 'one's knowledge and wisdom is enough to create wealth to sustain one's livelihood'.
20. **Àtè**: Gum
21. **Ìsòròsòpè**: All observers of rites and rituals
22. **Káà káà Gúndá, Kàà kàà Gúndá**: Rhythms. Ìká Ògúndá
23. **Olóńkò Ègì**: An ancient name
24. **Is the reason for breaking off your head**: Analogy. To test if okra is fresh or not, it is the tip (head) that has to be broken.
25. **Orí lonìṣe**: Name of a Babaláwo. (Lt) 'it is Orí that has the solution.
26. **Ilẹ́dì**: When Ikin, special kind of oil palm fruit, that is being used in divination is covered in a dish. It is referred to as being in Ilẹ́dì. It is the object of worship in Ifá.
27. **Ọ̀ọ̀ni**: The title of the king of Ilé Ifẹ́. Ọ̀ọ̀ni is the chief priest of Odùduwà, the father of all Yorubas.
28. **Àlàkàn Ẹ̀ṣùú, Ọmọ agbèlé ṣẹbọ ńtorí ọmọ**: Appellation for Ọ̀ọ̀ni telling about how much the king cares for children. 'He sources for loans to use in sacrifices for him to have children'.
29. **Ìká nìká ẹlẹ́ja, Ìretẹ̀ nìretẹ̀ Oníwòó, Èjì gede làá gbóhùn àràn**: Names of Babaláwos
30. **Oyèbọ́ádé**: Name of a person.
31. **Àsá ń wéwé**: Name of a Babaláwo. Uncertain meaning.
32. **Èṣù Pànàdà**: Name of another Babaláwo
33. **Òkòkó nìyèlè**: The mother hen

34. Ìsálú Òkun: The deep ocean

35. Ìgbandúrúkú Ìgbandùrùkù: Names of Babaláwos and rhythms

36. Káwọ́ fún mi kí n kásẹ̀ fún ọ: A kind of statement expressing acts of compensation, retaliation or reprisal. If you move your hands for me, I would move my legs for you.

37. Oníkàámògún: Name of a person

38. Òràmọlẹ̀: Another appellation for the mountain

39. Gbọnhìngbọnhìn: Stressing the strength of the rock. The rock is established on her spot. It is hard, hilly and a mass.

CHAPTER 12 : ÒTÚRÚPÒN

ÒTÚRÚPÒN MÉJÌ A

Ifá pé kí eléyìun ó rúbọ. Yóó jẹ́ ènìyàn pàtàkì.

Ọpẹ̀bẹ́ Awo Ẹsẹ̀
A díá fún Ẹsẹ̀
Ń tọ̀run bọ̀ wálé ayé
Ẹbọ n wọ́n ní ó ṣe
Ẹsẹ̀ sì gbẹ́bọ ńbẹ̀
Ó rúbọ
Ọpẹ̀bẹ́ o dé
Ìwọ lawo Ẹsẹ̀
A lì í gbìmọ̀ràn ká yọ tẹsẹ̀ẹ́ lẹ̀

ÒTÚRÚPÒN MÉJÌ A

Ifá asks this person to perform sacrifice. He would become an important person in life.

Ọpẹ̀bẹ́ the priest of the Leg
Casts divination for the Leg
The Leg was coming from heaven to the earth
They asked the Leg to perform sacrifice
The Leg heard about the sacrifice
And performed it
Ọpẹ̀bẹ́ you are here
You are the priest of the Leg
No one plans any event and excludes the Leg

621

ÒTÚRÚPÒN MÉJÌ B

Ifá pé ire fún eléyìun. Ẹbọ kó le baà ṣe àṣeyọrí ni kó rú. Ifá pé ẹnikan ó mùú eléyìun dé ibì kan. Wọ́n ó mọ̀ ọ́ sí ajé, sí ọmọ ṣùgbọ́n kó rúbọ.

Òmùni dé ìlú
Kò tó adélùúmọ̀
A díá fún Oníigbàjámọ̀
Ọmọ a pọ́nbẹ lórí awọ
Wọ́n ní ó sá káalẹ̀ ó jàre
Ẹbọ ní ó ṣe
Ó sì gbẹ́bọ ńbẹ̀
Ó rúbọ
Ǹjẹ́ rírú ẹbọ níí gbéni
Àìrú kìí gbèèyàn......................10
Kèé pẹ́ o
Ọ̀nà è jìn
Ẹ wáá ba ni ní jẹbútú ire
Jẹbútú ire làá bá ni lẹ́sẹ̀ ọba Òrìṣà

ÒTÚRÚPÒN MÉJÌ B

Ifá wishes this person well. He should perform the sacrifice of success. Someone would take him somewhere. There, the people would recognize him for wealth and children but he should offer sacrifice.

Accompanying one to know a city
Is not as profitable as discovering the ordinances of the
    city by oneself
Cast divination for Barbers
The children of the clan that sharpens their blades on
    skins
They asked them to take care of the ground
And perform sacrifice
They heard about the sacrifice
And performed it
Therefore it is the observance of sacrifice that profits
    one
Refusal has agonizing reward.........................10
Before long
And in the nearest future
Come and meet us with good tidings
One is found with good tidings at the feet of the king
    of the all Òrìṣàs

622

ÒTÚRÚPÒN OGBÈ A

Ifá pé òun pé ire fún eléyìun. Ọpọ̀lọpọ̀ ọmọ ni eléyìun ó bíí, ṣùgbọ́n ẹbọ ayé ni kó rú fún àwọn ọmọ ọ̀hún.

Òtúrú ní ń pọn Mọ́gbè
Mọ́gbè ní ń pọn Igbá
A díá fún Igbá
Tí ń looko àì leè rọ́dún
Ẹbọ n wọ́n ní ó ṣe
Òun le bí ọmọ báyìí?
Wọ́n níre ọmọ fún un
Wọ́n ní yóó bíí ọmọ púpọ̀
Igbá bá rúbọ
Ó dóko àì leè rọ́dún......................10
Ló bá bẹ̀rẹ̀ síí bímọ
Layé bá yẹ Igbá
N ní wá ń jó ní wá ń yọ̀
Ní ń yin àwọn Babaláwo
Àwọn Babaláwo ń yin Ifá
Ó ní bẹ́ẹ̀ làwọn Babaláwo tòún wí
Òtúrú ní ń pọn Mọ́gbè
Mọ́gbè ní ń pọn Igbá
A díá fún Igbá
Tí ń looko àì leè rọ́dún.................20
Níjọ́ tí ń fomi ojúú sògbérè ọmọ
Wọ́n ní yóó bímọ lọ́pọ̀lọpọ̀
Ẹbọ n wọ́n ní ó ṣe
Igbá gbẹ́bọ ńbẹ̀
Ó rúbọ
Rírú ẹbọ
Èèrù àtùkèsù
Ẹ wáá bá ni ní jẹ̀bútú ọmọ
Jẹ̀bútú ọmọ làá bá ni lẹ́sẹ̀ Ọba Òrìsà

ÒTÚRÚPÒN OGBÈ A

Ifá wishes this person the good fortune of children. He would have many children but he should offer sacrifice for the earthly enemies that may be against the children.

It is Òtúrú that belted Mọ́gbè to her back
Mọ́gbè belted the calabash
Cast divination for the Calabash
That was going to the annual farm
He was asked to perform sacrifice
'Would I have children on earth at all'?
They wished him the good fortune of children
That he would have many children on earth
The Calabash performed the sacrifice
He got to the annual cycle farm...............10
And started to produce children
Life so pleased the Calabash
He then started to dance and rejoice
He was praising his Babaláwos
His Babaláwos were praising Ifá
He said it was exactly as his Babaláwos had said
It is Òtúrú that belted Mọ́gbè to her back
Mọ́gbè belted the calabash
Cast divination for the Calabash
That was going to the annual cycle farm............20
On the day he was crying because of children
They told him he would bear many children
But he should perform the sacrifice for children
The Calabash heard about the sacrifice
And performed it
Offering of sacrifices
And free gifts to Èṣù
Come and meet us with the good fortune of children
It is with the good fortune of children that one is met
at the feet of the king of all Òrìsà.

ÒTÚRÚPỌN OGBÈ B

Ifá pé kí eléyìun ó rúbọ kó sì mọ́ọ bọ
ẹgbẹ́. Ifá pé ká rú èkuru, ká sì rúbọ àìsàn
tí wọn ò mọ kókó è, tí wọn ò sì rójútùú è.
Àrùn tí ó mọ́ọ lọ tí ó tùún mọ́ọ sẹ́rí. Ifá
póun ò níí jẹ́ kí wọn ó rí i.

ÒTÚRÚPỌN OGBÈ B

Ifá asks this person to perform sacrifice to his
heavenly mates. He should offer Èkuru. Ifá also wants
him to sacrifice against a certain illness that they don't
know its source and cure, the sickness that would be
reoccurring. Ifá says he would not let them see it.

Òtúrúpongbè pọngbá
Pọnrangandan
Kúmọ́lá pọnmọ lègbè kunkun
A díá fún Adígbọ́nránńkú
Èyí tí ó fikú ọ̀run sèdóró
Wọ́n ní kó rúbọ
Kó sì mọ́ọ bọ ẹgbẹ́ẹ rẹ̀
Adígbọ́nránńkú rúbọ
Sugbon agbára rẹ̀ ò ká gbogbo ẹbọọ rẹ̀
Bó bá ti kú 10
Ní tún ń dáá jí
Ńgbà ó jẹ́ pé ìwọn tí apáa rẹ̀ ká ló rú
N ní wá ń jó ní wá ń yọ̀
Ní ń yin àwọn Babaláwo
Àwọn Babaláwo ń yin Ifá
Ó ní bẹ́ẹ làwọn Babaláwo tòún wí
Òtúrúpongbè pọngbá
Pọnrangandan
Kúmọ́lá pọnmọ lègbè kunkun
A díá fún Adígbọ́nránńkú...............20
Èyí tí ó fikú ọ̀run sèdóró
Adígbọ́nránńkú
Mo ṣe bóo kú ni?
Ńgbà wo lo fọ̀run sàrèbọ̀?

Òtúrúpongbè pọngbá
Pọnrangandan
Kúmọ́lá pọnmọ lègbè kunkun
Cast divination for Adígbọ́nránńkú
The one that would use death to cause panic
He was asked to perform sacrifice
And also offer sacrifice to his heavenly mates
Adígbọ́nránńkú performed the sacrifice
He sacrificed only that within his capacity
When he fainted.................................10
He would be resuscitated
Since he offered only the small size of sacrifice that
    he could afford
Yet he was dancing and rejoicing
He was praising his Babaláwos
His Babaláwos were prraising Ifá
He said it was exactly as his Babaláwos said
Òtúrúpongbè pọngbá
Pọnrangandan
Kúmọ́lá pọnmọ lègbè kunkun
Cast divination for Adígbọ́nránńkú.................20
The one that would use death to cause panic
Adígbọ́nránńkú
I had thought you died
When did you convert death experience to a return
    journey?

ÒTÚRÚPÒN ÒYÈKÚ A

Ifá póun ó bàá eléyìun ṣ́egun. Ifá pé bí ọ̀n bá gbé ogun ká eléyìun mọ́ ilé, ipá ò níí ká a; ṣùgbọ́n kó rúbọ. Rere ní gbogbo nñkan tí eléyìun dá Ifá sí ṣùgbọ́n kó tún rúbọ òmìmì kan; lójú kan náà ni kó lọ́ọ̀ ra Àkùkọ adìẹ kí wọ́n ó mọ́ọ wáá lé Àkùkọ ọ̀hún kiri kí wọ́n ó fi mú u, lójú kan náà ni kí wọ́n ó ti pa á. gbogbo ohun tíí jẹ Ajogun pátá ní ó lọ.

Omí sí omí ń lọ
Àgbàlagbà omi ni ò wẹ̀yìn wò
A díá fún Ọ̀rúnmìlà pẹ̀lú Olódùmarè
Níjọ́ tí Ajogún dí wọn mọ́lé pin piin pin
Ọ̀rúnmìlà àti Olódùmarè ni ọ́n gbé
    ajogun ká mọ́lé
Olódùmarè àti Ọ̀rúnmìlà ló sì mọ̀ ìdí ayé
Olódùmarè bá ké sí Ọ̀rúnmìlà
'Ajogun ló dé yìí'!
Ọ̀rúnmìlà ní á á ṣ́egun
Wọ́n bá rúbọ...............10
Wọ́n mú Àkùkọ adìẹ
Wọ́n fi bọ òkè ìpọ̀rìi wọn
Gbogbo ajogún bá ṣ́e pátá
Ọ̀rúnmìlà bá kèjàsì
Ó lẹ́ẹkú ò ọmọ Àgbọnnìrègún gbogbo
    Babaláwo
Wọ́n ní Hin
Oomí sí omí ń lọ àgbàlagbà omi ni ò
    wẹ̀yìn wò o
Hin
A díá fún Ọ̀rúnmìlà pẹ̀lú Olódùmarè níjọ́
    ajogún ká wọn mọ́lé
Hin..................20

ÒTÚRÚPÒN ÒYÈKÚ A

Ifá says he would help this person to prevail. All people warring against him would never overcome him, but he should perform sacrifice. Ifá says it is well about what he is consulting but he should also make his sacrifice to cover an oncoming acid test. On the spot where this Ifá is cast, he should go and buy a rooster, release it to run; they should then pursue it, capture it and then kill it on the Ifá spot. All things call Ajogun would go.

The river starts in motion and flowing away
A big river is the one that would not look back
Cast divination for Ọ̀rúnmìlà and Olódùmarè
On the day several Ajoguns closed in on them
It was Ọ̀rúnmìlà and Olódùmarè they had brought
    Ajoguns to
But they are the duo who both know the
    secrets of this world
Olódùmarè called on Ọ̀rúnmìlà
'Ajoguns are at our doorstep'!
'We would conquer them' Ọ̀rúnmìlà said
They then offered sacrifice......................10
They prepared a rooster
And used it as sacrifice to their Ifá
They did overcome the Ajoguns completely
Ọ̀rúnmìlà then burst into Ìjàsì song
He said I greet you all the children of Àgbọnnìrègún
    all Babaláwos
They answered 'Hin'
The river starts in motion and flowing away, the big
    river would not flow backward
'Hin'
Cast divination for Ọ̀rúnmìlà and Olódùmarè when
    several Ajoguns closed in on them
'Hin' 20

625

Ó ní wọn ti mókòòkó lékú lọ ò o ò o	He said they had used a chicken to pursue death away
Ẹnìkan ò mọgbà tÍfá fi mókòkò lékú lọ ò	Nobody knew the period when Ifá used a chicken to chase death away
Ẹnìkan ò mọgbà tÍfá fi mókòkó lékú lọ ò	
ò ò	Nobody knew the period when Ifá used a chicken to chase death away
Ẹnìkan ò mọgbà tÍfá fi mókòkò lékú lọ o	
ò o	Nobody knew the period when Ifá used a chicken to chase death away
Ẹnìkan ò mọgbà tÍfá fi mókòkò lékú lọ o	Nobody knew the period when Ifá used a chicken to chase death away
o o	

626

ÒTÚRÚPÒN ÒYÈKÚ B

Àwọn kán ń dábàá láàrin araa wọn pẹ̀lú
ẹni ó dá Ifá yìí. Ifá pé àbá ẹni ó dá Ifá yìí
ní ó ṣe. Apá eléyìun ó kàá nìkan.

Ìtímọ́ yìnrín yìnrín
Ìmọmọ bojì bojì
A díá fún Ejidun Àtèṣín
Tó lóun ó rọ̀ palẹ̀
Ilẹ̀ ló méèjì kẹ́ẹta
Ló roko Aláwo
'N tó ní òún ó pa òun yìí'?
'Kò ń ́ òun pa'?
Wọ́n ní ipáa rẹ̀ ò níí ká ọ
Wọ́n ní kó rúbọ.........................10
Ilẹ̀ bá rúbọ
Ó rú ọ̀pọ̀lọpọ̀ owó
Ìgìrìpá òrúkọ
Nígba nígba ló rúbọ
Ẹbọọ rẹ̀ pé
Bójò bá rọ̀ rọ̀ọ̀ rọ̀
Ilẹ̀ ó tùún fà á mu
Òjò ò leè pa ilẹ̀ mọ́
Ayé yẹ wọ́n
Ó ní bẹ́ẹ̀ làwọn Babaláwo tòún wí......20
Ìtímọ́ yìnrín yìnrín
Ìmọmọ bojì bojì
A díá fún Ejidun Àtèṣín
Tó lóun ó rọ̀ palẹ̀
Ejidun Àtèṣín tó lóun ó rọ̀ palẹ̀
Kò leè palẹ̀ mọ́
Ara ẹ̀ ló pa

ÒTÚRÚPÒN ÒYÈKÚ B

Ifá says some people are suggesting ideas within
themselves. Ifá says it is the proposal of this person
that would prove right. Ifá says he would allow this
person to overcome life.

Ìtímọ́ yìnrín yìnrín
Ìmọmọ bojì bojì
Cast divination for the past year rainfall
That vowed to rain and submerge the earth
It is the mother earth that added two cowries to three
And went to meet his priests
'This avowed enemy that has promised to drench me'
'Would he succeed'?
He would never be able to drench you, they said
She was told to perform sacrifice.............10
The mother earth performed the sacrifice
She offered a lot of money
A matured he-goat
She sacrificed in multiples of hundreds
And the sacrifice was complete
If it rains and rains
The mother earth would drain it off
The rainfall could not kill the mother earth again
Life so pleased the Mother earth
She said it was exactly as her Babaláwos had said...20
Ìtímọ́ yìnrín yìnrín
Ìmọmọ bojì bojì
Cast divination for the past year rainfall
That vowed to rain and submerge the earth
The previous year rainfall that promised to rain and
    inundate the earth
Could not submerge the earth again
He only ended up being swallowed by the mother
    earth

627

ÒTÚRÚPỌ̀N ÌWÒRÌ A

Ifá pé kí eléyìun ó mú ẹnu ẹ̀ le lee le kó lè baà ṣẹ́gun elénìní ẹ̀. Ifá pé kó sì mọ̀ọ́ sòótọ́; torí ẹnu tí bá fi ń fọhùn náà ní ó mọ̀ọ́ fi ṣẹ́gun. Nǹkan tó bá dáa ni kó mọ̀ọ́ sọ jáde lẹ́nu. Ifá lòun ò níí jẹ́ kí ogun ó mú eléyìun.

Pọnlawi
Pọ̀nlàwì
A díá fún Ògún
Èyí tí ń bẹ láàrin Òṣìlrì
Tí ń bẹ láàrin ọtá sáńgílítí
Ẹbọ n wọ́n ní ó ṣe
Wọ́n ní kí Ògún ó rúbọ
Wọ́n sì ń gbógun tí Í
Wọ́n ní Ìbọn ní ó ba ṣẹ́gun
Wọn ò ṣe méjì mọ́.....................10
Ìbọn ni ọ́n gbé kò wọ́n lójú
Ayé yẹ Ògún
Ìbọ́n bá Ògún ṣẹ́gun
Ó ní bẹ́ẹ̀ làwọn Babaláwo tòún wí
Pọnlawi
Pọ̀nlàwì
A díá fún Ògún
Èyí tí ń bẹ láàrin Òṣìlrì
Tí ń bẹ láàrin ọtá sáńgílítí
Ẹbọ n wọ́n ní ó ṣe.............20
Ògún gbẹ́bọ níbẹ̀
Ó rúbọ
Pọnlawi
Pọ̀nlàwì
Ẹnu tí Ìbọn fi ń fọhùn
Ní fi ń ṣẹ́gun
Mo mọ̀mọ̀ rúbọ Òtúrúpọ̀nlàwì

ÒTÚRÚPỌ̀N ÌWÒRÌ A

Ifá wishes this person well. He is enjoined to be persistent in his speeches so that he would overcome his detractors. He should also say the truth because it is with the same mouth that he would use to overcome. He should make good pronouncements.   Ifá says he will not allow war to arrest him.

Pọnlawi
Pọ̀nlàwì
Cast divination for Ògún
That was in the midst of his sworn enemies
He was in the midst of foes
He was asked to perform sacrifice
They asked Ògún to perform sacrifice
Anyone that waged wars against the Gun is warring
    against Ògún
They said it is the Gun that would win for Ògún
They did nothing else................................10
They faced them with the gun
Life so pleased Ògún
The Gun helped Ògún to win
He said it was exactly as his Babaláwos had said
Pọnlawi
Pọ̀nlàwì
Cast divination for Ògún
That was in the midst of his sworn enemies
He was in the midst of foes
He was asked to perform sacrifice.................20
Ògún heard about the sacrifice
He performed it
Pọnlawi
Pọ̀nlàwì
The mouth through which the Gun speaks
It is through the same mouth that it wins
I have performed the sacrifice of Òtúrúpọ̀nlàwì

ÒTÚRÚPỌ̀N ÌWÒRÌ B

Ifá pé wọ́n ń ṣe ìlẹ̀kùn ire mọ́ eléyìun.
Ifá pé kó rúbọ kí ìlẹ̀kùn ọlà náà ó ṣí.
Odidi ìlẹ̀kùn ẹran ò jẹ kan lẹbọ ẹ̀; kí wọ́n
ó ha á ṣí ẹbọ ọ̀hún. Àwọn Babaláwo ó jẹ
ìyókù lérù. Ojú ọ̀nàà rẹ̀ ó là.

Ẹtibọnkẹ; Ẹtibọnkẹ
Èèmọ̀ ni mọ̀ ọ́,
Èèmọ̀ kín lójú ò tiẹ̀ rí rí
A díá fún Ewúrẹ́
Tí ń lọ rèé filé sọfẹ̀ jẹ
Ẹtibọnkẹ; Ẹtibọnkẹ
Èèmọ̀ ni mọ̀ ọ́
Èèmọ̀ kín lójú ò tiẹ̀ rí rí
A díá fún Èèyàn tí ó gbara ẹ̀ kalẹ̀ lọ́wọ́
      Ewúrẹ́
Èèyàn ni Ewúrẹ́ ń kó ní nǹkan...........10
Gbogbo nǹkan àwọn ni wọ́n ń kó jẹẹ́ tán
      lọ
Bóo làwọ́n ti wáá lè ṣe?
Wọ́n níwọ Èèyàn rúbọ
Kẹ́ ẹ ségun ẹni tí ń ko yín ní nǹkan
Wọ́n ní wọ́n ó kan ìlẹ̀kùn tí à ń pè ní
      Ẹran ò jẹ
Wọ́n bá kan ìlẹ̀kùn
Ṣùgbọ́n Ewúrẹ́ ló kọ́ rúbọ
Tí ń filéé sọfẹ̀ jẹ
BÉwúrẹ́ bá ti dé ibẹ̀
Ewúrẹ́ ó bàá mọ́ọ wò sùùn..............20
Àti wọlé ó di nǹkan
Yóó sì mọ́ọ wo n tí ó jẹ lọ́ọ̀ọ́kán
Ǹgbà ó bá pẹ́ títí
Àrúfin ẹbọ tí Ewúrẹ́ rú
Wọn ò tún níí mọ ẹni tí ó tùún ṣílẹ̀kùn
      sílẹ̀
Ṣùgbọ́n Èèyán ṣá gbara ẹ̀ kalẹ̀
Ifá pé ẹbọọ ká gbara ẹni kalẹ̀ ni ká rú

ÒTÚRÚPỌ̀N ÌWÒRÌ B

Ifá says the door of fortune is being closed on this
person. Ifá asks him to offer a half door as sacrifice for
the door to open. The half door would be scrapped on
the sacrifice. The Babaláwo would take the remaining
as a free gift. No one would stand on his way.

Ẹtibọnkẹ; Ẹtibọnkẹ
It is a saddening aberration that one must know
Even an aberration, what is it that the eye had never
      seen before?
Cast divination for the Goat
That was going to devour household foods for free
Ẹtibọnkẹ; Ẹtibọnkẹ
It is a saddening aberration one must know
Even an aberration, what is it that the eye had never
      seen before?
Cast divination for Man that would save himself from
      the rampage of the Goat
It is the goat that was stealing things from Man.....10
'All my things are getting lost'
'What will I now do'? Man wondered
They told Man to perform sacrifice
'You would overcome the person stealing your
      things'
They asked Man to make a door called 'Ẹran ọ̀ jẹ'
Man made the door
But it was the Goat that first performed the sacrifice
And had been devouring household foods free
Once the Goat gets to the entrance
The goat would look into the house with grief......20
To enter becomes a task
He would see what to eat starring at him
After a prolonged period
The efficacy of the sacrifice performed by the Goat
Nobody would know who would unlock the half
      door's latch
But Man freed himself of the Goat's rampage
Ifá says it is the sacrifice of freedom that this person
      should perform

Èèyán ṣẹ́gun tán ni wọ́n ń jó ni wọ́n ń yọ̀
Wọ́n ń yin àwọn Aláwo
Àwọn Aláwo ń yin Ifá....................30
Wọ́n ni bẹ́ẹ̀ làwọn Babaláwo tàwọn wí
Ẹtibọnkẹ; Ẹtibọnkẹ
Èèmọ̀ ni mọ̀ ó,
Èèmọ̀ kin lójú ò tiẹ̀ ń ń
A díá fún Ewúrẹ́
Tí ń lọ rèé filé sọ̀fẹ́ẹ̀ jẹ
A díá fún Èèyàn
Tí ó gbara ẹ̀ kalẹ̀ lọ́wọ́ Ewúrẹ́
Ẹtibọnkẹ;
Èèmọ̀ ni mọ̀ ọ́ o,..............,............40
Èèyán gbara ẹ̀ kalẹ̀ lọ́wọ́ Ewúrẹ́

Man won and started to dance and rejoice
They were praising their Babaláwos
Their Babaláwos were praising Ifá....................30
They said it was exactly as their Babaláwos had said
Ẹtibọnkẹ; Ẹtibọnkẹ
It is a saddening aberration that one must know
Even an aberration, what is it that had never been seen before?
Cast divination for Goat
That was going to devour the household goods for free
Also cast divination for Man
The one that would free himself from the rampage of the Goat
Ẹtibọnkẹ
It is really a saddening aberration to know..........40
Man freed himself from the rampage of the Goat

630

ÒTÚRÚP̀ÒN ÒDÍ A

Ifá pé ire fún eléyìun, ayé ó yẹ ẹ́; ṣùgbọ́n kó rúbọ ajé. Eléyìun ó kọ́ọ́ ilé ńlá kan lára odò. Àwọn méjì nIfá ń báá wí. Tí àwọn méjèèjì bá jọ rúbọ, wọ́n ó jọ níyì láyé ni.

Òtúrúpọ̀ndí ẹyẹ́ bà
Òtúrúpọ̀ndí ẹyẹ́ fò
A díá fún ọn lóde Ẹ̀gùn
A bù fún ọn lóde Ẹ̀yọ̀
Nìjọ́ọ́ wọ́n ń fojú sògbérè ire gbogbo
Wọ́n ní àwọn ará òde Ẹ̀gùn àti àwọn ará
        òde Ẹ̀yọ̀ ó rúbọ
Ifá pé wọ́n ó jọ gbayì láyé
Owó sì ni wọ́n ń wá lóde Ẹ̀gùn
Ọmọ ní ń jẹ wọ́n níyà lóde Ẹ̀yọ̀
Ayé yẹ wọ́n.............................10
Gbogbo ire tí wọ́n ń wá ni wọ́n ń
Ayé yẹ wọ́n tán ni wọ́n ń jó ni wọ́n ń yọ̀
Wọ́n ń yin àwọn Aláwo
Àwọn Babaláwo ń yin Ifá
Wọ́n ní bẹ́ẹ̀ làwọn Babaláwo tàwọn wí
Òtúrúpọ̀ndí ẹyẹ́ bà
Òtúrúpọ̀ndí ẹyẹ́ fò
A díá fún ọn lóde Ẹ̀gùn
A bù fún ọn lóde Ẹ̀yọ̀
Nìjọ́ọ́ wọ́n ń fojú sògbérè ire gbogbo
Wọ́n ní wọ́n ó sá káàlẹ̀ wọ́n ó jàre......21
Ẹbọ ni wọ́n ó ṣe
Wọ́n wáá gbẹ́bọ ńbẹ̀
Wọ́n rúbọ
Ẹ̀gùn ń lówó o
Ẹ̀yọ̀ ń bímọ
Awo rere lÒtúrúpọ̀ndí

ÒTÚRÚP̀ÒN ÒDÍ A

Ifá wishes this person well. Ifá says he would build a house beside a river. Ifá asks him to perform sacrifice for wealth. Ifá is referring to two people. They would be known worldwide.

Òtúrúpọ̀ndí, the bird perches
Òtúrúpọ̀ndí, the bird flies away
Cast divination for them in the city of Ẹ̀gùn
Also cast divination for them in the city of Ẹ̀yọ̀
On the day they were crying because of all good
        things
They asked the people of Ẹ̀gùn and Ẹ̀yọ̀ to perform
        sacrifice
Ifá said they would be renowned worldwide
But they were looking for wealth in the city of Ẹ̀gùn
While children is their need in the city of Ẹ̀yọ̀
Life pleased them...10
They got all the good fortunes they sought for
Life pleased them afterwards and they started to dance
        and rejoice
They were praising their Babaláwos
Their Babaláwos were praising Ifá
They said it was exactly as their Babaláwos had said
Òtúrúpọ̀ndí, the bird perches
Òtúrúpọ̀ndí, the bird flies away
Cast divination for them in the city of Ẹ̀gùn
Also cast divination for them in the city of Ẹ̀yọ̀
On the day they were crying because of all good
        things...20
They were asked to please take care of the ground
They should perform sacrifice
They heard about the sacrifice
And performed it
Ẹ̀gùn tribe is having wealth
Ẹ̀yọ̀ tribe is bearing children
Òtúrúpọ̀ndí is a good priest

ÒTÚRÚPÒN ODÍ B

Ifá pé kí ẹni táa dá odù yìí fún ó ṣe dáadáa sí ìyá tó bí I lọmọ; Kí nǹkan tí ò dára ọ́ mọ́ wàá ṣẹlẹ̀.

Eku ojúbuná níí mọjó Òtúrúpọ̀n òun Òdíí
  jó
Ẹja ojúùná níí mọjó Òtúrúpọ̀n òun Òdíí
  jó
A díá fún baba oním̀ọle abẹ̀wù gẹ̀rẹ̀yẹ̀
Tí ó sọ̀rọ̀ ègún kan ègùn kàn
Tí ò níí leè tán láíláí
Wọ́n ní kó rúbọ
Ó sì wà lẹ́yìn odi
Ìyáa rẹ̀ ń bẹ ńlé
Ìyá bá wá ọmọ ẹ̀ lọ ibi ó ṣe ìṣẹ́ Ìkọ́ni lọ
Ọmọ bá fiyá sílẹ̀ ńbẹ̀.....................10
Ó tún kọrí síbòmíìn
Wọ́n sìí mọ́ọ rí Oníkọ̀ ni nígbà ìwásẹ̀
Ìyá bá rí oníkọ̀
Oníkọ̀ ló yá
Ìyá lọmọ òun ò sì ńlé è
Kí wọ́n ó bá òun wá a lọ
Ńgbà tí wọ́n ó tùún dé ibi ọmọ dá gbére
Wọ́n ò tún bá a ńbẹ̀ mọ́
Aṣọ kan náà ní sì ń bẹ lára Ìyá............19
Ṣé aṣọ kan náà tí ó wàá ku òun kù nǐí?
Wọ́n sìí mọ́ọ fi ọ̀pọ̀lọpọ̀ aṣọ sìnkú láyé
  ìjọ́hun ni
Tí aṣọ́ sì ń bẹ ńlé
Ìyá bá dákẹ́
Oníkọ̀ mú ìyá lọ
Ìyá wáá kọ hàáà kó tó mọ́ọ lọ

ÒTÚRÚPÒN ODÍ B

Ifá advises this person to love his mother well; such that bad things would not stall his success. His mother loves him so much.

It is the rat on the fire that knows how to dance the dance of Òtúrúpọ̀n and Òdí
It is the fish on the fire that knows how to dance the dance of Òtúrúpọ̀n and Òdí
Cast divination for the elderly Muslim man with flowing robes
That would speak of a certain curse
Which would never end
He was asked to perform sacrifice
He was then away from home
His mother was at home
The mother later decided to visit her child where he had been practising Islamic studies
After a time, the man left his visiting mother 10
And traveled to another place
Meanwhile people used to see Death physically in the olden days
The mother saw death, Oníkọ̀ while the son was away
'It is time' Oníkọ̀ said
'My son is not at home' the woman said
She begged people around to go in search of her child
When they got to where the child told them
He had left again
But the woman had only a pair of cloth on
'Would this be the only cloth with which I would be buried'? The woman sadly thought..........20
In the olden days, they used to bury the dead with as many clothes as possible.
'And I have bundles at home'
The woman died
Oníkọ̀ took her away
Before she died, the woman reasoned in sadness

632

Baba òun	'My father'
Òún faṣọ sin ín	'I buried him with several cloths'
Ìyá òun	'My mother'
Òún faṣọ sin ín	'I also buried her with several cloths'
Aṣọ òun kan náà tí wá ń bẹ lára òun....30	'This only cloth on me'......................30
Tóun sì wáá wo ìwọ ọmọ yìí ńlẹ̀ yìí	'Which I have on to visit this my child'
Náà ní ń bẹ lára òun yìí	'Is the only one I have'
Òún sì ti dúó dúó pé kó dé	'And I have waited and waited for this same son to come back'
Lòun ò rí ọ mọ́	'I would not see him again'
Ìyá bá gbé ọmọ ẹ̀ sépè	The woman then cursed her child
Pé bí ọmọ òun náà ò bá fi aṣọ kan sùn	That if the child was not buried with a single cloth
Kò níí rọ́run wọ̀	He would not be able to enter into heaven
Ìwọ Oníkọ̀	You Oníkọ̀, she said
Ó yá mọ́ọ nìṣó	'Let us go'
Oníkọ̀ bá mú u lọ.....................40	Oníkọ̀ then took her away....................40
Kò sí ọmọ ẹ̀ ńlé	'Now that the child was not at home'
Ńbo làwọn ó wàá sin Ìyá yìí sí?	'Where do we now bury this helpless woman'? The neighbors wondered
Wọ́n ní wọ́n ó gbé e ńsó níta	They resolved to take her corpse to the open space outside
Ibẹ̀ sì jẹ́ ẹ̀gbẹ́ ọ̀nà lóríta	Besides the footpath near the crossroads
Wọ́n bá wa ilẹ̀	They dug the earth
Wọ́n sin Ìyá sí	And buried her in the grave
Ńgbàa ọmọ ẹ̀ bá dé	'Whenever her child returns', the neighbors reasoned
Yóó mọ nǹkan tó bá yẹ ní ṣíṣe	'He would know what to do next'
Ńgbà ọjọ́ yi lu ọjọ́	Days rolled over days
Oṣù yí lu oṣù............................50	And months over months.....................50
Ọmọ ti àjò dé	The son returned
Ìyá òun dà?	'Where is my mother'? he asked
Wọ́n ń Ìyàá rẹ nùu	'Over there'. The neighbors said pointing to the tomb
Bóo lẹ ti ṣe?	'How did this happen'?
Wọ́n làwọn èrò ọ̀nà ni ọ́n bá àwọn sìnkú ẹ̀	They said it was the passerby that helped in burying her
Kódà ó tún gbé ọ sépè	'She even cursed you before she died'
Ọmọ bá mú eéjì kún ẹẹ́ta	The son quickly added two cowries to three
Ló bá tọ Ọ̀rúnmìlà lọ	He went to consult Ọ̀rúnmìlà
Ìyá òun tó kú yìí?	'Please help me concerning my mother's death'
Ọ̀rúnmìlà ní kó lọ̀ọ dín Àkàràa yangan	Ọ̀rúnmìlà instructed him to prepare maize cakes
Kó fi gba Ìdárìjìn...........................61	And use it for appeasement......................61

Ló bá dín àkàràa yangan
Ló bá gbé gbogbo è lọ sójú ọ̀nà
Ní bá ń ṣe ẹ má sàì bá n mú níbẹ̀
Ẹ mọ́ sàì bá mi jẹ ẹ́
Òun ò mọ àwọn tí ọ́n bá òun tójú ìyá òun
Ẹ mọ́ sàì bá mi jẹ ẹ́
Gbogbo àwọn tí ọ́n kọjá lójú ọ̀nà ni ọ́n
    mú jẹ níbẹ̀
Àkàrà n làkàrà ń jẹ́ tẹ́lẹ̀ rí
Ìtàn yí ló sọ Àkàràa yangan di Mọ́sà…70
Ifá pé kí eléyìun ó ṣe dáadáa sí ìyá ẹ̀
N ní wá ń jó ní wá ń yọ̀
Ní ń yin àwọn Babaláwo
Àwọn Babaláwo ń yin Ifá
Ó ní 'bẹ́ẹ̀ làwọn Babaláwo tòún wí
Eku ojúbuná níí mọjó Òtúrúpọ̀n òun Òdíí
    jó
Ẹja ojúuná níí mọjó Òtúrúpọ̀n òun Òdíí
    jó
A díá fún baba oním̀ọle abẹ̀wù gẹ̀rẹ̀yẹ̀
Tí ó sọ̀rọ̀ ègún kan ègùn kàn
Tí ò níí leè tán láílái ……………..80
Èyí tí ọ́n ní ó tójúu mọ́sà
Nítorí ìyáa rẹ̀
Ẹ mọ́ sàì bá mi jẹ̀ ò
Gbogbo ènìyàn
Ẹ mọ́ sàì bá mi jẹ̀ ò
N ló wáá di mọ́sà nílé ayé

He prepared the maize cakes
And packed all to the roadside
He then started pleading 'Please pick out of it'
Have some to eat
'I don't know those that helped bury my mother'
'Help take some to eat' the son begged the
    passerby
All the travelers that walked the path on that day
    took some to eat
Whether bean or maize, 'Àkàrà' is the same name
    their cakes were called
It is this story that coined maize cake to 'Mọ́sà'….70
Ifá asks this person to be kind to his mother
He then started to dance and rejoice
He was praising his Babaláwos
His Babaláwos were praising Ifá
He said it was exactly as his Babaláwos had said
It is the rat on the fire that knows how to dance the
    dance of Òtúrúpọ̀n and Òdí
It is the fish on the fire that knows how to dance the
    dance of Òtúrúpọ̀n and Òdí
Cast divination for the elderly Muslim man with
    flowing robes
That would speak of a certain curse
Which would never end…………………….80
The one that was asked to prepare Mọ́sà
For a reprieve of her mother's curse
Please help in taking some to eat
All people
'Ẹ mọ́ sàì bá mi jẹ̀ ò'
Is the phrase that now had become 'Mọ́sà ' in the
    world

ÒTÚRÚPỌN ÌROSÙN A

Ifá pé òun pé ire. Eléyìun ó jìyà jìyà, ṣùgbọ́n yóó sì jọrọ̀. Ará ó rọ̀ ọ́, nǹkan ò níí dàrú mọ́ ọ lọ́wọ́. Ojúu rẹ̀ ó rí̀ire. Sùúrù púpọ̀ ni ká ṣe.

Ìrá bojú gàngànhún bojú gàngànhún
A díá fún Ọ̀gọ̀ tíí sọmọ ọba lóde Ìṣokùn
Wọ́n ní kó rúbọ
Ìyà jẹ Ọ̀gọ̀ tíí sọmọ ọba títíí tí
Wọ́n ní yóó là
Ẹbọ ni kó rú
Ọ̀gọ́ bá rúbọ
Ńgbà ó yá
Ọlà dé
Gbogbo èèyàn bá ń pé 'Jẹ́ ó yẹ òun bó ti
      yẹ ará Ìṣokùn'...............10
Ojú ire gbogbo tí ń pọ́n Ọ̀gọ̀
Iré gbogbo bá tó o lọ́wọ́
Ayé yẹ ẹ́ tán
N ní wá ń jó ní wá ń yọ̀
Ní ń yin àwọn Babaláwo
Àwọn Babaláwo ń yin Ifá
Ó ní bẹ́ẹ̀ làwọn Babaláwo tòún wí
Ìrá bojú gàngànhún bojú gàngànhún
A díá fún Ọ̀gọ̀
Ọ̀gọ̀ tíí sọmọ ọba lóde Ìṣokùn............20
Wọ́n ní kó rúbọ
Kó lè baà lóókọ rere láyé
Ojú Ọ̀gọ́ rí o
Kó tóó dọmọ Ọba nÍṣokùn
N tójú Ọ̀gọ́ rí o
Ta ló lè pé kóun ó rí I?
Ojú Ọ̀gọ̀ mọ̀mọ̀ rí o
Kó tóó dọmọ Ọba nÍṣokùn

ÒTÚRÚPỌN ÌROSÙN A

Ifá says he wishes this person well. He would suffer a lot but would ultimately be blessed. His life would be pleasant and his things would not get spoilt.

Ìrá bojú gàngànhún bojú gàngànhún
Casts divination for Ọ̀gọ̀ the prince of Ìṣokùn
He was asked to offer sacrifice
Ọ̀gọ̀ the prince suffered and suffered
They told him he would ultimately become rich
But he should perform sacrifice and persevere
Ọ̀gọ̀ then performed the sacrifice
After a brief period
The breakthrough came to him
All people then started praying for themselves 'Let it
      please me as it does the prince'.................10
All the good things for which Ọ̀gọ̀ had been yearning
All the good things got to his hands
Life so pleased him
He then started to dance and rejoice
He was praising his Babaláwo
His Babaláwo was praising Ifá
He said it was exactly as his Babaláwo had said
Ìrá bojú gàngànhún
Casts divination for Ọ̀gọ̀
The prince of Ìṣokùn.................................20
He was asked to perform sacrifice
So that he would have a good name on earth
Ọ̀gọ̀ saw hell
Before he became 'the crowned prince' in Ìṣokùn
What Ọ̀gọ̀ went through
Who can wish himself the same?
Ọ̀gọ̀ actually saw hell
Before he became the crowned prince of Ìṣokùn

ÒTÚRÚPÒN ÌROSÙN B

Ifá pé òun pé ire fún ẹní ó dá odù yìí. Ki eléyiun ó mọ òwò tí ó bàá mọ́ọ ṣe dáadaa. Òwò òwú kīï ṣe iṣẹ́ eléyìun, Ifá pé kó rúbọ kí iṣẹ́ tí ń ṣe kó lérè ńnú kó sì le jèrè ẹ̀. Ẹbọ ni kó rú.

Òlùgbóńgbó ẹyìn ẹkùn
A díá fún Esínńdá
Èyí tí ń sòwò òwú lọ sóde Ọ̀wọ̀
Wọ́n níwọ Esínńdá
Wá òwò mĩĩn ṣe
Òwò òwú è é ṣe iṣẹ́ẹ rẹ
Esínńdá ò fẹ́
Àyìn ẹyìn ní ń yin àwọn Babaláwo ẹ̀
Ó ní Òlùgbóńgbó ẹyìn ẹkùn
A díá fún Esínńdá.................10
Èyí tí ń sòwò òwú lọ sóde Ọ̀wọ̀
Ẹbọ n wọ́n ní ó ṣe
Ó gbẹ́bọ bẹ́ẹ̀ ni ò rúbọ
Esínńdá o ò mọmọ ṣeun
O ò mọmọ ṣèèyàn
Ojú tó rówùú ròde Ọ̀wọ̀
Nī ó fojú gbèéfiin rẹ
Tí iná bá sì ti kan òwú
Òwú ó parẹ ni
Iná bá dé...........................20
Iná jó gbogbo ẹ láú
Wọ́n ní Esínńdá
Àwọn ò pé kóo rúbọ?
Wọ́n ní ńgbà ojúú rẹ rówùú loòde Ọ̀wọ̀
Ǹjẹ́ ojúú rẹ rí èéfín ẹ̀ mọ́?
Owó ló ti jóná tán un

ÒTÚRÚPÒN ÌROSÙN B

Ifá wishes this person well. Ifá wants him to watch out on the kind of trade or work he would do. He is strongly advised not to trade in cotton and should offer sacrifice for the success and profitability of his trade.

Òlùgbóńgbó ẹyìn ẹkùn
Casts divination for Esínńdá
The one trading in cotton to the city of Ọ̀wọ̀
'You Esínńdá'
'Find another trade to engage in'
'The cotton business is not your destiny', they advised
Esínńdá refused
He started praising his Babaláwos belatedly
He said Òlùgbóńgbó ẹyìn ẹkùn
Casts divination for Esínńdá.....................10
He was asked to perform sacrifice
He heard about the sacrifice yet did not perform it
Esínńdá, you are not nice enough
You are not humane
The eyes that saw the cotton to the city of Ọ̀wọ̀
Will receive the billows of the smoke as the fire guts
        it
Once fire touches cotton
It would burn
Fire without warning came.....................20
The fire burnt all the stocks of cotton completely
'You Esínńdá'
'Didn't we tell you to perform sacrifice'?
'When your eyes saw the cotton to the city of Ọ̀wọ̀'
'Can your eyes now see the smoke again'?
'That was money that had completely been razed by
        fire'

ÒTÚRÚPỌ̀N Ọ̀WỌ́NRÍN A

Ifá pé ká rúbọ àárẹ̀; òun ò níí jẹ́ á ri àrùn. Ká sì rúbọ ìdajì ara tàbí odò abẹ̀. Èèyàn takuntakun ni eléyìun; kí nǹkan tíí múùyàn lódò abẹ́ ó mọ́ wàá sọ eléyìun di ọlẹ ni kó rúbọ sí.

Àlọ́pọ̀ ìtàkùn níí múgìí dìtì
A díá fún Akin ní kùtùkùtù òwúrọ̀
Wọ́n ní ó sẹbọ àjìǹde
Kí àjìǹdé ó lè bá a dalẹ́
Akin ní ń ṣe nǹkan pẹ̀lú akíkanjú
Kí akọni ẹ̀ ó mọ́ wàá sọ ọ́ dọlẹ
Wọ́n ní ó rúbọ
Akín bá rúbọ
Àjìǹdé bá jẹ́ tiẹ̀
N ní wá ń jó ní wá ń yọ̀......... 10
Ní ń yin àwọn Babaláwo
Àwọn Babaláwo ń yin Ifá
Ó ní bẹ́ẹ̀ làwọn Babaláwo tòún wí
Àlọ́pọ̀ ìtàkùn níí múgìí dìtì
A díá fún Akin ní kùtùkùtù òwúrọ̀
Kín níí sAkọnii dọlẹ?
Àrùn
Àrùn níí sAkọnii dọlẹ
Àrùn

ÒTÚRÚPỌ̀N Ọ̀WỌ́NRÍN A

Ifá speaks well. This person should perform sacrifice to forestall a certain disease. The kind of disease that affects the half body, or genital areas. He is an energetic person but the disease of the genitals may turn him to a lazy person.

Àlọ́pọ̀ ìtàkùn níí múgìí dìtì
Casts divination for Akin early in life
That was asked to perform sacrifice for his vigor
Such that his bursts of vitality would last him till he
    was aged
It was Akin that was hustling and bubbling
'That my vibrancy would not turn to laziness',
He was asked to perform sacrifice
Akin performed the sacrifice
Vitality became his own
He then started to dance and rejoice.................10
He was praising his Babaláwo
His Babaláwo was praising Ifá
He said it was exactly as his Babaláwo had said
Àlọ́pọ̀ ìtàkùn níí múgìí dìtì
Casts divination for Akin early in life
What would turn an energetic person to a lazy man?
Disease
Disease would turn an energetic person to a lazy
    person
Disease

ÒTÚRÚPÒN ÒWÓNRÍN B

Ifá pé àwọn mẹ́ta kan ni wọ́n ó mọwọ́ araa wọn láti òkèèrè sí òkèèrè. Àwọn mẹ́tẹ̀ẹ̀ta ó mọ́ọ ń araa wọn tẹ́lẹ̀; wọn ò wáá níí ń araa wọn mọ́. Ifá pé kí eléyìun ó mọ́ jà o. Kí wọ́n ó sì mọ́ ro èrò tí ò dáa sí ara wọn. Wọ́n ó ńi araa wọn, ìmọ̀ràn tí ọ́n sì ń gbà lórí eléyìun ò níí ṣẹ.

Òtúrúpọ̀n wọ́n nífá
Ọmọ Awo ò ríkìi rẹ
A kùkọ̀ọkan sàà sà lẹ́nu àwọn àgbàlagbà
A díá fún Ẹ̀sín tíí sọmọọ wọn lóde Ìda
Òtúrúpọ̀n wọ́n nífá
Ọmọ Awo ò ríkìi rẹ
A kùkọ̀ọkan sàà sà lẹ́nu àwọn àgbàlagbà
A díá fún Ọ̀kọ̀ tíí sọmọọ wọn nílẹ̀ẹ Lìkì
Òtúrúpọ̀n wọ́n nífá
Ọmọ Awo ò ríkìi rẹ.............................10
A kùkọ̀ọkan sàà sà lẹ́nu àwọn àgbàlagbà
A díá fún Abọ́ọ́da
Èyí tíí sọmọọ wọn lóde Ọ̀yọ́
Wọ́n ní kí àwọn mẹ́tẹ̀ẹ̀ta ó rúbọ
Ṣùgbọ́n àwọn mẹ́tẹ̀ẹ̀ta yìí
Ẹ̀sín ọmọọ wọn lóde Ìda
Ọ̀kọ̀ tíí sọmọ wọn nílẹ̀ẹ Lìkì
Àti Abọ́ọ́da ọmọọ wọn lóde Ọ̀yọ́
Wọ́ọ́n jọ́ọ́ jagun ni
Àwọn tí ọ́n wáàá kó lẹ́rú 20
Àwọn náà bá ṣe ìpàdé
Àwọn ò kúkú ń àwọn mẹ́tẹ̀ẹ̀ta tí ń kó
        àwọn lẹ́rú yìí mú
Káwọn ó kúkú dógbọ́n
Kó tóó dijọ́ ogun tí ọ́n dá pé àwọn ń bọ̀
Káwọn ó lọ́ọ́ ká gbogboo wọn mọ́lée
        wọn lọ́kọ̀ọkan

ÒTÚRÚPÒN ÒWÓNRÍN B

Ifá says there are three people who would know each other intimately. They are located at different cities and had been seeing each other frequently before, which is not possible again now. Ifá asks them to be cautious in assumption over reasons for the loss of contact. They would soon meet.

Òtúrúpọ̀n is very scarce in Ifá divination cast
A learner priest cannot find a verse to recite
Leaving only the few important ones at the mouths of
        the aged and proficient Babaláwos
Cast divination for Ẹ̀sín, their son in the city of Ìda
Òtúrúpọ̀n is very scarce in Ifá divination cast
A learner priest cannot find a verse to recite
Leaving only the few important ones at the mouths of
        the aged and proficient Babaláwos
Cast divination for Ọ̀kọ̀, their son in the city of Lìkì
Òtúrúpọ̀n is very scarce in Ifá divination cast
A learner priest cannot find a verse to recite.........10
Leaving only the few important ones at the mouths of
        the aged and proficient Babaláwos
Cast divination for Abọ́ọ́da
Their son in the city of Ọ̀yọ́
The three of them were asked to perform sacrifice
This group of three
Ẹ̀sín their child in the city of Ida
Ọ̀kọ̀, their child in the city of Lìkì
And Abọ́ọ́da their child in the city of Ọ̀yọ́
They are united Warriors
In the towns they waged war against however........20
They too converged a meeting
'We would not be able to arrest these three people
        who hold us in captivity'
'Rather than look helplessly'
'Before their next attack on us'
'We would attack them amphibiously in their
        respective houses'

Ńgbòó dijó tí ọ́n fi ogun sí	On the day appointed for the attack
Ẹ̀sín ọmọọ wọn lóde Ìda	Ẹ̀sín their child in the city of Ìda
Ogún wọ ilé ẹ̀	War entered under his roof
Òkọ̀ ọmọọ wọn nílẹ̀ẹ Lìkì	Òkọ̀ their child in the land of Lìkì
Ogún wọlé òun náà.................30	War entered under his roof.................30
Abọ́ọ́da ọmọ Ọba lóde Ọ̀yọ́	Abọ́ọ́da, the prince in the city of Ọ̀yọ́
Ogún wọ ilée tòun náà	War entered under his own roof also
Àwọn mẹ́tẹ̀ẹ̀ta ò leè dọ́dọ̀ araa wọn mọ́	The attack fell exactly on the day they were supposed
Bẹ́èyàn ò bá sì nfí sàwáwí	to see the kind of Ọ̀yọ́
Ẹ̀sín ò kẹrẹ̀ ńbi ogun	Without mincing words
Bí tiẹ̀ ń gbé nílùú òdìkejì	Ẹ̀sín is an accomplished warrior
Lọ́wọ́ Ọba òde Ọ̀yọ́ ló ti kọ́ ogun ń jíjà	Even though located outside the walls of Ọ̀yọ́
Ọba òde Ọ̀yọ́ ló ni Ẹ̀sín	He learnt his war tactics from the king of Ọ̀yọ́
Òkọ̀ ọmọọ wọn nílẹ̀ẹ Lìkì	He is still owned by the king of Ọ̀yọ́
Ọba Ọ̀yọ́ ló ni òun náà.................40	Òkọ̀ their child in the land of Lìkì
Abọ́ọ́da ńtiẹ̀	Is also owned by the king of Ọ̀yọ́.................40
Ọ̀yọ́ lòún wà	While Abọ́ọ́da, the prince of Ọ̀yọ́
Wọ́n jagun nílé Ẹ̀sín	Is located in Ọ̀yọ́ as a powerful man
Wọn ò lè mu	They warred in the house of Ẹ̀sín
Ẹ̀sín lé wọn	They could not hold him captive
Wọ́n bó sọ́dọ̀ Òkọ̀	Ẹ̀sín pursued them away
Òkọ̀ tún kó wọn lẹ́rú	They moved near Òkọ̀
Wọ́n tún bó sóde Ọ̀yọ́	Òkọ̀ arrested them all as slaves
Àwọn ará òde Ọ̀yọ́ dè wọn tọwọ́ tẹsẹ̀ pin	They moved to the city of Ọ̀yọ́
pìn pin.......................49	The people of the city of Ọ̀yọ́ caught them, and tied
Àwọn jagun jagun ó gbúròó araa wọn	them hands and legs
Ọjọ́ yí lu ọjọ́	The three warriors could not see each other 50
Oṣù yí lu oṣù	Days rolled on days
Ọba Ọ̀yọ́ wáá wò ó ńjọ́ kan pé	Months rolled on months
Àwọn tóun tiẹ̀ ní kí wọ́n wáá bóun jagun	The king of Ọ̀yọ́ sounded an alarm one day
Wọn ò wa gbọ́ iṣẹ́ òun ni?	"These people that I have taught warfare tactics
Òun ò rí Òkọ̀	whose services I require'
Òun ò rí Ẹ̀sín	'Did they all not receive my messages'?
Ọ̀yọ́ bá gbé oníṣẹ́ dìde lọ̀ọ́ bá Ẹ̀sín	'I could not see Òkọ̀'
Pé kó fojú kan òun	'Ẹ̀sín is nowhere to be found'
	The king of Ọ̀yọ́ ordered his servants to go in search
	of Ẹ̀sín
	That he would like to see him immediately

Ǹgbà ó dé.............................60
Ọbá ní 'Họ́wù'?
'Gbogbo ogun tí àwọn ní àwọn ó jọ jà'
'Òun ò sì ri yín mọ́'?
Ẹ̀sín ní 'kínni'
Ọjọ́ táwọn fi Ogun sí un
Ǹjọ náà ni ogún ká òun mọ́lé
'Bóo lẹ ti wáá ṣe'?
Wọ́n làwọn lé wọn ni
Ó tún bọ́ sílẹ̀ẹ Lìkì
Òun náá tún kẹ́jọ́ ó rò.......................70
Ọ̀yọ́ ní bẹ́ẹ̀ náà ni Abọ́ọ́da dọ́dọ̀ òun
Lòun náà kẹ́jọ́
Ló rò
'Àṣé tẸ̀sín bá Ẹ̀sín ni'
'TỌ̀kọ̀ bá Ọ̀kọ̀'
'Àṣé tAbọ́ọ́da náà ló bá Abọ́ọ́da'
'Ni ò jẹ́ á ríraa wa'
Ni wọ́n wá ń jó ni wọ́n ń yọ̀
Wọ́n ń yin àwọn Babaláwo
Àwọn Babaláwo ń yin Ifá.................80
Wọ́n ní bẹ́ẹ̀ gẹ́gẹ́ làwọn Babaláwo tàwọn wí
Òtúrúpọ̀n wọn nÍfá
Ọmọ Awo ò ríkìi rẹ
A kùkòọkan sààsà lẹ́nu àwọn àgbàlagbà
A díá fún Ẹ̀sín tíí sọmọọ wọn lóde Ìda
A díá fún Ọ̀kọ̀
Ọmọọ wọn nílẹ̀ẹ Lìkì
A díá fún Abọ́ọ́da
Tíí sọmọọ wọn lóde Ọ̀yọ́
TẸ̀sín ló bẸ́sìn o.........................90
Ni ò jẹ́ á ríraa wa
TỌ̀kọ̀ ló bá Ọ̀kọ̀
Ni ò jẹ́ á ríraa wa
TAbọ́ọ́da náà ló bÁbọ́ọ́da
Ni ò jẹ́ á ríraa wa

On Ẹ̀sín's arrival.........................60
'Why'? The king asked
'All the war we agreed to wage together'
'I couldn't see you again'
'What are you talking about'? Ẹ̀sín said
'Exactly on the day we planned to wage the war'
'It was on that day that war entered into my domain'
'What did you do'? The king asked
'I drove them away', came the reply from Ẹ̀sín
The message of the king got to the great warrior of
     Lìkìland
He too had a cogent reason for his absence.........70
The king then reasoned 'When Abọ́ọ́da came to me'
'He too said the same thing'
'He told me the same story as you all'
'So Ẹ̀sín has his own bulk of problem'?
'Ọ̀kọ̀ also has his own problem too'
'And Abọ́ọ́da had his to contend with'
'That was the reason why we have not been able to
     see each other'
They then started to dance and rejoice
They were praising their Babaláwo
Their Babaláwo was praising Ifá....................80
They said it was exactly as their Babaláwo had said
Òtúrúpọ̀n is very scarce in Ifá divination cast
A learner priest cannot find a verse to recite
Leaving only the few important ones at the mouths of
     the aged and proficient Babaláwos
Casts divination for Ẹ̀sín, their son in the city of Ìda
Casts divination for Ọ̀kọ̀
Their child in the city of Lìkì
Also casts divination for Abọ́ọ́da
Their child in the ancient city of Ọ̀yọ́
Ẹ̀sín is faced by his own problem....................90
That was the reason why we could not see each other
Ọ̀kọ̀ was faced by his own problem
Is the reason we could not see each other
Abọ́ọ́da also had his own problem
Is the reason we all could not see each other

640

ÒTÚRÚPÒN ÒBÀRÀ A

Ifá pé kí eléyìun ó rú abèbè méjì fún Èṣù. Iṣẹ ẹnu ni kí eléyìun ó mọọ ṣe; iṣẹ tí ó mọọ sọrọ lẹnu niṣẹ́ẹ rẹ̀. Ifá pé òun ò níí jẹ́ ó rí àdágúnlẹ̀ ẹsẹ̀; ẹsẹ̀ tí ó mọọ gbé e kiri tí ó fi mọọ sọrọ. Ifá pé kí eléyìun ó rúbọ, wọ́n ó mọọ kẹ́ ẹ.

Òtúrú ní ń pọn Ọ̀dàràá lọ sílẹ̀ Ifẹ̀
A díá fún Ikúyẹbá ọmọ Àgùnnàre
Níjọ́ tí ń fomi ojúú sògbérè ire
Wọ́n ní ó rúbọ
Ó ba rúbọ
Ó rú abèbè
Ni bá ń jóó kiri
N ni àwọn Eléṣù ń ṣe tée dòní
Wọ́n ti rú ẹgbàá
Gbogbo ibi wọ́n bá dé...................10
Owó ni ọ́n fí ń kẹ́ wọn
Ó ní Òtúrú ní ń pọn Ọ̀dàràá lọ sílẹ̀ Ifẹ̀
A díá fún Ikúyẹbá ọmọ Àgùnnàre
Ikú yẹbá
Ọmọ Àgùnnàre
Mo rẹ́gbàá
Ọmọ Àgùnnàre
Òfó yẹbá
Ọmọ Àgùnnàre
Mo rÁbèbè.......................20
Ọmọ Àgùnnàre
Mó rẹ́gbàá
Mo rÁbèbè kan
Ajogún yẹbá
Ọmọ Àgùnnàre
Mo rẹ́gbàá
Mo rábèbè

ÒTÚRÚPÒN ÒBÀRÀ A

Ifá asks this person to perform sacrifice two hand fans to Èṣù. His work is related to his mouth; Ifá would not let him develop a disease of the leg: The same leg that would take him around to fend for his food. He would be cared for.

Òtúrú ní ń pọn Ọ̀dàràá lọ sílẹ̀ Ifẹ̀
Casts divination for Ikúyẹbá the child of Àgùnnàre
On the day he was crying because of all good things
He was asked to perform sacrifice
He then performed the sacrifice
He sacrificed a hand fan
He thereafter started dancing around town
This is what Èṣù devotees carrying hand fans do till date
They had sacrificed twenty thousand units of money
All his places of call...................................10
He is taken care of with good money
He said Òtúrú ní ń pọn Ọ̀dàràá lọ sílẹ̀ Ifẹ̀
Casts divination for Ikúyẹbá the child of Àgùnnàre
Death had ducked sideways for us
The child of Àgùnnàre
I sacrificed twenty thousand
The child of Àgùnnàre
Loss had ducked sideways
The child of Àgùnnàre
I had sacrificed a hand fan...........................20
The child of Àgùnnàre
I sacrificed twenty thousand
I sacrificed a hand fan
Ajoguns ducked sideways
The child of Àgùnnàre
I sacrificed twenty thousand
A sacrificed a hand fan

ÒTÚRÚPỌ̀N ỌBÀRÀ B

Ifá pé ọ̀nà èyìn odi kán ń bẹ tí eléyìun
mọ́ọ́ lọ tàbí tí ọ́n fẹ́ẹ́ mú u lọ. Tí ẹnìkan
bá ń mú u lọ; kó lọ, ṣùgbọ́n tó bá jẹ́ pé
òun ló fẹ́ẹ́ mú èèyàn kan lọ sí èyìn odi, kò
gbọdọ̀ dan wò. Wọn ò níí mọ̀ ọ́.

Pọndara
Pọ̀ndàrà
A díá fún Itú
Èyí tí ń pọn Ọdàràá lọ silẹ̀ Ifẹ̀
Itú ló mọ̀nà Ifẹ̀
Ọdàrà ò mọ̀nà
Itú sì ń sòwò lọ sÍfẹ̀
Ń lọ àlọbọ̀ ní gbogbo ìgbà
Ń jèrè
Èṣù bá bi Í léèrè........................10
'Ìwọ Itú'
'Ńbi tọ́ọ̀ọ́ mọ́ọ lọ un'
'Mú òun lọ'
'Tọ́ọ bá mú òun lọ'
'Ó dún mọ́ òun'
Ọdàrá gbọ́ ẹnà
Ó mọ bí ọ́n tíí ṣètùtù
Ó sì mẹbọ
Itú bá ní ó kálọ
Ńgbàa wọ́n dọ́hùún...........................20
Àwọ́n bá rù ú
Wọ́n sọ ọ́
Bọ́o ni nnkan àwọ́n ti lè dáa?
Ọdàrà sì ń bẹ nítòsí
Ó ní Itú lẹbọ
Ni nnkaan yín fi lè dáa
Wọ́n bá mú Itú
Wọ́n bá fi Itú rúbọ

ÒTÚRÚPỌ̀N ỌBÀRÀ B

Ifá says there is a certain place abroad that someone
is planning of taking this person. He should follow this
friend. But if it is he that is traveling to this place he
should not take anyone along with him. He would not
be recognized there.

Pọndara
Pọ̀ndàrà
Cast divination for Itú
The one that was back-strapping Ọdàrà to Ilé Ifẹ̀
It is Itú that knew the road to Ilé Ifẹ̀
Ọdàrà does not know the way
Itú was a trader shuttling to Ifẹ̀
He goes and comes back almost on regular basis
He was making astounding profits
Èṣù Ọdàrà then implored him.................10
'You Itú'
'This trade route of yours'
'Please take me along'
'If you can help me'
'I will be very happy' Ọdàrà begged Itú
Ọdàrà however is knowledgeable on twisted
                                                languages
He also know so much about rituals
And offering of sacrifices
Itú asked him to come along
When they got to the city of Ilé Ifẹ̀.............20
They, in Ilé Ifẹ̀ were ruminating on their domestic
                                                problems
They decided to consult with Ifá
'How would our things record a better feat' was the
                                question they were asking Ifá
Ọdàrà was close by
In twisted language, Ọdàrà said 'Itú is the object of
                                sacrifice'!!!
'That is the only way by which your things would be
                                better'
That was how they seized Itú
And used her as sacrifice

Pọndara
Pọ̀ndàra...............................30
A díá fún Itú
Èyí tí ń pọn Ọ̀dàrà lọ sílẹ̀ Ifẹ̀
Pọndara
Pọ̀ndàrà
Ẹ̀gbà àì ṣẹbọ
Ẹ̀gbà àì tù èèrù
Itú ló pọn Ọ̀dàrà dálẹ̀ Ifẹ̀
Ló bá já sórí ikú

Pọndara
Pọ̀ndàra...............................30
Cast divination for Itú
That was strapping Ọ̀dàrà on his back to the city of Ifẹ̀
Pọndara
Pọ̀ndàrà
The evil of not performing sacrifice
The problem of not giving the free gifts
Itú belted Ọ̀dàrà to the city of Ifẹ̀
And it turned out to death

ÒTÚRÚPÒN ÒKÀNRÀN A

Ifá yìí bèèrè sùúrù púpò. A lè ti móò ṣe
nñkankan fún òpòlopò èèyàn tí ó sì móò
dára; ṣùgbón bó bá ti di ibi tiwa, kò níí
gún. Ifá pé ká rúbọ ká sì fara balè, láìpé,
gbogbo è ní ó dayò.

ÒTÚRÚPÒN ÒKÀNRÀN A

This Ifa verse demands us to be highly docile. This
person may have been achieving feats for people, but
things would prove very difficult for him. Ifa implores
us to be patient: And that before long, all would turn to
joy.

Kòkòrò jewé jewé
Kòkòrò jèlú jèlú
Kòkòrò tó jèlú jàre èlú
Ìwòn lewé tí ñ bẹ lókoó dáraá mọ
A díá fún Àrìnjó Olúfè
Níjó tí ñ ṣehun gbogbo tókan ò lójú
Àrìnjó Olúfè ló sòwò ṣe gbogbo è
Kò rójú è
Gbogboo wọn lòún ṣe fún!
Òún sì mọ bóun tíí ṣe é fún gbogboo
    wọn...................10
Tíí fíí dáa
Tòún ṣe wáá ñ báyìí?
Wón ní kó rúbọ
Ó nírò o
Òun ò rúbọ mó
Òún ñ lọ ni
Wón ní ó fi sùúrù kún ẹbọ ñ rírú
Ó lóun ò gbà
Òrun lòún ó ti lòó bèèrè
Ñgbà ó dé ibodè òrun àti ayé..........20
Ó bá Oníbodè ñbè
È é ti ñ?
Ó lóun ñ lọ òde òrun ni
Òún ñ lòó wo ìdí tó fi jẹ́ tí àwọn nñkan
    òun ṣe ñ bẹ́ẹ
Gbogbo tiwọn lòún tún ṣe tán
Ó sì bá Èmú

The leaf-eating insect
The èlú leaf-eating insect
The insect that eats èlú leaf is blameless
The beauty of a farm leaf should not be too
    pronounced
Cast divination for Àrìnjó Olúfè
On the day he was trying his hands on his things
    without success
It is Àrìnjó Olúfè who had been trying his hands on
    all sorts
He couldn't make success
'But I have perfected it for others'
'I have recorded remarkable success for them'......10
'It is making their lives work'
'Why should my own be in a mess'? He asked,
    frustrated
He was asked to perform sacrifice
'No', He said
'I don't want to offer sacrifice again'
'I am going away'
'Why don't you exercise some patience?'
'No way' he said
'I would rather go and inquire from heaven'
On his arrival at the gates of heaven................20
He met the gatekeepers
'Why are you here'? Was the question the gatekeepers
    asked him
'I am going to the city of heaven'
'I want to go and see why my things are in a mess',
    replied Àrìnjó
'I have been repairing their lives'
Èmú was there,

Oníbodè Ọlọ́run

Ó ní Àrọ̀gìdìgbà

Oníbodè Ọlọ́run

Wọ́n ní ta lo ti ṣe fún?................30

Ó lóun ti ṣe fún Alárá

Ó gbádé gorí

Òún ṣe fún Ajerò

Ó fẹ̀jìgbàrà Ìlẹ̀kẹ̀ bọrùn

Òún ṣe fỌba lỌyọ́ọ̀ Apèrí

Ọmọ ajodó ẹmi gbára

Ọmọ ajètè yọkùun yọ̀kọ̀tọ̀

Òún ṣe fún Ọ̀ọ̀ni

Àlàkàn èṣùú

Ọmọ agbèlé ṣẹbọ ñtorí ọmọ............40

Gbogboo wọn lòún ṣe fún

Gbogboo wọn ní ọ́n ti lóókọ pátápátá poo

Tòún ti wáá jẹ́?

Tóun ò wáá níí lóókọ tó dáa láyé?

Òún ṣe ṣee ṣe

Òun ò rójútùú ẹ̀'

Ẹ̀mú ní lóòótọ ni

Ó ní t̀lẹ náà ó dáa

Ẹ̀mú níré tó o bá gbá mú

Kò níí bọ́ mọ́ ọ lọ́wọ́............50

Ẹ̀mú ní 'sóo mọ̀ mí'?

'Sóo sì mọ̀ Àrọ̀gìdìgbà'

Àrìnjó Olúfẹ̀ lóun ò mọ̀ ọ́

Ó ní kálọ ọ̀dọ̀ Àrọ̀gìdìgbà

Kóun náà ó fún ọ ládùúà

Wọ́n bá lọọdọ̀ Àrọ̀

Àrọ̀gìdìgbà ní gbogbo ire táwọn bá fún ọ

'Gbogbo ẹ̀ ní ó rọ̀ mọ́ ọ'

Àrọ̀gìdìgbà ní só mọ̀ Àdí ọmọ Ẹlẹ́bu?

Ó lóun ò mọ̀ ọ́..................60

Ó ní kálọ sọ́dọ̀ Àdí

Ńgbàa wọ́n dọ́dọ̀ Àdí .

God's gatekeeper

He met Àrọ̀gìdìgbà also

God's second gatekeeper

'Who are those that you have helped'? The gatekeepers asked......................30

'I have performed the feat for Alárá'

'He wears a crown on his head'

'I have done the same for Ajerò'

'He puts on Èjìgbàrà beads on his neck'

'I also performed the feat for the king in Ọ̀yọ́ Apèrí'

'The child of Ajodó ẹmi gbára'

'The child of Ajètè yọkùun yọ̀kọ̀tọ̀'

'I did the same thing for Ọ̀ọ̀ni'

'The child of Àlàkàn èṣùú'

'The child of Agbèlé ṣẹbọ ñtorí ọmọ'................40

'I helped them all'

'All of them now have good names on earth'

'Why should mine now be in a mess'?

'My own name is not registered in gold'? Àrìnjó said

'I tried and tried'

'I could not find headway'. He concluded

'It is true', Ẹ̀mú said

'Yours would be fine also'

'Whatever good thing you hold'

'Would not drop off your hands', Ẹ̀mú prayed.....50

'You know me now, don't you'?

'But do you know Àrọ̀gìdìgbà'? Ẹ̀mú asked him

'I don't know him' Àrìnjó said

'Come, let us go and see Àrọ̀gìdìgbà'

'Such that he too would pray for you'

They went to meet Àrọ̀gìdìgbà

'All good things I give to you', Àrọ̀gìdìgbà prayed

'All would stick to you permanently'

'But do you know Àdí the child of Ẹlẹ́bu'?

Àrọ̀gìdìgbà asked

'I don't know him', Àrìnjó answered.................60

'Come and meet with Àdí'

On arrival in Àdí's house

Àdí ní láí
Òròò rẹ ò tún já dijú mọ́
Àdí ní 'njẹ́ ó mọ Osùn?
Osùn tíí solóríi gbogbo Ẹlẹyẹ lójúde
Ìsálayé?
Ó lóun ò mọ̀ ọ́
Wọ́n dọ́dọ̀ Osùn
Osùn ní Háà
Gbogbo ire ní ó sùn ọ́ bọ̀..................70
Osùn ní só mọ́ Ọlọ́mìnrìnyíhùn
Tí è é pahùn Ọbàrìsàá dà
Tó jẹ́ pé gbogbo ihun tí ọ́n bá wí fún un
Tí ò fi níí yẹ
Ó lóun ò mọ̀ ọ́
Ó ní kálọ ọdọ̀ Ọlọ́mìnrìnyíhùn
Ọlọ́mìnrìnyíhùn náà kọ hà
Gbogbo ihun tí ọ́n tọrọ fún ọ lóníí
Gbogbo ẹ̀ ní ó ríí bẹ́ẹ̀'
Ó ni àwọn ayé ni ò fẹ̀rààn rẹ tó............80
Àwọn ayé náà ó wàá fẹ̀rààn rẹ
N ní wá ń jó n ní ń yọ̀
Ní ń yin àwọn Babaláwo
Àwọn Babaláwo ń yin Ifá
Ó ní bẹ́ẹ̀ làwọn Babaláwo tòún wí
Kòkòrò jewé jewé
Kòkòrò jẹlú jẹlú
Kòkòrò tó jẹlú jàre ẹlú
Ìwọn lewé tí ń bẹ lókoó dáraá mọ
A díá fún Àrìnjó Olúfẹ̀..................90
Níjọ́ tí ń ṣehun gbogbo tọ́kan ò lójú
Ó wàá rìn títí
Ó lóun ń lọ sóde òrun
Ó bẹ̀múú Oníbodè Ọlọ̀run
Ẹ̀mú níre tó bá mú ò níí bọ́ mọ́
Ó bá Àrògìdìgbà Oníbodè Ọlọ̀run
Àrọ̀ gìdìgbá níree rẹ̀ ó rọ̀ dé

'Never', Àdí said
'Your things would never prove knotty again'
'But do you know Osùn'? Àdí asked
'Osùn is the head of all the witches in the open world,
Àdí said'
'I don't know that', replied Àrìnjó
They arrived Osùn's place
In amazement, Osùn also exclaimed
She prayed, 'All good things would be plentiful with
you'..................70
'But do you know Ọlọ́mìnrìnyíhùn'?
'The one that does not change the wish of Òrìsà'
'That all prayers said over anyone'
'Would come to pass as wished'?
'I don't know him also', came the answer from Àrìnjó
'Let us go to Ọlọ́mìnrìnyíhùn'
Ọlọ́mìnrìnyíhùn too was also surprised
'All the good things wished for you today'
'All would be exactly as desired', He prayed
'It is the people that do not like you enough'......80
'The people would now love you'
He then started to dance and rejoice
He was praising his Babaláwos
His Babaláwos were praising Ifá
He said it was exactly as his Babaláwos predicted
The leaf-eating insect
The Ẹlú leaf-eating insect
The insect that eats Ẹlú leaf is blameless
The beauty of a farm leaf should not be too much
Cast divination for Àrìnjó Olúfẹ̀..................90
That was trying his hands on his things without
success
He went on trying and persevering
He resolved to go to heaven
He met Ẹ̀mú, God's gatekeeper
Ẹ̀mú said all good fortunes held in his hands would
never drop off again
He met with Àrògìdìgbà the gatekeeper of God
Àrògìdìgbà prayed that his good fortunes would
inundate him as if it is rainfall

Wọn ní só mọ Àdí ọmọ Ẹlẹ́bu
Àdí sọ pọ́rọ̀ọ̀ rẹ̀ ò níí já dijú mọ́
Àdí ní só mOsùn.....................100
Èyí tíí solórìi gbogbo ẹlẹ́yẹ lóde ìsálayé
Wọ́n mú u dọ́dọ̀ Osùn
Osùn ní gbogbo ire ní ó sùn ún bọ̀
Wọ́n wáá mú u tọ Ọlọ́mìnrìnyíhùn
Tí è é pahùn Ọbàrìsàá dà
Ó dọ́dọ̀ Ọlọ́mìnrìnyíhùn
Ó ní gbogbo ihun tí ọn wí fún ọ
Ó ní gbogbo ẹ̀ ní ó mọ lórí
Tajé
Taya.......................110
Tọmọ
Tilé
Togbó
Tatọ́
Gbogbo ire lóó nìí láyé
Ẹ fi mí sosùn
Ẹ fi mí kínra
Ọ̀rọ̀ọ̀ mí dOsùn
Ó dÀdí
Ẹ fi mí sosùn 120
Ẹ fi mí kínra
Gbogbo ọtọ̀ọ̀kùlú ó mọ́ọ fẹ̀rààn mi pòròǹgòdò
Ẹ fi mí sosùn
Ẹ fi mí kínra
Ọ̀rọ̀ọ̀ mí dOsùn
Ó dÀdí
Ẹ fi mí sosùn
Ẹ fi mí kínra
Gbogbo ire tí mo bá gbá mú
Ẹ̀mú mọ́ jọkan ó leè bọ́ lọ́wọ́ọ̀ mi.......130
Ẹ fi mí sosùn

They asked him if he knew Àdí the child of Ẹlẹ́bu
Àdí said his things would never prove knotty again
Àdí asked if he knew Osùn 100
Who happens to be the head of all witches in the world
They took him to Osùn
Osùn said all good things would be with him aplenty
They finally took him to Ọlọ́mìnrìnyíhùn
That does not change the wish of Òrìsà
He got to Ọlọ́mìnrìnyíhùn
He prayed that all the good things they wished him
All would stick to his Orí
Wealth
Wives.............................110
Children
Houses
Agelessness
Steadfast in old age
You would have all the good fortunes in the earth
Make me your Osùn
And rub me on
My case becomes Osùn cream
It becomes Àdí oil
Make me Osùn 120
And rub me on
All important people should start to love me in totality
Make me your Osùn
And rub me on
My case becomes Osùn cream
It becomes Àdí oil
Make me Osùn
And rub me on
All the good fortunes I hold
Ẹ̀mú, don't allow any to drop off my hands.........130
Make me your Osùn

Ẹ fi mí kínra
Òròọ̀ mí dOsùn
Ó dÀdí
Ẹ fi mí sosùn
Ẹ fi mí kínra
Àrògìdìgbà dákun jẹ́ ire tèmi ó rọ̀ dé
Ẹ fi mí sosùn
Ẹ fi mí kínra
Òròọ̀ mí dOsùn
Ó dÀdí...............................140
Ẹ fi mí sosùn
Ẹ fi mí kínra
Gbogbo ire tó bá tó mi lọ́wọ́
Ọlọ́mìnrìnyíhùn tí è é pahùn Ọbarìsàá dà
Mọ́ jẹ̀ẹ́ ire ó padà lọ́dọ̀ọ tèmi
Ẹ fi mí sosùn
Ẹ fi mí kínra
Òròọ̀ mí dOsùn
Ó dÀdí
Ẹ fi mí sosùn 150
Ẹ fi mí kínra

And rub me on
My case becomes Osùn cream
It becomes Àdí
Make me Osùn
And rub me on
Àrògìdìgbà, please let my own fortunes rain on me
Make me your Osùn
And rub me on
My case becomes Osùn cream
It becomes Àdí oil.............................140
Make me Osùn
And rub me on
All good fortunes that touch my hand
Ọlọ́mìnrìnyíhùn that does not change the wish of the
    Òrìsà
Do not let the good things turn away from me
Make me your Osùn
And rub me on
My case becomes Osùn cream
It becomes Àdí oil
Make me Osùn 150
And rub me on

ÒTÚRÚPÒN ÒKÀNRÀN B

Ifá pé ẹ̀mí eléyìun ó gùn láyé.

Ikú polósí
Awo Ọmọdé
Ikú pàwọn àgbààgbà sànkò sànkò
Awo Olùkòsì
A díá fún Àgbàníkòrò
Èyí tí ń lọ rèé bá wọn kúnlẹ̀ ikin lọ́dún ń
    dídá
Òun ò kú báyìí?
Ó bá mú eéjì kún ẹ̀ẹta
Wọ́n ní kó rúbọ
Wọ́n ní yó pẹ̀ẹ́ pẹ̀ẹ́ pẹ́ láyé................10
Wọ́n ní yóó gbòó
Yóó sì tọ́
Wọ́n ní kó mọ́ sì jáyà
Àgbàníkòrò bá rúbọ
Ayé bá yẹ ẹ́
Ó pẹ́ láyé
Ipáa rẹ̀ ká nǹkan
Ó ní bẹ́ẹ̀ làwọn Babaláwo tòún wí
Ikú polósí
Awo Ọmọdé.....................20
Ikú pàwọn àgbààgbà sànkò sànkò
Awo Olùkòsì
A díá fún Àgbàníkòrò
Èyí tí ń lọ rèé bá wọn kúnlẹ̀ ikin lọ́dún ń
    dídá
Èmí di Ẹ̀rùyánǹtefẹ̀ o
N ò níí bá wọn kú ní kékeré
Ẹ̀rú pẹ́; Ẹ̀rú pẹ́ lọmọdéé tayò
N ó pẹ̀ẹ́ pẹ̀ẹ́ pẹ́
N ó gbòó gbòó gbó
N ó là làà là................30
Ẹ̀rú pẹ́; Ẹ̀rú pẹ́ lọmọdéé tayò

ÒTÚRÚPÒN ÒKÀNRÀN B

Ifá says this person would have long life.

Ikú polósí
The Babaláwo of Ọmọdé
Ikú pàwọn àgbààgbà sànkò sànkò
The Babaláwo of Olùkòsì
Cast divination for Àgbàníkòrò
The one that would with them knee annually to cast
    divination using Ikin
Would I not die? He asked
He then combined two cowries with three
They told him to perform sacrifice
They told him that he would live long on earth......10
He would be very old
And also be steadfast at old age
'But do not exercise fear' they assured
Àgbàníkòrò then performed the sacrifice
Life then pleased him
He lived long
He was able to overcome many obstacles
He said it was exactly as his Babaláwos had said
Ikú polósí
The Babaláwo of Ọmọdé...........................20
Ikú pàwọn àgbààgbà sànkò sànkò
The Babaláwo of Olùkòsì
Cast divination for Àgbàníkòrò
The one that would with them knee annually to cast
    divination using Ikin
I become Ẹ̀rùyánǹtefẹ̀
I will not die young with them
Ẹ̀rú pẹ́; is the style youngsters use in playing ayò
    game
I would live long
I would become aged
I would become extensively rich........................30
Ẹ̀rú pẹ́; is the style youngsters use in playing ayò

ÒTÚRÚPỌ̀N ÒGÚNDÁ A

Ifá pé kí eléyìun ó rúbọ ayọ̀. Láti ìbẹ̀rẹ̀ niree rẹ̀ ó ti bá a wá, ṣùgbọ́n kó fún òkè ìpọ̀rí ẹ̀ ní Ewúrẹ́ kan. Ifá pé kí wọn ó mọ́ wí ewúrẹ́ ọ̀hún, kí wọ́n ó hó awọ ẹ̀ kí wọ́n ó sì fi kànlù.

ÒTÚRÚPỌ̀N ÒGÚNDÁ A

Ifá asks this person to perform sacrifice for happiness. His fortune had been with him right from his birth. He should give Ifá one goat. The skin of the goat should not be burnt but should be removed and be used to make a drum.

Jógede
Gbàgede
A díá fún Òòsàálá Ọ̀sẹ̀ẹ̀rẹ̀mọ̀gbò
Nijọ́ọ́ tí ń tọ̀run bọ̀ wálé ayé
Ẹbọ n wọ́n ní ó ṣe
Jógede
Gbàgede
A díá fún Ọ̀kànlénú Irúnmọlẹ̀
Nijọ́ọ́ wọ́n ń tọ̀run bọ̀ wálé ayé
Wọ́n ní kí gbogboo wọ́n ó rú ẹran méjì méjì lọ......................10
Òòsà lórí òun ò gbó
Òòsá bá rúbọ
Wọ́n hó awọ ẹran ọ̀hún
Wọ́n e kànlù
Ńgbàa wọ́n dé ilé ayé
Àwọn Òòsà tó kù ò rílù jó
Wọ́n bá dé àjọ ńbi wọ́n ó ti jó
Ẹnii wọ́n ń sápẹ́ẹ́ fún
Ẹni tí ń kọrin lásán
Òòsá bá yọ lọ́ọ̀ọ́kán.....................20
Ó ní Jógede
Gbàgede
A díá fún Òòsàálá Ọ̀sẹ̀ẹ̀rẹ̀mọ̀gbò
Nijọ́ọ́ wọ́n ń tọ̀run bọ̀ wálé ayé
Jógede
Gbàgede
Ifá jẹ́ n gbayì ńtèmi
Bí Sàngó ti tó un
Kò rílù jó
Jógede...................30

Jógede
Gbàgede
Cast divination for Òòsàálá Ọ̀sẹ̀ẹ̀rẹ̀mọ̀gbò
On the day he was coming from heaven to the earth
He was asked to perform sacrifice
Jógede
Gbàgede
Cast divination for uncountable Deities
On the day they were coming from heaven to the earth
They asked all of them to sacrifice two goats.......,..10
Òòsà said he can not dare the consequences
Òòsà performed the sacrifice
They skinned the goat
And used the skin to make a drum
When they arrived on the earth
The other Deities could not find a drum to dance to
They got to where they would congregate to dance
Some were being clapped for
Some were forming the rhythms with their mouth only
Òòsà, seen from afar, chanted.......................20
Jógede
Gbàgede
Cast divination for Òòsàálá Ọ̀sẹ̀ẹ̀rẹ̀mọ̀gbò
On the day he was coming from heaven to the earth
Jógede
Gbàgede
Ifá let me be renown on my own
As big as Sàngó is
He has no unique drumbeat to dance to
Jógede.......................30

Gbàgede

Bí Ògún ti tó un

Kò rílù jó

Jógede

Gbàgede

Òòsà ní ń bẹ lẹ́yìn

Tí ń jíjóo rẹ

Wọ́n bá fìlù bẹ́ ẹ

Ògún ní háà

Òun náà ní ńbi ìlù......................40

Ògún bá lọ́ọ́ kan Àgèrẹ̀

Sàngó lọ́ọ́ kan bàtá

Gbogboo wọ́n bá kànlù

Gbogbo ìhun tí ò bá nílú ńnú

Kò leè ṣehun rere kan tó dáa

Gbàgede

As powerful as Ògún is

He has no unique drumbeat to dance to

Jógede

Gbàgede

It is Òòsà coming from the back

That is dancing his deserved drumbeats

They drummed loudly

In desperation, Ògún exclaimed

'I also have an idea of a type of drum'................40

Ògún went to make Àgèrẹ̀ drum

Sàngó made Bàtá

All of them started making different kinds of drums

All celebrations devoid of drumbeats

Would not connote a good function

ÒTÚRÚPÒN ÒGÚNDÁ B

Ifá pé òun pé ire fún eléyìun, kó rúbọ ẹ̀ kó pé. Kò gbọdọ̀ sí láàrin àwọn ẹni tí ó ba ẹbí jẹ́. Ifá pé kó sì rúbọ kí wọ́n ó mọ́ gba nǹkan baba ẹ̀ lọ́wọ́ ẹ̀.

ÒTÚRÚPÒN ÒGÚNDÁ B

This person should not commit acts capable of ruining family ties. Ifá asks him to perform sacrifice so that a certain property owned by his father would not be seized from him.

Òtúrúpòn gúndá; Òtúrúpòn gúndá
Òtúrúpòn gede; Òtúrúpòn gede
Ò dámọ lógèdèǹgbé
Gégédédé ni wọ́ọ́n tàpá elégédé
A díá fún Ìkookò
Ti ọn ní ó rúbọ
Kó lè baà joyè olóòtá, oyèe baba ẹ̀
Òtúrúpòn gúndá; Òtúrúpòn gúndá
Òtúrúpòn gede; Òtúrúpòn gede
Ò dámọ lógèdèǹgbé.....................10
Gégédédé ni wọ́ọ́n tàpá elégédé
A díá fún Ẹkùn
Ti ọn ní ó rúbọ
Kó lè baà joyè olóòtá, oyèe baba ẹ̀
Ìkookò sì làgbà
Òun níí jẹ Olóòtá
Ẹnìkejì ni Ẹkùn ún jẹ
Ìkookò bá ń ṣe dìẹdìẹ̀
Kò tètè rúbọ
Ẹkùn bá rú abẹ mẹ́wàá....................20
Ó rú aṣọ finfin
Ẹní bá sì ti rúbọ pé ńjọ́hun àná
Lẹ́sẹ̀kẹsẹ̀ ńbẹ̀ náà ní ó dìde
Kò sí àdọ́gbọ́n sí kan ńbẹ̀ tée dòní
BẸ́bọ bá ti pé tó sì rin ojú ọ̀nà fẹ̀ni ó rúbọ
Lẹ́sẹ̀kẹsẹ̀ ni yóó ti mọ̀ pé òún rúbọ
Ẹbọ́ bá dà fún Ẹkùn
Ìkookò tí ti ń jẹ Olóòtá

Òtúrúpòn gúndá
Òtúrúpòn gede
Ò dámọ lógèdèǹgbé
Gégédédé ni wọ́ọ́n tàpá elégédé
Cast divination for the Hyena
That was asked to perform sacrifice
Such that he would ascend the leadership throne of his
       fathers
Òtúrúpòn gúndá
Òtúrúpòn gede
He wrestles his opponent winning with a pin fall....10
Gégédédé ni wọ́ọ́n tàpá elégédé
Cast divination for the Leopard
That was asked to perform sacrifice
Such that he would ascend the leadership throne of his
       fathers
The Hyena had always been the elder
He was the one whose ancestors had always been
       enthroned as leaders
The Leopard had always been the deputy
The Hyena however became slow in action
He did not offer the sacrifice on time
The Leopard quickly sacrificed ten blades............20
He sacrificed 'aṣọ finfin'
He that offered his sacrifice fully since the olden days
It is with immediate effect that the elevation of the
       person would take place
There is no other way round till date
Once the sacrifice is observed in full and the
       efficiency of the offerings proved
He would know immediately
The sacrifice then proved efficient for the Leopard
The Hyena that had been the previous leader was
       removed

Ògìdán bá gba Olóòtá jẹ

Ǹgbà Ògìdán jẹ Olóòtá tán.............30

Nǐkookò tóó ránǹ

Wọ́n dé ibi wọ́n gbé ń ṣeré

Ni ọ́n bá kèjàsì

Wọ́n lẹ́ẹkú o ò ọmọ Àgbọnnìrègún
    gbogbo Babaláwo

Wọ́n ní Hin

Òtúrúpọ̀n gúndá; Òtúrúpọ̀n gede ò dámọ
    lógèdèǹgbé

Hin

A díá fún Ìkookò tí ọn ní ó wá joyè
    olóòtá, oyèe baba ẹ̀ o

Hin

Wọ́n ní kó rúbọ kó jẹ olóòtá o.........40

Hin

Ó kọtí ọ̀gbọnhǐn sẹ́bọ

Hin

Ògìdán ní ń bẹ lẹ́yìn tó rúbọ

Hin

Ó ló gbOlóòta jẹ ẹ̀ ẹ ẹ̀ ẹ

Ìkookò ò ṣẹbọ kò tu èèrù Ògìdán
    gbOlóòtá jẹ ò

Ó gbOlóòtá jẹ o ò

Ìkookò ò ṣẹbọ kò tù èèrù Ògìdán
    gbOlóòtá jẹ ò

Ìkookò ò ṣẹbọ kò tù èèrù Ògìdán
    gbOlóòtá jẹ ẹ ẹ ẹ................50

Ògìdán instead became the new leader

After the Leopard had settled down................30

The Hyena woke up from his slumber

All the animals arrived at their playing field

They bust into Ìjàsì

We greet you all the children of Àgbonnìrègún all
    Babaláwos

They responded, Hin

Òtúrúpọ̀n gúndá; Òtúrúpọ̀n gede, Ò dámọ lógèdèǹgbé
Hin

Cast divination for the Hyena that was asked to
    ascend his father's leadership throne

Hin

He was asked to perform sacrifice to become the
    leader................40

Hin

He turned a deaf ear to the sacrificial warning

Hin

Ògìdán is the one at the back who performed the
    sacrifice

Hin

He in his stead became the leader

The Hyena neither performed the sacrifice nor gave
    the free gifts paving way for Ògìdán
    to ascend the leadership throne

He had instead became the leader

The Hyena neither performed the sacrifice nor gave
    the free gifts paving way for Ògìdán
    to ascend the leadership throne

The Hyena neither performed the sacrifice nor gave
    the free gifts paving way for Ògìdán
    to ascend the leadership throne.............50

ÒTÚRÚPÒN ÒSÁ A

Ayé eléyìun ó dáa; ire ó là fún; Ire ilé, ajé, àtire ợpợlợpợ èèyàn. Kó múrá sí nùkan tí ń ṣe lợwợ kó forí ẹ̀ tì síbìkan. Ifá pé Òòsà ni kí eléyìun ó lợợ bợ. Ọpợlợpợ ìgbín lẹbợ ẹ̀ sí Òòsà.

A ì í yẹ pópó kó mợ kan ilé
A ì í yẹ ợnà tààrà tà kó mợ kan ợjà
A ì í gbáwòrán gẹ̀gẹ̀ẹ̀gẹ̀ ká mợ fợwợ ẹ̀ tì síbìkan
A día fún Yemòó aya Òrìsà
Níjợ tí ń fomi ojúú sògbérè ợmợ
Wợn ní kó rúbợ
Wợn ní yóó bímợ lợpợlợpợ
Ẹbợ ợmợ ni kó wáá ṣe
Wợn ní kó tợjú ìgbín
Wợn e bỌòsà.................................10
Yemòó bá bímợ
Ọmợ pợ
Inú ẹ̀ dùn
N ní wá ń jó ní wá ń yợ
Ní ń yin àwợn Babaláwo
Àwợn Babaláwo ń yin Ifá
Ó ní bẹ́ẹ̀ làwợn Babaláwo tòún wí
A ì í yẹ pópó kó mợ kan ilé
A ì í yẹ ợnà tààrà tà kó mợ kan ợjà
A ì í gbáwòrán gẹ̀gẹ̀ẹ̀gẹ̀ ká mợ fợwợ ẹ̀ tì síbìkan.................................20
A díá fún Yemòó aya Òrìsà
Níjợ tí ń fomi ojúú sògbérè ợmợ
Ẹbợ n wợn ní ó ṣe

ÒTÚRÚPÒN ÒSÁ A

Ifá says it would be well with this person. All good fortunes would be uncovered for him; wealth, houses and the rest. Ifá says he has been doing something of importance. He should continue and make sure to reach a good conclusion. Ifá urges him to go and offer many snails to Òòsà.

One would not make a road without leading it to a house
One would not make a straight path without leading it to the market place
One would not with care and elation carry a picture without resting it somewhere on the wall
Cast divination for Yemòó the wife of Òòsà
On the day she was crying because of children
She was asked to perform sacrifice
They assured her that she would have many children
'You only have to perform the sacrifice meant for children' the priests had said
They asked her to prepare snails
They used it to offer sacrifice to Òòsà..............10
Yemòó had a baby
Many babies afterwards
She became exceedingly happy
She then started to dance and rejoice
She was praising her Babaláwos
Her Babaláwos were praising Ifá
She said it was exactly as her Babaláwos had said
One would not make a road without leading it to a house
One would not make a straight path without leading it to the market place..........................19
One would not with care and elation carry a picture without resting it somewhere on the wall
Cast divination for Yemòó the wife of Òòsà
On the day she was crying because of children
It was the sacrifice of children they had asked her to perform

654

Taa ló bímọ báwọnyí bẹẹrẹ?	Who has children these many?
Yemòó nïkàn	Yemòó alone
N ló bímọ báwọnyí bẹẹrẹ	Has children these many
Yemòó nïkan	Yemòó alone
Ẹ wáà wọmọ Yemòó ti tó	Come and see Yemòó in the midst of many children

Ifá pé ẹbọ ni kí eléyìun ó rú. Ifá pé òun ò ńíí jẹ́ ó kú. Àyà ń já a ńbi ó wà; Ọpọlọpọ ọtí ni kó wá fún àwọn èèyàn tí ń bẹ lágbègbè.

Òtòlò jẹ
Òtòlò mu
Òtòlò fẹsẹ̀ lẹ́sẹ̀ẹ tàárọ̀ kùtùkùtù
A díá fún Yéwándé
Tó fọdún mẹta wà tí ò gbuuru
Òtòlò jẹ
Òtòlò mu
Òtòlò fẹsẹ̀ lẹ́sẹ̀ẹ tàárọ̀ kùtùkùtù
Yéwándé tó fọdún mẹta wà tí ò gbuuru
Ló fọsù mẹ́fà lée wọ tỌgbàà rà..........10
Àtògbuuru àtọgbààrà
Àwọn ló díá fún ọn ńÍlóógbòo tàbú
Ọmọ a wúwo lọ́wọ́ ikú gbinringbinrin
Wọ́n ní kí wọ́n ó rúbọ
Àwọn ará Ílóogbòo tàbú bá rúbọ
Ayé yẹ wọ́n
Ẹ̀míi wọ́n gùn
Àwọn náà?
Layé yẹ báyìí?
N ní wọ́n wá ń jó ní wọ́n wá ń yọ̀........20
Wọ́ń ń yin àwọn Babaláwo
Àwọn Babaláwo ń yin Ifá
Wọ́n ní bẹ́ẹ̀ làwọn Babaláwo tàwọn wí
Òtòlò jẹ
Òtòlò mu
Òtòlò fẹsẹ̀ lẹ́sẹ̀ẹ tàárọ̀ kùtùkùtù
A díá fún Yéwándé
Tó fọdún mẹta wà tí ò gbuuru
Ló fọsù mẹ́fà lée wọ tỌgbààrà
Àtògbuuru àtọgbààrà...................30

Ifá asks this person to perform sacrifice. He is exercising fear in his present abode; he should buy wine for the people in his abode. It would rest the fear.

Òtòlò eats
Òtòlò drinks
Òtòlò adds steps to the steps taken earlier in life
Cast divination for Yéwándé
That had married for three years without having a child
Òtòlò eats
Òtòlò drinks
Òtòlò adds steps to the steps taken earlier in life
Cast divination for Yéwándé
That had married for years without having a child
Also existed for six months without having any good fortune.....................11
Ògbuuru in conjunction with Ògbàà rà
Are the ones that cast divination for them in Ílóogbòo tàbú
The child of A wúwo lọ́wọ́ ikú gbinringbinrin
They were asked to perform sacrifice
The people of Ílóogbòo Tàbú observed the sacrifice
Life so pleased them
They had long life
Surprised, they exclaimed
They then started to dance and rejoice................20
They were praising their Babaláwos
Their Babaláwos were praising Ifá
They said it is exactly as their Babaláwos said
Òtòlò eats
Òtòlò drinks
Òtòlò adds steps to the steps taken earlier in life
Cast divination for Yéwándé
That had married for three years without a child
That also existed for six more months without any good fortune
Both Ògbuuru and Ògbààrà............................30

Àwọn ló díá fún wọn ńllòógbòo tàbú
Ọmọ a wúwo lọ́wọ́ ikú gbinringbinrin
Ikú gbé mi ó tì mí
Mo jomi mo wúwo
Mo yọ̀ gbuuru
Mo yọ̀ gbààrà
Àrùn gbé mi ó tì mí
Mo jomi mo wúwo
Mo yọ̀ gbuuru
Mo yọ̀ gbààrà.........................40
Òfò gbé mi ó tì mí
Mo jomi mo wúwo
Mo yọ̀ gbuuru
Mo yọ̀ gbààrà
Gbogbo Ajogún gbé mi ó tì mí
Mo jomi mo wúwo
Mo yọ̀ gbuuru
Mo yọ̀ gbààrà

Are the ones that cast divination of them in 'Ilógbòo
    tàbú
The children of 'A wúwo lọ́wọ́ ikú gbinrin gbinrin'
Death captured me and pushed me away
I ate water and became heavy
I glide happily with children
I glide happily with good fortunes
Sickness captured me and pushed me away
I ate water and became heavy
I glide happily with children
I glide happily with good fortunes..............40
Loss captured me and pushed me away
I ate water and became heavy
I glide happily with children
I glide happily with good fortunes
All Ajoguns captured me and pushed me away
I ate water and became heavy
I glide happily with children
I glide happily with good fortunes

ÒTÚRÚPỌ̀N ÌKÁ A

Ifá pé ire lọ́pọ̀lọpọ̀. Bí eléyìun bá ń lọ sírìn àjò, kò gbọdọ̀ pẹ́ kó tóó ṣẹ́rí wálé torí àwọn oore rẹ̀ gba kóun gaan ó wà ńlé kó tóó dáa. Èèyàn tíí mọ́ọ lọ tí mọ́ọ bọ̀ ni eléyìun, ó lè mọ́ọ lọ ṣùgbọ́n kò gbọdọ̀ pẹ́ tí ó fi padà. Ifá pé ire ibùjókòó fún un.

ÒTÚRÚPỌ̀N ÌKÁ A

Ifá says it would be well with this person. Ifá asks him not to stay too long on a travel trip because the success of all his fortunes would demand his physical presence. He is a person that travels often; he could still travel but should come back soon. Ifá wishes him the good fortune of permanent residence.

Òtúrú pọ̀nká
Òtúrú pọ̀nko
Pọ̀nko pọ̀nko bí ẹfọ́n sọgi
A díá fún Ajá
Tí ń fomi ojú sògbérè ọmọ
Wọ́n ní yóó bímọ lọ́pọ̀lọpọ̀ ẹbọ ní ó ṣe
Òún le bímọ láyé yìí
Tí gbogbo èèyàn ó mọ òun báyìí?
Wọ́n ní ọmọọ rẹ̀ pàpọ̀jù ìwọ Ajá
Ajá bá rúbọ......................10
Ajá bá ń bímọ
Nǐ bá ń bí méje
Nǐ ń bí mẹ́fà
Ajá bímọ ó pọ̀
Ọmọ ò ní mọ̀mọ́ mọ́
Lajá wá ń jó ní ń yọ̀
Nǐ ń yin àwọn Babaláwo
Àwọn Babaláwo ń yin Ifá
Ó ní bẹ́ẹ̀ làwọn Babaláwo tòún wí
Òtúrú pọ̀nká......................20
Òtúrú pọ̀nko
Pọ̀nko pọ̀nko bí ẹfọ́n sọgi
A díá fún Ajá
Tí ń fomi ojú sògbérè ọmọ
Wọ́n ní yóó bímọ lọ́pọ̀lọpọ̀
Ẹbọ ọmọ ni kó wáá ṣe
Ajá gbẹ́bọ ńbẹ̀
Ó rúbọ

Òtúrú pọ̀nká
Òtúrú pọ̀nko
Pọ̀nko pọ̀nko bí ẹfọ́n sọgi
Cast divination for the Dog
On the day he was crying because of children
They told the Dog to perform sacrifice
Would I have children on earth? The Dog had asked
'Such that everyone in the earth would recognize me for this'
'Your children would be many', they told him
The Dog then performed the sacrifice...............10
He started to have children
He was having even as many as seven children at once
At times six
The Dog had so many children
The children could not recognize their mother again
The Dog then started to dance and rejoice
He was praising his Babaláwos
His Babaláwos were praising Ifá
He said it was exactly as his Babaláwos had said
Òtúrú pọ̀nká......................20
Òtúrú pọ̀nko
Pọ̀nko pọ̀nko bí ẹfọ́n sọgi
Cast divination for the Dog
On the day he was crying because of children
They told him he would have many children
But should please perform sacrifice
The Dog heard about the sacrifice
And performed it

Àkó ajá ì í pé lóde
Wàràjà............…..................30
Ẹ jẹ́ á relé rèé gbọ́mọ
Wààràjà

The nursing female dog would never stay long out of home
Wààràjà........................…...............30
Let us go home to cuddle our child
Wààràjà

ÒTÚRÚPÒN ÌKÁ B

Ifá pé kí eléyìun ó mọ ẹbọ kó sì mọ̀ọ́ sòótọ́. Ẹni bá ń sòótọ́ níí gbádùn ilé ayé.

Ajá gbó gbóó gbó
Ajá dẹran Aṣínwín
Ọ̀fàfà gbó gbóó gbó
Ọ̀fàfà dẹran ìjíwèrè
Àgbọ̀nyín tí ń bẹ ínú Igbórò gbó gbóó gbó
Ó wọ igbó Ìráhùn lọ
A díá fún Ọpẹ̀ sẹ̀gì sẹ̀gì
Baálẹ̀ asòótọ́
Ọ̀pẹ̀ rèé, òótọ́ níí sọ
Ó bá bẹ̀rẹ̀ síí bímọ.......................10
Ó bí Ikin fún Alárá
Ó bí Òdùsọ̀ fún Ajerò
Ó bí Eríwo lọ́sìn fún Àjàlá
Tée dọ̀la
Ọ̀pẹ̀ ò gbọdọ̀ purọ́
Ọ̀rọ̀ tó bá sọ ò níí yin
Bẹ́ẹ̀ ní ó ríí
Ifá pé kí eléyìun ó mọ fòótọ́ sílẹ̀
Ikin tó bí fún Alárá
Ikin ọ̀hún ni gbogbo ayé ń sìn..........20
Ó bí Òdùsọ̀ fún Ajerò
Ó rọ Ajerò lọ́rùn
Eríwo Ọsìn tó bí fún Àjàlá
Ayé yẹ Àjàlá
N ní wá ń jó ní wá ń yọ̀
Ní ń yin àwọn Babaláwo
Àwọn Babaláwo ń yin Ifá
Ó ní bẹ́ẹ̀ làwọn Babaláwo tòún wí
Ajá gbó gbóó gbó
Ajá dẹran Aṣínwín.................30
Ọ̀fàfà gbó gbóó gbó

ÒTÚRÚPÒN ÌKÁ B

Ifá asks this person to tell the truth always. Truth would make him enjoy life. He should also perform the sacrifice of this Odù.

The dog barked and barked
It became a neurotic animal
Ọ̀fàfà yelped and yelped
Ọ̀fàfà became a demented animal
The Antelope living in the sacred forest growls and bellows
It became tongue-tied
Cast divination for Ọpẹ̀ sẹ̀gì sẹ̀gì
The chief truth teller
Ọpẹ̀ tells the truth
She started to have children................10
She had Ikin for Alárá
She had Òdùsọ̀ for Ajerò
She also had Eríwo Ọsìn for Àjàlá
Till tomorrow
Ọpẹ̀ would never tell lies
Her pronouncements would never be found untrue
It would be exactly as foretold
Ifá enjoins this person not to abandon honesty
The Ikin she had for Alárá
It is the same Ikin the whole world is devoted to....20
She had Òdùsọ̀ for Ajerò
It became easier for Ajerò
Eríwo Ọsìn that she had for Àjàlá
Life so pleased Àjàlá
They then started to dance and rejoice
They were praising their Babaláwos
Their Babaláwos were praising Ifá
They said it was exactly as their Babaláwos had said
The dog barked and barked
It became a neurotic animal.................30
Ọ̀fàfà yelped and yelped

Ọ̀fàfà dẹran ìjíwèrè	Ọ̀fàfà became a demented animal
Àgbọ̀nyín tí ń bẹ ńnú Igbórò gbó gbóó gbó	The Antelope living in the sacred forest growls and bellows
Ó wọ igbó ìráhùn lọ	It became tongue-tied
A díá fún Ọpẹ̀ sẹ̀gì sẹ̀gì	Cast divination for Ọpẹ̀ sẹ̀gì sẹ̀gì
Èyí tí ó jẹ Baálẹ̀ asòótọ́	The chief truth teller
Ó sòótọ́	She told the truth
Ó bí Ikin fún Alárá	And had baby Ikin for Alárá
Ó sòótọ́	She told the truth
Ó bi Òdùsọ̀ fún Ajerò 40	And had baby Òdùsọ̀ for Ajerò 40
Ọ̀pẹ̀ sẹ̀gì sẹ̀gì ló bí Eríwo Ọsìn fún Àjàlá	It was Ọ̀pẹ̀ sẹ̀gì sẹ̀gì that had baby Eríwo Ọsìn for Àjàlá
Ẹ jé á sòótọ́	Let us tell the truth
Ẹ jẹ́ a mọ́ọ sòdodo	Let us tell the facts
Ẹni tí bá ń sòótọ́ o	It is he that speaks the truth
LỌlọ̀rún ó gbè	That God would take sides with

ÒTÚRÚPỌ̀N ÒTÚÁ A

Ifá pé kí eléyìun ó rúbọ. Kó tójú obì, àgbébọ̀ adìẹ àti owó kó wáá fi ra gbogbo ara ẹ̀ pátápátá lógànjó òru. Kí wọ́n ó wáá pa adìẹ tó fi rara ẹ̀ lóru ọ̀hún kan náà; tó bá di ọjọ́ kejì, kó sè é fún àwọn èèyàn jẹ. Kó kó obì àti owó fún àwọn tí ọ́n mọ́ọ bọ ẹgbẹ́, kí wọ́n ó bá a bọ ẹgbẹ́run. Ará ó rọ̀ ọ́, ayé ẹ̀ ó dáa.

Bóó bàá tú búkẹ́
Kó o tú búkẹ́
Bóó nalẹ̀ gbàjà
Kó o nalẹ̀ gbàjà
O ò leè tú búkẹ́
Kóo nalẹ̀ gbàjà
Kóo béjì Ogbè ṣoókọ jẹ́
A díá fún ẹni ara ò rọ̀
Tí ń dá Ikin ẹ̀ lógànjó
Ẹbọ n wọ́n ní ó ṣe........................10
Ará fẹ̀ẹ̀ẹ́ rọ̀ mí ná o
Àrọ̀
Àrọ̀ abọmọ yééye
Àrọ̀
Ara ó rọ̀ wá nígbàyí ò
Àrọ̀
Àrọ̀ abọmọ yééye
Àrọ̀

ÒTÚRÚPỌ̀N ÒTÚÁ A

Ifá asks this person to get a kola, hen, and money; He should use it all to rub his body in the dead of the night. The hen should be killed the same middle of the night and cooked for people to eat the next day. The kola and money should be given to devotees of Ẹgbẹ́ to offer as sacrifice for him. Life would afterwards be easier for him.

If you will break into clumps
Do break into clumps
If you want to fall flat on the ground
Fall flat on the ground
You cannot break into clumps
Fall flat on the ground
And represent Èjì Ogbè as a namesake
Cast divination for He whose life is rough
That would be casting his divination in the middle of
    the night
He was asked to perform sacrifice.....................10
Life would soon be easy for me
Àrọ̀
Àrọ̀ with many children
Àrọ̀
Life would please us henceforth
Àrọ̀
Àrọ̀ with many children
Àrọ̀

ÒTÚRÚPỌ̀N ÒTÚÁ B

Àlejò kán ń bọ̀ wáá bá eléyìun; àmì èèyàn ni. Ifá pé ká kìlọ̀ fún obìnrin ẹni lórí àlejò ọ̀hún. Kí obìnrin ẹni ó mọ́ lèé àlejò ọ̀hún lọ. Bó bá jẹ́ obìnrin ni wọ́n dá Ifá yìí fún, kí wọ́n ó kìlọ̀ fún un kó mọ́ọ ṣe dáadáa sí ọkọ ẹ̀.

ÒTÚRÚPỌ̀N ÒTÚÁ B

Ifá says a visitor of marked identity is coming to visit this person. Ifá asks him to warn his wife about the impending visitor. The visitor is Ifá and such that the woman would not drive him away. If this person is a woman, she should be of good behavior to her husband.

Ẹ kú onílé
Ẹ ò nÍfáá dá
Wọ́n fẹ́ẹ dáfá
Owó ni ò sí lọ́wọ́ọ́ wọn
A díá fún Ọ̀rúnmìlà
Níjọ́ tí ń sawoó re ibi àtòkèdókè
Ó bá ya ilé ọmọ ìkọ́fáa rẹ̀
Ńgbà ó dé ilé ẹ̀
Ó bá Obìnrin rẹ̀ tí ń gún ògì
'Ńbo ha ni gbédègbẹyọ̀ òún lọ'?......10
Ó ló ti lọ bíì tíí lọ nùu
Dípòo kó tiẹ̀ sodóó lẹ̀
Kó wá ọkọ ẹ̀ lọ
Kò sodóó lẹ̀
Kò mọ̀ pé àmì èèyàn ló wá ọkọ òun wá
Ó bá júwe ọ̀nà ibi tí ọkọ ẹ̀ lọ fún
        Ọ̀rúnmìlà
Kò tún dáwọ́ ògì tí ń gún dúró
Ọ̀rúnmìlà bá kọrí síbẹ̀
BỌ́rùnmìlà ti dé ojú ọ̀nà
Ọmọ ìkọ́fáa ẹ̀ bá yọ...............20
Wọ́n koraa wọn lójú ọ̀nà
Ní ń pé ẹ mọ́ọ wọlẹ̀ baba
Ẹ mọ́ọ wọlẹ̀
Ọ̀rúnmìlà ní ta ń lobìin tí ń bẹ ńta un
Ó lóbìin òun ni
Ọ̀rúnmìlà láyé ẹ̀ ti bàjẹ́
Ká mọ́ọ tayàyà

Greetings to you all the household
You don't want divination cast for you
They want divination cast for them actually
But they have no money
Cast divination for Ọ̀rúnmìlà
On the day he was venturing priesthood in among the hills
He decided to stop by his pupil's house
When he got to the house
He met the wife pounding starch
'Where is my Gbédègbẹyọ̀ ' Ọ̀rúnmìlà asked.......10
'He had strayed away as he usually does', the wife replied arrogantly
Rather than abandon the pestle to look for her husband
She refused to abandon what she was doing
Without knowing the visitor was a person of importance
She instead described her husband's destination
She was still pounding even as she was describing the place
Ọ̀rúnmìlà left for the place described for him
Immediately on entering the road that led there
The learner student came out of a corner.............20
They met each other on the way
He shouted in exhilaration 'Welcome Baba'
'You are most welcome'
Whose wife is the woman pounding in front of your house was Ọ̀rúnmìlà 's first question
'She is my wife' the student answered
'She is doomed' Ọ̀rúnmìlà cursed her
If one is enthusiastic

Ká rí ni lókèèrè

Ká sàríyá

Àgbà nǹkan ni.........................30

Ọ̀rúnmìlà ní bóun ti bèèrè ẹ tó

Ọ̀tọ̀ ni nǹkan tí ń sọ́ fóun

Òun tiẹ̀ ṣe bí kǐí ṣe obìin rẹ ni

Ifá pé ká mọ́ọ hùwà dáadáa

Obìin ò mọ̀ pé àmìn èèyàn lóún hùwà aìdáa sí

Akédè Ọ̀rúnmìlà bá ń bẹ baba

Nǐ ń pé baba káábíèsí

Ó ní ẹ kú onílé; ẹ kú onílé

Ẹ ò nífǎá dá

A fẹ̀ẹ́ dáfǎ.........................40

Owó ni ò sí lọ́wọ́ọ wọn

A díá fún Ọ̀rúnmìlà

Níjọ́ tí ń re ibi àtòkèdókè

Ó bóbiin Olùkédè ńnúu lé

Bẹ̀ẹ̀ ni ò mọ baba

N ló bá fọwọ́ araa rẹ̀ fa búburú fúnra ẹ̀

Ikú dákun fò wá

Àrùn dákun fò wá ru

Ọ̀ràn fò wá dákun

Mọ́ jájogun ó wọlé tọ̀ wá.........................50

Seeing one from afar

And be making merry

Is a thing of substance.........................30

'As much as I tried to find out about you from her'

'She was saying something else'

'I even thought she is not your wife' Ọ̀rúnmìlà concluded

Ifá enjoins us to be of good character

The woman did not know she had misbehaved to a spirit being

Ọ̀rúnmìlà's pupil then started begging

Káábíèsí

He said 'Greetings to you all the household'

You don't want divination cast for you

They want divination cast for them actually.........40

But they have no money

Cast divination for Ọ̀rúnmìlà

On the day he was venturing priesthood in among the hills

He met the wife of his pupil at home

Yet she knew not Baba

That was how she brought ill-luck on herself

Death, please spare us

Sickness, spare us

Troubles spare us.........................49

Please never allow Ajogun to enter into our houses

ÒTÚRÚPÒN ÌRÈTÈ̩ A

Awo gidi ni eléyìun; Ifá pé ká rúbọ, wọ́n ń gbé ọ̀rọ̀ kan bọ̀ wáá bá a; ajogun ni ọ̀rọ̀ náà, ṣùgbọ́n yóó ṣẹ́gun. Kó bèèrè lójú ọpọ́n, nǹkan baba è̩ tí àwọn ọ̀tá ti fẹ́ẹ̀ gbà, wọn ò ní leè gbà á. Ifá pé yóó ṣẹ́gun, nǹkan náà ó sì di tiè̩.

ÒTÚRÚPÒN ÌRÈTÈ̩ A

Ifá says this person is a good priest but he should perform sacrifice because they are bringing an Ajogun to meet him; but he would win. Enemies would not be able to seize an inheritance of his ancestors, which they are about to steal. Ifá asks him to inquire of the particular property, as it may be stolen without his knowledge. He would prevail.

Òtúrúpò̩ọn tè̩tè̩
Awo tòótó̩ tòótó̩
Awo tòdodo tòdodo
A díá fún Àwòko
Èyí tíí sọmọ ọlọ́rọ̀ ńjù
Baba Àwòko ló ni Igbó
Àwọn kán bá ní àwọ́n ó gba igbó lọ́wọ́ è̩
Àwòkó ní kò séwu
Àwòkó bá rúbọ
Wọ́n ò le gba igbóo baba Àwòko mọ́...10
Ayé yẹ ẹ́
Ó ní Òtúrúpò̩ọn tè̩tè̩
Awo tòótó̩ tòótó̩
Awo tòdodo tòdodo
A díá fún Àwòko
Èyí tíí sọmọ ọlọ́rọ̀ ńjù
Ẹbọ n wọ́n ní ó ṣe
Kí wọ́n ó mọ́ gba igbó ilée baba è̩
Àwòko gbé̩bọ ńbè̩
Ó rúbọ...................................20
Rírú ẹbọ èèrù àtùkèsù
Ẹ wáá bá
ni ní màrínrín ire
Màrínrín ire làá bá ni lé̩sè̩ ọba Òrìsà
Wọn ò leè gba igbó ilée babaa rè̩ mọ́

Òtúrúpò̩ọn tè̩tè̩
The real truthful priest
The real upright priest
Cast divination for Àwòko
The child of the rich man in the deep forests
It is Àwòko's father that owned the forests
Some people then connived to seize it from him
There is no problem, said Àwòko
Àwòko performed the sacrifice
They could not seize the bush from Àwòko again...10
Life so pleased him
He said Òtúrúpò̩ọn tè̩tè̩
The real truthful priest
The real upright priest
Cast divination for Àwòko
The child of the rich man in the deep forests
He was asked to perform sacrifice
So that they would not seize his father's forest from
    him
Àwòko heard about the sacrifice
He performed it...................................20
Offering of sacrifices and free gifts to Èṣù
Come and meet us with good tidings
It is with good tidings that one is found at the feet of
    the king of Òrìsà
They could not seize the forest house of his father
    again

665

ÒTÚRÚPỌ̀N ÌRẸTẸ̀ B

Ifá pé kí eléyìun ó rúbọ kó mọ́ móọ ṣe
àṣedànù..

Òtúrúpọ̀ọn tẹ̀tẹ̀
Awo tòótọ́ tòótọ́
Awo tòdodo tòdodo
A díá fún Ṣùgùdù
Tí ọ́n ní ó rúbọ kó mọ́ baà lekó àlenù
    lásán lásán
Ṣùgùdù ò rúbọ
Bí ọn bá sì gbẹ́ Ṣùgùdù
Tí ọ́n ṣe okó ẹ̀ tọntọ
Bẹ́ẹ̀ náà ní ó wà lọ
Kò níí kákò.....................10
Kò níí lọọlẹ̀
Wọ́n ní alálenù leléyìÍ
Ṣùgùdù lóun ò mọ̀ pé bí ó ti rí nǐí
Ì bá ṣe rẹ́ ẹbọ́ ṣée dá padà sẹ́yìn
Àyìn ẹ̀yìn ní ń yin àwọn Babaláwo ẹ̀
Àwọn Babaláwo ẹ̀ ń yin Ifá
Ó ní bẹ́ẹ̀ làwọn Babaláwo tòún wí
Òtúrúpọ̀ọn tẹ̀tẹ̀
Awo tòótọ́ tòótọ́
Awo tòdodo tòdodo.............20
A díá fún Ṣùgùdù
Tí ọ́n ní ó rúbọ
Kó mọ́ baà lekó àlenù lásán lásán
Ṣùgùdù ìwọ lóó ṣeun
Ìwọ lóó ṣèèyàn
O wá ń lekó àlenù lásáán lọ
O mọ̀mọ̀ gbẹ́bọ
Bẹ́ẹ̀ lóo tu èèrù Ṣùgùdù
O wá ń lekó àlenù lásán lásán

ÒTÚRÚPỌ̀N ÌRẸTẸ̀ B

Ifá asks this person to sacrifice against wasteful acts.

Òtúrúpọ̀ọn tẹ̀tẹ̀
A real truthful priest
A real upright priest
Cast divination for Ṣùgùdù
That was asked to perform sacrifice to forestall the
    possibility of having wasteful genital
    turgidity
Ṣùgùdù refused
If they carve Ṣùgùdù
And make its penis erect
It would be very turgid and erect for ever
It would not contract.....................10
Neither would it be soft
'This one is developing a wasteful genital erection'
    they said
Ṣùgùdù did not know it would be like this
'How much I wish I could revert to the time'? He
    lamented rather belatedly
He started to praise his Babaláwos belatedly
His Babaláwos were praising Ifá
He said it was as his Babaláwo had said
Òtúrúpọ̀ọn tẹ̀tẹ̀
The real truthful priest
The real upright priest.....................20
Cast divination for Ṣùgùdù
That was asked to perform sacrifice
Such that he would not develop wasteful genital
    turgidity
'Ṣùgùdù, you are the one that is not nice enough
Ṣùgùdù, you are not humane
You now develop wasteful erection in continuity
You heard about the sacrifice
Yet you did not offer the free gifts
Ṣùgùdù, you now develop wasteful erection'

Àwọn mẹta nIfá ń báá wí nínú odù mímọ́ yǐi; àwọn mẹ́tẹ̀ẹ̀ta ó là láyé. Ifá pé nǹkaan babaa wọn kàn ń bẹ ńlẹ̀; wọn ò gbọdọ̀ jẹ́ kí nǹkan ọhún ó sọnù. Kí wọn ó tọ́jú àdáyébá.

Òtúrúpọ̀nsẹ ni ò légán
Òkǐtǐ mo gbeère jù
Abiamọ́ bùrin bùrin
Abiamọ́ kọrin hèé ò ọmọọ rẹ
A díá fún Oníĺé Owó
A bù fún Oníkáa Wùsì
A díá fún Ato Òfòri
Tíí sọmọ ìkẹ́yìin wọn léńje léńje
Wọ́n kí àwọn mẹ́tẹ̀ẹ̀ta ó rúbọ .
Wọ́n láyé ó yẹ wọ́n.....................10
Oníĺé Owó rúbọ
Oníkáa Wùsì náà rúbọ
Ato Òfòri náà rúbọ
Àwọn mẹ́tẹ̀ẹ̀tá bá là
Ayé yẹ wọ́n
Ni wọ́n wá ń jó ni wọ́n ń yọ̀
Wọ́n ń yin àwọn Babaláwo
Àwọn Babaláwo ń yin Ifá
Wọ́n ní bẹ́ẹ̀ làwọn Babaláwo tàwọn wí
Òtúrúpọ̀nsẹ ni ò légán.............20
Òkǐtǐ mo gbeère jù
Abiamọ́ bùrin bùrin
Abiamọ́ kọrin hèé ò ọmọọ rẹ
A díá fún Oníĺé Owó
A bù fún Oníkáa Wùsì
A díá fún Ato Òfòri
Tíí sọmọ ìkẹ́yìin wọn léńje léńje
Wọ́n ní kí àwọn mẹ́tẹ̀ẹ̀ta ó sá káalẹ̀ ó jàre
Ẹbọ ni wọ́n ó ṣe
Oníĺé Owó gbẹ́bọ.................30

ÒTÚRÚPÒN ỌSẸ́ A

Ifá is referring to a group of three in this holy verse. The three of them would be exceedingly rich. There is a wealth belonging to their ancestor; it should not be allowed to get lost. They should strive to protect ancestral heritage.

Òtúrúpọ̀nsẹ has no Ẹgán
Òkǐtǐ mo gbeère jù
The nursing mother trekked and trekked
She sang aloud to the hearing of her child
Cast divination for Oníĺé Owó
Also cast divination for Oníkáa Wùsì
And Ato Òfòri
The last child of their family
The three of them were asked to perform sacrifice
Life would please them all, they prayed.............10
Oníĺé Owó offered the sacrifice
Oníkáa Wùsì also observed the sacrifice
Ato Òfòri was not left out, he performed his own also
The three of them then became rich
Life pleased them
They then started to dance and rejoice
They were praising their Babaláwos
Their Babaláwos were praising Ifá
They said it was exactly as their Babaláwos had said
Òtúrúpọ̀nsẹ has no Ẹgán.................20
Òkǐtǐ mo gbeère jù
The nursing mother trekked and trekked
She sang aloud to the hearing of her child
Cast divination for Oníĺé Owó
Also cast divination for Oníkáa Wùsì
And Ato Òfòri
The last child of their family
They were all asked to please take care of the ground
And perform sacrifice
Oníĺé Owó heard about the sacrifice.................30

Ó rúbọ	And performed it
Oníkáa Wùsì gbẹ́bọ	Oníkáa Wùsì also heard about the sacrifice
Ó rúbọ	He performed it also
Ato Òfòrí gbẹ́bọ ńbẹ̀	Ato Òfòrí also heard about it
Ó rúbọ	He heeded it
Onílé owó relé ẹ̀	Onílé owó went to his house
Ó lọ rèé lówó	He became a rich person
Oníkáa Wùsì relée rẹ̀	Oníkáa Wùsì left for his house
Ó lọ rèé Wùsì	He changed to a flamboyant dress
Ato Òfòrí ló relé ẹbọra tó lọ rèé là.....40	Ato Òfòrí however went to the spiritual house to become exceedingly rich.........................40

ÒTÚRÚPÒN ỌSẸ́ B

Eléyìun jẹ́ oníṣòwò fíí tajà fí àwọn èèyàn ó mọ́ọ fún òun gaangan lówó. Ifá pé kó rúbọ kí ẹnìkejì ẹ̀ lọ́run ó mọ́ wàá ra ọjà lọ́wọ́ ẹ̀ láyé. Aṣọ funfun lẹbọ ẹ̀.

Òrúpa jẹgẹ́dẹ́
Awo ẹbá ọ̀nà
A díá fún Ato
Níjọ́ fí ń sòwò rọjà Èjìgbòmẹkùn
Ń lọ rèé pọ́nkọ
Wọ́n ní kó rúbọ
Ato ń pọ́n ẹ̀kọ lọ́ja Èjìgbòmẹkùn
Ó wọ aṣọ àdìrẹ sára
Òkìkí kàn
Gbogbo èèyàn ní ń ra ẹ̀kọ lọ́wọ́ Ato…10
Èkejì Ato lọ́run bá ní òún ó lọọ̀dọ Ato
Òún ó lọ̀ọ́ ra ẹ̀kọ lọ́wọ́ ẹ̀
Wọ́n sì ti sọ fún ẹ̀ẹkejì rẹ̀ pé aṣọ àdìrẹ ni
     Ató ró
Ató bá sùn
Oorun rẹ̀ ò já geere
Wọ́n ní kí Ató ó fi aṣọ araa rẹ̀ rúbọ
Ató fi rúbọ
Enìkejì ẹ̀ bá ń bọ̀
Ńgbà ó dé kò bá àdìrẹ lára Ato mọ́
Èṣù ti pààrọ̀ àdìrẹ ara ẹ̀……………20
Ẹnìkejì ọ̀run ò bá rajà lọ́wọ́ ẹ̀ mọ́
Ó ní Òrúpa jẹgẹ́dẹ́
Awo ẹbá ọ̀nà
A díá fún Ato
Níjọ́ fí ń sòwò rọjà Èjìgbòmẹkùn
Tí ń lọ rèé pọ́n ẹ̀kọ
Wọ́n ní ó sá káalẹ̀ ẹbọ ní ó ṣe
Ató gbẹ́bọ ńbẹ̀

ÒTÚRÚPÒN ỌSẸ́ B

This is renowned trader who sells and collects money by himself. Ifa asks his to perform sacrifice such that his heavenly clone would not come to buy goods from him on earth. He should sacrifice a white cloth.

Òrúpa jẹgẹ́dẹ́
The roadside priest
Casts divination for Ato
On the day she was trading to the market of
     Èjìgbòmẹkùn
She was going to sell hard pap
She was asked to perform sacrifice
Ato was making hard pap in Èjìgbòmẹkùn's market
She was wearing an Àdìrẹ cloth
She became very popular
People from all walks of life always came to buy pap
     from her…………...…………10
Her clone in heaven then decided to go and visit Ato
She wanted to go and buy pap from her on earth
They told her before she left heaven that Ato would
     be dressed in Àdìrẹ
Ato then slept
Her sleep was full of nightmares
They asked her to sacrifice the cloth on her
Ato used it as sacrifice
The clone from heaven entered the earth looking for
     Ato that was dressed in Àdìrẹ
She searched and could not find anyone selling pap
     dressed in Àdìrẹ
Èṣù had changed the Àdìrẹ cloth on Ato……….20
The clone as a result could not locate Ato
She said Òrúpa jẹgẹ́dẹ́
The roadside priest
Cast divination for Ato
On the day she was trading to Èjìgbòmẹkùn market
She was going to sell hard pap
She was implored to take care of the ground and
     perform sacrifice
Ato heard about the sacrifice

Ó rúbọ

Rírú ẹbọ 30

Èèrù àtùkèsù

A wá bÁto láìkú kanngiri

Àìkú kanngiri là ó wà

And performed it

Offering of sacrifices 30

And free gifts given to Èṣù

We now meet with Ato solid and undying

We would be found without death

ÒTÚRÚPÒN ÒFÚN A

Ifá pé kí eléyìun ó rúbọ, ká mọ́ọ fi mímọ́ bọ àwọn Irúnmọlẹ̀. Bí eléyìí bá jẹ Babaláwo, tòun ti mímọ ni kó mọ́ọ bọ Ifáa rẹ̀. Ifá pé bó bá ń ṣe kinní kan tí ò rójú ẹ̀, kó ṣe sùúrù tòrí yóó rójú ẹ̀. Kó mọ́ọ wẹ̀ ní àkókò ìgbà táàá wẹ̀; kó mọ́ọ sùn, mọ́ọ jí ní gẹ́gẹ́ táàá jí. Ifá pé kó wẹwọ́ wẹsẹ̀ kó sì mọ́ọ bójú kó tóó mọ́ọ fún òun ní nǹkan. Tí bá tí ń ṣe eléyìun, gbogbo ẹ̀ ní ó dáa.

Olóyǐigí lawo Òyǐigí
Òyǐigí Awo Òyigì
Awo kéré kèrè kéré
N lawoo gbìrì ǹ gbiri
Awoo gbìrì ǹ gbiri n lawo Èmìlà alẹ̀
Ẹ̀rín yóbóyóbó n ni tOpó
Ẹ̀rín wẹsìwẹsì ni tÒǹdọ́kọ
Dọ́kọ́dọ́kọ́ abẹ̀rín sẹ̀wẹ̀lẹ̀sẹwẹlẹ
A díá fún Ẹdun tí ń bọrí Olú
Tí Orí Olú ò fín...........................10
Ó lóun bọrí Olú, bỌrí Olú
Ó lÓrí Olú ò fín
Wọ́n ní ó mọ́ọ bójú
Wọ́n ní tí bá ń bójú kó tóó bọrí Olú
Wọ́n ní yóó mọ́ọ fín
Ẹdún bá ń bójú
Ẹdún bá ń bọrí Olú
Orí Olú bá ń fín
Alẹ̀ ni wọ́ọn sǐi bỌrí Olú
Olóyǐigí lawo Òyǐigí............ 20
Òyǐigí Awo Òyigì
Awo kéré kèrè kéré
N lawoo gbìrì ǹ gbiri
Awoo gbìrì ǹ gbiri n lawo Èmìlà alẹ̀

ÒTÚRÚPÒN ÒFÚN A

This person is urged to offer sacrifice with cleanliness and holiness to his Òrìsà. If this is a Babaláwo, it is with cleanliness that he should offer kola to his Ifá. He should always wash his hands and legs before offering kola. Ifá says this person is trying his hands on something without success. He is encouraged to persevere because he would soon be successful. He should bath regularly, sleep and wake up within the normal periods.

Olóyǐigí the priest of Òyǐigí
Òyǐigí the priest of Òyigì
Awo kéré kèrè kéré
They are the Babaláwo of gbìrì ǹ gbiri
The priests of gbìrì ǹ gbiri are the priests of Èmìlà alẹ̀
The widows' smile is always a wry smile
The harlot with wet and inviting smile
Prostitutes with very wet and seductive smiles
Cast divination for Ẹdun that had been sacrificing to the Orí of Olú
Without recording acceptance of sacrifices........10
He complained to have sacrificed repeatedly to Orí of Olú
He lamented not to have a record of any success
They told him to always wash his face
'Once you wash your face before offering to the Orí of Olú'
'It would be accepted' they said
Ẹdun started to wash his face
He afterwards sacrificed to the Orí of Olú
Olú started accepting his sacrifices
But they do sacrifice to Olú during the evening time
Olóyǐigí the priest of Òyǐigí........................20
Òyǐigí the priest of Òyigì
Awo kéré kèrè kéré
Are the Babaláwos of gbìrì ǹ gbiri
The priests of gbìrì ǹ gbiri are the priests of Èmìlà alẹ̀

671

Ẹ́rín yóbóyóbó n ni tOpó
Ẹ́rín wẹ̀sìwẹ̀sì ni tÒǹdọ́kọ
Dọ́kọdọ́kọ abẹ̀rín sẹ̀wẹ̀lẹ̀sẹ́wẹ̀lẹ̀
A díá fún Irò tí ń bọrun Àjùwọ̀nlẹ̀sì
Tí Ọ̀run Àjùwọ̀nlẹ̀sì ò gbà
Ó lóun bọ Ọ̀run Àjùwọ̀nlẹ̀sì.............30
Ọ̀run Àjùwọ̀nlẹ̀sì ò gbà
Wọ́n ní kó mọ́ọ wẹsẹ̀ kàsìkàsì dànù
Wọ́n ní láàárọ̀ tó bá fẹ́ẹ́ bọ Ọ̀run
 Àjùwọ̀nlẹ̀sì
Wọ́n ní ó mọ́ọ wẹsẹ̀ kàsìkàsì ààrọ̀ dànù
Àárọ̀ ni wọ́n sìí mọ́ọ bọ Ọ̀run
 Àjùwọ̀nlẹ̀sì
Bẹ́ẹ́ bàá bọrí Olú lálẹ́
Ẹ mọ́ọ bójú
Bó bá dàárọ̀
Ẹ mọ́ọ wẹsẹ̀
Ẹ wẹ ọwọ́ méjèèjì.............40
Kẹ́ẹ́ tóó fún Ikin lóbì
Ayé yẹ wọ́n
Ọmọ ò ní mọ̀mọ́ mọ́
Ilé ò lóǹkà mọ́
Nǹkaan wọ́n rọ̀
Ayé wọ́n dáa
N ní wọ́n wá ń jó ni wọ́n wá ń yọ̀
Wọ́n ń yin àwọn Babaláwo
Àwọn Babaláwo ń yin Ifá
Wọn ní bẹ́ẹ́ làwọn Babaláwo tàwọ́n wí
Olóyìgì lawo Òyigì.............51
Òyìgì Awo Òyigì
Awo kéré kèrè kéré
N lawoo gbìrì ǹ gbiri
Awoo gbìrì ǹ gbiri n lawo Èmìlà alẹ̀
Ẹ́rín yóbóyóbó n ni tOpó
Ẹ́rín wẹ̀sìwẹ̀sì ni tÒǹdọ́kọ
Dọ́kọdọ́kọ abẹ̀rín sẹ̀wẹ̀lẹ̀sẹ́wẹ̀lẹ̀

The widow's smile is always a wry smile
The harlot with wet and inviting smile
Prostitutes with very wet and seductive smiles
Cast divination for Irò that had been sacrificing to
 Ọ̀run Àjùwọ̀nlẹ̀sì
Without recording acceptance of sacrifices
He complained to have sacrificed repeatedly to Ọ̀run
 Àjùwọ̀nlẹ̀sì.............30
He lamented that Ọ̀run Àjùwọ̀nlẹ̀sì was not accepting
 his sacrifices
They told him to always wash his dirty morning feet
'In the morning when you want to offer sacrifice to
 Ọ̀run Àjùwọ̀nlẹ̀sì '
'Wash the dirty morning feet away' they said
Sacrifices are however offered to Ọ̀run Àjùwọ̀nlẹ̀sì in
 the morning
'If you want to offer sacrifices to Olú in the evening'
'Wash your face that evening'
'When it is morning'
'You should go and wash your feet'
'Wash your hands also'.............40
'And then offer kola to your Ikin'
Life pleased them exceedingly
Their children became uncountable
Houses became numberless
Their things became better coordinated
And life became better
They then started to dance and rejoice
They were praising their Babaláwos
Their Babaláwos were praising Ifá.............49
They said it was exactly as their Babaláwo had said
Olóyìgì the priest of Òyìgì
Òyìgì the priest of Òyigì
Awo kéré kèrè kéré
Are the Babaláwo of gbìrì ǹ gbiri
The priests of gbìrì ǹ gbiri are the priests of Èmìlà alẹ̀
The widow's smile is always a wry smile
The harlot with wet and inviting smile
Prostitutes with very wet and seductive smiles

A díá fún Ẹdun tí ń bọrí Olú
Bí tí ń bỌrí Olú lálẹ́ bẹ́ẹ̀ ni ò fin........60
Wọ́n ní ó mọ́ọ bọ́jú lálẹ́
Kó tóó mọ́ọ bỌrí Olú
A díá fún Irò tí ń bọrun Àjùwọ̀nlèsì ní
        kùtùkùtù
Ń bỌrun Àjùwọ̀nlèsì ní kùtùkùtù òwúrọ̀
Ọrun Àjùwọ̀nlèsì ò gbà
Wọ́n ní kó mọ́ọ wẹsẹ̀ kàsìkàsì àwúrọ̀
        dànù ní kùtùkùtù
Kó tóó mọ́ọ bỌrun Àjùwọ̀nlèsì
Ẹdún bỌrí Olú
Orí Olú fin
Irò bỌrun Àjùwọ̀nlèsì...................70
Ọrun Àjùwọ̀nlèsì wáá gbà yanran gbà
        yanran bíiná oko
Ìkán ló wálẹ̀ ló kọ́mọ tiẹ̀ sí
Ìgòǹgò ló wáá wálẹ̀ ló kọ́mọ tiẹ̀ sáàtàn
Òrèǹté ló wá gbobì tán ló pọ́nka
A díá fún Ikì dẹẹ̀rẹ̀
Èyí tí ń lọ rèé wo Ifá fún Ọlọ́fin ní mọ̀run
        àìkú
A wáá ráwọ lónìì
A ń kì
Ifá gbobì mi ò
Sọwọ́ dẹẹ̀rẹ̀............................80
Kóo gbobì mi ò
Sọwọ́ dẹẹ̀rẹ̀
Wáá gbobì kí n mọ́ọ rájé ní
Sọwọ́ dẹẹ̀rẹ̀
Kóó gbobì mi ò
Sọwọ́ dẹẹ̀rẹ̀
Wáá gbobì kí ń mọ́ọ láya
Sọwọ́ dẹẹ̀rẹ̀

Cast divination for Ẹdun that had been sacrificing to
    the Orí of Olú
He complained to have sacrificed repeatedly to Orí of
    Olú yet his kola was not accepted..............60
They told him to always wash his face in the evening
    time
Before he would offer sacrifice to Orí of Olú
Also cast divination for Irò who had been offering
    sacrifices to Ọrun Àjùwọ̀nlèsì
He was offering sacrifices to Ọrun Àjùwọ̀nlèsì early
    in the morning
Ọrun Àjùwọ̀nlèsì refused his sacrifices
He was told to always wash his dirty feet early in the
    morning
Before he would sacrifice to Ọrun Àjùwọ̀nlèsì
Ẹdun offered sacrifices to Orí of Olú
The Orí of Olú proved effective in sacrifice
Irò offered sacrifices to Ọrun Àjùwọ̀nlèsì.............70
Ọrun Àjùwọ̀nlèsì accepted the sacrifices with the
    brightness of a glowing fire
The termite digs the ground to hide her children
Ìgòǹgo digs the ground in the refuse dump site to hide
    her own children
Òrèǹté accepts the kola and fold his palms
They are the ones that cast divination for Ikì dẹẹ̀rẹ̀
That was going to cast divination for Ọlọ́fin in Mọ̀run
    Àìkú
We today rub our hands together in prayer
We find a holy verse to recite
Ifá please accept my kola
Extend your hands…................................80
And accept my kola
Extend your hands
Come and accept my kola such that I may find wealth
Extend your hand
And accept my kola
Extend your hand
Come and accept my kola for me to have wives
Extend your hand

Kóo gbobì mi ò	And accept my kola
Sọwọ́ dẹ̀ẹ̀rẹ̀.............................90	Extend your hand..................................90
Wáá gbobì kí n mọ́ọ bímọ	Come and accept my kola for me to have children
Sọwọ́ dẹ̀ẹ̀rẹ̀	Extend your hand
Kóo gbobì mi ò	And accept my kola
Sọwọ́ dẹ̀ẹ̀rẹ̀	Extend your hand
Wáá gbobì kí n mọ́ọ kọ́lé	Come and accept my kola for me to build houses
Sọwọ́ dẹ̀ẹ̀rẹ̀	Extend your hand
Kóo gbobì mi ò	And accept my kola
Sọwọ́ dẹ̀ẹ̀rẹ̀	Extend your hand
Wáá gbobì kí n lógbó	Come and accept my kola for me to become aged
Kí n látọ́.............................100	And also to become steadfast at old age.............100
Kí n níre gbogbo	For me to have all good things
Sọwọ́ dẹ̀ẹ̀rẹ̀	Extend your hand
Kóo gbobì mi ò	And accept my kola
Sọwọ́ dẹ̀ẹ̀rẹ̀	Extend your hand
Gbobì mi lónǐi	Accept my kola today
Gbobì mi ò	Please accept my kola
Sọwọ́ dẹ̀ẹ̀rẹ̀	Extend your hand
Gbobì mi ò	And accept my kola
Sọwọ́ dẹ̀ẹ̀rẹ̀	Extend your hand

Ayé ó yẹ eléyìun. Ifá pé bí idán lòún ó ṣe ṣehun gbogbo fún un. Ọ̀pọ̀lọpọ̀ ìkó òwú lẹbọ ẹ̀.

Otúrú ló gbọnwú lẹ̀bẹ̀lẹ̀bẹ̀
Ló mu rojú ọ̀run rèé ran
A díá fún Aláǹtaakùn
Tí ń lọ rèé ṣehun gbogbo bíi idán bíi idán
Òun le ṣe nńkan bíi idán báyìí?
Wọ́n ní kó rúbọ
Wọ́n níre o to lọ́wọ́
Ó rúbọ tán
Wọ́n bá ṣe Ifá fún Aláǹtaakùn
Bó bá nà síhÍín.............................10
A ló mọ́ igi ńbẹ̀
A fi so tòhún
Ló bá bẹ̀rẹ̀ síí ta òwu
Gbogbo aṣọ tí wọn ò le hun
Aláǹtaakùn ló hun gbogbo ẹ̀ lófuruufú
Ifá pé bírà eléyìun ò níí bàjẹ́
N ní wá ń jó ní wá ń yọ̀
Ní ń yin àwọn Babaláwo
Àwọn Babaláwo ń yin Ifá
Ó ní bẹ́ẹ̀ làwọn Babaláwo tòún wí.....20
Otúrú ló gbọnwú lẹ̀bẹ̀lẹ̀bẹ̀
Ló mu rojú ọ̀run rèé ran
A díá fún Aláǹtaakùn
Tí ń lọ rèé ṣehun gbogbo bíi idán bíi idán
Ajé tá ó níí láyé
Bíi idán
Aláǹtaakùn ní ń ṣehun gbogbo bíi idán
       bíi idán
Aya tá ó níí láyé
Bíi idán ni
Aláǹtaakùn ní ń ṣehun gbogbo bíi idán
       bíi idán.............................30

ÒTÚRÚPÒN ÒFÚN B

Ifá says life would please this person. He would achieve success as if like magic. A roll of string is the object of sacrifice.

It is Otúrú that shakes fine threads with force
And takes it to the sky to weave
Casts divination for the Spider
That was going to do all things as if like magic
'Would I be able to do things as like magic'?
He was told to perform sacrifice
And that good things would get to him
He offered the sacrifice
They prepared an Ifá portion for the Spider
If he moved here..10
He would hold on to a tree branch
And use it to tie the other
That was how he started spreading his threads
All the cloths that the other weavers could not weave
The Spider wove all in space
Ifá says the wonders of this person would not get
       spoilt
He then started to dance and rejoice
He was praising his Babaláwo
His Babaláwo was praising Ifá
He said it was exactly as his Babaláwo had said....20
It is Otúrú that shakes fine threads with force
And takes it to the sky to weave
Casts divination for the Spider
That was going to do all things as if like magic
The wealth that we would have on earth
Will come as if like magic
It is the spider that does things as if like magic
The wives that we would have on earth
Will come as if like magic
It is the spider that does things as if like magic....30

Ọmọ tá ó bíi láyé	The children that we would have on earth
Bíi idán ni	Will come as if like magic
Aláǹtaakùn ní ń ṣehun gbogbo bíi idán	It is the spider that does things as if like magic
bíi idán	All the things that we would have on earth
Gbogbo ire tá ó níi láyé	Would come as if like magic
Bíi idán mọ̀mọ̀ ni	Can you all see the Spider that does things as if like
Ẹ̀yin ò wo Aláǹtaakùn tí ń ṣehun gbogbo	magic?
	bíi idán bíi idán?

676

DIFFICULT WORDS : ÒTÚRÚPÒN

1. Èkuru: cf. Ọ̀bàrà

2. Adígbọ́nránńkú: A kind of insect that pretends as if it had died

3. Ìtímọ́ Yìnrín, Ìmọ̀mọ̀ bojì: Name of a Babaláwo. Also signifies the flash of lightening as being brief but bright.

4. Ẹtibọnkẹ: Name of a Babaláwo. A kind of exclamation. Could be used instead of 'Ha'!

5. Ẹran ò jẹ: The half door usually posted to the front and back entrances. This prevents ranging domesticated animals on rampage from entering the building and as such devouring household items. (Lt) 'The goat could not come in to eat'.

6. Ègùn tribe: Ègùn tribe are found in around Lagos state of Nigeria.

7. Ẹ̀yọ̀: This is another tribe found in Lagos.

8. Oníkọ̀: Epithet for personified death

9, Mọ́sà: Maize cake. Prepared by grinding maize to form a soft paste and frying in oil until it becomes solid.

10. Ẹ mọ́ sàì bá mi jẹ ò: Please do not hesitate to take some to eat. This pleading statement is the source of the word 'mọ́sà'. (Mọ́ sàì).

11. Ìrá bojú Gàngànhún: Ìrá is an animal (Deer family but bigger than the antelope). (Lt) 'Ìrá with scary face.

12. Ìṣokùn: An area within the perimeters of Ọ̀yọ́ city.

13. Ọ̀gọ̀: This is the name of the prince of Ìṣokùn.

14. Àlọ́pọ̀ Itàkùn níi múgii dìtì: cf. Ogbè. (Lt) 'It is the twining of clusters of

dropping roots that form a heavy club-like mass'.

15. Akin: Name of a person. An energetic man.

16. Ẹ̀ṣìn, Ọ̀kọ̀, Abóódá: Spear, arrow, and shield respectively, but here means names of persons.

17. Otúrú níi ń pọn Ọ̀dàrà lọ sílẹ̀ Ifẹ̀: Name of a Babaláwo. Coined out of Otúrúpọ̀n Ọ̀bàrà. (Lt) 'It is Òtúrú that saddles Ọ̀dàrà (Èṣù) to the land of Ifẹ̀

18. Ikúyẹbá: Name of a person. An Ẹlẹ́gbẹ́. (Lt) Death had ducked sideways.

19. Àgùnnàre: Also the name of a person

20. Pọndara: Name Of a Babaláwo. Also rhythms

21. **They carried it up and down**: The cast of divination. This is formed out of casting divination using Ọ̀pẹ̀lẹ̀ or Ikin. Ọ̀pẹ̀lẹ̀ has to be lifted up and allowed to fall methodically on the tray to speak.

22. Ẹlú leaf: Ẹlú is the leaf used in preparing black dye. This verse is good in prayers.

23. Àrìnjó Olúfẹ̀: Name of a Babaláwo.

24. Ẹmú: Name of a person (Also an appellation). This is a long nosed plier, which could hold objects firmly without dropping. In essence, Ẹmú, the gateman of heaven was using his name to pray for Àrìnjó Olúfẹ̀. Names in Yorùbáland have meanings and spiritual attachment to inspire the bearer to perform successfully in any endeavor except for the bastard.

25. Àrọ̀ gìdìgbà: This is also the name of another person.

26. Èjìgbàrà Ìlẹ̀kẹ̀: Beads. Reputed to be the most expensive kind of bead.

27. Àdì: Oil derived by crushing palm kernel. Take note of the two syllables 'A, and di'. 'di' translates to 'blockage'. Hence Adi is also using his name to pray.

28. Ẹlẹ́bu: This is a merger of two words. Oní and Ẹbu. Ẹlẹ́bu is then the owner of Ẹbu. Ẹbu however is the location where the extraction of oil is done

29. **Ikú Polóṣí**: Name of a Babaláwo.

30. **Ẹrùyánǹtefé**: A kind of mystical leaf that does not wither easily.

31. **Àgèrè**: The drumbeats for Ògún.

32. **Ẹrú pẹ́, lọmọdé tayò**: Ẹrú pẹ́ describes the sluggishness in the counting of the game by children in comparison with the masters. This statement therefore is confirming the idea of praying for the person consulting Ifá to have long life.

33. **Ògìdán**: Appellation for the leopard

34. **Òtòlò**: A kind of wild animal hunted for game.

35. **Yéwándé**: Name of a person. Usually given to the first female child in the family line after the demise of the grandmother or great grandmother. Compare Ìyábọ̀. 'The mother is back'

36. **Ògbuuru, Ọgbàárà**: Names of Babaláwos and also rhythms.

37. **A wúwo lọ́wọ́ ikú gbinringbinrin**: Appellation for the people of Ìlógbòo tàbú. (a town). 'He that is well respected by death'.

38. **Wàràjà**: (Lt) 'In a hurry'.

39. **Ọfàfà**: Cf. Ọwọ́nrín.

40. **Ọpẹ sẹ̀gì sẹ̀gì**: Ifá.

41. **Gbédègbẹyọ̀**: Stooge of Ọrúnmìlà. All Babaláwos are called as such

42. **Òtúrúpọ̀ọn tẹ̀tẹ̀**: Òtúrúpọ̀n Ìrẹtẹ̀.

43. **Àwòko**: A kind of bird that sings so much.

44. **Sùgùdù**: Sìgìdì. A woodcarving representing a human being.

45. **Ẹgán**: This is a string (roll of white and black) knotted to a parrot feather and Ifá beads (Idè). Ẹgán is usually tied on the forehead especially during initiation process or when an important occasion is being carried out in Ifá.

46. **Oníilé owó**: 'The man whose house is full of money'.

47. **Oníkáàa wùsì**: 'The man whose corridors are full of wealth.

48. **Àdìrẹ**: This is the locally dyed fabric. Could take any design.

49. **Ẹdun**: Name of a Babaláwo. Ẹdun is also the name given to the monkeys. It is also an appellation drawn to call twins.

50. **Orí**: Destiny.

51. **Olú**: God.

52. **Irò**: Name of a person, Babaláwo.

53. **Ọrun Àjùwọnlèsì**: Heaven.

54. **Ìgòngò**: A kind of insect found on refuse dumpsites.

55. **Òrèǹté**: Meaning uncertain.

56. **Ikí dèẹ̀rẹ̀**: One of the families of Ape.

57. **Ọlọ́fin**: CF Ọwọ́nrín.

58. **We today rub our hands together**: Rub hands in prayer. This is in the process of casting of divination using Ikin or when offering sacrifices to Èṣù.

59. **Ọpẹ̀bẹ̀**: The Duck.

60. **Leg**: Leg as used here is paradoxical. It actually means that people have to come to witness good functions.

61. **Oníigbàjámọ̀**: Local head shavers. Barbers.

CHAPTER 13 : ODU ÒTÚÁ

ÒTÚÁ MÉJÌ A

Ifá pé ire fún eléyìun. Yóó dẹni ńlá, yóó sì di olókìkí. Wọn ó fi jẹ Olórí ńbì kan

ÒTÚÁ MÉJÌ A

Ifá wishes this person well. He would become a renowned person. He would also be made a leader somewhere.

Ajòsíkí Awo Ìmọ̀nràn
A díá fún Ọ̀rúnmìlà
Ifá ó jolórí abọmọlẹ̀ nífẹ̀
Wọn ní ó sá káalẹ̀ ó jàre
Ẹbọ ní ó ṣe
Ọ̀rúnmìlà gbẹ́bọ ńbẹ̀
Ó rúbọ
Ajòsíkí mọ̀mọ̀ dé ò
Awo Ìmọ̀nràn
Ọ̀rúnmìlà ló jẹ Olórí abọmọlẹ̀ nífẹ̀......10

Ajòsíkí Awo Ìmọ̀nràn
Cast divination for Ọ̀rúnmìlà
Ifá would be the head of ritual observing team in Ifẹ̀
He was asked to take care of the ground
And perform sacrifice
Ọ̀rúnmìlà heard about the sacrifice
And performed it
Ajòsíkí is here
The priest of Knowledge
Ọ̀rúnmìlà became the head of the ritual observing team in Ifẹ̀......10

679

ÒTÚÁ MÉJÌ B

Ifá pé nǹkan eléyìun ó dáa tó bá rúbọ

Àkàlà Ìpàpó níí fẹsẹ̀ méjèèjì yọ ekòló mì
A díá fún wọn lóde Ìjewúje
Ẹkún ire ni wọ́n ń sun
Wọ́n ní kí wọ́n ó sá káalẹ̀ kí wọ́n ó jàre
Ẹbọ ni kí wọ́n ó ṣe
Wọ́n sì gbẹ́bọ ńbẹ̀
Wọ́n rúbọ
Ǹjẹ́ rírú ẹbọ
Èèrù àtùkèsù
Kèè pé o.............................10
Ọ̀nà è jìn
Ẹ wáá bá ni ní jẹbútú ire
A ó ò lówó lówó
Bí ará òde Ìjewúje
Hìn hìin
Ará òde Ìjewúje
A ó láya láya
Bí ará òde Ìjewúje
Hìn hìin
Ará òde Ìjewúje.....................20
A ó bímọ bímọ
Bí ará òde Ìjewúje
Hìn hìin
Ará òde Ìjewúje
A ó ò kọ́lé kọ́lé
Bí ará òde Ìjewúje
Hìn hìin
Ará òde Ìjewúje
A ó níre gbogbo
Bí ará òde Ìjewúje.............30
Hìn hìin
Ará òde Ìjewúje

ÒTÚÁ MÉJÌ B

Ifá says the things of this person would be fine. He should perform his sacrifice.

It is the Àkàlà bird of Ìpàpó that uses its two legs to
   extract worms to swallow
Casts divination for them in the city of Ìjewúje
They were crying because of all good fortunes
They were asked to take care of the ground
And perform sacrifice
They heard about the sacrifice
And performed it
Therefore offering of sacrifices
And free gifts to Èṣù
Before long.................................10
And in the nearest future
Come and meet us with good tidings
We would have so much money
As does the people of Ìjewúje city
Hìn hìin
People of the city of Ìjewúje
We would have many wives
As does the people of Ìjewúje
Hìn hìin
The people of Ìjewúje...................20
We would have many children
As does the people of Ìjewúje city
Hìn hìin
The people of Ìjewúje city
We would build houses
As does the people of Ìjewúje
Hìn hìin
The people of Ìjewúje
We would have all good fortunes
As does the people of the city of Ìjewúje............30
Hìn hìin
The people of Ìjewúje.

ÒTÚÁ OGBÈ   A

Ifá pé ire fún eléyìun; yóó dáa fún un; nǹkaan rẹ̀ ò níí bàjẹ́. Òòsà Ìraan wọn láíláí ni kí eléyìun ó bọ ní ó fi là. Ifá pé bí eléyìun ó bàá sùn lálẹ́, kó mọ́ọ tan fìtílà méjì sí ẹnu ọ̀nàa rẹ̀; Ire ó to lọ́wọ́.

ÒTÚÁ OGBÈ   A

Ifá wishes this person well and prays for him. Ifá says he should sacrifice to the ancestral deity in their clan for him to become rich. He should also light two clay pot lamps at his front and back entrances. Good things would enter his house.

Erin ló ní n mọ́ kíun ní minrin ní minrin
    mọ́
Erin mo kí ọ ná
Aláwọ̀ọ mọ̀duru mọ̀duru
Ẹfọ̀n ló ní n mọ́ kíun ní mòjò àárọ̀ ní
    mòjò àárọ̀ mọ́
Ẹfọ̀n mo kí ọ ná
Aláwọ̀ọ mọ̀dùrù mọ̀dùrù
A díá fún Onílé Akódì
Èyí tí ó tanná ọlà sílẹ̀ dọmọ
Wọ́n ní ó rúbọ
Òun le là láyé báyìí?..................10
Wọ́n ní kó rú ìyá odó méjì
Kó wáá tan fìtílà kan sí ẹnu ọ̀nà òde
Kó tan ọ̀kan sẹ́nu ọ̀nà èyìnkùlé
Kó fi òòrí tan ọ̀kan
Kó fi epo tan ọ̀kan tó kù
Wọ́n ní gẹ́gẹ́ è nìré ó mọ́ọ ṣe
Onílé Akódì bá rúbọ
Ó tanná sẹ́nu ọ̀nà
Ajé ń wọlé è
Ire gbogbo ń wọlé è 20
Òun náà
Ó lÉrin ló ní n mọ́ kíun ní minrin ní
    minrin mọ́
Erin mo kí ọ ná
Aláwọ̀ọ mọ̀duru mọ̀duru
Ẹfọ̀n ló ní n mọ́ kíun ní mòjò àárọ̀ ní
    mòjò àárọ̀ mọ́

Erin ló ní n mọ́ kíun ní minrin ní minrin mọ́
Erin mo kí ọ ná
Aláwọ̀ọ mọ̀duru mọ̀duru
Ẹfọ̀n ló ní n mọ́ kíun ní mòjò àárọ̀ ní mòjò àárọ̀ mọ́
Ẹfọ̀n mo kí ọ ná
Aláwọ̀ọ mọ̀dùrù mọ̀dùrù
Cast divination for Onílé Akódì
The one that would light a lamp of wealth pending a
    child's arrival
He was asked to perform sacrifice
'Would I have wealth at all'? He asked…….….….….10
They told him to offer two yam-pounding mortars as
    sacrifice
He should then light a clay pot lamp at the front
    entrance
And another at the back entrance
He should use shea nut butter as oil for one
And red palm oil for the other
'All good fortunes would coincide with you' they said
Onílé Akódì performed the sacrifice
He lit the lamps at the entrance
Wealth started to enter into his house
All good things also entered into his house……….20
He became surprised and exclaimed 'Me'
He said Erin ló ní n mọ́ kíun ní minrin ní minrin mọ́
Erin mo kí ọ ná
Aláwọ̀ọ mọ̀duru mọ̀duru
Ẹfọ̀n ló ní n mọ́ kíun ní mòjò àárọ̀ ní mòjò àárọ̀ mọ́

Ẹfọ̀n mo kí ọ ná
Aláwọ̀ọ mọ̀dùrù mọ̀dùrù
A díá fún Onílé Akódì
Èyí tí ó tanná Ọ̀làá lẹ̀ dọmọ
Ẹbọ n wọ́n ní ó ṣe.........................30
Onílé Akódì gbẹ́bọ ńbẹ̀
Ó rúbọ
Ifá tàn fÓlú o
Ẹ̀dú tàn fàwọ̀
Ẹ̀yin ò mọ̀ pé iná rere lỌ̀pẹ̀ ń tàn

Ẹfọ̀n mo kí ọ ná
Aláwọ̀ọ mọ̀dùrù mọ̀dùrù
Cast divination for Onílé Akódì
The one that would light a lamp of wealth pending a
    child's arrival
He was asked to perform sacrifice..................30
Onílé Akódì heard about the sacrifice
And performed it
Ifá lights lamps for the victor
Ẹ̀dú lights for those entering into the village at night
Don't you all know that it is victorious lamps that
    Ọ̀pẹ̀ lights?

682

ÒTÚÁ OGBÈ B

Ifá pé inú eléyìun dáa, ṣùgbọ́n àwọn èèyàn ń gbèrò ìkà lé e lórí; Ifá pé kó rúbọ kó lè ṣẹ́gun.

Ògbólógbòó aláǹgbá àmù
Nǐí sáré geerege lórí àpáta
A díá fún Onínú rere
Èyí tí wọ́n ó mọ́ọ gbèèbù ìkà sílẹ̀ dè
Wọ́n ní kó rúbọ
Onínúu ré bá rúbọ
Lákọ lákọ ló rúbọ ẹ̀
Ó rú ìgìrìpá òrúkọ
Ọ̀pọ̀lọpọ̀ owó
Ó rúbọ tán 10
Ẹbọọ rẹ̀ bá dà
Ayé yẹ ẹ́
N ní wá ń jó ní wá ń yọ̀
Ní ń yin àwọn Babaláwo
Àwọn Babaláwo ń yin Ifá
Ó ní bẹ́ẹ̀ làwọn Babaláwo tòún wí
Ògbólógbòó aláǹgbá àmù
Nǐí sáré geerege lórí àpáta
A díá fún Onínú rere
Èyí tí wọ́n ó mọ́ọ gbèèbù ìkà sílẹ̀ dè...20
Ifá mọ̀ rínú o
Ilẹ̀ ríkà
Èèyàn tí ń ṣe rere
Ọlọ́rún mọ̀

ÒTÚÁ OGBÈ B

Ifá says this person is open-minded but people are forming evil thoughts on him. He should perform sacrifice to win.

It is the old and experienced lizard
That runs with speed on rocks
Casts divination for the nice man
The one for whom they would sow the seed of discord
　　pending his arrival
He was asked to perform sacrifice
The nice man offered the sacrifice
He offered the sacrifice in full
He offered a matured he-goat
A lot of money
He finished observing his sacrifice................10
And the sacrifice was accepted
Life pleased him
He then started to dance and rejoice
He was praising his Babaláwo
His Babaláwo was praising Ifá
He said it was exactly as his Babaláwo had said
It is the old and experienced lizard
That runs with speed on rocks
Casts divination for the nice man
The one they would sow the seed of discord pending
　　his arrival................20
Ifá actually sees the mind of all
The mother earth knows the wicked ones
The person who is kindhearted
God knows

ÒTÚÁ ỌYẸKÚ A

Ifá pé nǹkan eléyìun ò níí bàjẹ́. Kó rú osùn, ẹfun àti àgbẹbọ adìẹ; Kí wọ́n ó sĩ mọ́ọ bọ Òòsà.

ÒTÚÁ ỌYẸKÚ A

The things of this person would not get spoilt. He should sacrifice chalk, cam wood, a hen and pigeon. This person should be a devotee of Òòsà.

Òtúá yànpín o
Ìyànǹyàn yànpín o
Wọn ò mọ̀ pé inú onípín ò dùn
Wọn ò mọ̀ pé inú onípín bàjẹ́
A díá fún Òòsàálá Ọsẹẹ̀rẹ̀mọ̀gbò
Níjọ́ tí Ojú ọmọọ rẹ̀ ó nù lọ
Òun le rójú ọmọ òun báyìí?
Wọ́n ní kó rúbọ
Ó bá rúbọ
Òòsàálá rúbọ tán.........................10
Wọ́n bá rójú ọmọ Òòsà
Inú Òòsà dùn
Wọ́n bá ń yọ̀
Wọ́n bá ń jó
Ó ní bẹ́ẹ̀ làwọn Babaláwo tòún wí
Òtúá yànpín o
Ìyànǹyàn yànpín o
Wọn ò mọ̀ pé inú onípín ò dùn
Wọn ò mọ̀ pé inú onípín bàjẹ́
A díá fún Òòsàálá Ọsẹẹ̀rẹ̀mọ̀gbò.........20
Níjọ́ tí Ojú ọmọọ rẹ̀ ó nù lọ
Wọ́n ní kÓòsà ó rúbọ
Kó lè rójú o
Òòsá gbẹ́bọ ńbẹ̀
Ó rúbọ
Àwá mọ̀mọ̀ rójú o
A mọ̀mọ̀ ráyè
A sĩ rójú ọmọ Òòsà tó nù o

Òtúá chooses a destiny
Man, choose your destiny
They never knew that the person with the destiny is not happy
They never knew that the owner of the destiny is sad
Cast divination for Òòsàálá Ọsẹẹ̀rẹ̀mọ̀gbò
On the day Ojú, his child got missing
Would I be able to find Ojú, my child? He asked
They told him to perform sacrifice
He performed it
After observing the sacrifice....................10
They saw Ojú, Òòsà's child
Òòsà was very happy
They were then dancing
They were then rejoicing
Òòsà said was exactly as his Babaláwos had said
Òtúá chooses a destiny
Man, choose your destiny
They never knew that the person with the destiny is not happy
They never knew that the owner of the destiny is sad
Cast divination for Òòsàálá Ọsẹẹ̀rẹ̀mọ̀gbò............20
On the day Ojú, his child got missing
They asked Òòsà to perform sacrifice
Such that he would find Ojú
Òòsà heard about the sacrifice
And performed it
We have definitely found time
And have definitely found space
We also found Ojú, Òòsà's child that got missing

Ifá pé ire fún eléyìun. Ẹyẹ ẹtù mẹ́rin lẹbọ
ẹ̀. Kí á mọ́ọ sin ẹyẹ ẹtù náâ.

Ọpọ́n kan; Ọpọ́n kan
Ọpọ́n kan tán
Wọn a tẹ̀ ẹ́ nítan
A díá fún Ọ̀rúnmìlà
Níjọ́ ûfâ ń bẹ láàrin Ọ̀tá sáñgílíñ
Wọ́n níwọ Ọ̀rúnmìlà rúbọ
Ọ̀rúnmìlà bá rúbọ
Wọ́n ní kó mọ́ọ sin ẹyẹ ẹtù
Ọ̀rúnmìlà ń sin ẹyẹ ẹtù
Ó fẹyẹ ẹtù mẹ́rin rúbọ...................10
Àwọn Babaláwo ẹ̀ jẹ méjì léru
Ọ̀rúnmìlà ń sin méjì
Ọ̀rúnmìlà sĩ́ mọ́ọ gbóhun ẹyẹ oko ni
    nígbà ìwásẹ̀
Wọ́n sọ́ Ọ̀rúnmìlà sọ́ ọ, sọ́ ọ
Wọn ò rí Ọ̀rúnmìlà mú
Wọ́n sọ́ ọ ñbi Oúnjẹ
Wọ́n sọ́ ọ ñbi ọtí
Wọ́n sọ́ ọ lójú ọ̀nà
Kò síbi tí wọn ò gbé sọ́ ọ tán
Wọn ò ri mú.....................20
Àwọn wáá le mú Ọ̀rúnmìlà báyìi?
Wọ́n ní Ọ̀rúnmìlà ò leè mọ́ dèé ibi ọpọ́n ẹ̀
    bá wà
Gbogbo ihun tí fi fi ń gbà’àyàán lẹ̀
Ñbi ọpọ́n ló wà
Ni ọ́n bá lọ́ọ ró ọpọ́n Ọ̀rúnmìlà ñgbà tí ò
    sí ñlé
Bí Ọ̀rúnmìlà bá sĩ tí ñbọ wálé
Àwọn ẹyẹ ẹtù ó ti mọ́ọ gbá rẹrẹ bọ
Njẹ́ kí Ọ̀rúnmìlà ó gbé ọpọ́n kalẹ̀
Yóó bàá òkè ìpọ̀rí ẹ̀ sọ̀rọ̀

ÒTÚÁ ỌYẸ̀KÚ B

Ifá says he wishes this person well. He should
sacrifice four guinea fowls and rearing them.

The tray is sour
The tray became very sour
They marked it on the thigh
Cast divination for Ọ̀rúnmìlà
On the day Ifá was in the midst of real enemies
They told Ọ̀rúnmìlà to perform sacrifice
Ọ̀rúnmìlà then performed the sacrifice
He was asked to rear guinea fowls
Ọ̀rúnmìlà did so
He sacrifice four guinea fowls.........................10
His Babaláwos took two as booties of Ifá
Ọ̀rúnmìlà was told to rear the other two
However, Ọ̀rúnmìlà do hear the voices of farm
    animals and birds
His enemies watched and watched him for a slip
They could not get him
They watched for a slip in his eating pattern
They watched him in his wine drinking habits
They laid a trap for him on the road
There was no place they did not try to lay ambush for
    him
They did not succeed....................20
'What do we do to capture this man'? They asked
    within themselves
'Ọ̀rúnmìlà would definitely go to his Ifá tray'
'All his resorts in people's redemption'
'Is in that tray' They concluded
That was how they invoked bad spirits on Ọ̀rúnmìlà's
    tray while he was out
But whenever Ọ̀rúnmìlà is returning home from
    somewhere
His guinea fowls would dance round welcoming him
As Ọ̀rúnmìlà was about to position his tray on the
    floor
He wants to converse with his Ifá

Ó rawọ́ tán
Lẹyẹ Ẹtù bá ń kẹ́ níta
Ní ń pé 'ọpọ́n kan'
Ọpón kan, ọpọ́n kan
Ọ̀rúnmìlà bá bù ú
Ó ku méjì ńbẹ̀
Ẹ̀yẹ tún ń kẹ́ 'ọpọ́n kan'
Ọpọ́n kan
Ọ̀rúnmìlà tún bù ú léèkejì
Ó tún ku méjì lọ́wọ́ ẹ̀.................40
Ẹ̀yẹ tún kẹ́
Ó ní tẹ̀ ẹ́ nítaàn
Tẹ̀ ẹ́ nítaàn
Ló bá ń tẹ̀ ẹ́ nítan ẹ̀
Ló bá rí Òtúá yẹpín
Wọ́n ní ẹbọ ni kí Ọ̀rúnmìlà ó rú
Wọ́n ní bọ́pọ́n bá kan tán
Itan làá tẹ̀
Ayé yẹ Ọ̀rúnmìlà
Àwọn ọ̀tá ẹ̀ ò leè mu mọ́................50
Ifá pé kí eléyìun ó rúbọ
Póun ò níí jẹ́ ó rí aburú
N ní wá ń jó ní wá ń yọ̀
Ní ń yin àwọn Babaláwo
Àwọn Babaláwo ń yin Ifá
Ó ní bẹ́ẹ̀ làwọn Babaláwo tòún wí
Ọpọ́n kan; Ọpọ́n kan
Ọpón kan tán
Wọn a tẹ̀ ẹ́ nítan
A díá fún Ọ̀rúnmìlà.................60
Níjọ́ tíIfá ń bẹ láàrin Ọ̀tá sángílítí
Wọ́n ní ó rúbọ
Ọ̀rúnmìlà gbẹ́bọ ńbẹ̀
Ó rúbọ
Ọpọ́n kan

And rubbing his Ikin in prayer in his palms
The bird about the time started to crow from outside
Saying 'Ifá, your tray is sour'
The tray is sour
Ọ̀rúnmìlà packed the Ikin in the first scoop
It remained only two
The bird did not stop 'The tray is sour'
The tray is sour, they continued harshly
Ọ̀rúnmìlà packed it the second time
It remained two again.................40
The birds sounded louder
'Mark it on your thigh'
'Mark it on your thigh' they repeated
Ọ̀rúnmìlà started to mark it on his thigh
He saw Òtúá Ọ̀yẹ̀kú
They told Ọ̀rúnmìlà to offer sacrifice
'Once the tray is sourly'
'It is one's thigh that one would mark' they told him
Life so pleased Ọ̀rúnmìlà
His enemies could not capture him again............50
Ifá asks this person to perform sacrifice well
That he would not allow him see evil things
He then started to dance and rejoice
He was praising his Babaláwos
His Babaláwos were praising Ifá
He said it was exactly as his Babaláwos had said
The tray is sour
Once the tray become very sour
They mark it on the thigh
Cast divination for Ọ̀rúnmìlà....................60
On the day Ifá was in the midst of real foes
He was asked to perform sacrifice
Ọ̀rúnmìlà head about the sacrifice
And performed it
The tray is sour

Òtúá Ọpọ́n kan
BỌ́pọ́n bá kan tán
Itan làá tẹ̀

Òtúá Ọpọ́n kan
Once the tray becomes bewitched
One should mark it on the thigh

ÒTÚÁ ÌWÒRÌ A

Ifá pé ire eléyìun ò níí sọnù. Ayé ó yẹ ẹ́ tí
wọ́n bá ń bọ Sàngó. Ààyè ó gbà á ńnú ilé
e baba ẹ̀. Yóó dèèyàn ńlá ńbẹ̀. Ṣùgbọ́n kó
rúbọ dáadáa o.

Ahọ́nránmọgángan
Ahọ̀nrànmọgàngan
Ìbẹ̀rù ò jẹ́ á roko ìdì àgbọn
Kó mọ́ baà tibi họ̀rẹ̀ họ̀rẹ̀ bani lẹ́rù
A díá fún Òrúkú Ọ̀nà Ẹ̀yọ̀
Tọ́mọ aráyé ń pè lẹ́rú
Bó bá déhĭín
Wọn a pẹ̀rú àwọn ni
Bó dé ọhún
Wọn a pẹ̀rú àwọn ni...................10
À á ṣéé mọ Òrúkú Ọ̀nà Ẹ̀yọ̀?
N làá pe Sàngó
Wọ́n ní kó rúbọ
Wọ́n ní wọ́n ó da mọ̀ lọmọ ńlée baba ẹ̀
Sàngó bá rúbọ
Ló bá sàgbèrè lọ
Tíńtíń kò dé
Ńgbà tí ó padà dé
Ń kúò sánmọ̀
Ilé e baba ẹ̀ ló bèèrè...................20
Kàràràràrà ló sáàrá
Wéré wọ́n ń pé ilée babaa rẹ rèé
Ilée babaa rẹ̀ rèé
Àwọn ò mọ̀
À bá ti pè ọ́ lẹ́rú
Ni Sàngó wá ń jó n ní ń yọ̀
Ní ń yin àwọn Babaláwo
Àwọn Babaláwo ń yin Ifá

ÒTÚÁ ÌWÒRÌ A

Ifá prays that this person would not be lost in life.
Life would please him if he could be a devotee of
Sàngó. He would become established in his fathers'
house and be well known.

Ahọ́nránmọgángan
Ahọ̀nrànmọgàngan
Fear had made one to abandon the weeding of the
surroundings of a palm tree
Such that the hoe's creeping noise in weeding would
not scare one away
Cast divination for Òrúkú Ọ̀nà Ẹ̀yọ̀
The one that Man refers to as a slave
When he moves near here
They would say 'he is our slave'
When he moves to the other side
He is our slave, people at the other side would say..10
How do we know Òrúkú Ọ̀nà Ẹ̀yọ̀?
Is the one we call Sàngó
He was asked to perform sacrifice
They told him that they would recognize him, as a real
child in is father's house
Sàngó performed the sacrifice
He then went away in search of power
He was not seen to return for a long time
On his return
He left the skies
He asked for his father's house straight away.......20
In a loud crack of thunder
Immediately, they were pointing his father's house to
him
'Here is your father's house'
'We were only ignorant all along'
'We would never have called you a slave'
Sàngó then started to dance and rejoice
He was praising his Babaláwos
His Babaláwos were praising Ifá

Ó ní bẹ́ẹ̀ làwọn Babaláwo tòún wí
Ahọ́nránmọgángan.....................30
Ahọ̀nrànmọgàngan
Ìbẹ̀rù ni ò jẹ́ á roko ìdí àgbọn
Kó mọ́ baà tibi họ̀rẹ̀ họ̀rẹ̀ bani lẹ́rù
A díá fún Òrúkú Ọ̀nà Èyọ̀
Tọ́mọ Áráyé ń pè lẹ́rú
Wọ́n ní ó sá káalẹ̀ ẹbọ ní ó ṣe
Ó sì gbẹ́bọ ńbẹ̀
Ó rúbọ
Òrúkú Ọ̀nà Èyọ̀ tọ́mọ aráyé ń pè lẹ́rú
Ọmọ délée baba ẹ̀......................40
Ọmọ wáá dọmọ gidi

He said it is as his Babaláwos said
Ahọ́nránmọgángan......................................30
Ahọ̀nránmọgàngan
Fear had made one to abandon weeding the
  surroundings of a palm tree
Such that the hoe's creeping noise in weeding would
  not scare one away
Cast divination for Òrúkú Ọ̀nà Èyọ̀
Who Man refers to as a slave
He was asked to take care of the ground and perform
  sacrifice
He heard about the sacrifice
And offered it
Òrúkú Ọ̀nà Èyọ̀ whom man calls a slave
The child got to his father's house.....................40
And became a legal and recognized child

689

ÒTÚÁ ÌWÒRÌ B

Ifá pé kí eléyìun ó mọ́ọ se bíi tirúnmọlẹ̀.
Nǹkankan ń bẹ tí ń tọrọ tọ́wọ́ ẹ̀ ò tíì tó; tí
kò bá dá hẹ̀ẹ̀ òkè ìpọ̀rí ẹ̀, nǹkan náà ó bà
á lọ́wọ́ láìpẹ́.

Ilá sọwọ́ pẹ́tẹ́ pẹ́tẹ́
Ilá sogún
Ikàn sọwọ́ pẹ̀tẹ̀ pẹ̀tẹ̀
Ikàn a sọgbọ̀n
Olúyaya ló sọwọ́ pẹ́tẹ́ pẹ̀tẹ̀ pẹ́tẹ́
Lée sàádọ́ta
A díá fún Òrúnmìlà
Yóó ràán Mọ́bọlájẹ́ ọmọọ rẹ̀ ní òde Ìsàn
Òrúnmìlà ló rán Ọmọ́bọlájẹ́ ọmọ ẹ̀ níṣẹ́
     lóde Ìsàn
Wọ́n dóde Ìsàn tán 10
Gbogboo wọ́n bá ń bú u
Wọ́n ń bu Ifá lóde Ìsàn
Ṣùgbọ́n Mọ́bọlájẹ́ ń bẹ lápá kejì tí ń dáfá
Kò mọ nǹkankan
Òrúnmìlà sĩ ń wò wọ́n
Òrúnmìlà bá gbógun dé
Ìwọ Mọ́bọlájẹ́
Ṣebí ibẹ̀ lo wà
Mọ́bọlájẹ́ lóun ò lọ́wọ́ ńbẹ̀
Òun ò lọ́wọ́ ńbẹ̀.............20
Òrúnmìlà ní ilá sọwọ́ pẹ́tẹ́
Ilá sogún
Ikàn sọwọ́ pẹ̀tẹ̀ pẹ̀tẹ̀
Ikàn a sọgbọ̀n
Olúyaya ló sọwọ́ pẹ́tẹ́ pẹ̀tẹ̀ pẹ́tẹ́
Lée sàádọ́ta
A díá fún Òrúnmìlà
Yóó ràán Mọ́bọlájẹ́ ọmọọ rẹ̀ ní òde Ìsàn

ÒTÚÁ ÌWÒRÌ B

Ifá asks this person to behave according to his Deities
portrayal. There is a particular thing that he is longing
for, but which he has not obtained. Ifá asks him not to
preempt his Òkè ìpọ̀rí.

The okra with extended leaves
It germinates in twenties
Garden eggs with drooping leaves
It germinates in thirties
Olúyaya has its own leaves if it is wilting
It used it to germinate in fifties
Cast divination for Òrúnmìlà
He would send Mọ́bọlájẹ́, his son on an errand to the
     city of Ìsàn
Òrúnmìlà is the one that sent his son to the city of
     Ìsàn
He arrived the city of Ìsàn.................10
All the inhabitants of the city of Ìsàn started abusing
     Òrúnmìlà
They were abusing Ifá in the city of Ìsàn
Mọ́bọlájẹ́ was at the other side casting divination
He knew nothing
Meanwhile Òrúnmìlà saw everything from home
He became angry and decided to war against them
'You Mọ́bọlájẹ́'
'Were you not there'?
'I don't have a hand in it' Mọ́bọlájẹ́ said
'I have no hand in it'.................20
Òrúnmìlà said 'okra with extended leaves'
It germinates in twenties
Garden eggs with drooping leaves
It germinates in thirties
Olúyaya has its own leaves as if it is wilting
It used it to germinate in fifties
Cast divination for Òrúnmìlà
He would send Mọ́bọlájẹ́, his son on an errand to the
     city of Ìsàn

Mọ́bọ́lájẹ́ ìwọọ wọn ni
Ìwọọ wọn ni................................30
Ìgbà tí wọ́n ń bú mi nÍsàn
Ìwọọ wọn ni
Mọ́bọ́lájẹ́ lémi ò síi níbẹ
Èmi ò síi níbẹ
Ìgbà tí wọ́n ń bú ọ nÍsàn
Èmi ò síi níbẹ
Bí mo bá ń bẹ níbẹ̀
Maa fÌrọ́kẹ́ ọwọ́ọ̀ mi pa ogún
Èmi ò síi níbẹ
Èmi ò síi níbẹ........................40
Ìgbà tí wọ́n ń bú ọ nÍsàn
Èmi ò síi níbẹ
Bí n bá ń bẹ níbẹ̀
Ìrùkẹ̀ ọwọ́ọ̀ mi ń bá fi pa ọgbọ̀n
Èmi ò síi níbẹ
Èmi ò síi níbẹ
Ìgbà tí wọ́n ń bú ọ nÍsàn
Èmi ò síi níbẹ
Bí mo bá ń bẹ níbẹ̀
Àti Ìrùkẹ̀ àti Ìrọ́kẹ́ ọwọ́ọ̀ mi ń bá e
     pàádọ́ta nínúu wọn.............50
Èmi ò síi níbẹ
Èmi ò síi níbẹ
Ìgbà tí wọ́n ń bú ọ nÍsàn
Èmi ò síi níbẹ

Mọ́bọ́lájẹ́, it was you and they
It was you and they...................................30
When they were abusing me in the city of Ìsàn
It was you and they
I was not involved, Mọ́bọ́lájẹ́ pled
I was not amongst
When they were abusing you in Ìsàn
I was not there
Had it been that I was there
I would have used the Ìrọ́kẹ́ in my hand to kill twenty
     out of them
I was not there
I was not there...........................40
When they were abusing you in the city of Ìsàn
I was not there
Had it been that I was there
I would have used the tassel in my hand to kill
     thirty amongst them
I was not there
I was not there
When they were abusing you in the city of Ìsàn
I was not there
Had it been that I was there
I would have combined the Ìrọ́kẹ́ and Ìrúkẹ́ in my
     hand to kill fifty amongst them.............50
I was not there
I was not there
When they were abusing you in the city of Ìsàn
I was not there

ÒTÚÁ ÒDÍ A

Ifá pé ká rúbọ ọmọ. Ifá ń ẹnìkan tí ojú ọmọ ń pọ́n; òun ò níí jẹ́ ojú ọmọ ó pọ́n ẹní ó dá Ifá yìí. Ifá pé ọmọ kán ń bọ̀, ọmọbìnrin ni ọmọ ọ̀hún, tí ọ́n bá bí I, Àṣàbi ni kí wọ́n ó sọ ọ́. Àmì ọmọ ni, ire gbogbo ó sì wọlé tọ eléyìun bọ́mọ ọ̀hún bá dé.

Òtúá dìí
Òdògbò ń radìí
A díá fún Àṣàbí tí ń fomi ojúú sògbérè ọmọ
Ẹbọ ọmọ n wọ́n ní ó ṣe
Òún le bímọ láyé báyìí?
Wọ́n ní ìwọ Àṣàbí rúbọ
Ire ó rọ ọ́ lọ́rùn
Iléè rẹ ó kùún fówó
Yóó kùún fọ́mọ
Ṣùgbọ́n rúbọ...............................10
Àṣàbí bá rúbọ
Ọmọ bá kúnlẹ̀
Àwọn ọmọ ọ̀hún ò yàn kú
N ní wá ń jó ní wá ń yọ̀
Ní ń yin àwọn Babaláwo
Àwọn Babaláwo ń yin Ifá
Ó ní bẹ́ẹ̀ làwọn Babaláwo tòún wí
Òtúá dìí
Òdògbò ń radìí
A díá fún Àṣàbí tí ń fomi ojúú sògbérè ọmọ...............................20
Wọ́n ní ó sá káalẹ̀
Ẹbọ ọmọ n wọ́n ní ó ṣe
Àṣàbí gbẹ́bọ ńbẹ̀ ó rúbọ
A mọ̀mọ̀ rÀṣàbí o
A rÁsà
Ire gbogbó wọlé Awo gẹrẹrẹ

ÒTÚÁ ÒDÍ A

Ifá asks this person to perform sacrifice for children. There is a person who is in the want of children. Ifá would not allow this person to have infant deaths. A baby is on the way, it is a girl. She should be named Àṣàbí. She is a baby of spiritual importance that would bring wealth to her.

Òtúá dìí
Òdògbò ń radìí
Cast divination for Àṣàbí who was crying because of children
She was asked to perform sacrifice
'Would I have babies'? She had asked
'Perform sacrifice', they replied her
'All the good fortunes you have would be easy for you to manage'
'Your house would be full of money'
'It would be full of children'
'But offer sacrifice'. They said.................10
Àṣàbí then offered the sacrifice
Children then littered the ground
The children did not die prematurely
She then started to dance and rejoice
She was praising her Babaláwos
Her Babaláwos were praising Ifá
She said it was exactly as her Babaláwos had said
Òtúá dìí
Òdògbò ń radìí
Cast divination for Àṣàbí who was crying because of children...............................20
She was asked to take care of the ground
And perform sacrifice for children
Àṣàbí heard about the sacrifice and offered it
We have seen Àṣàbí
We have seen culture
All good things entered into the house of a Babaláwo in multitudes

ÒTÚÁ ÒDÍ B

Ifá pé kí eléyìun ó sọ́ra pẹ̀lú ọ̀rẹ́ẹ rẹ̀ tìmọ́tìmọ́. Kí alájọsọ́ ó mọ́ lọ̀ọ́ lẹ̀dí àpò pọ̀ mọ́ àwọn ẹlòmìîn kí wọ́n ó mọ́ wàá mú u. Ẹbọ ni ká ru.

Òtúá dì í
Kàǹkàn dì í
A díá fún Ehoro òun Ààlà
Nìjọ́ọ wọ́n jọ́ ń sọ̀rẹ́
Àwọn Ọdẹ bá wòye Ehoro lójú Ààlà
Àwọ́n le mú Ehoro báyìí?
Ọ̀nà wo làwọ́n le gbà táwọn ó fi mú u
Wọ́n ba tọ àwọn Òtúá dì í; Kàǹkàn dì í
Gba àwọn
Wọ́n làwọn ó bàá wọn mú u
Ehoro àti Ààlà sì ti fẹ́ràn araa wọn
Bó bá ti dé Ààlà
Nì ó mọ́ọ já fọọnran
Ó fẹ́ràn Ààlà
Ṣùgbọ́n kò mọ̀ pé ọ̀dàlẹ̀ ni Ààlà
Ni ọ́n bá dẹ kàǹkàn sí ojú Ààlà
Ehoro bá kó sí kàǹkàn
BÉhoró bá yí síhìîn
Kò le bọ́
Bó yí sọ́hùún
Kò le bọ́
Wọ́n làwọn ò wí fún ọ
Torí ẹlẹ́nu méjì alájọrìn ẹ
Òtúá dì í
Kàǹkàn dì í
A díá fún Ehoro òun Ààlà
Nìjọ́ọ wọ́n jọ́ ń sọ̀rẹ́
Ẹbọ n wọ́n ní kí Ehoro ó ṣe
Ehoro gbẹ́bọ ńbẹ̀

ÒTÚÁ ÒDÍ B

Ifá asks this person to be careful with his closest friend. He should offer sacrifice because of this friend to forestall the friend colluding with enemies to capture him.

Òtúá dì í
Kàǹkàn dì í
Cast divination for the Hare and the Farm boundary
On the day they befriend each other
Some Hunters one day observed the Hare playing on the farm boundary
'How would we catch this Hare who is a friend of the Farm boundary'?
'What method do we employ to capture him'?
They met with the priests 'Òtúá dì í and Kàǹkàn dì í'
'Help us please'
The priests promised to help in catching the Hare
Meanwhile the Hare and farm boundary are so
Once the Hare gets to the boundary
He would run at great speeds
He likes the farm boundary so much
But he does not know that the boundary is his enemy
That was how they put a large sponge on the farm boundary
The Hare was caught by the sponge's noose
He moves here
He could not escape
He turns there
He could not break loose
'Did we not tell you' they reminded him
'To be cautious of this your double mouthed friend'
Òtúá dì í
Kàǹkàn dì í
Cast divination for the Hare and the farm boundary
On the day they befriend each other
Sacrifice was the antidote prescribed for him
The Hare heard about the sacrifice

Bẹ́ẹ̀ ni ò rúbọ...................................30
Òun ò mọ̀mọ̀ ṣẹbọ Òtúá dì í o
Kànkàn dì í o
Òun Àálà làwọ́n jọ́ ń sọ̀rẹ́
Ìgbà àì ṣẹbọ
Ẹ̀gbà àì tù èèrù
Ẹ̀yin ẹ̀ wo Ifá ọjọ́hun bí tí ń ṣẹ
Ifá mọ̀mọ̀ dé o aláṣẹ
Ọ̀pẹ̀ abìṣẹ wàrà wàrà

Yet did not respond to it 30
I did not observe the sacrifice of Òtúá dì í
And the one for Kànkàn dì í
I am only concerned about the friendship between I
    and the farm boundary
The evil of not performing sacrifices
The problem of not giving the free booties
See the Ifá's prediction of the other day proving true
Ifá is here the clear ruler
Ọ̀pẹ̀ with instantaneous and efficacious predictions

694

Ifá pé òun ó bàá eléyìun lé ikú lọ; òun ó
bá a lé àrùn lọ; òun ó bá a lé òfò lọ; ọ̀ràn
náà ó lọ; Gbogbo ihun tíí jé ajogun pátá
lóun ó lèé lọ fún eléyìun.

Òjò ọ̀gànjọ́ níí bọ́rùn ebè báábá
A díá fún Òtúá
Tí ó mOsùn lé ikú lọ
Ẹbọ n wọ́n ní ó ṣe
Òun le lé Ajogun gbogbo kúò nínú ilé òun
    báyìí?
Wọ́n ní kó rúbọ
Wọ́n ní kó lọ́ọ́ bọ Òsùn
Ó bọ Òsùn
Ó bọ òkè ìpọ̀rí ẹ̀
Ayé yẹ Òtúá ….....……...……………10
Ikú jáde lọ
Àrùn lọ
Òfò lọ
Ọ̀ràn lọ
Òsé lọ
Ire ló wọlé tọ̀ ọ́
N ní wá ñ jó ní wá ñ yọ̀
Ní ñ yin àwọn Babaláwo
Àwọn Babaláwo ñ yin Ifá
Ó ní bẹ́ẹ̀ làwọn Babaláwo tòún wí….20
Òjò ọ̀gànjọ́ níí bọ́rùn ebè báábá
A díá fún Òtúá
Tí ó mOsùn lé ikú lọ
Tètè lé ikú lọ́ ò
Tètè lékú lọ
Òtúáamósùn
Tètè lékú lọ

Ifá says he would help this person chase death,
sickness, loss, and all Ajoguns away.

It is the midnight rainfall that levels with the ridge in
    fullness
Casts divination for Òtúá
That would use Òsùn in chasing away death
He was asked to perform sacrifice
'Would I be able to chase away the scare of death
    from my house'? He asked
He was told to perform sacrifice
He was asked to offer sacrifice to Òsùn
He offered sacrifice to Òsùn
And also offered sacrifice to his Ifá
Life so pleased him……………………............…10
They scared death away
Sickness went away
So does loss
Offense
Sadness
It was good fortunes that entered into his house
He then started to dance and rejoice
He was praising his Babaláwo
His Babaláwo was praising Ifá
He said it was exactly as his Babaláwo said………..20
It is the midnight rainfall that levels with the ridge in
    fullness
Casts divination for Òtúá
That would use Òsùn in chasing away death
Please chase death away quickly
Chase death away fast
Òtúáamósùn
Chase death away fast

ÒTÚÁ ÌROSÙN B

Ifá pé eléyìun ń bọ̀ wáá joyè kan. Kò
gbọdọ̀ jẹ́ kí àyà òún ó já. Ẹbọ ni kó rú.
Ẹran méjì nÍfá gbà lọ́wọ́ ẹ̀.

Omi igbó ló ríbi dúó sí
Ó ní ayé òun ọ̀mínsín mínsín
Ọ̀pẹ̀ ẹlùjù ló ríbi fẹ̀yìn tì
Ó lóun ni amìnì mini ìnimọ̀
Adígbẹ̀gbẹ́ n larewà ewúrẹ́
A díá fún Olúu Tápà
Ọmọ Ajoyè mọ́ bẹ̀rù ikú
Òun le joyè láyé báyìí?
Wọ́n lóyè ń bẹ tí ó jẹ
Wọ́n ní ó mọ́ bẹ̀rù.........................10
Wọ́n lénìkan ò níí borí ẹ̀ mọ́ láílái
Wọ́n ní ṣùgbọ́n kó rúbọ
Olúu Tápà bá rúbọ
Olúu Tápà sì làá pe Sàngó
Ó rúbọ pé
Bí tí ń fọhùn ní sánmọ̀
Ní ń fọhùn nílẹ̀
Wọ́n ní kó mọ́ bẹ̀rù
Àjẹdélẹ̀ ní ó joyè
Olúu Tápà bá ṣẹgun................20
Ó ṣẹgun tán ní ń jó
Ní ń yọ̀
Ní ń yin àwọn Babaláwo
Àwọn Babaláwo ń yin Ifá
Ó ní béẹ̀ làwọn Babaláwo tòún wí
Omi igbó ló ríbi dúó sí
Ó ní ayé òun ọ̀mínsín mínsín
Ọ̀pẹ̀ ẹlùjù ló ríbi fẹ̀yìn tì

ÒTÚÁ ÌROSÙN B

Ifá says this person is going to become a chief. Ifá
assures him not to fear. Two matured goats are the
objects of sacrifice.

It is the water in the forest that is stagnated
She says her life is like that of a lake
The palm tree in the deep forest that had a place to
rest on
She says she is the wildest and most vibrant of all
palm tress
Adígbẹ̀gbẹ́ is the most beautiful of all ewe goats
Cast divination for Olúu Tápà
The child of Ajoyè mọ́ bẹ̀rù ikú
'Would I become a chief in life'? He asked
They told him that there is a throne he would ascend
But he should be fearless..................10
'Nobody would overcome you'
'But you should offer the sacrifice' they said
Olúu Tápà then offered the sacrifice
Olúu Tápà is the appellation for Sàngó
His sacrifice was full
As he was sounding in the sky
The reverberation would be felt on the ground
He was assured not to fear
'You would be on the throne throughout existence'
Olúu Tápà won.....................20
He won completely and then started to dance
He was rejoicing
He was praising his Babaláwos
His Babaláwos were praising Ifá
He said it was exactly as his Babaláwos said
It is the water in the forest that is stagnated
She says she is comparable to a lake
The palm tree in the deep forest that had a place to
rest on

Ó lóun ni amìnì mini ìnimò
Adìgbègbé larewà ewúré...................30
A díá fún Olúu Tápà
Omo Ajoyè mó bèrù ikú
Kín ló jÓlúu Tápà ó joba?
Èlààsòdè
Ifá ló jÓlúu Tápà ó joba
Èlààsòdè

She says she is the wildest and most vibrant of all
　　palm tress
Adìgbègbé is the most beautiful of all ewe goats...30
Cast divination for Olúu Tápà
The child of Ajoyè mó bèrùukú
What had made it possible for Olúu Tápà to become a
　　king?
Èlààsòdè
It is Ifá that had made it possible for Olúu Tápà to
　　become a king
Èlààsòdè

697

ÒTÚÁ Ọ̀WỌ́NRÍN A

Ifá pé kí eléyìun ó rúbọ, ayé ó yẹ ẹ́;
nǹkaan rẹ̀ ò sì níí bàjẹ́. Ifá pé òún ń bọ̀
wáá là kan eléyìun; Èṣù ni kó lọ́ọ́ bọ. Ire
àkójọ n bọ̀ fun látòkèèrè.

Èṣù níí yan gìdìgbì níí yan gìdìgbì
Níí jájú ọ̀nà
A díá fún Àwúrèbe Ìfàkà
Níjọ́ tí ń fomi ojúú sògbérè ire
Wọ́n ní kó rúbọ
Ọ̀ná le là fún òun báyìí?
Wọ́n ní ọ̀nà ó là fún un
'Wọ́n ó mọọ rẹrú wáá bá ọ fílé'
'Ṣùgbọ́n rúbọ'
Àwúrèbe Ìfàkà bá rúbọ...................10
Wọ́n bá ń kóreé wọlé
Ọ̀ná là fun
Ni bá ń jó ní ń yọ̀
Ni ń yin àwọn Babaláwo
Àwọn Babaláwo ń yin Ifá
Ó ní béẹ̀ làwọn Babaláwo tòún wí
Èṣù níí yan gìdìgbì níí yan gìdìgbì
Níí jájú ọ̀nà
A díá fún Àwúrèbe Ìfàkà
Níjọ́ tí ń fomi ojúú sògbérè ire..........20
Wọ́n ní kó rúbọ
Kín ní ó wàá fare ajéè mi ńmi?
Àwúrèbe Ìfàkà
Ìwọ ni o fare ajéè mi ńmi
Àwúrèbe Ìfàkà
Kín ní ó wàá fare ayaà mi ńmi?
Àwúrèbe Ìfàkà
Ìwọ ni o fare ayaà mi ńmi

ÒTÚÁ Ọ̀WỌ́NRÍN A

Ifá asks this person to offer sacrifice to Èṣù. Life
would please him and his things would not spoil. The
way would soon become clear for him. He is wished
the fortune of aggregation of wealth.

It is Èṣù that strolls pompously
He strolls pompously till he gets to the main road
Casts divination for Àwúrèbe Ìfàkà
On the day he was crying because of good fortune
He was asked to perform sacrifice
'Would the coast be clear for me'? He asked
'The coast would be clear for you', they assured
'People would bring slaves to your doorstep for you
        to buy'
'But offer sacrifice'
Àwúrèbe Ìfàkà offered the sacrifice............10
He then started to pack fortunes into his house
The way became clear for him
He then started to dance and rejoice
He was praising his Babaláwo
His Babaláwo was praising Ifá
He said it was exactly as his Babaláwo had said
It is Èṣù that strolls pompously
He strolls pompously till he gets to the main road
Casts divination for Àwúrèbe Ìfàkà
On the day he was crying because of all good things
He was asked to perform sacrifice.....................19
What would draw my fortune of wealth towards me?
Àwúrèbe Ìfàkà
It is you that should draw my fortune of wealth
        towards me
Àwúrèbe Ìfàkà
What would draw my fortune of wives towards me?
Àwúrèbe Ìfàkà
It is you that would draw my fortune of wives
        towards me

Àwúrèbe Ifákà
Kín ní ó wàá fare ọmọ̀ mi ńmi?.......30
Àwúrèbe Ifákà
Ìwọ ni o fare ọmọ̀ mi ńmi
Àwúrèbe Ifákà
Kín ní ó wàá fare iléè mi ńmi?
Àwúrèbe Ifákà
Ìwọ ni o fare iléè mi ńmi
Àwúrèbe Ifákà
Kín ní ó fare gbogboo mi ńmi nígbàyí o
    Ifá?
Àwúrèbe Ifákà
Ìwọ ni o fare gbogboò mi ńmi...............40
Àwúrèbe Ifákà

Àwúrèbe Ifákà
What would draw my fortune of children towards me?
Àwúrèbe Ifákà......................................31
It is you that should draw my fortune of children
    towards me
Àwúrèbe Ifákà
What would draw my fortune of houses towards me?
Àwúrèbe Ifákà
It is you that would draw my fortune of houses
    towards me
Àwúrèbe Ifákà
What would draw my good fortunes for me
    henceforth, Ifá?
Àwúrèbe Ifákà
It is you that would draw all my good fortunes
    towards me............................40
Àwúrèbe Ifákà

ÒTÚÁ ÒWÓNRÍN B

Wón ó móọ bú eléyìun pé òlẹ ni. Ifá pé kó rúbọ kó sì móọ bọ ẹgbẹ̀run. Iṣẹ́ wẹ́rẹ́wẹ́rẹ́ niṣẹ́ eléyìun láyé.

Ewé lẹ̀ ẹ́; lẹ̀ ẹ́
Òlẹ̀lẹ̀ lẹ̀ ẹ́, lẹ̀ ẹ́
A díá fún Òrúnmìlà
Níjó̩ tí Ifá ń jayée rẹ̀
Wón lólẹ ni
Wón ní kí Òrúnmìlà ó rúbọ
Wón ní kó mọ́ ṣe nǹkankan tipá tipá mọ́ láyé ẹ̀
Ifá pé kó móọ ṣe gbogbo ẹ̀ lẹ́rọ̀
Wón ní yóó sì gbádùn ayé ẹ̀
Òrúnmìlà bá ń ṣe gbogbo ẹ̀ lẹ́lẹ̀ lẹ́lẹ̀....10
Ó sì ń bọ àwọn ẹgbẹ̀run ẹ̀
Ńbi tí gbé ń ṣehun gbogbo tí ọ́n ń pè é lólẹ
Ńbẹ̀ lájé gbé ń bá a
Ń bá wọn tún ilé ayé ṣe
Ayá ń bá a
Ọmọ ń bá a
Ń bá wọn tún nǹkan ṣe
Òrúnmìlà lẹ̀ẹ́ ń nǹkan
Òlẹ tẹ̀ẹ́ pe òun
N lòún lájé....................20
N lòún láya
Lòún ń bímọ
Lòún ń kólé
N ní wá ń jó ní wá ń yò̩
Ni ń yin àwọn Babaláwo
Àwọn Babaláwo ń yin Ifá
Ó ní bẹ́ẹ̀ làwọn Babaláwo tòún wí
Ewé lẹ̀ ẹ́; lẹ̀ ẹ́
Òlẹ̀lẹ̀ lẹ̀ ẹ́, lẹ̀ ẹ́

ÒTÚÁ ÒWÓNRÍN B

People would abuse this person and would call him a lazy person. He should offer sacrifice to Ifá, and another to his mates in heaven. His destined work is a kind of simple and steady spaced job.

Ewé lẹ̀ ẹ́; lẹ̀ ẹ́
Òlẹ̀lẹ̀ lẹ̀ ẹ́, lẹ̀ ẹ́
Cast divination for Òrúnmìlà
On the day Ifá was enjoying his life
They called him a lazy person
They asked Òrúnmìlà to offer sacrifice
They advised him not to engage in anything strenuous in his life
Ifá enjoins him to do everything with ease
And should enjoy his life, they said
Òrúnmìlà then started to do things with ease........10
He offered sacrifices to his heavenly mates
Through the same style of work that made them call him a lazy person
It was through the way that wealth came to him
He was helping them to mend their things
Wives came to him
Children were not left out
He continued helping to mend their things
'Can you now see'? Òrúnmìlà said
'The lazy person you called me'
'I have wealth'.............................20
'I have wives'
'I have children'
'It is through the same laziness that I built a house'
He then started to dance and rejoice
He was praising his Babaláwos
His Babaláwos were praising Ifá
He said it was exactly as his Babaláwos predicted
Ewé lẹ̀ ẹ́; lẹ̀ ẹ́
Òlẹ̀lẹ̀ lẹ̀ ẹ́, lẹ̀ ẹ́

A díá fún Òrúnmìlà 30
Níjó tí Ifá ń jayée rè
Wón lólè ni
Òlèè mi n mọ lè tí mo fi lájé
Mo yin Ewé lè é o
Òlèlè lè é o
Òlèè mi n mọ lè tí mee láya
Mo yin Ewé lè é o
Òlèlè lè é o
Òlèè mi n mọ lè tí mo fi n bímọ
Mo yin Ewé lè é o............40
Òlèlè lè é o
Òlèè mi n mọ lè tí mo fi ń kólé
Mo yin Ewé lè é o
Òlèlè lè é o
Òlèè mi n mọ lè tíre gbogbó fi ń tó mi
    lówó
Mo yin Ewé lè é o
Òlèlè lè é o
Èmi ń yìn wón o
Òrúnmìlà

Cast divination for Òrúnmìlà...............30
On the day Ifá was enjoying his life
They called him a lazy person
My laziness has brought me wealth
I praise Ewé lè é
I praise Òlèlè lè é
My laziness has brought me wives
I praise Ewé lè é
I praise Òlèlè lè é
My laziness has brought me babies
I praise Ewé lè é 40
I praise Òlèlè lè é
My laziness has brought me the fortune of houses
I praise Ewé lè é
I praise Òlèlè lè é
My laziness has brought me all good fortunes
I praise Ewé lè é
I praise Òlèlè lè é
I praise them all
Òrúnmìlà

ÒTÚÁ ÒBÀRÀ A

Iré pọ̀ fún ẹní ó dá odù yĭí. Ifá pé kí eléyìun ó mọ́ọ bọ Irúnmọlè lọ. Àwọn mẹ́ta kan nIfá ń báá wí. Ifá pé ẹnìkẹta gaan lojúú rẹ̀ ń ṣe kámi kàmĭ kámi.. Wọ́n ó là láyé sùgbọ́n kí wọ́n ó mọ́ọ bá iṣẹ́ẹ wọn lọ kí wọ́n ó sĭ mọ́ seyè méjì.

Odó tí mo fi ń gúnyán
N ò níí fi gún Ẹ̀lú
Àtẹẹ̀ mi tí mo fi ń pàtẹ Ìlẹ̀kẹ̀
N ò níí fi pàtẹ Ọrúnlá láílái
A díá fún Òtúá
A bù fún Ọlọ̀bàrà
A díá fún Kérénsèlé tíí sẹni ìkẹtaa wọn
Wọ́n ní kí wọ́n ó rúbọ
Wọ́n ní kí àwọn mẹ́tẹ̀ẹ̀ta ó kọjú mókè
    ìpọ̀ríi wọn
Wọ́n ó mọ́ọ bọ Ifá.............10
Òtúá ń ṣe bẹ́ẹ
Ọlọ̀bàrà náà ń ṣe bíi tIfá
Kérénsèlé wá ń ṣe iyè méjì
Àbí kóun ó ṣe báyìí?
Àbí kóun ó ṣe tòhún ni?
Wọ́n ní wọ́n ó mọ́ seyè méjì mọ́
Òtúá ò seyè méjì
Ọbàrà ò seyè méjì
Òtúá là
Ọbàrá là.............20
Kérénsèlé waa n pé Ha!
Wọ́n láwọn ò wí fún ọ
Odó tí mo fi ń gúnyán
N ò níí fi gún Ẹ̀lú
Àtẹẹ̀ mi tí mo fi ń pàtẹ Ìlẹ̀kẹ̀
N ò níí fi pàtẹ Ọrúnlá láílái
A díá fún Òtúá

ÒTÚÁ ÒBÀRÀ A

Ifá wishes this person well. Life would please him; Ifá asks him not to doubt, but to offer sacrifice to his Deity. Ifá is referring to a group of three. The third person is the one that should be warned about continuity and perseverance in what they do together. They would become wealthy if they continue with their work faithfully.

The Mortar and pestle I use in pounding yam
I will not use it to pound Ẹ̀lú leaves
The tray I use in displaying expensive beads
I will never use in displaying dry okra
Cast divination for Òtúá
Cast divination for Ọlọ̀bàrà
Also cast divination for Kérénsèlé the third of the
    group
They were all asked to perform sacrifice
The three of them were asked to continue with
    seriousness, their veneration of Òkè ìpọ̀rí
The should continue to offer sacrifice to Ifá.........10
Òtúá continued in Ifá's likeness
Ọlọ̀bàrà also continued in the instruction of Ifá
But Kérénsèlé started nursing a doubtful mind
'Should I do this'?
'Or should I turn away'?
'Do not exercise doub't, they said
Òtúá nursed no doubt
Ọlọ̀bàrà also nursed no doubt
Òtúá became rich
So did Ọlọ̀bàrà.............20
But Kérénsèlé was lamenting
'Didn't we tell you'? They reminded him
The Mortar and pestle I use in pounding yam
I will not use it to pound Ẹ̀lú leaves
The tray I use in displaying expensive beads
I will never use in displaying dry okra
Cast divination for Òtúá

A bù fún Ọlọbàrà

A díá fún Kéréǹsèlé tíí sẹni Ìkẹtàa wọn

Awo lÒtúá o.....................30

Awo lỌbàrà

Kéréǹsèlé nĩkàn ní ń seyè méjì o

Cast divination for Ọlọbàrà

Also cast divination for Kéréǹsèlé the third of the group

Òtúá is a real priest........................30

Ọbàrà is a real priest also

Kéréǹsèlé is the one that is exercising doubt

ÒTÚÁ ỌBÀRÀ B

Ifá pé ire àwọn tí wọn ò ti rí araa wọn látòkèèrè ń bọ̀ fún eléyìun. Ifá pé wọn ó ríraa wọn.

A á tùúnra wa rí
Awoo wọn ńlé Alárá
Á ó tùúnra wa kò lọ́nà
Awo Òkè Ìjerò
Òṅyà mọ́ fòńí yà wá
A díá fún Ilẹ̀
A bù fún Ọlọ́run Ọba
Wọ́n ní kí wọn ó rúbọ
Àwọn èèyàn táwọn ti rí tipẹ́ yìí?
Wọ́n ní wọn ó tùúnra rí!................10
Wọ́n ní gbogbo wọn ni wọ́n ó jọ ríraa wọn
Ẹbọ ni kí wọn ó rú
Wọ́n bá rúbọ
Wọ́n rú ọ̀pọ̀lọpọ̀ owó
Wọ́n rú ẹyẹlé
Wọ́n bá rí araa wọn
N ní wọ́n wá ń jó ní wọ́n ń yọ̀
Ní wọ́n ń yin àwọn Babaláwo
Àwọn Babaláwo ń yin Ifá 19
Wọ́n ní bẹ́ẹ̀ làwọn Babaláwo tòún wí
A á tùúnra wa rí
Awoo wọn ńlé Alárá
Á ó tùúnra wa kò lọ́nà
Awo Òkè Ìjerò
Òṅyà mọ́ fòńí yà wá
A díá fún Ilẹ̀
A bù fún Ọlọ́run Ọba
Awo lÒtúá o
Awo lỌ̀bàrà
A ó mọ̀mọ̀ túúnraa wa kò lọ́nà o........30

ÒTÚÁ ỌBÀRÀ B

Ifá says the good fortune of people who have not been seen for long would come to this person.

We would see each other
Their priest in the house of Alárá
We would meet each other on the way
The priest of the hills of Ìjerò
Òṅyà, do not use the advent of today to separate us permanently
Cast divination for Mother earth
Also cast divination for God
They were asked to offer sacrifice
'These people that we have not seen for long'?
'You will see them again' they told them............10
All of you would see each other soon
'But offer sacrifice that would make you see each other'
They performed the sacrifice
They offered a lot of money
Pigeons
And actually saw one another
They were dancing and rejoicing
They were praising their Babaláwos
Babaláwos were praising Ifá
They said it was exactly as their Babaláwos had said
We would see each other.................................21
Their priest in the house of Alárá
We would meet each other on the way
The priest of the hills of Ìjerò
Òṅyà, do not use the advent of today to separate us permanently
Cast divination for Mother earth
Also cast divination for God
Òtúá is a real priest
Ọbàrà is also a real priest...............29
We would definitely meet with each other on the way

ÒTÚÁ ỌKÀNRÀN A

Ifá pé ká rúbọ àforítí; torí àforítí ní ó jẹ́ẹ́ nìkan náà ó dáa. Àwọn mẹ́rin kan ni wọ́n ó jọ dòwò pọ̀ ṣe nnkan. Bí ọ́n bá ní sùúrù, àwọn mẹ́rèẹ̀rin ní ó jọ lówó; ṣùgbọ́n bí wọn ò bá ní sùúrù, ẹnìkan nínúu wọn ní ó kòó ọlàa wọn lọ.

Yangí aborí kugú
Yàngìdì Awo ẹsẹ̀ òkè
Ẹ̀rín gbàdàgì Awo Aláṣẹ
Akòko ni dẹ̀ùrẹ̀ níí ṣe ọmọ ìkẹyìin wọn
    lénje lénje
Àwọn mẹ́rèẹ̀rin ni Ọlọ́fin pè nÍfá
Kí wọn ó wáá yẹ òun lóókan ìbò wò
Wọ́n níwọ Ọlọ́fin
Iree rẹ̀ ku ọjọ́ méje lónìì
Tí wọn ó ṣílẹ̀kùn ire fún ọ
Gbogbo ire ní ó tòó ọ lọ́wọ́..............10
Ṣùgbọ́n gbogbo ẹbọọ rẹ ni kóo rú o
Ọlọ́fin bá rúbọ ẹ̀ nígba nígba
Nigbà tí àwọn Babaláwo ri bí ẹbọ́ ti pọ̀ tó
Ẹ̀rú bá ń ba Yangí aborí kugú
Ojora mú Yàngìdì Awo ẹsẹ̀ òkè
Ẹ̀rú sì ń ba Ẹ̀rín gbàdàgì Awo Aláṣẹ
Akòko ni dẹ̀ùrẹ̀ nìkan ló ní ẹ jẹ́ káwọn ó
    tẹ̀lé n tÍfá wí
'Ifá è é wí kinní kan kó mọ́ ṣẹ'
'Ẹni tí ó bàá sọmọ Ifá ó móọ tẹ̀lé ìlàna ẹ̀'
'Pé n tÍfá wí náà nù u'..................20
'Yóó sì móọ ṣe bÍfá ti wí un náà lọ'
'Yóó sì móọ forí tì Í'
'Tẹ́èyán bá forí tì Í'
'Olúwa ẹ̀ nìí là'
Wọ́n ń ṣe bẹ́ẹ̀ẹ́ bọ̀
Ńgbàa wọn rúbọ tán

ÒTÚÁ ỌKÀNRÀN A

Ifá asks this person to offer perseverance as sacrifice. This is what would bring him wealth. Four people including this person would do a business. They all should endure so that it would not turn out that one of them taking away the profits of them all.

Yangí aborí kugú
Yàngìdì Awo ẹsẹ̀ òkè
Ẹ̀rín gbàdàgì Awo Aláṣẹ
Akòko ni dẹ̀ùrẹ̀ is the last of them all
The four of them were the priests that Ọlọ́fin called in
    Ifá divination
That they should cast divination for him using Ìbò
You Ọlọ́fin, they said
Your good fortunes would come in seven days' time
Precisely in seven days, they would open the door
    of fortune for you.....................9
'All the fortunes would get to you', they predicted
'But you must offer all the prescribed sacrifice in full'
Ọlọ́fin offered the sacrifice in full
On seeing the temerity with which he offered it
Yangí aborí kugú started to develop cold feet
Likewise Yàngìdì Awo ẹsẹ̀ òkè
Fear also caught Ẹ̀rín gbàdàgì Awo Aláṣẹ in its webs
But Akòko ni dẹ̀ùrẹ̀ posited 'Let us follow the
    postulations of Ifá'
'Ifá will never say something and it would not come
    to pass'
'Whoever that is going to be a child of Ifá would
    follow his footsteps'
'That, that was the predictions of Ifá'................20
'He would then act in the likeness of Ifá's prediction'
'He would also persevere'
'The person that perseveres'
'It is that person that would ultimately become rich'
Because of Akòko ni dẹ̀ùrẹ̀ 's urging, they continued
Immediately after all the sacrifices had been
    completed

Ọlọ́fin ní 'ẹ̀yin Babaláwo yìí'
'Ire lẹ ní ń bọ̀ ńjọ́ méje yìí o'
'Ẹbọ lẹ sì yàn'
'Lóun rú nígba nígba o' 30
'Ire ọ̀hún ò gbọdọ̀ mó dèé o'
Akòko ni dẹ̀ùrẹ́ níree rẹ̀ ó dèé
'Ńgbà o ti rúbọ tó pé'
Ọlọ́fin ní ṣùgbọ́n ẹ ẹ̀ mọ́ọ wá ńjoojúmọ́
        ńjọ́ méje é e pé ni
Tóun ò bá fi ńire náà
Gbogboo yín lòun ó dàá lóró
Wọ́n ń lọ
Wọ́n ń bọ̀
Ńgbà ó dijọ́ kẹta
Yangí aborí kugú.............….........40
Òun kọ̀
Kò lọ mọ́
Ó ní ńgbà tí kinní yìí ò bá ní ń bẹ́ẹ̀ mọ́
Kẹ́nìkan ó mọ́ lọ́ọ̀ han òun léèmọ̀
Ó jókòó ńlé ẹ̀
Ńgbà ó dijọ́ kẹrin'
Yàngìdì Awo ẹsẹ̀ òkè náà kọ̀
Òun náà lóun ò lọ mọ́
Ó ní ńgbà tí ó bàá dìgbà náà
Tí nǹkan ọ̀hún ò bà ní ṣeé ṣe mọ́......50
Ẹ̀rín gbàdàgì Awo Aláṣẹ ńtiẹ̀
Ńgbà ó dijọ́ karùún
Òun náà ò lọ mọ́
Akòko ni dẹ̀ùrẹ́ pé ẹ jáwọn ó mọ́ọ lọ
'E bí n tÍfá wí làwọn wí'
'Ifá ló pé iree rẹ̀ ku ọjọ́ méje'
'Tó sì níre náà ó wàá bá a'

Ọlọ́fin threatened 'the fortune you said coming must
    not be otherwise'
'You have predicted that my fortune would arrive in
    seven days'
'And you have prescribed your sacrifices'
'I have offered it in multiple of hundreds'..........30
'The fortunes must not cease to come'
Reassuringly, Akòko ni dẹ̀ùrẹ́ said 'your good
        fortunes would come'
'Since you have observed the sacrifice in full'
'But you must report to me everyday for the duration
    of the seven days' Ọlọ́fin said
'If I could not see the good fortune'
'I would show hell to you all', Ọlọ́fin threatened
They were reporting daily
They would leave for their respective houses in the
    evening
On the third day
Yangí aborí kugú on his own..........….........40
He refused
He did not go again
'If in case these predictions do not prove true'
'Such that nobody would see me to hell'
He sat down in his house
On the forth day
Yàngìdì Awo ẹsẹ̀ òkè also refused
He did not go again
'When the time comes'
'And it would turn out to be the opposite of our
    prediction'...50
Ẹ̀rín gbàdàgì noting the absence of his two friends
He made a final decision on the fifth day
He also refused to report
Akòko ni dẹ̀ùrẹ́ encouraged them to continue again
'Is it not what Ifá predicted that we pronounced'? He
        said
'It is Ifá that predicted that Ọlọ́fin's good fortunes
        would come in seven days'
And Ifá said categorically that the fortunes will come
    to him

Tó sì ní káwọn ó rú ohun gbogbo ní mùre
mùre
Ẹ jáwọn ó mọ́ọ lọ
Ńgbà ó dijọ́ kẹfà.......................60
Akòko ni dèùrẹ̀ nìkan ló lọ ilé Ọlọ́fin
Ijọ́ keje pé
Akòko ni dèùrẹ̀ ló tún dá lọ ilé Ọlọ́fin
Iré bá dé
Òpìtìpítì ire ni ọ́n rù dé fún Ọlọ́fin
Ẹṣin ni
Ọlà ni
Aṣọ ni
Ire gbogbo nìí
Ire yìí pọ̀!.......................70
Ọlọ́fin ní kí wọ́n mọ́ọ pín in
Ó ní Yangí aborí kugú dà?
Akòko ni dèùrẹ̀ lóun ò ri kó wá mọ́
Yàngìdì Awo ẹsẹ̀ òkè ńkọ́ ńtiẹ̀?
Ó lóun ò ń òun náà kó wá mọ́
Ẹ̀rín gbàdàgì Awo Aláṣẹ dà?
Òun náà ò wá mọ́
Ọlọ́fin ló dáa
Ó ní gbogbo ọlà tó tọ́ si wọn
Mọ́ọ kó gbogbo ẹ lọ.......................80
Wọ́n bá kó gbogbo ẹ lé Akòko ni dèùrẹ̀
lọ́wọ́
Ńgbà Akòko ni dèùrẹ̀ ń padà relé ẹ̀
Ó bá ya ilée Yangí aborí kugú
Ó wẹyin ẹ̀ ló rọ́kọ̀
Ló rí gbogbo ihun tí ọ́n kó fún un
Ó lóun ò pé ẹ jẹ́ á forí tì Í?
Kò pé tiẹ̀ ni mọ́
Ó ní ihun tí ọ́n fún òun nùu
Ó ya ojúde Yàngìdì Awo ẹsẹ òkè

It is the same Ifá that had told us to perform the
sacrifice bounteously
Let us continue to go
On the sixth day.......................60
Akòko ni dèùrẹ̀ alone reported in the house of Ọlọ́fin
On the seventh day also
It was Akòko ni dèùrẹ̀ alone as usual that went to the
house of Ọlọ́fin
The good fortune without notice arrived
Unquantifiable amount of good fortune came for
Ọlọ́fin
Horses
Estates of immeasurable value
Cloths
All good fortunes
The heap is breathtaking.......................70
Ọlọ́fin immediately ordered his servants to divide it
Where is Yangí aborí kugú? Ọlọ́fin asked
'I can not see him' replied Akòko ni dèùrẹ̀
'What about Yàngìdì Awo ẹsẹ̀ òkè'?
'He has refused to come again' Akòko said again
'Ẹ̀rín Gbàdàgì Awo Ọlọ́fin'?
'I cannot see him also' Akòko concluded
'That is fine', Ọlọ́fin said
'All the estates that is due to the three of them'
'You Akòko ni dèùrẹ̀ should go with it'.......................80
That was how they packed the property of four people
for him alone
When Akòko ni dèùrẹ̀ was returning home
He stopped by Yangí aborí kugú's house
Yangí aborí kugú looked in amazement, the trail of
fortunes on horse carts
'All these for you alone', he asked, petrified
'Didn't I tell you to persevere'? Akòko ni dèùrẹ̀ said
He did not say the share of Yangí aborí kugú is
included
'This is my share', he said
He stopped by the house of Yàngìdì Awo ẹsẹ òkè

Òun náà jáde......................90
Ló rí erù fílè
Àsé báyìí ní ó ríi?
Akòko ni dèùrè lóun ò pé e je a forí tí Í?
Ó délé Èrín gbàdàgì Awo Aláse
Ó ké sóun náà
Òun náà ní hàáà
Akòko ni dèùrè lóun ò pé e je á ní sùùrù
Akòko ni dèùrè bá kó gbogbo olà relé è
Kò pé tiwon lèyí
N ní wá fi jó ní wá fi yò..................100
Ní fi yin àwon Babaláwo
Àwon Babaláwo fi yin Ifá
Ó ní bée làwon Babaláwo tòún wí
Yangí aborí kugú
Yàngìdì Awo èsè òkè
Èrín gbàdàgì Awo Aláse
Akòko ni dèùrè níí se omo ìkéyìin won
lénjé lénjé
Àwon mérèèrin lOlófin pè nÍfá
Yangí aborí kugú
È bá je a forí tí Í fún Ikin..................110
Yàngìdì Awo èsè òkè
È è bá je á forí tí Í fún Ikin
Èrín gbàdàgì Awo Aláse
Èyin ò kúkú forí tí Í dópin
Akòko ni dèùrè
N ló wáá forí tí Í fún Ikin
Ení bá forí tí Í
NImolè ó gbè
Akòko ni dèùrè
Awo rere mòmò ni..................120

He too rushed out......................90
He saw the heap of goods
'So this is how it would turn to'? Yàngìdì said
'Did I not tell you all to persevere'?
He entered the house of Èrín gbàdàgì Awo Aláse
He called on him also
In amazement he stood in bewilderment
'Didn't I tell you all to be patient' Akòko ni dèùrè
repeatedly said
Akòko ni dèùrè took all the gifts home
He did not say any of the fortunes belong to them
He then started to dance and rejoice..................100
He was praising his Babaláwo
His Babaláwo was praising Ifá
He said it was exactly as his Babaláwo had said
Yangí aborí kugú
Yàngìdì Awo èsè òkè
Èrín gbàdàgì Awo Aláse
Akòko ni dèùrè is the last of them all
The four of them were the priests that Olófin called in
Ifá divination
Yangí aborí kugú
You rather should let us persevere for Ikin..........110
Yàngìdì Awo èsè òkè
You rather should let us persevere for Ikin
Èrín gbàdàgì Awo Aláse
You rather should let us persevere for Ikin
Akòko ni dèùrè
Is the one who had persevered to the end
Whoever perseveres to the end
Is the person that the Deities would take sides with
Akòko ni dèùrè
You are a real priest......................120

ÒTÚÁ ỌKÀNRÀN B

Ifá pé òun pé òun ó eléyìun lé gbogbo Ajogun lọ. Ẹbọ ni ká rú torí ire kan tí ń bọ wá inú ilée wa. Ifá pé ká rójú ra ire ọhún torí ire ọhún ní ó lèé ikú lọ, yóó lèé àrùn lọ àti gbogbo ajogun. Ifá pé kí eléyìun ó mọọ sin ajá.

Ẹtú ń bẹ nígbó
Ẹtú ń jewée gbégbé
Èkìrì ń bẹ lọ́dàn
Ń jèèso Àlọ̀
Àgbọ̀nyín igbórò
Ń bẹ nínúu sàànsáàn tí ń jẹ ìlasa ọdẹ
A díá fún Ọ̀rúnmìlà
N lọ rèé rOjúlawò lẹ́rú
Ọ̀rúnmìlà ló rẹrú rẹrú
Ló wáá ra ẹrú kan yìí....................10
Ló bá sọ ọ́ ní Ojúlawò
Ojúlawò àti Ọ̀rúnmìlà bá ń ṣe ilé ayé lọ
Wọ́n jọ ń bẹ
Ńgbà ó dijọ́ kan
Ojúlawò bá di ajá!
Ajogun ikú tó bá póun ń bọ̀ wáá bá Ọ̀rúnmìlà
Ojúlawò ń bá a lé e lọ
Àrùn
Ń lé e lọ
Òfò 20
Ń lé e lọ
LỌ̀rúnmìlà bá ń jó ní ń yọ̀
Ní ń yin àwọn Babaláwo
Àwọn Babaláwo ń yin Ifá
Ó ní bẹ́ẹ̀ làwọn Babaláwo tòún wí
Ẹtú ń bẹ nígbó
Ẹtú ń jewée gbégbé
Èkìrì ń bẹ lọ́dàn
Ń jèèso Àlọ̀

ÒTÚÁ ỌKÀNRÀN B

Ifá wishes this person well. Ifá says he would chase away all Ajoguns for him. Ifá asks him to offer sacrifice because of a certain good fortune that is coming to him. He is exhorted strive to buy the fortune because it is the fortune that would chase death away. He is enjoined to rear dogs as pets.

Ẹtu is in the forest
Ẹtu is eating the leaves of Gbégbé tree
Èkìrì is in the savanna
It is eating the seeds of Àlọ̀
The forest bound antelope
Is in the tall grasses eating the okra leaves planted by the hunter
Cast divination for Ọ̀rúnmìlà
He was going buy Ojúlawò as a slave
It is Ọ̀rúnmìlà who had bought so many slaves
But on buying this particular one....................10
He named him Ojúlawò
Both of them continued in harmony
They do live together
One fateful day
Ojúlawò turned to a dog!
All the death spells that came towards Ọ̀rúnmìlà
Ojúlawò chased them away
Illnesses
He chased them away
Losses....................20
He chased them away
Ọ̀rúnmìlà then started to dance and rejoice
He was praising his Babaláwos
His Babaláwos were praising Ifá
He said it was exactly as his Babaláwos said
Ẹtu is in the forest
Ẹtu is eating the leaves of Gbégbé
Èkìrì is in the savanna
It is eating the seeds of Àlọ̀

Ń bẹ nínúu sàànsáàn tí ń jẹ ilasa ọdẹ
A díá fún Ọ̀rúnmìlà
Ń lọ rèé rOjúlawò lẹ́rú
Ń wá ń lékúú lọ ò
Ń lárùún lọ
Ń lófòó lọ
Òkìràkìrà
Ẹ wá wOjúlawò tí ń lékúú lọ
Òkìràkìrà

Is in the tall grasses eating the okra leaves of the hunter
Cast divination for Ọ̀rúnmìlà
He was going buy Ojúlawò as a slave
He now chases death away
He actually chases sickness away
He chases Loss away
Òkìràkìrà
Come and see Ojúlawò chasing death away
Òkìràkìrà

710

ÒTÚÁ ÒGÚNDÁ A

Ifá pé kí eléyìun ó rúbọ kí wọ́n ó mọ́ọ fi nnkan yìn ín lọ́wọ́.

A yín yin
A yìn yin
A yìn yìn ñ yin yìn
Awo ilé Ọ̀rúnmìlà
Àwọn ló díá fún Ọ̀rúnmìlà
Níjọ́ tíIfá ń sehun ẹyìn kárí ayé
Wọ́n níwọ Ọ̀rúnmìlà
Ìwọ ni o lọ̀ọ́ mọ́ọ tún ilé ayé se
Ọ̀rúnmìlà se bẹ́ẹ̀
Ní ń wọ Olókùrùún yè.............10
Ní ń jáwé
Ní ń wa egbò
Ni nnkán ń yìn ín lọ́wọ́
Ẹni tí ò rọ́mọ bí ń bímọ
Àgàn ń tọwọ́ àalà bosùn
Aboyún ilé ń bí tibi tire
Ẹní ó bí
Wọn ò kú
Wọ́n ń yin Ọ̀rúnmìlà
Ọ̀rúnmìlà ń yin àwọn Babaláwo......20
Àwọn Babaláwo ń yin Ifá
Ó ní bẹ́ẹ̀ làwọn Babaláwo tòún wí
A yín yin
A yìn yin
A yìn yìn ñ yin yìn
Awo ilé Ọ̀rúnmìlà
Àwọn ló díá fún Ọ̀rúnmìlà
Níjọ́ tíIfá ń sehun ẹyìn kárí ayé
Àyìnkàn
Àyìnkàn làá yÀyin................30

ÒTÚÁ ÒGÚNDÁ A

Ifá wishes this person well. He is enjoined to perform sacrifice for people to praise him for his good deeds.

A yín yin
A yìn yin
A yìn yìn ñ yin yìn
The priest of Ọ̀rúnmìlà's household
They are the one that cast divination for Ọ̀rúnmìlà
On the day Ifá was performing things of praise around the world
You Ọ̀rúnmìlà, they said
You should go and mend the whole world
Ọ̀rúnmìlà did as told
He was nursing the sickly successfully................10
He was harvesting leaves from the forests for medicine
He was uprooting the roots
He got praised for the acts
Those that had no child were delivered of babies
The barren became pregnant
The pregnant were delivered of both the baby and the placenta
Those that already had babies
The babies did not die
They were praising Ọ̀rúnmìlà
Ọ̀rúnmìlà was praising his Babaláwos...............20
The Babaláwos were praising Ifá
He said it was exactly as his Babaláwos had said
A yín yin
A yìn yin
A yìn yìn ñ yin yìn
The priest of Ọ̀rúnmìlà's household
They are the one that cast divination for Ọ̀rúnmìlà
On the day Ifá was performing things of praise around the world
It is with resourceful praising 29
It is with resourceful praising one should praise Àyin

Ẹnu tẹ́ẹ bá mu yin Ẹ̀dú	The mouth you use in praising Ẹ̀dú
Ẹ mọ́mọ̀ pa á dà	Do not change it
Àyìnkàn	Resourceful praising
Àyìnkàn làá yin àyin	It is with resourceful praising one should praise Àyin
Mọ̀rànhìn mọranhin làá wíràn oyin	With sweetness, one would narrate the taste of honey
Ẹnu tẹ́ẹ mú yin Ẹ̀dú	The mouth you use in praising Ẹ̀dú
Ẹ mọ́mọ̀ pa á dà	Please do not change it
Mọ̀rànhìn mọranhin làá wíràn oyin	With sweetness, one would narrate the taste of honey
Àwídùn mọ́mọ́ làá wíràn iyọ̀	With pleasantness, one would tell about the experience of the taste of salt

ÒTÚÁ ÒGÚNDÁ B

Ifá lóun ò níí jẹ́ kí Ajogun ó mú eléyìun.

Òtúá re irá
Bẹ́ẹ̀ ni ò dé Irá
Àkòkì ló ràjò
Bẹ́ẹ̀ ni ò bọ̀ àjò
Òótọ́ inú lájẹkù ó ju irọ́ lọ
A díá fún Ìràwọ̀ sààsà
Èyí tí ń gbóguún rẹ̀bá ọ̀run
Wọ́n ní kó rúbọ
Kó lè baà sé ìlẹ̀kùn ogun mọ́ ọ̀run
Ogun kan ò lè dọ́run.....................10
Ìràwọ̀ ò níí jẹ́
Bógun bá ń bọ̀
Ìràwọ̀ ní ó tan iná mọ́ ọ
Nì ó jàá sòòrò
Ogun kan tó le mú ọ̀run ò sí
Ayé yẹ Ìràwọ̀ sààsà
N ní wá ń jó ní wá ń yọ̀
Nì ń yin àwọn Babaláwo
Àwọn Babaláwo ń yin Ifá
Ó ní bẹ́ẹ̀ làwọn Babaláwo tòún wí......20
Òtúá re irá
Bẹ́ẹ̀ ni ò dé Irá
Àkòkì ló ràjò
Bẹ́ẹ̀ ni ò bọ̀ àjò
Òótọ́ inú lájẹkù ó ju irọ́ lọ
A díá fún Ìràwọ̀ sààsà
Èyí tí ń gbóguún rẹ̀bá ọ̀run
Ẹ mọ́ jógun ó jà mí
Ẹ mọ́ jógun ó jọ̀ruùn mi
Ìràwọ̀ sààsà.....................30

ÒTÚÁ ÒGÚNDÁ B

Ifá says he will not allow this person to be arrested by any Ajogun.

Òtúá left for Irá
Yet did not get to Irá
Àkòkì went on a travel trip
Yet did not return from the trip
The truth in one has a leftover that is bigger than
    falsehood
Cast divination for Ìràwọ̀ sààsà
The one that was waging war near the heavens
He was asked to perform sacrifice
Such that he would shut the door firmly against wars
    coming to heaven
No war can reach the heavens.................10
The star would never allow it
Whenever any war is coming
The star would billow in brightness
And would strike like meteor
There is no war that would reach the heavens
Life so pleased Ìràwọ̀ sààsà
He then started to dance and rejoice
He was praising his Babaláwos
His Babaláwos were praising Ifá
He said it was exactly as his Babaláwos had said....20
Òtúá left for Irá
Yet did not get to Irá
Àkòkì went on a travel trip
Yet did not return from the trip
The truth in one has a leftover that is bigger than
    falsehood
Cast divination for Ìràwọ̀ sààsà
The one that was waging war near the heavens
Do not let me know warfare
Never let heaven, my resting place experience warfare
Ìràwọ̀ sààsà.....................30

Ogun ò gbọdọ̀ jòde ọ̀run	War must never consume the heavens
Ìràwọ̀ sààsà	Ìràwọ̀ sààsà
Ifá mọ́ jógun ó jà mí dákun	Ifá, do never let me experience warfare
Ìràwọ̀ sààsà	Ìràwọ̀ sààsà

ÒTÚÁ ỌSÁ A

Ifá pé a ò gbọdọ̀ yẹ àdéhùn o. Àwọn méjì kan nífá ń tójú ọmọ ń pọ́n. Kí àwọn méjèèjì ó wáá rúbọ ńdíí Ifá ọ̀hún kí wọ́n ó sì fi eku méjì pèsè fún àwọn ayé lórítà.; àwọn méjèèjì ní ó jọ bímọ.

Kọ̀ kọ̀ kọ́rọ́ńyín
Awo adìẹ ló díá fún Adìẹ
Níjọ́ tí Adìẹ ń fomi ojúú sògbérè ọmọ
Wọ́n ní yóó bímọ lọ́pọ̀lọpọ̀
Ẹbọ ọmọ ni kóó wáá ṣe
Kọ̀ kọ̀ kọ́rọ́ńyín
Awo Àwòdì ló díá fún Àwòdì
Àwòdì náà ń fomi ojú sògbérè ọmo
Wọn ní yóó bímọ lọ́pọ̀lọpọ̀
Ẹbọ ọmọ ni kó wáá ṣe...............10
Àwọn méjèèjì ni ọ́n jọ lọọ̀dọ̀ Ọ̀rúnmìlà
Àwọn le bímọ báyìí?
Ọ̀rúnmìlà lẹ́ẹ bímọ
Ó ní kí wọ́n ó lọọ̀ rú ẹmọ mẹ́wàá
Wọ́n ní kí wọ́n ó sì rú ọ̀pọ̀lọpọ̀ owó lọ́nà mẹ́wàá
Ó ní wọ́n ó bíímọ púpọ̀ láyé
Wọ́n bá padà lọ ilé
Adìẹ wá ẹmọ́ lọ
Ó rí méjì péré
Ó kó méjì ọ̀hún sílẹ̀......................20
Ńgbà tí Àwòdì ó kòó tiẹ̀ dé
Ó rí mẹ́jọ
LAdìẹ bá ń ronú pé ẹbọ àwọn ò gbọdọ̀ kọjá òní
Tí baba yìí ní kí àwọn kó ẹbọ wá
Ẹmọ́ sì lòún wá lọ látàárọ̀ yìí
Méjì lòún ṣẹ̀ṣẹ̀ rí
Àwòdì ló sì rí mẹ́jọ yìí
Ló wá ìyókù lọ
Ó kúkú le rí ju méjì lọ

ÒTÚÁ ỌSÁ A

Ifá wishes this person well; He enjoins him not to break any oath. Ifá sees two people who are in want of children. They should both perform sacrifice on the spot where this Ifá is cast. They would both have children. They should sacrifice two rats at crossroads.

Kọ̀ kọ̀ kọ́rọ́ńyín
The Babaláwo of the Hen casts divination for the Hen
On the day she was crying because of children
They told her she would have many children
They told her to perform sacrifice for children
Kọ̀ kọ̀ kọ́rọ́ńyín
The Babaláwo of the Eagle casts divination for the Eagle
The Eagle was also crying because of children
They told the Eagle that she too would have many children
But should perform sacrifice for children.............10
The two of them had gone together to Ọ̀rúnmìlà
'Can we both have children'? They both had asked Ọ̀rúnmìlà
'You would both have children' Ọ̀rúnmìlà said
He asked them to sacrifice ten rats each
And also sacrifice a lot of money in ten parts each
He said they would both have many children on earth
They went back to their houses
The Hen later went in search of rats
She saw two
She kept the two..................20
When the Eagle returned from his own escapade
She saw eight
The Hen then started thinking 'today is the deadline for our sacrifice'
'This man said we should bring the rats today'
'And I have not been able to get these rats'
'I have been able to get only two'
'But here is the Eagle that has seen eight'
'He even had gone looking for the rest two'
'He might even get many more than two'?

715

Tóun sì ń wá mẹ́jọ kún tòun............30
Ńgbà ó ń i pé Àwòdì pẹ̀yìndà tán
Ló bá padà wá inú ilé
Ló bá wáá kó tÀwòdì
Méjẹ̀ẹ̀jọ
Ló bá kó o pọ̀ mọ́ tiẹ̀
Ó bá forí lé ọ̀dọ̀ Ọ̀rúnmìlà
Ọ̀rúnmìlà ò sì mọ̀
Òun bá rúbọ fún Adìẹ
Wọ́n pèsè fún àwọn ayé
Ayé yẹ ẹ́................................40
Ó ní ó mọ́ọ lọ
Ó lÁdìẹ́ ó mọ́ọ bímọ
Ire ọmọ fún Adìẹ lọ́pọ̀lọpọ̀
Ńgbà Àwòdì dé ilé
Ó kó méjì tó kù dé
Ẹbọ ò sì gbọdọ̀ kọjá ọjọ́ náà
Àwòdì wọ ilé
Kò rí mẹ́jọ tó fi sílé mọ́
Taa ló kó òun lẹ́mọ?
Ìbòòsí; oró ò............................50
Ńgbà ó kébòòsí, kébòòsí
Ti ò rí ẹmọ mọ́
Tó ríi pé yóó jù
Ló bá kó méjì ọ̀hún tọ Ọ̀rúnmìlà lọ
Ọ̀rúnmìlà ní Adìẹ ti dé ìhín
'Adìẹ ti wáá rúbọ'
Àwòdì bá rò ó ńnú ara ẹ̀
Adìẹ ló kó ẹmọ òun mẹ́jọ tóun fíílé nùu
Àwòdì ní 'ẹmọ́ mélòó ló rú'?
Ọ̀rúnmìlà ní mẹ́wàá ni....................60
Àwòdì ní 'Méjì péré ló rí tẹ́lẹ̀ lòún fi wá
ìyókù tòun lọ'

'Here I am looking for eight'......................30
When she noticed that the Eagle had left for the
    search of more rats
She entered into the room of the Eagle
She stole the ones belonging to the Eagle
All the eight
She packed it with hers
And took everything to Ọ̀rúnmìlà
But since Ọ̀rúnmìlà did not know
He used it to prepare the sacrifice for the Hen
He offered the sacrifice for the witches
Life pleased the Hen..........................40
Ọ̀rúnmìlà asked her to go
He told the Hen that she would henceforth have
    children
'May the good fortune of children be with you the
    Hen in abundance' Ọ̀rúnmìlà prayed
When the Eagle arrived home
She had found the remaining two rats
In order to beat the deadline
The Eagle went to check the place she kept the
    remaining rats
She could not find the eight again
Who could have stolen these rats?
Ìbòòsí; oró ò...........................50
After shouting and crying for help to lead to the
    recovery of the stolen rats
She was not successful
She noticed it would be late if she doesn't do
    something immediately
She took the two she later found to Ọ̀rúnmìlà
'The Hen had been here' Ọ̀rúnmìlà said gleefully
'She had been here to perform the sacrifice'
Amazed, the Eagle cried inwardly
'It must be the Hen that stole my rats' She reasoned
    quickly
'How many rats did she offer'? She asked Ọ̀rúnmìlà
'She offered ten' Ọ̀rúnmìlà huskily answered......60
'But she had only two as at the time I went looking
    for the rest of my own' The Eagle said

Àṣé Adìẹ ló ja òun lólè
Ọ̀rúnmìlà ló dáa
Mọ́ọ fi méjì tiẹ̀ tóo ń un náà rúbọ
Àwòdì bá rú méjì ọ̀hún
Àwòdì bá ń pa ọmọ méjì
Adìẹ ń pa mẹ́wàá
BÁdìẹ ò bá sì ṣọ́ra ẹ̀
Ńnúu mẹ́wàá tó bá pa
Bóyá lọ̀kan ó fi yè ńbẹ̀...................70
Èṣù ló ti kọ́ Àwòdì lọ́gbọ́n
Ó ní ńnúu ọmọ mẹ́wàá ń Adìẹ́ bá pa
Ni o ti mọ́ọ mú soúnjẹ
Torí òun ló ṣèrú
BÁsàá bá ti dé
Ní ó mọ́ọ pé 'N ò ṣẹbọ kọ̀ kọ̀ kọ̀ kọ̀
     kọ́rọ́ńyín'
N ò ṣẹbọ kọ̀ kọ̀ kọ̀ kọ̀ kọ́rọ́ńyín
Àṣá ó balẹ̀
Yóó gbèé Ìkan ńnú ọmọ ẹ̀
Méjì tÀṣá ní ń sọkọ Adìẹ tée dọ̀la....80
Kọ̀ kọ̀ kọ́rọ́ńyín
Awo adìẹ ló díá fún Adìẹ
Adìẹ ń fomi ojúú sògbérè ọmọ
Kọ̀ kọ̀ kọ́rọ́ńyín
Awo Àwòdì ló díá fún Àwòdì
Níjọ́ tí Àwòdì ń fomi ojú sògbérè ọmọ
Wọ́n ní wọ́n ó sá káalẹ̀
Ẹbọ ọmọ ni kí wọ́n ó ṣe
Àwòdì nÌkan ló gbẹ́bọ ńbẹ̀
Ló rúbọ..................................90
Adìẹ náà gbẹ́bọ ńbẹ̀
Ó rúbọ
Adìẹ ni ò ṣeun
Adìẹ ni ò sèèyàn
Ó lóun ò ṣẹbọ kọ̀ kọ̀ kọ́rọ́ńyín

'So it was the Hen that stole my rats' She told
     Ọ̀rúnmìlà
'Never mind' Ọ̀rúnmìlà said
'Use the two you have as sacrifice'
That was how the Eagle sacrificed the two rats
The Eagle from then onward started to hatch two eggs
The Hen would hatch ten or even more
But if the Hen is not careful
Out of the ten hatched by the Hen
Hardly would one survive out of the batch............70
It is Èṣù that had taught the Eagle
'Out of the children hatched by the Hen'
'You should pick some as food for yourself'
'Since she is the one that played foul' Èṣù said
Once the Eagle flies over an area where a Hen is
     ranging with her chicks
She would start to crow 'I did not perform the
     sacrifice of 'kọ̀ kọ̀ kọ́rọ́ńyín'
I did not perform the sacrifice of 'kọ̀ kọ̀ kọ́rọ́ńyín'
The Eagle would come in a fast glide
And pick up one of the chicks
The two hatched by the Eagle the first day are the
     one troubling the Hen till date...................80
Kọ̀ kọ̀ kọ́rọ́ńyín
The Babaláwo of the Hen casts divination for the Hen
On the day she was crying because of children
Kọ̀ kọ̀ kọ́rọ́ńyín
The Babaláwo of the Eagle casts divination for the
     Eagle
The Eagle was also crying because of children
She was asked to take care of the ground
And perform the sacrifice for children
It is only the Eagle that heard about the sacrifice
And performed it with truth...................90
The Hen also performed the sacrifice
But she did it deceitfully
The Hen is the one that is not nice
The Hen is the one that is not humane
She confessed not to have perfomed the sacrifices Kọ̀
     kọ̀ kọ́rọ́ńyín

ÒTÚÁ ỌSÁ B

Ifá pé kí eléyìun ó rúbọ, òun ò níí jẹ́ ó
réèmọ̀ọ kín nǐí. Eléyìun ò gbọdọ̀ dá hẹ̀ẹ̀
ẹni tí ń sawo o.

Ọbábámbá
Ọmọ́mọ́nmọ́
Ọ̀rọ̀ bẹ́nǐkàn mọ́ yọ̀rọ̀ bí ẹni tí ò tiẹ̀ gbọ́n
A díá fún Wǐnnláwẹ̀ Obìnrin Àjàgùnmọ̀lè
Wǐnláwẹ̀ Obìnrin Àjàgùnmọ̀lè ló jí ní
    kùtùkùtù òwúrọ̀
Nǐ wá ń fomi ojú sògbérè ọmọ
Ńgbà tí ó bǐí
Ó bí Agbe fún Ojolú
Ńgbà tí ó bǐí
Ó bí Àlùkò Dòdòòdò fún Ojosùn......10
Ńgbà tí ó tùún bí
Ó bí Odídẹrẹ́ fún Olúwòó
Ọmọ atọ̀run gbégbá ajé karí wáyé
Ńgbà tí ó bǐí
Ó bí Àwòdì fún Olúkàro Àṣá
Ńgbà ó pẹ́
Agbé dàgbà
Wọ́n tẹfá fún Agbe
Wọ́n tẹfá fún Àlùkò
Wọ́n tẹfá fún Odídẹrẹ́ mòfẹ̀............20
Àwòdì ló dǐkàrò
Kèè tíì tẹfá
Ló bá sawo lọ sílé Olókun
Ó dé ilé Olókun tán
Olókun gbà á láàyè
Ńgbà ó pẹ́
Wọ́n ránṣẹ́ sí Àwòdì àwọn ò gbúróò ẹ̀
Wọ́n ní Àwòdì ń bẹ ńlé Olókún
Ń bẹ ńbẹ̀ tí ń sawo
Wọ́n lÁwòdì?......................30
Àwòdì tí è tíì tẹfá

ÒTÚÁ ỌSÁ B

Ifá asks this person to perform sacrifice. Ifá says he
would not allow him to see a bad incident. He is
advised not to relegate the priesthood order of
Babaláwos.

Ọbábámbá
Ọmọ́mọ́nmọ́
Ọ̀rọ̀ bẹ́nǐkàn mọ́ yọ̀rọ̀ bí ẹni tí ò tiẹ̀ gbọ́n
Cast divination for Wǐnnláwẹ̀ the kin of Àjàgùnmọ̀lè
Wǐnnláwẹ̀, the kin of Àjàgùnmọ̀lè woke up early in
    the morning one day
She was crying because of children
The first time she had a baby
She gave birth to baby Agbe for Ojolú
The next time she had a baby
She had Àlùkò Dòdòòdò for Ojosùn.................10
The third time she had a baby
She had Odídẹrẹ́ for Olúwòó
The child of Atọ̀run gbégbá ajé karí wáyé
The next time she had a baby
She had Àwòdì for Olúkàro Àṣá
After a long time
Agbe grew old enough an adult
They initiated Agbe into Ifá cult
They initiated Àlùkò also into Ifá
They also initiated Odídẹrẹ́ mòfẹ̀ into Ifá cult....20
Àwòdì however became an Ìkàrò
He had not been consecrated into Ifá
He ventured priesthood to the house of Olókun
He arrived Olókun's house
Olókun allowed him to practice his Ifá
After a long time
They sent for Àwòdì when they could not hear about
    him
'Àwòdì is in the house of Olókun', came the reply
'He is there practicing his Ifá'
'Àwòdì'!!! 30
'That has not been introduced into Ifá cult'?

718

Tó dìkàrò lásán ní ń sawo?
Wọ́n bá kèjàsì
Wọ́n ní ò dúó wọgbódù tí fi ń sawo ò o ò
Àwòdì ò mọ̀ dúó wọgbódù tí fi ń sawo ò
        ò ò
Àwòdì ò mọ̀ dúó wọgbódù tí fi ń sawo
Àwòdì ò mọ̀ dúó wọgbódù tí fi ń sawo o
        o o
Wọ́n bá rán Agbe pé ó lọ̀ọ́ pè é wá
Agbé bá dọ́hùún
Ó ní 'ńbo lÀwòdì wà'.................40
Wọ́n ní ń bẹ nígbódù
Tí ń sawo
Tí ń tẹ̀ wọ́n nÍfá
Ńgbàa Agbé dé ẹnu ọ̀nà Igbó odù
Lòun náà kèjàsì
Ó lẹ́ẹkú o ò ọmọ Àgbọnnìrègún gbogbo
        Babaláwo
Wọ́n ní Hin
Ọ̀bábámbá, Ọ̀mọ́mọ́nmọ́, Ọ̀rọ̀ bẹníkàn
        mọ yọ̀rọ̀ bí ẹni tí ò tiẹ̀ gbọ́n
Hin...............50
A díá fún Wìnnláwẹ̀ Obìnrin Àjàgùnmọ̀lè
        o
Hin
Níjọ́ tí ń fomi ojú sògbérè ọmọ
Hin
Ó bí Agbe fún Ojolú
Hin
Ó bí Àlùkò Dòdòòdò fún Ojosùn
Hin
Ó bí Odídẹrẹ́ fún Olúwòó, ọmọ atọ̀run
        gbẹ́gbá ajé karí wáyé
Hin
Ó bí Àwòdì fún Olúkarò Àṣá............60
Hin

He became an ordinary Ìkàrò and had started
        practicing?
They all in unison busted into Ìjàsì song
He did not wait to enter the sacred forest of Ifá before
        practicing
Àwòdì did not wait to enter into the sacred forest of
        Ifá before practicing
Àwòdì did not wait to enter into the sacred forest of
        Ifá before practicing
Àwòdì did not wait to enter into the sacred forest of
        Ifá before practicing
They concluded to send Agbe to go and call him
Agbe arrived at Olókun's house
'Where is Àwòdì'? He asked.................40
'He is in the sacred forest of Ifá' They said
'He is there practicing'
'And also initiating people into the cult of Ifá'
Agbe without delay went to the entrance of the forest
He too busted into Ìjàsì
He said I greet you all the children of Àgbọnnìrègún
        all Babaláwo
They responded, Hin
Ọ̀bábámbá, Ọ̀mọ́mọ́nmọ́, Ọ̀rọ̀ bẹníkàn mọ yọ̀rọ̀ bí ẹni
        tí ò tiẹ̀ gbọ́n
Hin
Cast divination for Wìnnláwẹ̀ the kin of
        Àjàgùnmọ̀lè.................50
Hin
On the day she was crying because of children
Hin
She gave birth to baby Agbe for Ọjọlú
Hin
She had Àlùkò Dòdòòdò for Ojosùn
Hin
She had Odídẹrẹ́ for Olúwòo, the child of Atọ̀run
        gbẹ́gbá ajé karí wáyé
Hin
She had Àwòdì for Olúkarò Àṣá.................60
Hin

Wón tẹfá fún Agbe	They initiated Agbe into Ifá cult
Hin	Hin
Wón tẹfá fún Àlùkò	They initiated Àlùkò into Ifá cult
Hin	Hin
Wón tẹfá fún Odídẹrẹ́ mòfẹ̀	They also initiated Odídẹrẹ́ mòfẹ̀ into the cult
Hin	Hin
Àwòdì ló dÍkàrò ni ò dúó tẹfá tí fi ń sawo	Àwòdì became an Íkàrò and did not wait for initiation
Hin	before practicing
Ó ní tí fi ń sawo ò o ò o...............70	Hin
Àwòdì ò mọ́ dúó wọgbódù tí fi ń sawo ò	Before he starts practicing...............70
ò ò	Àwòdì did not wait to be consecrated a Babaláwo
Àwòdì ò mọ̀mọ̀ dúó wọgbódù tí fi ń	before he started practicing
sawo o o o	Àwòdì did not wait to be consecrated a Babaláwo
Àwòdì ò mọ̀mọ̀ dúó wọgbódù tí fi ń	before he started practicing
sawo	Àwòdì did not wait to be consecrated a Babaláwo
Àwòdì o dúó wọgbódù tí fi ń sawo o o o	before he started practicing
Àwòdì gbọ́ ńnú igbó ìgbàlẹ̀	Àwòdì did not wait to be consecrated a Babaláwo
Ó bá yọjú sí I	before he started practicing
Agbé ní 'ńjóo nÌwọ́ tẹfá'	Àwòdì heard this from inside the sacred forest
Àwòdì bá fÀṣẹ ba ẹnu ẹ̀	He came out to see the person that is disturbing him
Ló bá ta Agbe láṣẹ	With anger Agbe said, 'When were you initiated '?
Agbé bá kọrí sínú igbó...............80	Àwòdì with annoyance put his Àṣẹ on his mouth
Ńgbà tí ọ́n dúó tí wọn ò rí Agbe	He cursed Agbe
Wón bá tún rán Àlùkò	Agbe headed for the wild forests rather than home
'Ńgbà táà rí Agbe'	After waiting without seeing Agbe, ...81
'O ò yáa lọ̀ọ pe Àwòdì ọ̀hún wá'?	They sent Àlùkò
Àlùkò tún dé ẹnu ọ̀nà ilé Olókun	'When we could not see Agbe'
Ó ní ńbo lÀwòdì wà?	'Would it not be your turn to go call Àwòdì for us'
Wón tún ní ń bẹ nÍgbódù	The elders said
Ti ń tẹ̀ wọn nÍfá	Àlùkò also arrived at Olókun's doorstep
Òun náà kèjàsì	He too asked rather angrily 'Where is Àwòdì'?
Ó lẹẹkú ò ọmọ Àgbọnnìrègún gbogbo	They replied him also 'In the sacred forest'
Babaláwo...............:...90	'He is there initiating people into the cult of Ifá'
Wón ní hin	At the entrance he too busted into Ìjàsì
	I greet you all the children of Àgbọnnìrègún all
	Babaláwo...............90
	Hin

Ọbábámbá, Ọmọmọnmọ́, Ọ̀rọ̀ bẹ́nïkan
    mọ yọ̀rọ̀ bí ẹni tí ò tiẹ̀ gbọ́n
Hin
Díá fún Wïnnláwẹ̀ Obìnrin Àjàgùnmọ̀lẹ̀ o
Hin
Níjọ́ tí ń fomi ojú sògbérè ọmọ
Hin
Ó bí Agbe fún Ojolú
Hin
Ó bí Àlùkò Dòdòòdò fún Ojosùn......100
Hin
Ó bí Odídẹrẹ́ fún Olúwòó, ọmọ atọ̀run
    gbégbá ajé karí wáyé
Hin
Ó bí Àwòdì fún Olúkàro Àṣá
Hin
Wọ́n tẹfá fún Agbe
Hin
Wọ́n tẹfá fún Àlùkò
Hin
Wọ́n tẹfá fún Odídẹrẹ́ mòfẽ............110
Hin
Àwòdì ló dĩkàrò kò mọmọ̀ dúó wọ gbódù
    tí fí ń sawo
Àwòdì ò mo dúó wọ gbódù tí fí ń sawo ò
    ò ò
Àwòdì ò mọmọ̀ dúó wọ gbódù tí fí ń
    sawo o o o
Àwòdì ò mọmọ̀ dúó wọ gbódù tí fí ń
    sawo o o o
Àwòdì tún gbọ́
Ó kàṣẹ bọnu
Ó ta Àlùkò náà lÁṣẹ
Ó ní kóun náà ó mọ́ọ lọ
Wọ́n bá rán Odídẹrẹ́ mòfẽ.............120
Pé kóun náà ó lọ́ọ pe Àwòdì wá
Òun niṣẹ́ kàn

Ọbábámbá, Ọmọmọ́nmọ́, Ọ̀rọ̀ bẹ́nïkan mọ yọ̀rọ̀ bí ẹni
    tí ò tiẹ̀ gbọ́n
Hin
Cast divination for Wïnnláwẹ̀ the kin of Àjàgùnmọ̀lẹ̀
Hin
On the day she was crying because of children
Hin
She gave birth to baby Agbe for Ojolú
Hin
She had Àlùkò Dòdòòdò for Ojosùn.........100
Hin
She had Odídẹrẹ́ for Olúwòó, the child of atọ̀run
    gbégbá ajé karí wáyé
Hin
She had Àwòdì for Olúkàro Àṣá
Hin
They initiated Agbe into Ifá cult
Hin
They initiated Àlùkò into Ifá cult
Hin
They also initiated Odídẹrẹ́ mòfẽ into the cult......110
Hin
Àwòdì became an Ìkàrò and did not wait for initiation
    before practicing
Àwòdì did not wait to be consecrated a Babaláwo
    before he started practicing
Àwòdì did not wait to be consecrated a Babaláwo
    before he started practicing
Àwòdì did not wait to be consecrated a Babaláwo
    before he started practicing
Àwòdì heard this again
He puts his 'Àṣẹ' in his mouth
And cursed Àlùkò Dòdòòdò with it
He commanded him to wander aimlessly
The elders as a last resort asked Odídẹrẹ́ mòfẽ ...120
'It is your turn to go and find Àwòdì and bring him
    here'
'You are the next on the errand list'

Odídẹrẹ́ bá tọ àwọn 'Bó bá gbóná kèé jó
   ni'
Àwọn 'Ikọ́ òwú è é rọjà ó mọ́ bọ'
Àwọn 'Ìta werere náà la sì dé'
Àwọn 'Bàlà ni náà kóóse'
Ẹ gbàmí
Wọ́n ti rán Agbe níṣẹ yìí
Wọ́n ti rán Àlùkò náà
Wọ́n níwọ Odídẹrẹ́.................130
Wọ́n ní pẹ̀lẹ́ pẹ̀lẹ́ ni o fi jíṣẹ o
Mọ́ pèé kò gbọ́n o
Mọ́ pèé kò mọ nǹkankaán ṣe
Mọ́ sọrọ̀ tí ó bi nínú o
Bóun náà ti dọ́hùún
Ńbo lÀwòdì wà?
Wọ́n ní ń bẹ nígbódù
Tí gbé ń sawo
Bó ti yọ sọ́hùún
Ní ń pé baba ǹlẹ̀ o.................140
Ẹ̀là bọ rú
Ẹ̀là bọ yè
Ẹ̀là bọ ṣíṣẹ
Ní bá ń yíràá
Àwòdì wẹ̀yìn ló rí Odídẹrẹ́
Ní ń fẹnuú yílẹ̀
Àwòdì ló tó!
Àwòdì ní àwọn ọgá òun nǹí
Ikó tí sì ń bẹ nídìí Odídẹrẹ́ lónǐí
Idì Àwòdì ni Olókun ti sán an mọ́
   tẹ́lẹ̀.................150
Àṣá bá mú Ikó ọ̀hún
Ló bá sán an mọ́ Odídẹrẹ́ nídìí
Àwòdì ní táa bá rán ni níṣẹ̀ ẹrú
Tọmọ làá fíí jẹ́ ẹ

Odídẹrẹ́ then went to consult the priests 'Bó bá gbóná
   kèé jó ni'
The priests 'Ikọ́ òwú è é rọjà ó mọ́ bọ'
The priests 'Ìta werere náà la sì dé'
The priests 'Bàlà ni náà kóóse'
'Please help me' He begged
'They have sent Agbe on this errand'
'They have also sent Àlùkò on the same errand'
'You Odídẹrẹ́' They called.................130
'You must use your coolness to deliver this message'
'Never say he is not proficient enough'
'Never say he is not wise'
'Do not say anything that would infuriate him' they
   warned
Immediately he arrived there
Where is Àwòdì was his first question
He is in the sacred forest
He is there practicing his Ifá
On sighting the forest
He from afar started to greet 'I greet you Baba'..140
Ẹ̀là bọ rú
Ẹ̀là bọ yè
Ẹ̀là bọ ṣíṣẹ
He prostrated
Àwòdì looked back and saw Odídẹrẹ́
Genuflecting and bowing with his mouth touching the
   soil
'That is enough', Àwòdì said
He is one of my mentors, Àwòdì said
The red feathers at the tail of Odídẹrẹ́
Olókun had in the beginning tucked it to the tail of
   Àwòdì.................150
Àwòdì took the whole bunch of the red feathers
And stacked them to the tail of Odídẹrẹ́
'If one is sent on an errand with implicative
   undertone' said Àwòdì
'One should use his special sense to deliver it to
   escape culpable punishment'

Bí tí ń wí béè torii rè ń wú

LOdídẹrẹ́ bá rọra ń pé

Kóun ó mú ọ délé

Ìkọ́ òwú è é rọjà ó mọ́ bọ̀

Kóun ó mú ọ délé ni

Èrọ̀ wọ́ọ́rọ́ ni tòòrí...............160

Kóun ó mú ọ délé ni o

Ìta werere náà la sì dé

Kóun ó mú ọ délé o

Kínúù rẹ́ ó rọ̀ o

Àwòdì bá tẹ̀lé Odídẹrẹ́ relé

Àwọn Àpáǹkóló Awo sì ju Awo lọ

Ọ̀rúnmìlà bá wọ inú ilé

Ó ní Agbe táwọn rán sí ọ

Àwọn ò rí I mọ́

Àlùkò táwọn rán sí ọ...................170

Àwọn ò rí I mọ́

Ọ̀rúnmìlà bá na àṣẹ sí Àwòdì

Ló bá gbé Àwòdì mì

Wọ́n ní Àpáǹkóló ò

Awó mọ̀ jAwo lọ

Awo gbáwo mì torí torí

Àpáǹkóló o ó ò

Awó mọ̀ jAwo lọ

Awo gbáwo mì tÌfá tÌfá

As Àwòdì was saying this, feeling seriously elated by the gesture of Odídẹrẹ́

Silently and methodically, Odídẹrẹ́ chipped in some words

'I should go with you'

'Ìkọ́ òwú would never go to the market without returning'

'I should go with you'

'It is without friction for the sheanut butter'.........160

'I should go with you'

'We are just in around the city of Ìta werere'

'I should go with you'

'You should be pacified'

Àwòdì by this petting arrived home with Odíderé

The Àpáǹkólós, Babaláwos are better rated than the other

Ọ̀rúnmìlà entered the house

'Agbe that we sent to you' Ọ̀rúnmìlà said

'We could not see him again'

'Àlùkò that we sent to you also'....................170

'We could not see him also'

Ọ̀rúnmìlà pointed his own Àṣẹ at Àwòdì

He swallowed Àwòdì completely

They all chanted in unison with fear 'Àpáǹkóló'

Priests are better rated than the other is

A priest has just swallowed another priest head to toe

Àpáǹkóló, they sang

Priests are better rated than the other is

A superior priest had swallowed another priest with his Ifá

ÒTÚÁ ÌKÁ A

Ire ọmọ fún eléyìun. Ayé ó yẹ ẹ, yóó sì nísinmi. Ifá pé ká rúbọ ẹ kó pé dáadáa.

Ó túká wááráwá
Ó dàálẹ̀ waarawa
Ẹ̀rìgì Awo Àgbasà
A díá fún wọn nÍsẹ̀ṣe à á kéré
Níbi wọ́n gbé ń fohun ẹbọọ́ rúbọ
Wọ́n kí wọ́n ó rúbọ
Wọ́n láyé ó yẹ wọ́n
Wọ́n lọ́kàan wọ́n ó balẹ̀
Wọ́n ó sì nísinmi
Ṣùgbọ́n kí wọ́n ó rúbọ...................10
Wọ́n bá rúbọ
Wọ́n rúbọ tan ni gbogbo ẹ bá dáa
Wọ́n ló túká wááráwá
Ó dàálẹ̀ waarawa
Ẹ̀rìgì Awo Àgbasà
A díá fún wọn nÍsẹ̀ṣe à á kéré
Níbi wọ́n gbé ń fohun ẹbọọ́ rúbọ
Owó la fi ń rúbọ nílẹ̀
Jẹ́ ó fín Ifá
Ẹ̀rìgì Awo Àgbasà........................20
Ọba aládé a róhun ẹbọ
Àgbàdo tí ń bẹ nílẹ̀ yí
Ohun ẹbọ níí ṣe
Ẹ̀rìgì Awo Àgbasà
Ọba aládé a róhun ẹbọ
Òkòkó, Àkùkọ
Méjèèjì tí ń bẹ nílẹ̀ yí
Ohun ẹbọ níí ṣe
Ẹ̀rìgì Awo Àgbasà

ÒTÚÁ ÌKÁ A

Ifá wishes this person well. Life would please him and he would have rest. Ifá implores him to sacrifice in full. He is wished the fortune of children.

It dissolves readily
It pours down without impediment
Ẹ̀rìgì the priest of Àgbasà
Cast divination for them at Ìsẹ̀ṣe à á kéré
Where they were using the proper sacrificial objects as offertory
They were asked to perform sacrifice
That life would please them
That they would have rest of mind
And that they would also have peace
But they should offer their prescribed sacrifice......10
They offered the sacrifice
They finished offering the sacrifice and everything became better for them
They said It dissolves readily
It pours down without impediment
Ẹ̀rìgì the priest of Àgbasà
Cast divination for them Ìsẹ̀ṣe à á kéré
Where they were using the proper sacrificial objects as offertory
It is money that we use in sacrifice
Ifá let it prove efficient
Ẹ̀rìgì the priest of Àgbasà........................20
The crowned king, we have seen the objects of sacrifice
The maize we have provided here on the ground
It is an object of sacrifice
Ẹ̀rìgì the priest of Àgbasà
The crowned king, we have seen the objects of sacrifice
The hen and the rooster
The two that we have provided here on the ground
They are objects of sacrifice
Ẹ̀rìgì the priest of Àgbasà.

Ọba aládé a róhun ẹbọ...............30
Ẹyẹlé tí ń bẹ ńlẹ̀ yìí Ifá
Ohun ẹbọ níí ṣe
Ẹ̀rìgì Awo Àgbasà
Ọba aládé a róhun ẹbọ
Ewúrẹ́ tí ń bẹ ńlẹ̀ yìí
Ohun ẹbọ níí ṣe
Ẹ̀rìgì Awo Àgbasà
Ọba aládé a róhun ẹbọ
Àgùtàn bọ̀lọ̀jọ̀ tí ń bẹ ńlẹ̀ yìí
Ohun ẹbọ níí ṣe...............40
Ẹ̀rìgì Awo Àgbasà
Ọba aládé a róhun ẹbọ
A rúbọ ó pé
A bímọ nígbà yí ò a bímọ
Ẹ̀rìgì Awo Àgbasà
Kín la fi ń pọnmọ gírí?
Kíjìpá lèèmù leemu
Táa fi rúbọ ní ń bẹ ńlẹ̀ yìí
Ká mọ́ọ gbọ́mọ jó
Ẹ̀rìgì Awo Àgbasà...............50
Ọba aládé a róhun ẹbọ

The crowned king, we have seen the objects of
  sacrifice...............30
The pigeon we have provided here on the ground
It is an object of sacrifice
Ẹ̀rìgì the priest of Àgbasà
The crowned king, we have seen the objects of
  sacrifice
The goat we have provided here on the ground
Is an object of sacrifice
Ẹ̀rìgì the priest of Àgbasà
The crowned king, we have seen the objects of
  sacrifice
The beautiful sheep we have provided here on the
  ground
Is an object of sacrifice...............40
Ẹ̀rìgì the priest of Àgbasà
The crowned king, we have seen the objects of
  sacrifice
We offered our sacrifice and it is full
We now give birth to babies henceforth
Ẹ̀rìgì the priest of Àgbasà
What do we use in strapping the baby?
The thick Kijipa
The one we have used as sacrifice is here on the
  ground
Let us cuddle the child together
Ẹ̀rìgì the priest of Àgbasà...............50
The crowned king, we have seen the objects of
  sacrifice

ÒTÚÁ ÌKÁ B

Ifá pé kí eléyìun ó rúbọ torí ọ̀nà ajé kan ó síi fún un. Ifá pé kó mọ́ọ fi díẹ̀díẹ̀ kún ọjà tí ń tà torí àwọn èèyàn ó mọ́ọ ṣènìní ẹ̀. Ifá tó jẹ́ kí àwọn aláròóbọ̀ ó mọ́ọ jèrè níí.

Ó túká wááráwá
Ó dàálẹ̀ waarawa
Ẹ̀rìgì Awo Àgbasà
A díá fún Aláròóbọ̀
Tòun tèké
Tòun tàyọnusọ
Tòun àtọ̀rọ̀ àràmọ̀ǹdà létè
Níjọ́ọ́ wọ́n ń sunkún àwọn ò lájé lọ́wọ́
Àwọn le lájé báyìí?
Nígbà ìwáṣẹ̀..............................10
BÁláròóbọ̀ bá ra nǹkan ní ọ̀kẹ́ kan
Ọ̀kẹ́ kan náà ní ọn tíí tà á
Nígbà àwọn òǹràjá bá dé
Ọ̀nà tí wọ́n ó gbèé rà á
Ti ó fi dín ní ọ̀kẹ́ kan ni wọ́n ó mọ́ọ sán
Ọ̀nà tí ọn sì tí ń lọ́ọ́ gbé nǹkan wá sì níí
Ó jìnnà púpọ̀
Ló bá tọ Ọrúnmìlà lọ
'Ìwọ tóòó mọ́ọ lọ ọ̀nà tó jìnnà'
'Tóòó mọ́ọ ra nǹkan wá fún wa'........20
'Àwọn èèyàn yìí ò mọ̀ ṣẹ ẹ̀'
'Bóo bá rajà ní ọ̀kẹ́ kan'
'Mọ́ọ pè é ní ọ̀kẹ́ kan àbọ̀'
'Kó lè baà pé ọ'
'Kó o lè baà loòmíìn'
'Kó o tóó jẹ'
'Kó ó tóó mu'
Ni Aláròóbọ̀ ń ṣe tée dòní
N tìfá wí fún ọn náà ni ọn ń lò

ÒTÚÁ ÌKÁ B

Ifá asks this person to perform sacrifice because a door of wealth would open for him. Ifá advises him to add a little profit margin to his wares because he should make more money from his sales. This is the verse that teaches middlemen to add profits.

It dissolves readily
It pours down without a hitch
Ẹ̀rìgì the priest of Àgbasà
Cast divination for the Market women
With their deceit
With their poke-nosing habits
With sweet talks on their lips
On the day they were crying of having no wealth
How would we have wealth? They asked
In the olden days.............................10
If the market woman buys a good for one cowry
She would sell it for the same one cowry
But when the buyers come around
They would try to negotiate
Such that the goods would be sold to them for less
        than one cowry
The location from where they bring the article
Is however very far
She approached Ọrúnmìlà
'You that travels to the faraway place' Ọrúnmìlà said
'You go there to buy commodities for us'..........20
'Our people are very inconsiderate'
'If you buy your goods for one cowry'
'Call it one and a half'
'Such that it would profit you'
'And that you would be able to go for another trip'
'You would have to feed yourself'
'And fend for your family'
This is the same thing the market women does till date
What Ifá taught them ever since is what they are
        practicing till date

N ní wá ń jó ní wá ń yọ̀.................................30
Ní ń yin àwọn Babaláwo
Àwọn Babaláwo ń yin Ifá
Ó ní bẹ́ẹ̀ làwọn Babaláwo tòún wí
Ó túká wááráwá
Ó dàálẹ̀ waarawa
Ẹ̀rìgì Awo Àgbasà
A díá fún Aláròóbọ̀
Tòun tèké
Tòun tàyọnusọ
Tòun àtọ̀rọ̀ àràmọ̀ǹdà létè.................40
Nìjọ́ọ wọ́n ń sunkún àwọn ò lájé lọ́wọ́
Ẹbọ ajé ni ọ́n ní wọ́n ó ṣe
Wọ́n gbẹ́bọ ńbẹ̀
Wọ́n rúbo
Rírú ẹbọ
Èèrù àtùkèsù
Ajé wáá jẹ dẹ̀kùlée wa
Wìnnìwìnnì

They then started to dance and rejoice..............30
They were praising their Babaláwos
Their Babaláwos were praising Ifá
They said it was exactly as their Babaláwos had said
It dissolves readily
It pours down without a hitch
Ẹ̀rìgì the priest of Àgbasà
Cast divination for the Market women
With their deceit
With their poke-nosing habits
With sweet talks in their lips..........................40
On the day they were crying that they have no wealth
Sacrifice was the antidote prescribed for them
They heard about the sacrifice
And performed it
Offering of sacrifices
And free gifts to Èṣù
Wealth now strays to our yard
Wìnnìwìnnì

ÒTÚÁ ÒTÚRÚPÒN A

Ifá pé iré pò fún ẹní ó dáfá yǐí ṣùgbón ká rúbọ kípáa wá ó ká nǹkan. Ká sǐ rúbọ ìwáyé torí ìgbà tí a bá fẹ́ẹ́ fẹ́yàwó, ká lè baà sọkọ ẹ̀ dalẹ̀.

Gúnrán gúnrán
Awo inú oko
A díá fún Òròrò
Ti ń lọ rèé gbé Awọ níyàwó
Wọ́n ní kó rúbọ
Ńgbà tí Òròrò gbé Awọ níyàwó tán
Àti dá awọ lu bá diṣẹ́
Wọ́n làwọn ò pé kó o rúbọ
Ìgbà Òròrò rúbọ tán
Ló tóó le dá awọ lu.....................10
BÁwọ bá ti pẹ́ ńlẹ̀
Wọ́n ó mọọ pÒròró rò ó
Nǐ ó lu jée jèe
N ní wá ń jó ní wá ń yọ̀
Nǐ ń yin àwọn Babaláwo
Àwọn Babaláwo ń yin Ifá
Ó ní bẹ́ẹ̀ làwọn Babaláwo tòún wí
Gúnrán gúnrán
Awo inú oko
A díá fún Òròrò.............................20
Ti ń lọ rèé gbé Awọ níyàwó
Wọ́n ní kó rúbọ
Kó lè baà dá Awọ lu
Òròró wáá gbẹ́bọ ńbẹ̀
Ó rúbọ
Òròrò tó gbé Awọ níyàwó ò
Ó sì le dá awọ lu

ÒTÚÁ ÒTÚRÚPÒN A

Ifá asks this person to perform sacrifice because of his genitals; such that the genitals would last him in marriage till lifetime. He would have a mountain of fortunes, but he should sacrifice to be able to overcome tasks.

Gúnrán gúnrán
The priest of the farm
Casts divination for Òròrò
The one that was going to marry Awọ as his wife
He was asked to perform sacrifice
After marrying Awọ
To penetrate and make holes on Awọ became a problem
'Did we not tell you to perform sacrifice'? They told him
Òròrò then performed the sacrifice
It was after then that he was able to penetrate Awọ
Once Awọ is left without fumigation.....................11
They would say 'Òròrò rò ó'
It would have holes all around it
He then started to dance and to rejoice
He was praising his Babaláwo
His Babaláwo was praising Ifá
He said it was exactly as his Babaláwo had said
Gúnrán gúnrán
The priest of the farm
Casts divination for Òròrò.............................20
The one that would marry Awo as his wife
He was asked to perform sacrifice
Such that he would be able to penetrate and make holes on Awọ
Òròrò now heard about he sacrifice
And offered it
Òròrò that married Awọ as wife
Is now able to penetrate Awọ !

ÒTÚÁ ÒTÚRÚPÒN B

Ifá pé òun pé ire; Orí eléyìun ó gùún.

Òtúá ń bà á líẹ̀ líẹ̀
Òtúrúpòn ń bà á líẹ̀ líẹ̀
A díá fún Ewúrẹ́ Awọ́sẹ̀
Èyí tí ń gbóguún ti Ẹ̀dú
Wọ́n ní kí Ọ̀rúnmìlà ó rúbọ
Wọ́n ní Ọ̀rúnmìlà ó ṣẹ́ẹ́gun ẹ̀
Ọ̀rúnmìlà rúbọ
Ó mú Ewúrẹ́ Awọ́sẹ̀
Ọ̀rúnmìlà bá ṣẹ́gun
N ní wá ń jó ní wá ń yọ̀.........................10
Ní ń yin àwọn Babaláwo
Àwọn Babaláwo ń yin Ifá
Ó ní bẹ́ẹ̀ làwọn Babaláwo tòún wí
Òtúá ń bà á líẹ̀ líẹ̀
Òtúrúpòn ń bà á líẹ̀ líẹ̀
A díá fún Ewúrẹ́ Awọ́sẹ̀
Èyí tí ń gbóguún ti Ẹ̀dú
Ẹbọ n wọ́n ní ó ṣe
Ọ̀rúnmìlà gbẹ́bọ ńbẹ̀
Ó rúbọ....................................20
A ṣẹ́gun ò
A ṣẹ́gun
Ẹ̀lààsòdè
Ifá mÉwúrẹ́ adígbẹ̀gbẹ́
Ifá ṣẹ́gun

ÒTÚÁ ÒTÚRÚPÒN B

Ifá says he would not allow this person to experience tasking warfare.

Òtúá ń bà á líẹ̀ líẹ̀
Òtúrúpòn ń bà á líẹ̀ líẹ̀
Cast divination for the bow-legged goat
The one warring against Ẹ̀dú
They asked Ọ̀rúnmìlà to perform sacrifice
They said he would conquer the goat
Ọ̀rúnmìlà performed the sacrifice
He caught the bow legged goat
And he overcame her
He then started to dance and rejoice.................10
He was praising his Babaláwos
His Babaláwos were praising Ifá
He said it was exactly as his Babaláwos said
Òtúá ń bà á líẹ̀ líẹ̀
Òtúrúpòn ń bà á líẹ̀ líẹ̀
Cast divination for the bow legged goat
The one warring against Ẹ̀dú
Sacrifice was the recommendation made for Ọ̀rúnmìlà
Ọ̀rúnmìlà heard about the sacrifice
And performed it.....................................20
We have conquered henceforth
We really have triumphed
Ẹ̀lààsòdè
Ifá has captured the beautiful but crooked goat
Ifá has won

ÒTÚÁ ÌRẸTẸ̀ A

Ifá pé eléyìun ó jèrè. Kó mọ́ọ fẹsẹ̀ ẹ̀yin
de ilé kí ọlà ó mọ bá a lókèèrè; kó mọ di
pé kò fẹ́ẹ́ wálée baba ẹ̀ mọ́. Ifá pé òun pé
ire fún un lókèèrè ṣùgbọ́n kó tẹ̀dí mọ́lé ẹ̀,
kó jẹ oyèe tilé tán kó tóó jẹ tòkèèrè.

Ọlọ́un ọba níí wọ́nfọ́n eji wẹ́rẹ́wẹ́rẹ́
Àwòdì òkè níí rà gọrọnbí gọrọnbí lóríbè
Bọ́lá bá ń wá níí bọ̀ wá
Kò lẹ̀dà ńnú mọ́
Ọta inú omi ò gbárìnrin
A díá fún Àjòjì gòdògbò
Níjọ́ tí ń rèé jọba lóde Ìbínní
Ó le dáa fóun báyìí?
Wọ́n ní kó rúbọ
Ló bá rúbọ...........................10
Ló bá tẹ̀dí mọ́lé
Ńgbòó dijọ́ kan
Ló bá lóun ń lọ òkèèrè
Ni ọ́n bá fi jỌba lóde Ìbínní
Ló bá dẹ̀yìnwá
Àwọn ará ilú ẹ̀ bá pè é
'Oyè Ìlúù rẹ'
'Agbáńri tẹ́ẹ́ẹ́ jẹ'
'Mọ́ọ bọ̀ wáá jẹ ẹ́'
Ó lóun ò jẹ........................20
Ó lỌba Ìbínní yìí tóun
Àwọn tí ń bẹ ńlé ó mọ́ọ mÁgbáńri
Ó joyè tán ní ń jó ní ń yọ̀
Ní ń yin àwọn Babaláwo
Àwọn Babaláwo ń yin Ifá
Ó ní bẹ́ẹ̀ làwọn Babaláwo tòún wí

ÒTÚÁ ÌRẸTẸ̀ A

Ifá says this person would make profits. He is
enjoined to keep an eye on his real home such that
wealth and position fortune would not meet him
abroad dissuading him from coming back home. Ifá
wishes him the fortune of titular coronation at home
and abroad but he should ascend the one at home
before the one abroad.

It is God that showers rainfall in sweet torrents
The sky bound eagle is the one that jumps up and
    down on ridges
If a source of wealth is coming to look for one
There is no need to be apprehensive again
The rock pebble in the riverbed cares not about cold
Cast divination for Àjòjì Gòdògbò
On the day he was going to ascend the throne of the
    Benin monarch
'Would life be good for me'? He asked
He was asked to perform sacrifice
He then performed the sacrifice.....................10
He stayed at home
On a fateful day
He left a message that he was traveling abroad
That was how he was made the king of Benin
He became rich
His country people sent a message to him
'The titular stool of your city'
'Agbáńri, that is recognized with you'
'Come and ascend that instead'
He refused...........................20
'This Benin monarch is enough'
'The people at home can hold on to Agbáńri' He said
He ascends the throne and started to dance and rejoice
He was praising his Babaláwos
His Babaláwos were praising Ifá
He said it was exactly as his Babaláwos predicted

Ọlọ́un ọba níí wọ́nfọ́n eji wẹ́rẹ̀wẹ́rẹ́
Àwòdì òkè níí rà gọrọnbì gọrọnbì lórìbè
Bọ́lá bá ń wá níí bọ̀ wá
Kò lẹ́dà ńnú mọ́.................................30
Ọta inú omi ò gbárìnrin
A díá fún Àjòjì gòdògbò
Níjọ́ tí ń rèé jọba lóde Ibínní
Ẹbọ n wọ́n ní ó ṣe
Ó gbẹ́bọ ńbẹ̀
Ó rúbọ
Ọba tí mo jẹ níbìínní
Ọbá tó o
Àjòjì gòdògbò ló ni wọ́n ó mọ́ọ
    mÁgbáńri
Òun ti jỌba níbìínní.......................40
Òun ò wá mọ́ o
Àjòjì gòdògbò
Ó ní wọ́n ó mọ́ọ mÁgbáńri

It is God that showers rainfall in sweet torrents
The sky bound eagle is the one that jumps up and
    down on ridges
If a source of wealth is coming to look for one 29
There is no need to be apprehensive in work again
The rock pebble in the riverbed cares not about cold
Cast divination for Àjòjì gòdògbò
On the day he was going to ascend the throne of the
    Benin monarch
He was asked to perform sacrifice
He heard about the sacrifice
And performed it
The throne I ascend in Benin
The throne is enough
It is Àjòjì gòdògbò that has rejected the title of
    Agbáńri
I have ascended the throne of the king of Benin...40
I am not coming back
Àjòjì gòdògbò
He said they should keep Agbáńri

ÒTÚÁ ÌRẸTẸ̀ B

Ifá pé òun pé ire fún eléyìun. Bí ìyàwó ẹ̀ bá dirí, kò gbọdọ̀ fi orí ọ̀hún han àwọn èèyàn, kí wọ́n ó mọ́ baà lọ́ọ́ bí ọmọ ẹ̀ ńbòmíìn.

Erín bíkan
Ó bíkan náà ó yàso
Ẹfọ̀n bíkan
Ó bíkan náà ó yàjànà
Adìẹ òkòkó bíkan náà
Wọ́n fíkan náà san lórí
A díá fún Òtúá tí ń pọn ọmọ Ìrẹtẹ̀ kiri
Ẹbọ n wọ́n ní ó ṣe
Wọ́n ní bíyàwó ẹ̀ bá dirí
Wọ́n ní kó mọ forí han èèyàn mọ́.......10
Wọ́n ní mímọ́ làwọn ọmọ ẹ̀ ó mọ́ọ mọ́
Wọ́n bá rúbọ
Ẹbọọ wọ́n dà
Ayé yẹ wọ́n
Nǹkaan wọ́n dáa
Ni wọ́n bá ń jó ni wọ́n ń yọ̀
Wọ́n ń yin àwọn Babaláwo
Àwọn Babaláwo ń yin Ifá
Wọ́n ní bẹ́ẹ̀ làwọn Babaláwo tàwọn wí
Erín bíkan............................20
Ó bíkan náà ó yàso
Ẹfọ̀n bíkan
Ó bíkan náà ó yàjànà
Adìẹ òkòkó bíkan náà
Wọ́n fíkan náà san lórí
A díá fún Òtúá tí ń pọn ọmọ Ìrẹtẹ̀ kiri
Ẹbọ n wọ́n ní ó ṣe
Ó wáá gbẹ́bọ ńbẹ̀
Ó rúbọ

ÒTÚÁ ÌRẸTẸ̀ B

This person should offer sacrifice. Ifá says his wife must not show her hair braid to people such that her children would not be born by another person elsewhere.

The Elephant gave birth to just one baby
She had just a baby and it turned out to be enormous
The Buffalo gave birth to just one baby
She had just a baby and it turned out to be enormous
The local hen hatched just one out of her eggs
They struck her head with the beak of the only chick
Cast divination for Òtúá that has been strapping the child of Ìrẹtẹ̀ around
He was asked to perform sacrifice
They said whenever his wife makes a new hair plaiting
She should not show it to anyone.....................10
The babies she would have would be bright in complexion
They then observed the sacrifice
Their sacrifice was accepted
Life pleased them
Their life became better
They then started to dance and rejoice
They were praising their Babaláwos
Their Babaláwos were praising Ifá
They said it was exactly as their Babaláwos had said
The Elephant gave birth to just one baby..............20
She had just a baby and it turned out to be enormous
The Buffalo gave birth to just one baby
She had just a baby and it turned out to be enormous
The local hen hatched just one out of her eggs
They struck her head with the beak of the only chick
Cast divination for Òtúá that has been strapping the child of Ìrẹtẹ̀ around
They had asked him to perform sacrifice
She heard about the sacrifice
And performed it

Ọmọọ rẹ ní ń gbé kiri ò.................30
Ọmọọ rẹ ní ń gbé kiri
Òtúá ò mọ̀mọ̀ gbọ́mọ Ìrẹtẹ̀ mọ́ ò
Ọmọọ rẹ ní ń gbé kiri

It is her own child that she carries around............30
Truly it is her own child that she carries around
Òtúá did not cuddle Ìrẹtẹ̀'s child again
It is her own child that she cuddles around

ÒTÚÁ ỌSẸ́ A

Ifá pé ká rúbọ; ìṣẹ́ tán. Ọrọ̀ ló kù.

Àtẹ́lẹwọ́ ló fòde sọ̀kan
Àtànpàkò ló yaraa rẹ̀ lọ́tọ̀ọ̀tọ̀
A díá fún Òtúá
Ti ń lọ rèé da ìṣẹ́ sínú igbó
Wọ́n ní kó rúbọ
Ìṣẹ́ ò jẹ́ tòun?
Ọrọ̀ ló kù?
Wọ́n ní gbogbo ìṣẹ́ ló ti lọ
Wọ́n lọ́rọ̀ ló kù
Wọ́n ní kó rú òwúùrù ẹyẹlé..............10
Kó rú ọ̀pọ̀lọpọ̀ owó
Ó bá rúbọ
Ló bá là
Ó ní tÍfá yìí lòún ó mọ́ọ gbọ́ lọ
Ọkàan rẹ̀ balẹ̀
Ó ńísinmi
N ní wá ń jó ní wá ń yọ̀
Ní ń yin àwọn Babaláwo
Àwọn Babaláwo ń yin Ifá
Ó ní bẹ́ẹ̀ làwọn Babaláwo tòún wí.....20
Àtẹ́lẹwọ́ n ló fòde sọ̀kan
Àtànpàkò ló yaraa rẹ̀ lọ́tọ̀ọ̀tọ̀
A díá fún Òtúá
Ti ń lọ rèé da ìṣẹ́ sínú igbó
Ẹbọ n wọ́n ni ó ṣe
Ó sì gbẹ́bọ ńbẹ̀
Ó rúbọ
Ìṣẹ́ mọ̀mọ̀ tán o
Ọlà ló kù
Àwá mọ̀mọ̀ rójú ṣẹbọ.......................30
A dàṣẹ́ nù

ÒTÚÁ ỌSẸ́ A

Ifá asks this person to offer sacrifice. Penury is ended; wealth is the next.

The palm forms a homogeneous facade
But the thumb is the one that separates itself
Cast divination for Òtúá
That was going to dump penury into the bush
He was asked to perform sacrifice
'Would poverty not be a part of me'?
'And remaining only riches'? He asked
They said all forms of poverty is ended
It remains only the wealth
He was asked to sacrifice matured pigeons 10
And a lot of money
He performed the sacrifice
And became very rich
'It is the pronouncements and steps of this Ifá that I
          will follow' he said
He had rest of mind
And peace
He then started to dance and rejoice
He was praising his Babaláwos
His Babaláwos were praising Ifá
He said it was exactly as his Babaláwo said..........20
The palm forms a homogeneous facade
But the thumb is the one that separates itself
Cast divination for Òtúá
That was going to dump penury into the bush
He was asked to perform sacrifice
He heard about the sacrifice
And performed it
Poverty is ended
Remaining the wealth
We have managed to perform the sacrifice........30
We have dumped penury

ÒTÚÁ ỌSẸ́ B

Ifá póun ò níí jẹ́ ó rí ajogun. Ifá pé ọmọbìnrin kan nùu; kó ṣe pẹ̀lẹ́pẹ̀lẹ́ kó mọ́ lọ́ọ̀ yan ọkọ tí ò dáa. Koto eérú kan lẹbọ ẹ, kí wọ́n ó fọ ọ mọ́lẹ̀ lójúde bàbá tó bí ọmọ ọ̀hún kí gbogbo ajogun ó baà lọ. Níjọ́ tí ọ́n bá fọ koto ọ̀hún mọ́lẹ̀, ọmọ ọ̀hún ò gbọdọ̀ jáde.

Igún yé
Igún sàba
Àkàlá yé
Àkàlá sàba
Àti sàba Àkọ̀
Kò mọ ní wògàn wógán
A díá fún Ìwó tíí sọmọ Olóréè
Ọmọbìnrin ni Ìwó
Wọ́n rí ó fẹ Igún
Ó lóun ò fẹ́ Igún....................10
È é ti rí tóò fẹ Igún?
Ó lórí Igún pá
Wọ́n ní bóò bá fẹ Igún
Àkàlà rèé
Wáá fẹ́ ẹ
Ó lóun ò fẹ́ Àkàlà
È é ti rí tóò fẹ́ Àkàlà?
Ó lÀkàlà yọ gẹ̀gẹ̀ lọ́rùn
O ò yáa fẹ́ Tẹ̀ntẹ̀rẹ́?
Ó lóun ò fẹ́ Tẹ̀ntẹ̀rẹ́....................20
Kín lo a rí?
Ó ló ṣe bàámú ìdí pọ̀ọ̀nràn pọ̀ọnran
Ta lóó wàá fẹ́?
Ó lóun ó yan ọkọ fúnra òun ni
Wọ́n bá ní kí wọ́n ó rú koto eérú kan
Kọ́mọ ó sán koto èèrù ọ̀hún mọ́lẹ̀ lójúde baba ẹ̀
Ńgbà tí ó rìí

ÒTÚÁ ỌSẸ́ B

Ifá sees a lady. She should be cautious so that she would not choose a bad husband. Ifá says this person should offer sacrifice with a pot full of ash. The pot of ash should be lifted up and allowed to fall down freely to break and the ash to spill around in his father's frontcourt. On the day this is done the child must not go out.

The vulture laid her eggs
The vulture brooded on her eggs
Àkàlà bird laid her eggs
Àkàlà bird brooded on her eggs
The possibility of Àkọ̀ bird brooding
Would definitely be crooked
Cast divination for Ìwó the child of Olóréè
Ìwó is a lady
They asked her to marry Igún
She said she doesn't want to marry Igún.............10
'Why'? They asked her
She said Igún is bald
'If you don't want Igún'
'Here is Àkàlà'
'Come and marry him'
She said she didn't want to marry Àkàlà
'Why is that you don't want to marry Àkàlà'?
She said Àkàlà has goiter outburst on his neck
'Would you marry Tẹ̀ntẹ̀rẹ́ then'? The priests asked
'I don't want Tẹ̀ntẹ̀rẹ́', she replied......................20
'What do you notice in him that is bad'?
'Tẹ̀ntẹ̀rẹ́ has a deep bàámú mark on his buttocks', she said again
'Who then would you marry'?
She said she would choose her husband by herself
They asked the parents to offer a koto full of ash
The lady should then throw the koto down in a splash
When she ultimately found a suitor

Ó rí I tí ń mówó lọ́hùún
Ti gbogbo ẹ̀ ń dán
Ti ń dùn……........………30
Kò mọ̀ pé Ikú ni
Ó bá lọ́ọ́ fẹ́ Ikú
Ńgbà ó dijọ́ kan
Ikú bá hùwà tí ò dáa sí I
Inú bá ń bí Ìwó
Ìwó bá lóun ó kọ Ikú sílẹ̀
NIkú bá lọ́ọ́ yọ òdùrọ ẹ̀
Ni ń bọ
Ẹnu ẹ̀ ń sẹ̀jẹ̀
Ni ń ya á bọ̀………………40
Kín lòun kàn yìí?
Ìwó bá họ
Ló forí lé ilée baba ẹ̀
Ọpẹ́lọpẹ́ ìyá àgbà tó kù nílé
Bó ti dé ojú ìta
Tó kó sínúu lé
Ìyá àgbà bá gbé koto eérú ọjọ́ kínní
Ti ọ́n ní kí ọmọ ó fọ́ mọ́lẹ̀ lójú ìta
Ti ò rú tí ń bẹ léyìn ìlẹ̀kùn
Ìyá àgbà bá gbé koto…..…………50
Ló bá lọ́ọ́ fọ́ ọ mọ́lẹ̀ lójúde
Ikú bá sáré dé
Ń mí họ̀ọ̀ họọ
Ni ń pọ ẹ̀jẹ̀ lẹ́nu
Òdùrọ ọwọ́ọ rẹ̀ bani lẹ́rù
Ń tọ ipasẹ̀ ìyàwó rẹ̀ẹ́ bọ
Bó ti dé ojúde ilée baba ọmọ
Kò bá rí ẹsẹ̀ ọmọ mọ́
Eérú ti bo gbogbo ẹ̀
Ó ní kò wọlée baba yìí………………60
'Bóun bá bèèrè ẹ̀ níbí yìí'

She saw someone who has so much money
She saw that everything was shining
And having an aroma of riches……………….30
She did not know he was *'Ikú'*, Death
On a particular day
Ikú behaved badly to Ìwó
She became terribly irritated
She resolved to divorce Ikú
Ikú quickly recessed into his inner room and came out
    dressed in his full regalia displaying his club
He was running with speed
He had blood all over his mouth
He was coming with great fury………………….40
On sighting Death from afar she screamed 'I am in
    trouble'
She broke into a run
And headed for her father's house
Save for the elderly woman in the house who knew
    the story that saved her
Immediately Ìwó ran into her father's verandah
She dived straight into the house
The elderly woman ran straight for the koto of ash of
    the other day
That was required of the lady to spill outside
Which she did not sacrifice but which was kept
    behind the main door
The elderly woman fetched for it………….......….50
And broke it in front of the house
Within seconds after doing this came running Ikú
He was breathing heavily
And salivating blood in his mouth
The club in his hand is terribly fearsome
He was tracing the steps of his wife
Immediately he got to the front verandah
He could not see the footsteps again
The ash had covered everything up
'She didn't enter into this man's house', Ikú reasoned
    quickly……,…………….......…..............60
'If I ask about her here'

Wọn ò le mọ́ ọ́
Ṣé kò kúkú mọ ilée baba ọmọ
Bẹ́ẹ̀ ni ò dána tée fẹ́ ọmọ níbẹ̀rẹ̀
Ikú bá pẹ̀yìndà
Ó bá ọ̀nà ibòmíìn lọ
Ní ń sáré jàlàjàlà
Baba ẹ̀ ní ńgbà àwọn wí fún ọ tẹ́lẹ̀ ńkọ́?
O kọ̀tí ikún
O ò gbọ́.................................70
Gbogbo àwọn èèyàn ń pé ẹ fà á mọ́dọ̀ ná
Kẹ́ẹ̀ tóó mọ́ọ bá a wí
Ìwó ba mọ́lẹ̀ ńnú ilé
Kò jáde tóṣù kan e kọjá lọ
Bí ó bàá tọ̀
Ńnú ilé ni
Bí ó ṣu
Ńnú ilé náà ni
Kò mí
Kò gbin....................................80
Kò kú mọ́
Kò rùn mọ́
Ijó ní ń jó
Ayọ̀ ní ń yọ̀
Àwọn Babaláwo ní ń yìn
Àwọn Babaláwo ń yin Ifá
Ó ní bẹ́ẹ̀ làwọn Babaláwo tòún wí
Igún yé
Igún sàba
Àkàlá yé 90
Àkàlá sàba
Àti sàba Àkọ̀
Kò mọ ní wògàn wógán
A díá fún Ìwó
Tíí sọmọ Olórèé
Wọ́n ní ó fẹ́ Igún
Ó lóun ò fẹ́ Igún
Wọ́n ní ó fẹ́ Àkàlàmọ̀gbò

'They would not know her'
Since he never knew the house of the parents of
    his wife from the inception
Neither did he pay any dowry before marrying her
Ikú turned back
And headed for another way
He was running with great fury
'Did we not tell you'? Iwo's father confronted her
'You refused'
'You did not listen'.................................70
'First ensure her safety' the neighbors pled
'Before you tongue lash or punish her'
Ìwó hid herself in the house
She refused to come out for a full month
If and when she would urinate
It was inside the house
Whenever she wanted to defecate
It was inside the same house
She almost did not breathe
She did not say a word to anyone.............80
But she did not die again
She did not experience illness again
She was dancing
She was rejoicing
It was the Babaláwos that she was praising
Babaláwos were praising Ifá
She said it was exactly as the Babaláwos had
    predicted
The vulture laid her eggs
The vulture brooded on her eggs
Àkàlà bird laid her eggs...................90
Àkàlà bird brooded on her eggs
The possibility of Àkọ̀ bird brooding
Would definitely be crooked
Cast divination for Ìwó
The child of Olórèé
She was asked to marry Gúnnugún
She said she was not interested in marrying
    Gúnnugún
She was asked to marry Àkàlà

Ó lóun ò fẹ́ Àkàlà

Wọ́n ní ó fẹ Tẹ̀ntẹ̀rẹ́ 100

Ó lóun ò fẹ́ Tẹ̀ntẹ̀rẹ́

È é ti rí tóò fẹ́ Igún?

Ó lórí Igún pá

Kín ló dé tóò fẹ́ Àkàlà?

Ó ní Àkàlà yọ gẹ̀gẹ̀ lọ́rùn

È é ti rí tóò fẹ́ Tẹ̀ntẹ̀rẹ́?

Ó ló ṣe bààmú ìdí pọ̀ọ̀nran pọọnran

Taa ló wa fẹ́?

Ló bá lọ rèé fẹ́ Ikú

Ó ní ẹ wá wo Ìwó lóde ò.............110

Ẹ wá wo Ìwó lóde

Ìwó ọmọ Olórèé ò

Ẹ wáà wo Ìwó lóde

She said she didn't want to marry Àkàlà

She was asked to marry Tẹ̀ntẹ̀rẹ́ 100

She said she didn't want to marry Tẹ̀ntẹ̀rẹ́

Why is that you don't want Igún?

She said Igún is bald

Why don't you want Àkàlà?

She said Àkàlà has goiter outburst on his neck

Why is it that you don't want to marry Tẹ̀ntẹ̀rẹ́?

Tẹ̀ntẹ̀rẹ́ has a deep bààmú mark on his
　　　　　buttocks, she said

Who would you marry?

She went to marry Ikú

'Come and see the secrets of Ìwó being exposed'..110

'Come out and see her nudity', they sang again

'Ìwó the child of Olórèé'

'Come and see her nakedness publicly'

738

ÒTÚÁ ÒFÚN A

Ifá payé eléyìun ò níí bàjé. Nǹkaan rè ó
dùn.

Òtúá fun fùn fun
Awo Oyin ló díá fún Oyin
Ayé òún dùn báyìí?
Wón ní kó rúbọ
Wón láyée rè ó dùn
Òtúá fun fùn fun
Awo Àdò ló díá fún Àdò
Ayé òun dáa báyìí?
Wón ní kó rúbọ
Wón láyée rè ó dáa………..……………10
Òtúá fun fùn fun
Awo Ìfùùnfun Èlùjù ló sefá fún Ìfùùnfun
    Èlùjù
Wón ní gbogboo wón ó sá káalè
Ẹbọ ni wón ó ṣe
Oyín rúbọ tiè ó pé
Àdò rú tiè
Ó tèlé e
Ìfùùnfun náà rú tiè
Gbogboo wọn náà ni ọn ní adùun tiwọn
Ifá pé òun pé ire adùn…………………20
Ilée wón kún fún owó
Ó kún fún ọmọ
N tó dún ní ń ṣe gégéẹ wọn
Ayé yẹ wọn
N ní wọn wá ń jó ní wọn wá ń yọ̀
Ni wọn ń yin àwọn Babaláwo
Àwọn Babaláwo ń yin Ifá
Wón ní bẹ̀ẹ̀ làwọn Babaláwo tàwón wí
Òtúá fun fùn fun
Awo Oyin ló díá fún Oyin……..……….30
Òtúá fun fùn fun
Awo Àdò ló díá fún Àdò

ÒTÚÁ ÒFÚN A

Ifá says the life of this person would not get spoilt. His
life would be sweet.

Òtúá fun fùn fun
The Babaláwo of Oyin casts divination for Oyin
'Would my life be better'? He had asked
He was asked to perform sacrifice
They told him that his life would be sweet
Òtúá fun fùn fun
The Babaláwo of Àdò casts divination for Àdò
'Would my life be better'? He also had asked
He was asked to perform sacrifice
They told him that his life would be fine……………10
Òtúá fun fùn fun
The Babaláwo of Ìfùùnfun Èlùjù casts divination for
    Ìfùùnfun Èlùjù
They asked him also to take care of the ground
And perform sacrifice
Oyin performed her own sacrifice in full
Àdò sacrificed her own also
Following that of Oyin
Ìfùùnfun also offered her own
All of them have their respective and peculiar
    sweetness
Ifá wishes this person the sweetness of life…………20
Their houses became full of money
It became full of children
The sweet side of life met with them always
Life pleased them all
They then started to dance and rejoice
They were praising their Babaláwo
Their Babaláwo was praising Ifá
They said it was as their Babaláwo had said
Òtúá fún fún fún seething
The Babaláwo of Oyin casts divination for Oyin…30
Òtúá fún fún fún
The Babaláwo of Àdò casts divination for Àdò

739

Òtúá fun fùn fun

Awo Ifùùnfun Èlùjù lo díá fún Ifùùnfun Èlùjù

Nijọọ wọn ń fomi ojú sògbérè ire

Wọn ní wọn ó rúbọ

Oyin mọ ń hó o

Àdò ń ṣù

Ifùùnfun ò sì tún dákẹẹ tiẹ nígbà kan

Ayé dùn rinrin....................................40

Ó dùn rinrin sì ni wọn ń wí

Òtúá fun fùn fun

The Babaláwo of Ifùùnfun Èlùjù casts divination for Ifùùnfun Èlùjù

On the day they were crying because of good things

They were asked to perform sacrifice

Oyin bubbles

Àdò foams on its surface

Ifùùnfun also did not stop seething also

Life is now very sweet...................................40

It is now very sweet, is what they are singing

Àkúsàba Àyàndà
Awo ilé Olúmẹ̀rí Àápáálá
A díá fún Olúmẹ̀rí Àápáálá
Ọmọ ilé san wọ́n ó joko lọ
Níjọ́ tí ń sọ̀gbọ̀gbọ̀ àrùn
Tí ń najú aláì le ǹde
Olúmẹ̀rí Àápáálá làrùn ń ṣe
Òún wáá le gbádùn gbogbo nǹkan òun
    lójú ayé òun báyìí?
Wọ́n ní ewúrẹ́ kan ni kó rú
Ó rú ewúrẹ́ kan 10
Wọ́n ṣe Ifá fún un
Wọ́n dá a jẹ ni
Àrùn tí ń ṣe Olúmẹ̀rí ò san
Ó tún dÌgbà kejì
Ó tún gbókè ìpọ̀rí ẹ̀ kalẹ̀
Ó tún ní kí Olúmẹ̀rí ó rúbọ
Epo ìgò méjì
Ewúrẹ́ kan
Kée bòkè ìpọ̀rí ẹ̀
Ó tún fi bòkè ìpọ̀rí ẹ̀ 20
Wọ́n tún dá a jẹ
Àrùn tí ń ṣe Olúmẹ̀rí ò san
Olúmẹ̀rí wáá tọ àwọn Aláwo mÌììn lọ
Àwọn Àáyá dúdú igbó Ọ̀dọ́
Àwọn wèrè pupa ọ̀nà ò padà
Àwọn Ọtẹ́ẹ́rẹ́ Ọtààrà
Ń tí ń sàn tẹ́lẹ̀tẹ́lẹ̀ kómi lẹgbẹlẹgbẹ ó tóó
    dé
Ẹ yẹ òun lóókan Ìbò wò!
Wọ́n lÓlúmẹ̀rí, rúbọ o
Wọ́n léwúrẹ́ kan lẹbọ 30
Wọ́n níre fún un
Olúmẹ̀rí Àápáálá lóun ò rú
Lákọ̀ọ́kọ́

Àkúsàba Àyàndà
The priest of Olúmẹ̀rí's household
Casts divination for Olúmẹ̀rí Àápáálá
The child of Ilé san wọ́n ó joko lọ
On the day he was nursing an illness
And sightseeing without being able to stand erect
It was Olúmẹ̀rí Àápáálá that was afflicted by an
    illness
'Would I be able to enjoy all my things in my life
    time'? He had asked
They told him to offer a goat
He offered the goat.....................................10
They prepared the goat as sacrifice
They ate it alone
The sickness of Olúmẹ̀rí refused to heal
The second time
They brought out their Òkè Ìpọ̀rí
Òkè Ìpọ̀rí asked Olúmẹ̀rí to sacrifice again
Two bottles of palm oil
One goat
He should use it to sacrifice to his Ifá
He did as advised.....................................20
They ate it alone
The illness afflicting Olúmẹ̀rí did not heal
Olúmẹ̀rí then consulted another set of priests
The priests 'Àáyá dúdú igbó Ọ̀dọ́'
'Wèrè pupa ọ̀nà ò padà'
'Ọtẹ́ẹ́rẹ́tẹ́ Ọtààràtà'
'Ń tí ń sàn tẹ́lẹ̀tẹ́lẹ̀ kómi lẹgbẹlẹgbẹ ó tóó dé'
'Please inquire from Ifá using Ìbò for me', he pled
'Olúmẹ̀rí Àápáálá; offer sacrifice' they also said
'You would sacrifice a goat'.........................30
'There are plenty of good fortunes waiting for you',
    they concluded
'I won't offer sacrifice again' Olúmẹ̀rí said rather
    sharply
'On the first instance'

Àkúsàba Àyàndà ní kóun ó rú ewúrẹ́ kan
Òún sì rú u
Ihun tí ń ṣe òun ò lọ
Lẹ́ẹ̀kejì
Wọ́n tún ní kóun ó tún rú ewúrẹ́ kan
Àti ìg̀ò epo méjì
Kóun e bòkè ìpọ̀rí òun...................40
Òún fi bọ òkè ìpọ̀rí
Ihun tí ń ṣe òun ò san
Wọ́n ní bóo ni wọ́n tí ń ṣe ẹ́
Wọ́n ní ńgbà àwọ́n bá ṣè ẹ́ tán
Làwọ́n ń jẹ ẹ́
Wọ́n ní háà
Bẹ́ẹ̀ kọ́ọ̀
Wọ́n ní àrùn tí ń ṣe ọ́ tọ́ kọ̀ tí ọ̀ lọ un
Dandan ni kó san
Wọ́n ní ìwọ sá rùú ewúrẹ́ ná.............50
Wọ́n wáá se ọbẹ̀ ewúrẹ́ sílẹ̀
Àwọn Babaláwo ò tíì fọwọ́ kàn án
Wọ́n ní kí wọ́n o yánlẹ̀ sí òkè ìpọ̀rí
          Olúmẹ̀rí
Wọ́n bá yánlẹ̀
Wọ́n ní kí wọ́n ó fún baálé
Wọ́n mẹ́ran fún baálé
Wọ́n mẹ́ran fún ìyáálé ilé
Wọ́n ní wọ́n ó fún ọmọọlé
Wọ́n fún ọmọ osú
Wọ́n fún kèé bá wọọ́n pé...............60
Wọ́n ni gbogbo ẹni tí ń bẹ lárọ̀ọ́wọ́tó
Wọ́n ní wọ́n ó mọọ gbé oúnjẹ fún wọn
Wọ́n bá bẹ̀rẹ̀ sìí fún wọn lẹ́ran
Wọ́n ṣe bẹ́ẹ̀ tán
Eléyìí ń pé yóó dáa
Tòhún ń pé yóó dáa
Ihun tí ń sOlúmẹ̀rí bá san
'Ó ní àṣẹ bÍfá ò bá rÁwo'
'Àṣẹ kò níí jẹun'?

'Àkúsàba Àyàndà asked me to offer a goat'
'I did it'
'My sickness refused to heal'
'The second instance'
'He asked me to offer another goat'
'With two bottles of oil'
'That I should use it to sacrifice to my Òkè Ìpọ̀rí'...40
'I did as told'
'The ailment refused to go'
'How did you perform the sacrifice'? They asked
'When we finished the preparation', Olúmẹ̀rí
          continued
'We then ate it'
'Ha'! The priests exclaimed
'That is not the right way to do it'
'But now, that your particular illness'
'Definitely would heal'
'You should just try to offer one goat', they
          encouraged him............50
They cooked the goatmeat in a stew
The Babaláwos had not touched it
They asked to cut some nuggets on the ground in front
          of Olúmẹ̀rí's Ifá
They cut some bits as said
They ordered some to be given to the head of the
          family
They gave to the head of the family
They gave some meat to the women
They gave to the ọmọọlé
They also shared the ọmọ osú
Kèé bá wọọ́n pé was not left out of the sharing......60
All the people close by in their compound
They ordered food to be given to them all
They gave all of them food and meat
After doing this
The man close by would pray 'It would be better'
The other would pray 'It would be well'
The sickness afflicting Olúmẹ̀rí then heal
'So if Ifá does not see a proficient priest'
'He would not eat'?

Àṣé nìkan a móọ dáa báyìí?........70	So things could be this good? Olúmẹ̀rí reasoned happily....................70
N ní wá ń jó ní wá ń yọ̀	He then started to dance and rejoice
Ní ń yin àwọn Babaláwo	He was praising his Babaláwo
Àwọn Babaláwo ń yin Ifá	His Babaláwo was praising Ifá
Ó ní bẹ́ẹ̀ làwọn Babaláwo tòún wí	He said it was as his Babaláwo had predicted
Àkúsàba Àyàndà	Àkúsàba Àyàndà
Awo ilé Olúmẹ̀rí Àápáálá	The priest of Olúmẹ̀rí's household
A díá fún Olúmẹ̀rí Àápáálá	Casts divination for Olúmẹ̀rí Àápáálá
Ọmọ ilé san wọ́n ó joko lọ	The child of Ilé san wọ́n ó joko lọ
Níjọ́ tí ń sọ̀gbọ̀gbọ̀ àrùn	On the day he was nursing an illness
Tí ń najú alái le ǹde....................80	And sightseeing without being able to stand up......80
Ń ṣehun gbogbo	He was trying his hands on all things
Tíkan ò lójú	Without making headway
Wọ́n lẹbọ ní ó ṣe	He was asked to perform sacrifice
Àkúsàba Àyàndà	Àkúsàba Àyàndà
Ó pewúrẹ́ kíìní	You killed the first goat
Wọ́n dá a jẹ	They ate it alone
N tí ń ṣe Olúmẹ̀rí ò san	The sickness of Olúmẹ̀rí did not heal
Àkúsàba Àyàndà	Àkúsàba Àyàndà
Ó pewúrẹ́ kejì	They sacrificed the second goat
Wọ́n dá a jẹ....................90	You ate it alone 90
Àrùn tí ń ṣe Olúmẹ̀rí ò san	The sickness of Olúmẹ̀rí did not heal either
Ó wáá kàwọn Àáyá dúdú igbó Ọ̀dọ́	It was then the turn of 'Àáyá dúdú igbó Ọ̀dọ́'
Àwọn Wèrè pupa ọnà ò padà	'Wèrè pupa ọnà ò padà'
Àwọn Ọ̀tẹ́ẹ́rẹ́tẹ́ ọtàaràtà ń tí ń sàn tẹ́lẹ̀tẹ́lẹ̀ kómi legbẹlẹgbẹ ó tóó dé	'Ọ̀tẹ́ẹ́rẹ́tẹ́ ọtàaràtà, ń tí ń sàn tẹ́lẹ̀tẹ́lẹ̀ kómi legbẹlẹgbẹ ó tóó dé'
Wọ́n ní wọ́n ó pa ewúrẹ́	They ordered them to kill a goat
Kí wọ́n ó há ewúrẹ́ fún gbogbo ará ilé	And share those living at home
Wọ́n há fárá oko	They should share those living in the farm
Èrò tí ń bẹ lọ́nà	The passers by
Òun náá jẹ ńbẹ̀	All should eat out of it
N tí ń sOlúmẹ̀rí wáá san....................100	The illness afflicting Olúmẹ̀rí then healed..........100
Àkúsàba Àyàndà	Àkúsàba Àyàndà
Awo ilé Olúmẹ̀rí Àápálá	The priest of Olúmẹ̀rí Àápálá
Bífá ò rÁwo	If Ifá does not see a proficient Babaláwo
Kò jẹun	He would not eat

DIFFICULT WORDS : ÒTÚÁ

1. **Erin ló nî n mọ́ kî òun nî minrin mọ́**
Erin mo kî ọ ná Aláwọ̀ọ Mọ̀duru
Ẹ̀fọ̀n ló nî n mọ́ kîun nî mòjò àdrọ́ mọ́
Ẹ̀fọ̀n mo kî ọ ná aláwọ̀ọ mọ̀dùrù
:Names of Babaláwos
2. **Oníle Akódî**: A person whose house is full of invaluable wealth.
3. **Ẹfun**: Chalk
4. **Osùn**: Camwood
5. **A mọ̀mọ̀ rójú o**: Ojú (time, eyes, or enabling atmosphere) as used in this context depicts facility or time to accomplish a feat. This has been personified to mean the name of Òòsà's child, who was lost. By finding Ojú, we could say we have time to achieve a feat.
6. **Ifá your tray is sour**: This is a kind of saying 'your tray has been poisoned'
7. **Òtúá Yẹpîn**: Appellation for Òtúá Ọ̀yẹ̀kú. Also Òtúá Ọpọ́n kan
8. **Ahọ́nránmọgángan**: A Babaláwo
9. **Mọ́bọláj ẹ̀**: Name of a person. (Lt) 'Do not spoil the wave of wealth'
10. **Olúyaya**: Plant in the family of okra
11. **Ìrọ́kẹ̀**: The staff of Ifá held by Babaláwos; and also used to invoke the spirit of Ifá. Usually laid beside the tray when divination is being cast and used to beat the tray as Ifá's prayers and chants are rendered inspiringly.
12. **Àṣàbî**: Epithet for women
13. **Òtúá dî î, Òdògbòùra dî î**: Names of Babaláwos
14. **Òsùn**: Another staff of Ifá. Mostly placed outside during initiation process of Ifá. It is beside this staff that sacrifices to Ifá are placed during this important

ceremony. Made of metal with a carved image of a rooster adorning the top.
15. **Àdîgbẹ̀gbẹ́**: Stubborn goat
16. **Olúu Tápà**: The prince of Tapaland. Epithet for Sàngó. Sàngó actually came into Ọ̀yọ́ from Tapaland
17. **Ajoyè mọ́ bẹ̀rù ikú**: (Lt) He that ascend the throne without any recourse, fear, or anxiety
18. **Ẹ̀lú**: CF Òtúrúpọ̀n
19. **Ọ̀rúnlá**: CF Ọ̀wọ́nrín
20. **Kérénsèlé**: Someone or an element who is indecisive
21. **Òñyà**: The spiritual entity that keeps people permanently separated. Could be likened to death
22. **Ẹtu, Ekîrî**: Wild animals in the forest
23. **Gbégbé, Àlọ̀**: Typical tree in the forest
24. **Ojúlawò**: Appellation for a person. (Lt) It is the beauty of the face that we were looking at'
25. **The barren dipped her hand in Osùn**: The barren became pregnant and a mother. By dipping hand into Osùn, is synonymous to being a nursing mother, as Osùn must be used by nursing mothers
26. **Irá**: An unknown land where one is sure to get lost
27. **Àkòkî**: Dead person
28. **Ìràwọ̀ Sàȧsà**: A meteor or shooting star
29. **Kọ̀kọ̀ Kọ́rọ́ńyìn**: The crowing of the Hen or cock most especially when they see things that scares them.
30. **Ìbòòsí Oró ò**: Ìbòòsí is an alarm sounded to alert the people within the neighborhood of an unfortunate incident. Oró is a havoc experienced by the person raising alarm. It could therefore be taken to be an alarm or a cry for help.
31. **Ọbábámbá, Ọmọ́mọ̀ùmọ́**: Names of Babaláwos and also rhythms
32. **Ọrọ̀ bẹ́nìkan mọ̀ yọ̀rọ̀ bî ẹni ti ò tiẹ̀ gbọ́n**: Name of a Babaláwo. (Lt) 'If one is visited by a compelling incident, it would seem as if one is not wise.
33. **Wìnnláwẹ̀**: Name of a person. An Ẹlẹ́gbẹ́

744

34. **Atòrun gbégbá Ajé karí wáyé**: (Lt) The child that carries a tray of wealth on his head from heaven.

35. **Àṣẹ**: CF, Ògúndá and Ìwòrì

36. **Bó bá gbóná kèé jóni**: Name of a Babaláwo. (Lt) Even if hot, it would not burn one.

37. **Ìkọ́ òwú è é rọjà kó mọ́ bọ̀**: The rolled cotton would not go to the market without returning

38. **Ìta werere náà la sì dé**: Also name of a Babaláwo. 'We are very close to our destination.

39. **Bàlà ni náà kóósé**: Meaning uncertain.

40. **Ẹ̀là bọ rú, Ẹ̀là bọ yè, Ẹ̀là bọ ṣíṣẹ**: Greetings said to great Babaláwos

41. **It is with ease for the shea butter**: Shea butter is oily in nature and reduces friction. Anything that is held tightly would be released without much stress if it is added. It is also used as medicine to soften up boils and making the pores to be released with ease.

42. **Àpánkóló**: Learned Babaláwos who could be regarded as masters in their conduct and power within the priesthood

43. **Kìjìpá**: An outdated kind of cloth worn by the Yorùbás. It is as thick as tarpaulin. Used to prevent cold but also a cloth that demonstrate affluence.

44. **Wìnnìwìnnì**: In multitude

45. **Gúnrán gúnrán**: Name of a Babaláwo

46. **Òròrò**: A destructive insect that eats leather and thereby making holes in it

47. **Awọ**: Leather or animal skins

48. **Òròró rò ó**: Insects has destroyed the leather. Intuitively, this is drawing a parallel between penetrating an animal skin as meaning an erected penis being able to penetrate into the vagina. The coital result is a child, which is a gage for success in Yorùbáland

49. **Òtúá ń bà á lìẹ̀**: Name of a Babaláwo. Given to this verse as to prompt a quick remembrance of the story behind the Odù. Notice that this affects all Odùs whose names have been changed to answer a kind of derivative name or an appellation

50. **Ọta inú Omi ò gbàrìnrin**: (Lt) 'The rock pebbles at the bedrock of the river would be cold'

51. **They struck her head with the beak of the only child**: The name of the first two Olúwos in this verse points to the Elephant and the buffalo having only one child that ultimately became enormous. But it is a curse for a chicken to hatch one egg. This is like revealing one societal ill, where an action regarded as an offense in one place is an act lauded in another place.

52. **Àkàlà, Àkọ̀, Igún, Tẹ̀ntẹ̀rẹ́**: All are types of birds

53. **Bààmú**: Bààmú is a type of facial mark. Deep and originate from the base of the nose across the cheek

54. **Koto**: Calabash that is formed like an elliptical bucket and having an opening at the top for fetching water and keeping household goods

55. **Ikú**: Death. In the olden days, people do see death physically. Cf., Oníkò in ÒDÍ Ògúndá

56. **Oyin, Àdò, Ìfùùnfun**: All are honey-secreting insects

57. **Ilé san wọ́n ó joko lọ**: Praise name. (Lt) The child of the clan 'the city profits them more than the farm settlement'

58. **Ọmọọlé**: Men within the extended family clan. Note that women are not included as they are expected to have been married off at their youth age.

59. **Ọmọ Oṣú**: Women or ladies who had been married off to their husband but who for one reason or the other found their way back to their family compound. This is not an accepted norm and except that there is a tenable excuse, the lady would be sent back to her husband's house or married to another husband in case of death of the husband or if the feud could not be settled.

CHAPTER 14 : ÌRẸTẸ̀

ÌRẸTẸ̀ MÉJÌ A

Pẹ̀tẹ̀pẹ̀tẹ̀ mọ́nà ṣe gbàbú
A díá fún Òdonràdà
Níjọ́ tí ń fomi ojúú sògbérè ọmọ
Ẹbọ n wọ́n ní ó ṣe
Ó sì gbẹ́bọ ńbẹ̀
Ó rúbọ
Afìnjú ẹlẹ́dẹ̀ abọmọ yọyọ ò
Òdo òdonràdà

ÌRẸTẸ̀ MÉJÌ A

Pẹ̀tẹ̀pẹ̀tẹ̀ mọ́nà ṣe gbàbú
Casts divination for Òdonràdà
On the day she was crying because of children
Sacrifice is what was recommended for her
She heard about the sacrifice
And performed it
The distinguished swine with uncountable litters
Òdo òdonràdà

ÌRẸTẸ̀ MÉJÌ B

Ifá pé òún ó pa ẹnu ẹlẹ́gàn mọ́ lára eléyìun. Lójú àwọn ẹlẹ́gàn tí ń gàn án náà ní ó ti ríre.

Ajílósòó Awo ẹbá ọ̀nà
A díá fún ẹnú ṣe méjì ẹnu ènìyàn
Wọ́n ní ẹnu tí ọ́n bá fi yìn ín
Wọn ò níí fi bú u
Ẹbọ ni kó ṣe
Ó gbẹ́bọ ríbẹ̀
Ó rúbọ
Bóo bá lówó
Wọn a ní pẹ̀lẹ́ o Olówo
Bẹ́ẹ̀yàn ò sì lówó......................10
Wọn a ní pẹ̀lẹ́ o ìwọ Òtòṣì
Ifá pẹ̀lẹ́ ọ̀kan ló yá
Ó ti yá ju pẹ̀lẹ́ ọ̀kan lọ
Pẹ̀lẹ́ Olówó ló ti yá
Ló ju pẹ̀lẹ́ ìwọ Òtòṣì
Ǹjẹ́ kín layé mọ́ọ ṣe?
Ẹ̀gàn
Ẹ̀gàn layé mọ́ọ ṣe
Ẹ̀gàn

ÌRẸTẸ̀ MÉJÌ B

Ifá says he would shut the mouths of people mocking this person. It is in their presence that he would make it.

Ajílósòó the road side priest
Casts divination for the ambivalent speakers, the
    mouth of man
The mouth they used in praising him
The same mouth would not be used to abuse him
But he should perform sacrifice
He heard about the sacrifice
And performed it
If you are wealthy
They would call you a rich man
If otherwise you are poor...........................10
They would say 'hello the poor man'
Ifá, one greeting is better,
It is better than the other
Hello, rich man is better
It is much better than hello, the poor man
Therefore, what is that thing that man has perfected?
Mockery
Mockery is that which man has perfected
Mockery

ÌRẸTẸ̀ OGBÈ A

Eléyìí jẹni tó fẹ́ẹ́ tóbi láyé. Ifá pé ká bẹ
ìyàwó rí ń bẹ lọ́ọ̀dẹ̀ẹ wa nípa ohun tó le
mú ìlọsíwájú wá. Tí obìnrin ẹní bá ń
gbárùkù rí wá, yóò dára púpọ̀; ṣùgbọ́n bó
bá jẹ aláì bìkítà obìnrin ni, ó le mú
ìfàsẹ́yìn lọ́wọ́.

Àtẹ̀gbẹ̀ Awo Olókun
Ló díá fún Olókun
Níjọ́ tí omi Olókun ò tóó fi bójú
Òun la ọjà já?
Òun sì nípọn kárí ayé?
Wọ́n ní kó rúbọ
Wọ́n ní yóó tóbi láyé
Yóó gba gbogbo ilẹ̀ lọ
Wọ́n ní kó rú ọ̀pọ̀lọpọ̀ ẹmọ́
Nígba nígba ní kó sì rúbọ è.............10
Àtẹ̀gbẹ̀ Awo Ọlọ́sà
Ló díá fún Ọlọ́sà
Níjọ́ tí Omi Ọsá ò tó bu sinsẹ̀
Òun náà le tóbi láyé báyìí?
Kóun náà ó gbajú gbajà
Wọ́n ní kí Ọlọ́sà náà ó rúbọ
Wọ́n kẹbọ fún wọn nígba nígba
Wọ́n ní kóun náà ó rú igba ẹmọ
Òrìgí Babaláwo Atan
A díá fún Atan ní kùtùkùtù òwúrọ̀ ...20
Níjọ́ tí omi Atan ò tó nǹkan
Òún le nípọn láyé?
Ó le dáa fóun náà?
Wọ́n ní kóun náà ó rú ẹmọ
Wọ́n kẹbọ fún gbogboo wọn

ÌRẸTẸ̀ OGBÈ A

Ifá asks this person to appease his wife greatly so that
she would not contribute to his failure or probably
cause it. He is seen as someone who would be of
substance in life but if the wife has good home
manners and supporting his husband it would be good.
Otherwise, they would retrogress.

Àtẹ̀gbẹ̀ the priest of Olókun
Casts divination for Olókun
On the day the ocean waters was not enough to wash
     the face
'Would I be big in life at all'? He had asked
'And be stretched throughout the expanse of the
     earth'?
He was asked to perform sacrifice
They assured him he would be very great
And be stretched on land everywhere
But he was told to offer many Ẹmọ́ rats as sacrifice
The rats should be sacrificed in multiples of hundreds
Àtẹ̀gbẹ̀ the priest of Ọlọ́sà........... 11
Casts divination for Ọlọ́sà
On the day the lagoon water was not enough to wash
     the legs
He was also asking if he would be big on earth
'Be very big in an expanse'?
They told Ọlọ́sà also to perform sacrifice
They prescribed the sacrificial articles in multiples of
     hundreds
They asked him also to sacrifice two hundred Ẹmọ́
     rats
Òrìgí the Babaláwo of Atan
Casts divination for Atan in the beginning..........20
On the day the waters of the swamp was nothing to
     write home about
He too asked if he could be big on earth
'Would it be better for me'? He asked
They asked him to perform sacrifice of Ẹmọ́ rats
They prescribed the same sacrifice for him also
After the prescription had duly been told to them all

Ọ̀rúnmìlà dá gbèdéke
Ó ní kó tóó dijọ́ kan báyìí
Kí gbogbo nǹkan ẹbọ́ pé
Kéẹ̀ lè baà lágbára
Olókun bẹ̀rẹ̀ síí kó ẹmọ́ jọ...............30
Obìin Olókun sì ń bá Olókun tún gbogbo
    ihun tí ó fi rúbọ ṣe
Gbogbo ẹmọ́ ní ń dáná sí
Kó mọ́ baà jẹrà
Ọlọ́sà náàa
Obìin rẹ̀ náàa ń bá a tún nǹkaan ẹ̀ ṣe
Ṣùgbọ́n Atan ńtiẹ̀
Bó bá ti pé àwọn ò ní nǹkan táwọn ó fi
    jẹun ńjọ́ kan
Ẹmọ́ tí Atan ń paá jọ
Obìin rẹ̀ bá ń lọ́ọ́ mú u ńkọ̀ọ̀kan
Ní ń gún un mọ́ Ọ̀rúnlá...............40
Atán bá fura
'Ọ̀rúnlá yìí a ṣe ń dùn yàtọ̀ báyìí'?
Obìin ní bí tí ń dùn nùu
Bíí tíí dùn náàa nùu
Tó fi yẹ kí Ọkùnrin ó mọ́ọ ṣe dáadáa nùu
Ńgbà ó dijọ́ tí wọ́n ó rúbọ
Olókun kó tiẹ̀ sílẹ̀
Ó pé
Ọlọ́sà ńtiẹ̀
Òun náàa kó ẹmọ́ọ tiẹ̀ sílẹ̀...............50
Tiẹ̀ ku díẹ̀ kó pé
Atan ní ẹ bóun kó tòun
Obìin Atán ní 'n làwọn ń gún mọ́ Ọ̀rúnlá'
'Ọ̀rúnlá táwọn ń sè un'!!!
Atan ò bá ń ẹmọ́ kó lọọ̀dọ̀ Òrìgí
Atan làá pe Àbàtà tó dá dúó
Tí è é sàn
Olókun bá sàn kárí ayé
Ọlọ́sà sìkejì ẹ̀

Their priests then fixed the sacrifice on a particular
    date
All the prescribed articles of sacrifice must have been
    completed before then
'Such that you all would be a force in your own
    domain' the priests said
Olókun started gathering his rats...............30
As he gathers it, his wife was taking care of it
She smoked the rats continuously
So that they won't get spoilt
Ọlọ́sà also
It was his wife that was taking good care of the rats
But Atan's wife on the contrary
Any day her husband informed her that he has no
    money to buy meat to cook as stew
She would go to rats being gathered by Atan
She started taking them one by one
She would pound the rats with Ọ̀rúnlá soup.......40
Atan one day became suspicious
'This soup is tasting delicious these days'
'That is the usual taste', the woman would reply
'The taste is still the same'
This is the principal reason why husbands ought to be
    of good characters at home
On the day the sacrifice was to be performed
Olókun brought out all his own articles of sacrifice
It was very full
Ọlọ́sà on his own
He too brought out his Ẹmọ́ rats...............50
His remained just few to meet the target
Atan asked his wife to bring out his own
'Those are the rats I pound with Ọ̀rúnlá soup' replied
    Akíntọ̀kùn, the wife of Atan
'The sweet Ọ̀rúnlá soup we always eat'
Atan could not find even a single rat to use for
    sacrifice
Atan is the name of all those lands that are swampy
Waters of which does not flow
Olókun flows throughout the whole world
Ọlọ́sà came in as second

<table>
<tr><td>

Atan tíì bá ṣèkẹta.................60
Kò rẹ́mọ́ kó lọ̀ọ̀dọ̀ Aláwo ẹ̀
Ó ní Àtẹ̀gbè Awo Olókun
Ló díá fún Olókun
Níjọ́ tí omi Olókun ò tóó fi bọ́jú
Wọ́n ní kí Olókun ó sá káalẹ̀ kó jàre
Ẹbọ ni kó ṣe
Olókun gbẹ́bọ ńbẹ̀
Ó rúbọ
Àtẹ̀gbè Awo Ọlọ́sà
Ló díá fún Ọlọ́sà 70
Níjọ́ tí Omi Ọ̀sá ò tó bù sinsẹ̀
Wọ́n ní ó sá káalẹ̀ ó jàre
Ẹbọ ni kóun náà ó ṣe
Ọlọ́sà gbẹ́bọ ńbẹ̀
Ó rúbọ
Òrìgí Babaláwo Atan
A díá fún Atan
Níjọ́ tí omi Atan ò tó nǹkan
Ó ní kí Atan náà ó rúbọ
Kó lè baà sàn kárí ayé.............80
Obìnrin Atan mọ̀mọ̀ ló wáá fẹmọ́ jọrúnlá
Atan ò le sàn mọ́ o
Olókun tóbi
Ọlọ́sà tẹ̀le
Atan nìkan ní ń bẹ lẹ́yìn
Tí ò ṣe nǹkankan ráráárá

</td><td>

Atan that could have been the third...................60
Could not find any rat to take to his priests
He said Àtẹ̀gbè is the priest of Olókun
Casts divination for Olókun
On the day the ocean waters was not enough to wash
   the face
They asked Olókun to take care of the ground
And perform sacrifice
Olókun heard about the sacrifice
And performed it
Àtẹ̀gbè the priest of Ọlọ́sà
Casts divination for Ọlọ́sà 70
On the day the waters of the Lagoon was not enough
   to wash the legs
He was asked to please take care of the ground
And perform sacrifice
Ọlọ́sà heard about the sacrifice
And performed it
Òrìgí the priest of Atan
Casts divination for Atan
On the day the waters of the swamp was nothing to
   write home about
He asked Atan to perform the same sacrifice
Such that he too would flow throughout the whole
   world................ 80
But it was Akíntọ́kùn that pounded the Ẹmọ́ rat with
   Ọrúnlá soup
The swamp cannot flow again
The Ocean became an expanse
The Lagoon followed him
The Swamp is at the back
That could not do anything

</td></tr>
</table>

ÌRẸTẸ̀ OGBÈ B

Ifá pé kí eléyìun ó rúbọ torí yóó dèèyàn láyé.

Àgbá pirá pirá
Babaláwo Alápẹ̀tẹ́ ló díá fún Alápẹ̀tẹ́
Níjọ́ tí ń tọ̀run bọ̀ wálé ayé
Wọ́n ní ó rúbọ
Àgbá pinrìn pinrìn
Babaláwo Onílàbà a díá fún Onílàbà
Níjọ́ tí ń tọ̀run bọ̀ wálé ayé
Wọ́n ní ó rúbọ
Àgbá nìyọ sọ̀sọ̀; nìyọ sọ̀sọ̀
Babaláwo Alápò Àgbìrà ló díá fún Alápò
            Àgbìrà...................10
Ń tọ̀run bọ̀ wálé ayé
Wọ́n ní ó rúbọ
Àwọn mẹ́tẹ̀ẹ̀ta ni ọ́n jọ́ ń bọ̀ wálé ayé
Wọ́n ní ńgbàa wọ́n bá dé ibodè
Wọ́n ó mọ́ọ bi àwọn lọ́rọ̀
'Ẹ̀yin tẹ̀ẹ̀ ń lọ ilé ayé un'
'Kín lẹ̀ẹ ń lọ́ọ́ ṣe'?
Wọ́n láwọn ń lọ ilé ayé lọ́ọ́ dèèyàn ńlá
Wọ́n ní iwo Alápẹ̀tẹ́ rúbọ
Kílé ayé ó lè baà yẹ ọ́.................20
Ó ní kín ní ń jẹ bẹ́ẹ̀?
Wọ́n ní kí Onílàbà ó rúbọ
Ó ní kín ní ń jẹ bẹ́ẹ̀
Bàbá Alápò Àgbìrà nìkan ló dẹbọ́ọ́lẹ̀
Ló rúbọ
Ilé ayé tóun ń lọ yìí
Òun gba ibẹ̀ kankan?
Bí ọ́n ti wulẹ̀ kí wọ́n ó ṣe tó

ÌRẸTẸ̀ OGBÈ B

Ifá asks this person to perform sacrifice because he would become important in life.

Àgbá pirá pirá
The Babaláwo of Alápẹ̀tẹ́ casts divination for Alápẹ̀tẹ́
On the day he was coming from heaven to the earth
He was asked to perform sacrifice
Àgbá pinrìn pinrìn
The Babaláwo of Onílàbà, casts divination for
            Onílàbà
Onílàbà was coming from heaven to the earth
He was asked to perform sacrifice
Àgbá nìyọ sọ̀sọ̀; nìyọ sọ̀sọ̀
The Babaláwo of Alápò Àgbìrà casts divination for
            Alápò Àgbìrà 10
He was also coming from heaven to the earth
He was asked to perform sacrifice
The three of them were coming together to the earth
'When we get to the gate of heaven and earth', they reasoned
'They would ask us all questions'
'You all are going to the earth' they would ask
'What are you going to do particularly in the earth'?
'We should tell them that we are going to the world to become renowned', they agreed
'You Alápẹ̀tẹ́, perform sacrifice'.................19
'Such that the world would be nice and well with you'
'What is the meaning of that'? Alápẹ̀tẹ́ said
'What about you, Onílàbà ? Why don't you perform the sacrifice'?
'I am not interested' He said
It was Alápò Àgbìrà alone that brought out sacrificial entities
He offered the sacrifice
'This earth that I am going' he prayed
Would I be able to overshadow them all
'No matter how much my antagonists try'

Wọn ò ká òun kò ńbẹ̀
Ńgbàa wọ́n dé ibodè ayé àti ọ̀run......30
Alápẹ̀tẹ̀ dé ibodè
Wọ́n ní ó saáwo apẹ̀tẹ̀ tí ń bẹ lọ́wọ́ ẹ̀
Ńgbà tí wọ́n ó wo inú apẹ̀tẹ̀
Wọn ò bá nǹkankan
Bàbá Onílàbà
Ìwọ náà ṣí tìẹ
Ńgbàa wọ́n ó sìí làba ẹ̀
Wọn ò bá nǹkankan ńbẹ̀
Bàbá alápò Àgbìrà ńkọ́?
Bí ọ́n ti ṣí I.............................40
Omidan kán bá yọrí ńnú ẹ̀
Wọ́n ní nǹkan ń bẹ lọ́wọ́ baba Alápò
    Àgbìrà yìí
Òun nìkàn ló le káyé já
Òun nìkàn ló le táyé rọ
Wọ́n dé ilé ayé
Alápẹ̀tẹ̀ ń ṣe ilé ayé
Onílàbà náà ń ṣe tiẹ̀
Bàbá alápò Àgbìrà náà ń bẹ ńbẹ̀
Bí wọ́n ó bàá ṣe nǹkan
Bàbá alápò Àgbìrà ni wọ́n ó lọọ́ bá...50
Bó bá dijú tán
Bàbá alápò Àgbìrà ni wọ́n ó tọ̀ lọ
Ayé yẹ bàbá alápò Àgbìrà
Báyé bá sì yẹ̀ẹ̀yàn
Àwọn èèyàn ó mọ́ọ wáá kára kò ńbẹ̀
Lọ́wọ́ọ bàbá alápò Àgbìrà layé wà
Tée dòní
N ní wá ń jó ní wá ń yọ̀
Ní ń yin àwọn Babaláwo
Àwọn Babaláwo ń yin Ifá 60
Ó ní bẹ́ẹ làwọn Babaláwo tòún wí
Àgbá pirá pirá
Babaláwo Alápẹ̀tẹ̀ ló díá fún Alápẹ̀tẹ̀
Níjọ́ tí ń tọ̀run bọ̀ wálé ayé

'They would not outshine me'
When they arrived at the gates of the earth..........30
Alápẹ̀tẹ̀ was the first to get there
The gate man asked him to make bare the contents of
    his Apẹ̀tẹ̀
On looking inside it
They could not see anything in it
What about you Onílàbà?
Open your own
On opening his Làbà
Nothing was found inside it
'Alápò Àgbìrà'?
Immediately they opened his bag......................40
A maiden was seen in it
'There is an important thing with this Alápò Àgbìrà'
'He is the only one that would dominate the whole
    world'
'He is the only one that could redeem the earth' They
    said
They all arrived on earth
Alápẹ̀tẹ̀ continued his way of life
Onílàbà continued in his own also
So does the Alápò Àgbìrà
When they want to undertake an important function
It is the Alápò Àgbìrà that they would go and consult
When the problem turns out knotty.........................51
It is the Alápò Àgbìrà they would go and meet
Life so pleased the Alápò Àgbìrà
And if life is so nice with one
People from all walks of life would come to seek
    refuge with him
Successful life exists only with Alápò Àgbìrà
Till date
He then started to dance and rejoice
He was praising his Babaláwo
His Babaláwo was praising Ifá……...................60
He said it was exactly as his Babaláwo had said
Àgbá pirá pirá
The Babaláwo of Alápẹ̀tẹ̀ casts divination for Alápẹ̀tẹ̀
Alápẹ̀tẹ̀ was coming from heaven to the earth

752

Wọn ní ó rúbọ
Kó lè baà rí nǹkan mú dé ibẹ̀
Ó kọ̀ bẹ́ẹ̀ ni ò rúbọ
Àgbá pinrìn pinrìn
Babaláwo Onílàbà a díá fún Onílàbà
Níjọ́ tí ń tọ̀run bọ̀ wálé ayé............70
Wọn ní ó rúbọ
Kó lè baà rí nǹkan mú níbẹ̀
Ó kọ̀ bẹ́ẹ̀ ni ò rúbọ
Àgbá nìyọ sọ̀sọ̀; nìyọ sọ̀sọ̀
Babaláwo Alápò Àgbìrà ló díá fún Alápò
        Àgbìrà
Ń tọ̀run bọ̀ wálé ayé
Wọn ní ó rúbọ
Kó lè baà rí nǹkan mú níbẹ̀
Ó gbẹ́bọ níbẹ̀
Ó rúbọ............................80
Wọn wo tAlápẹ̀tẹ́
Wọn ò rí nǹkankan
Wọn wo ti Onílàbà
Wọn ò rí nǹkankan
Bàbá alápò Àgbìrà lomidán yọ ńtiẹ̀
Ló yọ lólóóló
Òun nìkàn ní ń bẹ lẹ́yìn tó rúbọ
Bàbá Alápẹ̀tẹ́ ò làá pe ìmọle
Bàbá onílàbà làá pe ìgbàgbọ́
Bàbá alápò Àgbìrà làá pe Ifá............90
Taa ní ń bẹ lẹ́yìn tó lé dodoodo?
Bàbá alápò Àgbìrà
Ó rúbọ nígbàyí ò
Ó rúbọ
Bàbá alápò Àgbìrà

He was asked to perform sacrifice
Such that he would have something with him to the
        earth
He refused and offered no sacrifice
Àgbá pinrìn pinrìn
The Babaláwo of Onílàbà, casts divination for
        Onílàbà
Onílàbà was coming from heaven to the earth......70
He was asked to perform sacrifice
Such that he too would have an identity to take along
        with him to the earth
He refused and offered no sacrifice
Àgbá nìyọ sọ̀sọ̀; nìyọ sọ̀sọ̀
The Babaláwo of Alápò Àgbìrà casts divination for
        Alápò Àgbìrà
He was also coming from heaven to the earth
He was asked to perform sacrifice
Such that he would have a unique thing with him to
        take along to the earth
He heard about the sacrifice
And performed it............................80
They looked at the contents of Alápẹ̀tẹ́'s bag
They saw nothing
They looked at the contents of Onílàbà's bag
They saw nothing
But from Alápò Àgbìrà's bag,
A maiden appeared with lushness
He is the only one at the back that performed sacrifice
Alápẹ̀tẹ́ is the appellation for the Muslims
Onílàbà is the appellation for the Christians
Alápò Àgbìrà is the nickname for Ifá............90
Who is coming from the back with all lushness?
Alápò Àgbìrà
He performed the sacrifice henceforth
He did it
Alápò Àgbìrà

ÌRÉTÈ ÒYÈKÚ A

Ifá pé kí eléyìun ó rúbọ kó lè baà ṣẹ́gun.
Gbogbo ibi tí bá ń lọ ní ó ti móọ ṣẹ́gun.

A tẹ̀ ẹ́ yẹ̀lẹ̀kú
Ó yí wọn bìrìpé
A díá fún Òrúnmìlà
Babá ń sawo lọ àjò tó jìn gbungbuungbun
Òrúnmìlà ní ń bèèrè
Àjò tóun ń lọ yìí
Òun ríre ibẹ̀ mú bọ̀?
Wọ́n ní kí Òrúnmìlà ó rúbọ
Toríi bó bá dé àjò yóó pàdé àwọn ọ̀tá
Kí wọ́n ó lè jẹ́ ó ríre ibẹ̀ kó wálé........10
Wọ́n yan Òrúnmìlà léku
Wọ́n yàn án lẹ́ja
Wọ́n ní kó móọ fi ẹran bòkè ìpọ̀rí ẹ̀
Òrúnmìlà ṣe bẹ́ẹ̀
Ó dé àjò tó jìn gbungbuungbun
Àwọn ọ̀tá fẹ́ẹ́ gbógun tì Í
Bí ọn tí ń gbóguún tì Í
Bẹ́ẹ̀ ni wọ́n ń báraa wọọ́n jiyàn
Ni ọn ń bá ara wọn ṣọ̀tá
Ti Òrúnmìlà ni wọ́n ṣe ńbẹ̀..............20
Òrúnmìlà kóre àjò tó jìn gbungbuungbun
Ó kó o wọ inú ilée baba rẹ̀ wá
N ní wá ń jó ní wá ń yọ̀
Ní ń yin àwọn Babaláwo
Àwọn Babaláwo ń yin Ifá
Ó ní bẹ́ẹ̀ làwọn Babaláwo tòún wí
A tẹ̀ ẹ́ yẹ̀lẹ̀kú
Ó yí wọn bìrìpé
A díá fún Òrúnmìlà...........................29
Babá ń sawo lọ àjò tó jìn gbungbuungbun

ÌRÉTÈ ÒYÈKÚ A

Ifá wishes this person well. He is exhorted to perform
sacrifice so that he could win and such that all places
he turns to would record successes.

We stepped on it awkwardly
It tumbled them in a somersault
Cast divination for Òrúnmìlà
He was venturing priesthood in far away location
It is Òrúnmìlà that was asking
'This journey that I am embarking'?
'Would I be able to make something out of it'?
They asked him to perform sacrifice
'You would meet with enemies on getting to your
           destination' they said
And such that they would not stop you from returning
           home with all your booties................10
They prescribed rats for Òrúnmìlà
They also prescribed fish for him
They asked him to use it to sacrifice to his Ifá
Òrúnmìlà did as told
He arrived at the destination far away
The enemies wanted to war against him
As they were hatching plans to war against him
They were arguing among themselves
And creating enmity within each other
They acted in favor of Òrúnmìlà in the city.........20
Òrúnmìlà packed all the booties of the faraway place
He packed them all home
He then started to dance and rejoice
He was praising his Babaláwo
His Babaláwo was praising Ifá
He said it is exactly as his Babaláwos use their good
           mouths in praising Ifá
We stepped on it awkwardly
It tumbled them in a somersault
Cast divination for Òrúnmìlà
He was venturing priesthood in far away location ..30

Wón ní ó sá káalè ó jàre ẹbọ ní ó ṣe
Ó sì gbẹ́bọ ńbẹ̀
Ó rúbọ
Rírú ẹbọ níí gbéni
Àìrú kìí gbèèyàn
Kò pé kò jìnnà
Ẹ wáá báni báyọ̀ báre
Àárìn ayọ̀ làá bá ni lẹ́sẹ̀ẹ̀ tỌpẹ̀

He was asked to take care of the ground and perform
      sacrifice
He heard about the sacrifice
And performed it
It is the heeding of sacrificial advice that profits one
Refusal of it does not profit one
Before long and in the nearest future
Come and meet us with joy among other good
      fortunes
One is usually found with joy at the feet of Ọpẹ̀

755

ÌRÈTÈ ÒYÈKÚ B

Ifá pé ká rúbọ dáadáa torí ọmọ oṣu kan.
Ifá pé wọ́n ń ro eléyìun pin pé ò níí ní
nǹkan mọ́ láyé; Ẹbọ ni ká rú ká lè ní
nǹkan. Odidi adìẹ kan ni ká e ju gbogbo
ara, ká wáá padìẹ ọ̀hún ká sì fún ọmọ oṣú
inú ilé lódidi apá kan, kíre ó lè baà ṣíjú.
Ká wáá há ìyókù fún àwọn èèyàn; kí wọ́n
ó ṣe ìjẹ ṣe ìmu.

A tẹ̀ ẹ́ yẹ̀lẹ̀kú
Ó yí wọn bìrìǹpépé bìrìǹpépé
Igba abẹ́rẹ́ wọn ò tọ́kọ́
Igba ìràwọ̀ ò tóṣù
Ogúnlénú ẹrú
Kò tọ́mọ bíbí inú ẹni
A díá fún Atẹ̀ẹ́yẹ̀lẹ̀kú
Tí wọ́n ó mọ́ọ rò láròpin
Wọ́n ní ó rúbọ
Wọ́n ní kó mú adìẹ kan...............10
Kó fi ju gbogbo arà ẹ̀
Kí wọ́n ó wáá pa á
Kí wọ́n ó fún ọmọ oṣú ní odidi apá kan
Wọ́n ní gbogbo ire ẹ̀ ní ó sǐí síle
Atẹ̀ẹ́yẹ̀lẹ̀kú bá ṣe bẹ́ẹ̀
Ni bá ń lájé
Àṣẹ àwọn aláròkiri ní tí ń dà á láàmú
Wọ́n ó mọ́ọ tòkèèrè wá rojọ́ ẹ̀
Ifá tí ò jẹ́ wọ́n ó mọ́ọ fún ọn láronipin nǐí
Tí ọn fi ń ké ibi igun kékeré apá adìẹ
            jùnù nùu.........................20
Ayé yẹ ẹ́
N ní wá ń jó ní wá ń yọ̀
Ní ń yin àwọn Babaláwo
Àwọn Babaláwo ń yin Ifá

ÌRÈTÈ ÒYÈKÚ B

Ifá asks this person to perform sacrifice against an
'ọmọ oṣú'. Ifá prays his things would not get lost. Ifá
says people have written him off that he would not win
any fortune life; he should offer sacrifice to amass
wealth. He should brush his entire body with a live
chicken, kill it and give the whole arm to an 'ọmọ oṣú'
such that his things would open up. The rest of the
chicken could be cooked and served to people.

We stepped on it awkwardly
It tumbles in a somersault
Two hundred needles are not enough to be called a
            hoe
Two hundred stars are not enough to be called a moon
Four hundred and twenty slaves combined together
Would not equate the child from one's bowels
Cast divination for Atẹ̀ẹ́yẹ̀lẹ̀kú
Whom people would write off in thoughts
He was asked to perform sacrifice
He was asked to get a chicken..................10
And use it to rub his whole bodice
They should then kill the chicken
And give a whole arm part to an 'ọmọ oṣú'
All his good things would be opened up for him
Atẹ̀ẹ́yẹ̀lẹ̀kú did as instructed
He started having wealth
Not knowing that backbiters are the ones troubling
            him
They would come from afar to speak evil of him
This is the Ifá that did not allow giving out a part of
            chicken called 'Aroni pin'
Which mandates the cutting off of the part in the arm
            part of the chicken........................20
Life pleased them
He then started to dance and rejoice
He was praising his Babaláwos
His Babaláwos were praising Ifá

Ó ní bẹ́ẹ̀ làwọn Babaláwo tòún wí

A tẹ̀ ẹ́ yẹ̀lẹ̀kú

Ó yí wọn bìrìnpépé bìrìnpépé

Igba abẹ́rẹ́ wọn ò tọ́kọ́

Igba ìràwọ̀ ò tósù

Ogúnlénú ẹrú...................................30

Kò tọ́mọ bíbí inú ẹni

A díá fún Atẹ̀ẹ́yẹ̀lẹ̀kú

Tí wọ́n ó mọ́ọ rò láròpin

Wọ́n ní ó sá káalẹ̀

Kó jàre ẹbọ ní ó ṣe

Ó wáá gbẹ́bọ ńbẹ̀

Ó rúbọ

Òkòkó mọ̀mọ̀ dé ò

Awo Òyẹ̀lẹ̀

Ńbi ó ti wáá sapẹpẹ ò wínrìn............40

He said it is as their Babaláwos said

We stepped on it awkwardly

It tumbles in a somersault

Two hundred needles is not enough to be called a hoe

Two hundred stars are not enough to be called a moon

Four hundred and twenty slaves.......................30

Cannot equate the child from one's bowels

Cast divination for Atẹ̀ẹ́yẹ̀lẹ̀kú

Whom people would write off in thoughts

He was asked to please take care of the ground

And perform sacrifice

He then heard about the sacrifice

And performed it

Òkòkó is here

The priest of Òyẹ̀lẹ̀

The place from where he came to display exuberance
is very far away...............................40

ÌRẸTẸ̀ ÌWÒRÌ A

Ifá pé ire púpọ̀ fún eléyìun, kó rúbọ kó sì
mọ́ bàáyàn yan odì. Kó mọ́ọ hùwà tó dáa
ládùúgbò. Bí ọ̀n bá fojú burúkú wò ó, kó
mọ́ọ fojúure wò wọ́n torí yóó jèrè
àdúgbò. Ì báà jẹ́ Babaláwo ni, tàbí
onísòwò ni eléyìun, àdúgbò ni oore rẹ̀ wà.
Ifá pé ọ̀tá eléyìun náà ní ó là á.

Wọ̀nwọ̀rẹ́ ò Awo àjòjì
A díá fún Ọ̀rúnmìlà
Babá ń sunkúun póun ò ríre
Wọ́n ní ó sá káalẹ̀ ó jàre
Ẹbọ ní ó ṣe
Òún le ríre báyìí?
Ló bá pe àwọn Wọ̀nwọ̀rẹ́ Awo àjòjì
Ó ní wọ́n ó yẹ òun lóòkan Ìbò wò
Súkù sákà gbèje gbẹ̀jọ
Wọ́n ní Ìrẹtẹ̀ lọ́tùún................10
Wọ́n ní Ìwòrì lósì
Wọ́n kIfá fún Ọ̀rúnmìlà
Wọ́n yàn án lẹbọ
Wọ́n lẹyẹlé lẹbọ è
Eku
Ẹja lẹbọ
Wọ́n ní kó mọ́ọ fi bòkè ìpọrí ẹ̀
Ọ̀rúnmìlà bá rúbọ
Ó ṣeun
Ayé sì yẹ ẹ́................20
Gbogbo àwọn ará àdúgbo tí wọ́n è é tíí kí
    Ọ̀rúnmìlà
Gbogbo wọn ni wọ́n ń kí I
Wọ́n ń sawo lọ́dọ̀ ẹ̀
Eléku ń múú wá
Ẹléja náà ń múú wá
Ọ̀rúnmìlà dẹni àdúgbò
Ó dẹni ọlà

ÌRẸTẸ̀ ÌWÒRÌ A

This person should offer sacrifice and never keep
malice with anyone. He should be of good behavior to
his neighbors. He would reap good fortunes in the
neighborhood, be it a Babaláwo or a trader, his
fortune is within his abode. Ifá says the enemies of
this person would ultimately enrich him.

Wọ̀nwọ̀rẹ́ the Babaláwo of the stranger
Casts divination for Ọ̀rúnmìlà
He was crying because he had no good fortune
They told him to take care of the ground
He should perform sacrifice
'Would I see good things of life at all'? Ọ̀rúnmìlà
    asked
He then called on Wọ̀nwọ̀rẹ́, the Babaláwo of the
    stranger
He asked them to inquire from Ifá using Ìbò for him
In a comprehensive divination cast
They saw Ìrẹtẹ̀ on the right................10
And Ìwòrì on the left
They chanted Ifá verses for Ọ̀rúnmìlà
And prescribed sacrificial articles for him
They told him to sacrifice pigeons
He should sacrifice rats
And fish
He should use all to sacrifice to his Ifá
Ọ̀rúnmìlà performed the sacrifice
He was nice enough
Life then pleased him................20
All the neighbors that erstwhile do not greet Ọ̀rúnmìlà
They all started to greet him
They asked him to cast divination for them
Those to whom rats were prescribed, brought them
Those to whom fish were prescribed also brought
    theirs
Ọ̀rúnmìlà became the recognized elder within the
    neighborhood
He became very rich

Àwọn tí ọn ń bá a sọtá náà ni ọn là á

Ní wá ń jó ní ń yọ̀

Ní ń yin àwọn Babaláwo.................30

Àwọn Babaláwo ń yin Ifá

Ó ní bẹ́ẹ̀ làwọn Babaláwo tòún wí

Wọ̀nwọ̀rẹ̀ ò

Awo àjòjì

A díá fún Ọ̀rúnmìlà

Babá ó joore àdúgbò yó báábá

Wọ́n ní ó sá káalẹ̀ kó jàre

Ẹbọ ní ó ṣe

Ọ̀rúnmìlà sì gbẹ́bọ ńbẹ̀

Ó rúbọ.................40

Rírú ẹbọ níí gbéni

Àìrú kìí gbèèyàn

Kò pẹ́

Kò jìnnà

Ẹ wáá bá ni láàrin ire

Àárin ire làá bá ni lẹ́sẹ̀ Ọba Òrìṣà

It was the same people who had once been his enemy
that enriched him

He then started to dance and rejoice

He was praising his Babaláwo 30

His Babaláwo was praising Ifá

He said it was exactly as his Babaláwo had predicted

Wọ̀nwọ̀rẹ̀

The Babaláwo of the stranger

Casts divination for Ọ̀rúnmìlà

Baba would eat to satiety, the good fortunes within
the neighborhood

He was asked to please take care of the ground

And perform sacrifice

Ọ̀rúnmìlà heard about the sacrifice

And performed it.................40

It is the heeding of sacrificial advice that profits one

Refusal does no good

Before long

In the nearest future

Come and meet us in the midst of fortunes

One is found in the midst of fortunes at the feet of the
king of Òrìṣà

ÌRẸTẸ̀ ÌWÒRÌ B

Ifá pé kí eléyìun ó rúbọ àwọn ayé. Kó sì
bèèrè nǹkan tí àwọn ayé ó gbà. Wọ́n ó
mọ́ọ pè é lọ èyìn odi; àwọn èèyàn ó wàá
kọjú dà á púpọ̀.

Kíjìpá
Awo wọn lóde Ìgbájọ
Ọlọ́gọ̀dọ̀ tìèmì
Awo òde Ìjẹ̀sà
Aṣọ òde Ìjẹ̀sà mọ́ e kúnlẹ̀ kí tÒró mọ́
        láíláí
Laṣọ́ fíi jasọọ́ lọ
A díá fún Ọ̀rúnmìlà
Ń lọ rèé bá Àjẹ́ sẹjá ọdún
Ọdún tóun ń lọ ọ̀ ṣe yìí?
Òun ò ríbi ńbẹ̀ báyìí?.................10
Wọ́n ní kó rúbọ
Wọ́n ní yóó yẹ Ọ̀rúnmìlà ńbẹ̀
Wọ́n ní ṣùgbọ́n kí àwọn tí ń bẹ ńbẹ̀ ó mọ́
        fojú sí Ọ̀rúnmìlà lára
Kí wọ́n ó mọ́ wàá pé àwọn tí àwọ́n
        sọdún gaan
Àwọn ò tó baba tó wáá bá àwọn sọdún
        yìí
Ni kó rúbọ sí
Ọ̀rúnmìlà bá rúbọ
Kíjìpá
Awo wọn lóde Ìgbájọ
Ọlọ́gọ̀dọ̀ tìèmì 20
Awo òde Ìjẹ̀sà
Aṣọ òde Ìjẹ̀sà mọ́ e kúnlẹ̀ kí tÒró mọ́
        láíláí
Aṣọ ńlá lỌ̀rúnmìlá wọ̀ lọ
Ó dọ́hùún ló gbayì
Ó gbẹ̀yẹ
Ọ̀rúnmìlà wáá wojúu wọn
Lojúu wọn lé kórókóró bí ojú ẹja

ÌRẸTẸ̀ ÌWÒRÌ B

Ifá enjoins him to offer sacrifice to his detractors and
should ask for what the witches require of him as
sacrifice. He would be invited to a function and the
witches would war against him so much.

Kíjìpá
The priest in the city of Ìgbájọ
Ọlọ́gọ̀dọ̀ tìèmì
The priest in the city of Ìjẹ̀sà
Never use the cloth of the city of Ìjẹ̀sà to kneel for
        the one from Òró
Is the reason why cloths are ranked higher than the
        other
Cast divination for Ọ̀rúnmìlà
That was going to celebrate festivities with the witches
'This festivities that I am going for' Ọ̀rúnmìlà asked
'Would I not experience a bad occurrence from it'?
He was asked to perform sacrifice.....................11
'It would be very fine with you' they said
'But such that your hosts wouldn't be diabolically
        focused at you'
'And as such saying we the celebrants ourselves'
'We are not as flamboyantly dressed as this our guest'
'The more reason why you should perform sacrifice'
Ọ̀rúnmìlà then offered the sacrifice
Kíjìpá
Their priest in the city of Ìgbájọ
Ọlọ́gọ̀dọ̀ tìèmì.................................20
The priest in the city of Ìjẹ̀sà
Never use the cloth of the city of Ìjẹ̀sà to kneel for
        the one from Òró
Is the cloth Ọ̀rúnmìlà wore there
He arrived at the festivity and became honored
He was respected
Ọ̀rúnmìlà then looked at their faces
Their faces wore heavy and hard looks like that of a
        fish

Ó dẹ̀ gbẹ̀jẹ̀gbẹ̀jẹ̀ bí ojú Isín	Their faces wore soft looks that of a snail
Wọ́n níwọ Ọ̀rúnmìlà ẹnu ni o yà sọ̀rọ̀ o	Open your mouth to talk, they told Ọ̀rúnmìlà
Kínúu wọ́n ó le rọ̀ ni.................30	For their temper to be pacified.............30
Ọ̀rúnmìlà bá bọ́ọ́jó	Ọ̀rúnmìlà came out in dancing steps
Ó ní bẹ́ẹ̀ làwọn Babaláwo tòún wí	He said it was as his Babaláwos said
Kíjìpá	Kíjìpá
Awoo wọn lóde Ìgbájọ	The priest in the city of Ìgbájọ
Ọlọ́gọ̀dọ̀ tìẹ̀mí	Ọlọ́gọ̀dọ̀ tìẹ̀mí
Awo òde Ìjẹ̀ṣà	The priest in the city of Ìjẹ̀ṣà
Àṣọ òde Ìjẹ̀ṣà mọ́ e kúnlẹ̀ kí tÒró mọ́ láíláí	Never use the cloth of the city of Ìjẹ̀ṣà to kneel for the one from Òró
Lạṣọ́ fíí jaṣọọ́ lọ	Is the reason why cloths are ranked higher than the other
A díá fún Ọ̀rúnmìlà	Cast divination for Ọ̀rúnmìlà
Baba ń lọ rèé bá Àjẹ́ sèjá ọdún........40	That was going to celebrate festivities with the witches..................40
Wọ́n ní ó sá káalẹ̀ ó jàre	He was asked to take care of the ground
Ẹbọ ní ó ṣe	And perform sacrifice
Ọ̀rúnmìlà gbẹ́bọ ńbẹ̀	Ọ̀rúnmìlà heard about the sacrifice
Ó rúbọ	And performed it
Oṣó ilé	Wizards in the house
Ẹ jọ̀wọ́ mi	Exculpate me
Àjẹ́ ilé	Witches in the house
Ẹ jọ̀wọ́ mi	Excuse me
Bí gún bá jẹbọ à jugbá sí	Once the vulture eats the sacrifice, it would spare the calabash
Ifá pé àwọn ayé ò níí bínú eléyìun......50	Ifá says the witches would not be angry against this person..................50
N tí wọ́n ó bàá gbà	It is whatsoever they require of him
N ni kó rú	That he should give to them

ÌRẸTẸ̀ ÒDÍ A

Ààrin odì àti ọ̀tá leléyìun wà. Ó gbọdọ̀ rúbọ kó sì bọ Ọ̀rúnmìlà kíre ó lè baà to lọ́wọ́. Ifá pé kí eléyìun ó sì mọ́ọ ṣe bí kádàrá ẹ bá ti wí fún un, ñtorí àwọn tí ñ bá a yan odì náà ñí ó là á. Àwọn Aláìní nIfá ñ gbà níyànjú nínú odù yí.

Oníkínñkín dikín
Awo ilé Oníkínñkín dikín
Oníkìnñkìn dikìn
Awo ilé Oníkìnñkìn dikìn
A díá fún Ọ̀rúnmìlà
Babá gbóúnjẹ sájà jẹ
Kó lè baà rọ́mọ gbé jó
Ọ̀rúnmìlà làwọn ará ilé kọ̀ tì
Ọ̀rúnmìlà ò ṣojo
Kò bẹrù.............................10
Ñ bòkè ìpọrí ẹ
Ñgbà ó yá
Ajé dé
Ìyàwó dé
Ọmọ dé
Ọmọ pọ̀ ọmọ ò ní mọ̀mọ́ mọ́
Àwọn ará ilé bá gbá rùkù tì Í
Wọ́n bá dẹrú ẹ
Ifá pé kí eléyìun ó mọ́ọ ṣe dáadáa
Gbogbo ire ló sun Ọ̀rúnmìlà bọ̀.........20
Ọ̀rúnmìlà bá ñ jó ní ñ yọ̀
Ní ñ yin àwọn Babaláwo
Àwọn Babaláwo ñ yin Ifá
Ó ní bẹẹ làwọn Babaláwo tòún wí
Oníkínñkín dikín
Awo ilé Oníkínñkín dikín
Oníkìnñkìn dikìn

ÌRẸTẸ̀ ÒDÍ A

Ifá asks this person to offer sacrifice to Ọ̀rúnmìlà so that his good fortunes could get to him. People would make him an outcast but he should have the hope in his creator. Ifá says he is giving hope to the less privileged within the society in this verse.

Oníkínñkín dikín
The priest of Oníkínñkín dikín
Oníkìnñkìn dikìn
The priest of Oníkìnñkìn dikìn
Cast divination for Ọ̀rúnmìlà
Baba would take his food to the attic to eat
So that he could have children to cuddle
It was Ọ̀rúnmìlà that the whole household neglected
Ọ̀rúnmìlà did not fear
He was not afraid.............................10
He continued to offer sacrifices to his Ifá
After some period of time
Wealth came to him
Wives also came to him
So do children
The children were so many and numberless
The household, sighting this moved near him to have a share
They became his slaves
Ifá asks this person to be of good behavior
All good things were in excess in Ọ̀rúnmìlà's house
Ọ̀rúnmìlà then started to dance and rejoice.............21
He was praising his Babaláwos
His Babaláwos were praising Ifá
He said it was exactly as his Babaláwos used their good mouths in praising Ifá
Oníkínñkín dikín
The priest of Oníkínñkín dikín's household
Oníkìnñkìn dikìn

Awo ilé Oníkìnnkìn dikìn	The priest of Oníkìnnkìn dikìn
A díá fún Òrúnmìlà	Casts divination for Òrúnmìlà
Babá gbóúnjẹ rẹ̀ sájà jẹ ńtorí ọmọ 30	Baba would take his food to the attic to eat for him to have children................................30
Ǹjẹ́ Ifá ń gbọ́	Is Ifá listening?
Ifá ń gbọ́ nílé Aládó	Yes Ifá is hearing us in the city of Adó
Wiinrin kún win	Wiinrin kún win
Òrúnmìlà ń gbọ́ o	Òrúnmìlà is listening
Ń gbọ́ lájà alẹ̀	He is listening in the bunker underground
Wiinrin kún win	Wiinrin kún win

ÌRẸTẸ̀ ÒDÍ A

Ire lọ́pọ̀lọpọ̀ la rí nínú odù yí. Ayé ó yẹ
eléyìun, nǹkaan rẹ̀ ó sì dùn. Ifá pé ká mọ́
rorò rítorí àwọn nǹkaan wa tó dùn. Táa bá
rorò, tí a sì wowọ́ mọ́ àwọn nǹkan, ire náà
le bàjẹ́. Ifá sì kì wá nílọ̀ pé ká ṣọ́ra kí
nǹkan ó dùn tán, ká mọ́ tùún fẹnu bà á jẹ́.

A tẹ̀ rẹ́dìí Ọgẹ̀dẹ̀
A díá fún Olúọ̀họ̀rọ̀bí
Èyí tí ọ́n ní ó mọ́ rorò sí gbogbo ọmọ
　　　aráyé
Nǹkan òún le dùn lOlúọ̀họ̀rọ̀bí rí bèèrè sí
Wọ́n ní kó rúbọ
Wọ́n ní nǹkan rẹ̀ ó dùn
Wọ́n ní ṣùgbọ́n bó bá dùn tán
Wọ́n ní ó mọ́ọ yawọ́ ni
Mọ́ rorò o
À á ṣéé mọ Olúọ̀họ̀rọ̀bí?..............10
Làá pe Oyin
Níjọ́ tí oyín bá lórò
Bẹ́ẹ̀yàn ba tí lóun ó kòó díẹ̀ ńbẹ̀
Ńbẹ̀ náà ní ó ti mọ́ọ gán olúwa ẹ̀
Ṣé àwọn ò sì mọ bó lórò bí ò lórò
Òun ní rí fẹnu ara ẹ̀ wí
Ó ní A tẹ̀ rẹ́dìí Ọgẹ̀dẹ̀
A díá fún Olúọ̀họ̀rọ̀bí
Èyí tí ọ́n ní ó mọ́ rorò sí gbogbo ọmọ
　　　aráyé
Wọ́n ní ó sá káalẹ̀ kó jàre..............20
Ẹbọ ní ó ṣe
Ó wáá gbẹ́bọ ńbẹ̀ ó rúbọ
Ó rúbọ tán
Nǹkaan rẹ̀ dùn
Ṣùgbọ́n Olúọ̀họ̀rọ̀bí o ò ṣeun
O ò ṣèèyàn
Kín lo wáá rorò sí gbogbo ọmọ aráyé sí?

ÌRẸTẸ̀ ÒDÍ A

Ifá says he wishes this person well; life would please
him. Ifá asks him not to be spiteful because of the
period when his things would be sweetened; and such
that he himself would not destroy himself with his
mouth.

A tẹ̀ rẹ́dìí Ọgẹ̀dẹ̀
Casts divination for Olúọ̀họ̀rọ̀bí
The one that was asked not to be wicked to man
'Would my things be sweet'? Olúọ̀họ̀rọ̀bí asked
He was asked to perform sacrifice
They told him that his things would be sweet
But after it had been sweetened
He should be generous and have a giving spirit
'Don't be wicked' they told him
How do we know Olúọ̀họ̀rọ̀bí?....................10
It is the nickname for the honeybee
Once the honeycomb is full
And man wants to remove some for himself
It is on the same spot that the bee would start to sting
　　　man
But Man did not have preknowledge of its fullness
It is the same bee that would herald the news with its
　　　mouth
He said A tẹ̀ rẹ́dìí Ọgẹ̀dẹ̀
Casts divination for Olúọ̀họ̀rọ̀bí
The one that was warned not to be wicked to man
He was asked to take care of the ground...........20
And perform sacrifice
He then performed the sacrifice
His things became sweetened
But Olúọ̀họ̀rọ̀bí, you are not nice
You are not humane
Why are you so wicked against man?

ÌRẸTẸ̀ ÌROSÙN A

Ifá pé òun pé ire eléyìun; yóò rójú yóó sì ráàyè, nǹkan ẹ̀ ò níí bàjẹ́ ṣùgbọ́n kó rúbọ o. Ifá pé eléyìun ó ríí ẹni rere ṣe Ifá fún ṣùgbọ́n kó mọ́ da àwọn ọmọ Awo ẹ̀. Ifá tó jẹ́ á mọ̀ pé a gbọdọ̀ mọ́ọ soore padà bí ọ́n bá soore fún wa nǐyí.

Ó tẹ̀ nínú ìlosùn
Ó ba búúbú lábẹ́ eéran
A díá fún Ọ̀rúnmìlà
Tí ń lọ rèé tẹ ọmọ Ẹlẹ́wì odò nÍfá
Wọ́n ní kó rúbọ
Ọ̀rúnmìlà kọ́ ọmọ Ẹlẹ́wì odò nÍfá
Ó kọ́ ọ lédè
Ó mọ̀ ọ́n
Ọmọ Ẹlẹ́wì odò ò ṣe jàmbá
Ń dÍfá dáadáa..........................10
Ẹlẹ́wì odò bá kó gbogbo ọlà
Ó bá kó o fún Ọ̀rúnmìlà
Ó ní kí Ọ̀rúnmìlà ó gbà á
Torí òun ló kọ́ ọmọ òun lédè
Ifá pé a à gbọdọ̀ ṣehun búburú sí ẹní ó kọ́ ni nÍfá
Ọ̀rúnmìlà wá ń jó ń yọ̀
Ní ń yin àwọn Babaláwo
Àwọn Babaláwo ń yin Ifá
Ó ní bẹ́ẹ̀ làwọn Babaláwo tòún wí
Ó tẹ̀ nínú ìlosùn 20
Ó ba búúbú lábẹ́ eéran
A díá fún Ọ̀rúnmìlà
Tí ń lọ rèé tẹ ọmọ Ẹlẹ́wì odò nÍfá
Mo rẹ́ni ọlà ṣe lẹ́bọ
Ọ̀rúnmìlà ló tẹ ọmọ Ẹlẹ́wì odò nÍfá
Mo rẹ́ni ọlà ṣe lẹ́bọ

ÌRẸTẸ̀ ÌROSÙN A

Ifá wishes this person well. He should be nice to his learner Babaláwos and not let them down. He would find time and space to do good things. He would also meet an appreciative person to cast divination for. This is the Ifa verse that tells us about retributive laws.

Ó tẹ̀ nínú ìlosùn
Ó ba búúbú lábẹ́ eéran
Cast divination for Ọ̀rúnmìlà
That was going to initiate the son of Ẹlẹ́wì odò into Ifá cult
He was asked to perform sacrifice
Ọ̀rúnmìlà taught the son of Ẹlẹ́wì odò in Ifá
He taught him the language
The son understood all the chants
The child of Ẹlẹ́wì odò did not jump any step or lie
He was interpreting exactly what Ifá says...........10
Ẹlẹ́wì odò then packed loads of wealth
And gave it all to Ọ̀rúnmìlà
He implored him to accept it
'Because you are the one that taught my son the language of Ifá'
Ifá says one must never be of bad behavior to his teachers in Ifá
Ọ̀rúnmìlà then started to dance and rejoice
He was praising his Babaláwos
His Babaláwos were praising Ifá
He said it was exactly as his Babaláwos had said
Ó tẹ̀ nínú ìlosùn 20
Ó ba búúbú lábẹ́ eéran
Cast divination for Ọ̀rúnmìlà
That was going to initiate the son of Ẹlẹ́wì odò into Ifá cult
I have seen a wealthy person to prescribe sacrifices for
It is Ọ̀rúnmìlà that initiated the son of Ẹlẹ́wì odò into Ifá cult
I have seen wealthy persons to prescribe sacrifices for

ÌRẸTẸ̀ ÌROSÙN B

Ẹbọ elénìní nIfá gbà wá nímọ̀nràn láti rú.
Ifá pé ká se ọbẹ̀ ọyọ́yọ́ pẹ̀lú ọpọ̀lọpọ̀
oúnjẹ fún àwọn èèyàn. Tí a bá sì rúbọ tán,
a kò gbọdọ̀ wọ sòkòtò fún ọjọ́ méje
gbáko.

Ó tẹ̀ nínú ìlosùn
Ó ba búúbú lábẹ́ eéran
A díá fún Ọ̀rúnmìlà
Ń tọ̀run bọ̀ wálé ayé
Ń bọ̀ wáyé
Elénìní tẹ̀lé e
Ó tẹ̀ nínú ìlosùn
Ó ba búúbú lábẹ́ eéran
A díá fún Sàngó
Ń tọ̀run bọ̀ wálé ayé....................10
Ń bọ̀ wáyé
Elénìní tẹ̀lé e
Ó tẹ̀ nínú ìlosùn
Ó ba búúbú lábẹ́ eéran
A díá fún Ọ̀òsàálá Ọ̀sẹ̀ẹ̀rẹ̀mọ̀gbò
Ń tọ̀run bọ̀ wálé ayé
Ń bọ̀ wáyé
Elénìní tẹ̀lé e
Ó tẹ̀ nínú ìlosùn
Ó ba búúbú lábẹ́ eéran.................20
A díá fún Ògún
Ń tọ̀run bọ̀ wálé ayé
Ògún ń bọ̀ wáyé
Elénìní tẹ̀lé e
Gbogbo Irúnmọlẹ̀ ni ọn ń bọ̀ wáyé
Wọ́n ń ṣe ilé ayéé lọ
Elénìní bá lóun ń lọ́ọ́ wo ilé ayé wò
Ó lóun ó lọ́ọ́ bẹ àwọn Irúnmọlẹ̀ wò
Ògún sì nlí
Olóògùn ni..........................30
Ṣànpọ̀nná náà lóògùn

ÌRẸTẸ̀ ÌROSÙN B

Ifá asks this person to offer sacrifices because of
detractors. Ifá would deliver him from the captive of
his enemies. Ifá asks him not wear a trouser for seven
days. He should instead tie a wrapper round his waist.

Ó tẹ̀ nínú ìlosùn
Ó ba búúbú lábẹ́ eéran
Cast divination for Ọ̀rúnmìlà
He was coming from heaven to the earth
He started his journey
The Detractor trailed him
Ó tẹ̀ nínú ìlosùn
Ó ba búúbú lábẹ́ eéran
Cast divination for Sàngó
He was coming from heaven to the earth.............10
He started his journey
The Detractor trailed him
Ó tẹ̀ nínú ìlosùn
Ó ba búúbú lábẹ́ eéran
Cast divination for Ọ̀òsàálá Ọ̀sẹ̀ẹ̀rẹ̀mọ̀gbò
He was coming from heaven to the earth
He started his journey
The Detractor followed him
Ó tẹ̀ nínú ìlosùn
Ó ba búúbú lábẹ́ eéran.............................20
Cast divination for Ògún
Ògún was coming from heaven to the earth
He started his journey
The Detractor trailed him
All the Deities were coming from heaven to the earth
They arrived on earth and life continued
The Detractor then decided to visit each of them
'I want to go and see how the Deities are faring' he
    said
Ògún on his own
Is a magician...30
Ṣànpọ̀nná also is a magician

Béè ni Sàngó
Òrúnmìlà ò sì mò ju ẹbọ lọ
Wón ní kó rúbọ
Òrúnmìlà bá rúbọ
Ńgbàa Elénìní ó mée bọ
Òrúnmìlà sì ránṣẹ́ sí wọn
Bàbá kan ń bọ
Elénìní loókọ è
Ó le o 40
Ń bọ wáá bá gbogboo wa jagun ni
Wón làwọn ó mọ́ọ múraá lẹ̀ dè é
Ògún lóun ó mọ́ọ múraá lẹ̀ dè é
Òòsà ní kó mọ́ọ bọ̀ wáá bóun jà
Gbogbo wọn pátá ni ọn gbára dì
Wón ń dúó de baba Elénìní
Ńgbà tó dé
Ilé Ògún ló kọ́ lọ
Bó ti dé ilé Ògún
Ó bá Ògún ńlé.......................50
'Ògún oníjà oòle'
'Ẹjẹmu Olúwọnran'
'Ìwọ lòó de kẹ̀mbẹkù rebi ìjà'
'Ńlé o'
Ògún ní ò o
Taa ni ọ́
Wón ní baba kán ń bẹ ńíta
Ó lóun ń bèèrè rẹ
Ògún ní hà
Baba Elénìní nùu....................60
Ó ti dé nùu
Ògún bá wọ ìyẹ̀wù
Ó kápó
Ọfà
Ó mú ọọrun
Ó mú àáké
Ó mú àdá
Ìlu ò gbẹ́yìn
Ó lóun lòun ó pa Elénìní ọ̀hún

So do Sàngó and almost all the other Deities
But Òrúnmìlà knows nothing other than sacrifices
He was asked to perform sacrifice
Òrúnmìlà did as instructed
Before the Detractor finally arrived on earth
Òrúnmìlà sent messages to all the Deities
One particular man is coming to meet us all
His name is the Detractor
He is very powerful and strong..................40
He is coming to wage war against us all, Òrúnmìlà
    warned
'We would all prepare against him' they chorused
Ògún said he would go and prepare against him
Òòsà said the same thing
All of them said the Detractor is an empty threat
They all resolved to prepare pending the arrival of the
    Detractor
Immediately the Detractor arrived on earth
He headed straight for Ògún's house
On getting there
He met him at home..................50
'Ògún oníjà oòle'
'Ẹjẹmu Olúwọnran'
'Ò de kẹ̀mbẹkù rebi ìjà'
'I greet you', the Detractor called from outside
'Yes, I am answering'
'Who is there'? Came the reply from Ògún
'There is a man outside'
'He is looking for you'
'Ha'! Ògún exclaimed
'That must be the Detractor'!..................60
'He is here finally'
Ògún rushed into his inner room
He retrieved his knapsack
His bow and arrows
He tied his iron club around his waist
He fetched for his ax
He took his machete also
He did not leave the sharp punch
'I must kill the detractor' Ògún promised

N tó rí lóbè, tée wa irú sówó............70
Yóó sọ fún òun
Sòọò tó yọrí síta báyìí
Àfi pónkán
Elénìní ya ẹnu ẹ̀
Ó bá gbé Ògún mì
Gbogbo èèyàn ní 'hànhín'!
Ó mọ̀ ti gbé Ògún mì
Baba Elénìní bá kọrí sílée Ṣànpọ̀nná
Ṣànpọ̀nná náà kó síyẹ̀wù
Òun náà mú Ọfà 80
Ó mú Ọọrun
Ó kó gbogbo nǹkan ìjà
Elénìní fojú kan òun náà
Elénìní mì ín
Ó kọrí sílée Sàngó
Sàngó ní Háá!
Elénìní yìí dáràn
Sàngó bá mú ẹdùn
Bí tí ń sẹ̀tíímọ́ lójú
Ní ń yọ iná lẹ́nu............90
Kó yọjú bóọ́ta báyìí
Elénìní tún gbé e pónkán
Ó tún mì ín
Elénìní tún bùrìn títí
Ó dé ilé Òòsà
BÓòsá ti yọjú sí I
Ìjàkadì lÒòsá tiẹ̀ lóun ó ba jà
Elénìní tún gbé òun náà mì
Ó wáá dé ilé Ọ̀rúnmìlà
Wọn ní baba kán ń bẹ níta............100
Ó sì lóun ò wọlé
Ọ̀rúnmìlà lóun ń bọ̀ wá

'His reason for picking out locust beans out of his
  soup portion'.............70
'He would tell me'. Ògún said with annoyance
As he comes out of his door to have a full glimpse of
  his enemy
In a swift action
The Detractor opened his mouth
And swallowed Ògún
'Hànhín'!
'He has swallowed Ògún', exclaimed the onlookers in
  amazement
The Detractor then left for the house of Ṣànpọ̀nná
Ṣànpọ̀nná entered his powerhouse
He retrieved his bow............80
His iron club is as heavy as that of Ògún's
All sorts of instruments of war were ready
The Detractor sighted him
He swallowed him also
He left for Sango's house
'Ha'! Sàngó exclaimed in arrogance
'This Detractor is in trouble'
Sàngó took his Ẹdùn
As he was producing lightening in his eyes
He was producing real flames in his mouth........90
As he also was about to launch offensive on the
  Detractor
The Detractor in a swift action probably faster than
  that of Ògún's
He swallowed him also
The Detractor trekked and trekked
He arrived in Òòsà's house
As Òòsà came out of his door
He was ready to kill the Detractor in a pin fall
The Detractor swallowed him
He then arrived in the house of Ọ̀rúnmìlà
'There is a man outside looking for you'............100
'And he has refused to come in' a maid servant told
  him
'I am coming' Ọ̀rúnmìlà said politely

Baba Elénìní mò ń bọ̀ wá o
Ọ̀rúnmìlà bá rù ú
Ó sọ ọ́
Wọ́n ò rí Ifá méjì
Wọ́n ń A tẹ̀ nínú Ìlosùn
Wọ́n ní kí Ọ̀rúnmìlà ó rúbọ
Wọ́n ní kó rú ewúrẹ́ kan
Kó wáá ro Ọkà 110
Kó ṣe ìmu
Kó bu ọbẹ̀ ọyọ́yọ́ lé oúnjẹ tó ṣe
Ọ̀rúnmìlà ṣe gbogbo nǹkan tí ọn sọ fún
    un nígbà ó ti kọ́kọ́ gbọ́ pé
    Elénìní ń bọ̀
Ó bá mú ìrùkẹ̀ lọ́wọ́ ọ̀tún
Ó mú ìrùkẹ̀ lọ́wọ́ òsì
Ń bá ń bọ̀ láti inú ìyẹ̀wù
Ó ní kí onílù ó mọ́ọ lù
Ó ní Ó tẹ̀ nínú Ìlosùn
Ó ba búúbú lábẹ́ eéran
A díá fún Ọ̀kànlénú Òrìsà 120
Wọ́n ń tọ̀run bọ̀ wálé ayé
Elénìní tẹ̀lé wọn
Wọ́n ní kí Ifá ó sá káalẹ̀ kó jàre
Ẹbọ ní ó ṣe
Ọ̀rúnmìlà sì ti gbẹ́bọ ńbẹ̀
Ó rúbọ
Elénìní n baba wa ò
Òjòlá ni baba erè
Elénìní n baba wa ò
Òjòlá ni baba erè 130
Wọ́n bá fìlù sí I
Wọ́n ń jó
Wọ́n ń lọ́ọ́ bá Elénìní
Elénìní náà sì ń wo Ọ̀rúnmìlà bọ̀
Ó rírùkẹ̀ lọ́tùún
Ó rírùkẹ̀ lósì
Tí ò wọ sòkòtò

'I would soon be out to see you Baba', Ọ̀rúnmìlà
    called out from inside
Ọ̀rúnmìlà in quick divination carried it up
And inquired from Ifá
They saw no other Odù
It was 'A tẹ̀ nínú Ìlosùn'
They asked Ọ̀rúnmìlà to perform sacrifice
He should sacrifice a goat
He should prepare Àmàlà...........110
And serve drinks
He should splash plenty 'ọyọ́yọ́' soup on the Àmàlà
    prepared
Ọ̀rúnmìlà did as earlier warned when he sent the
    message to his compatriots
He held a tassel in his right hand
And another in his left hand
He was coming from his apartment
He asked the drummers to sound their drums
He said 'Ó tẹ̀ nínú Ìlosùn'
Ó ba búúbú lábẹ́ eéran
Cast divination for Uncountable Deities 120
They were coming from heaven to the earth
The Detractor followed them
They asked Ifá to please take care of the ground
And perform sacrifice
Ọ̀rúnmìlà previously had heard about the sacrifice
And performed it
The Detractor is our father
Òjòlá is the father of all pythons
The Detractor is our father
Òjòlá is the father of all pythons. 130
They started drumming
They were dancing
With dance steps, they approached the Detractor
The Detractor also saw Ọ̀rúnmìlà coming towards him
He saw a tassel in his right hand
He saw another one in his left hand also
He wore no trouser

Tó ró aṣọ

Elénìní ní 'kín ní ń wí'?

Àwọn tí ń bẹ ńbẹ̀ bá dáhùn.............140

'Wọ́n ló pé ìwọ Elénìní ni baba èèyàn'

'O ò kéré'

'O ò bù kù'

'Pé ìwọ ni baba'

Elénìní bá mirí ẹ̀

Ọrúnmìlà ní wọ́n ó mọ́ọ gbóúnjẹ kalẹ̀

Àti múmu

Àti ẹran

Wọ́n ń kó gbogbo ẹ̀ kalẹ̀

Ọrúnmìlà ń péyin lẹ ni gbogbo ẹ̀ babaa

    wa Elénìní.............150

Ìjẹ tẹ́ẹ́ jẹ nùu

Ni ọn bá gbóúnjẹ kalẹ̀ ńta

Láti ijọ́ náà làà tí mọ́ọ gbé nǹkan fẹ̀rò

    ọ̀run ńta

Elénìní bá ń jẹ

Ó mu tán

Ara rẹ̀ balẹ̀

Sàngó bá gbọ́ ńkùn Elénìní

Elénìní ń pé ìwọ Ọrúnmìlà mọ́ọ jayé

Ògún náà gbọ́

Ògún ní ẹ gbàhun!.............160

Wọn ò mọ̀ mú Ọrúnmìlà

Ògún bá kèjàsì

Ó lẹ́ẹkú o ò ọmọ Àgbọnnìrègún gbogbo

    Babaláwo

Wọ́n ní Hin

Ó tẹ̀ nínú Ìlosùn ó ba búúbú lábẹ́ eéran a

    díá fún Ọ̀kànlénú Òrìsà tí ń

    tọ̀run bọ̀ wáyé

Hin

Wọ́n ń bọ̀ wáyé Elénìní tẹ̀lé ọn

Hin

Gbà mí lọ́wọ́ Elénìní dákun o

And had a wrapper round his waist

'What is he saying'? The Detractor asked the
    onlookers

The people there answered.............140

'He is singing that your are the father of all men'

'You are not reduced in might'

'You are not to be underrated '

'You are the father', they told the Detractor

The Detractor in agreement nodded his head

Ọrúnmìlà ordered food to be provided

With the drinks

He brought out meat

They served everything in appealing courses

'The food is for you, Baba'.............150

'Everything is for you'

They served the food outside for the Detractor

It was since the day that sacrifices are left outside for
    the heavenly spirits

The Detractor began to eat

He had drinks

He was highly satisfied

Sàngó, from the stomach of the Detractor overheard
    the Detractor speaking

He was telling Ọrúnmìlà to continue enjoying life

Ògún heard it also

'This is impossible'! Ògún exclaimed 160

'This Detractor could not capture Ọrúnmìlà'

Ògún without wasting time busted into Ìjàsì song

I greet you all the children of Àgbọnnìrègún all
    Babaláwos

They answered, Hin

Ó tẹ̀ nínú Ìlosùn ó ba búúbú lábẹ́ eéran casts
    divination for uncountable Deities coming
    from heaven to the earth

Hin

They were coming to the earth the Detractor followed
    them

Hin

Please rescue me from the captive of the Detractor

Ọrúnmìlà gbà mí lọ́wọ́ Elénìnì dákun ò
Ọrúnmìlà gbà mí lọ́wọ́ Elénìnì dákun o
Ọrúnmìlà gbà mí lọ́wọ́ Elénìnì dákun o
Ọrúnmìlà ní ohùn Ògún lòún gbọ́ ńnúu rẹ
    ùn!..............................173
Elénìnì ní bẹ́ẹ̀ ni
Bóo ló ti jẹ́?
Elénìnì lóun gbé e mì ni
Ńgbà tí ò mẹbọ
Ọrúnmìlà ní àwọn táwọ́ọ̀n jọ́ ń ṣe ilé ayé
    nùu
Elénìnì bǎ ṣe họ̀
Ló bá pọ̀ Ògún síle...............180
Ó lóun fi lé ìwọ Ọrúnmìlà lọ́wọ́
Ńgbà tí Sànpọ̀nná rí I pé Elénìnì ti pọ
    Ògún
Òun náà bá kèjàsì
Ó lẹ́ẹkú o ò ọmọ Àgbọnnìrègún gbogbo
    Babaláwo
Wọ́n ní Hin
Ó tẹ̀ nínú Ìlosùn ó ba búúbú lábẹ́ eéran a
    díá fún Ọ̀kànlénú Òrìsà tí ń
    tọ̀run bọ̀ wáyé
Hin
Wọ́n ń bọ̀ wáyé Elénìnì tẹ̀lé ọn
Hin
Gbà mí lọ́wọ́ Elénìnì dákun o.........190
Ọrúnmìlà gbà mí lọ́wọ́ Elénìnì dákun o
Ọrúnmìlà gbà mí lọ́wọ́ Elénìnì dákun o
Ọrúnmìlà gbà mí lọ́wọ́ Elénìnì dákun o
Ó ni táa ló fọhùn ńnúu rẹ ùn?
Elénìnì ní Sànpọ̀nná nùu
Ọrúnmìlà làwọn táwọn ó jọ mọ́ọ ṣe ilé
    ayé náà nùu

Ọrúnmìlà, please rescue me from the captive of the
    Detractor.................................170
Ọrúnmìlà, save me from the captive of the Detractor
    please
Ọrúnmìlà, save me from the captive of the Detractor
Is that not Ògún singing from inside your stomach?
'That is true', the Detractor said
'Why'?, Ọrúnmìlà asked
'I swallowed him'
'As he did not heed the sacrificial warning'
'Those are my contemporaries with whom I enjoy and
    rule the world'
In a heavy gasp
He vomited Ògún out of his mouth...............180
'I am handing him over to you' the Detractor said
Immediately Sànpọ̀nná noticed the escape of Ògún
He too busted into Ìjàsì song
I greet you all the children of Àgbọnnìrègún all
    Babaláwos
Hin
Ó tẹ̀ nínú Ìlosùn ó ba búúbú lábẹ́ eéran cast divination
    for uncountable Deities coming from
    heaven to the earth
Hin
They were coming to the earth the Detractor followed
    them
Hin................................189
Please rescue me from the captive of the Detractor
Ọrúnmìlà please rescue me from the captive of the
    Detractor
Ọrúnmìlà save me from the captive of the Detractor
    please
Ọrúnmìlà save me from the captive of the Detractor
    please
'Who is that again in your stomach pleading'?
'That is Sànpọ̀nná', the Detractor answered
'He is also one of my compatriots in the ruling of the
    world' Ọrúnmìlà said again

Ó ó ṣe á mọ́ọ mú u lọ?
Elénìní ní ñtorñi tíẹ
Òún pọ̀ ọ́
Ó bá pọ Sànpọ̀nná náà sílẹ̀.............200
Sànpọ̀nná bá họ
Ó sá lọ tán ráúráú
Òun ò fẹ́ẹ́ rí Elénìní mọ́ láyé
Ńgbàa Sàngó náà ríi pé Sànpọ̀nná ti lọ
Òǵún ti bọ́
Kín ló ha túń kù
Òun náà kèjàsì
Ó tẹ̀ nínú Ìlosùn ó ba búúbú lábẹ́ eéran a
         díá fún Ọ̀kànlénú Òrìsà tí
         rí tọ̀run bọ̀ wáyé
Hin
Gba mi lọ́wọ́ Elénìní dákun o.........210
Ọ̀rúnmìlà gbà mí lọ́wọ́ Elénìní dákun o
Ọ̀rúnmìlà gbà mí lọ́wọ́ Elénìní dákun o
Ọ̀rúnmìlà gbà mí lọ́wọ́ Elénìní dákun o
Sàngó a kọ́hun?
Elénìní ní bẹ́ẹ̀ ni
Àwọn táwọn jọ́ rí ṣe ilé ayé nùu
Ńbo lo fẹ́ẹ́ mọ́ọ mú u lọ?
Elénìní bá túń pọ̀ ọ́
Ó bá e lé Ọ̀rúnmìlà lọ́wọ́
Òòsà náà wolẹ̀.............220
Gbogbo àwọn Ọ̀kànlénú Irúnmọlẹ̀ ti lọ
         tán
Òun náà kèjàsì
Ó ké sí Ọ̀rúnmìlà
Elénìní ba pọ òun náà sílẹ̀
Bẹ́ẹ̀ ni Elénìní ṣe pọ gbogbo àwọn
         Irúnmọlẹ̀ lé Ọ̀rúnmìlà lọ́wọ́
Ọ̀rúnmìlà ló jẹ́ kí Elénìní ó dá gbogboo
         wọn sílẹ̀

'Why must you take him away'?
'That is fine'
'For your sake, I would vomit him for you'
That was how he vomited out Sànpọ̀nná also.......200
In a quick dash, Sànpọ̀nná took to his heels
He ran away completely
He doesn't want to hear anything about the Detractor
         again
When Sàngó also noticed the escape of Sànpọ̀nná
'Òǵún also had gone', he thought quickly
'What is the next'?
He busted out singing also
Ó tẹ̀ nínú Ìlosùn ó ba búúbú lábẹ́ eéran cast divination
         for uncountable Deities   coming from
         heaven to the earth
Hin 210
Please rescue me from the captive of the Detractor
Ọ̀rúnmìlà, please rescue me from the captive of the
         Detractor
Ọ̀rúnmìlà, save me from the captive of the Detractor
         please
Ọ̀rúnmìlà, save me from the captive of the Detractor
         please
'Would that be Sango's voice that I am hearing'?
'That is true', the Detractor said
'He is also one of my compatriots in the ruling of the
         world'
'Where are you taking him'?
The Detractor vomited him
He handed him over to Ọ̀rúnmìlà
Òòsà also looked around...............220
Everybody was gone
All these people are out
He too busted into Ìjàsì
He called on Ọ̀rúnmìlà
The Detractor also vomited him
In this order, the Detractor vomited the Deities and
         handed all of them over to Ọ̀rúnmìlà

ÌRẸ̀TẸ̀ Ọ̀WỌ́NRÍN A

Tẹ́ni a dáfá yìí fún bá lọ́mọ tó tóó lọ́kọ;
Babaláwo ni kí wọ́n ó fọmọ ọ̀hún fún. Kí
ọmọ náà ó sì mọ́ọ sòwò epo. Ṣùgbọ́n bó
bá jẹ́ni tí ń du obìnrin ni, Ifá pé kó rúbọ;
ọmọ náà ó sì já mọ́ ọ lọ́wọ́.

Ajáágbọn nímú ọká
Àpànkoko Mọ̀tièlè
Diidikúùdì tíí jẹ́ka lọ́rùn Ẹfọ̀n
A díá fún Ọ̀rúnmìlà
Níjọ́ tí Ifá ń lọ rèé gbé Lépolátà níyàwó
Ọ̀rúnmìlà ló fẹ́ẹ fẹ́ Lépolátà
Ajáágbọn nímú ọká náà lóun ó fẹ
Àpànkoko Mọ̀tièlè níyàwó òun níí ṣe
Bẹ́ẹ náà ni Diidikúùdì tíí jẹka lọ́rùn Ẹfọ̀n
Òun náà kò jálẹ̀.........................10
Ó lóun lòun ó fẹ́ẹ Lépolátà
Ọ̀rúnmìlà làwọn tí ọ́n sì jẹ́ ara òun
Àwọn náà ni wọ́n ń bá òun du ìyàwó
Ọ̀rúnmìlà bá dẹwọ́ sẹ́yìn
Ó dákẹ́
Wọ́n ń báyéé lọ
Olóògùn sì ni Ajáágbọn nímú ọká
Àpànkoko Mọ̀tièlè náà
Òun náà lóògun kọjáa síso
Diidikúùdì tíí jẹ́ka lọ́rùn Ẹfọ̀n.........20
Olóògùn lòun náà
Ọ̀rúnmìlà ò sì mòògùn kankan
Ẹbọ lóún mọ
Òwò epo sì ni Ìyáa Lépolátà ń ṣe
Òwò epo ọ̀hún lọmọ náà ń ṣe
Wọ́n ó lọ̀ọ pọn omi lódò
Wọ́n ó mọ́ọ fi fọ epo
Ńgbà ó dijọ́ kan
Lépolátà bá lọ̀ọ pọnmi

ÌRẸ̀TẸ̀ Ọ̀WỌ́NRÍN A

If this person has a daughter that is ripe enough for
marriage, a Babaláwo should marry her, and the lady
should trade in palm oil. But if this is someone that is
interested in a lady for marriage, he should perform
sacrifice for him to secure her ahead of other suitors.

Ajáágbọn nímú ọká
Àpànkoko Mọ̀tièlè
Diidikúùdì tíí jẹ́ka lọ́rùn Ẹfọ̀n
Cast divination for Ọ̀rúnmìlà
On the day Ifá was going to marry Lépolátà as wife
It is Ọ̀rúnmìlà that was interested in marrying
     Lépolátà
Ajáágbọn nímú ọká was interested
Àpànkoko Mọ̀tièlè also was interested in the same girl
So did Diidikúùdì tíí jẹ́ka lọ́rùn Ẹfọ̀n
He too refused blatantly............................10
He was hell bent on marrying Lépolátà
'But these are my compatriots' Ọ̀rúnmìlà reflected
     sadly
'They are contesting this same lady with me'
Ọ̀rúnmìlà then soft-pedaled
He kept quiet
Life continued
Meanwhile Ajáágbọn nímú ọká was a magician
Àpànkoko Mọ̀tièlè
His witchcrafty had never been heard of
Diidikúùdì tíí jẹ́ka lọ́rùn Ẹfọ̀n 20
He was also a magician
Ọ̀rúnmìlà knows nothing called medicine or magic
He was resolute on the observation of sacrifices
But Lépolátà's mother deals in palm oil
So did Lépolátà herself
They would go and fetch water in the streams and
     lakes around the village
They would use it to wash the kernels to extract the
     oil
One fateful day
Lépolátà went to fetch water from a lake

Ọni wàkàwàká sì ń bẹ nínú odò........30
Ọni bá wá nara sá lókè odò
Ó sì ti hu ọpẹ léyìn
Lépolátà ò fura
Tée gun ọni léyìn
Nìbi ó ti fẹẹ tẹ kèngbè rì lódò
Ọni bá sí
Nígbà tí é e póun ó tùúwọ lára ọpẹ
Ọni ti dé ààrin omi
Lépolátà bá dì mọ́ ọpẹ
Bí ọni bá pé òun ó gbèé Lépolátà......40
Kò ri mú
Bó yánnu sẹgbẹẹ ọhún
Kò ri gbé
Ẹ̀yín ẹ̀ ni ọpẹ tí Lépolátà so mọ́ wà
Ó ju ìrù
Ọni sáá ń dààmú
Ó bá lọ́ọ́ gbé e dúó láàrin omi
Pé ńgbà ó bá yá
Yóó rẹ̀ ẹ́
Àwọn ìyáa Lépolátà wá ọmọ..........50
Wọn ò ri kó ti odò dé bọ̀rọ̀
Wọ́n bá wá a lọ ọ̀nà odò
Ńgbàa wọ́n dódò
Tí ọn wo ojú omi lọ́ọ́ọ́kán
Wọ́n bá ń ọmọ ló dúó
Tó gbá ọpẹ tí ń bẹ léyìn ọni wàkàwàkà
    mú
'Ọmọ àwọn nùu'!
Wọ́n bá ké ìbòòsí lọọ̀dọ Ajáágbọn nímú
    ọká

There happens to be a big crocodile that lives in the
    lake.....................................30
The crocodile on this particular day came to the
    surface to have fresh air
And it had grew a palm tree on its back
Lépolátà was unsuspecting
She climbed the back of the crocodile
In her attempt to submerge the gourd to fetch water
The crocodile swarm off in a swift movement
Before she could release her grip of the palm tree at
    the back of crocodile in an attempt to jump off
The crocodile had gotten to the middle of the lake
Lépolátà in the grip of life held the palm tree firmly
The crocodile struggled to catch Lépolátà as prey...40
It could not
It tried to shake the girl into the waters
It was not successful
The palm tree that the girl clutched to was at the back
    of the crocodile
It tried using the tail to beat the girl and submerge her
The girl climbed the palm tree and dodged all its
    stratagem
It then moved to the deepest part of the lake
In anticipation of her being worn out as a result of the
    troubles she had gone through
'She would soon become tired', the crocodile must
    have thought
The parents of Lépolátà were however worried
    because of her lateness......................50
She was not seen to come back from the stream
They organized a search party to comb the way
    leading to the stream
When they got to the lake
And upon looking at the water front
They saw the girl in the middle of the lake
She was clutching firmly the palm tree at the back of
    the crocodile
'That is our child'! They cried
They then sounded rescue alarm to the house of
    Ajáágbọn nímú ọká

yàwóo yín ń bẹ lójú odò
Ọni wàkàwàkà sì ti fẹ́ pa á...............60
Kín lóún kàn!
Ajáágbọn nímú ọká bá kó káábá
Ọ pè é, pè é
Ọni ò kúò lójú kan
À á tíí ṣe báyìí?
Ẹ ẹ̀ wa jẹ́ a lọọ̀dọ̀ Àpànkoko Mọ̀tièlẹ̀
Ẹ jẹ́ á lọ́ọ́ pè é wá
Òun náà dé
Ọ pè pèè pè
Ọ tiẹ̀ dàbí ìgbà tí Ọ̀ní tún ń gbé ọmọ lọ
    jìnnà si ni..............................70
Ìbogbo àgádágodo tóun náà kó wá
Ọtúbáńtẹ́ ni gbogbo ẹ̀ já sí
Diidikúùdì tíí jẹ́ka lọ́rùn Ẹfọ̀n ńtiẹ̀
Òun ti gbọ́ kí wọn ó tó lọ́ọ́ pè é
Ọ́ ti kó òògùn wá lórísíírísíí
Òun náà pè pèè pè
Ọni ò mira
Ọ na èwọ̀n
Ọni ò gbọ́........................79
Wọ́n sì ti ní kí Ọ̀rúnmìlà ó rú ajá méjì
Níjọ́ tí Ifá ti gbẹbọ ńtorí Obìnrin ọhún
Kó sì fi ọpọ̀lọpọ̀ epo pèsè
Àwọn Babaláwo jẹ ajá kan lérù
Wọ́n ní kó mọ́ọ sin ọkan
Ọrúnmìlà bá rúbọ
Ìgbà ọmọ ti dé àárin omi
Ẹ̀ṣù bá sáré lọ́ọ́ bá Ọ̀rúnmìlà
O dákẹ́ ni'?
Ọmọ tóo torí ẹ̀ rúbọ ń bẹ láàrin omi'...89
Gbogbo òògùn tí ọn ń ṣe ò níí ràn án'
Ọ ní mú èrankùn kan gbọ̀ọ̀rọ̀

'Your fiancee is in the middle of the lake'
'The magnanimous crocodile is about catching her for
    a prey'.........................60
'That is impossible' he said arrogantly
Ajáágbọn nímú ọká retrieved his black medicine
He chanted and chanted
The crocodile did not move an inch
The parents now paranoid asked 'What do we do'?
Let us call on Àpànkoko Mọ̀tièlẹ̀
Let us go and fetch for him
He too arrived
He chanted frightful incantations
It even seemed as if the crocodile was taking the girl
    farther away.........................70
All the medicinal padlocks which he brought along
It all proved ineffective
Diidikúùdì tíí jẹ́ka lọ́rùn Ẹfọ̀n on his own
He had heard before they sent for him
He arrived with medicines of different capacity
He also chanted and chanted
The crocodile did not change position
He spread his medicinal chains
The crocodile did not respond
But Ọ̀rúnmìlà had been warned to offer two dogs as
    sacrifice.........................80
On the day Ifá had accepted his sacrifices because of
    this same girl
He was asked to offer bottles of palm oil
The Babaláwos took one dog as free gifts for
    themselves
They asked him to keep one as a pet
Ọrúnmìlà then performed the sacrifice
Immediately the girl was taken to the mid-stream by
    the crocodile
Èṣù ran to Ọ̀rúnmìlà
'Why are you silent'? Èṣù said
'The lady for whose sake you offered sacrifice is in
    the middle of the lake'.........................89
'All their medicines and incantations would not work'
'But get a long rope with a noose at one end'

775

Ajáà rẹ tóo rú ńjọ́ kǐíní
Ó ní mú u rodò
Ọni ò níí rí ajá lójú
Èṣù ní kó ju ajá náà sínú omi
Ọrúnmìlà ò ṣe méjì
Ló bá ki ẹrankùn bọ ajá lọ́rùn
Ó dé odò
Bí ọ́n ti ri Ọrúnmìlà tó yọ
Ni ọ́n ń pé Ọrúnmìlà gbà wá...........100
Ọmọ ọjọ kǐíní tóo lọ́ọ́ fẹ́ẹ́
Ọmọ ọ̀hún ni Ọni wàkàwàkà lọ́ọ́ gbé dúó
      lójú omi
Àwọn Ajáágbọn ńmú ọká
Àwọn Àpànkoko Mọ̀tièlè
Àwọn Diidikúùdĩ́ tíí jẹ́ka lọ́rùn Ẹfọ̀n
Gbogbo wọn ni ọ́n ti ṣe é ti
Ọrúnmìlà dákun gbà wá
Ọrúnmìlà ní wọ́n ó mọ́ọ ̀ ̣sọ́ ńbẹ̀
Ọrúnmìlà bá fidĩ́ ti
Ló kèjàsì...........................110
Ó lẹ́ẹ̀kú o ò ọmọ Àgbọnnìrègún gbogbo
      Babaláwo
Wọ́n ní hin
Ajáágbọn nímú ọká; Àpànkoko Mọ̀tièlè
      Diidikúùdĩ́ tíí jẹ́ka lọ́rùn Ẹfọ̀n
Hin
Àwọn mẹ́tẹ̀ẹ̀ta lawo ilé Àgbọnnìrègún
Hín
Ifá kọ́ wọn ní dídá wọ́n mọ̀ọ́ dá, ó kọ́
      wọn ní títẹ̀ ilẹ̀ wọ́n mọ̀ọ́ tẹ̀, ó kọ́
      wọn ní ọ̀karara ẹbo, wọ́n mọ̀ọ́ ha
Hin
Ọrúnmìlà wá lóun ó gbèé Lépọlátà
      níyàwó
Hín.......................120
Ajáágbọn nímú ọká lóun lòun ó fẹ
Hin
Àpànkoko Mọ̀tièlé lóun lòun ó fẹ

'The dog you sacrificed the last time'
'Take it to the lake'
'Crocodiles don't see drowning dogs nearby without
      trying to make them a prey '
'Throw the dog into the water', Èṣù instructed
Ọrúnmìlà quickly dressed up
He ensnared the dog on the neck with the loop
On arriving at the side of the lake
The parents of the lady sighted Ọrúnmìlà
'Help us' they all cried.........................100
'Our daughter of the other day in whom you sounded
      interest'
'The same lady is in the middle of the stream at the
      back of the magnanimous crocodile'
'The Ajáágbọn ńmú ọká'
'The Àpànkoko Mọ̀tièlè'
'The Diidikúùdĩ́ tíí jẹ́ka lọ́rùn Ẹfọ̀n'
They had all tried unsuccessfully'
'Please help us Ọrúnmìlà'
'Lead me to the place' Ọrúnmìlà said with his dog
      clutched under his armpit
He rested his back on a formation
He busted into Ìjàsì song..........................110
I greet you all children of Àgbọnnìrègún; all
      Babaláwos
Hin
Ajáágbọn nímú ọká; Àpànkoko Mọ̀tièlè Diidikúùdĩ́
      tíí jẹ́ka lọ́rùn Ẹfọ̀n
Hin
The three of them are priests of Àgbọnnìrègún's
      household
Hin
Ifá taught them divination, they perfected it, taught
      them sacrificial doctrines which they also know
Hin
Ọrúnmìlà then said he wanted to take Lépọlátà as wife
Hin 120
Ajáágbọn nímú ọká said he is the one to marry her
Hin
Àpànkoko Mọ̀tièlè also said he is the one who would
      marry her

Hin
Diidikúùdí tíí jẹ́ka lọ́rùn ẹfọ̀n lóun lòun ó
    fẹ́
Hin
Ọni wàkàwàkà wáá lọ rèé gbé Lépolátà
    dúó lójú omi lókè réére
Hin
Ó ní gbé Lépolátà wá fún mi............129
Ọni wàkàwàkà gbé Lépolátà wá fún mi ò
Ọni wàkàwàkà gbé Lépolátà wá fún mi o
Ọni wàkàwàkà gbé Lépolátà wá fún mi
Ọrúnmìlà bá gbé ajá
Ló bá jù ú sínú omi
Ọní bá rí ajá lọ́ọ̀ọ́kán tí ń ṣe tàló tàló
Ọní bá ń bọ̀ fàààà
Ní bá ń bọ̀
Yóó gbèé ajá
Bí tí ń ku díẹ̀ kí Ọní ó dé ọdọ̀ ajá
Ọrúnmìlà bá ń fa okùn................140
Ọrúnmìlà ń fa okùn ajáá mọ́dọ̀
Ọní ń pé òún ó gbe
Ọrúnmìlà ń fã á
Bèbè tó dé kóun ó gbé ajá
Lépolátà bá bẹ́ẹ̀ lẹ̀
Ló so mọ́ Ọrúnmìlà lọ́rùn
Ó ló gbé Lépolátà wá fún mi i i
Ọni wàkàwàkà gbé Lépolátà wá fún mi
Ọni wàkàwàkà gbé Lépolátà wá fún mi
Ọni wàkàwàkà gbé Lépolátà wá fún
    mi....................150

Hin
Diidikúùdí tíí jẹ́ka lọ́rùn ẹfọ̀n too said he is the one to
    marry her
Hin
The magnanimous croc. dile then took Lépolátà to the
    middle of the ' ke
Hin
Bring Lépolátà for me, he cried
The magnanimous crocodile, please bring Lépolátà
    for me..................130
The magnanimous crocodile, I command you to bring
    Lépolátà for me
The magnanimous crocodile, please bring Lépolátà
    for me
Ọrúnmìlà carried the dog aloft
And threw it into the lake far off
The crocodile also saw the dog from afar gasping for
    breath
In a great swim
The crocodile started swimming towards the it
He wanted to catch the dog for a prey
As soon as it remained some few meters to catch the
    it
Ọrúnmìlà would pull the rope...........140
Ọrúnmìlà was pulling the ensnared dog towards
    himself
The crocodile was in hot pursuit
Ọrúnmìlà was drawing the rope to himself
As soon as she got to the bank to catch the dog
Lépolátà jumped off
And clutched to Ọrúnmìlà
She has brought Lépolátà for me
The Magnanimous has brought Lépolátà for me
The Magnanimous has brought Lépolátà for me
The Magnanimous has brought Lépolátà for me...150

ÌRẸTẸ̀ Ọ̀WỌ́NRÍN B

Kíwọ ó sàpò duuru sémi
Kémi ó sàpò duuru sí ọ
A díá fún Ọ̀rúnmìlà
Níjọ́ tí ń sawoó ròde Ọ̀tà
Nìbi ogun Ẹlẹyẹ́ gbé ń dí wọn mọ́lé pin
    piin pin
Ọ̀rúnmìlà ní ń loòde Ọ̀tà
Wọ́n níwọ Ọ̀rúnmìlà kín lọọ́ ń lọọ́ ṣe lóde
    Ọ̀tà?
Ó lóun ń sawoó lọ ibẹ̀ ni
Wọ́n ní kó rú ẹyẹlé
Ọ̀rúnmìlà rú ẹyẹlé mẹ́rin...............10
Àwọn Babaláwo jẹ méjì lérù
Wọ́n ní kó da méjì sínú àpò
Ẹgbẹ̀rin ẹgbẹ̀rin ni ọn sĩí mọ́ọ rúbọ
    ńjọ́hun
Ọ̀rúnmìlà tún rú ẹgbẹ̀rin ọkẹ́
Ọ́ rúbọ fún Èṣù tán
Ó bá kọrí sí òde Ọ̀tà
Pápákuru
Ẹyẹ òde Ọ̀tà ni
Pàpàkuru
Ẹyẹ òde Ọ̀ta níí ṣe...............20
Papakúùrú
Ẹyẹ òde Ọ̀tà lòun náà
Ẹyẹlé Ọ̀rúnmìlà sĩ ń bẹ nínú àpò ẹ
Ẹní ó bá sĩ sawo dé òde Ọ̀tà
Ogun ni àwọn Ẹlẹyẹ ẹ gbé ti olúwa ẹ
BỌ́rùnmìlà ti dé òde Ọ̀tà
Pápákuru jókòó
Pàpàkuru jókòó
Papakúùrú náà jókòó
Wọ́n wáá dan Ọ̀rúnmìlà...............30

ÌRẸTẸ̀ Ọ̀WỌ́NRÍN B

Let you extend in exposure to me, the contents of
    your pockets
And let me also expose my own pockets to you
Cast divination for Ọ̀rúnmìlà
On the day he was venturing priesthood in the city of
    Ọ̀tà
The place where the warfare of witches hold them
    firmly in captivity
It is Ọ̀rúnmìlà that was traveling to the city of Ọ̀tà
'What are you going to do in the city of Ọ̀tà'? They
    asked him
'I am venturing priesthood there' Ọ̀rúnmìlà answered
They told him to sacrifice pigeons
Ọ̀rúnmìlà offered four pigeons...............10
The Babaláwos took two as gifts of Ifá
They told him to hide the other two in his bag
They do offer sacrifices in multiples of hundreds in
    the olden days
Ọ̀rúnmìlà offered eight hundred units of money
He offered sacrifices to Èṣù
And left for the city of Ọ̀tà
But Pápákuru
Was a witch of the city of Ọ̀tà
Pàpàkuru
Was also a witch of the city of Ọ̀tà...............20
Papakúùrú
Was also a witch of the city of Ọ̀tà
The pigeons Ọ̀rúnmìlà was asked to sacrifice was in
    his bag
And whoever comes to Ọ̀tà to practice his priesthood
The Witches would contest him in warfare
Immediately Ọ̀rúnmìlà arrived the city of Ọ̀tà
Pápákuru sat down
Pàpàkuru also sat down
So does Papakúùrú
They were there to test Ọ̀rúnmìlà...............30

Ẹyẹlé Ọrúnmìlà bá fọhùn láti inú àpò	The pigeons incidentally crowed from inside the bag
'Òún ó pa Pápákuru'	'I will kill Pápákuru'
'Òun ó pa Pàpàkuru'	'I will kill Pàpàkuru'
'Òun ó pa Papapapakúùrú'	'I will kill Papapapakúùrú' the pigeons repeatedly
Wọ́n ńìwọ Ọrúnmìlà	crowed from inside the bag
Kín ní ń dún ńnú àpòò rẹ?	'You Ọrúnmìlà'
Ọrúnmìlà bá wọ́ àpò ẹ̀ mọ́ra	'What is inside your bag sounding as such'?
Ń ṣe bí ìgbà ó jẹ́ pé àwọn ará ọ̀run ní ń bẹ	Ọrúnmìlà clutched his bag
nínú àpò	Pretending as if it were spirits that were inside the bag
Ó ní ẹ dáákun o	'I beg you'
'Mó tíì jà o'........................40	'Please don't wage any war now'.............40
'Jẹ́ Pápákuru ó ṣe tọwọ́ ẹ̀ ná'	'Let Pápákuru parade her strength'
'Mó tíì jà o'	'Don't wage any war now'
'Jẹ́ Pàpàkuru ó ṣe tiẹ̀ ná o'	'Let Pàpàkuru display her prowess'
'Jẹ́ Papakúùrú náá ó ṣe tiẹ̀ o'	'Let Papakúùrú display her potency'
'Mó tíì jà o'	'Don't wage any war yet'
Ọrúnmìlà tún gbé àpò ẹ̀ mọ́ra	Ọrúnmìlà clutched his bag firmly again
Ńgbà ó tún ṣe sàà	After a brief period of time
Ẹyẹlé tún ké	The pigeons sounded again
'Òún ó pa Pápákuru'	'I will kill Pápákuru'
'Òun ó pa Pàpàkuru'....................50	'I will kill Pàpàkuru...................50
N lẹyẹlé ń wí tée dòní	That is what pigeons say till date
Òún ó pa Papakúùrú	I will kill Papakúùrú
Ńgbà ó dẹ̀ẹ̀kẹta	On the third instance
Tẹ́yẹlé ń ké	That the pigeons would crow the same thing
Àwọn bá pé Ọrúnmìlà	They called Ọrúnmìlà
'Dákun, àwọn ò bá ọ jà'	'Please! We are not here to fight with you'
'Gbogbo ihun tó báá fẹ́ẹ́ ṣe'	'All the things you want to do'
'Mọ́ọ ṣe é'	'Go on'
'Àwọn ò níí dí ọ lọ́wọ́'	'You will not be challenged'
Ọrúnmìlà ní kíwọ ó sàpò duuru sí mi...60	Ọrúnmìlà said 'Let you extend in exposure to me, the
Kémi ó sàpò duuru sí ọ	contents of your pockets'.............60
A díá fún Ọrúnmìlà	And let me also expose my own pockets to you
Níjọ́ ûfã ń sawoó ròde Ọtà	Cast divination for Ọrúnmìlà
Nibi ogun ẹlẹyẹ́ gbé ń dí wọn mọ́lé pin	On the day he was venturing priesthood in the city of
piin pin	Ọtà
	The city where the warfare of witches hold them
	firmly in captivity

Wón ní baba ó rúbọ kó tóó lọ
Òrúnmìlà gbẹ́bọ ńbẹ̀
Ó rúbọ sílẹ̀ kó tóó lọ
Ẹ jẹ́ á sinmi ò
Ẹ jẹ́ á sinmi
Gbogbo wa la mọ̀ jọ lẹ́yẹ̀ lápò...........70
Ẹ jẹ́ á sinmi

They had asked Baba to offer sacrifice before leaving
Òrúnmìlà heard about the sacrifice
He offered it before leaving
Let us rest
Please let us rest
All of us have our birds in our pockets.............70
Let us rest

ÌRẸTẸ̀ ỌBÀRÀ A

Ifá pé ká rúbọ torí àwọn ayé ó mọ́ọ rọ ìròkurò lé eléyìun lórí. Rere ni burúkú tí ọn ń rò sí i ó jàá sí. Wọ́n ó mọ́ọ pé kò níí dé bó bá lọ sírìn àjò. Ifá pé yóó mọ́ọ lọ, yóó sì mọ́ọ bọ̀.

Ká tẹ̀ ẹ́ bàrà bàrà
Ká mú ojú kúò ńbẹ̀
A díá fún Àwòdì òkè
Níjọ́ tí ń lọ rèé re ìyẹ́
Àwòdì ló lo aṣọ kan lò ó, lò ó
Ńgbà ó fẹ́ paṣọ dà
Wọn ò bá rí Àwòdì òkè mọ́
Wọ́n ní Àwòdì mọ̀ ti sán lọ ọ̀!
Wọn ò mọ̀ pé kò sán lọ
Wọn ò mọ̀ pé ẹyẹ́ lọ́ọ́ pa ìyẹ́ dà ni......10
Ńgbà Àwòdì dé ọhún
Ó rẹ gbogbo ìyẹ́ẹ tẹ̀sín
Ó re gbogbo ẹ̀ dàálẹ̀
Ó bá mú ìyẹ́ tuntun dé
Àwòdì òké padà dé ilé
N ní wá ń jó ní wá ń yọ̀
Ní ń yin àwọn Babaláwo
Àwọn Babaláwo ń yin Ifá
Ó ní bẹ́ẹ̀ làwọn Babaláwo tòún wí
Ká tẹ̀ ẹ́ bàrà bàrà 20
Ká mú ojú kúò ńbẹ̀
A díá fún Àwòdì òkè
Níjọ́ tí ń lọ rèé re ìyẹ́
Ẹbọ n wọ́n ní ó ṣe
Ó gbẹ́bọ ńbẹ̀
Ó rúbọ
Àwòdì òkè rèé rèyẹ́
Wọ́n lẹyẹ okó ṣí lọ ni
Ẹyẹ oko ò mọ̀mọ̀ sí lọ mọ́ ò
Ẹyẹ ń padàá bọ̀ wá inú ilé............30

ÌRẸTẸ̀ ỌBÀRÀ A

Ifá asks this person to perform sacrifice. People would contrive bad plans on him. He should not worry because his fortune is coming. The bad wishes they wished him would result in fortune. They would wish he would not return from a journey. But he would be going and returning well.

Ká tẹ̀ ẹ́ bàrà bàrà
Ká mú ojú kúò ńbẹ̀
Cast divination for the Hawk
On the day he was going to molt his feathers
It is the Hawk that had used and used his cloth
He thereafter went to change it
They then noticed his absence
'He is missing without any trace' they said
They never knew he was not lost
They never knew he had only gone to molt.............10
When the Hawk arrived at the molting spot
He removed the feathers of the past year
He threw them all to the ground
He then took new feathers
Upon his return home
He started to dance and rejoice
He was praising his Babaláwos
His Babaláwos were praising Ifá
He said it was exactly as his Babaláwos had said
Ká tẹ̀ ẹ́ bàrà bàrà 20
Ká mú ojú kúò ńbẹ̀
Cast divination for the Hawk
On the day he was going to molt his feathers
He was asked to perform sacrifice
He heard about the sacrifice
And performed it
The hawk had actually gone to remove his feathers
They thought he had gotten lost without trace
The farm bird is not missing
He will return to his house...................30

ÌRẸTẸ̀ ỌBÀRÀ B

Ifá pé nǹkan eléyìun ó dùn; ìgò oyin kan lẹbọ ẹ̀, igba ọkẹ̀ lẹbọ. Nǹkan ẹ̀ ò níí bàjẹ́.

Àdùnmọ́ọ̀ mí dé ò oloro oloro
A díá fún Ọrúnmìlà
Níjọ́ tí Ifá ó mọ́ọ ṣehun tó dùn kárí ayé
Ọrọ̀ òún le mọ́ọ dùn báyìí?
Wọ́n lọ́rọ̀ọ rẹ̀ ó dùn
Ó bá ké sí àwọn Àdùnmọ́ oloro
Wọ́n bá ṣe Ifá fún Ọrúnmìlà
Wọ́n rúbọ fún un lọ́tùún lósì
Ọrọ̀ Ọrúnmìlà bá ń dùn
Ijó ní ń jó.................................10
Ayọ̀ ní ń yọ̀
Ní ń yin àwọn Babaláwo
Àwọn Babaláwo ń yin Ifá
Ó ní bẹ́ẹ̀ làwọn Babaláwo tòún wí
Àdùnmọ́ọ̀ mí dé ò oloro oloro
A díá fún Ọrúnmìlà
Níjọ́ tí Ifá ó mọ́ọ ṣehun tó dùn kárí ayé
Àdùnmọ́ mọ̀mọ̀ dé ò
Oloro
Ọrúnmìlà dákun jọrọ̀ mí ó dùn..........20
Àdùnmọ́ dé ò
Oloro

ÌRẸTẸ̀ ỌBÀRÀ B

Ifá says the things of this person would be sweetened. A full bottle of honey is the sacrifice with two hundred money units. His things wouldn't get spoilt.

Àdùnmọ́ọ̀ mí dé ò Oloro Oloro
Casts divination for Ọrúnmìlà
On the day Ifá started doing things that are
    sweetening round the world
'Would my things be sweetened'? He asked
They said his things would be sweet
He then called on the priests Àdùnmọ́ Oloro
They prepared an Ifá portion for Ọrúnmìlà
They offered his sacrifice to all and sundries
    concerned
His things became sweetened
He was dancing..............................10
He was rejoicing
He was praising his Babaláwo
His Babaláwo was praising Ifá
He said it was exactly as his Babaláwo had said
Àdùnmọ́ọ̀ mí dé ò Oloro Oloro
Cast divination for Ọrúnmìlà
Ifá has started doing things that are sweetening round
    the world
My desire is really here
Oloro
Ọrúnmìlà please let my things be sweetened.........20
My desire is here
Oloro

ÌRÈTÈ ÒKÀNRÀN A

Ifá pé àṣegbé ni gbogbo nǹkan tí eléyìun bá ṣe. Yóó móọ ṣẹ́gun; ṣùgbọ́n kó rúbọ o.

Kẹẹrẹ kẹ̀ẹ̀rẹ́ kẹẹrẹ
A díá fún Òrúnmìlà
Níjó̩ tí ń lọ rèé gba obìnrin Àgbẹ̀ lágbàgbé
Òun le lóbìnrin báyìí?
Wọ́n ní yóó lóbìnrin
Wọ́n ní ó rúbọ
Ńgbà tí ó rí
Obìnrin Àgbẹ̀ ló rí
Òrúnmìlà bá gbà á
Àgbẹ̀ sì gbin ilá.............10
Yóó sì móọ kórè oko è̩
Ìlasa ni
Ikàn ni
Ṣùgbọ́n ojó̩ ọrún ilá
Kò jẹ́ kí Àgbẹ̀ ó yà sí ọ̀rọ̀ mọ́
Ńjọ́ tó bá póun ó lọ ibi ọ̀rọ̀
Níjọ́ náà lọjọ́ tí ó kàá ilá ó pèé
Níjó̩ mĩ̀ĩ̀n ọjọ tí ó ta ìlasa
Tàbí ọjọ́ tí ó lòọ̀ ta ikàn
Kóun ó tó wa iṣu.............20
Kóun ó tó bẹ èlùbọ́
Àgbẹ̀ bá jókòó ka abà
Ó ní kóbinrin ó móọ̩ lọ jàre
Ifá pé nǹkankan ń bẹ téléyìun ń ṣe
Àṣegbé ní ó ṣe é
Òrúnmìlà bá gba obìnrin Àgbẹ̀ gbé
N ní wá ń jó n ní ń yọ̀
Ní ń yin àwọn Babaláwo
Àwọn Babaláwo ń yin Ifá

ÌRÈTÈ ÒKÀNRÀN A

Ifá says this person would get away with all his acts. He would win but should offer sacrifice.

Kẹẹrẹ kẹ̀ẹ̀rẹ́ kẹẹrẹ
Casts divination for Òrúnmìlà
On the day he was going to snatch the farmer's wife completely and without consequence
'Would I have a wife' Òrúnmìlà asked
They told him he would have a wife
He was asked to perform sacrifice
But when he saw a suitor
He saw the one betrothed to the farmer
Òrúnmìlà approached and got her
But the farmer cultivated okra.............10
It was about the harvest time
There were the okra leaves due for harvest
Garden eggs were also ripe for harvest
But the five day interval for the harvest of okra however
Had made it impossible for the farmer to pay attention to his girlfriend's case
On the day he sets aside to revisit the case
It would fall on the day of harvesting okra
On another instance it would fall on the day to sell the leaves
Or the day he would sell his garden eggs
'Before I would harvest my yam'.............20
'Probably convert them to yam flour' he thought
The farmer stayed at the farm settlement
'Let her go'
Ifá says there is a particular thing being done presently by this person
He would be exonerated of all blames
Òrúnmìlà snatched the woman of the farmer completely
He then started to dance and rejoice
He was praising his Babaláwo
His Babaláwo was praising Ifá

Ó ní bẹ́ẹ̀ làwọn Babaláwo tòún wí......30
Kẹẹrẹ kẹ̀ẹ̀rẹ́ kẹẹrẹ
A díá fún Ọ̀rúnmìlà
Níjọ́ tí ń lọ rèé gba Obìnrin àgbẹ̀ lágbà
    gbé
Kẹẹrẹ kẹ̀ẹ̀rẹ́ kẹẹrẹ
Òní lọjọ́ iláà mí pé
Kẹẹrẹ kẹ̀ẹ̀rẹ́ kẹẹrẹ
Àgbẹ̀ ò rójú sọ̀gbọ̀ Obìnrin ẹ̀ mọ́
Kẹẹrẹ kẹ̀ẹ̀rẹ́ kẹẹrẹ
Ọla lọjọ́ ìlasaà mi
Kẹẹrẹ kẹ̀ẹ̀rẹ́ kẹẹrẹ......................40
Àgbẹ̀ ò rójú sọ̀gbọ̀ Obìnrin ẹ̀ mọ́
Kẹẹrẹ kẹ̀ẹ̀rẹ́ kẹẹrẹ
Lọ́tùúnla ń o lọ rèé ká ikàn
Kẹẹrẹ kẹ̀ẹ̀rẹ́ kẹẹrẹ
Àgbẹ̀ ò rójú sọ̀gbọ̀ Obìnrin ẹ̀ mọ́
Kẹẹrẹ kẹ̀ẹ̀rẹ́ kẹẹrẹ

He said it was as his Babaláwo said................30
Kẹẹrẹ kẹ̀ẹ̀rẹ́ kẹẹrẹ
Casts divination for Ọ̀rúnmìlà
On the day he was going to snatch the farmer's wife
    completely and without consequence
Kẹẹrẹ kẹ̀ẹ̀rẹ́ kẹẹrẹ
Today is the day of harvesting my okra
Kẹẹrẹ kẹ̀ẹ̀rẹ́ kẹẹrẹ
The farmer does not have time to make case for his
    wife again
Kẹẹrẹ kẹ̀ẹ̀rẹ́ kẹẹrẹ
Tomorrow is the day of harvesting my okra leaves
Kẹẹrẹ kẹ̀ẹ̀rẹ́ kẹẹrẹ...........................40
The farmer does not have time to make case for his
    wife again
Kẹẹrẹ kẹ̀ẹ̀rẹ́ kẹẹrẹ
Next tomorrow, I would go and harvest garden eggs
Kẹẹrẹ kẹ̀ẹ̀rẹ́ kẹẹrẹ
The farmer does not have time to make case for his
    wife again
Kẹẹrẹ kẹ̀ẹ̀rẹ́ kẹẹrẹ

ÌRẸTẸ̀ ̀ỌKÀNRÀN B

Ifá pé òun pé ire Obìnrin fún eléyìun. Kó mọ́ hùwà tí ò dáa sí Obìnrin ọ̀hún, kí Obìnrin náà ó sì mọ́ hùwà tí ò dáa sí Ọkọ ẹ̀. Ilé ẹ̀bá odò nIfá rí fún wọn lórí ilẹ̀ pupa ni wọ́n kọ́ọ̀ ilé náà sí.

ÌRẸTẸ̀ ̀ỌKÀNRÀN B

Ifá wishes this person the good fortune of women. Ifá asks him not to be of bad behavior to his wife and conversely the wife must not be nasty also. They would build a house very close to a rive on a loamy soil.

Kìjan báyìí
Òtòlò báyìí
Òtòlò òun Kìjan wọn ò jọgbọ̀n ẹsẹ̀ lọ
  síraa wọn
A díá fún Àgbọngbọ̀n
Èyí tíí sọkọ Láńrete
Wọ́n ní ó rúbọ
Ńgbà tí Àgbọngbọ̀n ó fẹ́ẹ́
Láńrete ló fẹ́ ńyàwó
Wọ́n bá rúbọ tán
Láńrete bá bẹ̀rẹ̀ síí bímọ..................10
Ayé yẹ Láńrete àti ọkọ ẹ̀
Inú ẹ̀ dùn
N ní wá ń jó ní wá ń yọ̀
Ní ń yin àwọn Babaláwo
Àwọn Babaláwo ń yin Ifá
Ó ní bẹ́ẹ̀ làwọn Babaláwo tòún wí
Kìjan báyìí
Òtòlò báyìí
Òtòlò òun Kìjan wọn ò jọgbọ̀n ẹsẹ̀ lọ
  síraa wọn
A díá fún Àgbọngbọ̀n..........20
Èyí tíí sọkọ Láńrete
Àwá mọ̀mọ̀ yún o
Àwá mọ̀mọ̀ bọ̀
Ilé Ọláńrete làá ń bèèrè o

Kìjan defined this way .
Òtòlò defined this way
Òtòlò and Kìjan are no more than thirty feet from
  each other
Cast divination for Àgbọngbọ̀n
The husband of Láńrete
He was asked to perform sacrifice
But when he got a suitor
He married Láńrete
And since they had observed the sacrifice in full
Láńrete started having babies................10
Life pleased Láńrete and her husband
She was very happy
He then started to dance and rejoice
He was praising his Babaláwos
His Babaláwos were praising Ifá
He said it was exactly as his Babaláwos had said
Kìjan defined this way
Òtòlò defined this way
Òtòlò and Kìjan are no more than thirty feet from
  each other
Cast divination for Àgbọngbọ̀n.......................20
Àgbọngbọ̀n the husband of Láńrete
We really do travel off
But we return safely
It is the house of Láńrete that we are looking for

785

ÌRẸTẸ̀ ÒGÚNDÁ A

Ifá pé kí eléyìun ó fi ọpọ̀lọpọ̀ àgbàdo àti
ẹyẹlé rúbọ. Kó mọ́ọ fọ́n àgbàdo ọhún fún
àwọn ẹran àti adábà. Bí eléyìun bá ń bẹ
nírìn àjò, kó fara balẹ̀ kó lè baà kóre wọlé
lọ́dún mẹ́ta. Ṣùgbón tí bá ń fi ìgbà
gbogboó wálé, wọn ò níí jọ́wó ó dúó
lọ́wọ́ọ rẹ̀.

Òkè ìhín ni ò jẹ́ á rókè ọhún
Òkè ọhún náà ni ò rókè ìhín
A díá fún wọn nÍrẹ̀tẹ̀ a pẹ́ lóko
Ẹkún ajé ni wọ́n ń sun
Wọ́n ní kí wọn ó rúbọ
Kí wọ́n ó lè baà lájé lọ́wọ́
Àwọn lè lájé lọ́wọ́ báylí?
Wọ́n kọ hà!
Joojúmọ́ lẹẹ̀ ń lọ ilé ni?
Ẹni tí ó baà lájé lọ́wọ́ lóko ò níí lọ ilé
    ńjoojúmọ́...........................10
Yóó fara mọ́ àwọn nǹkan ẹ̀
Wọ́n ní kó sì mọ́ọ gbin àgbàdo
Ní bá ń gbin àgbàdo
Ní ń tajà
Ńgbà ó dọdún kẹta
Tòun towó ló wálé
Wọ́n ní háà
Wọ́n ní ẹ ẹ̀ rí àwọn aráa Ìrẹtẹ̀ a pẹ́ lóko?
Ẹ ẹ̀ ri bí ọn tí ń gbọ́nwó bí ẹní ń gbọ́n
    yangan?
Ayé yẹ wọ́n.....................20
N ni wọ́n wá ń jó ni wọ́n ń yọ̀
Wọ́n ń yin àwọn Babaláwo
Àwọn Babaláwo ń yin Ifá
Wọ́n ní bẹ́ẹ̀ làwọn Babaláwo tàwọn wí
Òkè ìhín ni ò jẹ́ á rókè ọhún
Òké ọhún náà ni ò rókè ìhín

ÌRẸTẸ̀ ÒGÚNDÁ A

Ifá asks this person to sacrifice pigeons and maize.
He should spray the maize for animals and birds to eat.
If he is living somewhere outside his place of birth, he
is advised to stay put abroad such that he would have
fortunes to take home in three years time.

It is the hill here that prevents us from seeing the hill
        over there
And it is the hill over there that prevents them from
        seeing the hill here
Cast divination for them in Ìrẹtẹ̀ a pẹ́ lóko
They were crying because of wealth
They were asked to perform sacrifice
Such that they would have wealth handy
'Would we have wealth'? they had asked
The priests exclaimed in surprise upon divination
'Why do you go home all days'
'The person that would have wealth handy would not
        travel home everyday'.................10
'He would tarry with his things' the priests said
They were advised to cultivate maize
They started planting maize
And upon selling the harvested cobs
At the end of the third year
They arrived home with a lot of money
And the people became surprised and exclaimed
'Can you all see the people of Ìrẹtẹ̀ a pẹ́ lóko'
'Can you see them scooping money as if scooping
        maize'?
Life pleased them.................20
They then were dancing and rejoicing
They were praising their Babaláwos
And their Babaláwos were praising Ifá
They said it was exactly as their Babaláwos had said
It is the hill here that prevents us from seeing the hill
        over there
And it is the hill over there that prevents them from
        seeing the hill here

A díá fún wọn nÌrẹtẹ̀ a pẹ́ lóko
Ẹbọ ajé ni wọn ní kí wọn ó ṣe
Wọ́n gbẹ́bọ ńbẹ̀
Wọ́n rúbọ...............................30
Ẹ̀yin ò ri bí o
Òkè ìhín
N ni ò rókè ọ̀hún o
Òkè ọ̀hún o
Kò mọ̀ rókè ìhín o
Ará Ìrẹtẹ̀ a pẹ́ lóko ni wọ́n ń gbọ́nwo bí
    ẹní ń gbọ́n yangan!

Cast divination for them in Ìrẹtẹ̀ a pẹ́ lóko
It was the sacrifice of wealth they asked them to
    perform
They heard about the sacrifice
And performed it.................................30
Can you see as a matter of fact?
The hill here
Could not see the hill there
The hill over there
Could not see the hill here
The people of Ìrẹtẹ̀ a pẹ́ lóko till date are scooping
    money as if scooping maize!

ÌRẸTẸ̀ ÒGÚNDÁ B

Ifá pé kí eléyìun ó bèèrè ibi tí òun ó ti fi
aṣọ Obìnrin ẹ̀ tó lu ṣe ìrúbọ fún àwọn ayé.

Gúnnugún mee bóo lóò lábẹ?
Taa ló fá ọ lórí tée mọ́ tangbá tangbá
Ọ̀pẹ̀ẹ̀rẹ́ e è é sAláwòròṣù
Taa ló dá ọ lósù tóo gùn gogoro, gùn
       gogoro?
Àlúkùnrin e è é sọmọ Aládíí
Kín lọ̀ ñ dán lẹ́sẹ̀ ẹ̀yìn méjèèjì gbinrin
       gbìnrìn gbinrin bí ọmọ aládíí sí?
A díá fún Kútánlé ọmọ Ògún
A díá fún Òléñgbà ọmọ Ìja
A díá fún fún Tẹ̀tẹ̀rẹ̀gún tíí sọmọ
       Ọ̀rúnmìlà
Gbálẹ̀ sì ni ìyá àwọn mẹ́tẹ̀ẹ̀ta............10
Òun ló bí Kútánnlé fún Ògún
Ló bí Òléñgbà fún Ìja
Òun náà ló bí Tẹ̀tẹ̀rẹ̀gún fún Ọ̀rúnmìlà
Àwọn mẹ́tẹ̀ẹ̀ta bá para pọ̀, wọ́n lọ́dẹ
       làwọn ó ṣe
Àwọn mẹ́tẹ̀ẹ̀ta bá lọ̀ọ́ bá Ọ̀rúnmìlà
Kó ṣe Ifá fún àwọn
Káwọn ó tóó mọ́ọ looko ọdẹ
Ọ̀rúnmìlà ní kí wọ́n ó rúbọ
Ñtorí pé wọ́n ó pa Àgbọ̀nyín gàgàlà ọmọ
       Olúugbó
Bí ọn ti dé igbó.............................20
Wọ́n bá rí Àgbọ̀nyín gàgàlà lóòótọ́
Wọ́n bá pa á
Ẹnikan ñnú àwọn mẹ́tẹ̀ẹ̀ta sì fi aṣọ
       Obìnrin ẹ̀ pa kájà
Wọ́n bá fi aṣọ ọ̀hún di Àgbọ̀nyín gàgàlà
Ṣùgbọ́n Èṣù
Ọ̀rúnmìlà

ÌRẸTẸ̀ ÒGÚNDÁ B

Ifá says a wrapper belonging to the wife of this person
has a big hole in the middle. Ifá asks him to inquire
where it would be accepted as sacrifice and should be
offered immediately.

Gúnnugún, I thought you said you have no blade?
Who shaved your head this clean?
Ọ̀pẹ̀ẹ̀rẹ́, you are not an Aláwòròṣù
Who initiated you that made you display you power
       excessively?
Àlúkùnrin, you are not a child of Aládíí
Why are the calves of your legs shining like the one
       of the child of Aládíí?
Cast divination for Kútánlé the child of Ògún
Cast divination for Òléñgbà the child of Ìja
Also cast divination for Tẹ̀tẹ̀rẹ̀gún the child of
       Ọ̀rúnmìlà
The mother of the three of them is called Gbálẹ̀ 10
She is the one that gave birth to Kútánlé, a child of
       Ògún
She had Òléñgbà for Ìja
And Tẹ̀tẹ̀rẹ̀gún for Ọ̀rúnmìlà
The three of them resolved to be joint hunters
They consulted Ọ̀rúnmìlà
To prepare an Ifá portion for them
Before they would embark on their hunting escapade
Ọ̀rúnmìlà asked them to offer sacrifice
Because they would kill Àgbọ̀nyín gàgàlà the child of
       Olúugbó
As soon as they entered the bush.........20
They saw the big antelope truly
They killed it
But one of them knotted across his shoulder, the
       wrapper of his wife
They resolved to use the cloth to pack the antelope
Meanwhile Èṣù
Ọ̀rúnmìlà

Àwọn Ìyàmi
Àwọ́n mọ́ọ ṣe ìpàdé lórita lórìi bílé ayé ó
    ṣe rí
Bí ilé ayé ó ṣe dáa làwọ́n rí ṣe ìpàdé lọ́wọ́
    lóru
Bó ti kù díẹ̀ kí àwọn ọdẹ ó dé oríta…..30
Wọ́n ba rò ó pé báwọn ò bá dọ́gbọ́n sí
    ọ̀rọ̀ ara àwọn
Àwọn kinrí tíí mọ́ọ ṣe ìpàdé lóru lóru yìí
Wọ́n ó bàá àwọn jẹ rínú ẹran yìí
Wọ́n bá kígbe
'Wọ́n ní 'Ọ̀rọ̀ ń bọ̀'!
'Ọ̀rọ̀ ń bọ̀'!
'Ò rí mọlẹ̀ dojú dé'
Ẹ̀rú ba Ọ̀rúnmìlà, Èṣù àti àwọn Ìyàmi
Gbogbo wọ́n bá họ
Wọ́n fẹsẹ̀ fẹ́ ẹ…....................….40
Wọ́n ní àwọn ará ọ̀run ní ń bọ̀ un
Ńgbà tí ọ́n sáré tó rẹ̀ wọ́n
Èṣù ní 'ẹ jẹ́ á fura o'
Àwọn tí ń kígbe yìí è é ṣe tará ọ̀run
Èṣù bá lọ́ọ gọ lẹ́sẹ̀ ọ̀nà
Ní bá ń rọraá wò wọ́n
Aṣọ Obìnrin tí ọ́n sì fi ru àgbọ̀nyín ti lu
Ńbi ó ti lu ni tete ìgalà ti yọ
Èṣù bá rí tete ìgalà
Èṣù bá pe Ọ̀rúnmìlà…............…..…50
Ó ní ẹ wá o
Ọ̀rọ̀ tóo sọ fún àwọn ọmọdé tí ọ́n lọ ìgbẹ́
Tọ́ọ sọ pé wọ́n ó mẹran bọ̀ wálé láti ìgbẹ́
Ni ọ́n mẹran bọ̀
Ni wọn ò fẹ́ẹ́ bun àwọn jẹ
Ni wọ́n ń pé ọ̀rọ̀ ń bọ̀ sí!
Wọ́n ló dáa
Ẹ jẹ́ wọ́n ó mọ́ọ lọ
Bí àwọn mẹ́tẹ̀ẹ̀ta bá jẹran ọ̀hún
Bí wọn ò bá pèsè fún àwọn ríbẹ̀…….....60

The witches
They all do have their meetings regularly at the
    crossroads on matters concerning the world
They were converging on how to better the condition
    of the world that same night
When the hunters were about getting to the
    crossroads………………………………..…30
They reasoned to devise a plan on their meat
'These nocturnal meeting holders'
'They would demand for a share of the meat' they
    thought
One of them shouted
'A heavenly spirit called Ọ̀rọ̀ is passing by'
'Ọ̀rọ̀ is around'!
'The one that even the Deities must not sight'
Fear caught Ọ̀rúnmìlà, Èṣù and the witches
All of them took seriously to their heels
They ran for their dear lives…………………40
'Those are superhuman beings that are coming'!
After running to exhaustion, Èṣù called them to
    reason
'Let us be wary' Èṣù said
This acclamation is not spiritually real
Èṣù then hid himself beside the road
He was watching silently
The wrapper used to pack the antelope had a hole
From the opening came out the limb of the antelope
Èṣù saw it
He called Ọ̀rúnmìlà……………………......50
'Come and see'
'It is the prediction you told these three hunters who
    went for game hunting'
'That they would kill an animal in the bush'
'They truly had come back with an animal'
'And they don't want us to eat out of it'
'Is their reason for shouting to scare us'
'That is fine' they said
'Let them go'
'If the three of them should eat that meat'
'Without making provisions for us out of it'………60

Àwọn mẹ́tẹ̀ẹ̀ta ní ó kùú	The three of them would die
Àwọn ọdẹ bá délé	The hunters arrived home
Wọ́n pín ẹran	They shared the meat into portions
Kútánlé ọmọ Ògún kó tiẹ̀	Kútánlé the child of Ògún packed his own
Ó jẹ ẹ́	And ate it
Kò pèsè fẹ́nìkan	He made no provision for anybody
Òléǹgbà náà kó tiẹ̀	Òléǹgbà the child of Ìja picked his own share
Ó jẹ gbogbo ẹ̀ pátá	He ate everything
Kò rántí Irúnmọlẹ̀	He forgot the Dieties
Tẹ̀tẹ̀rẹ̀gún náà kó tiẹ̀.....................70	Tẹ̀tẹ̀rẹ̀gún packed his own share......................70
Ó dìlé ẹ̀	He left for his house
Kó tóó di aṣálẹ́	Before dusk of the same day
Kútánlé kú	Kútánlé died
Kùtù hàì ńjọ́kejì	In the dawn of the next day
Òléǹgbà náà lọ	Òléǹgbà also died
È é ti ń?	What is happening?
Gbálẹ̀ tíí ṣe ìyáa wọn bá sáré lọ ọ̀dọ̀ Ọ̀rúnmìlà	Gbálẹ̀, their mother ran to meet Ọ̀rúnmìlà
Sé lọ́dọ̀ Ọ̀rúnmìlà ló kúkú wà	Even though she was still with Ọ̀rúnmìlà as at the time
Àwọn ọmọ tí ń kú ńkọ̀ọ̀kan yìí?	'These children that are dying in quick succession'?
Bóo ló ti jẹ́....................................80	'Why must it be'? What is happening?.............80
Ẹyọ hóró kan náà ló kù	'It remains only one alive for me'
Lọ́wọ̀ọ́ àná	'Just within today and yesterday' she cried
Ọ̀rúnmìlà ní ó jẹ́ káwọ̀ọ́n ó bIfá lẹ́èrè	'Please help me'
Ọ̀rúnmìlà lóun ò mọ nǹkankan o	'Let us consult Ifá' Ọ̀rúnmìlà said
Ifá tí ọ́n gbé kalẹ̀ láwọn ọmọ ló ṣe ayé	Ifá said they have offended the witches
Ẹran tí wọ́n pa lóko ọdẹ	'The animal they killed in the forest'
Tó sì yẹ kí wọ́n ó pèsè fún àwọn ayé	'They were supposed to have made provisions for the witches', Ọ̀rúnmìlà said on casting divination
Ti ọ́n wáá ń dẹrù ba àwọn lórìta	'Rather, they sent feverish fear into their spines at crossroads'
Ńbi àwọn gbé ń bá ìpàdéé lọ	'Where they were having their meetings'
Àwọn ayé ni wọ́n kojú dà wọ́n..........90	'It must be the witches that are warring against them'
Ìyá ò dúó kí wọ́n ó kófá ńlẹ̀ tée họ	Ọ̀rúnmìlà said on divination............................90
Ó bá lọ̀ọ́ mú ẹraan ti Tẹ̀tẹ̀rẹ̀gún ọmọ Ọ̀rúnmìlà tó kù	Gbálẹ̀ did not wait for Ọ̀rúnmìlà to end the explanation
Ó forí lé orìta tí ọ́n gbéé pàdé	She went straight for the remaining meat left over by Tẹ̀tẹ̀rẹ̀gún
Ó bá da epo sí ẹran ọhún	She went to the crossroads where they do meet
Ló bá gbé ìpèsè ka ibẹ̀	She poured red palm oil on the meat
	And placed the sacrifice in a vantage position there

Bí àwọn ayé ti dé ibẹ̀
Tí ọn bá ìpèsè ńlẹ̀
Wọ́n ní è é ti ńí?
Kín lèyí?
Àwọn ò sì gbọdọ̀ ńí èyí káwọn ó tún jà
    mọ́......................100
Tí ọn bá ti ṣe èyí tẹ́lẹ̀ ni
Wọ́n ò níí kú
Ṣùgbọ́n taa ló kọ́ wọn lọ́gbọ́n tí ọn fi mọ̀?
Wọ́n níwọ ni Ọrúnmìlà
Ògún ní ńgbàa wọ́n pa Kútánlé ọmọ tòun
Tí ọn pa Òléńgbà ọmọ Ìja
Ó wáá kan ìwọ Ọrúnmìlà
Ó wáá lọ́ọ̀ wí
Ọrúnmìlà lóun ò wí o
Ìyáa wọn ni ẹ bi léèrè......110
Wọ́n bá pe Ìyáa wọn
Ìyá lóun à a ṣe níí sọ fún wọn
Ńgbà tẹ́ẹ̀ a pòun lọ́mọ tán
Òun a wa wí
Wọ́n ní látòní lọ
O ò sì níí fọhùn mọ́
Ńbi wọ́n gbé bẹ ilẹ̀ lórí nùu
Ilẹ̀ ni Ìyaa gbogbo ayé
Tó bá ti ńí ọ̀rọ̀ nígbà ìwásẹ̀
Í í mọ́ọ sọ fún èèyàn ni......120
Bí ọn sọ̀rọ̀ èèyàn léyìn
Ilẹ̀ ó sọ fún onítọ̀hún
Wọ́n ní eléyìí ò ní sàì mọ́ọ sòfófó
Gbogbo n táwọn bá ń ṣe níkọ̀kọ̀
Ní ó mọ́ọ sọ ńgbangba
Ni ọn bá bẹ ẹ lórí
Nínú Ìyá ọ̀hún làá ń kóó sí
Kò sẹni tí ò níí wọ inú ẹ̀
Ni wọ́n wá ń jo ni wọ́n ń yọ̀

When the nocturnal meeting holders arrived at their
    usual meeting place
They saw the sacrifice on the ground
'Why is this so'? They asked
'What is this'?
'We shouldn't see this and still be angry'!......100
'If they had done this previously'
'They would not have died'
'But who could have taught them to do this'?
All eyes shifted to Ọrúnmìlà 'You are the one'!
'When Kútánlé, my own child had died' Ògún said
'And Òléńgbà the child of Ìja also'
'It happened to be your own son's turn, Ọrúnmìlà'
'You leaked the secret'
'I never taught him to do anything' Ọrúnmìlà replied
'You should ask their mother'......110
They summoned their mother
'Why would I not tell him', Gbálẹ̀ retorted
'When you resolved to kill all my children in a row'
'Should I fold my arms and do nothing'?
They then resolved that from that day onward
'You would not be able to speak again' they said to
    Gbálẹ̀
That was where they beheaded the mother earth
The mother earth is the mother of everybody
If she hears a whiff about any of her children in the
    olden days
She would tell the person concerned......120
Even if the enemies connive to hatch a plan behind a
    person
The mother earth would leak the secret
'This one would leak our secrets often', they
    concluded
'All that we do in secrecy'
'She would say it in the open'
They then beheaded her
It is in the stomach of the mother earth that all of us
    would enter
There is no one that would not enter into her
They then started to dance and rejoice

Wọn ń yin àwọn Babaláwo............130
Àwọn Babaláwo ń yin Ifá
Ó ni bẹ́ẹ̀ làwọn Babaláwo tòún wí
Gúnnugún me bóo lọ́ọ́ lábẹ?
Taa ló fá ọ lórí tée mọ́ tangbá tangbá
Ọ̀pẹ́ẹ̀rẹ́ e è é sAláwòròsù
Taa ló dá ọ lósù tóo gùn gogoro, gùn
        gogoro?
Alúkùnrin e è é sọmọ Aládìí
Kín lọ̀ ń dán lẹ́sẹ̀ ẹ̀yìn méjèèjì gbinrin
        gbìnrìn gbinrin bí ọmọ Aládìí sí?
A díá fún Gbálẹ̀ tíí saya Ọ̀rúnmìlà
Ìgbà tí ó bíí..............................140
Ó bí Kútánlé fún Ògún
Ìgbà tí ó bíí
Ó bí Òléǹgbà fún Ìja
Ìgbà tí ó tùún bí
Ó bí Tẹ̀tẹ̀rẹ̀gún fún Ọ̀rúnmìlà
Àwọn mẹ́tẹ̀ẹ̀tá para pọ̀
Wọn lóde làwọn ó ṣe
Ọnà Ògún làwọn ó rìn
Wọn dẹ igbó lọ
Wọn pa ìgalà gàgàlà kan ńbẹ̀..........150
Wọn ń rù ú bọ̀ wá
Ó kù dẹ̀dẹ̀ kí wọn ó dé ilé
Wọn dẹ̀rù ba àwọn Irúnmọlẹ̀
Imọlẹ̀ bá bínú sí wọn
Wọn pa Kútánlé
Wọn pa Òléǹgbà
Gbálẹ̀ ló wáá sọ fún Tẹ̀tẹ̀rẹ̀gún pé kó
        rúbọ
Tẹ̀tẹ̀rẹ̀gún gbẹbọ ńbẹ̀
Ó rúbọ
Taa ní ń bẹ lẹ́yìn tó tubọ?..............160
Tẹ̀tẹ̀rẹ̀gún nìkàn
Ní ń bẹ lẹ́yìn tí ń tubọ
Tẹ̀tẹ̀rẹ̀gún nìkan

They were praising their Babaláwos.................130
Their Babaláwos were praising Ifá
They said it is as their Babaláwos use their good
        mouths to recite Ifá verses
Gúnnugún, I thought you said you have no blade?
Who shaved your head this clean?
Ọ̀pẹ́ẹ̀rẹ́, you are not an Aláwòròsù
Who initiated you that made you display your powers
        excessively?
Alúkùnrin, you are not a child of Aládìí
Why are the calves of your legs shining like the one
        of the child of Aládìí
Cast divination for Gbálẹ̀ the wife of Ọ̀rúnmìlà
When she had her children.....................140
She had Kútánlé for Ògún as the first baby
The next time she had a baby
She had Òléǹgbà for Ìja
The third time she had a baby
She had Tẹ̀tẹ̀rẹ̀gún for Ọ̀rúnmìlà
The three of them combined
They said they would all be hunters
They said they would follow the footsteps of Ògún
They were then hunting for games
And killed the big Antelope.................150
They carried it home
But just before they arrived home
They caused the Deities to be scared
The Deities became irritated
They killed Kútánlé
They killed Òléǹgbà
But Gbálẹ̀ told Tẹ̀tẹ̀rẹ̀gún to perform sacrifice
Tẹ̀tẹ̀rẹ̀gún heard about the sacrifice
And performed it
Who is at the back observing the sacrifices?......160
Tẹ̀tẹ̀rẹ̀gún alone
Is at the back observing the sacrifices
Tẹ̀tẹ̀rẹ̀gún alone

ÌRẸTẸ̀ ỌSÁ A

Ifá pé òun ó yọ eléyìun ní ọ̀fin ayé. Ẹbọọ kó yọ lọ́fin ni kó rú. Ifá pé kí eléyìun ó lọọ́ dì mọ́ Òòsà funfun, kó mọ́ọ wáá lẹ́rí nǹkan tí ò le ṣe fún Òòsà; pé bó bá gba òun, báyìí, báyìí làwọn ó ṣe fún un. Ifá pé ipáa wọn ò níí ká nǹkan tí ọ́n ń lẹ́ríi rẹ̀ ṣùgbọ́n Òòsà ó gbà wọn kalẹ̀.

Tẹ̀mbẹ̀lẹ̀ kan ò gbọ̀nà kó gba inú ìgbẹ́
A díá fún Ọ̀pọ̀lọ́
Ti ń lọ rèé jìn sí ọ̀fin ọmọ aráyé
Ọpọ̀lọ́ ló kóónú ọ̀fin
Ọpọ̀lọ́ ò rọ́nà jáde
Àwọn aráyé sìì gbẹ́ ọ̀fin
Ọ̀fin jìn
Àwọn wáá leè jáde nínú ọ̀fin yìí?
Òòsà sìì ń ti Ìrànjé ilé lọ Ìrànjé oko
TÓòsá bá sìì ya itan kan báyìí............10
Ìrìn ẹgbẹ̀rin ọdún ni fún èèyàn lásán
Òòsà ń wá erin lọ Ìrànjé oko
Bó bá ti ya ẹsẹ̀ báyìí
Yóó wolẹ̀ lábẹ́ ẹsẹ̀ẹ rẹ̀
Bí nǹkan bá ṣe déédé abẹ́ ẹsẹ̀ẹ rẹ̀
Òòsà ó sìì mú u
Ó bá rìn kọjá lórí ọ̀fin
Àwọn Ọ̀pọ̀lọ́ bá rí Òòsà
Ìwọ Òòsà gba àwọn
Dákuùn!...............................20
Àwọn ti kó sínú ọ̀fin
Yọ àwọn dákun
Òòsà lóun ò le dúó
Nǹkan tóun ń wáá lọ le díẹ̀
Àwọn Ọ̀pọ̀lọ́ bá bèèrè wọn ní 'kín lò ń
    wáá lọ'
Òòsà ní erin ni
Àwọn Ọ̀pọ̀lọ́ lẸrin lásán lọọ́ ń wáá lọ?

ÌRẸTẸ̀ ỌSÁ A

Ifá would save this person from the gallows of death. He should be a devotee of Òòsà; promising all the things he is incapable of doing to Òòsà. If Òòsà should see him through the trying period, that so and so would he do. Ifá says the pledge would be beyond his capacity for Òòsà to save him.

Tẹ̀mbẹ̀lẹ̀ kan ò gbọ̀nà kó gba inú ìgbẹ́
Casts divination for the Frog
That was trapped in the trench excavated by man
The frogs got trapped in the trench
They could not find a way out
Meanwhile man had dug this trench for water
    collection
It was very deep
'How can we now get out of this'? they asked
Òòsà was however traveling from Ìrànjé ilé to
    Ìrànjé oko
And a stride taken by Òòsà once............10
It is a trek that would take an ordinary man eight
    hundred years to complete
Òòsà was going to Ìrànjé oko to find an elephant
Once he takes his stride
He would look between his legs on the ground
If anything of interest catches his attention within his
    stride
Òòsà would take it
He then incidentally walked over the deep well
The frogs saw him
'Òòsà help us!'
'We beseech you to please help us'...............20
'We are trapped in the trench of man'
'Please save us', they pled
'I cannot wait' replied Òòsà
'I am going for an important assignment'
'What is it that you are looking for'? The frogs asked
'I am looking for an elephant' Òòsà replied
'A mere elephant'! The frogs said, relegating the
    search

Erin táwọn ó mùú fún ọ lẹsẹ̀ kan
Táwọn é e lé ọ lọ́wọ́
Ò ń rĩín lọ................................30
E è ṣe gẹ́gẹ́ẹ rẹ̀
Lẹsẹ̀ kan làwọn ó bọ́ọ sínú igbó táwọn ó
    mùú erin fún ọ
Ṣùgbọ́n yọ àwọn ná
Òòsà bá fa àdó asúre yọ ńnú àpò
Ó bá na án sókè
Ojú ọ̀rún bá lé kóró kóró bí ojú ẹja
Ó dẹ̀ gbẹjẹ̀ gbẹjẹ̀ bí ojú ĩsín
Atẹ́gùn ayé dĩgbò lu tọ̀run
Kà kà kà kà kà kà
Òjó bá dé...............................40
Òjò sĩ rọ̀ títí
Ọ̀fin bá kún
Àwọn ọpọlọ́ bá jáde
Òòsà ní toò
Iṣẹ́ yá
Erin tẹẹ lẹ́ẹ mùú fún òun
Erin ọ̀hún dà?
Àwọn ọpọlọ bá kọ hà
Àwọn lè mérin ni?
Ṣé iwọ Òòsà sĩ rò pé àwọ́n le mérin....50
Àwọn ò le mérin kankan
Orin làwọn ó mọ́ọ dá fún ọ lọ́dọọdún
N làwọn ọpọlọ́ ń ṣe lódò tée dọla
Láyé ĩgbà kan tí ọ́n ń bọ Òòsà dáadáa
Ọjó mẹ́tàdĩnlógun làwọn ọpọlọ́ funfun ó
    wàá ṣe láyé
Ńgbà ó bá tó gẹ́gẹ́ à á gbin bàrà
Bómii wọ́n bá ti dé

'The ordinary elephant that we would just move round
    the corner within minutes'
'And hand over to you as many as you desire'
'You have been walking and trekking'................30
'You have not been lucky to get any'
'We would just jump into the forest to get the quantity
    that you desire for you fast'
'But save us from this problem to begin with'
Òòsà then extracted his medicinal gourd from his
    pocket
And pointed it at the sky
The skies then produced heavy marks as like the
    fishes' eyeball
And soft clouds as like the snails' eyeball
The tidal wave of the earth mixed with that from
    heaven
Kà kà kà kà kà kà
It started to rain...........................40
It rained so much
The well became full
The frogs then came out safely
'Now to your own side of the agreement' Òòsà said
'Let us start to work immediately'
'The Elephant you promised to deliver to me in
    minutes'
'Where is the elephant'?
'The frogs shrugged indifferently'
'Do you feel we are capable of catching an elephant'?
'You yourself, assess whether it is possible for us to
    catch an elephant'............................50
'We cannot catch any elephant' We are not strong
    enough
'But we will sing for you every year'
It is the same thing that the frogs do till date'
In the olden days when sacrifices used to be made
    accordingly to Òòsà
The white frogs would be in the earth for seventeen
    days yearly
This is usually about the time of planting melon
Once the rain that brings them from heaven starts to
    fall

Wón ó jàá wá ni láti ojú òrun
Bó bá sì ti dìjó kẹtàdínlógún
Gbogboo wọn ní ó di dúdú............60
N ní wá ń jó ní wá ń yọ̀
Ní ń yin àwọn Babaláwo
Àwọn Babaláwo ń yin Ifá
Ó ní bẹ́ẹ̀ làwọn Babaláwo tòún wí
Tẹ̀mbẹ̀lẹ̀ kan ò gbọ̀nà kó gba inú ìgbẹ́
A díá fún Ọ̀pọ̀lọ́
Ti ń lọ rèé jìn sí ọ̀fin ọmọ aráyé
Ẹbọ n wọ́n ní ó ṣe
Ọ̀pọ̀lọ́ gbẹ́bọ ńbẹ̀
Ó rúbọ........................70
Òòsá yọ ìyá ó yọmọ
Ọ̀họ̀ọ̀họ
Ó yọ Obìnrin pẹ̀lú
Ọ̀họ̀ọ̀họ
Ó yọ̀yá ó yọ babà
Ọ̀họ̀ọ̀họ
Ó yọmọ pẹ̀lú
Ọ̀họ̀ọ̀họ

They would drop from the sky
After seventeen days
All of them would turn black...............60
They then started to dance and rejoice
They were praising their Babaláwo
Their Babaláwo was praising Ifá
They said it was as their Babaláwos had said
Tẹ̀mbẹ̀lẹ̀ kan ò gbọ̀nà kó gba inú ìgbẹ́
Casts divination for the Frog
That was trapped in the trench excavated by man
Sacrifice is the antidote prescribed for them
The frog heard about the sacrifice
And performed it..................70
Òòsà rescued the mother and the child
Ọ̀họ̀ọ̀họ
He rescued the girls also
Ọ̀họ̀ọ̀họ
He rescued the mother and the father
Ọ̀họ̀ọ̀họ
He rescued the boys too
Ọ̀họ̀ọ̀họ

ÌRẸTẸ̀ ỌSÁ B

Ifá pé ẹbọ iyì ni kí eléyìun ó rú. Aṣọ
fínfin lẹbọ; ká sì fi àgbébọ̀ adìẹ méjì, eku
àti ẹja bọ Ifá.

A rọ́tẹ̀ tán à ń sá
Korongbo bí Olú Odíidẹ
Àbọ̀n ṣe kẹ̀ẹ̀kẹ̀ dẹyìn
Bíkú ò bá pÀbọ̀n
Yóó jóókọ tẹyìn ń jẹ́
A díá fún Osúnláyà aya Àgbọnnìrègún
Ẹkún ọmọ ní ń sun
Wọ́n ní kó rúbọ ọmọ
Wọ́n níre ọmọ fún un
Ó bá rúbọ.............................10
Ó ṣeun
Osúnláyà bá bẹ̀rẹ̀ síí bímọ
Ayé yẹ ẹ́
Òun ló bí Dòsùnmú
Jẹ́áyinfá
Amósùn
N ní wá ń jó ní wá ń yọ̀
Ní ń yin àwọn Babaláwo
Àwọn Babaláwo ń yin Ifá
Ó ní bẹ́ẹ̀ làwọn Babaláwo tòún wí.....20
A rọ́tẹ̀ tán à ń sá
Korongbo bí Olú Odíidẹ
Àbọ̀n ṣe kẹ̀ẹ̀kẹ̀ dẹyìn
Bíkú ò bá pÀbọ̀n
Yóó jóókọ tẹyìn ń jẹ́
A díá fún Osúnláyà aya Àgbọnnìrègún
Ẹkún ọmọ ní ń sun
Ó wáá gbẹ́bọ ńbẹ̀
Ó rúbọ
Taa ló bímọ báwọnyí bẹẹrẹ?.............30
Òsú ẹ̀yọ̀
N ló bímọ báwọnyí bẹẹrẹ
Òsú ẹ̀yọ̀

ÌRẸTẸ̀ ỌSÁ B

This person should offer sacrifice for affluence.
Embroiled cloth, two hens, rats, and fish are the
objects of sacrifice.

On arrival and sight of cold war, we run away
Vibrant as like the matured Parrot
Àbọ̀n with time would become oil palm fruit
If death does not kill Àbọ̀n
It would answer the name the oil palm fruit is called
Cast divination for Osúnláyà the wife of
    Àgbọnnìrègún
She was crying because of children
They asked her to perform sacrifice
They wished her the fortune of child bearing
She then performed the sacrifice.........10
She was nice enough
Osúnláyà then started having children
Life pleased her
She is the one that gave birth to Dòsùnmú
Jẹ́áyinfá
Amósùn
She then started to dance and rejoice
She was praising her Babaláwos
Her Babaláwos were praising Ifá
She said it was as her Babaláwos had said...........20
On arrival and sight of cold war, we run away
Vibrant as like the matured Parrot
Àbọ̀n with time becomes oil palm fruit
If death does not kill Àbọ̀n
It would answer the name the oil palm fruit is called
Cast divination for Osúnláyà the wife of
    Àgbọnnìrègún
She was crying because of children
She heard about the sacrifice
And performed it
Who had children these many?....................30
Òsú ẹ̀yọ̀
Had children these many
Òsú ẹ̀yọ̀

ÌRẸTẸ̀ ÌKÁ A

Ifá pé ayé o ye eléyìun.

Àtẹ̀ká Awo ilá
A díá fún Ilá tí ń fomi ojú sògbérè ọmọ
Wọ́n ní ó rúbọ kó lè baà bímọ
Àtẹ̀ká Awo Ikàn
Ló dífá fún Ikàn
Ikàn náà ń fomi ojú sògbérè ọmọ
Wọ́n ní ó sá káalẹ̀ ó sẹbọ ọmọ
Àtẹ̀ká Awo Bòbó Àwòdì
Ló díá fún Bòbó Àwòdì
Ń fomi ojú sògbérè ọmọ................10
Wọ́n ní yóó bímọ lọ́pọ̀lọpọ̀
Ẹbọ ọmọ ni kó wáá ṣe
Àwọn mẹ́tẹ̀ẹ̀ta gbẹ́bọ ńbẹ̀
Wọ́n rúbọ
Wọ́n ní ṣùgbọ́n kí wọ́n ó túu rúbọ ayé o
Wọ́n ní torí ọmọ ni ọ́n bí o
Kí wọ́n ó rúbọ àwọn ọmọọ wọn ńtorí ayé
Ilá ní tóun bá ti bímọ
Kò sí kinní kan mọ́
Wọ́n ló dáa................20
Ilá bá bẹ̀rẹ̀ síí bímọ
BÁwọn ọmọ ẹ bá sì ti dàgbà
Ayé ó bàà mọ́ọ fọ̀bẹ gé wọn lórí
Ni ọ́n bá ń ṣè wọn jẹ lọ́bẹ̀
Ikàn tí ọ́n ní kóun náà ó rúbọ ayé
Ó gbẹ́bọ ayé
Bẹ́ẹ̀ ni ò rú
Wọ́n ní wọ́n ó fíílẹ̀
Ikàn náà bímọ

ÌRẸTẸ̀ ÌKÁ A

Ifá says life would be pleasant with this person.

Àtẹ̀ká the priest of Okra
Casts divination for Okra crying because of children
He was asked to perform sacrifice such that he would
   bear children
Àtẹ̀ká the priest of Garden egg
Casts divination for Garden egg
The Garden egg was crying because he has no child
He was asked to take care of the ground and perform
   sacrifice for children
Àtẹ̀ká the priest of Spinners
Casts divination for the Spinners
He was crying because of children................10
They told him he would have so many children
But should perform the sacrifice for children
The three of then heard about the sacrifice
They performed it
But they were warned to also perform sacrifice for
   earthly enemies
Because of the children they would have
'You all should observe the sacrifice before the arrival
   of the children' the Baláwo said
'Once I have babies'
'Every other thing is trivial' Okra said
There is no problem, the priest said................20
The Okra started to have children
But once the children grows to a certain age
Man would cut their heads off with knives
And would cook them in soup to eat
The Garden egg that was warned to perform
   sacrifice also
He heard about the sacrifice against the earthly
   enemies
Yet did not perform it
'Leave him' They said
The Garden egg also had children

Ilẹ̀ kún..30
Ǹgbà ọmọ Ikàn bá sì dàgbà
Wọ́n ó fi ọ̀bẹ la òun náà nínú
Wọ́n ó bàá yí I légùúsí
Wọ́n ó se òun náà lọ́bẹ̀
Wọ́n fi ń jẹun
Bòbó Àwòdì nǐkan náà ló rúbọ
Tée dọ̀la
Wọn ò lè jẹ Bòbó Àwòdì
Òun nǐkan ló rú ẹgbẹ̀rin abẹ́rẹ́
Èṣù bá kan díẹ̀ ńnú abẹ́rẹ́ ọ̀hún mọ́ ọ lára
Tí ọ́n bá làwọn ó fọwọ́ kan ọmọ ẹ̀........41
Yóó gùún wọn lọ́wọ́ ni
Bòbó Àwòdì wá ń jó ní ń yọ̀
Ní ń yin àwọn Babaláwo
Àwọn Babaláwo ń yin Ifá
Ó ní bẹ́ẹ̀ làwọn Babaláwo tòún wí
Àtẹ̀ká Awo Ilá ló díá fún Ilá
Wọ́n ní ó rúbọ kó lè baà bímọ
Ó rúbọ ó ń bímọ
Ẹbọ ayé ni ọ́n ní ó ṣe.......................50
Ó gbẹ́bọ bẹ́ẹ̀ ni ò rúbọ ayé
Àtẹ̀ká Awo Ikàn ló díifá fún Ikàn
Ikàn náà ń fomi ojú sògbérè ọmọ
Wọ́n ní ó sá káalẹ̀ ó sẹbọ ọmọ
Ó rúbọ ó ń bímọ
Wọ́n ní ó sẹbọ ayé
Ó kọ̀ bẹ́ẹ̀ ni ò sẹbọ ayé
Àtẹ̀ká Awo Bòbó Àwòdì ló díá fún Bòbó
          Àwòdì
Ó rúbọ ọmọ ó rúbọ ayé
Taa ní ń bẹ lẹ́yìn tó rúbọ?...............;60
Bòbó Àwòdì
Ní ń bẹ lẹ́yìn ní ń tubọ
Bòbó Àwòdì

The whole world was filled.......................30
But when the children of the Garden egg grows to
      maturity
They would cut him into two halves also with a knife
Man would boil it with melon seeds
And cook it in soup
They would eat them
But the Spinners alone observed the sacrifice
And till tomorrow
No one dares cook the Spinners for food
He is the only one that sacrificed eight hundred
      needles
Èṣù then fixed some of the needles on his body.....40
If anyone attempts to touch him or his children
It would pinch their hands
The Spinners then started to dance and rejoice
He was praising his Babaláwo
His Babaláwo was praising Ifá
They said it was as their Babaláwo had said
Àtẹ̀ká the priest of Okra casts divination for Okra
He was asked to perform sacrifice such that he would
      bear children
He offered sacrifice and he started bearing children
But he was asked to sacrifice against earthly enemies
He heard about the sacrifice yet did not perform it...51
Àtẹ̀ká, priest of Garden eggs casts divination for
      Garden eggs
Garden eggs also crying because of barrenness
He was asked to take care of the ground and perform
      sacrifice for children
He performed the sacrifice and started having children
He was afterwards asked to sacrifice against enemies
He refused and did not perform the sacrifice of earthly
      enemies
Àtẹ̀ká the priest of Spinners casts divination for the
      Spinners
He sacrificed for the child bearing and for earthly
      enemies
Who is at the back observing all the sacrifices?
The Spinners...60
Is the one at the back and observing sacrifices
The Spinners

ÌRẸTẸ̀ ÌKÁ B

Ifá pé ki eléyìun ó rúbọ kí olè ó mọ́ baà mọ́ọ kó nǹkan ẹ̀. Ifá pé ká bọ Ògún, ká sì pé àwọn ọdẹ láti yin ìkì ìbọn mẹ́ta fún wa. Wọn ò sì níí jí nǹkan wa mọ́. Èèyàn kúkúrú ní ń da eléyìun láàmú.

Àtẹ̀ká Awo Oníkàanjàngbọ̀n
Lo díá fún Oníkàanjàngbọ̀n
Tí ń lọ rèé bá wọn múlẹ̀ oko àì rọ́dún
Wọ́n ní ó rúbọ
Oníkàanjàngbọ̀n bá dóko
Ń bá ń gbin Ikàn
Ń gbin Ilá
Bẹ́ẹ̀ náà ní ń gbin Iṣu
Gbogbo ihun tééyán le gbìn lóko
Ǹgbà ó dijọ́ kan............................10
Alábahun àjàpá bá ń jí nǹkan ẹ̀ ká
Oníkàanjàngbọ̀n sì níí
Ọrún ní ó lọ̀ọ́ ká Ikàn
Ọrún ní ó lọ̀ọ́ ká Ilá
Ǹgbà ó bá ti ku ọ̀la
Tí Oníkàanjàngbọ̀n ó wàá ká ilá ẹ̀
Abahun Àjàpá ó ti dé ibẹ̀
Yó ti ká a
Oníkàanjàngbọ̀n ò sì mẹni tí ń ká a
Bó bá ti wáá dé inú oko....................20
Yó bàá mọ́ọ ṣẹ́pẹ̀ lé ẹní ó ká ilá
'Kò níí sunwọ̀n fẹ́ni ó ká Ilá òun'
'Ọlọ́un ó dààmú ẹní ó ká Ilá òun'
Bí bá tí ń ké
Abahun ó bàá mọ́ọ dárin ńnúu gbó
A pÓníkàn yí rọra
Káànránjangbọn
Oníkàn yí rọra
Káànránjangbọn
Kanrí kanrí jangbọn........................30

ÌRẸTẸ̀ ÌKÁ B

Ifá says this person should offer sacrifice to Ògún against thieves who would steal his things. He should call on practicing hunters to explode three gunshots into the air to stop the thieves stealing his things. The person stealing his things is a short person.

Àtẹ̀ká the priest of Oníkàanjàngbọ̀n
Casts divination for Oníkàanjàngbọ̀n
That was going to choose a new land in the annual
      farm
He was asked to perform sacrifice
Oníkàanjàngbọ̀n got to the farm
He started planting Garden eggs
He plated Okra
He has yam fields also
All the things a normal farmer would plant in his farm
On a particular day.............................10
The tortoise started stealing his things
However Oníkàanjàngbọ̀n is a consistent person
He harvests his garden eggs on a five-day interval
The next five-day interval would be for the okra
But once it remains just a day
Before Oníkàanjàngbọ̀n would come to harvest his
      okra
The Tortoise would have been there
He would have harvested all
Oníkàanjàngbọ̀n would then start to wonder who
      could have done that
As soon as he notices the theft......................20
He would start to rain curses on the thief
'Life would not be easy for this person'
'God would make the effort of this person to be futile'
As soon as he starts to cry agonizing cries
The Tortoise would from his hiding place start to sing
He would say 'you this farmer, exercise restraint'
Káànránjangbọn
This farmer, exercise restraint
Káànránjangbọn
Kanrí kanrí jangbọn...........................30

Káànránjangbọn
Ìwọ́ ká èmí ká
Káànránjangbọn
Tèmí ṣe á dèpè
Káànránjangbọn
Ìwọ́ ká èmí ká
Káànránjangbọn
Ẹrú bá mú olóko
'Kólè ó jí nǹkan ká'
'Kó sì tún mọ́ọ dẹrù bàáyàn'............40
Olóko bá ń fẹyìín rìn lọ
Ló bá họ
Ǹgbà ó délé
Ó bá tọ Ọ̀rúnmìlà lọ
Ẹ gbàun!
Gbogbo nǹkan òun ni wọ́n ń kóó lọ
Bó bá sì tún kó gbogbo ẹ̀ tán
A tún mọ́ọ kọrin dẹrù ba òun
Wọ́n ní ìwọ Oníkàanjàngbọ̀n rúbọ
Ọ̀rúnmìlà ní kí Oníkàanjàngbọ̀n ó lọ́ọ bọ
Ògún............50
Kí wọ́n ó sì yin Ìkì ìbọn mẹ́ta fún un
Kí wọ́n ó yin mẹ́tẹ̀ẹ̀ta ní ààlà oko ọhún
Ó ní yóó ńdíi ohun tí ń kó nǹkan ẹ̀
Ǹgbà ó tún débẹ̀ lọ́rún
·Wọ́n ti tún ká Ilá ẹ̀ lọ
Wọ́n ti jìṣu náà wà
Ikàn ò tiẹ̀ lọ́mọ lórí mọ́
Ló bá tún fẹpẹ sẹnu
Ó lẹ́ni ó ká òun nílá
Tó ká òun ńíkàn............................60
Dandan ni kí Elédùwà ó ba toní/tọ̀hún jẹ́
Kò wí bẹ́ẹ̀ délẹ̀
Abahun bá tún bẹ̀rẹ̀ síí kọrin
Ń tún ń pÓníkàn yí rọra
Káànránjangbọn
Ìwọ́ ká èmí ká

Káànránjangbọn
You harvested yours, and I harvested mine
Káànránjangbọn
Why must mine turn to a curse?
Káànránjangbọn
You harvested yours, and I harvested mine
Káànránjangbọn
The farmer heard about this and was scared to the
      spines
'How would a thief steal my things'?
'And the same thief would scare me to death'?......40
The farmer quickly walked away with his back
He ultimately took to his heels
Immediately on his arrival home
He went to meet Ọ̀rúnmìlà
'Please help me'
'They are stealing my things'
'But the worst part of it is that·after stealing the
      things'
'He would sing to scare me away'
'Oníkàanjàngbọ̀n, perform sacrifice', Ọ̀rúnmìlà said
'Go and sacrifice to Ògún'............................50
'And ask hunters to explode three gunshots for you'
'The gunshots should be done at the farm boundary'
'You would unravel the mystery', Ọ̀rúnmìlà
      concluded
On getting to the farm the next five day interval
Unknown persons again had harvested the okra
The yams had been harvested also
The shoot of the Garden eggs has no fruits
And as usual he started cursing
'The person who had stolen my okra'
'That also had harvested the garden eggs'..........60
'It is definite that God would make things difficult for
      him'
Before he finished his last statement
The thief again started singing
He said 'you this farmer, exercise restraint'
Káànránjangbọn
You harvested yours, and I harvested mine

Káànránjangbọn
Kanrí kanrí jangbọn
Káànránjangbọn
Fèmí ṣe á dèpè.............................70
Káànránjangbọn
Ẹpè kan ò pahun
Káànránjangbọn
Kanrí kanrí jangbọn
Káànránjangbọn
Olóko ní ńbi tíí gbé fohùn náà nùu
Wọn bá gbé ìbọn
Wọn yìn ín lẹ̀ẹ̀kínní
Ọ dákẹ́
Wọn yin ìkì kejì.............................80
Ẹlẹ̀ẹ̀kẹta tí ọn yìn báyìí
Ǹ bá ń kígbe
Ẹ dáàkun o
Òun ò níí ṣe bẹ́ẹ̀ mọ́
Ló bá sáré jáde
Ǹ ọn bá mú Alábahun
Ǹ ọn bá mú u wá inú ilé

Káànránjangbọn
Kanrí kanrí jangbọn
Káànránjangbọn
Why must mine turn to a curse?...............70
Káànránjangbọn
No curse can kill the tortoise
Káànránjangbọn
Kanrí kanrí jangbọn
Káànránjangbọn
'That is the same spot from where he sings' the
        farmer said
The Hunters took their guns
They exploded the first shot
He stopped singing
They exploded the second shot...............80
And on the third explosion
A voice from hiding started crying for mercy
'I beg you'
'I will never do as such again'
        He then ran out from hiding with his hands on his

        head
That was how they arrested him
And brought him home

ÌRẸTẸ̀ ÒTÚRÚPỌ̀N A

Ẹbọ ayé ni kí eléyìun ó ṣe. Ifá pé yóó gbádùn ayé ẹ̀ nǹkan ẹ̀ ò níí bàjẹ́. Aṣọ kan tí ń yọ́ gọ̀lọ́ gọ̀lọ́ ni kó fi rúbọ.

Ká dá a ní tútù
Ká tẹ̀ ẹ́ ní tútù
Bó bá tutù tán
A le gbámú gbámú
A díá fún Ìrẹ̀
Èyí tí ń lọ rèé tẹ tiẹ lódò
Wọ́n ní kó rúbọ
Ó rúbọ
Ó láṣọ
Ó lè ṣe bírà ………………............10
Wọ́n ní kó rúbọ ayé
Kó sì rúbọ Elénìní
Kò rúbọ
Tí ọ́n bá ti ń ìji Ìrẹ̀ láti inú omi
Àwọn ẹja ó bàá wáá gbé e lókè
Síbẹ̀ òun náà ń jó ní ń yọ̀
Ní ń yin àwọn Babaláwo
Àwọn Babaláwo ń yin Ifá
Ó ní bẹ́ẹ̀ làwọn Babaláwo tòún wí
Ká dá a ní tútù………………....20
Ká tẹ̀ ẹ́ ní tútù
Bó bá tutù tán
A le gbámú gbámú
A díá fún Ìrẹ̀
Èyí tí ń lọ rèé tẹ tiẹ lódò
Taa ní ń tẹ tútù lójú omi?
Ìrẹ̀
Ìrẹ̀ ní ń tẹ tútù lójú omi
Ìrẹ̀

ÌRẸTẸ̀ ÒTÚRÚPỌ̀N A

This person should offer a shining cloth owned by him against earthly enemies. His things would not get spoilt; he would enjoy his things.

Let us cast it cold
Let us mark it cold
Once it becomes cold
It would become solidified
Cast divination for the Cricket
The one that was going to make his own mark on the river
He was asked to perform sacrifice
He offered the sacrifice
He had cloths to put on
He could do wonderful things …………………10
But he was asked to perform sacrifice for earthly enemies
And another for his Detractors
He did not offer those
Once the shadow of the Cricket is seen from inside the water
The fish would come to pick it for a prey
Yet he too was singing, dancing and rejoicing
He was praising his Babaláwos
His Babaláwos were praising Ifá
He said it was exactly as his Babaláwo had said
Let us cast it cold ………….......................…………20
Let us mark it cold
Once it becomes cold
It would become solidified
Cast divination for the Cricket
The one that was going to make his own mark on the river
Who is making cold marks on the water surface?
The Cricket
Is the one that is making cold marks on the water surface
The Cricket

ÌRẸTẸ̀ ÒTÚRÚPÒN B

Ifá pé ká rúbọ ọmọ.

Àdán lawo Ìmúsarọ́
Òòbẹ̀ lawo Ìmóyè bọ̀
Alápàńdẹ̀dẹ̀ níí bímọ tiẹ̀ nítùra
A díá fún Ọmọlàgàn
Tíí sọmọ wọn ní Sàbe Ọ̀ọ́páárá
Ẹkún ọmọ ní ń sun
Òún le bímọ láyé òun báyìí?
Wọ́n yóó bímọ lọ́pọ̀lọpọ̀
Ẹbọ ọmọ ni kó wáá ṣe
Ó ní kín ni kóun ó fi rúbọ...............10
Wọ́n ní kó fi ẹran Agírísasa rúbọ
Wọ́n ní kó fi ẹran Agìrìsasa rúbọ
Wọ́n ní kó fi ẹran tí ò lówó
Ẹran tí ò lẹsẹ̀
Tí ń rìn gere gèrè gere lórí ọta ńnú omi
Wọ́n ní kó fi rúbọ
Ọmọlàgàn ní 'Ẹ ẹ̀ ráyé òun lóde ìwọ Èṣù àgàn'?
Ńbo n wọ́ọ́n tíí firú èyiun rúbọ?
Wọ́n ní kín ló dé tée wí bẹ́ẹ̀
Ó lóun ò mẹran agírísasa ni..............20
Ó lóun ò mẹran agìrìsasa
Oun ò mẹran tí ò lówó tí ò lẹsẹ̀
Tíí rìn gere gèrè gere lórí ọta ńnú omi
Wọ́n ní òkété lẹran agírísasa
Wọ́n ní kó lọ̀ọ́ ra òkété lọ́jà
Kée rúbọ
Wọ́n lẹmó lẹran agìrìsasa
Wọ́n ní kó lọ̀ọ́ ra ẹran agìrìsasa láte

ÌRẸTẸ̀ ÒTÚRÚPÒN B

Ifá asks this person to offer sacrifice of children.

Àdán is the priest of Ìmúsarọ́
Òòbẹ̀ is the priest of Ìmóyè bọ̀
Alápàńdẹ̀dẹ̀ níí bímọ tiẹ̀ nítùra
Cast divination for Ọmọlàgàn Èèrùn
Their daughter in the city of Sàbe Ọ̀ọ́páárá
She was crying because of children
'Would I have children on earth'? She asked
They assured her that she would have children
But she should offer sacrifice
She asked what the sacrifices are.........……….10
They told her to sacrifice the meat of Agírísasa
She should sacrifice the meat of Agìrìsasa
She should find the meat of the animal that has no hand
That has no leg
Yet it walks smoothly on pebbles in the waters
She should sacrifice that also
'Can you see my limitations, you Èṣù àgàn'?
        Ọmọlàgàn said
'Where have you ever heard people using such things you mentioned for sacrifices'?
'Why do you say so'? The priests asked
'It is because I have never heard of anything called the meat of
Agírísasa'…………….................……….20
'I don't know any meat called Agìrìsasa'
'It is also because I have never heard of an animal without hands and legs'
'Yet it walks smoothly on pebbles in the water' She concluded
'The giant rat is the one called the meat of Agírísasa' the priests said
They told her to buy the giant rat from the market
And offer it as sacrifice
The Ẹmọ́ rat is the meat of Agìrìsasa
She should also buy the meat of Agìrìsasa on display

Ké e rúbọ
Wọ́n ní ẹja ni ò lọ́wọ́.................30
Ẹja ni ò lẹ́sẹ̀ tíí rìn gere gèrè gere lórí ọta
    ńnú omi
Wọ́n ní kó lọ́ọ̀ rà á
Ké e rúbọ ọmọ
Wọ́n ní bó bá ti e rúbọ
Ọmọ́ dé
Ọmọlàgàn bá rúbọ
Ó gbàgbé ojú ọmọ tí ń pọ́n ọn
Ó bímọ ilé kún
Ní bá ń jó ní ń yọ̀
Ní ń yin àwọn Babaláwo.................40
Àwọn Babaláwo ń yin Ifá
Ó ni bẹ́ẹ̀ làwọn Babaláwo tòún wí
Àdán lawo Ìmúsarọ̀
Òòbẹ̀ lawo Ìmóyè bọ
Alápàńdẹ̀dẹ̀ níí bímọ tiẹ̀ nítùra
A díá fún Ọmọlàgàn
Tíí sọmọ wọn ní Sàbe Ọ̀ọ́páárá
Wọ́n ní ó fẹ̀ràn agìrìsasa rúbọ ńtorí ọmọ
Kó fagìrìsasa rúbọ ńtorí ọmọ
Kó fẹ̀ràn tí ò lọ́wọ́ tí ò lẹ́sẹ̀.................50
Tí ń rìn gere gèrè gere lórí ọta ńnú omi
Ké e rúbọ ńtorí ọmọ
Ọmọlàgàn gbẹ́bọ ńbẹ̀
Ó rúbọ
Ó wáá ṣe bẹ́ẹ̀ ó bímọ
Ọmọlàgàn
O ṣe bẹ́ẹ̀ o bímọ
Ọmọlàgàn

She should use it as sacrifice
The fish, they said, is the one hat has no hand......30
The fish has no leg, yet walks smoothly on stones in
    the riverbed
They told her to buy it also
And use it to perform sacrifice
'Once you buy these articles for sacrifice'
You would have children
Ọmọlàgàn observed the sacrifice
She forgot all her want of children
She started having children
She then started to dance and rejoice
She was praising her Babaláwos.................40
Her Babaláwos were praising Ifá
She said it was as her Babaláwos had said
Àdán is the priest of Ìmúsarọ̀
Òòbẹ̀ is the priest of Ìmóyè bọ
Alápàńdẹ̀dẹ̀ níí bímọ tiẹ̀ nítùra
Cast divination for Ọmọlàgàn
Their daughter in the city of Sàbe Ọ̀ọ́páárá
They told her to sacrifice the meat of Agìrìsasa
    because of children
She was mandated to offer the meat of Agìrìsasa
    because of children
She should also find the meat of the animal that has
    neither legs nor arms.................50
Yet walks smoothly on pebbles in the rivers
She should offer it because of children
Ọmọlàgàn heard about sacrifice
And performed it
She did accordingly and had children
Ọmọlàgàn
You acted accordingly and had children
Ọmọlàgàn

ÌRẸTẸ̀ ÒTÚÁ A

Ire ọmọ ń bẹ fún ẹní ó dáfá yìí. Bó bá jé
pé ọmọ ẹ̀ ń bẹ nílé ọkọ kẹta, Ifá pé ká
rúbọ fún ọmọ ọ̀hún kílé ayé ẹ̀ ó mọ́ bàjẹ́.

Ọká ni ò jẹ́ á fọwọ́ ra òun lórí I béjé I
    béjé
Òsùùsuù ni ò jẹ́ á fori òun sọ̀nà
A díá fún Ọ̀rúnmìlà
Ifá ń sòwò ọmọ lórí Apá
Ó sòwò ọmọ lórí Apá
Bẹ́ẹ̀ ni ò gún
N lọ rèé sòwò ọmọ lórí Ooro
Ó ṣe lórí Ooro bẹ́ẹ̀ ni ò gún
Ọ̀rúnmìlà bá lọ sọ́rùn Ọpẹ̀
Òún le bímọ báyìí?............................10
Òún ṣe ṣee ṣe lórí Apá
Kò gún
Òún ṣe lórí Ooro
Kò yàtọ̀
Ọrùn Ọpẹ tóun ń lọ yìí?
Wọ́n ní kó rú igbá àdému
Kó sì rú òwú
Wọ́n ní kí wọn ó wá ká òwú ọ̀hún sínú
    igbá àdému
Ńgbà ó dórí Ọpẹ
Ní bá ń bímọ.....................................20
Òun náà?
Ní bá ń yin àwọn Ọká ni ò jẹ́ á fọwọ́ rà
    un lórí
Àwọn Òsùùsuù ni ò jẹ́ á fori òun sọ̀nà
A díá fún Ọ̀rúnmìlà
Ifá ń sòwò ọmọ lórí Apá
Ó ṣe lórí Apá
Bẹ́ẹ̀ ni ò gún
Ń lọ bá ré kété ló bọ́ sórí Ooro
Ó ṣe lórí Ooro

ÌRẸTẸ̀ ÒTÚÁ A

Ifá wishes this person the fortune of children. Ifá sees
a woman whose daughter is in the hand of the third
husband. This person should perform sacrifice for the
daughter so that her life would not be ruined.

The cobra abhors anyone rubbing a hand on its head
Òsùùsuù thorn detests walking on it
Cast divination for Ọ̀rúnmìlà
Ifá would trade in children on Apá
He traded in children on Apá tree
Yet it was not successful
He went to trade in children on Ooro tree
He did it on Ooro yet it was not successful
Ọ̀rúnmìlà went to the neck of Ọpẹ̀
And asked 'Would I have children'..................10
'I have tried and tried on Apá tree'
'It was not successful'
'I tried on Ooro'
'There was no difference'
'But this is the neck of Ọpẹ̀'
They told him to sacrifice a special calabash called
    'Àdému'
He was asked to sacrifice cotton wool
The cotton wool must then be rolled into a long
    stretch and coiled in the Àdému
When he got to the neck of Ọpẹ̀
He started to have children 20
Surprised he exclaimed 'Me'!
He started to praise the priests Ọká ni ò jẹ́ á fọwọ́ ra
    òun lórí i béjé i béjé
The priests Òsùùsuù ni ò jẹ́ á fori òun sọ̀nà'
They are the ones that cast divination for Ọ̀rúnmìlà
He would trade in children on Apá tree
He did it on Apá tree
Yet he was not successful
He then shifted to Ooro tree
He did it on Ooro tree

Bẹ́ẹ̀ ni ò gún................................30
Ọ̀rúnmìlà bá lọ sọ́rùn Ọ̀pẹ̀
Ó dọ́rùun tỌ̀pẹ̀ ní bá ń bímọ
Ta ló bímọ báwọ̀nyí bẹẹrẹ?
Ọ̀pẹ̀
Ọ̀pẹ̀ ló bímọ báwọ̀nyí bẹẹrẹ
Ọ̀pẹ̀
Ẹ̀dú è é yàgàn
Gbogbo wá láá dọlọ́mọ
Ẹ̀dú è é yàgàn

He was not successful...................................30
He then left for the neck of Ọ̀pẹ̀
He got to the neck of Ọ̀pẹ̀ and started having children
Who has children these many?
Ọ̀pẹ̀
It is Ọ̀pẹ̀ that has children these many
Ọ̀pẹ̀
Ẹ̀dú can never be barren
All of us would ultimately become nursing mothers
Ẹ̀dú can never be barren

ÌRẸTẸ̀ ÒTÚÁ B

Bí eléyìí bá níyàwó méjì, Ifá bẹ ìyáálé ẹ̀ púpọ̀ lórí àwọn nǹkan tí ọkọọ wọ́n ṣe séyìn tàbí tí ó ṣẹ̀lẹ̀ lójọ́ iwájú. Ire tiẹ̀ náà ò níí pẹ́ẹ̀ dé.

Ifá kan nìdá ṣẹ
Ọ̀pẹ̀ kan nìkọlà
A díá fún Ilẹ̀ gìrìgìrì
Èyí tí ń lọ rèé ra Àróòjo lẹ́rú
Wọ́n ní ó rúbọ
Iṣẹ́ ọtí pípọn ni Ilẹ̀ gìrìgìrì mọọ ṣe
Olorì ọba sì ni
Ó ní ẹrúbìnrin kékeré kan
Ọmọ tí ń bá a pọn omi
Ilẹ̀ gìrìgìrì jẹ́ àgàn.............................10
Ń sunkún aláì rí bí
Ń gbààwẹ̀ àì rí pọ̀n
Ń fọwọ́ osùún nùgiri gbígbẹ
Ńgbà ó yá
Àróòjo dàgbà
Ọmú dorí kodò
Ọbá sì ń wo ọmọ
Ọbá bá fọwọ́ ra ọmọ ọ̀dọ̀ ìyàwó ẹ̀ lára
Ó lé ijó pẹ́ńpẹ́
Ikùn ọmọ ń wú............................20
Araa rẹ̀ ń padà
'Kín ló wa dé ńnú ẹ'?
'Araà rẹ̀ ń padà mọ̀dé ì î'
Àróòjo ní baba náà ni ẹ bèèrè lọ́wọ́ ẹ̀
'Baba ni'
Ilẹ̀ gìrìgìrì sì ti dàgbà
Ó ti sọ ìrètí àti bímọ nù
Àróòjo tóun sì rà lẹ́rú ló lóyun yìí
Ọkọ́ bá pè é
'Dákun'..30

ÌRẸTẸ̀ ÒTÚÁ B

If this person has two wives, Ifá begs the senior wife to pardon their husband for any mistake he made in the past or the ones he would commit in the future. Her own good fortunes would get to her soon.

Ifá kan nìdá ṣẹ
Ọ̀pẹ̀ kan nìkọlà
Cast divination for Ilẹ̀ gìrìgìrì
The one that was going to buy Àróòjo as a slave
She was asked to perform sacrifice
Ilẹ̀ gìrìgìrì was a wine brewer
And her husband was the king of the land
She then decided to get herself a female servant
The girl that would help her fetch water
Meanwhile Ilẹ̀ gìrìgìrì had ever been barren...........10
She was crying of having no child
She was fasting for she has none to belt to her back
And rubbing her palms of Osùn on dry walls rather than on children
Years after she purchased Àróòjo
She grew matured
And developed firm breasts and robust buttocks
The king had keenly been watching the girl grow
Ultimately, the king had sex with her
After a brief period of time
The stomach of the girl started bulging.............20
'Your skin is changing' Ilẹ̀ gìrìgìrì had observed
What is in your stomach?
Your eyes is changing also
'Ask the king', the girl said
'It is he'
Ilẹ̀ gìrìgìrì is however old and aged
She has lost hope of ever bearing a child
'Look at Àróòjo, my slave servant that is now pregnant', she thought
The king on realizing, called her to appease her
'I beg you' the king pleaded............30

'Mọ́ bĭínú ù'
'Gbogbo nǹkan yìí lòún fi jĭn ọ́'
'Toríi ìyàwó òun ló jẹ́'
'Olorì láàfin sì ń ọ pàápàá'
'Ìwọ náà lo sĩ ra ọmọ yìí lẹ́rú'
'Lòún sì ń rí ọmọ lọ́dọ̀ ẹrú ọ̀hún'
'Dákun'
'Mo fi Ọlọ́run bẹ̀ ọ́'
Ilẹ̀ gìrìgìrì ló dáa
Òún gbọ́..............................40
Àṣẹ kò gbọ́
Ó fẹ̀jẹ̀ dúdú sínú
Ó tutọ́ funfun jáde
Wọ́n ń ṣe ilé ayéé lọ
Ọbá bá yún àjò ńjọ́ kan
Ńjọ́ ọ̀hún gaan lÀróòjo bímọ
Ilẹ̀ gìrìgìrì ló sì gbẹbí ẹ̀
Ilẹ̀ gìrìgìrì bá gbé ọmọ ńlẹ̀ bó ti ń I pé
    ọmọ ọkùnrin ni
Wọ́n bá dé e pa sínú igbá àdému
Ló bá forí lé ọnà ẹ̀yìn odi Ilú...............50
Ńgbà ó dé inú igbó
Akọ̀pẹ sĩ ń bẹ lórí ọ̀pẹ
Òún ń kọ̀pẹ
Ó rí ẹnìkan lọ́ọ̀ọ́kán
Tó faṣọ funfun lérí
Ti ń bọ té té té
Akọ̀pẹ bá lẹ̀ mọ́ ọ̀pẹ
Ó dawọ́ ẹ̀yìn kíkọ dúó
Ilẹ̀ gìrìgìrì bá gbé ọmọ sínú ihò ọ̀gán
Pé káwọn ìtà ó gán ọmọ pa...............60
Ó bá pẹ̀yìndà relé
Kó tóó dé ilé
Ọbá ti dé

'Do not be annoyed'
'I am going to give to you a share of my estate'
'You have always been my wife'
'You are my only Olorì'
'And you are the one that bought the girl as a slave'
'It is from the same slave that I may be able to have
    a prince'
'Please'
'I am appeasing you in the name of God'
'That is fine', Ilẹ̀ gìrìgìrì replied
I agree.....................................40
Inwardly she has not been pacified
She was burning with anger inside her
But she puts a smile on her face
Life continued
On a particular day, the king traveled out of the city
On that same day, Àróòjo was delivered of her baby
Ilẹ̀ gìrìgìrì is the one that took the delivery
Immediately she realized it was a male child
She covered him in an Àdému telling the mother that
    it was a still birth
And left for the outskirts with the calabash in her hand
When she got to the deep forest
A palm fruit harvester was on a palm tree nearby
He was harvesting the fruits
From afar, he saw someone approaching
The person has a white scarf on her head
And seemed to be in a haste
The harvester then dodged on the palm tree
And stopped harvesting
Ilẹ̀ gìrìgìrì quickly shoved the calabash into a hole
    inside the mold hill...............60
Hoping that scorpions and ants would sting him to
    death
She convinced herself no one was watching before
    heading home
Before she got back home
The king had returned from his journey

Wón bá sọ fún ọba pé ọmọ ti kú
Àwọn sì ti lọọ sìnkú ẹ sígbó
Ńgbà ó sì jẹ pé Ọba ò gbọdọ fojú kan
    òkú
Kò pé kí wọn ó ńṣó ńbi òkú ọmọ ọhún
Akòpẹ ńtiẹ bá bọ síbi igbá àdému
Ló bá rí I tí ọn dé e pa
Ó sígbá wò lọmọ bá figbe ta!............70
Ó bá fọn ọn
Ó dílé ọba
Bó ti dé ibẹ ló gbọ tí ọn ń kíraa wọn níkìí
    èdùn
'Ọlọun ó ṣèmíìn'
Ó bá lọọ yọ bá Ọba
Báyìí báyìí lòún rí
Ọbá ní ó dákẹ
Wọn bá jọ lọ ọhún
Ńgbàa wọn dé ibẹ
Ọbá fojú ara ẹ rígbá tọmọ ń bẹ ńnú ẹ...80
Wọn bá gbé ọmọ fún Alágbàwò
Alágbàwò bá wẹ ọmọ
Ń fún ọmọ ní wàràa màálúù
Ńjọ kejì
Ọbá bá mú Àróòjo lọọ wo ọmọ
Ìyá ọmọ bá ń lọọ fún ọmọ ẹ lọmú
Wọn ò jẹníkan ó mọ
'Ńbo lo lọ'
Òún looko lásán ni
Ọmọ bá dàgbà.................,...90
Ó mọ ìyá ẹ tó fún un lọmú
Ńgbà ó di ọdún kẹta
Ọba bá pe gbogbo wọn jọ
Ọba pe Tẹẹtú pé ó dúó

They told the king that the baby had died
And that they have gone to bury the corpse in the
    forest
And since kings don't see dead bodies with bare faces
He could not ask them to show him the corpse of the
    child
The harvester went straight to the mold hill after the
    woman left
He saw the covered calabash
He peered inside and the baby let out shrills of cries
He carried it immediately.....................71
And left for the palace of the king to report what his
    eyes saw
On entering the palace he heard them commiserating
    with the king
'God would provide another one' the people said to
    the aggrieved king
He stealthily went to meet the king
'Such and such is what I saw in the forest' the
    harvester told the king
'Please keep it a secret' the king replied in a whisper
They went to the place together
On getting to the spot where the calabash was kept
The king saw truly to the man's claim, the calabash
    containing the child...............80
They gave the baby to a nanny nearby
The nanny bathed the baby
Gave him fresh cow milk
The next day
The king took Àróòjo to identify the baby
Without telling anyone, Àróòjo would go and breast-
    feed her child
No one suspected her
They would ask her 'Where did you go'?
'Oh I just went to the farm' she would lie in response
The child matured to a strong boy....................90
He recognized the mother that had been breast-
    feeding him
In the third year
The king called them all in an assembly
He also called the Tẹẹtú to standby

Wọ́n bá pagbo bìrìkìtì	They all formed a circular gathering
Ọbá ní kí wọ́n ó gbé ọmọ sáàrin	He asked the boy to be in the middle
Ọbá bá pe Ilẹ̀ gìrìgìrì	He then called on Ilẹ̀ gìrìgìrì
Ó dáhùn ó ní 'káábíèsí'	'I am answering, káábíèsí'
Ǹjẹ́ o mọ ọmọ yìí?	'Do you know this child'? The king asked
Ó lóun ò mọ̀ ọ́.....................100	'I don't' she answered.........................100
O ò dọ́mọ yìí mọ̀?	' You can't recognize this little boy'?
Ọbá ní ẹ mọ́ọ wò ó bí ọmọ ó mọ ìyá ẹ̀ bí	'Let us then see if the boy would know his mother'
ò nìí mọ̀ ọ́	the king said
Wọ́n bá ní kí ọmọ ó lọọdọ̀ ìyá ẹ̀	They asked the boy to go and meet his mother
Ìyá tí tí ń fún ọmọ lọ́mú lọmọ́ tọ̀ lọ	It was the mother that had been breast-feeding him
Ọbá níwọ Ilẹ̀ gìrìgìrì	that he held
Ọmọ tóo ní ò sí ńjọ́ kìíní nùu	'You Ilẹ̀ gìrìgìrì',
Ǹjẹ́ ńgbà àwọn sì wí wíi wí	'That is the boy you told me died the last time'
O ò pé wọ́n ó tojúù rẹ yọ idà ńnú àkọ̀	'I tried then to get the truth on your claim of his
Kí wọ́n ó tẹ̀yìin rẹ kí ì bọ inú ẹ̀	death'
Idà náà ni wọ́n ó yọ un.................110	'You swore that we should bring out the sword before
Ilé tí ọ́n gbé fún Ilẹ̀ gìrìgìrì	you'
Wọ́n bá gbé e fún Àróòjo	'But we should return it into the scabbard after you'
Ẹrú bá di ayaba	'We would now take out the sword out of its
Àróòjo wá ń jó ní ń yọ̀	scabbard'.........................110
Ní ń yin àwọn Babaláwo	The house previously bequeathed to Ilẹ̀ gìrìgìrì
Àwọn Babaláwo ń yin Ifá	They gave it to Àróòjo
Ó ní bẹ́ẹ̀ làwọn Babaláwo tòún wí	The slave then became the king's wife
Ifá kan nìdá ṣẹ	Àróòjo then started to dance and rejoice
Ọpẹ̀ kan nìkọlà	She was praising her Babaláwos
A díá fún Ilẹ̀ gìrìgìrì.................120	Her Babaláwos were praising Ifá
Èyí tí ń lọ rèé ra Àróòjo lẹ́rú	She said it was as her Babaláwos had said
Wọ́n ní ó sá káalẹ̀ ẹbọ ní ó ṣe	Ifá kan nìdá ṣẹ
Àróòjo nìkan ní ń bẹ lẹ́yìn tó ṣẹbọ	Ọpẹ̀ kan nìkọlà
Ìgbà àì ṣẹbọ	Cast divination for Ilẹ̀ gìrìgìrì 120
Ìgbà àì tù èèrù	The one that was going to buy Àróòjo as a slave
Ẹ̀yin ò wo ilé Ilẹ̀ gìrìgìrì	She was asked to perform sacrifice
Bó ti wá ń dilé Àróòjo	Àróòjo is the only one at the back that observed
	sacrifice
	The evil of not offering sacrifices
	The problem of not giving the prescribed booties of
	Ifá
	Can you all see the house of Ilẹ̀ gìrìgìrì
	Now becoming the house of Àróòjo

810

ÌRẸTẸ̀ ÒSẸ́

ÌRẸTẸ̀ ÒSẸ́

Ẹ JẸ KÍ Á WO ̀IFÁÁRÀ NÍ ̀IPARÍ ̀IWÉ YÍI FÚN ÀLÀYÉ KÍKÚN LÓRÍ ODÙ MÍMỌ́ YÍI.

PLEASE SEE FOOTNOTE ON THIS IMPORTANT VERSE.

ÌRẸTẸ̀ ÒFÚN A

Ifá pé kí eléyìun ó lọ̀ọ́ tójú ìyáa rẹ̀; torí
ìyáa rẹ̀ lỌlọ́run ẹ̀. Tí ò bá ṣe èyí, nǹkan ó
ra lọ́wọ́. Tí ìyá ẹ̀ bá ń bẹ láyé, yóó ra aṣọ
tí ó mọ́ọ fi wéri fún un, yóó sì ra ẹmọ́
kan tí yóó fi bọrí ìyá ẹ̀. Tí ìyá ẹ̀ bá ti kú,
kó tójú ẹmọ́ kan, kó sì lọ̀ọ́ fi kọ́ ojú oórì
ìyá ọ̀hún kó wáá mú aṣọ funfun ọ̀hún; kó
lójú oórì ìyá ẹ̀. Ifá pé orí ìyá eléyìun ó
dùúró tì í. Ogúnlénú owó lẹbọ ẹ̀ lẹ́yìn
ẹmọ́ àti aṣọ funfun.

Fèrè ló ré kọjá ọ̀nà
Mo ṣe bẹ́mọ́ ni
A díá fún Yèyé Òténgélè
Òténgélè ní ń bèèrè póun yọ kúò lọ́wọ́ ibi
      báyìí?
Wọ́n ní kó rúbọ
Wọ́n ní ẹlẹ́dàá ìyá ẹ̀ ní yóò dúró tì Í
Wọ́n ní kó rú ẹmọ́ kan
Aṣọ funfun
Tí ìyá ó fi wé orí ẹ̀
Igba àti ogún owó ni kée rúbọ.........10
Kó wáá ṣe ẹmọ́ fún ìyá ọ̀hún
Wọ́n ní ẹnu ni Ìbọ Orí
Ẹnú bá jẹ tán
Ẹnú mu tán
Ẹnú bá ń wúre
Òténgélè sì ti léri láàrin ẹgbẹ́ ẹ̀
Póun lè sọ aṣọ osùn di funfun
Ńgbà ó rúbọ tán
Wọ́n bá wá bá a
'Aṣọ osùn tóo lòó sọ di funfun'.........20
Àwọn fẹ́ẹ́ rí I

ÌRÈTÈ ÒFÚN A

Ifá implores this person to take a good care of his
mother because she is his god. If he refuses, things
would take a bad turn for him. If his mother is alive,
he should buy a cloth that the woman could tie to his
head. He should also buy Ẹmọ́ rat for the woman to
use in sacrifice to her Orí. If she is dead, he should
prepare Ẹmọ́ rat and hang it with a white cloth on the
grave spot. Four hundred and twenty units of money is
the sacrifice with the cloth. The Orí of the woman
would be with him.

It was Fèrè that crossed the path
I had thought it was an Ẹmọ́ rat
Casts divination for Òténgélè's mother
Òténgélè is the one asking whether he would escape
      from the evil besieging him
They told him to perform sacrifice
They told him that the spirit of his mother would not
      depart from him
He was asked to offer an Ẹmọ́ rat as sacrifice
White cloth is among the sacrifice
The one the woman would tie as scarf.................9
He should also sacrifice two hundred money units
He should cook the Ẹmọ́ rat for his mother to eat
The mouth is the one to sacrifice to, for acceptance of
      offerings by one's Orí, they said
The mouth finished eating
And had something to drink
It then started to pray
Òténgélè had previously boasted among his
      contemporaries
That he was capable of changing a red colored cloth
      to white
After observing the sacrifice
They came to challenge him
'The red cloth you boasted of changing to white'.....20
'We want to see the magic today'

Wọ́n bá ju aṣọ osùn sílẹ̀	They then dropped the red cloth
Bírí tí ó yií	Spontaneously
Wọn ò mọ ẹní ó mú aṣọ oṣùn nílẹ̀	No one could say who took off the red cloth
Wọ́n bá ju aṣọ funfun sílẹ̀	And replaced it with a while one
Ní bá ń jó ní ń yọ̀	Òtéńgélè then started to dance and rejoice
Ní ń yin àwọn Babaláwo	He was praising his Babaláwo
Àwọn Babaláwo ń yin Ifá	His Babaláwo was praising Ifá
Ó ní bẹ́ẹ̀ làwọn Babaláwo tòún wí	He said it was exactly as his Babaláwo had said
Fèré ló ré kọjá ọ̀nà.....................30	It was Fèré that crossed the path....................30
Mo ṣe bẹ́mọ́ ni	I thought it was an Ẹmọ́ rat
Àwọn ló ṣefá fún Yèyé Òtéńgélè	Casts divination for Òtéńgélè's mother
Èyí tí ń lọ rèé sọ aṣọ osùn di funfun	The one that was going to change red cloth to white
Fèré mọ̀mọ̀ lo ré kọjá ọ̀nà	It was Fèré actually that crossed the road
Èmí ṣe bẹ́mọ́ ni	I had thought it was an Ẹmọ́ rat
Yèyé Òtéńgélè ló wáá saṣọ osùn di funfun	Òtéńgélè's mother had changed the red cloth to white

ÌRẸTẸ̀ ÒFÚN B

Ifá pé kí eléyìun ó rúbọ fún obìnrin ẹ̀ kí wọ́n ó mọ́ mọ́ọ́ dá a nígi lóru. Wọ́n ó fẹ́ẹ́ mú obìnrin eléyìun wọ inú ẹgbẹ́, wọ́n ó sì mọ́ọ dà á láàmú bí ò bá rúbọ. Ǹgbà ó bá yá, obìnrin ó pèé ará ń ro òun, Ifá pé àwọn èèyàn ní ń bẹ ńbẹ̀. Ifá pé eléyìun fẹ́ẹ́ kọ́lé. Sugbon ìraan wọn kán ń dáró; Kí wọ́n ó lọ̀ọ́ kọ́lẹ̀ bo ó lórí, torí igbá nǹyá ọ̀hún ń dàá borí. Ifá pé kó lòó ri igi mẹ́rin, kí wọ́n ó sì ṣe àtíbàbà lé e lórí. Yóó rìí olùrànlọ́wọ́ lórí ilé kíkọ́. Ewúrẹ́ kan àti aṣọ ìgàn kan lẹbọ.

Tẹ̀ fún; tẹ̀ fún tẹ̀mbẹlẹ̀
A díá fún Kì!
Kì tí ń lọ rèé dá wọn nígi lóru
Wọ́n ní wọ́n ó rúbọ
Wọ́n ní kí Kì ó mọ́ baà dá wọn nígi lóru
Ifá pé kí ọkọ́ ó rú ewúrẹ́ kan
Kí iyàwó ẹ̀ ó sì rú Àkùkọ adìẹ
Wọ́n bá rúbọ
Kì, ò leè ṣe wọn ní nǹkankan mọ́
N ní wá ń jó n ni wọ́n ń yọ̀...............10
Wọ́n ń yin àwọn Babaláwo
Àwọn Babaláwo ń yin Ifá
Ó ní bẹ́ẹ̀ làwọn Babaláwo tòún wí
Tẹ̀ fún; tẹ̀ fún tẹ̀mbẹlẹ̀
A díá fún Kì!
Kì tí ń lọ rèé dá wọn nígi lóru
Kì!
Dákun mọ́ mọ̀ gbá mọ́ wa
Kì!
A bẹ̀ ó dákun 20
Kì!

ÌRẸTẸ̀ ÒFÚN B

Ifá asks this person to sacrifice for her wife such that people would not cause her horror in the middle of the night. They would try to initiate his wife into a kind of evil society in her dreams; they should offer sacrifice to forestall this. The woman would complain of body pains. It is the same devilish people. Ifá also sees a woman who is a relation of this person who had been involved in tying and dyeing of cloths. She has no house over her head. They should find solution to this for her. Ifá says this person wants to build a house. He should go and erect four corner logs and build a thatched roof on it. He would meet people that would help him build the house to his taste anywhere he chooses. A goat and a roll of fabric is the sacrifice.

Tẹ̀ fún; tẹ̀ fún tẹ̀mbẹlẹ̀
Casts divination for Kì!
The one that was going to cause them horror in the
        middle of the night
They were asked to perform sacrifice
Such that Kì would not cause them nightmares in the
        middle of the night
Ifá asks him to sacrifice a goat
And the wife to sacrifice a rooster
They offered the sacrifice
Kì! Could not bother them again
They then started to dance and rejoice................10
They were praising his Babaláwo
Their Babaláwo was praising Ifá
They said it was as their Babaláwo had said
Tẹ̀ fún; tẹ̀ fún tẹ̀mbẹlẹ̀
Casts divination for Kì!
The one that was going to cause them horror in the
        middle of the night
Kì!
Please do not chase us around in hot pursuit
Kì!
We beg you..................................20
Kì!

DIFFICULT WORDS : ÌRẸTẸ̀

1. **Àtẹ̀gbè:** Ìrẹtẹ̀ Ogbè. Name of a Babaláwo
2. **Olókun:** Deity responsible for the control of the ocean
3. **Ẹmọ́:** A kind of bush rat
4. **Ọlọ́sà:** Deity responsible for the control of the lagoon
5. **Òrìgì:** Name of a Babaláwo
6. **Atan:** Swamp
7. **Ọ̀rúnlá:** Cf. Ọ̀wọ́nrín
8. **Àgbá pirá, Àgbá pinrìn, and Àgbá nìyọsọ̀sọ̀:** Names of Babaláwos
9. **Oní Làbà:** Làbà is a kind of girdle. Oní làbà then would translate to he that wears girdles
10. **Alápẹ̀tẹ́:** Apẹ̀tẹ́ is a loin cloth or purse worn around the waist to keep charms and knives. Alápẹ̀tẹ́ is the person that wears such.
11. **Omidan:** Maiden
12. **Aronipin:** An oppressor. This is also the name given to the tip of the arm of a chicken. Usually it is cut off to forestall any incidence leading to someone oppressing one.
13. **Òkòkó Ọyẹ̀lẹ̀:** Chicken
14. **Ìgbájọ:** Name of a city in Ọ̀sun state of Nigeria
15. **Ìjẹ̀sà:** Also a city in Ọ̀sun state
16. **Olúọhọròbí:** Appellation for the honey bee
17. **Ẹjẹmu olúwọnran, ò de kẹ̀mbẹ̀kù rebi ìjà:** Praise name of Ògún. Ògún being the god of iron, which bathes with blood received this title because of his strength. Ò de kẹ̀mbẹ̀kù re ibi ìjà however confirms his power as a person

that ties kẹ̀mbẹ̀ku (a kind of shin guard that extends from the knee to the ankle to protect the shin from the sharp blades of grasses in the farm) to war. Probably to protect his knees from injury since Ògún is a known wrestler

18. **N tó rí lọ́bẹ̀ tẹ́ e warú sọ́wọ́:** (Idiom) (Lt) 'What he sighted inside his soup portion that made him pick out the locust beans in it'. What made him behave in such a despicable manner.
19. **Hànhín:** Exclamation of surprise.
20. **Ẹdùn:** The mystical and sacred stone that Sàngó throws during thunderstorms. It is also regarded as bullets.
21. **Ojòlá:** Hypothetical Boar Constrictor that has a human head.
22. **Pápá kuru, Pàpà kuru, and Papa kúúrú:** Names of persons. Also the crowing of pigeons
23. **Kẹẹrẹ Kẹ̀ẹ̀rẹ̀ Kẹẹrẹ:** Response to chants and tales. Also names of a Babaláwo
24. **Kìjan, Òtòlò:** Animals hunted for game. Deer family
25. **Gúnnugún:** Igún, Vulture
26. **Aláwòròsù:** Àwòrò. An important chief in the worship of almost all the deities. Chief priest
27. **Adósù:** A person that deputizes for a particular deity. Adósùu Sàngó, Adósù Òòsà. Usually a man
28. **Alúkùnrin:** One of the ape's family
29. **Àdí:** Cf. Ògúndá.
30. **Tẹ̀mbẹ̀lẹ̀ kan ò gbọ̀nà tán kó tún gba inú ìgbẹ́:** Name of a Babaláwo
31. **Àdó:** A small gourd. Usually the mystical ones
32. **Ọhọ̀ọ̀họ:** The sound made by frogs and toads especially when it has just rained
33. **Àbọ̀n:** This is the tender oil palm bud that has just been formed
34. **Jẹ́áyinfá:** Name of a person born into Ifá family - Let us praise Ifá

35. **Amósùn** - the one that picks Òsùn staff

Dòsùnmú - the one that cleaves to Òsùn

Òsú è̩yò̩: Osúnláyà, the wife of Àgbo̩nnìrègún

36. **Àtè̩ká**: Ìre̩tè̩ Ìká
37. **Àdán**: Bats
38. **Ìmúsarò̩**: Arò̩ are the metal chips formed in the blacksmith shop
39. **Alápàáñdè̩dè̩ nñ bímo̩ tiè̩ nítùra**: Alápàáñdè̩dè̩ (A bird) is the one that gives birth to her own children with ease.
40. **Ò̩s̩ùùs̩uù**: A sharp and poisonous thorn
41. **Apá, Ooro**: Kinds of hardwood
42. **Olorì**: The wife of a king
43. **Kì**: Fear. Anxiety or torment
44. **Òdoñràdà**: Pigs, swine

CHAPTER 15 | ÒSẸ́

ÒSẸ́ MÉJÌ A

Ifá pé ka lọ̀ọ́ bọ Òòsà òkè, gbogbo ire ní
ó sì tó wa lọ́wọ́.

Òpó ilé ni ò ṣẹ́ mulunkú mùlùnkú
A díá fún wọn lóde Ìbàdàn
Níbi wọ́n gbé ń fojú sògbérè ọmọ
Ẹbọ n wọ́n ní wọ́n ó ṣe
Wọ́n sì gbẹ́bọ ńbẹ̀
Wọ́n rúbọ
Njẹ́ ẹyín pẹlẹ́ o
Ará òde Ìbàdàn
Ọmọ ajẹ̀gbín tán
Fikarahun fọ́kọ fọ́mọ gbé mu...........10

ÒSẸ́ MÉJÌ A

Ifá wishes this person the fortune of children. He
should go and offer sacrifices to Òòsà Òkè.

The column in an upright house cannot wobble
Cast divination for them in the city of Ìbàdàn
Where they were crying because of childlessness
It was sacrifice of children that was prescribed for
     them
They heard about the sacrifice
And performed it
Therefore we greet you all
The people of the city of Ìbàdàn
The child of the clan that would eat snails
And use the shell to prepare corn pudding for the
     child to drink...........................10

ỌSẸ́ MÉJÌ B

Ifá pé òuṇ ó kòó eléyìun là.

Agóró inúu wọn ni ò jẹ́ á bá wọn pé
Ìwà ìkàa wọn ò jẹ́ á bá wọn tò pọ̀
A díá fún Yèrèpè
Èyí tíí sọ̀rẹ́ igi oko
Òun gbara òun kalẹ̀ lọ́wọ́ ayé báyìí?
Wọ́n ní ó rúbọ
Wọ́n ní kó rú ọ̀pọ̀lọpọ̀ abẹ́rẹ́
Yèrèpé sì gbẹ́bọ ńbẹ̀
Ó rúbọ
Ọ̀tá ò le sún mọ igi tí Yèrèpé bá dì mọ́
Igi ti Yèrèpé bá dì mọ́ 11
Ó digi àgbàlà
Kéríkéri kan ò le ké e mọ́
Ifá nìkan ní ó mọ́ọ gbà wá là

ỌSẸ́ MÉJÌ B

Ifá says he would take this person to a place of safety.
He should perform sacrifice for same.

The evil thought in their heart does not make us to
    assemble with them
Their wicked acts does not allow us to associate with
    them
Cast divination for the Nettle
The close friend of the forest tree
'Would I extricate myself from the captive of man'?
They asked him to perform sacrifice
He was asked to offer many needles
The Nettles heard about the sacrifice
And performed it
No enemy can move near the Nettles.................10
And no one can move near the tree on which the
    Nettles hang
All the trees that the Nettles attach to
All of them would become saved
It is Ifá alone that would save us

ÒSẸ́ OGBÈ A

Ifá pé òun pé ire ọmọ fún eléyìun. Ayé ó ye ẹ́, sùgbọ́n kó fi ọbẹ̀ ìlasa bọ òkè ìpọrí ẹ̀. Kó pe àwọn èèyàn jọ, kí wọ́n ó jẹ kí wọ́n ó sì mu.

Alájangbada ríkíraki
A díá fún Olórùbu Ẹ̀gúsí
Ọmọ ajọká nahin nahin bímọ
Òun le bímọ báyìí?
Wọ́n ní kó rúbọ
Wọ́n ní kó se ọbẹ̀ ìlasa
Kó se ìjẹ
Kó se ìmu
Kó wáá kó àwọn èèyàn jọ
Kí wọ́n ó jẹun............................10
Ó ṣe bẹ́ẹ̀
Ni ọ́n bá bẹ̀rẹ̀ síí bímọ
Ìlasa ọjọ́ kííní tí ọ́n sè
Náà ni ọ́n ń sè fọ́lọ́mọ tée dòní
Ó ní Alájangbada ríkíraki
A díá fún Olórùbu Ẹ̀gúsí
Ọmọ ajọká nahin nahin bímọ
Wọ́n ní ó sá káalẹ̀ kó jàre
Ẹbọ ọmọ ni kó ṣe
Olórùbu Ẹ̀gúsi gbẹ́bọ ńbẹ̀.............20
Ó rúbọ
Rírú ẹbọ
Èèrù àtùkèsù
Ẹ wáá bá ni ní jẹbútú ọmọ
Jẹbútú ọmọ làá bá ni lẹ́sẹ̀ ọba Òrìsà

ÒSẸ́ OGBÈ A

Ifá wishes this person the fortune of children. Ifá says that life would please him but should offer sacrifice of ìlasa soup to his Ifá, by calling people to eat and have drinks.

Alájangbada ríkíraki
Casts divination for Olórùbu Ẹ̀gúsí
The child of Ajọká nahin nahin bímọ
Would I have children on earth? He asked
They told him to offer sacrifice
They told him to cook okra leaf soup
He should then prepare food
Assemble people
And invite them to come and eat with him
He did as instructed....................10
They then started to dance and rejoice
They were praising their Babaláwo
Their Babaláwo was praising Ifá
They said it was as their Babaláwo had said
Alájangbada ríkíraki
Casts divination for Olórùbu Ẹ̀gúsí
The child of Ajọká nahin nahin bímọ
He was asked to take care of the ground
And perform sacrifice
Olórùbu Ẹ̀gúsí heard about the sacrifice..........20
And performed it
After offering of sacrifices
And giving free gifts to Èṣù
Come and meet us with good fortunes of children
One is found with the good fortune of multiple childbirth at the feet of the king of Òrìsà

ỌSẸ́ OGBÈ   B

Ọ̀rẹ́ kan bẹ fún eléyìun tí ọ́n jọ mọ́
araa wọn mọ́tímọ́tí; Olórí rere làwọn
méjèèjì, wọ́n ó dèèyàn nílá. Ifá pé kí àwọn
méjèèjì ó jọ fi obì rúbọ.

Mo wá ọ délé
N ò bá ọ nílé
Ọ̀nà ni mo pàdé Èṣù Ọ̀dàrà
Èṣù Ọ̀dàrà ló júweè rẹ hàn mí
Pẹ̀lẹ́ ọmọ ọ̀ọ̀kùn méjì tíí mǐ ragbada
    ragbada lórí ewé
A díá fún Àwòròkòǹjobǐ
Níjọ́ tí òun àti Àwòko jọ ń sọ̀rẹ́
Wọ́n ní wọ́n ó rúbọ
Wọ́n ní babaa wọ́n ó dùúró tí wọ́n
Wọ́n bá rúbọ...............................10
Ayé yẹ Àwòròkòǹjobǐ
Ayé sǐ yẹ Àwòko
Inúu wọn dùn
N ní wọ́n wá ń jó ní wọ́n wá ń yọ̀
Wọ́n ń yin àwọn Babaláwo
Àwọn Babaláwo ń yin Ifá
Wọ́n ní bẹ́ẹ̀ làwọn Babaláwo tàwọ́n wí
Mo wá ọ délé
N ò bá ọ nílé
Ọ̀nà ni mo pàdé Èṣù Ọ̀dàrà.................20
Èṣù Ọ̀dàrà ló júweè rẹ hàn mí
Pẹ̀lẹ́ ọmọ ọ̀ọ̀kùn méjì tíí mǐ ragbada
    ragbada lórí ewé
A díá fún Àwòròkòǹjobǐ
Níjọ́ tí òun àti Àwòko jọ ń sọ̀rẹ́
Orí Oyè ni ò
Orí Oyè ni
Àwòròkòǹjobǐ
Ẹ̀yin ò mọ pÓrí oyè lórí Awo?
Àwòròkòǹjobǐ

ỌSẸ́ OGBÈ   B

This person has a cordial relationship with another
friend. The two of them are a lucky bunch. Ifá says
they would both become rich. They should both
sacrifice plenty of kola nuts to their Orí.

I came looking for you at home
I met your absence
I met Èṣù Ọ̀dàrà on the way
It was Èṣù Ọ̀dàrà that described you to me
I greet you the child of ọ̀ọ̀kùn méjì tíí mǐ ragbada
    ragbada lórí ewé
Cast divination for Àwòròkòǹjobǐ
On the day he and Àwòko were engaged in friendship
    ties
They were asked to perform sacrifice
They said the spirit of their fathers would be with
    them
Àwòko and Àwòròkòǹjobǐ offered the sacrifice.....10
Life pleased Àwòròkòǹjobǐ
Life pleased Àwòko
They were exceedingly happy
They then started to dance and rejoice
They were praising their Babaláwo
Their Babaláwo was praising Ifá
They said it was as their Babaláwo had said
I came looking for you at home
I met your absence
But I met Èṣù Ọ̀dàrà on the way....................20
It was Èṣù Ọ̀dàrà that described you to me
I greet you the child of ọ̀ọ̀kùn méjì tíí mǐ ragbada
    ragbada lórí ewé
Cast divination for Àwòròkòǹjobǐ
The close friend of Àwòko
Please, it is a crowned Orí
It is an Orí of a chief
Àwòròkòǹjobǐ
Don't you all know that the Orí of a priest is a
    crowned Orí?
Àwòròkòǹjobǐ

ÒSẸ́ ỌYẸ̀KÚ A

Ifá pé kí eléyìun ó rúbọ sí àìkú. Ẹ̀mìi rẹ̀ ó gùn; nǹkan tó sì bèèrè sí ó dáa. Ṣùgbọ́n ká rúbọ kí ààyè ó lè gbani, kí ọ̀nà ó fẹ̀ fún wa. Ifá pé kéléyìun ó fi ẹ̀wù ńlá kún ẹbọ ẹ̀ rú.

Ọsẹ́ ló yẹkú Ọwǐnnì
A díá fún Rèmílẹ́kún Onígbò Afọnran
Níjọ́ tí ń bẹ láàrin òsìrì
Ti ń bẹ láàrin ọ̀tá sáńgílítí
Ẹbọ kó ṣẹgun n wọ́n ní ó ṣe
Òun ò níí kú báyìí?
Wọ́n ní ò níí kú
Bó bá ti le rúbọ
Wọ́n yan ẹbọ fún Rèmílẹ́kún
Ó bá rúbọ.............................10
Ó rú ọ̀pọ̀lọpọ̀ owó
Ó rú aṣọ ńlá kan
Ẹ̀mí ẹ̀ bá gùn
Ayé yẹ ẹ́
N ní wá ń jó ní ń yọ̀
Ní ń yin àwọn Babaláwo
Àwọn Babaláwo ń yin Ifá
Ó ní bẹ́ẹ̀ làwọn Babaláwo tòún wí
Ọsẹ́ ló yẹkú Ọwǐnnì
A díá fún Rèmílẹ́kún Onígbò Afọnran
Níjọ́ tí ń bẹ láàrin òsìrì.........................21
Ti ń bẹ láàrin ọ̀tá sáńgílítí
Rèmílẹ́kún tẹ́ẹ lo kú
Kò kú mọ́ o
Gẹrẹrẹ
Ma fẹ̀wù bá wọn gbálẹ̀
Gẹrẹrẹ

ÒSẸ́ ỌYẸ̀KÚ A

Ifá asks this person to offer sacrifice for long life. All his intentions for coming to consult with Ifá would be fine; But he should offer sacrifice such that he would have space, time and conducive environment to function well. He should add a big cloth he owns to the sacrifice.

It is Ọsẹ́ that removed the death spell on Ọwǐnnì
Cast divination for Rèmílẹ́kún Onígbò Afọnran
On the day he was in the midst of enemies
He was in the midst of foes
It is the sacrifice of prevalence that he was asked to perform
'Would I not die'? He asked
They told him that he would not die prematurely
Once he is ready to perform sacrifice
They prescribed the sacrifice for him
He offered the sacrifice.........................10
He sacrificed plenty of money
He also sacrificed a big cloth
He lived long
And life pleased him
He then started to dance and rejoice
He was praising his Babaláwo
His Babaláwo was praising Ifá
He said it was as his Babaláwo had said
It is Ọsẹ́ that removed the death spell on Ọwǐnnì
Cast divination for Rèmílẹ́kún Onígbò Afọnran......20
On the day he was in the midst of enemies
He was in the midst of foes
The Rèmílẹ́kún that you thought died
Is actually not dead
Gẹrẹrẹ
At old age, I would with them wear flowing dresses
Gẹrẹrẹ

ỌSẸ́ ỌYẸ̀KÚ B

Ifá pé ká rú pẹ́pẹ́yẹ kan àti òkúta akọ méje. A ó lọ̀ọ́ ju òkúta náà sáàrin ọjà kí gbogbo ogún ó le sẹ́.

Báa bá jùkò sáàrin ọjà
Ará ilé ẹni níí bá
A díá fún Akíọdé
Èyí tíí sọmọ Ọ̀sẹyẹ̀kú
Wọ́n ní ó rúbọ sáÌkú araa rẹ
Wọ́n ní ò níí rógun ìdílé
Wọ́n lógun ò níí mú u
Wọ́n ní kó fi pẹ́pẹ́yẹ kún ẹbọ rú
Kó wáá kó òkúta akọ méje sínú igbá tí ọn fi rúbọ fẸ́ṣù
Kó wáá mú òkúta akọ méje mĩ́ĩ́ín......10
Kó rọjà
Kó lọ̀ọ́ ju méjèèje lójà
Akíọdé ọmọ Ọ̀sẹ́ Ọyẹ̀kú bá rúbọ
Ó gbẹbọ fẸ́ṣù
Ayé yẹ ẹ́
Akíọdé sẹ́gun
N ní wá ń jó ní wá ń yọ̀
Ní ń yin àwọn Babaláwo
Àwọn Babaláwo ń yin Ifá
Ó ní bẹ́ẹ̀ làwọn Babaláwo tòún wí....20
Báa bá jùkò sáàrin ọjà
Ará ilé ẹni níí bá
A díá fún Akíọdé
Èyí tíí sọmọ Ọ̀sẹyẹ̀kú
Wọ́n ní ó rúbọ sáÌkú araa rẹ
Ó wáá gbẹbọ ńbẹ
Ó wáá rúbọ
A rúbọ nígbà yí o
A rúbọ
A fi pẹ́pẹ́yẹ rúbọ...................30

ỌSẸ́ ỌYẸ̀KÚ B

Ifá implores this person to sacrifice a duck and seven rock pebbles. He should go and throw the stones into the market square from afar.

If one throws a stone into the market crowd center
It would hit a relation
Casts divination for Akíọdé
The child of Ọ̀sẹyẹ̀kú
He was asked to perform sacrifice for him to have an endless life
They told him that he would not experience warfare within his family circles
And that he would not be arrested by warfare
But he should sacrifice a duck
And also put seven stones in a calabash for Èṣù
He was also told to get another seven stones.........10
Take them to a market place
And should throw them from afar into the market place
Akíọdé the child of Ọ̀sẹyẹ̀kú performed the sacrifice
He gave the sacrifice to Èṣù
Life so pleased him
Akíọdé won
He then started to dance and rejoice
He was praising his Babaláwo
His Babaláwo was praising Ifá
He said it was as his Babaláwo had said...........20
If one throws a stone into the market crowd center
It would hit a relation
Casts divination for Akíọdé
The child of Ọ̀sẹyẹ̀kú
He was asked to perform sacrifice for him to have an unending life
He heard about the sacrifice
And performed it
We have henceforth performed the sacrifice prescribed
We have performed it
We have sacrificed a duck.......................30

Ọran à sàì yẹ wá gbẹ̀yìn | Our misfortunes would result in success in the end
A fi pẹ́pẹ́yẹ rúbọ | We sacrificed a duck

823

ỌSẸ́ ÌWÒRÌ A

Ifá pé kí eléyìun ó rúbọ fún àwọn ọmọ è;
ẹbọọ rẹ̀ ó wọ̀run. Ikú ò níí pàwọ́n ọmọ ẹ̀;
òun àtìyàwó ẹ̀ náà ò níí kú ní kékeré.

Ọsẹ́ pàá bí ọkọ́
Ìwòrì jòwòlò bíi rádùn
A díá fún Ọ̀rúnmìlà
Yóò ràán akiribiti ẹbọ lọ sálàde ọ̀run
ńtorí ọmọọ rẹ
Ọ̀rúnmìlà ní ń bèèrè pé nǹkan ò sàwọn
ọmọ òun báyìí?
Wọ́n ní kó rú àyágbáyagbà ẹbọ
Kó dóde ọ̀run kó jíṣẹ́
Kó mọ́ sìí ikú mọ́
Kí àrùn náà ó kẹrùu rẹ̀
Kí òfò ó lọ..........................10
Ire gbogbo ó mọ́ọ wọlé wá
Ọ̀rúnmìlà rúbọ
Ayé yẹ ẹ́
Ní bá ń yin àwọn Babaláwo
Àwọn Babaláwo ń yin àwọn Akọ́nilédè
Ó ní Ọsẹ́ pàá bí ọkọ́
Ìwòrì jòwòlò bíi rádùn
A díá fún Ọ̀rúnmìlà
Yóò ràán akiribiti ẹbọ lọ sálàde ọ̀run
ńtorí ọmọọ rẹ
Ẹbọ mọ́ gbàgbé o jíyìn..................20
Akirinbiti
Mọ́ mọ̀ gbàgbé o jíyìn
Akirinbiti
Bóo bá dọ́run tóo bá ti jíyìn ajé
Ká rájé rere ní
Akirinbiti
Mọ́ mọ̀ gbàgbé o jíyìn

ỌSẸ́ ÌWÒRÌ A

Ifá asks this person to offer full sacrifice. His needs
for consulting Ifá would be obtained, as his sacrifice
would be accepted. He should also sacrifice for his
children. Death would not snatch away his children
nor would it kill his wife.

Ọsẹ́ pàá bí ọkọ́
Ìwòrì jòwòlò bíi rádùn
Cast divination for Ọ̀rúnmìlà
He would send a breathtaking sacrifice to heaven
    because of his children
'Nothing bad happens to my children'? Ọ̀rúnmìlà
    asked
He was asked to offer an awesome sacrifice
The sacrifice that would get to heaven to deliver all
    messages
Such that there would be no more death
There would not be any sickness again
Loss would be gone............................10
'All good things would come into your home' they
    said
Ọ̀rúnmìlà offered the sacrifice
Life pleased him
He then started to praise his Babaláwos
His Babaláwos were praising the Language teacher
He said Ọsẹ́ pàá bí ọkọ́
Ìwòrì jòwòlò bíi rádùn
Cast divination for Ọ̀rúnmìlà
He would send a breathtaking sacrifice to heaven
    because of his children.....................19
My sacrifice, do not forget to deliver my message
Akirinbiti
Do not forget to deliver my message
Akirinbiti
Once you get to heaven, deliver my message of
    wealth
Let me have a good wealth to pocket
Akirinbiti
Do not forget to deliver my message

Akirinbiti
Bóo bá dórun tóo bá ti jíyìn aya
Ká ráya rere ní..........................30
Akirinbiti
Mó mò gbàgbé o jíyìn
Akirinbiti
Bóo bá dórun tóo bá ti jíyìn ọmọ
Ká rómọ rere bí
Akirinbiti
Mó mò gbàgbé o jíyìn
Akirinbiti
Bóo bá dórun tóo bá ti jíyìn ilé
Ká rílé rere kọ́.........................40
Akirinbiti
Mó mò gbàgbé o jíyìn
Akirinbiti
Bóo bá dórun tóo bá ti jíyìn ire gbogbo
Kíre gbogbo ó mọ́ọ́ tó wa lọ́wọ́
Akirinbiti
Mó mò gbàgbé o jíyìn
Akirinbiti

Akirinbiti
When you get to heaven, tell of my lack of wives
Such that I could have good ladies as wives.........30
Akirinbiti
Do not forget to deliver my message
Akirinbiti
When you get to heaven, deliver my message on
dearth of children
Such that I could have good children to nurture
Akirinbiti
Do not forget to deliver my message
Akirinbiti
When you get to heaven, deliver my message on lack
of houses
Such that I could have the wherewithal to build a
beautiful mansion.........................40
Akirinbiti
Do not forget to deliver my message
Akirinbiti
When you get to heaven, deliver my need for all good
things
Such that all good things would be within my grasp
Akirinbiti
Do not forget to deliver my message
Akirinbiti

ỌSẸ́ ÌWÒRÌ B

Ifá pé ikú orí eléyìun ó yẹ.

Ọsẹ́ pàá bí ọkọ́
Ìwòrì jòwòlò bíi rádùn
Àrọ̀ ré re réè
Awo ilé Ọ̀rúnmìlà
Ló díá fún Ọ̀rúnmìlà
Yóó yẹ ikú kúò lórí ọmọọ rẹ̀
Yó lọ rèé gbé e kọ́rí igi lóko
Wọ́n ní kó rúbọ
Wọ́n ní bó bá ti rúbọ
Ikú yẹ..................10
Ọ̀rúnmìlà rúbọ
Ikú ò pa ọmọ ẹ̀ mọ́
Àrùn ò ṣe ọmọ ẹ̀ mọ́
N ní wá ń jó n ní ń yọ̀
Ní ń yin àwọn Babaláwo
Àwọn Babaláwo ń yin Ifá
Ó ní bẹ́ẹ̀ làwọn Babaláwo tòún wí
Ọsẹ́ pàá bí ọkọ́
Ìwòrì jòwòlò bíi rádùn
Àrọ̀ ré re réè..................20
Awo ilé Ọ̀rúnmìlà
Ló díá fún Ọ̀rúnmìlà
Yóó yẹ ikú kúò lórí ọmọọ rẹ̀
Yó lọ rèé gbé e kọ́rí igi lóko
Ikú tí ọn ní ó pẹ́ní ó mẹbọ
Ikú ò leè pẹ́ní ó mẹbọ mọ́
Awo rere
N lÀrọ̀ ré re réè
Awo rere
Àrùn tí ọn ní ó pẹ́ní ó mẹbọ..........30
Àrùn ò leè pẹ́ní ó mẹbọ mọ́

ỌSẸ́ ÌWÒRÌ B

Ifá says the death spell on this person would be removed.

Ọsẹ́ pàá bí ọkọ́
Ìwòrì jòwòlò bíi rádùn
Àrọ̀ ré re réè
The priest of Ọ̀rúnmìlà's household
Cast divination for Ọ̀rúnmìlà
He would remove the death spell on his child
He would go and hang it on a tree in the forest
He was asked to perform sacrifice
'Once you perform sacrifice', they said
'The death spell would be removed'..................10
Ọ̀rúnmìlà offered the sacrifice
Death could not kill his child again
Sickness could not inflict his child again
He then started to dance and rejoice
He was praising his Babaláwos
His Babaláwos were praising Ifá
He said it was as his Babaláwos had said
Ọsẹ́ pàá bí ọkọ́
Ìwòrì jòwòlò bíi rádùn
Àrọ̀ ré re réè..................20
The priest of Ọ̀rúnmìlà's household
Cast divination for Ọ̀rúnmìlà
He would remove the death spell on his child
He would go and hang it on a tree in the forest
The death they wished to kill the person who knows
    the observance of sacrifice
Death could not kill him again
A learned and good priest
Is the priest called Àrọ̀ ré re réè
A learned and good priest
The sickness they wished would inflict the person
    who knows the observance of sacrifice......30
Sickness could not inflict the person who knows the
    efficacy of sacrifice

Awo rere
N lÀrọ̀ ré re réè
Awo rere
Òfò tí ọ̀n ní ó ṣeni ó mẹbọ
Òfò ò leè ṣeni ó mẹbọ mọ́
Awo rere
N lÀrọ̀ ré re réè
Gbogbo Ajogun tí ọ̀n ní ó ṣeni ó mẹbọ
Ajogun ò leè ṣeni ó mẹbọ mọ́
Awo rere
N lÀrọ̀ ré re réè
Awo rere

A learned and good priest
Is the priest called Àrọ̀ ré re réè
A learned and good priest
The Loss they wished would be suffered by the
person who knows the observance of sacrifice
Loss could not be suffered again by the person who
knows the efficacy of sacrifice
A learned and good priest
Is the priest called Àrọ̀ ré re réè
A learned and good priest
All the impugns they wished would inflict the person
who knows the observance of sacrifice......40
All the spells could not inflict him again
A learned and good priest
Is the priest called Àrọ̀ ré re réè
A learned and good priest

827

ÒSẸ́ ÒDÍ A

Ifá pé ire fún eléyìun ayé ó yẹ ẹ́; yóó sì dáa fún un. Ifá pé kò gbọdọ̀ tẹ́ńbẹ́lú ìyàwóo rẹ̀ o.

Òsẹ́ dì í
Òru dì í
Òru làgbàlagbàá tàtàkú ìdí
A díá fún Àgbò gìrìsàsà
Èyí tíí sọkọ Ẹ̀gbẹ̀jì
Wọ́n ní ó mọ́ sàǹjǐínà sóbìnrin ẹ̀
Wọ́n ń báyéé lọ
Ńgbà ó dijọ́ kan
Lọ́ bá hùwà ẹ̀gbin sóbìnrin ẹ̀
Ẹ̀gbẹ̀jì bá lọ ńtiẹ̀.............................10
Àgbò gìrìsàsá bá ń wáyàwó ẹ̀
Gbogbo èèyàn ní ń bá a wá Ẹ̀gbẹ̀jì
Bí ọ́n bá sì ń rí ọ̀kan
Wọ́n ó wàá fi han Àgbò gìrìsàsà
Bó bá ti pàdé ẹ̀
Wọ́n a tún mú Ẹ̀gbẹ̀jì kúò lọ́dọ̀ọ rẹ̀
Àyìn ẹ́yìn ni Àgbò gìrìsàsà ń yin àwọn Babaláwo
Ó ní bẹ́ẹ̀ làwọn Babaláwo tòún wí
Òsẹ́ dì í
Òru dì í..............................20
Òru làgbàlagbàá tàtàkú ìdí
A díá fún Àgbò gìrìsàsà
Èyí tíí sọkọ Ẹ̀gbẹ̀jì
Ńbo lẹ rẸ̀gbẹ̀jí ńmi?
Àgbò gìrìsàsà
Ń pé ńbo lẹ rẸ̀gbẹ̀jí ńmi?
Àgbò gìrìsàsà

ÒSẸ́ ÒDÍ A

Ifá wishes this person well. Life would please him but he should not disrespect his wife.

Òsẹ́ dì í
Òru dì í
It is in the middle of the night that adults have sex
Cast divination for the Matured Ram
The husband of the Sheep
He was warned not to ever neglect or behave unconcerned to his wife
Life continued
One particular day
He behaved negligently towards his wife
The Sheep then left him.......................10
He afterwards started looking for his wife
Everybody helped in searching for her
If they happens to see one that is of semblance
They would go to show her to him
After mating her
They would take her away
The Ram afterwards started to praise his Babaláwos belatedly
He said it was exactly as his Babaláwos had said
Òsẹ́ dì í
Òru dì í..20
It is in the middle of the night that adults have sex
Cast divination for the Matured Ram
The husband of the Sheep
'Where did you see Ẹ̀gbẹ̀jì'?
Àgbò gìrìsàsà
He was asking everyone if they happened to have seen Ẹ̀gbẹ̀jì
Àgbò gìrìsàsà

ỌSẸ́ ÒDÍ B

Ifá pé kí eléyìun ó tójú àwọn Awo ẹ̀. Gbogbo nǹkan tí àwọn Awo ẹ̀ bá sọ ni kó ṣe. Ifá pé bí baba eléyìun bá ń bẹ láyé, kó bọríi baba ẹ̀, bí baba ẹ̀ bá sì ti kú, kó bèèrè lójú ọpọ́n nǹkan tí baba ẹ̀ ó bàá gbà.

ỌSẸ́ ÒDÍ B

Ifá says this person should take care of his priests. All the predictions of his priests would come true. If his father is still alive, he should offer sacrifice to his Orí, but if dead, he should ask what his father would accept from him.

Isán níí sánrun
Ọ̀kàrá níí làrun gàgàagà
Òlùgbóńgbó pajá mọ́ jẹ
Àwọn ló díá fún Ọláńlẹ̀gẹ̀ tíí sawo Ọwá
Ó ní Ọwá ó làájé
Ọwá lájé
Ó ní Ọwá ó làáya
Ọwá gbé ọ̀pọ̀lọpọ̀ obìnrin níyàwó
Ó ní Ọwá ó bímọ
Ọwá bí ọ̀pọ̀lọpọ̀ ọmọ 10
Ó ní Ọwá ó kọ́lé
Ọwá kólé ńlá
Ó lẹmìí Ọwá ó gùn
Ọwá gbélé ayé kánrin kése
Ó ní kí Ọwá ó rúbọ
Kó lọọ tún ojú oórí baba ẹ̀ ṣe
Kó mọ́ baà rí baba ẹ̀ lójú ìran
Ọwá ní baba òun
Baba tó ti kú
Ọwá bá kọ̀ 20
Ọwá ò rúbọ
Ńgbà ó sùn ńjọ́ kan
Baba ẹ̀ bá yọ sí I lójú oorun
Nì bá ń sunkún
Bàbá òun
Háà bàbá òun
Wọ́n ní ṣe bí wọ́n wí fún ọ
Ṣebí ìwọ lọọ gbẹbọ ń rúrú
Àyìn ẹ̀yìn ní ń yin àwọn Babaláwo
Ó ní Isán níí sánrun .... .30

Isán níí sánrun
Ọ̀kàrá níí làrun gàgàagà
Òlùgbóńgbó pajá mọ́ jẹ
They are those that cast divination for Ọláńlẹ̀gẹ̀, the
       priest of Ọwá
He predicted Ọwá would have wealth
Ọwá has wealth
He predicted Ọwá would have wives
Ọwá married so many women
He predicted Ọwá would have children
Ọwá had twins and triplets as children..............10
He said Ọwá would build a house
Ọwá built a mansion
He said Ọwá would live long
Ọwá became aged
He asked Ọwá to perform sacrifice
And should go and take care of his father's grave
Such that he would not see his father in a nightmare
'My father'? Ọwá asked disdainfully
'The Man that died years ago'
Ọwá refused....................................20
He did not perform the sacrifice
One day, in his sleep
His father appeared to him in a dream
That was how he started crying
'My father'
'Oh my father', he sobbed
'Didn't we tell you'?
'Were you not the one that refused to offer sacrifice'?
He was praising his Babaláwos belatedly
He said Isán níí sánrun....................30

Ọkàrá níí làrun gàgàgà
Òlùgbóńgbó pajá mọ́ jẹ
A díá fún Ọláńlẹ̀gẹ̀ tíí sawo Ọwá
Ó ní Ọwá ó làájé
Ọwá lájé
Ó lỌwá ó làáya
Ọwá láya
Ó ní yóó bímọ
Ọwá bímọ
Ó ní yóó ríi baba ẹ̀ lójú ìran............40
Ọwá ní baba tó ti kú
Bóo lòun ó ṣe rí baba òun lójú ìran?
Ọwá wáá ri baba ẹ̀ lójú ìran
O lè ṣeni ká e lájé
Ọláńlẹ̀gẹ̀
O mọ̀ leè ṣeni ò
Ọláńlẹ̀gẹ̀
O lè ṣeni ká e láya
Ọláńlẹ̀gẹ̀
O mọ̀ leè ṣeni ò.................................50
Ọláńlẹ̀gẹ̀
O lè ṣeni ká e bímọ
Ọláńlẹ̀gẹ̀
O mọ̀ leè ṣeni ò
Ọláńlẹ̀gẹ̀
O lè ṣeni ká e kọ́lé
Ọláńlẹ̀gẹ̀
O mọ̀ leè ṣeni ò
Ọláńlẹ̀gẹ̀
O wáá leè ṣeni títíítí ká e rí baba ẹni....60
Ọláńlẹ̀gẹ̀
O mọ̀ leè ṣeni ò
Ọláńlẹ̀gẹ̀

Ọkàrá níí làrun gàgàgà
Òlùgbóńgbó pajá mọ́ jẹ
Cast divination for Ọláńlẹ̀gẹ̀, the priest of Ọwá
He predicted Ọwá would have wealth
It came to pass
He predicted Ọwá would have wives
Ọwá had wives
He predicted Ọwá would have children
Ọwá had twin babies
He said Ọwá would see his father in his dreams.....40
'The Man that died long ago', Ọwá said
'How would I see my father during my sleep'?
Ọwá afterwards saw his father during his sleep
So you can make it possible for one to have wealth?
Ọláńlẹ̀gẹ̀
You really can make it possible
Ọláńlẹ̀gẹ̀
You can make it possible for one to have wives
Ọláńlẹ̀gẹ̀
You really can make it possible...................50
Ọláńlẹ̀gẹ̀
You can make it possible for one to have children
Ọláńlẹ̀gẹ̀
You really can make it possible
Ọláńlẹ̀gẹ̀
You can make it possible for one to build a house
Ọláńlẹ̀gẹ̀
You really can make it possible
Ọláńlẹ̀gẹ̀
You can make it possible for one to see one's father
      during one's sleep……...................60
Ọláńlẹ̀gẹ̀
You can make it possible
Ọláńlẹ̀gẹ̀

ỌSẸ́ ÌROSÙN A

Àwọn ọmọ ìyá méjì nifá ń báá wí nínú
odù yí. Kí àwọn méjèèjì ó jọ rúbọ kí wọn
ó le jọ là.

Ẹ bùúlẹ̀
Kó tú yagba
A díá fún Ọsẹ́ tíí sọmọ ìyá Ìrosùn
Wọ́n ní kí wọn ó rúbọ
Ọsẹ́ òhun Ìrosùn rèé
Ọmọ ìyá ni wọ́n
Wọ́n ní kí àwọn méjèèjì ó rúbọ
Káyé ó lè yẹ wọ́n
Wọ́n bá rúbọ
Wọ́n bá ń jó wọ́n bá ń yọ̀..................10
Wọ́n ń yin àwọn Babaláwo
Àwọn Babaláwo ń yin Ifá
Wọ́n ní bẹ́ẹ̀ làwọn Babaláwo tàwọn wí
Ẹ bùúlẹ̀
Kó tú yagba
A díá fún Ọsẹ́ tíí sọmọ ìyá Ìrosùn
Ẹbọ n wọ́n ní wọ́n ó jọ ṣe
Wọ́n gbẹ́bọ ńbẹ̀
Wọ́n rúbọ
Ọsẹ́ Olósùn ló lajé....................20
Ẹ bùúlẹ̀ kó tú yagba
Kó tú yagba
Ọsẹ́ Olósùn ló láya
Ẹ bùúlẹ̀ kó tú yagba
Kó tú yagba
Ọsẹ́ Olósùn ló lọmọ
Ẹ bùúlẹ̀ kó tú yagba
Kó tú yagba
Ọsẹ́ Olósùn ló nire gbogbo
Ẹ bùúlẹ̀ kó tú yagba.....................30
Kó tú yagba

ỌSẸ́ ÌROSÙN A

Ifá asks this person to perform sacrifice. Life would please him. His sibling should offer sacrifice also.

Ẹ bùúlẹ̀
Kó tú yagba
Cast divination for Ọsẹ́ the sibling of Ìrosùn
They were asked to perform sacrifice
Here is Ọsẹ́ and Ìrosùn
They are blood brothers
They were both asked to perform sacrifice
Such that life would please them
They performed the sacrifice
They then started to dance and rejoice...........10
They were praising their Babaláwos
Their Babaláwos were praising Ifá
They said it was as their Babaláwos had said
Ẹ bùúlẹ̀
Kó tú yagba
Cast divination for Ọsẹ́ the sibling of Ìrosùn
They were asked to perform sacrifice
They heard about the sacrifice
And performed it
It is Ọsẹ́ Olósùn that owns wealth.............20
Pour it on the ground
And let it spread in a splash
It is Ọsẹ́ Olósùn that owns good wives
Pour it on the ground
And let it spread in a splash
It is Ọsẹ́ Olósùn that owns children
Pour it on the ground
And let it spread in a splash
It is Ọsẹ́ Olósùn that owns all good things
Pour it on the ground 30
And let it spread in a splash

ỌSẸ́ ÌROSÙN B

Ifá pé ọlà ń bẹ fún eléyìun; yóó sì ríre tí kò rò tẹ́lẹ̀.

Ọsẹ́ ló sẹ lu Osùn
Ọsẹ́ ló sẹ lu Ajé
A díá fún Èfúùfù lẹ̀lẹ̀
Ńgbà tí ò rore Ìbínní
Wọ́n ní kó rúbọ
Wọ́n ní Orí ẹ̀ ó gbe dé ibi ó ga
Ó bá rúbọ
Ni ọn bá pè é lókèèrè fẽfẽ
Ọsẹ́ ló sẹ lu Osùn
Ọsẹ́ ló sẹ lu Ajé....... 10
A díá fún Èfúùfù lẹ̀lẹ̀
Ńgbà tí ò rore Ìbínní
Ó wáá gbẹbọ ńbẹ̀
Ó rúbọ
Ńbi Orí ń gbé mǐ rè n mọ lọ
Èfúùfù lẹ̀lẹ̀ ló gbà tí ò rore Ìbínní
Ńbi Orí ń gbé mǐ rè n mọ lọ

ỌSẸ́ ÌROSÙN B

Ifá says this person would be fortunate in life. He would also obtain unexpected wealth.

It is Ọsẹ́ that spills on Osùn
It is Ọsẹ́ that spills on wealth
Cast divination for Èfúùfù lẹ̀lẹ̀
The one that never expected the fortune from Benin
He was asked to perform sacrifice
They said his Orí would take him to a lofty height
He observed the sacrifice
After a short while they sent for him from a far away city
It is Ọsẹ́ that spills on Osùn
It is Ọsẹ́ that spills on wealth........................10
Cast divination for Èfúùfù lẹ̀lẹ̀
The one that never expected the fortune from Benin
He then heard about the sacrifice
And performed it
Where my Orí is taking me is the place I have gone
It was Èfúùfù lẹ̀lẹ̀ that got the unexpected fortune from Benin
It is where my Orí is taking me that I have gone

ÒSẸ́ Ọ̀WỌ́NRÍN A

Ifá pé ire ilé kíkọ́ fún eléyìun; yóó sì nísinmi.

Ọsẹ́ wọnrìn wọnrìn wọnnwọnnti̇́wọn
A díá fún Onílée Káà
A bù fún Onílé Kótó
Wọ́n ní wọ́n ó rúbọ
Ó dáa fún àwọn báyìí?
Ayé yẹ àwọn báyìí?
Wọ́n ní yóó dáa fún wọn
Ṣùgbọ́n kí wọ́n ó rúbọ
À á ṣéé mọ Onílée Káà
N làá pe Sàngó.....................10
Sàngó rúbọ
Ló bá gba Káà
Ni Sàngó jókòó fi Káà
Ní fi fẹ̀yìn tì
Ayé yẹ ẹ́
N ní wá fi jó ní wá fi yọ̀
Ní fi yin àwọn Babaláwo
Àwọn Babaláwo fi yin Ifá
Ó ní bẹ́ẹ̀ làwọn Babaláwo tòún wí
Ọsẹ́ wọnrìn wọnrìn wọnnwọnnti̇́wọn...20
A díá fún Onílée Káà
A bù fún Onílé Kótó
Ọsẹ́ wọnrìn wọnrìn wọnnwọnnti̇́wọn
Ẹ̀yin ò mọ pÓnílée Káà ni Sàngó?
Ọsẹ́ wọnrìn wọnrìn wọnnwọnnti̇́wọn

ỌSẸ́ Ọ̀WỌ́NRÍN A

Ifá wishes this person the good fortune of erecting a house. Ifá says he would have rest of mind.

Ọsẹ́ wọnrìn wọnrìn wọnnwọnnti̇́wọn
Casts divination for Onílée Káà
Also casts for Onílé Kótó
They were asked to perform sacrifice
'Would our lives be good at all'?
'Would it be pleasant for us'? They asked
They said it would be fine with them
But they should perform sacrifice
How do we know Onílée Káà?
Is the appellation for Sàngó...................10
Sàngó observed the sacrifice
He took over the lounge
And became well seated in the lounge
And also was resting in there
Life so pleased him
He then started to dance and rejoice
He was praising his Babaláwo
His Babaláwo was praising Ifá
He said it was as his Babaláwo had said
Ọsẹ́ wọnrìn wọnrìn wọnnwọnnti̇́wọn.................20
Casts divination for Onílée Káà
Also casts for Onílé Kótó
Ọsẹ́ wọnrìn wọnrìn wọnnwọnnti̇́wọn
Don't you know that Sàngó is Onílée Káà
Ọsẹ́ wọnrìn wọnrìn wọnnwọnnti̇́wọn

ỌSẸ́ ỌWỌ́NRÍN B

Ifá pé eléyìun ò níí rí Ìjàmbá oògùn. Ayé ó yẹ ẹ́ nnkaan rẹ̀ ò níí bàjẹ́; Ẹbọọ rẹ̀ ó sì dà. Ifá tó ní ká mọ́ọ ṣe nnkan tó dára nílé ayé nìyí. Ifá pé kí eléyìun ó mọ́ bàá ẹnikẹni kówó kí wọ́n ó mọ́ fi ibi sú u.

Ìkekeré gbọ́n
Àràsẹ̀ gbọ́n
Ìkekere mọ́ ṣe Àràsẹ̀ gbọ́n gbọ̀n gbọ́n mọ́
Owó táa fi rÀràsẹ̀
Owó náà la e rÀkekere
A díá fún Ọ̀rúnmìlà
Ti ń lọ rèé bá Ọ̀sanyìn kówó
Ọ̀rúnmìlà ló bá Ọ̀sanyìn kówó
Ọ̀sanyìn ò bá fẹ́ẹ sanwo fún Ọ̀rúnmìlà mọ́
Òun sì gba owó yìí fún ọ lọ́wọ́ àwọn èèyàn ni...............10
Ọ̀rúnmìlà sin Ọ̀sanyìn lówó sìn ín, sìn ín
Ọ̀sanyìn ò fun
Wọ́n ní Ọ̀rúnmìlà
Aréè rẹ ní ń sá
Lóòótọ́ lo ṣe é lóore
Wọ́n ní kí Ọ̀rúnmìlà ó rú Àgùtàn kan
Wọ́n ní yóò fún ọ lówóò rẹ
Ọ̀rúnmìlà bá rúbọ
Wọ́n bá ṣe Ifá fún un
Bí Ọ̀rúnmìlà ti pàdé ẹ̀ ńjọ́ kan..........20
Ọ̀rúnmìlà bá bèèrè owó ẹ̀
Ọ̀rúnmìlà ní Ìkekeré gbọ́n
Àràsẹ̀ gbọ́n
Ìkekere mọ́ ṣe Àràsẹ̀ gbọ́n gbọ̀n gbọ́n mọ́
Owó táa fi rÀràsẹ̀
Owó náà la e rÀkekere
A díá fún Ọ̀rúnmìlà
Ti ń lọ rèé bá Ọ̀sanyìn kówó

ỌSẸ́ ỌWỌ́NRÍN B

Ifá says this person would not be a victim of evil medicine. Life would please him, and his sacrifice would be accepted. He is enjoined not to be a guarantor for anyone taking a loan such that they would not make him regret it.

The latch is wise
The Lock is wise also
Latch; do not push the Lock back and forth again
The money we used in buying the Lock
Is the same money we used in buying the Latch
Cast divination for Ọ̀rúnmìlà
That was going to guarantee Ọ̀sanyìn as a borrower
It is Ọ̀rúnmìlà that helped being a guarantor for Ọ̀sanyìn
Ọ̀sanyìn then refused to repay Ọ̀rúnmìlà again
'I took the money for you from a loan house'
Ọ̀rúnmìlà said.........................10
Ọ̀rúnmìlà demanded for his money continuously from Ọ̀sanyìn
Ọ̀sanyìn refused to repay him
'You Ọ̀rúnmìlà' they called his attention
'He is contesting with you'
'Even though it is true that you helped him'
They asked Ọ̀rúnmìlà to sacrifice a sheep
'He will give you your money' they assured
Ọ̀rúnmìlà then performed the sacrifice
They prepared an Ifá portion for Ọ̀rúnmìlà
Ọ̀rúnmìlà then met with Ọ̀sanyìn one day.............20
He demanded for his money again
Ọ̀rúnmìlà said 'The latch is wise'
The Lock is wise also
Latch, do not push the Lock back and forth again
The money we used in buying the Lock
Is the same money we used in purchasing the latch
Cast divination for Ọ̀rúnmìlà
That was going to guarantee Ọ̀sanyìn as a borrower

Ọ̀sányìn o ò
Fún mi lówó mi.........................30
Máa wò mí bẹ́ẹ̀ ni o fi fún mi lówó mi
Fọnfọọnfọn n tífọn
Àsùùnjí lẸtàá sùn
Bálẹ́lẹ́ bá lẹ́
Bọnna bọ́nnà a sùn lọ
Mọ́ọ wò mí bẹ́ẹ̀
Gbùùn gbun
N làgùtaán wò
Ọ̀sanyìn fún mi lówó mi
Ọ̀sanyìn bá kọwọ́ bọ àpòo rẹ̀............40
Ló bá fún Ọ̀rúnmìlà lówó ẹ̀
Ifá pé ká rúbọ
Kí wọ́n ó mó baà jẹ nǹkan wa mọ́lẹ̀

'Ọ̀sányìn', I call you
Give me my money...........................30
'As you look at me, I command you to give me my
        money'
'Ifọn would always lie in a deep slumber'
'It is a manner of sleeping without waking up for Ẹtà'
'Once it is dusk',
'Bọnna bọ́nnà would go to heaven'
'Look at me straight'
'Dumbly as if not focusing'
'That the sheep would look'
'Ọ̀sányìn, give me my money'
Ọ̀sányìn then dipped his hand into his pocket......40
And gave Ọ̀rúnmìlà his money
Ifá asks this person to perform sacrifice
Such that his things would not be usurped from him

ỌSẸ́ ỌBÀRÀ A

Ifá pé kí eléyìun ó mọ́ ṣe ọ̀kánjùwà o.

Apá ò kÓsè
Wọn a dòòyì ka
A díá fún Ọlọmọ a jí jẹ díẹdíẹ
Wọ́n ní kó rúbọ
Ọlọmọ a jí jẹ díẹdíẹ n làá pỌ̀rúnmìlà
Ó bá rúbọ
Wọ́n nípá èèyàn ò níí ká a
Ńbii Babaláwo è é gbé jẹ Ijẹ wọ̀mù nùu
Bó o bá ti lè jẹ sí
Bẹ́ẹ lóó ṣe san.............................10
Ọ̀rúnmìlà bá ń ṣe díẹdíẹ̀
Bí ọn bá feku bọ Ifá
Yóó jẹ díẹ ńbẹ̀
Bí ọn bá fẹja bọ Ifá
Díẹ ní ó jẹ ńbẹ̀
Ọ̀rúnmìlà pé ká kíyèsí àwọn tí ń jẹ Ijẹ
                            wọ̀mù
Ó ní ẹ mọ́ọ wo àbọ̀
Ìgbẹ̀yìn wọn è é dáa
Ó ní sùgbọ́n ẹni tí ń jẹ díẹdíẹ
Tí ò jẹ èrù mọ́ ọn.........................20
Ipáa wọn ò níí ká a
Ńgbà ó jé pé òótọ́ ní fí ń rìn
Ó ní Apá ò kÓsè
Wọn a dòòyì ka
A díá fún Ọlọmọ a jí jẹ díẹdíẹ
Wọ́n ní kó sá káalẹ̀ kó jàre
Ẹbọ ní ó ṣe
Ọ̀rúnmìlà gbẹ́bọ ńbẹ̀
Ó rúbọ
Ńjọ́ eku kéré kèrè kéré..................30
Díẹdíẹ
N lÒpẹ̀ẹ jẹẹ là

ỌSẸ́ ỌBÀRÀ A

Ifá asks this person not to be greedy.

Arm stretch could not wrap round Baobab
They would surround it
Cast divination for Ọlọmọ a jí jẹ díẹdíẹ
He was asked to perform sacrifice
Ọlọmọ a jí jẹ díẹdíẹ is the appellation for Ọ̀rúnmìlà
He performed the sacrifice
The strength of man would not overcome you, they
                            said
This is the Ifá verse that mandates Babaláwos not to
                            be greedy
It is as much as you could eat
It that much that one would repay.....................10
Ọ̀rúnmìlà started taking it by bits
Whenever they sacrifice a rat to Ifá
He would eat just a little out of it
If they sacrifice fish to Ifá
It is little that he would eat out it
Ọ̀rúnmìlà said we should notice those that eat with
                            greed
'Wait to see their ultimate end' He said
'Their terminal end would never be fine'
'But whoever that eats little by little'
'And refuses to take what is not his'.....…..........20
He said that person would never suffer in the hands of
                            his foes
Since it is with truth that he does his things
He said 'Arm stretch could not wrap round Baobab'
They would surround it
Cast divination for Ọlọmọ a jí jẹ díẹdíẹ
He was asked to please take care of the ground
And perform sacrifice
Ọ̀rúnmìlà heard about the sacrifice
And performed it
On days of few rats…………....................30
Little
Is what Ọ̀pẹ̀ would eat to make wealth

Díẹdíẹ

Ńjó ẹja kéré kèrè kéré

Díẹdíẹ

N lÒpèé jẹ ẹ̀ là

Díẹdíẹ

Ńjọ ẹyẹ kéré kèrè kéré

Díẹdíẹ

N lÒpèé jẹ ẹ̀ là...................................40

Díẹdíẹ

Ńjó ẹran kéré kèrè kéré

Díẹdíẹ

N lÒpèé jẹ ẹ̀ là

Díẹdíẹ

Little

On days of few fish

Little

Is what Ọ̀pẹ̀ would eat to make wealth

Little

On days of few birds

Little

Is what Ọ̀pẹ̀ would eat to make wealth.............40

Little

On days of few meat

Little

Is what Ọ̀pẹ̀ would eat to make wealth

Little

ỌSẸ́ ỌBÀRÀ B

Ifá pé òun ó bàá eléyìun ṣẹ́gun. Ayé ó yẹ
ẹ́.

Sìnmìnìnpìnkìn Sìnmìnìnpìnkìn
Awo ilé Aládó
A díá fún Aládó
Èyí tí ń rayé ọ̀tá rọ̀gbà ká
Wọ́n ní ó rúbọ kó lè baà ṣẹ́gun
Òún le ṣẹ́gun báyìí?
Aládó bá ké sí àwọn Sìnmìnìnpìnkìn
Ẹ yẹ òun lóókan ìbò wò
Wọ́n ní kó rúbọ
Wọ́n ní iṣẹ́gun ń bẹ fún un...............10
Aládo bá rúbọ
Wọ́n ní ò níí sógun mọ́
Ayé yẹ Aládó
Sìnmìnìnpìnkìn Sìnmìnìnpìnkìn
Awo ilé Aládó
A díá fún Aládó
Èyí tí ń rayé ọ̀tá rọ̀gbà ká
Ẹbọ n wọ́n ní wọ́n ó ṣe
Aládó gbẹ́bọ ńbẹ̀
Ó rúbọ...............................20
A ò mọ níí rógun nílẹ̀ yí o
Sìnmìnìnpìnkìn
Ìwọ lawo ilé Aládó
Ifá ó báni ṣẹ́ ọ̀tẹ̀ nígbà yí
Ifá báni ṣẹ́ wọn
Sìnmìnìnpìnkìn
Ìwọ lawo ilé Aládó
Níṣe nífá à sàì ṣẹ́ wọn lọ́wọ́
Nìṣe n nífá à sàì ṣẹ́ wọn lọ́tẹ̀ ìjà
Sìnmìnìnpìnkìn......................30
Ìwọ lawo ilé Aládó

ỌSẸ́ ỌBÀRÀ B

Ifá says he would help this person to win and that his
life would please him.

Sìnmìnìnpìnkìn Sìnmìnìnpìnkìn
The priest of the house of Aládó
Casts divination for Aládó
The one that was surrounded by enemies
He was asked to offer sacrifice such that he could win
'Would I win'? He asked himself doubtfully
Aládó then consulted Sìnmìnìnpìnkìn
'Cast divination for me using your Ìbò'
They told him to perform sacrifice
They told him that he would win.............10
Aládó then performed the sacrifice
'There is no more war', they said
Life pleased Aládó
He said Sìnmìnìnpìnkìn Sìnmìnìnpìnkìn
The priest of the house of Aládó
Casts divination for Aládó
The one that was surrounded by enemies
He was asked to perform sacrifice for him to win
Aládó heard about the sacrifice
And performed it.........................20
We would not see war in around our land
Sìnmìnìnpìnkìn
You are the priest of the house of Aládó
Ifá would help us win cold wars henceforth
Ifá please help us win them
Sìnmìnìnpìnkìn
You are the priest of the house of Aládó
Ifá would stop them
Ifá would definitely stop their cold war
Sìnmìnìnpìnkìn.........................30
You are the priest of the house of Aládó

ỌSẸ́ ỌKÀNRÀN A

Ifá pé òun pé ire ọmọ. Aburú ò níí dé bá wa.

Tó tò tó
Awo ilé Ọsẹkànràn
A díá fún Ọgbọ̀gbọ̀ Ìyàwó
Níjọ́ tí ń relé ọkọ àárọ̀
Wọ́n ní kó rúbọ
Wọ́n níre ọmọ fún un
Ó bá rúbọ
Ó bá bẹ̀rẹ̀ síí bímọ
Ọmọ́ pọ̀
Nǐ bá ń yin àwọn Tó tò tó 10
Awo ilé Ọsẹkànràn
Tó tò tó
Awo ilé Ọsẹkànràn
A díá fún Ọgbọ̀gbọ̀ Ìyàwó
Níjọ́ tí ń relé ọkọ àárọ̀
Tó
Àṣẹ kán ó doyún
Tó
Àtọ̀ kán ó sì dọmọ

ỌSẸ́ ỌKÀNRÀN A

Ifá asks this person to offer sacrifice. He would not see any bad occurrence.

Tó tò tó
The priest of Ọsẹkànràn
Casts divination for the new wife
On the day she was going to her husband's house
She was asked to perform sacrifice
They wished her the good fortune of children
She then performed the sacrifice
And afterwards started having babies
She had so many children
She was praising Tó tò tó 10
The priest of Ọsẹkànràn's house
She said Tó tò tó
The priest of Ọsẹkànràn
Casts divination for the New wife
On the day she was going to her husband's house
Tó
One command that would become a pregnancy
Tó
One specific sperm would become a baby

ỌSẸ́ ỌKÀNRÀN B

Ifá péléyìun ó ṣe gẹ́gẹ́ ire; sùúrù ni kó mú.
Ojúmọ́ ire gbogbo nilẹ̀ tó mọ́ fún un lóniĩ.
Lóniĩ gaan nire ẹ̀ ó bẹ̀rẹ̀.

Ọsẹ́ tẹẹ́rẹ́
Awo Olùkájé
Ọlọ̀kànràn Awo Olùkókùn
Awo tó bá rìn tó bá jìnnà
Níí kó idẹ
Níí kó okùn
Níí kó jìngbìnní wọ inú ilé
A díá fún Ọrúnmìlà
Ifá jí lójúmọ́
Ifá ní ọwọ́ òun ò ba ire....................10
Wọ́n ní ó rúbọ
Wọ́n ní òwúùrù ẹyẹlé lẹbọ ẹ̀
Ọpọ̀lọpọ̀ owó lẹbọ ẹ̀
Ọrúnmìlà bá dẹbọọ́lẹ̀
Babá bá rúbọ
Ilẹ̀ tí ó mọ́ ọ
Ajé bá dé
Ajé ń yọ lọ́tùún
Ní ń yọ lósì
Ní wá ń jó ní ń yọ̀.................20
Ní ń yin àwọn Babaláwo
Àwọn Babaláwo ń yin Ifá
Ó ní bẹ́ẹ̀ làwọn Babaláwo tòún wí
Ọsẹ́ tẹẹ́rẹ́
Awo Olùkájé
Ọlọ̀kànràn Awo Olùkókùn
Awo tó bá rìn tó bá jìnnà
Níí kó idẹ
Níí kó okùn
Níí kó jìngbìnní wọ inú ilé................30
A díá fún Ọrúnmìlà
Ifá jí lójúmọ

ỌSẸ́ ỌKÀNRÀN B

Ifá says this person would meet with fortunes. Ifá
urges him to be patient; the dawn of the next day
would bring him fortunes. And from this day onward
he would be a rich man.

Ọsẹ́ tẹẹ́rẹ́
The priest of Olùkájé
Ọlọ̀kànràn the priest of Olùkókùn
The priest that practices deeply
Would pack brass
Would pack beads
And also pack Jìngbìnní into his house
Cast divination for Ọrúnmìlà
Ifá woke up daily....................9
He complained his hand could not touch good
fortunes
He was asked to perform sacrifice
'A matured pigeon is the sacrifice' they said
'Plenty of money is also part of the sacrifice'
He brought out good sacrificial articles
And performed the sacrifice
On the dawn of the next day
Wealth came around
Wealth started coming from the right hand side
It was also coming from the left hand side
He then started to dance and rejoice...............20
He was praising his Babaláwos
His Babaláwos were praising Ifá
He said it was as his Babaláwos had said
Ọsẹ́ tẹẹ́rẹ́
The priest of Olùkájé
Ọlọ̀kànràn the priest of Olùkókùn
A priest that practices deeply
Would pack brass
Would pack beads
And also pack Jìngbìnní into his house..............30
Cast divination for Ọrúnmìlà
Ifá woke up daily

Ifá ní ọwọ́ òun ò ba ire
Wọ́n ní lónǐi lọjọ́ ire baba
Wọ́n ní kó rúbọ
Babá gbẹ́bọ ńbẹ̀ ó rúbọ
Jíjí ti mo jí lónǐi
Mo kan alájé
Ẹni rere
N lỌ̀pẹ̀ ń gbé mǐi kò…….................40
Ẹni rere
Ǹjí àjí tí mo jí lónǐi
Mo kan aláya
Ẹni rere
N lỌ̀pẹ̀ ń gbé mǐi kò
Ẹni rere
Jíjí ti mo jí lónǐi
Mo kan ọlọ́mọ
Ẹni rere
N lỌ̀pẹ̀ ń gbé mǐi kò……….............50
Ẹni rere
Jíjí ti mo jí lónǐi
Mo kan oníle
Ẹni rere
N lỌ̀pẹ̀ ń gbé mǐi kò
Ẹni rere
Jíjí ti mo jí lónǐi
Mo kan oníre gbogbo
Ẹni rere
N lỌ̀pẹ̀ ń gbé mǐi kò………………….60
Eni rere

He complained that his hand could not touch good
    fortunes
They said today is the day of baba's wealth
But he should perform sacrifice
Baba heard about the sacrifice and performed it
As I wake up today
I met with people with wealth
Generous people
Are those Ọ̀pẹ̀ is bringing me to meet……………..40
Kind people
As I wake up today
I met ladies with prospects as good wives
Generous people
Are those Ọ̀pẹ̀ is bringing me to meet
Kind people
As I wake up today
I met with children
Generous people
Are those Ọ̀pẹ̀ is bringing me to meet………...…50
Kind people
As I wake up today
I met with good fortune of houses
Generous people
Are those Ọ̀pẹ̀ is bringing me to meet
Good people
As I wake up today
I met with all sorts of fortunes
Generous people
Are those Ọ̀pẹ̀ is bringing me to meet…………….60
Kind people

ỌSẸ́ ÒGÚNDÁ A

Ifá pé tẹ̀gbọ́n tàbúrò ni kí wọ́n ó jọ rúbọ
pọ̀ kí wọ́n ó lè jọ là wálé. Kí wọ́n ó bỌ̀Ọ̀sà
funfun kí wọ́n ó sì tan iná sí ọdọ̀
Ọ̀rúnmìlà àti Òòsà fún odidi ọjọ́ méje
gbáko.

Ọ̀sẹ́ ni ò morí Olú
Òṣì ni ò màwọ̀
Agẹdẹngbẹ ni ò morí ẹnì ó rọ òun
A díá fún tẹ̀gbọ́n tàbúrò
Níjọ́ tí wọ́n ń lọ sóko Ìpére
Oko Ìpére tí àwọn ń lọ yìí dáa fún àwọn?
Wọ́n ní wọ́n ó rúbọ
Wọ́n ní yóó yẹ wọ́n
Wọ́n bá rúbọ
Tẹ̀gbọ́n tàbúrò dé oko Ìpére............10
Wọ́n bá tanná Ọlà
Ọlà bá dé
Ayé bá yẹ wọ́n
Wọ́n bá ń jó wọ́n ń yọ̀
Wọ́n ń yin àwọn Babaláwo
Àwọn Babaláwo ń yin Ifá
Wọ́n ní bẹ́ẹ̀ làwọn Babaláwo tàwọn wí
Ọ̀sẹ́ ni ò morí Olú
Òṣì ni ò màwọ̀
Agẹdẹngbẹ ni ò morí ẹnì ó rọ òun........20
A díá fún tẹ̀gbọ́n tàbúrò
Níjọ́ tí wọ́n ń lọ sóko Ìpére
Wọ́n ní kí wọ́n ó rúbọ kí wọ́n ó lè baà
    múre wálé
Wọ́n gbẹ́bọ ńbẹ̀
Wọ́n rúbọ
Kín làá tanná Ìpére?
Àtànlà
Àtànlà làá tanná Ìpére
Àtànlà

ỌSẸ́ ÒGÚNDÁ A

Ifá asks this person and his blood brother to perform
sacrifice to Òòsàálá by lighting a lamp beside Òòsà's
staff, such that they both would pack wealth home. He
should also light a lamp for Ọ̀rúnmìlà for seven days.

Ọ̀sẹ́ does not know the Orí of Olú
Poverty has no respect for skin pigmentation or
    texture
Agẹdẹngbẹ cutlass does not know the head of its
    maker
Cast divination for the Elder and the Junior
On the day they were going to the forest of Ìpére
'Would this sojourn in Ìpére be good' They asked
They were told to perform sacrifice
They told them it would be well with them
They then performed sacrifice
The brothers got to the farm of Ìpére................10
They lit a lamp of riches
Riches came to them in a breakthrough
Life pleased them
They then started to dance and rejoice
They were praising their Babaláwos
Their Babaláwos were praising Ifá
They said it was as their Babaláwos had said
It is Ọ̀sẹ́ that does not know the Orí of Olú
Poverty has no respect for skin pigmentation or
    texture
Agẹdẹngbẹ does not know the head of its maker
Cast divination for the Elder and the Junior.............21
On the day they were going to the forest of Ìpére
They were asked to perform sacrifice such that they
    would come back with riches
They heard about the sacrifice
And performed it
What do we say about the light that we lit in Ìpére?
Resourceful lighting
Resourceful lighting is what we say about the light in
    Ìpére
Resourceful lighting

ỌSẸ́ ÒGÚNDÁ B

Ifá pé kí ẹnìkan ńbẹ̀un ó rúbọ fítorí àbíkú.
Ìgìrìpá òrúkọ lẹbọ ẹ̀

Ọsẹ́ ni ò morí Olú
Òṣì ni ò màwọ̀
Agẹdẹngbẹ ni ò morí ẹnì ó rọ òun
A díá fún Ọlọ́mú Jùwàlà
Èyí tíí ṣe yèyé àbíkú
Àbíkú le fi òun ṣílẹ̀ báyìí?
Wọ́n ní kó rúbọ
Wọ́n níre fún wọn
Ọlọ́mú Jùwàlá bá rúbọ
Ó rúbọ tán...................10
Ọmọ ẹ̀ ò bá kú mọ́
N ní wá ń jó ní wá ń yọ̀
Ní ń yin àwọn Babaláwo
Àwọn Babaláwo ń yin Ifá
Ó ní bẹ́ẹ̀ làwọn Babaláwo tòún wí
Ọsẹ́ ni ò morí Olú
Òṣì ni ò màwọ̀
Agẹdẹngbẹ ni ò morí ẹnì ó rọ òun
A díá fún Ọlọ́mú Jùwàlà
Èyí tíí ṣe yèyé àbíkú...................20
Ẹbọ n wọ́n ní ó ṣe
Ó wáá gbẹ́bọ ńbẹ̀
Ó rúbọ
Ọmọ tí wọ́n ń bíí kú
Ó dọmọ àbíyè
Ọlọ́mú Jùwàlà ọmọ tóo bí ò kú mọ́
Ọmọ́ wáá dọmọ àbíyè

ỌSẸ́ ÒGÚNDÁ B

Ifá says someone close to this person should perform sacrifice because of Àbíkú. Children that dies and reincarnate. A matured goat is the sacrifice

Ọsẹ́ does not know the Orí of Olú
Poverty has no respect for skin pigmentation or
texture
Agẹdẹngbẹ cutlass does not know the head of its
maker
Cast divination for Ọlọ́mú Jùwàlà
The mother of Àbíkú
'Would these Àbíkús depart from me'? She asked
They told her to perform sacrifice
They wished her the good fortune of surviving
children
Ọlọ́mú Jùwàlà then performed the sacrifice
After observing all the sacrifices...................10
Her children refused to die again
She then started to dance and rejoice
She was praising her Babaláwos
Her Babaláwos were praising Ifá
She said it was as her Babaláwos predicted
Ọsẹ́ does not know the Orí of Olú
Poverty has no respect for skin pigmentation or
texture
Agẹdẹngbẹ cutlass does not know the head of its
maker
Cast divination for Ọlọ́mú Jùwàlà
The mother of Àbíkús...................20
It is sacrifice that they had asked her to perform
She heard about the sacrifice
And performed it
The child that was dying repeatedly
Has become a successfully nurtured child
Ọlọ́mú jùwàlà, the children you have now don't die
again
The children now become successfully nurtured

ỌSẸ́ ỌSÁ A

Ifá pé a ò níí rógun láyé. Ìrùkẹ̀ méjì àti àgbébọ̀ adìẹ lẹbọ; gbogbo ogun àtẹyìnwá ó sì di ṣíṣẹ́ láti àsìkò yí lọ.

Ọsẹ́ sá o
Ọsẹ́ ò sá
Kẹ̀lẹ̀mbẹ̀ balẹ̀
Ó fara yíiku kítì kìtì kítì
A díá fún Ògún
Tí ń gbóguún lọ Ìlóbìnrin
A díá fún Òòsà
Òòsà ń gbóguún lọ Ìlóbìnrin
A díá fún Sàngó
Sàngó ń gbóguún lọ Ìlóbìnrin............10
A díá fún Ọrúnmìlà
Ọrúnmìlà ń gbóguún lọ Ìlóbìnrin
Ẹbọ n wọ́n ní kí gbogboo wọ́n ó ṣe kí
      wọ́n ó tóó mọ́ọ lọ
Gbogbo àwọn Òòsà ni ọ́n ń gbógun lọ
      Ìlóbìnrin
Wọn ò rí Ìlóbìnrin mú
Ọrúnmìlà ló ṣe tán tí ó loogun Ìlóbìnrin
Wọ́n ní kó rúbọ
Wọ́n ní kó rú Ìrùkẹ̀ méjì
Wọ́n ní tó bá dé ọ̀hún
Wọ́n ní kó mọ́ ṣe múra kan kaan kan...20
Wọ́n ní àwọn Obìnrin ó tẹ̀lé e
Yóó sì kó wọn lẹ́rú
Ọrúnmìlà dé ọ̀hún
Ó ní Ọsẹ́ sá o
Ọsẹ́ ò sá
Kẹ̀lẹ̀mbẹ̀ balẹ̀ fara yíiku kítì kìtì kítì
A díá fún ọkànlénú Irúnmọlẹ̀
Tí ń gbóguún lọ Ìlóbìnrin
Wọ́n dé Ìlóbìnrin
Wọn ò rí wọn kó lẹ́rú..............30

ỌSẸ́ ỌSÁ A

Ifá prays that we would not experience war in our life. Two tassels and two hens is the sacrifice. All the bad times of the past is ended.

Whether Ọsẹ́ runs away
Or he does not run away
Mucus would land on the ground
And envelope itself completely with dust
Cast divination for Ògún
He was venturing warfare in Ìlóbìnrin
Cast divination for Òòsà
Òòsà was venturing warfare in Ìlóbìnrin
Cast divination for Sàngó
He too was venturing warfare in Ìlóbìnrin............10
Also cast for Ọrúnmìlà
Ọrúnmìlà was venturing warfare in Ìlóbìnrin
They were all asked to offer sacrifice before leaving
All the Deities were venturing warfare in Ìlóbìnrin
They could not hold Ìlóbìnrin in captivity
Ọrúnmìlà then prepared to go to Ìlóbìnrin
They told him to offer sacrifice
They told him to offer two tassels
'When you get to Ìlóbìnrin'
'Do not use any force'..............20
'The women in there would follow you'
'You would arrest them as slaves', they said
Ọrúnmìlà arrived in Ìlóbìnrin
He said either Ọsẹ́ runs away
Or he does not
Mucus would land on the ground and envelope itself
      completely with dust
Cast divination for uncountable number of Deities
They were venturing warfare in Ìlóbìnrin
They got to Ìlóbìnrin
They could not arrest Ìlóbìnrin as slaves..............30

Ọṣẹ́ sá o
Ọṣẹ́ ò sá
Kẹ̀lẹ̀mbẹ̀ balẹ̀ fara yíiku kítí kítí kítí
Awo ilé Ọ̀rúnmìlà
A díá fún Ọ̀rúnmìlà
Ifá wá ń gbóguún lọ Ìlóbìnrin
Wọ́n ní ó rúbọ kó tóó lọ
Ọ̀rúnmìlà o wáá gbẹ́bọ ńbẹ̀
O rúbọ
Ó dé Ìlóbìnrin....................................40
Nĩ bá ń jọ́
Nĩ bá ń dárin
Nĩ ń ṣe pa kẹ́kẹ́ mọ́ wọn
Ogun Obìnrin lọ̀ ń lọ
Ọ̀sẹ́ mọ́ sàá
Ogun Obìnrin lọ̀ ń lọ
Pòkòkò mọ́ wọn
Ogun Obìnrin lọ̀ ń lọ
Ọ̀sẹ́ mọ́ sàá
Ogun Obìnrin lọ̀ ń lọ....................50
Ẹ yọ́nú sí mi
Ogun Obìnrin lọ̀ ń lọ
Ọ̀sẹ́ mọ́ sàá
Ogun Obìnrin lọ̀ ń lọ
Pa kókó mọ́ wọn
Ogun Obìnrin lọ̀ ń lọ
Ọ̀sẹ́ mọ́ sàá
Ogun Obìnrin lọ̀ ń lọ
Oní gángan ń lù
Ọ̀rúnmìlà ń jó....................................60
Ìrùkẹ̀ ń jù lọ́wọ́ ẹ̀
Àwọn Obìnrin bá bèèrè pé
'Kín leléyìun ń ṣeé bọ̀ un'?
'Wọ́n ló ní kóun ó mọ́ sàá'
'Kóun ó mọ̀ọ́ bọ ni'
Èṣù bá da adìẹ méjì tí Ọ̀rúnmìlà rú sílẹ̀

Whether Ọ̀sẹ́ runs away
Or he does not
Mucus would land on the ground
And envelope itself completely with dust
Cast divination for Ọ̀rúnmìlà
He was venturing priesthood in Ìlóbìnrin
They asked him to perform sacrifice before leaving
Ọ̀rúnmìlà, you then heard about the sacrifice
You performed it
When Ọ̀rúnmìlà arrived at Ìlóbìnrin 40
He started to dance
He started to sing
Move close to them in a cruise
You are going to the war of women
Ọ̀sẹ́ do not run away
It is the war of women that you are waging
Move towards them in a cruise
It is the war of women that you are waging
Ọ̀sẹ́ do not run away
It is the war of women that you are waging..........50
Be friendly with me
It is the war of women that you are waging
Ọ̀sẹ́ do not run away
It is the war of women that you are waging
Move towards them in a cruise
It is the war of women that you are waging
Ọ̀sẹ́ do not run away
It is the war of women that you are waging
The gángan drummer started drumming repeatedly
Ọ̀rúnmìlà was dancing..........................60
The horsewhip in his hand billows in a wave
The women asked themselves
'What is he coming to do here and what is he saying'?
Some responded 'he is singing that they told him not
    to run away'
'And that he should approach us in a cruise'
Èṣù then released the two hens sacrificed by Ọ̀rúnmìlà
    to the midst of the women

ỌSẸ́ ỌSÁ B

Ifá pé kí eléyìun ó rúbọ. Kó sì sánsọ̀ mọ́ ìdí n̄gbà tí ó bàá mọ́ọ bọ Ifá. Àwọn mẹta ni Ifá ń báá wí, wọ́n ó jọ lọ sí ibì kan lẹ́nu ọjọ́ mẹ́ta yìí. Ifá pé kí wọ́n ó lọ dáadáa kí wọ́n ó bọ̀ dáadáa ni kí wọ́n ó rúbọ sí.

Ọsẹ́ sá
Ọsẹ́ ò sá
Kèè tíí dé ibi ìjà
Ó ṣubú yẹkẹ
A díá fún Ewúrẹ́
Ewúrẹ́ ń loogun Ìléèmọ́
Wọ́n ní ó rúbọ
Ọsẹ́ sá
Ọsẹ́ ò sá
Kèè tíí dé ibi ìjà.....................................10
Ó ṣubú yẹkẹ
A díá fún Àgùtàn bọ̀lọ̀jọ̀
Àgùtàn ń loogun Ìléèmọ́
Wọ́n ní ó rúbọ
Ọsẹ́ sá
Ọsẹ́ ò sá
Kèè tíí dé ibi ìjà
Ó ṣubú yẹkẹ
A díá fún Adìẹ Òkòkó
Adìẹ Òkòkó ń loogun Ìléèmọ́..............20
Wọ́n ní ó rúbọ
Wọ́n ní kí wọ́n ó rúbọ pọ̀
Ewúrẹ́ ní kín ní ń jẹ́ bẹ́ẹ̀?
Àgùtàn ní kín ní ń jógun Ìléèmọ́?
Adìẹ bá rúbọ
Wọ́n dé ogun
Ogún mú Ewúrẹ́
Ogún mú Àgùtàn bọ̀lọ̀jọ̀
Ogun ò mú Adìẹ òkòkó

ỌSẸ́ ỌSÁ B

Ifá asks this person to offer sacrifice. He should wrap a cloth round his waist about the time he is offering sacrifices to Ifá. His things would be fine. Ifá is referring to a group of three who wants to travel abroad. They must offer sacrifice for them to go and come back safely.

Whether Ọsẹ́ runs away
Or he does not
He actually had not gotten to the spot of the fight
Before he fell down lazily
Cast divination for the Goat
The Goat was going to the war of Ìléèmọ́
He was asked to perform sacrifice
Whether Ọsẹ́ runs away
Or he does not
He had not gotten to the spot of the fight.............10
He fell down lazily
Cast divination for the Sheep
The Sheep was going to the war of Ìléèmọ́
He was asked to perform sacrifice
Whether Ọsẹ́ runs away
Or he does not
He had not gotten to the spot of the fight
He fell down lazily
Cast divination for the Chicken
The Chicken was going to the war of Ìléèmọ́........20
He was asked to perform sacrifice
They were all asked to perform sacrifice together
'What do you call a sacrifice'? The goat said
'The war of Ìléèmọ́'? I am not interested in sacrifice
The chicken however offered the sacrifice
They arrived at the war of Ìléèmọ́
The war arrested the Goat
It held the Sheep in captivity
It could not arrest the Chicken

ÒSẸ́ ÒSÁ B

Ifá pé kí eléyìun ó rúbọ. Kó sì sánsọ́ mọ́ ìdí ńgbà tí ó bàá móọ bọ Ifá. Àwọn mẹ́ta ni Ifá ń báá wí, wọ́n ó jọ lọ sí ibi kan lẹ́nu ọjọ́ mẹ́ta yìí. Ifá pé kí wọ́n ó lọ dáadáa kí wọ́n ó bọ dáadáa ni kí wọ́n ó rúbọ sí.

ÒSẸ́ ÒSÁ B

Ifá asks this person to offer sacrifice. He should wrap a cloth round his waist about the time he is offering sacrifices to Ifá. His things would be fine. Ifá is referring to a group of three who wants to travel abroad. They must offer sacrifice for them to go and come back safely.

Òsẹ́ sá
 Òsẹ́ ò sá
Kèè tíì dé ibi ìjà
Ó ṣubú yẹkẹ́
A díá fún Ewúrẹ́
Ewúrẹ́ ń loogun Ìléèmọ́
Wọ́n ní ó rúbọ
Òsẹ́ sá
Òsẹ́ ò sá
Kèè tíì dé ibi ìjà......................10
Ó ṣubú yẹkẹ́
A díá fún Àgùtàn bọ̀lọ̀jọ̀
Àgùtàn ń loogun Ìléèmọ́
Wọ́n ní ó rúbọ
Òsẹ́ sá
Òsẹ́ ò sá
Kèè tíì dé ibi ìjà
Ó ṣubú yẹkẹ́
A díá fún Adìẹ Òkòkó
Adìẹ Òkòkó ń loogun Ìléèmọ́...........20
Wọ́n ní ó rúbọ
Wọ́n ní kí wọ́n ó rúbọ pọ̀
Ewúrẹ́ ní kín ní ń jẹ́ bẹ́ẹ̀?
Àgùtàn ní kín ní ń jógun Ìléèmọ́?
Adìẹ bá rúbọ
Wọ́n dé ogun
Ogún mú Ewúrẹ́
Ogún mú Àgùtàn bọ̀lọ̀jọ̀
Ogun ò mú Adìẹ òkòkó

Whether Òsẹ́ runs away
Or he does not
He actually had not gotten to the spot of the fight
Before he fell down lazily
Cast divination for the Goat
The Goat was going to the war of Ìléèmọ́
He was asked to perform sacrifice
Whether Òsẹ́ runs away
Or he does not
He had not gotten to the spot of the fight.............10
He fell down lazily
Cast divination for the Sheep
The Sheep was going to the war of Ìléèmọ́
He was asked to perform sacrifice
Whether Òsẹ́ runs away
Or he does not
He had not gotten to the spot of the fight
He fell down lazily
Cast divination for the Chicken
The Chicken was going to the war of Ìléèmọ́........20
He was asked to perform sacrifice
They were all asked to perform sacrifice together
'What do you call a sacrifice'? The goat said
'The war of Ìléèmọ́'? I am not interested in sacrifice
The chicken however offered the sacrifice
They arrived at the war of Ìléèmọ́
The war arrested the Goat
It held the Sheep in captivity
It could not arrest the Chicken

Ó ní Ọsẹ́ sá............................30	Whether Ọsẹ́ runs away, The chicken said 30
Ọsẹ́ ò sá	Or he does not
Kèè tíì dé ibi ìjà	He actually had not gotten to the spot of the fight
Ó ṣubú yẹ̀kẹ́	Before he fell down lazily
A díá fún Ewúrẹ́ tí ń loogun Ìléèmọ́	Cast divination for the Goat that was going to the war
Wọ́n ní ó rúbọọ́ lẹ̀ kó tóó lọ	of Ìléèmọ́
Ewúrẹ́ gbẹ́bọ	He was asked to perform sacrifice
Bẹ́ẹ̀ ni ò rúbọ	The Goat heard about the sacrifice
Ọsẹ́ sá	Yet did not perform it
Ọsẹ́ ò sá	Whether Ọsẹ́ runs away
Kèè tíì dé ibi ìjà.........................40	Or he does not
Ó ṣubú yẹ̀kẹ́	He had not gotten to the spot of the fight.............40
A díá fún Àgùtàn bọlọ̀jọ̀ tí ń rogun	He fell down lazily
Ìléèmọ́	Cast divination for the beautiful Sheep that was going
Wọ́n ní ó rúbọ kó tóó mọ́ọ lọ	to the war of Ìléèmọ́
Àgùtán gbẹ́bọ	He was asked to perform sacrifice before leaving
Bẹ́ẹ̀ ni ò rúbọ	The Sheep heard about the sacrifice
Ọsẹ́ sá	Yet did not perform it
Ọsẹ́ ò sá	Whether Ọsẹ́ runs away
Kèè tíì dé ibi ìjà	Or he does not
Ó ṣubú yẹ̀kẹ́	He had not gotten to the spot of the fight
A díá fún Adìẹ Òkòkó tí ń loogun Ìléèmọ́	He fell down lazily
Ẹbọ n wọ́n ní ó ṣe...........................50	Cast divination for the Chicken that was going to the
Adìẹ Òkòkó gbẹ́bọ ńbẹ̀	war of Ìléèmọ́.......................................50
Ó rúbọ	It is sacrifice they asked him to perform
Sáká ni	The chicken heard about the sacrifice
Sáká mọ̀mọ̀ ni	And performed it
Sáká lAdìẹ ó bọ̀ oko Èèmọ́	Unscathed
Sáká ni	The Chicken came back unscathed
Sáká mọ̀mọ̀ ni	The Chicken came back safely from the war of Ìléèmọ́
	He came back unscathed
	He actually came back unharmed

ÒSẸ́ ÌKÁ A

Ifá pé işẹ́ tí ìran baba eléyìun mọ́ọ́ şe ni kó múra sí; kò gbọdọ̀ fişẹ́ náà sílẹ̀ bí ò bá fẹ́ ìdààmú. Ifá pé kí eléyìun ó mọ́ gbàgbé işẹ́ ìraan baba ẹ̀.

Ó şẹ́ pákája
Ó rìn pákája
A díá fún Onímọ̀ka ọ̀nà Ọ̀fà
Èyí tí babaa rẹ̀ẹ́ kọ okùún là lójọ́ láílái
Okùn ni baba Onímọ̀ká mọ́ọ kọ tẹ́lẹ̀ rí
Onímọ̀ká bá fi okùn kíkọ sílẹ̀
Ó lóun ò kọ mọ́
Ó şe şee şe
Kò rójútùú ẹ̀
Ó bá tọ àwọn 'Ó şẹ́ pákája'...............10
Àwọn 'Ó rìn pákája' lọ
Wọ́n ní Onímọ̀ká ọ̀nà Ọ̀fà
'Okùn ni babaà rẹ mọ́ọ kọ tẹ́lẹ̀ '
'Sóò le mọ́ọ şişẹ́ẹ babaà rẹ '?
'Bóò bá şe işẹ́ ọ̀hún'
'Pàbó ni gbogbo ẹ̀'
Onímọ̀ká lóun gbọ́n
Ó ti tán
Ẹni ó kú ó tóó gbọ́n nìyá jẹ
Onímọ̀ká Ọ̀nà Ọ̀fà bá bọ́ síbi okùun baba
ẹ̀...20
Ní bá ń kọ okùn
Bó bá kọ èyí
Ẹran ni é e so
Ọlà bá dé
N ní wá ń jó ní wá ń yọ̀
Ní ń yin àwọn Babaláwo
Àwọn Babaláwo ń yin Ifá
Ó ní bẹ́ẹ̀ làwọn Babaláwo tòún wí
Ó şẹ́ pákája
Ó rìn pákája...............................30

ÒSẸ́ ÌKÁ A

Ifá says this person must continue in the believe system and occupation of his ancestors; otherwise he would be looking for trouble.

Ó şẹ́ pákája
Ó rìn pákája
Cast divination for Onímọ̀ká Ọ̀nà Ọ̀fà
The one whose ancestors had ever been making
    wealth from rope business
Onímọ̀ká's father had ever been in rope making
    business
Onímọ̀ká then left the rope making business
He said he is not interested in it again
He tried and tried his hand on other business ventures
He could not find headway
He then went to meet the priests 'Ó şẹ́ pákája'......10
The priests 'Ó rìn pákája'
'Onímọ̀ká Ọ̀nà Ọ̀fà'; They called his attention
'Your father's occupation had ever been rope making'
'Would you be able to continue it'?
'If you refuse the job'
'All your efforts would result in futility'
'I am wise now', Onímọ̀ká said
'That is fine'
'It is he that is dead that has suffered irredeemably'
Onímọ̀ká afterwards continued the rope making
    business of his father........................20
He started making the ropes
In different configuration and sizes
People buy them as much and use it in tethering rams
    and goats
Wealth came by
He then started to dance and rejoice
He was praising his Babaláwos
His Babaláwos were praising Ifá
He said it was as his Babaláwos had said
Ó şẹ́ pákája
Ó rìn pákája...30

849

A díá fún Onímọ̀ka ọ̀nà Ọ̀fà
Èyí tí babaa rẹ̀ẹ́ kọ okùún là lójọ́ láíláí
Wọ́n nísẹ̀ẹ baba rẹ̀ ní ó mọ́ọ ṣe
Àwá ó kọkùn kọkùn
A ó kọkùn lájé
Àwá ó kọkùn kọkùn
A ó kọkùn láya
Àwá ó kọkùn kọkùn
A ó kọkùn bímọ
Àwá ó kọkùn kọkùn 40
A ó kọkùn níre gbogbo
Àyàmọ̀ bí Onímọ̀ká ọ̀nà Ọ̀fà ò bá kọkùn
    kó là láyé

Cast divination for Onímọ̀ka ọ̀nà Ọ̀fà
The one whose ancestors had ever been making
    wealth from rope business
They enjoined him to continue his father's occupation
We would manufacture ropes
We would manufacture ropes to make wealth
We would manufacture ropes
We would manufacture ropes to have wives
We would manufacture ropes
We would manufacture ropes to have children
We would manufacture ropes 40
We would manufacture ropes to have all good
    fortunes
Except if it is not true that Onímọ̀ka ọ̀nà Ọ̀fà did make
    ropes to become wealthy in life

ÒSÉ ÌKÁ B

Ifá pé tí a bá lọ síbìkan, a ò gbọdọ̀ mọ́ọ
pẹ́ ká tóó padà wá ilé kíre ó mọ́ baà yẹ̀gẹ̀
mọ́ ẹni lọ́wọ́.

Ó ṣẹ́ pákájá
Ó rìn pákájá
Awo Ajá ló ṣe Ifá fún Ajá
Ajá ní ń fomi ojú sògbérè ọmọ
Òun le bímọ báyìí?
Wọ́n níre ọmọ fún ìwọ Ajá
Ṣùgbọ́n rúbọ o
Ajá bá rúbọ
Ajá bá ń bímọ
Ọmọ ò ní yèyé mọ́.........................10
Márùún mẹ́fà lajá ń bí
Ilẹ̀ bá kún
Wọ́n ní o ò wáá gbọdọ̀ pẹ́ lóde
Ó ní Ó ṣẹ́ pákájá
Ó rìn pákájá
Awo Ajá ló ṣefá fún Ajá
Ajá ní ń fomi ojú sògbérè ọmọ
Wọ́n ní ó sá káalẹ̀ kó jàre
Ẹbọ ọmọ ní ó ṣe
Ajá wáá gbẹ́bọ fìbẹ̀......................20
Ó rúbọ
Àkó Ajá ì í pé lóde
Wàràjà
Ẹ jẹ́ á relé rèé gbọ́mọ
Wàràjà

ÒSÉ ÌKÁ B

Ifá says if this person travels somewhere, he should
not tarry for long such that his household fortunes
would not become decrepit.

Ó ṣẹ́ pákájá
Ó rìn pákájá
The Babaláwos of the Dog cast divination for the Dog
The Dog was crying because of children
'Would I have children at all' She asked
They prayed that the good fortune of children will
    abound with her
'But you should perform sacrifice'
The Dog performed the sacrifice
She started having children
The children could not be counted...............10
She was having five, six, or more children at once
The whole world was filled with the children of the
    Dog
'But you must never tarry on a travel trip before
    coming back' they instructed
She said Ó ṣẹ́ pákájá
Ó rìn pákájá
The Babaláwos of the Dog cast divination for the Dog
The Dog was crying because of children
They asked her to take care of the ground
And perform sacrifice
The Dog heard about the sacrifice 20
And performed it
The female dog would never stay long outside
Wàràjà
Let us go home to cuddle our babies
Wàràjà

851

ỌSẸ́ ÒTÚRÚPỌ̀N A

Ifá pé ká fi aṣọ pupa rúbọ ọmọ. Ìyàwó
méjì nifá rí fún eléyìun pẹ̀lú ọ̀pọ̀lọpọ̀
ọmọ. Ẹbọ kí àwọn obìnrin ẹ̀ ó le tètè
rọ́mọ bí lẹbọ tó gbọdọ̀ rú. Ifá sì kì í nílọ̀
pé kò gbọdọ̀ déjàá ńtorí àwọn ayé.

Dìgan dìgan
Awo Òro ló díá fún Òro
Níjọ́ tí Òro ń fomi ojú sògbérè ọmọ
Wọ́n ní yóó bímọ lọ́pọ̀lọpọ̀
Ẹbọ ọmọ ni kó wáá ṣe
Dìgángán dìgángán
Awo Ọsàn ló díá fún Ọsàn
Ọsàn ń fomi ojúú sògbérè ọmọ ń bíbí
Wọ́n ní yóó bímọ lọ́pọ̀lọpọ̀
Ẹbọ ọmọ ni kó wáá ṣe...................10
Wọ́n ní kí àwọn méjèèjì ó fi aṣọ pupa
rúbọ ńtorí ìgbẹ̀yìn
Ẹbọ ọmọ ni wọ́n rú
Wọn ò rúbọ ìgbẹ̀yìn
Ńgbà Òro bá sì so
Tí ò bá tíì pọ́n
Wọn ò níí rí ọmọ ẹ̀
Bí Ọsàn náà bá so bẹ́ẹ̀
Wọn ò níí rí ọmọ ẹ̀
Níjọ́ tí ọn bá fi aṣọ pupa bò ó
Ọjọ́ náà ni wọ́n rí nǹkan...............20
Àwọn èèyàn ó bàá mọ́ọ pé
Òro yìí ti pọ́n
Ọsàn yí ti pọ́n
Wọ́n bá ń ká ọmọ wọ́ọn jẹ
Wọ́n làwọn ò pé kẹ́ẹ rúbọ
Wọ́n ní Dìgan dìgan
Awo Òro ló díá fún Òro

ỌSẸ́ ÒTÚRÚPỌ̀N A

This person should offer a piece of red fabric against
the maturity of his children. He is destined to have two
wives and many children The two wives should also
sacrifice red fabrics. He should not disregard advises
given to him to forestall witches attack.

Dìgan dìgan
Babaláwo of the Plum cast divination for the Plum
On the day the Plum was crying because of children
They said he would have many children
But should perform the sacrifice of children
Dìgángán Dìgángán
The Babaláwo of the Orange cast divination for the
    Orange
The Orange was crying because of children
They said he would have many children
'Perform sacrifice for children' they said.............10
The two of them were told to sacrifice red fabric
    against the time of their children's maturity
But they offered the sacrifice for children alone
They did not perform the sacrifice for end time
When the Plum germinates
If it is not ripe
Nobody would see her children
If the Orange germinates likewise
No one would notice her children
On the day their children were covered with red cloth
It is on that day that they would experience human
    wickedness......................................20
Man would then start to say
'This Plum is ripe'
'This Orange is matured'
Man would begin to pluck their children for food
It was then that they reminded them of the earlier
    warning
They said Dìgan Dìgan
The Babaláwo of the Plum cast divination for the
    Plum

852

<table>
<tr><td>

Òro ń fomi ojú sògbérè ọmọ
Wọ́n ní yóó bímọ lọ́pọ̀lọpọ̀
Ẹbọ ọmọ ni kó wáá ṣe...............30
Dìgángán dìgángán
Awo Ọsàn ló díá fún Ọsàn
Ọsàn ń fomi ojúú sògbérè ọmọ ń bíbí
Wọ́n ní yóó bímọ lọ́pọ̀lọpọ̀
Ẹbọ ọmọ ni kó wáá ṣe
Wọ́n ní wọ́n ó rúbọ kí wọ́n ó le bímọ
Wọ́n tún ní kí wọ́n ó rúbọ káyé ó mọ́ baà
  fojú sí ọmọ wọn lára
Ẹbọ kí wọ́n ó bímọ ni wọ́n rú
Wọ́n pAwo lékèé
Wọn pÈṣù lólè....................40
Wọ́n wòrun yànyàànyàn bí ẹni tí ò níí kú
  láyé
Wọ́n bá kọtí ọgbọnhìn sẹ́bọ
Wọ́n ò rúbọ káyé ó mọ́ fojú sọ́mọọ wọn
  lára
Rírú ẹbọ
Èèrù àtùkèsù
Ẹ wo Ifá Awó kì bí tí ń ṣe
Àì rúbọ
Àì tù èèrù
Ẹ wo Ifá Awó kì bí tí ń ṣe

</td><td>

On the day the Plum was crying because of children
They said he would have many children
But should perform the sacrifice of children.........30
Dìgángán dìgángán
The Babaláwo of the Orange casts divination for the
  Orange
The Orange was crying because of children
They said he would have many children
But should perform sacrifice for children
They were both asked to offer sacrifice to allow them
  have children
And also to offer sacrifice such that man would not be
  interested in their children
It was the sacrifice that would allow them have
  children that they offered
They said the Babaláwo is a liar
They refer to Èṣù as a thief......................40
They looked at the skies with disdain as if they would
  never die
They turned a deaf ear to the warning of sacrifice
They refused to offer the one that would forestall
  human interest in their children
Offering of sacrifices
And free gifts to Èṣù
See the Ifá's prediction of the other day chanted by
  the Babaláwos coming true
Refusal of sacrificial warning
Refusal of the offertories of booties to Èṣù
See the Ifá verse chanted by the Babaláwos proving
  true

</td></tr>
</table>

ỌSẸ́ ÒTÚRÚPỌ̀N B
Ifá pé ká rúbọ pé ayé ó yẹ wá.

Ọsẹ́ ló pẹran tán
Kò rẹ́fọ̀n mú délé
A díá fún Èrìkànkè
Èyí tíí sọmọ Ọlọ́wọ̀ọ́ àgbọ́n
Ayé yẹ òun báyìí?
Wọ́n ní kó lọ̀ọ́ bọ Ògún
Ó bá rúbọ
Iré bá ń bá a wọlé
Ó ní bẹ́ẹ̀ làwọn Babaláwo tòún wí
Ọsẹ́ ló pẹran tán.....................10
Kò rẹ́fọ̀n mú délé
A díá fún Èrìkànkè
Èyí tíí sọmọ Ọlọ́wọ̀ọ́ àgbọ́n
Èrìkànkè
Ifá ń kóreé bọ wáá bá mi
Èrìkànkè

ỌSẸ́ ÒTÚRÚPỌ̀N B
This person should also offer sacrifice for long life.

It is Ọsẹ́ that succeeded in killing all animals
But could not take home a buffalo
Casts divination for Èrìkànkè
Èrìkànkè the child of Ọlọ́wọ̀ọ́ àgbọ́n
'Would life please me'? He asked
They told him to go and offer sacrifices to Ògún
He offered the prescribed sacrifice
All good fortunes started entering into his house
He said it was exactly as his Babaláwo had said
It is Ọsẹ́ that succeeded in killing all animals......10
But could not take home a buffalo
Casts divination for Èrìkànkè
The child of Ọlọ́wọ̀ọ́ àgbọ́n
Èrìkànkè
Ifá is bringing fortunes to meet us
Èrìkànkè

̣ỌSẸ́ ÒTÚÁ A

Ire ń bẹ fún eléyìun. Ifá pé kí eléyìun ọ́
mọ́ọ wúre dáadáa, yóó là; ayé ó sì yẹ ẹ́.

Píítí lẹsẹ̀ẹ sùbú
Ààlà Alágẹmọ ò tó gèlè
Ó tó gèlè bẹ́ẹ̀ ni ò tóó fi wérí
A díá fún Awúrelà
Níjọ́ tí ń sawoó ròde Ìjẹbú
Òun le là lókèèrè tóun ń lọ báyìí?
Wọ́n ní yóó là
Wọ́n ní kó rúbọ
Ó bá ké sí àwọn Píítí lẹsẹ̀ẹ sùbú
Àwọn Ààlà agẹmọ ò tó gèlè..............10
Àwọn ó tó gèlè bẹ́ẹ̀ ni ò tóó fi wérí
Wọ́n ní 'ayé ó yẹ ọ́'
Gbogbo ẹni o bá ń sọ nǹkan fún
Nǹkan ọ̀hún ó mọ́ọ dáa
Awúrelà bá kọrí sí òde Ìjẹbú
Ó sawo lọ
Ó bá kó Ọlà wálé
Píítí lẹsẹ̀ẹ sùbú
Ààlà Alágẹmọ ò tó gèlè
Ó tó gèlè bẹ́ẹ̀ ni ò tóó fi wérí..............20
A díá fún Awúrelà
Níjọ́ tí ń sawoó ròde Ìjẹbú
Ẹbọ n wọ́n ní ó ṣe
Ó wáá gbẹbọ ńbẹ̀
Ó rúbọ
Àpèjìn làá pOnírú
Àpèjìn làá pOníyọ̀
Àpèjìn ni wọ́ọn pe Aláta
Àpèjìn ni wọ́ọn pe Elépo
Àpèjìn; Àpèlà ni wọn ń pAwúrelà nÍjẹbú
Ọ̀sẹ́ Awúrelà Awo rere ni..............31

̣ỌSẸ́ ÒTÚÁ A

Ifá wishes this person well. Ifá asks him to pray well;
he would be blessed and rich in life.

Píítí lẹsẹ̀ẹ sùbú
The white cloth of Agẹmọ is not enough a scarf
It is enough a scarf yet is not enough to tie on the
   head
Cast divination for Awúrelà
On the day he was venturing priesthood in the city of
   Ìjẹbú
'Would I become rich in this foreign land'?
They told him that he would be rich
But he should perform sacrifice
He then called on the priests 'Píítí lẹsẹ̀ẹ sùbú'
The priests 'Ààlà Alágẹmọ ò tó gèlè'..............10
The 'Ó tó gèlè bẹ́ẹ̀ ni ò tóó fi wérí'
'Life would be fine with you' they said
'All the people to whom you predict anything'
'All the predictions would prove true'
Awúrelà then left for the city of Ìjẹbú
He practiced his priesthood there
He came back with loads of wealth
Píítí lẹsẹ̀ẹ sùbú
The white cloth of Agẹmọ is not enough a scarf
It is enough a scarf yet is not enough to tie on the
   head..............20
Cast divination for Awúrelà
On the day he was venturing priesthood in the city of
   Ìjẹbú
It is sacrifice they had asked him to perform
He heard about the sacrifice
And performed it
Àpèjìn is the manner of calling the locust bean seller
Àpèjìn is the manner of calling the salt seller
Àpèjìn is the manner of calling the pepper seller
Àpèjìn is the manner of calling the palm oil seller
Àpèjìn; Àpèlà is the manner of calling Awúrelà in
   the city of Ìjẹbú..............30
Ọ̀sẹ́ Awúrelà is a good priest

Orí òkú wọn ò nínà
Ẹsẹ̀ àwọn ìkà ò ṣeé mọ̀ lọ́nà
Akésẹ́yìn légàn wọn ń rawọ́ girede girede
    sỌ́lọ́un
Òjò pàtàpàtà níí múlẹ̀ẹ́ dẹkùn
Ò sánṣo méjì gbá yìgì yígí
Àwọn ló ṣefá fún wọn lóde Ìlósè
Ẹkún ajé ni wọ́n ń sun
Wọ́n ní wọ́n ọ́ rúbọ kí wọ́n ó lè baà lájé
    lọ́wọ́
A díá fún wọn nílé Ejigan
Ẹkún ọmọ ni wọ́n ń sun..................10
Wọ́n ní wọ́n ó rúbọ kí wọ́n ó lè baà bímọ
Àwọn ará Ìlósè bá rúbọ
Ni ọ́n bá ń lájé
Ajé ò ní mọ̀mọ́ mọ́
Àwọn ará Ejigan náà rúbọ
Àwọn náà bẹ̀rẹ̀ síí bímọ
Ayé yẹ wọ́n
Ni wọ́n wá ń jó ni wọ́n ń yọ̀
Wọ́n ń yin àwọn Babaláwo
Àwọn Babaláwo wọn ń yin Ifá 20
Wọ́n ní bẹ́ẹ̀ làwọn Babaláwo tàwọ́n wí
Orí òkú wọn ò nínà
Ẹsẹ̀ àwọn ìkà ò ṣeé mọ̀ lọ́nà
Akésẹ́yìn légàn wọn ń rawọ́ girede girede
    sỌ́lọ́un
Òjò pàtàpàtà níí múlẹ̀ẹ́ dẹkùn
Ò sánṣo méjì gbá yìgì yígí
A díá fún wọn nílé Ìlósè
Ẹkún ajé ni wọ́n ń sun
Wọ́n ní wọ́n ọ́ rúbọ nílé Ìlósè

The head of the dead has no lice
The footsteps of the wicked is difficult to recognize
    on the footpath
The perennial farmer is the one that prays fervently to
    God
A torrential rainfall would clear and soften up the soil
O sánṣo mejì gbá yìgì yígí
Cast divination for them in the household of Ìlósè
They were crying because of wealth
They were asked to offer sacrifice such that they
    would have wealth handy
Also cast divination for them in the household of
    Ejigan
They were crying because of children.............10
They were asked to offer sacrifice so that they would
    have children
The people of Ìlósè offered the sacrifice
They started to have wealth
The magnitude of the wealth was great
The people of Ejigan also observed their sacrifice
They too started to have children
Life pleased them all
They then started to dance and rejoice
They were praising their Babaláwos
Their Babaláwos were praising Ifá..................20
They said it was as their Babaláwos had said
The head of the dead has no lice
The footsteps of the wicked is difficult to recognize
    on the footpath
The perennial farmer is the one that prays fervently to
    God
A torrential rainfall would clear and soften up the soil
Ò sánṣo méjì gbá yìgì yígí
Cast divination for them in the household of Ìlósè
They were crying because of material wealth
They were asked to perform sacrifice in the house of
    Ìlósè

856

Kí wọn ó lè baà lájé lọ́wọ́................30
Àwọn náà ló dífá fún wọn lóde Ejigan
Nībii wọn gbé ń fojoojúmọ́ ayé káwọ́
    bọtan bí onī túúlu
Wọ́n ní kí wọn ó rúbọ ńlé Ejigan kí wọn
    ó le bímọ
Àwọn méjèèjì gbẹ́bọ ńbẹ̀
Wọ́n rúbọ
Ọ̀rúnmìlà jẹ́ á lówó lọ́wọ́ ò
Bí ará Ìlósè tíí lówó
Ifá jẹ́ á bímọ wẹẹrẹ
Bí ará Ejigan tíí bímọ wẹrẹrẹ

Such that they would have wealth in abundance....30
They are also the ones that cast divination for them in
    the city of Ejigan
Where they used to sit dejected as if afflicted by
    migraine
They asked the people of Ejigan to offer sacrifice for
    them to have children
The two groups heard about the sacrifice
They offered it
Ọ̀rúnmìlà, let us have riches handy
Exactly like those of the household of Ìlósè
Ifá let us nurture uncountable children
As many as did the people of Ejigan

857

ỌSẸ́ ÌRẸTẸ̀ A

Ifá pé kí eléyìun ó rúbọ.

Ọsẹ́ tété
Ìrẹtẹ̀ tété
Babaláwo Eku ló díá fún Eku
Ọsẹ́ tété
Ìrẹtẹ̀ tété
Babaláwo Ẹja ló díá fún Ẹja
Ọsẹ́ tété
Ìrẹtẹ̀ tété
Babaláwo Ẹyẹ ló díá fún Ẹyẹ
Ọsẹ́ tété.....................................10
Ìrẹtẹ̀ tété
Babaláwo Ẹran ló díá fún Ẹran
Ọsẹ́ tété
Ìrẹtẹ̀ tété
Babaláwo Àmùrè ò dàgbà ló díá fún
        Àmùrè ò dàgbà
Èyí tíí sọmọ ìkẹyìin wọn lénje lénje
Wọ́n ní kí wọ́n ó rúbọ
Wọ́n ní kí Eku ó rúbọ
Ekú ní kín ní ń jẹ́ bẹ́ẹ̀?
Òún ń bá gbajúmọ̀ òun lọ nùu..........20
Wọ́n ní kí Ẹja ó rúbọ
Ẹjá ní kín ní ń jẹbọ?
Wọ́n ní kí àwọn Ẹyẹ ojú ọ̀run ó rúbọ
Wọ́n ní kín ní ń jẹ́ bẹ́ẹ̀?
Ìwọ Ẹran ńkọ́?
O ò wa rúbọ
Ẹrán lóun
Kín lòun ó fẹbọ ṣe?
Àmùrè ò dàgbà
Bóo ni tìẹ?.............................30
Àmùrè ò dàgbà lórí òun ò gbó
Ó bá rúbọ
Ó fún Ikin lóbì

ỌSẸ́ ÌRẸTẸ̀ A

Ifá asks this person to perform sacrifice.

Ọsẹ́ tété
Ìrẹtẹ̀ tété
Babaláwos of the Rat cast divination for the Rat
Ọsẹ́ tété
Ìrẹtẹ̀ tété
The Babaláwos of the Fish cast divination for the Fish
Ọsẹ́ tété
Ìrẹtẹ̀ tété
The Babaláwos of the Bird cast divination for the Bird
Ọsẹ́ tété.....................................10
Ìrẹtẹ̀ tété
Babaláwos of the Animal cast divination for the
        the Animal
Ọsẹ́ tété
Ìrẹtẹ̀ tété
The Babaláwos of Àmùrè o dàgbà lizard cast
        divination for Àmùrè o dàgbà lizard
The last born of them all
They were all asked to perform sacrifice
The Rat was told to perform sacrifice
'What do you call a sacrifice'?
'I am going out to enjoy myself' the Rat said......20
The Fish also was told to offer sacrifice
'What do you call a sacrifice'? The Fish likewise said
The Bird was also told about the sacrifice
The Bird too said 'What do you mean'?
What about you, Animals?
Why don't you perform sacrifice?
'Me', Animals said
'For what purpose'?
Àmùrè o dàgbà?
What about you?.............................30
Àmùrè o dàgbà said he cannot dare the consequences
He performed the sacrifice
He gave kola to Ikin

Wọ́n ní kó mọ́ọ ṣe bíi tòkè ìpòrí ẹ̀	He was asked to behave as his Ifá tells him
Ńgbà tíkú dé	When death came around
Ó mú Eku	He arrested the Rat
Wọ́n ní kí wọn ó mọ́ọ dáfí ẹ̀ jiyán	They used the head of the Rat in eating pounded yam
Ó mú Ẹja	He arrested the Fish
Wọ́n ní kí wọn ó mọ́ọ dá orí Ẹja jiyán	They told Man to use the head of the Fish in eating pounded yam
Ó mú Ẹyẹ...........................40	He arrested the Bird...................40
Ó pẹ́yẹ	He killed the Bird
Wọ́n ní wọn ó dáfí ẹ̀ jiyán	They used the head of the Bird to eat pounded yam
Ó mẹran	It also arrested other Animals
Ó pẹran	It killed them
Wọ́n dáfí ẹ̀ jiyán	They used their heads to eat pounded yam
Ikú bá dé ọ̀dọ̀ Àmùrè ò dàgbà	When it was Àmùrè ò dàgbà's turn to die
Ikú ò leè pa Àmùrè ò dàgbà	Death could not kill him
Wọ́n lóun níí ṣẹbì fún Eríwo	They told death that he is the one that breaks the kola for the Eríwo
Àmùrè ò dàgbà bá ń jó	Àmùrè ò dàgbà then started to dance
Ní bá ń yọ̀...........................50	He was rejoicing...........................50
Ní ń yin àwọn Babaláwo	He was praising his Babaláwos
Àwọn Babaláwo ń yin Ifá	His Babaláwos were praising Ifá
Ó ní bẹ́ẹ̀ làwọn Babaláwo tòún wí	He said it was as his Babaláwos had said
Ọ̀sẹ́ tété	Ọ̀sẹ́ tété
Ìrẹtẹ̀ tété	Ìrẹtẹ̀ tété
A díá fún Eku	Cast divination for the Rat
A díá fún Ẹja	Cast divination for the Fish
A díá fún Ẹyẹ	Cast divination for the Bird
A díá fún Ẹran	Cast divination for other Animals
A díá fún Àmùrè ò dàgbà tíí sọmọ ìkéyìin wọn léńje léńje...........................60	Also cast divination for Àmùrè o dàgbà the last born of them all...........................60
Bíiré bíiré	As if like a play
Ikú pọmọ Eku tí ò mẹbọ	Death killed the child of the Rat that did not offer sacrifice
Bíiré bíiré	As if like a play
Ikú pọmọ Ẹja tí ò mẹbọ	Death killed the child of the Fish that did not offer sacrifice
Bíiré bíiré	As if like a play
Ikú pọmọ Ẹyẹ tí ò mẹbọ	Death killed the child of the Bird that did not offer sacrifice

Bíiré bíiré	As if like a play
Ikú pọmọ Ẹran tí ò mẹbọ	Death killed the child of the Animal that did not offer sacrifice
Ikú mọ́ pÀmùrè ṣéṣé o	
Kó mọ́ọ ṣébì..................70	Death could not kill Àmùrè ṣéṣé
Kó mọ́ọ ṣébì fÉríwo	He was spared to go on dividing kola...............70
Awo rere	He should continue to cut kola for the Eríwos
LÀmùrè ṣéṣé o	A good and learned priest
Awo rere	Is the Babaláwo known as Àmùrè ṣéṣé
Ìpàdì Awo wọn ò kú bọ̀rọ̀ bọ̀rọ̀	A good and learned priest
	Ìpàdì Awo wọn ò kú bọ̀rọ̀ bọ̀rọ̀

860

ÒSẸ́ ÌRẸTẸ̀ B

Ifá pé kí eléyìun àti ọ̀rẹ́ẹ̀ rẹ̀ ó jọ rúbọ, kí wọ́n ó sì bẹ̀ẹ̀rẹ̀ nǹkan tí orí wọn ó gbà. Ifá pé ẹyẹlé ni kí wọ́n ó jọ rú pẹ̀lú ọ̀pọ̀lọpọ̀ owó.

Jìn sí gegele
Jìn sí kòtò
Ẹni tó jìn sí kòtò
Ló kọ́ ará yòókù lọ́gbọ́n
A díá fún Ọ̀sẹ́
Èyí ti ń lọ rèé bÌrẹtẹ̀ sílé ajé
Wọ́n ní kó rúbọ
Wọ́n ní kí wọ́n ó rú òwúùrù ẹyẹlé
Kí wọ́n ó sì rú ọ̀pọ̀lọpọ̀ owó
Wọ́n bá rúbọ 10
Ọ̀rẹ́ ló rí ọ̀nà ọlà ńlẹ̀
Làwọn méjèèjì bá lọ ibẹ̀
Ni ọ́n bá là
Ayé bá yẹ wọ́n
N ni wọ́n wá ń jó ni wọ́n ń yọ̀
Wọ́n ń yin àwọn Babaláwo
Àwọn Babaláwo ń yin Ifá
Wọ́n ní bẹ́ẹ̀ làwọn Babaláwo tàwọn wí
Jìn sí gegele
Jìn sí kòtò............................20
Ẹni tó jìn sí kòtò
Ló kọ́ ará yòókù lọ́gbọ́n
A díá fún Ọ̀sẹ́
Èyí ti ń lọ rèé bÌrẹtẹ̀ sílé ajé
Ẹbọ n wọ́n ní kí wọ́n ó ṣe kí wọ́n ó tóó mọ́ọ lọ
Àwọn méjèèjì gbẹ́bọ ńbẹ̀
Wọ́n rúbọ
Ọ̀sẹ́ bÌrẹtẹ̀ sílé ajé
Ẹni ẹni kà sàì bini sọ́là
Ẹni ẹni.................................30

ÒSẸ́ ÌRẸTẸ̀ B

Ifá asks this person and his closest ally to offer sacrifice. They should also ask of what their Orí would accept from them. The sacrifice is a pigeon apiece with plenty of money.

Falling off a hill
Falling into a ditch
He that fell into a ditch
Would teach the rest coming behind a lesson
Cast divination for Ọ̀sẹ́
The one that was taking Ìrẹtẹ̀ to the house of wealth
He was asked to perform sacrifice
He was asked to offer pigeons as sacrifice
With a lot of money
They offered the sacrifice..................10
It is one of the friends that discovered a business
The two of them set off for the place
They became rich
And life pleased them
They then started to dance and rejoice
They were praising their Babaláwos
Their Babaláwos were praising Ifá
They said it was as their Babaláwos had said
Falling off a hill
Falling into a ditch...........................20
He that fell into a ditch
Would teach the rest coming behind a lesson
Cast divination for Ọ̀sẹ́
The one that was taking Ìrẹtẹ̀ to the house of wealth
He was asked to perform sacrifice before leaving
The two of them heard about the sacrifice
And performed it
Ọ̀sẹ́ acquainted Ìrẹtẹ̀ with a method of making wealth
One's ally would definitely introduce one to a method of making wealth
One's ally..............................30

ỌSẸ̀ ÒFÚN A

Ẹ̀ẹ̀rùn tí ń bọ̀ lọlà eléyiun tó. Ẹbọ ẹ̀ẹ̀míín
ni kó rú.Ifá pé eléníní fẹ́ẹ́ dúó lé e, wọn ò
fẹ́ kí ọlàa rẹ̀ ó dé. Táa bá rúbọ pé, gbogbo
ọ̀ta ní ó kùú dànù. Ẹgbẹ́ funfun lẹgbẹ́
eléyiun.

Ó ṣẹ́ funfun bí ajé
Mìnìnjọ̀ mininjo bí àtẹ Ìlẹ̀kẹ̀
A díá fún Òwú
Èyí tí ń lọ rèé bá wọn múlẹ̀ ní bùdo
Òun le là báyìí?
Wọ́n ní yóó là
Wọ́n ní kó rúbọ
Wọ́n ní ẹ̀ẹ̀rùn tí ń bọ̀ ní ó là
Ó lóun mọ̀ tí ń lọ káàkiri
Wọ́n ní ó mọ̀ ṣe kìràkìtà mọ́............10
Wọ́n ní kó rúbọ ẹ̀ẹ̀rùn tí ń bọ̀
Òwú sì ti ṣe ṣee ṣe
Tí ò là tẹ́lẹ̀
Òwú bá rú àyágbáyagbà ẹbọ
Ó bá bá wọn múlẹ̀ ní bùdo
Ẹ̀ẹ̀rùn tí ọ́n wí
Òwú bá là
Ó ló ṣe funfun bí ajé
Mìnìnjọ̀ mininjo bí àtẹ Ìlẹ̀kẹ̀
A díá fún Òwú............20
Èyí tí ń lọ rèé bá wọn múlẹ̀ ní bùdo
Wọ́n ní ó sá káalẹ̀ ó jàre ẹbọ ní ó ṣe
Òwú wáá gbẹbọ ńbẹ̀
Ó rúbọ
Òwú ò sàì là o
Òwú ò sàì là
Gbogbo bẹ́ẹ̀ ba ti ṣe tó
Òwú ò sàì là
Bẹ́ẹ̀ bá gbógun lé wọn
Òwú ò sàì là............30

ỌSẸ̀ ÒFÚN A

Poverty would end for this person the next dry season
and riches would set in. He should offer sacrifice
against enemies that could stand against the
actualization of his aims. If the sacrifice is full, the
enemy would die a cheap death. His spiritual color is
white.

It turns pure white as cowry
It is so cool as like the tray of displaying beads
Cast divination for the Cotton
The one that was going to choose a land of settlement
'Would I become rich'? He asked
They told him he would become rich
But he should perform sacrifice
'The coming dry season is the onset of your wealth'
'I have been going around' He reminded them
'Do not trouble yourself again'..............10
'Just offer the sacrifice that would see you to the next
       dry season' they said conclusively
Meanwhile the Cotton had tried and tried
He had never succeeded in making wealth
He afterwards offered a breathtaking sacrifice
And left to choose a land for settling
The dry season that was predicted for him came by
Cotton truly became wealthy
He said 'It turns pure white as cowry'
It is so cool as like the tray used in displaying beads
Cast divination for the Cotton............20
The one that was going to choose a land for settling
He was asked to take care of the ground and offer
       sacrifice
The Cotton heard about the sacrifice
And performed it
The Cotton would break open and be rich
The Cotton would definitely break open and be rich
No matter how much you antagonize him
The Cotton would ultimately break open and be rich
Irrespective of the opposition you mount against him
The Cotton would but break open............30

ÒSẸ́ ÒFÚN B

Ifá pé ègún elégùún ò níí mú eléyìun.
Asán ni gbogbo ìsọkúsọ tí ọn sọ lórí
eléyìun.

Òdù yí gbiri gbiri jánà
A díá fún ọn ní Ègún à ń ré
Nîbi wọ́n gbé ń firaa wọ́n ré suru suru
       lójú omi
Wọ́n ní wọ́n ó rúbọ
Wọ́n ní gbogbo ègún tí wọ́n ń fi wọ́ọ́n ré
Wọ́n nípáa wọn ò níí ká wọn
Wọ́n ní ṣùgbọ́n kí wọ́n ó rúbọ
Wọ́n bá rúbọ
Ayé bá yẹ wọ́n
Ègún kan ò mú wọn mọ́.............10
Ni wọ́n wá ń jó ni wọ́n ń yọ̀
Wọ́n ń yin àwọn Babaláwo
Àwọn Babaláwo ń yin Ifá
Wọ́n ní bẹ́ẹ̀ ni Babaláwo tàwọn wí
Òdù yí gbiri gbiri jánà
A díá fún ọn ní Ègún à ń ré
Nîbi wọ́n gbé ń firaa wọ́n ré suru suru
       lójú omi
Wọ́n ní wọ́n ó rúbọ
Ègún è é mÁgbe
Kó mọ́ leè dáró....................20
Ègún è é mÁlùkò
Kó mọ́ leè kOsùn
Ègún ò níí mú Odídẹrẹ́
Kó mọ́ le ṣe ìkó ìdí ẹ̀ yẹbẹyẹbẹ
Ẹ yọnu ibi kúò
Gbogbo ènìyàn
Ẹ yọnu ibi kúò lárà mi
Qbọ́rọ́ ọyáoko
Wọn ò sàì yọnu ibi kúò
Qbọ́rọ́ ọyáoko...................30

ÒSẸ́ ÒFÚN B

Ifá says the curse meant for someone else would not
come to pass on this person. All their vituperation on
this person would not work.

Òdù yí gbiri gbiri jánà
Casts divination for them in Ègún à ń ré city
Where they were cursing each other continuously
They were asked to perform sacrifice
They told them concerning all the curses rained on
       them
The strength of the curse would not overcome them
But they should offer sacrifice
They then observed the sacrifice
Life afterwards pleased them
No curse could work on them again....................10
They thereafter started to dance and rejoice
They were praising their Babaláwo
Their Babaláwo was praising Ifá
They said it was as their Babaláwo had said
Òdù yí gbiri gbiri jánà
Casts divination for them in Ègún à ń ré city
Where they were cursing each other continuously
Sacrifice was the antidote prescribed for them
No curse would overcome the Agbe bird
To the extent that she would not be able to dye her
       cloths.......................20
No curse can overcome Àlùkò bird
To the extent that she would not be able to rub Osùn
       cream on
No curse can overcome Odídẹrẹ́
Without her being able to display her red feathers
       beautifully
Eschew the bad words
All human beings
Eschew me from all bad words
Qbọ́rọ́ ọyáoko
They would definitely eschew me of the bad words
       from their mouths
Qbọ́rọ́ ọyáoko.....................30

DIFFICULT WORDS : ÒṢẸ́

1. **Olórùbu Ẹ̀gúsí**: Another appellation for the chicken

2. **Ọ̀ọ̀kùn méjì tíi mì ragbada lórí ewé**: Epithet of Àwòko and Àwòròkòǹjobì. The two are birds that love to sing extensively but Àwòko sings more

3. **Ọ̀wìnnì**: Name of a place

4. **I would with them use my dress to sweep the ground**: (Idiom) I would grow old in life.

5. **Òṣẹ́ páá bì Ọkọ́, Ìwòrì Jòwòló bìí rádùn, Àrọ̀ réé re réè**: Names of Babaláwos

6. **Akirinbiti**: Another name for an elaborate sacrifice

7. **Ẹ̀gbẹ̀jì**: Another name for the sheep

8. **Àgbò gìrìsàsà**: The ram

9. **Isán nìì sánrun**: Name of a Babaláwo (Lt) It is severe headache that makes the hair to stand erect

10. **Ọ̀kàrá nìì lárun gàgàágà**: Also a Babaláwo. Ọ̀kàrá is the lightning that lights up the sky in a haphazard manner

11 **Òlùgbóńgbó pajá mọ́ jẹ**: Babaláwo. It is the club that kills the dog without eating it

12. **Ẹ bùúlẹ̀ kó tú yagba**: A Babaláwo. 'Pour it and let it splash in a billow

13. **Ẹ̀fúùfù lẹ̀lẹ̀**: Strong wind

14. **Ọ̀sanyìn**: A kind of spiritual entity of divination. Ọ̀sanyìn has one leg.

15. **It is a manner of sleeping without waking up for Ẹtà**: Cf. Ògúndá. Ẹtà is a kind of animal that sleeps so often

16. **Once it is dusk, Bọnnabọ́nnà would go to heaven**: Bọnnabọ́nnà is a kind of insect that goes into deep slumber once it

is dusk. It is then termed that it has gone to heaven. Words of incantation which is a kind of command ordering the person to whom it is directed to loose consciousness and become mesmerized.

17. **Ọlọmọ a jì jẹ díẹdíẹ**: (Lt) A person that consumes his portion (life, food, enjoyment) little by little without being in a hurry

18. **Olùkájé**: He That packs wealth

19. **Olùkókùn**: He that packs expensive beads

20. **Agẹdẹngbẹ**: A short, but heavy cutlass usually an instrument of war

21. **Àbíkú**: A child that dies and comes back to life by birth through the same parents. Àbíkú is a menace that frustrates almost all vices to stop them.

22. **Ọlọ́mú jùwàlà**: Appellation. A mother that has given birth to so many children (àbíkú) that had been dying and reincarnating, this would make the breast flabby. In essence Ọlọ́mú jùwàlà translates to the person with flabby breast.

23. **Òṣẹ́ sá**: Òṣẹ́ Òsá: 'Òṣẹ́ runs away'

24. **Òṣẹ́ ọ̀ sá**: Òṣẹ́ Òsá: 'Òṣẹ́ did not run away. Compare 23

25. **Ìlóbìnrin**: A City where all the inhabitants are women. Cf. Ọ̀bàrà.

26. **Ìlèèmọ́**: Èèmọ is a kind of vegetation that attaches itself to any moving object that brushes itself against it in a kind of biological dispersal. Ìlèèmọ́ is the hypothetical city where they dwell.

27. **Pìtì lẹ́sẹ̀ẹ̀ subú**: Name of a Babaláwo. Sùbú is the local woven cotton that is being rolled within the toes of the leg. (Lt) The placement of the leg for cotton rolling is semi-circular

28. **Agẹmọ**: A deity worshipped in Ìjẹbú area. Also could be the praying mantis

29. Ìjẹbú: A section within the Yorùbá tribe. Ọsẹ́ Àwúre (Ọsẹ́ Òtúá) was the Odù that was cast before the Ìjẹbús settled at their present location

30. Àpèjìn, Àpèlà: Most commodities are hawked around in Yorùbáland while the (hawkers) announces their good in a shout. Buyers would then call to either pay cash if the haggling falls within range of expectation or allow the seller to go away. Àpèlà therefore would be likened to hailing a seller and enriching him while Àpèjìn is hailing him to pardon him with wealth.

31. Akésẹ́yìn Lẹ́gàn wọn ń rawọ́ girede sọ́lọ́run: Name of the Olúwo that cast this divination. (Lt) Those who work tenaciously (the last to leave the farm) pray to God for bounteous harvest.

32. Ọ́ sánsọ Méjì gbá yìgì yìgì: 'He that ties two wraps of cloth around his waist would look robust in moving around. An Olúwo

33. Àmùrè ṣéṣé: Àmùrè ò dàgbà lizard. Cf. Ìwòrì

34. Ìpàdì Awo: Ìpàdì Awo are great Babaláwos who are devoted to Ifá and strictly abide by its rules and principles. Anyone that follows the footsteps of Ifá is bound to live long.

35. Ègún à ń rẹ́: A hypothetical city. This translates to the 'curses being spoken'

CHAPTER 16 : ÒFÚN

ÒFÚN MÉJÌ A

Ifá pé ire bí a bá le rúbọ ẹ̀. Gbogbo ire ni eléyìun kọ nínú odù yí.

Eruku tóróró
Eruku tàràrà
A díá fún Èjì Ọ̀ràngún
Èjì Ọ̀ràngún tí ń sawo re ilé Ìlasàn
Ẹbọ n wọ́n ní ó ṣe
Ó sì gbẹ́bọ ńbẹ̀
Ó rúbọ
Ìgbà Èjì Ọ̀ràngún sawo dé Ilé Ìlasàn la rájé
Eruku tóróró
Eruku tarara...........................10
Ìgbà Èjì Ọ̀ràngún sawo dé Ilé Ìlasàn la láya
Eruku tóróró
Eruku tàràrà
Ìgbà Èjì Ọ̀ràngún sawo dé Ilé Ìlasàn la dọlọ́mọ
Eruku tóróró
Eruku tàràrà
Ìgbà Èjì Ọ̀ràngún sawo dé Ilé Ìlasàn la doníre gbogbo
Eruku tóróró
Eruku tàràrà

ÒFÚN MÉJÌ A

Ifá wishes this person well. He should offer sacrifice.
All good things are coming to meet with him

Eruku tóróró
Eruku tàràrà
Cast divination for Èjì Ọ̀ràngún
That was venturing priesthood in the city of Ìlasàn
They asked him to perform sacrifice
He heard about the sacrifice
And performed it
It was when Èjì Ọ̀ràngún practiced his priesthood in the city of Ìlasàn that we have wealth
Eruku tóróró
Eruku tarara.......................................10
It was when Èjì Ọ̀ràngún practiced his priesthood in the city of Ìlasàn that we have wives
Eruku tóróró
Eruku tàràrà
It was when Èjì Ọ̀ràngún practiced his priesthood in the city of Ìlasàn that we have children
Eruku tóróró
Eruku tàràrà
It was when Èjì Ọ̀ràngún practiced his priesthood in the city of Ìlasàn that we have all good things
Eruku tóróró
Eruku tàràrà

Ifá pé òun pé ire gbogbo fún eléyìun, şùgbón ká rúbo.

Ifá says he wishes this person all good things of life. But he should offer sacrifice

Ení poro
Èjì poro
Èta poro
Èrin poro
Àrún poro
Èfà poro
Èje poro
Èjo poro
A díá fún Opón Ayò
Èyi tí ń je ní hòròhóróo káà
     mérìndínlógún................10
Omó kún inúu káà mérìndínlógún òun
     báyìí?
Wón ní ó rúbo
Ó sì gbébo ńbè
Ó rúbo
E wolé Ayò e womo
A kì í bálé Ayò láìkún
E wolé Ayò e womo

Ení poro
Èjì poro
Èta poro
Èrin poro
Àrún poro
Èfà poro
Èje poro
Èjo poro
Cast divination for Opón Ayò...........................9
The one that was fending in sixteen hollow quarters
'Would children fill my house'? He asked
They told him to perform sacrifice
He heard about the sacrifice
And performed it
Come and see the house of Ayò game and see
     Children in abundance
One cannot meet the house of Ayò game empty
Come and see the house of Ayò game and see
     children

Ifá pé ire fún eléyìun; ká rúbọ, a ò sì
gbọdọ̀ sahun sí Obìnrin ẹni. Ifá pé kí
eléyìun ó mọ bíínú o, tí wọn ò bá tíì lówó,
kó mú sùúrù kó sì ní àforítì. Bí owó náà
bá sì dé, kó ṣọ́ra kó mọ́ baà fi ìwàǹwára
da orírun ajé náà rú pátápátá.

Igi Gbígbẹ ni ò léwé
Àfòmọ́ ni ò légbò
A díá fún Míèéyè
A bù fún Ayaa rẹ
Nijọ́ tí wọ́n ń sunkún àwọn ò lajé lọ́wọ́
Àtọko àtìyàwó ni ọ́n pàwọn ò lajé lọ́wọ́
Ṣùgbọ́n kíkẹ́ tí ọkọ́ ń kẹ́
Ó pọ̀ ju ti Obìnrin ẹ̀ lọ
Ọkọ́ wáá ni àwọn adìẹ kan tí ń sìn
Ọ̀kan ńnú àwọn adìẹ ọ̀hún bá kú......10
Ọkọ́ bá bú púrú sẹ́kún
'Adìẹ tí òún gbẹ́kẹ̀ lé pàwọn ó tà'
Tàwọn ó mọ́ọ fowó ẹ̀ jẹun
Adìẹ ọ̀hún náà ló kú yìí!
Ó bá bẹ̀rẹ̀ síí ronú
Èṣù bá dé
Ó ní 'yan adìẹ náà pamọ́'
Míèéyè bá yan adìẹ pamọ́
Ọjọ́ yí lu Ọjọ́
Oṣù yí lu Oṣù....................................20
Kùkùsajà wáá mú ọmọbìnrin Olókun
Ọmọ Olókun ò gbádùn
Olókun ba lọọ́ bá àwọn Awo ẹ̀
Wọ́n ní bó bá ń òkú adìẹ
Ọmọọ rẹ̀ ó gbàádùn
Òkú adìẹ ni wọ́n e ṣètùtù fun

Ifá wishes this person well. He should offer sacrifice
by not being miserly to his wife; the wife also should
not be annoyed at her husband's actions these days. If
they are poor presently, she should be patient. But
when the riches come in, she should be warned to
exercise self-control such that her jealous actions
would not jeopardize the source of the wealth
permanently.

It is the dry wood that has no leaf
Parasitic plants has not tap roots
Cast divination for Míèéyè
Also cast divination for his wife
On the day they were crying they have no wealth
    handy
Both the husband and the wife were crying that they
    are wretched
But the lamentation of the husband however
Is more agonizing than that of his wife
The husband raises some local chickens as free-range
    birds
One day, one of the chickens died...................10
The husband busted into tears
'The birds which I had cast all hopes in'
'That they would generate funds after selling them'
'Which would feed us for some days is dead'
He wept bitterly and became worried by survival
    instincts
At that point, Èṣù came to him
'Roast the chicken and keep it' Èṣù said
Míèéyè did as instructed
Days rolled on days
Months rolled on months......................20
A typical disease inflicted the daughter of Olókun
She was ill and bedridden
Olókun then went to consult with his priests
They told him to find a chicken that had long died
Without which his daughter would not be well
'It is a dead chicken that would be used to perform the
    rites'

Wọ́n bá ń wá òkú adìẹ kíri	They then started to look around for dead chicken
Èṣù tí ń ṣẹ̀hìn ṣọ̀hún	But Èṣù, the spirit that shuttles between two opposing ends
Òún bá gbọ́	Heard about the sacrifice
Ó bá sọ fún ọn pé òkú adìẹ ń bẹ ńléе Míèéyè..............30	He told them that a dead chicken could only be found in Míèéyè's house...............30
'Míèéyè ni ẹ mọ́ọ wá lọ'	'Go and look for Míèéyè' Èṣù said
Nígbàa wọ́n e dé iléе Míèéyè	Before the servants arrived at Míèéyè's house
Èṣú ti débẹ̀	Èṣù had been there
Ó ní sọ fún wọn pé igba ọkẹ́ lọ́ọ́ ta adìẹ	'Tell them you would sell each of the chickens for two hundred thousand units of money'
Igba ọkẹ́ ńjọ́ ọjọ́ náà	Two hundred thousand of money units in those days
Ẹrù owó ni	Was a lot of money
Lóòótọ́ àwọn tí ń wa òkú adìẹ dé	Truly, the searchers for the dead chicken came by
Wọ́n figba ọkẹ́ lélẹ̀	They brought out two hundred thousand units of money
Wọ́n gba adìẹ	In exchange for the chicken
Wọ́n bá lọọ fi ṣètùtù fọ́mọ Olókun 40	They used it to perform the rituals for the daughter of Olókun...............40
Ọmọ Olókun bá gbádùn	She became cured of the ailment
Nígbà ó tún ṣe sàà	After another brief moment of time
Kùkùsajà tún mú ọmọ Ọlọ́sà	The same type of disease also inflicted the child of Ọlọ́sà
Òun náà rù ú	He too quickly thought of a solution
Ó sọ̀ ọ́	He consulted Ifá
Wọ́n ní kóun náà ó mọ́ọ wá òkú adìẹ lọ	They told him also to look for dead chicken
Wọ́n tún júwe iléе Míèéyè	The house of Míèéyè was described again
Adìẹ rẹ̀ kan ti tún kú	One of Míèéyè's chickens had died before then
Ó tún yan án pamọ́ pé bóyá Ọlọ́un a jẹ́ ó tún ńí bẹ́ẹ̀	He fired it and kept it also in expectation of another luck
Wọ́n tún san irú owó tí Olókun san.....50	They came and paid the same type of money paid by Olókun...............50
Igba ọkẹ́ tún bọ́ sọ́wọ́ọ Míèéyè	Another two hundred thousand in Míèéyè's palms
Ó tún dà á sápò	He pocketed it
Ṣùgbọ́n lẹ́ẹ̀kínní àti lẹ́ẹ̀kejì	But on the first and second occasions
Ìyàwóo Míèéyè ni wọ́n bá ńlé	It was the wife of Míèéyè they met at home
Òun ní ó lọọ pe ọkọ ẹ̀ wá	She on the two instances searched for her husband
Pé ọn fẹ́ẹ́ ra òkú adìẹ	That there are some people who want to buy dead chickens
Míèéyè bá pa gbogbo owó tán	Míèéyè collected all the money
Kò fún Obìnrin ní nǹkan ńnú ẹ̀	He refused to give a dime to the wife

Obìnrin bá kọ hà
"Ọkọ òun ò tiẹ̀ bun òun ní nǹkan fínú
    owó yìí"!...................60
Obìnrin Míèéyè náà bá mú ọ̀kan fínú
    àwọn adìẹ tiẹ̀
Ó bá lù ú ní gbóńgbó
Adìẹ bá kú
Ó bá yan án
Ó fi pamọ́
Ó tún pẹ́ sàà
Kùkùsajà tún dé sí ọmọ Olókun mìíìn
Olókun ní àwọ́n ti mọ ibi tàwọ́n fíí ra òkú
    adìẹ
Wọ́n bá tún kọrí sílée Míèéyè
Èṣù ní síì tẹ̀lé wọn.................70
Ní gbogbo ìgbà fí wọ́n bá fí bọ̀
Bí ọ́n ti dé ibẹ̀
Obìnrin ni ọ́n tún bá fílé
Obìnrin bá lọ̀ọ́ mú adìẹ tiẹ̀ tó lù ní
    gbóńgbó pa fún wọn
Wọ́n ó mọ́ọ ka owó
Èṣù ní ẹ dúó
Ǹjẹ́ adìẹ yìí kú fúnraa rẹ̀ bí?
Torí ìmọ̀nràn lòun
Ó ti mọ nǹkan tó kú yàtọ̀ sí èyí fí ọ́n lù pa
Èṣù ní kí wọ́n ó fi adìẹ sílẹ̀............80
Obìnrin bá bú sẹ́kún
Nígbà ó dìgbàa tòún
Ni wọ́n kọ adìẹ sílẹ̀
Ní fí hu bí ẹnii wọ́n dá lóró
Wọ́n ní 'a kìí forí wé Orí '
'Ìwọ lo fOrí araà rẹ wé ti Míèéyè ọkọ̀ọ̀
    rẹ'
Ifá pé kí Obìnrin eléyìí ó mọ́ bìínú o

The woman then became disturbed and exclaimed in
    sadness
'My husband did not even share any of this money
    with me'.................60
That was how she took one of her own chickens
And clubbed it
The chicken died
She roasted it
And kept it
After a prolonged period of time
The same sickness of the first time affected another
    child of Olókun
'We already know where we usually buy the dead
    chickens', Olókun said
They headed straight for Míèéyè's house
The same Èṣù that usually follows them 70
He did the same thing this time around also
As they entered the house of Míèéyè
They met with the woman as usual
The woman quickly fetched for the chicken she had
    clubbed to death
As they were counting the money
'Let us be cautious' Èṣù said
'Is it true that this chicken died by itself'? He
    reasoned into their hearts
Since he is a knowledgeable being
He could distinguish the one that died naturally from
    the one clubbed to death
'Leave the chicken for her', Èṣù said.........80
The woman busted into tears
'Why must it be in my own time'?
'Why must they refuse to buy the chicken from me
    this time'?
She started to weep profusely
'No one uses an Orí to compare another'
'You are the one that rather compared your Orí with
    that of Míèéyè's'
Ifá enjoins the wife of this person not to be jealous
    or annoyed at her husband

870

N ní wá ń jó ní wá ń yọ̀
Ní ń yin àwọn Babaláwo
Àwọn Babaláwo ń yin Ifá 90
Ó ní bẹ́ẹ̀ làwọn Babaláwo tòún wí
Igi gbígbẹ ni ò léwé
Àfòmọ́ ni ò légbò
A díá fún Míèéyè
A bù fáyaa rẹ̀
Nijọ́ tí wọ́n ń sunkún àwọn ò lajé lọ́wọ́
Ẹbọ n wọ́n ní wọ́n ó ṣe
Míèéyè nìkán ló gbẹ́bọ ńbẹ̀
Ló fòótọ́ rúbọ
Èèwọ̀ Òrìṣà.............................100
A kìí forí woríi Míèéyè layé

They then started to dance and rejoice
They were praising their Babaláwos
Their Babaláwos were praising Ifá..................90
They said it was as their Babaláwos had said
It is the dry wood that has no leaf
Parasitic plants has not tap roots
Cast divination for Míèéyè
Also cast for his wife
On the day they were crying they have no wealth
    handy
It is the sacrifice of wealth they asked them to
    perform
It was Míèéyè alone that heard about the sacrifice
And performed it with truth
Abomination of the Deities!.................................100
No man should compare his Orí with that of Míèéyè's

ÒFÚN OGBÈ B

Ifá pé kí eléyìun ó rúbọ fún ìṣẹ́gun. Ire
ńláńlaà ń bọ̀ fún un; ṣùgbọ́n àwọn kan ó
gbèé ogun tì í.

Òfún nara, Òfún nara
Àjà nara pàtípàtí
Awo Ikán ló díá fún Ikán
Èyí tí ń lọ rèé ṣẹ́ ọtèẹ̀ Kóóko
Kóóko àti Ikán ló gbogun ti araaa wọn
Wọ́n ní kí Ikán ó rúbọ
Ó bá rú abẹ olójú méjì
Kóóko dúó gbáà
Ń retí àti bá Ikán jà
Èṣù bá kó abẹ méjì bọ Ikán lẹ́nu........10
Ikán bá ń gé Kóóko lẹ́sẹ̀
Ikán bá ṣẹ́ gbogbo ọtèẹ̀ Kóóko pátápátá
N ní wá ń jó n ní ń yọ̀
Ní ń yin àwọn Babaláwo
Àwọn Babaláwo ń yin Ifá
Ó ní bẹ́ẹ̀ làwọn Babaláwo tòún wí
Òfún nara, Òfún nara
Àjà nara pàtípàtí
Awo Ikán ló díá fún Ikán
Èyí tí ń lọ rèé ṣẹ́ ọtèẹ̀ Kóóko...........20
Rírú ẹbọ
Èèrù àtùkèsù
Ikán gbẹbọ ńbẹ̀
Ó rúbọ
Ẹyin ò ri bí Ikán tí ń lọ rèé ṣẹ́ ọtèẹ̀
Kóóko?

ÒFÚN OGBÈ B

Ifá asks this person to perform sacrifices to allow him
win; there is a big fortune coming to him but some
people would antagonize him.

Òfún nara, Òfún nara
Àjà nara pàtípàtí
The Babaláwo of the Termite casts divination for the
        Termite
The one that was going to quench the cold war
        mounted by the Grass
The Grass and Termite were on each other's neck
They asked the Termite to perform sacrifice
He offered a two edged blade
The Grass stood arrogantly one day
Awaiting the showdown with the Termite
Èṣù then inserted the two blades as jaws on the
        Termite's mouth..............10
The Termite then started to cut the Grass' legs
Termite won the war totally
The Termite started dancing and rejoicing
He was praising his Babaláwo
His Babaláwo was praising Ifá
He said it was as his Babaláwo predicted
Òfún nara, Òfún nara
Àjà nara pàtípàtí
The Babaláwo of the Termite casts divination for the
        Termite
The one that was going to quench the cold war
        mounted by the Grass...........20
Offering of sacrifices
And free gifts given to Èṣù
The Termite heard about the sacrifice
And performed it
Can't you all see how the termite had succeeded in
        quenching the cold war mounted by the
        Grass?

872

Ifá pé òun pé ire fún eléyìun; Bò bá jẹ́ eléyìun ni wọ́n ṣe nǹkan fún tàbí ẹnìkan ní ó ṣe nǹkan fún un. Ire ńbẹ̀, ṣùgbọ́n kí wọ́n ó rúbọ. Nǹkan ìdíle kan tí wọ́n mọ́ọ̀ ṣe ń bẹ nílé eléyìun. Ifá pé kò gbọdọ̀ jẹ́ kí nǹkan náà ó parun; kó mọ́ dìgbà kan nígbà ó bá yá, kí nǹkan òhún ó mọ́ mọ́ọ̀ dà á láàmú.

Iṣú dápá tẹlẹ̀
Ó rìpó apá
Àkèré dápá tẹlẹ̀
Ó pòjò
Ọmọ kéré kèrè kéré níí ṣorò fágbàlagbà
Kí wọ́n ó lè baà róhun mú jẹ
Àwọn ló ṣefá fún Òfún
Òfún ń lọ rèé tẹ Ẹnà fún Ọ̀yẹ̀kú
Tí wọ́n ó bàà tún ayé èèyàn ṣe
Òun làá pè ní Ẹnà títẹ̀.....................10
Orò yí là ń ṣe bí àwọn Babaláwo bá ta
        aṣọ fúnfún
Òun náà ni ọ́n ń ṣe ní ilẹ̀ẹ̀ Mẹ́kà
Tí ọ́n bá sán aṣọ fúnfún
Nígbà tó kan pupa
Nígbà tó kan àyìnrín
Bẹ́ẹ̀ ni wọ́n ó ṣe ṣe Orò yǐí
Yóó sì jẹ́ ọ̀kànlénígba
Ẹni ó bá mọ gbogbo orò yíí ṣe pátápátá
Ifá ó mọ́ọ̀ kan sáárá sí eléyìun
Èyuun lẹsẹ̀ Ilé ayé................20
Òfún ló wáá mọ̀ ó ṣe
Ó sì ń ṣe é fún Ọ̀yẹkú
Ayé bẹ̀rẹ̀ sìí yẹ wọ́n
Orò yǐí kan náà ni gbogbo wa ń ṣe
Ẹni ó bá jẹ onígbàgbọ́
Yóó loodò
Yóó ṣe ìtẹ̀bọmi

Ifá wishes this person well. Ifá says either that this person would help someone or that someone would help him; all is well either ways. They should perform sacrifice. The ancestral function know with this family should not be allowed to die such that it would not turn out later in life that the ancestral spirits would trouble them.

The yam seed germinates after planting
It turns a big tuber
The frog in a balanced grip of the soil
It calls for it to rain
The little children would continue the rites for the
        elderly
Such that the Elders would find something to eat late
        in life
Cast divination for Òfún
The one that was going to put an 'Ẹnà' on Ọ̀yẹ̀kú
The act of bettering one's life
Is what is referred to as Ẹnà inscription.................10
This is the rite observed when a blinder of white
        curtain is hanged by Babaláwos
It is the same thing that is done in Mecca
When they hang the white cloth
At another time it would be the turn of a red cloth
And also when it is the turn to hang the yellow
That is how they perform their own rites step by step
It would total two hundred and one
Anyone that is able to perform all these rites without
        a mix up
Ifá would be proud of that person
Because it is an important step of life...............20
It is Òfún that is however very good at it
He then was doing it for Ọ̀yẹ̀kú
Life pleased them both
It is this same rites and rituals that we all are doing
He that is a Christian
Would go to the river
He would be baptized

Wọ́n ó fun ní aṣọ fúnfún	They would give him or her a white piece of cloth
Ẹni ó bá jẹ Ìmọ̀le	He that is a Moslem
Òun náà ó lọ mẹ́kà.................30	He would go to Mecca.................30
Wọ́n ó sorò fún un	The rites would be performed for him there
Bẹ́ẹ̀ náà ni lọ́dọ̀ Ọlọ́ya	It is the same thing for the Ọya devotees
Eléégún	Masquerade devotees
Òòsà	Òòsà devotees
Gbogbo Aláwo pátá	All arms of traditional cults
Ṣùgbọ́n ẹni ó bá yẹ̀gẹ̀ ńnúu tiẹ̀	But whoever that records a lapse in his own
Òun ní ó jẹbi	Would receive the blame from the Deities in heaven
N ni wọ́n wá ń jó n ni wọ́n ń yọ̀	He then started to dance and rejoice
Wọ́n ń yin àwọn Babaláwo	He was praising their Babaláwos
Àwọn Babaláwo ń yin Ifá.................40	The Babaláwos were praising Ifá.................40
Wọ́n ní bẹ́ẹ̀ làwọn Babaláwo tàwọn wí	He said it was as their Babaláwo had said
Iṣú dápá tẹlẹ̀	The yam seed germinates after planting
Ó rìpó apá	It turns a big tuber
Àkèré dápá tẹlẹ̀	The frog in a balanced grip of the soil
Ó pòjò	It calls for it to rain
Ọmọ kéré kèrè kéré níí ṣorò fàgbàlagbà	The little children would continue the rites for the elderly
Kí wọ́n ó lè baà ròhún mú jẹ	Such that the Elders would find something to eat late in life
A díá fún Òfún	Cast divination for Òfún
Èyí tí ń lọ rèé tẹ Ẹnà fún Ọ̀yẹ̀kú	The one that was going to put an 'Ẹnà' on Ọ̀yẹ̀kú
Ajítẹnà Awo rere ni.................50	Ajítẹnà is a good priest.................50
Òfún ló tẹnà fỌ̀yẹ̀kú	It was Òfún that put an Ẹnà on Ọ̀yẹ̀kú
Ajítẹnà Awo rere	Ajítẹnà is a good priest

ÒFÚN ÒYÈKÚ B

Ifá pé kí eléyìun ó rúbọ ọmọ tí ó níí àánú lójú. Òràan rè ó dùn, ayé ó yẹ ẹ́.

Òrúnmìlà wí ó ló di mọ́mọ́ jojo
Wọ́n ló di fẹ̀ẹ̀rẹ̀ i tímọ́
Òrúnmìlà ló dùn jọjọ
Emi náà ló dùn jọjọ
Ifá ló dùn bíi kínni?
Wọ́n ló dùn bí àmú ọmọ ẹran
Òrúnmìlà lámùú ọmọ ẹran ò tí dùn tó
árááá
Òrúnmìlà wí ó ló di mọ́mọ́ jojo
Mo ló di fẹ̀ẹ̀rẹ̀ i tímọ́
Òrúnmìlà ló dùn jọjọ.....................10
Emi náà ló dùn jọjọ
Ifá ló dùn bíi kínni?
Mo ló dùn bí àmú ọmọ eku
Ifá lámùú ọmọ eku ò tí dùn tó árááá
Ifá wí ó ló di mọ́mọ́ jojo
Mo ló di fẹ̀ẹ̀rẹ̀ i tímọ́
Òrúnmìlà ló dùn jọjọ
Emi náà ló dùn jọjọ
Ifá ló dùn bíi kínni??
Wọ́n ló dùn bí àmú ọmọ ẹja...........20
Ifá lámùú ọmọ ẹja ò tí dùn tó árááá
Òrúnmìlà wí ó ló di mọ́mọ́ jojo
Wọ́n ló di fẹ̀ẹ̀rẹ̀ i tímọ́
Òrúnmìlà ló dùn jọjọ
Emi náà ló dùn jọjọ
Ifá ló dùn bíi kínni?
Wọ́n ló dùn bí àmú ọmọ ẹyẹ
Òrúnmìlà lámùú ọmọ ẹyẹ ò tí dùn tó
árááá
Òrúnmìlà wí ó ló di mọ́mọ́ jojo
Mo ló di fẹ̀ẹ̀rẹ̀ i tímọ́.............30
Òrúnmìlà ló dùn jọjọ

ÒFÚN ÒYÈKÚ B

Ifá asks this person to offer a sacrifice for a benevolent child. His things would be fine.

Òrúnmìlà said it is just brightening
I said it is until about dawn
Òrúnmìlà said it is very sweet
I too said it is very sweet
It is as sweet as what? Ifá asked
They said it is as sweet as the milk in the breast of an
      animal
Ifá said the breast of an animal is not as sweet
Ifá said it is just brightening
I said it is until dawn
Òrúnmìlà said it is very sweet...............10
I too said it is very sweet
It is as sweet as what? Ifá asked
I said it is as sweet as the milk of the breast of a
      rat
Ifá said the breast of a rat is not as sweet
Òrúnmìlà said it is just brightening
I said it is until about dawn
Òrúnmìlà said it is very sweet
I too said it is very sweet
It is as sweet as what? Ifá asked
They said it is as sweet as the milk of the breast of a
      fish 20
Ifá said the breast of a fish is never as sweet
Òrúnmìlà said it is just brightening
They said it is until about dawn
Òrúnmìlà said it is very sweet
They too said it is very sweet
It is as sweet as what? Ifá asked
They said it is as sweet as the milk of the breast of a
      bird
Ifá said the breast of a bird is not as sweet
Òrúnmìlà said it is just brightening
I said it is until dawn......................30
Òrúnmìlà said it is very sweet

Èmi náà ló dùn jọjọ
Ifá ló dùn bíi kínni?
Mo ló dùn bí àmú ọmọ ẹni
Ifá ni mo ṣeun ṣeun
Ifá pé àmú ọmọ ẹni ló dùn
Ó lámùú ọmọ eku ò tí dùn áráárá
Ó lámùú ọmọ ẹja ò tí dùn áráárá
Àmú ọmọ ẹyẹ ò tí dùn áráárá
Àmú ọmọ ẹranko ò ti dùn áráárá........40
Àmú ọmọ ènìyàn ló dùn
Àmú ọmọ ẹni ló dùn ló jóyin lọ
Ọmọ ló ti dùn ló jóyin lọ
Ọmọ ló ti dùn
Ọmọ ju àmú
Ọmọ ló ti dùn ló jóyin lọ

I too said it is very sweet
It is as sweet as what? Ifá asked
I said it is as sweet as the milk from the breast of
   one's child
Thank you very much, Ifá said
Ifá says the breast of one's child is the sweetest
He said the breast of the child of the rat is not as
   sweet
The breast of the child of the fish is not as sweet
He said the breast of the child of the bird is not as
   sweet
The breast of the child of the animal is not as
   sweet...40
But the breast of the child of Man is the one that is
   sweet
The breast of the child of man is sweeter than honey
The child is sweeter than honey
The child is the one that sweet
The child is greater than the sweetness of the breast
The child is sweeter than honey

ÒFÚN ÌWÒRÌ A

Ire púpọ̀ wà fún eléyìun tí bá ń hùwà rere. Ifá pé òmìmì kán ń bọ̀ tó nílò ààtò tó yanjú gidigidi kó tóó dára. Èrò tí eléyìun ní nínú lásìkò yí dára púpọ̀ ṣùgbọ́n kó mọ́ọ gbọ́rọ̀ yàn.

Òfún lawo ìgándó
Ìwòrì lawo ìgándò
Ọ̀ràn gándo gàndo ò tán ńlẹ̀ yí bọ̀rọ̀ bọ̀rọ̀
A díá fún àgbààgbà mẹ́fà
Èyí tí gbogboo wọ́n rojọ́ ẹnuu wọn
Tí gbogbo wọn ó sì mọ́ọ jàre
Wọ́n ní kí wọ́n ó rúbọ
Wọ́n ní òmìmì kán ń bọ̀ wáá mì wọ́n
Ọká lẹni àkọ́kọ́
Ńnú àwọn àgbààgbà ló wà..............10
Kèé sí sún mọ́ èèyàn
Gbogbo nnkan tó bá sún mọ́
Gbogboo wọn ni wọ́n ó họ fún un
Òkété lẹnìkejì
Òkẹ́rẹ́ nìkẹta
Ẹlulùú lẹnìkẹrin
Àparò Ọyẹ̀yẹ̀ lẹni ìkarùún
Àáyá lẹnìkẹfà
Gbogboo wọn ni wọ́n jọ ń gbé láì síyọnu
Wọ́n níwọ Òkété rúbọ.........................20
Kóo mọ́ baà ń ogun àwọlébá
Òkété ní kín ní ń jẹ́ ẹbọ àwọlébá?
Nígbà ó di ọ̀sán ọjọ́ kan
Ọká ń wá nnkan tí ó jẹ kíri
Ló bá di wọ̀ọ̀ ńnú Ilé Òkété
Bí Òkété ṣe fojú kan ọká
Kín ló dí òun mọ́lé yìí?
Ló bá jáde fòtì

ÒFÚN ÌWÒRÌ A

This person would have bundles of good fortunes if he could partake in doing good. A bizarre case is going to present itself soon and would need a very intelligent planner to execute. He is exhorted not to misinterpret instructions and must be well behaved.

Òfún is the Babaláwo of Ìgándó
Ìwòrì is the Babaláwo of Ìgándò
The saga of misinterpretations would refuse to finish
    off easily in this land
Cast divination for six elders
All of who would tender their case
And all of them would be vindicated
They asked them all to offer sacrifice
'There is an acid test lurking and coming to test you
    all' they said
The Cobra in his own magnanimity is the first person
He is among the six elders.............................10
He does not go near anybody
All the animals that sights him within their vicinity
They would have to take to their heels
The big rat is the second
The squirrel is the third
Ẹlulùú bird is the fourth
The bush fowl is the fifth
Chimpanzee is the sixth
All of them were living together without rancor
'You, the big rat, offer sacrifice' 20
'Such that a devilish intruder would not come to you'
    they warned
'I don't care of any kind of intrusion' the big rat
    replied
On a fateful day
The Cobra was rummaging through the forest
He accidentally entered into the tunnel of the big rat
Immediately the big rat sighted him
'What kind of trouble is this'?
He ran out through the back door

Òkẹ́rẹ́ bá rí Òkété lóde ọsán	The Squirrel saw the giant rat in the mid afternoon
Èèwọ̀!?....................................30	'An aberration'!....................................30
A kìí réwú lóde ọsán	It is an oddity to see the giant rat in daylight
Òkẹ́rẹ́ bá sáré gorí igi Ìrókò	He quickly climbed the Ìrókò tree
Ó lójú òhun ò níí nìkàn ríbi	'I would not be the only one to see this divergence'
Sáá sáá sá fò n lòkẹ́rẹ́ rí ké	'Fly off', he cried
Èlulùú gbọ́	Èlulùú bird heard this from at the other side
Òun náà figbe èèmọ bẹnu	He too raised alarm
Ẹ̀jẹ̀ ru lẹyẹ oko rí ké	'Blood is spurting' he cried
Èlulùú ní '6 ṣeẹ́ṣe kí ọ̀rẹ́ òun ti rí nñkan	'That should be my friend asking me to fly off in
ewú ló fi ní kóun ó fò'	anticipation of danger' Èlulùú reasoned
Àparò Òyẹ̀yẹ̀ gbọ́ lóko	The Bush fowl from his location heard
Òun náà bá figbe bọnu....................40	He too flew off hearing his friend Èlulùú screaming
	with unprecedented urgency
Ìlú ra	'The city is in ruins', he cried....................40
Àáyá gbọ́ rí Àparò rí ké pé ìlú ra	'The city is in ruins'
Hìhọ lÀáyá họ	The Chimpanzee from where he was eating heard 'the
I balanga; I balanga	city being in ruins'!
Àáyá kọlu ẹyin Ẹtù	He took straight to his heels
Ẹ̀yin Ẹtù fọ́	He galloped away in a run
Ẹtù bá fò	The Chimpanzee then mistakenly stepped on the
Ó bóórí igi	guinea fowl's eggs
Nì bá rí ké	He broke the eggs of the guinea fowl while the latter
Ẹ pé è....................................50	was out of its incubating spot
Nñkán ti bàjẹ́	The guinea fowl flew off
Ìlú ẹ pé è	And landed on a tree top
Wọ́n bá pe gbogbo ìlú jọ́	He screamed
Kín lẹ a rí o?	'Assemble yourself '....................................50
Ìwọ Ẹtù kín lo pe àwọn fún?	'Havoc has been done'
Ẹtu lóun ò mọ ibi tí Àáyá ti wá	'All the inhabitants of this city should assemble to
Gbogbo ẹyin òun ló ti fọ́ tán	listen to my petition '
Wọ́n ní kí wọ́n ó lọọ̀ pé Àáyá wá	They called on all the people
Àáyá kín ló dé tóo fi fọ́ ẹ̀yin Ẹtu?	'What is the trouble'? The people asked
Àáyán ní nígbà tí òún rí gbọ́ pé ìlú ra...60	'Why have you called us in an assembly'?
	'I don't know what went wrong with the chimpanzee'
	'He has broken all my eggs' The guinea fowl
	complained
	They asked for the chimpanzee to be called
	'You the chimpanzee, why do you have to break the
	eggs of the guinea fowl'?....................59
	'I heard someone screaming that the city is in ruins'

'Ìlú ra'
Bógun ò bá sì dé
Ẹnìkan a lè mọ́ọ kè pé ìlú ra bí o?
Taa ló a pé ilú ra fún ọ?
Ó ní Àparò ọ̀yẹ̀yẹ̀ ni
Wọ́n ní wọ́n ó pe Àparò wá
' Èése o Àparò'?
Òun náà ní nígbà tòún náà gbọ́ tí Ẹ̀lulùú
ńké ẹ̀jẹ̀ ru
Ẹ̀jẹ̀ ru lòún gbọ́ tóun fi ń kígbe bẹ̀ẹ̀
Ìwọ Ẹ̀lulùú kín ló dé?....................70
Ẹ̀lulùú ní nígbà tóun gbọ́ tí Ọkéré ń ké
Ọ̀kẹ́rẹ́ ń ké pé kóun ó sá fò 'sá sáá sá fò'
Sáá sáá sá fò
Ọkẹ́rẹ́ kín lo ń o tóo fi pé kí Ẹ̀lulùú ó fò?
Òun náà ní nígbà tòún ń Òkété lóde ọsán
TÒkété è é sìí jáde ọ̀sán
Lòún sì ri tí Òkété ń sáré àsápajúdé
N náà ló mú òun tóun fi ń ké
Ìwọ Òkété bóo ló ṣe jẹ́ tẹ̀ẹ fi jáde lọ́sàán
gangan?
Òkété ní jẹ́ẹ̀jẹ́ òun lòún jókòó............80
LỌ́ká bá wá káun mọ́lé
BỌ́ká bá sì ká èèyàn mọ́lé
A wa mọ́ọ rọrùn bí?
Ìwọ Ọká kín lò ń wá ńnú ilé Òkété?
Ọká ní òún ń wá nǹkan tí òún ó jẹ kíri ni
Òun ò sá mọlé ẹnìkan yàtọ̀
Gbogbo àwọn tí ń bẹ ńbẹ̀ kọ hà!
Taa la wá ń dá lẹ́bi ńnúu yín?
Ifá pé ká má ṣe àṣìgbọ́ ọ̀rọ̀
Ká mọ́ọ wádìí ọ̀rọ̀ dáadáa ká tóó ṣe
òhúnkòhún......................90
Ẹtù ló pe gbogboo wọn jọ
Ará bá tu gbogboo wọn
Ni wọ́n wá ń jó ni wọ́n ń yọ̀

'The city is in ruins'
'If it is not wartime'
'Would anyone shout as such'? Asked the
chimpanzee
'Who was shouting as such'? The people asked
'It was the bush fowl' said the chimpanzee
They sent for the bush fowl
'Why should you raise a false alarm' they asked
'When I heard Ẹ̀lulùú bird crowing 'blood is
spurting'
'Ẹ̀lulùú bird is crowing blood is spurting'?
'You Ẹ̀lulùú, why must you do that'?..............70
'Well, I heard the squirrel shouting
'He was telling me that I should fly off fast'
'Fly off; fly off' He had told me
You squirrel, why do you need to tell him to fly off?
I saw the giant rat in the middle of the afternoon
'When we all know that the giant rat must not
ordinarily come out during the day'
I saw the giant rat in a dash of his life with his tail
pointed up to the sky
That was the reason why I have had to sound an
alarm
You giant rat 'why do you need to go out in the
middle of the day'?
I was in my tunnel resting, the giant rat said.......80
'I then saw the Cobra entering my tunnel'
'And should a cobra enter the house one lives in'
'How easy would that be'? The giant rat concluded
'You the Cobra, why must you go into the house of
the big rat'?
'I was looking for something to eat' the Cobra said
simply
'I know not the house of anyone '
All the people present exclaimed in confusion
'Who do we now condemn as guilty'?
Ifá asks us not to misinterpret instructions
We should investigate conclusively before acting
It is the guinea fowl that assembled them all........91
And all of them became appeased
They then started to dance and rejoice

Wọ́n ń yin àwọn Babaláwo
Àwọn Babaláwo ń yin Ifá
Wọ́n ní bẹ́ẹ̀ làwọn Babaláwo tàwọ́n wí
Òfún lawo ìgándó
Ìwòrì lawo ìgándò
Ọ̀ràn gándo gàndo ò tán ńlẹ̀ yí bọ̀rọ̀ bọ̀rọ̀
A díá fún àgbààgbà mẹ́fà tí gbogboo wọ́n
        rojọ́ ẹnuu wọn.........…......100
Gbogboo wọ́n rojọ́ ẹnuu wọn
Wọn ò níí lẹ́bi
Ọpẹ́lọpẹ́ ẹtù ló jára ó tù wá
Àwá dẹni ọlà pẹrẹgẹdẹ

They were praising their Babaláwos
Their Babaláwos were praising Ifá
They said it was as their Babaláwos had said
Òfún is the Babaláwo of Ìgándó
Ìwòrì is the Babaláwo of Ìgándò
The saga of misinterpretations would not finish off
        easily in this land
Cast divination for six elders that would tender their
        case...100
They tendered their individual cases
All of them were vindicated
Thanks to the guinea fowl that had made us calm
We now become people of riches in multitude

Ifá pé kí eléyìun ó fi fìlà tí ń bẹ lórí ẹ̀ rúbọ kí wọ́n ó mọ́ baà fi ète tí ò nílááfí lé e jáde ńlé ẹ̀. Ifá pé kí wọ́n ó sọ́ alejò tí wọ́n ó bàá gbà kó mọ́ baà kó bá wọn. Ifá pé òún pé ire.

Òfún níí sawo Ìgándó
Ìwòrì lawo Ìgándó
Ọ̀ràn gándo gàndo ò tán ńlẹ̀ yí bọ̀rọ̀ bọ̀rọ̀
A díá fún Ewú
Èyí tíí sọmọ Onî fìlà òdòdò
Wọ́n ní kí Ewú ó rúbọ
Wọ́n ní fìlà òdòdó tí ń bẹ lórí ẹ̀ lẹbọ
Ewú bá ń wò wọ́n níran
Wọ́n ní ìwọ Ewú rúbọ
Bóò bá rúbọ..............................10
Wọ́n ó gbọ̀ọ́n ọ jùnù ńnú Iléè rẹ
Ewú kọ̀
Ewú ò rú
Abẹ̀ ọ̀gán ni Ewú sì fi ṣe fìlà òdòdó tí ń bẹ lórí ẹ̀
Ikán ló sì ni ọ̀gán
Tó bá ti kóólé tí ọ́n sì ń ipasẹ̀ẹ̀ rẹ̀ lẹ́nu ọ̀gán
Wọn a pé Ewú ń bẹ ńnúu kinní yìí
Wọ́n ó bàá bẹ̀rẹ̀ síí hú ọ̀gán
Gbogbo kùnmọ̀ ní wọ́n ó kòó bò ó
Èṣù a ní ń bẹ ńnú Ilé 20
'Ẹ mọ́ọ hú u'
Nígbàa wọ́n bá hú ọ̀gán
Ewú ó bàá fò jáde fòtì
Wọ́n ní nígba tí ọ́n ti hú òdòdó tí ń bẹ lórí ẹ̀
Dandan ni kó jáde
Àyìn ẹ̀yìn ní ń yin àwọn Babaláwo ẹ̀
Ó ní bẹ́ẹ̀ làwọn Babaláwo tòún wí

Ifá asks this person to sacrifice a cap such that people would not conspire to chase him out of his house. Ifá warns this person to note the kind of visitors to entertain such that they would not bring him evil.

Òfún is the Babaláwo of Ìgándó
Ìwòrì is the Babaláwo of Ìgándó
The saga of misinterpretations would refuse to finish off easily in this land
Cast divination for the giant Rat
The child with a flowery cap
He was asked to perform sacrifice
'The flowery cap on your head is the sacrifice'
The giant rat looked down on them with contempt
'You giant rat, offer sacrifice' they warned again
'If you refuse' 10
'They would chase you away from your house with ignominy'
The giant refused
He did not offer the sacrifice
However the inside of the mold hill was the flowery cap known with the giant rat
'The termite is the one that owned the hill'
Once he entered and his traces seen
'The giant rat is inside' Man would say
They would start to dismantle the hill
They would attack with clubs and axes
'He is inside'! Èṣù would tell them.............20
'Continue to dismantle it'
After getting to the base
The giant rat would jump out in a flash
'After the flowery cap on his head has been removed'
'He would definitely come out'
He started praising his Babaláwos belatedly
He said it was exactly as his Babaláwos had said

Òfún níí sawo Ìgándó
Ìwòrì lawo Ìgándò............................29
Ọ̀ràn gándo gàndo ò tán ńlẹ̀ yí bọ̀rọ̀ bọ̀rọ̀
A díá fún Ewú tíí sọmọ onífilà òdòdó
Wọ́n ní kí Ewú ó rúbọ kó mọ́ baà sá jáde
ńnú Ilé
Ewú gbẹ́bọ bẹ́ẹ̀ ni ò rúbọ
Gìrí lògán torí jìn
Ewú wáá jáde lọ

Òfún is the Babaláwo of Ìgándó
Ìwòrì is the Babaláwo of Ìgándó
The saga of misinterpretations would refuse to finish
off easily in this land.........................30
Cast divination for the giant Rat that has a flowery
cap
He was asked to perform sacrifice such that he would
not be chased out of his house
The giant rat heard about the sacrifice yet did not heed
it
Unexpectedly, the termite hill gave way from the top
The giant rat left his house humiliated

ÒFÚN ÒDÍ A

Ifá pé kí eléyìun ó kílọ fún ìyàwó ẹ̀, torí
yóó bìí àmì ọmọ kan. Àgbà ọmọ lọmọ
náà; ọmọ tó jẹ́ pé láti ọjọ́ tí ọ́n bá ti bí I
sílẹ̀ ní ó ti mọ́ọ gbọ́rọ̀ tí ọ́n bá ń sọ. Kò
kàn níí lè dá èsì padà ni.

O fúndìí
Ò ń só
O sọ̀rọ̀
O ò bẹ̀bẹ̀
O sì tún ní kí wọ́n ó gbé oníkòjú wá
A díá fún Purọ́purọ́ alẹ́ àná
Èyí tí ó dójà tí ó purọ́ mọ́ ọmọọ rẹ̀
Ìyá àgbà purọ́purọ́ ló dé ọjà
Ló sì pọn ọmọ ẹ̀ lọ
Nígbà ó dé àárin ọjà...............................10
Bó ti bẹ̀rẹ̀ kó mọ́ọ ra ọjà
Àfi pùú
Ló bá só
Sísó tó só báyìí
Pàá, ló gbá ọmọ ẹ̀ nídìí
Ó níwọ ọmọ yìí
Lò sì wáá só pa gbogboo wa báhun
Ọmọ bá gbọ́
Òun nìyá òún purọ́ mọ́ tó báyìí?
Ọmọ bá bú sẹ́kún..20
Wọ́n e wọlé
Ọmọ sunkún sunkún
Ọmọ ò dákẹ́
Wọ́n tún dé Ilé tán
Ọmọ ò tún dákẹ́
Wọ́n wáá ṣe ṣee ṣe
Bóo làwọ́n ó ti wáá ṣe?

ÒFÚN ÒDÍ A

Ifá wishes this person well. He should warn his wife
because she would have a child that would hear and
comprehend all speeches directed at him, but may not
be able to respond.

You contracted your anus
And you farted
You talked in a backbite
You did not apologize
You even asked them to call a confronting witness
Cast divination for the Liar of yesterday's night
The one that would get to the market and lie about her
    child
This particular woman got the market
She had her baby on her back
As she arrived at a stall..............................10
Where she usually buy her things
She bends down, and in a little but audible explosion
She farted
As soon as she realized people close by heard her
    fart
She smacked the baby on her back
'You this little child'
'You farted that much' she accused him
The child on her back heard this
'My mother had lied against me this much'?
The child busted into a shrill of cries....................20
For the duration of the period they stayed in the
    market and their journey home
The child was still crying
He refused to stop wailing
They entered into the house till the evening of the
    same day
The child did not stop
They tried all sorts of vices to pacify the baby to no
    avail
'What are we going to do'? The parents asked,
    distressed

Wọ́n bá tọ Ọ̀rúnmìlà lọ
Gba àwọn dákun!
Àwòyeróye Awo Ilé Ọ̀rúnmìlà............30
Ó ní 'Ìwọ Ìyá yìí lo ṣehun tí ọmọ́ fi ń
    sunkún'
'Ó ní kínni kan tóo ṣe fún ọmọ yìí ni kóo
    yáa ránti'
Ìyá ránti ránti
Ó ní àfi lójà náà ni
Tóun gbe só láàrin gbogbo èèyàn
Tóun ní ọmọ yìí ló só
Ọ̀rúnmìlà ní 'O ó tùún padà lọ ọjà ọ̀hún'
'Kó o wáá mọ́ọ fẹnu araà rẹ wí'
'Pé Onísó alẹ́ àná tó só'
'Ọmọ kọ́ o'............40
'Èmi ni mo só o'
Ọmọ òun kọ́ o
Òun lòún só o
Ìyá bá padà lọ ọjà
Ni bá ń pé gbogbo ará ọjá
Isó alẹ́ àná
Òun lòún só o
Kèé ṣe ọmọ òun o
Ọmọ́ bá dákẹ́ ẹkún
Ó lóo fúndìí............50
Ò ń só
O sọ̀rọ̀
O ò bẹ̀bẹ̀
O sì tún ní kí wọ́n ó gbe oníkòjú wá
A díá fún Purópuró alẹ́ àná
Èyí tí ó dójà tí ó sòó tán
Ti ó puró mọ́ ọmọọ rẹ̀
Onísó alẹ́ àná o
Ìyá mọ̀mọ̀ ló só o
Ọmọọ rẹ̀ mọ̀mọ̀ kọ́ o............60
Onísó alẹ́ àná

They decided to consult Ọ̀rúnmìlà
'Help us'!
Because of magical exposition, the priest of
Ọ̀rúnmìlà's
    household............30
'It is you the mother that is the cause' Ọ̀rúnmìlà said .
'Try to remember what exactly you did to him'
The woman tried to remember all her acts to the child
She said 'except in the market yesterday'
'Where I farted in the midst of people'
'And lied it was my child'
'You would have to go back to the same market',
    Ọ̀rúnmìlà said
'You would confess aloud and say repeatedly with
    your mouth'
'That the person that farted yesterday'
'It was not the child on your back'............40
'It was you' Ọ̀rúnmìlà concluded
'It was not my child that farted'
'It was me'
The mother then went back to the market
Without wasting time called everybody's attention
'The flatulence of yesterday's evening'
'It was me that did it'
'It was not my child'
The child abruptly stopped crying
She said 'You contracted your anus'............50
And farted
You talked in a backbite
You did not apologize
You even asked them to call a witness to confront you
Cast divination for the Liar of yesterday's evening
The one that would get to the market and fart
And lie that it was her child
The person that farted yesterday evening
It was actually the mother
It was not the child............60
The person that caused confusion yesterday evening

ÒFÚN ÒDÍ B

Ifá pé eléyìun ń bèèrè ajé; ajé náà ó sì yọ
sí i. Bí eléyìun bá jẹ́ Awo tí ọn sí gbé
aláàárẹ̀ tọ̀ ọ́ wá, Kó sètùtù dáadáa kó mọ́
lọ́ọ́ wo aláàárẹ̀ sàn tán, kí wọ́n ó mọ lọ́ọ́
dá nǹkan sílẹ̀ fun.

ÒFÚN ÒDÍ B

Ifá says this person is asking about wealth. If he is a
doctor or a Babaláwo, a sick person would be brought
to him; Ifá implores him to perform sacrifice well such
that after curing the sick, the cured person or his
family would not come back to cause him havoc.

Ọdán ojúde abìji rẹ̀rẹ̀ẹ̀rẹ̀
A díá fún Iná
Èyí tí ń lọ rèé wo Olókùnrùn yè
Wọ́n ní kó rúbọ
Nígbà ìwásẹ̀
Iná ni ọn fíí wo Òkùnrùn
Tí Òkùnrùn bá ti mú wọn
Wọ́n ó dàá iná yá
Èjẹ̀ẹ̀ wọ́n ó mọ́ọ yọ́
Bí èjẹ̀ bá tí ń yọ́...............10
Wọ́n ó mọ́ọ mu òògùn
Àrùn ó mọ́ọ dínkù
Wọ́n ní ìwọ Iná rúbọ kí wọ́n ó mọ́ baà
kọjú dà ọ́
Wọ́n ní rúbọ àwọn Elénìní
Iná lóun?
Bóun ti tóbi tó yìí?
Kín lòún ó fi ẹbọ ṣe?
Omi àti Iná ò sì rẹ́
Wọ́n bá lọ́ọ́ bẹ omi lọ́wẹ̀
Bí Iná bá sì wo Olókùnrùn yè tán......20
Wọ́n ó bàá bu omi pa Iná
Ibi ni ọn fi ṣu Iná
Àyìn ẹ̀yìn ni Iná ń yin àwọn Babaláwo ẹ̀
Nǐ wá ń jó ní ń yọ̀
Nǐ ń yin àwọn Babaláwo
Àwọn Babaláwo ń yin Ifá
Ó ní bẹ́ẹ̀ làwọn Babaláwo tòún wí

The Ọdán tree in the open space outside with a wide
shade
Casts divination for Fire
The one that was going to heal the diseased
successfully
He was asked to perform sacrifice
In the olden days
They do employ fire in treating anyone that is sick
Once anyone is afflicted with any kind of sickness
They would make a fire for him to sit near
The blood would become warm
As the body becomes warm...............10
They would prescribe other medicines to use in
accompaniment with the fire
The sickness would then heal
'You Fire, offer sacrifice such that they would not
antagonize you later' they said
'Offer sacrifices meant for detractors'
'Me'! The fire said
'As big as I am'?
'What do I need any sacrifice for'?
Meanwhile water and fire were sworn enemies
They then hired Water
Once fire had been used to heal the sick..........20
They would use water to extinguish it
They repaid fire with ingratitude
The fire was praising his Babaláwo belatedly
He then started to lament in agony
He was praising his Babaláwo
His Babaláwo was praising Ifá
He said it was exactly as the Babaláwo predicted

Ọdán ojúde abìji rẹ̀rẹ̀ẹ̀rẹ̀
A díá fún Iná
Èyí tí ń lọ rèé wo Olókùnrùn yè.........30
Wọ́n ní kó rúbọ
Kó rúbọ kó tóó wo Òkùnrùn
Bẹ́ẹ̀ ni ò fẹ́
Iná wáá wo Òkùnrùn tán o
Wọ́n wáá padà pa Iná pátápátá

The Ọdán tree in the open space outside with a wide
    shade
Casts divination for Fire
The one that was going to heal the diseased
    successfully..............................30
He was asked to perform sacrifice
He should perform the sacrifice before he embarked
    on going to treat the sickly
He heard about it yet did not perform it
Fire afterwards cured the sickly
They extinguished fire completely

ÒFÚN IROSÙN A

Ifá pé ká rúbọ fún ọmọ kan nínú ọmọọ wa. A lè ti bí ọmọ náàà tàbí kó wà lójú ọ̀nà; Ẹlẹ́gbẹ́ lọmọ ọ̀hún. Kí àwọn òbí ẹ̀ ó mọ́ọ fi aṣọ osùn bò ó lára tó bá ti sùn lálẹ́. Kókó osùn àti aṣọ osùn lẹbọ ẹ̀.

Àsẹ̀sẹ̀ ràn Oòrùn
Níí faraá jàjà lára ògiri
A díá fún Òfún
Èyí tí ń lọ rèé gbé Olósùn níyàwó
Wọ́n ní kó rúbọ
Nígbà tí Òfún ó fẹ́ẹ́ aya
Olósùn ló fẹ́
Wọ́n ní kí wọ́n ó rúbọ ọmọ
Wọ́n bá rúbọ
Olósùn ò wáá mọ̀ pé aṣọ Osùn lòún ó
wáá.....................10
Ti òun ó fi mọ́ọ bo àwọn ọmọ òun
Bílẹ̀ bá ti ṣú
Àwọn ọmọ ò bá jẹ́ kí wọn ó sùn
Wọ́n bá tọ Ọrúnmìlà lọ
Gba àwọn dákuùn!
Ọrúnmìlà ní kí wọ́n ó tọ́jú aṣọ Osùn
Kí wọ́n ó mọ́ọ fi bo àwọn ọmọ lára
Ọrúnmìlà ní gbogbo iree yín pọ̀
Ifá pé bí aṣọ yìí ò bá wọ́n wọn
Gbogbo ará Ilé eléyìun ò níí fẹ́ rere kù
Ni ọ́n bá ṣe bẹ́ẹ̀.....................21
Ni ọ́n ń fi aṣọ Osùn bo àwọn ọmọ lára
Ni ọ́n bá ń sùn
Iré bá ń wọ ilée wọn
N ni wọ́n wá ń jó ni wọ́n ń yọ̀
Wọ́n ń yin àwọn Babaláwo
Àwọn Babaláwo ń yin Ifá

ÒFÚN IROSÙN A

Ifá wants us to offer sacrifice for one of our children. The child may have been born or the way. He or she is an Ẹlẹ́gbẹ́, a child with heavenly mates. The parents must always use a red fabric to cover him once he is asleep most especially at night. Balls of camwood and a roll of red fabric is the sacrifice.

As freshly brightening sun
It would scorch on the sidewall
Casts divination for Òfún
The one that was going to marry Olósùn as a wife
He was asked to offer sacrifice
When Òfún got a woman to marry
He married Olósùn
They were both asked to offer sacrifice for children
They performed it
Olósùn did not know that she has to look for a red
cloth.....................10
And use it to cover her children
Once it is dusk
The children would disallow them from sleeping
They then went to meet Ọrúnmìlà
'Help us', they cried
Ọrúnmìlà asked them to prepare a red cloth
And should use it to always cover the children at
night
'Your fortunes are plenty', said Ọrúnmìlà
Ifá says if these children are covered with red cloth
All the household of this person would not be in
dearth of fortunes.....................20
They did as they were told
They covered the children with a red cloth
They afterwards slept well
Fortunes started to enter their house
They then started to dance and rejoice
They were praising their Babaláwo
Their Babaláwo was praising Ifá

Ó ní bẹ́ẹ̀ làwọn Babaláwo tàwọ́n wí

Àsẹ̀sẹ̀ ràn Oòrùn

Níí faraá jàjà lára ògiri.........................30

A díá fún Òfún

Èyí tí ń lọ rèé gbé Olósùn níyàwó

Ẹbọ n wọ́n ní ó ṣe

Ó wáá gbẹ́bọ ńbẹ̀

Ó rúbọ

Àṣé Òfún Olósùn ló gbóge

Laà fi tètè sùn?

Laà fi tètè wo?

Àṣé Òfún Olósùn ló gbóge

A wáá gbẹ́bọ nígbà yí ò.........................40

A rúbọ

Òfún Olósùn wọn ò gbóge mọ́

They said it was as their Babaláwo had said

As freshly brightening sun

It would scorch on the side wall.........................30

Casts divination for Òfún

The one that was going to marry Olósùn as a wife

They were asked to offer sacrifice

They heard about the sacrifice

And performed it

So it is Òfún Olósùn that carried *Oge*!

Is the reason why we could not sleep

Is the reason for our nightmares

So it is Òfún Olósùn that carried Oge!

We now heard about the sacrifice.........................40

And performed it

Òfún Olósùn does not carry Oge anymore

ÒFÚN IROSÙN B

Bí ẹni a dáfá yǐí fún bá léèyàn lókèèrè tí
wọ́n sì fẹ́ẹ́ ráńṣẹ́ pè é wálé; Ifá pé ará
òkèèrè ọ̀hún ò gbọdọ̀ wá. Bí bẹ́ẹ̀ kó, ń bọ̀
wáá kú ni. Ifá pé ká ṣíró ọmọ ọṣú tí ń bẹ
nílée wa, ká sì fún ọ̀kọ̀ọ̀kan wọn ní adìẹ
kọ̀ọ̀kan kí wọ́n ó fi rúbọ.

A fún ro
A fùn ro
Afùnrò ñ funrò
Àwọn ló ṣefá fún Òkùràkùtà
Èyí tí ń gẹ́ṣíín bọ̀ wálé
Ìṣẹ̀lẹ̀ kan ló ṣẹlẹ̀ nílé
Wọ́n bá ráńṣẹ́ sí Òkùràkùtà
Òun náà bá kó ẹrú
Ó di ẹrù
Ń gẹṣin bọ̀ wálé.................................10
Bo ti dé Ilé
Tí ọ́n kí i káàbọ̀
Kó bọ́ọ́lẹ̀
Ló bá lulẹ̀
Ó bá kú
Wọ́n lawọn ò wí fún ìwọ ọmọ ọṣú
Tóo ní dandan gbọ̀n
Àfi kó wálé
Ló gẹṣin wálé wáá kú un
Ó ní A fún ro.............................20
A fùn ro
Afùnrò ñ funrò
A díá fún Òkùràkùtà
Èyí tí ń gẹ́ṣíín bọ̀ wálé
Òkùràkùtà tẹ́ẹ ní ń gẹṣin bọ̀ wálé
Àṣẹ ń gẹ́ṣíín bọ̀ wáá kú ni
Òkùràkùtà
O gbẹ́bọ bẹ́ẹ̀ loò rúbọ
Òkùràkùtà

ÒFÚN ÌROSÙN B

Ifá says this person has a relative abroad whose
attention would be needed at home; Ifá warns against
sending for the person abroad. Should he decide to
come back, he would return to die. This person should
give a chicken each to all 'Ọmọ Oṣú' in his compound
to offer as sacrifice.

A fún ro
A fùn ro
Afùnrò ñ funrò
Cast divination for Òkùràkùtà
The one that was riding home a horse
An incident had happened at home
They sent for Òkùràkùtà
He too packed his slaves
And packed all his effects
He rode on a horse to return home.............10
Immediately he arrived home
He was exchanging pleasantries
As he was anxious to dismount the horse
He fell down
And died
'Didn't we tell you'?
'When you all were defiant'
'Saying there is no other option except he comes back
          home'
'See how he had rode home on a horse to die' they
          reminded them
They said A fún ro.............................20
A fùn ro
Afùnrò ñ funrò
Cast divination for Òkùràkùtà
The one that was riding home a horse
Okurakíta that you said is coming home on a horse
          ride
Is actually riding a horse home to die
Òkùràkùtà
You heard about the sacrifice yet did not offer it
Òkùràkùtà

ÒFÚN Ọ̀WỌ́NRÍN A

Eléyìun ti gbìíyànjú ajé ní gbogbo ọ̀nà.
Ire ń bọ̀ tí a bá lè rú sùúrù lẹ́bọ. A kò kọ
ire ajé púpọ̀ fún wa lójọ́ ààrọ̀, ṣùgbọ́n ká
rúbọ kí ìgbà ajé náà ó tètè dé.

Mo sányán sányán
Mo fẹ̀ẹ̀ẹ́ kú
A díá fún Ọ̀rúnmìlà
Tí Babá ó dọlọ́bẹ̀ lọ́la
Wọ́n ní kó rúbọ
Wọ́n ní kó gún Iyán
Kée bọ òkè ìpọ̀rí ẹ̀
Kó wáá bu òkèlè méje ńnú Iyán ọ̀hún láì
    lọ́bẹ̀
Kó lọ̀ọ́ fi lé ibi òkè ìpọ̀rí ẹ̀
Kó pé bóun tíí jẹ ẹ́ nùu láì lọ́bẹ̀.........10
Dandan ni kíre òún ó dé
Wọ́n ní àyípadà ó ba
Ọ̀rúnmìlà ṣe bẹ́ẹ̀
Gbogbo nǹkan bá yí padà sí rere
Ní bá ń jó ní ń yọ̀
Ní ń yin àwọn Babaláwo
Àwọn Babaláwo ń yin Ifá
Ó ní bẹ́ẹ̀ làwọn Babaláwo tòún wí
Mo sányán sányán
Mo fẹ̀ẹ̀ẹ́ kú...................... 20
A díá fún Ọ̀rúnmìlà
Tí Babá ó dọlọ́bẹ̀ lọ́la
Ẹbọ n wọ́n ní kí Babá ó ṣe
Ọ̀rúnmìlà gbẹ́bọ ńbẹ̀
Ó rúbọ
Ó tí ń sányán sányán bíi fẹ̀ẹ̀ẹ́ kú o
Ìgbẹ̀yìn
Babá wáá dọlọ́bẹ̀ o
Ìgbẹ̀yìn

ÒFÚN Ọ̀WỌ́NRÍN A

Ifá says this person would have fortune late in life.
No matter the effort he puts into his present job, he
would not succeed. It would soon be well but should
offer sacrifice such that it would not be too long.

I ate rounds of pounded yam without stew
I nearly died
Casts divination for Ọ̀rúnmìlà
Baba would soon have stew to eat with soon
He was asked to perform sacrifice
He was asked to prepare pounded yam
And use it as sacrifice to his Ifá
He should then cut out seven nuggets out of the
    pounded yam without stew
He should put it on top of his Ifá
'That is how I eat it without stew' He should say so to
    his Ifá..................................10
'It is imperative that your fortunes come to you', they
    had said
'There must be a change', they assured him
Ọ̀rúnmìlà did as instructed
All his things changed for the better
He then started to dance and rejoice
He was praising his Babaláwo
His Babaláwo was praising Ifá
He said it was as his Babaláwo had said
I ate and ate rounds of pounded yam without stew
I nearly died..................................20
Casts divination for Ọ̀rúnmìlà
Baba would soon have stew to eat with
He was asked to perform sacrifice
Ọ̀rúnmìlà heard about the sacrifice
And performed it
He had been eating dry pounded yam continuously as
    if he was going to die
At last
Baba now has stew
At last

Ifá pé eléyìun ó kòó ilé, yóó tùún yọ káà ńbẹ̀. Gbogbo àwọn ọmọ ti eléyìun bí ní ó kòó ilé ńlá láyé.

Iṣú jinná
Ọmọ odó wẹrí
Ọbẹ̀ jinná
Mọ́ dábòọ kòtọ̀ kòtọ̀ ń sísọ̀ kalẹ̀
Iyán ti ò lóbẹ̀ abara gírísasa gírísasa
A díá fún Òfún
Èyí ti ó pọn Ọ̀wọn ká inúu káà
'Èèyàn kún inú Ilé òun báyìí'?
Ayé yẹ òun?
Ọkàn òun balẹ̀?............10
Wọn ní kó rúbọ
Wọn lómọ odó kan àti ìyá odó kan lẹbọ ẹ
Wọn ní ọpọlọpọ iṣu lẹbọ ẹ
Wọn ní kó gún Iyán kèè bòkè ìpọrí ẹ
Kó wáá ṣèjẹ kó semu
Ó ṣe bẹ́ẹ̀
Wọn ní kó tójú ewúrẹ kèè bọ Ifá
Ó tójú ewúrẹ
Ó fi bọ Ifá
Gbogbo èèyán bá n yọ ńlé ẹ............20
Ni ọn ń jẹun
Ló bá bẹrẹ̀ síí kólé
Ariwo burúkú ò ṣelẹ̀ ńlé ẹ mọ́
Ariwo ire ní ń ní
Ariwo owó
Aya
Ọmọ
Ẹ̀míi rẹ gùn
Ó gbó, ó tọ́
Ayé yẹ ẹ.............30
Ni bá ń yin àwọn 'Iṣú jinná ọmọ odó wẹrí'

Ifá says this person would build houses and separate quarters. The children would do the same also.

The yam is cooked
The pestle's head is washed
The stew is done
Do not because of the bubbling refuse to carry it off
    the fire
The pounded yam without stew with coarse body
Cast divination for Òfún
That would strap Ọ̀wọn to his back in the lounge
'Would there be many people in my house'?
'Would life please me'?
'And have rest of mind'?............10
He was asked to perform sacrifice
One mortar and one pestle is the object of sacrifice
Many tubers of yam is the sacrifice
Pounded should be offered to Ifá also
He should then prepare food and drinks for people
He did as instructed
He was later asked to prepare a goat to sacrifice to Ifá
He prepared the goat
He sacrificed it to his Ifá
All people started to merry in his house............20
They were eating
He afterwards started to build houses
No painful or agonizing cries were heard in his house
He hears only the hail of good tidings
The hail of money
Wives
Children
He had long life
He became aged and steadfast at old age
Life so pleased him............30
He then started to praise the priests 'Iṣú jinná ọmọ odó wẹrí'

Àwọn Ọbẹ̀ jinná mọ́ dábọ̀ọ kọ̀tọ̀ kọ̀tọ̀ ń
     sísọ̀
Àwọn Iyán tí ò lọ́bẹ̀ abara gírísasa
     gírísasa
Àwọn Babaláwo náà ń yin Ifá
Ó ní bẹ́ẹ̀ làwọn Babaláwo tòún wí
Iṣú jinná
Ọmọ odó wẹrí
Ọbẹ̀ jinná
Mọ́ dábọ̀ọ kọ̀tọ̀ kọ̀tọ̀ ń sísọ̀
Iyán tí ò lọ́bẹ̀ abara gírísasa gírísasa....40
A díá fún Òfún
Èyí tí ó pọn Ọ̀wọ̀n ká inúu káà
Òfún ló pọn Ọ̀wọ̀n ká inúu káà
Ariwo ajé hèè
Ariwo aya hèè
Ariwo ọmọ hèè

The priests 'Ọbẹ̀ jinná mọ́ dábọ̀ọ kọ̀tọ̀ kọ̀tọ̀ ń sísọ̀ '
The priests 'Iyán tí ò lọ́bẹ̀ abara gírísasa gírísasa'
The Babaláwos were praising Ifá
He said it is as his Babaláwos said
The yam is cooked
The pestle's head is washed
The stew is done
Do not because of the bubbling refuse to carry it off
     the fire
The pounded yam without stew with coarse body...40
Cast divination for Òfún
The one that would carry Ọ̀wọ̀n on his back in the
     lounge
It is Òfún that carried Ọ̀wọ̀n in the lounge
Noise about wealth in a hail
Noise about wives in a hail
Noise about children in a hail

892

ÒFÚN ÒBÀRÀ A

Ifá pé ire lọ́pọ̀lọpọ̀ tí a bá ń ta Ìbejì lọ́rẹ.

Páńsá ojúbuná abara dúdú pẹtẹ pẹtẹ
A díá fún Ẹyẹlé
Nijọ́ tí ń tọ̀run bọ̀ wálé ayé
Tí ń fomi ojú sògbérè ọmọ
Wọ́n ní ó rúbọ
Ẹyẹlé bá rúbọ
Wọ́n ní méjì méjì lẸyẹlé ó mọọ bí
Ó bá bẹ̀rẹ̀ síí bímọ
Ilé bá kún
Ọmọ Ẹyẹlé pọ̀.....................10
Ní bá ń jó ní ń yọ̀
Ní ń yin Ifá
Ifá ń yin Olódùmarè ọba
Ó ní bẹ́ẹ̀ làwọn Babaláwo tòún wí
Páńsá ojúbuná abara dúdú pẹtẹ pẹtẹ
A díá fún Ẹyẹlé
Nijọ́ tí ń tọ̀run bọ̀ wálé ayé
Tí ń fomi ojú sògbérè ọmọ
Ẹbọ n wọ́n ní ó şe
Ẹyẹlé gbẹ́bọ ńbẹ̀.................20
Ó rúbọ
Rírú ẹbọ
Èèrù àtùkèşù
Ẹ wáá báni ní jẹbútú ọmọ
Jẹ̀bútú ọmọ làá báni lẹ́sẹ̀ ọba Òrìṣà

ÒFÚN ÒBÀRÀ A

Ifá wishes this person well. He should give gifts to baby twin s. Life would be well with him.

The pot on the flaming fire with very black body
Casts divination for the Pigeon
On the day she was coming from heaven to the earth
She was crying because of children
They asked her to perform sacrifice
The Pigeon performed the sacrifice
They told her that she would have twins
She started having children
The whole earth was filled
Her children were very many...................10
She was dancing and rejoicing
She was praising Ifá
Ifá was praising Olódùmarè the omnipotent
She said it was as her Babaláwo said
The pot on the flaming fire with very black body
Casts divination for the Pigeon
The Pigeon was coming from heaven to the earth
She was crying because of babies
It was the sacrifice that would pave way for her to
        have children that was recommended for her
The pigeon heard about the sacrifice.................20
And performed it
Offering of sacrifices
And free gifts to Èşù
Come and meet us with the good fortune of children
One is usually found with the good fortune of children
        at the feet of the king of Òrìṣà

ÒFÚN ỌBÀRÀ B

A à níí rệbù ệyìn. Ifá pé ká rúbọ fún àmì
ọmọ kan tí ń bọ̀ ká sì rúbọ kí àmì èèyàn ó
mọ́ lọ. Àárệ ò níí ṣe wá; a ò sì níí kú lọ́jọ́
àìpé tí a bá rúbọ odù yí.

Pápá ló jó ló mọ́ tanhún tanhún
Ògúnná kan ṣoṣooṣo ló ṣọ ệlùjù dilệ́ệ̀lệ̀
A díá fún Àǹrèré ọmọ Olódùmarè
Ọmọ atệní lẹ́gẹ́lẹ́gẹ́ forí sagbeji omi
Wọ́n ní ó rúbọ
Ó bá rúbọ
Wọ́n ṣe Ifá fún Àǹrèré
Wọ́n ní ayé dùn
Mọ́ lọ
Àǹrèré ò bá kú mọ́...............10
N ní bá ń jó ní ń yọ̀
Ní ń yin àwọn Babaláwo
Àwọn Babaláwo ń yin Ifá
Ó ní bẹ́ẹ̀ làwọn Babaláwo tòún wí
Pápá ló jó ló mọ́ tanhún tanhún
Ògúnná kan ṣoṣooṣo ló ṣọ ệlùjù dilệ́ệ̀lệ̀
A díá fún Àǹrèré ọmọ Olódùmarè
Ọmọ atệní lẹ́gẹ́lẹ́gẹ́ forí sagbeji omi
Nijọ́ tí ọ́n ní ó rúbọ sáìkú araa rẹ
Ayé dùn mọ́ lọ....................20
Àǹrèré ò ayé dùn mọ́ lọ
Ayé mọ̀mọ̀ dùn
Àǹrèré ayé dùn
Mọ́ lọ

ÒFÚN ỌBÀRÀ B

Ifá says we would not see war in our lives. This
person should perform sacrifice, pending the arrival of
a child of substance; and conversely so that a person of
substance would not die prematurely. He would enjoy
his life to the full.

When fields burn, it clears up the land
Only one burning charcoal would reduce the big
    forest to clear earth
Cast divination for Àǹrèré the child of Olódùmarè
The child of 'Atẹ́ní lẹ́gẹ́lẹ́gẹ́ forí sagbeji omi'
He was asked to perform sacrifice
He performed it
They prepared an Ifá portion for Àǹrèré
Life is sweet
Do not go, they told him
Àǹrèré refused to die again...............10
He then started to dance and rejoice
He was praising his Babaláwos
His Babaláwos were praising Ifá
He said it is as his Babaláwos said
When fields burn, it clears up the land
Only one burning charcoal would reduce the big
    forest to a flat and clear ground
Cast divination for Àǹrèré the child of Olódùmarè
The child of 'Atẹ́ní lẹ́gẹ́lẹ́gẹ́ forí sagbeji omi'
On the day they asked him to perform sacrifice to
    fortify him against death
Life is sweet, don't go..................20
Àǹrèré
Life is sweet
Àǹrèré, life is very sweet
Don't go

ÒFÚN ÒKÀNRÀN A

Ifá péká rúbọ ọmọ. Aà níí réèmọ̀ọ kín níí. A o si gbọdọ̀ sahun o; Nǹkankan ń bẹ ẹ tí àwọn eléyìun ò mọ ojútùú rẹ̀. Ifá pé kí wọ́n ó tọ àwọn àgbàlagbà lọ, wọ́n ó rídìí ẹ̀.

Agogo ní ń ró ẹ pé péré
Àràn gèjẹ̀ ní ń ró mọ kọ́mọ jọ mọ kọ́mọ jọ
A díá fún Kóórì
Èyí tí ń fomi ojúu sògbérè ọmọ
Òun le rọ́mọ bí báyìí?
Wọ́n ní ó rúbọ
Wọ́n ní àgbébọ̀ adìẹ lẹbọ
Ló bá pa adìẹ fúnra ẹ̀
Ńbẹ̀ náà ló ti sè é
Ńbẹ̀ náà ló ti jẹ ẹ́.................10
Kò rọ́mọ kankan bí
Ó tún dèèkejì
Ó tún pa adìẹ
Ó tún dá a jẹ
Kò rọ́mọ p'ìín
Nígbà ó dèèkẹta
Ó bá lọọdọ̀ Òrúnmìlà
Họ́wù!
Wọ́n ní kóun ó fi àgbébọ adìẹ rúbọ lẹ̀ẹ̀kínní
Òún fi rúbọ lẹ̀ẹ̀kejì.....................20
Wọ́n sì ní àwọn ọmọ ń tẹ̀lé òun kíri
Òrúnmìlà níwọ Kóórì loò ṣeun
Ò ń pa adìẹ
O sì ń dá a jẹ
Òrúnmìlà ní kí Kóórì ó lọ̀ọ́ fi ìdodo kan ògiri
Lẹ́nu ibi tí ìdodo ẹ̀ bá ga mọ lára ògiri
Kó sàmì síbẹ̀
Kó wáá pa adìẹ mìíìn
Kó mú ẹjẹ adìẹ òhún

ÒFÚN ÒKÀNRÀN A

Ifá asks this person to offer sacrifice of children. He should not be miserly. There is a particular riddle, which this person's family or friends does not know the solution. They should approach the elders.

Assemble yourselves is the sound of the gong
Àràn gèjẹ̀ sounds I will gather children
Cast divination for Kóórì
The one crying because of children
Would I have children is the question she asked Ifá
They told her to perform sacrifice
A matured hen is the sacrifice
She killed the hen herself
On the spot where she cooked it
It was on the same spot that she ate it.................10
She got no child
She came calling the second time
She killed another matured hen
She ate the hen by herself
She found no baby
Thereafter on the third occasion
She went to consult Òrúnmìlà
'Why has these misfortunes beclouded me'? She asked
'They told me to sacrifice a matured hen each on two previous occasions'
'I offered it'.....................20
'And they told me that children are following me around', Kóórì said'
'You are the one that did not follow the instructions given to you' Òrúnmìlà replied
'You killed all the animals mandated for you'
'You ate it alone'
Òrúnmìlà then told Kóórì to use her navel to touch an upright wall
The height to which the navel reaches on the wall
'You should mark that spot'
'You should then kill another hen'
'Collect its blood this time around'

Kó fi yí ojú àmì ohún....................30
Kí èjè adìe ó wáá sàn wálè
Kó sì ta epo díè sí ojú ibè náà
Òrúnmìlà ni kó mó je ńbi adìe
Òrúnmìlà ní tí ò bá ti je ńbè
Àwon omo ó tèle
Kóórì bá se béè
Ó bá kó gbogbo àwon èèyàn jo
Kò je ńnú è
Omó bá dé
Kóórì bímo yè..................…..40
Ní bá ń jó ní ń yò
Ní ń yin àwon Babaláwo
Àwon Babaláwo ń yin Ifá
Ó ní béè làwon Babaláwo tòún wí
Agogo ní ń ró e pé pére
Àràn gèjè ní ń ró mò kómo jo mò kómo
jo
A díá fún Kóórì
Èyí tí n fomi ojúú sògbérè omo
Tí sì ń rodò tí ò rómo kó wálé
Ó lo nígbà èèkínní..................…....50
Béè ni ò rómo mú wálé
Ó lo nígbà èèkejì
Kò rómo mú wálé
Ni ón bá ń korin fún Kóórì
Wón ń pé bí ó lo
Kó móo lo
E je Kóórì ó rodò
Bí ó lo kó móo lo
Ó japá
Ó jetan......................................60
Ó jèdí
Ó jèdò
Bí ó lo kó móo lo

'And use it to smear the spot of the navel mark......30
'Such that the blood would drip down through the trace from the mark'
You should also smear some red palm oil on the same spot
You must never eat out of the chicken, Òrúnmìlà said
Once you do not eat out of the chicken
The children would come to you
Kóórì did as instructed
She assembled people
She did not taste out of the chicken
The babies then started to come
She had successful childbirth..................40
She then started to dance and rejoice
She was praising her Babaláwos
Her Babaláwos were praising Ifá
She said it was as her Babaláwos had said
Assemble yourselves in totality is the sound of the gong
Àràn gèjè sounds I will gather children
Cast divination for Kóórì
The one crying because of children
The one going to the stream without fetching water with them
She tried the first time....................50
Yet could not find a baby to bring home
She went the second time
She could not bring home a child
They then started to sing mocking her
If she wants to go
Let her go
Let her go to the stream
If she wants to go, let her go
She ate the wings alone
She ate the laps..................60
She ate the buttocks
She ate the liver
Let her go if she wants to go

896

Wọ́n ní bí tí ń padiẹ ní ń dá jẹ ẹ́
Ìgbà ẹ̀ẹ̀kẹta lỌ̀rúnmìlà ṣe Ifá fún Kóórì
Ó ní Kóórì o
Ó mọ̀ dé arẹ́we yọ̀
Fún mi lọ́mọ kan n gbé jó

They said it was on the same spot where she killed the
    hen that she devoured it
It was on the third occasion that Ọ̀rúnmìlà prepared an
    Ifá portion for Kóórì
Kóórì, they hailed her
The one that rejoices at the sight of children is back
Please give me one to cuddle

ÒFÚN ÒKÀNRÀN B

Tí a bá ní gbólóhùn asọ pèlú ẹnìkan tó
sún mọ́ wa pẹ́típẹ́tí; Ifá gbà wá níyànjú
ká parí ẹ̀ torí àtẹnìkínní àtẹnìkejì ló ní
àwíjàre. Tí a bá kọ̀ tí a kò tún àárin wọn
ṣe, nǹkan tí ó bàjẹ́ ó pọ̀.

Agogo ní ń ró ẹ pé péré
Àràn gẹ̀jẹ̀ ní ń ró mọ̀ kọ́mọ jọ; mọ̀ kọ́mọ
        jọ
Mọ̀ kọ́mọ jọ nìyá àràn ń ró
A díá fún Òfún
A bù fún Òlọ̀kànràn
Níjọ́ọ́ wọ́n ń ṣọ̀tá
Wọ́n ń fi ìbínú bá araa wọn lò
Wọ́n ṣe ṣee ṣe
Wọn ò gbọ́
Àwọn ni ọ́n sì ń ṣe Ifá fún Olúufẹ̀......10
Wọ́n ní ẹ bẹ Òfún
Kẹ́ẹ sì bẹ Òlọ̀kànràn
Bí bẹ́ẹ̀ kọ́
Nǹkan Olúufẹ̀ ó bàjẹ́
Wọ́n bá bẹ Òfún
Wọ́n bẹ Òlọ̀kànràn
Ayé Olúufẹ̀ bá tutù
N ni wọ́n wá ń jó n ni wọ́n ń yọ̀
Ni wọ́n ń yin àwọn Babaláwo
Àwọn Babaláwo ń yin Ifá...............20
Wọ́n ní bẹ́ẹ̀ làwọn Babaláwo tàwọn wí
Agogo ní ń ró ẹ pé péré
Àràn gẹ̀jẹ̀ ní ń ró mọ̀ kọ́mọ jọ; mọ̀ kọ́mọ
        jọ
Mọ̀ kọ́mọ jọ nìyá àràn ń ró
A díá fún Òfún
A bù fún Òlọ̀kànràn

ÒFÚN ÒKÀNRÀN B

This person has an unsettled feud between him and
one other person. They should both find an amicable
solution, as the two of them would be vindicated by
their own side of their explanations. The feud should
be settled; otherwise it would sow many seeds of
discord.

Assemble yourselves is the sound of the gong
Àràn gẹ̀jẹ̀ sounds 'I will gather children'
I would assemble children is the sound produced by
        the mother Àràn drum
Cast divination for Òfún
Also cast divination for Òlọ̀kànràn
On the day they both keep a bad malice between
        themselves
On the day they were on each other's throat
People tried and tried to make them bury the hatchet
They refused to listen.....…........................11
But they are the ones performing divination for
        Olúufẹ̀
'Let us beg Òfún'
'Let us pacify Òlọ̀kànràn also'
'Otherwise'
'Olúufẹ̀'s things would be in disarray', they said
They then called Òfún separately
They begged Òlọ̀kànràn also
Olúufẹ̀'s life became settled
They then started to dance and rejoice
They were praising their Babaláwos
Their Babaláwos were praising Ifá............….....20
They said it was as their Babaláwos had said
Assemble yourselves is the sound of the gong
Àràn gẹ̀jẹ̀ sounds 'I will gather children'
I would assemble children is the sound produced by
        the mother Àràn drum
Cast divination for Òfún
Also cast divination for Òlọ̀kànràn

Nijọ́ọ wọ́n ń sọ̀tá

Ẹ jẹ́ á bẹ Òfún

Ẹ jẹ́ á bẹ Ọlọ̀kànràn

Káyé Olúufẹ̀ ó lè tutù.....................30

Káyé Olúufẹ̀ ó lè rójú

On the day they both keep bad malice between themselves

Let us beg Òfún

Let us beg Ọlọ̀kànràn

Such that Olúufẹ̀'s things would be settled..........30

Such that Olúufẹ̀'s life would make headway

Ifá wúre fún ẹní ó dáfá yǐí púpọ̀. Bí
ẹnìkán bá ṣoore fún un, kò gbọdọ̀ fibi ṣú
onítọ̀hún. Bí wọn ò bá sì tíì ṣoore fún un,
ire ń bọ̀ láìpẹ́.

Òfún i dùn
Òsùnsùn i dùn
A díá fún Ògún
Èyí tí ó rọ Ẹdùn fún Sàngó
Ogun ni Sàngóó jà tẹ́lẹ̀
Àtiwájú àtẹ̀yìn níí fíí jagun
Iráu kín lòun ó wàá mọ́ọ fi jagun
Tí ẹnìkan ò níí lè kápá òun láí?
Ògún ní kó fọkàn balẹ̀
Ó lóun ó rọ nnkankan fún un............10
Irú àṣẹ tí ó wà lára ẹ̀
Kò níí sí lára ẹlòmíìn
Ló bá rọ Ẹdùn fún Sàngó
Sàngó dé Ògún tí ń lọ
Gbogbo ibi ó bá sọ Ẹdùn sí
Gbogbo ẹ̀ ló dilẹ̀ẹ́lẹ̀
Wọ́n ní ó mọ́ gbàgbé Ògún o
Ni Sàngó ò bá gbàgbé Ògún
Tée dòní
N ní wá ń jó ní wá ń yọ̀..........................20
Ní ń yin àwọn Babaláwo
Àwọn Babaláwo ń yin Ifá
Ó ní bẹ́ẹ̀ làwọn Babaláwo tòún wí
Òfún i dùn
Òsùnsùn i dùn
A díá fún Ògún
Èyí tí ó rọ Ẹdùn fún Sàngó
Ajíṛẹdùn Awo rere ni
Ògún ló rọ Ẹdùn fún Sàngó
Ajíṛẹdùn Awo rere ni....................30

Ifá pray for this person. If he helps or someone helps
him achieve something, either party should not repay
good for evil. If the help has not been rendered, a
significant help is coming on the way.

Òfún i dùn
Òsùnsùn i dùn
Cast divination for Ògún
The one that would mold Ẹdùn for Sàngó
Sàngó originally used to be a warrior
He had ever been a very powerful warrior
'What would I now use as war instrument'?
'The instrument that nobody would be able to
    overpower'? He thought
Ògún asked him to be rest assured
That he, Ògún would mold something of importance
    for him…....………….................................10
The authority behind it
Would never be compared with anything on earth
Ògún then cast Ẹdùn for Sàngó
Sàngó went to war afterwards
All the places to where he threw his Ẹdùn
All became a flat terrace
'But do not forget Ògún' they told him
Sàngó ever since then hold Ògún in high esteem
Till date
He then started to dance and rejoice ……………...20
He was praising his Babaláwos
His Babaláwos were praising Ifá
He said it was as his Babaláwos predicted
Òfún i dùn
Òsùnsùn i dùn
Cast divination for Ògún
The one that would mold Ẹdùn for Sàngó
Ajíṛẹdùn is a good priest
It was Ògún that mold Ẹdùn for Sàngó
Ajíṛẹdùn is a good priest………………........……30

ÒFÚN ÒGÚNDA B

Ifá pé eléyìun ò gbọdọ̀ gba obì jẹ lọ́wọ́ èèyàn o; bí ọ́n bá sì pa ẹran màlúù tàbí ẹran ewúrẹ́, kò gbọdọ̀ jẹ ètè ẹran. Ifá pé bí eléyìun bá rúbọ dáadáa, ojú ọ̀nà ni ọ̀táa rẹ̀ ó kùú sí.

Ewúrẹ́ ilé yìí
Kèè tíì dé
Àgùtàn ilé yìí
Kèè tíì dé
Àwọn ìkà ènìyàn pète pèrò
Wọ́n láwọn ó gbóbì fún Babaláwo pé kó
    le róhun mú jẹ
Wọ́n ní kó rúbọ
Babaláwo bá rúbọ
Bí ọ́n bá pé àwọ́n ó fùún Babaláwo lóbì
    jẹ
Araa wọn ni wọ́n ń báá jà.................10
Wọn ò leè fún Babaláwo lóbì jẹ mọ́
Gbogbo èrò burúkú tí wọ́n ń rò lé e lórí
Asán ló já sí
Ó ní bẹ́ẹ̀ làwọn Babaláwo tòún wí
Ewúrẹ́ ilé yìí
Kèè tíì dé
Àgùtàn ilé yìí
Kèè tíì dé
Àwọn ìkà ènìyàn pète pèrò
Wọ́n láwọn ó gbobì fún Babaláwo pé kó
    le róhun mú jẹ.................20
Wọ́n ní kí Babaláwo ó rúbọ
Awó gbẹ́bọ ńbẹ̀
Ó rúbọ
Ọwọ́ tewée 'má mu lọ̀ mí'
Ọwọ́ tewée róro
Àlọ̀rìn lekòlóó fẹnuú lọlẹ̀

ÒFÚN ÒGÚNDA B

Ifá warns this person never to accept kola to eat from anybody. If an animal is slaughtered, he should not eat the lips; if he offers his sacrifice well, his enemy would die in transit.

The goat in this house
Is not back yet
The sheep in this house
She has not returned
Wicked people connived together
They conspired to give poisonous kola to a Babaláwo
    so that he would find something to eat
He was asked to perform sacrifice
Babaláwo performed the sacrifice
As they contrived plans to give him kola
They disagreed with themselves.................10
They could not reach an agreement to give the kola to
    the Babaláwo
All the wicked thoughts they formed on the
    Babaláwo
It came to naught
He said it was as his Babaláwos said
The goat in this house
Is not back yet
The sheep in this house
She has not returned
Wicked people connived together
They said they would give kola to a Babaláwo so that
    he would find to eat.................20
He was asked to perform sacrifice
Babaláwo heard about the sacrifice
And performed it
I have obtained the leaf of 'Má mu lọ̀ mí'
I have obtained the leaf of 'róro'
Continuously in their tracks, worms would rub their
    mouths on the soil

ÒFÚN ÒSÁ A

Ifá pé ká mọ́ọ ta Òòsà fúnfún lọ́rẹ. Bí a bá ń bẹ lẹ́nu ìkọ́ṣẹ́, a ò gbọdọ̀ fi agídí fún ara ẹni ní ìyọ̀ọ̀da. A ò sì gbọdọ̀ kánjú.

Òfún sà á lẹ́fun
Òfún sà á lÓsùn
Òfún sà á ní mọ̀rìwò ọpẹ̀ yẹ yẹ̀ẹ̀ yẹ
A díá fún Alágẹmọ tẹ́ẹ́rẹ́
Èyí tíí ṣe wọlé wọ̀de Òrìṣà
Wọlé wọ̀de Òrìṣà ni Alágẹmọ
Nígbà ó dijọ́ kan
Alágẹmọ bá rò ó
Ó bá sá kúò lọ́dọ̀ Òòsà
'Òòsà ẹni ọdọ̀ọ̀ rẹ̀ ńkọ́'?..................10
Ó lÓun ò ri mọ́
Òun ò sì tíí fún láṣẹ
Ńbi Alágẹmọ́ lọ
Ó ṣe ṣee ṣe
Kò ba mu
Wọ́n lóó tùún padà lọ ọ̀dọ̀ Òòsà tóo ti kúò
Ó bá padà sọ́dọ̀ Òòsà
Òòsá ńwọ Alágẹmọ
O ò níí kú
O ò níí rùn..................20
Ẹ̀mìí rẹ́ ó gùn
Ṣùgbọ́n mọ́ọ rọra ṣe
Alágẹmọ bá rọra ń tẹlẹ̀ gélé
Ayé yẹ ẹ́
O ni Òfún sà á lẹ́fun
Òfún sà á lÓsùn
Òfún sà á ní mọ̀rìwò ọpẹ̀ yẹ yẹ̀ẹ̀ yẹ
A díá fún Alágẹmọ tẹ́ẹ́rẹ́
Èyí tíí ṣe wọlé wọ̀de Òrìṣà
Rírú ẹbọ..................30
Ẹ̀èrù àtùkèṣù
Ayé wáá yẹ wá tùtúru

ÒFÚN ÒSÁ A

Ifá says life would please this person. He should be generous to the devotees of Òòsàálá. If he is still in training and he is thinking of regressing, he should desist from the thought.

Òfún marked it with chalk
Òfún marked it with Osùn cream
Òfún decorated it brightly with palm leaves
Cast divination for Alágẹmọ tẹ́ẹ́rẹ́
The close associate of Òòsà
Alágẹmọ was a close associate of Òòsà
One day
Alágẹmọ cleverly contrived a plan
He ran away from Òòsà
'What about the person with you'? People had asked..................10
'I could not see him again came the reply from Òòsà
'Incidentally I have not given him his freedom'
The place where Alágẹmọ ran to
He tried and tried his hands
He could not find headway
'You have to go back to Òòsà that you left', they said
He then went back to Òòsà
'You Alágẹmọ', Òòsà said
'You will not die'
'You will not fall sick'..................20
'You will live long'
'But exercise patience'
Alágẹmọ then started to walk gently
Life so pleased the Agẹmọ
He said Òfún marked it with chalk
Òfún marked it with Osùn cream
Òfún decorated it brightly with palm leaves
Cast divination for Alágẹmọ tẹ́ẹ́rẹ́
The close associate of Òòsà
Offering of sacrifices..................30
And free gifts given to Èṣù
Life pleases us abundantly

ÒFÚN ỌSÁ B

Ifá pé kí eléyìun ó rúbọ fún àkónkótán ajé.

Òfún sà á, sà á
Ó sà á bẹ́ẹ̀ ni ò tán mọ́
A díá fún Ọrúnmìlà
Babá ń sunkún òun ò lajé
Wọ́n lẹbọ ajé ni kí Babá ó ṣe
Ọrúnmìlà bá rúbọ
Ajé bá ṣẹ́
Òfún bá bẹ̀rẹ̀ sí sà á
Ó sà á bẹ́ẹ̀ ni ò tán
N ní wá ń jó ní ń yọ̀.....................10
Ní ń yin àwọn Babaláwo
Àwọn Babaláwo ń yin Ifá
Ó ní bẹ́ẹ̀ làwọn Babaláwo tòún wí
Òfún sà á, sà á
Ó sà á bẹ́ẹ̀ ni ò tán mọ́
A díá fún Ọrúnmìlà
Babá ń sunkún òun ò lajé
Wọ́n lẹbọ ajé ni kí Babá ó ṣe
Ó mọ̀mọ̀ sà á, sà á o
Bẹ́ẹ̀ ni ò tán.........................20
Ifá ló lajé bẹẹrẹ

ÒFÚN ỌSÁ B

Ifá asks this person to offer sacrifice for long lasting wealth. Life would please him.

Òfún picked and picked it
He picked it continuously yet it was not exhausted
Casts divination for Ọrúnmìlà
Baba was crying that he had no wealth
They asked Baba to perform sacrifice
Ọrúnmìlà then offered the sacrifice
Money then came out of the ground
Òfún started picking it
He picked and picked yet it was not exhausted
He then started to dance and rejoice 10
He was praising his Babaláwo
His Babaláwo was praising Ifá
He said it was as his Babaláwo had said
Òfún picked and picked it
He picked it continuously yet it was not exhausted
Casts divination for Ọrúnmìlà
Baba was crying he had no wealth
It was sacrifice they asked him to perform
He picked and picked it
Yet it was not exhausted..............................20
It is Ifá that owns massive wealth

ÒFÚN ÌKÁ A

Ifá pé ká rúbọ fún araa wa ká sì rúbọ fún Obìnrin ẹni. Àtiyàwó àtọkọ ó jọ́ lo Ilé ayée wọn gbó ni. Gèlè tí ń bẹ lórí ìyàwó ẹ lẹbọ.

Òòrùn ló kan àtàrí jìndùn jìndùn
A díá fún Bongágà obìnrin Àatàn
Obìnrin Àatàn ni Bongágà
Wọ́n níwọ Àatàn rúbọ fún obìnriìn rẹ
Tí ò tíì dé ibì kankan tó gbé gèlè pẹ́npẹ́
      sórí
Bílẹ̀ bá ti mọ́
Bongágà ó ti gbé adé lórí
Nígbà tí ó bàá e dọ̀sán
Ó ti rẹ̀
Wọ́n ní Àatàn rúbọ.............……....10
Kí obìnriìn rẹ yìí ó lè lo ilé ayé pẹ́
Àatàn ní kí Bongágà ó mú gèlè orí ẹ wá
Bongágà ò dáhùn
Àyìn ẹ́yìn ni Bongágà ń yin àwọn
      Babaláwo ẹ
Ó ní Òòrùn ló kan àtàrí jìndùn jìndùn
A díá fún Bongágà obìnrin Àatàn
Ìgbà àì ṣẹbọ
Ìgbà àì tùèèrù
Ẹ ẹ ri bí Bongágà tí ń ba ikúú lọ

OFÚN ÌKÁ A

Ifá asks this person to offer sacrifice for himself and for his wife such that they would both enjoy life to the end. The scarf on the head of the woman is the sacrifice.

The sun becomes overhead and it is scorching
Casts divination for Bongágà the wife of Àatàn
Bongágà was married to Àatàn
'You Àatàn, perform sacrifice for your wife' they
      warned
'She is nothing and she is behaving flamboyantly'
Once it is in the morning
Bongágà would put on a crown like scarf
But before the mid afternoon
It would have withered
'You Àatàn, offer sacrifice' they warned again....10
'Such that this your wife would live long on earth'
Àatàn asked her to bring the scarf on her head
Bongágà refused
She was praising her Babaláwo belatedly
She said 'The sun becomes overhead and it is
      scorching'
Casts divination for Bongágà the wife of Àatàn
The evil of not performing sacrifice
The problem of not giving the prescribed booties
Can you all see Bongágà following, as death takes
      her away?

ÒFÚN ÌKÁ B

Ifá pé kí eléyìun ó rúbọ kí èèyàn ó mọ́
mọ́ọ fi ọ̀sán ṣiṣẹ́ kí àwọn kan ó mọ́ fi òru
bà á jẹ́. Ifá pé eléyìun dára ṣùgbọ́n kó
rúbọ àwọn tíí mọ́ọ fi òru rìn. Kí eléyìun ó
sì mọ́ọ bọ Òòsà fúnfún.

Òfún mọle Ìká
Ìká mọle Òfún
Òkùnkún mọle òru
Fẹnifẹni a mọ́lé ọ̀gànjọ́
A díá fún Òòsàálá Ọ̀sẹ̀ẹ̀rẹ̀mọ̀gbò tí ń
    tọrun bọ wálé ayé
Yóó mọ́ọ fọ̀sán tún Ilé ayé ṣe
Wọ́n ní kó rúbọ kí wọ́n ó mọ́ mọ́ọ fòru
    bà á jẹ́
Gbogbo ire tèèyàn ó bàá ní láyé
Òòsàálá níí dá a ńgbà ìwásẹ̀
Yóó sọ fẹ́léyìí kó lájé.....................10
Tọ̀hún kó bímọ
Yóó sì ń bẹ́ẹ̀
Wọ́n ní kó rúbọ àwọn tí ń bọ wálé ayé o
Òfún mọle Ìká
Ìká mọle Òfún
Òkùnkún mọle òru
Fẹnifẹni a mọ́le ọ̀gànjọ́
A díá fún Òòsàálá Ọ̀sẹ̀ẹ̀rẹ̀mọ̀gbò
Tí ń tọrun bọ wálé ayé
Yóó mọ́ọ fọ̀sán tún Ilé ayé ṣe...........20
Wọ́n ní kó rúbọ kí wọ́n ó mọ́ mọ́ọ fòru
    bà á jẹ́
Òòsà wáá gbẹ́bọ ńbẹ̀
Ó rúbọ
Òòsà ń fọ̀sán táyé ṣe
Ìyàmi Ọ̀ṣòròǹgà ń fòru bà á jẹ́

ÒFÚN ÌKÁ B

Ifá asks this person to offer sacrifice such that he
would not do something during the day for the witches
to destroy it during the night. He should also be a
devotee of Òòsà.

Òfún knows the gage of Ìká
Ìká knows the gage of Òfún
Darkness is a gage of the deepness of the night
One that has sex with the other knows the gage of
    time of approach during the night
Cast divination for Òòsàálá Ọ̀sẹ̀ẹ̀rẹ̀mọ̀gbò that was
    coming from heaven to the earth
He would use the day to mend the world
He was asked to perform sacrifice such that witches
    would not destroy it during the night
All the good things that one strives to possess in
    this life
It is Òòsàálá that would pontificate
He would assign wealth to some.....................10
He would tell the others to have children
And it would be so
He was asked to offer sacrifice against some
    undesirable elements on his way to the earth
Òfún knows the gage of Ìká
Ìká knows the gage of Òfún
Darkness is a gage of the deepness of the night
One that has sex with the other knows the gage of
    time of approach during the night
Cast divination for Òòsàálá Ọ̀sẹ̀ẹ̀rẹ̀mọ̀gbò
That was coming from heaven to the earth
He was using the day to mend the world 20
He was asked to perform sacrifice such that witches
    would not destroy it during the night
Òòsà heard about the sacrifice
And performed it
Òòsà now mends the world in the day
The 'Ìyàmi Ọ̀ṣòròǹgàs' were using the night to
    destroy it

ÒFÚN ÒTÚRÚPỌ̀N A

Ifá pé ká lọ̀ọ́ bọ Sàngó, ká sì jẹ́ ẹnìsìin Sàngó; Ifá pé tí a bá tí ń sin Sàngó, ni Sàngó náà ó mọ́ọ sìn wá.

ÒFÚN ÒTÚRÚPỌ̀N A

Ifá asks this person to be a devotee of Sàngó. Once he is devoted to Sàngó, Sàngó would be favorably disposed towards him.

Ẹsẹ̀ kan ṣoṣo ni mo tí bọ̀gbẹ́
Igba ẹkẹ́ ni mo sá
A díá fún Sàngó
Tí ó mọ́ọ fòjò sìn kári ayé
Ẹbọ n wọ́n ní ó ṣe
Bó bá ti dí Ìgbà òjò
Sàngó ó bẹ̀rẹ̀ síí rọ òjò sínú oko
Àwọn Ònyagbẹ̀ wá ń wò ó pé kín làwọn
      ó mọ́ọ ṣe báyìí láti dúpẹ́?
Wọ́n ní ẹni tí ń rọ òjò fún yin un ni ẹ
      mọ́ọ sìn
Òun náà ni Sàngó………….……..10
Bí àwọn Àgbẹ̀ bá sì kọ̀
Tí wọ́n láwọn ò ṣe bíi ti Sàngó mọ́
Ọdá ó bàá dá
Òòrùn ó ràn kankan
Bóo làwọ́n o wáá ṣe?
Wọ́n ó bàá tún bọ Sàngó
Bí ọ́n bá ti bọ Sàngó tán
Òjò ó rọ̀ ni
Gbogbo àwọn èèyàn nígbà náà
Wọ́n bá di olùsìin Sàngó……………20
Bó bá ti di àsìkò òjò
Nǹkan wọ́n ń dára
Wọ́n ń tà wọ́n ń rà
Wọ́n ń jó wọ́n ń yọ̀
Wọ́n bá ń yin àwọn Babaláwo
Àwọn Babaláwo ń yin Ifá
Wọ́n ní bẹ́ẹ̀ làwọn Babaláwo tàwọn wí
Ẹsẹ̀ kan ṣoṣo ni mo tí bọ̀gbẹ́
Ìgbà ẹkẹ́ ni mo sá

It was only one leg that I shoved into the forest
I cut out two hundred roofing logs
Casts divination for Sàngó
That would use rainfall as a means of devotion to the
      whole world
He was asked to perform sacrifice
Once it is the raining season
Sàngó would start to rain into the farms and cities
The farmers would then wonder what to do to repay
      the person doing that for them
'That Deity that rain on you is the one to revere' they
      told them
'That Deity is Sàngó'………………...................…10
Incidentally, once the farmers refuse
Refusing to offer sacrifices to Sàngó
There would be an onset of drought
The sun would be very intense
'What do we do again'? They would come back to ask
'Go and offer sacrifices to Sàngó' Babaláwos would
      tell them on divination
As soon as they offer sacrifice to Sàngó
Rain must fall
All people then in the olden days congregated
All of them became devotees of Sàngó……...........20
Once it was the raining season
Their farm products would be very fine
They would sell and buy
They were dancing and rejoicing
They were praising their Babaláwo
Their Babaláwo was praising Ifá
They said it was as their Babaláwo said
It is only one leg that I shoved into the forest
I cut out two hundred roofing logs

A díá fún Sàngó...................30
Tí ó móọ fòjò sìn káàkíri ayé
Ẹbọ n wọ́n ní ó ṣe
Ó sì gbẹ́bọ ńbẹ̀
Ó bá rúbọ
Rírú ẹbọ
Èèrù àtùkesù
Kèè pẹ́ o
Ọ̀nà è jìn
Ẹ wáá bá ni ní jẹbútú ire
Ǹjẹ́ a ó sìn sìín sìn...................40
A ó fOrí sìn bí ọmọ eku
A ó sìn sìín sìn
A ó fOrí sìn bí ọmọ ẹja
A ó sìn sìín sìn
A ó fOrí sìn bí ọmọ ẹran

Casts divination for Sàngó...................30
That would use rainfall as a means of devotion to the
    whole world
He was asked to perform sacrifice
He heard about the sacrifice
And performed it
Offering of sacrifices
And free booties to Èṣù
It is not belated
Within the shortest possible time
Come and meet us with good tidings
Henceforth we would be dutifully devoted
We would use our head as devotional means as does
    the child of the rat...................40
Henceforth we would be dutifully devoted
We would use our head as devotional means as does
    the child of the fish
Henceforth we would be dutifully devoted
We would use our head as devotional means as does
    the child of the animal

ÒFÚN ÒTÚRÚPỌ̀N B

Ifá pé àríwá nire eléyìun wà. Ká mọ́ọ
rin mọ ọ̀nà àríwá , a ó sì ríre lọ́pọ̀lọpọ̀.
Ifá pé bó bá şeéşe, ká mọ́ọ gbé ibẹ̀.

Òfún ló mu tábà fíefíe
Tẹ̀tẹ̀rẹ̀gún ló fìdí ọ̀rọ̀ balẹ̀
A díá fún Onígbá finfin
Èyí tí ń sawoó lọ sí òkè ọya
Onígbá finfin nìí
Nǹkan òún dáa báyìí?
Wọ́n ní ó mọ́ọ lọ ọ̀nà àríwá
Wọ́n ní ńbẹ̀ loore rẹ̀ẹ́ wà lẹ́sẹ̀ àárọ̀
Onígbá finfin bá lọ ọ̀nà àríwá
Ó di ẹrùu rẹ̀ sínú igbá....................10
Nígbà ó dé àríwá
Nìbi tí ọ́n ti fẹ́ẹ́ sọ igbá kalẹ̀
Igbá bá ré bọ́ sílẹ̀
Igbá bá fọ́
Ńbẹ̀ náà ló ti ko olóore rẹ̀
Wọ́n sì fi Ilé jìn ín
Wọ́n fire gbogbo jìn ín
Nígbà ó padà dé Ilé
Ó kó gbogbo ọrọ̀ délé
'Ńbo wáá lo ti kóre tó pọ̀ báyìí wá'?...20
Ó ní ńbi Ìgbá òún ti yaálẹ̀ ni
Láti ìjọ́ náà ni ọ́n tí ń pe ibẹ̀ ní òkè ọya
Ijó lOnígbá finfin ń jó
Ayọ̀ ní ń yọ̀
Àwọn Babaláwo ní ń yìn
Àwọn Babaláwo ń yin Ifá
Ó ní bẹ́ẹ̀ làwọn Babaláwo tòún wí
Òfún ló mu tábà fíefíe

ÒFÚN ÒTÚRÚPỌ̀N B

Ifá says the fortune of this person is located towards
the north. He should move near or possibly move to
live in the northern part of his present abode.

It was Òfún that drew deeply on his taba cigar
It was Tẹ̀tẹ̀rẹ̀gún that established the facts of the
        discussion
Cast divination for the Man with decorated calabash
The one that was venturing priesthood in 'Òkè Ọya'
The Man with decorated calabash had asked
'Would my things be nice at all'?
They told him to move near the northern part of his
        present abode
There, they said was where his good fortune is located
        as seen in his destiny
He then headed for the north
He packed his articles into his calabash...............10
On his arrival in a particular city in the northern part
He was being helped to put down his load
The calabash dropped
And it was broken
It was on the same spot that he met his benefactor
They gave him gifts of houses
They gave him all sorts of good things of life
By the time he returned to live in his former abode
He brought back loads of wealth
'Where did you get this load of fortunes'? His people
        asked him...20
He said it was where his calabash did 'ya'
It was ever since then that the northern part of Nigeria
        was know as 'Òkè Ọya'
The man with decorated calabash was dancing
He was rejoicing
He was praising his Babaláwos
His Babaláwos were praising Ifá
He said it was as his Babaláwos said
It was Òfún that drew deeply on his taba cigar

Tètèrègún ló fidí òrò balè
A díá fún Onígbá finfin …...........30
Èyí tí ń sawoó lọ sí òkè ọya
Ǹjẹ́ ẹ̀yin ò mọ̀ pé ibi igbá gbé ya sílẹ̀?
N ní ń jẹ Ọya!

It was Tètèrègún that established the facts of the
    discussion
Cast divination for the Man with decorated
    calabash…….................................…............30
The one that was venturing priesthood in *Òkè Ọya*
Can we all see that it was where the calabash did 'ya'
Is the place referred to as Òkè Ọya?

ÒFÚN ÒTÚÁ A

Ifá pé ká rójú, ká sì şe sùúrù gidigidi pé níbii rírójú ni oore ó ti dé. Àşìkò tí ire eléyìun bá kù dèdè, ìpọ́njú díẹ̀ ó ba ti ó sì fẹ́ẹ́ mọ́ọ dára ẹ̀ lẹ́bi. Ifá pé nnkan tó bá dá eléyìun lójú ni kó mọ́ọ sọ. Ibi tí àmìwò ọ̀hún ti dé bá a náà ní ó ti rí ire ẹ̀.

Bójú ò bá ròhún bí okùn bí okùn
Kò leè róhun bíidẹ bíidẹ
A díá fún Ońtọ́ọ́lá
Ọmọ atàgùtàn sọlà
Akúşẹ̀ẹ̀ pátápátá ni Ońtọ́ọ́lá
Ń sì ń dá oko
Ó ní Àgùtàn kan
Tí bá ń looko láàárọ̀
Yóó mùú Àgùtàn ẹ̀ lọ́wọ́
Yóó mu lọ inú oko........................10
Bí bá sì ń bọ̀ lọ́sàán
Tòun tàgùtàn ẹ̀ ní ó mọ́ọ bọ̀
Lọ́jọ́ kan tí Ońtọ́ọ́lá wà lóko
Ońtọ́ọ́lá ń roko pẹ̀lú Àgùtàn léyìin rẹ̀
Àgùtàn bá fọ̀hún èèyàn
'Ońtọ́ọ́là, ìyà yìí mọ̀ pọ̀ o '!
Ońtọ́ọ́lá ní bóo ló ti jẹ́
Àgùtàn òun ló sọ̀rọ̀ yìí
Ọbá ó sì gbọ́
Ó bá forí lé Ilé ọba............20
Káábíèsí ọba
Òún rí nnkankan tóun ò rí rí o
Wọ́n ní kín ní?
Ó lágùtàn òún ń bẹ ńbi tóun so ó mọ́ lóko
Ó sì sọ̀rọ̀ lóńfí
Háà!?

ÒFÚN ÒTÚÁ A

Ifá enjoins this person to persevere, because patience would bring him fortune. Ifá says he would first experience a hard time before the onset of the wealth. He would probably want to regret the steps he had taken previously; he should say those things that he is certain of. He may be put to test on this certain issue but it is the same place where the test comes to him that the fortune would come.

If the eye did not see difficulties as like being
     bounded rope tight
It may not see things as shining as brass
Casts divination for Ońtọ́ọ́lá
The child of atàgùtàn sọlà
Ońtọ́ọ́lá was a very wretched person
He was a farmer
And he had a sheep
Whenever he went to his farm in the morning
He would walk the sheep to the farm
He would tie her to a post to graze........10
When coming back in the evening
It is he and the sheep that would return
This had been the usual practice for long
Ońtọ́ọ́lá was weeding one fateful day with the sheep
     just behind him
The sheep then talked with a human voice
'Ońtọ́ọ́lá, this poverty is becoming unbearable'! The
     sheep said with sympathy
Unbelieving his ears
'My sheep is talking' Ońtọ́ọ́lá said shakily
'I must inform the king immediately'
He then left for the king's palace........20
I greet you Káábíèsí the king, Ońtọ́ọ́lá prostrated
'Today, I witness an aberration that I have never seen
     in my life'
'What is it'? the king asked
'I left my sheep tied to a post in my farm'
'I heard her talk'
'Ha'! The king exclaimed cynically

Àgùtààn rẹ́ sọ̀rọ̀?
Irọ́ leléyìi ń pa yìí o
Ó nírọ́ kọ́
Òun ò parọ́..............................30
Àgùtàn òún sọ̀rọ̀ lóòótọ́ ni
Wọ́n bá ní wọ́n ó lọ́ọ́ mú Àgùtàn ọ̀hún
    wá
Pé ó wá tún ọ̀rọ̀ ọ̀hún sọ láàfin lójúu
    gbogbo èèyàn
Wọ́n mú Àgùtàn dé ibẹ̀
Ǹjẹ́ ìwọ Àgùtàn
O ò wa sọ̀rọ̀ kóo wíhun tóo wí fọ́ba
Ló bá di wò mí n wò ọ́
Àgùtàn ò sọ̀rọ̀ mọ́
Bóo láa jẹ́?
Ó gbo Àgùtàn jìgìjìgì 40
Àgùtàn ò dún
Ọbá ní kí wọ́n ó mú u
Kí wọ́n ó dè é
Ìwọ wáá purọ́ fóun
Òun odidi ọba aládé
Wọ́n ní kí wọ́n ó lọ́ọ́ pe àwọn bẹ́ríbẹ́rí
    wá
"Wọ́n mọ̀ fẹ́ẹ́ pa òun ìwọ Àgùtàn yìí"!
"O ò wa sọ̀rọ̀ dákun"
Àgùtàn dúó ńtiẹ̀
Ń wo olówóo rẹ̀ gbùun..................50
Àwọn bẹ́ríbẹ́rí bá dé
Wọ́n fa idà yọ̀ ńnú àkọ̀
Ǹjẹ́ kí wọ́n ó gbé idà sókè
Kí wón ó bẹ oríi Ońtọ́ọ́lá
Àgùtàn bá lanu ẹ̀
Ó ní 'Ẹ mọ́ pa á o'
'Èèmọ̀'
Ọwọ́ ẹní ó fẹ́ẹ́ bẹ Orí Ońtọ́ọ́lá gan
Kò le gbé idà wálẹ̀ mọ́
Àgùtàn tún wí lẹ́ẹ̀kejì..................60

'Your sheep can talk'?
'Is this not a lie that you are relating to me'?
'It is not a lie Káábíèsí'
'I cannot lie to you Káábíèsí'..................30
'My sheep truly did talk today' Ońtọ́ọ́lá said
    repeatedly
They ordered him to bring the sheep
Such that it would repeat the same feat in the presence
    of everyone
In company of chiefs, the sheep was brought to the
    palace
'Now you the sheep'
'Say what you said to me' Ońtọ́ọ́lá commanded
The sheep was just looking apathetic
She refused to speak
'Why must you do this' Ońtọ́ọ́lá asked the sheep
He shook the sheep violently probably to awake her
    from her slumber..................40
The sheep said nothing
The king ordered him arrested
He was ordered to be tied
'You came in here to waste my time' the king said
'The valuable time of a crowned king'
The king ordered the hangman to be called
'Be considerate to me, you this sheep as they are
    about killing me'
'Please talk' Ońtọ́ọ́lá cried with tears
The sheep stood unconcerned
She was just looking at her owner as if nothing is
    happening..................50
The hangman arrived
He removed his sword from its scabbard
And raised it up with a swish
To cut off the head of Ońtọ́ọ́lá
The sheep opened her mouth
'Do not kill him' she said
Exclamations raised in a chorus
The hand of the swordsman was hanged mid air
He could not bring it down to cut he head off
The sheep repeated the second time..................60

'Ẹ mọ́ pa á o '
Ó ní ìwọ Ońtọ́ọ́lá
'O ò mọ̀ pé bójú ò bá róhun bí okùn bí
    okùn '
'Kò leè róhun bíidẹ bíidẹ '
'Ẹ mọ́ pa á o '
Wọ́n bá tú Ońtọ́ọ́lá sílẹ̀
Wọ́n bá fi ọ̀pọ̀lọpọ̀ ọrọ̀ jìn ín
Ijó ní ń jó
Ayọ̀ ní ń yọ̀
Ní ń yin àwọn Babaláwo............70
Àwọn Babaláwo ń yin Ifá
Ó ní bẹ́ẹ̀ làwọn Babaláwo tòún wí
Bójú ò bá róhun bí okùn bí okùn
Kò leè róhun bíidẹ bíidẹ
A díá fún Ońtọ́ọ́lá ọmọ atàgùtàn sọlà
Wọ́n ni ó káàkí mọ́lẹ̀ ó jàre
Ẹbọ ní ó ṣe
Ó sì gbẹ́bọ ńbẹ̀
Ó rúbọ
Njẹ́ rírú ẹbọ............80
Èèrù àtùkèṣù
Kèè pẹ́ o
Ọ̀nà è jìn
Ẹ wáá bá ni ní jẹbútúu re
Jẹbútú rere làá bá ni lẹ́sẹ̀ ọba Òrìṣà

'Do not kill him'
'You Ońtọ́ọ́lá , my master'
'If the eyes did not see difficulties as like being
    bounded rope tight'
'It may not see things as shining as brass'
'Do not kill him '
That was how they untied Ońtọ́ọ́lá
And gave him plenty fortunes
He was dancing
He was rejoicing
He was praising his Babaláwo............70
His Babaláwo was praising Ifá
He said it was as his Babaláwo had said
If the eye did not see difficulties as like being
    bounded rope tight
It may not see things as shining as brass
Casts divination for Ońtọ́ọ́lá the child of Atàgùtàn
    sọlà
He was asked to please take care of the ground
And perform sacrifice
He heard about the sacrifice
And performed it
Offering of sacrifices............80
And free booties to Èṣù
It is not belated
And in the nearest future
Come and meet us with good tidings
One is found with good tidings at the feet of the
    king of Òrìṣà

ÒFÚN ÒTÚÁ B

Ifá pé ká lòọ́ bọ Ògún, ká sì bèèrè nǹkan tí Ògún ó gbà. Ògún ní ó bàá wa ṣẹ́gun. Ifá pé ọdẹ kán ti wà ní ìdílé eléyìun nígbàa láíláí; wọn ò gbọdọ̀ jẹ́ kí Ògún tí ọdẹ ọ̀hún mọ́ọ́ bọ ó parun.

Òfúntọ́lá
A díá fún Ògúndìran
Nígbà tí ń tọ̀run bọ̀ wálé ayé
Ẹbọ n wọ́n ní ó ṣe
Ògúndìran rèé
Nǹkan Òun le dùn báyìí?
Wọ́n ní Ògún kan tí bẹ ní ìdílée wọn
Wọ́n ní kó mọ́ jẹ́ẹ́ kí Ògún ọ̀hún ó run
Kó sì mọ́ọ́ ṣọdẹ
Ògúndìran dé ayé........................10
Ó ṣe bẹ́ẹ̀
Ògúndìran bá dé inú igbó
Ó forí kó
Ó fẹsẹ̀ kó
Inúu rẹ̀ dùn
Ijó ní ń jó ayọ̀ ní ń yọ̀
Ní ń yin àwọn Babaláwo
Àwọn Babaláwo ń yin Ifá
Ó ní bẹ́ẹ̀ làwọn Babaláwo tòún wí
Òfúntọla........................20
A díá fún Ògúndìran
Nijọ́ tí ń fojú sògbérè ire gbogbo
Ẹbọ ń wọ́n ní ó ṣe
Ó sì gbẹ́bọ ńbẹ̀
Ó rúbọ
Rírú ẹbọ èèrù àtùkèsù
Ọ̀nà è pẹ́ o
Ọ̀nà è jìn
Ẹ wáá bá ni ní jẹbútú ire
Jẹbútú ire làá bá ni lẹ́sẹ̀ ọba Òrìṣà.....30

ÒFÚN ÒTÚÁ B

This person must sacrifice to Ògún. There used to be a hunter in his family. The Ògún, which the hunter venerated during his lifetime, must not be allowed to be forgotten.

Òfúntọ́lá
Casts divination for Ògúndìran
On the day he was coming from heaven to the earth
He was asked to perform sacrifice
Ògúndìran had gone to Ifá to ask
'Would my life be sweet'?
They said there is a particular Ògún spot in his larger household
He was told not to allow the devotional practices to the Ògún to be forgotten
He should also combine his work with hunting for games
Ògúndìran arrived on earth........................10
He did as instructed
He entered into the forest
He packed fortunes with his head
He packed fortunes with his legs
He was very happy
He was dancing and rejoicing
He was praising his Babaláwo
His Babaláwo was praising Ifá
He said it was as his Babaláwo had said
Òfúntọla........................20
Casts divination for Ògúndìran
On the day he was coming from heaven to the earth
He was asked to perform sacrifice
He heard about the sacrifice
And performed it
Offering of sacrifices and free gifts to Èṣù
Before long
And not too late
Come and meet us with good tidings
One is found with goodies at the feet of the king of Òrìṣà........................30

913

ÒFÚN ÌRẸTẸ̀ A

Ifá pé kí eléyìun ó mọ́ ṣe ọ̀kánjùwà o.
Kí wọn ó sì mọ́ọ sún mọ́ àwọn ìdílé. Ifá
pé tí wọn bá ń ṣe nǹkan, kí wọn ó mọ́ ṣe
ojúù mí dá. Ká mọ́ọ bèèree gbogbo ìgbésẹ̀
tó yẹ ní gbígbé. Ọmọdé kékeré kan ń bẹ
tó sún mọ́ babaa wọn, kí wọn ó mó fi
àgbà rẹ jẹ kó mọ́ baà já sí ikú fún àwọn tó
rẹ́ ẹ jẹ. Ifá pé nǹkan tí ìdílée wọ́ọ́n fíí
sọlà, kó bèèrè bí wọ́ọ́n tíí ṣe é, kó lè baà ń
bíí tíí ń.

Èyin olówó ni ò ṣe ganngan
Ká fi ètè Ìwọ̀fà bò ó mọ́lẹ̀
A díá fún àgbààgbà mẹ́fà
Tí wọ́n ń lọ rèé gun igi júà lóko
Àwọn àgbààgbà mẹ́fà ni ọ́n fi babaa wọn
        sílẹ̀
Láti kékeré ni ọ́n ti jáde lọ
Wọ́n bá ọ̀nà ajée tiwọn lọ
Ọmọ kékeré tó ṣe èèkeje ló dúó ti babaa
        wọn
Gbogbo àwọn tó kù ń bẹ lókèèrè
Nígbà tí ọmọ kékeré àti Baba ẹ̀ bá sì fẹ́ẹ́
        ká júà lóko...............10
Ẹ̀ẹ̀mejì ni wọ́ọ́n ká a lọ́dún
Bí ọ́n bá looko
Èyí tó bá rẹ̀ dà sílẹ̀
Òun náà ni wọn ó sà
Ọmọ àti Baba ní ó lọ́ọ́ sa èèso
Wọ́n ó lọ́ọ́ tà á
Wọ́n ó fi ṣe owó
Igi júà sì nìí
Igi owó ni
Ẹnìkan ò gbọdọ̀ gùn ún...............20
Nígbà ó pé
Babaa wọ́n fọjọ́ sàìsí

ÒFÚN ÌRẸTẸ̀ A

Ifá warns this person not to be greedy. He should
move near people and ask questions on steps taken in
achieving a particular feat in his community. This is to
forestall the possibility of his making an irredeemable
mistake. There is a small boy, one of his siblings that
is very close to their father. Ifá warns that his opinion
must not be trivialized, as his ideas might be the
solution to the task ahead. There is a particular means
through which the larger family makes wealth; this
person should follow the steps which is known with
the wealth otherwise it may result in a tragedy.

The tooth of a rich man would not be misplaced and
        pointed
To the extent of using the lips of an Ìwọ̀fà to cover it
Casts divination for six elders
The ones that were going to climb the *Júà* tree in the
        farm
These six elders left their father at home for the city
They deserted their father since their youth age
They had gone in search of their own means of
        livelihood
The seventh boy is the youngest and the one that
        stayed back with their parents
The rest of them resided in cities other than their
        father's
But should the little boy and the father wants to sell
        the fruits of Júà 10
They would go to the farm twice yearly
On getting to the Júà tree
They would scavenge its arena for the fruits
And pick the ones that have been shed off the tree
The father with the help of the child
Would go to the market to sell it
They would convert it to money
But Júà tree however
Is a cash crop
No one climbs it.....................20
After a prolonged period of time
Their father died on a particular day

914

Àwọn àgbààgbà mẹ́fà tí ń bẹ lókèèrè bá dé	The six elderly siblings living abroad returned for the burial rites
Wọ́n sì mọ̀ pé igi kán ń bẹ tí Bàbá àwọn fi ń sowó	They however have the knowledge that Júà tree is the source of their father's wealth
Nígbà tí ọ́n dé ìdí ẹ̀	When they got to the farm one after the other
Wọ́n bá a tó ti rẹ̀ dàálẹ̀	They met the fruits littering the whole area of the tree
Wọ́n bá tún wo òkè	They looked up again
'N ló tún kún òkè yìí'	'Look at it in multitude on the tree top' the first one said joyfully
Wọ́n bá kó eyí tí ń bẹ ńlẹ̀	He packed the ones on the ground
Ẹ̀ẹ̀kínní gun Orí igi...............30	He tried to climb the tree to harvest the ones on the treetop.................30
Pọ̀!	In a heavy thud
Ó jabọ́ ó kú	He fell down and died
Ẹ̀ẹ̀kejì gùn ún	The second also climbed the tree
Òun náà jábọ́	He too fell down
Ó kú	He too died
Ẹ̀ẹ̀kẹta gungi	The third climbed it also and died
Ẹ̀ẹ̀kẹrin gùn ún	So does the fourth
Títí tée dórí ẹ̀ẹ̀kẹfà	Till the turn of the sixth
Gbogbo wọ́n gun igi júà lóko	All of them climbed one after the other
Wọ́n kú.........................40	And died..........................40
Nígbà ó sì jẹ́ pé igi púpọ̀ ní ń bẹ lóko	Since there were many trees in the farm
Wọn sì yó looko lẹyọ̀ kọ̀ọ̀kan ni	They did not notice the corpse of each other
Kí wọ́n ó lè baà fi ànìkànjọpọ́n ta gbogbo ẹ̀ láì sọ fẹ́nìkan	They have even gone to the farm secretly To use greed to harvest the fruits without the knowledge of the other ones
Wọn ò ń òkú araa wọn	The youngest of the family arrived at the farm afterwards
Ọmọ kékeré bá dé ibẹ̀	He saw corpses littering the whole arena
Ó bá òkú ńlẹ̀ kítikìti	The boy exclaimed in surprise and agony
Ọmọ́ ní háà!	'Bàbá does not climb the Júà tree'
Baba àwọn è é gun júà !	'We do pick only the doffed ones'
Àwọn mọ́ọ sà á ńlẹ̀ ni	'It is only the ones that are shed that should be picked'...........................50
Ẹ̀rẹ ni ọ́n mọ́ọ sà a!...............50	He then collected the ones that had been gathered by his brothers
Òún bá sa gbogbo èyí tí ọ́n ti sà	He packed everything home
Ó kó gbogbo ẹ̀ lọ Ilé	He became wealthy
Òún bá di Ọlọ́rọ̀	Ifá advises this person to be close to his larger family
Ifá pé kí eléyìun ó fara mọ́ ìdílé ẹ̀	

915

Ijó ní ń jó ayò ní ń yò

Ní ń yin àwọn Babaláwo

Àwọn Babaláwo ń yin Ifá

Ó ní bẹ́ẹ̀ làwọn Babaláwo tòún wí

Èyin olówó ni ò șe ganngan

Ká fi ètè Ìwọ̀fà bò ó mọ́lẹ̀............60

A díá fún àgbààgbà mẹ́fà

Tí wọ́n ń lọ rèé gun igi júà lóko

Ǹjẹ́ ẹ̀rẹ̀ ni mo sà

Èmi ò gun igi júà ní tèmi

Ẹ̀rẹ̀ ni mo sà

The small boy was dancing and rejoicing

He was praising his Babaláwo

Babaláwos were praising Ifá

He said it was as his Babaláwo had said

The tooth of a rich man would not be misplaced and pointed

To the extent of using the lips of an Ìwọ̀fà to cover it

Casts divination for six elders.....…...................61

The ones that were going to climb the *Júà* tree in the farm

I have picked only the dropped ones

I did not climb the Júà tree on my own

I picked the ones that dropped

ÒFÚN ÌRẸTẸ̀ B

Ìṣẹ̀lẹ̀ burúkú kan ti ṣẹlẹ̀ sí eléyìun ń. Ifá pé bò bá ti ṣẹlẹ̀ sí I lẹ́ẹ̀kínní àti lẹ́ẹ̀kejì, ẹbọ kọ́ mọ́ ṣẹlẹ̀ ní ẹ̀ẹ̀kẹta ni kó rú. Ṣùgbọ́n bó bá jẹ́ pé àkọ́kọ́ ló ṣẹ̀sẹ̀ ṣẹlẹ̀, ẹbọ kí nǹkan ọ̀hún ó mọ́ ṣẹlẹ̀ ní ẹ̀ẹ̀kejì ni kó ṣe.

N tó ṣeni lẹ́ẹ̀kan
Kò tún gbọdọ̀ ṣeni lẹ́ẹ̀kejì mọ́
A díá fún Eléyín ganngan
Èyí tí ń re Ilé ọkọ àárọ̀
Eléyín ganngan ló dàgbà dàgbà
Ó tó Ilé ọkọ ń lílọ
Ó sì ń ọkọ tó sunwọ̀n
Ó bímọ lẹ́yin Oṣù mẹ́sàán
Ní bá ń gbé ọmọ ẹ̀ jó
Ló bá fi eyín sá ọmọ níwájú..............10
Ọmọ bá kú
Bóo ló ti jẹ́?
Wọ́n bá looko Aláwo
Ẹ gbà wá
Wọ́n ní bí tí ń bá ọmọ ẹ̀ ṣeré ló fà á
Wọ́n ní tó bá fẹ́ẹ́ mọọ́ bá ọmọ ṣeré
Kó mọ́ọ gbé e ségbẹ̀ẹ́
Kó mọ́ọ bá a ṣeré
Wọ́n ní ó rúbọ
Ó bá ṣe bẹ́ẹ̀.............................20
Ó tún tó osù mẹ́sàán mìíin
Ó tún ń ọmọ mìíin bí
Ní bá ń gbé ọmọ ségbẹ̀ẹ́
Ní ó mọ́ọ kọrin
'N tó ṣeni lẹ́ẹ̀kan'
'Kò tún gbọdọ̀ ṣeni lẹ́ẹ̀kejì mọ́ o'

ÒFÚN ÌRẸTẸ̀ B

Ifá asks this person to offer sacrifice against the reoccurrence of a kind of bad incident that had occurred on two previous occasions. If however it is the first time it is happening, he should sacrifice so that it would not happen the second time.

The mistake committed by one the first time
Must be guarded against such that it doesn't happen
  the second time
Casts divination for the woman with sharp and
  pointed tooth
The one going to her first husband's house
The lady with the sharp and pointed tooth grew
  matured
She was ripe enough to get married
Luckily she got a very good suitor to marry her
After nine months, she had a baby
She was cuddling her baby one day
Accidentally her pointed tooth chiseled the child's
  forehead.................................10
The child died instantly
'Why had this happened'?
They went to consult a Babaláwo
'Please help us'
They told her that it was the method used in cuddling
  the baby that caused the death
'Whenever you want to play with your child'
'You should always place him at your side' they said
'Cuddle him that way'
She was asked to perform sacrifice
She performed it.............................20
After another nine months
She had another baby
She afterward cuddles her baby sideways
She would sing
'The mistake that one committed the first time'
'Must never be allowed to happen the second time'

Ọmọ ẹ ò kú mọ́	Her child did not die again
Ọmọọ rẹ dàgbà	Her children grew up
Ijó ní ń jó	She was dancing
Ayọ̀ ní ń yọ̀.....................30	She was rejoicing.......................30
Nǐ ń yin àwọn Babaláwo	She was praising her Babaláwo
Àwọn Babaláwo náà ń yin Ifá	Her Babaláwo was praising Ifá
Ó ní bẹ́ẹ̀ làwọn Babaláwo tòún wí	She said it was as her Babaláwo said
N tó ṣeni lẹ́ẹ̀kan	The mistake committed by one the first time
Kò tún gbọdọ̀ ṣeni lẹ́ẹ̀kejì mọ́	Must be guarded against such that it doesn't happen the second time
A díá fún Eléyín ganngan	Casts divination for the woman with sharp and pointed tooth
Èyí tí ń re Ilé ọkọ àárọ̀	The one going to her first husband's house
Ẹbọ n wọ́n ní ó ṣe	She was asked to perform sacrifice
Ó sì gbẹ́bọ ńbẹ̀	She heard about the sacrifice
Ó rúbọ.............................40	And performed it.................40
Ǹjẹ́ rírú ẹbọ	And now after offering our sacrifices
Èèrù àtùkesù	And giving free gifts to Èṣù
Kèè pẹ́	Before long
Kèè jinná	And not belated
Ẹ wáá bá ni jẹbútú ọmọ	Come and meet us with the good fortune of children
Jẹbútú ọmọ làá bá ni lẹ́sẹ̀ ọba Òrìṣà	One is usually found with the good fortune of children at the feet of the king of Òrìṣà

ÒFÚN ÒSẸ́ A

Ifá pé ajé ń bá eléyìun jà. Àbùkù ò níí
kàn án; ṣùgbọ́n kó rúbọ dáadáa.

Òfún lẹ́sẹ́lẹ́sẹ́
Babaláwo Onílẹ̀ẹ́sẹ́
A díá fún Onílẹ̀ẹ́sẹ́
Nijọ́ tó lóun ò màrùn fí ń ṣe òun
Ó ṣe gbogbo ẹ̀ kò rójútùú ẹ̀
Wọ́n ní ìwọ Onílẹ̀ẹ́sẹ́
'Bẹ́ẹ̀yàn bá ti yanjú nǹkan fí'
'Owó ní ó yanjú ẹ̀'
'Owó ní ń dà ọ́ láàmú'
Wọ́n ní kó rúbọ...........................10
Onílẹ̀ẹ́sẹ́ bá rúbọ
Ajé bá dé
Ó ní bẹ́ẹ̀ làwọn Babaláwo tòún wí
Òfún lẹ́sẹ́lẹ́sẹ́
Babaláwo Onílẹ̀ẹ́sẹ́
A díá fún Onílẹ̀ẹ́sẹ́
Nijọ́ tó lóun ò màrùn fí ń ṣe òun
Òfún níwọ Onílẹ̀ẹ́sẹ́ ò
Àrùn kan ò mọ̀ jowó lọ
Onílẹ̀ẹ́sẹ́............................20

ÒFÚN ÒSẸ́ A

Ifá asks this person to perform sacrifice as he is in the
want of wealth. His secrets would not be exposed.

Òfún lẹ́sẹ́lẹ́sẹ́
The priest of Onílẹ̀ẹ́sẹ́
Cast divination for Onílẹ̀ẹ́sẹ́
On the day he said he was not sure of the ailment
    afflicting him
He tried and tried all possibilities without succeeding
'You Onílẹ̀ẹ́sẹ́', they called
'Once anyone couldn't find a headway with anything'
'It boils down to money matters'
'Money is your substantive problem' they concluded
He was asked to perform sacrifice...................,...10
He performed the sacrifice
Wealth came by
He said it was as his Babaláwo had said
Òfún Onílẹ̀ẹ́sẹ́
The priest of the house of Onílẹ̀ẹ́sẹ́
Cast divination for Onílẹ̀ẹ́sẹ́
On the day he complained not to be sure of the
    ailment afflicting him
You Onílẹ̀ẹ́sẹ́, Òfún said
No ailment surpasses money
Onílẹ̀ẹ́sẹ́!............................20

ÒFÚN ÒSÉ B

Ifá pé ká móọ ta ïbejì lóre, ká sì rúbọ ká
leè kólé ñlá. Ilé orí òkè ni ká sì móọ tọrọ.

Ooro téérè Awo inú igbó
A díá fún ọmọ méjì
Nijó tí wón ñ tòrun bò wálé ayé
Wón ní kí wón ó rúbọ
Wón bá bèrè síí dá bírà láyé
Nñkan wọn ò bajé
Ayé yẹ àwọn ọmọ méjì
Ni wón wá ñ jó ni wón ñ yò
Ni wón ñ yin àwọn Babaláwo
Àwọn Babaláwo ñ yin Ifá.................10
Wón ní béè làwọn Babaláwo tàwón wí
Ooro téérè Awo inú igbó
A díá fún ọmọ méjì
Nijó tí wón ñ tòrun bò wálé ayé
Ẹbọ n wón ní kí wón ó şe
N nilée wa ò
Ilé gàñgà
Ilé Orókè
N nilée wa ò

ÒFÚN ÒSÉ B

Ifá enjoins this person to give gifts to twin babies. He
should also perform sacrifice for him to have the
capacity to build a skyscraper; he should pray towards
realizing it.

Ooro térérè the priest of the deep forest
Casts divination for Twin baby sets
On the day they were coming from heaven to the earth
They were asked to perform sacrifice
They afterwards started performing wonders on earth
Their things were not spoilt
Life so pleased the Twin baby sets
They then started to dance and rejoice
They were praising their Babaláwo
Their Babaláwo was praising Ifá.......….........10
They said it was as their Babaláwo had said
Ooro térérè, the priest of the deep forest
Casts divination for Twin baby sets
On the day they were coming from heaven to the earth
They were asked to perform sacrifice
It is our house
The tall house
The skyscraper
Is our house

DIFFICULT WORDS : ÒFÚN

1. **Mìèéyè**: Name of a person

2. **Oge**: Used in the context of this poem as being a person endowed by heavenly spirits. A child that has the features in the context of this poem is said to be an 'Oge'

3. **A fúnro, a fùnro, a fùnrò ǹ funrò**: Rhythms. And names of Olúwos

4. **Işú Jinná ọmọ odó wẹrì**: Name of an Olúwo. 'The yam is cooked for the head of the pestle to be washed.

5. **Ọbẹ̀ jiná mọ́ dábọ̀ọ kòtòkòtò ń sísọ**: Another Babaláwo. 'if the soup is cooked, do not because of the bubbles refuse to bring it down from the fire top

6. **Iyán tí ò lóbẹ̀ abara gírísasa**: 'Pounded yam that has no soup or stew to go with it would have coarse body'

7. **Atẹ́ní Lẹ́gẹ́lẹ́gẹ́ forí sapeji omi**: A Praise name of Olódùmarè as being 'the one above spreading runs of mats (firmament) across the sky without rain drops beating him

8. **Kóórì**: Òrìṣà of children. Its spot is made on side walls outside the building with a type of leaf called 'lééré' and charcoal. The children late into the night would then render beautiful choruses.

9. **That was going to the stream without being able to fetch water with them**: (Idiom) the one that had been having intercourse without being able to bring back a child from the act.

10. **Má mu lò mí**: (Lt) Do not bother me with it or do not seek my advice about it'. Má mu lò mí as used in this context is not actually a leaf but saying I

have an antidote to any attack posed by the person to whom this verse is directed.

11. **I have obtained the leaf of róro**: Róro is also not a leaf but that 'I would match all force directed at me'

12. **Màrìwò**: Palm leaves

13. **Ìyàmi Òṣòròngà**: Witches

14. **Bongágà**: Mushrooms (fungal types) found on refuse dumpsites

15. **Òkè Ọya**: This is the name called any place north of River Niger. Ọya is the Yorùbá name given to River Niger. Also the name of the wife of Sàngó

16. **Ya**: The word Ọya has two syllables, Ọ and Ya. Ya here is to break or tear

17. **Atàgùtàn sọlà**: Appellation. "The one that sell sheep to make wealth"

18. **Ògúndìran**: Name of a person in Ògún family. 'Ògún worship has become our lineage'

19. **Júà**: Any of the cash crop trees in the farm

20. **Ooro**: Ooro is a kind of hardwood widely used in carving artifacts to represent twins

21. **Èjì Òràngún**: Òfún méjì

22. **Ení, Èjì, Ẹta, Ẹrin, Àrún, Ẹfà, Èje, Ẹjọ**: The Yorùbá counting of numerals from one through to eight

23. **Ọpọ́n Ayò**: Local game with eight holes on each side of the players. Each of the holes has four seeds initially which would then be manipulated by the players to strangulate the other to have more seeds.

INDEX

SIGNATURES OF IFÁ

I	I
I	I
I	I
I	I

OGBÈ MÉJÌ OR ÈJÌ OGBÈ

II	II
II	II
II	II
II	II

ÒYÈKÚ MÉJÌ

II	II
I	I
I	I
II	II

ÌWÒRÌ MÉJÌ

I	I
II	II
II	II
I	I

ÒDÍ MÉJÌ

I	I
I	I
II	II
II	II

ÌROSÙN MÉJÌ

II	II
II	II
I	I
I	I

ÒWÓNRÍN MÉJÌ

I	I
II	II
II	II
II	II

ÒBÀRÀ MÉJÌ

II	II
II	II
II	II
I	I

ÒKÀNRÀN MÉJÌ

I	I
I	I
I	I
II	II

ÒGÚNDÁ MÉJÌ

II	II
I	I
I	I
I	I

ÒSÁ MÉJÌ

```
II  II
I   I
II  II
II  II
```
ÌKÁ MÉJÌ

```
I   I
I   I
II  II
I   I
```
ÌRẸTẸ̀ MÉJÌ

```
II  II
II  II
I   I
II  II
```
ÒTÚRÚPỌ̀N MÉJÌ

```
I   I
II  II
I   I
II  II
```
ỌSẸ́ MÉJÌ

```
I   I
II  II
I   I
I   I
```
ÒTÚÁ MÉJÌ

```
II  II
I   I
II  II
I   I
```
ÒFÚN MÉJÌ

Note: Odù in Ifá has two arms of left and right. Right for Ọ̀rúnmìlà and left for Èṣù. When the left right hands present the same signature, it is termed méjì (twos). Otherwise, (it is called amulu) the arm of Ọ̀rúnmìlà is read and pronounced first, then the one for Èṣù, last. Example, Òtúá Ọsẹ́. Òtúá on the right, Ọ̀rúnmìlà and Ọsẹ́ on the left, Èṣù.

Basic instruments of Divination

Ikin; Ikin are special kind of oil palm seed found on some particular palm trees. They usually have many more than three eyes (though it does not necessarily follow). The tree on which they are found is the determining factor that would distinguish Ikin from the ordinary palm seed. The palm trees have special characteristics. Example is the arrangement of the stalk of the leaves, which is placed on top of each other symmetrically around the top of the tree. Secondly, unlike the other seeds, it is almost impossible to extract oil from Ikin because of the foam that they produce, which would rise to extinguish the fire for the extraction.

Ọpẹlẹ (divination chain):

Ọpọn, divination tray

Ibọ, Used to narrow the instruction of Ifá to either Yes or No

Iyẹròsùn, Ifá powder

Irọkẹ, Ifá's divination staff

Irùkẹ, Ifá's whisk or horse tail

Notes on Irẹtẹ Ọsẹ

This Odù is very powerful in that it signifies a particular aberration and could spell doom for the Babaláwo and the person consulting. Once it comes out of Ifá, it is established that the person consulting must go and remove the cloth, shoe, cap and everything on him as at the time he is consulting and give to beggars otherwise, there is a great risk of losing his life. The Babaláwo also must pack the Ọpẹlẹ, ọpọn and all instruments used for this divination and throw them away. The verses could however be chanted if and only if the sacrifices for the Odù is offered. This is by killing a hen to appease the Gods.

Lt., in any part of the text as used under difficult words is shortened word for 'Literary translation'

924